സൈന്ധവതടത്തിലെ സാമ്രാജ്യങ്ങൾ

ആലിസ് അൽബിനിയ

യാത്ര

സൈന്ധവതടത്തിലെ സാമ്രാജ്യങ്ങൾ

ആലിസ് അൽബിനിയ

വിവർത്തനം
ബിന്ദു മിൽട്ടൻ

ഗ്രീൻ ബുക്സ്

green books private limited
gb building, civil lane road, ayyanthole,
thrissur- 680 003, kerala, ph: +91 487-2381066, 2381039
website: www. greenbooksindia. com
e-mail: info@greenbooksindia. com

original title
(english)
empires of the indus

malayalam
saindhavathatathile samrajyangal
travelogue
by
alice albinia

translated by
bindu milton

first published december 2017

cover design : rajesh chalode

branches:
thrissur 0487-2422515
palakkad 0491-2546162
kannur 0497-2763038
thiruvananthapuram 0471-2335301

isbn : 978-93-87331-37-2

GBPL/986/2017

മുഖക്കുറിപ്പ്

ഒരു മഹാനദിയുടെ പൂർവകാലവും വർത്തമാനവും

അനാദികാലത്തിന്റെ അനുസ്യൂതപ്രവാഹമായിരുന്ന ഒരു നദി. "കീഴടക്കാനാവാത്ത സിന്ധു" എന്ന് വിശേഷിപ്പിക്കപ്പെട്ട ഒരു മഹാനദി. മാനവികസംസ്കാരങ്ങളുടെ ആവിർഭാവത്തിനുമുമ്പ്, മനുഷ്യൻ നദിയെ നേർക്കുനേരെ കാണുന്നതിന് ആയിരമായിരം വർഷങ്ങൾക്കുമുമ്പ് സിന്ധുനദി ഈ ഭൂമിയിൽ സാഗരപ്രൗഢിയോടെ നിലനിന്നിരുന്നു. സ്വർഗത്തെ ചുറ്റിയൊഴുകുന്ന മഹാനദി എന്നാണ് വേദസ്മൃതികൾ സിന്ധുവിനെ വിശേഷിപ്പിച്ചത്. മാനവ സംസ്കാരങ്ങളുടെ ഉറവിടമായിരുന്ന സുവർണനദി. ബൃഹത്തായ ഒരു സാംസ്കാരിക ചരിത്രത്തിന്റെ ചിന്നിച്ചിതറിക്കിടക്കുന്ന ഐതിഹാസിക അവശിഷ്ടങ്ങളാണ് സിന്ധു താഴ്‌വരയിൽ ഇപ്പോഴും അനശ്വരമായി നിലനിൽക്കുന്നത്. നാഗരികതയുടെ ഈറ്റില്ലമായിരുന്നു സിന്ധുനദി. ഇന്ത്യയുടെ പേര് പോലും ആ നദിയിൽ നിന്നാണ് വന്നത്. തിബത്തിൽ ഉദ്ഭവിച്ച് കറാച്ചിയിലെ അറബിക്കടലിൽ ചേരുന്ന സിന്ധുനദിയുടെ ഇരുകരകളിലും ഒട്ടേറെ ചക്രവർത്തിമാരുടെയും സാമ്രാജ്യങ്ങളുടെയും ഉദയാസ്തമയ കഥകൾ പറയാനുണ്ട്. "സിന്ധുനദിയെ കീഴടക്കിയാൽ ഇന്ത്യയെ കീഴടക്കി" എന്നാണ് ബ്രിട്ടീഷുകാരും വിശ്വസിച്ചത്. ഇന്ത്യയെ ആക്രമിക്കാൻ വരുന്ന ശത്രുക്കൾക്ക് സിന്ധുനദിയേയും കീഴടക്കണമായിരുന്നു. പക്ഷേ, സിന്ധു നദി ഉയർത്തിയ പ്രതിരോധങ്ങൾ അജയ്യമായി നിലകൊണ്ടു.

ആലീസ് അൽബിനിയ സിന്ധുനദിയുടെ പ്രതിരോധങ്ങൾ മറികടന്നുകൊണ്ട് ഇന്ത്യയിലെത്തിയ അലക്സാണ്ടറും ഗസ്നിയും

ബാബറും ആക്രമണസജ്ജമായി കടന്നുവന്ന വഴികളിലൂടെയെല്ലാം അതിസാഹസികമായ സഞ്ചാരങ്ങൾ നടത്തുന്നുണ്ട്. അനേകം ഗോത്രവർഗഗ്രാമങ്ങൾ, പർവ്വതപ്രദേശങ്ങളിലെ ഒറ്റയടിപ്പാതകൾ, സിന്ധുവിന്റെ ഉദ്ഭവം തേടിയുള്ള യാത്രകളിൽ കിടിലം കൊള്ളിക്കുന്ന സഞ്ചാരാനുഭവങ്ങളാണ് എഴുത്തുകാരി പകർന്നുതരുന്നത്. അഫ്ഗാനിസ്ഥാനിൽനിന്ന് പഷ്ടൂൺ ഗ്രാമങ്ങളിലൂടെ കിഴുക്കാംതൂക്കായ പർവ്വതപ്രദേശങ്ങളിലൂടെ കാൽനടയായി ഏറെദൂരം സഞ്ചരിച്ചതിന്റെ അനുഭവവിവരണങ്ങൾ ഈ പുസ്തകത്തെ അത്യപൂർവ്വമായ ഒരു രചനയാക്കി മാറ്റുന്നു. ചരിത്രവസ്തുതകളുടെ സത്യവും മിഥ്യയും ആവിഷ്കരിക്കാൻ എഴുത്തുകാരി നടത്തുന്ന സുരക്ഷിതമല്ലാത്ത സഞ്ചാരവഴികൾ അവസാനം ലഡാക്കിലെ നദിയുടെ ഉദ്ഭവസ്ഥാനംവരെ എത്തിച്ചേരുന്നു. അവിടെ ഉദ്ഭവകേന്ദ്രത്തിൽ തന്നെ നദിയെ ചൈനീസ് ഭരണകൂടം അണകെട്ടി തടഞ്ഞുനിർത്തിയിരിക്കുന്നത് കണ്ട് എഴുത്തുകാരി പൊട്ടിക്കരയുന്നു. ഇനി എത്രകാലംകൂടി ഈ നദി ജീവിച്ചിരിക്കും? ഈ നദി ഉണങ്ങിവരണ്ടുപോകുമ്പോൾ, സൈന്ധവസംസ്കാരത്തിന്റെ സ്മൃതികൾ അപ്പാടെ മാഞ്ഞുപോവുകയാണ്; തങ്കലിപികളിൽ എഴുതി സൂക്ഷിക്കേണ്ട പൗരാണിക ചരിത്രങ്ങളെല്ലാം എന്നെന്നേക്കുമായി ഇല്ലാതാവുകയാണ്.

ഉജ്ജ്വലമായ ആധുനികതയും പ്രാചീനതയും കൈകോർക്കുന്ന നദി, ചരിത്രത്തിലൂടെ ഒഴുകിക്കൊണ്ടിരിക്കുന്ന പുണ്യനദി, ഇനിയൊരിക്കലും പുനർജനിക്കാത്തവിധം മരിച്ചുകൊണ്ടിരിക്കുകയാണ്. ആയിരക്കണക്കിന് വർഷങ്ങൾക്കുമുമ്പ് ഒഴുകിത്തുടങ്ങിയ, സമുദ്രത്തിൽനിന്നും ഉയർന്നുവന്ന, ഭൂമിക്ക് വേണ്ടതെല്ലാം നൽകി പരിപാലിച്ച നദിയുടെ മരണം ഈ പുസ്തകം രേഖപ്പെടുത്തുന്നു. എങ്കിലും കണ്ണുനീരോടെ ചരമഗീതങ്ങൾ പാടുകമാത്രമല്ല എഴുത്തുകാരി ചെയ്യുന്നത്. ഇപ്പോൾ പാകിസ്ഥാനിൽ അകപ്പെട്ട നദിയുടെ വർത്തമാനകാലാവസ്ഥയോടൊപ്പം നദിക്കരയിൽ ജീവിക്കുന്ന വ്യത്യസ്തരായ മനുഷ്യരുടെ ജീവിതപ്രശ്നങ്ങൾ, വിഭജനത്തിന്റെ യാഥാർത്ഥ്യങ്ങൾ, വർഗാടിസ്ഥാനത്തിൽ വിഭജിക്കപ്പെട്ട മനുഷ്യർ നേരിടേണ്ടിവന്ന ഉച്ചനീചത്വപ്രശ്നങ്ങൾ, പട്ടാളഭരണം, മതഭ്രാന്തുകൾ, കലാപങ്ങൾ, വൈവിധ്യമുള്ള അനേകം വിഷയങ്ങൾ ഇതിൽ കൈകാര്യം ചെയ്യുന്നു. വിഭജനത്തിന്റെ പേരിൽ ഒരു കോടിയിലേറെ സ്ത്രീപുരുഷന്മാർ, അവർ തലമുറകളായി ജീവിച്ചുവന്ന ഗ്രാമങ്ങളിൽനിന്ന്, വീടുകളിൽനിന്ന് മതത്തിന്റെ പേരിൽ കിഴക്കോട്ടോ പടിഞ്ഞാട്ടോ ആട്ടിയോടിക്കപ്പെട്ടു. തുടർന്നുണ്ടായ വർഗീയലഹളയിൽ രണ്ട്

ലക്ഷത്തിനും പത്ത് ലക്ഷത്തിനുമിടയിൽ മനുഷ്യർ മൃഗീയമായി കൊല്ലപ്പെട്ടു. ആ മഹാദുരന്തത്തിന്റെ വ്യാപ്തി വിവരിക്കാൻ വാക്കുകൾ അപര്യാപ്തം. എന്തുകൊണ്ട് സിക്കുകാരും ഹിന്ദുക്കളും മുസ്ലിങ്ങളെ വേട്ടയാടി? എന്തുകൊണ്ട് മുസ്ലീങ്ങൾ ഹിന്ദു സിഖ് വിഭാഗത്തിലുള്ളവരെ കൊന്നുതള്ളി? എന്തുകൊണ്ട് സ്ത്രീകൾ ക്രൂരമായി ബലാത്സംഗം ചെയ്യപ്പെട്ടു? കുട്ടികൾ തട്ടിക്കൊണ്ട് പോകപ്പെട്ടു? ഇതൊന്നും വിശദീകരിക്കാൻ ഒരു ചരിത്രപുസ്തകവും പര്യാപ്തമായില്ല.

ഇത് നദിയുടെ വസന്തങ്ങളുടേയും ശിശിരങ്ങളുടേയും കഥ മാത്രമല്ല, സിന്ധു താഴ്വരയിലാണ് ഇന്ത്യയുടെ സാംസ്കാരികഭൂപടത്തിന്റെ വേരുകൾ കിടക്കുന്നത് എന്നതുകൊണ്ട് നമ്മുടെ വൈകാരികതയെ ആഴത്തിൽ സ്പർശിക്കുന്ന ഒരു ചരിത്രവായനയും കൂടിയാണിത്. സിന്ധു താഴ്വരയ്ക്ക് ആയിരക്കണക്കിന് വർഷങ്ങളുടെ മഹാചരിത്രങ്ങളുണ്ട്. കെട്ടുപിണയുന്ന ആ ചരിത്രസ്മൃതികൾ സൂക്ഷിക്കുന്നതോടൊപ്പം സിന്ധു താഴ്വരയിലെ വിവിധ ശ്രേണിയിലുള്ള ജനങ്ങളെയും സംസ്കാരത്തെയും പരിചയപ്പെടുത്തുന്നു. സിന്ധിലെ മരുഭൂമി മുതൽ ടിബറ്റിലെ പർവതങ്ങൾ വരെയുള്ള വിവിധ വർഗ ശ്രേണിയിലുള്ള ജനങ്ങൾ. നദിയെ ആശ്രയിച്ചുകഴിയുന്നവർക്ക് നദിയില്ലാതാകുന്നു. നദിയെ വെട്ടിമുറിച്ചുകൊണ്ട് രൂപപ്പെട്ട അനേകം അണക്കെട്ടുകൾ, നദിയെ ഇഞ്ചിഞ്ചായി കൊന്നിരിക്കുന്നു.

ഒരിക്കൽ ഉഗ്രപ്രതാപിയായിരുന്ന അഴിമുഖതുറമുഖങ്ങളുടെ പൗരാണിക സൗഭാഗ്യങ്ങളുടെ കഥകളും എന്നെന്നേക്കുമായി അസ്തമിച്ചു. നദി ജലഉറവുകൾ വറ്റിവരണ്ട് ചളികെട്ടിയിരിക്കുന്നു. പൗരാണികമായ തുറമുഖപ്രദേശങ്ങൾ ചരിത്രത്തിന്റെ അസ്ഥിമാടങ്ങളായി ശ്മശാനമൂകമായിരിക്കുന്നു. ഒരു മഹാനദിയുടെ ചരമക്കുറിപ്പാണ് ആലീസ് അൽബേനിയയുടെ ഈ മഹാഗ്രന്ഥം. ഒരു മഹാനദിയുടെ പൂർവകാലങ്ങളും വർത്തമാനകാലങ്ങളും അടയാളപ്പെടുത്തിയ ഐതിഹാസികരേഖകളുടെ ഒരപൂർവ്വ പുസ്തകം. ഒരു മാന്ത്രികനദിയിൽ ഒഴുകിപ്പോകുന്ന വള്ളംപോലെ അയ്യായിരം വർഷങ്ങളുടെ ചരിത്രവായനകളുടെ ഒരു മാന്ത്രികരചന. കണ്ണുനീരോടെയല്ലാതെ ഈ പുസ്തകം വായിച്ച് അവസാനിപ്പിക്കാനാവില്ല.

കൃഷ്ണദാസ്

മാനേജിങ് എഡിറ്റർ

ആമുഖം

മഴ ദുർലഭമായ ഒരു പ്രദേശത്ത് വെള്ളത്തിന് സ്വർണ ത്തേക്കാൾ വിലയുണ്ട്. മഴ മനുഷ്യസ്വപ്നങ്ങളിലൂടെ കിനി ഞ്ഞിറങ്ങുന്നു. ജീവിതത്തെ സാന്ദ്രമാക്കുന്നു. കൃഷിയെയും മതങ്ങളെയും യുദ്ധങ്ങളെയും നിയന്ത്രിക്കുന്നു. ആദിമ മനു ഷ്യൻ ആഫ്രിക്കൻ ഉപഭൂഖണ്ഡത്തിൽ നിന്നും കുടിയേറ്റത്തി നായി പുറപ്പെട്ട കാലം മുതൽ സിന്ധുനദി ധീരന്മാരെ അതിന്റെ തീരങ്ങളിലേക്ക് ആകർഷിച്ചുകൊണ്ടിരുന്നു. ലോകത്തിലെ ആദ്യ നഗരങ്ങളിൽ ചിലത് ഈ തീരങ്ങളിലാണ് നിർമ്മിക്ക പ്പെട്ടത്. സംസ്കൃത സാഹിത്യത്തിലെ ആദ്യരചനയും ഈ നദിയെക്കുറിച്ചാണ്. ഇസ്ലാമിന്റെ പ്രവാചകന്മാർ ഈ നദീതീര ത്താണ് സത്യം തേടി അലഞ്ഞത്. സിന്ധു താഴ്വരയിലെ ഏറ്റവും പുതിയ രാഷ്ട്രീയ അവതാരമാണ് പാകിസ്ഥാൻ.

സിന്ധുനദി കാണണമെന്ന് ആദ്യമായി ആഗ്രഹിച്ചത് ഞാൻ ഓർക്കുന്നു. എനിക്കന്ന് വയസ്സ് ഇരുപത്തിമൂന്ന്. ഡൽഹിയിലെ ചൂടിൽ, എന്റെ ഫ്ളാറ്റിൽ ഇരുന്നു വിയർത്തു കുളിച്ച് ഋഗ്വേദം വായിക്കുകയായിരുന്നു. കൊല്ലം 2000 ഏപ്രിൽ. ഇന്ത്യയും പാകിസ്ഥാനും കാർഗിലിനുവേണ്ടി നടത്തിയ യുദ്ധം അവസാനിച്ചിട്ട് ഒരു വർഷമായി. പത്രക്കാരൻ ടെറസ്സി ലേക്ക് വലിച്ചെറിയുന്ന പത്രങ്ങൾ പക്ഷേ ഇപ്പോഴും പാകിസ്ഥാനെ ഒരു റൗഡി രാജ്യമായി തന്നെയാണ് ചിത്രീ കരിക്കുന്നത്. കൊലയാളികളായ മൗലികവാദികൾ അധി വസിക്കുന്ന, പട്ടാളഭരണം നടക്കുന്ന, മര്യാദയില്ലാത്ത രാജ്യം. പക്ഷേ അയൽപക്കത്തുള്ളവർക്ക് ആ രാജ്യം ശരിക്കും എന്താണ്?

അടുത്തുള്ള മോസ്കിൽ നിന്നും ഉയരുന്ന അസാൻ കേട്ടുകൊണ്ട്, മൂവായിരം വർഷം മുൻപെഴുതപ്പെട്ട ഋഗ്വേദ മന്ത്രങ്ങളിലൂടെ ഞാൻ സഞ്ചരിച്ചു. സംസ്കൃതപുരോഹിതർ സിന്ധുനദിയെക്കുറിച്ച് പ്രകീർത്തിക്കുന്നത് വായിച്ചു. അവർ

സിന്ധുവിനെക്കുറിച്ച് പാടി "കീഴടക്കാനാകാത്ത സിന്ധു," "നദികളിൽ മികച്ച നദി."

ഇന്ത്യാചരിത്രം ആവേശത്തോടെ തിരക്കിട്ട് സദാ പഠിച്ചു കൊണ്ടിരുന്ന കാലം. ജോലിക്കു പോകുമ്പോഴും അവധി ദിവസങ്ങളിലും ഇന്ത്യാചരിത്രം വായിച്ചു കൊണ്ടേയിരുന്നു. എവിടെ തിരിയുമ്പോഴും സിന്ധുനദിയുടെ സാന്നിധ്യമറിഞ്ഞു.

അയ്യായിരം വർഷങ്ങൾക്കു മുമ്പ് സിന്ധു താഴ്‌വരയിലെ ജനങ്ങൾ മെസോപ്പൊട്ടാമിയയുമായി കച്ചവടത്തിലേർപ്പെട്ടിരുന്നു. BC ആറാം നൂറ്റാണ്ടിൽ പേർഷ്യൻ ചക്രവർത്തി അതിന്റെ ഭൂപടം വരച്ചു. ബുദ്ധൻ തന്റെ മുജ്ജന്മങ്ങളിൽ സിന്ധുവിന്റെ തീരത്താണ് ജീവിച്ചത്. ഗ്രീക്ക്/അഫ്ഗാൻ രാജാക്കന്മാർ സിന്ധുവിലൂടെയാണ് സൈനികനീക്കങ്ങൾ നടത്തിയത്. സിഖ്മത സ്ഥാപകന് ജ്ഞാനോദയമുണ്ടായത് സിന്ധുവിന്റെ ഒരു പോഷകനദിയിൽ കുളിക്കുമ്പോഴാണ്. ബ്രിട്ടീഷുകാർ ബോട്ടുകളിൽ വന്ന് സിന്ധുവിനെ കീഴടക്കി, ഒരു നൂറ്റാണ്ടു കാലം അതിന്റെ തീരങ്ങളെ കോളനിയാക്കി. പിന്നെ ഇന്ത്യയിൽ നിന്നും അതിനെ മുറിച്ചു മാറ്റി. 1947 വരെ സിന്ധു ഇന്ത്യക്കാരുടെ ജീവിതത്തിന്റെ ഭാഗമായിരുന്നു.

ഇന്ത്യയുടെ പേരു പോലും ആ നദിയിൽനിന്നാണ് വന്നത്. പുരാതന സംസ്കൃത ഭാഷയിൽ അവർ ഇൻഡസിനെ സിന്ധു എന്ന് വിളിച്ചു. പേർഷ്യക്കാർ സിന്ധുവിനെ 'ഹിന്ദു' എന്ന് വിളിച്ചപ്പോൾ ഗ്രീക്കുകാർ 'എച്ച്' എന്ന അക്ഷരം പൂർണമായി ഒഴിവാക്കി. ചൈനീസ് സഞ്ചാരികളാണ് ഇൻഡസ് എന്നും അതിനോടു സാമ്യമുള്ള ഇന്ത്യ, ഹിന്ദു ഇൻഡീസ് എന്നീ പേരുകൾ സൃഷ്ടിച്ചത്. അലക്സാണ്ടറുടെ ചരിത്രകാരന്മാർ അജയ്യയായ 'ഇൻഡിക്ക'യെക്കുറിച്ച് വിചിത്രമായ കഥകൾ എഴുതാൻ തുടങ്ങിയ കാലം മുതൽ ഇന്ത്യയും അവിടുത്തെ നദിയും പടിഞ്ഞാറൻ ഭാവനകളെ കൊതിപ്പിച്ചുകൊണ്ടിരുന്നു.

നൂറുകണക്കിനു വർഷങ്ങൾക്കുശേഷം ഇന്ത്യ വിഭജിക്കപ്പെട്ടപ്പോൾ പുതുതായി രൂപംകൊണ്ട മുസ്ലീംരാജ്യം ഇന്ത്യ എന്ന് പേര് സ്വീകരിച്ചിരുന്നെങ്കിൽ അത് കുറെക്കൂടി യുക്തിസഹമായേനേ. കാരണം ആ രാജ്യം സ്ഥിതി ചെയ്യുന്നത് സിന്ധു താഴ്‌വരയിലാണ്. പതിനെട്ടാംനൂറ്റാണ്ടിൽ ഒരു ഇംഗ്ലീഷ് നാവികൻ വിളിച്ചതുപോലെ 'ഇന്ദുസ്താൻ' എന്നെങ്കിലും വിളിക്കേണ്ടതായിരുന്നു. മുഹമ്മദ് അലി ജിന്ന കൊളോണിയൽ പേര് പൂർണമായും തള്ളിക്കളഞ്ഞു. പവിത്രത സൂചിപ്പിക്കുന്ന 'പാകിസ്ഥാൻ' (Land of Pure) എന്ന് വിളിക്കാൻ തീരുമാനിച്ചു. ഡൽഹിയിലുള്ള തന്റെ സമകാലീനർ, ഇന്ത്യയെ അതിന്റെ പഴയ സംസ്കൃതപേരായ 'ഭാരത്' എന്ന് വിളിക്കുമെന്നു ജിന്ന

കണക്കുകൂട്ടി. അങ്ങനെ ചെയ്യാതിരുന്നത് ജിന്നയെ കോപാകുലനാക്കിയത്രേ. ബ്രിട്ടീഷ് പേര് തന്നെ തുടരുന്നതിലൂടെ ഇന്ത്യ ഭൂതകാലവുമായുള്ള ബന്ധം തുടരുമെന്ന് അദ്ദേഹം ധരിച്ചിരുന്നു. അതേസമയം ഇന്ത്യയുടെ ചരിത്രത്തിൽനിന്ന് വേറിട്ടൊരു ചരിത്രമില്ലാത്ത പാകിസ്ഥാനാകട്ടെ, പൂർണമായും വേരറ്റ് ചരിത്രത്തിന്റെ ചവറ്റുകുട്ടയിലേക്ക് വലിച്ചെറിയപ്പെട്ടതുപോലെയായി.

ഡൽഹിയിൽ ജീവിച്ച രണ്ടു വർഷക്കാലവും ഈ വിരോധാഭാസങ്ങളെക്കുറിച്ച് ഞാൻ ചിന്തിച്ചുകൊണ്ടേയിരുന്നു. തെറ്റിപ്പോയ പേരുകളെക്കുറിച്ചും ചരിത്രത്തിന്റെ മാറ്റൊലികളെക്കുറിച്ചും അദ്ഭുതപ്പെട്ടുകൊണ്ടേയിരുന്നു. ഡൽഹിയിലെ സൂര്യതാപത്തിൽ വെന്തുപോയ എന്റെ ഭാവനകളിൽ പച്ച പിടിച്ചു നിന്നത് ആ നദിയായിരുന്നു. ടിബറ്റിൽ ഉദ്ഭവിച്ച് കറാച്ചിയിലെ അറബിക്കടലിൽ ചേരുന്ന സിന്ധുനദിയെ സ്വപ്നം കണ്ടു. ചക്രവർത്തിമാർ കോട്ടകൾ കെട്ടിയ നദീതീരം. കവികൾ പാടിപ്പുകഴ്ത്തിയ, നാഗദേവതമാർ അധിവസിക്കുന്ന, സ്വർണത്തരികൾ വഹിച്ചൊഴുകുന്ന നദി.

സിന്ധുനദിയുടെ താഴ്‌വരകൾ എന്നെ മാടിവിളിച്ചുകൊണ്ടിരുന്നു. ചരിത്രത്തിന്റെ ഈ അടുക്കുകളെയും അത് ആധുനിക സമൂഹത്തിൽ ചെലുത്തുന്ന സ്വാധീനങ്ങളെയും രേഖപ്പെടുത്തുക എന്ന ലക്ഷ്യത്തോടെ ഒടുവിൽ ഞാൻ പാകിസ്ഥാനിലെത്തി. കഴിഞ്ഞ അറുപതുവർഷക്കാലമായി സൈനിക ഏകാധിപത്യത്തിന്റെ ക്രൂരതകൾ ഏറെ അനുഭവിച്ചുകഴിഞ്ഞു പാകിസ്ഥാൻ. മതത്തെ രാഷ്ട്രീയ ലക്ഷ്യങ്ങൾക്കായി ഉപയോഗിക്കുന്നവരും ഭീകരതയ്ക്കെതിരെ യുദ്ധം പ്രഖ്യാപിച്ച പടിഞ്ഞാറൻ രാജ്യങ്ങളും നശിപ്പിച്ചുകൊണ്ടിരിക്കുന്ന അതേ പാകിസ്ഥാൻ.

എന്നാൽ പാകിസ്ഥാൻ എന്നു പറയുന്നത് അവിടുത്തെ ജിഹാദികൾക്കും ജനറൽമാർക്കുമപ്പുറം മറ്റു ചിലതൊക്കെക്കൂടിയാണ്. സിന്ധുതാഴ്‌വരയിലാണ് ഇന്ത്യയുടെ സാംസ്കാരിക ഭൂപടത്തിന്റെ വേരുകൾ കിടക്കുന്നത്. സിന്ധുതാഴ്‌വരയ്ക്ക് ആയിരക്കണക്കിന് വർഷങ്ങൾ നീളുന്ന രാഷ്ട്രീയവും മതപരവും സാഹിത്യപരവുമായ ചരിത്രമുണ്ട്. കെട്ടുപിണയുന്ന ആ ചരിത്രത്തിന്റെയും ഓർമ്മകളുടെയും ഐതിഹ്യങ്ങളുടെയും അവകാശികൾ സിന്ധുതാഴ്‌വരയിലെ ജനങ്ങളാണ്. ആ കഥയാണ് ഈ പുസ്തകത്തിൽ പറയുന്നത്.

സിന്ധു സമുദ്രത്തിൽ ചേരുന്നിടം തുടങ്ങി അതിന്റെ ഉദ്ഭവം വരെ നടത്തിയ യാത്രാനുഭവങ്ങൾ. പാകിസ്ഥാൻ എന്ന രാജ്യം ജനിച്ചത് മുതൽ ടിബറ്റിൽ ആയിരക്കണക്കിന് വർഷങ്ങൾക്കു

മുമ്പ് സിന്ധു ജനിച്ച നിമിഷം വരെയുള്ള ചരിത്രം പുനഃ സൃഷ്ടിക്കുകയാണ് ഈ പുസ്തകം.

നദിക്ക് ഒരു പാട് പേരുകൾ ഉണ്ടായിരുന്നു. സിന്ധിയിൽ നദി 'പുരാലി'. എന്നുവച്ചാൽ ചപല പ്രകൃതിയുള്ളവൾ എന്നാണർത്ഥം. യാതൊരു നിയന്ത്രണങ്ങളുമില്ലാതെ ഒഴുകി സംസ്കാരങ്ങളെ സൃഷ്ടിക്കുകയും അവയെ നശിപ്പിക്കുകയും ചെയ്യുന്ന നദിക്കു യോജിച്ച പേര്. സിന്ധികൾ സിന്ധുവിനെ 'സമുന്ദർ' എന്നും വിളിക്കുന്നു. നദിയുടെ വിശാലതയ്ക്ക് യോജിച്ച പേര്. അഫ്ഗാൻ അതിർത്തിയിലെ പഷ്തൂൺ ഗോത്രക്കാർക്ക് സിന്ധു 'നിലാബ്' ആണ് . എന്നുവച്ചാൽ നീല ജലം. ഷേർദാര്യ-സിംഹനദി, 'അബ്ബാസിൻ' എല്ലാ നദികളുടെയും പിതാവ് എന്നീ പേരുകളിലും സിന്ധു അറിയപ്പെടുന്നു. ബാൾട്ടികൾ സിന്ധുവിനെ 'ഗെംതുഷ്' വെള്ളപ്പൊക്കത്തിന്റെ നദി, 'തുഷ്ഫു' പുരുഷ നദി എന്നും വിളിച്ചിരുന്നു... ലഡാക്കിലും ടിബറ്റിലും സിന്ധു 'സെൻജ് ഖബാബ്' ആണ് നദീതീരത്തെ ജനങ്ങളെ സൈനിക നിയന്ത്രിത അതിർത്തികൾ വിഭജിക്കുന്നുണ്ടെങ്കിലും അവർക്കിടയിൽ പൗരാണികമായ ബന്ധം ഇപ്പോഴും നിലനിൽക്കുന്നു.

നദി ഈ പുസ്തകത്തിന്റെ കേന്ദ്രബിന്ദുവാണ്. കാരണം സിന്ധു ഒഴുകുന്നത് അതിന്റെ തീരത്തെ ജനങ്ങളുടെ ജീവിതത്തിലൂടെയാണ്. സിന്ധിലെ മരുഭൂമി മുതൽ ടിബറ്റിലെ പർവതങ്ങൾവരെ സിന്ധുവിനെ കർഷകർ ആരാധിക്കുന്നു, കവികൾ ആദരിക്കുന്നു. രാഷ്ട്രീയക്കാർക്കോ പുരോഹിതർക്കോ ലഭിക്കാത്ത ബഹുമതിയാണ് അവർ നദിക്കു നൽകുന്നത്.

ഇന്ന് സിന്ധു ചെറുതായിപ്പോയിരിക്കുന്നു. സംസ്കൃത ശ്ലോകങ്ങളിലേയും കൊളോണിയൽ രേഖകളിലേയും ശക്തയായ സിന്ധു ഇന്ന് അണക്കെട്ടുകളിൽ വീർപ്പുമുട്ടുന്നു. സിന്ധു താഴ്വരയെ കോളനിവൽക്കരിച്ച ബ്രിട്ടൻ മുതൽ പാകിസ്ഥാനിലെ സൈനിക ഭരണകൂടങ്ങൾവരെ സിന്ധുവിനെ അണക്കെട്ടുകളിൽ തളച്ചിടാൻ മത്സരിക്കുകയായിരുന്നു. സിന്ധുവിന്റെ കരയിലും ജലത്തിലും ജീവിച്ചിരുന്ന മനുഷ്യരുടേയും ജീവജാലങ്ങളുടേയും ജീവിതത്തെ അവർ മാറ്റിമറിച്ചു. സംസ്കൃത പുരോഹിതരും ഗ്രീക്ക് സൈനികരും സൂഫിവര്യന്മാരും നദിയെക്കുറിച്ചു നടത്തിയിട്ടുള്ള പ്രശംസകൾ എന്റെ ഓർമ്മയിൽ ഇപ്പോൾ ഓടിയെത്തുന്നു. നഷ്ടപ്പെടാൻ പോകുന്നതിനെക്കുറിച്ചുള്ള മുന്നറിയിപ്പുമായി നൂറ്റാണ്ടുകൾ കടന്ന് ആ വാക്കുകൾ നമ്മിലെത്തുന്നു.

ആലിസ് അൽബിനിയ

ഉള്ളടക്കം

ഒന്ന്

കറാച്ചിയിലെ റംസാൻ

'നരകം അവന്റെ മുമ്പിൽ, അവനു കുടിക്കാൻ
മലിനജലം കൊടുക്കപ്പെടും.'

- വി.ഖുർ-ആൻ (14.6)

തെക്കൻ കറാച്ചിയിലെ സാമാന്യം ഭേദപ്പെട്ട ജനവാസമേഖല. മുമ്പിലെ നിരത്തിൽ ആൾനൂഴിയിൽ നിന്നും വെള്ളം ഇറ്റുവീഴുന്ന ഒരു ശരീരം ഉയർന്നു വരുന്നു. ആദ്യം ചുമലുകൾ, പിന്നെ ഉടൽ, ഒടുവിൽ മുകൾത്തട്ടിൽ കൈകൾ ഉറപ്പിച്ച് അയാൾ കരയിൽ കയറി നിരത്തിൽ മലർന്നു കിടന്നു. നരച്ചു നനഞ്ഞ വെളുത്ത പൈജാമ ധരിച്ച ആ മനുഷ്യൻ ശ്വാസത്തിനായി കഷ്ടപ്പെടുന്നുണ്ടായിരുന്നു. അയാൾ ഉയർന്നുവന്ന ആ കുഴിയിൽ കറുത്ത വെള്ളം ഇളകിമറിയുന്നു. റംസാൻ മാസത്തെ തെളിഞ്ഞ ദിവസം. നോയ്മ്പ് അവസാനിക്കാനുള്ള സമയം. പരിസരം നിറഞ്ഞ നിശ്ശബ്ദതയിൽ. അല്പസമയത്തെ വിശ്രമത്തിനുശേഷം ആ മനുഷ്യൻ വീണ്ടും കറുത്ത വെള്ളം ഇളകുന്ന ആ കുഴിയിലേക്കുതന്നെ ഇറങ്ങി. ആദ്യം അരയ്ക്കു കീഴ്പോട്ടു വെള്ളത്തിലേക്ക്. പിന്നാലെ ഉടൽ. പിന്നെ മൂക്ക് പൊത്തിപിടിച്ച് അയാൾ ആ കറുത്ത വെള്ളത്തിലേക്ക് മുങ്ങി. അപ്രതീക്ഷിതമായാണ് ഞാനീ രംഗം കാണാനിടയായത്. റോഡ് മുറിച്ചു കടന്ന് എന്റെ താമസസ്ഥലത്തേക്ക് പോവുകയായിരുന്നു ഞാൻ.

നോയ്മ്പിന്റെ ക്ഷീണത്തിലായിരുന്നു ഞാൻ. വ്രതം അനുഷ്ഠിക്കാത്തവർപോലും കൂട്ടായ വ്രതാനുഷ്ഠാനത്തിന്റെ അന്തരീക്ഷത്താൽ ക്ഷീണിതരായി കാണപ്പെട്ട നാളുകൾ.

നഗരത്തിലെ ചേരിയിലെ ആശുപത്രിയിൽ ഡോക്ടർ അന്ന് അയാൾ ശുശ്രൂഷിച്ച ഗർഭിണിയെക്കുറിച്ചും അവരുടെ കുട്ടിയെക്കുറിച്ചും വിവരിക്കുന്നത് കേട്ടു. മൂന്നു ദിവസം പ്രസവവേദന സഹിച്ച് ഒടുവിൽ ആശുപത്രിയിൽ എത്തിയപ്പോഴേക്കും വയറ്റിൽ കിടന്ന് കുട്ടി മരിച്ചിരുന്നു. വയറ്റിൽനിന്ന് കുട്ടിയെ കഷ്ണങ്ങളാക്കിയാണ് പുറത്തെടുത്തതത്രെ. ആശുപത്രിയിലെത്താനുള്ള ശ്രമത്തിൽ റോഡിലെ കുഴികളിൽ വീണാണ്

കൂടുതൽ മരണങ്ങളും നടക്കുന്നത്, വർധിച്ചു വരുന്ന മാതൃശിശു മരണങ്ങളെക്കുറിച്ച് ഓർത്ത് ഡോക്ടർ വളരെ സങ്കടപ്പെട്ടു.

ഇന്നുച്ചയ്ക്ക് ഞാൻ കോടതിയിൽ ഇരിക്കുകയായിരുന്നു. ബ്രിട്ടീഷ് കാലത്തെ പ്രൗഢഗംഭീരമായ കെട്ടിടം. നഗരത്തിൽനിന്നും ഒഴിഞ്ഞ ഇടം. ഭൂരിഭാഗം ഉദ്യോഗസ്ഥരും വ്രതാനുഷ്ഠാനം തെറ്റിക്കുന്നവർ. അന്നത്തെ എന്റെ അവസാന കൂടിക്കാഴ്ച നിശ്ചയിച്ചിരുന്നത് വടക്കൻ കറാച്ചിയിലെ ഒരു ചേരിയിലെ ഇടുങ്ങിയ ഫ്ളാറ്റിലായിരുന്നു. ഹിജഡകളാണ് അവിടെ താമസം. ആയിഷ എന്ന ഹിജഡയാണ് അവരുടെ നേതാവ്. ഞാനെത്തുമ്പോൾ ആയിഷ സർവ്വാഭരണവിഭൂഷിതയായി ഏതോ ഹിന്ദി പാട്ടിന്റെ താളത്തിനനുസരിച്ച് നൃത്തം ചെയ്യുകയായിരുന്നു. മരിജുവാനയുടെ അസുഖകരമായ ഗന്ധം തങ്ങിനിൽക്കുന്ന ഇടുങ്ങിയ കിടപ്പുമുറിയിൽ വച്ച് ആയിഷ എനിക്ക് അവളുടെ പ്രതിശ്രുത വരനെ പരിചയപ്പെടുത്തിത്തന്നു. പിന്നെ ചുരുങ്ങിയ വാക്കിൽ അവളുടെ കഥ പറഞ്ഞു. പതിനാറാമത്തെ വയസ്സിൽ അവളുടെ ഗുരു അവളുടെ ലിംഗം ഛേദിച്ച കഥ. വേദന കുറയ്ക്കാൻ നാല് കുപ്പി ചാരായമാണവൾ ഒറ്റയടിക്ക് അകത്താക്കിയത്.

യാത്ര പറയുമ്പോൾ അവൾ കുറച്ചു പണമാവശ്യപ്പെട്ടു. ഉച്ചതിരിഞ്ഞ് അന്നത്തെ പരിപാടികൾ അവസാനിപ്പിച്ച് കടൽത്തീരത്തെ താമസസ്ഥലത്തേക്ക് നടക്കുന്നതിനിടെയാണ് മാലിന്യക്കുഴിയിൽനിന്നും ആൾരൂപം പൊന്തി വരുന്നത് കണ്ടത്. അതൊരു മായക്കാഴ്ചയാണെന്നാണ് ആദ്യം തോന്നിയത്.

പിന്നെ തൊട്ടടുത്ത വൃക്ഷത്തണലിൽ എന്നെത്തന്നെ നോക്കിക്കൊണ്ടിരുന്ന ഒരാളോട് ഞാൻ ചോദിച്ചു,

"അയാളെന്ത് പണിയാണ് ചെയ്യുന്നത്?"

"അവിടെയെന്തോ ബ്ലോക്കുണ്ട്", അയാൾ പറഞ്ഞു.

"എന്തൊരു ദുരിതം പിടിച്ച പണിയാണ്."

ഞാൻ ഒരു ദീർഘനിശ്വാസം വിട്ടു. നെറ്റിയിലെ വിയർപ്പു തുടച്ചുകളഞ്ഞ് അയാൾ പറഞ്ഞു.

"അവരാണിത് ചെയ്യുക"

"ആര്?"

"ഭംങ്കീസ്, ഞാൻ മേസ്തിരിയാണ്. അമുസ്ലീങ്ങൾ മാത്രമേ ഇത്തരം പണികൾ ചെയ്യൂ. ഞങ്ങൾക്കിതു ഹറാമാണ്", അയാൾ പറഞ്ഞു നിർത്തി.

ആദ്യം ഞാനയാളെ വിശ്വസിച്ചില്ല. പിന്നീട് പാകിസ്ഥാനിലെ ജലവിഭവ ഓഫീസിലെ ഉദ്യോഗസ്ഥരുമായി സംസാരിച്ചപ്പോൾ അയാൾ പറഞ്ഞത് ശരിയായിരുന്നു എന്നെനിക്കു ബോധ്യമായി. 'ഭംങ്കി' എന്നതുകൊണ്ട് ഹിന്ദുക്കളിലെയും ക്രിസ്ത്യാനികളിലെയും താഴ്ന്ന ജാതിക്കാർ എന്നാണ് അയാളുദ്ദേശിച്ചത്. പുരാതന ഇന്ത്യയിലെ ജാതിവ്യവസ്ഥ

പാകിസ്ഥാനിലും നിലനിൽക്കുന്നു. "ഒരൊറ്റ മുസ്ലീംപോലും ഈ ജോലി ചെയ്യില്ല." ജലവകുപ്പുദ്യോഗസ്ഥൻ പറഞ്ഞു.

"പാകിസ്ഥാൻ ഉണ്ടായ കാലം മുതലേ ഇങ്ങനെയാണ്. ശരീരത്തിലോ വസ്ത്രത്തിലോ അഴുക്കുപുരണ്ടാൽ നിസ്കാരത്തിന് തടസ്സമാകും."

ആ മനുഷ്യൻ വീണ്ടും മാലിന്യക്കിണറിൽ നിന്നുയർന്നു വന്നപ്പോൾ ഞാനയാളുടെ നമ്പർ വാങ്ങി. പിന്നെ താമസസ്ഥലത്തേക്കോടി, കുളിക്കാൻ. മലിനഗന്ധം എന്നെ ആകെ പൊതിഞ്ഞു നിൽക്കുന്നത് പോലെ.

ഇന്ന് രാത്രി ഞാൻ 'തരാവിഹ്' പ്രാർത്ഥനയ്ക്ക് മോസ്കിലേക്കു പോകുന്നു. റംസാൻ കാലത്ത് ഖുർ-ആൻ പാരായണം കേൾക്കുക എന്ന വഹാബി സമ്പ്രദായം കറാച്ചിയിലുമുണ്ട്. സ്ത്രീകൾക്ക് വേണ്ടിയുള്ള പ്രത്യേക ഏർപ്പാട് കറാച്ചിയിലേക്ക് പുതുതായി എത്തിയതാണ്. നേരത്തെ തന്നെയുള്ള നിരവധി മതബന്ധനങ്ങളോടൊപ്പം പുതുതായൊന്നു കൂടി.

ഞാനൊരു മുസ്ലീം അല്ല. പാകിസ്ഥാനികൾ എന്നെ ക്രിസ്ത്യാനിയായി തന്നെയാണ് കാണുന്നത്. അവർക്കു ഞാൻ വചനത്താൽ നയിക്കപ്പെടുന്നവരിലൊരാളാണ്. ഇസ്ലാമിന്റെ ആദ്യകാലങ്ങളിൽ ക്രിസ്ത്യൻ, ജൂത വിശ്വാസങ്ങളുടെ സ്വാധീനമുണ്ടായിരുന്നു. അതുകൊണ്ടുതന്നെ വചനത്തിന്റെ വിശ്വാസികൾക്ക് മുസ്ലീംസമൂഹത്തിൽ ചില മെച്ചങ്ങളൊക്കെയുണ്ട്. ഏക ദൈവത്തിൽ വിശ്വസിക്കുന്നവരായതുകൊണ്ട് സ്വർഗത്തിൽ അവർക്കു പ്രവേശനം ലഭിക്കുമെന്നതാണ് അതിലൊരു മെച്ചം. ക്രിസ്ത്യൻ സ്ത്രീകൾക്ക് ഇസ്ലാംമതത്തിലേക്ക് വിവാഹവുമാകാം.

എന്റെ വീട്ടുടമയുടെ അഭിപ്രായത്തിൽ ഇരുകൂട്ടർക്കും പരസ്പരം ആരാധനാലയങ്ങളിൽ പോവുകയുമാകാം. ഇന്നു രാത്രി അവരാണ് ഖുർ-ആൻ പാരായണം കേൾക്കാൻ എന്നെ മോസ്കിലേക്കു കൊണ്ടുപോവുന്നത്. വീട്ടിൽ വച്ച് വ്രതാനുഷ്ഠാനം അവസാനിപ്പിച്ച് ഞങ്ങൾ ഭക്ഷണം കഴിച്ചു. ഞാനെന്റെ വെളുത്ത ദുപ്പട്ടകൊണ്ട് തല നന്നായി മൂടി മുറുക്കിക്കെട്ടി ഒരു മുടിയിഴപോലും പുറത്തുകാണുന്നില്ലെന്നു ഉറപ്പുവരുത്തി. അടുത്തുള്ള മോസ്കിലേക്ക് ഞങ്ങൾ നടന്നു. എന്റെ വീട്ടുടമസ്ഥ ഒരു തികഞ്ഞ വിശ്വാസിയാണ്. ശരിക്കും ഒരു പാകിസ്ഥാനി മുസ്ലീം. ഭേദപ്പെട്ട കുടുംബത്തിൽ ജനിച്ച എല്ലാ മുസ്ലീങ്ങളെയുംപോലെ അവരുടെ കുടുംബവും പ്രവാചകനുമായി രക്തബന്ധം അവകാശപ്പെടുന്ന കൂട്ടത്തിലാണ്.

അഫ്ഗാൻ-ഇറാൻ പാരമ്പര്യമാണ് അവരുടേത്. ഇന്ത്യയിലെ ലഖ്നൗവിലും പാകിസ്ഥാനിലെ ഹൈദരാബാദിലുമായിരുന്നു അവരുടെ ബാല്യകൗമാരങ്ങൾ. അവിടെ അവരുടെ പിതാവ് ഒരു ദിവ്യപുരുഷനെന്ന നിലയിൽ പ്രസിദ്ധനായിരുന്നു. എന്റെ വീട്ടുടമസ്ഥ ഒരു ബഹുഭാഷ പണ്ഡിതയുമാണ്. സിന്ധിയും പഷ്ടുവും പാർസിയും ഉറുദുവും ഭംഗിയായി സംസാരിക്കും. അഞ്ചു നേരവും നിസ്കരിക്കും. ജനാധിപത്യം

മോശപ്പെട്ട കാര്യമാണ്, ആഫ്രിക്കക്കാർ പിന്നോക്കക്കാരാണ്, ഇന്ത്യ വൃത്തികെട്ട രാജ്യമാണ്, പട്ടാളഭരണമാണ് ഏറ്റവും മികച്ചത് തുടങ്ങിയ ശക്തമായ അഭിപ്രായങ്ങളും അവർക്കുണ്ട്. ഇവർ ദേശീയവാദത്തിന്റെ ഉല്പന്നമാണോ? അതല്ല, ഇവരെപോലുള്ളവർ സൃഷ്ടിക്കുന്നതാണോ ദേശീയവാദം?

മോസ്ക് അഭൗമപ്രകാശത്താൽ അലംകൃതമാണ്. നൂറുകണക്കിന് ചെരുപ്പുകൾ പുറത്തു നിരയായി വച്ചിരിക്കുന്നു. സാധാരണയായി സ്ത്രീകൾ പ്രാർത്ഥിക്കാനായി മോസ്കിൽ പോകാത്തതുകൊണ്ട് അകത്തെ വിശാലമായ ഹാൾ മുമ്പേതന്നെ പുരുഷന്മാർ സ്വന്തമാക്കിയിരുന്നു. സ്ത്രീകൾ മോസ്കിനോട് ചേർന്ന ശുചിമുറിക്കരികിലെ മുറ്റത്തു തിങ്ങിഞെരുങ്ങിയിരുന്നു.

കറുത്ത സിൽക്കിൽ പൊതിഞ്ഞ ഒരു തടിച്ച സ്ത്രീയുടെയും ഒരു മെലിഞ്ഞ കൗമാരക്കാരിയുടെയും ഇടയിൽ ഞെങ്ങി ഞെരുങ്ങി ഇരിക്കുന്നതിനിടെ കൺകോണിലൂടെ ഞാൻ ആരിഫയെ കണ്ടു. ഞാൻ താമസിക്കുന്ന വീട്ടിലെ ജോലിക്കാരിയാണ് ആരിഫ. ഞങ്ങൾ ശിരസ്സ് മെക്കയ്ക്ക് നേരെ, ഇവിടെ വെളുത്ത ശൂന്യമായ ചുമരിനപ്പുറത്തേക്ക് തിരിച്ചു. 'അള്ളാഹു അക്ബർ'. ഞാനും അവരോടൊപ്പം ഏറ്റുചൊല്ലി. ഞങ്ങൾ മുട്ടിലിരുന്നു. നിലത്തു നെറ്റിമുട്ടിച്ചു. ചുറ്റും മൈലാഞ്ചിയുടെ മണമുള്ള വിയർപ്പുഗന്ധം അനുഭവപ്പെടുന്നുണ്ടായിരുന്നു. പ്രാർത്ഥനാനിർഭരമായ ഈ ജനക്കൂട്ടത്തിന്റെ ഭാഗമായത് എന്നെ ആവേശം കൊള്ളിച്ചു. ഈ ജനക്കൂട്ടത്തിനിടയിൽ അവരോടൊപ്പം നമസ്കരിക്കുമ്പോൾ എനിക്ക് എന്തോ ഒരു സമാധാനം, എന്തോ ഒരു ശക്തി തോന്നി.

ഇവിടെ പ്രാർത്ഥനയ്ക്കിടെയുള്ള ഓരോ ചലനങ്ങൾക്കും നിശ്ചിത അർത്ഥങ്ങൾ കല്പിക്കപ്പെട്ടിരിക്കുന്നു. പാശ്ചാത്യരാജ്യങ്ങളിൽ മതനിഷേധവും വിശ്വാസനിഷേധവും തീർത്തും വ്യക്തിപരമായ കാര്യമാണ്. എന്നാൽ ഇവിടെ മതനിഷേധം ജീവന് തന്നെ ഭീഷണിയാണ്. ഈ രാജ്യത്തിനുവേണ്ടി പൂർവികർ ചെയ്ത ത്യാഗങ്ങളെ പരിഹസിക്കലാണ്. പാശ്ചാത്യരുടെ ഭൗതികവാദത്തിൽപെട്ട് പോകലാണ് അത്. മതവും ദേശീയതയും കൂടിക്കലർന്ന ഒരു പ്രത്യേകതരം അസ്തിത്വമാണ് പാകിസ്ഥാന്റേത്. 1947ൽ മതത്തിന്റെ പേരിൽ ഈ രാജ്യം ഉണ്ടായപ്പോൾ ഉടലെടുത്തതാണത്. ആ ശ്രമത്തിൽ കൊല്ലപ്പെട്ട ലക്ഷങ്ങളുടെ രക്തത്തിൽ ജ്ഞാനസ്നാനം ചെയ്യപ്പെട്ടതാണ് ആ പ്രത്യേകതരം അസ്തിത്വം.

"ഈ രാജ്യം ഉണ്ടാക്കാൻ വേണ്ടി ചെയ്ത ത്യാഗങ്ങൾ വളരെ വലുതാണ്", പ്രാർത്ഥനയ്ക്കുശേഷം എന്റെ വീട്ടുടമസ്ഥ പറഞ്ഞു. എന്തൊക്കെ കുറ്റകൃത്യങ്ങൾ ചെയ്താലും എന്തുമാത്രം മദ്യം അകത്താക്കിയാലും കൊള്ളപ്പലിശ ഇടപാടുകളിൽ ഏർപ്പെട്ടാലും ശക്തമായ മതവിശ്വാസം ഉള്ളവർ കൈയയച്ചു ദാനം ചെയ്യും. ധനികരും സാധാരണക്കാരും ഉദ്യോഗസ്ഥരും തൊഴിലാളികളും മതശാസനയനുസരിച്ചു വസ്ത്രം ധരിക്കും. പറയുന്ന ഓരോ വാക്കിനും മതപരമായ ഒരു ചട്ടക്കൂടുണ്ടാകും.

“പരമ്പരാഗത വിശ്വാസത്തിന്റെ ഏറ്റവും വലിയ വക്താക്കൾ വീട്ടമ്മമാരാണ്.” ഒരു പാകിസ്ഥാനി മാധ്യമ പ്രവർത്തക പരിഹാസത്തോടെ എന്നോട് പറഞ്ഞു.

ഖുർ-ആൻ പാരായണം കേൾക്കാനായി എഴുന്നേറ്റു നിന്നപ്പോൾ ഞാൻ ആരിഫയെ നോക്കി. പാരായണം അറബിയിലാണ്. എനിക്കോ ആരിഫയ്ക്കോ ഒരക്ഷരം മനസ്സിലായില്ല. 610CE യിലെ ഒരു റംസാൻ മാസം. മെക്കയ്ക്കടുത്ത് ഒരു ഗുഹയിൽ ധ്യാനനിരതനായിരുന്ന മുഹമ്മദിന് ഒരു ദൈവിക സാന്നിധ്യം അനുഭവപ്പെട്ടു. ആ സാന്നിധ്യം അദ്ദേഹത്തോട് സംസാരിച്ചു. തിരികെ വീട്ടിലെത്തിയ അദ്ദേഹം താൻ കേട്ടത് ഭാര്യയോടും സുഹൃത്തുക്കളോടും വിശദീകരിച്ചു. അങ്ങനെ വിശുദ്ധ ഗ്രന്ഥത്തിന്റെ ആദ്യഭാഗങ്ങൾ എഴുതപ്പെട്ടു. എഴുതപ്പെട്ട ഭാഗങ്ങൾ ആത്മീയ നിർവൃതിയുടെ ഉദാത്തഭാവങ്ങളാണ്. 23 വർഷം തുടർച്ചയായി ദൈവം മുഹമ്മദിനോട് സംസാരിച്ചു. കാര്യമാത്രപ്രസക്തമായും ലളിതമായും നടത്തിയ ആ സംഭാഷണങ്ങൾ വിശുദ്ധഗ്രന്ഥത്തിന് ചരിത്രഗ്രന്ഥത്തിന്റെ പ്രാധാന്യംകൂടി നേടിക്കൊടുത്തു.

നിരന്തരം വേട്ടയാടപ്പെട്ട മുഹമ്മദിന്റെ ജനതയെക്കുറിച്ച്, ഒടുവിൽ മെക്കയിലെ അവിശ്വാസികളുടെമേൽ വിജയം നേടിയതിനെക്കുറിച്ച് വിശുദ്ധഗ്രന്ഥം പറയുന്നു. പ്രവാചകന്റെ മരണശേഷം മൂന്നാമത്തെ ഖലീഫയാണ് വിശുദ്ധഗ്രന്ഥം ക്രോഡീകരിച്ചത്. കാലഗണനയനുസരിച്ചല്ല മറിച്ച് ആശയഘടനയുടെയും അധ്യായങ്ങളുടെ വലുപ്പത്തിന്റെയും അടിസ്ഥാനത്തിലാണ് ക്രോഡീകരിക്കപ്പെട്ടത്. (ആകസ്മികമെങ്കിലും ഭാരതത്തിന്റെ പുരാതന സംസ്കൃത ഗ്രന്ഥമായ ഋഗ്വേദത്തിന്റെ ക്രോഡീകരണത്തിന് ഇതുമായി സാമ്യം കാണാം).

ഖുർ-ആൻ-നിലെ ഓരോ വാക്കും പ്രവാചകൻ പറയുന്നതാണ്. മറ്റൊരു മതഗ്രന്ഥത്തിനും ഈ സവിശേഷത അവകാശപ്പെടാനാവില്ല. യേശുവിന്റെ ദൗത്യത്തെക്കുറിച്ച് നാലുപേരാണ് രേഖപ്പെടുത്തിയത്. ബുദ്ധമത ഗ്രന്ഥങ്ങൾ ബുദ്ധന്റെ മരണശേഷമാണ് എഴുതപ്പെട്ടത്. ഹിന്ദുയിസത്തിലെ നിയമങ്ങൾ രൂപപ്പെട്ടത് ആയിരക്കണക്കിന് വർഷങ്ങളിലൂടെയാണ്. എന്നാൽ തന്റെ മതപരവും സാമൂഹികവുമായ വീക്ഷണങ്ങളെ ഒരൊറ്റ ഗ്രന്ഥത്തിലൂടെ അനുയായികളോട് നേരിട്ട് പറയുകയാണ് പ്രവാചകൻ മുഹമ്മദ്. ഒരു വായ്മൊഴി സംസ്കാരത്തിൽ നിന്ന് അറബി ഭാഷയിലെ ആദ്യഗ്രന്ഥമായി മാറിയ ഖുർ-ആൻ കവിതയും ചരിത്രവും നിയമവും ആചാരാനുഷ്ഠാനവിവരങ്ങളും ഒന്നിച്ചുചേരുന്ന ഗ്രന്ഥം കൂടിയാണ്. ഉറക്കെ വായിക്കാൻ വേണ്ടി എഴുതപ്പെട്ട കാവ്യാത്മകമായ വരികൾ.

മോസ്കിൽ ‘അബ്രഹാം’ എന്ന അധ്യായമാണ് വ്യാഖാനിക്കുന്നത്. നദികൾ അനർഗളമായി ഒഴുകുന്ന ഒരു പൂന്തോട്ടമായിട്ടാണ് ഈ അധ്യായത്തിൽ സ്വർഗത്തെ വിവരിക്കുന്നത്. കത്തുന്ന ചൂടിൽ കഠിനമായ വ്രതാനുഷ്ഠാനങ്ങളുടെയും ദാനധർമങ്ങളുടെയും ഒരു ജീവിതത്തിനു ശേഷം

വിശ്വാസം മുറുകെ പിടിക്കുന്നവർക്ക് ജലസമ്പുഷ്ടമായ, സസ്യശ്യാമള കോമളമായ, ഫലസമൃദ്ധമായ സ്വർഗത്തിലേക്ക് പ്രവേശിക്കാം. വിശുദ്ധ ഗ്രന്ഥത്തിലുടനീളം നദികൾ പരാമർശിക്കപ്പെടുന്നു. ഇസ്ലാമിന്റെ വിശുദ്ധ ഭൂമികളിലെല്ലാം ശുദ്ധജലം അമൂല്യമായി കരുതപ്പെടുന്നു. ജലസ്രോതസ്സുകൾ മലിനമാക്കുന്നത് നീചപ്രവർത്തിയായി കരുതപ്പെടുന്നു. നദികൾ ദൈവത്തിന്റെ വരദാനമാണെന്നും ആരുടേയും സ്വകാര്യസ്വത്തല്ലെന്നും ഖുർ-ആൻ ഓർമ്മിപ്പിക്കുന്നു. ഇൻഡ്സിൽ (സിന്ധു) നിന്നും വിവേചനരഹിതമായി ജലമൂറ്റുന്ന കറാച്ചി നഗരത്തിനുള്ള സന്ദേശം കൂടിയാകുന്നു ഇത്. അതേസമയം നരകത്തിലെത്തുന്നവർക്കു കുടിക്കാൻ മലിന ജലമാണ് നല്കപ്പെടുന്നത് എന്ന് വിശുദ്ധഗ്രന്ഥത്തിൽ പറയുന്നു. പൊതുവായതും സ്വകാര്യവുമായ ശുചിത്വബോധത്തിന്റെ പ്രാധാന്യം അടിവരയിട്ട് ഉറപ്പിക്കുന്നതിനാണ്, അഞ്ചു നേരത്തെ നമസ്കാരത്തിന് മുമ്പായി ദേഹശുദ്ധി വരുത്തണമെന്ന് ഇസ്ലാം നിഷ്കർഷിക്കുന്നത്. പാക് -ഇസ്ഥാൻ എന്ന പേരിന്റെ അർത്ഥം ശുദ്ധിയുള്ളവരുടെ രാജ്യം എന്നാണ്. ആ പേര് എല്ലാ അർത്ഥത്തിലും പൗരന്മാരുടെ ബോധത്തിൽ ആലേഖനം ചെയ്യപ്പെട്ടിട്ടുണ്ട്.

അന്ന് രാത്രി കടൽത്തീരത്ത് കാറ്റ് കൊള്ളാനെത്തിയ കുടുംബങ്ങളെ നോക്കി ഞാൻ മണൽതിട്ടയിലിരുന്നു. തൊട്ടടുത്ത താമസക്കാരാരും ഈ ബീച്ചിൽ വരാറില്ല. ഇവിടെനിന്ന് ഒരു മണിക്കൂർ അകലെയുള്ള സ്വകാര്യ ബീച്ചുകളിലാണ് അവർ പോവുക. പാവപ്പെട്ടവർക്കുള്ളതാണ് ക്ലിഫ്ടൺ ബീച്ച്. ഞാൻ താമസിക്കുന്നതിന്റെ തൊട്ടുമുന്നിലാണത്.

എന്നും രാത്രി വൈകുംവരെ അവരുടെ ലോകമാണിത്. വൈദ്യുതി വിളക്കുകളുടെ പ്രഭാപൂരത്തിൽ കച്ചവടം പൊടി പൊടിക്കുന്നു. ഐസ്ക്രീം കച്ചവടക്കാരും റോസാപ്പൂക്കൾ വിൽക്കുന്ന മാലാഖയുടെ മുഖമുള്ള അഫ്ഗാൻ കുട്ടികളും ഒട്ടകസവാരിക്കാരും എല്ലാംകൂടി നല്ല തിരക്ക്. ബുർഖയിലും ഹിജാബിലും ശരീരം ഒളിപ്പിച്ച് ഭർത്താക്കന്മാർക്കും മക്കൾക്കുമൊപ്പം ഉപ്പുരസമുള്ള വായു ശ്വസിക്കാനായി കടൽക്കരയിലെത്തുന്ന സ്ത്രീകൾ. ഇടുങ്ങിയ മുറികളിൽ നിന്നുള്ള ഒരു മോചനം കൂടിയാണ് അവർക്ക് ഈ കടൽത്തീര സായാഹ്ന സവാരി.

നിരവധി സമ്മർദങ്ങളിൽ ജീവിക്കുന്ന പരുക്കൻ നഗരം എന്ന വിശേഷണമാണ് ആധുനിക കറാച്ചിക്കുള്ളത്. പാകിസ്ഥാന്റെ രാഷ്ട്രീയ വൈരുധ്യങ്ങളുടെ ബുദ്ധിമുട്ടുകൾ ഏറെ സഹിക്കേണ്ടിവന്ന നഗരമാണിത്. പട്ടാള ഭരണം, വർഗീയ ആക്രമണങ്ങൾ, വ്യത്യസ്ത മതവിഭാഗങ്ങൾ തമ്മിലുള്ള പ്രശ്നങ്ങൾ എല്ലാം കറാച്ചിയെ ഞെക്കിഞെരുക്കി. കലാപങ്ങളും വെടിവയ്പ്പും ബോംബ് സ്ഫോടനങ്ങളും തട്ടിക്കൊണ്ടുപോകലുകളും വൈദ്യുതി മുടക്കവും ട്രാഫിക് നിയമലംഘനങ്ങളും പതിവ് സംഭവങ്ങൾ. വൈരുധ്യങ്ങളുടെ ഈ മഹാനഗരത്തിനു ഒരേയൊരാശ്വാസമാണ് അറബിക്കടൽ.

കറാച്ചിയിലെ സാമൂഹികവ്യവസ്ഥ ജാതി സമ്പ്രദായം പോലെ തന്നെ സങ്കീർണമാണ്. സമുദ്രതീരം പണക്കാരായ വ്യവസായികളുടെയും ഉന്നതകുലജാതരായ ഉയർന്ന സൈനിക ഉദ്യോഗസ്ഥരുടെയും കൈയിലാണ്. കുറച്ചുകൂടി അകലെയാണ് സാധാരണ കച്ചവടക്കാരും ചെറുകിട സർക്കാരുദ്യോഗസ്ഥരും താമസിക്കുന്നത്. കുറെക്കൂടി അകലെ അനംഗീകൃത കോളനികളിലെ ഇടുങ്ങിയ തെരുവുകളിൽ തൊഴിലാളികൾ. പിന്നെയും ദൂരെ ശുചീകരണ തൊഴിലാളികൾ.

1947ലെ അനുഭവകഥകൾ പലർക്കും പലതാണ്, വ്യത്യസ്തമായ അനുഭവങ്ങളാണ്. ആ കഥകൾ അവർക്കിപ്പോഴും നിറം മങ്ങാത്ത ഓർമ്മകളാണ്. പുതിയ രാജ്യത്തിന്റെ പിറവിയുടെ ഓർമ്മകൾ പങ്കുവയ്ക്കാൻ കഴിയുന്നവർ. പിറവിയുടെ വേദനകൾക്കും വിഷമങ്ങൾക്കും തുടർന്നുണ്ടായ ആർപ്പുവിളികൾക്കും ദൃക്സാക്ഷികളായവർ ഒരാളെങ്കിലും എല്ലാ കറാച്ചികുടുംബങ്ങളിലും കാണും. 1947 ഒരു ശൂന്യനിമിഷമായിരുന്നു. എല്ലാ പൗരന്മാർക്കുമായി അവിടെ ശൂന്യമായ ഒരു രാജ്യം പിറവികൊണ്ടു. ആ രാജ്യം അവിടെനിന്നും അവരെ എവിടേക്കാണ് കൊണ്ടുപോയത്? കടൽത്തീരത്ത് ആർഭാടങ്ങളിൽ ജീവിക്കുന്നവർ എവിടെനിന്ന് വന്നു? അവരെങ്ങനെ അവിടെയെത്തി? നഗരത്തിന്റെ വടക്കുഭാഗത്തും ദാരിദ്ര്യത്തിന് നടുവിൽ ജീവിക്കുന്നവർക്കും വിഭജനം എന്ത് സന്തോഷമാണ്, സുഖമാണ് സമ്മാനിച്ചത്?

അന്നുരാത്രി ആ കടലോരത്തിനരികെ ഇരുന്ന് ഒരു കാര്യം ഞാൻ തീരുമാനിച്ചു. സമൂഹത്തിന്റെ വ്യത്യസ്ത തട്ടുകളിൽ ജീവിക്കുന്നവരിൽ നിന്നെല്ലാം വിഭജന അനുഭവങ്ങൾ ശേഖരിക്കണം.

സൂര്യോദയത്തിന് ഒരു മണിക്കൂർ മുമ്പ് ആരിഫ എന്നെ ഉണർത്തി. 'സൊഹ്രി' കഴിക്കാൻ ക്ഷണിച്ചു. വ്രതാരംഭത്തിനു മുമ്പുള്ള ഭക്ഷണമാണ് സൊഹ്രി. അടുത്ത മോസ്കിൽ ബാങ്ക് വിളി മുഴങ്ങി. സൂര്യനുദിച്ചു കഴിഞ്ഞു. ഇന്ന് റംസാനിലെ പതിന്നാലാം ദിവസമാണ്. ഇനി സൂര്യാസ്തമയംവരെ ഭൗതികമായ എല്ലാത്തിനും അവധി.

ഭക്ഷണം, വെള്ളം, പ്രണയം എല്ലാം നിഷിദ്ധം. ആകാശത്ത് ചന്ദ്രനെ കണ്ടു എന്ന് ഇമാം പ്രഖ്യാപിക്കുംവരെ, ഇനിയും 14-15 ദിവസം കൂടി നോയ്മ്പ് നോൽക്കണം. (എല്ലാ വർഷവും വടക്കു പടിഞ്ഞാറൻ അതിർത്തി പ്രദേശങ്ങളിലെ മുസ്ലീംവിഭാഗങ്ങൾ ഒരു ദിവസം നേരത്തെയോ ഒരു ദിവസം വൈകിയോ ആണ് ഈദ് ആഘോഷിക്കുക.)

അന്ന് വൈകുന്നേരം ഞാൻ ആ ശുചീകരണത്തൊഴിലാളിയെ വീണ്ടും കണ്ടു.

"ഞങ്ങൾ ചില ഞായറാഴ്ചകളിൽ നിങ്ങൾ താമസിക്കുന്ന കടൽത്തീരത്ത് വരാറുണ്ട്, അയാൾ പറഞ്ഞു.

"നിങ്ങൾ എവിടെയാണ് താമസിക്കുന്നത്?"

ഞാൻ അന്വേഷിച്ചു. വടക്കൻ കറാച്ചിയിലെ പുതിയ ഒരു ചേരിയിലാണ് താമസമെന്നു അയാൾ പറഞ്ഞു.

"ഇവിടെ ജോലി ചെയ്യുന്ന നിങ്ങൾ എന്തിനാണ് ഇത്ര ദൂരെ താമസിക്കുന്നത്?"

അയാളും മാതാപിതാക്കളും സഹോദരിയും ഉൾപ്പടെ 77000ത്തോളം പേര് താമസിച്ചിരുന്ന പ്രദേശം ല്യാരി എക്സ്പ്രസ്സ് വേ അധികൃതർ ഇടിച്ചു നിരത്തി. അങ്ങനെയാണ് അവർക്ക് ദൂരേക്ക് താമസം മാറേണ്ടിവന്നത്.

ശുചീകരണത്തൊഴിലാളി തന്റെ സഹോദരിയെ പരിചയപ്പെടുത്തി. തൊട്ടടുത്തുള്ള ധനികരായ ഹിന്ദുകുടുംബത്തിന്റെ ശൗചാലയങ്ങൾ വൃത്തിയാക്കലാണ് സഹോദരിയുടെ ജോലി. സുന്ദരിയും പ്രൗഢയുമായ ആ സ്ത്രീക്ക് തന്റെ സഹോദരൻ ചെയ്യുന്ന ജോലിയോട് വെറുപ്പായിരുന്നു. അവരുടെ ഭർത്താവ് കറാച്ചിയിലെ ഒരു മോസ്കിൽ ശൗചാലയം വൃത്തിയാക്കുന്ന ജോലി ചെയ്യുകയാണ്. എന്നാൽ ഇതുവരെ നഗരത്തിലെ ഗട്ടറുകളിൽ കൈയിടാൻ അവരാരും തയ്യാറായിട്ടില്ല. സഹോദരിയുടെ തൊഴിൽ ദാതാക്കളായ സവർണ ഹിന്ദു കുടുംബം അവളെ ഒരു ശൂദ്രസ്ത്രീയായാണ് കാണുന്നത്. അവർ അവൾക്കുള്ള ആഹാരം പ്രത്യേക പാത്രത്തിലാണ് കൊടുത്തിരുന്നത്. "ഞാൻ ക്രിസ്ത്യനാണ്", അവൾ പറഞ്ഞു.

മുസ്ലീങ്ങൾ തങ്ങളോട് കാണിക്കുന്നതിനേക്കാൾ കൂടുതൽ വെറുപ്പ് ഹിന്ദുക്കൾ കാണിക്കുന്നുണ്ടെന്നും അവൾ പറഞ്ഞു.

(ഹിന്ദുക്കൾ മാത്രമല്ല, ക്രിസ്ത്യാനികളും താഴ്ന്ന ജാതിയിൽ നിന്ന് മതം മാറി എത്തിയവരെ വെറുപ്പോടെയാണ് കാണുന്നത്. കറാച്ചിയിലെ ബ്രിട്ടീഷ് നിർമ്മിത പള്ളിമുറ്റത്തു ക്രിസ്തുമസ് ദിവസങ്ങളിൽ നീചജാതി ക്രിസ്ത്യാനികൾക്കായി സമാന്തര കുർബാന നടത്താറുണ്ട്. പള്ളിക്കകത്തു പാശ്ചാത്യവൽക്കരിക്കപ്പെട്ട ഗോവൻ ക്രിസ്ത്യാനികൾക്കായി വേറൊരു കുർബാനയും നടത്തുന്നു).

"ഞാൻ നിങ്ങളെ എന്റെ വീട്ടിൽ കൊണ്ടുപോകാം. എന്റെ മാതാപിതാക്കൾ വിഭജനത്തെ തുടർന്ന് പടിഞ്ഞാറൻ പഞ്ചാബിലെ ഗുർജാരൻവാലയിൽ നിന്ന് വന്നവരാണ്."

അവളുടെ അന്നത്തെ ജോലികൾ അവസാനിച്ചശേഷം ഞങ്ങൾ അവരുടെ താമസസ്ഥലത്തേക്ക് പുറപ്പെട്ടു. സന്ധ്യ മയങ്ങുംമുമ്പേ പുറപ്പെട്ടെങ്കിലും കറാച്ചി നഗരത്തിന്റെ അതിരിലെത്തിയപ്പോഴേക്കും ഇരുട്ടി. ഇതിനകം കറാച്ചി ഏറെക്കുറെ എനിക്ക് പരിചിതമായിക്കഴിഞ്ഞിരുന്നു. കഴിഞ്ഞ ഏതാനും മാസങ്ങളായുള്ള കറാച്ചിയാത്രകൾ എന്നെ അപ്രതീക്ഷിതവും അവിചാരിതവുമായ പല മേഖലകളിലേക്കും നയിച്ചിരുന്നു.

'ഹൈഹീൽഡ്' കൊച്ചമ്മമാരുടെ ആഡംബര വസതികൾ സ്ഥിതി ചെയ്യുന്ന ക്ലിഫ്ടണിൽ പകൽ രാഷ്ട്രീയക്കാരുമായി അഭിമുഖം നടത്തി.

റംസാൻ രാത്രികളിൽ തെരുവുകൾക്കിടയിലെ കാർപാർക്കിങ്ങുകളിൽ ക്രിക്കറ്റ് കളിക്കുന്ന കുട്ടികളെ നോക്കിയിരുന്നു, 'ഡിഫെൻസിലെ' പാകിസ്ഥാൻ ആർമിയുടെ ആഡംബര പാർപ്പിടസമുച്ചയത്തിലെ നിയമവിരുദ്ധമായി നടത്തിയ സ്വവർഗ്ഗപ്രേമികളുടെ പാർട്ടിയിൽ പുരുഷവേഷത്തിൽ പങ്കെടുത്തു. സദ്ദറിലെ, ബഹുവർണങ്ങളിലുള്ള ബസ്സുകൾ വന്നുപോകുന്ന ഹിന്ദുബ്രിട്ടീഷ് കന്റോൺമെന്റ് ബസാറിലെ വികൃതമായ രീതിയിൽ രൂപമാറ്റം വരുത്തിയ പത്തൊമ്പതാം നൂറ്റാണ്ടിലെ ബംഗ്ലാവുകൾ എന്നെ കുറച്ചൊന്നുമല്ല അതിശയിപ്പിച്ചത്. (ഇൻഡോ ഗോഥിക്, ആംഗ്ലോ മുഗൾ, ഇൻഡോ സാറാസെനിക് തുടങ്ങിയ പലതരം പേരുകളാണ് പാകിസ്ഥാനി ആർക്കിടെക്ടുകൾ ഈ പ്രത്യേകതരം നിർമ്മാണ രീതിക്ക് നൽകിയത്).

ബേൺസ് റോഡിൽ, പരസ്പരം മയക്കുമരുന്ന് കുത്തിവച്ചു മയങ്ങിയിരിക്കുന്നവരുടെ തെരുവിൽ വച്ച് ഹലുവയും ഹലീമും രുചിച്ചു. 1947ൽ അഭയാർത്ഥികളായെത്തിയതാണീ ഹലുവ ഹലീം കച്ചവടക്കാർ. വിഭജന കാലത്ത് പാകിസ്ഥാനിലേക്ക് പോന്നപ്പോൾ ഉത്തരേന്ത്യൻ ഭാഷയും സംസ്ക്കാരവും മാത്രമല്ല പാചകക്കുറിപ്പുകളും അവർ കൂടെ കൊണ്ടുപോന്നു. ല്യാരിയിൽ ഒരു വിവാഹത്തിൽ ഞാൻ പങ്കെടുത്തിരുന്നു. കറാച്ചി ഒരു ഹിന്ദു നഗരമായിരുന്ന കാലത്തെയുള്ള ജനവാസമേഖലയാണിത്. മത്സ്യത്തൊഴിലാളികളും ആഫ്രിക്കൻ അടിമകളുടെ പിന്മുറക്കാരും പിന്നെ ഒറ്റപ്പെട്ട കമ്മ്യൂണിസ്റ്റുകാരുമാണ് ല്യാരിയിലെ താമസക്കാർ.

കറാച്ചിയിലെ വിശാലമായ കോൺക്രീറ്റ് കോളനികളിൽനിന്ന് ഞാൻ ഭക്ഷണം കഴിച്ചിട്ടുണ്ട്. UMT (Urudu Medium Types) എന്നാണ് ക്ലിഫ്ടണിലെ പൊങ്ങച്ചക്കാരായ, ഇംഗ്ലീഷ് മീഡിയം കുട്ടികൾ ഈ ഭാഗത്തുള്ളവരെ വിശേഷിപ്പിക്കുക. കറാച്ചി നഗരത്തിന്റെ വടക്കുപടിഞ്ഞാറൻ അറ്റത്ത് ബലൂചി മലനിരകളായി രൂപാന്തരം പ്രാപിക്കുന്ന ഈ ഭാഗത്ത് സമതലങ്ങളിൽ താമസിക്കുന്നത് പഷ്ടു ഗോത്രക്കാരാണ്. ഇവിടെ ലജ്ജാലുക്കളായ മൊല്ലമാരെയും മിടുക്കരായ അധ്യാപകരെയും കണ്ടു.

സദാ വികസിച്ചുകൊണ്ടിരിക്കുന്ന കറാച്ചിയുടെ പടിഞ്ഞാറു ഭാഗത്തേക്ക് ഞാൻ പോയി. രാജ്യം മുഴുവൻ കറങ്ങിയെത്തുന്ന ട്രക്കുകളുടെ വിശ്രമകേന്ദ്രവും ഷോപ്പുകളുമാണിവിടെ ഏറെയും. മുന്നോട്ടു പോയാൽ രാജ്യത്തെ പണക്കാരും പ്രശസ്തരും നടത്തുന്ന സ്വകാര്യ ബീച്ചുകളാണ്. കറാച്ചിയുടെ കിഴക്കേയറ്റത്തെ മൽസ്യബന്ധനഗ്രാമത്തിൽ ഒരു ദിവസം താമസിച്ചു. ക്രിസ്ത്യാനികളായ ശുചീകരണത്തൊഴിലാളികൾ താമസിക്കുന്ന ഈ ഭാഗത്തു നഗരത്തിന്റെ കൂടുതൽ ഇരുളടഞ്ഞ ഭാഗങ്ങൾ കാണാൻ സാധിച്ചു.

ഞങ്ങൾ ക്ലിഫ്ടണിലെ കടൽത്തീരത്ത് നിന്ന് യാത്ര പുറപ്പെട്ടിട്ട് രണ്ടു മണിക്കൂറായി. 25 കിലോമീറ്ററെങ്കിലും സഞ്ചരിച്ചു കാണണം.

ബസ്സിന് ഇപ്പോൾ വേഗത കൂടിയിട്ടുണ്ട്. നീർച്ചാലായി മാറിയ ഒരു നദിയുടെ കുറുകെ കടന്നു കോൺക്രീറ്റ് കെട്ടിട സമുച്ചയങ്ങൾ കടന്നുപൊയ്ക്കൊണ്ടിരുന്നു. കെട്ടിടങ്ങളുടെ ബാൽക്കണികളിൽ ഉണക്കാനിട്ട വസ്ത്രങ്ങൾ മങ്ങിയ കാഴ്ചകളായി മറയുന്നു. ക്രമേണ ജനവാസമുള്ള സ്ഥലങ്ങൾ ചുരുങ്ങി വന്നു. മുന്നിൽ വിശാലമായ ഇരുട്ട് മാത്രം. ഇനിയങ്ങോട്ട് വൈദ്യുതി ഇല്ല. "നമ്മൾ എവിടെയെത്തി?", ഞാൻ ചോദിച്ചു.

ഭൂമിയുടെ അറ്റത്തുനിന്നും താഴേക്ക് വീഴാൻ പോകുന്നതുപോലെയാണ് എനിക്ക് തോന്നിയത്. ബസ്സ് മുക്കിയും മൂളിയും മുന്നോട്ടു പൊയ്ക്കൊണ്ടിരുന്നു. ഭയവും ആശങ്കയും എന്നെ പിടികൂടി. ഒടുവിൽ കുറച്ചു ദൂരെയായി വെളിച്ചം കണ്ടുതുടങ്ങി. ഒടുവിൽ വൃത്തികെട്ട ഒരു തെരുവിന്റെ അറ്റത്തു ബസ്സ് നിന്നു. തെരുവിന് ഇരുവശവും രണ്ടുനില വീടുകൾ കാണാം. വൈദ്യുതി വെളിച്ചം പിന്നെയും മങ്ങി. 'നമ്മളെത്തി'. ശുചീകരണത്തൊഴിലാളിയുടെ സഹോദരിയുടെ ശബ്ദം. ഞങ്ങൾ ബസ്സിൽ നിന്ന് ഇരുട്ടിലേക്കിറങ്ങി.

ശുചീകരണത്തൊഴിലാളി സുഹൃത്തിനും സഹോദരിക്കും മാതാപിതാക്കൾ മുസ്ലീം പേരുകളാണ് നൽകിയത്. സഹോദരി മക്കൾക്ക് ആർതർ, സിൽവർസ്റ്റർ, ഫ്ളോറൻസ് എന്നീ പേരുകളാണിട്ടത്. കുട്ടികൾ മുത്തശ്ശിയുടെ വീട്ടിൽ, എണ്ണവിളക്കിന്റെ വെളിച്ചത്തിൽ അമ്മയെ കാത്തിരിക്കുകയായിരുന്നു. ഞങ്ങൾ മുറ്റത്ത് ടാർപായയിൽ ഇരുന്നു. "സലിമത് മാസി" വൃദ്ധദമ്പതികൾ സ്വയം പരിചയപ്പെടുത്തി. അവരുടെ കഥ പറഞ്ഞു തുടങ്ങി.

"ആദ്യം ഒരാൾ, പിന്നെ രണ്ട്, പിന്നെ മുസ്ലീങ്ങൾ കൂട്ടമായെത്തി. ഇനി മുതൽ പണിയുണ്ടാകില്ലെന്നും സ്ഥലം വിടുന്നതാണ് നല്ലതെന്നും ഞങ്ങളുടെ മുതലാളി മുന്നറിയിപ്പ് തന്നു. അങ്ങനെ ഞങ്ങൾ കറാച്ചിയിലെത്തി." സലീമത് പറഞ്ഞു നിർത്തി.

ഇവിടെയും സ്ഥിതി വ്യത്യസ്തമായിരുന്നില്ല. അവരെ സഹായിക്കാൻ ആരുമുണ്ടായിരുന്നില്ല. എല്ലാ ജോലികളിലും ആളായി കഴിഞ്ഞിരുന്നു. അവശേഷിച്ച ഒരേയൊരു ജോലി ശുചീകരണത്തൊഴിലായിരുന്നു. ഒന്നുമാലോചിച്ചില്ല. ആ ജോലി ചെയ്യാൻ തുടങ്ങി. "പാകിസ്ഥാനോടൊപ്പം ഞങ്ങളും ഈ ജോലി തുടങ്ങി. മുസ്ലീങ്ങൾ അവരുടെ ആളുകൾക്ക് മാത്രം ജോലി നൽകി. ജിന്ന ഞങ്ങൾക്ക് വേണ്ടി എന്ത് ചെയ്തു?"

"ക്വയിദ് ഇഅസം, മുഹമ്മദാലി ജിന്ന വിഭജനത്തിനു ഒരാഴ്ച മുന്നേ ഓഗസ്റ്റ് 7ന് തന്റെ ജന്മസ്ഥലവും പുതിയ രാജ്യത്തിന്റെ തലസ്ഥാനവുമായ കറാച്ചിയിലേക്കു പറന്നു. അന്ന് കറാച്ചി വെടിപ്പും വൃത്തിയുമുള്ള ശാന്തമായ ഒരു നഗരമായിരുന്നു. ഇപ്പോൾ ക്രിസ്ത്യൻ ശുചീകരണതൊഴിലാളികൾ താമസിക്കുന്ന സ്ഥലം അന്ന് മരുഭൂമിയിലെ പച്ചപ്പായിരുന്നു. ആ വർഷം റംസാൻ ആഗസ്റ്റിലായിരുന്നു. വേനലിലെ നീണ്ട പകലുകളും നീളംകുറഞ്ഞ രാത്രികളും ആ വർഷത്തെ റംസാൻ വ്രതാനുഷ്ഠാനത്തെ കഠിനമാക്കി.

ഇസ്ലാമിക ആചാരങ്ങളെക്കുറിച്ച് പ്രത്യേകിച്ച് മമതയൊന്നുമില്ലാതിരുന്ന ജിന്ന വ്രതാനുഷ്ഠാനത്തിനും വലിയ ശ്രദ്ധ കൊടുത്തില്ല. ജിന്നയെ സംബന്ധിച്ചിടത്തോളം ഇസ്ലാമികരാഷ്ട്രം എന്ന അമൂർത്ത ആശയം പെട്ടെന്ന് യാഥാർത്ഥ്യമായിരിക്കുന്നു. ഇനി അതിർത്തികൾ നിശ്ചയിക്കണം. അദ്ദേഹത്തിന് തൽക്കാലം ചെയ്യാനുണ്ടായിരുന്നത് ആകെപ്പാടെയുള്ള ആശയക്കുഴപ്പങ്ങൾ പരിഹരിക്കുക എന്നതു മാത്രമായിരുന്നു. ജിന്നയുടെ ആവശ്യമായ പ്രത്യേക ഇസ്ലാമിക രാഷ്ട്രത്തിന് ബ്രിട്ടീഷുകാർ സമ്മതം മൂളിയത് അദ്ദേഹത്തെ അദ്ഭുതപ്പെടുത്തി എന്നാണ് ചില രാഷ്ട്രീയ നിരീക്ഷകർ പറയുന്നത്. ഇസ്ലാമിക രാജ്യം എന്നത് ജിന്നയുടെ ഒരു രാഷ്ട്രീയസമ്മർദ്ദതന്ത്രം മാത്രമായിരുന്നോ? അവിഭാജ്യഭാരതം എന്ന അഭിമാനപ്രശ്നംവച്ച് വിലപേശുകയായിരുന്നോ ജിന്ന? ബ്രിട്ടീഷുകാർ മുന്നോട്ടുവച്ച വിഭജനം എന്ന പരിഹാരത്തിൽ ജിന്ന തീർത്തും അസംതൃപ്തനായിരുന്നു എന്നതാണ് യാഥാർത്ഥ്യം. ആകെപ്പാടെ അവിടെയിവിടെയും കീറിമുറിക്കപ്പെട്ട പാകിസ്ഥാൻ. കീറിമുറിക്കപ്പെട്ട ബംഗാളും പഞ്ചാബും വിഷചഷകം പോലെ.

മാന്യനും പരിഷ്കാരിയുമായ ലൂയീസ് മൗണ്ട് ബാറ്റൺ 1947 ഫെബ്രുവരിയിൽ ഇന്ത്യൻ വൈസ്രോയി പദം ഏറ്റെടുത്തു. ചരിത്രത്തിൽ ഭേദപ്പെട്ട ഒരു സ്ഥാനം നേടിയെടുക്കുക എന്ന ഉദ്ദേശ്യത്തോടെയായിരുന്നു അത്. അതും ഒരേ ഒരു വ്യവസ്ഥയിൽ. അടുത്ത വർഷം ജൂണോടെ ബ്രിട്ടൻ ഇന്ത്യ വിടും. ലോകമഹായുദ്ധത്തിന്റെ ക്ഷീണത്തോടൊപ്പം അധികാരത്തിലെത്തിയ ലേബർ സർക്കാരിന്, ആ രാജ്യത്തിന് ബാധ്യതയായി തീർന്ന സാമ്രാജ്യങ്ങളെ എങ്ങനെയെങ്കിലും ഒഴിവാക്കിയാൽ മതിയെന്നായിരുന്നു. അതുകൊണ്ട് മൗണ്ട് ബാറ്റൺ മുന്നോട്ടുവച്ച ചുരുങ്ങിയ സമയപരിധിയും തിരക്കുപിടിച്ച പരിപാടികളും അവർ അംഗീകരിച്ചു.

മൗണ്ട് ബാറ്റൺ ആ വർഷം മാർച്ചിൽ ഇന്ത്യയിലെത്തി. ജൂണിൽ ഇന്ത്യാവിഭജനം എന്ന പ്രഖ്യാപനം നടത്തി അദ്ദേഹം എല്ലാവരെയും അമ്പരപ്പിച്ചു. അതും ലണ്ടനിൽവച്ച് അംഗീകരിച്ചതുപോലെ അടുത്ത വർഷമല്ല, അടുത്ത 10 ആഴ്ചയ്ക്കുള്ളിൽ. (അന്നായിരുന്നു ജപ്പാൻ കീഴടക്കിയതിന്റെ രണ്ടാം വാർഷികം.) വിഭജനത്തിനു തന്നെ സഹായിക്കാനായി മൗണ്ട് ബാറ്റൺ സിറിൾ റാഡ്ക്ലിഫിനെ നിയമിച്ചു. ഇന്ത്യയെക്കുറിച്ച് ഒന്നുമറിയാത്ത, നിഷ്പക്ഷവാദിയായ ഒരു വക്കീലായിരുന്നു റാഡ്ക്ലിഫ്. അദ്ദേഹത്തിന്റെ ജോലി ഇന്ത്യയെ വിഭജിക്കുന്നതിന്റെ മേൽനോട്ടം വഹിക്കുക എന്നതായിരുന്നു.

ജൂലായിൽ രണ്ടുപേരും ചേർന്ന് ഇന്ത്യൻ ഉപഭൂഖണ്ഡത്തിന്റെ ഭൂപടത്തിൽ പുതിയ അതിർത്തികൾ വരച്ചു. കൽക്കട്ടയും പഞ്ചാബിലെ നിരവധി ഭൂരിപക്ഷ മേഖലകളും ഇന്ത്യയ്ക്കു കിട്ടുമെന്ന് മൗണ്ട് ബാറ്റൺ ഉറപ്പാക്കി. തന്റെ ഒരാഘോഷ പരിപാടിയുടെ രസം കളയേണ്ടല്ലോ എന്ന് കരുതി പുതിയ അതിർത്തികളുടെ പ്രഖ്യാപനം മൗണ്ട് ബാറ്റൺ രണ്ടു ദിവസത്തേക്ക് വൈകിച്ചു. സ്വാതന്ത്ര്യപ്രഖ്യാപനം കഴിഞ്ഞു രണ്ടു

ദിവസത്തിനുശേഷമാണ് ഇന്ത്യാവിഭജന പ്രഖ്യാപനം ഉണ്ടായത്. അദ്ദേഹം തന്റെ പ്രസംഗം അവസാനിപ്പിച്ചു, ഫോട്ടോകൾ എടുത്തു, നന്ദിപ്രകാശനങ്ങളും ഏറ്റുവാങ്ങിയ ഉടൻ തെരുവുകളിൽ കൊലപാതകങ്ങൾ ആരംഭിച്ചു.

1946ൽ തന്നെ പ്രശ്നങ്ങൾ തുടങ്ങിയിരുന്നു. കൽക്കട്ടയിലെ വർഗീയ കലാപവും വർധിച്ചുവരുന്ന ഹിന്ദുമുസ്ലീം സംഘർഷങ്ങളും രാജ്യത്ത് അശാന്തി പടർത്തിയിരുന്നു. പഞ്ചാബും ബംഗാളും വിഭജിച്ചാൽ ഭീകരമായ പ്രത്യാഘാതങ്ങളുണ്ടാകുമെന്നു ജിന്ന തന്നെ മുന്നറിയിപ്പു നൽകിയിരുന്നു. ചരിത്രകാരിയായ ആയിഷ ജലാൽ പറയുന്നത് ജിന്ന ഒരിക്കലും രാജ്യത്തെ ബലപ്രയോഗത്തിലൂടെ വിഭജിക്കാൻ ആഗ്രഹിച്ചിരുന്നില്ല എന്നാണ്. കോൺഗ്രസ്സാണ് നിർബന്ധം പിടിച്ചത്. 1947നെ ദുരന്തപര്യവസായിയായ ഒരു വിഡ്ഢിത്തമായേ കാണാൻ കഴിയൂ. ലക്ഷക്കണക്കിനാളുകൾ കൊല്ലപ്പെടുന്ന അവസ്ഥ മുൻകൂട്ടി പ്രവചിക്കാൻ കഴിയുമായിരുന്നെങ്കിൽ ഒരുപക്ഷേ ജിന്ന വേറെ രാജ്യം എന്ന ആവശ്യത്തിൽ നിന്ന് പിന്നോട്ടുപോയേക്കുമായിരുന്നു.

ഇതുപോലെ വിപുലമായ ഒരു കുടിയേറ്റം ആവശ്യമായി വരുമെന്ന് ജിന്ന ഒരിക്കലും കരുതിയിരുന്നില്ല, ഇത്ര രക്തരൂഷിതമായി, ഒരിക്കലും മാറ്റാനും മായ്ക്കാനും കഴിയാത്തവിധം അതിർത്തികൾ അടയാളപ്പെടുത്തപ്പെട്ടുപോയി എന്നത് ജിന്നയ്ക്ക് ഒരിക്കലും ബോധ്യമായിരുന്നില്ല. ഡൽഹിയിലെയും ബോംബെയിലെയും ബംഗ്ലാവുകളിൽ നിന്ന് ഒരു ജോടി സിൽക്ക് കാലുറപോലും ജിന്ന കൊണ്ടുപോയിരുന്നില്ല, (തന്നെപ്പോലെ തന്നെ നിഷ്കളങ്കയായ സഹോദരി ഫാത്തിമയോടൊപ്പം ആഴ്ചാവസാനങ്ങളിൽ ഈ ബംഗ്ലാവുകളിൽ ചെലവഴിക്കാമെന്നു അദ്ദേഹം കരുതിയിട്ടുണ്ടാവണം).

അവസാന നിമിഷംവരെ ഇന്ത്യയ്ക്കകത്തുതന്നെ ഒരു സ്വയംഭരണാധികാര ഭൂപ്രദേശം എന്ന അവ്യക്തമായ ആശയമായിരുന്നു ജിന്ന മനസ്സിൽ കൊണ്ടുനടന്നിരുന്നത്. മതത്തിനു യാതൊരു പ്രാധാന്യവുമില്ലാത്ത ഒരു ലിബറൽ സംവിധാനമാണ് താൻ മുസ്ലീങ്ങൾക്കു വേണ്ടി നേടിയെടുത്തതെന്നു ബോധ്യപ്പെടുത്താൻ അദ്ദേഹം ശ്രമിച്ചതായി കാണുന്നു. സ്വാതന്ത്ര്യലബ്ധിക്ക് മൂന്നുദിവസംമുമ്പ് ജനങ്ങളോട് നടത്തിയ പ്രസംഗത്തിൽ "നിങ്ങൾ സ്വതന്ത്രരാണ്" എന്നാണ് അദ്ദേഹം പറഞ്ഞത്. പാകിസ്ഥാനിലെ മതേതരവാദികൾ പൊക്കിപ്പിടിച്ചു നടക്കുന്ന ആ പ്രസംഗം ജിന്നയുടെ പ്രസംഗങ്ങളുടെ കൂട്ടത്തിൽനിന്ന് പാകിസ്ഥാനിലെ മതഭരണകൂടം ഒഴിവാക്കുകയും ചെയ്തു.

ജിന്നയുടെ പ്രസംഗം ഇതായിരുന്നു, "നിങ്ങൾ സ്വതന്ത്രരാണ്. അമ്പലത്തിൽ പോകാനും മോസ്കിൽ പോകാനും നിങ്ങൾക്ക് സ്വാതന്ത്ര്യമുണ്ട്. നിങ്ങളേതു മതത്തിലും ജാതിയിലും നിറത്തിലും പെട്ടവരായാലും രാജ്യത്തെ പൗരന്മാരെന്ന നിലയിൽ നാമെല്ലാം തുല്യരാണ്."

ജിന്നയ്ക്ക് നിരവധി അമുസ്ലീം സുഹൃത്തുക്കൾ ഉണ്ടായിരുന്നു. മതബോധം തീരെയില്ലാത്ത ആളായിരുന്നു ജിന്നയെന്നു പറയാം. അദ്ദേഹത്തിന്റെ കുടുംബം ഇസ്മായിൽ ഗോത്രത്തിൽപെട്ടവരായിരുന്നു. ഗുജറാത്തി തുകൽവ്യാപാരിയായിരുന്നു പിതാവ് ജിന്നാഭായി പൂഞ്ചാ. (ഗുജറാത്തിൽ മഹാത്മാഗാന്ധിയുടെ ജന്മദേശത്തിനടുത്തു നിന്നുള്ളവരായിരുന്നു ജിന്നയുടെ മാതാപിതാക്കൾ.)

ബ്രിട്ടീഷ് ഭരണകാലത്തെ കറാച്ചിയുടെ സാമ്പത്തിക വളർച്ചയിൽ ആകൃഷ്ടരായാണ് ജിന്ന കുടുംബം അവിടേക്ക് കുടിയേറുന്നത്. കറാച്ചിയിലെത്തിയ ജിന്നാഭായ് ചെറിയ തുകൽവ്യാപാരിയിൽ നിന്നും വലിയ ബാങ്കറായി വളർന്നു. (ജിന്നയുടെ ഔദ്യോഗിക ജീവചരിത്രങ്ങളിലൊന്നും ഈ ഭാഗം പരാമർശിക്കപ്പെടാറില്ല.) ജിന്നയുടെ ബാല്യം കറാച്ചിയിലെ ഖരാദറിലായിരുന്നു. ഏതോ പുരാതന ഹിന്ദുരാജവംശത്തിന്റെ ശേഷിപ്പുകൾ സ്ഥിതി ചെയ്യുന്ന സ്ഥലം, അവിടെ ബ്രിട്ടീഷ് ഭരണത്തിന്റെ തണലിൽ, ഹിന്ദു, പാഴ്സി കച്ചവടക്കാർ നിയന്ത്രിക്കുന്ന പട്ടണത്തിലായിരുന്നു ജിന്ന തന്റെ ബാല്യം ചെലവഴിച്ചത്. മുസ്ലീങ്ങൾ ഒന്നുകിൽ ഭൂവുടമകളോ അല്ലെങ്കിൽ നയാപൈസയ്ക്ക് ഗതിയില്ലാത്ത കർഷക തൊഴിലാളികളോ ആയിരുന്ന സിന്ധിൽ ഇതുരണ്ടിലും പെടാത്ത ജിന്ന കുടുംബം ഒരു അപൂർവതയായിരുന്നു.

ബോംബെയിൽ ഒരു നല്ല വക്കീലായി പേരെടുത്ത കാലത്താണ് ജിന്ന രാഷ്ട്രീയത്തിൽ പ്രവേശിക്കുന്നത്. ഇന്ത്യൻ നാഷണൽ കോൺഗ്രസ്സിൽ ചേർന്ന ജിന്ന കടുത്ത ദേശീയവാദിയായിരുന്നു. മുസ്ലീംലീഗ് രൂപീകരിക്കപ്പെട്ട് ഏഴ് വർഷത്തിനു ശേഷം 1913ലാണ് ജിന്ന അതിൽ അംഗമാകുന്നത്. ഏറെ വൈകാതെ അദ്ദേഹം ഹിന്ദുമുസ്ലീം ഐക്യത്തിന്റെ വക്താവായി. യുദ്ധാനന്തരം രൂപമെടുത്ത ഖിലാഫത്ത് പ്രസ്ഥാനങ്ങളോട് സഹകരിച്ചും ലോകത്തുണ്ടായിരുന്ന ഇസ്ലാമിക ഭരണകൂടങ്ങളെ തിരികെ കൊണ്ടുവരാനുള്ള വിശാല ഇസ്ലാമിക നീക്കങ്ങളെ പിന്തുണച്ചും മുസ്ലീം പുരോഹിതവർഗ്ഗത്തിന്റെ വിശ്വാസം ആർജിച്ചും ഗാന്ധിജി അമിതമായ മതാവേശത്തെ പ്രോത്സാഹിപ്പിക്കുന്നതായി ജിന്നയ്ക്കു തോന്നി. ജിന്നയ്ക്ക് ആകെ മടുപ്പായി. തന്റെ രാഷ്ട്രീയനേട്ടങ്ങളും ദേശീയതലത്തിൽ നേടിയെടുത്ത പ്രശസ്തിയും ഉപേക്ഷിച്ച് ജിന്ന ലണ്ടനിലേക്ക് ചേക്കേറി.

1934 ആയപ്പോഴേക്കും ഇന്ത്യയിലേക്ക് മടങ്ങാൻ അദ്ദേഹം നിർബന്ധിതനായി. അപ്പോഴേക്കും താൻ ഭാവിയിൽ രൂപീകരിക്കാൻ പോകുന്ന മുസ്ലീംരാഷ്ട്രത്തിന്റെ രൂപരേഖ അണിയറയിൽ രൂപപ്പെട്ടിരുന്നു. എന്നാൽ ജിന്ന അപ്പോഴും മതവികാരം ഇളക്കിവിടാൻ തയ്യാറായിരുന്നില്ല. അദ്ദേഹം വിസ്കി കുടിച്ചു. പന്നിമാംസംകൊണ്ടുള്ള സാൻഡ്‌വിച്ച് ഇഷ്ടംപോലെ കഴിച്ചു. ഒരു ബ്രിട്ടീഷുകാരനെപ്പോലെ വസ്ത്രം ധരിച്ചു. 1937ൽ ജിന്ന നടത്തിയ ഒരു പ്രസംഗത്തിൽ മുസ്ലീങ്ങളെ ഹിന്ദുക്കളിൽനിന്ന് വേർപെട്ട ഒരു പ്രത്യേക രാജ്യമായി വിശേഷിപ്പിച്ചു. അവരെ വ്യത്യസ്തരാക്കുന്ന

ഇരുപതു കാര്യങ്ങൾ വിശദീകരിച്ചതിൽ സംസ്കാരം, ഭാഷ, നിർമാണ രീതി ഇവയിൽ ഒന്നുപോലും പൂർണമായും മതാധിഷ്ഠിതമായിരുന്നില്ല.

ഒരിക്കൽ ഒരു മുസ്ലീം മതപണ്ഡിതൻ മെക്ക സന്ദർശനം നടത്താൻ ഉപദേശിച്ചപ്പോൾ തനിക്കു വേറെ തിരക്കുകളുണ്ടെന്നായിരുന്നു ജിന്നയുടെ മറുപടി. 1947ൽ റംസാൻ കാലത്ത് സ്വാതന്ത്ര്യലബ്ധി ആഘോഷിക്കാനായി ഉച്ചഭക്ഷണ സൽക്കാരം ജിന്ന ഒരുക്കിയതായി മൗണ്ട് ബാറ്റൺ അനുസ്മരിക്കുന്നുണ്ട്. മതവിശ്വാസികളുടെ എതിർപ്പ് ഭയന്ന് അദ്ദേഹത്തിന്റെ ഉപദേശകർ അത് ഒഴിവാക്കുകയായിരുന്നു. ജിന്നയ്ക്ക് മതവിശ്വാസം ഉണ്ടായിരുന്നെങ്കിൽതന്നെ അത് കാലഹരണപ്പെട്ടതായിരുന്നു, ജനങ്ങൾക്കിടയിൽ ആഴത്തിൽ വേരുറപ്പിച്ചിരുന്ന മതവികാരത്തെക്കുറിച്ച് അദ്ദേഹം ഏറെക്കുറെ അജ്ഞനായിരുന്നു എന്നുവേണം കരുതാൻ.

1947ൽ ജിന്നയെ നിരാശനാക്കിക്കൊണ്ട് സ്വാതന്ത്ര്യലബ്ധി ആഘോഷിക്കപ്പെട്ടത് വർഗീയ ലഹളകൾകൊണ്ടായിരുന്നു. കറാച്ചിയിലെ ഗവർണർ ജനറലിന്റെ വസതിയിൽ ജിന്നയെതേടി ദിനംപ്രതി കൂട്ടക്കുരുതികളുടെയും രക്തച്ചൊരിച്ചിലുകളുടെയും വാർത്തകളെത്തിക്കൊണ്ടിരുന്നു. ഒരു കോടിയിലേറെ സ്ത്രീപുരുഷന്മാർ, അവർ തലമുറകളായി ജീവിച്ചുവന്ന ഗ്രാമങ്ങളിൽനിന്ന്, വീടുകളിൽനിന്ന് മതത്തിന്റെ പേരിൽ കിഴക്കോട്ടോ പടിഞ്ഞാറോട്ടോ ആട്ടിയോടിക്കപ്പെട്ടു. വർഗീയ ലഹളകളിൽ രണ്ടുലക്ഷത്തിനും പത്തുലക്ഷത്തിനും ഇടയിൽ മനുഷ്യർ മൃഗീയമായി കൊല്ലപ്പെട്ടു. ഇതിനെക്കുറിച്ച് ഔദ്യോഗികമായ ഒരു കണക്കെടുപ്പ് ഒരിക്കലും ഉണ്ടായിട്ടില്ല. അതുകൊണ്ടുതന്നെ ഇതു സംബന്ധിച്ച കൃത്യമായ കണക്കുകളൊന്നും ലഭ്യമല്ല.

അഞ്ചുലക്ഷം പേർ കൊല്ലപ്പെട്ടു എന്നാണ് ബ്രിട്ടൻ അന്ന് പറഞ്ഞത്. രണ്ടുലക്ഷം ഇന്ത്യക്കാരെ കുരുതി കൊടുത്തു എന്നാണ് മൗണ്ട്ബാറ്റനെ കുറ്റപ്പെടുത്തിക്കൊണ്ട് വിൻസ്റ്റൺ ചർച്ചിൽ പറഞ്ഞത്. പിന്നീട് ഇന്ത്യയിലെയും പാകിസ്ഥാനിലെയും നിരീക്ഷകർ ഇരുപതോ മുപ്പതോ ലക്ഷം പേർ കൊല്ലപ്പെട്ടിരിക്കാമെന്ന് അഭിപ്രായപ്പെട്ടു. ആ മഹാദുരന്തത്തിന്റെ വ്യാപ്തി വിവരിക്കാൻ ആർക്കും കഴിഞ്ഞിട്ടില്ല. എന്തുകൊണ്ട് സിക്കുകാരും ഹിന്ദുക്കളും മുസ്ലീങ്ങളെ വേട്ടയാടി? എന്തുകൊണ്ട് മുസ്ലീങ്ങൾ ഹിന്ദു സിഖ് വിഭാഗത്തിൽപ്പെട്ടവരെകൊന്നു തള്ളി? നല്ല അയൽക്കാരായി സമാധാനമായി ജീവിച്ചിരുന്നവർ എന്തുകൊണ്ട് ഒരു സുപ്രഭാതത്തിൽ പരസ്പരം ആയുധമെടുത്തു? എന്തുകൊണ്ട് സ്ത്രീകൾ ക്രൂരമായി ബലാത്സംഗം ചെയ്യപ്പെട്ടു? എന്തുകൊണ്ട് കുട്ടികൾ തട്ടിക്കൊണ്ടു പോകപ്പെട്ടു? ഇതൊന്നും ഇതുവരെ വിശദീകരിക്കാൻ ആർക്കും കഴിഞ്ഞിട്ടില്ല. 1947ൽതന്നെ ഹിന്ദുക്കളും മുസ്ലീങ്ങളും സിക്കുകാരും ഈ ലക്ഷ്യത്തിനായി സന്നദ്ധസൈനികരെ വാർത്തെടുത്തിരുന്നു. കൂട്ടക്കുരുതി പകർച്ചവ്യാധിപോലെ പടർന്നുപിടിക്കുകയായിരുന്നു. കൂട്ടക്കുരുതികളും രക്തച്ചൊരിച്ചിലുകളും അതിജീവിച്ച ഓരോ അഭയാർത്ഥിക്കും ഭീകരമായ കഥകളുണ്ടായിരുന്നു പറയാൻ. ഒടുങ്ങാത്ത പകയുണ്ടായിരുന്നു മനസ്സിൽ.

1947 കാലഘട്ടത്തിൽകൂടി കടന്നുപോന്ന ഓരോരുത്തരുടെ കഥകളും അവിശ്വസനീയവും അത്യന്തം വേദനാജനകവുമായിരുന്നു. ആ അനുഭവകഥകൾ ഇന്ന് പാകിസ്ഥാന്റെ ഭാഗമായിക്കഴിഞ്ഞു. ആ കഥകളുമായി ജീവിക്കുന്ന ചിലരെയെങ്കിലും കാണാൻ ഞാൻ തീരുമാനിച്ചു. ഒരു വൈകുന്നേരം ഇഫ്താറിനുശേഷം വിഭജനകാലത്തെ കൂട്ടക്കുരുതിയെ അതിജീവിച്ച ഒരു സ്ത്രീയെ കാണാൻ ഞാൻ കറാച്ചിയുടെ വടക്കുഭാഗത്തേക്ക് പുറപ്പെട്ടു.

സൊഹ്റാബീഗം ഇന്ന് വൃദ്ധയാണ്. ശാന്തമായ ഒരു തെരുവിൽ കുട്ടികൾ ക്രിക്കറ്റു കളിക്കുന്ന വലിയ വീട്ടിൽ മക്കൾക്കും കൊച്ചുമക്കൾക്കും ഒപ്പമാണ് സൊഹ്റാബീഗം ജീവിക്കുന്നത്. 1947ൽ സൊഹ്റാ കറാച്ചിയിലെത്തുന്നത് എല്ലാം നഷ്ടപ്പെട്ടവളായിട്ടാണ്. കുടുംബം, സ്വത്തുക്കൾ, മനസ്സമാധാനം എല്ലാം. ആ ഓർമ്മകൾ അവർക്ക് ഇപ്പോഴും സുവ്യക്തമാണ്, വേദനാജനകമാണ്.

അവർ സംസാരിക്കുന്നതു ശ്രദ്ധിച്ചിരിക്കുകയായിരുന്നു ഞാൻ. പൊടുന്നനെ അവർ പ്രതിഷേധിക്കുന്നത് കേട്ടു,

“എന്തിനാണ് നിങ്ങളിപ്പോൾ ഇതെല്ലാം അന്വേഷിക്കുന്നത്?”

ചെറുത്തു തോല്പിക്കാൻ കഴിയാത്ത വേദനകൾ മറക്കേണ്ടത് എത്രമാത്രം ആവശ്യമാണെന്ന് ഞാനോർത്തു. ഓർമ്മകൾ അസഹനീയമായ നൊമ്പരങ്ങളായി അവരെ പിടിമുറുക്കുന്നുണ്ടാകും.

“പക്ഷേ, നമ്മൾ ഇതൊക്കെ അറിയേണ്ടതും ആവശ്യമാണ്”,

അവരുടെ മകൾ ഉമ്മയെ ആശ്വസിപ്പിച്ചു.

1947ൽ സൊഹ്റായ്ക്കു പ്രായം 16. ഒരു വൈകുന്നേരം വയലിൽ നിന്നും വീട്ടിൽ തിരിച്ചെത്തിയ അവൾ കണ്ടത് കൊല്ലപ്പെട്ടു കിടക്കുന്ന ബന്ധുക്കളായ പെൺകുട്ടികളെയാണ്. അവരുടെ സ്തനങ്ങളും നാവും അറുത്തുമാറ്റിയിരുന്നു. അന്ന് സഹായഹസ്തവുമായി എത്തിയ, കുടുംബത്തിലെ ജോലിക്കാരനായിരുന്നു പ്രകാശ് എന്ന ഹിന്ദു യുവാവിനൊപ്പം സൊഹ്റാ എന്നെന്നേക്കുമായി ഗ്രാമം വിട്ടു. അന്ന് സൊഹ്റയുടെ തന്നെ ഭാഷയിൽ, അവൾ വിദ്യാഭ്യാസമില്ലാത്ത, പുറംലോകം കണ്ടിട്ടില്ലാത്ത ഗ്രാമീണ പെൺകുട്ടിയായിരുന്നു. പതിന്നാലു വയസ്സിൽ വിവാഹിതയായ, പതിനഞ്ചു വയസ്സിൽ അമ്മയായ, ആറു മാസം പ്രായമായ ഒരു കുട്ടിയുള്ള വിധവ. വിഭജനം പ്രഖ്യാപിക്കുമ്പോൾ എന്താണ് നടക്കുന്നതെന്ന് അവൾക്കൊരു ധാരണയും ഉണ്ടായിരുന്നില്ല. ജലന്ധറിലെ മുസ്ലീങ്ങളിൽ മഹാഭൂരിപക്ഷവും ആ ജില്ല ഇന്ത്യയിലേക്ക് പോകും എന്ന് കരുതിയതേയില്ല . റാഡ്ക്ലിഫിന്റെ അതിർത്തികൾ അവരെ അമ്പരപ്പിച്ചു കളഞ്ഞു.

സൊഹ്റയുടെ നെറ്റിയിൽ സിന്ദൂരം തൊടുവിച്ച്, അവൾ വിവാഹിതയായ ഹിന്ദുസ്ത്രീയാണെന്ന് വിശ്വസിപ്പിച്ചാണ് പ്രകാശ് രക്ഷിച്ചത്. ആറുമാസം മാത്രം പ്രായമായ കുഞ്ഞിനെ അവളുടെ മാറിൽ ചേർത്തുവച്ച് പ്രകാശ് ഭർത്താവായി നടിച്ചു. നഗ്നപാദയായി, പൊടിയിൽ കുളിച്ച്,

ശിരസ്സു മറയ്ക്കാതെ അതിർത്തിയിലെ അട്ടാരി റെയിൽവേ സ്റ്റേഷനിലെത്തുമ്പോൾ സൊഹ്റാ മാനസികമായി തകർന്നിരുന്നു. "ലോകത്തിനു മുഴുവനും അന്ന് ഭ്രാന്തായിരുന്നു."

ട്രെയിനിൽ കയറിപ്പറ്റാൻ വേണ്ടി മുസ്ലീങ്ങൾ പരസ്പരം യുദ്ധം ചെയ്യുന്നുണ്ടായിരുന്നു. അമ്മമാർ കുഞ്ഞുങ്ങളെ ട്രാക്കിലേക്കെറിഞ്ഞു രക്ഷപ്പെടുന്നതു കാണാമായിരുന്നു. തിളയ്ക്കുന്ന എൻജിന് സമീപം പ്രകാശ് ഇരുവർക്കുമായി അല്പം സ്ഥലം കണ്ടെത്തി. ഇരുപത് മിനിറ്റ് യാത്രയ്ക്കു രണ്ടു ദിവസമെടുത്തു. വഴിയിൽ പലയിടത്തും ഹിന്ദുക്കൾ ട്രെയിൻ തടഞ്ഞുനിർത്തി മുസ്ലീങ്ങളെ കൊന്നൊടുക്കുന്നുണ്ടായിരുന്നു.'അത്കർബലപോലെയായിരുന്നു. ഒരദ്ഭുതംപോലെ, ട്രെയിൻ ലാഹോർ സ്റ്റേഷനിലെത്തിയപ്പോൾ, സൊഹ്റായുടെ സഹോദരൻ അവിടെ കാത്തുനിൽക്കുന്നുണ്ടായിരുന്നു. ഓഗസ്റ്റ് 15 മുതൽ എല്ലാ ദിവസവും മുടങ്ങാതെ അയാൾ സ്റ്റേഷനിലെത്താറുണ്ടായിരുന്നു; സഹോദരി, ദുരിതങ്ങൾ താണ്ടി എന്നെങ്കിലും തനിക്കൊപ്പം ചേരുമെന്ന പ്രതീക്ഷയിൽ. അവർ കറാച്ചിയിലേക്കു പോയി. അവിടെ അഭയാർത്ഥി ക്യാമ്പുകളിൽ താമസിച്ചു. പ്രകാശ് ഇസ്ലാംമതം സ്വീകരിച്ചു.

സൊഹ്റായുടെ സഹോദരൻ ഇന്ത്യയിൽ പെട്ടുപോയ ബന്ധുക്കളെ അന്വേഷിച്ചു. പുരുഷന്മാർ എല്ലാവരും കൊല്ലപ്പെട്ടിരുന്നു. സ്ത്രീകൾ കൊല്ലപ്പെടുകയോ തട്ടിക്കൊണ്ടു പോകപ്പെടുകയോ ചെയ്തിരുന്നു. ഒരു തവണ സൊഹ്റായുടെ സഹോദരൻ ബന്ധുക്കളെ തേടി ഇന്ത്യയിലേക്ക് പോവുകയും ചെയ്തു. നഷ്ടപ്പെട്ടുപോയ സ്ത്രീകളെ തിരികെ കൊണ്ടുവരാമെന്നു കരുതിയായിരുന്നു ആ യാത്ര. എന്നാൽ അവരെല്ലാവരും സിക്കുമതം സ്വീകരിച്ചു വിവാഹിതരായി, കുടുംബമായി കഴിയുകയായിരുന്നു. ഒരു പുനഃസമാഗമം അസാധ്യമായിരുന്നു. പാകിസ്ഥാൻ അപ്പോഴേക്കും ഒരു വിദേശരാജ്യമായി മാറിക്കഴിഞ്ഞിരുന്നു.

സൊഹ്റായെപ്പോലെ നരകം മുന്നിൽ കണ്ട സ്ത്രീകൾ പാകിസ്ഥാനെപ്പോലെ നശിച്ച ഒരു രാജ്യം തങ്ങളുടെ മേൽ അടിച്ചേല്പിച്ച ജിന്നയെ വെറുത്തു. പുതിയ രാജ്യത്ത് ജിന്ന ആർഭാടമായി വിമാനത്തിൽ പറന്നിറങ്ങി. എല്ലാ നല്ല പ്രദേശങ്ങളും ജിന്ന ഇന്ത്യയ്ക്കു വിട്ടു കൊടുത്തു. സൊഹ്റായെപ്പോലുള്ള സ്ത്രീകളെ അവർ ഏറെ സ്നേഹിച്ചിരുന്ന ഹിന്ദു മുസ്ലീം സംസ്കാരത്തിൽ നിന്ന് അടർത്തി മാറ്റി. ഈയൊരു പരാതി സൊഹ്റാ ഊന്നി പറയുന്നുണ്ടായിരുന്നു. ദുരിതം പിടിച്ച, തിരക്ക് നിറഞ്ഞ ഈ നഗരത്തിലേക്ക് ജിന്ന തങ്ങളെ വലിച്ചെറിയുകയായിരുന്നു.

1947ൽ കറാച്ചിയിൽ പറന്നിറങ്ങുമ്പോൾ ജിന്നയുടെ സർക്കാർ അസുഖകരമായ ചില കണ്ടെത്തലുകൾ നടത്തി. പാകിസ്ഥാൻ ഒരു നഷ്ടക്കച്ചവടമായിപ്പോയി എന്നായിരുന്നു അവരുടെ വിലയിരുത്തൽ. രാജ്യതലസ്ഥാനം ഇന്ത്യയ്ക്ക് കിട്ടി. മനോഹരമായ കൊളോണിയൽ കെട്ടിടസമുച്ചയങ്ങളും അവർക്കുതന്നെ. എല്ലാറ്റിലുമുപരി ശക്തമായ രാഷ്ട്രീയ

അടിത്തറയും ഇന്ത്യയ്ക്കു ലഭിച്ചു. ബ്രിട്ടീഷ് ഇന്ത്യയിലെ ചെറിയൊരു പ്രവിശ്യയായിരുന്ന സിന്ധിലെ ഒരു ചെറിയ പട്ടണം മാത്രമായിരുന്നു കറാച്ചി. അതിനാണെങ്കിൽ പറയത്തക്ക മുസ്ലീം ചരിത്രം ഉണ്ടായിരുന്നു മില്ല. സ്വാതന്ത്ര്യം കിട്ടി അഞ്ചാം ദിവസം എത്തിയ ഈദുൽഫിത്തർ ജിന്ന ഭരണകൂടത്തെ പിന്നെയും അങ്കലാപ്പിലാക്കി. ചിരപുരാതനമായ ഹിന്ദു ക്ഷേത്രങ്ങളും പാഴ്സി ആരാധനാലയവും സിനഗോഗും എല്ലാ ക്രിസ്ത്യൻ വിഭാഗങ്ങളുടെ പള്ളികളും ഉണ്ടായിരുന്ന കറാച്ചിയിൽ ഒരു നല്ല മുസ്ലീം പള്ളി ഉണ്ടായിരുന്നില്ല. മുസ്ലീംരാഷ്ട്രത്തിലേക്കു കുടിയേറിയെത്തിയ മുസ്ലീം പ്രമാണിമാർക്ക് ഈദ് നമസ്കാരത്തിന് ഒരു നല്ല മോസ്കില്ലാതെ ഭരണകൂടം വലഞ്ഞു. ആകെയുണ്ടായിരുന്ന ല്യാരിയിലെ ചേരി പ്രദേശത്തെ മോസ്കിനെക്കുറിച്ചു ചിന്തിക്കാൻ പോലുമാകുമായിരുന്നില്ല.1947 ആഗസ്റ്റിലെ റംസാനിൽ ഭരണവർഗമുൾപ്പെടെയുള്ള മുസ്ലീം പ്രമാണിമാർ ഈദ് ഗാഹിൽ ഞെങ്ങി ഞെരുങ്ങിനിന്ന് പ്രാർത്ഥനാകർമ്മം നിർവഹിച്ചു. 1948ൽ ഈദ്ഗാഹിനെ അഭയാർത്ഥി ക്യാമ്പായി മാറ്റേണ്ടിവന്നു. ആ വർഷം ഈദ് പ്രാർത്ഥന നടന്നത് കറാച്ചിയിലെ പാർക്കിലായിരുന്നു.

പാകിസ്ഥാന്റെ തുടക്കം പൂജ്യത്തിൽ നിന്നായിരുന്നു. വിഭജന കരാറനുസരിച്ച് ബ്രിട്ടീഷിന്ത്യയുടെ ബാക്കിയായി കിട്ടിയ പണവും ആയുധങ്ങളും പേപ്പർ ക്ലിപ്പുകളും പെൻസിലും വരെ വീതം വച്ചു. വീതംവയ്പിൽ പാകിസ്ഥാന് കിട്ടിയത് ചെറിയ ഓഹരിയായിരുന്നു. വിഭജനത്തെത്തുടർന്ന് ഡൽഹിയിൽ കൊള്ളയും കൊള്ളിവയ്പും ആരംഭിച്ചതോടെ, ബ്രിട്ടീഷിന്ത്യയിൽ നിന്ന് കിട്ടിയ നീക്കിയിരുപ്പുകൾ വീതംവെയ്ക്കാൻ നിയോഗിച്ച ക്ലർക്കുമാർ ജീവനുംകൊണ്ട് സ്ഥലംവിട്ടു.

പിന്നീട് തങ്ങളുടെ ഓഹരിയായി കിട്ടേണ്ട ഭക്ഷ്യധാന്യത്തിനും സാധനസമഗ്രികൾക്കും ഫയലുകൾക്കുമായി പാകിസ്ഥാൻ കാലങ്ങളോളം ഇന്ത്യയുമായി നിയമയുദ്ധം നടത്തി. ചിലതിലൊക്കെ ജയിച്ചു. ചിലതിലെല്ലാം പരാജയപ്പെട്ടു. ഒന്നുമില്ലായ്മയിൽ നിന്ന് ഒരു രാജ്യം പടുത്തുയർത്താൻ പാകിസ്ഥാൻ അവർക്കു ലഭിച്ച വിദേശകരുതൽ ശേഖരങ്ങൾ ഉപയോഗിച്ചു. കേന്ദ്രമന്ത്രിമാർ ബാരക്കുകളിലും പെട്ടെന്ന് തട്ടിക്കൂട്ടിയ വീടുകളിലും താമസിച്ചു. നിവേദനങ്ങൾ പത്രത്താളുകളുടെ അരികുകളിൽ എഴുതി. മുള്ളുകൾ പേപ്പർ ക്ലിപ്പുകളായി. മന്ത്രിമാർ അവരുടെ ശമ്പളം കുറയ്ക്കാൻ വോട്ട് ചെയ്തു. ചെലവുചുരുക്കലിന്റെ അനിവാര്യതയെക്കുറിച്ച് മുസ്ലീംലീഗ് പത്രമായ ഡോൺ എഴുതി. പക്ഷേ ആത്മവിശ്വാസം ഉച്ചസ്ഥായിയിലായിരുന്നു. ഒന്നുമില്ലായ്മയിൽനിന്ന് ഒരു രാജ്യം കെട്ടിപ്പടുക്കാനാവശ്യമായ ദേശസ്നേഹം അവർക്കുണ്ടായിരുന്നു.

1947ൽ ഹമീദാഅക്തർറായ്പുരി യുവതിയായ ഒരു അമ്മയായിരുന്നു. ഞാൻ അവരെ കണ്ടപ്പോൾ, സംസാരിച്ചപ്പോൾ പാകിസ്ഥാൻ എന്ന മഹത്തായ ആശയത്തിന്റെ പിന്നിലെ ലക്ഷ്യങ്ങളെക്കുറിച്ച് അവർ സംസാരിച്ചു. വിഭജനത്തിനുശേഷം രൂപംകൊണ്ട ഒരു വലിയ പാർപ്പിട

സമുച്ചയത്തിലാണ് അവരിന്നു താമസിക്കുന്നത്. കടൽത്തീരത്തുനിന്ന് ഏകദേശം 10 കിലോമീറ്റർ ദൂരെയായിരുന്നു ആ പാർപ്പിട സമുച്ചയം.

ഒരു പ്രത്യേക രീതിയിൽ നമ്പറിട്ടിരുന്ന തെരുവിൽ ഹമീദയുടെ വീട് കണ്ടുപിടിക്കാൻ എന്റെ ഡ്രൈവർ ഏറെ ബുദ്ധിമുട്ടി. ഞങ്ങളുടെ ലക്ഷ്യ ത്തിലെത്തുന്നതിനു മുമ്പ് എത്രയോ തവണ ഡ്രൈവർ കാർ നിർത്തി, പിന്നോട്ട് വന്നു വീണ്ടും മുന്നോട്ടു പോയി. അതിനിടയിൽ അയാൾ എന്തൊക്കെയോ ഉരുവിടുന്നുണ്ടായിരുന്നു. ഒടുവിൽ ഞങ്ങൾ ആ ഗേറ്റിനു മുന്നിലെത്തി. എന്നെ കൂട്ടിക്കൊണ്ടുപോകാനായി ഒരു ജോലിക്കാരൻ ഗേറ്റിനരികിലേക്കു വന്നു. അയാൾ എന്നെ ആ വലിയ വീടിനകത്തുകൂടി പിൻവശത്തുള്ള ഒരു മുറിയിലേക്ക് നയിച്ചു. അവിടെ ഹമീദബീഗം അവ രുടെ കിടക്കയിലിരുന്ന് എഴുതുന്നുണ്ടായിരുന്നു. അവർ ഉറുദുവിൽ അവ രുടെ ഓർമ്മകൾ കടലാസിലേക്കു പകർത്തുകയാണ്. എനിക്കു ചായയും ബിസ്ക്കറ്റും കൊണ്ടുവരാനായി ഒരു ജോലിക്കാരിയെ അയച്ചു. ഞാന വരുടെ മുറിയിൽ ഒരു ദിവാനിലിരുന്നു അവരുടെ ഓർമ്മകളിലേക്ക് ശ്രദ്ധ തിരിച്ചു.

മുസ്ലീം പണ്ഡിതനഗരമായ അലിഗഢിൽ നിന്നാണ് അവർ കറാച്ചി യിലെത്തിയത്. അവരുടെ പിതാവ് ഉറുദുവിൽ ജനപ്രിയ ഡിറ്റക്റ്റീവ് നോവലുകൾ എഴുതിയിരുന്നു. ഭർത്താവാകട്ടെ സംസ്കൃതത്തിൽ ഡോക്ടറേറ്റ് എടുത്തയാളും. അവരുടെ, ഉറുദു സംസാരിക്കുന്ന കുടുംബം ഹിന്ദു മുസ്ലീം മൈത്രിയുടെ മികച്ച ഉദാഹരണമായിരുന്നു. അവർ ഹിന്ദുവോ മുസ്ലീമോ ആയിരുന്നില്ല. ചരിത്രപണ്ഡിതരായ ആയിഷ ജലാലും അനിൽ സീലും അവരുടെ 'വിഭജനത്തിനു പകരം' എന്ന ലേഖനത്തിൽ വിവരിക്കുന്നതുപോലെ 'അവർ ആ സമൂഹത്തിൽ വെള്ള ത്തിൽ വീണ എണ്ണപ്പാടപോലെ ഒഴുകിനടക്കുകയായിരുന്നു'. ഇന്ത്യയിലെ സങ്കരസംസ്കാരത്തിലെ സംതൃപ്ത ജീവിതം എന്തുകൊണ്ടാണ് ഹമീദാബീഗം ഉപേക്ഷിച്ചത്? അവർ മുസ്ലീംലീഗിന്റെ വാചകമടിയിൽ വീണു പോയതാണോ? "അതൊന്നുമല്ല", അവർ പറഞ്ഞു. "ഞങ്ങളുടെ ഹിന്ദുക്കളായ അയൽക്കാർക്ക് ഞങ്ങളെ സംരക്ഷിക്കാനാവില്ല എന്ന അവസ്ഥ വന്നു. അപ്പോൾ ഞങ്ങൾക്ക് മറ്റു മാർഗങ്ങൾ ഉണ്ടായിരുന്നില്ല."

വിദ്യാഭ്യാസ മന്ത്രാലയത്തിലെ ഉയർന്ന ഉദ്യോഗസ്ഥന്റെ ഭാര്യ എന്ന നിലയിൽ ഹമീദാബീഗത്തിന്റെ കറാച്ചി യാത്ര കുറെക്കൂടി സുരക്ഷിത മായായിരുന്നു. ഡൽഹിയിൽനിന്ന് പുറപ്പെട്ട അവരുടെ ട്രെയിൻ ആയി രുന്നു ആദ്യം ആക്രമിക്കപ്പെട്ടത്. എന്നാൽ സർക്കാർ ജീവനക്കാർ സഞ്ചരി ച്ചിരുന്ന ട്രെയിനിന് സൈന്യത്തിന്റെ കനത്ത സുരക്ഷയുണ്ടായിരുന്നു. നേപ്പിയർ ബാരക്കിലെ അവരുടെ ഫ്ളാറ്റിന്റെ താക്കോലുമായി ഒരാൾ സ്റ്റേഷനിൽ കാത്തുനിൽക്കുന്നുണ്ടായിരുന്നു. മറ്റൊരാൾ അവർക്കു പുതിയ റേഷൻകാർഡും കൈമാറി. അങ്ങനെ നിറയെ പ്രതീക്ഷകളുമായി പുതിയ രാജ്യത്ത് ആ കുടുംബം ജീവിതം ആരംഭിച്ചു.

പിന്നീടാണ് അനസ്യൂതമായ അഭയാർത്ഥിപ്രവാഹം ആരംഭിച്ചത്. ഇരു രാജ്യങ്ങളും പരസ്പരം നടത്തിയ ക്രൂരകൊലപാതകങ്ങളുടെ, ബലാത്സംഗങ്ങളുടെ, കൊള്ളയുടെ ജീവിക്കുന്ന തെളിവുകൾ പഞ്ചാബിൽ നിന്നും എത്തിത്തുടങ്ങി.

തന്റെ കുഞ്ഞുമക്കളെ വീട്ടിൽ ജോലിക്കാരെ ഏല്പിച്ച് ഹമീദാബീഗം പാകിസ്ഥാൻ നാഷണൽ ഗാർഡിന്റെ വനിതാവിഭാഗത്തിൽ അംഗമായി ചേർന്നു. ഹമീദയ്ക്ക് നേഴ്സിങ്ങിൽ സൈന്യം പരിശീലനം നൽകി. തുടർന്ന് അവരെ സൈന്യത്തിന്റെ അടിയന്തിര പ്രഥമശുശ്രൂഷാക്യാമ്പിൽ ജോലിക്കു നിയോഗിച്ചു.

ഒരു ദിവസം ആയിരം രോഗികളെങ്കിലും ആ ക്യാമ്പിൽ വന്നിരുന്നു. ചിലർ പകുതി മരിച്ച അവസ്ഥയിൽ, വേറെ ചിലർ അംഗഭംഗം വന്ന അവസ്ഥയിൽ, വസ്ത്രങ്ങളില്ലാതെ, വെള്ളവും ഭക്ഷണവും ഇല്ലാതെ സർവവും നഷ്ടപ്പെട്ടെത്തിയ പതിനായിരങ്ങൾ. ചിന്തിക്കാൻ പോലും സമയം കിട്ടിയിരുന്നില്ല. ചെറുപ്പക്കാരിയായ ഒരമ്മയ്ക്ക്, അപരിചിതമായൊരു നഗരത്തിൽ അത് വല്ലാത്ത ബുദ്ധിമുട്ടു പിടിച്ച ജോലിയായിരുന്നു. എങ്കിലും അവർ എന്തെങ്കിലും ചെയ്യുന്നുണ്ടായിരുന്നു എന്നത് വളരെ പ്രധാനമാണ് .

അതേസമയം അഭയാർത്ഥി പുനരധിവാസവുമായി ബന്ധപ്പെട്ട് വർധിച്ചു വരുന്ന അഴിമതിയിൽ ഹമീദയുടെ ഭർത്താവ് അങ്ങേയറ്റം നിരാശനായിരുന്നു. സ്വാതന്ത്ര്യം കിട്ടി ഏതാനും മാസങ്ങൾക്കുള്ളിൽ കറാച്ചിയിലെ ജനസംഖ്യ ഇരട്ടിയായി. ജിന്നയുടെ വ്യക്തിപരമായ അഭ്യർത്ഥനയെ തുടർന്ന് പുതിയ രാജ്യം കെട്ടിപ്പടുക്കാനുള്ള ശ്രമത്തിൽ പങ്കാളികളാകാൻ ബോംബയിൽ നിന്ന് സമ്പന്ന വ്യവസായികളും ബാങ്കർമാരും കറാച്ചിയിലെത്തിയിരുന്നു ഇന്ത്യയിലെ യുണൈറ്റഡ് പ്രൊവിൻസിൽനിന്ന് (ഇന്നത്തെ യു.പി) നിരവധി കച്ചവടക്കാരും വ്യാപാരികളും നിർമാണത്തൊഴിലാളികളും കറാച്ചിയിലേക്കു കുടിയേറി.

44000ത്തോളം മുസ്ലീം സർക്കാരുദ്യോഗസ്ഥർ അവരുടെ കുടുംബങ്ങളുമായി കറാച്ചിയിലെത്തി. ഇതിൽ ഇന്ത്യയുടെ വിവിധ ഭാഗങ്ങളിൽ നിന്നുള്ള ഉയർന്ന സർക്കാർ ഉദ്യോഗസ്ഥർ മുതൽ ശിപായിമാർ വരെ ഉൾപ്പെട്ടിരുന്നു. ഇതുകൂടാതെ മറ്റു മേഖലകളിൽ നിന്നുള്ളവരും നിർലോഭം കറാച്ചിയിലേക്ക് വണ്ടി കയറി. സ്വാഭാവികമായും അവർ താമസിക്കാനിടത്തിനായി ബഹളം കൂട്ടി. കറാച്ചിയിലെ സ്കൂളുകളിൽ അവർ താമസിച്ചു. അവിടുത്തെ മനോഹരമായ പുൽത്തകിടികൾ അവർ ബഹളമയമാക്കി. വാടക നിയന്ത്രണ പുനരധിവാസ വിഭാഗത്തിൽ നടക്കുന്ന നഗ്നമായ അഴിമതിയുടെയും തട്ടിപ്പുകളുടെയും കഥകൾ നഗരത്തിൽ പാട്ടായിത്തുടങ്ങിയിരുന്നു. കൈക്കൂലി വാങ്ങുന്നതിനിടെ സർക്കാർ ജീവനക്കാർ പിടിക്കപ്പെട്ടു. ധനികർ അഭയാർഥികളുടെ മറവിൽ വീടുകൾ തട്ടിയെടുത്തു. ഹിന്ദുക്കളെ ബലമായി ഒഴിപ്പിച്ച് ആ വീടുകളിലായിരുന്നു മുസ്ലീങ്ങൾ താമസിച്ചിരുന്നത്.

ഒരു ദേശീയ പ്രതിസന്ധി എല്ലായിടത്തും ഉരുണ്ടുകൂടാൻ തുടങ്ങിയിരുന്നു. ഹമീദ ഇന്ത്യയിൽ നിന്ന് പോരുമ്പോൾ തങ്ങളുടെ സ്വത്തു സംബന്ധമായ രേഖകൾ കൂടെക്കൊണ്ടുപോന്നിരുന്നു. ഡൽഹിയിൽ സമ്പന്നർ താമസിക്കുന്ന ഭാഗത്തെ വലിയൊരു വീട്ടിലായിരുന്നു അവർ താമസിച്ചിരുന്നത്. തത്തുല്യമായൊരു വീട് കറാച്ചിയിൽ ലഭിക്കാൻ അവർ അർഹയാണ്. ഹമീദ അവരുടെ രേഖകൾ അധികാരികൾക്കു മുൻപിൽ ഹാജരാക്കി. ബന്തേർ റോഡിലെ വലിയൊരു വീട് അവർ ഹമീദയ്ക്ക് അനുവദിക്കുകയും ചെയ്തു. വീട്ടിലെത്തി വിവരം ഭർത്താവിനെ ധരിപ്പിച്ചപ്പോൾ, കോപാകുലനായി അദ്ദേഹം തങ്ങൾക്കു കിട്ടിയ പുതിയ വീടിന്റെ രേഖകൾ വലിച്ചുകീറിക്കളഞ്ഞു. ഭവനവകുപ്പിൽ നടമാടുന്ന അഴിമതി പാകിസ്ഥാൻ സമൂഹത്തിന്റെ സത്യസന്ധതയ്ക്ക് ഏറ്റ കളങ്കമാണെന്ന് അദ്ദേഹത്തിന് തോന്നി. മാന്യന്മാരും ധനികരുമായ മറ്റു നിരവധി പാകിസ്ഥാനികളെപ്പോലെ ആദർശനിഷ്ഠമായ രാജ്യം എന്ന ആശയത്തിനുവേണ്ടി അദ്ദേഹം സ്വന്തം കുടുംബത്തിന്റെ സുഖവും സന്തോഷവും ബലിയർപ്പിച്ചു.

അറുപതു വർഷങ്ങൾക്കിപ്പുറം ഹമീദയുടെ ഏറെക്കുറെ എല്ലാ ബന്ധുക്കളും അവരുടെ പിന്മുറക്കാരും തങ്ങൾ ആവേശപൂർവം സ്വീകരിച്ച മാതൃരാജ്യം ഉപേക്ഷിച്ച്, അതിന്റെ പ്രശ്നങ്ങളിൽ നിന്ന് രക്ഷപ്പെട്ട് ദുബായ്, ഇംഗ്ലണ്ട്, അമേരിക്ക തുടങ്ങിയ രാജ്യങ്ങളുടെ സുരക്ഷിതത്വത്തിലേക്ക് കുടിയേറി. അന്നു വൈകുന്നേരം ഞാൻ യാത്ര പറയുമ്പോൾ തന്റെ വെള്ളി വെറ്റിലച്ചെല്ലവും മടിയിൽ വച്ച് ഇളയ മകന്റെ സിത്താർ വായന ആസ്വദിക്കുകയായിരുന്നു ഹമീദ ബീഗം.

വിഭജനം കഴിഞ്ഞ് അഞ്ചുമാസം പിന്നിട്ടപ്പോൾ പാകിസ്ഥാനി നേതാക്കൾ ആശ്വസിച്ചു, ഇന്ത്യൻ തലസ്ഥാനമായ ഡൽഹിയിലുണ്ടായതുപോലെ രക്തരൂഷിതമായ വർഗീയ കലാപങ്ങൾ കറാച്ചിയിലുണ്ടായില്ലല്ലോയെന്ന്.

സിന്ധിനെ വിഭജിക്കാതെ മുഴുവനായി പാകിസ്ഥാന് കിട്ടിയിരുന്നു. ഹിന്ദുക്കൾ ആരും സിന്ധു വിട്ടുപോയിട്ടുമുണ്ടായിരുന്നില്ല. പുറമെ എല്ലാം ശാന്തമായിരുന്നു. ഒരേയൊരു പ്രശ്നം കറാച്ചിയിലെ ശ്വാസംമുട്ടിക്കുന്ന തിരക്കായിരുന്നു

1948 ജനുവരി 6. സിന്ധിലെ ഒരു ചെറുപട്ടണമായ നവാബ്ഷായിൽ നിന്ന് 200ഓളം സിക്കുകാർ ഇന്ത്യയിലേക്ക് പോകാനായി ട്രെയിൻ മാർഗം കറാച്ചിയിലെത്തി. സിക്കുകാരെ നേരെ തുറമുഖത്തെത്തിക്കണമെന്ന് നവാബ് ഷാ ഭരണകൂടം കറാച്ചിയിലേക്ക് സന്ദേശമയച്ചിരുന്നു. എവിടെയോ എന്തോ പിഴവ് സംഭവിച്ചതിനാൽ ആ സന്ദേശം കറാച്ചിയിലെത്തിയില്ല. ഒരുപക്ഷേ അത് മനഃപൂർവം സംഭവിച്ച പിഴവുമാകാം. അന്നു രാവിലെ കറാച്ചി ഭരണകൂടം സിക്കുകാരെ അടുത്തുള്ള ഗുരുദ്വാരയിലേക്ക് കൊണ്ടുപോയി. അവരുടെ വിശ്വാസത്തിന്റെ അടയാളമായ,

മനോഹരമായ തലപ്പാവുകൾ കറാച്ചിയിൽ തിക്കിത്തിരക്കുന്ന അഭയാർത്ഥികൾക്ക് തങ്ങൾ പഞ്ചാബിൽ നേരിട്ട പീഡനങ്ങളുടെ പ്രതീകങ്ങളായിരുന്നു. ഇത്തരമൊരവസരത്തിനു കാത്തിരിക്കുകയായിരുന്ന അഭയാർത്ഥികൾ ഗുരുദ്വാര വളഞ്ഞു. അവർ ഗുരുദ്വാരയ്ക്കു നേരെ കല്ലേറ് നടത്തി. ഒടുവിൽ അതിനു തീയിട്ടു. ഇതേതുടർന്ന് കറാച്ചി നഗരം മുഴുവൻ വർഗീയ കലാപം പൊട്ടിപ്പുറപ്പെട്ടു. അതുവരെ സുരക്ഷിതരായിരുന്ന കറാച്ചിയിലെ ഹിന്ദുസമൂഹം തങ്ങളുടെ വീടുകൾ ഉപേക്ഷിച്ച് ക്ഷേത്രങ്ങളിൽ അഭയം തേടി.

മാസങ്ങൾക്കുമുമ്പ് ഇന്ത്യയിൽനിന്ന് ഇതേ അവസ്ഥ നേരിടേണ്ടിവന്ന മുസ്ലീം അഭയാർത്ഥികൾ ലഹളബാധിത പ്രദേശങ്ങളിലെ ഉപേക്ഷിക്കപ്പെട്ട ഹിന്ദു ഭവനങ്ങൾ കൈയേറി. പാകിസ്ഥാൻ സെക്രട്ടറിയേറ്റിലെ അസംതൃപ്തരായ ഒരു വിഭാഗം ജീവനക്കാർ ആസൂത്രണം ചെയ്തു നടപ്പാക്കിയതാണ് കലാപമെന്നു കറാച്ചിയിലെ ഒരു ദിനപത്രത്തിന്റെ എഡിറ്ററായിരുന്ന എം.എസ്.എം ശർമ്മ പിന്നീട് അവകാശപ്പെട്ടു. ഉത്തരവാദികൾ ആരായിരുന്നാലും ഒരു ഹിന്ദുവിനും ഇനി പാകിസ്ഥാനിൽ തുടരാൻ ധൈര്യമുണ്ടാവില്ല എന്ന് പാകിസ്ഥാനിലെ ആദ്യ ഇന്ത്യൻ ഹൈക്കമ്മീഷണറായിരുന്ന ശ്രീ പ്രകാശ് എഴുതി. വ്യത്യസ്ത വിശ്വാസങ്ങളുടെ ഐക്യത്തോടെയുള്ള നിലനില്പിന് മാതൃകയായിരുന്ന സിന്ധിൽ നിന്ന് പ്രതിദിനം മുവ്വായിരത്തോളം എന്ന കണക്കിൽ ഹിന്ദുക്കൾ പലായനം ചെയ്തു തുടങ്ങി. കറാച്ചി തുറമുഖത്തെത്തിയ അവർ ഇന്ത്യയിലേക്ക് കടക്കാൻ വഴികൾ തേടി പരക്കം പാഞ്ഞു. ഇന്ത്യൻ സർക്കാർ ഒഴിപ്പിക്കൽ നടപടികൾ ഔദ്യോഗികമായി ആരംഭിച്ചു.

ഡൽഹിയിലെ കൂട്ടക്കൊലകളിൽ, നെഹ്രുവിന്റെ അപമാനഭാരത്തിനും ദുഃഖത്തിനും സാക്ഷിയായിരുന്ന ജിന്ന "അഭയാർത്ഥികൾ എന്റെ മുഖത്ത് കരിവാരിത്തേച്ചു" എന്ന് വിലപിച്ചു. കലാപങ്ങളിൽ "പാകിസ്ഥാനിൽ ഏറ്റവും അധികം ഞെട്ടിയ വ്യക്തി ജിന്നയായിരുന്നെന്ന്" എം.എസ്.എം ശർമ എഴുതി. ജിന്ന കുറെക്കൂടി ശ്രദ്ധിക്കണമായിരുന്നു എന്ന് ശർമയ്ക്ക് അറിയാമായിരുന്നു. എണ്ണമറ്റ മുസ്ലീങ്ങൾ വിഭജനത്തിന്റെ ദുരന്തഫലങ്ങൾ അനുഭവിച്ചവരായിരുന്നു. പാകിസ്ഥാനിലെ ഹിന്ദു ന്യൂനപക്ഷത്തോടുള്ള ജിന്നയുടെ മൃദുസമീപനത്തെ തങ്ങളോടുള്ള ചതിയായിട്ടാണ് മുസ്ലീം ഭൂരിപക്ഷം കണ്ടത്. ഹിന്ദുക്കൾ രാജ്യത്തുനിന്ന് പലായനം ചെയ്യുന്നതിനെക്കുറിച്ചു വിലപിച്ചുകൊണ്ടു സർക്കാർ പ്രസ്താവനകളിറക്കിയെങ്കിലും അവരെ തടയാൻ ഫലപ്രദമായി ഒന്നും ചെയ്തില്ല.

ഉത്തരേന്ത്യയിലെ മുസ്ലീം വ്യവസായികളും കച്ചവടക്കാരും പാകിസ്ഥാനെ ഒരു നല്ല അവസരമായാണ് കണ്ടത്. സിന്ധിലെ ധനികരും മികച്ച സംരംഭകരുമായ ഹിന്ദു കച്ചവടക്കാർ രാജ്യം വിട്ടാൽ തങ്ങൾക്കു ആ ഒഴിവു നികത്താൻ കഴിയുമെന്ന് അവർ കണക്കു കൂട്ടി. പണം

പലിശയ്ക്ക് കൊടുക്കുന്ന ഹിന്ദുക്കളോട് മുസ്ലീം ഭൂവുടമകൾക്ക് വെറുപ്പായിരുന്നു. (മിർസ ഖലീച്ച ബെഗ്, 1890ൽ എഴുതിയ മർച്ചന്റ് ഓഫ് വെനീസിന്റെ സിന്ധി പതിപ്പിൽ ഷൈലോക്കിനെ ഒരു ഹിന്ദുവായിട്ടാണ് ചിത്രീകരിച്ചിരിക്കുന്നത്).

അവസരവാദികളായ കച്ചവടക്കാർക്കും കടക്കെണിയിലായ മുസ്ലീം ഭൂവുടമകൾക്കും ഹിന്ദുക്കൾ സിന്ധിൽ നിന്ന് പലായനം ചെയ്യുന്നതു കൊണ്ട് നേട്ടം മാത്രമേ ഉണ്ടായിരുന്നുള്ളൂ. മനഃപൂർവമാണെങ്കിലും അല്ലെങ്കിലും ജനുവരി 6 ലെ കലാപം എല്ലാത്തിനുമുള്ള ഉത്തരമായി.

പാകിസ്ഥാനിലെ മുൻനിര ഇംഗ്ലീഷ് പത്രവും മുസ്ലീംലീഗിന്റെ മുഖപത്രവുമായി മാറിക്കഴിഞ്ഞിരുന്ന 'ഡോൺ', സംശയത്തിന്റേതായ അന്തരീക്ഷം സൃഷ്ടിക്കുന്നതിലും ഹിന്ദുക്കൾക്ക് പാകിസ്ഥാനിൽ തങ്ങൾ അന്യരാണെന്ന തോന്നൽ വരുത്തുന്നതിലും പ്രധാന പങ്കു വഹിച്ചു. അത് ഹിന്ദുക്കളുടെ പലായനം വേഗത്തിലാക്കാൻ സഹായിച്ചു. 1948 ജനുവരിയിൽ കറാച്ചി തുറമുഖത്തുനിന്നു ബോട്ടുകളിൽ ഇന്ത്യയിലേക്ക് രക്ഷപ്പെടുന്ന ഹിന്ദുക്കൾ ജയ്ഹിന്ദ് വിളികളോടെ തങ്ങളുടെ 'ജിന്നതൊപ്പികൾ' കടലിലെറിഞ്ഞു കളയുന്നത് കാണാമായിരുന്നു എന്ന് പത്രം എഴുതി.

ഫെബ്രുവരിയിൽ, ഹിന്ദുക്കളുടെ കളവുപോയ വസ്തു വകകൾ വീണ്ടെടുത്തു കൊടുക്കാനുള്ള സർക്കാർനീക്കത്തെക്കുറിച്ച് അവർ സങ്കടപ്പെട്ടു. മാർച്ചിൽ, 'ഹിന്ദുക്കൾ പാകിസ്ഥാനികളെപ്പോലെ സഹകരിക്കാൻ തയ്യാറാകണമെന്ന' ജിന്നയുടെ അഭ്യർത്ഥനയെ ഭീഷണിയിൽ പൊതിഞ്ഞ് അവർ റിപ്പോർട്ട് ചെയ്തു. ഏപ്രിലിൽ, കറാച്ചി കോർപ്പറേഷൻ വിഭജനത്തിനുമുമ്പ് നടത്തിയ ഒരു നിയമനിർമാണം അട്ടിമറിക്കാനുള്ള ഒരു പ്രമേയത്തെ അവർ പിന്തുണച്ചു. കറാച്ചി കോർപ്പറേഷന്റെ മേയർസ്ഥാനം മുസ്ലീങ്ങൾക്കും അമുസ്ലീങ്ങൾക്കും മാറിമാറി നൽകണമെന്നായിരുന്നു വിഭജനത്തിനു മുമ്പുള്ള വ്യവസ്ഥ.

സിന്ധ് ഒബ്സർവേറിന്റെ ഹിന്ദു പത്രാധിപരെ മേയിൽ പുറത്താക്കിയ നടപടിയെ 'ഡോൺ' ന്യായീകരിച്ചു. പാകിസ്ഥാനെ പ്രകോപിപ്പിക്കാനും നാണം കെടുത്താനുമാണ് ഹിന്ദുക്കൾ രാജ്യം വിടുന്നതെന്ന് ജൂണിൽ അവരെഴുതി. ജൂലൈയിൽ ഹിന്ദുക്കൾ തിരികെ വരാൻ തുടങ്ങിയപ്പോൾ ഇന്ത്യയിൽ പലയിടത്തും അവരെ സ്വീകരിക്കുന്നില്ല എന്ന് ആ പത്രമെഴുതി. അമുസ്ലീങ്ങളെ വീണ്ടും രാജ്യത്തു പ്രവേശിക്കാൻ അനുവദിച്ച സർക്കാർയുക്തിയെ അവർ വിമർശിച്ചു. പാകിസ്ഥാനെ അലോസരപ്പെടുത്താനും കുഴപ്പങ്ങൾ ഉണ്ടാക്കാനും വേണ്ടിയാണ് ഹിന്ദുക്കൾ സിന്ധ് അതിർത്തിയിൽ കൂട്ടം കൂടുന്നതെന്ന് ആഗസ്റ്റിൽ അവർ ആരോപിച്ചു. സെപ്റ്റംബറിൽ അഭയാർത്ഥികളെ അവർ "ഓടിപ്പോയ ഹിന്ദുക്കൾ" എന്ന് വിശേഷിപ്പിച്ചു. പ്രാദേശിക ഇന്ത്യൻ പത്രങ്ങൾ പലതും ഇതേ രീതി പിന്തുടർന്നു. ജിന്ന സ്ഥാപിച്ച, ദേശീയ നേതാക്കളുടെ

കാഴ്ചപ്പാടുകളെ പ്രതിനിധീകരിക്കുന്ന പത്രം അല്പം കൂടി വകതിരിവ് കാണിക്കേണ്ടതായിരുന്നു.

1948 അവസാനമായപ്പോഴേക്കും സിന്ധിലെ ഹിന്ദു ജനസംഖ്യയുടെ അഞ്ചിൽ നാലും അതായത് ഏകദേശം 10 ലക്ഷത്തോളം പേർ ഇന്ത്യയിലേക്ക് കുടിയേറിയിരുന്നു.

കലാപം നടന്ന് ഒരു മാസത്തിനുള്ളിൽ അസാധാരണമായതെന്തോ നടക്കുന്നതായി സർക്കാരിന് തോന്നിയിരുന്നു. അത് മറ്റൊന്നുമായിരുന്നില്ല. ഓടിപ്പോകുന്ന ഹിന്ദുക്കളുടെ കൂട്ടത്തിൽ കറാച്ചിയിലെ ശുചീകരണത്തൊഴിലാളികളും ഉണ്ടായിരുന്നു. കറാച്ചി നിവാസികളുടെ പ്രതിഷേധവും ദുഃഖവും പരാതികളും നിറഞ്ഞ കത്തുകൾ ദിനംപ്രതി ഡോൺ പ്രസിദ്ധീകരിച്ചു. ഏഷ്യയിലെ ഏറ്റവും വൃത്തിയുള്ള നഗരം വൃത്തികേടിന്റെ പര്യായമായി മാറി. ബ്രിട്ടീഷ് ഭരണകാലത്ത് ദിവസവും കഴുകി വൃത്തിയാക്കിയിരുന്ന തെരുവുകൾ മാലിന്യക്കൂമ്പാരങ്ങളായി മാറി. കുട്ടികൾക്ക് നീന്താനും മീൻപിടിക്കാനും കഴിയുംവിധം തെളിനീരൊഴുകിയിരുന്ന ഓടകളിൽ മലിനജലം താളംകെട്ടി. രണ്ടായിരം ശുചീകരണതൊഴിലാളികൾക്കുള്ള ജോലിയുണ്ടായിരുന്നു നഗരത്തിൽ. എന്നാൽ അത് ചെയ്യാൻ മാത്രം ആളുണ്ടായിരുന്നില്ല.

1948 ഫെബ്രുവരി മാസം മുഴുവനും പാകിസ്ഥാൻ സർക്കാരിന്റെ ഓരോ മന്ത്രാലയങ്ങളും അവരുടെ നയങ്ങളെയും നേട്ടങ്ങളെയുംകുറിച്ച് മൂന്നു പേജ് വിശകലനം ഡോൺ പത്രത്തിൽ പ്രസിദ്ധീകരിക്കുന്നുണ്ടായിരുന്നു. ഫെബ്രുവരി 23ന് ആഭ്യന്തര മന്ത്രാലയത്തിന്റെ ഊഴമായിരുന്നു. “താഴ്ന്ന വിഭാഗക്കാരായ ആളുകൾ കൂട്ടത്തോടെ രാജ്യം വിടുന്നത് സിന്ധ് പ്രവിശ്യയുടെ സാമൂഹിക സാമ്പത്തികമേഖലകളിൽ കനത്ത ആഘാതമേല്പിച്ചിരിക്കുകയാണ്. അവരുടെ കൊഴിഞ്ഞുപോക്ക് നിയന്ത്രിക്കാനായി നിയമനടപടികൾ സ്വീകരിക്കാൻ സിന്ധ് സർക്കാർ നിർബന്ധിതമായിരിക്കുന്നു. പ്രവിശ്യയിലെ അവശ്യ സർവീസുകളിൽ അവരുടെ സേവനം അത്യന്താപേക്ഷിതമാണ്.”

‘താഴ്ന്ന വിഭാഗം’ എന്നതുകൊണ്ട് ഉദ്ദേശിക്കുന്നത് നീച ജാതിക്കാരായ ഹിന്ദുക്കളെയും മതം മാറ്റത്തിലൂടെ ക്രിസ്ത്യാനികളായവരെയുമാണ്. “അവശ്യസർവീസുകൾ” മറ്റൊന്നുമല്ല, ശുചീകരണം തന്നെ. പാകിസ്ഥാൻ അതിൻെറ പേര് സൂചിപ്പിക്കുന്നതുപോലെ പരിശുദ്ധമായിരുന്നില്ല. മാലിന്യങ്ങളെക്കൊണ്ടു നിറഞ്ഞു. അതുകൊണ്ടുതന്നെ, വൃത്തിയുള്ള തലസ്ഥാനം വേണമെന്ന ജനങ്ങളുടെ ആവശ്യം സർക്കാരിന് ചെവികൊള്ളാതിരിക്കാൻ കഴിയുമായിരുന്നില്ല.

1948ൽ ഹിന്ദുക്കൾ തികഞ്ഞ അമ്പരപ്പോടെയും ഞെട്ടലോടെയും ആണ് പാകിസ്ഥാന്റെ ഈ ആവശ്യത്തോട് പ്രതികരിച്ചത്. ഇന്ത്യൻ ഹൈക്കമ്മിഷണർ ശ്രീ പ്രകാശ് പാകിസ്ഥാൻ പ്രധാനമന്ത്രിയെ കണ്ടു. കക്കൂസുകളും റോഡുകളും വൃത്തിയാക്കാൻവേണ്ടിയല്ല ഹിന്ദുക്കളെ

ദൈവം സൃഷ്ടിച്ചതെന്ന് അദ്ദേഹം പ്രധാനമന്ത്രിയെ ഓർമിപ്പിച്ചു. "അവർ തിരിച്ചുവന്നില്ലെങ്കിൽ അത്തരം ജോലികൾ ആര് ചെയ്യുമെന്നായിരുന്നു പ്രധാനമന്ത്രിയുടെ മറുചോദ്യം. എല്ലാ ജാതിമത വിഭാഗത്തിലുംപെട്ടവർ സ്വന്തം കക്കൂസുകൾ സ്വയം വൃത്തിയാക്കണമെന്നത് ഗാന്ധിജിയുടെ ഒരു പ്രധാന സന്ദേശമായിരുന്നു. എന്നാൽ ഒരു വിഭാഗം പൗരന്മാർ രണ്ടാംതരക്കാരെന്നതായിരുന്നു പാകിസ്ഥാനിലെ ഭരണവർഗത്തിന്റെ മനോഭാവം.

സാദറിലെ സർക്കാർ നിർമിത പാർപ്പിടസമുച്ചയത്തിൽ ഞാനെത്തുമ്പോൾ അന്നത്തെ വ്രതാനുഷ്ഠാനം അവസാനിച്ചിരുന്നില്ല. വിഭജനത്തിനു ശേഷവും പാകിസ്ഥാനിൽ തുടർന്ന ഹിന്ദുക്കളായ ശുചീകരണത്തൊഴിലാളികളാണ് ഇവിടുത്തെ താമസക്കാരിലധികവും. അബദ്ധവശാൽ ഞാനെത്തുന്നത് ഒരു ശവസംസ്കാരച്ചടങ്ങിന്റെ മധ്യത്തിലേക്കായിരുന്നു. തൊണ്ണൂറു വയസ്സ് പിന്നിട്ട ഒരു ശുചീകരണത്തൊഴിലാളിയാണ് മരിച്ചത്. വെള്ളപുതപ്പിച്ച് ചെണ്ടുമല്ലിപ്പൂക്കൾ വിതറിയ മൃതദേഹം താഴത്തെ നിലയിൽ തറയിൽ കിടത്തിയിരിക്കുന്നു. ഒരു പുരോഹിതൻ പ്രാർത്ഥനകൾ ഉരുവിടുന്നു. പുറത്ത് മുറ്റത്ത് ഒരു തുണിപ്പന്തലിനു കീഴെ അയാളുടെ ബന്ധുക്കളും സുഹൃത്തുക്കളും ഇരിക്കുന്നു. എല്ലാവരും സർക്കാർ സർവീസിൽ ജോലിചെയ്തിട്ടുള്ളതോ ചെയ്തുകൊണ്ടിരിക്കുന്നതോ ആയ ശുചീകരണത്തൊഴിലാളികൾ. മരിച്ചയാളുടെ, പെൺമക്കൾ കരഞ്ഞുകൊണ്ടിരിക്കുന്നു. പെട്ടെന്ന് പുറത്ത് ഒരു തർക്കം പൊട്ടിപ്പുറപ്പെട്ടു.

ശുചീകരണത്തൊഴിലാളികളായ പഴയ തലമുറയും പുതിയ തലമുറയും തമ്മിലാണ് തർക്കം. പാകിസ്ഥാനിൽ ഇപ്പോഴും അവർക്കെതിരെ നിലനിൽക്കുന്ന വിവേചനമാണ് വിഷയം. പുരാതന ബ്രാഹ്മണ്യം പുലർത്തിവന്ന മനോഭാവമാണ് തങ്ങളുടെ ദുഃസ്ഥിതിക്കു കാരണമെന്ന് ക്ഷീണിത ശബ്ദത്തിൽ ഒരു വൃദ്ധൻ അഭിപ്രായപ്പെട്ടു. വൃത്തിയുള്ള പാന്റും ഷർട്ടും ധരിച്ച ഒരു ചെറുപ്പക്കാരൻ അതിനെ എതിർത്തു. തങ്ങളുടെ സമുദായം മുന്നേറ്റത്തിന്റെ പാതയിലാണെന്ന് അയാൾ അവകാശപ്പെട്ടു. അതിനിടയിൽ മറ്റൊരാൾ ഇടപെട്ടു. തങ്ങളുടെ സ്ഥിതി ഇപ്പോൾ പ്രായേണ മെച്ചമാണെന്നും കുട്ടികൾക്ക് വിദ്യാഭ്യാസം ലഭിക്കുന്നുണ്ടെന്നും അതുകൊണ്ട് അവർക്ക് മാളുകളിലും വലിയ ഹോട്ടലുകളിലും ശുചീകരണ ജോലികൾ ലഭിക്കുന്നുണ്ടെന്നും പറഞ്ഞു. അവസാനം വൃദ്ധനായ പുരോഹിതൻ സംസാരിച്ചുതുടങ്ങി; തെളിഞ്ഞ ഉറച്ച ശബ്ദത്തിൽ. അവരുടെ നേതാവായിരുന്ന മഗ്സി ഭഗവാനോട് ഇന്ത്യയിലേക്ക് പോയവരെ തിരിച്ചുകൊണ്ടുവരാൻ ജിന്ന ആവശ്യപ്പെട്ടത് അദ്ദേഹം ഓർമ്മിപ്പിച്ചു. ജിന്ന മഗ്സി ഭഗവാനോട് പറഞ്ഞുവത്രേ, "നിങ്ങളുടെ ആളുകൾ ഇന്ത്യയിലേക്ക് പോകാൻ പാടില്ല. പോയവർ നിർബന്ധമായും തിരിച്ചുവരണം. നിങ്ങൾക്കാവശ്യമുള്ളതെല്ലാം, വീടും ജോലിയും കുട്ടികൾക്ക് വിദ്യാഭ്യാസവും എല്ലാം ഞങ്ങൾ തരും."

വൃദ്ധപുരോഹിതൻ എന്റെ നേരെ തിരിഞ്ഞു. "ഈ ജോലിക്ക് ഒരു കുഴപ്പവും ഇല്ല. നിങ്ങളുടെ യൂറോപ്പിലും ഞാൻ താഴ്ന്ന ജാതിക്കാരെ കണ്ടിട്ടുണ്ട്." (പാശ്ചാത്യ രാജ്യങ്ങളിലും ഇത്തരം ജോലികൾ ചെയ്യുന്ന വരുണ്ട് എന്നാണ് അയാൾ ഉദ്ദേശിച്ചത്.) "മുസ്ലീങ്ങൾ പോലും വിദേശ രാജ്യങ്ങളിൽ പോയി ഈ ജോലി ചെയ്യുന്നു. എന്നാൽ പാകിസ്ഥാനിൽ അവർ ഇത് ചെയ്യില്ല, പ്രത്യേകിച്ചു മൊഹാജിറുകൾ."

മൊഹാജിറുകൾക്ക് എന്തൊക്കെ ചെയ്യാം, ചെയ്യാൻ പറ്റില്ല എന്ന താണ് പ്രശ്നത്തിന്റെ കാതൽ. മൊഹാജിർ എന്ന അറബി വാക്കിന്റെ അർത്ഥം അഭയാർത്ഥി, കുടിയേറ്റക്കാരൻ എന്നൊക്കെയാണ്. അതിനൊരു മതപരമായ അർത്ഥം കൂടിയുണ്ട്. എ.ഡി 622ൽ മതപീഡകരിൽ നിന്ന് രക്ഷപ്പെട്ട് പ്രവാചകൻ മുഹമ്മദ് മെക്കയിൽ നിന്ന് മദീനയിലേക്ക് പലായനം ചെയ്തപ്പോൾ അദ്ദേഹത്തെ അനുഗമിച്ച വിശ്വാസികളെയും ആ വാക്ക് സൂചിപ്പിക്കുന്നു. 1947ൽ ഉത്തരേന്ത്യയിൽ നിന്നും പാകിസ്ഥാനി ലെത്തിയ മുസ്ലീങ്ങൾ തങ്ങളെ 'മൊഹാജിർ' എന്ന് സ്വയം വിശേഷി പ്പിക്കുന്നു. പാകിസ്ഥാൻ എന്ന രാജ്യത്തിനുവേണ്ടി തങ്ങൾ സഹിച്ച ത്യാഗങ്ങൾ മറ്റുള്ളവരെ ഇടയ്ക്കിടയ്ക്ക് ഓർമ്മിപ്പിക്കാൻ അതു പകരിക്കുന്നു. തക്കതായ നഷ്ടപരിഹാരത്തിന് അർഹരാണെന്നും അവർ കരുതുന്നു. ഹിന്ദുക്കൾ ഉപേക്ഷിച്ച വീട്, സർക്കാർ ജോലി, ഭേദപ്പെട്ട ആനുകൂല്യങ്ങൾ അങ്ങനെ എന്തെങ്കിലും.

എണ്ണം വച്ചുനോക്കുകയാണെങ്കിൽ സാംസ്കാരിക തുടർച്ചയും സുരക്ഷിതത്വവും അഭയാർത്ഥികൾക്കായിരുന്നു. വിഭജനത്തിനു മുമ്പ് അഭയാർഥികളുടെ ഭാഷയായ ഉറുദു സംസാരിച്ചിരുന്നത് കറാച്ചിയിൽ വെറും ആറ് ശതമാനം മാത്രമായിരുന്നു.

1947ൽ കറാച്ചി നഗരം അഭയാർത്ഥികളെക്കൊണ്ട് നിറഞ്ഞു. അവിടെ സ്ഥിരതാമസക്കാരായിരുന്ന സിന്ധികളും ബലൂചികളും അഭയാർത്ഥി ഭാഷയായ ഉറുദു പഠിക്കാൻ നിർബന്ധിതരായി. പുരാതന ഡൽഹിയിലെ അധ്യാപകരും കച്ചവടക്കാരും സ്കൂൾ കുട്ടികളുമടക്കം എല്ലാവരും കറാച്ചി യിലേക്ക് ചേക്കേറിയിരുന്നു. വിഭജനത്തിനു തൊട്ടുമുമ്പുള്ള മാസങ്ങളിൽ ഇന്ത്യയിലെ പത്രങ്ങളിൽ നിറയെ പകരത്തിനുപകരം എന്ന തരത്തി ലുള്ള പരസ്യങ്ങളായിരുന്നു. ഈ രാജ്യത്തെ കച്ചവടത്തിന് പകരം ആ രാജ്യത്തു കച്ചവടം, വീടിനു പകരം വീട്. കടയ്ക്കു പകരം കട... ഈ രീതിയിലായിരുന്നു പരസ്യങ്ങൾ. മിക്ക അഭയാർത്ഥികൾക്കും പ്രത്യേകിച്ചും ചെറുപ്പക്കാർക്ക് ഈ കുടിയേറ്റങ്ങൾ അത്ര വിഷമകരമായി രുന്നില്ല. കുടിയേറ്റക്കാരായ ബിസിനസ്സുകാർക്ക് ഇന്ത്യയിൽ ലഭിക്കുമായി രുന്നതിനേക്കാൾ എളുപ്പത്തിൽ ആകർഷകമായ കരാറുകൾ പാകി സ്ഥാനിൽ ലഭിച്ചു. പാകിസ്ഥാനിലെത്തിയ ചില അഭയാർത്ഥികൾ വളരെ പെട്ടെന്ന് ധനാഢ്യരായി മാറി.

എന്നാൽ എല്ലാവരിലും ഇത്തരം സൗഭാഗ്യങ്ങൾ ചൊരിയാൻ പാകിസ്ഥാന് കഴിഞ്ഞില്ല. 1948 ആയപ്പോഴേക്കും പാകിസ്ഥാന്റെ സൃഷ്ടി

കൊണ്ട് തങ്ങൾക്കു കാര്യമായ നേട്ടമൊന്നും ഉണ്ടായില്ല എന്ന് സിന്ധികൾക്കു തോന്നിത്തുടങ്ങി. അവരുടെ മാതൃഭൂമിയെ പൂർണമായും പാകിസ്ഥാൻ വിഴുങ്ങിയതിൽ കഠിനമായ വെറുപ്പ് തോന്നിത്തുടങ്ങിയിരുന്നു. പതിവുപോലെ ഈ വികാരം ഡോൺ മണത്തറിഞ്ഞു. അവർ സിന്ധികളെ ശാസിച്ചു. പാകിസ്ഥാൻ സൃഷ്ടിക്കപ്പെട്ടില്ലായിരുന്നെങ്കിൽ സിന്ധും സിന്ധികളും എവിടെപ്പോകുമായിരുന്നു എന്ന് അവർ ചോദിച്ചു. തർക്കങ്ങളും വഴക്കുകളും ഒഴിവാക്കി സഹോദരങ്ങളെപ്പോലെ സഹവർത്തിക്കാൻ അവർ യാചിച്ചു. പഞ്ചാബിൽ നിന്നെത്തിയ അഭയാർത്ഥികളുടെ യാതനകൾ എല്ലാവരും മനസ്സിലാക്കണമെന്നും ഒറ്റപ്പെട്ട ചില മോശം പെരുമാറ്റങ്ങളുടെ പേരിൽ വിധിയെഴുതരുതെന്നും ഡോൺ അഭ്യർത്ഥിച്ചു. ജനങ്ങൾക്കൊപ്പം എന്നതുപോലെതന്നെ ഡോൺ സർക്കാരിനൊപ്പവും നിന്നു.

അഭയാർത്ഥികളായി, ഇന്ത്യയിൽ നിന്നെത്തിയ രാഷ്ട്രീയക്കാർക്ക് അധികാരത്തിലേക്ക് സുഗമമായി നടന്നുകയറാൻ അന്ന് സിന്ധി ഭരണകൂടത്തിന് നേതൃത്വം കൊടുത്തിരുന്ന മുഹമ്മദ് അയൂബ് ഖുഹ്രു ഒരു തടസ്സമായിരുന്നു. സിന്ധിലെ വലിയൊരു ഭൂവുടമയായിരുന്ന ഖുഹ്രു ഒരു തികഞ്ഞ രാഷ്ട്രീയക്കാരൻ കൂടിയായിരുന്നു. മുസ്ലീംലീഗിൽ ഏറെ നാൾ പ്രവർത്തന പരിചയവുമുണ്ടായിരുന്നു. (21വയസ്സു മുതൽ രാഷ്ട്രീയത്തിൽ സജീവമായിരുന്നു ഖുഹ്രു). പ്രാദേശിക രാഷ്ട്രീയത്തിൽ നല്ല ബന്ധങ്ങളുണ്ടായിരുന്ന ഖുഹ്രുവിന് സിന്ധ് ശക്തമായ രാഷ്ട്രീയ അടിത്തറയായിരുന്നു. നിർഭാഗ്യവശാൽ കറാച്ചിയെ സിന്ധിൽനിന്നു വേർപ്പെടുത്തണോ വേണ്ടയോ എന്ന വിഷയത്തിലുണ്ടായ അഭിപ്രായവ്യത്യാസത്തെത്തുടർന്ന് അദ്ദേഹം ജിന്നയുമായി പിണങ്ങി. കറാച്ചിയെ സിന്ധിൽനിന്നും വേർപ്പെടുത്താനുള്ള നിർദേശത്തെ സിന്ധി ഭരണകൂടം ഒറ്റക്കെട്ടായി എതിർക്കുകയും ചെയ്തു. 1948 ഏപ്രിൽ 26ന് ഖുഹ്രുവിനെ സർക്കാർ പിരിച്ചുവിട്ടു. കാരണം അഴിമതിയും ദുർഭരണവും. എണ്ണമറ്റ ആരോപണങ്ങളായിരുന്നു ഖുഹ്രുവിനെതിരെ സർക്കാർ ഉയർത്തിയത്. മിക്കതും ശുദ്ധ അസംബന്ധങ്ങളുമായിരുന്നു. സർക്കാരിന്റെ ഏകാധിപത്യ പ്രവണതകൾ മെല്ലെ മെല്ലെ പുറത്തുവന്നു തുടങ്ങി.

ഒരുതരത്തിലുള്ള എതിർശബ്ദങ്ങളും പാകിസ്ഥാൻ സർക്കാരിന് ഉൾക്കൊള്ളാൻ കഴിഞ്ഞില്ല. ജൂൺ 15ന് ഖുഹ്രുവിന്റെ അറസ്റ്റിന് ആറാഴ്ചയ്ക്കുശേഷം സിന്ധിലെ മറ്റൊരു രാഷ്ട്രീയപ്രവർത്തകനായിരുന്ന ജി.എം. സയ്യിദിനെ വീട്ടുതടങ്കലിലാക്കി. ബ്രിട്ടീഷുകാർ പിന്തുടർന്നു വന്ന ഏകാധിപത്യ രീതികളിലേക്കാണ് പാകിസ്ഥാൻ ഭരണകൂടം നീങ്ങുന്നതെന്ന് അമേരിക്കൻ എംബസ്സിയിലെ ഉദ്യോഗസ്ഥൻ വാഷിങ്ങ്ടണിലേക്ക് അയച്ച കത്തിൽ എഴുതി. ഇപ്പോഴത്തെ ഏകാധിപത്യരീതികൾ ഭാവിയിലെ സാധാരണ നടപടിക്രമങ്ങളായി മാറിയേക്കാമെന്നും കത്തിൽ സൂചിപ്പിക്കുന്നു. വരാനിരിക്കുന്ന പ്രശ്നങ്ങളെക്കുറിച്ചുള്ള കൃത്യമായ പ്രവചനമായിരുന്നു അത്.

മുഹമ്മദ് അയൂബ് ഖുഹ്രുവിന്റെ മകൾ ഹമീദ ക്ലിഫ്ടണിൽ, വലിയ അലങ്കാരപ്പനകൾ കുടപിടിക്കുന്ന, വിശാലമായ തെരുവിലെ ഖുഹ്രു അപ്പാർട്ട്മെന്റിലായിരുന്നു താമസിച്ചിരുന്നത്. ഹമീദ ഖുഹ്രു പാകിസ്ഥാനിലെ അറിയപ്പെടുന്ന ഒരു വ്യക്തിത്വമായിരുന്നു. ചിത്രങ്ങളാൽ അലങ്കരിക്കപ്പെട്ട അവരുടെ പ്രസന്നമായ സ്വീകരണമുറിയിലിരുന്ന് അവർ എന്നോട് സംസാരിച്ചു. മുഹമ്മദ് അയൂബ് ഖുഹ്രു ശക്തനും ജനപ്രിയനുമായിരുന്നു. അതുകൊണ്ടുതന്നെ അധികാരത്തിൽ നിന്ന് ഒരുപാടുകാലം അദ്ദേഹത്തെ മാറ്റിനിർത്താൻ കഴിയുമായിരുന്നില്ല. അദ്ദേഹത്തിന്റെ മകൾ ചരിത്രം പഠിച്ചു പ്രൊഫസറായി. പിതാവിന്റെ പേരിലുയർന്ന ആരോപണങ്ങളുടെ സത്യാവസ്ഥയെക്കുറിച്ച് പുസ്തകമെഴുതി പ്രസിദ്ധീകരിച്ചു. അങ്ങനെ അദ്ദേഹത്തിന്റെ പേരിലുണ്ടായ കറ അവർ മായ്ച്ചുകളഞ്ഞു. ഹമീദ രാഷ്ട്രീയത്തിൽ പിതാവിന്റെ പിൻഗാമിയായി.

പാകിസ്ഥാനിലെ ഇപ്പോഴത്തെ അലങ്കോലപ്പെട്ട അവസ്ഥയെക്കുറിച്ചു സംസാരിക്കാൻ അവർക്ക് യാതൊരു മടിയും ഉണ്ടായിരുന്നില്ല. സിന്ധിലെ പ്രമാണിമാരെപ്പോലെ ബ്രിട്ടീഷ് ഭരണകാലത്തെക്കുറിച്ചോ അതവസാനിച്ചതിലോ അവർക്കു യാതൊരു ഗൃഹാതുരതയുമില്ല. ഭരണ നിലവാരത്തകർച്ചയിൽ പാകിസ്ഥാൻ സർക്കാരിനെ അവർ കുറ്റപ്പെടുത്തുന്നില്ല. പാകിസ്ഥാനിലെ ഏകാധിപത്യ പ്രവണതയ്ക്ക് അവർ കുറ്റപ്പെടുത്തുന്നതു മറ്റാരെയുമല്ല, ജിന്നയെ തന്നെയാണ്.

1947ൽ ഹമീദയ്ക്ക് മാത്രമല്ല അവരെപ്പോലുള്ള നിരവധി കറാച്ചിക്കാർക്ക് 'പാകിസ്ഥാൻ' ഒരു വല്ലാത്ത അടിയായിരുന്നു. നിരാശനായ ഒരു അഭയാർത്ഥി വിശേഷിപ്പിച്ചത് 'ഹിമാലയൻ മണ്ടത്തരം' എന്നാണ്. പാകിസ്ഥാൻ ഒരു തെറ്റായിരുന്നുവെന്ന് ഹമീദയുടെ പിതാവ് ഒരിക്കലും സമ്മതിച്ചിരുന്നില്ല. എന്നാൽ 1947ൽ വെറും പതിനൊന്നു വയസ്സ് മാത്രം പ്രായമുണ്ടായിരുന്ന ഹമീദ പാകിസ്ഥാൻ രൂപീകരണത്തിൽ ഒരുപാടു സങ്കടപ്പെട്ടു. കറാച്ചിയെന്ന കടലോര നഗരത്തിലെ ഒഴിഞ്ഞ ബീച്ചുകളും മനോഹരമായ കെട്ടിടങ്ങളും ട്രാമുകളും എല്ലാമായിരുന്നു ഹമീദയുടെ ലോകം. ആ പ്രദേശത്തെ ഒരു പ്രമാണികുടുംബത്തിലെ അവകാശിയെന്ന നിലയിൽ അവർ ആ ലോകത്തിന്റെ കേന്ദ്രബിന്ദുവായിരുന്നു. അപ്പോഴാണ് വിഭജനം വരുന്നത്. സുഖകരമായ, സുരക്ഷിതമായ കറാച്ചി ഇല്ലാതായി. പകരം ഒരിക്കലും അവസാനിക്കാത്ത പ്രശ്നങ്ങളുടെ, ദുഃഖിതരും നിരാശരുമായ മനുഷ്യരുടെ, പുതിയ ലക്ഷ്യങ്ങളും ആഗ്രഹങ്ങളുമായി ഡൽഹിയിൽ നിന്നെത്തിയ രാഷ്ട്രീയക്കാരുടെ, അവരുടെ സുന്ദരികളായ ഭാര്യമാരുടെ നഗരമായി കറാച്ചി മാറി.

സ്കൂളിലെ ഹിന്ദുക്കളായ സുഹൃത്തുക്കൾ ഒന്നും പറയാതെ പെട്ടെന്നൊരു ദിവസം ഇന്ത്യയിലേക്ക് അപ്രത്യക്ഷരായത് ഹമീദ ഓർക്കുന്നു. അവർക്കു പകരം വന്ന അഭയാർത്ഥിക്കുട്ടികൾ അവർ വിട്ടുപോന്ന ഇന്ത്യൻ നഗരങ്ങളുടെ സൗന്ദര്യത്തെയും മഹത്വത്തെയും കുറിച്ച് പൊങ്ങച്ചം പറഞ്ഞുകൊണ്ടിരുന്നു. അതിനേക്കാൾ കഷ്ടമായിരുന്നു, മുസ്ലീംലീഗിന്റെ

ഇസ്ലാമിന്റെ സ്വന്തം രാജ്യം എന്ന സങ്കല്പവും പാകിസ്ഥാനെന്ന യാഥാർത്ഥ്യവും തമ്മിലുള്ള അന്തരം. ദാരിദ്ര്യവും ഒരിക്കലും അവസാനിക്കാത്ത പ്രശ്നങ്ങളും ഉള്ള രാജ്യം, ആഴത്തിൽ വേരോടിയ ഇസ്ലാമിക ദർശനത്തിൽ പടുത്തുയർത്തിയ സ്വർണം പാകിയ തെരുവുകളുള്ള രാജ്യം തുടക്കത്തിലേ തന്നെ അപ്രായോഗികമാണെന്നു തെളിഞ്ഞു.

ഒരു പുതിയ രാജ്യം എന്ന നിലയ്ക്ക് സ്വന്തമായി ഒരു അർത്ഥവും അസ്തിത്വവും കണ്ടെത്താനുള്ള ശ്രമത്തിലായിരുന്നു പാകിസ്ഥാൻ. സർക്കാർ നിയോഗിച്ച ചരിത്രകാരന്മാർ പുതിയ രാജ്യത്തിന് ചേരുംവിധം ഇൻഡോ മുസ്ലീംചരിത്രം പുനർനിർമിക്കാൻ തുടങ്ങി. അതിനു നായകന്മാർ വേണം. അവർ രാജ്യസ്ഥാപകനായ ജിന്നയിലേക്ക് തിരിഞ്ഞു. ജീവിച്ചിരിക്കുമ്പോൾതന്നെ ജിന്ന ദേശീയപ്രതീകമായി, നിസ്വാർത്ഥനായ, സ്വയം നിയന്ത്രിതനായ, സർവോപരി ഇസ്ലാംമത വിശ്വാസിയായ ജിന്ന. പാകിസ്ഥാനിലെ സ്കൂൾ കുട്ടികൾ ദേശീയനേതാക്കൾ എന്ന പേരിൽ പഠിക്കുന്ന ഒരു പോസ്റ്ററിൽ കുറെ കർഷകത്തൊഴിലാളികളുമായി വാഗ്ദത്ത ഭൂമിയിലേക്ക് മാർച്ച് ചെയ്യുന്ന ജിന്നയുടെ ചിത്രവും കാണാം. യഥാർത്ഥജിന്നയെ പാകിസ്ഥാൻ സൗകര്യപൂർവം മറന്നുകളഞ്ഞു. 'ഡോണിലെ പാഴ്സി കോളമിസ്റ്റായ അർദ്ധേശ്വർ കാവസ്ജി എന്നെ ഒരു ചിത്രം കാണിച്ചുതന്നു. ജിന്നയുടെ അപൂർവമായ ഒരു ചിത്രം. സവിലെറാസ്യൂട്ട് ധരിച്ച, തന്റെ വളർത്തുനായകളോടൊപ്പം ചുണ്ടിൽ കടിച്ചുപിടിച്ച സിഗരറ്റുമായി പുൽത്തകിടിയിൽ ഇരിക്കുന്ന ജിന്നയുടെ ചിത്രം. (ഇസ്ലാംനിയമമനുസരിച്ച് നായ്ക്കൾ അശുദ്ധമാണ്, ഇസ്ലാമിന് വിരുദ്ധമാണ്.)

പാകിസ്ഥാൻ പ്രസിഡന്റ് ജനറൽ മുഷറഫിന്റെ ഓഫീസിലെ ചുമരിൽ ഈ ചിത്രം തൂങ്ങിക്കിടപ്പുണ്ടെന്ന് കാവസ്ജി എന്നോട് പറഞ്ഞു. എന്നാൽ ഭൂരിപക്ഷം പാകിസ്ഥാനി പൗരന്മാർക്കും അറിയാവുന്നത് ഔദ്യോഗികമായി അംഗീകരിക്കപ്പെട്ട ജിന്നയെയാണ്. നിവർന്ന ശരീരവും നിർവികാരമായ മുഖവും അടിമുടി ഇസ്ലാമിക വേഷവിധാനവുമായി നിൽക്കുന്ന ജിന്നയെ. രാജ്യത്തിന് നൽകിയ ഈ പ്രതിച്ഛായ എന്തുതന്നെയായാലും അത് ജിന്നയുടെ ആത്മസ്വരൂപമായിരുന്നില്ല. എന്നാൽ അതിനു ജിന്നയുടെ പൂർണസമ്മതം ഉണ്ടായിരുന്നിരിക്കണം. രാജകീയ ശൈലിയിൽ ഖയ്ദ ഇ അസം (മഹാനായ നേതാവ്) എന്നറിയപ്പെടാൻ തയ്യാറാണെന്ന് 1938ൽ ജിന്ന തന്റെ സഹപ്രവർത്തകരോട് സമ്മതിച്ചിരുന്നു.

1948ൽ സ്റ്റേറ്റ് ബാങ്ക് ഓഫ് പാകിസ്ഥാന്റെ ഉദ്ഘാടനചടങ്ങിന് ജിന്ന എത്തിയതിനെക്കുറിച്ച് അദ്ദേഹത്തിന്റെ ഔദ്യോഗിക ജീവചരിത്രകാരൻ വിവരിക്കുന്നത് ഇങ്ങനെയാണ്, "വിഭജനത്തിനു മുമ്പുണ്ടായിരുന്നത് പോലെ, വൈസ്രോയിയുടെ അംഗരക്ഷകർ ധരിക്കുന്നതുപോലുള്ള ചുവന്ന യൂണിഫോം അണിഞ്ഞ, അംഗരക്ഷകരുടെ അകമ്പടിയോടെ വൈസ്രോയിയുടെ പ്രൗഢമായ കോച്ചിൽ..." അങ്ങനെ പോകുന്നു ആ വർണനകൾ. തന്റെ ചുറ്റുമുണ്ടാകുന്ന അധികാര കേന്ദ്രീകരണത്തെ

അദ്ദേഹം പ്രോത്സാഹിപ്പിച്ചു. ഒരു രാജാവിനോടെന്നതുപോലെ തന്നോട് മറ്റുള്ളവർ പെരുമാറുന്നത് തടയാൻ അദ്ദേഹം ഒന്നും ചെയ്തില്ല. സ്വാതന്ത്ര്യസമരം ഒരു വിദേശാധിപത്യത്തിൽ നിന്നുള്ള മോചനത്തിനു വേണ്ടി മാത്രമായിരുന്നില്ല, മറിച്ചു ഏകാധിപത്യത്തിൽ നിന്നുള്ള മോചന ത്തിനുവേണ്ടി കൂടിയായിരുന്നു എന്ന വസ്തുത ജിന്ന മറന്നുപോയി. വ്യക്തമായി പറഞ്ഞാൽ ജനാധിപത്യത്തോടുള്ള ഭയത്തിൽ നിന്ന്, ഭൂരിപക്ഷം ഹിന്ദുക്കളുടെ വോട്ടവകാശത്തോടുള്ള ഭയത്തിൽ നിന്ന്, ന്യൂനപക്ഷ മുസ്ലീങ്ങൾക്ക് വോട്ടവകാശം കിട്ടിയില്ലെങ്കിലോ എന്ന ആശങ്ക യിൽ നിന്നാണ് പാകിസ്ഥാൻ നിലവിൽ വരുന്നത്.

സ്വാതന്ത്ര്യ പ്രഖ്യാപനത്തിനുശേഷമുള്ള മാസങ്ങളിൽ തന്റെ തന്നെ സൃഷ്ടിയായ പാകിസ്ഥാനെന്ന വലിയ പ്രശ്നത്തെ നേരിടാൻ വിഷ മിക്കുകയായിരുന്നു ജിന്ന. മുസ്ലീങ്ങൾക്ക് സ്വന്തമായൊരു രാജ്യം, എന്നാൽ മൊല്ലമാരുടെ ഇസ്ലാമികവൽക്കരണത്തിൽ നിന്ന് അതിനെ രക്ഷിക്കു കയും വേണം. ഈയൊരു പ്രതിസന്ധിയായിരുന്നു ജിന്നയ്ക്ക് നേരിടേണ്ടി വന്നത്. പുതിയ രാജ്യത്തിന് രാഷ്ട്രീയ സ്ഥിരത നൽകാൻ യുക്തിഭദ്ര മായ ചിന്തകളും പ്രവർത്തനങ്ങളും വേണമായിരുന്നു. അതിനു സമയവും ആവശ്യമായിരുന്നു. അപ്പോഴേക്കും ജിന്ന ഗുരുതരമായ ക്ഷയരോഗത്തി നടിമയായി മാറിക്കഴിഞ്ഞിരുന്നു. ഒപ്പം ശ്വാസകോശ അർബുദവും ബാധിച്ചു. ഗുരുതരമായ രോഗാവസ്ഥയിൽ സ്വന്തം ജനങ്ങളിൽ നിന്നകന്നു ജിന്ന ഗവർണർ ബംഗ്ലാവിന്റെ പ്രൗഢിയിൽ ഒളിച്ചു. തന്നെ വലയം ചെയ്തിരുന്ന, യാതൊരു തത്ത്വദീക്ഷയുമില്ലാത്ത, അവസരവാദികളായ രാഷ്ട്രീയക്കാരെക്കുറിച്ചു നല്ല ബോധമുണ്ടായിരുന്ന ജിന്നയ്ക്ക്, അവരിൽ നിന്ന് രാജ്യത്തെ സുരക്ഷിതമാക്കാൻ എന്തെങ്കിലും ചെയ്തേ തീരൂ എന്ന് തോന്നി.

ഒരു വക്കീലെന്ന നിലയിൽ എഴുതി തയ്യാറാക്കിയ ഭരണഘടനയുടെ പ്രാധാന്യം അദ്ദേഹത്തിന് അറിയാമായിരുന്നു. അത് അദ്ദേഹത്തിന്റെ ഏറ്റവും പ്രധാനപ്പെട്ട പരിഗണന വിഷയമായി മാറിയതിനെക്കുറിച്ചു സഹോദരി ഫാത്തിമ പിന്നീട് വിവരിച്ചിട്ടുണ്ട് "പാകിസ്ഥാനെ ഐക്യ ത്തിൽ നിലനിർത്താൻ അദ്ദേഹം ഭ്രാന്തമായി ജോലി ചെയ്തു", ഫാത്തിമ എഴുതി. എന്നാൽ 1948 ജൂണിൽ പാകിസ്ഥാൻ രൂപീകരണത്തിന് ഒരു വർഷം പൂർത്തിയാകും മുമ്പേ ജിന്ന മലമുകളിലെ വിശ്രമകേന്ദ്രത്തിലേക്ക് താമസം മാറ്റി. അദ്ദേഹം മരിച്ചുകൊണ്ടിരിക്കുകയായിരുന്നു. മൂന്നുമാസ ങ്ങൾക്കു ശേഷം ജിന്നയെ അടിയന്തിര ചികിത്സയ്ക്കായി കറാച്ചിയിലേക്ക് കൊണ്ടുവന്നു. വിമാനത്താവളത്തിൽ നിന്ന് വസതിയിലേക്കുള്ള യാത്രാ മധ്യേ ആംബുലൻസ് കേടായി.

ഒരു മണിക്കൂറോളം നഗരത്തിനു വെളിയിൽ ഒരു അഭയാർത്ഥി ക്യാമ്പി നരികെ ജിന്ന കിടന്നു. അന്നു രാത്രി അദ്ദേഹം മരിച്ചു. ഒരു തകർന്ന മനുഷ്യനായിട്ടല്ലെങ്കിലും തീർത്തും നിരാശനായിരുന്നു അദ്ദേഹം. അവിഭാജ്യ പഞ്ചാബും ബംഗാളും അദ്ദേഹം ആഗ്രഹിച്ചിരുന്നു. കാശ്മീരും

ജുനഗഡും കിട്ടുമെന്ന് പ്രതീക്ഷിച്ചിരുന്നു. ധാർമിക വിജയം തന്റേതാണെന്നു സമർത്ഥിക്കാൻ അദ്ദേഹം യത്നിച്ചു. 1948ൽ അദ്ദേഹത്തിന്റെ ജനത കിടക്കാനിടമില്ലാത്ത, ദിശാബോധം നഷ്ടപ്പെട്ട കലി ബാധിച്ച ഒരാൾക്കൂട്ടമായിരുന്നു. കേന്ദ്രസർക്കാർ സിന്ധികളുമായി നിരന്തര സംഘർഷത്തിലായിരുന്നു. അഭയാർത്ഥികൾ തദ്ദേശീയരുമായി അസ്വാരസ്യങ്ങളിലായിരുന്നു. രാജ്യം ഒന്നടങ്കം അയൽരാജ്യവുമായി യുദ്ധത്തിലായിരുന്നു.

വിഭജനത്തെക്കുറിച്ചു ഓർമ്മിക്കുന്നവരെല്ലാം തന്നെ ജിന്ന മരിച്ചപ്പോഴുണ്ടായ വികാരപ്രകടനങ്ങളും ഓർക്കുന്നു. രാജ്യത്ത് നാല്പതു ദിവസത്തെ ദുഃഖാചരണം പ്രഖ്യാപിച്ചു. ഡോൺ 40 ലക്കങ്ങൾ കറുത്ത ബോർഡറുമായാണ് പ്രസിദ്ധീകരിച്ചത്. ഔദ്യോഗികമായി മരണകാരണം ഹൃദയാഘാതം എന്നാണ് രേഖപ്പെടുത്തിയുട്ടുള്ളത്. ക്ഷയം, അപമാനകരമായ, ചേരികളിൽ മാത്രം കാണപ്പെടുന്ന രോഗമായിട്ടാണ് കരുതിയിരുന്നത്.

ജിന്ന മരിച്ചു. എന്നാൽ അദ്ദേഹത്തിന്റെ രാജ്യം ലോകത്തെ അതിശയിപ്പിച്ചു കൊണ്ട് അതിജീവിച്ചു. ഇന്ത്യയാകട്ടെ, പാകിസ്ഥാൻ അതിവേഗം തകരുമെന്ന് പ്രതീക്ഷിച്ചു. എന്നാൽ ശല്യക്കാരനായ ഈ അയൽക്കാരൻ ജീവിച്ചിരിക്കുന്നതും ഇന്ത്യയ്ക്ക് നേട്ടമായിരുന്നു. ഡോൺ എഴുതിയതുപോലെ "ഖയിദ ഇഅസം മരിച്ചു, പാകിസ്ഥാൻ നീണാൾ വാഴട്ടെ." പ്രധാനമന്ത്രി പ്രഖ്യാപിച്ചു "എന്റെ രാജ്യം ജീവനുള്ളതാണെന്നു ഞാൻ വിശ്വസിക്കുന്നു, പാകിസ്ഥാനെ സംരക്ഷിക്കാനും പ്രതിരോധിക്കാനും ജീവൻ ബലി കൊടുക്കാൻ ഞാൻ തയ്യാറാണ്."

ജിന്നയുടെ മരണശേഷം അച്ചടക്കമില്ലാത്ത ഒരു കുട്ടിയെപ്പോലെ കറാച്ചി വളർന്നു. ഇരുപതാംനൂറ്റാണ്ടിന്റെ അവസാന വർഷങ്ങളിൽ ലോകത്ത് ഏറ്റവും വേഗം വികസിക്കുന്ന നഗരമായി അത് മാറി. രാജ്യത്തിന്റെ എല്ലാ ഭാഗങ്ങളിൽ നിന്നും ആളുകൾ ജോലി തേടിയെത്തിത്തുടങ്ങിയതോടെ പാർപ്പിടസമുച്ചയങ്ങളും വ്യവസായങ്ങളും കൂണുപോലെ മുളച്ചു പൊങ്ങി. ബ്രിട്ടിഷുകാർ നിർമ്മിച്ച അടിസ്ഥാനസൗകര്യങ്ങൾക്കു താങ്ങാൻ പറ്റാവുന്നതിൽ അധികമായി വികസനം. ഒടുവിൽ ആ സംവിധാനങ്ങൾ പൂർണമായി തകർന്നു. മാലിന്യങ്ങളും മലിനജലവും നദീതടത്തിലേക്കെത്തി. തീരങ്ങളിൽ സമൃദ്ധമായി വളർന്നിരുന്ന കണ്ടൽക്കാടുകൾ നശിച്ചു. നദീജലം വിഷമയമായി. കറാച്ചിയിലെ ബീച്ചുകളിലും തിരക്കേറിയ തെരുവുകളിലും പഴയതും പുതിയതുമായ ദേശീയതകൾ, ഭാഷകൾ, സംസ്കാരങ്ങൾ ഏറ്റുമുട്ടി.

കറാച്ചി ഇപ്പോഴും വളരുന്നു. സിന്ധുവിൽ നിന്നും കൂടുതൽ ജലം ഊറ്റുന്നു. നഗരത്തിലെ ഓടകളിൽ ശുചീകരണത്തൊഴിലാളികൾ മുങ്ങിനിവരുന്നു. ഇപ്പോഴും അവർ അകറ്റിനിർത്തപ്പെടുന്നു, വെറുക്കപ്പെടുന്നു. എന്നാൽ അവർ അനിവാര്യവുമാകുന്നു.

രണ്ട്

മഹാനദി കീഴടക്കപ്പെടുമ്പോൾ

"സിന്ധു ഒരു വൃത്തികെട്ട നദിയാണ്"

ലെഫ്റ്റനന്റ് ജോൺ വുഡ്, 9 ഫെബ്രുവരി 1836

റംസാൻ മാസത്തിന് അവസാനംകുറിച്ച് രാജ്യമെങ്ങും ഈദ് ഭക്ത്യാദരപൂർവ്വം കൊണ്ടാടി (വർഷംതോറും ഡോൺ എഴുതാറുള്ളതുപോലെ) കറാച്ചി മുഴുവനും തലേദിവസത്തെ അമിതഭക്ഷണത്തിന്റെ ആലസ്യത്തിൽ ഉറങ്ങിക്കിടക്കുമ്പോൾ ഞാൻ തുറമുഖം ലക്ഷ്യമാക്കി നടന്നു. അവിടെ ഒരു മത്സ്യത്തൊഴിലാളിയെ കാണാമെന്നു പറഞ്ഞിരുന്നു. അയാളുടെ പേര് ബാബു.

നീലത്തൊപ്പി ധരിച്ച്, മുഖം നിറയെ ചുളിവുകൾ വീണ ഒരു മനുഷ്യൻ. എന്നെ കറാച്ചിയിൽ (പഴയ സിന്ധു ഡെൽറ്റ, പാകിസ്ഥാൻ ആരംഭിക്കുന്ന ഇടം) നിന്നും തട്ട (ബ്രിട്ടീഷ്കാർ വരുംവരെയും പ്രദേശത്തെ പ്രധാന തുറമുഖം) വരെ കണ്ടലുകൾ അതിരിടുന്ന നദിയിലൂടെ കൊണ്ടു പോകാനാവശ്യപ്പെട്ടപ്പോൾ ആദ്യം ബാബുവിന്റെ പ്രതികരണം നിരാശാഭരിതമായ കനത്ത നിശ്ശബ്ദതയായിരുന്നു.

"പക്ഷേ നദിയിൽ വെള്ളമില്ല",

പിന്നെ, അയാളുടെ മാതൃഭാഷയായ സിന്ധി കലർന്ന ഉർദുവിൽ മറുപടി നൽകി.

"എല്ലാ വെള്ളവും പഞ്ചാബികൾ കൊണ്ടുപോകുന്നു. ഹൈദരാബാദിനും അഴിമുഖത്തിനും ഇടയിൽ നദി വരണ്ടു കിടക്കുകയാണ്. ഉള്ള വെള്ളംതന്നെ ഉപ്പുവെള്ളമാണ്. നിങ്ങൾക്ക് തട്ടയിലേക്ക് ബസ്സിൽ പോയാൽ മതിയല്ലോ."

തല ചൊറിഞ്ഞു മാനത്തേക്ക് നോക്കി അയാൾ നിന്നു. ഒരു ഗുട്ക പാക്കറ്റ് എടുത്തു പൊട്ടിച്ചു വായിലേക്കിട്ട് ചവച്ചുതുപ്പി.

"ടാക്സിയിൽ പോയാലും മതി."

ഒരു നിമിഷം അയാൾ ആലോചനാമഗ്നനായി.

"വിമാനമായാലെന്താ? ഗംഭീരമായിരിക്കും."

വിസ്തരിച്ചു പുഞ്ചിരി പൊഴിച്ചുകൊണ്ടു അയാൾ പറഞ്ഞു.

"എനിക്ക് അഴിമുഖത്തേക്ക് പോകേണ്ടത് ബോട്ടിലാണ്"

ഇത് പറഞ്ഞ് ഞാൻ തിരിഞ്ഞുനടന്നതും പിന്നിൽനിന്ന് അയാൾ വിളിച്ചു.

"പോകാൻ പറ്റുന്നത്രയും ഞാൻ കൊണ്ടുപോകാം."

"എത്ര ദൂരമുണ്ടാവും?"

"അഴിമുഖംവരെ ഏതാണ്ട് 150 കിലോമീറ്റർ. കടൽ നദിയിലേക്കു കയറുന്നതു കാണാൻ പിന്നെയും നൂറു കിലോമീറ്റർ കൂടി പോകണം. എന്റെ ബോട്ടിന് അതുവരെ പോകാൻ കഴിയില്ല."

അയാളുടെ നിരാശാഭാവം തിരിച്ചെത്തി.

"ഇത്ര ദൂരം ബോട്ടിൽ സഞ്ചരിക്കാൻ രണ്ടോ മൂന്നോ ദിവസം വേണ്ടി വന്നേക്കും."

വെറും രണ്ടു ദിവസം. അഴിമുഖത്തുനിന്നു കറാച്ചിവരെയെത്താൻ ഈസ്റ്റ് ഇന്ത്യ കമ്പനി ഇരുനൂറുവർഷമെടുത്തു.

നവംബറിലെ പ്രസന്നമായ ഒരു പ്രഭാതത്തിൽ, പലതരം ചായമടിച്ച മത്സ്യബന്ധന ബോട്ടുകൾക്കിടയിലൂടെ ഞങ്ങൾ കറാച്ചിയിൽ നിന്നും പുറപ്പെട്ടു. ബാബുവിന്റെ സഹായികളായ അഞ്ചു മത്സ്യത്തൊഴിലാളികളും ബോട്ടിലുണ്ടായിരുന്നു. യാത്ര തുടങ്ങിയപ്പോൾതന്നെ അവർ തങ്ങളുടെ വസ്ത്രങ്ങൾ അഴിച്ചുവച്ചു കേവലം നിക്കർധാരികളായി ബോട്ടിന്റെ ഡെക്കിൽ വലയുടെ കേടുപാടുകൾ തീർത്തും സിന്ധി പാട്ടുകൾ പാടിയും തമ്മിൽത്തമ്മിൽ തമാശകൾ പറഞ്ഞുചിരിച്ചും സമയം ചെലവഴിക്കാൻ തുടങ്ങി. ബാബുവാകട്ടെ കടുത്ത തുമ്മലിൽ ബുദ്ധിമുട്ടുകയായിരുന്നു. അതിനിടയ്ക്ക്, യാത്രയുടെ പുരോഗതിയെക്കുറിച്ച് നിരീക്ഷണങ്ങളും പ്രവചനങ്ങളും നടത്തുന്നുണ്ടായിരുന്നു.

ഇത്ര കുറഞ്ഞ വാടകയ്ക്ക് ബാബുവിന്റെ ബോട്ട് കിട്ടാനിടയായത് എന്തുകൊണ്ടാണെന്ന് എനിക്ക് വേഗം മനസ്സിലായി. അതിന്റെ ഉടമസ്ഥനെപോലെ തന്നെ ബോട്ടിൻെറ അവസ്ഥയും കഷ്ടമായിരുന്നു. അടുത്ത രണ്ടു ദിവസത്തിനുള്ളിൽ ബോട്ടിന്റെ പ്രൊപ്പല്ലർ ഒടിഞ്ഞു, ബെൽറ്റ് പൊട്ടി, എൻജിനിൽ വെള്ളം കയറി. ബാബുവിന്റെ സഹായികളാകട്ടെ, അല്പം തുപ്പലിന്റെയും ഒരു കെട്ട് നൂലിന്റെയും സഹായത്തോടെ അതിവിദഗ്ധമായി എല്ലാ കേടുപാടുകളും നന്നാക്കി കൊണ്ടിരുന്നു. സഹായികളായ അഞ്ചുപേരിൽ മൂന്നു പേർ കൗമാരക്കാരാണ്. രണ്ടുപേർ പ്രായം കൂടിയവരും. എല്ലാവരും ബന്ധുക്കൾ. ഒരേ ഗ്രാമക്കാർ. ആരും സ്കൂളിൽ പോയിട്ടില്ല. അലി നവാസിന് പ്രായം പതിനേഴുണ്ട്. സ്വന്തം പേര് എഴുതാൻപോലും അറിയില്ല. മത്സ്യബന്ധനവലകളുടെ കൂമ്പാരത്തിനുമേലെ ഇരുന്ന് (മത്സ്യഗന്ധവുമായി ഞാൻ അപ്പോഴേക്കും

ഇണങ്ങിയിരുന്നു) അവൻ പറയുന്നത് ഞാൻ നോട്ട് ബുക്കിൽ കുറിച്ചെടുക്കുന്നത് കൗതുകത്തോടെ അലി നവാസ് നോക്കുന്നുണ്ടായിരുന്നു.

അലി നവാസിന്റെ കുടുംബം നദിയുമായി ബന്ധപ്പെട്ടു കിടക്കുന്നു. കറാച്ചിക്ക് ശുദ്ധജലം നൽകുന്ന, സിന്ധുവിലെ ജലം ഒഴുകിച്ചേരുന്ന കിഞ്ചർ തടാകതീരത്തു നിന്നാണ് അലി നവാസ് വരുന്നത്. എന്നാൽ തടാകം വറ്റിയതോടെ, അവർ മീൻ തേടി കടൽത്തീരത്തേക്കു വന്നു. നദി ദയാശാലിയായിരുന്നു. എന്നാൽ കടൽ കടുപ്പക്കാരനാണ്. ബാബുവിനെപ്പോലുള്ള മീൻപിടുത്തക്കാർ ചിലപ്പോൾ പത്തു ദിവസംവരെ കടലിൽ കഴിയാറുണ്ട്. ചില നിർഭാഗ്യവാന്മാർ ഇന്ത്യൻ സമുദ്രാതിർത്തി അബദ്ധവശാൽ ലംഘിക്കാറുണ്ട്. വർഷങ്ങളോളം ഇന്ത്യൻ ജയിലിൽ കഴിയാനായിരിക്കും അവരുടെ യോഗം. ദുർഘടമായ കാലാവസ്ഥ മറ്റൊരു വെല്ലുവിളിയാണ്. 1999ലെ സൈക്ലോണിൽ അലി നവാസിന് മൂത്ത സഹോദരനെ കടലിൽ നഷ്ടപ്പെട്ടു. ഈ മരബോട്ടുകളിലൊന്നും വേണ്ടത്ര ലൈഫ് ജാക്കറ്റോ, വാർത്താവിനിമയ സംവിധാനങ്ങളോ ഇല്ല. നവാസിന്റെ സഹോദരന്റെ മൃതശരീരം പോലും അവർക്ക് കിട്ടിയില്ല.

മറ്റൊരു തൊഴിൽ തേടാൻ കഴിയാത്തതുകൊണ്ടാണ് ബാബുവും കൂട്ടുകാരും അറബിക്കടലിൽ ദിവസങ്ങളോളം മീൻ തേടി അലയുന്നത്. സിന്ധുവിൽ മീൻ പിടിച്ചിരുന്ന കാലത്തു ഉഡറോളാൽ എന്ന നദി ദേവതയെയാണ് ആരാധിച്ചിരുന്നതെന്ന് നവാസിന്റെ അമ്മാവൻ പറഞ്ഞു. മീൻപിടുത്തം കടലിലേക്ക് മാറ്റിയതോടെ അവരുടെ ആരാധ്യദേവതയും മാറി. അവരിപ്പോൾ സ്വയം വിശേഷിപ്പിക്കുന്നത് മോറോയുടെ മക്കളെന്നാണ് (തിമിംഗലം വിഴുങ്ങിയെന്ന് വിശ്വസിക്കപ്പെടുന്ന സിന്ധി മീൻപിടുത്തക്കാരനാണ് മോറോ). വർഷത്തിലൊരിക്കൽ അവർ അഴിമുഖത്തെ ഏറ്റവും പ്രസിദ്ധനായ, വിശുദ്ധനെന്നു കരുതപ്പെടുന്ന പീർ ഡേറ്ററിന്റെ ശവകുടീരത്തിലേക്ക് തീർത്ഥയാത്ര പോകുന്നു. അവിടുത്തെ ഉറൂസ് നടക്കുന്നത് പ്രവാചകന്റെ ജന്മദിനത്തിലാണ് എന്ന പ്രത്യേകതയും ഉണ്ട്.

ബാബുവിനും കൂട്ടുകാർക്കും യാതൊരു ധൃതിയും ഉണ്ടായിരുന്നില്ല. എന്നെ സിന്ധുവിന്റെ അങ്ങേയറ്റത്ത് എത്തിച്ചതിനുശേഷം മാത്രമേ അവർ അവരുടെ ജോലിയിലേക്ക് തിരിയൂ. അതുകൊണ്ടുതന്നെ യാത്ര വളരെ സാവധാനമായിരുന്നു. ഇടയ്ക്കിടെ നിർത്തി കേടുപാടുകൾ തീർത്തും ഓളപ്പരപ്പിലൂടെ അലസമായി നീങ്ങിയും ഞങ്ങൾ യാത്ര തുടർന്നു. എല്ലാ ഈരണ്ടു മണിക്കൂറിലും നല്ല പാൽച്ചായ ചൂടാക്കി കുടിച്ചുകൊണ്ടിരുന്നു. ഉച്ചഭക്ഷണത്തിന് അലി നവാസ് നിറയെ ചെതുമ്പലുള്ള വലിയൊരു മീനിനെ മുറിച്ച് അരച്ച മല്ലിയില ചേർത്ത് വറുത്തു. ഇടയ്ക്ക് അവർ കുറെ മീനിനെ എതിരെവന്ന വേറൊരു ബോട്ടുകാർക്കു കൊടുത്തു. പകരം നല്ല കൊഞ്ച് വാങ്ങി. രാത്രിഭക്ഷണത്തിന് അതുകൊണ്ട് ഓംലെറ്റുണ്ടാക്കി. വളരെ തിരക്ക് പിടിച്ച വഴിയായിരുന്നു ഇത്. അഴിമുഖ ദ്വീപുകളിൽനിന്നുള്ള യാത്രക്കാർ കറാച്ചിയിലേക്കു പോകുന്നത് ഈ വഴിക്കായിരുന്നു. ഞങ്ങളുടേതിനേക്കാൾ നല്ല മത്സ്യബന്ധനബോട്ടുകൾ

സമീപത്തുവന്ന് അത്താഴം പങ്കുവയ്ക്കാൻ കൂടുന്നുണ്ടായിരുന്നു. ഇതിനിടെ അലി നവാസ് ഉറക്കം തൂങ്ങി. ബോട്ടിന്റെ പ്രൊപ്പല്ലർ ചളിയിൽ കുടുങ്ങി ബ്ലേഡ് പൊട്ടി. തല്ലിക്കൂട്ടിയ സൗണ്ട്സിസ്റ്റത്തിലൂടെ ഹിന്ദി സിനിമാഗാനങ്ങൾ ഉറക്കെ കേൾപ്പിച്ചുകൊണ്ടുവന്ന മറ്റൊരു ബോട്ട് മൂന്നു മണിക്കൂർ കഠിനാധ്വാനം ചെയ്താണ് ഞങ്ങളെ രക്ഷപ്പെടുത്തിയത്.

അഴിമുഖ പരിസരത്ത് സിന്ധു ശാന്തമായി, വിശാലമായി ഒഴുകുന്നു. കരയെ ഫലഭൂയിഷ്ഠമാക്കുന്ന തവിട്ടുനിറത്തിലുള്ള ചളിക്കട്ടയാണ് ഈ ഭാഗത്ത് നദിയിൽ നിറയെ. ഇവിടെയാണ് നദി കണ്ടലുകൾക്കു ജന്മം നൽകുന്നത്. വളഞ്ഞുപുളഞ്ഞ ശിഖരങ്ങളും പുറത്തേക്കുന്തിയ വേരുകളും മങ്ങിയ നിറമുള്ള ഇലകളുമായി നിൽക്കുന്ന ഈ മരങ്ങൾ, അവസാനിക്കാത്ത പരദൂഷണങ്ങളുമായി, നദിയുടെ ഉയർച്ച താഴ്ചകളെ നിരീക്ഷിച്ച് അനശ്വരരായി ഇരിക്കുന്ന വൃദ്ധരായ മൽസ്യത്തൊഴിലാളികളെപ്പോലെ തോന്നിച്ചു.

ബോട്ടിന്റെ പല സാധനങ്ങളും പൊട്ടി. ഒരുപാടുസമയം നദിയിൽ വെറുതെ ചെലവഴിച്ച് വൈകുന്നേരമായപ്പോൾ ഞങ്ങൾ കേതി ബന്ദറിലെത്തി. വെള്ളമില്ലാതായതോടെ നാശത്തിലേക്ക് കൂപ്പുകുത്തിയ ഒരു ചെറിയ തുറമുഖമാണ് കേതി ബന്ദർ.

ഇരുൾ വീണപ്പോഴേക്കും ഞങ്ങൾ സിന്ധുവിന്റെ പ്രധാന പാതയിലേക്ക് കടന്നിരുന്നു. മൂന്നു മണിക്കൂർ കൂടി വടക്കോട്ടു യാത്ര ചെയ്ത് ഖരൊച്ചനിലെത്താമെന്നാണ് ബാബു പറഞ്ഞത്. (അഴിമുഖത്തെ വെനീസ് എന്നാണ് ഒരിക്കലും അവിടെ പോയിട്ടില്ലാത്ത ഒരു സുഹൃത്ത് എന്നോട് പറഞ്ഞത്.) ഞങ്ങൾ ഇതാ ഒരു രാത്രി അവിടെ കഴിയാൻ പോകുന്നു.

ഞങ്ങളെത്തുമ്പോൾ കുറ്റാക്കൂരിരുട്ടായിരുന്നു. വൈദ്യുതി ഇല്ലാത്ത എല്ലാ ഗ്രാമങ്ങളെയുംപോലെ ഈ ഗ്രാമത്തിലും ശ്മശാനമൂകത തളം കെട്ടിനിൽക്കുന്നു. ഞാൻ ഷൂ ഊരി. ബാഗ് പുറകിൽ ബന്ധിച്ചു. അലി നവാസ് ഒരു പലകയിട്ട് ബോട്ടിനെ കരയുമായി ബന്ധിച്ചു. ഞങ്ങൾ ഓരോരുത്തരായി കരയിലേക്കും പിന്നെ കനത്ത ഇരുട്ടിലേക്കും ഇറങ്ങി. തലയിൽ സ്കാർഫ് ധരിച്ച മൂന്നു മനുഷ്യർ ഉറക്കച്ചടവോടെ ഞങ്ങളെ സ്വീകരിച്ചു. അവർ ഞങ്ങളെ ഒരു വലിയ കെട്ടിടത്തിലേക്ക് കൂട്ടിക്കൊണ്ടുപോയി. അതൊരു സ്കൂളായിരുന്നുവെന്ന് മനസ്സിലായപ്പോൾ എനിക്കു വല്ലാത്ത ലജ്ജ തോന്നി. എല്ലാ സിന്ധി സ്കൂളുകളും അതിഥിമന്ദിരങ്ങളായോ സമ്മേളനവേദികളായോ പതിവായി രൂപം മാറുന്നവയാണ്. സ്കൂളുകൾ എന്ന നിലയ്ക്ക് അവയ്ക്ക് എന്തെങ്കിലും ഉപയോഗമുള്ളതായിപോലും ചിലർ കരുതുന്നില്ല. കാലുകഴുകാൻ വെള്ളവുമായി ഒരു കുട്ടിയെത്തി. മെഴുകുതിരി വെളിച്ചത്തിൽ ഞങ്ങൾ ചായ കുടിച്ചു. അടക്കിയ ശബ്ദത്തിൽ പുരുഷന്മാർ എന്തൊക്കെയോ സംസാരിച്ചുകൊണ്ടിരുന്നു. കടുത്ത സിന്ധിയിൽ തുടർന്ന സംസാരം ഒന്നും മനസ്സിലായില്ലെങ്കിലും അലക്സാണ്ടർ ബേൺസ് എന്ന പേര് എന്റെ ശ്രദ്ധയിലുടക്കി. അലക്സാണ്ടർ

ബേൺസ് ഇവിടം സന്ദർശിച്ച കാര്യമാണ് അവർ പറയുന്നതെന്ന് നവാസ് എനിക്ക് ഉർദുവിൽ പരിഭാഷപ്പെടുത്തിത്തന്നു. പത്തൊമ്പതാംനൂറ്റാണ്ടിൽ ഈസ്റ്റ് ഇന്ത്യ കമ്പനിയിൽ സേവനമനുഷ്ഠിച്ച ആളായിരുന്നു ബേൺസ്. അന്ന് ഈ അഴിമുഖം മനോഹരമായിരുന്നു.

രാവിലെ ആൺകുട്ടികൾ മാത്രമാണ് സ്കൂളിൽ എത്തിയത്. പെൺകുട്ടികൾക്ക് രാവിലെ മുതൽ വൈകുംവരെ അരമൈൽ ദൂരെയുള്ള പൈപ്പിൽനിന്നും വെള്ളം കൊണ്ടുവരലാണ് പണി. ഒരു വർഷംമുമ്പ് ഗ്രാമത്തിന്റെ അതിർത്തിയിൽ സർക്കാർ ഒരു ജലസംഭരണി നിർമ്മിച്ചിരുന്നു. പലപ്പോഴും അതിൽ വെള്ളമുണ്ടാവാറില്ല. ജലത്തിന്റെ അമിത ഉപയോഗം അഴിമുഖപ്രദേശത്തെ ജലത്തെ ഉപ്പുരസമുള്ളതാക്കിയിരിക്കുന്നു. എന്നെ അവർ ഗ്രാമം ചുറ്റിക്കാണാൻ കൊണ്ടുപോയി. മൺപാതകളും മരംകൊണ്ടുള്ള ഒറ്റമുറി വീടുകളുമുള്ള ഒരു ദരിദ്രഗ്രാമം. യാതൊന്നും പുറത്തുനിന്നു വാങ്ങാത്തതിനാൽ, ഉപഭോഗ സംസ്കാരം തീരെയില്ലാത്തതിനാൽ, വഴിയിലെ കുറ്റിച്ചെടികൾക്കിടയിലും പാതയോരത്തും പ്ലാസ്റ്റിക് അവശിഷ്ടങ്ങൾ കണ്ടില്ല. മൃഗങ്ങളെയും എവിടെയും കണ്ടില്ല. ഇന്നലെ ഞങ്ങൾ കുടിച്ച ചായ മധുരമുള്ളതായിരുന്നെങ്കിലും പാൽ ഇല്ലാത്തതായിരുന്നു. ഗ്രാമത്തിലെ മുതിർന്ന ആളുകൾ ക്ഷീണിച്ചും കുട്ടികൾ വിളറിയും കാണപ്പെട്ടു.

ഞങ്ങൾ ചെളിയിലൂടെ ശബ്ദമുണ്ടാക്കിക്കൊണ്ട് ബോട്ടിനരികിലേക്ക് നടന്നു. അതൊരു തണുത്ത പ്രഭാതമായിരുന്നു. ഓളപ്പരപ്പിലൂടെ കാറ്റ് വീശിയടിച്ചുകൊണ്ടിരുന്നു. പെട്ടെന്ന് ബാബു ഉഷാറായി. എന്നെ, ചെറുപ്പകാലം ചെലവഴിച്ച ഓസ്യമണ്ടിയസ് നഗരം കാണിക്കണമെന്ന് അയാൾക്കു തോന്നി. സോക്കിബന്ദർ ഇന്ന് ഒരു മൈലോളം ദൂരത്തിൽ ചളി നിറഞ്ഞ, കണ്ടലുകൾ അതിരിടുന്ന ഒരു പ്രദേശമാണ്. അഴിമുഖത്തെ മറ്റേതു പ്രദേശവുംപോലെ. എന്നാൽ അതിനൊരു രഹസ്യമുണ്ട്. സിന്ധിയിൽ സോക്കി എന്നാൽ സമ്പന്നം എന്നാണർത്ഥം. അറുപതുവർഷം മുമ്പ് സോക്കിബന്ദർ വസ്ത്രവ്യാപാരത്തിന്റെയും ധനികരായ വ്യാപാരികളുടെയും നഗരമെന്ന നിലയിൽ പ്രശസ്തമായിരുന്നു. ബാബുവിന്റെ അമ്മയെ കൊച്ചുകുട്ടിയായിരിക്കുമ്പോൾ ചികിത്സിക്കാനായി ഇവിടെ കൊണ്ടുവന്നിട്ടുണ്ട്. ബാബുവിന്റെ അമ്മൂമ്മയെ അടക്കിയിരിക്കുന്നത് ഇവിടെയാണ്. അവിടെ ഇന്ന് ഒന്നും അവശേഷിക്കുന്നില്ല. എല്ലാം കടൽ എടുത്തുപോയി.

ശവകുടീരങ്ങളുടെ ഫലകങ്ങൾ പൊട്ടിയും പൊളിഞ്ഞും ചിതറിക്കിടക്കുന്നുണ്ടായിരുന്നു. മുത്തശ്ശിയുടെ ശവകുടീരത്തിനു മുന്നിൽ ബഹുമാനപൂർവ്വം ബാബു മുട്ടുകുത്തിയിരുന്നു. അയാൾ എന്തൊക്കെയോ പ്രാർത്ഥനകൾ ഉരുവിടുന്നുണ്ടായിരുന്നു. കുറേക്കൂടി മുന്നിലായി ഒരു അങ്ങാടിയുടെ അവശിഷ്ടങ്ങൾ അയാൾ ചൂണ്ടിക്കാണിച്ചു തന്നു. അതിനപ്പുറം വലിയൊരു അരിമിൽ, മുന്നിലായി ഒരു മസ്ജിദ്, അതിനപ്പുറം ഒരു

ക്ഷേത്രം, കോടതി കെട്ടിടം എല്ലാമിന്ന് നാശനഷ്ടങ്ങളുടെ ഒരു കൂമ്പാരം. "ഈ അഴിമുഖം മനോഹരമായിരുന്നു."

ബാബു പറഞ്ഞു,

"വിഭജനത്തിനു മുമ്പ് സിന്ധ് സമ്പന്നമായ രാജ്യമായിരുന്നു."

സോക്കിബന്ദറിൽ നിന്നും ഞങ്ങൾ ഖരൊച്ചനിലേക്ക് പോയി. നശിച്ചുകൊണ്ടിരിക്കുന്ന ദ്വീപുസമൂഹത്തിൽ ഇപ്പോഴും പ്രവർത്തനനിരത മായിരിക്കുന്ന അപൂർവം പട്ടണങ്ങളിൽ ഒന്നാണിത്. ഒരിക്കൽ ഈ പ്രദേശ ത്തിന്റെ അഭിമാനമായിരുന്ന ജയിൽ നശിച്ചുകൊണ്ടിരിക്കുന്നു. ഈന്ത പ്പനത്തോട്ടങ്ങൾ ഉപ്പുവെള്ളം കയറി നശിച്ചുകഴിഞ്ഞു. ഡിസ്പെൻ സറിക്കു പുറത്ത് വരാന്തയിൽ ഇരുന്ന് ആളുകൾ ചായ കുടിക്കുകയും അവരുടെ സമ്പന്നമായ പൈതൃകത്തെയോർത്തു വിലപിക്കുകയും ചെയ്യുന്നു. ഒരു കടയിൽ മിഠായി വാങ്ങാൻ കയറിയപ്പോൾ വൃത്തികെട്ട ഷർട്ട് ധരിച്ച, കട്ടി കണ്ണട വെച്ച ഒരാൾ ദേഷ്യത്തോടെ എനിക്കു നേരെ ചൂണ്ടി എന്തോ പുലമ്പുന്നുണ്ടായിരുന്നു.

"എന്താണയാൾ പറയുന്നത്?" ഞാൻ ചോദിച്ചു.

"അയാൾ ഒരു ഭ്രാന്തനാണ്", ബാബു അലക്ഷ്യമായി പറഞ്ഞു.

"ബ്രിട്ടീഷുകാർ ചീത്തയാളുകളാണെന്നാണ് അയാൾ കരുതുന്നത്, എന്നാൽ ഡിസ്പെൻസറിയിലെ ഡോക്ടർ സമ്മതിക്കില്ല. അയാൾ നിങ്ങ ളുടെ ആളുകളെ പുകഴ്ത്തുകയാണ്".

"എന്തുകൊണ്ട്?"

ഞാൻ ആകെ ആശയക്കുഴപ്പത്തിലായി.

"ബ്രിട്ടീഷുകാർ നീതിന്യായം നടപ്പാക്കിയിരുന്നു",

ഡോക്ടർ പറഞ്ഞു.

"ഇപ്പോൾ ഞങ്ങളുടെ അവസ്ഥ എത്ര ദയനീയമാണ്.",

ഒരു മത്സ്യത്തൊഴിലാളി പറഞ്ഞു,

"ബ്രിട്ടീഷുകാരുടെ കാലത്ത് എല്ലാത്തിനും വിലക്കുറവുണ്ടായിരുന്നു", ബാബു സമ്മതിച്ചു.

"ജപ്പാൻ പഞ്ചസാരയ്ക്ക് അന്ന് കിലോയ്ക്ക് പത്തു പൈസയേ ഉണ്ടാ യിരുന്നുള്ളൂ",

എൺപതു പിന്നിട്ട ഒരു കർഷകൻ പറഞ്ഞു.

"പക്ഷേ എന്തിനാണ് ബ്രിട്ടീഷുകാർ ഞങ്ങളുടെ ഹിന്ദുസഹോദര ങ്ങളെ ഇന്ത്യയിലേക്ക് പറഞ്ഞുവിട്ടത്?"

ഡോക്ടർ ചോദിച്ചു.

"എന്തിനാണവർ നമ്മുടെ സിന്ധുവിനെ പഞ്ചാബിന് കൊടുത്തത്?"

ബാബു മേശയിൽ അടിച്ചുകൊണ്ട് ചോദിച്ചു.

ആ മേശയ്ക്കു ചുറ്റും ഇരിക്കവേ, ഞാൻ ആലോചിച്ചത് അതി പുരാതനമായ ഒരു നദിക്ക് കഴിഞ്ഞ ഏതാനും ദശകങ്ങൾകൊണ്ടുണ്ടായ നാടകീയമായ മാറ്റത്തെക്കുറിച്ചായിരുന്നു. ഒരിക്കൽ ഈ പുരാതന നദി വരണ്ടുണങ്ങുമെന്ന് പതിനേഴാം നൂറ്റാണ്ടിൽ ഇതിൽ കണ്ണുവെച്ച ബ്രിട്ടീഷുകാരോട് പറഞ്ഞിരുന്നെങ്കിൽ അവർ തീർത്തും അവിശ്വസിക്കുമായിരുന്നു. ഇരുപത്തിഒന്നാം നൂറ്റാണ്ടിൽ നദി ഇങ്ങനെ നശിക്കാൻ അവരുടെ ജലസേചന പദ്ധതികൾ കാരണമാകുമെന്ന് അന്ന് ആരെങ്കിലും പ്രവചിച്ചിരുന്നെങ്കിലും അവർ സമ്മതിച്ചു തരുമായിരുന്നില്ല. ബ്രിട്ടീഷുകാർ ആദ്യമായി സിന്ധുവിനെ കണ്ടശേഷം മുന്നൂറു വർഷത്തോളം നദി ശക്തയായിരുന്നു, തന്റേടിയായിരുന്നു, ദേഷ്യക്കാരിയായിരുന്നു, എല്ലാവർക്കും വേണ്ടപ്പെട്ടവളായിരുന്നു. ഈ അഴിമുഖപ്രദേശത്ത് അല്പം പോലും ശുദ്ധജലം അവശേഷിപ്പിക്കാത്ത ഒരു ചളിക്കുണ്ടായി സിന്ധു ഒരിക്കൽ മാറുമെന്ന് ആരും കരുതിയിരുന്നില്ല.

ഈസ്റ്റ് ഇന്ത്യ കമ്പനി മുഗൾ കൊട്ടാരത്തിലേക്കയച്ച സർ തോമസ് റോ ആയിരുന്നു ഇംഗ്ലണ്ടിന്റെ ഇന്ത്യയിലെ ആദ്യ പ്രതിനിധി. ഇന്ത്യയിൽ നിന്നും ഇംഗ്ലണ്ടിലെ കമ്പനി ആസ്ഥാനത്തേക്ക് 24 നവംബർ 1615ൽ അയച്ച കത്തിൽ തോമസ് റോ, വിശാലമായ സിന്ധുവിലൂടെയുള്ള വ്യാപാര സാധ്യതകളെക്കുറിച്ച് പറയുന്നുണ്ട്. അടുത്ത അഞ്ചു വർഷങ്ങളിൽ അദ്ദേഹം നടത്തിയ എഴുത്തുകുത്തുകളിൽ സഞ്ചാരയോഗ്യമായ സിന്ധുവിനെക്കുറിച്ചും അതിന്റെ തീരത്ത് ഉല്പാദിപ്പിക്കുന്ന മേന്മയേറിയ തുണിത്തരങ്ങളെക്കുറിച്ചും പറയുന്നു.

1618ൽ അദ്ദേഹമെഴുതി

“അത് നമുക്ക് പോർച്ചുഗീസുകാരിൽ നിന്നും പിടിച്ചെടുക്കേണ്ടി വരും.”

ഇംഗ്ലീഷുകാരെ കച്ചവടത്തിനനുവദിച്ചാൽ തട്ടയിലെ തുറമുഖം കത്തിക്കുമെന്ന് 1613ൽ തന്നെ പോർച്ചുഗീസുകാർ ഭീഷണി മുഴക്കിയിരുന്നു. അഴിമുഖദ്വീപുകളിലിരുന്ന് പ്രദേശത്തെ വ്യാപാരം മുഴുവൻ നിയന്ത്രിച്ചിരുന്നത് പോർച്ചുഗീസുകാരായിരുന്നു. എലിസബത്ത് മഹാറാണിയിൽനിന്ന് കച്ചവടത്തിന് 1601ൽ മാത്രം അനുമതി ലഭിച്ച ഈസ്റ്റ് ഇന്ത്യ കമ്പനിക്ക് പോർച്ചുഗീസുകാരുമായി ഏറ്റുമുട്ടാനുള്ള ശക്തിയുണ്ടായിരുന്നില്ല. 1635ൽ പോർട്ടുഗീസുകാർ ബോംബയിൽനിന്നും പുറത്താക്കിയ ഈസ്റ്റ് ഇന്ത്യ കമ്പനിക്ക് മുഗൾ കൊട്ടാരത്തിൽ തങ്ങളുടെ സ്വാധീനശക്തി ഉറപ്പിക്കാനായി. അതുവരെ ഇന്ത്യക്കാർ വാങ്ങാൻ ഇഷ്ടപ്പെടുന്ന ഒന്നുംതന്നെ വിൽക്കാൻ ഈസ്റ്റ് ഇന്ത്യ കമ്പനിക്ക് കഴിഞ്ഞിരുന്നില്ല. ഇത് തോമസ് റോയെ കുറച്ചൊന്നുമല്ല വിഷമിപ്പിച്ചിരുന്നത്. അദ്ദേഹം എഴുതി,

“ഗിൽറ്റ് പിടിപ്പിച്ച ഗ്ലാസുകളും ഹാൻഡിലുള്ള ലെതർ പെട്ടികളും വളരെ മോശമാണ്. ഇതൊക്കെ ആരും വാങ്ങുന്നില്ലെന്നതോ പോകട്ടെ

സമ്മാനമായി പോലും സ്വീകരിക്കാൻ തയ്യാറാകുന്നില്ല. അതെല്ലാം നശിച്ചുകൊണ്ടിരിക്കുന്നു. നിങ്ങളുടെ പെയിന്റിങ്ങുകളാകട്ടെ ഒരു പൈസയ്ക്കുപോലും കൊള്ളില്ല. അവിടെ എല്ലാം മികച്ചതാണ് ലഭിക്കുന്നത്. മേന്മയുള്ള തുണികളും മനോഹരമായ ചിത്രങ്ങളും. ഇതെല്ലാം ഇറ്റലിയിൽ നിന്ന് കരമാർഗം എത്തുന്നു. നമ്മൾ കൊണ്ടുവന്ന സാധനങ്ങൾ കണ്ട് അവർ പരിഹസിക്കുന്നു".

ഒടുവിൽ പൊന്നുംവിലയ്ക്ക് സിന്ധുത്തീരത്തുല്പാദിപ്പിക്കുന്ന തുണികൾ വാങ്ങാൻ കമ്പനി വ്യാപാരികൾ തയ്യാറായി.

തട്ടയിൽ ഒരു ഡിപ്പോ തുടങ്ങാനുള്ള ഈസ്റ്റ് ഇന്ത്യാ കമ്പനിയുടെ ശ്രമങ്ങൾക്ക് കടൽക്കൊള്ളയിൽ കുപ്രസിദ്ധനായ ഇംഗ്ലീഷുകാരൻ വില്യം കോബിന്റെ കൊള്ളകൾ തടസ്സമായി. എന്നാൽ 1639 ആയപ്പോഴേക്കും അത്തരം തടസ്സങ്ങൾ നീക്കി തട്ടയിൽ ഏതാനും ഇംഗ്ലീഷ് വ്യാപാരികളെ കുടിയിരുത്താൻ കമ്പനിക്ക് കഴിഞ്ഞു. 'എല്ലാറ്റിലും മികച്ച പാർസൽ സിന്ധിൽ നിന്ന് വരുന്നതാണെന്ന്' പറഞ്ഞ് ലണ്ടനിൽനിന്ന് കമ്പനി മേധാവികൾ വ്യാപാരികളെ പ്രോത്സാഹിപ്പിച്ചു.

1662ൽ ചെലവ് ചുരുക്കലിന്റെ ഭാഗമായി കമ്പനി തട്ടയിലെ ഡിപ്പോ അടച്ചു പൂട്ടി. ആഗ്ര, ബസ്ര, അഹമ്മദാബാദ് എന്നിവിടങ്ങളിലും സമാന നടപടിയുണ്ടായി. നൂറു വർഷങ്ങൾക്കു ശേഷം 1758ൽ ഒരു വെയർഹൗസ് തുറന്നുകൊണ്ട് കമ്പനി വ്യാപാരം പുനരാരംഭിച്ചു. ഇത്തവണ ചുവപ്പു നിറത്തിലുള്ള ഇംഗ്ലീഷ് വെൽവെറ്റും ഇളംനിറത്തിലുള്ള കമ്പിളിയും ഒപ്പം അരിയും ആയിരുന്നു കയറ്റി അയച്ചത്. മുഗളന്മാരിൽ നിന്നും സിന്ധിന്റെ അധികാരം തിരികെ പിടിച്ച പ്രാദേശിക പ്രമാണിമാരായിരുന്ന കൽഹോറസ് കുടുംബം അഫ്ഗാൻ ഭരണാധികാരിക്കു സമ്മാനമായി നൽകിയിരുന്നത് കമ്പനിയുടെ കമ്പിളി വസ്ത്രങ്ങളായിരുന്നു.

കൽഹോറസ് കുടുംബത്തിന് ബ്രിട്ടീഷുകാരെ വിശ്വാസമുണ്ടായിരുന്നില്ല. അവരുടെ ഇന്ത്യയിലെ മേധാവിത്വം ഏറെക്കുറെ ശക്തമായി മാറിക്കഴിഞ്ഞിരുന്നു. 1775ൽ അവർ കമ്പനി വ്യാപാരികളെ പുറത്താക്കി. സിന്ധിലെ ഭരണാധികാരം തൽപുർ കുടുംബത്തിന്റെ കൈകളിലെത്തി. അപ്പോഴും തിരികെ വരാൻ ബ്രിട്ടീഷുകാർ ശ്രമിച്ചുനോക്കി. ഇത്തവണ തടസ്സം നിന്നത് തദ്ദേശീയരായ ഹിന്ദുവ്യാപാരികളായിരുന്നു. കറാച്ചിയുടെ സ്ഥാപകരായിരുന്ന ഹിന്ദു വ്യാപാരികൾ ബ്രിട്ടീഷുകാരെ അവിടെ വരുന്നതിൽ നിന്നും വിലക്കി. എന്നാൽ അവസാനം തൽപുർ കുടുംബം ഈസ്റ്റ് ഇന്ത്യാ കമ്പനിയുടെ നിരന്തരമായ അപേക്ഷകൾക്ക് വഴിപ്പെട്ടു. അങ്ങനെ നാഥാൻ ക്രോയെ കറാച്ചിയിലെയും തട്ടയിലെയും ബ്രിട്ടീഷ് ഏജന്റായി അയച്ചു. പക്ഷേ തങ്ങളുടെ ഏജന്റ് വെറുമൊരു വ്യാപാര ദല്ലാളായി മാത്രം പ്രവർത്തിച്ചാൽ പോരാ, ചാരപ്പണികൂടി ചെയ്യണമെന്ന് ബ്രിട്ടൻ തീരുമാനിച്ചിരുന്നു. തൽപുർ കുടുംബം സംശയാലുക്കളായി. ക്രോയുടെ പ്രവർത്തനങ്ങൾ സസൂക്ഷ്മം നിരീക്ഷിച്ചുകൊണ്ടിരുന്നു.

അയാളുടെ കത്തിടപാടുകളും സാമൂഹികജീവിതവും കയറ്റുമതിയും അവരുടെ നിരീക്ഷണ പരിധിയിൽപെടുത്തി. ക്രോ കറാച്ചിയിലെത്തി ഏതാനും മാസങ്ങൾക്കു ശേഷം, 1779 മെയ് മാസത്തിൽ തെക്കേ ഇന്ത്യയിലെ മുസ്ലീം ഭരണാധികാരിയായിരുന്ന ടിപ്പു സുൽത്താനെ ബ്രിട്ടീഷുകാർ കൊന്നു. തുടർന്ന് മേഖലയിലെ മുസ്ലീം ഭരണാധികാരികൾ കാണ്ഡഹാർ മുതൽ മസ്കറ്റ് വരെയുള്ള പ്രദേശത്തുള്ളവർ ബ്രിട്ടീഷുകാർക്കെതിരെ മുന്നറിയിപ്പ് കൊടുത്തതുകൊണ്ട് തൽപുർ കുടുംബം 1800ൽ ക്രോയെ പുറത്താക്കി.

ഈസ്റ്റ് ഇന്ത്യാ കമ്പനിക്ക് ഒരിക്കലും മെരുങ്ങാത്ത ഒരു പ്രദേശമായി സിന്ധ് മാറി. ഇന്ത്യയിലെ മറ്റു പ്രദേശങ്ങളിൽ നിന്ന് വ്യത്യസ്തമായി ഈ പ്രദേശം ബ്രിട്ടീഷുകാരെ ആശയക്കുഴപ്പത്തിലാക്കിയിരുന്നു. പതിനെട്ടാം നൂറ്റാണ്ടായപ്പോഴേക്കും ബ്രിട്ടീഷുകാർ ഉപഭൂഖണ്ഡം മുഴുവൻ നികുതി പിരിക്കാനുള്ള അവകാശവും ഒപ്പം സർവസജ്ജമായ ഒരു സൈന്യവും സ്വന്തമാക്കിയിരുന്നു. വെടിമരുന്നും കപ്പലുകളുമായി അവർ മദ്രാസിലും (1639) കൽക്കട്ട (1690)യിലും ആസ്ഥാനമുറപ്പിച്ചു. 1757ൽ ബംഗാൾ കീഴടക്കി. 1763ൽ ഫ്രഞ്ചുകാരെ തോല്പിച്ചു. 1775–1818 കാലഘട്ടത്തിൽ മറാത്താ ശക്തിയും ബ്രിട്ടനോട് തോറ്റു. 1803 ഓടെ മുഗൾ തലസ്ഥാനമായിരുന്ന ഡൽഹിയും അടിയറവു പറഞ്ഞു. 19–ാം നൂറ്റാണ്ടിന്റെ ആരംഭത്തോടെ ബ്രിട്ടീഷുകാർ ഇന്ത്യയുടെ കിരീടം വയ്ക്കാത്ത രാജാക്കന്മാരായി മാറിയിരുന്നു. എന്നിട്ടും ഉപഭൂഖണ്ഡത്തിന്റെ പടിഞ്ഞാറൻ മേഖലയിലെ സിന്ധു താഴ്വരയിൽ തങ്ങളുടെ സ്വാതന്ത്ര്യം ഒരു വിദേശ ശക്തിക്ക് അടിയറവയ്ക്കാൻ തദ്ദേശീയർ തയ്യാറായില്ല. പതിനേഴാംനൂറ്റാണ്ടിൽ പോർച്ചുഗീസുകാർ ഇംഗ്ലീഷുകാരെ ഒഴിവാക്കി, മൂന്നു തവണ തദ്ദേശീയരും അവരെ പുറത്താക്കി. അങ്ങനെ സിന്ധ്, 1831ൽ ജെയിംസ് ബേൺസ് പറഞ്ഞതുപോലെ, ബ്രിട്ടന് എന്നും 'ഒരപൂർവതയും ഒപ്പം അതൃപ്തിയുമായിരുന്നു."

ഈസ്റ്റ് ഇന്ത്യാ കമ്പനിയുടെ നടത്തിപ്പുകാർ വിദ്യാസമ്പന്നരായിരുന്നു. അവർ 'ആര്യ'നും 'പ്ലിനി'യും സ്ട്രാബൊയും വായിച്ചവരായിരുന്നു. ഇന്ത്യയിലെത്തിയതായിരുന്നു അലക്സാണ്ടറുടെ വിശ്വവിജയത്തിലെ ഏറ്റവും നിർണായകവും തിളക്കമേറിയതുമായ വിജയം എന്നറിയുന്നവരായിരുന്നു. എറിത്രിയൻ കടലിൽ ചേരുന്ന നദികളിൽ വച്ചേറ്റവും മഹത്തരമായ നദി എന്നാണ്, ദി പെരിപ്ലസ് ഓഫ് ദി എരിത്രയൻ സീ എന്ന ഗ്രീക്ക് ഗതിനിർണയ പുസ്തകത്തിന്റെ രചയിതാവ് സിന്ധുവിനെ വിശേഷിപ്പിച്ചിരിക്കുന്നത്. പ്ലിനി ഇന്ത്യയുടെ പടിഞ്ഞാറൻ അതിർത്തിയെന്നാണ് സിന്ധുവിനെ വിശേഷിപ്പിക്കുന്നത്. അലക്സാണ്ടറുമായി രാജകീയസാമ്യങ്ങൾ കണ്ടെത്തി കിഴക്ക് അധികാരം ഉറപ്പിക്കാൻ ശ്രമിക്കുന്ന കമ്പനിക്ക്, പക്ഷേ, അസാധാരണയായ ഈ നദി, ഇന്ത്യയിൽ പൂർണമായി കാലുറപ്പിക്കുന്നതിന് സ്വാഭാവികമായ തടസ്സങ്ങൾ സൃഷ്ടിച്ചുകൊണ്ടിരുന്നു.

സിന്ധു കീഴടക്കാൻ ബ്രിട്ടീഷുകാർക്ക് അടിസ്ഥാനപരമായ ചില തടസ്സങ്ങൾ ഉണ്ടായിരുന്നു. പത്തൊമ്പതാം നൂറ്റാണ്ടിന്റെ ആരംഭദശയിലും ബ്രിട്ടീഷുകാർക്ക് സിന്ധു നദീതടത്തെക്കുറിച്ച് കാര്യമായ അറിവുണ്ടായിരുന്നില്ല. ഉണ്ടായിരുന്ന അറിവുകൾതന്നെ കേട്ടുകേൾവികൾ മാത്രം. കഴിഞ്ഞ അഞ്ചു നൂറ്റാണ്ടുകൾ ഇംഗ്ലണ്ടിലെ കവികളും നാടകകൃത്തുക്കളും ഇന്ത്യയിലെ രണ്ടു മഹാനദികളെക്കുറിച്ച് നിരന്തരം എഴുതിയിരുന്നു. വൻമത്സ്യങ്ങൾ നീന്തിത്തുടിക്കുന്ന ഗംഗയെക്കുറിച്ച് ആദ്യം പരാമർശിക്കപ്പെടുന്നത് 'അലക്സാണ്ടർ റൊമാൻസിന്റെ' മധ്യകാലപതിപ്പിലാണ്. പതിനഞ്ചാം നൂറ്റാണ്ടിൽ എഴുതപ്പെട്ട വിൻടൗണിലെ ആൻഡ്രുവിന്റെ 'ഒറിജിനൽ ക്രോണിക്കിൾ' ആണ് ഇന്ത്യയ്ക്ക് അതിന്റെ പേര് സമ്മാനിച്ച ഇൻഡസ്(സിന്ധു)നെക്കുറിച്ചു പരാമർശിക്കുന്നത്.

പതിനേഴാം നൂറ്റാണ്ടിലാണ് സിന്ധുവും ഗംഗയും കിഴക്കൻ അസ്തിത്വത്തിന്റെയും ദേശീയതയുടെയും പ്രതീകങ്ങളായി മാറിയത്. ഇംഗ്ലണ്ടിലെ ജെയിംസ് ഒന്നാമൻ രാജാവ് തന്റെ പ്രസിദ്ധീകരിക്കപ്പെടാത്ത ഒരു കവിതയിൽ കിഴക്കൻ സിന്ധുവിനെയും അതിലെ തെളിനീർ പ്രവാഹങ്ങളെയും കുറിച്ച് വിവരിക്കുന്നുണ്ട്. 1626ൽ ദ ടൽത് നൈറ്റിനുവേണ്ടി തയ്യാറാക്കിയ ഒരു നാടകത്തിൽ "വൃദ്ധനായ നീറോയെയും അമ്പതു സുന്ദരിമാരെയും കാണാൻ സിന്ധുവിൽ നിന്നുള്ള മുത്തുകളുമായി പോയി" എന്നെഴുതിയിട്ടുണ്ട്. ആൻഡ്രു മാർവെലിന്റെ 'ടു ഹിസ് കൊയ് മിസ്ട്രെസ്സിൽ' ഇങ്ങനെ പരാമർശിക്കുന്നു "ഇന്ത്യയിലെ ഗംഗയുടെ തീരത്തുനിന്നും പവിഴങ്ങൾ കിട്ടിയില്ലേ?" കിഴക്കിന്റെ സമൃദ്ധസൗന്ദര്യത്തിന്റെ പ്രതീകമായി ഗംഗ വാഴ്ത്തപ്പെട്ടപ്പോൾ അങ്ങേയറ്റം ഉപകാരിയും സർവൈശ്വര്യദായിനിയും ആയി സിന്ധുവും സാഹിത്യസൃഷ്ടികളിൽ നിറഞ്ഞുനിന്നു. നിരവധി നാടകകൃത്തുക്കൾ സിന്ധുവിനെ നൈലിന്റെ തുണയായി വിശേഷിപ്പിച്ചുകൊണ്ട് ഏഷ്യയെന്ന മഹാഭൂഖണ്ഡത്തിന്റെ പ്രതീകമാക്കി. ഇന്ത്യയെന്ന സമസ്യയെ, അതിന്റെ മഹത്തായ സംസ്കാരത്തെ, ചരിത്രത്തെ, രാഷ്ട്രീയത്തെ സിന്ധു സദാ ഓർമിപ്പിക്കുന്നു.

കാര്യങ്ങൾ ഇങ്ങനെയൊക്കെയാണെങ്കിലും സിന്ധു എങ്ങോട്ടാണ് ഒഴുകിമറയുന്നതെന്ന് ആർക്കും കൃത്യമായ അറിവുണ്ടായിരുന്നില്ല. അന്നത്തെ ബ്രിട്ടീഷ് ഭൂപടത്തിൽ അടയാളപ്പെടുത്തിയിരിക്കുന്നത് തെറ്റാണെന്ന് തോമസ് റോ ഇംഗ്ലണ്ടിലേക്കുള്ള തന്റെ കത്തുകളിൽ ആവർത്തിച്ച് ഓർമ്മിപ്പിച്ചുകൊണ്ടിരുന്നു. ആ ഭൂപടമനുസരിച്ച് സിന്ധു ഒഴുകിച്ചേരുന്നത് ഗുജറാത്തിലെ കാമ്പെ ഉൾക്കടലിലാണ്. ഒരു നൂറ്റാണ്ടിനു ശേഷവും കമ്പനിയുടെ ഭൂപടങ്ങൾ കാര്യമായി മെച്ചപ്പെട്ടിരുന്നില്ല. ഭൂപട നിർമാണ വിദ്യ യൂറോപ്യൻ നവോത്ഥാനത്തിന്റെ മികച്ച നേട്ടങ്ങളിലൊന്നായിരുന്നു. എന്നിട്ടും ഫ്രഞ്ച് ഭൂപട നിർമാണ വിദഗ്ധനായിരുന്ന ഴാങ് ബാപ്റ്റിസ്റ്റ് ഡി അൻവില്ലേയ്ക്ക് പതിനെട്ടാം നൂറ്റാണ്ടിന്റെ മധ്യകാലഘട്ടത്തിലെ ഇന്ത്യൻ ഭൂപടം പ്രസിദ്ധീകരിക്കാൻ പുരാണങ്ങളെയും മുഗൾ,

പേർഷ്യൻ ഭൂപടങ്ങളെയും സമകാലീന യൂറോപ്യൻ സഞ്ചാരികളുടെ വിവരണങ്ങളെയും ആശ്രയിക്കേണ്ടി വന്നു. ഡി അൻവില്ലേ ഒരിക്കലും ഇന്ത്യ സന്ദർശിച്ചിട്ടില്ല. തന്റെ വിവരശേഖരണത്തിലെ കുറവുകളെക്കുറിച്ച് അദ്ദേഹം തികച്ചും സത്യസന്ധനും ബോധവാനുമായിരുന്നു. ഇന്ത്യയുടെ പ്രധാന അതിർത്തിയായി സിന്ധുവിനെ അദ്ദേഹം കണ്ടിരുന്നെങ്കിലും അതിനെക്കുറിച്ച് സമീപകാല പഠനങ്ങളൊന്നും നടന്നിട്ടില്ല എന്നത് അദ്ദേഹം ഖേദപൂർവ്വം സമ്മതിക്കുന്നു. അതുകൊണ്ട് അതിനെക്കുറിച്ച് പുതിയ വിവരങ്ങളൊന്നും ഇല്ലെന്നും അദ്ദേഹം ഓർമ്മിപ്പിക്കുന്നു.

ബ്രിട്ടന്റെ ഇന്ത്യയിലെ ഭൂപട നിർമാണവിദഗ്ധനായിരുന്ന ജെയിംസ് റെന്നെൽ 1765–71 കാലഘട്ടത്തിൽ സർവേ നടപടികൾക്കായി ബംഗാളിലെത്തി. ജോലിയിൽ നിന്നു വിരമിച്ചതിനുശേഷം അദ്ദേഹത്തിന് ഇന്ത്യൻ ഭൂപടം നിർമ്മിക്കാൻ സൈനിക രേഖകളുൾപ്പെടെയുള്ള രചനകളെ ആശ്രയിക്കേണ്ടി വന്നു. അപ്പോഴും സിന്ധു താഴ്‌വരയുൾപ്പെട്ട ഒരു വലിയ വിഭാഗം ഭൂപ്രദേശം അറിയപ്പെടാതെ കിടന്നു.

1774ൽ കമ്പനിയുടെ ഒരു സ്ക്വാഡ്രനാണ് സിന്ധുതീരത്തെ ഭൂപടത്തിലാക്കിയത്. 1831 വരെയും സൈന്ധവദേശത്തിന്റെ ഭൂപടം വരച്ചിരുന്നത് ഊഹാപോഹങ്ങളെ അടിസ്ഥാനപ്പെടുത്തിയായിരുന്നു. 1842ൽ ജി ടി വിഗ്നെയാണ് പർവ്വതങ്ങളിലൂടെയുള്ള സിന്ധുവിന്റെ പ്രയാണഗതികൾ രേഖപ്പെടുത്തിയത്. അപ്പോഴും ബ്രിട്ടീഷുകാർക്ക് അതിന്റെ ഉദ്ഭവസ്ഥാനം കണ്ടെത്താൻ കഴിഞ്ഞിരുന്നില്ല. വളരെക്കാലം സിന്ധു ഉദ്ഭവിക്കുന്നത് കാശ്മീരിലാണെന്നാണ് അവർ കരുതിയിരുന്നത്. ഈസ്റ്റ് ഇന്ത്യാ കമ്പനിക്ക് നദിയെക്കുറിച്ചുള്ള അബദ്ധധാരണകൾ മാറാൻ മുൻകാലങ്ങളിലെ സഞ്ചാരികളുടെ കുറിപ്പുകൾ ആശ്രയിക്കേണ്ടി വന്നു. ഉദാഹരണത്തിന് 1638ൽ ഹെൻറി ബോൺഫോർഡ് എന്ന ഇംഗ്ലീഷുകാരൻ ലാഹോറിൽ നിന്ന് തട്ട വരെ ഒരു തോണിയിൽ സഞ്ചരിച്ചിരുന്നു. എന്നാൽ സ്വതന്ത്രവ്യാപാരിയും സാഹസികസഞ്ചാരിയുമായ ക്യാപ്റ്റൻ അലക്സാണ്ടർ ഹാമിൽട്ടനാണ് കമ്പനിക്ക് ഏറ്റവും കൂടുതൽ പ്രതീക്ഷ നൽകിയത്. 1727ൽ പ്രസിദ്ധീകരിച്ച ന്യൂ അക്കൗണ്ട് ഓഫ് ഈസ്റ്റ് ഇൻഡീസ് സിന്ധു കാശ്മീർവരെ സഞ്ചാരയോഗ്യമാണെന്ന് ഉറപ്പിച്ചു പറഞ്ഞു.

ഭൂപട സഞ്ചാരികളുടെ ട്രിബ്യൂണലിനെക്കുറിച്ച് ഹാമിൽട്ടന് പുച്ഛമായിരുന്നു. സൈന്ധവദേശത്തെ മുഗൾ അധീന പ്രദേശങ്ങളെക്കുറിച്ചുള്ള അദ്ദേഹത്തിന്റെ വിവരണങ്ങൾ നദിയുടെ പൗരാണിക ചരിത്രത്തിനപ്പുറം അതിന്റെ പ്രായോഗികമായ സാധ്യതകളെക്കുറിച്ചു കൂടിയുള്ളതായിരുന്നു. ഗോതമ്പും അരിയും പയർവർഗ്ഗങ്ങളും സമൃദ്ധമായി വിളയുന്ന ഈ പ്രദേശത്തിന് ക്ഷാമം എന്തെന്നറിയുകപോലുമില്ലെന്ന് അദ്ദേഹം എഴുതി. ഏപ്രിൽ, മെയ്, ജൂൺ മാസങ്ങളിൽ കര കവിഞ്ഞൊഴുകുന്ന നദി തീരത്തുപേക്ഷിക്കുന്ന ഫലഭൂയിഷ്ഠമായ എക്കൽ മണ്ണ് ഉണങ്ങുംമുമ്പേ ഉഴുതുമറിച്ച് കൃഷിയിറക്കുന്നു. ഫലഭൂയിഷ്ഠതയിൽ പകരം വയ്ക്കാനില്ലാത്ത

തീരം സമൃദ്ധമായ വിള നൽകുന്നു. (ഇന്നും സിന്ധുവിന്റെ തീരങ്ങളിൽ മൂന്നുവിള കൃഷിയിറക്കാറുണ്ട്).

ഇരുനൂറ് ടൺ വരെ ഭാരമുള്ള കപ്പലുകൾക്ക് സിന്ധുവിന്റെ പലഭാഗ ങ്ങളിലും പ്രവേശിക്കാൻ കഴിയുമെന്നും ഹാമിൽട്ടൺ എഴുതി. പത്തൊമ്പതാം നൂറ്റാണ്ടിൽ സിന്ധുവിനെ കൃഷിക്കും വ്യാപാരത്തിനും ഉപയോഗിക്കാൻ വെമ്പൽ കൊണ്ടിരുന്ന ഈസ്റ്റ് ഇന്ത്യാ കമ്പനിയെ ആകർഷിക്കാൻ ഹാമിൽട്ടന്റെ ഈ വിവരണങ്ങൾ ധാരാളം മതിയായിരുന്നു.

സിന്ധുവിന്റെ വ്യാപാരസാധ്യതകളെക്കുറിച്ചുള്ള ഹാമിൽട്ടന്റെ വിവരണകൃതിക്ക് ഏറെ ജനപ്രീതി നേടിയിരുന്ന ജോർജ് ഫോസ്റ്ററുടെ 'എ ജേർണി ഫ്രം ബംഗാൾ ടു ഇംഗ്ലണ്ട്' എന്ന കൃതിയുടെ അത്രതന്നെ പ്രാധാന്യം കമ്പനി നൽകി. ഹിന്ദുസ്ഥാന്റെ പടിഞ്ഞാറൻ അതിർത്തിയിൽ ശക്തമായ പ്രതിരോധം തീർക്കുന്നത് സിന്ധു നദിയാണെന്ന സങ്കല്പത്തിന് പ്രചാരം നൽകിയത് അദ്ദേഹമായിരുന്നു. എല്ലാക്കാലത്തും സിന്ധു മുറിച്ചു കടക്കാൻ ശ്രമിച്ചിട്ടുള്ള സൈന്യങ്ങൾക്കു കടുത്ത പ്രയാസങ്ങളും നാശനഷ്ടങ്ങളും നേരിടേണ്ടി വന്നിട്ടുണ്ട്. അപകടകാരികളായ പർവതഗോത്രങ്ങളിൽനിന്നും റഷ്യ പോലുള്ള യൂറോപ്യൻ ശക്തികളുടെ ആക്രമണങ്ങളിൽ നിന്നും ഇന്ത്യയെ പ്രതിരോധിക്കാൻ വെമ്പൽകൊണ്ട് നടന്നിരുന്ന ഈസ്റ്റ് ഇന്ത്യാ കമ്പനിക്ക് ഫോസ്റ്ററുടെ നിഗമനങ്ങൾ ഏറെ ഉപകാരപ്രദമായി. സിന്ധു ഒരു സൈനിക പ്രതിരോധം കൂടിയാണെന്ന അറിവ് നദിയുടെ പരിസരപ്രദേശങ്ങളിലേക്ക് മുന്നേറുന്നതിന് കമ്പനിക്ക് നിർണായകമായ അറിവായി മാറി.

നദിയുടെ സ്വാഭാവിക പ്രതിരോധം മുൻകാലങ്ങളിൽ ചിലപ്പോഴെങ്കിലും പരാജയപ്പെട്ടിരുന്നു എന്ന കാര്യം കമ്പനിക്ക് ഉൽക്കണ്ഠ ഉളവാക്കുന്നതായിരുന്നു. "ഇന്ത്യ കീഴടക്കുന്നതിൽ ഉണ്ടായേക്കാവുന്ന പ്രയാസങ്ങൾ കൃത്യമായി തിട്ടപ്പെടുത്തേണ്ടതുണ്ട്. കാരണം ആ രാജ്യം മുമ്പും അക്രമിക്കപ്പെട്ടിട്ടുണ്ട്.", ഒരു കമ്പനി ഉദ്യോഗസ്ഥൻ എഴുതി. ഈ ഒരു ഭയമാണ് ഈസ്റ്റ് ഇന്ത്യാ കമ്പനിയെ സിന്ധുവിനപ്പുറം സിന്ധും അഫ്ഗാനിസ്ഥാനും കീഴടക്കാൻ പ്രേരിപ്പിച്ചത്.

1830ൽ സിന്ധ് പിടിച്ചടക്കുന്നതിന്റെ മുന്നോടിയായി ഇൻഡസ് രഹസ്യാന്വേഷണ റിപ്പോർട്ടുകൾ ബ്രിട്ടീഷുകാർ ക്രോഡീകരിച്ചു. ബ്രിട്ടീഷിന്ത്യയുടെ വടക്കുപടിഞ്ഞാറൻ പ്രവിശ്യകൾ സമർപ്പിച്ചിട്ടുള്ള നിവേദനങ്ങളുടെയും ഇന്ത്യയുടെ പ്രതിരോധവുമായി ബന്ധപ്പെട്ട സിന്ധു നദിയുടെ പ്രാധാന്യത്തെയുംകുറിച്ചായിരുന്നു പ്രസ്തുത റിപ്പോർട്ടുകൾ. സിന്ധു കീഴടക്കുക എന്ന പ്രശ്നവും ഒപ്പം എപ്പോഴും സംഭവിച്ചേക്കാവുന്ന റഷ്യൻ ആക്രമണവും ബ്രിട്ടന്റെ പ്രധാന ആശങ്കകളായിത്തീർന്നു. ഇതിനോടകം നദീതീരത്തെ ഏതാണ്ടെല്ലാ പ്രധാന ശക്തികളുമായും കമ്പനി ധാരണയിലെത്തിയിരുന്നു. 1809ൽ സിന്ധിന്റെ കിഴക്കുള്ള സിക്കുകാരുമായും കമ്പനി ധാരണയിലെത്തിയിരുന്നു. ഇന്ത്യയിലേക്കുള്ള

നെപ്പോളിയന്റെ മുന്നേറ്റത്തിന് തടയിടാൻ, സിന്ധിലെ പ്രാദേശിക ഭരണ കൂടങ്ങളുമായി 1800ൽ തന്നെ കമ്പനി ചർച്ചകൾ തുടങ്ങിയിരുന്നു. (നെപ്പോളിയൻ ഈജിപ്ത് കീഴടക്കികഴിഞ്ഞിരുന്നു)

പേർഷ്യയിലും അഫ്ഘാനിസ്ഥാനിലും ഇംഗ്ലീഷ് കമ്പനിയുടെ എംബസികൾ തുടങ്ങിയിരുന്നു. സൈനികശക്തിയല്ലാത്തതിനാൽ തന്ത്രപ്രധാനപ്രദേശമായ സിന്ധിനെ ഇതിൽനിന്നും ഒഴിവാക്കിയിരുന്നു. നല്ലൊരു സൈന്യം ഇല്ലാത്ത തൽപുർ കുടുംബം ഭരിച്ചിരുന്ന സിന്ധ് എല്ലാ അർത്ഥത്തിലും ദുർബലമായിരുന്നു.

സിന്ധിലെ ഭരണാധികാരികൾക്ക് ഇതറിയാമായിരുന്നു. ഇംഗ്ലീഷുകാർ ചതിയന്മാരാണെന്നും അവർ മനസ്സിലാക്കിയിരുന്നു. കഴിയുന്നിടത്തോളം ഇംഗ്ലീഷുകാരെ അകറ്റിനിർത്തുക എന്ന നയം അവർ പിന്തുടർന്നിരുന്നു. അസഹ്യമാകുമ്പോൾ അവർ കമ്പനി കച്ചവടക്കാരെ ചവിട്ടി പുറത്താക്കി. മറ്റു ചിലപ്പോൾ മനസ്സില്ലാമനസ്സോടെ കമ്പനിയുടെ കരാറുകൾക്കു വഴിപ്പെടേണ്ടിയും വന്നു.

ആദ്യത്തെ ഒപ്പുവയ്ക്കപ്പെട്ട 1809ലെ ഉടമ്പടിയുടെ ഒരേ ഒരു ഉദ്ദേശ്യം ഫ്രഞ്ചുകാരെ അകറ്റിനിർത്തുക എന്നതായിരുന്നു. അല്ലാതെ കമ്പനിയുടെ കച്ചവട താത്പര്യങ്ങൾ സംരക്ഷിക്കുക എന്നതായിരുന്നില്ല. 1819ൽ തൊട്ടടുത്ത കച്ച് പ്രവിശ്യ കമ്പനി സ്വന്തമാക്കി. ഇതോടെ അധികം വൈകാതെ സിന്ധിലെ വ്യാപാരഅവകാശങ്ങൾ സ്വന്തമാക്കാമെന്നു അവർ പ്രതീക്ഷിച്ചു. എന്നാൽ ജെയിംസ് ബേൺസ് എഴുതിയതുപോലെ "അസൂയാലുക്കളും അഹങ്കാരികളുമായ സിന്ധ് പ്രമാണിമാർ സാമ്രാജ്യ വ്യാപനം അവരുടെ ഭാഗത്തേക്ക് നീങ്ങുന്നതിനെ വെറുപ്പോടും ആശങ്കയോടുമാണ് കാണുന്നത്" എന്നതായിരുന്നു അവസ്ഥ.

സിന്ധിലേക്കുള്ള വ്യാപാര അവസരങ്ങൾ നിഷേധിക്കപ്പെടുകയാണെങ്കിൽ സിന്ധ് കീഴടക്കുക മാത്രമാണ് പരിഹാരമെന്ന് കമ്പനിക്കു മനസ്സിലായി. 1809ലെ രേഖകളനുസരിച്ച് കീഴടക്കാൻ ഏറ്റവും എളുപ്പമുള്ള പ്രവിശ്യ സിന്ധ് ആണെന്ന് വ്യക്തമായിരുന്നു.

പിടിച്ചെടുക്കലിന്റെ മുന്നോടിയായി തയ്യാറാക്കിയ റിപ്പോർട്ട് 'ഏകാധിപത്യ നയങ്ങൾ' മൂലം കഷ്ടപ്പെടുന്ന സിന്ധിലേക്ക് ശ്രദ്ധ ക്ഷണിക്കുന്നതായിരുന്നു. സിന്ധിലെ നിലവിലെ ഭരണാധികാരികളുടെ അസഹിഷ്ണുതയും അഴിമതിയും പ്രവിശ്യാഭരണം പിടിച്ചെടുക്കുന്നതിനുള്ള ധാർമികന്യായീകരണങ്ങളായിത്തീർന്നു. തൽപുർ കുടുംബത്തിന്റെ മൃഗയാവിനോദങ്ങൾക്കായി നദീതീരത്തെ ഫലഭൂയിഷ്ഠവും കൃഷിയോഗ്യവുമായ ഭൂമി തരിശായി ഇട്ടിരിക്കുന്നു എന്നതായിരുന്നു പ്രധാന ആരോപണം. ജനോപകാരപ്രദമായ നല്ലൊരു ഭരണം സിന്ധിലെ ജനങ്ങളുടെ ക്ഷേമത്തിനാവശ്യമാണെന്ന് റിപ്പോർട്ട് സമർത്ഥമായി പറഞ്ഞുവെച്ചു.

ആക്രമണം എളുപ്പത്തിൽ എങ്ങനെ നടത്താമെന്നും റിപ്പോർട്ട് പറയുന്നുണ്ട്. സിന്ധിന്റെ പ്രതിരോധനിര അല്പമെങ്കിലും ശക്തമായിട്ടുള്ളത്

ഹൈദരാബാദിലും ഒമർകോട്ടുമാണ്. രാഷ്ട്രീയമായി എളുപ്പത്തിൽ ചെയ്യാൻ സാധിക്കുന്നതു വിഭജിച്ചു ഭരിക്കലാണ്. സിന്ധിയൻ സൈന്യത്തിന്റെയും സർക്കാരിന്റെയും യോജിപ്പില്ലായ്മ നന്നായി മുതലെടുക്കാമെന്നു കമ്പനിക്ക് മനസ്സിലായി. ഇടഞ്ഞുനിൽക്കുന്ന പ്രമാണിമാരെ വശീകരിച്ച് തൽപുർ കുടുംബത്തിന്റെ ശത്രുക്കളാക്കാൻ കഴിയുമെന്നും റിപ്പോർട്ട് വിവരിക്കുന്നു. ഈ പരിശ്രമങ്ങളുടെയെല്ലാം ഉദ്ദേശ്യം രാജ്യത്തിന്റെ പ്രതിരോധത്തിനു ഭീഷണിയാകുന്ന എന്ത് സംഭവങ്ങളുണ്ടായാലും സിന്ധുവിലൂടെയുള്ള സഞ്ചാരമാർഗങ്ങൾ ഏറെ നിർണായകമായിരിക്കും എന്നതായിരുന്നു. എന്ത് സംഭവവും എന്നതുകൊണ്ട് ഉദ്ദേശിക്കുന്നത് മറ്റൊന്നുമല്ല, ബ്രിട്ടീഷിന്ത്യയ്ക്കു നേരെയുണ്ടായേക്കുമെന്നു ഭയപ്പെടുന്ന റഷ്യൻ ആക്രമണം തന്നെ.

റിപ്പോർട്ടിന്റെ രണ്ടാം ഭാഗം ഈ പ്രശ്നത്തെ കാര്യമായിത്തന്നെ വിലയിരുത്തുന്നുണ്ട്. പ്രശ്നത്തിന്റെ തീവ്രതയെക്കുറിച്ചു അഭിപ്രായവ്യത്യാസങ്ങൾ ഉണ്ടായിരുന്നെങ്കിലും ബ്രിട്ടീഷിന്ത്യയുടെ സുരക്ഷയ്ക്ക് സിന്ധുവിന്റെ മേൽ നിയന്ത്രണം വേണമെന്ന കാര്യത്തിൽ പ്രതിരോധ വിദഗ്ധർക്ക് അഭിപ്രായ വ്യത്യാസം ഉണ്ടായിരുന്നില്ല. ഇന്ത്യ ആക്രമിക്കാൻ റഷ്യൻ പദ്ധതികൾ ഉണ്ടായിരുന്നു എന്ന് വിശ്വസിക്കപ്പെട്ടിരുന്നു. സിന്ധു പ്രദേശത്തിലൂടെ റഷ്യയുടെ ആക്രമണം പ്രതീക്ഷിക്കപ്പെട്ടിരുന്നു. സർ ജോൺ മക്ഡൊണാൾഡ് ആയിരുന്നു ഇക്കാര്യത്തിൽ ഏറെ ആശങ്കപ്പെട്ടിരുന്നത്. പ്രദേശത്തിന്റെ ഭൂപ്രകൃതിയെക്കുറിച്ചുള്ള കൃത്യമായ വിവരങ്ങൾ കിട്ടാൻ ചാരന്മാരെ നിയോഗിക്കണമെന്ന് അദ്ദേഹം അഭിപ്രായപ്പെട്ടു. 30000ത്തോളം വരുന്ന റഷ്യൻസൈന്യം ബ്രിട്ടീഷിന്ത്യയിലേക്ക് നുഴഞ്ഞു കയറിയേക്കാം എന്ന തോന്നലിൽ കമ്പനി സ്വന്തം അഭിപ്രായങ്ങളുമായി മുന്നോട്ടു പോയി.

റിപ്പോർട്ട് കിട്ടിയ ഉടനെ അലക്സാണ്ടർ ബേൺസ് എന്ന ചുറുചുറുക്കുള്ള ചെറുപ്പക്കാരനെ നദിയിലെ സഞ്ചാരപാതകളെക്കുറിച്ച് പഠിക്കാൻ കമ്പനി നിയോഗിച്ചു. സിന്ധുനദിയുടെ ആഴവും പരപ്പും സഞ്ചാരസാധ്യതകളും മനസ്സിലാക്കുന്നതിനൊപ്പം അതിന്റെ തീരത്തുള്ള കോട്ടകളുടെ പ്രതിരോധസാധ്യതകളെക്കുറിച്ചും പഠിക്കുകയായിരുന്നു ലക്ഷ്യം. ആ ലക്ഷ്യം തൽപുർ കുടുംബത്തിൽനിന്നും കമ്പനി മറച്ചുവച്ചു. തന്ത്രങ്ങൾ ആവിഷ്കരിക്കപ്പെട്ടു. മഹാരാജ രഞ്ജിത്ത്സിങിന് സമ്മാനിക്കാൻ മികച്ചയിനത്തിൽപെട്ട അഞ്ചു കുതിരകളുമായി ആയിരം കിലോമീറ്റർ ദൂരം നദിയിലൂടെ ലാഹോറിലേക്ക് സഞ്ചരിക്കാൻ തീരുമാനമായി. (ഇംഗ്ലണ്ടിൽ മാത്രം കാണുന്ന വലിപ്പം കൂടിയ ഇനത്തിൽപെട്ട കുതിരകളായിരുന്നു അത്. ഇതിനെക്കുറിച്ച് പുകഴ്ത്തിക്കൊണ്ട് ബേൺസ്, രാജാവിനെഴുതിയിരുന്നു). നദിയെ കുറച്ചുകൂടി ആഴത്തിൽ മനസ്സിലാക്കാൻ ഈ യാത്രയുടെ മറവിൽ കഴിയുമെന്ന് ബേൺസ് കണക്കുകൂട്ടി.

നദിയെക്കുറിച്ച് ബ്രിട്ടനിപ്പോഴുള്ള അവ്യക്തവും അപൂർണവുമായ അറിവിന് പൂർണതയും വ്യക്തതയും നല്കാൻ ബേൺസിന്റെ യാത്രയ്ക്ക്

കഴിയും. യാത്രയുടെ തുടക്കത്തിൽ തന്റെ ദൗത്യത്തിലുള്ള ആവേശം ആ ചെറുപ്പക്കാരനിൽ ജ്വലിച്ചു നിന്നിരുന്നു. വളരെ തന്ത്രപൂർവ്വം ബേൺസ് തൽപുർ കുടുംബവുമായി സംസാരിച്ചു. എന്നാൽ, ബേൺസിന്റെ ദൗത്യം ഒരു സൈനിക നീക്കത്തിന്റെ മുന്നോടിയാണെന്ന് ഊഹമുണ്ടായിരുന്നതുകൊണ്ട് (കൃത്യമായ ഊഹം) അവർ നദിയിൽ കൂടിയുള്ള ലാഹോർ യാത്രയ്ക്ക് അനുമതി നിഷേധിച്ചു. മൂന്നു മാസത്തോളം അവർ ബേൺസിനെ അഴിമുഖത്തെ ദ്വീപിൽ ഒരു ബോട്ടിൽ തടവിൽ പാർപ്പിച്ചു. തട്ടയ്ക്കടുത്ത് താമസിച്ചിരുന്ന തൽപുർ ശാഖ ബേൺസിന്റെ നിരന്തരമായ അഭ്യർത്ഥനകൾക്ക് കത്തുകളിലൂടെ മറുപടി നൽകി. അവർ സിന്ധുവിലെ പാറക്കെട്ടുകളെയും വൻചുഴികളെയും പതിയിരിക്കുന്ന അപ്രതീക്ഷിത അപകടങ്ങളെയുംകുറിച്ച് പൊടിപ്പും തൊങ്ങലുംവച്ച് വിവരിച്ചു. മനുഷ്യചരിത്രത്തിലെവിടെയും നദിയിലൂടെ ആരും യാത്ര ചെയ്തതായി കേട്ടിട്ടില്ലെന്ന് തൽപുർ കുടുംബം ബേൺസിനെ ഓർമിപ്പിച്ചു. ഇതൊരു കള്ളമാണെന്ന് ബേൺസിന് അറിയുമായിരിക്കണം. പക്ഷേ അദ്ദേഹം ആ അതിശയോക്തി വിവരണങ്ങൾ ഗൗരവമായി തന്നെയെടുത്തു. നദിയെ ആദ്യം മെരുക്കിയ വ്യക്തി എന്ന് പേരെടുക്കുവാൻ അദ്ദേഹം ആഗ്രഹിച്ചു. ബോട്ടിൽ തടവിൽ താമസിച്ച സമയം മുഴുവനും നദിയിൽ പര്യവേഷണം നടത്തുകയും സിന്ധുവിന്റെ അഴിമുഖത്തിന്റെ വിശദമായ ഭൂപടം തയ്യാറാക്കുകയും ചെയ്തു. ഒടുവിൽ, ഇനിയും കാത്തിരിക്കാൻ വയ്യ എന്ന് തോന്നിയ ഘട്ടത്തിൽ തട്ടയിൽചെന്ന് തൽപുർ തലവനെ നേരിട്ട് കണ്ട് തന്റെ ആവശ്യം അംഗീകരിക്കണമെന്ന് അഭ്യർത്ഥിച്ചു.

ബേൺസിന്റെ സാധനസാമഗ്രികൾ സസൂക്ഷ്മം പരിശോധിച്ച തൽപുർ സൈന്യത്തിന് ഒന്നും കണ്ടെത്താൻ കഴിഞ്ഞില്ല. ആയുധങ്ങളുണ്ടോ എന്നായിരുന്നിരിക്കണം അവർ അന്വേഷിച്ചത്. എന്നാൽ അവരുടെ കണ്ണിൽപെടാതിരുന്ന ഒന്നുണ്ടായിരുന്നു, ആധുനിക രീതിയിലുള്ള സർവ്വേ ഉപകരണം. നിരന്തര അന്വേഷണങ്ങൾക്കൊടുവിൽ ബേൺസ് ഒരു ഭീഷണിയല്ലെന്ന് തൽപുർ കുടുംബത്തിനു തോന്നി. അവർ അദ്ദേഹത്തെ കാര്യമായി സ്വീകരിച്ചു സൽക്കരിച്ചു. തട്ട വരെ അദ്ദേഹം തോണിയിലാണ് സഞ്ചരിച്ചത്. തട്ടയിൽ നിന്നുള്ള യാത്രയ്ക്കായി തൽപുർ കുടുംബം അവരുടെ രാജകീയനൗക വിട്ടുകൊടുത്തു. അദ്ദേഹം നീരൊഴുക്കിനെതിരെ നീങ്ങിത്തുടങ്ങി. തൽപുർ കുടുംബത്തിന്റെ പാചകക്കാർ തയ്യാറാക്കിയ ആട്ടിൻസൂപ്പ് രുചിച്ചും അധികം വൈകാതെ ബ്രിട്ടന്റെ ഭാഗമാകാൻ പോകുന്ന ഗ്രാമീണഭംഗികൾ ആസ്വദിച്ചും അദ്ദേഹം ലാഹോറിലേക്ക് തന്റെ സ്വപ്നയാത്ര നടത്തി. രാത്രി ഇരുട്ടിന്റെ മറവിൽ മാത്രം അദ്ദേഹം തന്റെ സർവ്വേ ഉപകരണം പുറത്തെടുത്ത് അളക്കുകയും കൂട്ടുകയും എഴുതുകയും ചെയ്തു. തുടർന്ന് പ്രസിദ്ധീകരിക്കപ്പെട്ട, സിന്ധിലെയും പഞ്ചാബിലെയും നദികളിലൂടെയുള്ള യാത്രാ

സ്മരണികയിൽ സിന്ധു എന്തുകൊണ്ടും വ്യാപാരത്തിന് അനുയോജ്യമാണെന്നും പിടിച്ചെടുക്കാൻ സമയമായി എന്നും വ്യക്തമാക്കി.

"സിന്ധുവിലൂടെ ബുദ്ധിമുട്ടുകളില്ലാതെ ബ്രിട്ടന് സഞ്ചാരപാത തുറക്കാൻ സാധിക്കും... സുരക്ഷിതമായ ബുക്കൂർ കോട്ടയാണ് പ്രധാന പ്രവേശനകവാടം. അത് പിടിച്ചെടുത്താൽ ഏറ്റവും ഫലഭൂയിഷ്ഠമായ ഭൂപ്രദേശത്തിന്റെ മുഴുവൻ നിയന്ത്രണവും ബ്രിട്ടന് ലഭിക്കും."

കമ്പനി തലവന്മാർ സന്തോഷിച്ചു. അടുത്ത വർഷം പഞ്ചാബിലെ മഹാരാജാ രഞ്ജിത്ത്സിങ് സിന്ധ് അക്രമിച്ചു കീഴടക്കുമെന്ന ഭീഷണി മുതലാക്കി ബ്രിട്ടൺ തൽപുർ ഭരണാധികാരികളെക്കൊണ്ട് നിരവധി ഉടമ്പടികളിൽ ഒപ്പുവെപ്പിച്ചു. അതനുസരിച്ച് സിന്ധിലൂടെ ഒഴുകുന്ന നദീഭാഗം എല്ലാ വ്യാപാരികൾക്കും കച്ചവടക്കാർക്കും തുറന്നുകൊടുക്കാൻ തൽപുർ കുടുംബം തയ്യാറാകേണ്ടി വന്നു. ബ്രിട്ടീഷ് താത്പര്യങ്ങൾ സംരക്ഷിക്കാനുതകുന്ന തരത്തിലുള്ള രണ്ട് ഉടമ്പടികൾ കൂടി 1834ലും 1838ലും ഒപ്പുവയ്ക്കപ്പെട്ടു. 1837ൽ ബേൺസിന് ഇങ്ങനെ എഴുതാൻ കഴിഞ്ഞു. "സിന്ധിലെ അഹങ്കാരികളായ പ്രമാണിമാർ ശരിക്കും കീഴടങ്ങിക്കഴിഞ്ഞു... അവസാനം ഞങ്ങൾ സിന്ധുവിൽ സ്വാധീനം ഉറപ്പിച്ചു..."

സിന്ധുവിനെ കീഴടക്കിയ ആത്മവിശ്വാസത്തിൽ ബേൺസ് തന്റെ മേലധികാരികളിൽനിന്ന് മറ്റൊരു പര്യവേഷണ യാത്രയ്ക്കുകൂടി അനുമതി വാങ്ങി. 1832ൽ ഇന്ത്യയിൽ നിന്ന് സിന്ധു വഴി ബേൺസ് മധ്യേഷ്യയിലേക്ക് യാത്ര ചെയ്തു. ഒരു അർമേനിയൻ വ്യാപാരിയായി വേഷം മാറിയായിരുന്നു യാത്ര. അത് കൂടുതൽ സാഹസികമായ യാത്രയായിരുന്നു. 1834ൽ ഇംഗ്ലണ്ടിൽ തിരിച്ചെത്തിയ ബേൺസ് തന്റെ രണ്ടു സാഹസിക യാത്രകളും കൂടി മൂന്നുഭാഗങ്ങളായി 'ട്രാവെൽസ് ഇൻ ടു ബൊക്കാറ' എന്ന പേരിൽ പുസ്തകരൂപത്തിൽ പ്രസിദ്ധീകരിച്ചു. ബേൺസിന് ജനപ്രിയ എഴുത്തിന്റെ ശൈലിയുണ്ടായിരുന്നു. അതുകൊണ്ടുതന്നെ അദ്ദേഹത്തിന്റെ രചനകൾ, പ്രത്യേകിച്ച് സിന്ധുവിലൂടെയുള്ള യാത്രകൾ ബ്രിട്ടനെ ഹരം കൊള്ളിച്ചു

പുസ്തകത്തിന്റെ പ്രധാന ഇതിവൃത്തംതന്നെ അലക്സാണ്ടർ ബേൺസിന്റെയും അദ്ദേഹത്തിന്റെ പേരുകാരനായ അലക്സാണ്ടർ ദി ഗ്രേറ്റിന്റെയും വിവരണങ്ങളിലെ സാമ്യങ്ങളായിരുന്നു. സിന്ധുവിലൂടെ ആദ്യമായി സഞ്ചരിച്ച ആധുനിക യൂറോപ്യൻ താനാണെന്ന കൃത്യതയില്ലാത്ത അവകാശവാദം ഉന്നയിച്ചുകൊണ്ടാണ് ബേൺസിന്റെ പുസ്തകം തുടങ്ങുന്നത്

"ലാഹോറിൽ ദിവസവും രണ്ടാം അകലക്സാണ്ടർ" എന്ന വിശേഷണം കേൾക്കാറുണ്ടായിരുന്നുവെന്നു അദ്ദേഹം അല്പം മടിയോടെ വിവരിക്കുന്നു. ഏറെ അപകടം പിടിച്ച ഒരു ജലയാത്ര വിജയകരമായി

പൂർത്തിയാക്കിയതുകൊണ്ട് സിക്കൻഡർ സാനീ" എന്നാണ് വിളിക്കപ്പെട്ടിരുന്നത് എന്നും ബേൺസ് എഴുതുന്നു. എല്ലാറ്റിലുമുപരി അദ്ദേഹത്തിന്റെ സിന്ധു ദൗത്യത്തിന്റെ അദൃശ്യമായ ശക്തിയെയും സാധ്യതകളെയുംകുറിച്ച് ഊന്നിപ്പറയുന്നു.

"ഞങ്ങൾ നദിയിലൂടെ മുന്നേറുമ്പോൾ ഇരുകരയിലും മൈലുകളോളം ദൂരത്തിൽ ജനങ്ങൾ ഞങ്ങളെ കാണായി വന്നുനിന്നിരുന്നു. തീരത്തോട് ചേർന്ന് ഒരു സിന്ധി ഞങ്ങളെ തുറിച്ചുനോക്കിനിന്നിരുന്നു. ഞങ്ങൾ കടന്നു പോകുമ്പോൾ അയാൾ തല തിരിച്ചു കൂടെയുള്ളവരോട് വിളിച്ചു പറയുന്നത് എന്റെ സംഘത്തിലെ ഒരാൾ കേട്ടു. അതിങ്ങനെയായിരുന്നു "കഷ്ടം, സിന്ധു പോയി, ഇംഗ്ലീഷുകാർ നദിയെ കണ്ടു കഴിഞ്ഞു. സിന്ധിനെ കീഴടക്കാനുള്ള വഴിയാണിത്" ലണ്ടനിൽ ബേൺസും അദ്ദേഹത്തിന്റെ യാത്രയും നഗരത്തിലെ പ്രധാന ചർച്ചാവിഷയമായിരുന്നു. എല്ലായിടത്തും ബേൺസ് ആഘോഷിക്കപ്പെട്ടു. പത്രങ്ങൾ ഇൻഡസ് ബേൺസ് എന്ന ഇരട്ടപ്പേര് ചാർത്തിക്കൊടുത്തു. ബ്രിട്ടനിൽ രാജാവുമായി കൂടിക്കാഴ്ചയ്ക്ക് ബേൺസിന് അവസരം കിട്ടി. ഫ്രാൻസിലെയും ഇംഗ്ലണ്ടിലെയും ജ്യോഗ്രഫിക്കൽ സൊസൈറ്റികൾ അദ്ദേഹത്തിന് മെഡലുകൾ സമ്മാനിച്ചു. പാരീസിലെ ഏഷ്യാറ്റിക് സൊസൈറ്റി ഏഷ്യയിലെ ഏറ്റവും വിദൂരമായ പ്രദേശത്തെ ലോകത്തിനു മുന്നിൽ വെളിപ്പെടുത്തിയതിന് അദ്ദേഹത്തെ അഭിനന്ദിച്ചു. മാധ്യമങ്ങളും ആവേശം ഒട്ടും കുറച്ചില്ല. "ശക്തമായ നമ്മുടെ ബ്രിട്ടീഷ് ഇന്ത്യൻ സാമ്രാജ്യത്തെ ഗംഗയ്ക്കൊപ്പം ഇനി സിന്ധുവും പുണരുമെന്നു" മന്ത്‌ലി റിവ്യൂ എഴുതി. "പുരാതന അലക്സാണ്ടർ സിന്ധുവിൽനിന്നും കടലിലേക്കിറങ്ങിയപ്പോൾ, ആധുനിക അലക്സാണ്ടർ സിന്ധുവിലേക്ക് കയറിയെന്ന്" സ്പെക്റ്റേറ്റർ വിശേഷിപ്പിച്ചു. ബേൺസിന്റെ പുസ്തകം വൻവിജയമായി. അതിന്റെ പ്രസിദ്ധീകരണാവകാശം ഉണ്ടായിരുന്ന ജോഹ് മുറയ്ക്ക് പെട്ടെന്നുതന്നെ പുസ്തകം വിറ്റഴിക്കാൻ കഴിഞ്ഞു. 1835ലും 1839ലും പുസ്തകം വീണ്ടും അച്ചടിച്ചു. അടുത്ത ഇരുപത് വർഷത്തിനുള്ളിൽ അത് ഫ്രഞ്ച്, സ്പാനിഷ്, ജർമൻ, ഇറ്റാലിയൻ ഭാഷകളിലേക്ക് വിവർത്തനം ചെയ്യപ്പെട്ടു.

ബേൺസിന്റെ പുസ്തകത്തിൽ കാല്പനികതകൾക്കും സാഹസികതയ്ക്കുമപ്പുറം ഒരു സാമ്പത്തിക അജണ്ട മറഞ്ഞിരിക്കുന്നുണ്ടായിരുന്നു. അത് മറ്റൊന്നുമല്ല, സിന്ധുനദിയെ വ്യാപാരത്തിനും സഞ്ചാരത്തിനുമായി തുറന്നു കൊടുക്കുക. ബേൺസ് ഈ വിഷയത്തെക്കുറിച്ച് നന്നായി പഠിച്ചിരുന്നു. വില്യം റോബർട്സണിന്റെ 'ഹിസ്റ്ററി ഓഫ് അമേരിക്ക' എന്ന പുസ്തകമായിരുന്നു അദ്ദേഹത്തിന്റെ പ്രചോദനം. അമേരിക്ക പോലെ അസ്പൃശ്യമായിരുന്ന ഒരു ഭൂമിയിൽ വ്യാപാരത്തിന്റെയും ഖനനത്തിന്റെയും അനന്തസാധ്യതകളെക്കുറിച്ച് യൂറോപ്യന്മാർക്ക് സാമാന്യബോധം ലഭിക്കാൻ ആ പുസ്തകം ഏറെ സഹായിച്ചിട്ടുണ്ട്. വടക്കേ അമേരിക്കയിലെ ശുദ്ധജല തടാകങ്ങളിൽ ഉപയോഗിച്ചിരുന്ന സ്റ്റീംബോട്ടുകൾ ഈസ്റ്റ് ഇന്ത്യ കമ്പനി ഉദ്യോഗസ്ഥർക്ക് ആവേശദായകമായി.

അവരുടെ സങ്കല്പങ്ങളിലെ സമൃദ്ധമായ സാന്നിധ്യമായി, മിസ്സിസിപ്പിയോ ഹഡ്സണോ പോലെ സിന്ധു ഒഴുകിക്കൊണ്ടിരുന്നു.

തങ്ങളുടെ അധികാരപരിധിയുടെ വിസ്തൃതി വർദ്ധിപ്പിക്കാൻ ആർത്തി പൂണ്ടിരുന്ന കമ്പനിയുടെ മുന്നിൽ മാൽക്കമിന്റെ റിപ്പോർട്ടും ബേൺസിന്റെ യാത്രാവിവരണങ്ങളും സിന്ധുവിനെക്കുറിച്ചുള്ള മോഹനസ്വപ്നങ്ങൾക്ക് കരുത്തേകി. ബേൺസ് സൂചിപ്പിച്ചതുപോലെ സിന്ധുതന്നെ ഒരു വലിയ നേട്ടമാണ്. അതിനേക്കാളേറെ അത് ഔന്നത്യങ്ങളിലേക്കുള്ള പാതകൂടിയാണ്. ബേൺസിന്റെ വശ്യമായ രചനാശൈലിയും പടിഞ്ഞാറേക്കുള്ള യാത്ര വളരെ ലളിതമാണെന്ന രീതിയിലുള്ള വിവരണങ്ങളുമാണ് ബ്രിട്ടന്റെ ആദ്യ അഫ്ഗാനിസ്ഥാൻ അധിനിവേശശ്രമം ഒരു പരിധിവരെ പരാജയപ്പെടാൻ കാരണം.

ബേൺസിന്റെ 'ട്രാവൽസ്' ഇംഗ്ലണ്ടിൽ ഉണ്ടാക്കിയ സ്വീകാര്യതയും ആവേശവും അവസാനിക്കുന്നതിനുമുമ്പുതന്നെ ഗവർണർ ജനറലായിരുന്ന ഓക്ക്ലാൻഡ് കാബൂളിലെ കമ്പനിയുടെ പൊളിറ്റിക്കൽ ഏജന്റായി അദ്ദേഹത്തെ നിയമിച്ചു. കാബൂളിലെ അദ്ദേഹത്തിന്റെ താമസക്കാലത്താണ് റഷ്യൻ ഏജന്റായിരുന്ന വിൽക്കിവിച്ച് കാബൂളിൽ എത്തുന്നത്. അതോടെ റഷ്യയും അഫ്ഗാനിസ്ഥാനും ചേർന്ന് ഇന്ത്യയെ ആക്രമിച്ചേക്കാമെന്ന തോന്നൽ അദ്ദേഹത്തിൽ ശക്തമായി. എന്നാൽ കാബൂളിലെ രാജാവായിരുന്ന ദോസ്ത് മുഹമ്മദുമായി നയപരമായ ബന്ധങ്ങൾ രൂപപ്പെടുത്തണമെന്ന് ആവശ്യപ്പെട്ട് ഓക്ക്ലാൻഡിനയച്ച കത്തുകൾ അവഗണിക്കപ്പെട്ടു. അദ്ദേഹം അഫ്ഗാനിസ്ഥാനെ ആക്രമിക്കാൻ ഉത്തരവിട്ടു.

സിന്ധുതീരത്തേക്കും ചിലപ്പോൾ അതിനപ്പുറത്തേക്കും പേർഷ്യൻ സ്വാധീനം വർധിപ്പിക്കാൻ അഫ്ഗാനിസ്ഥാൻ പദ്ധതി തയ്യാറാക്കുന്നു എന്നതാണ് അഫ്ഗാൻ ആക്രമണത്തിന് ഓക്ക്ലാൻഡ് പറഞ്ഞ കാരണം. എന്നാൽ ഇത് ഓക്ക്ലാൻഡിന്റെ സ്വന്തം ഭാവനാസൃഷ്ടി മാത്രമായിരുന്നു എന്നതാണ് യാഥാർത്ഥ്യം. 1838ൽ ആക്രമണത്തിന് പുറപ്പെട്ട ബ്രിട്ടീഷ് സൈന്യത്തിന് ബ്രിട്ടന്റെ സ്വന്തമല്ലാത്ത ഒരു പ്രദേശത്തിന്റെ പേരാണ് നൽകിയത്. ബോംബെയിലെയും ബംഗാളിലെയും സൈന്യത്തിന് 'ആർമി ഓഫ് ഇൻഡസ്' എന്ന് പേര് നൽകിയാണ് യുദ്ധമുഖത്തേക്ക് അയച്ചത്.

സൈന്യം പടിഞ്ഞാറേക്ക് മാർച്ചു ചെയ്തു തുടങ്ങിയപ്പോൾ അവരുടെയെല്ലാം ചുണ്ടിൽ ബേൺസിന്റെ വാക്കുകളായിരുന്നു. സൈനികരോ സൈനിക സാമഗ്രികളോ സിന്ധു നദി കുറുകെ കടന്ന് സഞ്ചരിക്കുന്നതിന് 1834ൽ ഒരു ഉടമ്പടിയിലൂടെ തൽപുർ കുടുംബം ഏർപ്പെടുത്തിയിരുന്ന നിരോധനമാണ് അന്ന് ബ്രിട്ടീഷ് സൈന്യം തകർത്തത്.

ഏതാണ്ടെല്ലാ സൈനിക മേധാവികളും ബേൺസിന്റെ 'ട്രാവൽസ് ഇൻ ടു ബൊക്കാറ' വായിച്ചവരായിരുന്നു. അദ്ദേഹത്തിന്റെ വിവരണങ്ങളും ചിത്രങ്ങളും അവരെ സിന്ധിലെ മരുഭൂമികളിലൂടെ, പ്രൗഢയായ സിന്ധുവിന് കുറുകെ ബോളാൻ (Bolan) പാസിലേക്കു കൂട്ടിക്കൊണ്ടുപോയി.

ഇവിടെ അവരുടെ ഭക്ഷണസാമഗ്രികൾ തീർന്നു. ആയുധധാരികളായ ബലൂചികൾ പട്ടാളക്കാരെയും ഒട്ടകങ്ങളെയും തട്ടിക്കൊണ്ടുപോയി. ഒരു സൈനിക ഉദ്യോഗസ്ഥൻ പറഞ്ഞതുപോലെ 'ബേൺസ് അദ്ദേഹത്തിന്റെ മനോഹരമായ ഭാവനാവിലാസത്തിലൂടെ അവരെ പറ്റിക്കുകയായിരുന്നു.

മണൽ നിറഞ്ഞ താഴ്‌വരകളും പീഠഭൂമികളും ശൂന്യമായ പർവ്വതങ്ങളും നിറഞ്ഞ ബലൂചിസ്ഥാൻ ബ്രിട്ടീഷുകാരെ സംബന്ധിച്ചിടത്തോളം തീർത്തും അപരിചിതമായിരുന്നു. നൂറുകണക്കിനു പട്ടാളക്കാർ പട്ടിണി മൂലം മരണമടഞ്ഞു. ബേൺസ് അവരെ നയിച്ച അദ്ഭുത ഭൂമിയിൽനിന്ന് ഏറെ വ്യത്യസ്തമായ, നിസ്സംഗമായ, തരിശുഭൂമിയിലേക്ക്, അഫ്ഗാനിസ്ഥാനിലേക്ക് ഒടുവിൽ അവർ എത്തിച്ചേർന്നു. ഗസ്നിയെയും കാബൂളിനെയും ആക്രമിച്ചു. തദ്ദേശീയരിൽ നിന്നും ലഭിച്ച തണുത്ത, നിസ്സംഗമായ സ്വീകരണം അവരെ അമ്പരപ്പിച്ചു. ആവേശകരമായ, സ്നേഹം നിറഞ്ഞ സ്വീകരണമായിരിക്കും ലഭിക്കുകയെന്ന ധാരണയായിരുന്നു സൈനികർക്ക് മേലുദ്യോഗസ്ഥർ നൽകിയിരുന്നത്. കാബൂളിലെ കന്യകമാർ തങ്ങളുടെ വഴികളിൽ പൂക്കൾ വിതറി സ്വീകരിക്കുമെന്ന് അവർ കരുതിയിരുന്നു. അഫ്ഗാനികൾ ബ്രിട്ടീഷുകാരോട് താത്പര്യം കാണിച്ചില്ലെന്ന് മാത്രമല്ല, അവരുടെ രാജാവിനെ പുറത്താക്കാനുള്ള ബ്രിട്ടന്റെ ശ്രമങ്ങളിൽ രോഷാകുലരുമായിരുന്നു. ഒടുവിൽ, 1840ൽ 'ആർമി ഓഫ് ഇൻഡസ്, പൂർണമായും നിരാശരായി പിന്മാറി. അവരുടെ പ്രതീക്ഷകളൊന്നും സഫലമായില്ല.

എന്തൊക്കെയായാലും ഇംഗ്ലണ്ടിൽ അഫ്ഗാൻ ആക്രമണത്തെ വിക്ടോറിയൻ സാമ്രാജ്യത്വത്തിന്റെ വൻവിജയമായി ആഘോഷിച്ചു. ഒരു നിരീക്ഷകൻ എഴുതി "അലക്സാണ്ടർ ദി ഗ്രേറ്റിന് ഇന്ത്യയെ കീഴടക്കുന്നതിനെക്കുറിച്ചു ചിന്തിക്കാൻ മാത്രമേ കഴിഞ്ഞിട്ടുള്ളൂ, എന്നാൽ അക്കാലത്ത് ആരും കേട്ടിട്ടുപോലുമില്ലാത്ത ഒരു രാജ്യത്തിനാണ് അതിനു യോഗമുണ്ടായത്." രാജ്യത്തിന് നൽകിയ സേവനത്തിന് പുതിയ രാജ്ഞി വിക്ടോറിയ ബേൺസിനെയും മറ്റുള്ള പ്രധാനികളെയും 'നൈറ്റ്' ബഹുമതി നൽകി ആദരിച്ചു. ഹൗസ് ഓഫ് കോമൺസും ഹൗസ് ഓഫ് ലോഡ്സും 'ആർമി ഓഫ് ഇൻഡസ്'ന് നന്ദി രേഖപ്പെടുത്തി. സർ ജോൺ ഹോബോക്സ് നടത്തിയ പ്രസംഗത്തിൽ അലക്സാണ്ടറിനു ശേഷം സിന്ധുവിന്റെ തീരത്തേക്ക് നാഗരികതയെ എത്തിക്കുന്നതിൽ കാണിച്ച ധീരതയ്ക്കും സമർപ്പണത്തിനും സൈന്യത്തെ ആവോളം പുകഴ്ത്തി. അമിതാഹ്ലാദം പക്ഷേ അല്പായുസ്സായിരുന്നു.

1841 നവംബറിൽ പുറത്താക്കപ്പെട്ട അഫ്ഗാൻ നേതൃത്വം തിരിച്ചടിച്ചു. അതിൽ ആദ്യം മരിച്ചു വീണത് ബേൺസ് തന്നെയായിരുന്നു. കാബൂളിലെ ഖാൻമാർ അവരുടെ സഖ്യകക്ഷികൾക്ക് എഴുതിയ കത്തിൽ ഇങ്ങനെ പറയുന്നു: "കൊടുങ്കാറ്റുപോലെയാണ് ഞങ്ങൾ ബേൺസിന്റെ

വസതിയിലേക്കു ചെന്നത്. ഇടതും വലതും കൊന്ന് മുന്നേറിയ പോരാളികൾ ബേൺസിനെ മറ്റു നിരവധി ഇംഗ്ലീഷ്കർക്കൊപ്പം കൊന്നു. അവരെ നരകത്തിലേക്ക് യാത്രയാക്കി."

അഫ്ഗാനികളെക്കുറിച്ചുള്ള ബ്രിട്ടീഷ് ധാരണ ഇതോടെ പൂർണമായി. ആകെ ആശയക്കുഴപ്പത്തിലായി. ബ്രിട്ടീഷ് സൈന്യം അങ്ങുമിങ്ങും പാഞ്ഞു. 1842 ജനുവരിയിൽ 4500 ഓളം സൈനികരും 12000 ക്യാമ്പ് ജീവനക്കാരും കാബൂൾ വിട്ടു. അവരിൽ ഒരാൾ മാത്രമാണ് സുരക്ഷിതനായി ജലാലാബാദിൽ എത്തിയത്. ഒരു ചെറിയ വിഭാഗം ഉദ്യോഗസ്ഥരും അവരുടെ ഭാര്യമാരും ബന്ദികളാക്കപ്പെട്ടു. മറ്റെല്ലാവരും അഫ്ഗാനികളാലോ, പട്ടിണിമൂലമോ അതിശൈത്യത്തിലോ കൊല്ലപ്പെട്ടു.

ദുരന്തത്തെക്കുറിച്ചുള്ള വാർത്തകൾ കൽക്കട്ടയിലും ലണ്ടനിലുമെത്തിയതോടെ ഓക്ലാൻഡിന്റെ അഫ്ഗാൻ നടപടിയോടുള്ള മനോഭാവം മാറിത്തുടങ്ങി. കമ്പനിയുടെ 'കോർട്ട് ഓഫ് ഡിറെക്ടർസ്' എല്ലായ്പ്പോഴും യുദ്ധത്തിനെതിരായിരുന്നെന്നും സിന്ധുവിനപ്പുറത്തുള്ള പ്രദേശങ്ങളിൽ ഇടപെടുന്നത് അപ്രായോഗികമാണെന്നുമുള്ള നിലപാടാണ് കമ്പനിക്കുണ്ടായിരുന്നത് എന്നുതുടങ്ങിയ കാര്യങ്ങൾ പുറത്തു വന്നുതുടങ്ങി. അഫ്ഗാൻ നടപടിയിൽ കാണിച്ച അനീതിയിലും തുടർന്നുണ്ടായ ദുരന്തത്തിലും പ്രതിഷേധിച്ച് 1837 വരെ സേനാതലവനായിരുന്ന സർ ഹെൻറി ഫെനി രാജിവെച്ചു. 1837ൽ അദ്ദേഹം ഇങ്ങനെ മുന്നറിയിപ്പു നൽകിയതായി പറയപ്പെടുന്നു. "നിങ്ങൾ സത്ലജ് നദിക്കപ്പുറം നടത്തുന്ന ഏതു നീക്കവും നിങ്ങളുടെ സൈനിക ബലഹീനത രൂക്ഷമാക്കും. സ്വന്തം അതിർത്തിക്കുള്ളിൽ സ്വയം പരമാധികാരികളാകൂ. വിദൂര പടിഞ്ഞാറൻ ദേശങ്ങളെ അവയുടെ പാട്ടിനു വിട്ടയയ്ക്കൂ." ഹൗസ് ഓഫ് കോമൺസിൽ സൈനിക നടപടിയെ ന്യായീകരിച്ചു സംസാരിക്കേണ്ടിവന്ന സർക്കാരിന് പക്ഷേ അതിന് ഒരു ബലിയാടിനെ ആവശ്യമായിരുന്നു. അതിനവർ കൊല്ലപ്പെട്ട ബേൺസിനെ തെരഞ്ഞെടുത്തു.

പൊതുസഭയിൽ നടത്തിയ പ്രസംഗത്തിൽ ലോർഡ് പാൽമെർസ്റ്റോണും സർ ജോൺ ഹോബോക്സും ബേൺസിന്റെ പിഴവുകളെയും തെറ്റായ വിലയിരുത്തലിനെയുംകുറിച്ച് സംസാരിച്ചു. പാർലമെന്റിന്റെ 'ബ്ലൂ ബുക്കിൽ' ബേൺസിന്റെ കത്തിടപാടുകളും റിപ്പോർട്ടുകളും എഡിറ്റ് ചെയ്തു ചേർത്തു. അതുപ്രകാരം ബേൺസ് അഫ്ഗാൻ അക്രമണത്തെ എതിർത്തിട്ടില്ലെന്നു മാത്രമല്ല, അതിനു നിർബന്ധിക്കുകയും ചെയ്തു. സിന്ധിനെ ഭാവിയിൽ കീഴടക്കാൻ പോകുന്ന ചാൾസ് നേപ്പിയർ ഈ സംഘടിത തിരുത്തൽ പ്രക്രിയയിൽ ചേർന്നു. "നമ്മുടെ ദുരന്തത്തിന് പ്രധാന കാരണം ഹിന്ദുസ്ഥാനിയും പേർഷ്യനും സംസാരിക്കാൻ പഠിച്ചതിന്റെ പേരിൽ ഒരാളെ പൊളിറ്റിക്കൽ ഏജന്റാക്കി നിയമിക്കുകയും അയാളെ രാഷ്ട്രതന്ത്രജ്ഞനും ജനറലുമായി കരുതുകയും ചെയ്തു എന്നതാണ്." നേപ്പിയർ എഴുതി.

ഏറ്റവും ഒടുവിലത്തെ ഈ നടപടിയും ബ്രിട്ടനുണ്ടാക്കിയ മാന ക്കേടിൽ നിന്നും മോചനം നേടാൻ പര്യാപ്തമായിരുന്നില്ല. പൊതുജന വികാരം മനസ്സിലാക്കാൻ പുതിയ ഗവർണർ ജനറലായി ചുമതലയേറ്റ ഇല്ലെൻബറോയ്ക്കും കഴിഞ്ഞില്ല. അതുകൊണ്ടാകണം 1842ൽ കാബൂളും ഗസ്നിയും അക്രമിക്കാൻ രണ്ടാമതൊരു സൈനിക നീക്കം കൂടി നട ത്തിയത്. സൈനികനീക്കത്തെക്കുറിച്ച് അദ്ദേഹം ഇന്ത്യയിലെ ജന ങ്ങൾക്ക് ഒരു തുറന്ന കത്തെഴുതി. മുസ്ലീംവിരുദ്ധ വികാരത്തെ ആളി ക്കത്തിക്കുക എന്ന വ്യക്തമായ ഉദ്ദേശ്യത്തോടെ എഴുതിയ കത്തിൽ പ്രസ്തുത അഫ്ഗാൻ ആക്രമണത്തെ, 11-ാം നൂറ്റാണ്ടിലെ മഹ്മൂദ് ഗസ്നി യുടെ ഇന്ത്യ ആക്രമണത്തിനുള്ള പ്രതികാരനടപടിയായി അദ്ദേഹം ചിത്രീകരിച്ചു. സുൽത്താന്റെ ശവകുടീരം കാക്കാൻ കഴിഞ്ഞതിൽ സൈന്യം അഭിമാനിക്കുന്നതായി അദ്ദേഹം പ്രഖ്യാപിച്ചു. "എണ്ണൂറ് വർഷം ഹിന്ദു ഇന്ത്യ സഹിച്ച അപമാനത്തിന് ഇപ്പോൾ പ്രതികാരം ചെയ്തി രിക്കുന്നു." 1025ൽ മഹമ്മൂദ് ഗസ്നി അഫ്ഗാനിസ്ഥാനിലേക്ക് കടത്തിയ, സോമനാഥ ക്ഷേത്രത്തിന്റെ ചന്ദന കവാടങ്ങൾ 'ഇന്ത്യയ്ക്കേൽക്കേണ്ടി വന്ന അപമാനത്തിന്റെ സ്മാരകം' , തിരിച്ചെത്തിക്കാൻ അദ്ദേഹം ഉത്തര വിട്ടു.

അതേസമയം ബ്രിട്ടനിൽ, ഈ നീക്കങ്ങളെ മതവികാരം ഇളക്കി വിടാനും ക്രൂരമായ ഒരു അഫ്ഗാൻ ആക്രമണത്തെ ന്യായീകരിക്കാനുള്ള ശ്രമങ്ങളായാണ് വിലയിരുത്തിയത്. ഏറെ വർഷങ്ങൾക്കു ശേഷം വിഭജനകാലത്ത് ഇതൊരു വൈകാരിക പ്രശ്നമായി ഉയർന്നെങ്കിലും അന്ന് ഹിന്ദുക്കൾ അതിനു കാര്യമായ ശ്രദ്ധ കൊടുത്തില്ല. (പിന്നീട്, പുനഃസ്ഥാപിക്കപ്പെട്ട സോമനാഥ് ക്ഷേത്ര കവാടം ഈജിപ്ഷ്യനാ ണെന്നും ഗുജറാത്തിയല്ലെന്നും കണ്ടെത്തി.

ബ്രിട്ടന്റെ ശക്തി അഫ്ഗാൻമണ്ണിൽ തെളിയിച്ചതിനുശേഷം സൈന്യ ത്തോട് ഇന്ത്യയിലേക്ക് മടങ്ങാൻ അല്ലെൻബറോ ആവശ്യപ്പെട്ടു. പ്രകൃതി അനുഗ്രഹിച്ചനുവദിച്ച സാമ്രാജ്യവിസ്തൃതിയിൽ ഗവൺമെന്റ് സംതൃപ്ത മാണെന്നു മറ്റൊരു വിളംബരംകൂടി അദ്ദേഹം പുറത്തിറക്കി. പ്രകൃതി അനുവദിച്ച പരിധിയിൽ ഇപ്പോൾ പഞ്ചാബിലെ നദികളിൽ സിന്ധുവും ഉൾപ്പെട്ടിരിക്കുന്നു. അഫ്ഗാനികളുമായുള്ള ജയത്തിനുശേഷം അല്ലെൻ ബൊറോ സിന്ധിലേക്ക് നീങ്ങി.

അറുപതു കഴിഞ്ഞ, ജനറലായിരുന്ന സർ ചാൾസ് നേപ്പിയർ വിരമിക്കുന്നതിനു മുമ്പ് കുറച്ചു പണം സമ്പാദിക്കണമെന്ന് ആഗ്രഹിച്ചി രുന്നു. ഒരിക്കലും ഇന്ത്യയിൽ വന്നിട്ടില്ലാത്ത അദ്ദേഹത്തിന് ഈ യുദ്ധം നയിക്കാനുള്ള കരാർ അല്ലെൻബൊറോയാണ് നൽകിയത്

1842ലെ ശിശിരകാലത്താണ് നേപ്പിയർ സിന്ധിലെത്തുന്നത്. ബേൺ സിന്റെ പുസ്തകങ്ങൾ വായിച്ചും യുദ്ധത്തിന്റെ മുന്നോടിയായി തൽപുർ ഭരണാധികാരികൾക്ക് ഭീഷണിക്കത്തുകളയച്ചും ഒരു സ്റ്റീമറിൽ സിന്ധു നദിയിലൂടെയായിരുന്നു യാത്ര. ഭീഷണിക്കത്തുകളിലൊന്ന് ഇങ്ങനെ.

“നിങ്ങളുടെ നദിക്ക് രണ്ടു കരകളുള്ളതുപോലെ നിങ്ങളുടെ രാജാവിന്റെ വാദങ്ങൾക്ക് രണ്ടു വശങ്ങളുണ്ട്. ഇപ്പോൾ ഗവർണർ ജനറൽ നിങ്ങളുടെ രാജാവിന്റെ നദിയുടെ ഇരുകരകളും സ്വന്തമാക്കിയിരിക്കുന്ന കാരണം അദ്ദേഹം നിങ്ങളുടെ രാജാവിന്റെ വാദങ്ങളുടെ രണ്ടു വശവും പരിഗണിച്ചിരിക്കുന്നു.”

തൽപുർ ഭരണാധികാരികളെ കാത്തു സിന്ധു നദിയിൽ അക്ഷമനായി നേപ്പിയർ ഇരുന്നു. അദ്ദേഹത്തെ സംബന്ധിടത്തോളം തൽപുർ കുടുംബം ബലൂചിസ്ഥാനിൽനിന്നും സിന്ധിലേക്ക് കുടിയേറി അധികാരം പിടിച്ചെടുത്ത വില്ലന്മാരായിരുന്നു. ഒടുവിൽ 1843 ഫെബ്രുവരിയിലും മാർച്ചിലുമായി തൽപുർ കുടുംബവുമായി നേപ്പിയർ രണ്ടു യുദ്ധങ്ങൾ നടത്തി. കുടുംബത്തിലെ ഒരു വിവാഹാഘോഷത്തിന്റെ തിരക്കിലായിരുന്നു അവർ.

അവരുടെ സൈന്യവും ഒരുങ്ങിയിട്ടില്ലായിരുന്നു. യുദ്ധസജ്ജമായ ബോട്ടുകളിൽനിന്ന് നദീതീരത്തുള്ള തൽപുർ കോട്ടകൾ ആക്രമിച്ച ബ്രിട്ടീഷ് സൈന്യം വളരെ എളുപ്പത്തിൽ അവരെ കീഴടക്കി. അവരുടെ രാജ്യം പിടിച്ചടക്കി. ഒരു പെൻഷനും നൽകി അവരെ ദൂരെ ഒരിടത്തേക്ക് മാറ്റി. സിന്ധിന്റെ തലസ്ഥാനമായിരുന്ന ഹൈദരാബാദിൽ നിന്നുള്ള കൊള്ളമുതലുകൾ ഏതാണ്ട് ഒരു മില്യൺ സ്റ്റെർലിങ്ങിന് മേലെയായിരുന്നു.

സിന്ധിനെ ആക്രമിച്ച നടപടി ഇന്ത്യയിലും ഇംഗ്ലണ്ടിലും വ്യാപകമായി വിമർശിക്കപ്പെട്ടു. ഇന്ത്യൻ പത്രങ്ങൾ ആക്രമണത്തെ അതിഭീകരമെന്ന് വിശേഷിപ്പിച്ചു. ഒടുവിൽ ഈസ്റ്റ് ഇന്ത്യാ കമ്പനിയുടെ രഹസ്യാന്വേഷണ സമിതി ഒരു അന്വേഷണത്തിന് ഉത്തരവിട്ടു. അല്ലെൻബോറോയുടെ എതിർന്യായീകരണങ്ങൾ ബോധ്യം വരാതിരുന്ന സമിതി 1844ൽ അദ്ദേഹത്തെ ലണ്ടനിലേക്ക് തിരികെ വിളിച്ചു. 1841ൽ സൈന്യം വാലും ചുരുട്ടി സിന്ധിൽനിന്ന് ഓടിപ്പോരേണ്ടിവന്നെങ്കിൽ 1843ലാകട്ടെ സൈനിക നടപടിക്ക് ജനകീയ പിന്തുണ തീരെ ഉണ്ടായിരുന്നില്ല.

കമ്പനി നയങ്ങൾക്ക് ബ്രിട്ടനിൽ ജനകീയപിന്തുണ തിരിച്ചുപിടിക്കാൻ പിന്നീട് 1857ലെ ശിപായി ലഹള വരെ കാത്തിരിക്കേണ്ടി വന്നു. 1857ൽ സിന്ധും പഞ്ചാബും അഫ്ഗാൻ ഭരണകൂടവും ബ്രിട്ടന് ഏറെ പിന്തുണ നൽകി. സിന്ധിനെ കീഴടക്കേണ്ടത് എത്ര വലിയ ആവശ്യമായിരുന്നു എന്ന സത്യം അപ്പോൾ ആർക്കും നിഷേധിക്കാൻ കഴിയാതായി.

കാബൂൾ ആക്രമണത്തിൽ അതിനിശിതമായി ബേൺസിനെ വിമർശിച്ചത് ചാൾസ് മേസൺ എന്ന ഒരു ബ്രിട്ടീഷ് സൈനികഉദ്യോഗസ്ഥനായിരുന്നു. സൈന്യത്തിൽനിന്ന് ഒളിച്ചോടി, പിന്നീട് പര്യവേഷകനായും ചാരനായും മാറിയ മേസൺ 1842ൽ ബേൺസിനെ തേജോവധം ചെയ്തുകൊണ്ട് ഒരു പുസ്തകം പ്രസിദ്ധീകരിച്ചു. അലക്സാണ്ടർ ബേൺസിന് അഫ്ഗാനികളെയും റഷ്യക്കാരെയും മനസ്സിലാക്കുന്നതിൽ വലിയ വീഴ്ച

സംഭവിച്ചുവെന്ന് മേസൺ തറപ്പിച്ചുപറഞ്ഞു. കറുത്ത കണ്ണുകളുള്ള തദ്ദേശീയ സുന്ദരിമാരിൽ അഭിരമിച്ചിരിക്കുകയായിരുന്നു ബേൺസ്. മേസൺ സിന്ധുവിലൂടെയുള്ള ബേൺസിന്റെ രണ്ടാംവരവിലെ 'വ്യാപാര താത്പര്യങ്ങളെ' പുച്ഛിച്ചുതള്ളുന്നു. കിഴക്കൻരാജ്യങ്ങളിലെ രാജകുമാരന്മാരുടെ സ്ഥിരം പരിഹാസമായ 'ബ്രിട്ടൻ ചെറുകിട കച്ചവടക്കാരുടെ നാടെന്ന' ബ്രിട്ടന്റെതന്നെ മനോവിഷമത്തെ മേസൺ ശരിക്കും പരിഹസിച്ചു. വ്യാപാരക്കരാറുകൾ ഉണ്ടാക്കാനുള്ള ബ്രിട്ടന്റെ തിടുക്കത്തെ അഫ്ഗാനികൾ പുച്ഛിക്കുന്നു എന്ന് മേസൺ പരിതപിച്ചു. മേസൺ സങ്കല്പിച്ചതിലും കഷ്ടമായിരുന്നു യഥാർത്ഥ വസ്തുത.

ഏഴു വർഷം മുമ്പ് 1835ൽ തൽപുർ കുടുംബവുമായി ഉണ്ടാക്കിയ ഒരു വ്യാപാരക്കരാറിന്റെ അടിസ്ഥാനത്തിൽ ബിട്ടീഷുകാർക്ക് നദീമാർഗം ആഘോഷപൂർവ്വം സഞ്ചാരാവശ്യങ്ങൾക്കായി തുറന്നുകൊടുത്തു. കാലങ്ങളായി തദ്ദേശീയരായ കച്ചവടക്കാർ കൈകാര്യം ചെയ്തിരുന്ന മേഖലയിൽ കടന്നുകയറാൻ മറുനാടൻ കച്ചവടക്കാരെ പ്രേരിപ്പിക്കുക ദുഷ്കരമായിരുന്നു. അതുകൊണ്ട് 1836ൽ കാർലെസ്സ്, ലീച്, വുഡ്, ഹെസ്റ്റ്ലി എന്നീ നാലുദ്യോഗസ്ഥരെ ബേൺസിന്റെ കണ്ടെത്തലുകൾ ഒരിക്കൽകൂടി പരീക്ഷിക്കാനായി കമ്പനി നിയോഗിച്ചു. എൻജിനീയർമാരായിരുന്ന ഇവർ സിന്ധുവിലൂടെയുള്ള സഞ്ചാരം പ്രതീക്ഷിച്ചതിനേക്കാൾ ദുഷ്കരമാണെന്നു കണ്ടെത്തി.1 817ലും 1837ലും തയ്യാറാക്കിയ ഭൂപടങ്ങളുടെ താരതമ്യത്തിന്റെ അടിസ്ഥാനത്തിൽ സിന്ധു അസ്ഥിരയായ, ഇടയ്ക്കിടയ്ക്ക് വെള്ളപ്പൊക്കം ഉണ്ടാകുന്ന, ഗതി മാറിയൊഴുകുന്ന ഒരു നദിയാണെന്നു വ്യക്തമായി. സമുദ്രത്തിൽ നിന്നും ആദ്യ അറുപതു മൈലുകൾ സാധാരണ ബോട്ട്സഞ്ചാരത്തിന് അനുയോജ്യമല്ലെന്ന് കണ്ടെത്തി. വ്യാപാരികൾ സിന്ധുവിനെ വിട്ട് ഇപ്പോൾ ചരക്കുനീക്കത്തിന് ഒട്ടകങ്ങളെയാണ് ആശ്രയിക്കുന്നതെന്നും അവർ മനസ്സിലാക്കി.

ഈ പ്രശ്നത്തിന് നാൽവർസംഘം നിർദേശിച്ചത് സ്റ്റീം ബോട്ടുകൾ ഉപയോഗിക്കുക എന്നതായിരുന്നു. അങ്ങനെ 1836ൽ ഒലേമാ ബോട്ടിൽ സഞ്ചരിച്ച് വുഡും ഹെസ്റ്റ്ലിയും നദിയിലൂടെ വിജയകരമായി അഴിമുഖം വരെയെത്തി. ആദ്യ സ്റ്റീം ബോട്ടിൽ അവിടെയെത്തിയ അവർ അഭിമാനപൂർവം ബ്രിട്ടന്റെ പതാക ഉയർത്തി. എന്നാൽ വുഡ് അദ്ദേഹത്തിന്റെ ആശങ്കകൾ മറച്ചുവച്ചില്ല. "സിന്ധു ആകപ്പാടെ താളംതെറ്റിയ ഒരു നദിയാണെന്ന്" അദ്ദേഹം എഴുതി. 1838ൽ സിന്ധുവിനെ പരുക്കൻ നദിയെന്നു വിശേഷിപ്പിച്ചുകൊണ്ട് സ്റ്റീം ബോട്ട് നിർമാണ കമ്പനി തുടങ്ങാനുള്ള നീക്കത്തെ അദ്ദേഹം രൂക്ഷമായി വിമർശിച്ചു. "സ്റ്റീം ബോട്ടുകൾ പാശ്ചാത്യനാടുകളിലെ ശാന്തമായ നദികൾക്കു യോജിച്ചതാണെന്നും അതൊരിക്കലും അനുനിമിഷം സ്വഭാവം മാറുന്ന ഇന്ത്യൻ നദികളിൽ പ്രായോഗികമല്ലെന്നും അദ്ദേഹമെഴുതി. ശിശിരത്തിൽ ശാന്തയായും വസന്തത്തിൽ മഞ്ഞുരുകി വെള്ളപ്പൊക്കം സൃഷ്ടിച്ചും ഒഴുകുന്ന,

ബ്രിട്ടീഷുകാർ കണ്ടിട്ടുള്ള നദികളിൽനിന്ന് ഏറെ വ്യത്യസ്തമായി, സ്വഭാവങ്ങൾ അനുനിമിഷം മാറുന്ന അദ്ഭുതപ്രവാഹമായിരുന്നു സിന്ധു.

സിന്ധ് കീഴടക്കിയ ശേഷം, തിരിച്ചടികൾ പലതും നേരിട്ടെങ്കിലും സിന്ധുവിലൂടെ കച്ചവടം നടത്തുക എന്ന, 250 വർഷം പഴക്കമുള്ള ബ്രിട്ടീഷ് അഭിലാഷം പൂർത്തീകരിക്കാനുള്ള ശ്രമങ്ങൾ നേപ്പിയർ തുടങ്ങി. സ്റ്റീമറുകൾ കറാച്ചിയിലേക്കും വരണമെന്ന് അവിടുത്തെ കച്ചവടക്കാർ ആവശ്യപ്പെട്ടതിനെക്കുറിച്ച് നേപ്പിയർ വിവരിക്കുന്നുണ്ട്. “നദിയിലൂടെ വരുന്ന ഏഴ് ബോട്ടുകളിൽ ആറും മുഴുവനായി നശിക്കുകയോ അല്ലെങ്കിൽ ചരക്കുകൾ നശിക്കുകയോ ചെയ്യുന്നു.”

നാല് യുദ്ധബോട്ടുകൾ (സ്റ്റീമറുകൾ) സിന്ധുവിലൂടെ വ്യാപാരാവശ്യത്തിനു വിട്ടുതരണമെന്ന് നേപ്പിയർ ഗവർണർ ജനറലിനോട് യാചിക്കുന്നുണ്ട്. നേപ്പിയറുടെ പരാജിതഭാഷയിൽ നിന്നുതന്നെ കൽക്കട്ടയിലെ ഗവണ്മെന്റിന്റെ മനോഭാവം ഊഹിക്കാം. പിടിച്ചടക്കാനുള്ള ആവേശം ഇപ്പോൾ അങ്ങേയറ്റത്തെ ഉദാസീനതയ്ക്കു വഴിമാറി. സിന്ധ് വളരെ ദരിദ്രമായ ഒരു പ്രവിശ്യയായിരുന്നു. ഗ്രീക്ക് ചരിത്രത്തിലും അലക്സാണ്ടർ റൊമാൻസിലും റിനൈസൻസ് കവിതകളിലും കമ്പനി കാത്തിടപാടുകളിലും യാത്രാവിവരണങ്ങളിലും പ്രതിപാദിക്കുന്ന മാദകസുന്ദരിയായ സിന്ധുവിനെക്കുറിച്ചുള്ള യാഥാർത്ഥ്യങ്ങൾ പക്ഷേ ഈ വിവരണങ്ങളിൽ നിന്നും ഏറെ വ്യത്യസ്തമായിരുന്നു. നേപ്പിയർ വാഗ്ദാനം ചെയ്ത സ്റ്റീമറുകൾ എത്താൻ പിന്നെയും പത്തു വർഷമെടുത്തു. അപ്പോഴേക്കും ജലഗതാഗതം തീവണ്ടിഗതാഗതത്തിന് വഴിമാറിക്കഴിഞ്ഞിരുന്നു.

ആദ്യകാലത്ത് റെയിൽവേയും സ്റ്റീമറുകളും സിന്ധിലെ ഗതാഗതത്തിനു സംയുക്തമായി ഉപയോഗിക്കാൻ കഴിയുമെന്ന ധാരണ ഭരണകൂടത്തിനുണ്ടായിരുന്നു. 1861ൽ മർസെയിൽസിൽ നിന്നും മുൾട്ടാനിലേക്ക് 38 ദിവസത്തെ യാത്രയ്ക്ക് പുറപ്പെട്ടവർ അവിടെനിന്നു കറാച്ചിയിലേക്ക് ബോട്ടിൽ സഞ്ചരിച്ചു. കറാച്ചിയിൽ നിന്നും ട്രെയിനിൽ ഹൈദരാബാദിനടുത്തുള്ള കോട്രിയിലേക്ക് യാത്ര ചെയ്തു. അവിടെനിന്ന് സിന്ധുവിലൂടെ ബോട്ടിൽ അവർ മുൾട്ടാനിലേക്കു സഞ്ചരിച്ചു.

പുതിയ റെയിൽവേ സമ്പ്രദായം വളരെ വേഗം ജനപ്രീതി നേടി. വേഗതയും കാര്യപ്രാപ്തിയും റെയിൽവേ സംവിധാനത്തെ പെട്ടെന്ന് പ്രശസ്തമാക്കി. നദീഗതാഗതം പഴഞ്ചൻ ഏർപ്പാടെന്ന ഒരു മനോഭാവം ജനങ്ങൾക്കിടയിൽ രൂപപ്പെട്ടു. ഒപ്പം അതിന്റെ അപകടസാധ്യതയെക്കുറിച്ചുള്ള അവബോധവും വർധിച്ചു. സിന്ധ് റയിൽവേയിൽ നാൾക്കുനാൾ തിരക്ക് കൂടുകയും ലാഭം ദിനംതോറും വർധിക്കുകയും ചെയ്തുകൊണ്ടിരുന്നപ്പോൾ ഇൻഡസ് ഫ്ലോട്ടില്ലയിൽ നിന്ന് കപ്പലപകടങ്ങളുടെയും മരണങ്ങളുടെയും വാർത്തകളാണ് വന്നു കൊണ്ടിരുന്നത്.

എ.പി ആൻഡ്രൂ ‘ഇൻഡസ് ഫ്ലോട്ടില്ല’യുടെയും ‘സിന്ധ് ആൻഡ് പഞ്ചാബ് റെയിൽവേ’യുടെയും ചെയർമാനായിരുന്നു. സിന്ധിൽനിന്ന്

പഞ്ചാബിലേക്ക് ഉടൻ ഒരു റെയിൽവേ ലൈൻ വേണമെന്നു അദ്ദേഹം ഗവൺമെന്റിനെഴുതി. എപ്പോഴും മാറിമറിയുന്ന സ്വഭാവമുള്ള സിന്ധുവിലൂടെയുള്ള ഗതാഗതം അനിശ്ചിതത്വം നിറഞ്ഞതും അരക്ഷിതവും ചെലവേറിയതുമാണെന്നു അദ്ദേഹം രേഖപ്പെടുത്തി. ഗവണ്മെന്റ് സമ്മതിച്ചു. അങ്ങനെ 1878ൽ സിന്ധുവിന്റെ തീരത്തുകൂടി സിന്ധിലൂടെ പഞ്ചാബിലേക്ക് റെയിൽപാത തുറക്കപ്പെട്ടു. സർ തോമസ് റോ മുതൽ സർ ചാൾസ് നേപ്പിയർ വരെയുള്ള കമ്പനി ഉദ്യോഗസ്ഥരുടെ ആഗ്രഹം സഫലമായി.

ബേൺസിനെപോലുള്ളവർ സിന്ധിനെ അപ്രതീക്ഷിതമായി വീണുകിട്ടിയ ഭാഗ്യം എന്ന തരത്തിലാണ് ചിത്രീകരിച്ചത്. എന്നാൽ പെട്ടെന്ന് കമ്പനിയെ സമ്പന്നമാക്കാനുള്ള യാതൊന്നും സിന്ധിൽ ഇല്ലെന്നത് കമ്പനി ഉദ്യോഗസ്ഥരെ നിരാശപ്പെടുത്തി. സിന്ധിലുണ്ടാകുന്ന നഷ്ടം ചൈനയിലെ ഒപ്പിയം കച്ചവടത്തിലെ ലാഭംകൊണ്ട് പരിഹരിക്കാൻ കമ്പനി ഉദ്യോഗസ്ഥർ കണക്കുപുസ്തകങ്ങളുമായി മല്ലിട്ടു. റോഡുകളും പാലങ്ങളും ഉൾപ്പെടെ സിന്ധിൽ ഏറ്റവും അത്യാവശ്യംവേണ്ട അടിസ്ഥാന സൗകര്യങ്ങൾ നിർമ്മിക്കാൻ പണത്തിനായി നേപ്പിയറിന് കമ്പനി കണക്കപിള്ളമാരോട് യാചിക്കേണ്ടി വന്നിട്ടുണ്ട്. എന്നാൽ ഇത്തരം പദ്ധതികൾക്ക് ഒരുപാടു സമയം വേണ്ടതും ചെലവേറിയതും എളുപ്പത്തിൽ വരുമാനം ലഭിക്കാൻ സാധ്യതയില്ലാത്തതുമായിരുന്നു. റെയിൽവേ സംവിധാനങ്ങൾ സിന്ധിനെ ബുദ്ധിമുട്ടു പിടിച്ച സ്ഥലം എന്ന നിർവചനത്തിൽ നിന്നു രക്ഷപ്പെടുത്തിയെങ്കിലും രാജ്യത്തെ സമ്പന്നമാക്കിയില്ല. കൈകാര്യം ചെയ്യാൻ അല്പം കൂടി എളുപ്പമായി എന്ന് മാത്രം.

1727ൽ അലക്സാണ്ടർ ഹാമിൽട്ടൺ സിന്ധു താഴ്വരയെ ഫലഭൂയിഷ്ഠം എന്ന് പ്രകീർത്തിച്ചിട്ടുണ്ട്. ഒടുവിൽ സിന്ധു കീഴടക്കിയതിന്റെ സാമ്പത്തിക പരാധീനതകളിൽ നിന്നും ബ്രിട്ടനെ കരകയറ്റിയത് ജലസേചനപദ്ധതികളാണ്.

കമ്പനി 1849ൽ പഞ്ചാബ് കീഴടക്കിയതോടെ ബ്രിട്ടീഷുകാർ സിന്ധു താഴ്വരയിൽ കനാൽ നിർമാണം ആരംഭിച്ചു. കൽഹോര, തൽപുർ, സിഖ് വംശങ്ങൾ കനാൽ നിർമാണത്തിൽ വിദഗ്ധരായിരുന്നു. ബ്രിട്ടീഷുകാർ നിലവിലുള്ള കനാലുകൾ നവീകരിച്ചു. തരിശു പ്രദേശങ്ങളിൽ ജലസേചനത്തിലൂടെ കൃഷി വിപുലീകരിച്ചു. സാങ്കേതിക വൈദഗ്ധ്യം ആവശ്യമായ മേഖലയായിരുന്നു ഇത്. വടക്കേ ഇന്ത്യയിലെ കനാലുകളിൽ നിന്നുള്ള അമിത ജലപ്രവാഹം വെള്ളക്കെട്ടിനും ഉപ്പുവെള്ളം കയറുന്നതിനും ഭൂമി കൃഷിക്കനുയോജ്യമല്ലാതായി തീരുന്നതിനും കാരണമായിരുന്നു. അധിക ജലം സംഭരിച്ച് വർഷം മുഴുവനും ഉപയോഗിക്കാൻ അണക്കെട്ടുകൾ നിർമിക്കണമെന്നത് ആവശ്യമായിത്തീർന്നു. എന്നാൽ അത് നിരവധി പാരിസ്ഥിതിക പ്രശ്നങ്ങൾ ഉണ്ടാക്കുമെന്ന് അവർക്ക് അറിയാമായിരുന്നു. 1878ൽ വടക്കേ ഇന്ത്യയിൽ ക്ഷാമം പൊട്ടിപ്പുറപ്പെട്ടു. ഇതോടെ പഞ്ചാബിൽ ജലസേചന പദ്ധതികൾ ദ്രുതഗതിയിൽ

നടപ്പാക്കാൻ തുടങ്ങി. തരിശു പ്രദേശങ്ങളിൽ കൃഷി വ്യാപിപ്പിക്കുന്നതിന് ഒരുപാടു ഗുണങ്ങൾ ഉണ്ടായിരുന്നു. അനുദിനം വർധിക്കുന്ന ജനസംഖ്യയ്ക്ക് ആവശ്യമായ ഭക്ഷണം ഉല്പാദിപ്പിക്കാൻ കഴിയും. മാത്രമല്ല, നികുതി കൊടുക്കാതെ ആ പ്രദേശങ്ങളിൽ ജീവിക്കുന്ന നാടോടികളെയും നിയമത്തിൽ നിന്ന് രക്ഷപ്പെട്ട് ഒളിച്ചു ജീവിക്കുന്ന കൊള്ളക്കാരെയും പുറത്താക്കാനും കഴിഞ്ഞുവെന്നത് പ്രസ്തുത പദ്ധതിയുടെ നേട്ടമായി.

1901 ആയപ്പോഴേക്കും പഞ്ചാബിലെ അഞ്ചിൽ നാലു നദികളും ഒന്നുകിൽ ഡാമുകളാൽ ബന്ധിക്കപ്പെടുകയോ അല്ലെങ്കിൽ കനാലുകളാൽ കീറിമുറിക്കപ്പെടുകയോ ചെയ്തിരുന്നു. ധാന്യോത്പാദനം നിറഞ്ഞു കവിഞ്ഞു. പഞ്ചാബിൽനിന്നുള്ള ഭക്ഷ്യധാന്യങ്ങൾ ഇന്ത്യയിലെ പട്ടിണിക്ക് ഏറെക്കുറെ പരിഹാരമുണ്ടാക്കി. നികുതിപ്പണം ലണ്ടനിലേക്കൊഴുകി. ബ്രിട്ടീഷ് ഇന്ത്യയിലെ മാതൃക സംസ്ഥാനമായി പഞ്ചാബ് മാറി. ഒരേ സമയം സമൃദ്ധവും സമാധാനപരവുമായി മാറി.

എന്നാൽ സിന്ധിനെ കൈകാര്യം ചെയ്യാൻ ബുദ്ധിമുട്ടായിരുന്നു. പഞ്ചാബിലെയും അഫ്ഗാനിസ്ഥാനിലെയും പോഷകനദികൾ ഒഴുകിച്ചേരുന്ന സിന്ധു എപ്പോഴും വെള്ളപ്പൊക്കഭീഷണി നിലനിർത്തിയിരുന്നു. ജലസേചനത്തിനാവശ്യമായ കനാൽ നിർമാണങ്ങൾ നടപ്പാക്കാതിരുന്നതിനാൽ വൻതോതിൽ ജലം ഉപയോഗശൂന്യമായി ഒഴുകിപ്പൊയ്ക്കൊണ്ടിരുന്നു. 1903ൽ ഇന്ത്യൻ ഇറിഗേഷൻ കമ്മീഷൻ പറഞ്ഞതുപോലെ 'അറുപതു ശതമാനം ജലവും പാഴായി കടലിലെത്തുന്നു.' ലങ്കാഷയറിലെ കോട്ടൺ മില്ലുകൾക്ക് അസംസ്കൃത വസ്തുക്കൾ എത്തിക്കാൻ എന്ത് ചെയ്യണമെന്ന് ആലോചിച്ചു വിഷമിച്ചിരുന്ന ബ്രിട്ടീഷുകാർക്ക് സിന്ധിലെ മരുപ്രദേശങ്ങൾ മനസ്സിൽ തെളിഞ്ഞു. അപൂർവമായി മാത്രം മഴപെയ്യുന്ന തരിശു പ്രദേശങ്ങളിൽ, എങ്ങനെ ജലസേചനം നടത്താൻ കഴിയുമെന്ന് അവർ തിരക്കിട്ട് ആലോചിച്ചു തുടങ്ങി.

പഞ്ചാബിൽ നടപ്പിലാക്കിയതും ഇപ്പോൾ സിന്ധിൽ നടപ്പാക്കാൻ ആലോചിക്കുന്നതുമായ ജലസേചന പദ്ധതികളിൽ ചില സിന്ധികൾ ആശങ്ക പ്രകടിപ്പിച്ചു. (ജലനിരപ്പ് താഴ്ന്നാൽ ഗതാഗതം അസാധ്യമാകുമെന്നായിരുന്നു ആശങ്ക. മത്സ്യബന്ധനത്തെയും കൃഷിയെയും അതെങ്ങനെ ബാധിക്കുമെന്ന് അപ്പോഴും ആരും ചിന്തിച്ചില്ല.)

ഈ ആശങ്കകളെ ബ്രിട്ടീഷുകാർ തള്ളിക്കളഞ്ഞു. നദിയിൽ ആവശ്യത്തിൽ കൂടുതൽ ജലമുണ്ടെന്ന് അവർ കരുതി. സിന്ധിന്റെ വടക്കൻമേഖലയായ സക്കറിൽ അണക്കെട്ടിനുള്ള ഒരുക്കങ്ങൾ ആരംഭിച്ചു. 1932ൽ നിർമ്മാണം പൂർത്തിയായി. സക്കർ അണക്കെട്ട് സിന്ധുവിനെ പൂർണമായും മാറ്റി. ഒറ്റ ദിവസംകൊണ്ട് സിന്ധിലെ അതിവിശാലമായ പാഴ്നിലങ്ങൾ ഫലഭൂയിഷ്ഠമായ കൃഷിഭൂമിയായി മാറി. ധാന്യത്തിന്റെയും കോട്ടന്റെയും വൻതോതിലുള്ള കയറ്റുമതി കറാച്ചിയെ ലോകത്തിലെ

തന്നെ മികച്ച തുറമുഖങ്ങളിലൊന്നാക്കി. ലോകത്തിലെ തന്നെ ഏറ്റവും വലിയ ജലസേചനപദ്ധതിയെ ഭൂവുടമകളും ഭരണകൂടവും പ്രശംസ കൊണ്ട് മൂടി. 1947ൽ, ഇന്ത്യ വിടുമ്പോൾ തങ്ങൾ സിന്ധു എന്ന മരുഭൂമിയെ ഭക്ഷ്യ ധാന്യ കലവറയാക്കി മാറ്റി എന്ന് അവർ വിളിച്ചുകൂവിയിരുന്നു. അഴിമുഖ ദ്വീപുകളിലെ കർഷകസമൂഹം മാത്രം സക്കറിനെ സംശയത്തോടെ വീക്ഷിച്ചു.

വലിയൊരളവ് നദീജലത്തെ ഡാമിൽ തടഞ്ഞുനിർത്തി, പുറത്തേക്കു പോകുന്ന ഓരോ തുള്ളിയും പാഴെന്നു വിശ്വസിച്ച എഞ്ചിനീയർമാർ താഴെ തീരങ്ങളിൽ ശുദ്ധജലത്തിന്റെ ആവശ്യം അവഗണിച്ചു. അഴിമുഖ ദ്വീപുകളെ ഉപ്പുവെള്ളത്തിന്റെ തള്ളിക്കയറ്റത്തിൽ രക്ഷിച്ച കണ്ടലുകൾ ഉൾപ്പെടുന്ന അപൂർവ ആവാസവ്യവസ്ഥയെ സംരക്ഷിക്കാനും ചെമ്മീൻപാടങ്ങളും മീൻവളർത്തലും കൃഷിയും മുന്നോട്ടു കൊണ്ടുപോകാനും ശുദ്ധജലം ധാരാളം ആവശ്യമാണെന്ന കാര്യം അവർ മറന്നു.

അഴിമുഖ പ്രദേശം ഒരിക്കൽ പാകിസ്ഥാനിലെ ഏറ്റവും സമ്പന്നമായ പ്രദേശമായിരുന്നുവെന്ന് ഇന്ന് പാകിസ്ഥാനിലെ ആളുകൾ ഓർമ്മിക്കുന്നു. എന്നാൽ ബ്രിട്ടീഷുകാർ അതിനെ അങ്ങനെ കണ്ടില്ല. അലക്സാണ്ടർ ബേൺസ് അഴിമുഖത്ത് മൂന്നു മാസമാണ് ചെലവഴിച്ചത്. ജനവാസമില്ലാത്ത, തരിശുഭൂമിയായിട്ടാണ് അദ്ദേഹം അതിനെ ചിത്രീകരിച്ചിട്ടുള്ളത്. ഏതാണ്ട് ഒരു നൂറ്റാണ്ടിനുശേഷം സിന്ധ് ഗസറ്റർ അഴിമുഖത്തെ കൃഷിരീതിയെക്കുറിച്ച് പ്രത്യേക സ്വഭാവത്തിലുള്ളതെന്നു വിശേഷിപ്പിച്ചു. നെല്ല് അവിടെ ധാരാളമായുണ്ടായി, പക്ഷേ നെല്ല് മാത്രം. എപ്പോഴും വെള്ളം കയറുന്ന വയലുകളും നാടോടികളായി ജീവിക്കുന്ന കർഷകരും എല്ലാ ചേർന്ന അഴിമുഖം സ്വീകാര്യമായ ഒരു കാർഷിക മാതൃകയായില്ല.

ഉണ്ടാകുന്ന ധാന്യം മുഴുവനും വടക്കേ ഇന്ത്യയിലേക്ക് കൊണ്ടുപോകേണ്ടിയിരുന്ന ബ്രിട്ടീഷുകാർക്ക് അപരിചിതമായ കാർഷിക സംസ്കാരം പിന്തുടർന്നിരുന്ന അഴിമുഖത്തെ കർഷകരെ സംരക്ഷിക്കുന്നതിനേക്കാൾ ലാഭകരവും എളുപ്പവുമായിരുന്നത് പഞ്ചാബിനെയും അപ്പർ സിന്ധിനെയും വികസിപ്പിക്കുക എന്നതായിരുന്നു. സ്വാതന്ത്ര്യം കിട്ടി കൃത്യം എട്ടുമാസങ്ങൾക്കുശേഷം 1948 ഏപ്രിൽ ഒന്നിനാണ് സിന്ധുവിൽ ഇനിയും അണക്കെട്ടുകൾ നിർമ്മിക്കണമെന്ന ആവശ്യം ഉയർന്നത്. അതിന്റെ തലേദിവസമാണ് വിഭജനവുമായി ബന്ധപ്പെട്ട തർക്കങ്ങൾ പരിഹരിക്കാൻ നിയോഗിച്ചിരുന്ന ആർബിട്രേൽ ട്രിബ്യൂണൽ പ്രവർത്തനം അവസാനിപ്പിച്ചത്. അന്നുതന്നെ ഇന്ത്യയിൽനിന്ന് പാകിസ്ഥാനിലേക്ക് വെള്ളംകൊണ്ടുപോയിരുന്ന കനാലുകൾ ഇന്ത്യ അടച്ചു. ധാന്യങ്ങൾ വിതയ്ക്കുന്ന സമയമായിരുന്നു അപ്പോൾ. ഈ കനാൽ ജലത്തെ ആശ്രയിച്ചു മാത്രമാണ് കൃഷി നടത്തുന്നത്. ഇന്ത്യയ്ക്ക് സ്വന്തം മേൽക്കോയ്മയും വിലപേശൽശക്തിയും ഇതിലും നന്നായി പ്രകടിപ്പിക്കാൻ പറ്റുന്ന മറ്റൊരു മാർഗവും ഉണ്ടായിരുന്നില്ല.

പുതിയ ലോക ബാങ്ക് ആസ്ഥാനത്തും ഈ വിവരം ശ്രദ്ധിക്കപ്പെട്ടു. 1951ൽ അറ്റോമിക് കമ്മീഷന്റെ മുൻ മേധാവിയായിരുന്ന ഡേവിഡ് ലിലിന്താൾ പാകിസ്ഥാനിലും ഇന്ത്യയിലും വിശദമായ യാത്രകൾ നടത്തി. ആഗസ്റ്റിൽ അദ്ദേഹം തന്റെ കണ്ടെത്തലുകൾ ഒരു മാഗസിനിലെഴുതി. ഇരു സ്വതന്ത്രരാജ്യങ്ങളും അഭിമുഖീകരിക്കുന്ന ഏറ്റവും ഗൗരവമേറിയ വിവാദമായി അതിൽ അദ്ദേഹം സിന്ധുനദീജലത്തെ വിശേഷിപ്പിക്കുന്നു. അതിനേക്കാൾ വിവാദപരമായി അദ്ദേഹം ഈ വിഷയത്തെ കാശ്മീർ പ്രശ്നവുമായി ബന്ധിപ്പിക്കുന്നു. ഡാമുകൾ നിർമിച്ചുകൊണ്ട് സിന്ധുവിലെ ജലസമൃദ്ധിയെ എല്ലായിടത്തേക്കും തിരിച്ചുവിടണമെന്നും തുല്യമായി വിതരണം ചെയ്യണമെന്നും ലിലിന്താൾ നിർദേശിച്ചു. ലിലിന്താളിന്റെ ലേഖനത്തിന്റെ ഓരോ കോപ്പി വച്ച് ലോകബാങ്ക് മേധാവിയായിരുന്ന യൂജിൻ ആർ. ബ്ലാക്ക് ഇന്ത്യ-പാക് പ്രധാനമന്ത്രിമാർക്ക് കത്തയച്ചു. ലിലിന്താൾ നിർദ്ദേശിച്ചതുപോലെ ഇൻഡസിന്റെ അടിസ്ഥാന സൗകര്യവികസനത്തിന് ആവശ്യമായ സഹായങ്ങൾ ലോകബാങ്ക് നൽകാമെന്ന വാഗ്ദാനമായിരുന്നു കത്തിന്റെ ഉള്ളടക്കം. 1951 നവംബറിലെ ബ്രിട്ടീഷ് വിദേശകാര്യ വകുപ്പിലെ ഒരു രഹസ്യ ഫയലിൽ ലിലിന്താൽ, അന്തർദേശീയ സാമ്പത്തിക സ്വത്തുസംബന്ധ ഇടപാടുകൾ കൈകാര്യം ചെയ്യുന്ന കമ്പനിയായ ലസാർഡിന്റെ പങ്കാളിയായതായി പരാമർശിക്കുന്നു. അദ്ദേഹത്തിന്റെ പ്രധാന ലക്ഷ്യം കമ്പനിയെ സമ്പന്നമാക്കുക എന്നതാണെന്നും രഹസ്യഫയലുകൾ പറയുന്നു. ഈ ധനസമ്പാദന ലക്ഷ്യങ്ങളെക്കുറിച്ച് അറിഞ്ഞിട്ടും ബ്രിട്ടീഷുകാർ ബാങ്കിന്റെ എല്ലാ കത്തിടപാടുകളും വായിച്ച് മറുപടികൾ അയച്ചിരുന്നു. സിന്ധു നദീതടം വിഭജിക്കാനുള്ള തന്ത്രങ്ങൾ ഇതിനകം തയ്യാറായിക്കഴിഞ്ഞിരുന്നു.

തട്ടയ്ക്കു പടിഞ്ഞാറ് കോട്രിയിൽ പാകിസ്ഥാൻ അണക്കെട്ടു നിർമാണം തുടങ്ങിക്കഴിഞ്ഞിരുന്നു. ഈ അണക്കെട്ടും പിന്നീട് വന്ന അണക്കെട്ടുകളും രാജ്യത്തിന്റെ പ്രശ്നങ്ങൾ പരിഹരിക്കുമെന്നാണ് കരുതിയിരുന്നത്. ഈ ഡാമുകൾ വൻതോതിൽ നാണ്യവിളകൾ കൃഷി ചെയ്യുന്നതിന് സഹായകമായി. അടുത്ത അറുപതു വർഷത്തേക്കുള്ള പ്രകടനത്തിന്റെ ലക്ഷണങ്ങൾ കോട്രി അണക്കെട്ടും കാണിച്ചുതുടങ്ങി. പാശ്ചാത്യ ബാങ്കുകൾക്കും നിർമ്മാണ കമ്പനികൾക്കും വിദഗ്ധർക്കും കൊടുക്കാനുള്ള കടം കുന്നുകൂടി. ഭക്ഷണ ജലദൗർലഭ്യങ്ങൾക്ക് പരിഹാരമായി വൻകിട അണക്കെട്ടുകൾ നിർമ്മിക്കുന്നതിൽ പാകിസ്ഥാൻ ഒറ്റയ്ക്കായിരുന്നില്ല. ഡാമുകളിൽ അമിതജലസംഭരണത്തിന്റെ പ്രത്യാഘാതമായി അഴിമുഖം പ്രദേശങ്ങളിലെ കൃഷിഭൂമികളിൽ ഉപ്പുവെള്ളം കയറുമെന്നും അഴിമുഖ ദ്വീപുകളുടെ നാശത്തിന് ഇടയാക്കുമെന്നും കണ്ടെത്തിയതും പാകിസ്ഥാൻ മാത്രമായിരുന്നില്ല. 1958ൽ കോട്രി അണക്കെട്ട് പൂർത്തിയായതോടെ അഴിമുഖത്തിന്റെ വിസ്തൃതി 3500ൽ നിന്നും 250 സ്ക്വയർ കിലോമീറ്റർ ആയി ചുരുങ്ങി. തെക്ക് കടലിലേക്ക് ഒരു തുള്ളി നദീജലംപോലും ഒഴുകിപ്പോകാതിരുന്നതിനാൽ ഉപ്പുവെള്ളം

സമൃദ്ധമായി കണ്ടൽക്കാടുകളെ വിഴുങ്ങി. ചുവന്ന നെല്ല് വിളഞ്ഞ സമ്പൽ സമൃദ്ധമായ പാടശേഖരങ്ങൾ ഉപ്പുപാടങ്ങളായി മാറി. കർഷകർക്ക് മറ്റു മാർഗങ്ങളില്ലാത്തതിനാൽ അവർ മീൻപിടുത്തത്തിലേക്ക് തിരിഞ്ഞു.

"സക്കർ അണക്കെട്ടിനെതിരെ ഇവിടുത്തെ കൃഷിക്കാർ വോട്ട് ചെയ്തു", സോക്കിബന്ദറിലെ ശ്മശാനത്തിൽ നിൽക്കവേ ബാബു എന്നോട് പറഞ്ഞു. സക്കർ അണക്കെട്ടു വന്നതോടെ കൃഷിക്കാർ മീൻ പിടുത്ത ക്കാരായി. അഴിമുഖപ്രദേശങ്ങൾ നശിച്ചു. കോട്രി അണക്കെട്ട് വന്നതോടെ എല്ലാ പാടങ്ങളിലും ഉപ്പുവെള്ളം കയറി. അതിനുശേഷം പഞ്ചാബിന് വടക്ക് ഏറ്റവും വലിയ അണക്കെട്ടായ ടാർബല വന്നു. "അഴിമുഖത്തിനും വെള്ളം വേണമെന്ന ഞങ്ങളുടെ ആവശ്യം ആരും ശ്രദ്ധിച്ചില്ല."

ഖരോചനിൽ നിന്നും ബാബുവിന്റെ ബോട്ട് കിതച്ചുകൊണ്ട് വീണ്ടും വടക്കോട്ടു നീങ്ങി. ഡോൾഫിനുകൾ വെള്ളത്തിൽ ചാടിക്കളിക്കുന്നുണ്ട്. അപ്പർ സിന്ധിൽ കാണുന്ന നദിയിൽ ജീവിക്കുന്ന ഡോൾഫിനുകളല്ല. അറബിക്കടലിൽ നിന്ന് നദിയിലെ ഉപ്പുവെള്ളത്തിലേക്ക് എത്തിപ്പെട്ടവ യാണ് ഇവ. ബാബുവിന്റെ പഴഞ്ചൻ ബോട്ടിൽ പോകാവുന്നത്ര ദൂരം ഞങ്ങൾ പോയി. എന്നാൽ ഒരിക്കൽ നിറഞ്ഞു കവിഞ്ഞ് അഗാധമായി രുന്ന നദിയുടെ ആഴം ഇന്ന് തീരെ കുറഞ്ഞിരിക്കുന്നു. അതുകൊണ്ട് ആ ബോട്ടുമായി ഇനി മുന്നോട്ടു പോകാൻ പറ്റാത്ത ഘട്ടമെത്തി. വൈകുന്നേരമായതോടെ ബോട്ട് വീണ്ടും എന്തിലോ തട്ടി പ്രൊപ്പല്ലർ പൊട്ടി. വഴിലേതോ തീരത്തു ബാബു ഒരു ഗ്രാമം കണ്ടിരുന്നു. ആ ഗ്രാമം ലക്ഷ്യമാക്കി ഞങ്ങൾ തുഴഞ്ഞു. താമസസൗകര്യമന്വേഷിച്ച് അലി നവാസ് കരയിലേക്ക് നടന്നു.

ഓളങ്ങളുടെ സംഗീതം ആസ്വദിച്ച് നക്ഷത്രങ്ങൾ നിറഞ്ഞ ആകാശ ത്തിനു കീഴെ ബോട്ടിൽ ഞങ്ങൾ ഇരുന്നു.

തലമുറകളായി മത്സ്യത്തൊഴിലാളികൾ മുതൽ മാസിഡോണിയയിലെ അലക്സാണ്ടറും ബേൺസും എണ്ണമറ്റ കച്ചവടക്കാരും വിദേശസഞ്ചാരി കളും സിന്ധുവിലൂടെ നടത്തിയ യാത്രകൾ ഇനിയൊരിക്കലും സാധ്യ മാവില്ല.

അന്നു രാത്രി അഴിമുഖത്തെ നിരാലംബയായ മറ്റൊരു ഗ്രാമത്തിൽ ഞങ്ങൾ രാത്രി ചെലവിട്ടു. അവിടെ നിന്ന് അതിരാവിലെതന്നെ ടാക്സി യിൽ നദിക്കരയിലൂടെ യാത്ര തിരിച്ചു. സാധിക്കുമ്പോഴെല്ലാം ഞാൻ കാർ നിർത്തിച്ചു. നദിയിലെ ജലനിരപ്പ് നിരീക്ഷിച്ചു.കോട്രിയിൽ നിന്ന് വസന്ത ത്തിലും വേനലിലും കൃഷിക്ക് വേണ്ടി റേഷൻപോലെ അല്പം വെള്ളം ഒഴുക്കി വിടും. പിന്നെ വലിയ വെള്ളപ്പൊക്കം വരുമ്പോഴും അണക്കെട്ടു തുറന്നു ജലം ഒഴുക്കും. ഇപ്പോൾ ശിശിരമാണ്. നദിയിൽ അവിടവിടെ കെട്ടിക്കിടക്കുന്ന ജലം കുടിക്കാൻ കൊള്ളാത്തതാണ്. തട്ടയ്ക്കടുത്ത ഒരു ചെറിയ ഗ്രാമത്തിൽ വച്ച് ഞാൻ നദിയെ കാണാനിറങ്ങി. അരുവികൾ പോലെ ഒഴുകുന്ന ചാലുകൾക്കു ആഴം തീരെ കുറവ്. ഒരു കാളവണ്ടിയും

കുറെ ഒട്ടകങ്ങളും നദിയിലേക്കിറങ്ങി കുറുകെ കടക്കുന്നത് ഞാൻ കണ്ടു. ഞാനും എന്റെ ഷൂ ഊരി കൈയിൽ പിടിച്ച് നദിയിലേക്ക് ഇറങ്ങി മഹാ നദിക്കു കുറുകെ നടന്നു.

കുറെക്കൂടി വടക്കോട്ടു ചെല്ലുമ്പോൾ അതായത് കോട്രി അണക്കെട്ടിന് താഴെ മലിനജലം ഒഴുക്കാനുള്ള ചാലായിട്ടാണ് പ്രൗഢയായ സിന്ധുവിനെ ഉപയോഗിക്കുന്നത്. അണക്കെട്ടിന് താഴേക്ക് ഒഴുക്കില്ല. നൂറ്റാണ്ടുകളായി അവിടെ മീൻ പിടിച്ച് ഉപജീവനം നടത്തുന്ന മത്സ്യത്തൊഴിലാളി കുടുംബങ്ങളിലെ മീൻപിടുത്തക്കാർ അവർക്കു കിട്ടിയ മീനുകളെ എനിക്കു കാണിച്ചുതന്നു. മലിനജലത്തിൽ നീന്തി തളർന്ന മീനുകൾ. അവ വെള്ളത്തിൽ തളർന്നു കിടന്നു.

"കഴിഞ്ഞ വേനലിൽ നദിയിൽ വെള്ളം പൊങ്ങിയപ്പോൾ സർക്കാർ അണക്കെട്ടു തുറന്നു. ഞങ്ങൾ സന്തോഷം കൊണ്ട് നൃത്തമാടുകയായിരുന്നു."

മത്സ്യത്തൊഴിലാളി സ്ത്രീ ഫാത്തിമ എന്നോട് പറഞ്ഞു.

"നദി പിന്നെ വരണ്ടുണങ്ങി. ഞങ്ങൾ ഈ വെള്ളം ഇസ്ലാമാബാദിൽ സെനേറ്റർമാർക്ക് കുപ്പികളിലാക്കി അയച്ചു കൊടുത്തു. എന്നിട്ടവരോടെ ചോദിച്ചു,

"നിങ്ങൾ ഈ വെള്ളം കുടിക്കുമോ?"

സിന്ധിൽ എല്ലായിടത്തും കാര്യങ്ങൾ ഇതുപോലെയാണ്. കർഷകരും കർഷകത്തൊഴിലാളികളും മീൻപിടുത്തക്കാരും വെള്ളമില്ലാത്തതിൽ ശക്തമായ പ്രതിഷേധത്തിലാണ്. എല്ലാ ദിവസവും ഒരു ഗ്രാമത്തിലോ പട്ടണത്തിലോ ഓരോ അണക്കെട്ട് വിരുദ്ധമാർച്ചെങ്കിലും കാണും. ഒരിക്കൽ വിശ്രുതമായിരുന്ന തട്ട നഗരത്തിൽ, അതിവിശാലമായിരുന്ന സിന്ധുവിന്റെ തീരത്ത് ഒരു ജലറാലിയിൽ പങ്കെടുത്തു. ഒരു മെലിഞ്ഞ മനുഷ്യൻ എഴുന്നേറ്റുനിന്ന് മുഷ്ടി ചുരുട്ടി സിന്ധിയിൽ ഒരു പാട്ടു പാടി.

മുഷറഫ് നിങ്ങൾ ഒരു വൻ ചതിയൻ

ഒരു നൂറു തവണ ഞാൻ നിങ്ങളെ ഓർത്തു ലജ്ജിക്കുന്നു

പാകിസ്ഥാൻ അമേരിക്കയ്ക്കു മുന്നിൽ തല കുനിക്കുന്നു

നിങ്ങൾ ഞങ്ങളുടെ നദിയെ ബലാൽക്കാരം ചെയ്യാൻ ശ്രമിക്കുന്നു.

വടക്കൻ പഞ്ചാബിൽ നിന്ന് ഏറെ അകലെയുള്ള, സൈന്യം നിയന്ത്രിക്കുന്ന ഗവൺമെന്റ്, കർഷകരുടെ രോദനം ശ്രദ്ധിക്കുന്നില്ല. പഞ്ചാബിലെയും വടക്കൻ സിന്ധിലെയും പണം വിളയുന്ന പരുത്തിപ്പാടങ്ങളിലാണ് ഗവൺമെന്റിന്റെ ശ്രദ്ധ. രാജ്യത്തെ നിയന്ത്രിക്കാനുള്ള ശക്തി കിടക്കുന്നത് നൂറ്റാണ്ടു മുൻപ് വിദേശ എഞ്ചിനീയർമാർ രൂപം കൊടുത്ത കേന്ദ്രീകൃത ജലനയത്തിലും.

മൂന്ന്

എത്യോപ്യയുടെ ആദ്യ ഫലം

സിന്ധിലെ ഷീദി സഹോദരങ്ങളുടെ അവസ്ഥ എന്റെ ഹൃദയത്തെ മുള്ളുകൾ തറയ്ക്കുമ്പോഴെന്നപോലെ വേദനിപ്പിക്കുന്നു.

(മുഹമ്മദ് സാദിഖ് മുസാഫിർ ഐ ഓപ്പണിങ് അക്കൗണ്ട് ഓഫ് സ്ലേവറി ആൻഡ് ഫ്രീഡം, 1952)

ഡിസംബറാണ്. മുസ്ലീം വിവാഹ സീസൺ തുടങ്ങിക്കഴിഞ്ഞു. തട്ടയിൽ എത്തിയതിനുശേഷം ഒരു ദിവസം രാത്രി ഞാൻ ഗ്രാമീണ വിവാഹച്ചടങ്ങുകളിൽ പങ്കെടുക്കാൻ പോയി. ഗ്രാമപാതകൾ പിന്നിട്ട് നദിക്കു കിഴക്കോട്ടായിരുന്നു യാത്ര. പിന്നിടുന്ന മരുപ്രദേശങ്ങൾ ഇരുട്ടിലായിരുന്നു. കനത്ത ശാന്തത അതിനെ പൊതിഞ്ഞു നിൽക്കുന്നു. ആകാശം നിറയെ നക്ഷത്രങ്ങൾ. ആകപ്പാടെ അലൗകികമായ ഒരനുഭൂതി. എന്റെ കൂടെയുണ്ടായിരുന്ന മൂന്നു സ്ത്രീകളും കറുത്ത ബുർഖ ധരിച്ചിരുന്നു. അവർ സിന്ധി നാടോടിപ്പാട്ടുകൾ മൂളിക്കൊണ്ടിരുന്നു.

വിവാഹസ്ഥലത്ത് സ്ത്രീയും പുരുഷനും വേർപിരിക്കപ്പെടുന്നു. ഞങ്ങൾ എത്തുമ്പോൾ വീടിനുള്ളിൽ സ്ത്രീകൾ പാടുന്നുണ്ടായിരുന്നു. എന്നെ അവർ മുറ്റത്തേക്കാണ് നയിച്ചത്. അവിടെ പുരുഷന്മാർ ഒരു തീക്കുണ്ഡത്തിന്റെ ചുറ്റും നൃത്തം ചെയ്യുന്നുണ്ടായിരുന്നു. ഇതിനോടകം ഞാൻ നിരവധി പാകിസ്ഥാനി വിവാഹങ്ങളിൽ പങ്കെടുത്തിരുന്നു. കണ്ടമാനം വസ്ത്രങ്ങൾ വാരിയണിഞ്ഞു നിറഞ്ഞു തുളുമ്പുന്ന ശരീരത്തോടെ അവർ നടത്തുന്ന നീണ്ട ഘോഷയാത്രകളിൽ ഞാൻ പതിവുകാരിയായിരുന്നു. അതുകൊണ്ട് എനിക്കീ ചടങ്ങുകളിൽ പങ്കെടുക്കാൻ പ്രത്യേക തയ്യാറെടുപ്പുകൾ ഒന്നും ആവശ്യമുണ്ടായിരുന്നില്ല. നഗ്നപാദങ്ങൾ നിലത്ത് അമർത്തിച്ചവിട്ടി നെഞ്ചോളം ഉയരമുള്ള ചെണ്ടയിൽ ആഞ്ഞടിച്ചു 'യാ അലി' എന്നുറക്കെ പാടി അവർ നൃത്തം തുടർന്നു. തീക്കുണ്ഡത്തിൽ നിന്നുമുള്ള വെളിച്ചം അവരുടെ വെളുത്ത ഒറ്റക്കുപ്പായത്തിലും കറുത്ത ഷാഹ്സീരത്തിലും ചുരുണ്ട മുടിയിലും മിന്നിത്തിളങ്ങി. ഏതോ കിഴക്കൻ ആഫ്രിക്കൻ പ്രദേശത്തെ ചടങ്ങിലേക്ക് എത്തിപ്പെട്ടതുപോലെ തോന്നി.

ഇവരാണ് ഷീദികൾ. ആഫ്രിക്കയിൽ നിന്നും മുസ്ലീം വ്യാപാരികൾ സിന്ധിലേക്ക് കൊണ്ടുവന്നവരുടെ പിന്മുറക്കാർ. 'ലെവ' എന്ന നൃത്തമാണ് അവർ ചെയ്യുന്നത്. ഇക്ബാൽ പറഞ്ഞു. എന്റെ ഷീദി സുഹൃത്താണ് ഇക്ബാൽ. "സാൻസിബാറിൽ നിന്നും ഞങ്ങളുടെ മുൻഗാമികൾ കൊണ്ടുവന്നതാണ് ലെവ. ഏഴോ എട്ടോ നൂറ്റാണ്ടിൽ ആദ്യത്തെ അടിമകൾ എത്തിയ കാലം മുതൽ അവർ കൊണ്ടുനടക്കുന്നതാണ് ഈ നൃത്തരൂപം. നാലുകാലുള്ള അവരുടെ ചെണ്ടയുടെ പേര് മസീണ്ടോ എന്നാണ്. മുഗർമാൻ എന്ന് അതിനു പേരുണ്ട്. അവരുടെ ആഫ്രിക്കൻ പാരമ്പര്യത്തിന്റെ ശേഷിപ്പാണിത്."

രാത്രി വൈകി അവരുടെ മാനസികാവസ്ഥകൾ വന്യമായതോടെ ജ്വലിക്കുന്ന കനലുകൾ നിലത്തു വിതറി അതിലൂടെയായി നൃത്തം. "ഷീദികൾ ഇവിടെയെത്തിയതിനുശേഷമാണോ ഇസ്ലാം സ്വീകരിച്ചത്?" ഞാൻ ഇക്ബാലിന്റെ അമ്മാവനോട് തിരക്കി.

"ഞങ്ങളാണ് ശരിക്കുള്ള മുസ്ലീങ്ങൾ" അദ്ദേഹം പറഞ്ഞു. അതിനെ സാധൂകരിക്കാൻ അദ്ദേഹം ഒരു കഥയും കൂട്ടിച്ചേർത്തു. പതിമ്മൂന്നു നൂറ്റാണ്ടുമുമ്പ് എത്യോപ്യൻ അടിമയായിരുന്ന ബിലാലിനെ എങ്ങനെയാണ് പ്രവാചകൻ മതത്തിൽ ചേർത്തതെന്ന് അദ്ദേഹം വിവരിച്ചു.

"ഇസ്ലാമിന്റെ ആദ്യ പ്രാർത്ഥനയ്ക്ക് ആളുകളെ വിളിച്ചുകൂട്ടാൻ പ്രവാചകൻ ആവശ്യപ്പെട്ടത് ബിലാലിനോടായിരുന്നു. അങ്ങനെ ഞങ്ങളുടെ പ്രവാചകൻ ബിലാലിന് വലിയൊരു ബഹുമതിയാണ് നൽകിയത്."

ഇസ്ലാമിക കലകളിൽ ബിലാലിന് വലിയ പ്രാധാന്യമാണുള്ളത്. മെക്കയിലെ വിശുദ്ധ കഅ്ബയിൽനിന്ന് കൈകൾ കോളാമ്പിപോലെ വയറിനോട് ചേർത്തുവച്ചു നിൽക്കുന്ന ബിലാലിന്റെ പ്രതീകാത്മക ചിത്രങ്ങൾ ഇസ്ലാമിക ചരിത്രത്തിൽ പലയിടത്തും കാണാം. ഇസ്ലാമിന്റെ ആദ്യകാല ചരിത്രത്തിൽ അനിഷേധ്യസ്ഥാനമുള്ള ബിലാലിന്റെ പിന്മുറക്കാരെന്ന വകാശപ്പെടുന്ന ഷീദികളെ പാകിസ്ഥാനിലെ മറ്റു മുസ്ലീംവിഭാഗങ്ങൾ അപരിഷ്കൃതരും അജ്ഞരും എന്ന് വിശേഷിപ്പിച്ചു മാറ്റി നിർത്തുന്നത് വല്ലാത്തൊരു വിരോധാഭാസമായിട്ടാണ് എനിക്കു തോന്നിയത്. പാകിസ്ഥാനിലെ ബുദ്ധിജീവികൾ അവരുടെ ചരിത്രമോ സംസ്കാരമോ കാര്യമായി പഠിക്കാൻ ഇനിയും തയ്യാറായിട്ടില്ല. കഴിഞ്ഞ അറുപതു വർഷത്തിനിടയിൽ പ്രശസ്തരായ ഷീദി ഗായകരും ഫുട്ബാൾ കളിക്കാരും ബോക്സർമാരും ഉണ്ടായിട്ടുണ്ട്. എന്നാൽ ഒരു നേതാവോ ഭൂവുടമയോ ഉന്നതപുരോഹിതനോ ഈ വിഭാഗത്തിൽ നിന്നും ഉയർന്നു വന്നിട്ടില്ല. പാകിസ്ഥാനിലെ ഷീദികൾ ഇന്നും അവരുടെ മുൻതലമുറക്കാർ അടിമകളായി എത്തപ്പെട്ട കൊച്ചുപട്ടണങ്ങളിലും ഗ്രാമങ്ങളിലും ജീവിക്കുന്നു. മഹാഭൂരിപക്ഷം ഇപ്പോഴും തൊഴിലാളികളായി ജീവിക്കുന്നു.

പിറ്റേദിവസം രാവിലെ ഞാൻ ബാദിൻ പട്ടണത്തിലെ ഇക്ബാലിന്റെ ഓഫീസിൽ നിൽക്കുകയായിരുന്നു. ഇത് ഒരു ചായക്കടയും ഷീദികളുടെ

യോഗസ്ഥലവുംകൂടിയാണ്. ചുമരിൽ ഒരു ശവകുടീരത്തിന്റെ ചിത്രം തൂങ്ങി കിടപ്പുണ്ട്. കറുത്ത നിറമുള്ള സൽവാർ കമ്മീസ് ധരിച്ച ഒരു കൊച്ചുകുട്ടി ആ ശവകുടീരത്തിനു മുന്നിൽ നിൽക്കുന്നുണ്ട്.

ഹൈദരാബാദിൽ വച്ച് 18 വർഷം മുമ്പെടുത്തതാണ് ആ ചിത്രം. അന്നത്തെ ആ കൊച്ചുകുട്ടിയാണ് ഇന്ന് എന്റെയടുത്തു നിൽക്കുന്ന അവൈസ്. ഇപ്പോഴും വേഷം സൽവാർ കമ്മീസ് തന്നെ, പക്ഷേ പ്രായം ഇരുപതു വയസ്സുണ്ട്. ഉയരം ആറടിയും. ശവകുടീരത്തിന് തിരിച്ചറിയാൻ വയ്യാത്തവിധം രൂപഭംഗം വന്നിരിക്കുന്നു. ചെറിയ രീതിയിൽ ചില നവീ കരണ പ്രവർത്തനങ്ങൾ നടത്തിയിട്ടുണ്ട്. അതിനുള്ളിൽ അന്ത്യവിശ്രമം കൊള്ളുന്ന മഹാന് ഈയടുത്ത കാലത്തായി ലഭിച്ച വീരപരിവേഷമാ യിരിക്കും അശ്രദ്ധമായിട്ടെങ്കിലും നടത്തിയ ഈ നവീകരണത്തിന്റെ പിന്നിലെ പ്രചോദനം. എന്തായാലും ഇന്ന് ആ ശവകുടീരം ഒരു കോൺ ക്രീറ്റ് ഷെഡ്ഡിനുള്ളിലാണ്. മഞ്ഞനിറത്തിലുള്ള മാർബിൾ പൂക്കൾ സിമന്റ് പൊതിഞ്ഞു ചാരനിറത്തിലാക്കിയിരിക്കുന്നു. വെളുപ്പും കറുപ്പും കലർന്ന ബോർഡ് ഇപ്പോൾ ആ ശവകുടീരത്തിനു പുതിയതായി ലഭിച്ച പ്രാധാ ന്യത്തെ സൂചിപ്പിക്കുന്നു.

അതിങ്ങനെ വായിക്കാം: "സിന്ധിന്റെ രക്തസാക്ഷി, ജനറൽ ഹോഷ് മുഹമ്മദ് ഷീദി, സിന്ധ് നിങ്ങളെ സല്യൂട്ട് ചെയ്യുന്നു."

തൽപുർ ഭരണാധികാരികളും ബ്രിട്ടീഷുകാരും നടത്തിയ അവസാ നത്തെ യുദ്ധത്തിൽ 1843 മാർച്ച് 24നാണ് ജനറൽ ഹോഷ് മുഹമ്മദ് ഷീദി കൊല്ലപ്പെടുന്നത്. ഹൈദരാബാദിന് വടക്ക് അദ്ദേഹം മരിച്ചുവീണ യുദ്ധ ഭൂമിയിൽത്തന്നെയാണ് അദ്ദേഹത്തെ അടക്കം ചെയ്തത്. ഏതാണ്ട് ഒരു നൂറ്റാണ്ടു കാലം ആ ശവകുടീരം ആരാലും ശ്രദ്ധിക്കപ്പെടാതെ, പരിസര വാസികൾപോലും കാണാതെ മറഞ്ഞുകിടന്നു. ആ യുദ്ധത്തിൽ മരിച്ചു വീണ മറ്റു പലർക്കുമൊപ്പം. എന്തിന്, ബ്രിട്ടീഷുകാരുടെ ശ്രദ്ധയിൽ പോലും അത് പെട്ടില്ല. പിന്നീട് 1980കളിൽ. ഉറുദു സംസാരിക്കുന്ന കുടി യേറ്റക്കാർക്കെതിരെ പോരാടാൻ സ്വദേശികളായ സിന്ധി നായകരെ തേടി ചരിത്രം തിരഞ്ഞ സിന്ധി ദേശീയവാദികളാണ് ഹോഷ് മുഹമ്മദിനെ കണ്ടെത്തിയത്. അങ്ങനെ അവർ ആ ശവകുടീരം കണ്ടെത്തി. അദ്ദേഹ ത്തിനെ സിന്ധിന്റെ പോരാട്ടനായകനാക്കി.

സിന്ധികൾ ശ്രദ്ധിക്കാതെ പോയ ഒരുകാര്യം അവർ എതിർക്കുന്ന മോഹാജിറുകളെപ്പോലെ (കുടിയേറ്റക്കാർ) ഹോഷ് മുഹമ്മദും ആഫ്രിക്കയിൽനിന്നും വന്ന കുടിയേറ്റക്കാരുടെ പിന്മുറക്കാരനായിരുന്നു എന്നതാണ്.

ഹോഷ് മുഹമ്മദ് ഷീദിയുടെ ജീവിതത്തെക്കുറിച്ച് ആർക്കും കാര്യ മായി ഒന്നുമറിയില്ല. തൽപുർ കുടുംബത്തിൽ അടിമയായാണ് ജനനം. സിന്ധ് സൈന്യത്തിൽ ചേർന്ന ഹോഷ് മുഹമ്മദ് വളരെ വേഗം ജനറ ലായി ഉയർത്തപ്പെട്ടു. ബ്രിട്ടീഷുകാർ സിന്ധു ആക്രമിച്ചപ്പോൾ, അപ്പർ

സിന്ധിലെ സൈന്യം അടിയറവു പറഞ്ഞു. ആ സമയത്ത് ഹോഷ് മുഹമ്മദിന്റെ നേതൃത്വത്തിലാണ് സിന്ധ് സൈന്യം ബ്രിട്ടനെ നേരിട്ടത്.

"ഞാൻ യുദ്ധം ചെയ്തുചെയ്ത് മുന്നേറും, ഒരിക്കലും ഞാൻ എന്റെ സിന്ധു വിട്ടുകൊടുക്കില്ല"എന്നതായിരുന്നു അദ്ദേഹത്തിന്റെ യുദ്ധ കാഹളം. 1947നുശേഷം ഒരു ഷീദിപോലും സൈനിക ഉദ്യോഗസ്ഥനാകാത്ത രാജ്യത്ത് ഒരു അടിമയിൽനിന്ന് ജനറലായി ഉയർന്ന ഹോഷ് മുഹമ്മദിന്റെ കഥ അദ്ഭുതമാണ്. എന്നു മാത്രമല്ല ബ്രിട്ടീഷ് അധിനിവേശത്തിനുമുമ്പ് ആഫ്രിക്കൻ അടിമകൾക്ക് സിന്ധിൽ ഉയർന്ന പദവികളും അധികാരങ്ങളും ഉണ്ടായിരുന്നു എന്നതിന്റെ തെളിവുകൂടിയാണ് ഹോഷ് മുഹമ്മദിന്റെ ചരിത്രം.

ഇന്ന്, ഹൈദരാബാദിനും തട്ടയ്ക്കുമിടയിലുള്ള ലോവർ സിന്ധ് അഥവാ ലർ ആണ് ദക്ഷിണേഷ്യയിലെ ഏറ്റവും വലിയ ആഫ്രിക്കൻ കുടിയേറ്റ പ്രദേശം. ഹോഷ് മുഹമ്മദ് ഷീദി മരിക്കുമ്പോഴേക്കും ഈ പ്രദേശം സാമുദ്രിക വ്യാപാരത്തിന്റെ കേന്ദ്രമായി മാറിക്കഴിഞ്ഞിരുന്നു. നൂറ്റാണ്ടുകളോളം ഇന്ത്യയ്ക്കും ആഫ്രിക്കയ്ക്കും ഇടയിൽ അടിമക്കച്ചവടവും മറ്റു ചരക്കുനീക്കങ്ങളും നടന്നിരുന്നത് ഈ വഴിയായിരുന്നു. സിന്ധു നദീതടവാസികൾ ഏതാണ്ട് അയ്യായിരം വർഷംമുമ്പു തന്നെ മെസൊപ്പൊട്ടോമിയയുമായി വ്യാപാരബന്ധത്തിൽ ഏർപ്പെട്ടിരുന്നതായി തെളിഞ്ഞിട്ടുണ്ട്. ആഫ്രിക്കയുമായി പ്ലിനിയുടെ കാലം മുതൽ തന്നെ കച്ചവടബന്ധങ്ങളുണ്ടായിരുന്നു. അടിമവ്യാപാരം ആഫ്രിക്കയിൽ ചരിത്രാതീത കാലം മുതൽതന്നെ നിലവിലുണ്ടായിരുന്നു. അറബികളാണ്, പ്രവാചകന്റെ വരവിനു മുമ്പുതന്നെ അടിമ വ്യാപാരത്തെ പുറം ലോകത്തെത്തിച്ചത്. പിന്നെ ഇസ്ലാം വന്നു. ഏകലക്ഷ്യത്തോടെയുള്ള അതിന്റെ പടയോട്ടങ്ങളും ലോകം മുഴുവൻ വ്യാപിച്ച വ്യാപാരശൃംഖലകളും അടിമ വ്യാപാരത്തെ അറേബ്യൻ തീരത്തുനിന്ന് സൈബീരിയൻ തീരത്തും കിഴക്കൻ ആഫ്രിക്കയിൽനിന്ന് തെക്കേ ഏഷ്യയിലും എത്തിച്ചു.

അടിമത്തവും ഇസ്ലാമും തമ്മിലുള്ള ബന്ധം വളരെ സങ്കീർണമാണ്. ബൈബിളിലെ പോലെ തന്നെ ഖുർ-ആനിലെ സാമൂഹിക സംവിധാനത്തിലും അടിമകൾക്ക് വലിയ പ്രാധാന്യമുണ്ട്. പ്രവാചകൻ മുഹമ്മദ് തന്നെ മദീനയിലെ ജൂതസ്ത്രീകളെ അടിമയായി വിൽക്കുന്നുണ്ട്. എല്ലാറ്റിനും കൃത്യമായ നിയമനിർവചനങ്ങൾ ഉള്ള ഖുർ-ആനിൽ അടിമകളോട് എങ്ങനെ പെരുമാറണമെന്ന് നിഷ്കർഷിക്കുന്നുണ്ട്. അടിമകൾ വസ്തുക്കളല്ല, മനുഷ്യരാണ്. അവരെ കുടുംബാംഗത്തെപോലെ കാണണമെന്ന് ഖുർ-ആൻ പറയുന്നു. കിഴക്കൻ ആഫ്രിക്കയിൽ നിന്നുള്ള അടിമ വ്യാപാരം ക്രൂരമായിരുന്നു. എന്നാൽ അതിലും ക്രൂരവും നിഷ്ഠുരവുമായിരുന്നു പടിഞ്ഞാറൻ ആഫ്രിക്കയിൽ നിന്ന് അമേരിക്കയിലേക്ക് ക്രിസ്ത്യാനികൾ നടത്തിയിരുന്ന അറ്റ്ലാന്റിക് അടിമ വ്യാപാരം. പത്തൊൻപതാം നൂറ്റാണ്ടിൽ പോലും അറബികൾ നിയന്ത്രിച്ചിരുന്ന

കിഴക്കൻ ആഫ്രിക്കൻ അടിമവ്യാപാരം ക്രിസ്ത്യൻ നിയന്ത്രണത്തിൽ ഉണ്ടായിരുന്ന അടിമവ്യാപാരംപോലെ ഭീകരമായിരുന്നില്ല. അതിനൊരു കാരണം വിൽക്കുന്നവരും വാങ്ങുന്നവരും മുസ്ലീങ്ങൾ ആയിരുന്നു എന്നതാവാം .ഇസ്ലാമിൽ അടിമകളോട് നന്നായി പെരുമാറുന്നവർക്ക് സ്വർഗത്തിൽ അതിനു പ്രതിഫലം കിട്ടുമെന്നു പറയുന്നു. വിശ്വാസിയായ ഒരു അടിമയെ മോചിപ്പിക്കുന്ന ഉടമസ്ഥന്, അയാൾ അബദ്ധവശാൽ ഒരു മുസ്ലീമിനെ കൊന്നാൽപോലും അത് ക്ഷമിക്കപ്പെടും. 'എത്യോപ്യായിലെ ആദ്യഫലം' എന്ന് ബിലാലിന് ബഹുമതി നൽകി' പ്രവാചകൻ തന്നെ അതിനു മാതൃകയും കാണിച്ചു.

ഉടമയും അടിമയും തമ്മിലുള്ള, പിതൃപുത്ര ബന്ധംപോലെ ശക്ത മായ ബന്ധം ഇസ്ലാമിക സമൂഹങ്ങളിൽ അടിമകളെ അതിന്റെ നെടും തൂണായി മാറ്റിയിരുന്നു. പുരാതന ഗ്രീസിലെയോ അമേരിക്കയിലെയോ പോലെ അടിമകൾ ഈ സമൂഹങ്ങളിൽ നിശ്ശബ്ദജന്മങ്ങളായിരുന്നില്ല. അവർ പലപ്പോഴും അധികാരവും അംഗീകാരവുമുള്ള സ്ഥാനങ്ങളിൽ, അടിമകൾ അല്ലാത്ത മനുഷ്യരെ നിയന്ത്രിച്ചും ഭരിച്ചും വിരാജിച്ചിരുന്നു. ഒമ്പതാം നൂറ്റാണ്ടുമുതൽ അടിമ സൈന്യങ്ങളും ഭരണാധികാരികളും ഇസ്ലാമിക ഭരണ സംവിധാനത്തിലെ നിർണായക സ്വാധീനങ്ങളായി മാറി യിരുന്നു.

മുസ്ലീം പടയാളികൾ പോയ ഇടങ്ങളിൽനിന്നെല്ലാം അവർ വൻ തോതിൽ അടിമകളെ സൈന്യത്തിലേക്ക് റിക്രൂട്ട് ചെയ്തു. സ്പെയിൻ മുതൽ പേർഷ്യവരെയുള്ള ഇസ്ലാമിക രാജ്യങ്ങളിൽ സിന്ധിൽ നിന്നും യൂറേഷ്യയിൽ നിന്നും ആഫ്രിക്കയിൽ നിന്നുമുള്ള അടിമകൾ ഏറെ പ്രശസ്തരായി. ഏഴാം നൂറ്റാണ്ടിൽ ബാഗ്ദാദിലെ ഒരു ഖലീഫയ്ക്ക് ഏഴാ യിരത്തോളം കറുത്ത വർഗ്ഗക്കാരായ ഹിജഡകൾ ഉണ്ടായിരുന്നു. ആഫ്രിക്കൻ സ്ത്രീകൾ നല്ല പാചകക്കാരികളായിരുന്നു. ആഫ്രിക്കൻ ഹിജഡകൾ വിശ്വസ്തരായ ഭൃത്യഗണങ്ങളായിരുന്നു. ഇതിനെല്ലാം ഉപരി ഈ അടിമക്കച്ചവടത്തിനു പിന്നിൽ ഒരല്പം സൗന്ദര്യശാസ്ത്രവുമുണ്ടാ യിരുന്നു. കറുത്ത നിറമുള്ള അടിമകൾക്ക് നടുവിൽ നിൽക്കുന്ന ഉടമ യുടെ നിറം കൂടുതൽ വെളുത്തതായി തോന്നും. യൂറോപ്പിലും കറുത്ത വർഗ്ഗക്കാരായ അടിമകൾക്ക് ഏറെക്കുറെ ഇതേ ഉത്തരവാദിത്വം തന്നെ യായിരുന്നു ഉണ്ടായിരുന്നത്. 1675ൽ ഒരു ഇംഗ്ലീഷ് എഴുത്തുകാരനാണ് ഇങ്ങനെ എഴുതിയത്. നാഗരിക ജീവിതം നയിക്കുന്ന ഒരു ഇംഗ്ലീഷ് സുന്ദരിക്ക് രണ്ടു കാര്യങ്ങൾ അത്യാവശ്യമാണ്, ഒരു കറുത്ത അടിമയും ഒരു ചെറിയ വളർത്തുനായയും. ഇത് രണ്ടുമില്ലെങ്കിൽ അവൾ സുന്ദരി യുമല്ല, വെളുത്തവളുമല്ല.

ഇസ്ലാമിന്റെ സ്വാധീനം ആഫ്രിക്കൻ രാജ്യങ്ങളിൽ വ്യാപിക്കുകയും ആഫ്രിക്കയിൽനിന്നും അറബ് ദേശത്തേക്കുള്ള മനുഷ്യക്കടത്ത് വർധിക്കു കയും ചെയ്തതോടെ ആഫ്രിക്കക്കാരോടുള്ള അറബികളുടെ വംശീയ

വേർതിരിവുകളും വർധിച്ചു. 883 CEയിൽ മെസൊപ്പൊട്ടോമിയയിലെ ചില ഖനികളിൽ കറുത്ത വർഗക്കാർ പ്രക്ഷോഭങ്ങൾ സംഘടിപ്പിച്ചതു കൊണ്ടാണ് ഈ മനോഭാവം ഉടലെടുത്തതെന്ന് ചില ചരിത്രകാരന്മാർ പറയുന്നു. എന്നാൽ തന്റെ അവസാന മതപ്രഭാഷണത്തിൽ പ്രവാചകൻ പറയുന്നത് ഒരു വെള്ളക്കാരനും ധാർമികതയുടെ കാര്യത്തിൽ അല്ലാതെ കറുത്തവനേക്കാൾ വലുതല്ല എന്നാണ്. ഒരുപക്ഷേ ഇതായിരിക്കാം രണ്ടു മില്യൺ ആഫ്രിക്കക്കാരെ അടിമകളാക്കി കയറ്റി അയയ്ക്കാൻ അറബി കൾക്കു പ്രചോദനമായത്.

കറുത്തവരെ അപകീർത്തിപ്പെടുത്തുന്ന വാചകങ്ങൾക്കായി ബൈബിൾ മുഴുവൻ തപ്പിത്തിരഞ്ഞ ക്രിസ്ത്യൻ അടിമക്കച്ചവടക്കാരെ പ്പോലെ ഇസ്ലാമിക വ്യാപാരികളും അതിനു ന്യായീകരണം കണ്ടെത്തി. നോഹ തന്റെ മകനായ ഹാമിന് കറുത്തവരായ അനന്തരാവകാശികൾ ഉണ്ടാവട്ടെയെന്നും അവർ എന്നും വെളുത്തവരുടെ പരിചാരകർ ആയി രിക്കട്ടെയെന്നും ശപിച്ചുവെന്നാണ് അവർ കണ്ടെത്തിയ ന്യായീകരണം. അറബികൾ അവർ കീഴടക്കിയ പ്രദേശങ്ങളിലെ വംശീയത സ്വീകരിക്കു കയും ചെയ്തു. കറുത്ത മനുഷ്യർക്ക് കേടായ തലച്ചോറാണുള്ളതെന്ന് എഴുതിയ റോമൻ ഡോക്ടറായിരുന്നു ഗാലന്റെ കൃതികൾ അറബിയിലേക്ക് മൊഴിമാറ്റിയത്. മുസ്ലീം ചിന്തകരായിരുന്ന അൽ മസൂദിയും അവി സെന്നയും ഗാലന്റെ വാക്കുകളെ വളരെ ഗൗരവമായി കണ്ടു. തന്റെ രാജ്ഞിയെ ഒരു കറുത്ത അടിമയ്ക്കൊപ്പം കണ്ടതാണ് ആയിരത്തിഒന്ന് രാവുകളിലെ ഷെഹര്യാർ രാജാവിന് തന്റെ ഭാര്യയെ കൊല്ലാൻ പ്രേരി പ്പിച്ചത്. കറുപ്പും വെളുപ്പും തമ്മിലുള്ള അടുപ്പം അറബി സാഹിത്യത്തിലെ പ്രധാന വിഷയമാണ്.

711 CEയിൽ ആദ്യ അറബ് മുസ്ലീംസൈന്യം സിന്ധുവിന്റെ തീരത്തെ ത്തുമ്പോൾ അതിൽ ഒരുപാട് ആഫ്രിക്കൻ അടിമകൾ ഉണ്ടായിരുന്നു. എന്നാൽ ഇന്ത്യപോലെ വൈവിധ്യമാർന്ന മനുഷ്യർ അധിവസിക്കുന്ന അതിവിശാലമായ രാജ്യത്ത് അവരിലെ വൈവിധ്യം ശ്രദ്ധിക്കപ്പെട്ടില്ല. ഇന്ത്യയ്ക്ക് കറുത്ത നിറക്കാരായ തദ്ദേശീയ സമൂഹം ഉണ്ടായിരുന്നു. അതുപോലെതന്നെ ആഫ്രിക്കക്കാരല്ലാത്ത അടിമകളുമുണ്ടായിരുന്നു.

നാല് നൂറ്റാണ്ടുകൾക്കിപ്പുറം, ഇസ്ലാം ഇന്ത്യയിൽ വ്യാപിച്ചശേഷം ഹിന്ദു ഭൂരിപക്ഷത്തെ ഭരിച്ച ഇസ്ലാമിക രാജാക്കന്മാർ തുർക്കി അടിമ കളുടെ പിൻഗാമികളായിരുന്നു. ഇപ്പോൾ ഹിന്ദുവാണ് കറുപ്പുമായി വിപരീ താർത്ഥത്തിൽ ബന്ധപ്പെട്ടിരിക്കുന്നത്. ജൂതക്രിസ്ത്യൻ നിരീക്ഷകർ ആഫ്രിക്കക്കാരെ നോഹയുടെ നിർഭാഗ്യവാനായ മകന്റെ പിൻഗാമികളായി കണ്ടപ്പോൾ പേർഷ്യൻ ചരിത്രകാരനായ ഫെരിഷ്ട ഹിന്ദിലെയും സിന്ധി ലെയും ജനങ്ങളെയും അക്കൂട്ടത്തിൽപ്പെടുത്തി.

ഇന്ത്യക്കാരാകട്ടെ, തങ്ങളെ കീഴടക്കാനെത്തിയവരുടെ നിറത്തെ വല്ലാതെ വെറുത്തിരുന്നു. അഫ്ഗാൻ മുസ്ലീമായ, ഖുറൈയ്ഡ് സ്ഥാന പതിയെ കണ്ട ഒരു കാശ്മീരി ഹിന്ദു പേടിച്ചരണ്ടുപോയത്രെ .

ഭരണാധികാരികളായ മുഗൾ രാജാക്കന്മാരും തദ്ദേശീയരായ ജനതയും തമ്മിൽ തൊലിയുടെ നിറത്തിലുള്ള വ്യത്യാസം മുഗൾ കാലഘട്ടം മുഴുവനും നിലനിന്നിരുന്നു. യൂറോപ്യൻ സഞ്ചാരികൾ ഇന്ത്യയിൽ വന്നു പോയിരുന്ന നാളുകളിൽ, മുഗൾ എന്ന വാക്കിന്റെ അർത്ഥം 'വെളുപ്പ്' എന്നാണെന്ന് അവർ മനസ്സിലാക്കി. "അവരുടെ ഭാഷയിൽ മുഗൾ എന്നതിന്റെ അർത്ഥം 'മഹാനായ വെളുത്ത രാജാവ്' ആണെന്ന് 1612ൽ റോബർട്ട് കോവെർട്ട എഴുതി.

അതിനിടെ കുടിയേറ്റക്കാരായ ഇന്ത്യയിലെ മുസ്ലീം രാജാക്കന്മാർക്ക് ആഫ്രിക്കൻ അടിമകൾ തദ്ദേശീയ അടിമകളേക്കാൾ വിധേയത്വമുള്ളവരാണെന്നു മനസ്സിലായി.

ചങ്ങലയിൽ ബന്ധിച്ച് കൂടുതൽ അടിമകളെ ഇന്ത്യയിലേക്കെത്തിക്കാൻ അത് അവർക്കു പ്രേരകമായി. അറ്റ്ലാന്റിക് അടിമ വ്യാപാരത്തിൽ കരിമ്പ് തോട്ടങ്ങളിൽ പണിയെടുക്കാൻ കൂടുതൽ പുരുഷ അടിമകളെയാണ് വേണ്ടിയിരുന്നതെങ്കിൽ, ഒരു വലിയ കാർഷിക സമൂഹം നിലവിലുണ്ടായിരുന്ന ഏഷ്യയിൽ അടിമസ്ത്രീകളെയായിരുന്നു അധികം വേണ്ടിയിരുന്നത്. ഈ അടിമസ്ത്രീകളെ വെപ്പാട്ടിമാരായും പാചകക്കാരായും മുലയൂട്ടൽ നഴ്സുമാരായും വേലക്കാരികളായുമാണ് ഉപയോഗിച്ചിരുന്നത്. എന്നാൽ അവർക്ക് പിന്നീട് എന്ത് സംഭവിച്ചുവെന്നതിനെ കുറിച്ച് ചരിത്രം നിശ്ശബ്ദമാണ്. (ഉദാഹരണത്തിന് അമേരിക്കയിൽ ഈ അടിമവംശം ഇവിടത്തേതിനേക്കാൾ നന്നായി സ്വാംശീകരിക്കപ്പെട്ടിട്ടുണ്ട്).

അതേസമയം, വരേണ്യരായ ആഫ്രിക്കൻ പുരുഷ സമൂഹത്തെ എല്ലായിടത്തും കാണാനുണ്ട്. ഡൽഹിയിൽ, ആഫ്രിക്കൻ അടിമകൾക്ക് രാജധാനിയിൽ അധികാരസ്ഥാനങ്ങൾവരെ ലഭിച്ചിരുന്നു. ആദ്യത്തെ വനിതാ സുൽത്താനായിരുന്ന റസിയയെ എത്യോപ്യക്കാരൻ മന്ത്രി യാക്കൂതുമായുള്ള ബന്ധത്തെ തുടർന്ന് (1240) പുറത്താക്കുംവരെ ആഫ്രിക്കൻ അടിമകൾ അധികാരസ്ഥാനങ്ങളിൽ ഉണ്ടായിരുന്നു.

ടർക്കിഷ് അടിമവംശത്തിൽ ജനിച്ച റസിയ ഒരു അസാധാരണ സ്ത്രീയായിരുന്നു. വിവാഹം കഴിക്കാൻ തയ്യാറാകാതിരുന്ന അവർ പുരുഷന്മാരെപോലെ വസ്ത്രം ധരിച്ച് കുതിരപ്പുറത്തു സഞ്ചരിക്കുമായിരുന്നു. അവരുടെ പ്രവർത്തികൾ യാഥാസ്ഥിതിക പുരോഹിത വർഗത്തെ ഞെട്ടിച്ചു. ആഫ്രിക്കൻ അടിമയുമായിട്ടുള്ള അവരുടെ ബന്ധമാണ് റസിയയുടെ അധികാര നഷ്ടത്തിന് കാരണമായത്. പതിന്നാലാം നൂറ്റാണ്ടിൽ ഡൽഹിയിലെത്തിയ മൊറോക്കൻ വ്യാപാരിയും എഴുത്തുകാരനുമായ ഇബ്നു ബത്തൂത്ത, റസിയയുടെ മരണശേഷം പ്രചരിച്ചിരുന്ന കിംവദന്തികളെക്കുറിച്ച് പറയുന്നുണ്ട്. തന്റെ അടിമയുമായുണ്ടായിരുന്ന അവിഹിത ബന്ധത്തെത്തുടർന്ന് ജനങ്ങൾ റസിയയെ അധികാരത്തിൽ നിന്നും പുറത്താക്കി വിവാഹം ചെയ്തു കൊടുക്കാൻ സമ്മതിച്ചുവെന്ന്

അദ്ദേഹം എഴുതുന്നു. പിന്നീടും ആഫ്രിക്കൻ അടിമകൾ വലിയ അധികാരസ്ഥാനങ്ങളിൽ വന്നിട്ടുണ്ടെങ്കിലും അവർക്ക് അദൃശ്യമായ ചില പരിധികൾ നിശ്ചയിക്കപ്പെട്ടിരുന്നു.

യാക്കൂതിനുശേഷവും ഇന്ത്യയിൽ അടിമ ഭരണാധികാരികൾ ഉണ്ടായിരുന്നു. പതിന്നാലാം നൂറ്റാണ്ടിൽ ഡൽഹി ഭരിച്ചിരുന്ന സുൽത്താന് കിഴക്കൻ ഇന്ത്യയിലെ ഗവർണറായി മാറിയ കറുത്ത വർഗക്കാരനായ മന്ത്രിയുണ്ടായിരുന്നു. അയാളുടെ ദത്തുപുത്രൻ പിന്നീട് സ്വതന്ത്ര ഭരണാധികാരിയാകുകയും സ്വന്തമായി നാണയം ഇറക്കുകയും ചെയ്തു. പതിനഞ്ചാം നൂറ്റാണ്ടിൽ ഡെക്കാൻ മുതൽ ബംഗാൾ വരെ ഇന്ത്യയിൽ അങ്ങോളമിങ്ങോളം കറുത്ത വർഗ്ഗക്കാരായ അടിമകൾ സൈനികരായി ജോലി ചെയ്തിരുന്നു. രണ്ടു നൂറ്റാണ്ടിനുശേഷം ഇന്ത്യയിലെത്തിയ പോർച്ചുഗീസ് നാവികൻ ജാവോ ഡി കാസ്ട്രോ, രാജ്യം മുഴുവനും വിശ്വസ്ത സേവകരായി എത്യോപ്യൻ സൈനികരെ കണ്ടിരുന്നതായി പരാമർശിക്കുന്നുണ്ട്. ഇന്ത്യൻ സൈന്യങ്ങളെ നയിച്ചിരുന്നത് ആഫ്രിക്കൻ അടിമകളായിരുന്നുവെന്നും അദ്ദേഹം സൂചിപ്പിക്കുന്നു. പതിനേഴാം നൂറ്റാണ്ടിന്റെ ആദ്യപാദത്തിൽ എത്യോപ്യൻ അടിമയായിരുന്ന മാലിക് ആംബർ മധ്യ ദക്ഷിണ ഇന്ത്യയിൽ ശക്തനായിത്തീരുകയും മുഗൾ ചക്രവർത്തി അക്ബറിനെ പരാജയപ്പെടുത്തുകയും ചെയ്തിട്ടുണ്ട്. (ദക്ഷിണേന്ത്യൻ ഭരണാധികാരിയായിരുന്ന ടിപ്പു സുൽത്താൻ ഒരു ഷീദിയായിരുന്നുവെന്ന് എന്നോട് പലരും പറഞ്ഞിരുന്നു)

1858ൽ, ബ്രിട്ടീഷുകാർ ലക്നൗ വളഞ്ഞപ്പോൾ അവർക്കു നേരെ നിറയൊഴിച്ചത്, ആഫ്രിക്കൻ ഹിജഡകളായിരുന്നു. “അവർ ഞങ്ങൾക്ക് കനത്ത നാശം വരുത്തി” എന്ന് ദി ടൈംസ് പത്രത്തിന്റെ യുദ്ധകാര്യ ലേഖകനായിരുന്ന വില്യം റസ്സൽ എഴുതി.

മുഗൾ ഇന്ത്യയിൽ ആഫ്രിക്കൻ അടിമകൾ നല്ല നാവികരായും പേരെടുത്തിരുന്നു. ‘ഇന്ത്യൻ മഹാസമുദ്രത്തിൽ സുരക്ഷാ ഉറപ്പാക്കുന്നവർ’ എന്നാണ് അവരെക്കുറിച്ച് ഇബ്നുബത്തൂത്തയുടെ നിരീക്ഷണം. പതിനേഴാം നൂറ്റാണ്ടായപ്പോഴേക്കും മുഗൾസാമ്രാജ്യത്തിൽ ഏറ്റവും മികച്ച ശമ്പളത്തിൽ ജോലി ചെയ്തിരുന്നത് ആഫ്രിക്കൻ നാവിക മേധാവികളായിരുന്നു. 1100ൽ ബോംബെയ്ക്കടുത്തുള്ള ജഞ്ചിറ എന്ന ദ്വീപിനെ ആഫ്രിക്കൻ നാവികർ അവരുടെ കോളനിയാക്കുകയും പിന്നീട് അറുനൂറു വർഷത്തോളം പടിഞ്ഞാറൻ മേഖലയിലെ വ്യാപാരം നിയന്ത്രിക്കുകയും ചെയ്തിരുന്നു. പതിനേഴാം നൂറ്റാണ്ടിൽ മറാത്താ സൈന്യം അവരെ തുരത്താൻ ശ്രമിച്ചു പരാജയപ്പെട്ടു. പിന്നീട് കോളനി മോഹങ്ങളുമായി വന്ന ബ്രിട്ടീഷുകാർക്ക് പത്തൊൻപതാം നൂറ്റാണ്ടിൽ മാത്രമാണ് അവരെ പരാജയപ്പെടുത്താൻ സാധിച്ചത്. ബ്രിട്ടീഷുകാരെ കറാച്ചി പിടിച്ചടക്കാൻ സഹായിച്ച ഹിന്ദു വ്യാപാരിയായിരുന്ന സേഥ് നവോമാൽ ബോംബെയിലെ ഷീദി ഭരണത്തെക്കുറിച്ചു പരാമർശിക്കുന്നുണ്ട്. അതിനർത്ഥം, പത്തൊൻപതാം നൂറ്റാണ്ടുവരെ ആഫ്രിക്കക്കാർ

അവഗണിക്കാൻ പറ്റാത്ത ശക്തിയായി ബോംബെയിൽ ഉണ്ടായിരുന്നു എന്നാണ്.

ഇന്ത്യയിലെ ആഫ്രിക്കൻ സ്വാധീനത്തെക്കുറിച്ച് അദ്ഭുതത്തോടെയാണ് ആദ്യകാല ഇംഗ്ലീഷ് യാത്രികർ പരാമർശിക്കുന്നത്. ഇന്ത്യയിലെ പ്രധാനപ്പെട്ട ജോലികൾ ആഫ്രിക്കക്കാർക്ക് വാഗ്ദാനം ചെയ്തതായി 1698ൽ ജോൺ ഫ്രയർ എഴുതുന്നു. ഇൻഡോ മുസ്ലീം ഭരണാധികാരികൾക്ക് എത്യോപ്യൻ അടിമകളെ ഉയർന്ന ജോലികളിൽ നിയമിക്കാൻ താത്പര്യം കാണിച്ചിരുന്നുവെന്നു 1772ൽ ജോൺ ഗ്രോസ് രേഖപ്പെടുത്തുന്നു. അവരുടെ ധൈര്യവും വിശ്വാസ്യതയും സാമർത്ഥ്യവും പലരെയും പല സ്ഥലങ്ങളിലെയും ഗവർണർ സ്ഥാനങ്ങളിൽവരെ നിയമിക്കുന്നതിനു മുഗൾ ചക്രവർത്തിമാരെ പ്രേരിപ്പിച്ചു .ഇന്ത്യയിലെ പല മുസ്ലീം രാജാക്കന്മാരും അടിമവംശത്തിൽ നിന്നുള്ളവരായിരുന്നതിനാൽ അവർ ആഫ്രിക്കൻ അടിമകളെ ഏറ്റവും പ്രധാന സ്ഥാനങ്ങളിൽ നിയമിക്കാനും അവരോട് കരുണയും അലിവും കാണിക്കാനും ശ്രദ്ധിച്ചിരുന്നതായി ഗ്രോസ് നിരീക്ഷിക്കുന്നു. എന്നാൽ പത്തൊൻപതാം നൂറ്റാണ്ടായപ്പോഴേക്കും ഇന്ത്യയിലെ പ്രധാന പ്രദേശങ്ങളെല്ലാം ബ്രിട്ടീഷ് നിയന്ത്രണത്തിലാകുകയും ഈ പാരമ്പര്യം അവസാനിക്കുകയും ചെയ്തു. യൂറോപ്യൻ ചരിത്രകാരന്മാർ രാജ്യത്തിന്റെ ചരിത്രത്തിൽ ആഫ്രിക്കൻ അടിമകൾ വഹിച്ച പങ്കിനെയും അവരുടെ പ്രാധാന്യത്തെയും രേഖപ്പെടുത്തുന്നതിൽ പരാജയപ്പെട്ടുവെന്ന് ഇ. ഡെന്നിസൺ റോസ് നിരീക്ഷിക്കുന്നു.

ബ്രിട്ടീഷുകാർ ഇന്നത്തെ തെക്കൻ പാകിസ്ഥാനിൽ പര്യവേഷണ നിരീക്ഷണങ്ങൾ നടത്തിയപ്പോഴാണ് ഒരു കാര്യം മനസ്സിലായത്. സിന്ധിലെ ഒരു വിധത്തിൽപ്പെട്ട എല്ലാ കുടുംബങ്ങളിലും സ്ത്രീ പുരുഷന്മാരായ അടിമകൾ ഉണ്ടായിരുന്നു. ഓരോ കുടുംബങ്ങളുടെയും സാമൂഹികപദവിയുടെ അളവുകോൽ അടിമകളായിരുന്നു. ഏറ്റവും കൂടുതൽ അടിമകൾ എത്തിയിരുന്നത് മസ്കറ്റിൽനിന്നായിരുന്നു. അടിമകളെ മോചിപ്പിക്കൽ ആയിരുന്നു തൽപുർ ഭരണത്തെ പിഴുതെറിയുന്നതിനുള്ള ന്യായീകരണമായി ബ്രിട്ടീഷുകാർ പറഞ്ഞിരുന്നത്. ആ രാജ്യം പിടിച്ചടക്കി ഭരണാധികാരികളെ ഇറക്കിവിട്ടു എന്ന കുറ്റത്തിൽ നിന്നും ശ്രദ്ധ തിരിച്ചുവിടാൻ ബ്രിട്ടന്റെ കൊളോണിയൽ ബുദ്ധി പ്രയോഗിച്ച തന്ത്രമായിരുന്നു അടിമകളുടെ മോചനം.

ബ്രിട്ടൻ ഭരണം തുടങ്ങിയതോടെ ആഫ്രിക്കക്കാരെക്കുറിച്ചുള്ള കാഴ്ചപ്പാടുകൾ അനുദിനം മോശമായി വന്നു. പര്യവേഷകനും സഞ്ചാരിയുമായിരുന്ന റിച്ചാർഡ് ബർട്ടൻ, സിന്ധിൽ ബ്രിട്ടീഷ് ഭരണം ആരംഭിക്കുന്ന കാലത്ത് ഒരു യുവസൈനികനായിരുന്നു. 1848ൽ ബൊംബെ ഗവൺമെന്റിനു അയച്ച ഒരു റിപ്പോർട്ടിൽ 'അടിമകൾ' എന്ന തലക്കെട്ടിനു താഴെ അവിടുത്തെ അടിമ സാന്നിധ്യത്തെക്കുറിച്ച് എഴുതുന്നു,

"മുമ്പ് സാൻസിബാറിൽ നിന്നും അബിസീനിയയിൽ നിന്നും മുംബാസ്സയിൽ നിന്നും ധാരാളം അടിമകൾ സിന്ധിലെത്തിയിരുന്നു. അവരുടെ

യുദ്ധനൈപുണ്യവും സാമർത്ഥ്യവും അവരെ ഇവിടെ പ്രിയങ്കരരാക്കിയിരിക്കുന്നു.”

മൂന്നു വർഷത്തിനുശേഷം സിന്ധിനെക്കുറിച്ചെഴുതിയ “ദി അൺഹാപ്പി വാലി” എന്ന പുസ്തകത്തിൽ മാൻഘോപിർ (ഇപ്പോൾ വടക്കൻ കറാച്ചിയിൽ) എന്ന സ്ഥലത്തെ മുസ്ലീം സമാധിസ്ഥലത്തു നടന്ന ഒരു ഷീദി നൃത്തത്തെക്കുറിച്ചു വിവരിക്കുന്നു.

“അവയവഭംഗിയില്ലാത്ത ആഫ്രിക്കൻ സ്ത്രീകളുടെ സംഘം പഞ്ചാബി കരടികളെപ്പോലെ” നൃത്തം ചെയ്യുന്നതിനെക്കുറിച്ച് അദ്ദേഹം വിവരിക്കുന്നു. “പുരുഷന്മാർ അവരുടെ എല്ലാ കരുത്തും ഉപയോഗിച്ച് ഭ്രാന്തന്മാരെ പോലെ ചെണ്ടയടിക്കുന്നു” ബർട്ടൻ വിവരിക്കുന്നു. ബർട്ടന്റെ മുൻവിധികൾ ‘സിന്ധ് റിവിസിറ്റഡ്’ എന്ന പുസ്തകത്തിൽ വീണ്ടും കാണാം. അതിൽ അദ്ദേഹം ജഞ്ചിറയിലെ ആഫ്രിക്കൻ നാവികരെ കടൽ കൊള്ളക്കാരെന്നാണ് വിശേഷിപ്പിക്കുന്നത്.

ഇന്ത്യയിലെ ആഫ്രിക്കക്കാരോടുണ്ടായിരുന്ന അസുഖകരമായ ബ്രിട്ടീഷ് കൊളോണിയൽ മനോഭാവമാണ് ബർട്ടന്റെ കുറിപ്പുകളിൽ കാണുന്നത്. ഇന്ത്യക്കാർ ആഫ്രിക്കൻ വംശജരുമായി നല്ല ബന്ധം കാത്തു സൂക്ഷിച്ചപ്പോൾ, ബ്രിട്ടീഷുകാർ അവരെ സംശയത്തോടും ഭയത്തോടും കൂടി കണ്ടു. അവരെക്കുറിച്ച് മുൻവിധികൾ കൊണ്ടുനടന്നു. ബ്രിട്ടീഷുകാർ അടിമത്തം നിരോധിച്ചു. എന്നാൽ ഒരു നൂറ്റാണ്ടു കാലത്തെ ബ്രിട്ടീഷ് ഭരണത്തിന്റെ ഫലമായി കറുത്ത വർഗക്കാരുടെ അവസ്ഥ ഇന്ത്യയിൽ തീർത്തും മോശമായി. ‘ഷീദി’ എന്ന വാക്കിന് നൂറ്റാണ്ടുകളായി നൽകിവന്ന വ്യാഖ്യാനങ്ങളിൽ നിന്നുതന്നെ അവരുടെ തകർച്ച വ്യക്തമാണ്. അറബിയിലോ ഏതെങ്കിലും ഇന്ത്യൻ ഭാഷകളിലോ ഷീദി എന്ന വാക്കിന്റെ ഉദ്ഭവത്തെക്കുറിച്ചു പറയുന്നില്ല.

പതിനെട്ടാം നൂറ്റാണ്ടിൽ ജോൺ ഹെൻറി ഗ്രോസ് വിശദീകരിക്കുന്നതനുസരിച്ച്, ഗവർണർമാരായി നിയമിക്കപ്പെട്ട എത്യോപ്യൻ അടിമകൾക്ക് ഇന്ത്യയിലെ മുസ്ലീം ഭരണാധികാരികൾ കൊടുത്ത പേരാണ് “Siddee” എന്നത്. എന്നാൽ ബർട്ടന്റെ 1851ൽ ഈ വാക്കെഴുതിയ രീതി ‘Seedy’വച്ച് നോക്കിയാൽ ഗ്രോസിന്റെ വിശദീകരണം ശരിയല്ലെന്ന് മനസ്സിലാകും.1 871ൽ മറ്റൊരു രീതിയിൽ ‘Sidi’ എന്നാണ് ബർട്ടൻ ഉപയോഗിച്ചത്. ഇത് ചീത്ത പറയാനുപയോഗിക്കുന്ന വാക്കാണെന്നും അദ്ദേഹം സൂചിപ്പിക്കുന്നു. ഇന്ന് സിന്ധിൽ ഏതാണ്ടെല്ലാവരും പറയും ‘ഷീദി’ എന്നാൽ കറുത്തവർ, ആഫ്രിക്കൻ, എന്തിന്, അടിമ എന്നുവരെയാണ് അർത്ഥമെന്ന്. ‘വിഡ്ഢി’, ‘ബോധമില്ലാത്തവൻ’ എന്നൊക്കെ അർത്ഥം വരുന്ന അറബിവാക്കായ ‘shyada’യിൽനിന്നാണ് ഷീദി എന്ന പദം ഉണ്ടായതെന്ന് ഒരു പടിഞ്ഞാറൻ പണ്ഡിതൻ പറയുന്നു. ഹൈദരാബാദിലെ ഒരു ഷീദി സാംസ്കാരികക്കൂട്ടായ്മ ഈ വാക്കിന്റെ വിപരീതഅർത്ഥങ്ങൾ കേട്ട് ആകെ അമ്പരന്നു പോയി. എന്നാൽ ബദിനിൽ വച്ച് ഇക്ബാലിന്റെ

അമ്മാവൻ എനിക്ക് അഭിമാനകരമായ അനുസ്മരണീയമായ വിശദീ കരണം ആ വാക്കിന് നൽകി. അറബി വാക്കായ 'സഹാബി'ക്ക് പരിണാമം സംഭവിച്ചുണ്ടായതാണ് ഷീദി. "സഹാബി" എന്നാൽ പ്രവാചകന്റെ സഹയാത്രികൻ എന്നർത്ഥം. ഇതൊരു തർക്കവിഷയമാണ്. പ്രവാചക നുമായി ഏതെങ്കിലും തരത്തിലുള്ള ബന്ധം സിന്ധിലെ കുലീനവിഭാഗ ത്തിന്റെ പ്രത്യേക അവകാശമാണ്. എന്നാൽ ഷീദികൾ അവരെ ബിലാ ലിന്റെ പിന്തുടർച്ചക്കാരായാണ് കാണുന്നത്. എല്ലാറ്റിലുമുപരി ബിലാലി നോടാണ് പ്രവാചകൻ പറഞ്ഞത് 'യാ സഹാബി' 'എന്റെ സഹയാത്രി കൻ'എന്ന്.

ബ്രിട്ടീഷുകാർ സിന്ധ് കീഴടക്കി അടിമത്തം നിരോധിച്ച ശേഷവും അടിമവ്യാപാരം നിലനിന്നു. 1890ൽ അലക്സാണ്ടർ ബെയ്‌ലി കറാച്ചിയെക്കുറിച്ച് എഴുതിയ പുസ്തകത്തിൽ ഇരുപത്തിയഞ്ച് അടിമ കളുമായി ഒരു ഇംഗ്ലീഷ് ബോട്ട് ഒരു പ്രദേശവാസിയെ പിടികൂടിയ കാര്യം പറയുന്നുണ്ട്. 1857ലെ ശിപായി ലഹളകളാണ് കറാച്ചിയിലെ ബ്രിട്ടീഷ് സൈന്യത്തിന് 4000 സാന്സിബാർ സ്വദേശികളെ വാഗ്ദാനം ചെയ്ത തായി ഹിന്ദു വ്യാപാരിയായിരുന്ന സേഥ് നവോമലിന്റെ ആത്മകഥയിൽ പറയുന്നുണ്ട്. അവർ കൂലിപ്പട്ടാളക്കാർ ആയിരുന്നോ അതോ അടിമകളാ യിരുന്നോ എന്ന് വ്യക്തമല്ല. എന്നാൽ നൂറ്റാണ്ടുകളോളം നവോമലിനെ പ്പോലുള്ള സിന്ധി/ഗുജറാത്തി വ്യാപാരികൾ മനുഷ്യക്കടത്തിന്റെ മധ്യ വർത്തികളായി പ്രവർത്തിച്ചിരുന്നു എന്ന് ഇതിൽനിന്നും വ്യക്തമാണ്.

ആഫ്രിക്കൻ വംശജർ ഇസ്ലാമിക സമൂഹങ്ങളുമായി വളരെ വേഗം ഇഴുകിച്ചേർന്നിട്ടുണ്ട്. എന്നാൽ ഹിന്ദൂയിസത്തിൽ അവർക്കു സ്ഥാനം കിട്ടി യില്ല. വളരെ കുറച്ച് ആഫ്രിക്കൻ അടിമകൾ മാത്രമേ ഹിന്ദൂയിസത്തിൽ എത്തിയുള്ളൂ. ജാതി സമ്പ്രദായത്തിന് പുറത്തുള്ള, പ്രത്യേകിച്ച് കറുത്ത നിറവും കുനുകുനെ ചുരുണ്ട മുടിയുമുള്ള ആഫ്രിക്കക്കാർ ഹിന്ദുക്കൾ ക്ക് മ്ലേച്ഛൻ ആയിരുന്നു. തൊലിയുടെ നിറം വടക്കേ ഇന്ത്യൻ ഉപഭൂഖ ണ്ഡത്തിൽ എന്തുമാത്രം പ്രധാനമാണെന്ന് വിവാഹപ്രായമായ പെൺ മക്കളുള്ള പാകിസ്ഥാനിലെയോ ഇന്ത്യയിലെയോ അമ്മമാർ പറയും. അതുകൊണ്ട് ഫെയർ ആൻഡ് ലൗലി ക്രീം പാകിസ്ഥാനിലെ ഏതു കുഗ്രാമത്തിലും കിട്ടും.

ഇന്ത്യയിലെ ദേശീയ ദിനപത്രങ്ങളിൽ വിവാഹപരസ്യങ്ങൾ 'വെളുത്ത നിറമുള്ള വരനെയും വധുവിനെയുമാണ് തേടുന്നത്. ബോളിവുഡ് നായകർ പാടുന്നതും വെളുത്ത പെണ്ണിനെക്കുറിച്ചാണ്. പാകിസ്ഥാനിലെ പെൺകുട്ടികൾ അത് കാതോർക്കുന്നു. വംശീയതയെ കാണികളെ ചിരി പ്പിക്കാനായി തിയേറ്ററിൽ ഉപയോഗിക്കുന്ന രംഗമുള്ള ഒരു ബോളിവുഡ് സിനിമ ഞാൻ വ്യക്തമായി ഓർക്കുന്നു. ആറ് വർഷം മുമ്പാണ് ഒരു ഇന്ത്യൻ സുഹൃത്തിനോടൊപ്പം ഡൽഹിയിലെ ഇറോസ് സിനിമയിൽ ഞാൻ ആ ബോളിവുഡ് ചിത്രം കാണുന്നത്. 'ഹാഥ് കർ ദി അപ്നേ' എന്ന സിനിമയിൽ കറുത്ത ചായം തേച്ച്, ആഫ്രിക്കൻ വിഗ്ഗും വച്ച്

ആഫ്രിക്കക്കാരായി വേഷം മാറിയെത്തിയ ആളുകളാണ് അഭിനയിക്കുന്നത്. അവർ നായികയെ കടന്നു പിടിക്കുന്നു. നിലവിളി കേട്ട് ഓടിയെത്തിയ ഇന്ത്യൻ നായകൻ ആഫ്രിക്കൻ വില്ലന്മാരെ അടിച്ചുവീഴ്ത്തി നായികയെ രക്ഷിക്കുന്നു. സിനിമ വീണ്ടും പ്രധാന രംഗങ്ങളിലേക്ക് പോകുന്നു. ആഫ്രിക്കൻ വേഷധാരികൾ അപ്രത്യക്ഷരാകുന്നു. അവരുടെ വേഷങ്ങൾക്ക് ഏതാനും നിമിഷത്തെ ഹാസ്യ പ്രാധാന്യം മാത്രം.

ബോംബെയിലെ സിനിമാവ്യവസായത്തിന് പ്രധാന ചേരുവയാണ് ഇത്തരത്തിലുള്ള മാറ്റമില്ലാത്ത രംഗങ്ങൾ. പാട്ട്, നൃത്ത രംഗങ്ങളിൽ ഹാസ്യരസത്തിനായി ആഫ്രിക്കക്കാരെയോ ഇന്ത്യൻ ആദിവാസി വിഭാഗങ്ങളെയോ ഉപയോഗിക്കുന്നത് ഇന്ത്യൻ സിനിമയിലെ ഒരു പതിവു രീതിയാണ്. ഈ ഇരുപത്തിയൊന്നാം നൂറ്റാണ്ടിലും ആഫ്രിക്കക്കാർ (മിക്കവാറും കറുത്ത ചായം തേച്ചെടുത്ത ഇന്ത്യക്കാർ) ഇന്ത്യൻ സിനിമകളിൽ നാണംകെട്ട പ്രകടനം നടത്തുന്നു. പാകിസ്ഥാന്റെ സിനിമാ വ്യവസായം കുറെക്കൂടി പരുക്കനും അപരിഷ്കൃതവുമാണ്. അവിടെ നിർമ്മിക്കുന്ന സിനിമകൾ പൊതുവെ മോശവുമാണ്. പാകിസ്ഥാൻ കേബിൾ ടി.വി ചാനലുകളിൽ ബോളിവുഡ് ആധിപത്യം സമ്പൂർണമാണ്. അവിടുത്തെ തിയേറ്ററുകൾ ശൂന്യമാണ്.

ലാഹോറിലെ സ്വന്തം സിനിമകളേക്കാൾ പാകിസ്ഥാനിൽ ഇപ്പോഴും 1983ൽ ഇന്ത്യൻ സംവിധായകൻ കമൽ ആംറോഹി നിർമ്മിച്ച റസിയ സുൽത്താനയെക്കുറിച്ചുള്ള സിനിമയാണ്. കറാച്ചിയിലെ റെയിൻ ബോ ബസാറിൽ നിന്നും ഒരു സി.ഡി സംഘടിപ്പിച്ച് ഞാൻ ആ സിനിമ കണ്ടു. പഞ്ചാബി നടൻ ധർമേന്ദ്രയാണ് എത്യോപ്യൻ അടിമ യാക്കൂത്തിന്റെ വേഷം ചെയ്തിരിക്കുന്നത്. സിനിമയിലുടനീളം ധർമേന്ദ്രയുടെ നിറം മാറുന്നുണ്ട്. പ്രണയരംഗങ്ങളിൽ പതിവുപോലെ ചുവന്നുതുടുത്ത സുന്ദരനായി എത്തുന്ന അദ്ദേഹം അക്രമരംഗങ്ങളിൽ നിറം മാറുന്നു. കറുത്ത ഒരാളെ നായകനാക്കാൻ കഴിയാത്തതുപോലെയാണ് ഇത് കാണുമ്പോൾ തോന്നുക.

കറുത്ത കഥാപാത്രം ഇപ്പോഴും ഒരു ഭീഷണിയോ അല്ലെങ്കിൽ ഇരയോ ആയി മാത്രം ചിത്രീകരിക്കപ്പെടുന്നു. സിനിമയുടെ അവസാനം യാക്കൂത്തുമായുള്ള റസിയയുടെ ബന്ധം 'തുർക്കി അഭിമാനത്തിനേറ്റ കളങ്കം' എന്ന് അവരുടെ മന്ത്രി നിന്ദിക്കുന്നു.

"നമ്മൾ തുർക്കികൾ വെളുത്തവരാണ്, നമ്മുടെ രക്തവും വെളുപ്പാണ്. കറുത്തവരുമായി ഒരു ബന്ധത്തിന് തുർക്കികൾ ഒരിക്കലും സമ്മതിക്കില്ല. ഈ തുർക്കി പെൺകുട്ടി കരുതുന്നത് യാക്കൂത് ഒരു മനുഷ്യനാണെന്നാണ്."

ഇത്തരം വംശീയ ചിന്താഗതികളെ വിമർശിക്കുകയായിരുന്നു സിനിമയുടെ ഉദ്ദേശ്യം. എന്നാൽ യാക്കൂത്തിനെ ചഞ്ചലമനസ്കനായി ചിത്രീകരിച്ചതിനാൽ ബോളിവുഡിലെ സ്ഥിരം സമവാക്യങ്ങളെ പ്രതീക്ഷിച്ചതുപോലെ വെല്ലുവിളിക്കാൻ ആ സിനിമയ്ക്ക് കഴിഞ്ഞില്ല.

ബോളിവുഡിന്റെ നിറത്തെ അടിസ്ഥാനമാക്കിയുള്ള സൗന്ദര്യബോധം ഇന്ത്യയുടെ ചിരപുരാതന മുൻവിധികളുടെ പ്രതിഫലനമാണ്. ഇന്ത്യയുടെ പുരാതന സംസ്കൃത നിയമഗ്രന്ഥങ്ങളും ജൈന, ബുദ്ധമത ഗ്രന്ഥങ്ങളും ഉയർന്ന ജാതിക്കാരും കറുത്ത താഴ്ന്ന വർഗക്കാരും തമ്മിലുള്ള ബന്ധത്തെ നിരാകരിക്കുന്നു. പത്തൊൻപതാം നൂറ്റാണ്ടിൽ ബ്രിട്ടീഷുകാർ ഇന്ത്യയുടെ ഏറ്റവും പഴയ സംസ്കൃത ഗ്രന്ഥങ്ങളിലൊന്നായ ഋഗ്വേദം പരിഭാഷപ്പെടുത്തിയപ്പോൾ, കുടിയേറ്റക്കാരായി എത്തിയ ഗ്രന്ഥകാരന്മാരും തദ്ദേശീയരായ ജനസമൂഹവും തമ്മിലുള്ള സംഘർഷങ്ങൾ അതിൽ കണ്ടു. 1920ൽ പ്രസിദ്ധീകരിച്ച വിൻസെന്റ് സ്മിത്തിന്റെ 'ഹിസ്റ്ററി ഓഫ് ഇന്ത്യ' ഈ കണ്ടെത്തലിനെ ശരിവച്ചു. എന്നാൽ ഋഗ്വേദത്തിൽ കണ്ടെത്തിയ വംശീയവാദം ഏറെക്കാലം മുമ്പുതന്നെ നിരാകരിക്കപ്പെട്ടു. അതിന് ഒന്നാമത്തെ കാരണം ആ ഗ്രന്ഥം അവ്യക്തവും നിഗൂഢവുമാണ് എന്നതാണ്. അതുകൊണ്ട് കൃത്യമായ നിഗമനങ്ങളിൽ എത്തുക അസാധ്യം. യാതൊരുവിധ ദുരുദ്ദേശ്യങ്ങളും ഇല്ലാതെ എഴുതപ്പെട്ട ഒരു ഗ്രന്ഥത്തിലേക്ക് യൂറോപ്യന്മാർ തങ്ങളുടെ വംശീയതയും സാമ്രാജ്യമോഹങ്ങളും കൂട്ടിച്ചേർത്തുവെന്ന വാദമാണ്, ഋഗ്വേദത്തിൽ വംശീയതയുണ്ട് എന്ന യൂറോപ്യൻ വ്യാഖ്യാനം നിരാകരിക്കപ്പെടാനുള്ള രണ്ടാമത്തെ കാരണം.

ശത്രുവിന്റെ 'കറുപ്പിനെ'കുറിച്ചുള്ള പരാമർശം അവരുടെ തൊലിയുടെ നിറത്തെ തന്നെ ഉദ്ദേശിച്ചു പറഞ്ഞിട്ടുള്ളതാണോ എന്ന കാര്യത്തിൽ പത്തൊൻപതാം നൂറ്റാണ്ടിൽ തന്നെ പണ്ഡിതർക്കിടയിൽ വ്യത്യസ്ത അഭിപ്രായമുണ്ടായിരുന്നു. ഋഗ്വേദ രചയിതാക്കൾ മേഘങ്ങളെയോ, ഇരുട്ടിനെയോ, രാത്രിയെയോ ഉദ്ദേശിച്ചു പറഞ്ഞതായിക്കൂടെ? ഒരുപക്ഷേ കറുത്ത മഴ മേഘങ്ങളെ അവരുടെ പുൽമേടുകളിൽ നിന്ന് ഓടിക്കാൻ അവർ ദൈവത്തോട് പ്രാർത്ഥിക്കുകയായിരുന്നിരിക്കാം. എന്തായാലും അതുകൊണ്ട് കുഴപ്പം ഉണ്ടായിക്കഴിഞ്ഞു. ഇന്ത്യയിലെ രണ്ടുവിഭാഗം ജനങ്ങൾക്കിടയിൽ തൊലിയുടെ നിറം ഒരു സംഘർഷ കാരണമായി രാജ്യത്തിന്റെ ആത്മാവിൽ എന്നേ പിടിമുറുക്കി. തൊലിയുടെ നിറത്തെക്കുറിച്ചുള്ള പുരാതന ഹിന്ദു കാഴ്ചപ്പാടുകളും കുടിയേറ്റ മുസ്ലീങ്ങളുടെ മേധാവിത്വവും ബ്രിട്ടീഷ് തരംതിരിവുകളും എല്ലാം ചേർന്ന് അതിനോടുള്ള ഇന്ത്യൻ സമീപനത്തെ വളരെയേറെ സങ്കീർണമാക്കി.

സംസ്കൃതം മൂലഭാഷയല്ലാത്ത ഭാഷകൾ സംസാരിക്കുന്ന, പൊതുവെ കറുത്ത നിറക്കാരായ മനുഷ്യർ അധിവസിക്കുന്ന തെക്കേ ഇന്ത്യയിൽ, കോളനി വാഴ്ചക്കാല ചരിത്രത്തെ വെള്ളക്കാരായ അക്രമികളും കറുത്തവരായ തദ്ദേശീയരും തമ്മിലുള്ള സംഘർഷമായി ചിത്രീകരിച്ചുകൊണ്ട് ഒരു പ്രസ്ഥാനം വളർന്നു വന്നതിൽ അതിശയിക്കാനില്ല. തെക്കേ ഇന്ത്യയിൽ അവർ ദ്രാവിഡർ എന്ന് വിളിക്കപ്പെടുന്നു. രണ്ടായിരം കൊല്ലം മുമ്പ് തങ്ങൾ അനുഭവിച്ച വൈഷമ്യങ്ങളും അമേരിക്കയിലെ ആഫ്രിക്കൻ അടിമകളുടെ അവസ്ഥയും ഏതാണ്ടൊന്നുതന്നെയെന്ന്

അവർ തിരിച്ചറിയുന്നു. കറുത്തവരോടുള്ള വെള്ളക്കാരുടെ സമീപനം പതിനെട്ടാം നൂറ്റാണ്ടിൽ തുടങ്ങിയതല്ല മറിച്ച് അതിനും എത്രയോ നൂറ്റാണ്ടുകൾക്കു മുമ്പ് ഇന്ത്യയിലെ അധിനിവേശത്തോടെ ആരംഭിച്ചതാണെന്നു തിരിച്ചറിയാൻ ലോകമെങ്ങുമുള്ള ദ്രാവിഡരോട്, ദി ബൈബിൾ ഓഫ് ആര്യൻ ഇൻവേഷൻ (The Bible of Arys Invasion) എന്ന ഇന്റർനെറ്റ് സംവാദം ആഹ്വാനം ചെയ്യുന്നു. ഇന്ത്യൻ വംശീയത ജാതി സമ്പ്രദായത്തിൽ വേരൂന്നിയതും ബ്രിട്ടീഷ് കോളനിവൽക്കരണത്തോടെ ശക്തി പ്രാപിച്ചതുമായിരുന്നു. എന്നാൽ 1947ൽ രൂപംകൊണ്ട ജാതി രഹിത ഇസ്ലാമികരാജ്യത്തിന് അവിടുത്തെ ഷീദികളുടെ ജീവിതം അല്പം കൂടി മെച്ചപ്പെടുത്താമായിരുന്നു. എന്നാൽ പാകിസ്ഥാനിലേക്ക് കുടിയേറിയ മോഹാജിറുകൾ തുർക്കി, അറബി, പേർഷ്യൻ പാരമ്പര്യം സ്വയം അവകാശപ്പെടുന്നവരായിരുന്നു. അവർ കിഴക്കൻ ബംഗാളിലെയും സിന്ധിലെയും തദ്ദേശീയരോട് കാണിച്ച വംശീയ വിദ്വേഷത്തിന്റെ ചരിത്രം ഏതായാലും വ്യക്തമായി രേഖപ്പെടുത്തപ്പെട്ടിട്ടുണ്ട്. ഒരു ഇസ്ലാമികരാജ്യത്തിൽ മുസ്ലീങ്ങളായ ഷീദികൾക്കു വളരെ വേഗം ഇഴുകിച്ചേരാൻ കഴിയേണ്ടതാണ്. എന്നാൽ അവരുടെ ആഫ്രിക്കൻ രൂപഭാവങ്ങൾ കാരണം മറ്റു പാകിസ്ഥാനികൾ അവജ്ഞയോടെ അവരെ കാണുന്നു.

ഇന്ന് ഷീദികൾതന്നെ അവരുടെ ആഫ്രിക്കൻപാരമ്പര്യത്തിന്റെ കാര്യത്തിൽ രണ്ടു തട്ടിലാണ്. 1960 കാലഘട്ടത്തിൽ സിന്ധിൽ കുറച്ചുകാലത്തേക്ക് 'കറുപ്പിന്റെ കരുത്ത്' എന്ന പേരിൽ ഒരു പ്രസ്ഥാനം പച്ചപിടിച്ചിരുന്നു. അവിടെ ഷീദികൾ അവരുടെ ആഫ്രിക്കൻ പാരമ്പര്യത്തിൽ, കറുപ്പിൽ അഭിമാനിക്കുന്നു. അവരുടെ ശാരീരിക പ്രത്യേകതകൾ അവരെ ലോകമെങ്ങുമുള്ള ആഫ്രിക്കൻ സഹോദരി സഹോദരന്മാരുമായി ബന്ധിപ്പിക്കുന്നു. ഇക്ബാൽ പറയുന്നു:

എന്നാൽ കറാച്ചിക്ക് പടിഞ്ഞാറു ബലൂചിസ്ഥാൻ തീരത്തുള്ള നീഗ്രോയ്ഡ് മക്രാനി ജനവിഭാഗത്തിന്റെ കാര്യം വ്യത്യസ്തമാണ്. പ്രാഥമികമായ ചില ശാസ്ത്രീയ പഠനങ്ങൾ അനുസരിച്ച് ഈ ജനവിഭാഗത്തിന് സഹാറൻ ആഫ്രിക്കൻ വംശീയരുമായി വളരെ ദുർബലമായ ഒരു ബന്ധമാണുള്ളത്. അവരുടെ ജനിതക ഘടന എന്തു തന്നെയായാലും നീഗ്രോയ്ഡ് മക്രാനിസ് തദ്ദേശീയ ഗോത്രങ്ങളുമായി വിവാഹബന്ധത്തിൽ ഏർപ്പെട്ടു. പ്രാദേശിക പേരുകളും സംസ്കാരവും ജീവിതരീതികളും സ്വീകരിച്ചു. തങ്ങളുടെ പൂർവികരെ അവർ മറക്കുകയോ നിഷേധിക്കുകയോ ചെയ്തു. അവർ എത്രമാത്രം ബലൂച് സംസ്കാരവും സമൂഹവുമായി ഇഴുകിച്ചേർന്നുകഴിഞ്ഞുവെന്ന് ഇതിൽനിന്നും വ്യക്തമാണ്.

കറാച്ചിയിൽ വച്ച് ഒരു ബലൂച് ഷീദി സുഹൃത്ത് ഖുദാ ഗഞ്ച് ആഫ്രിക്കൻ ചരിത്രാന്വേഷണത്തിൽ സഹായിക്കാമെന്നേറ്റു. അയാളുടെ വെസ്പയിൽ കയറ്റി ല്യാരിയിലുള്ള താമസസ്ഥലത്തു കൊണ്ടുപോയി. ഒരു പ്രാദേശിക ലേഖകനെ കാണാനാണ് എന്നെ കൊണ്ടുപോയത്. ഖുദാ ഗഞ്ചിന്റെ അമ്മ ഒരു ഷീദിയാണ്. അവർക്കു ഷീദി സംസ്കാരത്തെ

ക്കുറിച്ച് ഒരുപക്ഷേ കൂടുതൽ പറയാനാകും. ഖുദാഗഞ്ചിന്റെ താത്പര്യം സ്വന്തം സമൂഹത്തിന്റെ ഉന്നതിയെക്കാൾ സാമ്പത്തികനേട്ടങ്ങളിലായിരുന്നു.

"പതിനഞ്ചു വർഷം മുമ്പ് ഞങ്ങളുടെ വീട് ഒരു കമ്മ്യൂണിസ്റ്റ് സെൽ ആയിരുന്നു" വളരെ ബുദ്ധിമുട്ടി തുറന്നൊഴുകുന്ന ഓടകൾക്കു മീതെ നടക്കവേ അയാൾ പറഞ്ഞു. ഞങ്ങൾ തൊട്ടടുത്ത മൊമ്പാസ്സ തെരുവിലെത്തി. ഇവിടെയാണ് പ്രാദേശിക പത്രപ്രവർത്തകന്റെ ഓഫീസ്. ഞങ്ങൾ ആ ഓഫീസിലേക്ക് കയറി. അധികം താമസിയാതെ തന്നെ ഒരു കാര്യം എനിക്കു മനസ്സിലായി. മാതൃപാരമ്പര്യം ഷീദിയാണെങ്കിലും താൻ ഒരു ഷീദിയാണെന്ന് അയാൾ കരുതുന്നില്ല, എന്റെ ചോദ്യങ്ങൾ അയാളെ ക്ഷുഭിതനാക്കി.

"ഞങ്ങൾ ഒരിക്കലും ഷീദി എന്ന വാക്കു ഉപയോഗിക്കാറില്ല."

അയാൾ പറഞ്ഞു. സാംസ്കാരികമായും ഭാഷാപരമായും ഞങ്ങൾ ബലൂചികളാണ്. സിന്ധിൽ അവർ സിന്ധികളെന്നാണ് അറിയപ്പെടുന്നത്. ആഫ്രിക്കൻ സംസ്കാരത്തിന് യാതൊരു പ്രസക്തിയും ഇവിടെ ഇല്ല. ചില നിക്ഷിപ്ത താത്പര്യക്കാരാണ് സ്വയം ഷീദികൾ എന്ന് വിശേഷിപ്പിക്കുന്നത്. അതവർക്ക് സർക്കാരിൽ നിന്നും എന്തെങ്കിലും ആനുകൂല്യങ്ങൾ ലഭിക്കാൻ വേണ്ടിയാണ്. ഇതൊരു റാക്കറ്റാണ്.

"എന്തിനാണ് നിങ്ങൾ ഇതൊക്കെ പഠിക്കുന്നത്?എന്തുകൊണ്ടാണ് നിങ്ങൾ കറുത്തവർക്കു ഇത്രമാത്രം പ്രാധാന്യം കൊടുക്കുന്നത്? ഈ കറുത്തവരുടെ പ്രശ്നങ്ങൾ കാരണം മടുത്തു", അയാളുടെ പ്രതികരണം ഇങ്ങനെയായിരുന്നു.

മൊമ്പാസ്സ തെരുവിനെക്കുറിച്ചുള്ള എന്റെ ചോദ്യങ്ങളെ അയാൾ കൈ ഉയർത്തി തടഞ്ഞു. "ല്യാരിയിലെ ഈ ഭാഗം ബാഗ്ദാദി എന്നാണറിയപ്പെടുന്നത്. എന്റെ ആളുകൾ ബാഗ്ദാദിൽ നിന്നും സിറിയയിൽ നിന്നും മധ്യേഷ്യയിൽ നിന്നും വന്നവരാണ്. ആഫ്രിക്കയിൽ നിന്നു വന്നതല്ല" അയാൾ പറഞ്ഞു.

ഞാൻ വീണ്ടും ഖുദാഗഞ്ചിന്റെ സ്കൂട്ടറിന്റെ പിന്നിൽ കയറി അയാളുടെ മറ്റൊരു സുഹൃത്തിനെ കാണാൻ പോയി. ചുമർ നിറയെ ചെഗുവേര ചിത്രങ്ങൾ പ്രദർശിപ്പിച്ചിട്ടുള്ള സുഹൃത്ത് ഒരു കമ്മ്യൂണിസ്റ്റ് പാർട്ടി അംഗമാണ്.

"നിങ്ങൾ ഉൾപ്രദേശങ്ങളിൽ പോകണം." അയാൾ പറഞ്ഞു.

ആഫ്രിക്കൻ പാരമ്പര്യത്തിൽ അഭിമാനിക്കുന്ന ഷീദികളെ നിങ്ങൾക്ക് ബാദിൻ പട്ടണത്തിൽ കാണാം. അവിടെ നിങ്ങൾക്ക് ഷീദി എഴുത്തുകാരനും വിദ്യാഭ്യാസ വിചക്ഷണനുമായിരുന്ന മുഹമ്മദ് സിദ്ദിഖിന്റെ പിൻതലമുറയെ കാണാം. ഷീദികൾക്കിടയിൽ മുസാഫിർ എന്ന തൂലിക നാമത്തിലാണ് അദ്ദേഹം അറിയപ്പെട്ടിരുന്നത്.

അന്നു രാവിലെ ഞാൻ തട്ടയിലെ മത്സ്യത്തൊഴിലാളികളോട് യാത്ര പറഞ്ഞു. ഒരു ടാക്സിയിൽ കിഴക്കോട്ട് സഞ്ചരിച്ചു. റോഡിനിരുവശവും വരി വരിയായി സ്ഥിതിചെയ്യുന്ന കുടിലുകൾ പിന്നിട്ട് റോഡ് മരുഭൂമി യിലേക്ക് നീണ്ടു. ഉച്ചസൂര്യൻ കത്തിനിൽക്കുന്ന സമയത്താണ് ഞാൻ ബാദിൻ എന്ന കൊച്ചു പട്ടണത്തിലെത്തിയത്. കഴുതകളും കുതിരവണ്ടി കളും മാത്രമാണ് ഇവിടുത്തെ പൊതുയാത്ര സംവിധാനം. മുബാറക് ബേക്കറിയാണ് സ്ഥലത്തെ പ്രധാന കട. (ഉപ്പും മധുരവുമുള്ള, ധാരാളം ജീരകം വിതറിയ ബിസ്കറ്റുകളും ശീതള പാനീയവും കെട്ടു കണക്കിന് സോപ്പുമാണ് കടയിലെ പ്രധാന വില്പനവസ്തുക്കൾ.) യങ്ങ് ഷീദി വെൽ ഫേർ ഓർഗനൈസേഷൻ (YSWO) എന്ന പേരിൽ ഷീദികളുടെ ഒരു സംഘടന പ്രവർത്തിക്കുന്നത് ഇവിടെയാണ്. ഫൈസ് മുഹമ്മദ് ബിലാലി എന്ന വളരെ ഗൗരവക്കാരനായ ഒരു വക്കീലാണ് ഈ സംഘടനയുടെ സ്ഥാപകൻ. അത് നടത്തികൊണ്ടുപോകുന്നത് ഇക്ബാലാണ്.

ഈ പ്രദേശത്തെ ഷീദി കുട്ടികളുടെ വിദ്യാഭ്യാസ കാര്യങ്ങൾ മെച്ച പ്പെടുത്താൻ വേണ്ടിയാണ് 20വർഷം മുൻപ് YSWO സ്ഥാപിച്ചത്. അന്ന് വെറും പതിമൂന്നു ഷീദി കുട്ടികൾ മാത്രമാണ് സ്കൂളിൽ പോയിരുന്നത്. അടുത്തകാലത്ത് സംഘടന അവരുടെ പ്രവർത്തനമേഖല വിപുല പ്പെടുത്തി, അവഗണിക്കപ്പെട്ട എല്ലാ വിഭാഗങ്ങളെയും അവരുടെ കീഴിൽ കൊണ്ടുവന്നു. 2003ൽ സിന്ധു മലിനജല കനാൽ പൊട്ടി താമസവും കൃഷിയും നഷ്ടപ്പെട്ട ഹിന്ദു മുസ്ലീം ജനവിഭാഗങ്ങളെയും YSWO സഹാ യിച്ചു എന്നത് പ്രത്യകം പരാമർശിക്കേണ്ട കാര്യമാണ്. ഇവിടെ ബാദി നിൽ സിന്ധു അറിയപ്പെടുന്നത് അതിന്റെ ഫലഭൂയിഷ്ഠതയുടെ പേരി ലല്ല, അതില്ലാത്തതിന്റെ പേരിലാണ്. കോൺക്രീറ്റ് കനാലുകൾ വഴി ധാതു സമ്പത്തു നഷ്ടപ്പെട്ട വെള്ളമാണ് കൃഷിയിടങ്ങളിലെത്തുന്നത്. പോരാത്തതിന്, കടലിലേക്കൊഴുക്കുന്ന മലിനജലം കടന്നുപോകുന്നതും ഈ ജില്ലയിലൂടെയാണ്. ബാദിനിലെ എല്ലാ വീടുകളിലും കുടിവെള്ള മായി എത്തുന്നതും നേർപ്പിച്ച ഈ മലിനജലം തന്നെ.

ഞാൻ ബാദിനിലേക്ക് പോരുമ്പോൾ ഒരു ദിവസത്തെ താമസം മാത്ര മാണുദ്ദേശിച്ചത്. എന്നാൽ YSWOയിലെ ഷീദികൾ കരുതിയത് ആ വിവാഹസീസൺ മുഴുവൻ ഞാൻ അവിടെ താമസിക്കാൻ പോകുന്നു എന്നാണ്. ചുരുങ്ങിയ പക്ഷം അവരുടെ ഓഫീസിലെ കല്യാണപ്രായ മായ പെൺകുട്ടികളുടെ വിവാഹം നിശ്ചയിക്കപ്പെടുന്നതുവരെയെങ്കിലും ഞാൻ അവിടെ കാണുമെന്നു അവർ കരുതി. അവർ എനിക്കു ഒരു ചുവന്ന സൽവാർ കമ്മീസ് സമ്മാനിച്ചു. എന്റെ ടാക്സി ഡ്രൈവറെ പറഞ്ഞു വിട്ടു. എന്നിട്ട് അവരെന്നെ എന്റെ പുതിയ താമസസ്ഥലത്തേക്ക് കൊണ്ടു പോയി.

“എന്റെ പണമെല്ലാം ഉള്ളത് തട്ടയിലാണ്”, ഞാൻ ഇക്ബാലിനോട് പറഞ്ഞു.”

"കുറച്ചു പണം ഞങ്ങൾ കടം തരാം",

ഇക്ബാൽ പറഞ്ഞു.

"ഇനിയെന്തെങ്കിലും ആവശ്യമുണ്ടോ?"

ഇക്ബാൽ അന്വേഷിച്ചു. അങ്ങനെ അടുത്ത അഞ്ചാഴ്ച നീളുന്ന, ബാദിനിലെ എന്റെ താമസം തുടങ്ങി. ഇസ്ലാമിക മാസമായ മുഹറം തുടങ്ങുംവരെ ഞാൻ ഇനി ബാദിനിൽ.

ഫയാസ് മുഹമ്മദ് ബിലാലിന്റെയും അദ്ദേഹത്തിന്റെ നാല്പത്തി നാലു കുടുംബാംഗങ്ങളുമൊത്താണ് ഞാൻ താമസിക്കേണ്ടത്. രണ്ടാനമ്മ, സഹോദരങ്ങൾ, ഭാര്യമാർ, കൊച്ചുമക്കൾ തുടങ്ങിയവരാണ് ഈ വീട്ടിലെ താമസക്കാർ. മൂന്നു സഹോദരന്മാരിൽ മൂത്തയാളാണ് ഫയാസ് മുഹമ്മദ്. ഓരോരുത്തർക്കും ഓരോ രണ്ടാം പേരുകളാണ്. ഇസ്ലാമിന്റെ ആദ്യ കാലത്തെ പ്രസിദ്ധരായ ആഫ്രിക്കക്കാരുടെയാണ് ആ പേരുകൾ. ഫയാസ് മുഹമ്മദ് ബിലാലിയാണ്. (ബിലാൽ എന്ന ആഫ്രിക്കക്കാരനിൽ നിന്നും) സഹോദരൻ ഖാംബ്രാണി (അലി മോചിപ്പിച്ച അടിമയുടെ പേര്) ഏറ്റവും ഇളയ ആൾ ഷീദി (പ്രവാചകന്റെ സുഹൃത്ത്) കുടുംബ ബന്ധങ്ങൾ സിന്ധികൾക്ക് എത്രമാത്രം പ്രധാനമാണെന്ന് സിന്ധിലെ ഈ വീട്ടിൽനിന്നാണ് ഞാൻ മനസ്സിലാക്കിയത്.

നാല്പത്തിനാല് പേരുടെ സാമൂഹികജീവിതത്തിന്റെ കേന്ദ്രബിന്ദു ഈ വീടാണെങ്കിൽ, ഈ വീടെന്ന ചുഴിയുടെ കേന്ദ്രബിന്ദു അഡിവിലായത് എന്ന മുത്തശ്ശിയായിരുന്നു. അവരുടെ പേരിന്റെ അർത്ഥംതന്നെ വിദേശത്തു നിന്നും വന്ന സഹോദരി എന്നാണ്. പകൽ മുഴുവൻ അവർ വീടിന്റെ വിശാലമായ നടുമുറ്റത്ത്, ഭക്ഷണമുണ്ടാക്കിയും ചായ കുടിച്ചും വിരുന്നുകാരെ സ്വീകരിച്ചും സമയം ചെലവഴിക്കും. മൂന്നു മരുമക്കളും കൊച്ചുമക്കളും അവരുടെ മക്കളും അവർക്കു ചുറ്റും ചുറ്റിക്കറങ്ങിക്കൊണ്ടിരിക്കും. അവരിൽ ചില സ്ത്രീകൾ വീട്ടമ്മമാരാണ്. മറ്റു ചിലർ രാവിലെ ബുർഖയണിഞ്ഞു ബാദിനിലെ സ്കൂളിലേക്കോ ഷീദി ഓഫീസിലേക്കോ തയ്യൽക്കടയിലേക്കോ ജോലിക്കായി പോകുന്നു. പുരുഷന്മാർ വീട്ടിൽ വന്നുംപോയും ഇരിക്കും. ഭക്ഷണസമയങ്ങളിൽ അവർ വീട്ടിൽ ചുറ്റിക്കറങ്ങുന്നതു കാണാം. ഒരിക്കൽ ചെറുപ്പക്കാരനായ ഒരച്ഛൻ മക്കൾക്ക് ഭക്ഷണം തയ്യാറാക്കി കൊടുക്കുന്നതിന് ഞാൻ സാക്ഷിയായിരുന്നു. പാകിസ്ഥാനിൽ സ്വതന്ത്രവും നീതിപൂർവ്വവുമായ തെരെഞ്ഞെടുപ്പ് പോലെ ഇതും അപൂർവ സംഭവമാണ്.

ആ വീട്ടിലെ എന്റെ ആദ്യദിവസം രാത്രി, വരാന്തയിൽ കൂട്ടിവച്ചിരിക്കുന്ന കനം കുറഞ്ഞ കിടക്കകളിൽ നിന്ന് ഒരെണ്ണം എടുത്ത് എനിക്കായി ഒരു മുറിയിൽ വിരിച്ചു. അഡിവിലായതും ഫയാസ് മുഹമ്മദിന്റെ നാല് പെൺമക്കളുമായിരുന്നു ആ മുറിയിൽ എന്നോടൊപ്പം ഉണ്ടായിരുന്നത്. അവർ അവരുടെ വിലപിടിപ്പുള്ള വസ്തുക്കൾ സൂക്ഷിച്ചിരുന്ന അലമാരകൾക്കിടയിൽ കിടക്ക വിരിച്ചു. സദാ വികസിച്ചുകൊണ്ടിരിക്കുന്ന

ആ വീടിന്റെ സ്ഥലദൗർലഭ്യം അത്രയ്ക്കായിരുന്നു. മുറ്റത്തിന്റെ അരികിൽ വെയിൽ കായാൻ എന്നെ പിടിച്ചിരുത്തി, കൗമാരം പിന്നിടുന്ന ആ പെൺകുട്ടികൾ പറഞ്ഞു,

"ഷീദികൾക്കു ലിംഗസമത്വമുണ്ട്. പുരുഷന്മാർ ഇന്ന സ്ത്രീയുടെ ഭർത്താവ് എന്നാണ് അറിയപ്പെടുക അല്ലാതെ മറിച്ചല്ല. കുട്ടികൾക്ക് അമ്മയുടെ കുടുംബപ്പേരും സ്വീകരിക്കാൻ സ്വാതന്ത്ര്യമുണ്ട്. "എന്റെ ഭർത്താവും ഞാനും ഇവിടെ എന്റെ മാതാപിതാക്കളുടെ വീട്ടിൽ താമസിക്കുന്നു."

മെലിഞ്ഞു ശിരസ്സ് മറച്ച ഒരു സ്ത്രീ പറഞ്ഞു. "അവരുടെ ഭർത്താവിനെ സത്യത്തിൽ ഞാൻ കണ്ടിട്ടുണ്ടായിരുന്നില്ല. അയാൾ ഭാര്യയോടൊപ്പം അവിടെത്തന്നെ താമസിക്കുന്നു. പക്ഷേ അവധി ദിനങ്ങളിൽ പോലും അയാളുടെ രൂപം എവിടെയും കണ്ടിരുന്നില്ല."

ലോകത്തിന്റെ മറ്റു ഭാഗങ്ങളിൽ പാട്ടും നൃത്തവുമായി ആഹ്ലാദിച്ചു ജീവിക്കുന്ന നീഗ്രോ എന്നത് പഴകിപ്പതിഞ്ഞ ഒരു സങ്കല്പമായി അവഗണിക്കപ്പെടുന്നു. എന്നാൽ ഫയാസ് മുഹമ്മദിന്റെ പെൺമക്കൾ എന്നോട് അഭിമാനപൂർവം പറഞ്ഞത് അതേ കാര്യമാണ്.

"ലെവ ഞങ്ങൾക്ക് വളരെ പ്രധാനമാണ്, അത് ആഫ്രിക്കയിൽ നിന്നും വന്നതാണ്" അവർ പറഞ്ഞു.

"ഞങ്ങൾക്ക് ഒരിക്കലും ദുഃഖം തോന്നാറില്ല, സന്തോഷം മാത്രം."

"സിന്ധി സംസ്കാരം ആകപ്പാടെ ദുഃഖമയമാണ്. ദുരഭിമാനകൊലയും സ്ത്രീധനവും ഉൾപ്പെടെ സ്ത്രീകൾക്ക് ഒരുപാടു പ്രശ്നങ്ങളുണ്ട്, എന്നാൽ അത്തരം പ്രശ്നങ്ങളൊന്നും ഇവിടെയില്ല. ഞങ്ങളിതെല്ലാം അവഗണിക്കുന്നു സന്തോഷമായി ജീവിക്കുന്നു."

ഇതൊക്കെയാണെങ്കിലും ഈ വീടും വ്യത്യസ്ത താത്പര്യങ്ങളുടെയും പരസ്പരം കലഹിക്കുന്ന ആശയങ്ങളുടെയും കേന്ദ്രം കൂടിയാണ്. ഫയാസ് മുഹമ്മദ് ബിലാലി ജീവിതം മുഴുവൻ സ്വസമുദായത്തിന്റെ മോചനത്തിനായി ഉഴിഞ്ഞുവച്ച മനുഷ്യനാണ്. ലോകത്തിന്റെ മറ്റു ഭാഗങ്ങളിലുള്ള ആഫ്രിക്കൻ വംശജരുമായി ഷീദികൾക്കു ബന്ധമുണ്ടെന്ന് ഉറച്ചു വിശ്വസിക്കുന്ന വ്യക്തിയാണദ്ദേഹം.

"മുസാഫിറിന്റെ ശ്രമഫലമായിട്ടാണ് ഞങ്ങളുടെ സമുദായത്തിന് വിദ്യാഭ്യാസകാര്യങ്ങളിലും സാമൂഹികഅവസ്ഥകളിലും മെച്ചപ്പെടാൻ കഴിഞ്ഞത്", ല്യാരിയിൽ വച്ച് ഞാൻ കേട്ട മുസാഫിറിനെക്കുറിച്ചാണ് ബിലാലി പറയുന്നത്.

"ഞങ്ങളുടെ ആഫ്രിക്കൻ സംസ്കാരത്തെക്കുറിച്ച് അഭിമാനിക്കാനാണ് മുസാഫിർ പറഞ്ഞിരിക്കുന്നത്. ഞങ്ങളുടെ പിതാമഹന്മാർക്ക് ഏതാനും ആഫ്രിക്കൻ വാക്കുകൾ അറിയാമായിരുന്നു. ഇപ്പോഴും ഞങ്ങൾ മുഗർമാൻ ചെണ്ടയും പാട്ടുകളും ഉപയോഗിക്കുന്നു. ക്രിക്കറ്റിൽ ഞങ്ങൾ

വെസ്റ്റ് ഇൻഡീസിനെ പിന്തുണയ്ക്കുന്നു. നെൽസൺ മണ്ടേലയുടെ പുസ്തകത്തിന്റെ സിന്ധി പരിഭാഷ ഞങ്ങൾ വായിച്ചിട്ടുണ്ട്. മുഹമ്മദ് അലിയും മാർട്ടിൻ ലൂതർ കിങ്ങും കോഫി അന്നനും ബുക്കർ ടി വാഷിംഗ്ടണും ഉൾപ്പെടുന്ന അമേരിക്കൻ ഷീദികളെ ഞങ്ങൾ സഹോദരന്മാരായി കാണുന്നു. പക്ഷേ അമേരിക്കൻ ഷീദികൾ ഒരുപാടു മുന്നേറി, ഞങ്ങൾ പിന്നിലായി. സാമൂഹികനീതി വേണ്ട വിധത്തിൽ നടപ്പാക്കിയിരുന്നെങ്കിൽ ഞങ്ങളും ഉയർന്നുപോയേനേ. അതാണ് ഞങ്ങളുടെ ഏറ്റവും വലിയ ദുഃഖം."

ബിലാലിയുടെ നേരെ ഇളയ സഹോദരൻ ഗവൺമെന്റ് ക്ലർക്കായി ഏറെക്കാലം ജോലി ചെയ്ത ആളായിരുന്നു. ഈയടുത്ത കാലത്ത് അയാൾ അതീവഭക്തനായ ഒരു വഹാബി മുസ്ലീം ആയി മാറി. ഈ വഹാബിക്കും അദ്ദേഹത്തിന്റെ മക്കൾക്കും കടുത്ത യാഥാസ്ഥിക മത വിശ്വാസം അവരുടെ സാമൂഹികപദവിയുടെ പ്രധാന അളവുകോലാണ്. എല്ലാ ദിവസവും പുലർച്ചെയ്ക്ക് ഞാനുണരുന്നത് വഹാബി വീടിന്റെ ഓരോ വാതിലുകളിലും പ്രാർത്ഥനയ്ക്കായി ആളുകളെ ഉണർത്താൻ മുട്ടിവിളിച്ചു നടക്കുന്ന ശബ്ദം കേട്ടാണ്. (എല്ലാ ദിവസവും ഈ മുട്ടൽ കേട്ടുണർന്ന എന്റെ മുറിയിലെ സ്ത്രീകൾ വീണ്ടും ചുരുണ്ടുകൂടി കിടന്നുറങ്ങുന്നതും കാണാം)

വഹാബിയുടെ എട്ടു മക്കളിൽ ചിലർക്കെങ്കിലും അവരുടെ ആഫ്രിക്കൻ അസ്തിത്വം അഭിമാനമല്ല, നാണക്കേടാണ്. അയാളുടെ പതിനൊന്നുകാരിയായ ഇളയ മകൾ ഉൾപ്പെടെ എല്ലാ പെൺമക്കളും തൊലി വെളുക്കുന്നതിനുള്ള ക്രീം പതിവായി ഉപയോഗിക്കുന്നു. നിറം മാറ്റത്തിലൂടെ പാകിസ്ഥാനി സമൂഹത്തിൽ അവർക്കുള്ള അതിർവരമ്പുകൾ മറികടക്കാൻ കഴിയുമെന്ന് അവർ കരുതുന്നു. അവരുടെ സഹോദരൻ, അടുത്ത് തന്നെയുള്ള ഒരു ബ്രിട്ടീഷ് പെട്രോൾ കമ്പനിയിൽ ജോലിചെയ്യുന്നു. സാമാന്യം നല്ല ഉദ്യോഗം വഹിക്കുന്ന അയാൾ ഒരു വെളുത്ത, ഷീദിയല്ലാത്ത പെൺകുട്ടിയെ വിവാഹം ചെയ്തു മാതൃക കാണിച്ചിട്ടുണ്ട്. "ഞാൻ പോകുന്നിടത്തെല്ലാം ഭാര്യയെ ഓർത്തു നാണം കെടേണ്ടല്ലോ" എന്നാണ് ഷീദിയല്ലാത്ത പെണ്ണിനെ വിവാഹം കഴിച്ചതിനുള്ള അയാളുടെ ന്യായീകരണം എന്ന് അയാളുടെ സഹോദരിമാർ പറഞ്ഞു. അമേരിക്കയിലെയും യൂറോപ്പിലെയും ഷീദികൾ സ്വയം 'കറുത്തവർ' എന്നാണ് വിശേഷിപ്പിക്കാറുള്ളതെന്ന് ഞാൻ പറഞ്ഞപ്പോൾ എല്ലാവരിലും അദ്ഭുതം. "ഞങ്ങൾക്ക് അത് അപമാനമാണ്."

ഫയാസ് മുഹമ്മദിന്റെ പെൺമക്കൾക്ക് അവരുടെ ആഫ്രിക്കൻ പാരമ്പര്യത്തിൽ അഭിമാനമുണ്ടെങ്കിലും ചില സമയത്ത് അവരും പാകിസ്ഥാനി സമൂഹത്തിന്റെ അചഞ്ചലമായ സൗന്ദര്യസങ്കല്പങ്ങളിൽ വീണുപോകാറുണ്ട്. മൂത്ത പെൺകുട്ടിയുടെ നിശ്ചയം മുതൽ വിവാഹം വരെ

അവൾ തന്റെ പുറത്തു കാണുന്ന ശരീരഭാഗങ്ങൾ, മുഖവും കഴുത്തും കൈകാലുകളും സ്ഥിരമായി ആഴ്ചകളോളം ബ്ലീച്ച് ചെയ്തു. വെളുത്ത നിറമുള്ള വധു ഓരോ കുടുംബത്തിന്റെയും ചുമതലയാണ്. ആ വെളുപ്പ് തട്ടിപ്പാണെന്നു എല്ലാവർക്കും അറിയാമെങ്കിൽപോലും എല്ലാവരും അതിന്റെ പിന്നാലെ പായുന്നു. "ഇത് കല്യാണ ഫോട്ടോയ്ക്കുവേണ്ടി മാത്രമാണ്." അവൾ ക്ഷമാപണ സ്വരത്തിൽ പറഞ്ഞു. "അല്ലെങ്കിൽ കറുപ്പിന്റെ പേരിൽ എല്ലാവരും എന്നെ പരിഹസിക്കും."

വിവാഹ ഒരുക്കങ്ങൾ നടന്നുകൊണ്ടിരുന്ന കാലം മുഴുവൻ പെൺകുട്ടികൾ ബോളിവുഡ് സിനിമാപാട്ടുകൾക്കനുസരിച്ച് നൃത്തം പരിശീലിച്ചുകൊണ്ടിരുന്നു. ആഫ്രിക്കൻ വാദ്യോപകരണമായ മുഗർമാൻ ചെണ്ടയെക്കുറിച്ച് ഫയാസ് മുഹമ്മദ് വാ തോരാതെ സംസാരിച്ചുവെങ്കിലും മകളുടെ വിവാഹത്തിന് ചെണ്ട വാദ്യം ഒരുക്കാൻ പരിപാടിയില്ല. ഇക്ബാലിനൊപ്പം ഞാൻ പങ്കെടുത്ത ഗ്രാമീണ വിവാഹാഘോഷത്തിലെ പോലെ 'ലെവ' നൃത്തവുമില്ല. കുടുംബത്തിൽ മുഗർമാൻ ചെണ്ട എന്ന വസ്തു തന്നെയില്ല. ബാദിനിൽ ഒരു വീട്ടിലും അതില്ല. അത് കാണണമെങ്കിൽ നിങ്ങൾ 'ടാണ്ടോ ബാങ്കോ'യിൽ പോകണം. അവിടെ നിങ്ങൾക്ക് മുസാഫിറിന്റെ ശവകുടീരവും കാണാം" ഫയാസ് മുഹമ്മദ് പറഞ്ഞു. ഹൈദരാബാദിലെ ഹോഷ് മുഹമ്മദിന്റെ ശവകുടീരംപോലെ തന്നെ ഷീദികൾക്കു പ്രധാനപ്പെട്ടതാണ് മുസാഫിറിന്റെ ശവകുടീരവും.

ടാണ്ടോ ബാങ്കോ ബാദിനിൽ നിന്നും മുപ്പതു കിലോമീറ്റർ വടക്കു കിഴക്കായി സ്ഥിതിചെയ്യുന്ന ഒരു ഗ്രാമമാണ്. പട്ടണത്തിൽ കാണുന്ന ഷീദി മുന്നേറ്റങ്ങളോ പുരോഗതികളോ ഒന്നും ടാണ്ടോ ബാങ്കോയിൽ കാണാൻ കഴിയില്ല. അവിടെ പ്രായമായ സ്ത്രീ പുരുഷന്മാർക്ക് ആഫ്രിക്കൻ ഭാഷയിലെ ചില വാക്കുകളും പാട്ടുകളും ഒക്കെ അറിയാം. അവർക്ക് മുഗർമാൻ ചെണ്ട വായിക്കാനറിയാം, അവരുടെ പൂർവികരുടെ പലായനങ്ങളുടെയും പ്രയാണങ്ങളുടെയും കഥകളറിയാം. എന്നാലും ജാതി സമ്പ്രദായം ഇവിടെ ആഴത്തിൽ വേരോടിയിട്ടുണ്ട്. ടാണ്ടോ ബാങ്കോയിലെ ഷീദികൾ ഇപ്പോഴും തൊഴിലാളികൾ മാത്രമാണ്. അവരുടെ വെളുത്തവരായ തൊഴിൽദാതാക്കളിൽ നിന്നും അകന്ന് കാൻഡ്രി പാറോയിലെ ചേരിയിലാണ് താമസിക്കുന്നത്.

ഇക്ബാലിന്റെ ഭാര്യ കുൽസുമിനോടൊപ്പമാണ് ഞാൻ ടാണ്ടോ ബാങ്കോയിലെത്തിയത്. അവർ ജനിച്ചത് അവിടെയാണ്. കാൻഡ്രി പാറോയിലേത് ഇടുങ്ങിയ ചെറിയ വീടുകളാണ്. ഗ്രാമത്തിലെ മറ്റു വീടുകളിൽ കാണുന്നതുപോലെ വിശാലമായ മുറ്റമില്ല. വീടുകൾ തുറക്കുന്നത് തെരുവിലേക്കാണ്. സ്ത്രീകൾ മുൻവശത്തെ വാതിൽ പടിയിലിരുന്നു പച്ചക്കറികൾ അരിയുകയും അയൽക്കാരുമായി ഉച്ചത്തിൽ സംസാരിക്കുകയും ചെയ്യുന്നതു കാണാം. മുഗർമാൻ സ്വന്തമായുള്ള ഒരാളെ കണ്ടു കിട്ടാൻ ഒരുപാടു ബുദ്ധിമുട്ടേണ്ടി വന്നില്ല. അർധമനസ്സോടെ അയാൾ

എനിക്കുവേണ്ടി അത് കൊട്ടി കാണിച്ചുതന്നു. ചെണ്ടയുടെ മുകൾ ഭാഗത്തെ തുകൽ പൊട്ടിയിരിക്കുന്നു. അത് നന്നാക്കാനുള്ള പണം കണ്ടെത്താൻ അവർ മാസങ്ങളോളം ബുദ്ധിമുട്ടണം.

കുൽസും തെരുവുകളിലൂടെ എന്നെ ടാണ്ടോ ബാങ്കോയിലെ ഏറ്റവും പ്രായംകൂടിയ സമാദരണീയനായ ഒരാളുടെ അടുത്തേക്കാണ് കൊണ്ടുപോകുന്നത്. മിയാഞ്ചി ഭൂട്ടാ എന്ന മനുഷ്യന് നൂറു വയസ്സുണ്ടെന്ന് അയാൾ അവകാശപ്പെടുന്നു. ഞങ്ങൾ ചെല്ലുമ്പോൾ അയാൾ തന്റെ പുല്ലുമേഞ്ഞ ഇഷ്ടികച്ചുമരുള്ള വീടിനു പുറത്ത് അയഞ്ഞുതൂങ്ങിയ ഒരു കട്ടിലിൽ ഇരിക്കുകയാണ്. ഞങ്ങൾ അയാൾക്കെതിരെ മറ്റൊരു കട്ടിലിലിരുന്നു. "ആഫ്രിക്കയിൽനിന്നും അടിമകളായി എത്തിയ ഒരു ഭാര്യാഭർത്താക്കന്മാരിൽ നിന്നാണ് ഞങ്ങളുടെ സമുദായം ജനിക്കുന്നത്," അയാൾ പറഞ്ഞു. "അവർക്കാകെയുണ്ടായിരുന്നത് ഒരു ചെണ്ടയാണ്. എവിടെനിന്നാണ് വന്നതെന്ന് അവർക്ക് അറിയുമായിരുന്നില്ല. ആകെ അവർക്കറിയാമായിരുന്നത് അവരെ തൽപുർ കുടുംബം വാങ്ങിയതാണെന്നുമാത്രം. ഭാര്യ തൽപുർ കുടുംബത്തിലെ കുട്ടികളുടെ ആയ ആയിരുന്നു.

"എന്റെ ആളുകൾക്കറിയമായിരുന്നു ഞങ്ങൾ എവിടെനിന്നാണ് വന്നതെന്ന്." "സാൻസിബാറിൽ നിന്ന്" അടുത്ത വീട്ടിൽനിന്ന് എൺപതുകാരിയായ പാപ്പു വിളിച്ചു പറഞ്ഞു. അക്കാലത്ത് കറുപ്പ് പാവപ്പെട്ടവരുടെ ലക്ഷണമായിരുന്നു. ഷീദികൾ മറ്റു പാവപ്പെട്ടവരുമായി വിവാഹബന്ധത്തിൽ ഏർപ്പെട്ടു. അതുകൊണ്ടാണ് ഇക്ബാലിന്റെ ഭാര്യയെപോലെ നീണ്ട മൂക്കും വെളുത്ത നിറവുമുള്ള മിശ്ര ഷീദികൾ ഉണ്ടായത്." പാപ്പു പറഞ്ഞു. "പക്ഷേ നിങ്ങളുടെ മുടി ചുരുണ്ടിരിക്കുന്നിടത്തോളം ഞങ്ങൾ നിങ്ങളെ ഷീദിയായിട്ടുതന്നെ കരുതും." കുൽസൂമിന്റെ ചുരുണ്ട മുടിയിൽ തലോടി പാപ്പു തുടർന്നു.

തങ്ങൾ സാൻസിബാറിൽനിന്നും വന്നവരാണെന്ന പാപ്പുവിന്റെ വാദത്തെ ശരിവയ്ക്കുന്ന തരത്തിൽ പാകിസ്ഥാനിലെ ഷീദി സമുദായത്തെയും തെക്കനാഫ്രിക്കൻ സാംസ്കാരത്തെയും ബന്ധിപ്പിക്കുന്ന നിരവധി ശാസ്ത്രീയപഠനങ്ങൾ നടന്നിട്ടുമുണ്ട്.

ടാൻസാനിയയിൽവച്ച് താൻ കേട്ട ഒരു നാടൻപാട്ട് ഇന്ത്യയിൽ ഡെക്കാനിൽ താമസിച്ചിരുന്ന ഒരു ആഫ്രിക്കൻ കുടുംബം പാടിക്കേട്ട കാര്യം ഒരു വടക്കേ അമേരിക്കൻ സംഗീതജ്ഞ രേഖപ്പെടുത്തിയിട്ടുണ്ട്. ഗുജറാത്തിലെ കറുത്ത ഷീദികൾക്കിടയിൽ സ്വാഹിലി ഭാഷ കൈകാര്യം ചെയ്യുന്നവർ ഉണ്ടായിരുന്നു. സിന്ധിലെ ഗോത്രവിഭാഗങ്ങളുടെ പേരുകൾക്ക് സ്വാഹിലി സംസാരിക്കുന്ന ഗോത്രങ്ങളുടെ പേരുകളുമായി സാമ്യമുണ്ടെന്ന് പത്തൊൻപതാം നൂറ്റാണ്ടിൽ റിച്ചാർഡ് ബർട്ടൻ രേഖപ്പെടുത്തിയിട്ടുണ്ട്. ഇന്ത്യൻ ഉപഭൂഖണ്ഡത്തിൽ വളരെ അപൂർവമായ നാല് കാലുള്ള മുഗർമാൻ ചെണ്ടയ്ക്ക്, സിംബാവെയിലെ ഗോമ ചെണ്ടയുമായി സാമ്യമുണ്ടെന്ന് കാണാം.

ആഫ്രിക്കൻ ഭാഷയിൽ സംസാരിക്കാൻ കുൽസും പാപ്പുവിനെ നിർബന്ധിക്കുന്നുണ്ടായിരുന്നു. "എന്റെ ചെറുപ്പകാലത്തു വീട്ടിലെ മുതിർന്നവർ ഇങ്ങനെ സംസാരിക്കുന്നതു ഞാൻ കേട്ടിട്ടുണ്ട്, 'മക്കോട്ടി' എന്നാൽ ബ്രെഡ്, 'മഗെര' എന്നാൽ പണം. ആരെങ്കിലും കടയിൽ പോകുന്നു എന്നു പറയാൻ അവരുപയോഗിച്ചിരുന്നത് 'മഗെര ഹകുമാ'എന്ന വാക്കാണ്. പപ്പു ഒരു പാട്ടു പാടാൻ തുടങ്ങി. മായി മൈസിര എന്ന വനിതയെക്കുറിച്ചുള്ള സിഡി പാട്ടാണ്. ഗുജറാത്തിൽ ഷീദി സമുദായം വിശുദ്ധ പദവി നൽകി ആദരിക്കുന്ന വനിതയാണ് മായി മൈസിര. അവർ ആഫ്രിക്കയിൽ നിന്നും മെക്കയിലേക്കും അവിടെനിന്നും ഇന്ത്യയിലേക്കും യാത്ര ചെയ്തു. ഒരു രാക്ഷസിയെ വകവരുത്താൻ വേണ്ടിയാണ് തന്റെ രണ്ടു സഹോദരന്മാർക്കൊപ്പം അവർ ഇന്ത്യയിലെത്തിയത് എന്നാണ് ഐതിഹ്യം. എന്നാൽ, പാകിസ്ഥാനിൽ ആ കഥ തീർത്തും മറന്ന മട്ടാണ്. ആ പാട്ടിന്റെ അർത്ഥമെന്താണെന്ന് കുൽസും ചോദിച്ചു. "അതാർക്കുമറിയില്ല", പാപ്പു പറഞ്ഞു .

ഞാൻ താണ്ടോ ബാങ്കോയിൽ വന്നത് ഫയാസ് മുഹമ്മദ് ബിലാലിയുൾപ്പെടെയുള്ള ഷീദികൾ തങ്ങളുടെ സമുദായത്തിന്റെ വിമോചകനായി കാണുന്ന മുസാഫിറിന്റെ ശവകുടീരംകൂടി കാണാനായിരുന്നു. താണ്ടോ ബാങ്കോയിൽ മുസാഫിർ നടത്തിയിരുന്ന സ്കൂളിൽ ഫയാസ് മുഹമ്മദിനും ഒരു സ്ഥാനം ഉണ്ടായിരുന്നു. "ഞങ്ങൾ ഷീദികൾ എല്ലാറ്റിനും മുസാഫിറിനോട് കടപ്പെട്ടിരിക്കുന്നു. അദ്ദേഹം ഞങ്ങൾക്ക് വിദ്യാഭ്യാസവും വ്യക്തമായ അവബോധവും തന്നു. അദ്ദേഹമില്ലായിരുന്നെങ്കിൽ ഞങ്ങൾ ഇന്നും സയ്യിദുകളുടെ വയലുകളിൽ പണിയെടുത്തു കഴിയുമായിരുന്നു.

മുസാഫിർ ജീവിച്ചതും മരിച്ചതും താണ്ടോ ബാങ്കോയിലാണ്. കുൽസുവും ഞാനും കാടുപിടിച്ച ശ്മാശാനത്തിലെ നീലയും വെള്ളയും ടൈൽ പാകിയ ശവകുടീരം കാണാൻ പോയി. കാൻഡ്രി പറോയിൽനിന്ന് ഞങ്ങളോടൊപ്പം വരാൻ ആർക്കും സമയമുണ്ടായിരുന്നില്ല. "അദ്ദേഹത്തിന്റെ കുടുംബാംഗങ്ങൾ എവിടെയാണ്?" ഞാൻ അന്വേഷിച്ചു. 'അവർ ഹൈദരാബാദിലേക്കോ മറ്റോ പോയി' എന്ന കൃത്യമല്ലാത്ത മറുപടിയാണ് കിട്ടിയത്. അന്നു രാത്രി ഞാനും കുൽസുവും ബാദിനിലേക്ക് തിരിച്ചുപോയി. വീട്ടിലെത്തിയ ഉടൻതന്നെ ഞാൻ ഫയാസ് മുഹമ്മദിനോട് മുസാഫിറിന്റെ പുസ്തകങ്ങൾ എന്തെങ്കിലും കാണാൻ സാധിക്കുമോ എന്നന്വേഷിച്ചു. നിസ്സഹായനായി അയാൾ കൈ മലർത്തി. അയാളുടെ കൈയിൽ ഒന്നുമില്ല. പിറ്റേദിവസം ഞാൻ വായനശാലയിൽ മുസാഫിറിന്റെ ഒരു പുസ്തകം കണ്ടെത്തി. 1952ൽ അടിമത്തത്തെക്കുറിച്ചെഴുതിയ പുസ്തകത്തിന്റെ ആദ്യപതിപ്പാണ് എനിക്കു കിട്ടിയത്. ചിതലുകളും ഈർപ്പവും ആക്രമിച്ചതിന്റെ ബാക്കിയായി കിട്ടിയ സിഡി പതിപ്പ്, ഷീദി സംസ്കാരത്തിലേക്ക് വെളിച്ചം വീശുന്ന ഒരേയൊരു ശേഷിപ്പാണ്. ഒരു

ദിവസം, ആ സിന്ധി പുസ്തകം കുനിഞ്ഞിരുന്ന് വായിക്കുകയായിരുന്ന എന്റെ മുന്നിൽ ഓഫീസിലെ അലി അക്ബർ വന്നു.

“നിങ്ങൾക്ക് മുസാഫിറിന്റെ മകനെ കാണണോ? അയാൾ എന്റെ സഹോദരിയെയാണ് വിവാഹം കഴിച്ചിരിക്കുന്നത്.”

ഞാൻ അദ്ഭുതത്തോടെ അയാളെ നോക്കി. ഷീദികളുടെ പരമ പവിത്ര സ്ഥാനത്തേക്ക് പ്രവേശനം കിട്ടിയതുപോലെയായി എനിക്ക്. ചുരുങ്ങിയപക്ഷം, ഷീദി സമുദായത്തിന്റെ ആചാര്യനായ, തങ്ങളുടെ വിമോചകൻ എന്ന് സമുദായം ഒന്നടങ്കം പറയുന്ന മുസാഫിറിന്റെ ഓർമ്മകളുള്ള ആരെയെങ്കിലും കാണാമല്ലോ. ആ ആവേശത്തിൽ, സിന്ധിന്റെ പഴയ തലസ്ഥാനമായ, നൂറു കിലോമീറ്റർ അകലെയുള്ള ഹൈദരാബാദിലേക്ക് ഞാൻ ബസ്സ് കയറി.

ഹൈദരാബാദിൽ ഞാൻ നിരവധി തവണ വന്നിട്ടുണ്ട്. എന്നാൽ, അതിസങ്കീർണമായ, ഈ പഴയ ഹൈദരാബാദ് പ്രദേശത്ത് ആദ്യമായിട്ടാണ്. കാറുകൾക്ക് തിങ്ങിഞെരുങ്ങി കടന്നുപോകാൻ മാത്രം കഴിയുന്ന, കറുത്ത മലിനജലം ഒഴുകുന്ന ഓടകൾ അതിരിടുന്ന തെരുവിലൂടെവേണം സഞ്ചരിക്കാൻ. ഞങ്ങൾ ആ വീടിനെ സമീപിക്കുമ്പോൾ അടുത്തുള്ള മോസ്കിൽനിന്നും താളനിബദ്ധമായ, മാസ്മരികമായ സംഗീതം കേൾക്കാമായിരുന്നു. അടുത്ത ഏതാനും ആഴ്ചകൾകൊണ്ട് എനിക്ക് ഏറെ പരിചിതമായി മാറാൻ പോകുന്ന ശബ്ദം. ഷിയാ മുസ്ലീങ്ങളുടെ പ്രധാന മാസമായ മുഹറത്തിന്റെ മുന്നോടിയായുള്ള വിലാപഗാനം. മുസാഫിറിന്റെ ഏക മകനായ ബാസ്മി, തന്റെ രണ്ടു ഭാര്യമാരും അവരുടെ ഒൻപതു മക്കളുമൊന്നിച്ചാണ് താമസം. ഒതുക്കവും ഭംഗിയുമുള്ള വീട്. ഭയം ജനിപ്പിക്കുന്ന ഇടുങ്ങിയ തെരുവുകൾക്കൊടുവിൽ പ്രകാശം പൊഴിക്കുന്ന, വൃത്തിയുള്ള ഒരിടം.

വീട്ടിലെത്തിയ ശേഷമാണ് ഞാൻ ആ നടുക്കുന്ന സത്യം മനസ്സിലാക്കിയത്. ബാസ്മിക്ക് സംസാരിക്കാനോ എഴുതാനോ വായിക്കാനോ കഴിയില്ല. വർഷങ്ങളോളം അദ്ദേഹം ഒരു അധ്യാപകനായും കവിയായും പ്രവർത്തിച്ചിരുന്നു. പത്തുവർഷം മുമ്പ് പക്ഷാഘാതം പിടിപെട്ടു തളർന്നു കിടപ്പായി. ഞങ്ങൾ നിരാശയും ദുഃഖവും ആംഗ്യഭാഷയിൽ പങ്കുവച്ചുകൊണ്ട് അദ്ദേഹത്തിന്റെ മുറിയിൽ ഇരുന്നു. ബാസ്മി തന്റെ മകളെ വിളിച്ചു വായനാമുറി തുറന്നുതരാൻ ആവശ്യപ്പെട്ടു. ബാസ്മിയുടെ മകൾ ആനി, തന്റെ മാതാപിതാക്കളെപോലെതന്നെ അധ്യാപികയാണ്. “ഷീദികളുടെ ചരിത്രം നിങ്ങളോട് പറയണമെന്ന് എന്റെ അച്ഛന് ആഗ്രഹമുണ്ട്”, ബാസ്മിയുടെ ചലനങ്ങളും ആംഗ്യങ്ങളും വ്യാഖ്യാനിച്ചുകൊണ്ട് അവർ പറഞ്ഞു. “എന്റെ മുത്തശ്ശനെക്കുറിച്ച് നിങ്ങളോടു സംസാരിക്കാൻ കഴിയാത്തതിൽ അച്ഛന് വല്ലാത്ത സങ്കടമുണ്ട്. എന്നാൽ ഈ പുസ്തകങ്ങൾ ഞങ്ങളുടെ കുടുംബചരിത്രം കുറച്ചൊക്കെ മനസ്സിലാക്കാൻ നിങ്ങളെ സഹായിക്കും”, രണ്ടു പുസ്തകങ്ങൾ തന്നുകൊണ്ട് ആനി പറഞ്ഞു.

ബാസ്മിയുടെ ഗ്രാമത്തിലെ വായനശാല. സൈക്ലോണിൽ ലൈബ്രറിയും പുസ്തകങ്ങളും എല്ലാം നശിച്ചുപോയി. ഇന്ന് പാകിസ്ഥാനിലെ ഒരേയൊരു ലൈബ്രറിയിൽ മാത്രമാണ് മുസാഫിറിന്റെ പുസ്തകങ്ങളുള്ളത്. എന്നാൽ മുസാഫിറിന്റെ ആത്മകഥ ബാസ്മിയുടെ കൈയിൽ മാത്രമേയുള്ളൂവെന്നാണ് തോന്നുന്നത്. ആനി എന്റെ കൈയിൽ തന്ന പുസ്തകങ്ങളിലേക്ക് ഞാൻ നോക്കി. അവ വളരെ വേഗം മാഞ്ഞുപോകുന്ന ഒരു സ്വപ്നം പോലെ, മറവിയിലേക്കു വളരെ വേഗം വഴുതിവീഴുന്ന ചരിത്രത്തിലെ ഒരു കാല്പാടു പോലെ എനിക്കു തോന്നി.

ബാസ്മിയുടെ രണ്ടു ഭാര്യമാരും നാലു പെൺമക്കളും മുസാഫിറിനെ കുറിച്ചന്വേഷിച്ച് ഒരാളെത്തിയതിൽ അദ്ഭുതത്തിലും ആഹ്ലാദത്തിലുമായിരുന്നു. അവരെന്നെ അവിടെ താമസിക്കാൻ ക്ഷണിച്ചു. പാകിസ്ഥാനിലെ അടിമകളുടെ ചരിത്രം ഞാനുമായി പങ്കുവയ്ക്കാൻ അവസരം കിട്ടിയതിൽ അവർക്ക് അതിയായ സന്തോഷം. അവരുടെ ക്ഷണം ഞാൻ സ്വീകരിച്ചു. ബാസ്മിയുടെ വീട്ടിൽ ഞാൻ താമസിച്ച മൂന്നാഴ്ചകൊണ്ട് ആനിയും അവളുടെ സഹോദരിമാരും എന്നിൽ കാര്യമായ മാറ്റങ്ങൾ വരുത്തി. സിൽക്ക് ബസാറിൽ നിന്നുള്ള ബുദ്ധിപൂർവമായ ചില വാങ്ങലുകൾ എന്റെ വസ്ത്രങ്ങളിൽ ഉണ്ടായിരുന്ന താളപ്പിഴകൾ പരിഹരിച്ചു. ലളിതമായി എങ്ങനെ പരിപ്പുകറി വയ്ക്കാമെന്നു പഠിച്ചു.വിദ്യാഭ്യാസത്തിൽ മുന്നോക്കം നിൽക്കുകയും സാമ്പത്തികമായി പിന്നോക്കം നിൽക്കുകയും ചെയ്യുന്ന ഒരു പാകിസ്ഥാനി കുടുംബത്തിന്റെ മുൻഗണനകൾ എന്തൊക്കെയെന്ന് ഞാൻ മനസ്സിലാക്കി. അതിലേറെ, നല്ല സ്വഭാവവും പെരുമാറ്റവുമുള്ള, ദൈവഭയമുള്ള മുസ്ലീംപെൺകുട്ടികളുടെ ലോകത്തെക്കുറിച്ചു ആഴത്തിൽ മനസ്സിലാക്കാൻ എനിക്ക് അവസരം ലഭിച്ചു.

ആനിയുമായി ആദ്യ ദിവസം തന്നെ ഞാൻ സൗഹൃദത്തിലായി. മുസാഫിറിന്റെ ആത്മകഥ വായിക്കാൻ ഞങ്ങൾ ഒരുമിച്ചിരിക്കുമ്പോൾ ആ സൗഹൃദം കൂടുതൽ ദൃഢമായി. ബാസ്മി സാധാരണയായി തന്റെ പുസ്തകങ്ങൾ പൂട്ടിവയ്ക്കാറാണ് പതിവ്. വായിക്കാൻ കഴിയാത്തതുകൊണ്ട് അതിലേക്കു നോക്കുന്നതുതന്നെ അദ്ദേഹത്തിന് സങ്കടമാണ്. കുടുംബ ചരിത്രം അറിയാൻ ആനിക്കും ഇതുവരെ അവസരം കിട്ടിയിരുന്നില്ല. മുസാഫിറിന്റെ ആത്മകഥയിൽ എന്തായിരിക്കും കാണുക എന്ന ആശങ്ക എന്നെപ്പോലെത്തന്നെ ആനിക്കും ഉണ്ടായിരുന്നു. മുസാഫിറിന്റെ എല്ലാ പുസ്തകങ്ങളെയുംപോലെ ആത്മകഥയും സിന്ധി ഭാഷയിലായിരുന്നു. അദ്ദേഹത്തിന്റെ പുസ്തകങ്ങളും മറ്റേതെങ്കിലും ഭാഷകളിലേക്ക് പരിഭാഷപ്പെടുത്തിയിട്ടുമില്ല.

ആനി സിന്ധിയിൽ വായിച്ചു ഉറുദുവിൽ പരിഭാഷപ്പെടുത്തി ഞാൻ ഇംഗ്ലീഷിൽ പകർത്തിയെഴുതുകയായിരുന്നു ചെയ്തത്. അങ്ങനെ ഞങ്ങൾ മുസാഫിറിന്റെ പിതാവിന്റെ അടിമത്തത്തിൽനിന്നും സ്വാതന്ത്ര്യത്തിലേക്കുള്ള യാത്രയെക്കുറിച്ചു മനസ്സിലാക്കി.

“മുസാഫിർ” എന്നത് മുഹമ്മദ് സിദ്ധിഖിന്റെ തൂലിക നാമമാണ്. സഞ്ചാരി എന്നാണ് ആ വാക്കിന്റെ അർത്ഥം. ആഫ്രിക്കയിൽ നിന്നുമുള്ള തന്റെ പിതാവിന്റെ, നിർബന്ധിത കുടിയേറ്റത്തെ പരോക്ഷമായി സൂചിപ്പിക്കുന്ന പേര്. പിതാക്കന്മാർക്ക് ഏറെ പ്രായം ചെന്നതിനുശേഷമാണ് മുസാഫിറും ബാസ്മിയും ജനിക്കുന്നത്. മുസാഫിറിന്റെ ആത്മകഥ ഇരുനൂറു വർഷത്തെ ചരിത്രമാണ് പറയുന്നത് അതായത് അടിമത്തത്തിന്റെ കാലം മുതൽ സ്വാതന്ത്ര്യത്തിന്റെ കാലം വരെയുള്ള ചരിത്രം.

മുസാഫിറിന്റെ അച്ഛൻ 1793ൽ സാൻസിബാറിലാണ് ജനിക്കുന്നത്. അയാൾക്ക് അഞ്ചോ ആറോ വയസ്സുള്ളപ്പോഴാണ് ഏതോ ശത്രു ഗോത്രത്തിന്റെ ആക്രമണത്തിൽ കുടുംബം മുഴുവൻ കൊല്ലപ്പെടുന്നത്. രക്ഷപ്പെട്ട ഒരേ ഒരാൾ അന്ന് കുട്ടിയായിരുന്ന, മുസാഫിറിന്റെ പിതാവായിരുന്നു. ആ കുട്ടി അടിമയായി വിൽക്കപ്പെട്ടു. വിജയികൾ ഒരു കപ്പലിൽ കയറ്റിയതും ആ കപ്പൽ മസ്കറ്റിൽ എത്തിയതും അയാൾ ഓർക്കുന്നുണ്ട്. അവിടെ ഒരു വ്യാപാരി, ഷെയ്ഖ് ഹുസൈൻ കപ്പലിൽ വന്ന എല്ലാ മനുഷ്യരെയും വിലയ്ക്ക് വാങ്ങി. മുസാഫിറിന്റെ പിതാവിനെ ഒഴികെ മറ്റെല്ലാവരെയും അയാൾ വിറ്റു. “അത് അദ്ദേഹത്തിന് ഭാഗ്യമായി മാറി” മുസാഫിർ എഴുതുന്നു.

ആ ഷെയ്ഖ് തന്റെ സാൻസിബാറി അടിമയ്ക്ക് പുതിയ ഒരു പേര് നൽകി. വളരെ അർത്ഥവത്തായ പേര്, ബിലാൽ. രണ്ടു വർഷം കഴിഞ്ഞു ഷെയ്ഖ് ഹുസൈൻ ബിലാലിനെ സിന്ധിൽനിന്നുള്ള ഒരു വ്യാപാരിക്കു വിറ്റു. അയാൾ ബിലാലിനെ തട്ടയിലേക്ക് കൊണ്ടുപോയി. അവിടെ ബിലാലിനെ ഒരു കൽപ്പണിക്കാരൻ വിലയ്ക്ക് വാങ്ങി. ആയിടയ്ക്ക് തൽപുർ കുടുംബത്തിന് താണ്ടൊ ബാങ്കോയിൽ ഒരു കോട്ട നിർമ്മിക്കാനുള്ള കരാർ അയാൾക്ക് കിട്ടിയിരുന്നു. (ആ കോട്ട പിന്നീട് മുസാഫിറിന്റെ ജീവിതത്തിന്റെ സ്കൂളായി മാറി). ഗ്രാമത്തിലെത്തിയ കൽപ്പണിക്കാരൻ ബിലാലിനെ ഹൊയൂർ അലി എന്ന കുട്ടികളില്ലാത്ത ഒരു നല്ല മനുഷ്യന് വിറ്റു. അങ്ങനെ ബിലാൽ ഒരു സിന്ധിയായി ജീവിതം തുടങ്ങി. “സാൻസിബാർ വിട്ട ശേഷം ആദ്യമായി എന്റെ പിതാവ് സന്തോഷിച്ചു.” മുസാഫിർ എഴുതുന്നു. “ഹൊയൂർ അലിയുടെ ഭാര്യ ബിലാലിനെ പഠിപ്പിച്ചു. എങ്ങനെ പ്രാർത്ഥിക്കണമെന്നും ഉപവസിക്കണമെന്നും പഠിപ്പിച്ചു. ബിലാൽ മുതിർന്നപ്പോൾ ഹൊയൂർ അലി ഒരു ആഫ്രിക്കൻ സ്ത്രീയെ വാങ്ങി ബിലാലിന്റെ ഭാര്യയാക്കി.

1843ൽ ബ്രിട്ടീഷുകാർ അടിമത്തം നിരോധിച്ചു. ഹൊയൂർ അലി ബിലാലിനെ സ്വതന്ത്രനാക്കി. എന്നാൽ തന്റെ അടിമയോട് അതിയായ സ്നേഹം ഉണ്ടായിരുന്ന ഹൊയൂർ അലി അവനെ തന്റെ തോട്ടത്തിൽ ഒരു വീട് വച്ച് അവിടെ താമസിപ്പിച്ചു. അപ്പോഴേക്കും ബിലാലിന് അമ്പതു വയസ്സായി കഴിഞ്ഞിരുന്നു. ബിലാൽ ഏഴു ഗ്രാമങ്ങളിലെ ഷീദികളുടെ പഞ്ചായത്തിന്റെ തലവനായി. ഒരേ ഒരു പ്രശ്നം കുട്ടികളായിരുന്നു. ബിലാലിന്റെ ഭാര്യ പതിനെട്ടു പ്രസവിച്ചു. എന്നാൽ ശൈശവം പിന്നിടും

മുമ്പുതന്നെ എല്ലാവരും മരിച്ചു. അധികം വൈകാതെ ഭാര്യയും മരിച്ചു. അറുപതാം വയസ്സിൽ ബിലാൽ വീണ്ടും വിവാഹിതനായി. രണ്ടാം ഭാര്യയിൽ പന്ത്രണ്ടു മക്കൾ ജനിച്ചു. ഇവരിൽ ഏറ്റവും ഇളയ ആൾ മാത്രം ജീവിച്ചു. അതായിരുന്നു മുസാഫിർ.

മുസാഫിറിന്റെ അച്ഛന്റെ കഥയിൽ നിറയെ പ്രതീക്ഷയും ഭാഗ്യവും വിജയങ്ങളുമാണ്. മുസാഫിറിന്റേതും ഭാഗ്യം ചെയ്ത ജന്മമായിരുന്നു. 1879ൽ അദ്ദേഹം ജനിക്കുമ്പോൾ പിതാവിന് പ്രായം എൺപത്തിയാറ്. കുട്ടിയായിരിക്കുമ്പോൾ മുസാഫിർ തൽപുർ കുടുംബത്തിലെ അവകാശിയായിരുന്ന മിർ ഖുലാം മുഹമ്മദുമായി അടുത്ത സൗഹൃദത്തിലായി. അവർ ഒരുമിച്ചു ബാദിനിലെ ഷീദികളുടെ സാമൂഹ്യപശ്ചാത്തലം തിരുത്തിയെഴുതി. മിർ ഖുലാമിന് കുട്ടികളില്ലായിരുന്നു, എന്നാൽ ധാരാളം സ്വത്തുക്കൾ ഉണ്ടായിരുന്നു. ഷീദികൾക്കായി ഒരു സ്കൂൾ തുറക്കാൻ മുസാഫിർ അദ്ദേഹത്തെ നിർബന്ധിച്ചു. പാകിസ്ഥാന്റെ ചരിത്രത്തിലാദ്യമായി ഷീദി പെൺകുട്ടികൾക്ക് കൂടി പഠിക്കാൻ കഴിയുന്ന സ്കൂൾ അങ്ങനെ തുറന്നു.

തന്റെ ജനങ്ങളുടെ ദുരിതങ്ങൾ ആഴത്തിൽ മനസ്സിലാക്കിയ ആളായിരുന്നു മുസാഫിർ. 1952ൽ പ്രസിദ്ധീകരിച്ച അടിമത്തത്തെക്കുറിച്ചുള്ള തന്റെ പുസ്തകത്തിൽ ഷീദികൾ അനുഭവിക്കേണ്ടി വന്ന യാതനകളുടെയും പീഡനങ്ങളുടെയും കഥകൾ, വ്യക്തമായി വിവരിക്കുന്നു. താൻ നേരിട്ട് മുതിർന്നവരിൽനിന്നും മനസ്സിലാക്കിയ ദുരിതകഥകളും യാതനകളും കൂടാതെ, ആഗോളവ്യാപകമായി നടന്നിട്ടുള്ള അടിമവ്യാപാരത്തെക്കുറിച്ചു ധാരാളം വായിച്ചു നേടിയ അറിവും ഈ പുസ്തകരചനയ്ക്ക് അദ്ദേഹത്തെ സഹായിച്ചിട്ടുണ്ട്.

അമേരിക്കയിലെ കറുത്ത വർഗക്കാരുടെ കഥകൾ അദ്ദേഹത്തിൽ വലിയ സ്വാധീനം ചെലുത്തിയിരുന്നു. അടിമത്തത്തിനെതിരെ പ്രവർത്തിച്ച ബുക്കർ ടി വാഷിംഗ്ടൺ, വില്യം വിൽബെർഫോഴ്സ്, ഫ്രഡറിക് ഡഗ്ലസ് തുടങ്ങിയവരെക്കുറിച്ചെല്ലാം മുസാഫിർ എഴുതിയിട്ടുണ്ട്. അമേരിക്കയിലെ ഷീദി അടിമകൾ അനുഭവിച്ചതുപോലുള്ള യാതനകൾ എന്തായാലും സിന്ധിലെ ഷീദികൾക്ക് അനുഭവിക്കേണ്ടി വന്നിട്ടില്ല എന്ന യാഥാർത്ഥ്യവും അദ്ദേഹം ചൂണ്ടിക്കാട്ടുന്നു.

എന്നാലും തന്റെ ആളുകളിൽ നിന്നും മുസാഫിർ ശേഖരിച്ച കഥകൾ അങ്ങേയറ്റം ഭീകരമാണ്. താണ്ടൊ ബാങ്കോയിലെ രണ്ടു അടിമകൾ അദ്ദേഹത്തോട് പറഞ്ഞ കാര്യം പുസ്തകത്തിൽ വിവരിച്ചിട്ടുണ്ട്. മസ്കറ്റിൽവച്ച് എങ്ങനെയാണ് അവർ അംഗഭംഗത്തിൽ നിന്നും മനുഷ്യമാംസം ഭക്ഷിക്കുന്നതിൽനിന്നും രക്ഷപ്പെട്ടതെന്ന് അവർ മുസാഫിറിനോട് പറഞ്ഞിട്ടുണ്ട്. മസ്കറ്റിലെ അടിമ ഫാക്ടറികളിൽ എത്തിക്കുന്ന അടിമകളിൽ ആരോഗ്യമുള്ള പുരുഷ അടിമകളെ തലയ്ക്കടിച്ചു കൊല്ലും. എന്നിട്ട് മൃതശരീരം വലിയ ചെമ്പുകളിലിട്ടു പുഴുങ്ങി ആ ദ്രാവകം

എടുത്തുമാറ്റിയ ശേഷം ഇറച്ചി മറ്റുള്ളവർക്ക് ഭക്ഷിക്കാൻ കൊടുക്കുമത്രെ. താണ്ടൊ ബാങ്കോയിലെ അടിമകളെ ഒരു കാവൽക്കാരനാണ് രക്ഷപ്പെടുത്തിയത്. അയാൾ അവർക്ക് ഉപ്പു തിന്നാൻ നൽകി. അത് തിന്ന് അവർ രോഗബാധിതരായി. അതുകൊണ്ടു അവരെ കൊന്നില്ല. പകരം സിന്ധിലെ ഒരു വ്യാപാരിക്ക് വിറ്റു.

മറ്റു ഷീദികൾ ഇതിനേക്കാൾ അസ്വസ്ഥജനകമായ കഥകൾ മുസാഫിറിനോട് പങ്കു വച്ചിട്ടുണ്ട്. താണ്ടൊ ബാങ്കോയിലെ ഒരു സ്ത്രീ മുസാഫിറിനോട് പറഞ്ഞ ഒരു കഥ ഇതാണ്. ചെറുപ്പക്കാരിയായ അടിമയായിരുന്നു അവൾ. നേരം വെളുക്കുമ്പോൾ മുതൽ തലയിൽ ഒരു വലിയ കലം നിറയെ ഭക്ഷണവുമായി അവൾ നിൽക്കണം. അവളുടെ യജമാനന്റെ ഒട്ടകത്തിന് തല കുനിക്കാതെ ഭക്ഷണം കഴിക്കാനുള്ള സൗകര്യത്തിന്.

മിക്ക ഷീദികളും ഏതു കാലാവസ്ഥയിലും വയലുകളിൽ കഠിനാധ്വാനം ചെയ്യണമായിരുന്നു. മുസാഫിറിന്റെ പിതാവിനെപ്പോലെ ഭാഗ്യവാന്മാരായ ചിലർക്ക് മാത്രം നല്ല യജമാനന്മാരെ കിട്ടി. അതേസമയം, ഹിന്ദുക്കളായ വ്യാപാരികൾ അവരുടെ അടിമകളോട് ദയയും കാരുണ്യവും കാണിച്ചിരുന്നുവെന്ന് മുസാഫിർ തറപ്പിച്ചു പറയുന്നു. തങ്ങളുടെ അടിമകളെക്കുറിച്ച് അവർ കരുതലും ശ്രദ്ധയും ഉള്ളവരായിരുന്നുവെന്നും മുസാഫിർ എഴുതിയിട്ടുണ്ട്.

ദരിദ്രനായിരുന്നതിനാൽ മുസാഫിർ ഒരു ധനികനായ വ്യവസായിക്കു വേണ്ടി കൂലിയെഴുത്ത് നടത്തുമായിരുന്നു. സ്വന്തം പേരിൽ തന്നെ മുസാഫിർ ഇരുപത്തിയഞ്ചോളം പുസ്തകങ്ങൾ എഴുതി പ്രസിദ്ധീകരിച്ചിട്ടുണ്ട്. രചനകളിൽ ഇസ്ലാമിനെക്കുറിച്ചുള്ളവ, നിരവധി ഉറുദു പാർസി നോവലുകളുടെ പരിഭാഷകൾ, സിന്ധി എഴുത്തുകാരനായ മിർസ ഖവ്വാലിച്ച ബെഗിന്റെ ജീവചരിത്രം അങ്ങനെ ഒട്ടേറെ പുസ്തകങ്ങൾ.

ഷീദികളെക്കുറിച്ചെഴുതിയ പുസ്തകമാണ് അദ്ദേഹത്തിന് പ്രശസ്തി നേടിക്കൊടുത്തത്. അതൊരു ധീരമായ നീക്കമായിരുന്നു. ഷീദികളെ ദാരിദ്ര്യത്തിൽനിന്നും നിരക്ഷരതയിൽനിന്നും ഉയർത്തിക്കൊണ്ടുവരണമെന്ന് പാകിസ്ഥാനിലെ, മുസ്ലീങ്ങളോടും മന്ത്രിമാരോടും പത്രാധിപന്മാരോടും വിദ്യാഭ്യാസ വിചക്ഷണരോടും അഭ്യർത്ഥിച്ചുകൊണ്ടാണ് പുസ്തകം അവസാനിക്കുന്നത്. പ്രവാചകൻ ഷീദികളോട് ബഹുമാനം കാണിച്ചിരുന്നു, അതുകൊണ്ട് ഈ രാജ്യത്തെ എല്ലാ മുസ്ലീങ്ങളും ആ മാതൃക പിന്തുടരണമെന്ന് മുസാഫിർ എഴുതി.

ഷീദികളുടെ സാമൂഹിക ഉന്നമനത്തിന് വിദ്യഭ്യാസം അനിവാര്യമാണെന്ന മുസാഫിറിന്റെ ശക്തമായ നിലപാട് ഒരനുഗ്രഹമായിരുന്നു. അത് മുസാഫിറിന്റെ പിൻഗാമികളും താണ്ടൊ ബാങ്കോയിലെ ഷീദികളും തമ്മിൽ അഭിപ്രായഭിന്നതയ്ക്കു കാരണമായി. അച്ഛനെയും മുത്തച്ഛനേയുംപോലെ ബാസ്മി ഷീദി സമുദായത്തിന്റെ നേതാവായിരുന്നു.

1970ൽ അദ്ദേഹം ഒരു പുതിയ മുദ്രാവാക്യം ഷീദികൾക്കു നൽകി, 'പാരോ യാ മാരോ': പഠിക്കുക അല്ലെങ്കിൽ മരിക്കുക. സിന്ധിൽ പാട്ടുകാരായും ഗുസ്തിക്കാരായും നർത്തകരായും ഷീദികൾ പേരെടുത്തിരുന്നു. വിവാഹ വീടുകളിൽ ഹാസ്യപരിപാടികൾ അവതരിപ്പിക്കാനും ഷീദികൾ പോകു മായിരുന്നു. ഇതെല്ലം ഹീനമായ ജോലികളായി ബാസ്മിക്കു തോന്നി. ഷീദികൾ മറ്റുള്ളവരെ ചിരിപ്പിക്കാനും സന്തോഷിപ്പിക്കാനും ഉള്ളവർ എന്ന നിലയിൽനിന്ന് മാറണമെന്ന് അദ്ദേഹം ആഗ്രഹിച്ചു. ബാസ്മി ഷീദിക ളുടെ യോഗം വിളിച്ചു ചേർത്തു. മറ്റു വീടുകളിൽ വേലക്കാരായി ജോലി ചെയ്യരുതെന്നും വിവാഹങ്ങളിൽ ക്ഷണമില്ലാതെ പോയി ഭക്ഷണം കഴിക്ക രുതെന്നും കുട്ടികൾക്ക് വിദ്യാഭ്യാസം നൽകണമെന്നും അദ്ദേഹം അവ രോട് ആവശ്യപ്പെട്ടു. മറ്റു ഷീദികൾ രോഷാകുലരായി "ഞങ്ങളുടെ പൂർവി കർ അടിമകളായിരുന്നു. ഞങ്ങൾ പാവങ്ങളാണ്. ഞങ്ങൾക്ക് ധനികരുടെ വീടുകളിൽ ജോലി ചെയ്യാതെ ജീവിക്കാൻ മാർഗമില്ല. ഞങ്ങളുടെ കുട്ടി കളെ പഠിപ്പിച്ചിട്ടു എന്ത് കാര്യം?" ഇതായിരുന്നു ഷീദികളുടെ ന്യായ ങ്ങൾ. ഒരുപക്ഷേ താണ്ടൊ ബാങ്കോയിലെ ഷീദികൾക്കു ബാസ്മി അവ രുടെ സംഗീതത്തെയും നൃത്തത്തെയും ആഫ്രിക്കൻ സംസ്കാരത്തെ യും തള്ളിപ്പറഞ്ഞത് ഇഷ്ടമായിക്കാണില്ല. ഇതൊക്കെ ബാസ്മിയുടെ മകൾ ആനി എന്നോട് പറഞ്ഞതാണ്.

താണ്ടൊ ബാങ്കോയിൽ ഷീദികളും അവരുടെ നേതാവും തമ്മിൽ ധാരണാപിശകുകൾ ഉടലെടുത്തു. തങ്ങളുടെ അടിച്ചമർത്തപ്പെട്ട പശ്ചാ ത്തലങ്ങളിൽനിന്നും രക്ഷപ്പെടാൻ ഷീദി സമുദായം വേണ്ടത്ര പരിശ്രമിക്കാത്തതിൽ പ്രതിഷേധിച്ച് ബാസ്മി തന്റെ കുടുംബവുമായി ഹൈദരാബാദിലേക്കു കുടിയേറി. എങ്കിലും പഞ്ചായത്തിന്റെയും ഷീദി കളുടെയും നേതാവായി അദ്ദേഹം തുടർന്നു. താണ്ടൊ ബാങ്കോയിൽ നിന്ന് ഷീദികൾ ഫോണിൽ ബാസ്മിയുമായി കാര്യങ്ങൾ സംസാരിക്കു കയും തീരുമാനങ്ങൾ എടുക്കുകയും ചെയ്തിരുന്നു. അങ്ങനെയിരിക്കെ, താണ്ടൊ ബാങ്കോയിലെ ഷീദികളുടെ ഉടമസ്ഥതയിലുള്ള അല്പം സ്ഥലം സംബന്ധിച്ച അഭിപ്രായവ്യത്യാസങ്ങൾ ഉണ്ടായി. ബാസ്മി അവിടെ ഒരു സ്കൂൾ പണിയാൻ ആഗ്രഹിച്ചപ്പോൾ, മറ്റുള്ളവർ അവിടെ കല്യാണമണ്ഡപം വേണമെന്ന് ആവശ്യപ്പെട്ടു. കുറെപേർ അത് വിൽക്ക ണമെന്ന് അഭിപ്രായപ്പെട്ടു. അതിരൂക്ഷമായ തർക്കങ്ങളും ചർച്ചകളും നടന്നു. അന്ന് വൈകുന്നേരം താണ്ടൊ ബാങ്കോയിൽ നിന്നെത്തിയ ബാസ്മി തളർന്നു വീണു. അസുഖം ഭേദമായ ബാസ്മിക്ക് തനിക്കിനി ഒരിക്കലും സംസാരിക്കാനാവില്ല എന്ന യാഥാർത്ഥ്യത്തെയാണ് നേരിടേണ്ടിവന്നത്. സാമൂഹികമുന്നേറ്റത്തിനുള്ള ഒരേയൊരു മാർഗ മായി അദ്ദേഹം കണ്ടിരുന്ന അക്ഷരജ്ഞാനം അദ്ദേഹത്തെ വിട്ടുപോയി രുന്നു.

ഏതാനും ആഴ്ചകൾ ഞാൻ ബാസ്മിയുടെ വീട്ടിൽ താമസിച്ച ശേഷ മാണ് ആനി അവളുടെ പിതാവിന്റെ രോഗത്തെക്കുറിച്ച് ഇത്രത്തോളം

എന്നോടു പറഞ്ഞത്. ബാസ്മി രോഗബാധിതനായതിനുശേഷം ആനിയും സഹോദരിമാരും താണ്ടൊ ബാങ്കോയിലേക്ക് പോയിട്ടില്ല. പകരം അവർ നഗരത്തിലെ ജീവിതത്തിൽ അലിഞ്ഞു ചേർന്നു. അവർ നന്നായി പഠിച്ചു. അയൽപക്കങ്ങളിലെ പ്രാർത്ഥനാകൂട്ടായ്മകളിൽ സജീവമായി. അവർ ഗൗരവക്കാരികളും അങ്ങേയറ്റം സ്നേഹസമ്പന്നരും ആയിരുന്നു. വിവാഹ പ്രായത്തിലുള്ള മറ്റു പാകിസ്ഥാനി പെൺകുട്ടികളെപോലെ സൗന്ദര്യ വർധക വസ്തുക്കളെയും വരന്മാരെയുംക്കുറിച്ച് ചിന്തിച്ചു സമയം കളയുന്നവരായിരുന്നില്ല.

ഡിസംബറിലെ തണുപ്പിൽ വെയിൽ കാഞ്ഞുകൊണ്ട് ഞാൻ മുസാഫിറിന്റെ അടിമത്തത്തെക്കുറിച്ചുള്ള പുസ്തകത്തിന്റെ ഇംഗ്ലീഷ് പരിഭാഷ വായിക്കുകയായിരുന്നു. ബാസ്മിയുടെ മരുമകന്റെ സുഹൃത്താണ് എനിക്കായി അത് പരിഭാഷപ്പെടുത്തിത്തന്നത്. ഞാൻ അതിന്റെ അവസാനഭാഗത്തെത്തിയിരുന്നു.

പുസ്തകത്തിന്റെ അവസാനം തന്റെ സമുദായം നേരിടുന്ന പ്രധാന പ്രശ്നങ്ങളായ നിരക്ഷരത, ദാരിദ്ര്യം, സാമൂഹിക ബന്ധങ്ങളുടെ കുറവ് തുടങ്ങിയവയ്ക്കുള്ള പരിഹാരം അദ്ദേഹം നിർദ്ദേശിക്കുന്നു. സ്വന്തം ജനങ്ങളോട് സംഘടിക്കാനും വിദ്യാഭ്യാസം നേടാനും നല്ല മുസ്ലീങ്ങളാകാനും എല്ലാറ്റിനും ഉപരി ആഫ്രിക്കൻ സംസ്കാരത്തെ പുല്കാനും അദ്ദേഹം ആഹ്വാനം ചെയ്യുന്നു. മുഗർമാൻ ചെണ്ട, ചില പുരോഹിതർ പറയുന്നതുപോലെ ഒരിക്കലും ഇസ്ലാമിക വിരുദ്ധമല്ലെന്ന് അദ്ദേഹം ചൂണ്ടിക്കാണിക്കുന്നു. പ്രവാചകൻ ഭാര്യയായിരുന്ന ആയിഷയെ മുഗർമാൻ ചെണ്ട വാദ്യം കേൾക്കാൻ കൊണ്ടുപോയിട്ടുണ്ട്. എല്ലാ രാജ്യങ്ങൾക്കും ഇത്തരത്തിലുള്ള ആത്മീയ സംഗീതോപകരണങ്ങൾ ഉണ്ടാകുമെന്നും അവ ആരാധനയ്ക്കും ആസ്വാദനത്തിനും ഉപയോഗിക്കാറുണ്ടെന്നും അദ്ദേഹം ഓർമ്മിപ്പിക്കുന്നു. പഷ്ടൂൺ ഗോത്രം റബാബും അറബികൾ ദഫും ഇംഗ്ലീഷുകാർ പിയാനോയും ഉപയോഗിക്കുന്നു. അതുപോലെ ഷീദികൾ മുഗർമാൻ ഉപയോഗിക്കുന്നു.

മുഗർമാൻ വാദ്യം കേൾക്കുമ്പോൾ പ്രായമായ ഷീദികൾ തങ്ങളുടെ മാതൃരാജ്യത്തെ ഓർത്തു വിതുമ്പും. ചെണ്ടയുടെ താളത്തിൽ നൃത്തം മുറുകുമ്പോൾ അവരുടെ പിതാമഹന്മാരുടെ ഭാഷ അവരിലേക്കെത്തും. മുസാഫിർ ഷീദികളോട് തങ്ങളുടെ മക്കളെ മുഗർമാൻ ചെണ്ടയും ആഫ്രിക്കൻ ഭാഷയും പഠിപ്പിക്കാനും തനതു ആഫ്രിക്കൻ സംസ്കാരം അവരിലേക്ക് പകരാനും പ്രേരിപ്പിച്ചു. മുഗർമാൻ വായിക്കുമ്പോൾ ഷീദികൾക്കു നാണക്കേടോ അപമാനമോ തോന്നേണ്ട കാര്യമില്ലെന്ന് അദ്ദേഹം അടിവരയിട്ടു പറഞ്ഞു. സ്വതന്ത്രരായതു മുതൽ ഷീദികൾക്കു നഷ്ടപ്പെട്ട ഐക്യം വീണ്ടും ഊട്ടിയുറപ്പിക്കാനുള്ള മാർഗമാണ് അവരുടെ പരമ്പരാഗത വാദ്യോപകരണമായ മുഗർമാൻ.

മുസാഫിറിന് സ്വാതന്ത്ര്യം കിട്ടിയത് 1947ൽ അല്ല, 1843ൽ ആണ്. ബ്രിട്ടീഷുകാർ സിന്ധ് കീഴടക്കുകയും അടിമത്തം നിരോധിക്കുകയും ചെയ്തത് അന്നാണ്. ഷീദികൾക്കു അത് സന്തോഷത്തിന്റെ കാലമായിരുന്നു. അവർ ആവേശപൂർവം ജോലിചെയ്തു, സാമൂഹ്യ ബന്ധങ്ങൾ വികസിപ്പിച്ചു. പണമില്ലായിരുന്നെങ്കിലും അവർ സന്തുഷ്ടരായിരുന്നു. പാട്ടും നൃത്തവുമായി ആഹ്ലാദിച്ചു ജീവിച്ചിരുന്ന അവരെ 'ഷീദി ബാദ്ഷ' എന്നാണ് മറ്റു സിന്ധികൾ വിളിച്ചിരുന്നത്. അതിന്റെ വാച്യാർത്ഥം ഷീദി രാജാവ് എന്നായിരുന്നെങ്കിലും മുസാഫിർ അതിനെ സ്വാതന്ത്ര്യം ലഭിച്ച ഷീദികളുടെ അമിതാഹ്ലാദമായാണ് വിവരിക്കുന്നത്.

"ധനികരായ എല്ലാ ആളുകളും അവരുടെ സന്തോഷത്തെ അസൂയയോടെയാണ് കണ്ടത്. കാരണം ഇപ്പോൾ അവർക്ക് ഷീദികളെ വാളോ വടിയോ കാണിച്ചു പേടിപ്പിച്ചു പണിയെടുപ്പിക്കാനാവില്ല."

ഞാൻ ടെറസ്സിൽ വായിച്ചുകൊണ്ടിരുന്നപ്പോൾ ബാസ്മിയുടെ രണ്ടു ഭാര്യമാരും കയറി വന്നു. ബാസ്മിയുടെ ആദ്യഭാര്യ സുബൈദ പന്ത്രണ്ടാമത്തെ വയസ്സിലാണ് ബാസ്മിയുടെ ഭാര്യയാകുന്നത്. അവർ തന്റെ ഭർതൃപിതാവിനെ നന്നായി ഓർക്കുന്നു. അദ്ദേഹം വളരെ ഗൗരവക്കാരനും തികഞ്ഞ മതവിശ്വാസിയുമായിരുന്നവെന്ന് അവർ ഇടയ്ക്കിടെ എന്നോട് പറയാറുണ്ട്. "മുസാഫിർ ഷീദികളെക്കുറിച്ച് നിങ്ങളോട് സംസാരിക്കുമായിരുന്നോ?" ഞാൻ ചോദിച്ചു.

"എന്നോടോ?" അവർ വ്യസനത്തോടെ നിഷേധാർത്ഥത്തിൽ തലയാട്ടി. എന്നാൽ സെറീന, ബാസ്മിയുടെ രണ്ടാം ഭാര്യ, പിതാവിന്റെ മരണശേഷം ബാസ്മി പ്രണയിച്ചു വിവാഹം കഴിച്ച സ്ത്രീ, മുസാഫിറിന്റെ എല്ലാ പുസ്തകങ്ങളും വായിച്ചിട്ടുണ്ട്. പുഞ്ചിരിയോടെ അവൾ ചോദിച്ചു, "നിങ്ങൾ മൊമ്പാസ്സ ക്ലബ്ബിനെക്കുറിച്ചു കേട്ടിട്ടില്ലേ?"

അടുത്ത ദിവസം രാവിലെ ആനിയും ഞാനും ഒരു റിക്ഷയിൽ ജംഗ്ലി ഷീദി പാറോയിലേക്ക് പോയി. അവിടെ വിക്കി ജാക്സൺ (ശരിക്കുള്ള പേര് ഖുദാ ബക്ഷ്) ഞങ്ങളെ കാത്തുനിൽക്കുന്നുണ്ടായിരുന്നു. പേരിൽ നിന്നുതന്നെ സംഗീത താത്പര്യം വ്യക്തമാണ്. പക്ഷേ വീടിന്റെ പേര് ഒരു നൂറു വർഷം പഴക്കമുള്ളതാണ്. നൂറുവർഷം മുമ്പ് തങ്ങൾ വിട്ടുപോന്ന വന്യമായ ആഫ്രിക്കൻ ഭൂഖണ്ഡത്തെ ഓർമ്മിപ്പിക്കുന്ന പേര്. അറുപതുകളിൽ വിക്കി ജാക്സന്റെ പിതാവാണ് മൊമ്പാസ്സ ക്ലബിന് രൂപം കൊടുത്തത്. വിക്കിയുടെ അച്ഛനും അങ്കിളും ചേർന്നെഴുതിയ ഒരു സിന്ധി പാട്ട് വിക്കി പാടുന്നത് കേൾക്കാനാണ് ഞങ്ങൾ അവിടെയെത്തിയത്.

ഞങ്ങൾ വീട്ടിലെത്തിയപ്പോൾ തന്നെ ക്ഷമാപണത്തോടെ വിക്കി തനിക്ക് മുഗർമാൻ ചെണ്ടയില്ലെന്നു പറഞ്ഞു. മേശപ്പുറത്തു വിരൽ കൊണ്ട് താളമിട്ടാണ് വിക്കി പാടിയത്. ഞങ്ങൾ അകത്തു കയറിയപ്പോൾ

ആനി തന്റെ ബുർഖ മാറ്റി. വിക്കി പാടാൻ തുടങ്ങിയപ്പോൾ ഞാൻ ആനിയെ ശ്രദ്ധിച്ചു. അവളുടെ ഗൗരവമേറിയ ചന്തമുള്ള മുഖത്ത് ഒരു പുഞ്ചിരി വിരിയുന്നു. ആ ഗാനം അവൾ സിഡിയിൽനിന്നും എനിക്കു വേണ്ടി ഉറുദുവിലേക്ക് പരിഭാഷപ്പെടുത്തി.

"ഷീദി രാജാവാണ്, ഞാനും രാജാവാണ്

അവൻ കാലുകുത്തിന്നിടത്തു സമാധാനം പുലരുന്നു

ഞങ്ങളുടെ ചുണ്ടുകൾ തത്തയെപ്പോലെയാണ്

ഞങ്ങൾക്ക് ഞങ്ങളുടെ മൂക്കിനെക്കുറിച്ച് അഭിമാനമാണ്."

അന്ന് വൈകുന്നേരം ആനിയും ഞാനും വീട്ടിലേക്കു തിരിച്ചു നടക്കുമ്പോൾ, വിക്കിയുടെ പാട്ട് അവളുടെ വിവാഹത്തിന് പാടാൻ പറ്റുന്നതാണെന്നു ഞാൻ പറഞ്ഞു. അവൾ ചിരിച്ചു, പക്ഷേ ബുർഖയ്ക്കടിയിൽ ആ മുഖം ഞാൻ കണ്ടില്ല. "ഞാൻ വിവാഹത്തിനുവേണ്ടി കാത്തിരിക്കുകയല്ല" അവളുടെ മറുപടി ഞാൻ കേട്ടു, ഭാരം ചുമന്നു വലഞ്ഞ കഴുതകൾ രാത്രി വിശ്രമിക്കാനെത്തുന്ന തെരുവിലൂടെ ഞങ്ങൾ നിശ്ശബ്ദരായി നടന്നു...

നാല്

നദീവിശുദ്ധർ

(1689–1752)

"ഓരോ തിരയും പവിഴങ്ങൾകൊണ്ട് നിറഞ്ഞിരിക്കുന്നു. വെള്ളമാകട്ടെ കസ്തൂരി മണം പൊഴിക്കുന്നു, നദിയിൽ നിന്ന് അംബർഗ്രീസിന്റെ സുഗന്ധമുള്ള മന്ദമാരുതൻ സദാ വീശുന്നു."

ഷാ അബ്ദുൽ ലത്തീഫ്

സിന്ധുവിന്റെ തീരത്തുടനീളം മരുഭൂമിയിലും മലമുകളിലും തടാകക്കരയിലും എല്ലാം സൂഫി സന്ന്യാസിവര്യന്മാരുടെ ശവകുടീരങ്ങൾ കാണാം. കഴിഞ്ഞ 1100 വർഷങ്ങളിലായി എണ്ണമറ്റ സന്ന്യാസിവര്യന്മാർ ഈ നദീതീരത്ത് ജീവിച്ചിരുന്നു. തട്ടയിലെ മഞ്ഞക്കല്ലുകൾ പാകിയ ശ്മശാനത്തിൽ മാത്രം 1,25000 സന്ന്യാസിശ്രേഷ്ഠരെ അടക്കം ചെയ്തിട്ടുണ്ട് എന്നാണ് പറയുന്നത്. ഗ്രാമീണരും നാട്ടുചന്തകളും തീർത്ഥാടകരും ആർത്തിയോടെ അവയ്ക്കു ചുറ്റും സമ്മേളിക്കുന്നു. ഇസ്ലാമിലെ നിഗൂഢമായ ഒരു ചിന്താധാരയാണ് സൂഫിസം. മനുഷ്യരാശി ഒന്നാണെന്ന സന്ദേശമാണ് സൂഫിസത്തിന്റെ കാതൽ. സിന്ധി സാമൂഹികജീവിതത്തിൽ എല്ലാ വിശ്വാസങ്ങളും രാഷ്ട്രീയവും വംശങ്ങളും ഒന്നിച്ചുചേരുന്ന ഇടംകൂടിയാണ് സൂഫിവര്യന്മാരുടെ ശവകുടീരങ്ങൾ. ഇവിടെ സൈനികരും കർഷകരും കമ്മ്യൂണിസ്റ്റുകളും ഏകാധിപതികളും ഷീദികളും എല്ലാം ഒരുപോലെ സ്വാഗതം ചെയ്യപ്പെടുന്നു. ഇക്ബാൽ ഷീദിയും അദ്ദേഹത്തിന്റെ സുഹൃത്ത് ഫിദയും ആയിരക്കണക്കിന് മറ്റു സിന്ധികളും ആരാധിക്കുന്ന സാമൂഹ്യ പരിഷ്കർത്താവായ സൂഫി വര്യനാണ് സൂഫി ഷാ ഇനായത്. പതിനെട്ടാം നൂറ്റാണ്ടിൽ അദ്ദേഹം ഒരു കർഷകപ്രസ്ഥാനത്തിന് രൂപം കൊടുത്തു. വിതയ്ക്കുന്നവൻ തിന്നും എന്ന മുദ്രാവാക്യവുമായി അവിടുത്തെ ഭൂവുടമ സമ്പ്രദായത്തിനതിരെ അദ്ദേഹം പ്രക്ഷോഭം നടത്തി.

ഷാ ഇനായത് ഭൂവുടമകൾക്കെതിരെ നടത്തിയ പോരാട്ടങ്ങൾ കണ്ണീരോടെ മാത്രമേ സിന്ധികൾക്ക് ഓർക്കാൻ കഴിയൂ. സിന്ധി സംസ്കാരത്തിന്റെ ഏറ്റവും മികച്ച ഭാവങ്ങൾ എന്നെ പരിചയപ്പെടുത്താനായി ഇക്ബാലും ഫിദയും ഷാ ഇനായതിന്റെ ഉറൂസിൽ പങ്കെടുക്കാനായി

അദ്ദേഹത്തിന്റെ ശവകുടീരം സ്ഥിതിചെയ്യുന്ന ജോക്കിലേക്ക് കൊണ്ടുപോയി. ഞങ്ങൾക്കൊപ്പം സിന്ധി കവിയായ മാഷ്കോറും (Mashkoor) ഉണ്ടായിരുന്നു. സിന്ധു നദിക്കും മരുഭൂമിക്കും ഇടയിൽ സ്ഥിതിചെയ്യുന്ന ജോക്കിലേക്കുള്ള യാത്രയ്ക്കിടെ അയാൾ എന്നോട് സംസാരിച്ചതേറെയും ഷാ ഇനായതിനെക്കുറിച്ചായിരുന്നു. ഫ്രഞ്ച് വിപ്ലവത്തിന്റെ മുന്നോടിയായിരുന്നു ഷാ ഇനായതിന്റെ പ്രസ്ഥാനമെന്ന് അയാൾ പറഞ്ഞു. "ലോകത്തെ ആദ്യത്തെ സോഷ്യലിസ്റ്റ് ആയിരുന്നു അദ്ദേഹം. മാർക്സിനും ഫ്രഞ്ചുകാർക്കും മുമ്പേ വന്ന സോഷ്യലിസ്റ്റ്. എന്നാൽ അക്കാലത്തെ സിന്ധിന്റെ പ്രകൃതം കാരണം അദ്ദേഹത്തിന്റെ സന്ദേശങ്ങൾ വേണ്ടവിധത്തിൽ പ്രചരിക്കപ്പെട്ടില്ല. അതാണ് ഞങ്ങളുടെ ദുരന്തം."

അന്നു വൈകുന്നേരം ഞാൻ കണ്ടുമുട്ടിയ ഷാഇനായതിന്റെ കുടുംബാംഗമായ സൂഫി ഹുസൂർ ബാക്സ് ഇതേ അഭിപ്രായമാണ് പങ്കുവച്ചത്. സൂഫി ഹുസൂറിന്റെ വീട് സിന്ധികൾക്ക് തീർത്ഥാടനകേന്ദ്രം പോലെയാണ്. രാജ്യത്തോടും സൈന്യത്തോടും പഞ്ചാബികളോടും വിശുദ്ധന്മാരോടും അസംതൃപ്തരായ സിന്ധികൾ ശാന്തിതേടി ഇവിടെയെത്തുന്നു. ഇരുട്ടിൽ സൂഫി ഹുസൂർ ബാക്സിന് ചുറ്റും ഇരിക്കുന്ന ഒരു കൂട്ടം പുരുഷന്മാർക്കൊപ്പം ഞങ്ങളും ചേർന്നു. വൈദ്യുതി ഈ ഗ്രാമത്തിൽ അപൂർവ വസ്തുവാണ്.

"ലോകം ഞങ്ങളെ ശ്രദ്ധിക്കുകയും സഹായിക്കാൻ തയ്യാറാകുകയും ചെയ്തിരുന്നെങ്കിൽ ഞങ്ങൾ ഈ സമൂഹത്തെ മാറ്റിമറിക്കുമായിരുന്നു" സൂഫി ഹുസൂർ പറയുന്നു. "ഷാഇനായത് മഹാനായ ഒരു സോഷ്യലിസ്റ്റ് ആയിരുന്നു. എന്നാൽ അദ്ദേഹത്തിന്റെ ആശയങ്ങൾ മറ്റുള്ളവർ സ്ഥാപിത താത്പര്യങ്ങൾക്കായി വളച്ചൊടിച്ചു വ്യാഖ്യാനിക്കുകയായിരുന്നു. തികഞ്ഞ രാഷ്ട്രീയ അവബോധമുണ്ടായിരുന്ന ഇനായത് കറുത്ത നൂല് കൊടുത്തു പാവങ്ങളെ പറ്റിക്കുന്ന ഇന്നത്തെ സൂഫിവര്യന്മാരെപോലെ ഉള്ള ആളല്ലായിരുന്നുവെന്നു സൂഫി ഹുസൂർ പറഞ്ഞു.

സൂഫി ഹുസൂർ ബാക്സിന് ഷാഇനായതിന്റെ ഉറൂസിൽ പങ്കെടുക്കുന്നതിൽനിന്നും ശവകുടീരത്തിൽ പ്രവേശിക്കുന്നതിൽനിന്നും അതിന്റെ സംരക്ഷകനും ബാക്സിന്റെ ബന്ധുവുമായ സജ്ജദാനഷീൻ വിലക്കിയിരിക്കുകയാണ്. കാരണം കുടുംബം അറബിപാരമ്പര്യത്തിൽ പെട്ട സൈദുമാരുടെ പിന്മുറക്കാരല്ലെന്നും മറിച്ച് ബലൂച് ഗോത്രവർഗപാരമ്പര്യമാണെന്നുമുള്ള ബാക്സിന്റെ അവകാശവാദമാണ് സജ്ജദാനഷീനെ പ്രകോപിപ്പിച്ചത്. സജ്ജദാ ഭൂവുടമയാണ്. മറ്റു സിന്ധി തോട്ടങ്ങളിലെ പോലെതന്നെ അദ്ദേഹത്തിനും മുന്നോറോളം കർഷകതൊഴിലാളികളുണ്ട്. സിന്ധിലെ രീതിയനുസരിച്ച് അവർ കൃഷി ചെയ്തുണ്ടാക്കുന്ന വിളയുടെ പകുതി ഭൂവുടമയ്ക്ക് പാട്ടം കൊടുക്കണം. ബാക്കി പകുതി വളരെ കുറഞ്ഞ വിലയ്ക്ക് ഭൂവുടമ വാങ്ങും. സ്വന്തമായി ഭൂമിയില്ലാത്ത തൊഴിലാളി എന്നും ഭൂവുടമയുടെ കടക്കാരനായിരിക്കും. ചിലപ്പോൾ കടം തലമുറകളോളം നീണ്ടുപോകും. കടക്കെണിയിൽ കുടുങ്ങിക്കിടക്കുന്ന

ഏകദേശം 1.7 മില്യൺ കർഷകത്തൊഴിലാളികൾ തെക്കൻസിന്ധിൽ മാത്രമുണ്ടാവും. കുടുംബമൊന്നാകെ ഒരു ഭൂവുടമയുടെ അടിമകളായി ജോലി ചെയ്യുന്ന വ്യവസ്ഥ. ഈ ദുരവസ്ഥയ്ക്കെതിരെയാണ് ഷാഇനായത് പ്രതിഷേധിച്ചത്. ആ പ്രതിഷേധമാണ് അദ്ദേഹത്തിന്റെ ജീവൻ നഷ്ടപ്പെടാൻ കാരണമായത്.

ആദ്യകാലങ്ങളിൽ ഷാഇനായതിന്റെ നിലപാടുകൾ പ്രാദേശികമായ ചില ആശങ്കകൾ മാത്രമേ ഉണ്ടാക്കിയുള്ളൂ. എന്നാൽ അദ്ദേഹം സ്വന്തം കൃഷിയിടത്തിൽ സൗജന്യമായി കൃഷി നടത്താൻ കർഷകത്തൊഴിലാളികളെ ക്ഷണിച്ചതോടെ കാര്യങ്ങൾ മാറിമറിഞ്ഞു. സിന്ധി ചരിത്രകാരന്മാർ 'ഉപഭൂഖണ്ഡത്തിലെ ആദ്യത്തെ കർഷകകൂട്ടായ്മ' എന്നു വിശേഷിപ്പിച്ച സംരംഭത്തെ സമീപവാസികളായ സൈദുമാർ സംശയത്തോടെയാണ് കണ്ടത്. അവരുടെ തട്ടകങ്ങളിൽ ഷാഇനായതിന്റെ വളർന്നുവരുന്ന ജനസമ്മതി അവരെ അസൂയാലുക്കളാക്കി. അവർ തട്ടയിലെ മുഗൾ ഗവർണറെ സമീപിച്ചു. അനുയായികൾ നഷ്ടപ്പെട്ടുതുടങ്ങിയ പ്രാദേശിക സൂഫി ആചാര്യന്മാരും ഭൂവുടമകളായ സൈദുമാർക്കൊപ്പം അണിചേർന്നു. ഒടുവിൽ ഷാഇനായതിനെ കൈകാര്യം ചെയ്യാനുള്ള അനുമതി ലഭിച്ചു. ഷാഇനായതിന്റെ ഗ്രാമം ജോക്ക് അക്രമിക്കപ്പെട്ടു. ഷാഇനായതിന്റെ കർഷകർ ചെറുത്തുനിന്നു. അക്രമികൾ പിന്മാറി. ഷാഇനായത് പരാതിയുമായി ഡൽഹിയിലെത്തി. ഷാഇനായതിന് നഷ്ടപരിഹാരമായി ഭൂമി നല്കാൻ എതിർപക്ഷത്തോട് മുഗൾ കോടതി ഉത്തരവിട്ടു. കൂടുതൽ ഭൂരഹിതർ ഷാഇനായതിന്റെ കീഴിൽ അണിനിരന്നു. ആ കൂട്ടായ്മ വളർന്നു.

കർഷക തൊഴിലാളികളെ ദരിദ്രരും നിസ്സഹായരുമായി മാത്രം കണ്ടിരുന്ന പ്രാദേശിക പ്രമാണിമാരെ സിന്ധിലെ ഒരു വിദൂര ഗ്രാമത്തിൽ നടക്കുന്ന ഈ വിപ്ലവം രോഷാകുലരാക്കി. താഴേക്കിടയിലുള്ള ആളുകളുടെ സുഖജീവിതത്തെക്കുറിച്ചു പരിതപിച്ചുകൊണ്ട് കുലീനവർഗത്തോട് അനുതാപമുള്ള ഒരു കവി എഴുതിയ കവിത ആയുധമെടുക്കാൻ ആഹ്വാനം ചെയ്തുകൊണ്ടാണ് അവസാനിക്കുന്നത്. "ശത്രു ജോക്കിൽ ഉണ്ടായിരിക്കുന്നിടത്തോളം കാലം സിന്ധിന് വിശ്രമമുണ്ടാകില്ല." അങ്ങനെ 1716ൽ തട്ടയിൽ ഒരു പുതിയ മുഗൾ ഗവർണറെത്തി. സിന്ധിലെ പ്രമാണി വർഗം സമയം പാഴാക്കിയില്ല. ജോക്കിലെ ദിവ്യന്മാർ മുഗൾ സാമ്രാജ്യത്തിനു തന്നെ ഭീഷണിയായി മാറുമെന്ന് അവർ മുഗൾ ഗവർണറെ ഭംഗിയായി ബോധ്യപ്പെടുത്തി. ഗവർണർ കാര്യങ്ങളെ ഗൗവരവമായി തന്നെ എടുത്തു. സിന്ധുതീരത്തെ മൂന്നു പ്രധാന കച്ചവടകേന്ദ്രങ്ങളായ ബുക്കർ, സെഹ്വാൻ, മുൾട്ടാൻ എന്നിവിടങ്ങളിലെ ഭരണാധികാരികളെ അദ്ദേഹം വിവരങ്ങൾ ധരിപ്പിച്ചു. സിന്ധിനെ വിഴുങ്ങിയേക്കാവുന്ന ഒരു ലഹളയുടെ സാധ്യതയെക്കുറിച്ച് അദ്ദേഹം ഡൽഹിയിലേക്കും എഴുതി. സൈന്യം സജ്ജമായി.

രണ്ടു മാസത്തോളം സൈന്യം ജോക്കിനെ വളഞ്ഞു. പീരങ്കിയുണ്ട കൾ തീ തുപ്പി. ശത്രുവിനെ നശിപ്പിക്കുന്നതിനെക്കുറിച്ചു പ്രമാണിമാർ പരസ്പരം കത്തുകളെഴുതി രസിച്ചു. എന്നാൽ സൈന്യത്തെ അദ്ഭുത പ്പെടുത്തിക്കൊണ്ട് ജോക്കിലെ കർഷക കൂട്ടായ്മ ചെറുത്തു നിന്നു. ഷാ ഇനായത്തിനെ പിടികൂടുക എളുപ്പമല്ലെന്ന് മനസ്സിലാക്കിയ സൈന്യം സമാധാന ചർച്ചകൾ നടത്താനായി അദ്ദേഹത്തെ ക്ഷണിച്ചു. അദ്ദേഹ ത്തിന്റെ സുരക്ഷ, ഒരു പ്രാദേശിക പ്രമാണിയായിരുന്ന യാർ മുഹമ്മദ് കാൽഹോര ഖുർആൻ സാക്ഷിയായി ഉറപ്പു കൊടുത്തു. എന്നാൽ അത് ചതിയായിരുന്നു. ഷാ ഇനായത് പിടിക്കപ്പെട്ടു. വിചാരണ ചെയ്യപ്പെട്ടു. ഒടുവിൽ വധശിക്ഷയ്ക്കു വിധേയനാക്കി. 1130 A H (7th January 1718)ൽ ഇസ്ലാമിക മാസമായ സഫർ 17ന് അദ്ദേഹത്തിന്റെ ശിക്ഷ നടപ്പാക്കി. ശിരസ്സ് ഡൽഹിയിലേക്ക് അയച്ചു കൊടുത്തു.

ഷാ ഇനായതിനെക്കുറിച്ചുള്ള അവ്യക്തമായ ചില രേഖകളിൽ നിന്നും ആകെക്കൂടി ഞാൻ ശേഖരിച്ചതാണ് ഈ കാര്യങ്ങൾ. ഇനായതിനെ ഒറ്റി ക്കൊടുത്ത കാൽഹോരയും മുഗൾ ഭരണകൂടവും കൈമാറിയ മൂന്നു കത്തുകൾ. പ്രസ്തുത സംഭവം നടന്ന് നാല്പത്തിനാല് വർഷങ്ങൾക്കു ശേഷം, പേർഷ്യൻ ഭാഷയിൽ, കവിയായ ഖാനി എഴുതിയ പുസ്തകം, ഇനായത്തിനെതിരായി എഴുതപ്പെട്ട രണ്ടു ചരിത്ര പുസ്തകങ്ങൾ ഇവ മാത്രമാണ്. ചരിത്ര രേഖകൾ ദുർലഭമാണെങ്കിലും വായ്മൊഴികളിലൂടെ പ്രചരിക്കുന്ന ചരിത്രം അദ്ദേഹത്തിന്റെ 'ഉട്ടോപ്യ'യെക്കുറിച്ചുള്ള വിവര ങ്ങൾ കൊണ്ട് സമ്പന്നമാണ്. 25000 ഫാകിർമാരാണ് അന്ന് കൊല്ലപ്പെട്ടത്. സൈന്യം ഉറുമ്പുകളെപോലെയാണ് ജോക്കിനെ വളഞ്ഞത്. അത് ആറ് മാസം നീണ്ടു നിന്നു", സൂഫി ഹുസൂർ പറഞ്ഞു. ഷാ ഇനായതിനെ വധിച്ചതിന് ശേഷം മുഗൾ സൈന്യം ജോക്കിലെ അദ്ദേഹത്തിനെക്കുറി ച്ചുള്ള എല്ലാ രേഖകളും നശിപ്പിച്ചു. മുറിച്ചുമാറ്റപ്പെട്ട ശിരസ്സിന്റെ ഡൽഹി യാത്രയെക്കുറിച്ച് പ്രതിപാദിക്കുന്ന കവിതയാണ് "ബെസർ നാമ" (Book of The Headless). മരണത്തെ തോല്പിക്കുന്ന ആ കവിതയല്ലാതെ ഇനായ തിന്റേതായി മറ്റൊന്നും ബാക്കിയുണ്ടായിരുന്നില്ല. എല്ലാ സൂഫികൾക്കും അവരെ ഒരു പ്രത്യേക ചിന്താധാരയുമായി ബന്ധിപ്പിക്കുന്ന ഒരു ചരടു ണ്ടാകും. ഷാ ഇനായതിനും അത്തരത്തിലുള്ള ബന്ധങ്ങളുണ്ടായിരുന്നു. എന്നാൽ അദ്ദേഹം മതപരമായി ഒരു യാഥാസ്ഥിതികനായിരുന്നില്ല.

ഷാ ഇനായത് നന്നേ ചെറുപ്പത്തിലേ തന്നെ സിന്ധ് വിട്ടു ഒരു ഗുരു വിനെ അന്വേഷിച്ച് ഇന്ത്യ മുഴുവൻ അലഞ്ഞുനടന്നതായി തട്ടയിൽ നിന്നുള്ള കവിയായ ഖാനി രേഖപ്പെടുത്തിയിട്ടുണ്ട്. ഡെക്കാനിലെത്തി അവിടെനിന്നും ഡൽഹിയിലേക്ക് പോയ ഷാ ഇനായത് അവിടെ തന്റെ ഗുരുവിനെ കണ്ടു. ശിഷ്യനിൽ വളരെ മതിപ്പു തോന്നിയ ഗുരു ശിഷ്യ നോടൊപ്പം തട്ടയിലെത്തി. അവിടെ സിന്ധി ഇസ്ലാമിൽനിന്നും പ്രാകൃത ആചാരങ്ങളെ ഇല്ലായ്മ ചെയ്യാൻ പ്രചാരണം നടത്തിക്കൊണ്ടിരുന്ന യാഥാ സ്ഥിതിക പുരോഹിതർ ഇരുവരെയും മതനിന്ദകരായി മുദ്ര കുത്തി. അവർ

പറഞ്ഞ കാരണം ഷാ ഇനായതിന്റെ ഗുരു ശിഷ്യന്റെ മുന്നിൽ സാഷ്ടാംഗ പ്രണാമം ചെയ്യുന്നു എന്നതാണ്. മനുഷ്യൻ ദൈവത്തിന്റെ മുന്നിൽ മാത്രമേ സാഷ്ടാംഗനമസ്കാരം നടത്താൻ പാടുള്ളൂ. ജോക്ക് സമൂഹത്തെക്കുറിച്ചുള്ള സൂഫി ഹുസൂറിന്റെ പ്രഭാഷണങ്ങളിൽ ശ്രദ്ധിച്ചിരുന്ന എന്നോട് താഴ്ന്ന ശബ്ദത്തിൽ മുഷ്കൂർ പറഞ്ഞു "ഷാ ഇനായത് സർമാദിന്റെ അനുയായി കൂടിയായിരുന്നു."

ഇന്ത്യയിലെ തീർത്തും അയഥാസ്ഥിതികമായ സൂഫി പാരമ്പര്യവുമായി ഷാ ഇനായതിനെ ബന്ധിപ്പിക്കുന്നതാണ് ഈ സങ്കീർണമായ വിവരം. ബിസിനസ്സ് ആവശ്യങ്ങൾക്കായി തട്ടയിൽ എത്തിയ പേർഷ്യൻ ജൂത വ്യാപാരിയായിരുന്നു സർമാദ്. അവിടെ അഭയ് ചാന്ദ് എന്ന സുന്ദരനായ ആൺകുട്ടിയുമായി അയാൾ പ്രണയത്തിലായി. തട്ടയുടെ സുവർണ കാലമായിരുന്നു അത്. വസ്ത്രവ്യാപാരം ലോകപ്രശസ്തിയിലേക്ക് സിന്ധിനെ ഉയർത്തിയ കാലം. സർമാദ് അഭയ്ചന്ദുമായി ഡൽഹിയിലെത്തി. അവിടെ അവരുടെ സ്വവർഗ പ്രണയം ശ്രദ്ധിക്കപ്പെട്ടില്ലെങ്കിലും സർമാദിന്റെ നഗ്നത ശ്രദ്ധിക്കപ്പെട്ടു. അദ്ദേഹത്തിന്റെ ഇസ്ലാം വിരുദ്ധത പുരോഹിതരുടെ അപ്രീതിക്ക് കാരണമായി.

ദൈവനിന്ദകർക്ക് ഇന്ത്യയിൽ യാതൊരു വിലയും ഉണ്ടായിരുന്നില്ല. എന്നാൽ മുഗൾ ചക്രവർത്തി ഷാജഹാന്റെ പുത്രൻ സർമാദിൽ ആകൃഷ്ടനായി. കിരീടാവകാശിയായിരുന്ന ദാരാ ഷിക്കോ ഇസ്ലാമികഹിന്ദു ദർശനങ്ങളുടെ ഏകീകരണത്തിൽ അങ്ങേയറ്റം ആകൃഷ്ടനായിരുന്നു. സ്വന്തം ജിജ്ഞാസയെ പരിഹരിക്കാൻ അദ്ദേഹം ഉപനിഷത്തുകൾ പേർഷ്യനിലേക്ക് പരിഭാഷപ്പെടുത്തി. എന്നാൽ ഇളയസഹോദരനായ ഔറംഗസേബിനു ദാരാ മതനിന്ദകൻ മാത്രമായിരുന്നില്ല സിംഹാസനത്തിലേക്കുള്ള തന്റെ വഴിയിലെ തടസ്സവും കൂടിയായിരുന്നു. സിന്ധുവിന്റെ തീരത്തുവച്ചു നടന്ന നാടകീയമായ ഒരേറ്റുമുട്ടലിൽ ഔറംഗസേബ് ദാരയെ വധിച്ചു. അധികം വൈകാതെ മതനിന്ദ ആരോപിച്ച് സർമാദിനെയും വധിച്ചു. മരണത്തിനുശേഷം സർമാദ് ഇന്ത്യയിലെ 'മൻസൂർ' എന്ന് വിശേഷിപ്പിക്കപ്പെട്ടു. മൻസൂർ അൽഹല്ലാജ് എന്ന സൂഫി വര്യനെ അനുസ്മരിച്ചുകൊണ്ടാണ് സമദിനെ അങ്ങനെ വിശേഷിപ്പിച്ചത്. 905ൽ സിന്ധു തീരത്തു ജീവിച്ചിരുന്ന സൂഫി വര്യനായിരുന്നു മൻസൂർ. 922ൽ ബാഗ്ദാദിൽ എത്തിയ അദ്ദേഹത്തെ, പ്രഭാഷണങ്ങളിൽ ഗൂഢാർത്ഥം ആരോപിച്ചു വധിക്കുകയായിരുന്നു.

സർമാദ് കൊല്ലപ്പെടുമ്പോൾ ഷാ ഇനായതിന് പ്രായം ഏഴു വയസ്സ്. ഇരുപതു വർഷത്തിനുശേഷം ഡൽഹിയിൽ വന്നപ്പോൾ ഷാ ഇനായത് സർമാദിന്റെ ശിഷ്യരെ കാണുകയും അദ്ദേഹത്തിന്റെ ശവകുടീരം സന്ദർശിക്കുകയും ചെയ്തു. മനുഷ്യനിർമ്മിത നിയമങ്ങളെ അവഗണിക്കാൻ ഷാ ഇനായത് പഠിച്ചത് സർമാദിൽ നിന്നാണെന്ന് മുഷ്കൂർ പറഞ്ഞു. അദ്ദേഹം വ്രതാനുഷ്ഠാനത്തെയും പ്രാർത്ഥനകളെയും പരിഹസിച്ചു. ഹിന്ദുവും മുസ്ലീമും ഒന്നാണെന്ന് പുരോഹിത പ്രതിഷേധങ്ങളുടെ

മുഖത്തുനോക്കി വിളിച്ചു പറഞ്ഞു. ഇത്തരം കാര്യങ്ങളെല്ലാം ഷാ ഇനായത് പറഞ്ഞതിനും ചിന്തിച്ചതിനും തെളിവുകളില്ല. എന്നാൽ സിന്ധിൽ ഇപ്പോഴും അദ്ദേഹത്തെക്കുറിച്ചുള്ള ഐതിഹാസിക പ്രതിച്ഛായ സജീവമായി നിലനിൽക്കുന്നു എന്നത് വസ്തുതയാണ്. എക്കാലത്തെയും വലിയ വിപ്ലവകാരി എന്ന അദ്ദേഹത്തിന്റെ സ്ഥാനം സിന്ധിൽ ഇന്നും അചഞ്ചലമായി തുടരുന്നു.

ഭൂപ്രഭുത്വത്തിനെതിരെ ഉള്ള പ്രതിഷേധങ്ങളുടെ മാത്രമല്ല, സിന്ധി ഇസ്ലാമിലെ മതമൗലികവാദത്തിനെതിരെയുമുള്ള സമരങ്ങളുടെയും നായകനായി മാറിയ ഷാഇനായത് സിന്ധി ദേശീയതയുടെ പ്രതീകമായി ത്തീർന്നു. രാഷ്ട്രീയമായി സോഷ്യലിസ്റ്റ്, മതപരമായി സമന്വയം. സിന്ധി ദേശീയതയുടെ പിതാവെന്നറിയപ്പെടുന്ന G M സയീദ്, ഷാ ഇനായതിന് ഒരു പുസ്തകംതന്നെ സമർപ്പിച്ചിട്ടുണ്ട്. “തന്റേതായതെല്ലാം ത്യജിച്ചു മത മുൻവിധികൾക്കെതിരെ സമരം നടത്തിയ വ്യക്തിയായിരുന്നു അദ്ദേഹം.” തുടർച്ചയായ ഹിന്ദു മുസ്ലീംസംവാദങ്ങൾ നടന്ന ഇന്ത്യയിലെ ഒരേ ഒരു പ്രദേശമാണ് സിന്ധ്. സൂഫിവര്യന്മാരായിരുന്ന മൂന്നുപേരും അൽഹല്ലാജ്, സർമാദ്, ഷാഇനായത് എല്ലാവരും ജീവിതത്തിന്റെ കുറെ നാളുകളെങ്കിലും സിന്ധിൽ ചെലവഴിച്ചിരുന്നു.

ഷാ ഇനായത് സിന്ധി സോഷ്യലിസ്റ്റുകൾക്ക് പ്രിയപ്പെട്ടവനായിരുന്നിരിക്കാം. എന്നാൽ അദ്ദേഹത്തിന്റെ മരണംകൊണ്ട് പെട്ടെന്ന് നേട്ടങ്ങൾ ഉണ്ടാക്കിയത് അദ്ദേഹത്തെ ഒറ്റുകൊടുത്ത കൽഹോര കുടുംബമായിരുന്നു. സിന്ധിൽ നിന്നുയർന്ന എതിർപ്പിന്റെ ശബ്ദം ഇല്ലായ്മ ചെയ്തതിലൂടെ തങ്ങളുടെ സ്വാധീനം വ്യക്തമാക്കിയ അവർ അധികം വൈകാതെ സിന്ധിന്റെ പരമാധികാരികളായി മാറി. ഷാ ഇനായതിന്റെ മരണത്തോടെ സിന്ധിലെ ഭൂപരിഷ്കരണത്തിനായുള്ള ശ്രമങ്ങളും അവസാനിച്ചു.

മുഗളന്മാർ ഭൂവിതരണത്തിനു മാൻസബ്ദാരി സമ്പ്രദായമാണ് സ്വീകരിച്ചിരുന്നത്. സമൂഹത്തിലെ പ്രമാണിമാർക്ക് അയാളുടെ ജീവിതകാലത്തു വച്ചനുഭവിക്കാൻ നൽകുന്ന ഭൂമി ആ വ്യക്തിയുടെ മരണത്തോടെ ഭരണകൂടത്തിലേക്ക് തിരികെ ചെല്ലുന്ന സമ്പ്രദായമായിരുന്നു അത്.

മതപണ്ഡിതർക്കും സൈദുമാർക്കും പൂർണ അവകാശത്തോടെ ഭൂമി വിട്ടു നൽകി കൽഹോര കുടുംബം അവരുടെ പിന്തുണ നേടി. അതിന്റെ ഫലമായി ഭൂവുടമ സമ്പ്രദായം നിലവിൽ വന്നു. തൽപുർ കുടുംബം അതിനെ ശക്തിപ്പെടുത്തിയപ്പോൾ ബ്രിട്ടീഷുകാർ അതിന് നിയമപരിരക്ഷ നൽകി. പ്രാദേശിക സ്വാധീനം വർദ്ധിപ്പിക്കാൻ ബ്രിട്ടീഷുകാർക്ക് അത് ആവശ്യമായിരുന്നു. വിഭജനം ഭൂവുടമകളെ വീണ്ടും ശക്തരാക്കി. അവർ വായ്പ മടക്കി നല്കാനുണ്ടായിരുന്ന ഹിന്ദുക്കളായ പലിശക്കാർ മുഴുവൻ പ്രാണരക്ഷാർത്ഥം ഇന്ത്യയിലേക്ക് ഓടിപ്പോയി. പാകിസ്ഥാനിലും ഇന്ത്യയിലും ഏറെ ചർച്ച ചെയ്യപ്പെടുന്ന ഒന്നാണ് ഭൂപ്രഭുത്വം. സിന്ധിൽ നിലനിൽക്കുന്ന ഭൂവുടമ സമ്പ്രദായം എന്തു പേരിട്ടു വിളിച്ചാലും പാവപ്പെട്ട

കർഷകതൊഴിലാളികളെ ഇന്നും നിരക്ഷരും നിരാലംബരുമായിത്തന്നെ നിലനിർത്തുന്നു. കർഷകത്തൊഴിലാളികൾ ആർക്കു വോട്ട് ചെയ്യണമെന്ന് രാഷ്ട്രീയക്കാർ കൂടിയായ ഭൂവുടമകൾ തീരുമാനിക്കും. അതിനായി അവർക്ക് ഏജന്റുമാരുണ്ട്. അത്തരത്തിലൊരു ഏജന്റുമായി ഞാൻ സംസാരിക്കാനിടയായി. "രാഷ്ട്രീയക്കാരുമായി അടുത്തു നിൽക്കാനായി ഞാൻ ഗ്രാമീണരോട് ഇന്നയാൾക്ക് വോട്ട് ചെയ്യണമെന്ന് ആവശ്യപ്പെടും. എന്റെ കുട്ടികൾക്കും ബന്ധുക്കൾക്കും സർക്കാർ ജോലിയും ആനുകൂല്യ ങ്ങളും കിട്ടാൻ രാഷ്ട്രീയക്കാരുമായി അടുത്ത് നിൽക്കണം." അയാൾ വിശദീകരിച്ചു. "അവർ നിങ്ങൾ പറയുന്നയാൾക്കു വോട്ട് ചെയ്തില്ലെ ങ്കിൽ?" ഞാൻ ചോദിച്ചു. "അവർ ചെയ്തില്ലെങ്കിൽ ഞങ്ങൾ ഗുണ്ടകളെ അയയ്ക്കും." അയാൾക്ക് സംശയമില്ല. ഷാ ഇനായതിന്റെ കാലത്തും അവർക്കു ഒരുപാടു സഹിക്കേണ്ടി വന്നു. എന്നാൽ ആധുനിക ജനാധി പത്യത്തിലും അവർക്കു വോട്ടവകാശം പോലുമില്ല.

ഈ സമ്പ്രദായം തുടങ്ങിവച്ച കൽഹോര കുടുംബത്തെ ദേശസ്നേഹി കളായി രാജ്യം പരിഗണിച്ചില്ല. അവർ ഒരുപാടു നല്ല കാര്യങ്ങൾ ചെയ്തു എന്ന കാര്യം ഓർക്കാതെ വയ്യ. അരനൂറ്റാണ്ട് നീണ്ടുനിന്ന അവരുടെ ഭരണകാലത്ത് സിന്ധിനെ ക്ഷയിപ്പിച്ചുകൊണ്ടിരുന്ന മുഗൾ ഭരണത്തിൽ നിന്നും മോചിപ്പിച്ചു. കനാലുകൾ നിർമ്മിച്ച് കൃഷിയെ ശക്തമാക്കി. പേർഷ്യൻ സാഹിത്യം കൽഹോര കുടുംബത്തിന്റെ കീഴിൽ ഏറെ പുരോ ഗതി നേടി. (1782ൽ തൽപുർ കുടുംബം കൽഹോര കുടുംബത്തെ പൂർണ മായി തോൽപിച്ചു.)

സൂഫി ഹുസൂറുമായുള്ള സംഭാഷണം അവസാനിപ്പിച്ചു. ഞങ്ങൾ ശവകുടീരത്തിലേക്കുള്ള മൺപാതയിലൂടെ നടന്നു. വഴിയിലുടനീളം പല തരം ജ്യൂസുകളും മധുരപലഹാരങ്ങളും മുടിപ്പിന്നുകളും മറ്റും വിൽക്കുന്ന സ്റ്റാളുകൾ കാണാം. ഗേറ്റ് കടന്നാൽ അത് മറ്റൊരു ലോകമാണ്. മിക്ക സൂഫി ശവകുടീരങ്ങളും ശാന്തതയും സ്വസ്ഥതയും പ്രദാനം ചെയ്യുന്ന വയാണ്. എന്നാൽ ഇവിടെ ചില പ്രത്യേക ചിട്ടകൾ ഉള്ളതുപോലെ. ഞങ്ങ ളുടെ കൈയിലുണ്ടായിരുന്ന വസ്തുക്കളെല്ലാം കാവൽക്കാർ കർക്കശ മായി വാങ്ങി. സജ്ജദാ നഷീനിന്റെ സാന്നിധ്യത്തിൽ നടക്കുന്ന ആ സംഗീതപരിപാടിയിൽ സ്ത്രീകൾക്കും പുരുഷന്മാർക്കും വെവ്വേറെ ഇരി പ്പിടസൗകര്യമായിരുന്നു ഒരുക്കിയിരുന്നത്. (പുരുഷന്മാർക്ക് സ്റ്റേജിനു മുന്നിലെ പൂന്തോട്ടത്തിൽ സുഖകരമായ ഇരിപ്പിടം കിട്ടിയപ്പോൾ സ്ത്രീ കൾക്ക് ഉച്ചഭാഷിണികൾക്കു സമീപം മണ്ണുപുരണ്ട പടവുകളാണ് അനുവദിക്കപ്പെട്ടത്.) ഈ അവസരത്തിൽ മാത്രമാണ് പൊതുജനങ്ങൾക്ക് സജ്ജദായെ നേരിട്ട് കാണാൻ കഴിയുക. ധനാഢ്യനായ അദ്ദേഹം ജന പിന്തുണയ്ക്കായി കെട്ടിയ ഒരു വൈക്കോൽ കെട്ടിലാണ് ഇരിക്കുന്നത്. ഇത്രയും കാലം ജോക്കിൽ വന്നു പോയിട്ടും ഇക്ബാലോ ഫിദയോ അദ്ദേഹത്തെ കണ്ടിട്ടില്ല. സിന്ധിൽ ഈ മനുഷ്യരെ ദൈവതുല്യരായിട്ടാണ്

കാണുന്നത്. രാജകീയ ബഹുമാനവും സ്വീകരണവും പ്രതീക്ഷിക്കുന്ന ഇവർ ധനികർ, രാഷ്ട്രീയക്കാർ, രാജകുടുംബാംഗങ്ങൾ, വിദേശികൾ തുടങ്ങിയവർക്ക് മാത്രമേ ദർശനാനുമതി നൽകാറുള്ളൂ.

ഞങ്ങൾ സജ്ജദായ്ക്ക് ഒരു സന്ദേശമയച്ചു. പെട്ടെന്നുതന്നെ സന്ദർശനാനുമതിയും കിട്ടി. ശവകുടീരത്തിൽനിന്നും അല്പം മാറിയുള്ള മാർബിൾ ബംഗ്ലാവിലേക്ക് കയറുമ്പോൾ എന്റെ സുഹൃത്തുക്കൾ അതിലെ ആഡംബരത്തെക്കുറിച്ച് പരസ്പരം അതിശയത്തോടെ പിറുപിറുക്കുന്നുണ്ടായിരുന്നു. സൂഫികൾ ദാരിദ്ര്യത്തെ ഏറെ വിലമതിക്കുന്നവരാണ്. എന്നാൽ സജ്ജദായുടെ ഈ മാർബിൾ കൊട്ടാരം അറേബ്യയിലെ ഏതോ ഷെയ്ക്കിന്റെ വസതിയെ ഓർമിപ്പിച്ചു. മാർബിൾ കൊട്ടാരത്തിന്റെ മുമ്പിൽ 'കസേരി കലാൻഡർ' എന്ന് എഴുതിവച്ചിട്ടുണ്ട്. അർത്ഥം യാചകന്റെ കൊട്ടാരം. വെട്ടിത്തിളങ്ങുന്ന വെള്ള വസ്ത്രം ധരിച്ച സജ്ജദായ്ക്ക് നാല് ഭാര്യമാർ ഉണ്ട്. ആദ്യ ഭാര്യ ഒരു അകന്ന ബന്ധുകൂടിയാണ്. രണ്ടാം ഭാര്യ ഒരു ഫ്രഞ്ചുകാരിയാണ് മൂന്നാമത്തെ ഭാര്യ ഇസ്ലാമാബാദിലാണുള്ളത്. നാലാംഭാര്യ ഏതോ രഹസ്യസങ്കേതത്തിലാണ്.

താൻ ഒരു ഭൂവുടമയാണെന്ന് അദ്ദേഹം തുറന്നു സമ്മതിക്കുന്നു. 1400 ഏക്കർ ഭൂമി തനിക്കുണ്ടെന്ന് അദ്ദേഹം പറഞ്ഞു. (നിയമപരമായി ജലസേചനസൗകര്യമുള്ള 150 ഏക്കറും അതില്ലാത്ത 300 ഏക്കറുമാണ് ഒരാൾക്ക് കൈവശം വയ്ക്കാൻ പറ്റുക) ജനങ്ങൾക്ക് ദാരിദ്ര്യമാണെങ്കിൽ അതിനു കാരണം സൈന്യവും പഞ്ചാബികളുമാണ്. സിന്ധിലെ എല്ലാ പ്രശ്നങ്ങൾക്കും കാരണം വിഭജനത്തിനുശേഷം ഇവിടെയെത്തിയ ക്രിമിനലുകളാണ്. കർഷക തൊഴിലാളികളുടെ അവകാശങ്ങൾ ഒരു പ്രശ്നമേയല്ല. തന്റെ കൊട്ടാരത്തിനകത്തു സ്ത്രീ പുരുഷ വേർതിരിവ് കൃത്യമായി പാലിക്കുന്നതിലെ പ്രശ്നങ്ങളാണ് അദ്ദേഹത്തെ അലട്ടുന്നത് 'പുരുഷൻ തീയാണ്, സ്ത്രീ പരുത്തിത്തുണിയും" അദ്ദേഹം പറഞ്ഞു. ഒരാൾ സൂക്ഷിക്കുന്ന ഭാര്യമാരുടെ എണ്ണം കൂടുന്നതിനനുസരിച്ച് അയാൾക്ക് പർദയിലുള്ള വിശ്വാസവും കൂടുന്നു. ഇംഗ്ലണ്ടിലും ആഫ്രിക്കയിലും ജർമനിയിലും ഇന്ത്യയിലും സ്ഥാപനങ്ങൾ ഉള്ള സജ്ജദായുടെ പ്രാഥമിക ലക്ഷ്യവും അത് തന്നെ. "ലണ്ടനിൽ നിരവധി ചെറുപ്പക്കാരായ സ്ത്രീകൾ പോർക്ക് തിന്നുന്നതും ബിക്കിനി ധരിക്കുന്നതും നിർത്തി." അന്ന് വൈകുന്നേരം സജ്ജദാ പറഞ്ഞു.

മഹാനായ ഒരു സൂഫിവര്യന്റെ സന്ദേശം ഈ നിലയിൽ അധഃപതിച്ചുപോയതിൽ ഇക്ബാലും ഫിദയും നിരാശരായി. സിന്ധിൽ നിന്ന് ഞാൻ ഒരു കാര്യം മനസ്സിലാക്കി. ഏതു വിശുദ്ധന്റെയും പിൻഗാമികൾ വിശ്വസിക്കാൻ കൊള്ളാത്തവരായിരിക്കുമെന്ന സത്യം. ചില സൂഫി വര്യന്മാർ എന്നോട് അവരുടെ വിലകൂടിയ ഇറ്റാലിയൻ വസ്ത്രത്തെക്കുറിച്ചും മെഴ്സിഡസ് കാറുകളെക്കുറിച്ചും അമേരിക്കൻ എക്സ്പ്രസ്സിന്റെ ക്രെഡിറ്റ് കാർഡുകളെക്കുറിച്ചും പൊങ്ങച്ചം പറഞ്ഞപ്പോൾ മറ്റു ചിലർ അവരുടെ എതിരാളികളായ സൂഫി നേതാക്കന്മാരെക്കുറിച്ചു അപവാദങ്ങൾ പറഞ്ഞു

(ഗ്രാമീണരായ അനുയായികൾക്കായി സൂഫിവര്യന്മാർക്കിടയിൽ കടുത്ത മത്സരമാണ്)

എല്ലാവർക്കും പാവപ്പെട്ട മനുഷ്യരിൽനിന്നും പണവും ബഹുമതിയും ബഹുമാനവുമാണ് വേണ്ടത്. ശവകുടീരങ്ങളിൽ സന്ദർശകരായി എത്തുന്ന പാവപ്പെട്ട കർഷകത്തൊഴിലാളികൾ പണവും കന്നുകാലികളും ചിലപ്പോൾ സ്വന്തം മക്കളെപോലും ഇത്തരം സൂഫി കുടീരസൂക്ഷിപ്പുകാർക്കു ദാനമായി നൽകുന്നു. ഈ കുട്ടികളോട് അവർ കാണിക്കുന്ന ക്രൂരതകളെക്കുറിച്ചു നിരവധി കഥകളുണ്ട്. തങ്ങളുടെ ഉറ്റ അനുയായികളുടെ പെൺമക്കൾ വിവാഹിതരായാൽ അവരുടെ ആദ്യരാത്രി ഈ സജ്ജദാകൾക്കൊപ്പം ആയിരിക്കും. ഞങ്ങൾക്കു ചായ കൊണ്ടുവന്ന കുട്ടികളെ പരിചയപ്പെടുത്തിയ സജ്ജദാ അവർ ജീവിതകാലം മുഴുവൻ അയാൾക്കൊപ്പം സേവകരായി കഴിയുമെന്ന് പറഞ്ഞു. ഇത് സ്വയം തിരഞ്ഞെടുക്കുന്ന അടിമത്തമാണ്. സിന്ധിലെ ദാരിദ്ര്യത്തിന്റെയും സിന്ധികളുടെ അപാരമായ ആത്മീയതയുടെയും അളവുകോൽ കൂടിയാണ്. ഇത്തരം ദിവ്യപുരുഷന്മാരോടുള്ള അടിമത്തം

ഷാ ഇനായതിന്റെ ആശയങ്ങളും സജ്ജാദെയുടെ ഭൂവുടമ എന്ന പദവിയും പരസ്പരവിരുദ്ധമല്ലേ എന്ന് ഞാൻ ചോദിച്ചു. "ഷാ ഇനായത് ഇന്ന് ജീവിച്ചിരുന്നെങ്കിൽ സിന്ധിന്റെ ഇപ്പോഴത്തെ അവസ്ഥയെക്കുറിച്ച് എന്തു പറയുമായിരുന്നു? കർഷകത്തൊഴിലാളികൾ ഇന്നും ദരിദ്രർ, വൻ ഭൂവുടമകൾ ഇന്നും സിന്ധിൽ ധാരാളം." സജ്ജദാ പുഞ്ചിരിച്ചുകൊണ്ട് പറഞ്ഞു, "ഷാ ഇനായത് ജീവിച്ചിരിപ്പുണ്ട്, ഞാനെന്തു പറയുന്നോ അത് ഷാ ഇനായതിന്റെ വാക്കുകളാണ്. ഞാൻ തന്നെയാണ് ഷാ ഇനായത്."

സജ്ജദായുടെ വാക്കുകൾ മുശ്കൂറിനെ അസ്വസ്ഥനാക്കി. "ഇവരെല്ലാം ഒരുപോലെയാണ്, വെറും ഭൂപ്രഭുക്കൾ."

ദിവ്യന്മാരുടെ അനുയായികൾ അവരുടെ മുൻഗാമികളുടെ മഹത്തായ തത്ത്വശാസ്ത്രങ്ങൾ പിന്തുടരാറില്ല. അവകാശങ്ങളെല്ലാം നിഷേധിക്കപ്പെട്ട കർഷകത്തൊഴിലാളികൾ അവരോട് കാണിക്കുന്ന ഭക്തിയും സമർപ്പണവും പക്ഷേ അമ്പരപ്പിക്കുന്നതാണ്. എന്നാൽ ഈ ശവകുടീരങ്ങളെയും സ്മാരകങ്ങളെയും ഹൃദ്യമാക്കുന്ന ഒന്നുണ്ട്; സംഗീതം. ഇത്തരം ചരമ വാർഷികാഘോഷങ്ങൾ സിന്ധിലെ ഏറ്റവും പ്രഗദ്ഭരായ സംഗീതജ്ഞരുടെ സമ്മേളന വേദിയായി മാറാറുണ്ട്.

പകൽ സംഗീതപരിപാടികളിൽ സ്ത്രീകളെ പൊടി നിറഞ്ഞ മൈതാനത്തേക്ക് മാറ്റിയിരുത്തിയെങ്കിൽ അന്നത്തെ രാത്രിയിൽ നടക്കുന്ന അറുപത്തി അഞ്ചോളം സംഗീത പരിപാടിയിൽ അവർക്ക് പ്രവേശനംതന്നെ നിഷിദ്ധമാണ്. വിദേശിയായ, ശിരസ്സ് മറയ്ക്കാത്ത എന്നെ സത്യത്തിൽ ഒരു സ്ത്രീയായി തന്നെ അവർ കരുതുന്നില്ല. അതുകൊണ്ട് മുശ്കൂറിനൊപ്പം ഒരു പരിപാടിയിൽ നിന്നും അടുത്ത പരിപാടിയിലേക്ക് ഞാൻ നീങ്ങിക്കൊണ്ടിരുന്നു. ദർഗയുടെ അങ്ങേയറ്റത്തെ ഒരു ചെറിയ സ്റ്റേജിൽ

ഉമർക്കോട്ടിൽനിന്നും വന്ന ഒരു സംഗീതജ്ഞൻ തബലയുടെ അകമ്പടിയോടെ ഒരു പ്രത്യേക തരം വാദ്യോപകരണം വായിച്ചു കവിതകൾ പാടുന്നുണ്ടായിരുന്നു. അക്ബർ ചക്രവർത്തിയുടെ ജന്മസ്ഥലമാണ് ഉമർകോട്. പതിനെട്ടാം നൂറ്റാണ്ടിൽ ജീവിച്ചിരുന്ന ഷാ ഇനായതിന്റെ ശിഷ്യനായിരുന്ന ബുല്ലേ ഐജാസ് ഷായുടെ കവിതകൾ തുടങ്ങി ആധുനിക കാലഘട്ട കവിതകൾ വരെ അദ്ദേഹം ആ സംഗീതോപകരണത്തിൽ വായിക്കുന്നുണ്ടായിരുന്നു. ഓരോ പ്രകടനവും അവസാനിക്കാറാകുമ്പോൾ ജനം പ്രത്യേക അർത്ഥമൊന്നുമില്ലാത്ത 'വാഹ്, വാഹ്' ഘോഷം മുഴക്കുന്നുണ്ടായിരുന്നു.

നേരം പുലർന്നപ്പോൾ ഞങ്ങൾ ജോക് ഷെറീഫിൽനിന്നും യാത്ര പറഞ്ഞു. സൂഫി ഹുസൂർ വീടിന്റെ മുന്നിൽ ഞങ്ങളെ കാത്തുനിൽക്കുകയായിരുന്നു. അദ്ദേഹം ഒട്ടും മെരുങ്ങാത്ത മട്ടിലാണ്. 'സംഗീതവും നൃത്തവും ഒക്കെ നല്ലതു തന്നെ. പക്ഷേ യാഥാർത്ഥ്യങ്ങളിൽനിന്നുള്ള ഒളിച്ചോട്ടം മാത്രമാണ്. ഇതൊന്നും പാവങ്ങൾക്ക് അവർക്കാവശ്യമുള്ളതു നൽകില്ല', അദ്ദേഹം കർക്കശ്യത്തോടെ പറഞ്ഞു.

അടുത്ത രണ്ടുമാസത്തോളം, സൂഫി സ്മാരകങ്ങളിൽനിന്നും സ്മാരകങ്ങളിലേക്കുള്ള യാത്രകളിൽ അദ്ദേഹത്തിന്റെ ഈ അഭിപ്രായ പ്രകടനത്തെക്കുറിച്ചു ഞാൻ ഗഹനമായി ചിന്തിച്ചു. സംഗീതം ഒരു ഒളിച്ചോട്ടമായി അദ്ദേഹം വിശേഷിപ്പിച്ചത് ശരിയാണ്. എന്നാൽ സിന്ധിലെ ദരിദ്രർക്ക് ഒളിച്ചോടാൻ വേറെയെന്തെല്ലാം കിടക്കുന്നു? സൗജന്യമായി സംഗീതവിരുന്നുകൾ നൽകുന്നതിന് പുറമെ സിന്ധിലെ ദർഗകൾ പാവങ്ങൾക്ക് അഭയവും കൊടുക്കാറുണ്ട്. രാത്രി പരിപാടികളും നൃത്തവും ലഹരികളും നിരോധിക്കപ്പെട്ട നഗരങ്ങളിൽ വ്യാഴാഴ്ചദിവസങ്ങളിൽ ദർഗ്ഗകളിൽ നടക്കുന്ന ഖവാലി ഒരു നിയമാനുസൃത ചടങ്ങായി മാറുന്നു. കറാച്ചിയിലെ അബ്ദുല്ല ഷാ ഖാസിയുടെ ദർഗയിൽ നടക്കുന്ന ഖവാലിയിൽ ജോലിക്കാരും ഏറ്റവും താഴെക്കിടയിലുള്ളവരുമായ പുരുഷന്മാർ ഹിജഡകൾക്കൊപ്പം, മരിജുവാനയുടെ ലഹരിയിൽ നൃത്തംചെയ്യാനെത്തും. പടിഞ്ഞാറൻ കറാച്ചിയിൽ പതിമൂന്നാം നൂറ്റാണ്ടിലെ ദിവ്യനായിരുന്ന ലാൽ ഷഹബാസ് ഖാലണ്ടറുടെ ദർഗയിൽ നടക്കുന്ന ചെണ്ടമേളം ഉന്മാദത്തിന്റെ പാരമ്യത്തിലുള്ളതാണ്. ബുർഖ ധരിച്ച സ്ത്രീകളും അല്ലാത്തവരും ഭ്രാന്തമായി ഇവിടെ നൃത്തം ചെയ്യുന്നു. മുടിയഴിച്ചുലച്ചുള്ള നൃത്തം അവർ തളർന്നുകുഴഞ്ഞു നിലത്തുവീഴുന്നതുവരെ തുടരും. ഹൈദരാബാദിൽ കൽഹോര കുടുംബം നിർമ്മിച്ച കോട്ടയ്ക്കുള്ളിൽ മക്കിഷായുടെ ശവകുടീരത്തിൽ എല്ലാ സാമൂഹികപശ്ചാത്തലത്തിലുമുള്ള സ്ത്രീകളും പർദ്ദ ധരിച്ച് ഇതിലും ഭ്രാന്തമായി തങ്ങളുടെ അടക്കിവച്ച വികാരങ്ങളെ അഴിച്ചുവിടും. കോട്ടയുടെ തകർന്നുവീഴാറായ ഇഷ്ടികച്ചുമരുകൾക്കിടയിലെ സ്ത്രീകൾക്ക് മാത്രം പ്രവേശനമുള്ള തുറസ്സായ ഭാഗത്ത് അവർ അലറുകയും കരയുകയും മാറത്തടിക്കുകയും സ്വന്തം വസ്ത്രങ്ങൾ വലിച്ചു കീറുകയും ചെയ്യുന്നത് കാണാം. മക്കി ഷാ ദർഗയിൽ

ഞാൻ പോകുമ്പോഴെല്ലാം മരത്തണലിൽ അങ്ങോട്ടുമിങ്ങോട്ടും ഓടുന്ന, അർത്ഥരഹിതമായ ശബ്ദങ്ങൾ പുറപ്പെടുവിക്കുന്നവരെ കാണാം. മൂല കളിൽ ഇരുന്ന് പിച്ചും പേയും പറഞ്ഞ് ഭ്രാന്തമായി ആടുന്ന നിരവധി സ്ത്രീകളെ കാണാം. ഞാൻ മക്കി ഷാ ദർഗയിൽ കണ്ട ചെറുപ്പക്കാരി യായ ഒരു വീട്ടമ്മ എന്നോട് പറഞ്ഞത് അവർ എല്ലാ മാസവും അവിടെ വരാറുണ്ട് എന്നാണ്. "എന്നെ ജിന്നുകൾ നിയ്രന്തിക്കാൻ തുടങ്ങുന്നു എന്നു തോന്നുമ്പോൾ ഞാൻ ഇവിടെ വരും". അവർ രാവിലെ എത്തിയ താണ്. ഉച്ചതിരിഞ്ഞു മൂന്നു മണിയായപ്പോഴേക്കും ഏറെ അലർച്ചകൾക്കും നിലവിളികൾക്കും ശേഷം വളരെ ആശ്വാസം തോന്നുന്നതായി അവർ പറഞ്ഞു. (മാസങ്ങൾക്കുശേഷം ഒരു പഷ്തൂൺ ഗ്രാമത്തിൽ വച്ച് എനിക്കും ഈ അനുഭവം ഉണ്ടായി. ഞാൻ താമസിച്ചിരുന്ന വീട്ടിലെ എല്ലാ വരും നോക്കിനിൽക്കെ, മക്കി ഷായിൽ വച്ച് കണ്ട വീട്ടമ്മയെ ഓർത്തു കൊണ്ട് ഞാൻ അവിടുത്തെ ജോലിക്കാരന്റെ ബൈക്ക് തളർന്നുവീഴും വരെ ഓടിച്ചു. എന്റെ നിരാശകൾ കഴുകിക്കളഞ്ഞു.)

ഈ ദർഗ്ഗകളിലെ സ്ത്രീകളിൽ കുറേപ്പേരെങ്കിലും വളരെ ഗുരുതര മായ മാനസിക പ്രശ്നങ്ങൾ അനുഭവിക്കുന്നവരാണ്. മഹാഭൂരിപക്ഷത്തി നും ദർഗ സന്ദർശനം തങ്ങൾ അനുഭവിക്കുന്ന ദാരിദ്ര്യത്തിൽ നിന്നും അടിച്ചമർത്തലുകളിൽനിന്നും തത്കാലത്തേക്കെങ്കിലും അല്പം ആശ്വാസം പകരുന്ന ഒന്നാണ്. പാകിസ്ഥാനിലെ താഴ്ന്ന വരുമാനക്കാ രായ വീട്ടമ്മമാരിൽ പകുതിയും അമിത ഉൽക്കണ്ഠയും നിരാശയുംമൂലം മാനസിക പ്രശ്നങ്ങൾ അനുഭവിക്കുന്നവരാണെന്ന് അന്തർദേശീയ വൈദ്യശാസ്ത്രപ്രസിദ്ധീകരണങ്ങൾ നടത്തിയ ഒരു സർവേകൾ കണ്ടെ ത്തിയിരുന്നു. പാകിസ്ഥാനിലെ പാവപ്പെട്ടവർക്കായി യാതൊരുവിധ മാനസികാരോഗ്യപരിപാടികളും നിലവിലില്ല. രോഗികളും അശരണരും ഏകാകികളുമായി ജീവിക്കേണ്ടി വരുന്നവർക്കും ദർഗകളാണ് ഏകാശ്രയം.

ഓരോ സൂഫി സ്മാരകവും ദർഗ്ഗയും വ്യത്യസ്ത പ്രവർത്തനങ്ങളാണ് നടത്തുന്നത്. മക്കി ഷാ ദർഗ്ഗ മാനസികപ്രശ്നങ്ങളുള്ളവർക്ക് ആശ്വാസം നല്കുന്നതാണെങ്കിൽ അടിച്ചമർത്തപ്പെട്ട ഉന്മാദികൾക്കാണ് സെഹ്വാൻ ഷെരീഫ് ആശ്വാസം നൽകുന്നത്. സാഞ്ചൽ സർമാസ്റ്റ് ഹർഷോന്മാദ കവിതകളെ സ്നേഹിക്കുന്നവരുടേതാണ്. എന്നാൽ ഷാ അബ്ദുൽ ലത്തീഫിന്റെ ദർഗ്ഗ ഈ വ്യത്യസ്ത വികാരങ്ങളുടെ സമ്മേളനസ്ഥല മാണ്. ഇവിടെ വച്ചാണ് ഞാൻ ഏറ്റവും മികച്ച സംഗീത സാംസ്കാരിക പരിപാടിയിൽ പങ്കെടുത്തത്.

ഷാ ലത്തീഫിന് 28വയസ്സുള്ളപ്പോഴാണ് ഷാ ഇനായത് വധിക്കപ്പെ ടുന്നത്.

അതുകൊണ്ടാവാം ഷാ ലത്തീഫ് ഒരിക്കലും നേരിട്ട് ഭൂവുടമകളുമായി ഏറ്റുമുട്ടാൻ തയ്യാറായില്ല. അദ്ദേഹത്തിന്റെ കാഴ്ചപ്പാടുകൾ തീർത്തും സാധാരണമായിരുന്നു. കവിതകളിലൂടെ തന്റെ കാഴ്ചപ്പാടുകളെ അദ്ദേഹം

സിന്ധിന്റെ ആത്മാവിൽ തുന്നിച്ചേർത്തു. ഒരു സിന്ധി പ്രൊഫസർ ചൂണ്ടിക്കാണിച്ചതുപോലെ "അദ്ദേഹമാണ് സിന്ധ് നിലനിൽക്കാൻ കാരണം. സിന്ധു കഴിഞ്ഞാൽ ലത്തീഫ്."

ഷാ ലത്തീഫ് കവിത എഴുതാൻ തുടങ്ങുംവരെ ഇന്ത്യയിലെ മുസ്ലീം/സൂഫി കവികൾ പേർഷ്യൻ ഭാഷയിലായിരുന്നു എഴുതിയിരുന്നത്. ഈ ഭാഷയിലെ പൂർവികർ മഹാന്മാരായിരുന്നു (റൂമി, ഹാഫിസ്) ഉപമകൾ ഇറക്കുമതി ചെയ്യപ്പെട്ടവയായിരുന്നു. അവരുടെ വിഷയങ്ങൾ രാജകീയവും പുരുഷകേന്ദ്രീകൃതവുമായിരുന്നു. ഷാ അബ്ദുൽ ലത്തീഫ് ലൂഥറിനെപ്പോലെ ജനങ്ങളോട് അവരുടെ ഭാഷയിൽ സംസാരിച്ചു. റൂമിയെ വായിക്കുകയും ഉദ്ധരിക്കുകയും ചെയ്തു, ഖുർ-ആൻ വായിക്കുകയും ഉദ്ധരിക്കുകയും ചെയ്യുന്നതുപോലെ.

എന്നാൽ അദ്ദേഹത്തിന്റെ വിഷയം എപ്പോഴും പ്രാദേശികമായിരുന്നു. അദ്ദേഹം മത്സ്യത്തൊഴിലാളികളെക്കുറിച്ചും കർഷകത്തൊഴിലാളികളെക്കുറിച്ചും പാടി. പ്രകൃതി അദ്ദേഹത്തിന്റെ കവിതകളിലെ പ്രിയപ്പെട്ട വിഷയമായി. ഒട്ടകങ്ങളും മുതലകളും കാലവും കാലാവസ്ഥയും നക്ഷത്രങ്ങളും എല്ലാം ആ കവിതകളിൽ നിറഞ്ഞുനിന്നു. സിന്ധി ജീവിതത്തിന്റെ ഹൃദയതാളമായ സിന്ധു അദ്ദേഹത്തിന്റെ കവിതകളിൽ നിശ്ശബ്ദസാന്നിധ്യമായി. പതിനെട്ടാം നൂറ്റാണ്ടിൽ സിന്ധു ഇന്നത്തേതിനേക്കാൾ പ്രാധാന്യത്തോടെ ജനജീവിതത്തിൽ നിറഞ്ഞുനിന്നിരുന്നു. യാത്രയ്ക്കും ചരക്കുഗതാഗതത്തിനും ഉല്ലാസത്തിനും ജലസേചനത്തിനും എല്ലാം സിന്ധു വേണമായിരുന്നു. ലത്തീഫിന്റെ കവിതകളിൽ സിന്ധുവിന്റെ പല ഭാവങ്ങൾ കാണാൻ കഴിയും. അതിലെ തിരകളും ചുഴികളും അപകടം പതിയിരിക്കുന്ന മണൽത്തിട്ടകളും എല്ലാം.

തന്റെ കവിതകളിൽ അദ്ദേഹം സിന്ധുവിലൂടെ സഞ്ചരിക്കുന്നു. അഴിമുഖത്തും ദ്വീപുകളിലും ശുദ്ധജല തടാകങ്ങളിലും അദ്ദേഹത്തിന്റെ ഭാവന ഒഴുകി നടക്കുന്നു. വെള്ളം ഒരു അനുഗ്രഹമാണ്. മഴ, പ്രവാചകനെപ്പോലെ, ദൈവികദാനമാണ്. എന്നാൽ നദി അപകടകാരിയാണ്. അത് മുറിച്ചു കടക്കുന്നത് ജീവിതത്തിൽ നിന്നും മരണത്തിലേക്കുള്ള ഭയപ്പെടുത്തുന്ന യാത്രയുടെ ഉദാഹരണമാണ്.

ലത്തീഫിന്റെ കവിതാസമാഹാരത്തെ മുപ്പത് അധ്യായങ്ങളായി തിരിച്ചിട്ടുണ്ട്. അതിലധികവും തലമുറകളായി സിന്ധുവിന്റെ തീരത്തു പാടിപതിഞ്ഞ ഐതിഹ്യങ്ങളോ കഥകളോ ആണ്. പേർഷ്യൻ സമ്പ്രദായത്തിൽ നിന്നുള്ള ലത്തീഫിന്റെ ഏറ്റവും പ്രധാനപ്പെട്ട മാറ്റം, അദ്ദേഹം തനത് ഇന്ത്യൻരീതിയനുസരിച്ച് സ്ത്രീകഥാപാത്രങ്ങൾക്ക് കേന്ദ്രസ്ഥാനം നല്കിയെന്നതാണ്. അദ്ദേഹത്തിന്റെ കവിതകൾ പുരുഷകേന്ദ്രീകൃതമായിരുന്നില്ല മറിച്ച് സ്ത്രീകേന്ദ്രീകൃതമായിരുന്നു. അദ്ദേഹത്തിന്റെ രചനകളിൽ കേട്ടത് സ്ത്രീശബ്ദമായിരുന്നു. ഗോത്രനിയമങ്ങളുടെയും പർദ്ദ പോലുള്ള മതനിബന്ധനകളുടെയും ഇടയിൽ വിലക്കപ്പെട്ടതും

അടിച്ചമർത്തപ്പെട്ടതുമായ സ്ത്രീശബ്ദത്തിന് ലത്തീഫ് നൽകിയ പരിഗണന വിപ്ലവകരമായിരുന്നു.

നായിക നേരിടുന്ന സദാചാര വിചാരണയും അതിനെ അതിജീവിക്കാനായി ദൈവത്തോട് പ്രാർത്ഥിക്കുന്നതുമാണ് കവിതയുടെ തുടക്കം. സിന്ധിലെ എല്ലാ ഗ്രാമീണർക്കും ലത്തീഫിന്റെ കവിതകൾ പാടാനറിയാം. നീലാകാശം നിറയുന്ന നക്ഷത്ര വെളിച്ചത്തിൽ, ഇളംചൂടുള്ള മന്ദമാരുതന്റെ തലോടലേറ്റ്, കാറ്റിലുലയുന്ന ചോളച്ചെടികൾക്കിടയിലൂടെ ഒരു കർഷകൻ ലത്തീഫിന്റെ 'സോഹിനി'പാടുന്നതുകേട്ടു. ഞാൻ ഒരു സിന്ധി ഗ്രാമത്തിൽ ഇരിക്കുകയായിരുന്നു. ഇവിടെ നൂറ്റാണ്ടുകൾ തെറ്റിപ്പോകാനെളുപ്പമാണ്. ആ ഗാനത്തിനൊപ്പം ഞാൻ സോഹിനി സിന്ധു നദിയിൽ മുങ്ങി മരിച്ച ആ ഇരുണ്ട രാത്രിയിലേക്ക് യാത്രചെയ്തു.

ഒരു പാത്രനിർമ്മാണക്കാരന്റെ മകളായിരുന്നു സോഹിനി. സോഹിനിയെ തന്റെ ഇഷ്ടത്തിന് വിപരീതമായി ഒരാൾക്ക് വിവാഹം ചെയ്തുകൊടുത്തു. എന്നാൽ സോഹിനി എല്ലാ രാത്രികളിലും തന്റെ കാമുകനെ കാണാനായി സിന്ധുനദി കുറുകെ കടന്ന് മാറുകരയിലേക്ക് പോകാറുണ്ടായിരുന്നു. ഇത് മനസ്സിലാക്കിയ ഭർതൃസഹോദരി സോഹിനി പതിവായി നീന്തിക്കടക്കാനുപയോഗിച്ചിരുന്ന ചുട്ടെടുത്ത വലിയ മൺപാത്രത്തിനു പകരം പച്ച മണ്ണിന്റെ പാത്രം വച്ചു. അതുമായി നദിയിലിറങ്ങിയ സോഹിനി നദീ മധ്യത്തിൽവച്ച് മൺപത്രം ഉടഞ്ഞുതകർന്ന് നദിയിൽ മുങ്ങിമരിച്ചു. സോഹിനി മരണത്തെ പുൽകുന്ന ഈ നിമിഷത്തിലാണ് ലത്തീഫിന്റെ കവിത തുടങ്ങുന്നത്.

"കൈയിൽ മൺപാത്രവും ദൈവത്തിൽ
വിശ്വാസവുമായി അവൾ വെള്ളത്തിലിറങ്ങി.
അവളുടെ കാലുകൾ സ്രാവുകൾ വായിലാക്കി,
ശിരസ്സും അവർ കടിച്ചെടുത്തു.
വളകൾ നുറുങ്ങി തലമുടി വെള്ളത്തിൽ പരന്നുകിടന്നു
മീനുകൾ വലുതും ചെറുതും അവൾക്കുചുറ്റും തിങ്ങിക്കൂടി
മുതലകൾ അവളെ വിഴുങ്ങാൻ കാത്തുനിന്നു."

ലത്തീഫിന്റെ മറ്റൊരു പ്രിയപ്പെട്ട നായികയാണ് സസുയി. സസുയിയുടെ കഥയിലും സിന്ധുനദിയുടെ സാന്നിധ്യം കാണാം. സസുയിയെ സിന്ധുവിന്റെ തീരത്തുവച്ചു മുസ്ലീമായ ഒരു അലക്കുകാരന് കിട്ടിയതാണ്. ആ ശിശുവിനെ അയാൾ സ്വന്തം കുഞ്ഞിനെപ്പോലെ വളർത്തി. മുതിർന്നപ്പോൾ സസുയി പുഞ്ചു എന്ന ബലൂച് യുവാവുമായി പ്രണയത്തിലായി. സസുയിയുടെ പ്രണയം നേടാനായി ബലൂചിലെ പ്രമാണിയായിരുന്ന പുഞ്ച് ഒരു സാധാരണക്കാരനായി അഭിനയിച്ചു. പുഞ്ചുവിന്റെ കുടുംബം ഇതറിഞ്ഞു രോഷാകുലരായി. സസുയി ഉറങ്ങികിടക്കവേ അവർ പുഞ്ചുവിനെ തട്ടിക്കൊണ്ടുപോയി. തന്റെ പ്രിയതമനെ തേടി ബലൂച് മരുഭൂമിയിലൂടെ സസുയി നടത്തുന്ന യാത്രയെക്കുറിച്ചു ലത്തീഫ്

വിവരിക്കുന്നു. നടന്നു തളർന്ന സസുയി തന്റെ ജന്മനാട്ടിൽ നിന്നു ഏറെ അകലെ ബലൂച് മരുഭൂമിയിൽ മരിച്ചു വീഴുന്നു.

സിന്ധുവിന് പടിഞ്ഞാറുള്ള മരുഭൂമിയിൽ പതിനെട്ടാം നൂറ്റാണ്ടിലെ നിരവധി ശവക്കല്ലറകൾ കാണാം. കൽഹോര, തൽപുർ കുടുംബത്തിന്റെയും അവരുടെ സേവകരുടെയും അന്ത്യവിശ്രമസ്ഥലമാണത്. വിളറിയ, മരുഭൂമിയുടെ നിറമുള്ള, ഏകാന്തതയിൽ ഒറ്റപ്പെട്ടുപോയ ആ ശവകുടീരങ്ങൾ പതിനെട്ടാംനൂറ്റാണ്ടിലെ സിന്ധിന്റെ ഛായാചിത്രംപോലെ തോന്നിച്ചു. മരുഭൂമിയുടെ വിദൂരതയിൽ ചിതറിക്കിടക്കുന്ന ആ കല്ലറകൾ കണ്ടെത്താൻ എന്നെ സഹായിച്ചത് ആ പ്രദേശത്തെ സ്കൂളിലെ ഹെഡ്മാസ്റ്ററായിരുന്നു. മറ്റാർക്കുംതന്നെ അവയെക്കുറിച്ച് അറിയുമെന്നു തോന്നുന്നില്ല. അവയെല്ലാം സന്ദർശിക്കാൻ എനിക്കു മൂന്നുദിവസം വേണ്ടി വന്നു. മരുഭൂമിയിലൂടെ മണിക്കൂറുകൾ സഞ്ചരിച്ചതിനുശേഷമാണ് ആ കല്ലറകളിൽ ചിലതിന്റെ മകുടങ്ങൾ കാണാനായത്. ചിലപ്പോൾ അഞ്ചും പത്തും എണ്ണം ഒരുമിച്ചു കാണപ്പെട്ടു. ഇരുപതും മുപ്പതും അടി ഉയരമുള്ള ശവകുടീരങ്ങൾക്കു ചുറ്റുമായി നൂറുകണക്കിന് ചെറുശവകുടീരങ്ങളും കാണാം.

ഇത് ഉപേക്ഷിക്കപ്പെട്ട സ്ഥലമാണ്. മലവെള്ളത്തെ ആശ്രയിച്ചു മാത്രം കൃഷി നടത്തിയിരുന്ന കർഷകർ സിന്ധുവിന്റെ കിഴക്കൻ മേഖലയിൽ ജലസേചനസൗകര്യമുള്ള ഭാഗത്തേക്ക് കുടിയേറുകയായിരുന്നു. കണ്ണെത്താദൂരം പരന്നുകിടക്കുന്ന മണൽ മാത്രം. “ഒരിക്കൽ ഇവിടെ ഹരിതാഭമായിരുന്നു. ഇത് കൽഹോര കുടുംബത്തിന്റെ പഴയ കനാൽ സംവിധാനമാണ്, ഒരിക്കൽ ഈ പ്രദേശം മുഴുവൻ ജലസേചനത്തിനായി ഉപയോഗിച്ചിരുന്നു. അവർ പതിനെട്ടാംനൂറ്റാണ്ടിൽ ചെയ്തത് ഇന്ന് ഞങ്ങൾക്ക് കഴിയുന്നില്ല.” ഹെഡ്മാസ്റ്റർ തുടർന്നു. കുനിഞ്ഞ് ഒരു പിടി മണൽവാരി വിരലുകൾക്കിടയിലൂടെ അത് ഊർന്നുപോകുന്നത് നോക്കി അദ്ദേഹം പറഞ്ഞു. “ഇന്നിവിടെ ഒട്ടകങ്ങൾക്കു മാത്രമേ ജീവിക്കാൻ കഴിയൂ.”

കടുത്ത ചൂടിൽനിന്നും രക്ഷപ്പെടാനായി ഞാൻ ഒരു ശവകുടീരത്തിനകത്തേക്കു കടന്നു. പ്രാവുകൾ കൂട്ടത്തോടെ ചിറകടിച്ചു പൊങ്ങി. ചുറ്റും നോക്കിയ എന്റെ ശ്വാസം നിലച്ചുപോയി. ഉള്ളിൽ നിറയെ വർണങ്ങളുടെ മായാലോകം. ചുമരുകളുടെയും മകുടങ്ങളുടെയും ഓരോ ഇഞ്ചിലും വർണാഭമായ ചുവർചിത്രങ്ങളാൽ അലങ്കരിച്ചിരിക്കുന്നു. മാമ്പഴത്തിന്റെയും മാതളത്തിന്റെയും ചിത്രങ്ങൾ സർവത്ര ആലേഖനം ചെയ്തിരിക്കുന്നു. കാവി മണ്ണിൽതീർത്ത പച്ചയും ചുവപ്പും നീലയും പൂക്കളാണ് മുകൾഭാഗത്തെ മുകുടത്തിനുള്ളിൽ. ചിത്രങ്ങൾക്കിടയിലെ അതിരുകൾ നിറയെ മൃഗങ്ങളും പക്ഷികളും മീനുകളും കൈയടക്കിയിരിക്കുന്നു. ഒപ്പം ചുണ്ടിൽ മീനുമായി നിൽക്കുന്ന കൊക്കുകൾ ഈന്തപ്പനയിൽ കയറുന്ന കുരങ്ങൻ, അമ്പരന്നു നിൽക്കുന്ന കാലികൾ... ജീവൻ തുടിക്കുന്ന ചിത്രങ്ങൾ.

നാല് തൂണുകളിലും വരച്ചുവച്ചിരിക്കുന്നത് പതിനെട്ടാം നൂറ്റാണ്ടിൽ പ്രചരിച്ചിരുന്ന ഐതിഹ്യങ്ങളും ചരിത്രവും സാമൂഹികജീവിതവുമാണ്. ജപമാലയും പള്ളിമകുടങ്ങളും വ്രതസ്നാനത്തിനായുള്ള പാത്രങ്ങളും തുറന്നുവച്ച ഖുർ-ആനും മതത്തെ പ്രതിനിധീകരിക്കുന്നു. വീട്ടുകാര്യങ്ങളും ഈ ചിത്രരചനകളിലുണ്ട്. കയറ്റുകട്ടിലിൽ ഒരുമിച്ചിരിക്കുന്ന ഭാര്യാഭർത്താക്കന്മാർ, കിടയ്ക്കക്കടിയിൽ ശ്രദ്ധാപൂർവം സൂക്ഷിച്ചിരിക്കുന്ന വാളും തോക്കും യജമാനത്തിയെ വീശിക്കൊണ്ട് നിൽക്കുന്ന ജോലിക്കാരി അങ്ങനെ പോകുന്നു അത്തരം രചനകൾ. പുറംലോകത്തിന്റെ കാഴ്ചകളും ഇവയിലുണ്ട്. സിന്ധുവിലൂടെ സഞ്ചരിക്കുന്ന ബോട്ട്, കടുവയെ പിന്തുടരുന്ന വേട്ടക്കാർ, മരുഭൂമിയിലൂടെ മെല്ലെ നീങ്ങുന്ന ഒട്ടകങ്ങൾ ഇതെല്ലം പുറംലോകത്തിന്റെ കാഴ്ചകളിൽപെടുന്നു. ഒരു ശവകുടീരത്തിന്റെ ചുമരുകളിൽ കണ്ടത് ഒന്നാന്തരം യുദ്ധത്തിന്റെ ചിത്രീകരണമാണ്. ഒരിക്കൽ ഈ മനുഷ്യരെയും ചെടികളെയും മൃഗങ്ങളെയും നില നിർത്തിയ വെള്ളത്തിന്റെ സാന്നിധ്യം എല്ലാ രചനകളിലും കാണാം. ഈ മരുഭൂമിയിൽ ഒരു മുന്നറിയിപ്പ് പോലെയാണ് ശവകുടീരങ്ങൾ നിൽക്കുന്നത്. കൃഷിയിടങ്ങൾ വളരെ വേഗം ഇല്ലാതായിക്കൊണ്ടിരിക്കുന്ന, ഉപ്പുവെള്ളം നിറഞ്ഞ ചതുപ്പുകൾ രൂപമെടുത്തുകൊണ്ടിരിക്കുന്ന ഒരു രാജ്യത്തിന് നൽകുന്ന മുന്നറിയിപ്പ്.

നദിയെപോലെതന്നെ ഈ ശവകുടീരങ്ങളും സംരക്ഷിക്കപ്പെടുന്നില്ല. സമ്പന്നമായ ഈ പൈതൃകം തീർത്തും നാശത്തിന്റെ വക്കിലാണ്. ഏതെങ്കിലും യൂറോപ്യൻ രാജ്യത്താണെങ്കിൽ ഇത്തരമൊരു അമൂല്യസമ്പത്ത് കൈയിലുണ്ടെങ്കിൽ ടൂറിസം വികസനത്തിന് മറ്റൊന്നും ആലോചിക്കേണ്ടി വരില്ല. ഇവിടെ മരുഭൂമിയിൽ പൊടിയിൽ മൂടിനിൽക്കുന്ന ശവകുടീരങ്ങളിൽ ആകെ എത്താറുള്ളത് മുള്ളൻപന്നികളും എന്തെങ്കിലും നിധി കിട്ടുമെന്ന് കരുതിയെത്തുന്ന കല്ലറ മോഷ്ടാക്കളും മാത്രം.

കൽഹോര കുടുംബം വിലപ്പെട്ടതൊന്നും മൃതദേഹത്തോടൊപ്പം അടക്കം ചെയ്യാറില്ലായിരുന്നു). മനുഷ്യരൂപങ്ങൾ വരയ്ക്കുന്നത് സംബന്ധിച്ച് ഇസ്ലാമിക മനോഭാവങ്ങൾ മാറിയിരിക്കുന്നു. പതിനെട്ടാംനൂറ്റാണ്ടിൽ അത്തരത്തിലുള്ള ആശങ്കകൾ ഒന്നുമില്ലായിരുന്നു. നിർഭാഗ്യവശാൽ പല ചിത്രങ്ങളുടെയും പ്രത്യേകിച്ച് സ്ത്രീരൂപങ്ങളുടെ മുഖം ഈയടുത്ത കാലത്തെപ്പോഴോ കുത്തിവരഞ്ഞു വികൃതമാക്കിയിരിക്കുന്നു. കലാസൃഷ്ടികളുടെ ഭൂതകാലം 'സെൻസർ' ചെയ്യാൻ വെമ്പൽകൊള്ളുന്ന ആരുടെയോ വേലയായിരിക്കാം. നിർമ്മിതികളെല്ലാം തന്നെ തകർന്നുകൊണ്ടിരിക്കുന്നു. എല്ലാ ഗോപുരങ്ങളിലും വിള്ളലുകൾ കാണാം. ചിലതൊക്കെ പൊളിഞ്ഞു വീണുകഴിഞ്ഞു.

ലത്തീഫിന്റെ കവിതകളിൽ നിന്നുള്ള ഭാഗങ്ങൾ ആലേഖനം ചെയ്തു വച്ചിരിക്കുന്നതാണ് ഈ ചുമർചിത്രങ്ങളിൽ ഏറ്റവും ഹൃദ്യമായത്. തട്ടിക്കൊണ്ടുപോകപ്പെട്ട പ്രിയതമനെ തേടി നദീതീരത്തുകൂടി അലയുന്ന സസുയിയെ അവിടെ കാണാം. മാറത്തടുക്കിപ്പിടിച്ച മൺകുടവുമായി

നദിയിലൂടെ നീന്തുന്ന സോഹിനിയെയും ഈ ചിത്രങ്ങളിൽ കാണാം. സോഹിനിയെ പിന്തുടർന്ന് നീന്തുന്ന മുതലയും മീൻകൂട്ടങ്ങളും കരയിൽ നോക്കിനിൽക്കുന്ന അവളുടെ ഭർത്താവും മറുകരയിൽ തന്റെ കാലിക്കൂട്ടങ്ങളുമായി മുളന്തണ്ടും വായിച്ച് അവളെ കാത്തുനിൽക്കുന്ന മെഹറും ഈ ചുമരുകളിൽ ജീവൻ തുടിച്ചുനിൽക്കുന്നു.

ഈ മനോഹരരംഗങ്ങൾ എല്ലാ വർഷവും നടക്കുന്ന ലത്തീഫിന്റെ ഉറൂസിൽ ഒരിക്കൽകൂടി ഓർമ്മിക്കപ്പെടുന്നു. സ്ത്രീകളും പുരുഷന്മാരും ഗ്രാമീണരും നഗരവാസികളും സുന്നികളും ഹിന്ദുക്കളും തുടങ്ങി എല്ലാ ജനവിഭാഗങ്ങളും സിന്ധിന്റെ എല്ലാ ഭാഗത്തുനിന്നും ഭിതിഷ (Bhitshah) യിലെത്തുന്നു. ഭിതിഷ ഹൈദരാബാദിന് വടക്കുള്ള ഒരു ഗ്രാമമാണ്. തന്റെ സംഗീതോപാസനയ്ക്കായി അദ്ദേഹം തെരഞ്ഞെടുത്ത സ്ഥലം. എല്ലാ രാത്രികളിലും നേരം പുലരുംവരെ നാട്ടുകാരായ സംഗീതജ്ഞർ ലത്തീഫിന്റെ 'രിസാലോ' എന്ന കവിത പാടിക്കൊണ്ട് അദ്ദേഹത്തിന്റെ ശവകുടീരത്തിനുമുന്നിൽ ഇരിക്കും. ഉറൂസിന്റെ സമയത്തു ഗ്രാമീണർ അവിടെയെത്തുന്ന ഭക്തരെ ഇരുകൈകളും നീട്ടി സ്വീകരിക്കുന്നു. ഓരോ സംഘവും എത്തുക സ്വന്തം അടുക്കളയും ടെന്റുകളും ഒപ്പം സ്വന്തമായി ഒരു കൂട്ടം പാട്ടുകാരുമായിട്ടായിരിക്കും.

തംബുരു എന്ന ഒരു പുതിയ സംഗീതോപകരണം ലത്തീഫ് വികസിപ്പിച്ചു, ഒപ്പം 'ഭവായി' എന്ന ഒരു രാഗവും. നായികാപ്രാധാന്യമുള്ള അദ്ദേഹത്തിന്റെ പാട്ടുകൾ പുരുഷഗായകർ ആലപിച്ചു. സാങ്കേതികമായി, പാടാൻ ബുദ്ധിമുട്ടുള്ളതായിരുന്നു ലത്തീഫിന്റെ ഗാനങ്ങൾ. സിന്ധി ഭാഷയാകട്ടെ വളരെ പുരാതനവും തദ്ദേശീയർക്കുപോലും കൈകാര്യം ചെയ്യാൻ പ്രയാസമുള്ളതുമാണ്. എന്നാൽ എല്ലാവർക്കും മനസ്സിലാകുന്നവിധം ഒരു ആത്മാർത്ഥതയും പൂർണതയും അത് പാടുന്നതിൽ ഉണ്ട്. അതുകൊണ്ട് എല്ലാവർക്കും ആസ്വദിക്കാൻ കഴിയും എന്ന കാര്യത്തിൽ സംശയമില്ല.

ആ രാത്രി മുഴുവൻ ഞാൻ ദർഗ്ഗയിൽ കാണികൾക്കൊപ്പം ഓരോ പരിപാടിയും കണ്ടു നടന്നു. പരിപാടികൾ നിരവധിയാണ്. ചിലങ്കയുടെ താളത്തിൽ മതിമറന്നാടുന്ന ഹിജഡകൾ, പുല്ലാങ്കുഴലിലൂടെ നാദപ്രപഞ്ചം തീർക്കുന്നവർ, ലത്തീഫിന്റെ കഥകൾ നാടകരൂപത്തിൽ അവതരിപ്പിക്കുന്നവർ തുടങ്ങി നിരവധി പരിപാടികൾ രാത്രിയിൽ അവിടെ അരങ്ങേറുന്നു. ലത്തീഫ് ധ്യാനിച്ചിരുന്ന മൺചുമരുള്ള കൊച്ചുകുടിലിൽ കറുത്ത വസ്ത്രങ്ങൾ ധരിച്ച പാട്ടുകാർ അദ്ദേഹത്തിന്റെ 'സുർ സോഹിനി' പരിശീലിക്കുന്നു. സജ്ജദാ നഷീനിന്റെ ഭക്തർ തിക്കിത്തിരക്കുന്ന വീടിനു താഴെ തെരുവിൽ മുസ്ലീം സന്ന്യാസിമാർ മരിജുവാനയുടെ ലഹരിയിൽ വിശേഷങ്ങൾ പങ്കുവയ്ക്കുന്നുണ്ടായിരുന്നു. ശവകുടീരത്തിനു മുന്നിലുള്ള സ്ഥലത്തു 'ധമ്മൽ' നൃത്തത്തിനായുള്ള ചെണ്ടമേളം മുറുകിത്തുടങ്ങി ഭിതിഷയിൽ സിന്ധിലെ എല്ലാത്തരം ആളുകളും കൂടിയിട്ടുണ്ട്.

മൂന്നു ദിവസത്തെ ആഘോഷത്തിൽ എല്ലാവർക്കും സർവസ്വാതന്ത്ര്യ മാണ്. പാകിസ്ഥാനിലെ സാമൂഹ്യാധികാരക്രമങ്ങളിൽനിന്നും ഏകമത ചിന്തകളിൽനിന്നുമുള്ള പിൻവലിയൽകൂടിയാണ് ഈ മൂന്നു ദിവസങ്ങൾ. ഒരുപക്ഷേ ഇവിടുത്തെ സാമൂഹിക ക്രമത്തിന്റെ നിയന്ത്രണം ജോക്കിലെ പോലെ സജ്ജാദെയുടെ നിയന്ത്രണത്തിലോ സർക്കാരിന്റെ നിയന്ത്രണ ത്തിലോ അല്ലാത്തതുകൊണ്ടാവാം. ഇവിടുത്തെ അന്തരീക്ഷം ഒരു കാർണിവലിനെ അനുസ്മരിപ്പിക്കുന്ന തരത്തിലുള്ളതാണ്.

ലത്തീഫിന്റെ ചരമവാർഷികദിനത്തിൽ രാവിലെ സജ്ജദാ നഷീൻ ലത്തീഫിന്റെ തുണിത്തൊപ്പിയും മേൽവസ്ത്രവും ധരിച്ച് ശവകുടീരത്തി ലേക്ക് നടന്നു. അദ്ദേഹത്തിന്റെ പട്ടണവാസികളായ ഭക്തർ കരഞ്ഞു കൊണ്ടിരുന്നു. അന്ന് ഉച്ചതിരിഞ്ഞപ്പോൾ പച്ച തൊപ്പിയണിഞ്ഞ ഒരുകൂട്ടം ചെറുപ്പക്കാർ "അള്ളാഹു, അള്ളാഹു" എന്ന് വിളിച്ചുകൊണ്ട് ശവകുടീര ത്തിനുനേരെ പായുന്നുണ്ടായിരുന്നു. അന്നുരാത്രി വൈകി ആഘോഷ ങ്ങൾക്കിടെ മുഗർമാൻ ചെണ്ടയുടെ ശബ്ദംകേട്ട് ഞാൻ ദർഗ്ഗയിലേക്കോടി. അവിടെ ഷീദികളുടെ ഒരു സംഘം അവരുടെ ചടുലതാളങ്ങളിൽ ജന ക്കൂട്ടത്തെ ഹരംകൊള്ളിച്ചുകൊണ്ട് കുടീരത്തിനുനേരെ നീങ്ങുന്നതാണ് കണ്ടത്. സിന്ധിലെ എല്ലാവർക്കും ഇവിടെ ഒരു സ്ഥാനമുണ്ട്.

ഈ ചെറിയ ഗ്രാമത്തിൽ വിഭാഗീയതകളില്ലാതെ എല്ലാവരും ഒന്നിച്ചു ചേരുന്നത് തീവ്രമതവിശ്വാസികളെ അലോസരപ്പെടുത്തുന്നുണ്ടാവാം. ഒരു ദിവസം രാത്രി ഞാൻ കണ്ട ഒരു ബലൂച് പത്രപ്രവർത്തകൻ എന്നോട് പറഞ്ഞത് തന്റെ മധ്യവർഗപൊങ്ങച്ചങ്ങൾ കറാച്ചിയിൽ ഉപേക്ഷിച്ച് എല്ലാ വർഷവും താനിവിടെ എത്താറുണ്ടെന്നാണ്.

അയാൾ ഈ ഉറൂസിനെക്കുറിച്ച് അന്ന് ഒരു ലേഖനം എഴുതി. അതിന്റെ ആദ്യത്തെ വരികൾ എഡിറ്റു ചെയ്ത് മാറ്റിക്കളഞ്ഞു; ആ വരി കൾ ഇങ്ങനെയായിരുന്നു "താഴ്ന്ന ജാതിയിൽപെട്ട ഒരു ഹിന്ദുകുടുംബം ഷിയാക്കൾ നിയന്ത്രിക്കുന്ന സൂഫി ശവകുടീരത്തിലെ സുന്നി മോസ് കിൽ കിടന്നുറങ്ങുന്നു". ഞാൻ അതൊന്നു പരിശോധിക്കണമെന്നു കരുതി മോസ്കിലേക്ക് നടന്നു. അയാൾ എഴുതിയത് ശരിയായിരുന്നു. മോസ്കിന്റെ പ്രാർത്ഥനാഹാളിൽ സ്ത്രീകളും പുരുഷന്മാരും ഉൾപ്പെട്ട കുടുംബങ്ങൾ കിടന്നുറങ്ങുന്നു. സമൂഹം അതിന്റെ പതിവ് അല്പത്തര ങ്ങൾ തൽക്കാലത്തേക്ക് മാറ്റിവച്ച്, ആ മോസ്കിന്റെ യഥാർത്ഥ സന്ദേശം ഉൾക്കൊണ്ടതുപോലെ, വിശ്വാസികളെ ഉൾക്കൊള്ളാൻ ഒരിടം.

മറ്റൊരു ഭാഗത്തുള്ള ഒരു കെട്ടിടത്തിലേക്ക് ഞാൻ നടന്നു. അവിടെ നോട്ടുകളുടെ കൂമ്പാരത്തിനു ചുറ്റും ഇരുന്ന് പാകിസ്ഥാൻ ഗവണ്മെന്റിന്റെ മതകാര്യ ഉദ്യോഗസ്ഥന്മാർ ഉറക്കച്ചടവോടെ നേർച്ചയായി കിട്ടിയ പണം എണ്ണി തിട്ടപ്പെടുത്തുന്നു. (നന്നായി നടന്ന ഒരു ഉറൂസിൽ മുപ്പതുലക്ഷം രൂപവരെ കിട്ടാറുണ്ടെന്ന് ഉദ്യോഗസ്ഥർ പറഞ്ഞു). പാട്ടുകാർ 'രിസാലോ'

പാടുന്നത് കേട്ടുകൊണ്ട് ഞാൻ എന്റെ രണ്ടാമത്തെ രാത്രിയും അവിടെ ചെലവിട്ടു.

പുലർച്ചെ ഞാൻ താമസിച്ചിരുന്ന സൈദുമാരുടെ വീട്ടിലേക്ക് തിരിച്ചുപോയി. അവിടെ മരിച്ചുപോയ ദിവ്യന്റെ ബന്ധുക്കൾക്കൊപ്പമാണ് ഞാൻ താമസിച്ചിരുന്നത്. വിലാപത്തിന്റെ മാസമായ മുഹറം അവസാനിച്ചതേയുള്ളു. വീട്ടിലെ സ്ത്രീകൾ അപ്പോഴും കറുത്ത വസ്ത്രമാണ് ധരിച്ചിരിക്കുന്നത്. അവർ വീട്ടിനുള്ളിൽതന്നെ കഴിച്ചുകൂട്ടുന്നു. പാചകമുൾപ്പെടെ ഒരു ജോലിയും ചെയ്യില്ല. അതെല്ലാം ജോലിക്കാരാണ് ചെയ്യുക. വീട്ടുകാരായ സ്ത്രീകൾ പകൽമുഴുവൻ മരംകൊണ്ടുള്ള ആട്ടുകട്ടിലുകളിൽ ഇരുന്ന് നർമ്മസല്ലാപം നടത്തും.

സ്വന്തം പിതാമഹന്റെ പേരിലുള്ള ആഘോഷങ്ങൾ തൊട്ടുമുന്നിൽ അരങ്ങുതകർക്കുമ്പോൾ ഈ സ്ത്രീകൾ അതിൽ പങ്കെടുക്കാതെ വീട്ടിനുള്ളിൽ കഴിയുന്നത് ഒരു തലതിരിഞ്ഞ ഏർപ്പാടായി എനിക്കുതോന്നി. ഞാൻ ലത്തീഫിന്റെ, സജ്ജദാ നഷീൻ ഉൾപ്പെടയുള്ള ബന്ധുക്കളോട് സംസാരിച്ചപ്പോൾ അവർ അദ്ദേഹത്തെ എല്ലാംതികഞ്ഞ ഒരു സൂഫിവര്യനായി കാണുന്നില്ല എന്നു മനസ്സിലായി. അവർക്ക് അദ്ദേഹം ഷിയാ വിഭാഗത്തിൽപെട്ടയാളാണ്. അദ്ദേഹത്തെ സ്വന്തം വിഭാഗത്തിന്റെ മാത്രമായി അവകാശപ്പെടാൻ താത്പര്യപ്പെടുന്ന അദ്ദേഹത്തിന്റെ ബന്ധുക്കൾക്ക് ഈ ഉറൂസിനെക്കുറിച്ച് വ്യത്യസ്ത അഭിപ്രായമാണുള്ളത്. ഗ്രാമത്തിലെ സാഹിത്യ ഉത്സവങ്ങൾ ലത്തീഫിനെ ഒരു കവിയായി ആഘോഷിക്കുമ്പോൾ ജനം ലത്തീഫിനെ സിന്ധിന്റെ വിശുദ്ധസ്വരമായി കൊണ്ടാടുന്നു.

സജ്ജദാ നഷീനിന്റെ അഭിപ്രായത്തിൽ 'രിസാല' ഒരു മതഗ്രന്ഥമാണ്. ഖുർ-ആന്റെ സിന്ധി പതിപ്പ്. മിക്കവാറും എല്ലാ മുസ്ലീംഭവനങ്ങളിലും ഖുർ-ആൻ മറ്റു പുസ്തകങ്ങളോടൊപ്പം വയ്ക്കാറില്ല. അത്രയും വിശുദ്ധമായിട്ടാണ് അത് സൂക്ഷിക്കാറ്. എന്നാൽ സജ്ജാദെയുടെ വീട്ടിൽ 'രിസാലയും' വിശുദ്ധഗ്രന്ഥവും അടുത്തടുത്ത് വെച്ചിരിക്കുന്നു. ഇരുഗ്രന്ഥങ്ങളും തിളങ്ങുന്ന കസവു തുണികളിൽ പൊതിഞ്ഞു കുഞ്ഞുങ്ങളെയെന്നതു പോലെയാണ് സൂക്ഷിച്ചിരിക്കുന്നത്. ഉണ്ണിക്കണ്ണൻ തൊട്ടിലിൽ കിടക്കുന്നതുപോലെ...

ലത്തീഫ് എന്തായിരുന്നാലും അദ്ദേഹത്തിന്റെ 'രിസാലോ' ഒരു വിശ്വാസിയുടെ സൃഷ്ടിയല്ല. അതിൽ സൂഫിയോ, സുന്നിയോ, ഷിയായോ ആയി ബന്ധപ്പെട്ട സിദ്ധാന്തങ്ങളും കാണാൻ കഴിയില്ല. തീർച്ചയായും അതൊരു മുസ്ലീമിന്റെ കൃതിയാണ്. എന്നാൽ അതിന് ജാതിയുടെ നിറം കൊടുക്കുന്നത് ഷേക്സ്പിയറിന്റെ നാടകങ്ങൾക്ക് ക്രിസ്തുമതത്തിന്റെ നിറം പൂശുന്നതുപോലെയാണ്. ഷേക്സ്പിയർ പ്രോട്ടസ്റ്റന്റെന്നും കാത്തലിക് എന്നും നിരീശ്വരവാദിയെന്നും കാല്പനികപ്രണയത്തിന്റെ ഉപജ്ഞാതാവെന്നും വിശേഷിപ്പിക്കപ്പെട്ടതുപോലെയുള്ള ഒരു നിയോഗം

തന്നെയാണ് ലത്തീഫിന്റേതെന്ന് സിന്ധി ചരിത്രകാരനായ ഹുസാമുദ്ദീൻ റഷ്ദി അഭിപ്രായപ്പെടുന്നു.

"സൂഫികളുടെ കിരീടമാണ് ഷാ, ഒരു നാടോടി കവിയാണ്, സംഗീതത്തിൽ അഗ്രഗണ്യനാണ്, ഒരു രാജ്യസ്നേഹിയാണ്. കോൺഗ്രസ്സാണ്, മുസ്ലീംലീഗാണ്, റൂമിയാണ് ഗോയ്ഥെയാണ്... ചുരുക്കത്തിൽ ഷാ എല്ലാ രോഗത്തിനുമുള്ള മരുന്നാണ്."

സിന്ധിലെ ഹിന്ദുക്കളും മുസ്ലീങ്ങളെപോലെതന്നെ ഷാ ലത്തീഫിനെ സ്നേഹിക്കുകയും ആരാധിക്കുകയും ചെയ്തിരുന്നു. ഉറൂസിനോടനുബന്ധിച്ചു നടക്കുന്ന സാഹിത്യോത്സവത്തിൽ പങ്കെടുക്കാൻ ഇന്ത്യയിൽ നിന്നുള്ള ഹിന്ദു പണ്ഡിതന്മാരെ പാകിസ്ഥാൻ ഗവണ്മെന്റ് ക്ഷണിക്കാറുണ്ട്. ലത്തീഫ് തന്നെ മൂന്നു വർഷത്തോളം ഹിന്ദു സന്ന്യാസിമാർക്കൊപ്പം കഴിഞ്ഞിട്ടുണ്ട്. തന്റെ കവിതയിൽ അദ്ദേഹം അവരെ പുകഴ്ത്തുന്നു.

> "എന്റെ സന്ന്യാസി സുഹൃത്തുക്കളെ ഇന്ന്
> ഞാൻ അവരുടെ ആശ്രമത്തിൽ കണ്ടില്ല
>
> വേർപാടിന്റെ വേദനയിൽ രാത്രി മുഴുവൻ
> ഞാൻ കരഞ്ഞുകൊണ്ടിരുന്നു
>
> എന്റെ ഹൃദയം ദാഹിച്ചുകേഴുന്ന ആ വിശുദ്ധർ
> എല്ലാവരും പോയിക്കഴിഞ്ഞിരിക്കുന്നു "

(ഈ വരികൾ രക്തസാക്ഷിയായിമാറിയ ഷാ ഇനായതിന്റെ സ്മരണയിൽ എഴുതിയതാണെന്ന് വ്യാഖ്യാനവുമുണ്ട്)

ലത്തീഫിന്റെ 'രിസാലോ' ഹിന്ദു-മുസ്ലീം വിശ്വാസങ്ങൾ തമ്മിൽ നിലനിന്നിരുന്ന ആത്മീയസമ്പർക്കത്തിന്റെ ഉദാഹരണംകൂടിയാണ്. നൂറ്റാണ്ടുകൾ നീണ്ട സഹവർത്തിത്വത്തിൽനിന്നും രൂപപ്പെട്ട ഒരടുപ്പം. മതവിഭാഗീയതയിൽ രൂപംകൊണ്ട ഒരു രാജ്യത്ത് ഈ പാരമ്പര്യം നിലനിൽക്കുന്നതും തുടരുന്നതും ഒരു വിരോധാഭാസമാണ്. അതിപ്പോഴും നിലനിൽക്കുന്നു എന്നത് ഒരദ്ഭുതവും.

അധികാരങ്ങൾ പലയിടങ്ങളിൽ കേന്ദ്രീകരിച്ചിരുന്നതിനാലും പ്രാമാണിക മതങ്ങളോട് സിന്ധിനുണ്ടായിരുന്ന സവിശേഷ മനോഭാവം കൊണ്ടും മതങ്ങളുടെ പരീക്ഷണങ്ങൾക്കു സിന്ധ് എന്നും ഫലഭൂയിഷ്ഠ ഭൂമിയായിരുന്നു. കഴിഞ്ഞ സഹസ്രാബ്ദത്തിൽ ചില കാലങ്ങളിൽ ഇരുവിശ്വാസങ്ങളും ഹിന്ദൂയിസവും ഇസ്ലാമും പരസ്പരം വളരെ അടുക്കുകയും ഏകരൂപത്തിലേക്ക് താദാത്മ്യം പ്രാപിക്കുകയും ചെയ്യുന്ന സ്ഥിതി വരെയുണ്ടായി. C E ഒൻപതാം നൂറ്റാണ്ടിൽ ഷിയാ വിഭാഗത്തിൽ നിന്നും തെറ്റിപ്പിരിഞ്ഞ സിന്ധിലെത്തിയ ഇസ്മായിലീസത്തിന്റെ വിശുദ്ധഗ്രന്ഥത്തിൽ പ്രവാചകനെയും അദ്ദേഹത്തിന്റെ മരുമകനെയും വിഷ്ണുവിന്റെ അവതാരങ്ങളായി വിശേഷിപ്പിക്കുന്നുണ്ട്. അക്കാലത്ത്

ഇസ്മായിലിസം തീവ്ര മതവിശ്വാസികളായ സുന്നികളുടെയും യാഥാ സ്ഥിതികരായ ഹിന്ദുക്കളുടെയും നിരന്തര ആക്രമണങ്ങളിൽ വഴിമുട്ടുക യായിരുന്നു.അവരുടെ മതത്തെ അക്രമങ്ങളിൽനിന്നും രക്ഷപ്പെടുത്താൻ അവർ തങ്ങളുടെ അസ്തിത്വം മറച്ചുവച്ചു ഹിന്ദുസന്ന്യാസിമാരുടെ രൂപ ത്തിലാണ് പ്രവർത്തിച്ചിരുന്നത്. ചുരുങ്ങിയപക്ഷം ഇപ്രകാരമായിരുന്നു ഷിയാക്കൾ മതവിരുദ്ധമായ ഈ ആശയധാരകളെ വിശദീകരിച്ചിരുന്നത്. അതായതു വേട്ടയാടലിൽനിന്നും രക്ഷപ്പെടാൻ തന്റെ യഥാർത്ഥവിശ്വാ സത്തെ മറച്ചുവച്ചുകൊണ്ടു പ്രവർത്തിക്കുക. അല്ലെങ്കിൽ തങ്ങളുടെ മതപ്രചാരണം ഹിന്ദുക്കൾക്കു കൂടി സ്വീകാര്യമായ രീതിയിൽ നടത്തുക. (മതപ്രചാരണത്തിനായി ആദ്യകാലത്ത് ഇന്ത്യയിൽ എത്തിയ ജസ്യൂട്ട് മിഷനറിമാരും ഇതേ വിദ്യ തന്നെയാണ് പ്രയോഗിച്ചിരുന്നത്. അവർ ഹിന്ദു സന്ന്യാസിമാരുടെ വേഷം ധരിച്ച് റോമിൽനിന്നും വന്ന ബ്രാഹ്മണരാ ണെന്നു പറഞ്ഞായിരുന്നു ഹിന്ദുക്കൾക്കിടയിൽ പ്രവർത്തിച്ചിരുന്നത്.)

എന്നാൽ 1757ൽ പ്രസിദ്ധീകരിച്ച, ഇപ്പോൾ കറാച്ചിയിലെ അവരുടെ ആസ്ഥാനത്തു സൂക്ഷിച്ചിരിക്കുന്ന ഇസ്മായിലി സദ്പാണ്ഡി (Satpandhi) സമുദായത്തിന്റെ വിശുദ്ധഗ്രന്ഥം ഇത്തരമൊരു ധാരണ നൽകുന്നില്ല. വിഷ്ണുവിന്റെ പത്ത് അവതാരങ്ങളെക്കുറിച്ചുള്ള വ്യാഖ്യാനത്തിലൂടെ യാണ് വ്യവസ്ഥാപിതരീതിയിലുള്ള 'വിശുദ്ധ ഗ്രന്ഥമായ 'ദശാവതാരം' തുടങ്ങുന്നത്. എന്നാൽ ഒമ്പതാമത്തെ അവതാരത്തോടെ വ്യവസ്ഥാപിത ഹിന്ദുമതം പരിഹാസ്യമായ ഒരു പ്രതലത്തിലേക്ക് ചുരുങ്ങുന്നു.

ഭിക്ഷാംദേഹിയായ വളഞ്ഞ കാലുകളും വിരൂപമായ മുഖവും ഉള്ള 'ബുദ്ധൻ', പേർഷ്യൻ ഭാഷയിൽ ഹിന്ദുക്കളോട് പ്രസംഗിക്കുന്നു. പ്രവാ ചകൻ മുഹമ്മദ് ഹിന്ദു ദൈവമായ ബ്രഹ്മാവിന്റെ അവതാരമാണെന്നാണ് പ്രസംഗം. മഹാഭാരതത്തിലെ നായകന്മാരായ പാണ്ഡവരോട് പശുവിനെ കൊന്ന് തങ്ങളുടെ മതം ഉപേക്ഷിക്കാൻ ബുദ്ധൻ ആവശ്യപ്പെടുന്നു. അവർ അദ്ദേഹത്തിന്റെ അനുയായികളാകുന്നു. പശുവിന്റെ കാലും തലയും ശരീരത്തിൽ ധരിച്ചുകൊണ്ട് ചന്തയിലേക്ക് നടക്കാൻ ബുദ്ധൻ ആവശ്യ പ്പെടുന്നു. അവിടെ എത്തിയപ്പോഴേക്കും പശുവിന്റെ ശരീരാവശിഷ്ടങ്ങൾ സ്വർണകിരീടങ്ങളായി മാറുന്നു. ഇത് കണ്ടുനിന്ന ബ്രാഹ്മണരുടെ കോപം അസൂയയായി മാറുന്നു. അവരും പശുവിന്റെ അവയവങ്ങൾ ശരീരത്തിൽ ധരിക്കാൻ ഓടുന്നു. ഇത് വിശ്വസിക്കുന്നവർ സ്വർണവും രത്നങ്ങളും കൊണ്ട് അലങ്കരിച്ച അമർപുരിയിൽ പ്രവേശിക്കുമെന്നു 'ദശാവതാരം' അവകാശപ്പെടുന്നു.

ഇത് അങ്ങേയറ്റം അബദ്ധജടിലവും അതിരുകടന്നതുമായ ഒരു ഗ്രന്ഥമാണ്. ഇസ്ലാമും ഹിന്ദൂയിസവും ബുദ്ധിസവും പാവനമെന്നു കരു തുന്ന എല്ലാത്തിനെയും ഇത് നിഷേധിക്കുന്നു. എന്നാലും ഈയടുത്ത കാലം വരെ ആഘോഷാവസരങ്ങളിൽ ഇസ്മായിലി സമൂഹം ഈ ഗ്രന്ഥം കേദാര രാഗത്തിൽ ഉറക്കെ ആലപിക്കുമായിരുന്നു. കേദാര രാഗം

ഷാ അബ്ദുൽ ലത്തീഫ് മുഹറം കവിതകൾ പാടാനായി രൂപപ്പെടുത്തിയതാണ്.

പുനർജ്ജന്മം എന്ന ആശയം യാഥാസ്ഥിതിക ഇസ്ലാമിന് നിഷിദ്ധമാണെന്നത് ശരിയാണ്. എന്നാൽ സിന്ധിൽ ഇത്തരം വൈരുധ്യചിന്തകൾ സർവസാധാരണമാണ്. ഷാ ഇനായതിന്റെ പതിനൊന്നാം തലമുറയിലെ കൊച്ചുമകനും ഷാ ഇനായതും ഒന്നാണെന്ന ആശയവും ഹിന്ദുയിസത്തിലെ പുനർജ്ജന്മം എന്ന ആശയവും തമ്മിൽ എന്ത് വ്യത്യാസമാണുള്ളത്? എല്ലാ പ്രവാചകരിലും വച്ച് മഹാനും ഏറ്റവും അവസാനം വന്ന ആളുമാണ് മുഹമ്മദ് എന്ന് ഇസ്ലാം ഉദ്ഘോഷിക്കുന്നു. പ്രവാചകരുടെ കൂട്ടത്തിൽ ഹിന്ദു പ്രവാചകരെക്കൂടി ഉൾപ്പെടുത്തിയാൽ മുഹമ്മദ് വിഷ്ണുവിന്റെ ഏറ്റവും അവസാനത്തേതും ഏറ്റവും മഹത്തരവുമായ അവതാരമാണെന്നു പറയേണ്ടിവരും. പുറമേക്ക് ഒരിക്കലും ചേരില്ലെന്നു തോന്നുന്ന ആശയധാരകൾപോലും നിരന്തര സമ്പർക്ക പ്രക്രിയയിലൂടെ ഒന്നായിത്തീരുന്നു.

മതപ്രചാരണത്തിനായി ഇറാനിൽ നിന്നും മധ്യേഷ്യയിൽനിന്നും സിന്ധിലെത്തിയ ദിവ്യപുരുഷന്മാരെല്ലാം തങ്ങളുടെ ദൗത്യത്തിന് തദ്ദേശീയരായ ഹിന്ദുക്കളുടെ പിന്തുണ ഉറപ്പാക്കാനായി ഏതെങ്കിലും പുരാതന ഹിന്ദു ആരാധനാലയത്തിൽ താവളമുറപ്പിക്കുകയും പറ്റുമെങ്കിൽ സ്വയം ഹിന്ദു ദൈവങ്ങളുമായി താദാത്മ്യമുണ്ടാക്കുകയും ചെയ്തിരുന്നു. ലാൽ ഷഹബാസ് ഖാലാൻഡറുടെ ശവകുടീരം സ്ഥിതി ചെയ്യുന്ന സെഹ്വാൻ ഷെരിഫ് ശിവക്ഷേത്രമായിരുന്നു ഈയടുത്ത കാലം വരെ. ഈ സ്ഥലം അറിയപ്പെട്ടിരുന്ന സേവാനിസ്ഥാൻ എന്ന പേര് വരുന്നത് ശിവിസ്ഥാൻ, (സിറ്റി ഓഫ് ശിവ)യിൽ നിന്നാണ്. ഇപ്പോഴും അവിടുത്തെ മുസ്ലീം സന്ന്യാസിമാർ കീറിയ വസ്ത്രങ്ങളും ജട പിടിച്ച മുടിയുമായി ശൈവയോഗികളെപ്പോലെയാണ് ജീവിക്കുന്നത്.

ലാൽ ഷഹബാസ് ഖാലാൻഡറെ ഹിന്ദുക്കൾ രാജാ ഭാർത്താരി എന്നാണ് വിളിച്ചിരുന്നത്. ഞാൻ അവിടെ സന്ദർശിക്കുമ്പോൾ അദ്ദേഹത്തിന്റെ കല്ലറയ്ക്കു മുകളിൽ മിന്നിമറയുന്ന ചുവന്ന ഉറുദു അക്ഷരങ്ങൾ ഇങ്ങനെയായിരുന്നു "ജൂലെ ലാൽ". ജലദേവതയുടെ നിരവധി പേരുകളിൽ ഒന്നാണ് ജൂലെ ലാൽ. ലാൽ ഷെഹ്ബാസ് ഖാലാൻഡറുടെ തോന്നലുകൾക്കനുസരിച്ചാണ് സിന്ധു നദി വരളുകയും വളരുകയും ചെയ്യുന്നതെന്നാണ് പത്തൊൻപതാം നൂറ്റാണ്ടുവരെയെങ്കിലും ഹിന്ദുക്കളും മുസ്ലീങ്ങളും വിശ്വസിച്ചിരുന്നത്. നദീതീരത്തു കൂടിയുള്ള യാത്രയിൽ വീണ്ടും വീണ്ടും ഒരു കാര്യം എനിക്കു മനസ്സിലായി. സിന്ധു ഇന്നും ആളുകളും ആശയങ്ങളും മതങ്ങളും സംഗമിക്കുന്ന സ്ഥലമാണ്. നൂറ്റാണ്ടുകളായി അതങ്ങനെ ആയിരുന്നു. മരുഭൂമിയിൽ നദി സ്വാഭാവികമായ ഒരു സംഗമസ്ഥാനമായിരിക്കും. എണ്ണമറ്റ ആളുകൾ സിന്ധു തീരത്ത് നൂറ്റാണ്ടുകളായി ഒത്തുചേരുകയും പരസ്പരം ആശയങ്ങൾ പങ്കുവയ്ക്കുകയും ചെയ്തതിനാൽ ഇസ്ലാമിനോ ഹിന്ദുയിസത്തിനോ അതിന്റെ

യഥാർത്ഥ സ്വഭാവവും വിശുദ്ധിയും നിലനിർത്താൻ കഴിഞ്ഞിട്ടുണ്ടാവില്ല. സിന്ധുവിന്റെ തീരത്ത് ഒരിക്കലും ബ്രാഹ്മണാധിപത്യം ഉണ്ടായിരുന്നില്ല. ഏതാണ്ട് രണ്ടു സഹസ്രാബ്ദങ്ങൾക്കു മുമ്പുതന്നെ ഹൈന്ദവ പുരോഹിതവർഗ്ഗവും വിശുദ്ധഗ്രന്ഥങ്ങളും ഗംഗയുടെ തീരത്തേക്ക് മാറ്റപ്പെട്ടിരുന്നു. എന്നാൽ പലതരം ആരാധനാ സമ്പ്രദായങ്ങൾ ഇവിടെ പെരുകിക്കൊണ്ടിരുന്നു. അതിലൊന്നാണ് ദാര്യപന്തി എന്ന വിഭാഗം. അവർ സിന്ധുനദിയെതന്നെ ആരാധിച്ചവരായിരുന്നു. ഇന്നും ഹിന്ദുക്കളും മുസ്ലീങ്ങളും സിന്ധുനദിയെ രണ്ടു സ്ഥലങ്ങളിൽ ആരാധിക്കുന്നു. ഭിതിഷയ്ക്കടുത്ത ഉഡറോ ലാലിലും കുറേക്കൂടി വടക്കു സുക്കർ എന്ന പ്രസിദ്ധമായ പട്ടണത്തിലും.

ഞാൻ ഉഡറോ ലാലിൽ എത്തിയപ്പോൾ വൈകുന്നേരമായി. ബസ്സിൽ നിന്നിറങ്ങുമ്പോൾ തന്നെ കേട്ടിരുന്നു മേള തുടങ്ങിയെന്ന്. ഉപഭൂഖണ്ഡത്തിലെ ഏതു പരിപാടിക്കും ഒഴിച്ചുകൂടാനാകാത്ത ഉച്ചഭാഷിണികൾ പണി തുടങ്ങിക്കഴിഞ്ഞിരുന്നു. അതിലൂടെ ഭജനഗാനങ്ങൾ ഉച്ചത്തിൽ കേൾപ്പിക്കുന്നുണ്ട്. പശ്ചാത്തലത്തിൽ തീർത്ഥാടകരുടെ തിക്കും തിരക്കുംകൊണ്ട് സർവത്ര ശബ്ദകോലാഹലങ്ങൾ. മുസ്ലീം ഭൂരിപക്ഷ പ്രദേശമായ ഉഡറോ ലാൽ എന്ന ഗ്രാമം അവിടെ ഉയർന്നുവരാൻ അതിന്റെ സമീപത്തുകൂടി സിന്ധു ഒരിക്കൽ ഒഴുകിയിരുന്നു എന്നതല്ലാതെ വേറെ കാരണമൊന്നും കാണുന്നില്ല. ഞാൻ റോഡിന്റെ മറ്റൊരു വശത്തേക്കു തിരിഞ്ഞു. അവിടെ കനത്ത മതിലിനുള്ളിൽ മുഗളന്മാരുടെ വൻകോട്ടയാണ്. അതിനുള്ളിൽ ഒരു മോസ്കും ഒരു ക്ഷേത്രവും പിന്നെ മുസ്ലീങ്ങൾ ഷേക്ക് താഹിർ എന്നും ഹിന്ദുക്കൾ ജൂലെ ലാൽ അല്ലെങ്കിൽ ഉഡറോ ലാൽ എന്നു വിളിക്കുന്ന വ്യക്തിയുടെ ശവകുടീരവും ഉണ്ട്. എല്ലാവരും അദ്ദേഹത്തെ ഒരേപോലെ സംബോധന ചെയ്യുന്നത് സിന്ദാപിർ അമരനായ വിശുദ്ധൻ എന്നാണ്. ഇന്ന് അദ്ദേഹത്തിന്റെ ജന്മദിനമാണ്.

ഹിന്ദുക്കൾക്ക് ആ ശവകുടീരം അദ്ദേഹത്തിന്റെ ആസ്ഥാനമാണ്. അവർക്ക് അദ്ദേഹം ഇന്നും ജീവിച്ചിരിക്കുന്ന, അവരുടെ ദൈവമാണ്. മുസ്ലീങ്ങൾക്ക് അദ്ദേഹം 952 CEയിൽ ജനിച്ച ദിവ്യപുരുഷനാണ്. മുസ്ലീമായ സജ്ജദാ നഷീൻ പറഞ്ഞത് അദ്ദേഹത്തെക്കുറിച്ചുള്ള മറ്റൊരു ഐതിഹ്യമാണ്. അദ്ദേഹം പറഞ്ഞ സിന്ദാപിർ കഥ ഏഴു നൂറ്റാണ്ടുകളിലായി വ്യാപിച്ചുകിടക്കുന്നു. സസുയിയുടെ കഥയിലെപോലെ സിന്ദാപിറിനെയും സിന്ധു നദിയിൽ നിന്നാണ് കിട്ടിയത്. വളത്തിയത് ഹിന്ദു മാതാപിതാക്കൾ. അദ്ദേഹത്തിന്റെ ആത്മീയശക്തി തിരിച്ചറിഞ്ഞത് പതിന്നാലാം നൂറ്റാണ്ടിൽ സിന്ധുവിന്റെ തീരത്തുവച്ച് സിന്ദാപിറിനെ കണ്ടെത്തിയ പതിന്നാലാം നൂറ്റാണ്ടിലെ ദിവ്യന്മാരായ ലാൽ ഷഹബാസ് ഖലാൻഡറും സുഹൃത്തുക്കളും ആയിരുന്നു. (അതായത് സിന്ദാപിർ ജനിച്ച് 200 വർഷങ്ങൾക്കു ശേഷമാണ് ആ കണ്ടുമുട്ടൽ) ഹിന്ദു മാതാപിതാക്കൾ വളർത്തിയതുമൂലം അടിച്ചമർത്തപ്പെട്ട അദ്ദേഹത്തിന്റെ ശക്തി അവർ തിരിച്ചറിഞ്ഞു. ഖലാൻഡറും സംഘവും സിന്ദാപിറിനെ ദത്തെടുത്തു. നാല്

നൂറ്റാണ്ടുകൾ കടന്നുപോയി. അദ്ദേഹം മുഗൾ ചക്രവർത്തിയായിരുന്ന ഔറംഗസേബിനോട് ഹിന്ദുക്കളെ അടിച്ചമർത്തുന്നത് അവസാനിപ്പിക്കാൻ ആവശ്യപ്പെട്ടു. അങ്ങനെ സിന്ധിലെ ഹിന്ദു മുസ്ലീം മൈത്രിയുടെ കാരണ ഭൂതനായി അദ്ദേഹം ഇന്നും ആരാധിക്കപ്പെടുന്നു.

1938ൽ ബ്രിട്ടീഷിന്ത്യയിൽ ഉയർന്ന വിഭാഗീയ ആശയങ്ങളുടെ സ്വാധീനത്തിൽ ഇവിടെ ആരാധന നടത്തിവന്ന ഹിന്ദുക്കളും മുസ്ലീങ്ങളും തമ്മിൽ കലഹിച്ചു

“ഹിന്ദുക്കൾ ഒരു ഭൂതകാലത്തെ ശവകുടീരത്തിൽ കുടിയിരുത്തി”, ശവകുടീരത്തിന്റെ സൂക്ഷിപ്പുകാരനായ മുസ്ലീം സജ്ജദാ പറഞ്ഞു. തുടർന്ന് അയാൾ തന്റെ പേഴ്സിൽ നിന്നും മടക്കി ചെറുതാക്കി സൂക്ഷിച്ചിരുന്ന ഒരു രേഖ എടുത്തു നിവർത്തി. 1938ലെ ബ്രിട്ടീഷ് കോടതി ഉത്തരവാണത്. മേളയിൽ കിട്ടുന്ന സംഭാവനകൾ ആരുടേതാണെന്നത് സംബന്ധിച്ച ഹിന്ദുക്കളും മുസ്ലീങ്ങളും തമ്മിലുണ്ടായിരുന്ന തർക്കമാണ് കോടതി പരിഹരിച്ചത്. കൊളോണിയൽ കോടതിയുടെ വിധി മുസ്ലീങ്ങൾക്ക് അനുകൂലമായിരുന്നു. അന്ന് മുതൽ മേളയിലെ സംഭാവന പെട്ടിയിൽ വീഴുന്ന ഓരോ രൂപയും മുസ്ലീം സജ്ജദായ്ക്ക് അവകാശപ്പെട്ടതായി.

ഹിന്ദുക്കൾക്ക് ഭക്ഷണം കഴിക്കാനും ഉറങ്ങാനും ആരാധിക്കാനും വേറെ സൗകര്യങ്ങൾ ഒരുക്കികൊടുക്കാനും കോടതി ഉത്തരവിട്ടു. അതനുസരിച്ച് കോട്ടയോടു ചേർന്ന് മറ്റൊരു കെട്ടിടം നിർമ്മിച്ചു. ഹിന്ദു ഭക്തർ അവിടെ നിക്ഷേപിക്കുന്ന സംഭാവനകൾ ഹിന്ദുവായ സൂക്ഷിപ്പുകാരനും ലഭിക്കും. ഇപ്പോഴത്തെ ഹിന്ദു സജ്ജദാ ‘മാതാ’ (അമ്മ) എന്നറിയപ്പെടുന്ന ഒരു സ്ത്രീയാണ്. എന്തായാലും കോടതി വിധിയുടെ ഫലമായി മുസ്ലീങ്ങൾക്ക് വരുമാനനഷ്ടം ഉണ്ടായി .

ഈ ഒരു തർക്കമുണ്ടായെങ്കിലും സിന്ദാപിറിന്റെ ജന്മദിനാഘോഷങ്ങൾ വെവ്വേറെ നടത്തണമെന്ന് ആരും ആവശ്യപ്പെട്ടില്ല. അതുകൊണ്ട് അദ്ദേഹത്തിന്റെ ജന്മദിനാഘോഷങ്ങൾ ഹിന്ദു കലണ്ടറനുസരിച്ചുതന്നെ നടത്തപ്പെടുന്നു. സജ്ജദാ നഷീനും മാതായും എന്തു വിചാരിച്ചാലും ഇന്നും ഈ കോട്ടയും അതിനുള്ളിലെ ശവകുടീരവും ഇരുമതവിഭാഗത്തിൽപ്പെട്ട വിശ്വാസികളുടേതായി നിലനിൽക്കുന്നു.

ശവകുടീരത്തിലും പരിസരത്തും തകൃതിയായ മോടിപിടിപ്പിക്കൽ നടക്കുന്നു. ചെലവ് വഹിക്കുന്നത് കറാച്ചിയിലെ ഒരു ഹിന്ദുവ്യവസായിയാണ്. പാകിസ്ഥാനിൽ എപ്പോഴും സംഭവിക്കുന്നതുപോലെ പഴമ വളരെ വേഗം പുതുമയ്ക്കുവേണ്ടി നശിപ്പിക്കപ്പെടുന്നു. ഇവിടെ മോടികൂട്ടലിന്റെ ശക്തി മൂലം ഈ ചരിത്രസ്മാരകത്തിന്റെ പുരാതനഭംഗികൾ നഷ്ടപ്പെട്ടുകൊണ്ടിരിക്കുന്നു. ചുവരിലെ അപൂർവ ചിത്രങ്ങൾ മിക്കതും വെള്ള പൂശലിൽ വികൃതമായിക്കഴിഞ്ഞു. വിലകൂടിയ മാർബിളും ടൈലും

ഉപയോഗിച്ച് നടത്തുന്ന ഇപ്പോഴത്തെ മോടികൂട്ടലിൽ അവശേഷിക്കുന്ന പൗരാണിക സ്പർശവും അപ്രത്യക്ഷമാകും.

ഞാൻ സിന്ദാപിറിന്റെ ശവകുടീരത്തിനു ചുറ്റും വലംവയ്ക്കുമ്പോൾ ഒരു ഹിന്ദുകുടുംബം ഖുർ-ആൻ വാക്യങ്ങൾ എഴുതിയ പച്ചനിറത്തിലുള്ള പരമ്പരാഗത മസ്ലിൻതുണിയുമായി എത്തി ശവകുടീരത്തിലർപ്പിച്ചു പ്രാർത്ഥിക്കുന്നതു കണ്ടു. തൊട്ടടുത്ത മറ്റൊരു മുറിയിൽ ഹിന്ദുദൈവങ്ങളുടെ ചിത്രത്തിനുമുന്നിൽ തൊഴുതു പ്രാർത്ഥിക്കാൻ ഭക്തർ തിക്കും തിരക്കും കൂട്ടുന്നുണ്ടായിരുന്നു.

തൊട്ടടുത്ത മുറിയിൽ നാല് മുസ്ലീം ഷേക്ക്മാരുടെ ശവക്കല്ലറകൾ ഉണ്ടായിരുന്നു. ഹിന്ദു ഐതിഹ്യമനുസരിച്ച് സിന്ദാപിറിന് ആ സ്ഥലം ദാനമായി നൽകിയത് അവരാണ്. പുറത്ത് മുറ്റത്ത് പടർന്നു പന്തലിച്ച ഒരു മരം കാണാം. അതിന്റെ ഓരോ ശാഖകളും നിറയെ പലനിറത്തിലുള്ള തുണികൾ കെട്ടിത്തൂക്കിയിട്ടുണ്ട്. ഇരുമതത്തിലുംപെട്ട വിശ്വാസികളുടെ നന്ദിപ്രകടനമാണത്.

ഹിന്ദുക്കൾ മാത്രം പങ്കെടുക്കുന്ന ആഘോഷങ്ങളിലേക്ക് എന്നെ ക്ഷണിച്ചത് ദിവാൻ ലേകരാജ് ആണ്. അദ്ദേഹം Evacuee Trust Propetry Boardലെ അംഗമാണ്. വിഭജനത്തെ തുടർന്ന് രാജ്യം വിടേണ്ടിവന്ന ന്യൂനപക്ഷത്തിന്റെ ചരിത്രസ്മാരകങ്ങൾ സംരക്ഷിക്കുക എന്നതാണ് പ്രസ്തുത ബോർഡിന്റെ ചുമതല. ദിവാൻ ഒരു ഹിന്ദുവാണ്. എന്നാൽ ചുറ്റുമുള്ള മുസ്ലീങ്ങളിൽനിന്ന് അദ്ദേഹത്തെ വ്യത്യസ്തനാക്കുന്നയാതൊന്നുമില്ല. അദ്ദേഹത്തിന്റെ വേഷം സൽവാർ കമ്മീസ് ആണ്. ഭാഷ ഉറുദുവും. അദ്ദേഹത്തിന്റെ വേഷമോ ഭാഷയോ മാത്രമല്ല, വീടും കാറും പോലും അദ്ദേഹം ഒരു ഹിന്ദുവാണെന്നതിനു യാതൊരു സൂചനയും നൽകുന്നില്ല. വിഭജനത്തിന്റെ ഭീകരസ്മരണകൾ അങ്ങനെ ജീവിക്കുന്നതാണ് ബുദ്ധിയെന്നു പാകിസ്ഥാനിലെ ഹിന്ദുക്കളെ പഠിപ്പിച്ചിട്ടുണ്ടെന്നു തോന്നുന്നു. അല്ലെങ്കിൽ ഒരു വ്യത്യസ്തത കാണിക്കേണ്ട ആവശ്യം അവർക്കു തോന്നിയിട്ടുണ്ടാവില്ല.

ഉഡറോ ലാലിൽനിന്നും സിന്ദാപിറിന്റെ മറ്റൊരു സ്മാരകം സ്ഥിതി ചെയ്യുന്ന സക്കറിലേക്കുള്ളത് ദീർഘമായ യാത്രയായിരുന്നു. ഇൻഡസ് ഹൈവേയിലൂടെ പിന്നെയും വടക്കോട്ടാണ് യാത്ര. സിന്ധുനദിയുടെ നടുക്ക് ഒരു കൊച്ചുതുരുത്തിലാണ് ഈ സ്മാരകം. സിന്ധിലെ സൂഫി സ്മാരകങ്ങളിൽ ഏറ്റവും ചെറുതും പ്രസന്നവും തിരക്ക് തീരെ കുറഞ്ഞതുമായ ഒന്നാണിത്.

സക്കർ പട്ടണം ഒരു വശത്തും റോഹ്റി മറ്റൊരു വശത്തുമായി സ്ഥിതി ചെയ്യുന്ന ബക്കർ എന്ന ഈ കൊച്ചു ദ്വീപ് നദിയിൽനിന്ന് ഏതാനും അടി മാത്രം അകലെയാണ്. സിന്ധിന്റെ സംസ്കാര സങ്കലനങ്ങളുടെ അലസ സ്മാരകംപോലെ, വായുവിൽ പൊങ്ങിത്താഴുന്നതിനിടെ പെട്ടെന്ന്

നിന്നുപോയ ഡോൾഫിനെ അനുസ്മരിപ്പിക്കുംവിധം കാലാനുവർത്തി യായി നിൽക്കുകയാണ് സിന്ദാപിറിന്റെ സ്മാരകം.

സിന്ധുനദിയുടെ ഏറ്റവും വീതി കുറഞ്ഞ ഭാഗമാണിത്. ചുണ്ണാമ്പു കല്ലുകൾ അതിരിടുന്ന നദി ഇവിടെ, സിന്ധിന്റെ തെക്കൻഭാഗങ്ങളിൽനിന്ന് വ്യത്യസ്തയാണ്. അവിടെ വെള്ളപ്പൊക്ക ഭീഷണി ഉയർത്തുന്ന നദി ഇവിടെ താരതമ്യേന ശാന്തയാണ്. തീരങ്ങൾ ഏറെക്കുറെ സുരക്ഷിത മാണ്. സിന്ധുവിലെ തോണിക്കാരായ 'മോഹനാസ്' നദിയിൽ ഇവിടെ അവരുടെ ബോട്ടുകളിൽ താമസിക്കുന്നു. ദിവസം മുഴുവൻ ഈ ബോട്ടു കൾ നദിയിലൂടെ മറുകരയിലേക്കും തിരിച്ചും സഞ്ചരിച്ചുകൊണ്ടിരിക്കും. ചിലപ്പോൾ അക്കരെ പച്ചക്കറിത്തോട്ടങ്ങളിൽ പണിക്കു പോകുന്ന തൊഴിലാളികളുമായിട്ടായിരിക്കും യാത്ര. മറ്റു ചിലപ്പോൾ സിന്ദാപിറിന്റെ ദർഗ്ഗയിലേക്ക് പോകുന്ന തീർത്ഥാടകരായിരിക്കും യാത്രക്കാർ. സിന്ദാപിറിന്റെ ദർഗ്ഗയിലെ അടുക്കളയിലേക്ക് അരിയും മറ്റു പലവ്യഞ്ജന ങ്ങളും കൊണ്ടുപോകുന്നതും ഇതേ തോണികൾ തന്നെ. റോഹ്റി ഭാഗത്തെ ഒരു ദർഗയിൽവച്ച് എന്റെ വംശാവലിയെക്കുറിച്ചൊരു ധാരണ എനിക്ക് കിട്ടി. എന്റെ പേര് കേട്ടപ്പോൾ സജ്ജദായുടെ (ദർഗ സൂക്ഷിപ്പു കാർക്കു പൊതുവായുള്ള പേരാണ് സജ്ജദാ) മകൻ 'ഗംഭീരമായ പേര്' എന്ന് അയാളുടെ സുഹൃത്തിനോട് പറയുന്നത് ഞാൻ കേട്ടു. അയാൾ അതിന്റെ അക്ഷരങ്ങൾ തിരിച്ചു. അവസാനത്തെ രണ്ടു അക്ഷരങ്ങൾ ബ 'ലെ' അയാൾ ഉർദുവിലെ 'സെ' എന്നാക്കി. എന്നുവച്ചാൽ 'നിന്നും' (from) എന്നർത്ഥം. അങ്ങനെ അതിനെ ഇസ്ലാമിക പദോല്പത്തിയുമായി ബന്ധിപ്പിച്ചു. ഇനി കാര്യങ്ങൾ എളുപ്പമായി. അലിസെ (Ali-se) എന്നു വച്ചാൽ അലിയിൽനിന്നും. (from Ali) അലി എല്ലാ സൂഫികളുടെയും പിതാവാണ്. അങ്ങനെ ഞാൻ ഒരു സൂഫിയാണെന്ന് അദ്ദേഹം നിമിഷം കൊണ്ട് തെളിയിച്ചു. (കുടുംബ വൃക്ഷത്തിന്റെ ഭാരത്തിൽനിന്നും നീ രക്ഷ പ്പെട്ടു എന്നാണ് എന്റെ സുഹൃത്ത് പിന്നീട് അതിനെപറ്റി പറഞ്ഞത്. ഇപ്പോൾ "നീയൊരു സൈദാണ്. എവിടെ നിന്റെ അടിമകൾ?" സുഹൃ ത്തിന്റെ പരിഹാസം)

ഈ അടുത്ത കാലം വരെ, കടലിൽനിന്നും പല്ല (ഹിൽസ) മത്സ്യം നദിയിലേക്കു വന്ന് സക്കറിലെ സിന്ധു ദേവതയെ വണങ്ങാറുണ്ടായി രുന്നു എന്നാണ് സജ്ജാദെയുടെ മകൻ എന്നോട് പറഞ്ഞത്. ഓരോ സിന്ധിയുടെയും വൈകാരികമായ ഓർമയാണ് പല്ല മത്സ്യം. ബെംഗാ ളിൽ ഹിൽസ എന്നറിയപ്പെടുന്ന ഈ മത്സ്യം മത്തിയുടെ വർഗ്ഗത്തിൽ പെട്ടതാണ്. സിന്ധിനെ സംബന്ധിച്ചിടത്തോളം ഈ മൽസ്യം അവരുടെ ദേശീയഭക്ഷണമാണ്. ഒരു കാലത്തെ സമ്പന്നതയുടെ പ്രതീകമാണ്, ഇപ്പോൾ വംശനാശഭീഷണിയിലാണ് ഈ മത്സ്യം. സിന്ദാപീർ ദ്വീപിൽ നിന്നും കാണാവുന്ന ദൂരത്തിൽ തന്നെ ഈ വംശനാശത്തിന്റെ കാര ണവും കിടക്കുന്നുണ്ട്. സക്കർ അണക്കെട്ട് കൃഷി വർദ്ധിപ്പിക്കാനായി 1932ൽ ബ്രിട്ടീഷുകാർ നിർമ്മിച്ചതാണ്. കാർഷിക ഉല്പാദനം വർധിച്ചു

എന്നത് ശരിയാണ്. ഈ അണക്കെട്ട് അന്ധരായ സിന്ധു ഡോൾഫിനുകൾക്ക് സുഗമമായി സഞ്ചരിക്കാൻ തടസ്സമായി. ആയിരക്കണക്കിന് വർഷങ്ങൾക്കുമുമ്പ് നദി ജന്മമെടുത്ത നാൾ മുതൽ നദിയിലെ താമസക്കാരായിരുന്ന ഡോൾഫിനുകൾ സാവകാശം നശിച്ചുകൊണ്ടിരിക്കുന്നു.

തീരങ്ങളിലെ അവിഭാജ്യഘടകമാണ് ഇവിടുത്തെ കൊച്ചുദ്വീപുകൾ. നദിയുടെ തെക്കേയറ്റത്തെ ഒരു ദ്വീപിൽ തലയുയർത്തി നിൽക്കുന്ന വെളുത്ത മാർബിൾ ക്ഷേത്രം കാണാം. സിന്ദാപിർ ദ്വീപിനും ഈ ക്ഷേത്രത്തിനും ഇടയിലായി ബക്കർകോട്ട സ്ഥിതിചെയ്യുന്നു. ബ്രിട്ടീഷുകാർ വരുന്നതുവരെ ഇവിടുത്തെ ഏറ്റവും പ്രധാനപ്പെട്ട സൈനികകേന്ദ്രമായിരുന്നു ബക്കർ കോട്ട.

ഈ മൂന്നു ദ്വീപുകളിലുംവച്ച് ഏറ്റവും ചെറുതാണ് സിന്ദാപിർ ദർഗ സ്ഥിതിചെയ്യുന്ന ദ്വീപ്. സിന്ദാപിറിന്റെ കല്ലറയും ഏതാനും ഈന്തപ്പനകളും ഇലകൾകൊണ്ട് നിർമ്മിച്ച ഒരു കുടിലുമാണ് ഇവിടെയുള്ളത്. ഈ കുടിലിൽ ഇരുന്ന് പകൽ മുഴുവൻ മുസ്ലീംഭിക്ഷുക്കൾ മരിജുവാന കൊണ്ട് ഭാംഗ് ഉണ്ടാക്കുന്നു. അത് 'ഗ്രീൻ ടീ' ആണെന്ന് അവർ എന്നോട് പറഞ്ഞു. ഈ കൊച്ചുദ്വീപിൽ നൂറ്റാണ്ടുകളായി നദിയെ പൂജിക്കാനായി സിന്ധികൾ എത്തുന്നു.

ഞാൻ മുസ്ലീം ഭിക്ഷുക്കളുമായി സംസാരിച്ചും അവരുടെ ജീവിതം കണ്ടും കുറെ ദിവസം സിന്ദാപിർ ദ്വീപിൽ കഴിഞ്ഞു. ഞാൻ കണ്ടതിൽ വച്ച് ഏറ്റവും ശാന്തരായ പാകിസ്ഥാനികളാണിവർ. സിന്ദാപിറിന്റെ ഉദ്ഭവത്തെക്കുറിച്ച് അവർക്ക് അവരുടേതായ കഥകളുണ്ട്. നാടോടിക്കഥകൾ ചരിത്രവുമായി താരതമ്യം ചെയ്യുമ്പോൾ ഈ ആരാധനാസമ്പ്രദായം അത്രമാത്രം പഴയതാണെന്നു പറയാൻ കഴിയില്ല. ഇതേക്കുറിച്ച് ഹിന്ദുക്കൾ പറയുന്ന കഥകൾ വിഭജനത്തിനുശേഷം കൂട്ടിച്ചേർത്തതാണെന്ന് പാകിസ്ഥാനിലെ ചില മുസ്ലീങ്ങൾക്കിടയിൽ ഒരു വാദമുണ്ട്. എന്നാൽ ബ്രിട്ടീഷ് കാലഘട്ടത്തിൽ സിന്ദാപിറിന്റെ ജീവചരിത്രമെഴുതിയ സിന്ധി എഴുത്തുകാർ ഈ വാദം തള്ളിക്കളയുന്നു. ഹിന്ദു വ്യാഖ്യാനം നദീപൂജയ്ക്ക് ഒരു മനുഷ്യമുഖം കൊടുത്തതായിരിക്കാം. ചിരപുരാതനമായ ഈ സമ്പ്രദായത്തിന്റെ വേരുകൾ ഋഗ്വേദ കാലഘട്ടത്തിലേക്ക് നീണ്ടുകിടക്കുന്നുണ്ടാകാം. ഇസ്ലാമിക ചരിത്രത്തിന്റെ അടിസ്ഥാനത്തിൽ വ്യാഖ്യാനിക്കുമ്പോൾ ഇതിലുള്ള മുസ്ലീം കാഴ്ചപ്പാടുകൾ പുരാതനം തന്നെയെന്ന് സമ്മതിക്കേണ്ടി വരും. കാരണം 952 CEയ്ക്കു മുമ്പും ചില ദിവ്യന്മാർ ഇവിടെയെത്തിയിട്ടുള്ളതായി അവകാശവാദങ്ങളുണ്ട്.

സിന്ദാപിറിലെ മുസ്ലീം സന്ന്യാസിമാർ അവരുടെ കഥയ്ക്ക് സമർത്ഥമായ ചില വഴിത്തിരിവുകൾ നൽകുന്നുണ്ട്. അവരുടെ അഭിപ്രായത്തിൽ ദ്വീപിലെത്തിയ ദിവ്യൻ ഖാജാ ഖിസാർ ആണ്. 'മിസ്റ്റർ ഗ്രീൻ' എന്നർത്ഥം വരുന്ന പേരുള്ള ഈ വ്യക്തിയെ ഇസ്ലാമിക ലോകത്തെവിടെയും കാണാം. പ്രത്യേകിച്ച് ജലവുമായി ബന്ധപ്പെട്ട എല്ലാ ഐതിഹ്യങ്ങളിലും.

അദ്ദേഹത്തിന്റെ പൂർവ്വകാലം ദുരൂഹമാണ്. സത്യവിശ്വാസികളായ ചില മുസ്ലീങ്ങൾ അദ്ദേഹത്തെയും ഖുർ-ആനിലെ ഒരു പ്രവാചകനായി കാണുന്നു. എന്നാൽ വിശുദ്ധഗ്രന്ഥത്തിൽ ഖ്വാജാ ഖിസാർ എന്ന പേര് എവിടെയും പരാമർശിക്കപ്പെടുന്നില്ല. അതുവരെ പേരില്ലാതിരുന്ന മോശ യുടെ സുഹൃത്തിനെ പ്രവാചകവചനങ്ങൾ എഴുതിച്ചേർത്തവർ തിരുകിക്ക യറ്റിയതായിരിക്കാം.

ഇസ്ലാമിക ലോകത്തെ ഖ്വാജാ ഖിസാറിന്റെ സർവ വ്യാപിത്വം ന്യായീ കരിക്കാനുള്ള ശ്രമങ്ങളുടെ ഭാഗമായിരിക്കാം ഇത്തരം കഥകൾ. പത്തൊ മ്പതാം നൂറ്റാണ്ടിൽ സിന്ധിൽ ജോലി ചെയ്തിരുന്ന ബ്രിട്ടീഷുകാരനായ ഉദ്യോഗസ്ഥൻ റിച്ചാർഡ് കർണാക് ടെംപിൾ സിന്ദാപിറിനെക്കുറിച്ച് ഗവേഷണം നടത്തിയിരുന്നു. സിന്ദാപിർ എവർ ലിവിങ് സെയിന്റ് ഓഫ് ഇന്ത്യ എന്ന ഒരു പ്രബന്ധം എഴുതിയെങ്കിലും അതൊരിക്കലും പ്രസിദ്ധീ കരിച്ചിരുന്നില്ല. അതിൽ അദ്ദേഹം എഴുതി "ഖ്വാജാ ഖിസാർ മൊറോക്കോ മുതൽ മലായ് പെനിസുലവരെ ഓരോ കുട്ടിക്കും പരിചിതമായ പേരാണ്. എല്ലാത്തരം പ്രശ്നങ്ങളിലും സഹായിയായി എത്തുന്നയാൾ. എല്ലാ ജല ദേവതകളിലുംവച്ച് ഏറ്റവും മഹാൻ."

അലക്സാണ്ടർ ചക്രവർത്തിയെക്കുറിച്ചുള്ള മധ്യകാലകഥകളുടെ മുസ്ലീംപതിപ്പായ അലക്സാണ്ടർ റൊമാൻസിൽ ഖ്വാജാ ഖിസ്സർ നായകന്റെ സന്തതസഹചാരിയായി അദ്ദേഹത്തോടൊപ്പം അനശ്വര ജീവിതത്തിന്റെ നീരുറവതേടി സഞ്ചരിക്കുന്നതായി പറയുന്നുണ്ട്. ഈ നീരുറവ പക്ഷേ കാണാൻ ഭാഗ്യം സിദ്ധിച്ചത് ഖ്വാജാ ഖിസാറിനായി രുന്നു. അദ്ദേഹം ഭക്ഷിക്കാനായി എടുത്ത ഉണക്കമത്സ്യം ആ നീരുറവ യിൽ വീണുപോകുകയും നിമിഷങ്ങൾക്കകം അത് വെള്ളത്തിലൂടെ നീന്തി തുടിച്ചുമറയുകയും ചെയ്തു. ഖിസാർ ആ ഉറവയിൽനിന്നും ആവോളം വെള്ളം കുടിച്ചു. അത് അലക്സാണ്ടറിനെ കാണിക്കാനായി വിളിച്ചു കൊണ്ടുവന്നപ്പോഴേക്കും അപ്രത്യക്ഷമായിരുന്നു. (മനുഷ്യരാശി യുടെ ഭാഗ്യം. അല്ലെങ്കിൽ അലക്സാണ്ടർ ഇന്നും അനശ്വരനായി ലോകം കീഴടക്കി ചുറ്റിനടന്നേനെ.)

അനശ്വരനായത് നാണംകുണുങ്ങിയായ, ഉൾവലിയുന്ന ഖ്വാജയാണ്. അദ്ദേഹം സഞ്ചാരികളുടെ രക്ഷകനാണ്. കഷ്ടപ്പെടുന്നവർക്ക് സഹായി യാണ്. ആത്മാർത്ഥമായി അപേക്ഷിക്കുന്നവർക്കു മുന്നിൽ സ്വയം പ്ര ത്യക്ഷനായി അനുഗ്രഹം ചൊരിയുന്ന ദിവ്യനാണ്.

അദ്ദേഹം ആദ്യമായി സിന്ധിൽ എത്തിയത് 952 CEയിലാണെന്നാണ് ചരിത്രരേഖകൾ പറയുന്നത്. ആ ചരിത്രം ഇങ്ങനെയാണ്. ഡൽഹിയിൽ നിന്നുള്ള ഒരു വ്യാപാരി തന്റെ അതിസുന്ദരിയായ മകളുമായി സിന്ധു നദിയിലൂടെ സഞ്ചരിക്കുകയായിരുന്നു. ആ പ്രദേശത്തെ ഹിന്ദുരാജാവ് ആ പെൺകുട്ടിയെ ബലമായി പിടിച്ചു കൊണ്ടുപോകാൻ ശ്രമിച്ചു. പെൺകുട്ടി ഖ്വാജയോട് പ്രാർത്ഥിച്ചു. ഖ്വാജാ സിന്ധുവിന്റെ ഗതി മാറ്റി.

രാജാവിന്റെ തലസ്ഥാനം കടന്നു യാത്ര ചെയ്യേണ്ടിയിരുന്ന പെൺകുട്ടിയെ നദിക്ക് നടുവിലെ ഒരു തുരുത്തിൽ സുരക്ഷിതമായി എത്തിച്ചു. (ഇപ്പോഴത്തെ സജ്ജാദെയായ നഷീൻ പാകിസ്ഥാൻ ജലഅതോറിറ്റിയിൽ എഞ്ചിനീയറായിരുന്നു. സിന്ധു നൂറ്റാണ്ടുകൾക്കു മുമ്പ് ഗതിമാറി ഒഴുകിയിരുന്നതായി അദ്ദേഹം സമ്മതിക്കുന്നു. പക്ഷേ എഞ്ചിനീയർ എന്ന നിലയിൽ അതിനു കാരണം ഖാജാ ആയിരുന്നോ എന്ന് അദ്ദേഹത്തിന് ഉറപ്പില്ല. അനശ്വരതയുടെ അമൃത് ആവോളം നുകർന്ന ഖുർ-ആനിലെ പ്രവാചകർക്കുപോലും അവരുടേതായ പരിമിതികൾ ഉണ്ട്.)

പത്തൊൻപതാം നൂറ്റാണ്ടിന്റെ അവസാനപാദം വരെ സിന്ദാപിർ ദ്വീപിൽ ഹിന്ദുക്കളും മുസ്ലീങ്ങളും പ്രാർത്ഥന നടത്തിയിരുന്നു. 1874ൽ പ്രസിദ്ധീകരിക്കപ്പെട്ട ഗസറ്റർ ഓഫ് സിന്ധ് ഇത് അടിവരയിടുന്നു. 1919ൽ ഗസറ്റ് പ്രസിദ്ധീകരിക്കുമ്പോഴേക്കും ഹിന്ദുക്കൾ പൂർണമായും അവിടെ നിന്ന് ഒഴിഞ്ഞുപോയിരുന്നു.

ഇരുകൂട്ടരും തമ്മിൽ തർക്കമുണ്ടാകാനുള്ള കാരണമെന്താണെന്ന് ഞാൻ സജ്ജദാ നഷീനിനോട് ചോദിച്ചു. 1880ൽ ദ്വീപിൽ ഒരു ശവക്കല്ലറ ഇല്ലാത്തതിനാൽ ആ സ്ഥലം ഒരു അനശ്വരദേവന്റെ ആസ്ഥാനമാണെന്ന് വാദിച്ചുകൊണ്ട് ഹിന്ദുക്കൾ മുസ്ലീങ്ങൾക്കെതിരെ കേസ് കൊടുത്തു. ഖാജാ ഖിസാർ ഇപ്പോഴും ജീവിച്ചിരിക്കുന്നുവെന്നും അതുകൊണ്ടാണ് ശവകുടീരം ഇല്ലാത്തതെന്നും മുസ്ലീങ്ങൾ മറുവാദം ഉന്നയിച്ചു. അന്നത്തെ കൊളോണിയൽ കോടതി മുസ്ലീങ്ങൾക്ക് അനുകൂലമായി വിധി പുറപ്പെടുവിച്ചു. ഹിന്ദുക്കൾ നദിയിൽ ഒരു ദീപം കത്തിച്ച് ഒഴുക്കിവിട്ടു. അത് ചെന്നുചേർന്ന തീരത്ത് അവർ ഒരു ക്ഷേത്രം പണിതു. സിന്ദാപിർദ്വീപിൽ നിന്നാൽ നദിക്ക് അക്കരെ മഞ്ഞ ചായമടിച്ച ഒരു വലിയ ക്ഷേത്രം കാണാം. ദ്വീപിലുണ്ടായിരുന്ന ക്ഷേത്രവും മോസ്കും സർപ്പങ്ങളുടെ സിംഹാസനവും വെള്ളി പൂശിയ കവാടങ്ങളുമെല്ലാം 1956ലെ വെള്ളപ്പൊക്കത്തിൽ അപ്രത്യക്ഷമായി. നദി അവശേഷിപ്പിച്ചത് ദിവ്യന്റെ ഇരിപ്പിടം എന്ന് വിശ്വസിക്കപ്പെടുന്ന മിനുസമുള്ള കല്ല് മാത്രമാണ്.

സജ്ജദാ പറഞ്ഞ കോടതി വിധി ഉൾപ്പെടുന്ന രേഖകൾ വായിച്ചു നോക്കണമെന്ന് ഞാൻ ആഗ്രഹിച്ചിരുന്നു. എന്നാൽ നിർഭാഗ്യവശാൽ, വക്കീലായ, അദ്ദേഹത്തിന്റെ ബന്ധു അതെല്ലാം ഏതോ വിദേശികൾക്ക് വായിക്കാനായി കൊടുത്തു പോയിരുന്നു. ആ കോടതി രേഖകൾ ഏതു ഭാഷയിലായിരുന്നുവെന്നും അദ്ദേഹത്തിന് ഓർമയുണ്ടായിരുന്നില്ല. സിന്ദാപിർ ദ്വീപിനു തൊട്ടടുത്ത് സ്ഥിതിചെയ്യുന്ന കോടതിയിൽ അതിന്റെ ഒരു കോപ്പി കണ്ടേക്കുമെന്നു അദ്ദേഹം പറഞ്ഞു. ഞങ്ങൾ കോടതിയിലേക്ക് പോയി.

ബ്രിട്ടീഷ് കാലത്തെ കോടതി കെട്ടിടം മനോഹരമായ നിർമ്മിതിയായിരുന്നു. നദീതീരത്തുള്ള ഒരു കുന്നിൻമുകളിലായിരുന്നു കെട്ടിടം. ജനക്കൂട്ടത്തിന്റെ രോഷത്തിൽനിന്ന് സുരക്ഷിതമായി ഇരിക്കാനാണെന്നു

തോന്നുന്നു കോടതി കെട്ടിടത്തെ ഈ കുന്നിൻമുകളിലാക്കിയത്. ഞാൻ അവിടുത്തെ മജിസ്ട്രേറ്റിനെ കണ്ടു. അവർ ഒരു സ്ത്രീയാണ്. ചുണ്ടിൽ ചായവും അലസമായി പാറിപ്പറക്കുന്ന മുടിയുമുള്ള ആ ആധുനിക വനിത. അവരുടെ സാന്നിധ്യം പൊളിഞ്ഞുവീഴാനായ ആ പുരാതന കെട്ടിടത്തിന് ഒട്ടും യോജിക്കുന്നുണ്ടായിരുന്നില്ല. കോടതി രേഖകൾ പരിശോധിക്കാൻ അവർ സൗമനസ്യ പൂർവം ഞങ്ങൾക്ക് അനുവാദം നൽകി. അവരൊരു വല്ലാത്ത അവസ്ഥയിലാണ്. മൂന്നുമാസങ്ങൾക്കു മുമ്പുണ്ടായ ഒരു സ്ഫോടന പരമ്പരയിൽ കോടതി കെട്ടിടത്തിന്റെ ഒരു ഭാഗം തകർന്നു വീണു. കെട്ടിടത്തിൽ സൂക്ഷിച്ചിരുന്ന പിടിച്ചെടുക്കപ്പെട്ട സ്ഫോടക വസ്തുക്കൾ പൊട്ടിത്തെറിക്കുകയായിരുന്നു. ആ ദുരന്തത്തിൽ എല്ലാ കാര്യങ്ങളും അറിയാമായിരുന്ന കോടതിയിലെ ഹെഡ് ക്ലർക്ക് കൊല്ലപ്പെട്ടു. 1880 മുതലുള്ള രേഖകൾ ഞങ്ങൾ പരതിയെങ്കിലും കോടതി വിധി സംബന്ധിച്ച ഒന്നും കിട്ടിയില്ല.

സിന്ധു അന്ന് ഭരിച്ചുകൊണ്ടിരുന്ന ബ്രിട്ടീഷുകാരെ സംബന്ധിച്ചിടത്തോളം സിന്ദാപിറിലേത് തീർത്തും പ്രാദേശിക വിഷയം മാത്രമായിരുന്നു. ഇരുവിഭാഗങ്ങളും തമ്മിലുണ്ടായ പ്രശ്നങ്ങളുടെ നിജസ്ഥിതി ലണ്ടനിൽ അറിയിച്ചതുമില്ല. അതുകൊണ്ടുതന്നെ ഇക്കാര്യം വെറും രണ്ടു തവണ മാത്രമാണ് ബ്രിട്ടീഷ് രേഖകളിൽ പരാമർശിക്കപ്പെടുന്നത്. അതിലൊന്ന് 1894ലെ പൊതുമരാമത്തു വകുപ്പിന്റെ രേഖകളിലാണ്. നദിക്കരയിൽ ഹിന്ദുക്കൾ ഉപയോഗിച്ച് വന്ന സ്ഥലംകൊണ്ട് സർക്കാരിന് ഉപകാരമൊന്നുമില്ലാത്തതിനാൽ പ്രസ്തുത സ്ഥലം അവർക്ക് വിൽക്കാൻ തീരുമാനിച്ചതായുള്ള രേഖയാണ് അത്. ആയിരം രൂപയാണ് വില നിശ്ചയിച്ചിരിക്കുന്നത്. രണ്ടാമത്തെ പരാമർശം 1919ലെ സിന്ധ് ഗസറ്റിലാണുള്ളത്. അതിൽ പറയുന്നത് ഏതാണ്ട് ഇരുപതു വർഷങ്ങൾക്കു മുമ്പ് ഹിന്ദുക്കൾ ദ്വീപിൽ അവർക്കുള്ള അവകാശം ഉപേക്ഷിച്ചെന്നും സിന്ദാപിറിനായി മറ്റൊരു സ്മാരകം അവർ സക്കർതീരത്തു നിർമ്മിച്ചുവെന്നുമാണ്.

അതുകൂടാതെ റിച്ചാർഡ് കാർനാക് ടെമ്പിളിന്റെ കുറിപ്പുകൾക്കും കൈയെഴുത്തു രേഖകൾക്കും ഇടയിൽനിന്ന് ഞാൻ സിന്ദാപിറിനെക്കുറിച്ച് ടൈപ്പ് ചെയ്ത് ഒരു ഖണ്ഡിക കണ്ടെടുത്തു. അതിൽ അദ്ദേഹം പെൻസിൽകൊണ്ട് 1886 എന്നെഴുതിയിട്ടുണ്ട്. വിധിന്യായത്തെക്കുറിച്ചുള്ള സജ്ജദായുടെ ഓർമയും ഈ തീയതിയുമായി ചേരുന്നുണ്ട്. എന്നാൽ ഹിന്ദുക്കളും മുസ്ലീങ്ങളും തമ്മിൽ സിന്ദാപിർ ദ്വീപിനെക്കുറിച്ചു തർക്കമുണ്ടാകാനുള്ള യഥാർത്ഥ കാരണത്തെക്കുറിച്ച് ടെംപിളിന്റെ രേഖകളിലോ സിന്ധ് ഗസറ്റിലോ യാതൊരു സൂചനയുമില്ല.

ഹിന്ദുക്കൾ ഇപ്പോഴും വെള്ളിയാഴ്ചകളിൽ സിന്ദാപിറിന്റെ പേരിലുള്ള ക്ഷേത്രത്തിൽ പോകും. എന്നാൽ ക്ഷേത്രം എന്ന് നിർമ്മിച്ചുവെന്നതിനെക്കുറിച്ചോ ഇരുവിഭാഗവും തമ്മിൽ തെറ്റിപ്പിരിയാനിടയായ കോടതി

വ്യവഹാരത്തെക്കുറിച്ചോ ആർക്കും ഒന്നും അറിയില്ല. ക്ഷേത്രത്തിനകത്തു പ്രവേശന കവാടത്തിനടുത്തായി സിന്ദാപിറിന്റെ ഒരു ചിത്രം കാണാം. നീലയും ചുവപ്പും നിറമുള്ള മുഗൾവസ്ത്രം അണിഞ്ഞ് പച്ച തലപ്പാവുമായി സിന്ധുവിലൂടെ ഒരു പല്ല മത്സ്യത്തിന്റെ പുറത്തിരുന്നു സഞ്ചരിക്കുന്നതായാണ് ചിത്രം. ഒരു വെള്ളിയാഴ്ച രാത്രി ഏതാനും പുരുഷഭക്തർക്കൊപ്പം ഞാൻ ക്ഷേത്രത്തിനുള്ളിലെ ഏതാനും പടവുകളിറങ്ങി താഴെ ഒരു ഗുഹയിലെത്തി. നദി ഞങ്ങളുടെ പാദങ്ങളെ തഴുകി ഒഴുകുന്നു. പ്രാർത്ഥനകളോടെ അവർ നെയ്‌വിളക്കുകൾ കൊളുത്തി. അതുമായി പ്രധാന നദിയുടെ കരയിലെത്തി. അവ കടലാസ് തോണികളിലാക്കി അവർ നദിയിലേക്കൊഴുക്കി. നദിയിലെ മഷിക്കറുപ്പുള്ള ജലത്തിലൂടെ അവ മെല്ലെമെല്ലെ ഒഴുകി മറഞ്ഞു.

ചില പിന്തിരിപ്പൻ ഹിന്ദുമതനേതാക്കന്മാർ സിന്ദാപിർ ദ്വീപ് സംബന്ധിച്ച തർക്കത്തിനും കേസിനും ഒടുവിൽ വഴിപിരിയലിനും കാരണമായിട്ടുണ്ട് എന്നാണ് തോന്നുന്നത്. 1823ൽ നേപ്പാളി ഹിന്ദുസന്ന്യാസിയായ ബാൻഖണ്ടി സക്കറിലെത്തുന്നു. അവിടുത്തെ ഹിന്ദുക്കൾക്ക് പൗരാണിക വിജ്ഞാനം നഷ്ടപ്പെട്ടതായി മനസ്സിലാക്കിയ അദ്ദേഹം അവരെ പഴയ വൈജ്ഞാനിക തലങ്ങളിലേക്ക് തിരികെയെത്തിക്കുകയാണ് തന്റെ ദൗത്യമെന്നു പ്രഖ്യാപിച്ചു. സൂഫി ദർഗകളുമായി ഉള്ള ആത്മബന്ധത്തിൽനിന്നും ഹിന്ദുക്കളെ മോചിപ്പിക്കാൻ അദ്ദേഹം ശ്രമിച്ചു. അതിനുവേണ്ടി അദ്ദേഹം നദിയിലെ ഒരു ദ്വീപായ സാധുബെല ദ്വീപിനെ തന്റെ ആസ്ഥാനമാക്കി മാറ്റി. അത്തരം പ്രവർത്തനങ്ങൾക്ക് ഏറ്റവും പറ്റിയ സ്ഥലമായിരുന്നു ആ ദ്വീപ്. (ഒപ്പം സിന്ദാപിർ ദ്വീപിന് ഒരു വെല്ലുവിളിയും.)

ഹിന്ദു നവോത്ഥാനപ്രസ്ഥാനങ്ങൾ സിന്ധിലും ഇന്ത്യയുടെ മറ്റു പല ഭാഗങ്ങളിലും ശക്തി പ്രാപിച്ചുവരുന്ന കാലമായിരുന്നു അത്. വിധവാ പുനർവിവാഹം പോലുള്ള വിപ്ലവകരമായ മാറ്റങ്ങളിലൂടെ ഹിന്ദു മതം കടന്നുപോകുന്ന കാലം. സാധുബെല ക്ഷേത്രത്തിന്റെ നടത്തിപ്പുകാർ ഇത്തരം പ്രസ്ഥാനങ്ങൾക്കും ആശയങ്ങൾക്കും എതിരായിരുന്നു. അതെല്ലാം ഹിന്ദു സാമൂഹികഘടനയെ തകർക്കുമെന്ന് അവർ വിശ്വസിച്ചു. പൗരാണിക ഹിന്ദുമൂല്യങ്ങളെ സംരക്ഷിക്കുന്നതിലായിരുന്നു സാധുബെല ക്ഷേത്രം ശ്രദ്ധ ചെലുത്തിയത് (അവിടുത്തെ പുരോഹിതർ കുംഭമേളയെ സാധുബെലയിൽ പുനഃസൃഷ്ടിക്കാൻ ശ്രമിച്ചു. പുരാതന കുംഭമേള നടന്നിരുന്നത് സിന്ധു നദിക്കരയിലായിരുന്നെന്നും ഗംഗാ തീരത്തല്ലായിരുന്നെന്നും അവർ അവകാശപ്പെട്ടു. ബുദ്ധമതക്കാർ രണ്ടായിരം വർഷം മുമ്പ് ആ ആചാരത്തെ നശിപ്പിച്ചെന്നും പിന്നീട് മുസ്ലീങ്ങൾ അതിന്റെ പുനരുജ്ജീവനം അടിച്ചമർത്തിയെന്നും അവർ വിശ്വസിച്ചു.)

ബാൻഖണ്ഡിയുടെ മത പ്രചാരണപദ്ധതി തുടങ്ങി അറുപതു വർഷത്തിനുള്ളിൽ ഹിന്ദുക്കൾ സിന്ധ് പീർ സ്മാരകം പൂർണമായും ഒഴിവാക്കി. സാധുബെല ദ്വീപിലെ ക്ഷേത്ര ഭരണക്കാർ അടുത്ത ഒരു നൂറ്റാണ്ടുകൊണ്ട്

ദ്വീപിൽ വലിയ കെട്ടിടങ്ങൾ നിർമ്മിച്ചു. ധനികരായ ഹിന്ദുവ്യാപാരികൾ ഉദാരമായി സംഭാവന നൽകി. മുസ്ലീം ഭൂരിപക്ഷ സമുദായത്തിൽനിന്നുള്ള വിഭജനം വ്യക്തമായി പ്രതിഫലിപ്പിക്കണമെന്ന ഉദ്ദേശ്യത്തോടെ വില കൂടിയ വെളുത്ത മാർബിളിലാണ് നിർമ്മിതികളെല്ലാം. (ബോട്ടുകൾ അടുക്കുന്ന സ്ഥലത്തായി സ്ഥാപിച്ചിട്ടുള്ള വെളുത്ത പ്രതിമകളുടെ നിശ്ചലദൃശ്യങ്ങൾ ഭക്തർക്ക് അവർ തെരഞ്ഞെടുക്കേണ്ട വഴികളെക്കുറിച്ചു വ്യക്തമായ സൂചന നൽകുന്നു. നദിയിൽ നഗ്നരായി മുങ്ങിത്താഴ്ന്ന പാപികളുടെ ചിത്രീകരണമാണ് ഒരു നിശ്ചലദൃശ്യത്തിലുള്ളതെങ്കിൽ മറ്റൊന്നിൽ തൊലിയുരിച്ചു തീയിൽ വേവുന്ന രംഗമാണുള്ളത്. പാപികളല്ലാത്തവർ സ്വർഗത്തിലേക്ക് പ്രവേശിക്കാനായി വരിനിൽക്കുന്ന കാഴ്ചയാണ് മറ്റൊരു നിശ്ചലദൃശ്യത്തിലുള്ളത്.) ഇരുപതാം നൂറ്റാണ്ടിന്റെ ആദ്യവർഷങ്ങളിൽ പുറത്തിറങ്ങിയ ഉഡറോ ലാലിനെക്കുറിച്ചുള്ള പ്രസിദ്ധീകരണങ്ങളെല്ലാം അവിടുത്തെ വെള്ള മാർബിളിനെക്കുറിച്ചു പ്രകീർത്തിക്കുന്നു. ഹിന്ദുക്കൾക്കിടയിൽ സിന്ദാപിർ ഇന്നറിയപ്പെടുന്നത് ഉഡറോലാൽ എന്നാണ്. 1924ൽ സാധുബെല ക്ഷേത്രത്തിന്റെ ചരിത്രത്തെക്കുറിച്ച് ഇംഗ്ലീഷിൽ ഒരു പുസ്തകം പ്രസിദ്ധീകരിക്കപ്പെട്ടു. തുടർന്ന് ഗുരുമുഖിയിലും സിന്ധിയിലും സംസ്കൃതത്തിലും സിന്ധു എന്ന പുണ്യനദിയെക്കുറിച്ച് പുസ്തകങ്ങൾ പ്രസിദ്ധീകരിക്കപ്പെട്ടു.

ഖാജാ ഖിസാറിന്റെ സ്മാരകം സ്ഥിതി ചെയ്യുന്ന ഏറെക്കുറെ വിജനമായ ആ ദ്വീപിൽ വിഷാദവാനായി ഇരുന്നുകൊണ്ട് മുസ്ലീമായ സജ്ജാദെ ഒരു കാര്യം സമ്മതിച്ചു. സിന്ദാപിർ ദ്വീപുമായി ബന്ധപ്പെട്ട തർക്കത്തിൽ നഷ്ടം സംഭവിച്ചത് മുസ്ലീങ്ങൾക്കാണ്. "ഇപ്പോൾ ഇവിടേക്ക് വളരെ കുറച്ച് ആളുകളേ വരുന്നുള്ളൂ. ഹിന്ദുക്കൾ മഹാധനികരായിരുന്നു. അവർ പുതിയ സ്മാരകം നിർമ്മിച്ചു. ഇവിടുത്തെ മുസ്ലീങ്ങൾ പാവപ്പെട്ടവരാണ്. 1956ലെ വെള്ളപ്പൊക്കത്തിൽ എല്ലാം ഒഴുകിപ്പോകുകയും ചെയ്തു", സജ്ജദാ പറഞ്ഞു. തന്റെ കുടുംബത്തിന്റെ അറബി സംസ്കാരം സിന്ധിലെ സംസ്കാരവുമായി കാലങ്ങളിലൂടെ ഇഴുകിച്ചേർന്നുകഴിഞ്ഞെന്ന് അയാൾ പറഞ്ഞു. തന്റെ കുടുംബവൃക്ഷത്തിന്റെ വിവരങ്ങളുടെ ഒരു പകർപ്പും അയാളുടെ കൈയിലുണ്ടായിരുന്നു. അതുവെച്ചുകൊണ്ടാണ് സജ്ജദാ തന്റെ അറബിബന്ധം വിശദീകരിച്ചത്. കുടുംബം പതിവുപോലെ ആരംഭിക്കുന്നത് ആദത്തിൽ നിന്നാണ്. തുടർന്ന് ആദ്യത്തെ ഖലീഫയുടെ സന്തതിപരമ്പരകളിലൂടെ അത് പടർന്നു പന്തലിച്ച് ഇന്നത്തെ രൂപത്തിൽ എത്തുന്നു. എന്നാൽ പതിനെട്ടാം നൂറ്റാണ്ടിൽ സജ്ജദായുടെ പൂർവികർ അവരുടെ മതപരമായ സ്ഥാനപ്പേരുകൾ ഉപേക്ഷിക്കുകയും സിന്ധിൽ സാധാരണമായി ഉപയോഗിക്കുന്ന പേരുകൾ സ്വീകരിക്കുകയും ചെയ്തു. അവർ, സജ്ജദായുടെ ഭാഷയിൽ യഥാർത്ഥ സിന്ധികളായി മാറി.

ഹിന്ദുക്കൾ വിട്ടുപോകുന്നതിലൂടെ മുസ്ലീങ്ങൾക്ക് ഒന്നും നേടാനില്ലാത്തതിനാലും ഹിന്ദുക്കൾ അവരുടെ നഷ്ടപ്പെട്ടുപോയ വിശുദ്ധി

വീണ്ടെടുക്കാൻ ആഗ്രഹിച്ചിരുന്നതിനാലും സിന്ദാപിർ തർക്കം ഹിന്ദു നവോത്ഥാന പ്രസ്ഥാനങ്ങളുടെ സൃഷ്ടിയായിരിക്കാനാണ് സാധ്യത. സക്കറിലെ ചരിത്രാവശിഷ്ടങ്ങളിലും രേഖകളിലും ഞാൻ കൂടുതൽ കൂടുതൽ അന്വേഷിക്കുന്തോറും സിന്ദാപിർ തർക്കം എന്നെ കൂടുതൽ ആശയക്കുഴപ്പത്തിലാക്കി. എണ്ണൂറ് വർഷത്തോളം ഒരുമിച്ച് ആരാധന നടത്തിയിരുന്ന രണ്ടു വിഭാഗത്തെ വിഭജിച്ചുകൊണ്ട് ഒരു വിധി ബ്രിട്ടീഷ് കോടതി എന്തുകൊണ്ട് നല്കിയെന്നത് എന്നെ അദ്ഭുതപ്പെടുത്തി. ഇതു പോലുള്ള സംഭവങ്ങളാണ് പാകിസ്ഥാൻ എന്ന ആശയത്തിന് വളമായത്. വിഭജനത്തിന്റെ മുന്നോടിയായിരുന്നു സിന്ദാപിർ തർക്കം എന്ന് തോന്നുന്നു. 1880ലെ ബ്രിട്ടീഷ് കോടതിവിധി ബ്രിട്ടീഷ് ഭരണാധികാരികൾ ഇന്ത്യയിൽ സ്വീകരിച്ചുപോന്ന വിഭജിച്ചു ഭരിക്കുക എന്ന തന്ത്രത്തിന് ഉത്തമോദാഹരണമാണ്. നദിയിലൂടെ നീങ്ങുന്ന ബോട്ടുകളെ നോക്കിയും ഭാംഗ് മിശ്രിതം ഉണ്ടാക്കിക്കൊണ്ടിരിക്കുന്ന സന്ന്യാസിമാരെ നിരീക്ഷിച്ചും ഞാൻ ഒരു പനയുടെ ചുവട്ടിൽ ഇരിക്കുകയായിരുന്നു. നൂറുകണക്കിന് വർഷങ്ങളിലെ സങ്കര സാംസ്കാരിക ജീവിതത്തിനു മേൽ താത്കാലിക വിഭാഗീയതകൾ മേൽക്കൈ നേടാൻ അനുവദിക്കപ്പെട്ടതോർത്ത് എനിക്കു വല്ലാത്ത ദുഃഖം തോന്നി.

സിന്ധുവിലെ തോണിക്കാരായ മോഹനാസ് ഇന്നും നദിയിൽ തന്നെ ജീവിക്കുന്നു. ഖ്വാജാ ഖിസ്സറിന്റെ ശവകുടീരത്തിനടുത്തും സാധുബെലയിലെ ദ്വീപ് ക്ഷേത്രപരിസരത്തും അവരെ കാണാം. വിടർത്തിയ പായകളുടെയും തുഴകളുടെയും സഹായത്തോടെ, നദിയിലൂടെ നീങ്ങുന്ന യന്ത്രവൽകൃതമല്ലാത്ത മരത്തോണികൾക്ക്, അയ്യായിരം വർഷം മുമ്പുണ്ടായിരുന്ന മോഹൻജൊദാരോ ഹാരപ്പൻ നഗരപ്രദേശത്തുനിന്ന് കണ്ടുകിട്ടിയ മുദ്രകളിലെ തോണിയുടെ ചിത്രവുമായി സാദൃശ്യം കാണാം. സിന്ധുനദിയുമായി ബന്ധപ്പെട്ട ചരിത്രാതീത ആരാധനാ സമ്പ്രദായങ്ങളിൽ മോഹനാസിന് നേരിട്ട് ബന്ധമുണ്ട്. അതിന്റെ ഉദ്ഭവത്തെക്കുറിച്ചുള്ള സംശയങ്ങൾക്ക് എന്തെങ്കിലും ഉത്തരമുണ്ടെങ്കിൽ അത് അവർക്കു മാത്രമാണ്താനും. “സിന്ധുവിലെ തോണിക്കാരെ വെള്ളപ്പൊക്ക സമയങ്ങളിൽ സഹായിക്കുകയാണ് സിന്ദാപിറിന്റെ ദൗത്യമെന്ന്” 1940 ‘സിന്ധിയൻ’ എന്ന പ്രസിദ്ധീകരണം റിപ്പോർട്ടു ചെയ്തിട്ടുണ്ട്. ഇന്നും ദ്വീപിലെ മുസ്ലീം സന്ന്യാസിമാരും മോഹനാസും ഒരുപോലെ പറയുന്നത് സിന്ദാപിർ ജലത്തിലെ രാജാവാണെന്നാണ്. അദ്ദേഹം വെള്ളത്തിനടിയിൽ ജീവിക്കുന്നു. നദി അദ്ദേഹത്തിന്റെ ആജ്ഞാനുവർത്തിയായി ഒഴുകുന്നു.

കഴിഞ്ഞ അറുപതു വർഷത്തിനിടെ മോഹനാസിന്റെ ജീവിതം വളരെയേറെ മാറി. ഡാമുകൾ അവരുടെ സഞ്ചാരദൈർഘ്യവും സ്വാതന്ത്ര്യവും ഗണ്യമായി കുറച്ചു. റോഡ് വികസനം കൂടിയതോടെ ചരക്കുനീക്കം ട്രക്കുകളുടെ സഹായത്തോടെയായി. നദിയെ അരക്ഷിതമാക്കിയതിന് അവർ ജനറൽ സിയയുടെ അഫ്ഗാനിസ്ഥാനിലെ മുജാഹിദീൻ കാലത്തെ

പഴിക്കുന്നു. സിന്ധ് സംസ്കാരത്തിലേക്ക് ഹെറോയിനും കലാഷ്നിക്കോവും എത്താനിടയായത് അതുകൊണ്ടാണെന്ന് അവർ കരുതുന്നു. ഈ മാറ്റങ്ങൾ അവരെ നദിയിൽനിന്നും കൂടുതൽ കൂടുതൽ അകറ്റിക്കൊണ്ടിരിക്കുന്നു. ഇപ്പോഴും നദീതീരത്തുള്ള വനഭൂമിയെല്ലാം വൻഭൂവുടമകളുടെയും കാട്ടുകള്ളന്മാരായ അവരുടെ പിണിയാളുകളുടെയും കൈയിലാണ്. അതുകൊണ്ടുതന്നെ മോഹനാസ് വിഭാഗക്കാർ സക്കറിൽനിന്ന് ഏറെ ദൂരം പോകാൻ ഭയക്കുന്നു. ഈയിടെ ഏതാനും പേർ എട്ടു ദിവസം യാത്രചെയ്ത് കാട്ടിൽനിന്നും ആവശ്യമായ മരവുമായി വന്നു. സാധുബെലയുടെ എതിർവശത്തുള്ള നദിക്കരയിൽ ബോട്ട് നിർമ്മാണം തകൃതിയായി നടക്കുന്നു. ഒരാഴ്ചയോളം ഞാൻ എല്ലാ ദിവസവും ബോട്ട് നിർമ്മാണം പുരോഗമിക്കുന്നതു കാണാൻ നദിക്കരയിൽ എത്തുമായിരുന്നു. പണി കഴിഞ്ഞ ബോട്ട് വെള്ളത്തിലിറക്കിയപ്പോൾ മോഹനാസ് വലിയൊരു പാർട്ടി നടത്തി. എന്നിട്ട് അവർ ബോട്ടിന്റെ മുകളിൽനിന്നും വെള്ളത്തിലേക്ക് മുങ്ങാംകുഴിയിട്ടു.

സിന്ധുവിലെ തോണിക്കാർക്ക് നാലുതരം കുടുംബപ്പേരുകളാണുള്ളത്. മോഹന, മല്ല, മിർഭ, മിറാണി. മത്സ്യത്തൊഴിലാളികൾ വെള്ള കോട്ടൺ ധരിച്ചു കറൻസി നോട്ടുകളുമായി നടക്കുന്ന ആളാണെങ്കിൽ, അവർ മിറാണി. ഖാജാ ഖിസാർ ദ്വീപിനടുത്തുള്ള ഒരു 'മോഹന'യാണ് എനിക്കിക്കാര്യം പറഞ്ഞു തന്നത്. 'മിറാണി'മാർ ധനികരായിരിക്കും. അവർ ബോട്ടിൽ താമസിക്കില്ല. ഇന്ന് എല്ലാ മോഹനാസും മിറാണിയാകാൻ ആഗ്രഹിക്കുന്നു. അവരുടെ കുട്ടികളെ സ്കൂളിൽ വിടാനും നല്ല വീട്ടിൽ താമസിക്കാനും ആഗ്രഹിക്കുന്നു. നദിയിൽനിന്ന് അകലുന്തോറും അവരുടെ ഇസ്ലാമിക വിശ്വാസം കൂടുതൽ യാഥാസ്ഥിതികമാകുന്നു. നദിയുടെ ശക്തിയിലും സിന്ദാപിറിലുമുള്ള വിശ്വാസവും ഇല്ലാതാകുന്നു

നദിയുടെ ശക്തിയിലും ഇസ്ലാമിന്റെ ശക്തിയിലും ഒരേസമയം വിശ്വസിക്കുന്നവർ ഇപ്പോഴും പാകിസ്ഥാനിലുണ്ട്. ഒരു ദിവസം അതിരാവിലെ ഞാൻ നദിക്കരയിൽ ഒരു മോഹനാസ് കുടുംബത്തോടൊപ്പം ചായ കുടിച്ചുകൊണ്ടിരിക്കുകയായിരുന്നു. അപ്പോഴാണ് ഒരു സ്ത്രീരൂപം നദിയിൽ നിൽക്കുന്നത് കണ്ടത്. അവർ കുളിച്ചു കയറുകയായിരുന്നു. നനഞ്ഞ നീണ്ട മുടി തോർത്തി കെട്ടി വസ്ത്രങ്ങൾ മാറ്റി. എന്നിട്ട് മോഹനാസിൽ ഒരാളെ ഉറക്കെ വിളിച്ചു. തന്നെ നദിയുടെ മധ്യത്തിലേക്ക് കൊണ്ടുപോകാൻ ആവശ്യപ്പെട്ടു. ചെറുപ്പക്കാരനായ പർവേസ് എന്ന മോഹന അവരെ കൊണ്ടുപോകാൻ തയ്യാറായി. ബക്കറിൽനിന്നും സിന്ദാപിറിലേക്കുള്ള തീർത്ഥാടകരെ അക്കരെ ഇക്കരെ കടത്തുകയാണ് പർവേസിന്റെ ജോലി. പർവേസ് മരംകൊണ്ടുള്ള നീണ്ട തുഴയെടുത്തു തോണിയെ നദിയിലേക്കിറക്കി. ആ സ്ത്രീയും കയറി. തോണി സാവകാശം നദിയുടെ മധ്യത്തിലേക്ക് നീങ്ങി. നദിയുടെ മധ്യത്തിലെത്തിയപ്പോൾ ആ സ്ത്രീ തോണിയിൽ എഴുന്നേറ്റുനിന്ന് തുണിയിൽ പൊതിഞ്ഞ ഒരു കെട്ട്

നദിയിലെറിഞ്ഞു. പിന്നെ അവർ തോണിയിൽ മുട്ടുകുത്തിയിരുന്ന് ഒരു കുപ്പിയിൽ നദിയിലെ വെള്ളം ശേഖരിച്ചു.

"നിങ്ങൾ എന്ത് ചെയ്യുകയായിരുന്നു?" അവർ തിരികെയെത്തിയപ്പോൾ ഞാൻ ചോദിച്ചു. പർവേസ് അവർക്കുവേണ്ടി ഉറുദുവിൽ സംസാരിച്ചു. "അവരുടെ കുഞ്ഞിന് സുഖമില്ല. ഞങ്ങൾ നദിയുടെ മധ്യത്തിൽ നിന്നും വെള്ളമെടുക്കുകയായിരുന്നു. നദിയുടെ മധ്യത്തിലാണ് ജലം ഏറ്റവും ശുദ്ധമായിട്ടുള്ളത്. ഞങ്ങളുടെ സിന്ധുവിലെ വെള്ളം സർക്കാരിന്റെ ഉപ്പുവെള്ളത്തെക്കാൾ എത്രയോ ഇരട്ടി നല്ലതാണ്." മുമ്പ് താനിത് പറഞ്ഞിട്ടുണ്ടെന്ന് ഓർമിപ്പിച്ചുകൊണ്ട് അവൻ കൂട്ടിച്ചേർത്തു. അപ്പോഴേക്കും ആ സ്ത്രീ ഇടപെട്ടു. താനെന്താണ് വെള്ളത്തിലെറിഞ്ഞതെന്നു വിശദീകരിക്കാൻ അവർ പർവേസിനോടാവശ്യപ്പെട്ടു. "എന്താ നിങ്ങൾ എറിഞ്ഞത്?" ഞാൻ ചോദിച്ചു. "ഖുർ-ആൻ", പർവേസിന്റെ ഉത്തരം. "ഖുർ-ആൻ? വെള്ളത്തിൽ കളഞ്ഞു?" ഞാൻ അമ്പരന്നു. ഇസ്ലാമിനെയും പൗരാണികനദിയെയും സംയോജിപ്പിക്കുന്ന നിരവധി ബഹുസ്വര ആചാരങ്ങളെക്കുറിച്ച് മനസ്സിലാക്കിയിട്ടും വിശുദ്ധഗ്രന്ഥം നദിയിലെറിയുക എന്ന ആശയം അവിശ്വസനീയമായി തോന്നി. ഞാൻ മറ്റൊരു ചോദ്യം ചോദിക്കാനൊരുങ്ങുമ്പോഴാണ് തോണിയിലിരുന്ന സ്ത്രീ എന്നെ പുച്ഛത്തിൽ നോക്കുന്നത് ഞാൻ കണ്ടത്. "നിങ്ങൾക്ക് വിദ്യാഭ്യാസമുണ്ട്. പക്ഷേ ഒന്നും മനസ്സിലാവുന്നില്ല." അവർ പറഞ്ഞു.

അഞ്ച്

ഗുരുവിന്റെ സൈന്യം

പ്രഭോ അങ്ങ് അതിശക്തയായ നദിയാണ് അങ്ങ് എല്ലാം അറിയുന്നു, എല്ലാം കാണുന്നു. എങ്ങനെ ഞാൻ, ഒരു പാവം മീൻ അവിടുത്തെ ആഴവും വീതിയും അറിയും ?

ഗുരു നാനാക്ക് (1469–1539)

നദികളുടെ പ്രേതങ്ങൾ സദാ വേട്ടയാടിക്കൊണ്ടിരിക്കുന്ന പ്രദേശമാണ് പഞ്ചാബ്. അണകെട്ടി ഗതിമാറ്റിയ നദികൾ, സംസ്കൃതശ്ലോകങ്ങളിൽ മാത്രം ജീവിക്കുന്ന അപ്രത്യക്ഷമായ നദികൾ, സിഖ് ഗുരുക്കന്മാർക്ക് വൈജ്ഞാനിക ശക്തി ലഭിക്കുകയും അവർ മരിക്കുകയും ചെയ്ത നദീതീരങ്ങൾ, മുഗൾ കോട്ടകൾ ചുറ്റി കിടങ്ങുകൾപോലെ ഒഴുകുന്നവ, അഫ്ഗാൻ/മാസിഡോണിയൻ സാഹസികർ കീഴടക്കിയവ, രാജ്യങ്ങൾ തമ്മിൽ യുദ്ധങ്ങൾക്ക് കാരണമായവ.

പഞ്ചാബ് എന്നാൽ അഞ്ചു നദികളുടെ നാട് എന്നാണർത്ഥം. ഇന്ത്യയിൽനിന്ന് പടിഞ്ഞാറേക്ക് ഒഴുകി സിന്ധുവിൽ ചേരുന്ന പോഷകനദികളാണിവ. ബീസ്, രവി, ചെനാബ്, സത്‌ലജ്, ഝലം എന്നീ നദികൾ പഞ്ചാബിലെ ഫലഭൂയിഷ്ഠമായ സമതലങ്ങളെ കാലാകാലങ്ങളിൽ പരിപാലിച്ചുവരുന്നു. ഈ അഞ്ചു നദികൾ സിന്ധുവിൽ ചേരുന്ന പ്രദേശത്തെ ഹിന്ദുക്കളുടെ എല്ലാ ആചാരങ്ങളിലും 'അഞ്ച്' എന്ന സംഖ്യയുടെ സാന്നിധ്യം കാണാം. "അഞ്ച് പ്രാർത്ഥനകൾ, അഞ്ച് ദിവ്യന്മാർ, ഞങ്ങളുടെ ക്ഷേത്രങ്ങളിൽ തെളിയുന്ന അഞ്ച് വിളക്കുകൾ" എല്ലാ ആചാര രീതികളിലും 'അഞ്ച്' കാണാം. ഒരു ഹിന്ദു വക്കീൽ എനിക്കു വിശദീകരിച്ചു തന്നു. 'പാഞ്ച്' അഥവാ അഞ്ച് എന്നത് സിക്കുകാർക്കു ഒരു വിശുദ്ധസംഖ്യയാണ്. "ഞാൻ അഞ്ച് മൂലകങ്ങളുടെ സൃഷ്ടിയാണ്" എന്നാണ് സിഖ് മത സ്ഥാപകനായ ഗുരുനാനാക് പാടിയത്. തന്റെ ഖൽസ പ്രസ്ഥാനത്തിന് നേതൃത്വം കൊടുക്കാൻ അവസാനത്തെ സിഖ് ഗുരുവായ ഗുരു ഗോബിന്ദ് തെരഞ്ഞെടുത്തത് അഞ്ച് ധീരന്മാരെയായിരുന്നു. അവരുടെ അസ്തിത്വത്തിന്റെ അടയാളമായി അവർക്ക് അഞ്ച് ചിഹ്നങ്ങൾ

നൽകി. ഇന്നത്തെ പഞ്ചാബിൽ, അഞ്ച് നദികളിൽ മൂന്നും അണക്കെട്ടുകളിൽ അപ്രത്യക്ഷമായിക്കഴിഞ്ഞു. പഞ്ചാബിന്റെ സാംസ്കാരിക അസ്തിത്വത്തിലുണ്ടായ വലിയൊരു വിടവാണിത്.

പാകിസ്ഥാനി പഞ്ചാബിനെ വേട്ടയാടുന്നത് തങ്ങൾക്ക് നഷ്ടപ്പെട്ട നദികളുടെ ഓർമ്മകൾ മാത്രമല്ല, തങ്ങളെ വിട്ടുപോയ സിഖുകാരുടെ ഓർമ്മകൾ കൂടിയാണ്. 1947ൽ, ഇന്ത്യ വിഭജിക്കപ്പെട്ടപ്പോൾ സിഖുകാർ പടിഞ്ഞാറൻ പഞ്ചാബിൽ നിന്ന്, പാകിസ്ഥാനെ ഉപേക്ഷിച്ച് ഇന്ത്യയെ സ്വീകരിച്ചു. വിഭജനത്തിന്റെ ഫലമായി ഏറ്റവും പ്രധാന സിഖ് തീർത്ഥാടന കേന്ദ്രമായ അമൃത്സർ ഇന്ത്യയ്ക്ക് കിട്ടിയെങ്കിൽ, പ്രധാനപ്പെട്ട പല സിഖ് സ്മാരകങ്ങളും പാകിസ്ഥാനിലായി. മഹാരാജ രഞ്ജിത്ത്സിങിന്റെ കോട്ടയും സ്മാരകവും ലാഹോറിലായി. സിഖുകാർ 'വത്തിക്കാൻ' പദവി ആവശ്യപ്പെടുന്ന ഗുരുനാനാക്കിന്റെ ജന്മസ്ഥലവും പാകിസ്ഥാനിലായി. അന്നു മുതൽ ഇന്ത്യയിലെ സിഖുകാർ അവരുടെ പ്രാർത്ഥനകളിൽ ഒരു കാര്യംകൂടി ഉൾപ്പെടുത്തി.

"തങ്ങൾ വിട്ടുപോരേണ്ടിവന്ന നങ്കാനാ സാഹിബിലും മറ്റു സ്മാരകങ്ങളിലും സന്ദർശനം നടത്താനും അവ സംരക്ഷിക്കാനും ഇടയാക്കണേ" എന്ന പ്രാർത്ഥന അവരുടെ നിത്യപ്രാർത്ഥനകളുടെ ഭാഗമായി. "വേർപിരിയലും കൂടിച്ചേരലും ജീവിതത്തിലെ സന്തോഷങ്ങളുടെയും വേദനകളുടെയും ഭാഗമാണ്" എന്ന ഗുരുനാനാക്കിന്റെ സാരോപദേശത്തിൽ അവർ സ്വയം സമാധാനം കണ്ടെത്തുന്നു.

ഇന്ന് ഇസ്ലാമിക റിപ്പബ്ലിക്കിൽ വളരെ കുറച്ചു സിഖുകാർ മാത്രമേ ഉള്ളൂ. എന്നാൽ സ്മാരകങ്ങളും ഓർമകളും സിഖ് കാലഘട്ടത്തിന്റെ സാക്ഷ്യപത്രങ്ങളായി ഈ പ്രദേശത്ത് ഉടനീളം കാണാം. പാക് -അഫ്ഗാൻ അതിർത്തിയായ പെഷവാറിൽ കുറച്ചു സിക്കുകാരുണ്ട്. ഇവിടെ ഗുരുദ്വാരകളും സിഖ് സ്മാരകങ്ങളും ഉണ്ടെങ്കിലും അവ നശിച്ചുകൊണ്ടിരിക്കുന്നു. അഫ്ഗാൻ അതിർത്തിയിലൂടെ പിന്നെയും തെക്കോട്ടു പോയാൽ കൊാറ്റയായി മറ്റൊരു അതിർത്തി പട്ടണം. ഇവിടെ ഞാൻ താമസിച്ച തെരുവിന്റെ പേര് ഗോർഡഡ് സിംഗ് (Gordat Singh) തെരുവ് എന്നായിരുന്നു. പത്തൊമ്പതാം നൂറ്റാണ്ടിൽ ജീവിച്ചിരുന്ന ഒരു സിഖ് സാമൂഹികപ്രവർത്തകനായിരുന്നു അദ്ദേഹം. ഇന്ത്യക്കാരായ സിഖുകാർ പഞ്ചാബിൽ നിന്നും ഇവിടെ തീർത്ഥാടനത്തിനായി എത്താറുണ്ട്.

ഫെബ്രുവരിയിലെ ഒരു ശാന്തമായ പ്രഭാതം. ഞാൻ സിന്ധിൽനിന്നും പഞ്ചാബിലേക്ക് യാത്ര പുറപ്പെടുന്നതിന്റെ തലേദിവസം. സക്കറിലെ സാധുബെല ദ്വീപിലെ ലൈബ്രറിയിൽ ഹിന്ദു ദൈവങ്ങളുടെ മനോഹരമായ ചിത്രങ്ങൾ ആസ്വദിച്ച് നിൽക്കുകയായിരുന്നു. അതിൽ രാധയും കൃഷ്ണനുമുണ്ട്, ഗണപതിയുണ്ട്, പല്ല മത്സ്യങ്ങളുടെമേൽ സഞ്ചരിക്കുന്ന സിന്ദാപീർ വരെയുണ്ട്. അപ്പോഴാണ് ഒരു ചിത്രം ശ്രദ്ധയിൽപെട്ടത്,

വെള്ളത്താടി വെച്ച ഒരാൾ ചമ്രം പടിഞ്ഞിരുന്നു തന്റെ ശിഷ്യന്മാരോട് സംസാരിക്കുന്ന ചിത്രം. "ഇതാരാണ്?" ഞാൻ ചെറുപ്പക്കാരനായ ഹിന്ദു ലൈബ്രേറിയനോട് ചോദിച്ചു. "ഞങ്ങളുടെ ആത്മീയ ഗുരു, ഗുരു നാനാക് സാഹേബ്." അയാൾ പറഞ്ഞു.

സിന്ധിലെ ഭൂരിഭാഗം ഹിന്ദുക്കളും ഗുരുനാനാക്കിന്റെ ഭക്തരാണ്. സിഖിസത്തിനും ഹിന്ദുയിസത്തിനും ഇടയിലുള്ള അതിർവരമ്പുകൾ സിന്ധിൽ വ്യക്തമായി നിർവചിക്കപ്പെട്ടിട്ടില്ല. ബ്രിട്ടീഷ് കാലഘട്ടത്തിൽ (1881, 1891) നടത്തിയ രണ്ടു സെൻസസുകളിലും "നാനാക്ക് പാന്തിസുകൾക്ക്"(ഗുരുനാനാക്കിന്റെ അനുയായികൾക്ക്) തങ്ങൾ ഏതു മതമാണെന്ന് വ്യക്തമായി പറയാൻ കഴിഞ്ഞിട്ടില്ല.

പാകിസ്ഥാനിൽ ഹിന്ദു ക്ഷേത്രങ്ങളും ഗുരുദ്വാരകളും ഒരുമിച്ചാണ് പല സ്ഥലത്തും പ്രവർത്തിക്കുന്നത്. എന്നാൽ ഇന്ത്യയിൽ സ്ഥിതി അതല്ല. (ഇരുമതങ്ങളും തമ്മിലുള്ള ബന്ധം1980കളിൽ അങ്ങേയറ്റം വഷളായിരുന്നു. 1950ൽ നിലവിൽ വന്ന ഇന്ത്യൻ ഭരണഘടനയിൽ തങ്ങളെ ഹിന്ദുമതത്തിലെ ഒരു ഉപവിഭാഗമായി നിർവചിച്ചതിൽ ഇന്നും അവർ പ്രതിഷേധത്തിലുമാണ്.) സക്കറിലെ എല്ലാ ക്ഷേത്രങ്ങളിലും സിഖ് മതഗ്രന്ഥമായ 'ആദിഗ്രന്ഥി'നായി ഒരു മുറി നീക്കിവച്ചിട്ടുണ്ട്. നദിയിലൂടെ അക്കരെ കടക്കാൻ എന്നെ സഹായിച്ച തോണിക്കാരൻ ഹിന്ദു സിഖ് പാരമ്പര്യങ്ങളുടെ ഇഴയടുപ്പത്തെക്കുറിച്ച് ഒരു കഥ പറഞ്ഞു. പ്രാദേശിക ഐതിഹ്യങ്ങൾ അനുസരിച്ച് ഗുരുനാനാക്ക് സാധുബെലയിൽ വന്നത് "ഞങ്ങളുടെ ജലദേവനായ വരുണനോട് സംസാരിക്കാനാണ്." (1920കളിൽ ഹിന്ദുക്കൾ അവകാശപ്പെട്ടിരുന്നത് ഗുരുനാനാക്ക് വന്നത് സിന്ദാപൂർ ദർഗ്ഗയിലെ മുസ്ലീം പുരോഹിതരെ ശാസിക്കാനായിരുന്നുവെന്നാണ്) "സിഖുകാർ എല്ലാ തെറ്റായി വ്യാഖ്യാനിച്ചതാണ്. ഹിന്ദുക്കളും മുസ്ലീങ്ങളും ഒന്നാണെന്ന് ഗുരുനാനാക്ക് വിശ്വസിച്ചിരുന്നു. അതുപോലെ തന്നെ ഒരു പുതിയ മതം ഉണ്ടാക്കാൻ അദ്ദേഹം ആഗ്രഹിച്ചിരുന്നില്ല. അദ്ദേഹം ഒരു ഹിന്ദു നവോത്ഥാനനായകനായിരുന്നു." ലൈബ്രേറിയൻ പറഞ്ഞു.

പടിഞ്ഞാറൻ പഞ്ചാബിലെ ഗ്രാമമായ തൽവണ്ടിയിൽ 1494ൽ ഉയർന്ന ജാതിക്കാരായ മാതാപിതാക്കളുടെ മകനായാണ് ഗുരു നാനാക്ക് ജനിച്ചത്. അദ്ദേഹത്തിന്റെ ജന്മസ്ഥലം നാൻകാന സാഹിബ് ഇന്ന് പാകിസ്ഥാനി പഞ്ചാബിലാണ്. ചെറിയ കുട്ടിയായിരിക്കുമ്പോൾതന്നെ യോഗാത്മകതയോട് താത്പര്യം കാണിച്ചിരുന്നു. ചില കാലങ്ങളിൽ മൗനവ്രതത്തിലാകുന്ന ഗുരു നാനാക്ക് സമകാലീന വിദ്യാഭ്യാസത്തോട് താത്പര്യം കാണിച്ചിരുന്നില്ല. ചിലപ്പോൾ ചില വെളിപാടുകൾ നടത്തിയിരുന്നു. പ്രാഥമിക വിദ്യാഭ്യാസത്തിനായി ഒരു ഹിന്ദു പുരോഹിതന്റെ അടുത്തും സംസ്കൃതം അഭ്യസിക്കാനായി മറ്റൊരു പുരോഹിതന്റെ സമീപത്തും അദ്ദേഹത്തെ അയച്ചു. അന്നത്തെ വ്യവഹാര ഭരണഭാഷയായ പേർഷ്യനിൽ പ്രാവീണ്യം കിട്ടാനായി ഒരു മൗലവിയുടെ അരികിലും പോയി.

അദ്ദേഹത്തിന്റെ പാണ്ഡിത്യം ഗുരുക്കന്മാരെ അദ്ഭുതപ്പെടുത്തി. പരിപൂർണ യോഗിയായി തീരുംമുമ്പ് അദ്ദേഹം പല ജോലികളിലും ഏർപ്പെട്ടിരുന്നു. ആട്ടിടയനായിരുന്ന കാലത്ത് അദ്ദേഹം ആടുകളെ തുറന്നു വിട്ടു. ആ ജോലി ഉപേക്ഷിച്ച് കടയിൽ കച്ചവടം തുടങ്ങിയെങ്കിലും സാധനങ്ങൾ ആവശ്യക്കാർക്ക് വെറുതെ കൊടുത്തുതുടങ്ങി. അതുപേക്ഷിച്ച് അദ്ദേഹം ഒരു നവാബിന്റെ ക്ലർക്കായി.

വർഷം 1499. ഒരു ദിവസം രാവിലെ പുഴയിൽ കുളിക്കാനിറങ്ങിയ ഗുരു നാനാക്കിനെ കാണാതായി. പരിഭ്രാന്തരായ ബന്ധുക്കളും സുഹൃത്തുക്കളും അദ്ദേഹത്തെ അന്വേഷിച്ച് മൂന്നു ദിവസത്തോളം അലഞ്ഞു. നവാബ് പുഴയിൽ മുഴുവൻ തിരയാൻ ആജ്ഞാപിച്ചു. ഗുരുനാനാക്കിനെ കണ്ടെത്താനായില്ല. ഒടുവിൽ നാലാം ദിവസം അദ്ദേഹം പ്രത്യക്ഷപ്പെട്ടു. എന്നാൽ താൻ എവിടെയായിരുന്നുവെന്ന് അദ്ദേഹം പറഞ്ഞില്ല. പിന്നീട് സിഖ് ജീവചരിത്രകാരന്മാർ എഴുതിയത് ഗുരുനാനാക്ക് സ്വർഗ്ഗത്തിൽ ദൈവവുമായി ആശയ വിനിമയം നടത്താൻ പോയി എന്നാണ്. സംഭവിച്ചതെന്തായിരുന്നാലും അദ്ദേഹം തീർത്തും മാറിയ മനുഷ്യനായിട്ടാണ് തിരികെ വന്നത്. ആദ്യംതന്നെ അദ്ദേഹം തന്റെ വസ്ത്രങ്ങൾ ദാനം ചെയ്തു. പിന്നീട് സംസാരിക്കാൻ ആരംഭിച്ച അദ്ദേഹം ഹിന്ദുവോ മുസ്ലീമോ ഇല്ല എന്ന് പറഞ്ഞു. പുഴയിൽവെച്ച് അദ്ദേഹത്തിന്റെ ബുദ്ധിക്കെന്തോ സംഭവിച്ചുവെന്ന് ജനങ്ങൾ അടക്കം പറഞ്ഞു. പക്ഷേ നാനാക്ക് ഈ ഊഹാപോഹങ്ങളെയെല്ലാം തള്ളിക്കളഞ്ഞു. അന്നുമുതൽ അദ്ദേഹം തന്റെ ആത്മീയാന്വേഷണം തുടങ്ങി.

നാനാക്കിന്റെ ജനനം സംഭവിക്കുന്നതുവരെ തൽവണ്ടി ഇരുനദികൾക്കിടയിൽ ശാന്തമായി കാലം കഴിച്ചിരുന്ന ഒരു ഗ്രാമമായിരുന്നു. നാലര നൂറ്റാണ്ടുകൾക്കുശേഷം ഞാൻ തൽവണ്ടി സന്ദർശിക്കുമ്പോൾ, ഗുരു നാനാക്കിന്റെ ബാല്യകാലത്തിന്റെ കൗതുകം ജനിപ്പിക്കുന്ന വിവരണങ്ങളുമായി ആറ് ഗുരുദ്വാരകൾ തലയുയർത്തി നിൽക്കുന്ന ഒരു പ്രദേശമായി അത് മാറിക്കഴിഞ്ഞിരുന്നു. അദ്ദേഹം ജനിച്ച സ്ഥലത്തും സ്കൂൾ വിദ്യാഭ്യാസം നേടിയ സ്ഥലത്തും കളിച്ചുനടന്ന സ്ഥലത്തും കാലികളെ മേച്ച സ്ഥലത്തും വിശ്രമിക്കാനിരുന്ന മരച്ചുവട്ടിലും ഗുരുദ്വാരകൾ സ്ഥിതി ചെയ്യുന്നു. ആറാമത്തെ ഗുരുദ്വാര അദ്ദേഹത്തിന് തണൽ നൽകാൻ സർപ്പം പത്തി വിരിച്ചു നിന്നുവെന്നു പറയപ്പെടുന്ന സ്ഥലത്താണ്.

അവിടെ പരിശുദ്ധമെന്ന് വിശ്വസിക്കപ്പെടുന്ന ഒരു വൃക്ഷമുണ്ട്. കാലിയായ ഒരു കോൺക്രീറ്റ് തടാകവും കാണാം. ആയിരക്കണക്കിന് ഇന്ത്യൻ തീർത്ഥാടകർ നങ്കാനാ സാഹിബിൽ പതിവായി എത്തുന്നു. അതിസൂക്ഷ്മ നിരീക്ഷണങ്ങൾക്കുശേഷം പാകിസ്ഥാൻ ഗവണ്മെന്റ് എല്ലാ വർഷവും തീർത്ഥാടക സംഘങ്ങൾക്ക് പാകിസ്ഥാനിൽ മൂന്നു സ്ഥലങ്ങൾ സന്ദർശിക്കാൻ അനുമതി നൽകാറുണ്ട്; നങ്കാനാസാഹിബ്, ലാഹോർ, പഞ്ചാബിന്റെ പടിഞ്ഞാറേ അറ്റത്തുള്ള പഞ്ചാസാഹിബ്.

"ഞങ്ങളുടെ സന്ദർശനത്തിന്റെ ഓരോ ചെറിയ വിവരങ്ങളും പാകിസ്ഥാൻ വിശദമായി പരിശോധിക്കും, എന്തിന്, ഞങ്ങളുടെ ഹോട്ടൽ മുറികളുടെ നമ്പർവരെ വിസയിലുണ്ട്." വൃദ്ധയായ ഒരു സിഖ് വനിത എന്നോട് പറഞ്ഞു. നാൻകാന സാഹിബിലെ വിശാലമായ ഗുരുദ്വാരയിൽ ഞാൻ തീർത്ഥാടകരോട് സംസാരിച്ചിരിക്കുമ്പോൾ, ചുറ്റും നിരീക്ഷിച്ചു നടക്കുന്ന രഹസ്യാന്വേഷണ ഉദ്യോഗസ്ഥരെ അവർ എനിക്കു കാണിച്ചു തന്നു.

നാനാക്കിന്റെ ജന്മസ്ഥലത്തിനടുത്തുതന്നെയുള്ള ഒരു വലിയ വീട്ടിൽ വച്ചാണ് പത്താൻ സാഹിബിനെ ഞാൻ കണ്ടത്. പത്താൻ സാഹേബ് എന്നാണ് അദ്ദേഹം അവിടെ അറിയപ്പെടുന്നത്. ചുവന്ന തലപ്പാവ് ധരിച്ച ഉയരം കൂടിയ ഒരു സിഖുകാരൻ. പക്ഷേ അദ്ദേഹത്തിന്റെ ജന്മസ്ഥലം, അഫ്ഗാൻ അതിർത്തിയിലുള്ള ഗോത്രപ്രദേശമായ പരാചിനാർ ആണ്. വിഭജനത്തെ തുടർന്ന് തങ്ങളുടെ നിയുക്തരാജ്യത്തിലേക്കുള്ള പലായനത്തിനിടെ പഞ്ചാബികൾ പരസ്പരം കൊല്ലാൻ മത്സരിച്ചിരുന്നു. അതുകൊണ്ടാണ് പാകിസ്ഥാൻ സന്ദർശിക്കുന്ന ഇന്ത്യൻ സിക്കുകാർക്കു ഇന്നും ചെറിയ ആശങ്കകൾ ഉള്ളത്. എന്നാൽ അഫ്ഗാൻ അതിർത്തിയിൽ ഉണ്ടായിരുന്ന പത്താൻ സിക്കുകാർ (പഷ്തൂൺ സിക്കുകാർ) വിഭജനത്തെ തുടർന്ന് ഇന്ത്യയിലേക്ക് പലായനം ചെയ്തില്ല. തങ്ങളെ മുസ്ലീങ്ങൾ സംരക്ഷിച്ചതായി അവർ എന്നോട് ആവർത്തിച്ച് പറഞ്ഞു. ഗോത്രത്തലവന്മാർ ഞങ്ങൾ അവിടം വിട്ടുപോകരുതെന്ന് വിധിക്കുകയായിരുന്നു." പത്താൻ സാഹേബ് പറഞ്ഞു.

വിഭാഗീയതയെ എതിർത്ത് തോല്പിച്ച, ഇന്നും തങ്ങളുടെ പ്രദേശം വിടാൻ കൂട്ടാക്കാത്ത പഷ്ടൂൺ സിക്കുകാരോട് അവരുടെ ഇന്ത്യൻ അതിഥികൾക്ക് അത്ര പ്രിയമില്ല. മതമൊന്നാണെങ്കിലും ഇന്ത്യൻ സിക്കുകാരും പാകിസ്ഥാൻ സിക്കുകാരും തങ്ങൾ സഹോദരങ്ങളാണെന്നു കരുതുന്നില്ല. "ഞങ്ങൾ പഷ്ടൂ സംസാരിക്കുന്നു, അവർ പഞ്ചാബിയും", പത്താൻ സാഹേബ് പറഞ്ഞു. പിന്നെ അല്പം ക്ഷമാപണസ്വരത്തിൽ കൂട്ടിച്ചേർത്തു, "ഞങ്ങൾ അതിർത്തിയിൽനിന്നും അവിടെയെത്തുമ്പോൾ അപരിഷ്കൃതരായിരുന്നു. ഞങ്ങളുടെ സ്ത്രീകൾ പർദ്ദ ഉപയോഗിച്ചിരുന്നു. വിദ്യാഭ്യാസവും ഉണ്ടായിരുന്നില്ല." ഇന്ത്യൻ സിക്കുകാർ അതിനോട് യോജിച്ചു. ഭാഷ പ്രശ്നമുണ്ടെന്ന് ജലന്ധറിൽ നിന്നെത്തിയ ഒരധ്യാപകൻ പറഞ്ഞു. പാകിസ്ഥാനും അതിന്റെ നഗരങ്ങളും വളരെ ചെറുതാണെന്ന് ചണ്ഡീഗഢിൽനിന്നുള്ള ഒരു ബിസിനസ്സുകാരൻ അഭിപ്രായപ്പെട്ടു. പാകിസ്ഥാനിലെ വിദ്യാഭ്യാസ പിന്നോക്കാവസ്ഥയെക്കുറിച്ചാണ് മറ്റൊരാൾക്കു പറയാനുണ്ടായിരുന്നത്. പഷ്തൂൺ സിക്കുകാരെ അല്പം വെളിവ് കുറഞ്ഞവരായിട്ടാണ് അവർ കരുതുന്നത്. അവരെ തങ്ങളുടെ വികലമായ അനുകരണമായിട്ടാണ് ഇന്ത്യൻ സിക്കുകാർ വിലയിരുത്തുന്നതെന്ന് തോന്നുന്നു.

മഹാരാജ രഞ്ജിത്ത്സിങിന്റെ മഹാസാമ്രാജ്യത്തിന്റെ ചരിത്രം പേറുന്നവരാണ് പഷ്തൂൺ സിക്കുകാർ. മഹാരാജാവിന്റെതന്നെ വാക്കുകളിൽ പറഞ്ഞാൽ ആ മഹാസാമ്രാജ്യം അഫ്ഗാൻ അതിർത്തിവരെ വ്യാപിച്ചിരുന്നു. പതിനാറാംനൂറ്റാണ്ടിലെ സിഖ്മത പ്രചാരകനായിരുന്ന ഭായ് ഗുർദാസ് സിഖ്മതത്തിൽ ചേർത്ത ആളുകളുടെ പിന്മുറക്കാരായിരിക്കാം പഷ്തൂൺ സിഖുകാർ. സിന്ധുവിന്റെ പടിഞ്ഞാറേക്ക് ഗുരുനാനാക്ക് നടത്തിയ യാത്രകളിൽ കണ്ടുമുട്ടിയ പഷ്തൂൺ ഗോത്രക്കാരുടെ പിൻഗാമികളാകാനും സാധ്യതയുണ്ട്. ഒരു മാസത്തിനുശേഷം ഞാൻ അഫ്ഗാൻ പട്ടണമായ ഗസ്നിയിൽവെച്ച് കണ്ട തുണിക്കച്ചവടക്കാരായ പഷ്ടൂൺ സിഖുകാർ എന്നോട് പറഞ്ഞത് അവർ സുൽത്താൻ മഹമ്മൂദിനൊപ്പം ഇന്ത്യയിൽനിന്നും വന്നതാണെന്നാണ്. പക്ഷേ അതിനൊരു സാധ്യതയും ഇല്ല. സുൽത്താന്റെ മരണത്തിനുശേഷം 439 വർഷങ്ങൾ കഴിഞ്ഞാണ് ഗുരുനാനാക്ക് ജനിക്കുന്നതുതന്നെ. അവർ പറഞ്ഞ കാര്യം കൃത്യമല്ലെങ്കിലും ആ കഥ സിന്ധു നദീതീരവുമായി ബന്ധപ്പെട്ട് ഇടകലർന്നു കിടക്കുന്ന നിരവധിചിത്രങ്ങളുടെ പ്രതിഫലനമായി എനിക്കു തോന്നി. എല്ലാവരുടെ കഥകളും എല്ലാവരുടെയും കഥകളുമായി കൂട്ടിമുട്ടിക്കൊണ്ടിരിക്കുന്നു. കൈയിലെ വിരലുകൾ പോലെ പഞ്ചാബിന് ഊർജം പകർന്നു നൽകി ഒഴുകുന്ന അഞ്ചു നദികൾ കുഴഞ്ഞുമറിഞ്ഞ ചരിത്രത്തിലെ കൂടിച്ചേരലുകളുടെയും വിഭജനങ്ങളുടെയും നേർകാഴ്ചയാകുന്നു

അഞ്ചു നദികളുടെ നാട്ടിൽ ജനിച്ചുവളർന്ന മതമായതുകൊണ്ടാവാം സിഖ്മതത്തിലെ എല്ലാ ആചാരങ്ങളിലും വെള്ളത്തിന്റെ സാന്നിധ്യം അനിവാര്യമാണ്. ഗുരു നാനാക്കിന്റെ ജീവിതത്തിൽ വെള്ളത്തിൽവെച്ച് നദികളിലും തടാകങ്ങളിലും സമുദ്രത്തിലുമുണ്ടായ അനുഭവങ്ങളെക്കുറിച്ച് നിരവധി ഐതിഹ്യങ്ങളുണ്ട്. മെക്കയിലെ ഉണങ്ങിവരണ്ട കിണറുകളിൽ അദ്ദേഹം ജലം നിറച്ചതും മുസ്ലീം വിശുദ്ധനായ ഖാജാ ഖിസാറിനെ മതം മാറ്റിയതും തെക്കേ ഇന്ത്യയിലെ മരുഭൂമിയിലെ തടാകത്തിലൂടെ ദൈവത്തിനരികിലേക്ക് നയിച്ചതും എല്ലാം ആ ഐതിഹ്യങ്ങളിൽ ചിലതു മാത്രം. ഗുരുദ്വാരകളിലെ ടാങ്കുകളിൽ നിറച്ച തണുത്ത നദീജലത്തിൽ കുളിക്കുന്നതും അതിനു ദൈവത്തോട് നന്ദി പറയുന്നതും ഓരോ സിഖ് തീർത്ഥയാത്രയിലെയും അവിഭാജ്യഘടകങ്ങളാണ്. ഇന്ത്യൻ പഞ്ചാബിലെ സിഖുകാർ അമൃതസരസ്സിലെ വെള്ളത്തിൽ നഗ്നരായി മുങ്ങുന്നു. വർഷാവർഷങ്ങളിൽ പർവ്വതങ്ങളിൽനിന്നും മഞ്ഞുരുകിയെത്തുന്ന ജലത്തോടുള്ള നന്ദിസൂചകമായി വസന്തോത്സവമായ ബൈശാഖിയിൽ വലിയ പാത്രങ്ങളിൽ ജലം നിറച്ച് അലങ്കരിക്കുന്നു.

അമൃത്സറിലെ വിശാലമായ സുവർണക്ഷേത്ര തടാകം സിന്ധുനദിയുടെ ഹൃദയഭാഗത്താണ് സ്ഥിതിചെയ്യുന്നതെന്ന് സിഖ് മതാധികാരികൾ പറയുന്നു. ലോകസംസ്കാരങ്ങളുടെ ഭാവിയിലെ സംഗമസ്ഥാനമായി ഇവിടം മാറുമെന്നതിന്റെ സൂചനയാണിതെന്ന് അവർ വിശ്വസിക്കുന്നു. അയ്യായിരം വർഷം പഴക്കമുള്ള സിന്ധുനദീതടസംസ്കാരത്തിലെ

പൊതുസ്നാനസ്ഥലങ്ങളുടെ തുടർച്ചയായി അവർ ഇതിനെ വ്യാഖ്യാനിക്കുന്നു.

ഗുരുനാനാക്കിന്റെ ജന്മസ്ഥലത്ത് കുളിക്കാൻ കഴിയാത്തതിൽ ഇന്ത്യയിൽ നിന്നുള്ള സിഖ് തീർത്ഥാടകർ പരാതിപ്പെടുന്നുണ്ടായിരുന്നു. "ജലക്ഷാമം രൂക്ഷം. സ്നാനഘട്ടങ്ങൾ ഉണങ്ങിക്കിടക്കുകയാണ്." ഉണങ്ങിക്കരിഞ്ഞ ഇലകൾ ടാങ്കിൽ കാറ്റത്ത് അങ്ങോട്ടുമിങ്ങോട്ടും ചലിച്ചുകൊണ്ടിരുന്നു. ഒരു തീർത്ഥാടകനും കുളിക്കടവിന്റെ സമീപത്തേക്കു പോയില്ല. വെള്ളത്തിന്റെ കുറവ് സിഖുകാരുടെതന്നെ അസാന്നിധ്യത്തിന്റെ സൂചനയാണ്. അത്രയേറെ അവർ ജലവുമായി ബന്ധപ്പെട്ടിരിക്കുന്നു.

പാകിസ്ഥാന് അല്പസ്വല്പം വിശുദ്ധ സിഖ് ജലം സ്വന്തമായിട്ടുണ്ട്. പഞ്ചാസാഹിബ് രാജ്യത്തെ രണ്ടാമത്തെ പ്രധാനപ്പെട്ട ഗുരുദ്വാരയാണ്. ഗുരുനാനാക്ക് സ്വന്തം അനുയായികൾക്കായി ഒരു അരുവി തന്നെ സൃഷ്ടിച്ചത് ഇവിടെയാണ്. കുന്നിൻമുകളിലുള്ള ഒരു നീരുറവയിൽനിന്ന് വെള്ളമെടുക്കുന്നതിൽനിന്നും ഗുരുനാനാക്കിനെ ഒരു മുസ്ലീംവിശുദ്ധൻ തടഞ്ഞുവെന്നും അദ്ദേഹത്തെ കൊല്ലാനായി വിശുദ്ധൻ മുകളിൽനിന്നും ഒരു വലിയ പാറ ഉരുട്ടിവിട്ടുവെന്നും അതിനെ സ്വന്തം കൈയാൽ ഗുരു തടയുകയും അതിൽനിന്നും നീരുറവ കുതിച്ചു ചാടുകയും ചെയ്തുവെന്നാണ് ഐതിഹ്യം. ഇരുമതവിശ്വാസികൾക്കും ഈ സ്ഥലം വളരെ പ്രധാനപ്പെട്ടതാണ്. മുസ്ലീങ്ങൾ മനുഷ്യപ്പറ്റ് തീരെയില്ലാതിരുന്ന ദിവ്യന്റെ ശവകുടീരം സന്ദർശിക്കാൻ മല കയറുമ്പോൾ സിഖുകാർ അടിവാരത്തിൽ തെളിനീർ നിറഞ്ഞ മീനുകൾ നീന്തിത്തുടിക്കുന്ന തടാകത്തെ വലംവയ്ക്കുന്നു.

"അഫ്ഗാൻ അതിർത്തിയോട് തൊട്ടുനിൽക്കുന്ന പഞ്ചാസാഹിബ് ഗുരുനാനാക്ക് ഇവിടെ വന്നിരുന്നു എന്നതിന് തെളിവാണ്. അതുകൊണ്ടുതന്നെ ഞങ്ങൾ പഷ്ടൂൺ സിഖുകാർ യഥാർത്ഥ സിഖുകാരാണ്." പത്താൻ സാഹിബ് പറയുന്നു. ഗുരുനാനാക്ക് ഒരു യാത്രികനായിരുന്നുവെന്ന് അദ്ദേഹത്തിന്റെ നിരവധി ജീവചരിത്രങ്ങൾ സാക്ഷ്യപ്പെടുത്തുന്നു. 1499ൽ നദിയിൽനിന്നും പ്രത്യക്ഷപ്പെട്ട ഗുരുനാനാക്ക് അടുത്ത രണ്ടു ദശകങ്ങൾ പലയിടത്തും അലഞ്ഞുനടന്നു. പതിനാറാം നൂറ്റാണ്ടിൽ ഇന്ത്യയിൽ ജീവിതത്തിന്റെ അർത്ഥം തിരയുന്നവർ ചെയ്തിരുന്നത് വീട് വിട്ടിറങ്ങി ഫക്കിർമാരോടൊപ്പം അലയുക എന്നതായിരുന്നു. ഗുരുനാനാക്ക് തന്റെ യാത്രയിൽ താഴ്ന്ന ജാതിയിൽപെട്ട മുസ്ലീം സമുദായക്കാരനായ സുഹൃത്ത് മർദാനയെയും ഒപ്പം കൂട്ടി. അദ്ദേഹം ഒരു സംഗീതജ്ഞനായിരുന്നു. സൂഫിവര്യന്മാരെപ്പോലെ, ഹിന്ദു യോഗികളെപ്പോലെ ഇരുവരും സത്യാന്വേഷികളായി ഇന്ത്യ മുഴുവൻ അലഞ്ഞു.

സിഖ് വിശ്വാസമനുസരിച്ച് നാനാക്കും മർദാനയും നാല് പ്രധാന യാത്രകളാണ് നടത്തിയത്. ഓരോ ദിശയിലും കോംപസ്സിന്റെ സഹായത്തോടെ ആകാവുന്നിടത്തോളം ദൂരം അവർ സഞ്ചരിച്ചു. കിഴക്ക് മഥുരയും

ബനാറസും അലഹാബാദും അവർ സന്ദർശിച്ചു. തെക്ക് ബുദ്ധമത കേന്ദ്ര മായ ശ്രീലങ്കവരെയും വടക്കു ഹിമാലയം കടന്ന് ടിബറ്റിൽ സിന്ധു ഉദ്ഭവിക്കുന്ന കൈലാസംവരെയും സഞ്ചരിച്ചു. തുകൽ ചെരുപ്പും നീല പൈജാമയും ധരിച്ച് മുസ്ലീം തീർത്ഥാടകരായി വേഷം മാറിയ അവർ ഒരു പായ്ക്കപ്പലിൽ കയറി പടിഞ്ഞാറ് മക്കയും മദീനയും ബാഗ്ദാദും സന്ദർശിക്കാൻ പോയി. ആ യാത്രയുടെ തെളിവും നാൻകാന സാഹിബി ലുണ്ട്. ഖുർ-ആൻ വാക്യങ്ങൾ ആലേഖനം ചെയ്ത ഒരു മേൽവസ്ത്രം, വിലയേറിയ ഒരു ചില്ലുപേടകത്തിൽ അതീവഭദ്രമായി ഇവിടെ സൂക്ഷി ച്ചിരിക്കുന്നു. നാനാക്കിന് ഖലീഫ കൊടുത്ത സമ്മാനമാണിതെന്നാണ് വിശ്വാസം. (എന്നാൽ അത്തരമൊരു മേൽവസ്ത്രം തങ്ങളുടെ കൈ വശമുണ്ടെന്നും പഞ്ചാസാഹിബിൽ പ്രദർശിപ്പിച്ചിരിക്കുന്നത് വ്യാജ മാണെന്നുമാണ് ഇന്ത്യൻ സിഖുകാർ വിശ്വസിക്കുന്നത്.)

സിന്ധുവിലൂടെ അതിന്റെ ഉദ്ഭവസ്ഥാനംവരെയും പഞ്ചാബും സിന്ധും കടന്ന് സിന്ധു ഒഴുകിച്ചേരുന്ന സമുദ്രംവരെയും സഞ്ചരിച്ച അപൂർവം ചിലരിൽ ഒരാളാണ് ഗുരുനാനാക്ക്. വിശ്രമമില്ലാതെ നടത്തിയ ഈ യാ ത്രകൾ എന്തിനെയാണ് സൂചിപ്പിക്കുന്നത്? പിന്നീടൊരിക്കൽ നാനാക്ക് ഇങ്ങനെ പാടിയിട്ടുണ്ടാവാം.

> "മതം എന്നത് ശവകുടീരങ്ങൾ സന്ദർശിക്കുന്നതിലല്ല
> ശ്മശാനങ്ങൾ സന്ദർശിക്കുന്നതിലല്ല.
> ധ്യാനത്തിലിരിക്കുന്നതിലല്ല
> ഗ്രാമങ്ങളിലും വിദേശങ്ങളിലും അലയുന്നതിലല്ല
> തീർത്ഥാടന കേന്ദ്രങ്ങളിൽ മുങ്ങിക്കുളിക്കുന്നതിലല്ല
> നിങ്ങൾക്ക് യഥാർത്ഥ മതം കാണണമെങ്കിൽ
> ലോകത്തിന്റെ തിന്മകളിൽ നിന്നും മോചിതരാകൂ.

യാത്രകൾ ഗുരുനാനാക്കിന് എന്തെങ്കിലും ഗുണം ചെയ്തിട്ടുണ്ടെങ്കിൽ അത് മതമേലങ്കികളിൽനിന്ന് അദ്ദേഹത്തിന് വിടുതൽ നേടിക്കൊടുത്തു എന്നതാണ്. അദ്ദേഹം ഹിന്ദു, ബുദ്ധ, ഇസ്ലാംമതങ്ങളുടെ പുണ്യ സ്ഥല ങ്ങൾ എല്ലാം സന്ദർശിക്കുകയും അവയെ തിരസ്കരിക്കുകയും ചെയ്തു. പിന്നീടങ്ങോട്ട് അദ്ദേഹത്തിന്റെ ആത്മീയജീവിതത്തിന്റെ കേന്ദ്രബിന്ദു ഗുരു വായിരുന്നു, എന്നുവച്ചാൽ താൻതന്നെ ആയിരുന്നു. സഞ്ചാരങ്ങൾ കഴിഞ്ഞു പഞ്ചാബിൽ തിരിച്ചെത്തിയ അദ്ദേഹം അല്പം ഭൂമി വാങ്ങി, ഭൗതിക ജീവിതത്തിന്റെ മേലങ്കിയണിഞ്ഞു, തന്റെ വിശ്വാസങ്ങളെ ക്കുറിച്ചു അദ്ദേഹം വ്യക്തമായി സംസാരിച്ചു.

ഗുരുനാനാക്ക് ഒരു ശുദ്ധീകരണവാദിയായി മാറി. മറ്റു മതങ്ങളിൽ നിന്ന് ഏറെയൊന്നും അദ്ദേഹത്തിന് സ്വീകരിക്കാനും അംഗീകരിക്കാനും ഉണ്ടായിരുന്നില്ല. തപസ്സിൽ അദ്ദേഹം വിശ്വസിച്ചില്ല. തന്റെ അനുയായി കളോട് മുഴുവൻസമയ ഭൗതികജീവിതമാണ് അദ്ദേഹം ഉപദേശിച്ചത്. ദിവസത്തിൽ പ്രഭാതത്തിലും പ്രദോഷത്തിലും അല്പസമയം ധ്യാന ത്തിനും പ്രാർത്ഥനയ്ക്കുംവേണ്ടി മാറ്റിവയ്ക്കാൻ അദ്ദേഹം നിർദേശിച്ചു.

അദ്ദേഹം പുനർജന്മത്തിലോ അവതാരങ്ങളിലോ, ജാതി സമ്പ്രദായ ത്തിലോ വിശ്വസിച്ചില്ല. കുട്ടിയായിരുന്നപ്പോൾതന്നെ പിതാവ് നിർബന്ധ പൂർവം ആവശ്യപ്പെട്ടിട്ടും പൂണൂൽ ധരിക്കാൻ അദ്ദേഹം വിസമ്മതിച്ചത് പ്രസിദ്ധമാണ്. സമുദ്രം കടന്ന് മെക്കയിൽ പോയതോടെ അദ്ദേഹത്തിന് സ്വന്തം ജാതി നഷ്ടമാകുകയും ചെയ്തിരുന്നു.

അങ്ങേയറ്റം അധഃപതിച്ച ഭരണവർഗത്തെ അദ്ദേഹം നിശിതമായി വിമർശിച്ചു. കഴിഞ്ഞ അഞ്ചു നൂറ്റാണ്ടുകളായി അഫ്ഗാൻ മുസ്ലീംരാജാ ക്കന്മാരുടെ അക്രമങ്ങളുടെ ഇരയായി മാറിയത് പഞ്ചാബായിരുന്നു. അക്രമ കാരികളാകട്ടെ അവരുടെ നായാട്ടിനെ മതംകൊണ്ട് ന്യായീകരിക്കുകയും ചെയതു. കാബൂളിൽനിന്ന് ഡൽഹിയിലേക്കുള്ള വഴിയിൽ കിടക്കുന്ന പഞ്ചാബിന്റെ ധാന്യപ്പുരകളും കന്നുകാലികളും കൃഷിയിടങ്ങളും നിരന്തര മായി കൊള്ളയടിക്കപ്പെടുകയും ആക്രമിക്കപ്പെടുകയും ചെയ്തിരുന്നു. ആക്രമണത്തിനായി വരുന്ന മുസ്ലീംഭടന്മാർക്ക് ഭക്ഷണത്തിനായിരുന്നു ഈ കൊള്ളകൾ. ഗുരു നാനാക്കിന്റെ ബാല്യകാലത്ത് വടക്കേ ഇന്ത്യ യുടെ നിയന്ത്രണം ലോധിവംശത്തിന്റെയും പഷ്തൂൺ രാജാക്കന്മാരുടെയും കൈയിലായിരുന്നു. അവരുടെ ഭരണം അങ്ങേയറ്റം പരാജയമായിരുന്നു. എന്നാൽ അവരെ പരാജയപ്പെടുത്തി ഭരണം പിടിച്ച ഉസ്ബെകിസ്ഥാൻ കാരനായ ആദ്യ മുഗൾ ചക്രവർത്തി ബാബറിനെവെച്ച് നോക്കുമ്പോൾ അവർ നന്മയുടെ വിളനിലങ്ങളായിരുന്നു എന്നുവേണം കരുതാൻ. 1526ലാണ് ബാബർ വടക്കേ ഇന്ത്യ കീഴടക്കുന്നത്. ബാബറിന്റെ സൈന്യത്തെ ആദ്യം നേരിട്ടവരിൽ ഗുരുനാനാക്കുമുണ്ടായിരുന്നു. ബാബറിന്റെ പിടിയിലായ നാനാക്കിനെ കൊണ്ട് അടിമയെപോലെ ബാബർ ഗോതമ്പു പൊടിപ്പിച്ച കഥകൾ മുനിവര്യന്മാരെക്കുറിച്ചുള്ള ഗ്രന്ഥ ങ്ങളിൽ പ്രതിപാദിക്കുന്നുണ്ട്. ഒടുവിൽ നാനാക്കിന്റെ അതുല്യപ്രഭാവം മനസ്സിലാക്കിയ ബാബർ അദ്ദേഹത്തെ മോചിപ്പിക്കുകയായിരുന്നു. എന്നാൽ ബാബറിനെക്കുറിച്ച് അതിനിശിതമായ വിമർശനമാണ് ഗുരു നാനാക്ക് നടത്തിയിട്ടുള്ളത്.

"പാപികളുടെ കൂട്ടമായ കവർച്ച സംഘമാണ് അയാളുടേത്
സഭ്യതയും നിയമങ്ങളും പോയിമറഞ്ഞിരിക്കുന്നു
കാപട്യവും വഞ്ചനയും അരങ്ങു തകർക്കുന്നു"

ബാബർ പഞ്ചാബിൽ നാശം വിതച്ചെങ്കിൽ ഗുരുനാനാക് ജനതയ്ക്കു ജീവിക്കാനായി പ്രതീക്ഷയും ആത്മവിശ്വാസവും നൽകുകയാണ് തന്റെ ദൗത്യമെന്നു വിശ്വസിച്ചു. ജാതി വ്യവസ്ഥയിൽ മുറുകെ പിടിക്കുന്ന ബ്രാഹ്മണരെ കശാപ്പുകാരെന്നും മുസ്ലീം രാജാക്കന്മാരെ ചെകുത്താന്റെ കൂട്ടാളികളെന്നും വിശേഷിപ്പിച്ച ഗുരു തന്റെ അനുയായികളെ പഞ്ചാബി അസ്തിത്വത്തിൽ ഉറപ്പിച്ചുനിർത്തി. അദ്ദേഹം തന്റെ എല്ലാ കവിതകളും പഞ്ചാബിയിലാണ് എഴുതിയിട്ടുള്ളത്. ഇതെല്ലാം സിഖ്മത വ്യാപനത്തെ പഞ്ചാബിൽ മാത്രമായി ഒതുക്കിയെങ്കിലും സമുദായത്തിന് കൃത്യമായ നിർവചനം നൽകാനും ദേശീയബോധം വളർത്താനും ഉപകരിച്ചു.

ഖുശ്വന്ത്സിംഗിന്റെ 1963ൽ പ്രസിദ്ധീകരിച്ച "ഹിസ്റ്ററി ഓഫ് ദി സിഖ്സ്" എന്ന പുസ്തകത്തിൽ ഗുരുനാനാക്കിനെ പഞ്ചാബിന്റെ ആദ്യ ജനകീയ നേതാവെന്നാണ് വിശേഷിപ്പിക്കുന്നത്.

നാനാക്കിന്റെയും അദ്ദേഹത്തിന് ശേഷംവന്ന ഒമ്പത് ഗുരുക്കന്മാരുടെയും കീർത്തനങ്ങളുടെ ശേഖരമാണ് സിഖുമതത്തിന്റെ വിശുദ്ധ ഗ്രന്ഥമായ ആദിഗ്രന്ഥം. ആദിഗ്രന്ഥം ഈണത്തിൽ വായിക്കുന്നതും വായിച്ച് കേൾക്കുന്നതുമാണ് സിഖുകാരുടെ ഏറ്റവും ഉദാത്തമായ ആരാധനാരീതി. "പാകിസ്ഥാനിലെ സിഖുകാരുടെ ഒഴിഞ്ഞ ജലസംഭരണികൾ പോലെ അവിടുത്തെ ഗുരുദ്വാരകളും നിശ്ശബ്ദതയിൽ കുളിച്ചു നിൽക്കുന്നു." "അമൃത്സറിൽ ഇരുപത്തിനാലു മണിക്കൂറും കീർത്തനാലാപനം കേൾക്കാം. സുവർണ ക്ഷേത്രത്തിനുള്ളിൽ പാട്ടുകാർ സദാ കീർത്തനങ്ങൾ പാടി ക്കൊണ്ടിരിക്കും." ഇന്ത്യക്കാരനായ ഒരു സിഖ് തീർത്ഥാടകൻ പറഞ്ഞു. "നിങ്ങൾ ഇന്ത്യയിൽ പോകണം. അവിടെ സിഖുകാരുടെ ആരാധന എന്നു പറഞ്ഞാൽ കേൾക്കാനിമ്പമുള്ള കീർത്തനാലാപനമാണ്."

ദശകങ്ങളായി ഇന്ത്യയ്ക്കും പാകിസ്ഥാനും ഇടയിലുള്ള അതിർത്തി കടക്കുക എന്നത് ദുഷ്കരമായിരുന്നു. എന്നാൽ ഞാൻ ലാഹോറിലെത്തിയപ്പോഴേക്കും ഇരുരാജ്യങ്ങളും തമ്മിലുള്ള ബന്ധം കുറെയൊക്കെ മെച്ചപ്പെട്ടിരുന്നു. ബന്ധം ഊഷ്മളമാക്കാനുള്ള ശ്രമങ്ങളുടെ ഭാഗമായി ഇരു രാജ്യങ്ങൾക്കുമിടയിൽ ബസ്, ട്രെയിൻ, വിമാന സർവീസുകൾ തുടങ്ങിയിരുന്നു. ലാഹോറിൽനിന്നും അതിർത്തിക്കപ്പുറത്തുള്ള ബന്ധുക്കളുമായി പുനഃസമാഗമം സ്വപ്നം കണ്ടു കൊണ്ട്. ലക്നോവിലേക്ക് യാത്രചെയ്യുന്ന ഒരുകൂട്ടം ബിസിനസ്സുകാരുടെയും കുടുംബങ്ങളുടെയും ഒപ്പം ബസ്സിൽ ഞാനും ചേർന്നു. വിഭജനത്തോടെ തങ്ങൾക്കു കൈമോശം വന്ന ഇന്ത്യയുടെ പ്രതാപങ്ങളെക്കുറിച്ച് പാകിസ്ഥാനികൾ രഹസ്യമായി പരിതപിക്കാറുണ്ട്.

അതിർത്തിക്കപ്പുറം ബന്ധു സന്ദർശനത്തിന് സാധിക്കുന്നവർ അത്തരം യാത്രകളിലൂടെ ആ വിഷമം മറികടക്കാൻ ശ്രമിക്കുന്നു. അടുത്ത ഒരു മാസം ഞാൻ ഇരുരാജ്യങ്ങൾക്കുമിടയിൽ നിരവധി തവണ സഞ്ചരിച്ചു. പാകിസ്ഥാനിൽ ഞാൻ കണ്ട ഇന്ത്യൻ ടൂറിസ്റ്റുകൾ സിഖ് തീർത്ഥാടകർ മാത്രമാണ്. ദേശീയത ഇന്ത്യയിൽ വളരെ ശക്തമായ ഒരു വികാരമാണ്. പാകിസ്ഥാൻ പോലെ അപകടം പിടിച്ച, മതമൗലിക വാദം കൊടികുത്തി വാഴുന്ന ഒരു രാജ്യത്തേക്ക് പോകാൻ ഇന്ത്യക്കാർക്ക് പ്രത്യേകിച്ച് കാരണങ്ങൾ ഒന്നുമില്ല. ബസ്സിലുണ്ടായിരുന്നത് ഒരേയൊരു ഇന്ത്യൻ ഒരു ആയുർവേദ ഡോക്ടറായിരുന്നു. അയാളുടെ പെട്ടി നിറയെ പലയിടങ്ങളിൽനിന്നായി സംഭരിച്ച 'നാല്പതു തരം ഔഷധ' സസ്യങ്ങളായിരുന്നു. അഫ്ഗാനിസ്ഥാനിൽനിന്നും ഇരട്ടി മധുരം, ക്വറ്റയിൽ നിന്നും ഗം, സ്വാത്തിൽ നിന്നും പലതരം ഇലകളുടെ സത്ത് ഇങ്ങനെ പലതും

ആയിരക്കണക്കിന് വർഷങ്ങളായി ഈ മരുന്നുകൾ ശേഖരിക്കപ്പെടുന്നത് സിന്ധുവിന് പടിഞ്ഞാറു സ്ഥിതി ചെയ്യുന്ന പർവതദേശങ്ങളിൽ നിന്നാണ്.

വാഗാ അതിർത്തിയിൽവെച്ച് ഞാൻ ഇരുരാജ്യങ്ങളെയും വേർതിരിക്കുന്ന, പഞ്ചാബിന്റെ വിശാലമായ കൃഷിഭൂമിയെ രണ്ടായി പകുക്കുന്ന കൃത്രിമ അതിർത്തി രേഖ മുറിച്ചുകടന്നു. എന്നിട്ട് ഇരുരാജ്യങ്ങളും തമ്മിൽ എന്ത് വ്യത്യാസമാണുള്ളതെന്ന് തിരയാൻ തുടങ്ങി. ഇന്ത്യൻ റോഡുകൾ കൂടുതൽ നല്ലതാണോ? അതോ അത് വൃത്തികെട്ടതും ദരിദ്രവുമാണോ? (പാകിസ്ഥാനികൾ സാധാരണ അങ്ങനെയാണ് പറയാറ്) ഇന്ത്യൻ എഴുത്തുകാരിയായിരുന്ന മഞ്ജുള പദ്മനാഭൻ 1960ൽ കുട്ടിയായിരിക്കേ പാകിസ്ഥാനിൽനിന്നും ഇന്ത്യയിലേക്ക് നടത്തിയ യാത്രയെക്കുറിച്ചുള്ള വിവരണം ഓർത്തപ്പോൾ ഞാൻ എന്നെത്തന്നെ പരിഹസിച്ചു. ഒരുപാടു കേട്ടറിഞ്ഞിട്ടുള്ള മനോഹരിയായ മാതൃഭൂമി മുന്നിൽ പ്രത്യക്ഷയാകുന്നതും കാത്ത് ട്രെയിനിൽ ഇരുന്നുമടുത്ത കുഞ്ഞു മഞ്ജുള ഒടുവിൽ ചോദിച്ചു, "നമ്മൾ എപ്പോഴാണ് ഇന്ത്യയിലെത്തുക?" കഴിഞ്ഞ രണ്ടു മണിക്കൂറായി ഇന്ത്യയിൽകൂടിയാണ് തങ്ങൾ സഞ്ചരിക്കുന്നതെന്നറിഞ്ഞ ആ കൊച്ചുമനസ്സ് അകെ നിരാശയിലാണ്ടുപോയി.

പാകിസ്ഥാനി പട്ടാളക്കാരൻ പാസ്പോർട്ട് പരിശോധിക്കുന്നതിനായി കാത്തുനിൽക്കുകയായിരുന്നു ഞാൻ. ഇന്ത്യയിൽനിന്ന് ചരക്കുമായി വന്ന ഒരു ട്രക്ക് തിരിച്ചുനിർത്തുന്നതും പാകിസ്ഥാനി പോർട്ടർമാർ അതിനു ചുറ്റും ചരക്കിറക്കാൻ കൂടുന്നതുമായ ശബ്ദങ്ങളാണ് മനോരാജ്യത്തിൽ സ്വയം നഷ്ടപ്പെട്ടുനിന്ന എന്നെ വർത്തമാനകാലത്തേക്കു തിരിച്ചുകൊണ്ടുവന്നത്. ട്രക്കിൽ നിന്നും വലിയ മാംസക്കഷ്ണങ്ങൾ അവർ ഇറക്കിത്തുടങ്ങിയിരുന്നു. (പശുവിറച്ചിയാണ്. ഇന്ത്യയിൽ ആളുകൾ അത് കഴിക്കുന്നത് നിന്ദ്യമായി കരുതുന്നു. പാകിസ്ഥാനി മുസ്ലീങ്ങൾക്കാകട്ടെ വിലക്കുറവിൽ കിട്ടുന്ന മാംസമാണത്).

'നല്ല ഉറുദു' പാകിസ്ഥാനി കസ്റ്റംസ് ഉദ്യോഗസ്ഥന്റെ കമന്റ്. "നല്ല ഹിന്ദി സംസാരിക്കുന്നല്ലോ" പത്തു മിനിറ്റിനകം ഇന്ത്യൻ ഭാഗത്തെ ഉദ്യോഗസ്ഥയുടെ അഭിനന്ദനം. "നിങ്ങൾക്ക് കുടിക്കാൻ മദ്യമാണോ ബിയറാണോ വേണ്ടത്?" ഇന്ത്യയിലേക്ക് കാലെടുത്തുവച്ചപ്പോൾ തന്നെ ചായക്കടക്കാരന്റെ ചോദ്യം. ഇതെല്ലാം നിരോധിക്കപ്പെട്ട സ്ഥലത്തുനിന്നും വരുന്ന ഒരാളോട് ചോദിക്കേണ്ട ചോദ്യംതന്നെ. അമൃതസറിലേക്കുള്ള ബസ്സിൽ ഞാൻ സീറ്റ് പിടിച്ചു. നീല തലപ്പാവ് ധരിച്ച ഒരാളുടെ പിന്നിൽ ഏറ്റവും പിന്നിലെ സീറ്റിലായിരുന്നു ഞാനിരുന്നത്. പാകിസ്ഥാനിൽ സ്ത്രീകൾക്ക് മാത്രമായുള്ള ലോകത്തേക്ക് ചുരുങ്ങിയ ഞാൻ സ്വാതന്ത്ര്യം ശരിക്കും ആസ്വദിക്കുകയായിരുന്നു.

ബസ്സ് പച്ച പുതച്ച ഗോതമ്പുപാടങ്ങൾ പിന്നിട്ട് നഗരപ്രാന്തത്തിലേക്ക് പ്രവേശിച്ചിരുന്നു. പന്നി മാംസവും വിസ്കിയും വിൽക്കുന്ന കടകൾ പാതയോരങ്ങളിൽ സജീവം. വിശുദ്ധ കൃപാൺ അരയിൽ തൂക്കിയിട്ട സിഖ്

സ്ത്രീകൾ നിരത്തിലൂടെ സ്കൂട്ടർ പായിച്ചുപോകുന്നത് കണ്ടു സത്യത്തിൽ ഞാൻ അമ്പരന്നു പോയി.

സിക്കുകാരുടെ ഇവിടെ കാണുന്ന സർവവ്യാപിത്വം അതിർത്തിക്കപ്പുറമുള്ള അവരുടെ അസാന്നിധ്യത്തിന്റെ കാരണങ്ങളെക്കുറിച്ചും ആ അസാന്നിധ്യത്തെ ചില പാകിസ്ഥാനികൾ തീർത്തും വഷളായ രീതിയിൽ ആഘോഷിക്കുന്നതിന്റെയും വേദനിപ്പിക്കുന്ന ഓർമ്മപ്പെടുത്തലായിരുന്നു. പാകിസ്ഥാനി ആർമി ഉദ്യോഗസ്ഥർ സിഖുകാരെക്കുറിച്ചു തരം താഴ്ന്ന തമാശകൾ പറയാറുണ്ട്. സ്കൂൾ പാഠപുസ്തകങ്ങൾ സിഖുകാരെ ക്രൂരന്മാരായ കശാപ്പുകാരായിട്ടാണ് ചിത്രീകരിക്കുന്നത്. പ്രശസ്ത പാകിസ്ഥാനി സിനിമ നിർമ്മാതാവായ സയ്യദ് നൂർ നിർമിച്ചു 2003ൽ പുറത്തിറങ്ങിയ, “ലാർകി പഞ്ചാബി” (പഞ്ചാബി ഗേൾ) എന്ന സിനിമ മദ്യപാനിയും ക്രൂരനുമായ ഒരു സിഖ്കാരന്റെ കഥയാണ് പറയുന്നത്. സ്വന്തം സഹോദരീപുത്രന്റെ കൈ കശാപ്പുകത്തികൊണ്ട് വെട്ടിമാറ്റുന്ന അയാൾ ഒരു പാകിസ്ഥാനി മുസ്ലീമിനെ പ്രണയിച്ചതിന്റെ പേരിൽ മകളെ കൊല്ലാനും ശ്രമിക്കുന്നു. എന്തുകൊണ്ടാണ് ഇത്ര മോശമായ ചിത്രീകരണം നടത്തിയതെന്ന് ഞാൻ നിർമാതാവിന്റെ ഭാര്യയും തിരക്കഥാകൃത്തുമായ റുക്സാന നൂറിനോട് ചോദിച്ചു. പാകിസ്ഥാനിൽ ഹിന്ദു മുസ്ലീം വിവാഹങ്ങൾ അസാധ്യമെന്നായിരുന്നു അവരുടെ ലളിതമായ മറുപടി.

മുസ്ലീങ്ങളെക്കുറിച്ചുള്ള എല്ലാ മോശം ധാരണകളും അക്രമവാസന, മതപരമായ അസഹിഷ്ണുത, സ്ത്രീകളോടുള്ള വിവേചനം തുടങ്ങി എല്ലാം സിഖുകാരിൽ ആരോപിക്കുന്നതാണ് നൂറിന്റെ സിനിമ. ഇരുമതങ്ങൾക്കുമിടയിൽ പരസ്പരവിശ്വാസം ഇല്ലെങ്കിൽകൂടി ഇസ്ലാം സിഖിസത്തെ വളരെയേറെ സ്വാധീനിച്ചിട്ടുണ്ട്. മറിച്ചല്ല സംഭവിച്ചത്. ഇന്ത്യൻ/ പാകിസ്ഥാൻ സൈന്യങ്ങളുടെ ചരിത്രമെഴുതിയ സ്റ്റീഫൻ.പി. കോഹെൻ പറയുന്നത് ഭക്തിയുടെയും സഹിഷ്ണുതയുടെയും ഹിന്ദു സമ്പ്രദായങ്ങളിൽനിന്നും സിഖിസത്തെ രണോത്സുകമായ വിശ്വാസത്തിലേക്ക് മാറ്റുന്നതിൽ ഇസ്ലാം വലിയ സ്വാധീനം ചെലുത്തിയെന്നാണ്. ആദ്യ അഞ്ച് സിഖ്ഗുരുക്കന്മാരുടെ കാലത്തു ഇസ്ലാം, സിഖ് മതങ്ങൾക്കിടയിൽമത്സരമോ ശത്രുതയോ ഉണ്ടായിരുന്നില്ല.

ചുരുങ്ങിയപക്ഷം സിഖ്മതവും ഏക ദൈവവിശ്വാസം പിന്തുടരുന്ന മതമാണല്ലോ. ഗുരുനാനാക്കിന്റെ “ജപുജി” പ്രഭാത പ്രാർത്ഥനയുടെ തുടക്കം ഇസ്ലാമിക വിശ്വാസങ്ങളുമായി അടുത്ത് നിൽക്കുന്ന തരത്തിലുള്ളതാണ്.

> “ഒരേ ഒരു ദൈവം മാത്രമേയുള്ളൂ
> അതിന്റെ പേര് സത്യമെന്നാണ്
> അദ്ദേഹമാണ് സ്രഷ്ടാവ്
> അദ്ദേഹത്തിന് ഭയമോ വെറുപ്പോ ഇല്ല.”

അക്ബർ ചക്രവർത്തി, തന്റെ പിതാമഹനായ ബാബർ ചെയ്ത തെറ്റുകൾക്ക് പ്രായശ്ചിത്തം ചെയ്യാൻ വേണ്ടിയായിരിക്കാം ഈ

പ്രാർത്ഥനകൾ ഉൾപ്പെടെയുള്ള എല്ലാ സിഖ് കീർത്തനങ്ങളുടെയും പകർപ്പുകൾ ശേഖരിച്ച് അത് ഇസ്ലാംവിരുദ്ധമല്ല എന്നുറപ്പാക്കുകയും ചെയ്തിരുന്നു. അത് വായിച്ചു സന്തുഷ്ടനായ അക്ബർ സിഖ്സമുദായത്തിന് ഭൂമിയും മറ്റും ദാനം ചെയ്തു. അങ്ങനെ കിട്ടിയ ഭൂമിയിൽ സിഖുകാർ വലിയ ജലസംഭരണിയും ഗുരുദ്വാരയും നിർമിച്ചു. അഞ്ചാമത്തെ സിഖ് ഗുരുവായിരുന്ന ഗുരു അർജുനന്റെ അഭ്യർത്ഥനപ്രകാരം ആ ഗുരുദ്വാരയ്ക്കു തറക്കല്ലിടാൻ എത്തിയത് ലാഹോറിൽ നിന്നുള്ള ഒരു മുസ്ലീം വിശുദ്ധനായിരുന്നു. (ആ ഗുരുദ്വാരയായിരുന്നു ഹർമിൻഡർ. പിന്നീട് മഹാരാജ രഞ്ജിത്ത്സിങ് അതിനെ സ്വർണം പൂശിയപ്പോൾ അത് സുവർണ ക്ഷേത്രമായി മാറി.)

അക്ബറിന്റെ മരണത്തോടെ മുസ്ലീം-സിഖ് ഐക്യം അവസാനിച്ചു. തുടർന്ന് ചക്രവർത്തിയായ ജഹാംഗീർ ഇസ്ലാമികമല്ലാത്ത എല്ലാ വിശ്വാസങ്ങളെയും, പ്രത്യേകിച്ച് സിഖ്വിശ്വാസത്തെ സംശയദൃഷ്ടിയോടെയാണ് വീക്ഷിച്ചത്. ജഹാംഗീർ തന്റെ ഡയറിയിൽ ഇങ്ങനെ രേഖപ്പെടുത്തിയിട്ടുണ്ട്, "വർഷങ്ങളായി ഈ ചിന്ത എന്റെ മനസ്സിനെ അലോസരപ്പെടുത്തുന്നു. ഒന്നുകിൽ ഞാൻ തെറ്റായ വിശ്വാസത്തെ ഇല്ലായ്മ ചെയ്യണം. അല്ലെങ്കിൽ അയാളെ ഗുരു ഇസ്ലാംമത വിശ്വാസത്തിലേക്ക് കൊണ്ടുവരണം." ജഹാൻഗീറിന്റെ മകൻ ഖുസ്രു പിതാവിനെതിരെ കലഹിച്ചപ്പോൾ അദ്ദേഹത്തിന് അഭയം കൊടുത്ത് സംരക്ഷിച്ചത് ഗുരു അർജുൻ ആയിരുന്നു. അത് ധാരാളം മതിയായിരുന്നു ജഹാംഗീറിന്. ഗുരുവിനെ പിടിച്ചുകെട്ടി പീഡിപ്പിച്ചു കൊല്ലാനായിരുന്നു ചക്രവർത്തിയുടെ ഉത്തരവ്. ലാഹോറിലേക്ക് പിടിച്ചുകൊണ്ടുവന്ന അർജുൻ ക്രൂരപീഡനങ്ങൾക്കൊടുവിൽ മരണത്തിനു കീഴടങ്ങി.

അടുത്ത നൂറു വർഷം മുഗളന്മാർ സിഖുകാരെ നിരന്തരം വേട്ടയാടി. ആ പീഡനങ്ങൾ സിഖ് മതത്തിനു അന്തിമവും കൃത്യവുമായ ഒരു നിർവചനം നൽകി. ഡൽഹിയിൽനിന്നും സിഖ്വേട്ടയ്ക്കായി പഞ്ചാബിലെത്തുന്ന മുഗൾ സൈന്യത്തെ നേരിടാൻ സിഖുകാർ ഗറില്ലാ യുദ്ധമുറകൾ അഭ്യസിച്ചു. ആദ്യകാലങ്ങളിൽ ഭക്തികീർത്തനങ്ങൾക്കു പകരം വീരഗാഥകൾ പാടി അവർ സൈനിക സമൂഹങ്ങളായി ജീവിച്ചു. പിന്നീട് അവർ കൊള്ളക്കാരായി. അഫ്ഗാൻ/ മുഗൾ ചരക്കുവണ്ടികളെ ആക്രമിച്ചും കൊള്ളയടിച്ചും അവർ മുഗളന്മാരെ ശല്യപ്പെടുത്തി. അനുദിനം വളരുന്ന സിഖ് വിഘടനവാദത്തിൽ പരിഭ്രാന്തനായ ഔറംഗസേബ് ഒമ്പതാമത്തെ സിഖ് ഗുരുവിനെ വധിച്ചു.

സിഖുകാരെ സംബന്ധിച്ചിടത്തോളം മുസ്ലീങ്ങളുടെ കൈകളാൽ തങ്ങളുടെ രണ്ടു ഗുരുക്കന്മാർ കൊല്ലപ്പെടാനിടയായത് നിസ്സാരമാക്കി തള്ളിക്കളയാൻ പറ്റുന്ന ദുരന്തമായിരുന്നില്ല. ഈ സംഭവങ്ങൾ പത്താമത്തെ സിഖ് ഗുരുവായിരുന്ന ഗുരു ഗോവിന്ദിന്, അപ്രിയമായ രണ്ടു സത്യങ്ങൾ മനസ്സിലാക്കിക്കൊടുത്തു. അതിലൊന്ന്, അക്രമത്തെ അക്രമം

കൊണ്ട് തന്നെ നേരിടണം. "മറ്റെല്ലാ മാർഗ്ഗങ്ങളും പരാജയപ്പെടുമ്പോൾ ആയുധമെടുക്കുന്നത് അനുവദനീയമാണ്." അദ്ദേഹം ഔറംഗസേബിനെഴുതി. രണ്ടാമത്തെ കാര്യം അദ്ദേഹത്തിന്റെ ജനതയ്ക്ക് അവരുടെ ഗുരുക്കന്മാരുടെ ആത്മീയവിജ്ഞാനം മാത്രം പോരാ, മറിച്ച് അവർ ഹിന്ദുക്കളോ മുസ്ലീങ്ങളോ അല്ലാത്ത മൂന്നാമതൊരു അസ്തിത്വമെന്ന് തോന്നണം. അതിനായി അദ്ദേഹം കർക്കശചിട്ടകളുള്ള ഒരു സംഘടിത രൂപം ഉണ്ടാക്കി, അവരെ പെട്ടെന്ന് തിരിച്ചറിയാൻ കഴിയുന്ന ഒരു വേഷവിധാനവും രൂപകല്പന ചെയ്തു.

1699ലെ ബൈശാഖി ആഘോഷസമയത്ത് അദ്ദേഹം തന്റെ അനുയായികളുടെ ഒരു യോഗം വിളിച്ചു. അവിടെവെച്ച് അദ്ദേഹം സമരോത്സുകമായ ഒരു സംഘടന രൂപീകരിച്ചതായി പ്രഖ്യാപിച്ചു. അതാണ് ഖൽസ. ഇന്ന് സിഖുകാരെ തിരിച്ചറിയുന്നത് ഗുരുനാനാക്ക് കീർത്തനങ്ങളിലൂടെയല്ല, മറിച്ച് ശക്തിയുടെ അഞ്ച് അടയാളങ്ങളിലൂടെയാണ്; നീട്ടിവളർത്തി തലപ്പാവിനുള്ളിൽ കെട്ടിവെച്ച മുടി, കാങ്ക (ചീപ്പ്), കാച്, കാര (സ്റ്റീൽ വള), പിന്നെ കൃപാൺ (ചെറിയ വാൾ). പതിനൊന്നാമത്തേയും അവസാനത്തെയും ഗുരുവായി അദ്ദേഹം ആദിഗ്രന്ഥത്തെ പ്രഖ്യാപിച്ചു. അന്ന് തുടങ്ങി സിഖുകാരെ നയിക്കുന്നത് ഏതാനും ചിലരുടെ വീക്ഷണങ്ങളല്ല, മറിച്ച് ഒരു സമൂഹം ഒരുമിച്ചെഴുതിയ നിയമങ്ങളാണ്, വിശുദ്ധഗ്രന്ഥമാണ്. ഒപ്പം ഖൽസ നൽകുന്ന സംഘടിത നേതൃത്വവും.

സിഖുകാരിൽ ഐക്യബോധം വളർത്താനും അവരെ തകർച്ചയിൽ നിന്ന് രക്ഷിക്കാനും ഖൽസയ്ക്കു കഴിഞ്ഞു. അതിനേക്കാളേറെ ഔറംഗസേബിന്റെ മരണവും മുഗൾസാമ്രാജ്യത്തിന്റെ തകർച്ചയും പ്രാദേശിക ശക്തികൾക്ക് ഡൽഹിയുടെ നിയന്ത്രണത്തിൽനിന്നും സ്വാതന്ത്രരാകാനുള്ള അവസരം നൽകുകയും ചെയ്തു. 1799ൽ ഖൽസ രൂപീകരിച്ചു. നൂറുവർഷത്തിനുശേഷം (ഗുരുനാനാക്ക് നദിയിൽ നിന്നും പ്രത്യക്ഷനായിട്ട് മുന്നൂറുവർഷം പിന്നിട്ടശേഷം) രഞ്ജിത്ത്സിങ് എന്ന ഒറ്റക്കണ്ണനായ കൗമാരക്കാരൻ പഞ്ചാബ് കീഴടക്കി ആദ്യത്തെ സിഖ് രാജ്യം സ്ഥാപിച്ചു. പഞ്ചാബി ഭാഷയിലെ പാട്ടുകളിലൂടെയും സിഖ്ചര്യകളിലൂടെയും പ്രാദേശിക ചിന്തകളിലൂടെയും ഗുരുക്കന്മാർ ദേശീയത ഊട്ടി ഉറപ്പിച്ചിരുന്നു. രഞ്ജിത്ത്സിങ് ലാഹോറിലേക്ക് മാർച്ചുചെയ്തു. താൻ കേവലം സിഖ്നേതാവ് മാത്രമല്ലെന്നും വിശാല പഞ്ചാബിന്റെ പ്രതിനിധിയാണെന്നും പ്രഖ്യാപിച്ചു. അദ്ദേഹം ഹിന്ദു വിശേഷദിവസങ്ങൾ ആഘോഷിച്ചു. മുസ്ലീംഭാര്യമാരെ സ്വീകരിച്ചു. തന്റെ കൊട്ടാരത്തിൽ എല്ലാ മതസ്ഥരെയും ഉന്നതസ്ഥാനങ്ങളിൽ പ്രതിഷ്ഠിച്ചു. രാജാക്കന്മാരുടെ അധികാരത്തെ ഗുരുനാനാക്ക് വിമർശിച്ചിരുന്നു. എന്നാൽ രഞ്ജിത്ത്സിങ് സ്വയം മഹാരാജാവെന്നു പ്രഖ്യാപിച്ചു.

ഈ സമയമായപ്പോഴേക്കും ബ്രിട്ടീഷുകാർ സിന്ധു കീഴടക്കാനുള്ള ശ്രമങ്ങൾ തുടങ്ങിയിരുന്നു. പശ്ചിമ ഇന്ത്യയിലെ ഏറ്റവും ശക്തനും

സമ്പന്നനുമായ ഭരണാധികാരിയായിരുന്നു രഞ്ജിത് സിങ്. അലക്സാണ്ടർ ബേൺസ് കൽക്കട്ടയിലെ കമ്പനി മേധാവികൾക്ക് എഴുതിയ കത്തുകളിലെല്ലാം കടുത്ത അസൂയയുടെ തിരയിളക്കം കാണാം. ബ്രിട്ടീഷുകാർക്ക് അന്ന് ഇന്ത്യയിലെ വലിയൊരു ഭാഗത്തിന്റെ നിയന്ത്രണമുണ്ടായിരുന്നു എന്നത് ശരിയാണ്. എന്നാൽ ഇന്ത്യൻ ഭരണാധികാരികളുടെ സമ്പത്തിനും ആഡംബരങ്ങൾക്കും മുന്നിൽ അവർ ഒന്നുമായിരുന്നില്ല. "രഞ്ജിത് സിങിന്റെ കൊട്ടാരത്തിലെ ആഡംബരങ്ങളും പ്രതാപവും നമ്മൾ മുമ്പ് മനസ്സിലാക്കിയിരുന്നതുപോലെ തന്നെയാണ്", ബേൺസ് എഴുതി. "രഞ്ജിത് സിങിന്റെ ആനകളുടെ മുകളിലെ സ്വർണ ഇരിപ്പിടങ്ങളുമായി (ഹൗദ) തട്ടിച്ചുനോക്കുമ്പോൾ നമ്മുടേത് വല്ലാത്ത വൈപരീത്യമായി തോന്നുന്നു." ബേൺസ് വീണ്ടും പരിതപിക്കുന്നു. മഹാരാജാവ് ബ്രിട്ടീഷുകാരെ അദ്ദേഹത്തിന്റെ എഴുപത് അംഗ 'റെജിമെന്റ് ഓഫ് ആമസോൺ' പരിചയപ്പെടുത്തിയപ്പോൾ അവർ അദ്ഭുതംകൊണ്ട് വായ പൊളിച്ചിരുന്നുപോയി എന്നും ബേൺസ് രേഖപ്പെടുത്തുന്നു. ആർത്തിയോടെ അവർ അദ്ദേഹത്തിന്റെ കിരീടത്തിലെ കോഹിനൂർ രത്നത്തെ നോക്കി. പഞ്ചാബിനെ ഉഴുതുമറിച്ച തൈമൂറിന്റേതായിരുന്ന ആ രത്നത്തിൽ ഔറംഗസേബിന്റെയും അഹ്മദ് ഷായുടെയും പേരുകൾ കൊത്തിവച്ചിരുന്നതായി ബേൺസ് അനുസ്മരിക്കുന്നു.

മഹാരാജാ, ആകെ വിഷമാവസ്ഥയിലിരിക്കുന്ന ബ്രിട്ടീഷുകാരുടെ മേൽ സ്വർണപ്പൊടി വിതറി. അടുത്ത രണ്ടുദിവസം കുളിക്കാൻപോലും മടിച്ച ബ്രിട്ടീഷ്സംഘം തങ്ങളുടെ മുഖത്തെ സ്വർണതിളക്കംകൊണ്ട് എല്ലാവരുടെയും ശ്രദ്ധയാകർഷിച്ചു. ബ്രിട്ടീഷ് അധികാരകേന്ദ്രങ്ങളും തദ്ദേശീയ രാജാക്കന്മാരുടെ ശക്തിയും തമ്മിലുള്ള അസാമാനത ഇത്രയേറെ വ്യക്തമായ മറ്റൊരു സന്ദർഭം ഉണ്ടായിരുന്നില്ല. സുവർണലിപികളിൽ മനോഹരമായ പേർഷ്യനിൽ ബ്രിട്ടീഷ് സിഖ്സൗഹൃദത്തിൽ സന്തോഷം രേഖപ്പെടുത്തിക്കൊണ്ട് മഹാരാജ അയച്ച കത്ത് ബേൺസ് സൂക്ഷിച്ചിരുന്നു. ബേൺസിന്റെ മരണശേഷം ആ കത്ത് ലണ്ടനിൽ കിഴക്കിന്റെ ആഡംബരത്തിന്റെ അടയാളമായി നിലകൊണ്ടു. അത് കാണാൻ തിക്കിത്തിരക്കിയിരുന്നവരിൽനിന്നും വളരെ കഷ്ടപ്പെട്ടാണ് അദ്ദേഹം അത് തിരിച്ചുപിടിച്ചത്.

മുസ്ലീം വിഭാഗവുമായി ഏറെക്കുറെ പൊരുത്തപ്പെട്ടുകൊണ്ടാണ് രഞ്ജിത്ത്സിങ് പഞ്ചാബ് ഭരിച്ചത്. അദ്ദേഹം അധികാരം പിടിച്ചെടുക്കുന്നതിനു മുമ്പുണ്ടായിരുന്ന അരാജകത്വത്തിന്റെ കാലഘട്ടത്തിൽ മുസ്ലീങ്ങളും സിഖുകാരും പരസ്പരം ആക്രമിക്കുന്നതിലും അപമാനിക്കുന്നതിലും മത്സരിച്ചിരുന്നു. അഫ്ഗാൻ സൈന്യം സുവർണക്ഷേത്രത്തിലെ തടാകത്തിൽ ചത്ത പശുവിനെ കൊണ്ടുവന്നിട്ട് അശുദ്ധമാക്കി. സിഖുകാർ ലാഹോറിലെ ഔറംഗസേബിന്റെ പള്ളി കുതിരലായമായി ഉപയോഗിച്ചു. രഞ്ജിത്ത്സിങ് രാജാവായപ്പോൾ ഈ പ്രശ്ങ്ങൾക്ക് ഒരു പരിധിവരെ പരിഹാരം കാണാനും ബന്ധം ഊഷ്മളമാക്കാനും ശ്രമിച്ചിരുന്നു.

അദ്ദേഹത്തിന് രണ്ടു മുസ്ലീംഭാര്യമാരുണ്ടായിരുന്നു. ഒരു മുസ്ലീം മന്ത്രിയും നിരവധി മുസ്ലീം കൊട്ടാരം ജീവനക്കാരും ഉണ്ടായിരുന്നു. അദ്ദേഹത്തിന്റെ സൈന്യത്തിൽ സിഖ് കുതിരപ്പട്ടാളവും മുസ്ലീം പീരങ്കിപ്പടയും ഹിന്ദു കാലാൾപ്പടയും ഉണ്ടായിരുന്നു. അദ്ദേഹത്തിന്റെ നിർമ്മിതികളിൽ മുഗൾ/ഹിന്ദു ശില്പകലയുടെ സമ്മേളനം കാണാം. എന്നാൽ 1980 മുതൽ പാകിസ്ഥാനിൽ നിലവിലുള്ള സ്കൂൾ പാഠപുസ്തകത്തിൽ, കുട്ടികളെ പഠിപ്പിക്കുന്നത് ഇതാണ്: "മുസ്ലീങ്ങളും ഹിന്ദുക്കളും വളരെ വ്യത്യസ്തമായ ജീവിതരീതികൾ പിന്തുടരുന്നവരാണ്. ഭക്ഷണശീലവും വസ്ത്രധാരണ രീതികളും വ്യത്യസ്തമാണ്. നമ്മൾ മോസ്കുകളിൽ പ്രാർത്ഥിക്കുന്നു. നമ്മുടെ മോസ്കുകൾ വൃത്തിയുള്ളതും വിശാലവും പ്രകാശമാനവുമാണ്. ഹിന്ദുക്കൾ ക്ഷേത്രങ്ങളിലാണ് പ്രാർത്ഥിക്കുന്നത്. ആ ക്ഷേത്രങ്ങൾ ഇടുങ്ങിയതും ഇരുണ്ടതുമാണ്."

ഇത്തരം മുൻവിധികളെ ചെറുക്കാനായിരിക്കണം രഞ്ജിത്ത് സിങ് സുവർണക്ഷേത്രത്തെ വിശാലമായി നിർമ്മിച്ചത്. അതിന്റെ വിശാലമായ, തുറസ്സായ ഇടങ്ങളും ഭീമൻ ഗോപുരങ്ങളും ശ്രീകോവിലും പുണ്യതീർത്ഥവും മേൽവിവരിച്ച മുൻവിധികളെ പൂർണമായും തള്ളിക്കളയുന്നു.

ഇന്ത്യൻ ഉപഭൂഖണ്ഡത്തിലുടനീളം ഉയർന്ന ജാതിക്കാർക്കും താഴ്ന്ന ജാതിക്കാർക്കും ഇഷ്ടംപോലെ ക്ഷേത്രങ്ങളും ക്രിസ്ത്യൻപള്ളികളുമുണ്ട്. എന്നാൽ ഇസ്ലാമിലെപോലെ എല്ലാ വിഭാഗത്തിനും ഒരുമിച്ചിരുന്നു പ്രാർത്ഥിക്കാൻ സൗകര്യം ഗുരുദ്വാരയിലാണുള്ളത്. അമൃത്സറിൽ തൂപ്പു പോലുള്ള ജോലികൾ ചെയ്യുന്നത് താഴ്ന്ന ജാതിക്കാരായ ഹിന്ദുക്കളല്ല, മറിച്ചു സന്നദ്ധപ്രവർത്തകരായ സിഖുകാർ തന്നെയാണ്.

ഗുരുനാനാക്ക് വളരെയേറെ പ്രാധാന്യം കൊടുത്ത ഒരു കാര്യമാണ് 'ലങ്കാർ' പൊതു അടുക്കള. സുവർണ ക്ഷേത്രത്തിനുള്ളിലെ കീർത്തനാലാപത്തോടു മത്സരിക്കാൻ ശ്രമിക്കുന്ന ഒരേയൊരു ശബ്ദം രാപകലില്ലാതെ കഴുകിയടുക്കിവയ്ക്കുന്ന പാത്രങ്ങളുടെ കലമ്പൽ മാത്രമാണ്. രാവും പകലും സിഖ് സന്നദ്ധപ്രവർത്തകർ ഭക്ഷണം പാകം ചെയ്യുകയും വിളമ്പുകയും വൃത്തിയാക്കുകയും ചെയ്തുകൊണ്ടേയിരിക്കുന്നു. ആയിരക്കണക്കിനാളുകൾ വന്നു ഭക്ഷണം കഴിച്ചു പോകുന്നു. ഇവിടെയും ജാതി പൂർണമായും ഇല്ലാതായി എന്ന് പറഞ്ഞുകൂടാ. സിഖ് ഗുരുക്കന്മാർ എല്ലാവരും സ്വജാതിയിൽ നിന്നു മാത്രമാണ് വിവാഹം കഴിച്ചിരുന്നത്. ഉയർന്ന ജാതിക്കാരും ഭൂവുടമകളുമായ ജാട്ട് സിഖുകാരും "മാസബിസ്" എന്നു വിളിക്കുന്ന താഴ്ന്ന ജാതിയിൽനിന്നും സിഖ് മതത്തിലെത്തിയ, സിഖുകാരും തമ്മിൽ അഭേദ്യമായ ചില ഭിന്നതകൾ ഇപ്പോഴും നിലനിൽക്കുന്നു."

നങ്കാനാ സാഹിബിൽ തീർത്ഥാടകർ സംസാരിക്കുന്നത് പോലും സുവർണക്ഷേത്രത്തിലെ കീർത്തനാലാപനത്തിന്റെ സ്വരത്തിലാണ്. പാകിസ്ഥാനിൽനിന്ന് വന്ന ഞാൻ ഇവിടെ ഖവാലി പോലെ ഒരു

ആഘോഷ പ്രകടനമാണ് പ്രതീക്ഷിച്ചത്. എന്നാൽ ഇത് സൂഫി ശവകുടീരമല്ല. ഇവിടെ ഉന്മാദനൃത്തമില്ല. ഇന്ത്യൻ പഞ്ചാബിന്റെ സംഭാവന ഭാംഗ്റ/ഗീഥാ നൃത്തങ്ങളാണ്. ക്ഷേത്രത്തിനകത്ത് സംഗീതത്തിനനുസരിച്ച് ആരും ശിരസ്സ് ചലിപ്പിക്കുന്നുപോലുമില്ല. ഭക്തർ അവാച്യമായ ആനന്ദം പങ്കുവയ്ക്കുന്നു. എന്നാൽ സ്വയം നിയന്ത്രിതമായി മാത്രം.

തടാകത്തിന് നടുവിൽ സ്വർണം പൊതിഞ്ഞ ക്ഷേത്രം ഉയർന്നു നിൽക്കുന്നു. ക്ഷേത്രത്തെ ചുറ്റി വലിയ തൂണുകൾ കാവൽനിൽക്കുന്ന നടപ്പാത. അതിലൂടെ നഗ്നപാദരായി ഭക്തർ വലംവയ്ക്കുന്നു. ഇടയ്ക്കിടെ നിന്ന് മനോഹരമായ കീർത്തനാലാപനം ശ്രദ്ധിക്കുന്നു. പിന്നെ ഉറങ്ങാനോ വിശുദ്ധ തീർത്ഥത്തിൽ മുങ്ങിക്കുളിക്കാനോ പോകുന്നു .

ഞാൻ അമൃത്സറിൽ വരാനുള്ള ഒരു പ്രധാന കാരണം തീർത്ഥക്കുളത്തിൽ കുളിക്കുക എന്നതായിരുന്നു. പുരുഷന്മാർ വസ്ത്രം മാറ്റി പരസ്യമായി അമൃത്സരസ്സിൽ മുങ്ങുമ്പോൾ സ്ത്രീകൾക്കായി മറച്ചുകെട്ടിയ മറ്റൊരു ഭാഗമുണ്ട്. എല്ലാ മതവിശ്വാസികളെയും ഇവിടെ സ്വാഗതം ചെയ്യുന്നു. എന്നെ ഒരു സിഖ് വനിത കൈ കാട്ടി വിളിച്ചു. ഞാൻ അവരോടൊപ്പം തീർത്ഥക്കുളത്തിലേക്കു നടന്നു. അതൊരു വല്ലാത്ത അനുഭവമായിരുന്നു. മാസങ്ങളായി, ശരീരത്തിന്റെ ഒരിഞ്ചു പോലും പുറത്തു കാണിക്കാതെ ജീവിച്ചിരുന്ന ഞാൻ പരിപൂർണനഗ്നയായി, നഗ്നരായ മറ്റു നിരവധി സ്ത്രീകൾക്കൊപ്പം ആ തീർത്ഥക്കുളത്തിൽ മുങ്ങിനിവർന്നു. ഇവിടെ സ്ഥാപിച്ചിട്ടുള്ള ജലശുദ്ധീകരണ സംവിധാനത്തെക്കുറിച്ചു നേരത്തെ മനസ്സിലാക്കിയിട്ടില്ലായിരുന്നെങ്കിൽ വെള്ളത്തിലേക്ക് മുങ്ങുന്നതിക്കുറിച്ച് ഞാൻ അല്പം കൂടി ആലോചിച്ചേനേ. ഇന്ത്യയിലെ പുണ്യനദികളെല്ലാം പൊതുവെ വൃത്തിഹീനമാണ്. അമൃതസർ എന്ന പേരിന്റെ അർത്ഥം അസാധാരണ രുചിയും മണവുമുള്ള ജലം എന്നാണ്. ക്ഷേത്ര മാനേജ്മെന്റ് അത് അക്ഷരാർത്ഥത്തിൽ തന്നെ നടപ്പാക്കിയിരിക്കുകയാണ്.

ഗുരുദ്വാര മാനേജ്മെന്റ് കമ്മിറ്റിയിലെ നല്ലവനായ ഒരംഗം എന്നെ അവരുടെ ജലശുദ്ധീകരണ സംവിധാനം കാണിക്കാൻ കൊണ്ടുപോയി. ലോകോത്തരമായ ആ സംവിധാനം കാണാൻ ഞാൻ ഒരു ദിവസം ചെലവഴിച്ചു. സുവർണ ക്ഷേത്രത്തിനു തൊട്ട് സ്ഥിതിചെയ്യുന്ന മറ്റൊരു കെട്ടിടത്തിന്റെ ഏറ്റവും താഴത്തെ നിലയിലാണ് ഇറക്കുമതി ചെയ്ത ജലശുദ്ധീകരണ പ്ലാന്റ് പ്രവർത്തിക്കുന്നത്. രണ്ടു വർഷമായി ഇത് സ്ഥാപിച്ചിട്ട്. "ഇറക്കുമതി ചെയ്തതാണ്." അതിലെ MADE IN USA സ്റ്റിക്കർ ചൂണ്ടിക്കാട്ടി അദ്ദേഹം പറഞ്ഞു. മണൽ നിറച്ച കൂറ്റൻ ടാങ്കിലേക്ക് ശുദ്ധീകരിക്കാനായി വെള്ളം ഒഴുക്കുന്നതിനുമുമ്പ് അത് ആ കെട്ടിട സമുച്ചയത്തിന് ചുറ്റും മൂന്നു തവണ സഞ്ചരിക്കുന്നു. അന്നുച്ചയ്ക്കു ശേഷം ഞങ്ങൾ അവിടേക്കു പോയി. നഗരത്തിരക്കിൽ നിന്നൊഴിഞ്ഞ ഒരിടം. അവിടെ ഭൂമിക്കടിയിൽ സ്ഥാപിച്ചിട്ടുള്ള ഒരു റീസർവോയറിലൂടെ വെള്ളം

കുതിച്ചൊഴുകുന്നു. ഈ ടാങ്ക് മറ്റ് അഞ്ചു ഗുരുദ്വാരകൾക്കുകൂടി വെള്ളം നൽകുന്നു. അങ്ങനെ ഓരോന്നും അമൂല്യമായ നദീജലം കൊണ്ട് അനുഗൃഹീതമാകുന്നു.

വെള്ളത്തിന്റെ ധാരാളിത്തം വെറുമൊരു സൂചന മാത്രമല്ല. സിന്ധുവിൽനിന്നും ഊറ്റിയെടുക്കുന്ന ഈ വെള്ളമാണ് പഞ്ചാബിനെ സമ്പന്നമാക്കുന്നത്. ഈ കനാൽ സംവിധാനത്തെയാണ് ഓരോ ഭരണാധികാരിയും നികുതി പിരിവിനായി ഉയർത്തിക്കാട്ടിയിരുന്നത്. ഈ വെള്ളമാണ് ഇന്ത്യയും പാകിസ്ഥാനും തമ്മിലുള്ള തർക്കങ്ങൾക്ക് വഴിവെച്ചത്. ഗുരു ഗോബിന്ദ്, ഔറംഗസേബിനെ ശകാരിച്ചത് ഈ അവസരത്തിൽ ഞാൻ ഓർത്തുപോയി. "നിങ്ങളുടെ കുതിരകളുടെ കുളമ്പുകൾ ചൂട് കൊണ്ടു വേവും. നിങ്ങളെ ഞാൻ എന്റെ പഞ്ചാബിലെ വെള്ളം കുടിക്കാൻ അനുവദിക്കില്ല."പഞ്ചാബ് പോലെ സമ്പന്നവും ഫലഭൂയിഷ്ഠവുമായ ഭൂമിയെ കാക്കാൻ സൈന്യം കൂടിയേ തീരൂ. അങ്ങനെ ഗുരു ഗോബിന്ദ് ഖൽസ സ്ഥാപിച്ചു മുഗളന്മാരുമായി യുദ്ധം ചെയ്തു. മഹാരാജാ രഞ്ജിത്ത് സിങിന് ഫ്രഞ്ച് സൈനികപരിശീലനം കിട്ടിയ ഒരു ബറ്റാലിയനുണ്ടായിരുന്നു. 1827ൽ ആക്രമണത്തിന് വന്ന അഫ്ഗാൻ സൈന്യത്തെ സിന്ധുവിനപ്പുറം തടഞ്ഞുനിർത്തി അവർ ചരിത്രം സൃഷ്ടിച്ചു. അന്നുവരെ ആർക്കും അത് സാധിച്ചിരുന്നില്ല.

ബ്രിട്ടീഷുകാർക്ക് പഞ്ചാബ് കീഴടക്കാൻ രഞ്ജിത്ത് സിങിന്റെ മരണം വരെ കാത്തിരിക്കേണ്ടി വന്നു. ഒടുവിൽ അത് സാധിക്കാൻ അവർക്ക് പഞ്ചാബി ആർമിയുടെ സഹായംതന്നെ വേണ്ടിവന്നു. രഞ്ജിത്ത് സിങിന്റെ സൈന്യം ബ്രിട്ടീഷ് ഇന്ത്യൻ സൈന്യത്തിന്റെ നട്ടെല്ലായി മാറി. ബ്രിട്ടീഷുകാർ ഇന്ത്യ വിട്ടതിനു ശേഷവും പഞ്ചാബി സിഖ് സൈനിക വിഭാഗം ആ മേഖലയിലെ ശക്തിയായി തന്നെ നിലനിന്നു. ഇന്നും പാകിസ്ഥാനിൽ പഞ്ചാബിന്റെ വെള്ളവും സമ്പത്തും സൈനികശക്തിയുമാണ് രാജ്യത്തെ നിയന്ത്രിക്കുന്നത്.

ബ്രിട്ടീഷ് ഭരണത്തിലും സിഖ്/പഞ്ചാബി ധീരതയിലുള്ള മതിപ്പിന് കുറവുണ്ടായില്ല. അത് വർദ്ധിക്കുകയാണ് ചെയ്തത്. ബ്രിട്ടീഷുകാർ പഞ്ചാബ് പിടിച്ചടക്കി ഏതാണ്ട് പത്തുവർഷം കഴിഞ്ഞപ്പോഴാണ് വടക്കേ ഇന്ത്യയിൽ സൈന്യം കലാപം തുടങ്ങിയത്. പഞ്ചാബി സൈന്യത്തെ ആ ലഹള ബാധിച്ചില്ല. മറിച്ച് അവർ ബ്രിട്ടീഷുകാർക്കൊപ്പം നിന്ന് ശിപായി ലഹളയെ അടിച്ചമർത്താൻ സഹായിക്കുകയാണ് ചെയ്തത്. അതിനു പ്രത്യുപകാരമെന്നോണം ബ്രിട്ടൻ ധാരാളം പഞ്ചാബികളെ സൈന്യത്തിലേക്കെടുത്തു .

1928ലെ ഒരു സൈനികലഘുഗ്രന്ഥം, പഞ്ചാബികളുടെ എല്ലാ പാരമ്പര്യങ്ങളും അത് മതപരമായാലും ദേശീയമായാലും സാഹസികവും രണോത്സുകവുമാണെന്ന് രേഖപ്പെടുത്തുന്നു. രണ്ടു ലോകമഹായുദ്ധങ്ങളിലും ഇന്ത്യൻസൈന്യത്തിന്റെ പകുതിയും പഞ്ചാബികളായിരുന്നു.

എണ്ണത്തിൽ മുന്നിൽ പഞ്ചാബി മുസ്ലീങ്ങളും തൊട്ടുപിന്നിൽ സിഖുകാരും. ബ്രിട്ടീഷ്സൈന്യത്തിൽ സേവനമനുഷ്ഠിച്ച ഒരു സിഖുകാരൻ പറഞ്ഞത് ഇന്നും അവർ ബ്രിട്ടനുവേണ്ടി യുദ്ധഭൂമിയിൽ ജീവൻ വെടിയാൻപോലും തയ്യാറാണെന്നാണ്. എന്നാൽ ഇന്ന്, ബ്രിട്ടീഷുകാരുമായുള്ള സഹകരണത്തെ കരിതേച്ചുകാണിക്കുക എന്ന നയമാണ് ഔദ്യോഗിക സിഖ് നയമെന്ന് തോന്നുന്നു. ഗുരുദ്വാര ഭരണസമിതി സൗജന്യമായി ഇതിനെക്കുറിച്ച് ഒരു ലഘുലേഖയും വിതരണം ചെയ്യുന്നുണ്ട്. സാമ്രാജ്യത്വശക്തികൾ തങ്ങൾ ഖൽസയുടെ സുഹൃത്തുക്കളാണെന്നും ഗുരുവിന്റെ പ്രവചനം യാഥാർത്ഥ്യമാക്കാൻവേണ്ടി ഏഷ്യയിലേക്ക് വന്നതാണെന്നും പറഞ്ഞു സിഖുകാരെ കബളിപ്പിക്കുകയായിരുന്നു എന്നാണ് പറയുന്നത്.

വിരമിച്ച സൈനികർക്ക് ജലസേചനസൗകര്യമുള്ള കൃഷിസ്ഥലം സൗജന്യമായി നൽകുകവഴി പത്തൊൻപതാം നൂറ്റാണ്ടിൽ സൈന്യവും പഞ്ചാബികളും തമ്മിലുള്ള ഗാഢബന്ധം അരക്കിട്ടുറപ്പിച്ചിരുന്നു. ഇത് പിന്നീട് പഞ്ചാബികൾക്കു സൈനികസേവനം നടത്താനുള്ള പ്രേരകശക്തിയായി തീർന്നു. ഈ ആവശ്യത്തിന് ഭൂമി ലഭ്യമാക്കുന്നതിനായി പടിഞ്ഞാറൻ പഞ്ചാബിൽ ബ്രിട്ടൻ കൂടുതൽ ജലസേചനസൗകര്യങ്ങൾ നിർമ്മിച്ചു. പടിഞ്ഞാറൻ പഞ്ചാബിലെ നാടോടി ഗോത്രങ്ങളെ അവിടെ നിന്നും ഓടിച്ചു. മധ്യേന്ത്യയിൽ അധികമുള്ള ജനത്തെ ഇവിടേക്ക് പറിച്ചുനട്ടു. (ഈ ഭൂവിഭാഗത്തിനു വേണ്ടിയുള്ള കിടമത്സരമാണ് വിഭജനത്തെ തുടർന്നുണ്ടായ അക്രമങ്ങൾക്കു പ്രധാന കാരണം.)

കൊളോണിയൽ കാലഘട്ടത്തിന്റെ പിന്തുടർച്ചെയന്നോണം പാകിസ്ഥാനിൽ പഞ്ചാബി സൈനിക ശക്തിയായിരുന്നു അധികാരം നിയന്ത്രിച്ചിരുന്നത്. സ്വാതന്ത്ര്യം ലഭിച്ചതിനുശേഷം പകുതിലധികം കാലവും പാകിസ്ഥാനിൽ പട്ടാളഭരണമായിരുന്നു. ഇപ്പോഴും അവരുടെ സൈന്യത്തിൽ മുക്കാൽ ഭാഗവും പഞ്ചാബികൾ തന്നെ. വിരമിച്ച സൈനികർ സൈനികേതര സർക്കാർ ജോലികളിൽ കയറിപ്പറ്റുന്നു. സിന്ധു നദിയിലെ ജലത്തിന്റെ ഭൂരിഭാഗവും പഞ്ചാബിലെ കർഷകർ ഊറ്റിയെടുക്കുന്നു. അവർ രാജ്യം മുഴുവനും ഭൂമി വാങ്ങിക്കൂട്ടുന്നു, അധികാരം കൈയാളുന്നു. പഞ്ചാബിയല്ലാത്ത, എല്ലാ പാകിസ്ഥാനികൾക്കും പഞ്ചാബികൾ രാജ്യത്ത് പരമാധികാരം കൈയാളുന്നതിൽ പരാതിയുള്ളവരാണ്.

എന്നാൽ 1953 മുതൽ ഇന്ത്യ ഈ പഞ്ചാബി ആധിപത്യം കുറയ്ക്കാനും ബ്രിട്ടീഷുകാർ, ധീരന്മാരല്ല എന്ന് വിധിയെഴുതി മാറ്റി നിർത്തിയ തമിഴ്നാട്, ഗുജറാത്ത് പോലുള്ള പ്രദേശങ്ങളിൽ നിന്നും കൂടുതൽ ആളുകളെ സൈന്യത്തിലേക്ക് എടുത്ത് ഈ അസന്തുലിതാവസ്ഥ ഇല്ലാതാക്കാനുമുള്ള ശ്രമങ്ങൾ തുടങ്ങിയിരുന്നു. പാകിസ്ഥാനാകട്ടെ, ബ്രിട്ടീഷുകാരുടെ രീതി നിലനിർത്തുകയും ചെയ്തു. ഇന്നുവരെ പഞ്ചാബിന് പുറത്തുനിന്നും സൈനിക റിക്രൂട്ട്മെന്റ് നടത്താത്തതുകൊണ്ടു പാകിസ്ഥാനിലെ അധികാര ശ്രേണികളിൽ അസന്തുലിതാവസ്ഥ

സൃഷ്ടിക്കപ്പെട്ടിരിക്കുന്നു എന്നത് യാഥാർത്ഥ്യമാണ്. അപകടകരമായ ചരിത്രമുള്ള ഒരു നയമാണ് സത്യത്തിൽ പാകിസ്ഥാൻ പിന്തുടരുന്നത്. ബംഗാളി സൈനികരോട് പാകിസ്ഥാൻ കാണിച്ച വിവേചനമാണ്, കിഴക്കൻ പാകിസ്ഥാൻ ബംഗ്ലാദേശായി മാറാൻ ഒരു പ്രധാന കാരണം. (ഒരു ബംഗാളി തെരഞ്ഞെടുപ്പ് ജയിച്ചു എന്ന കാരണത്താൽ തെരഞ്ഞെടുപ്പ് തന്നെ റദ്ദാക്കിയ പടിഞ്ഞാറൻ പാകിസ്ഥാന്റെ നടപടിയും അതിന്റെ കാരണമാണ്) രാജ്യത്തിന്റെ പകുതി നഷ്ടപ്പെട്ടിട്ടും ഇന്ത്യയുമായി നടത്തിയ യുദ്ധത്തിൽ ദയനീയ പരാജയം ഏറ്റുവാങ്ങിയിട്ടും പാകിസ്ഥാൻ സൈന്യം ഇന്നും പഞ്ചാബി താത്പര്യങ്ങൾക്കായി നിലകൊള്ളുന്നു .

സിന്ധികളുടെയും ബലൂചികളുടെയും അഭിപ്രായത്തിൽ 'പാകിസ്ഥാൻ എന്ന രാജ്യം പഞ്ചാബി സൈനികർക്കുവേണ്ടി പഞ്ചാബികളാൽ നയിക്കപ്പെടുന്ന ഒന്നാണ്.'

പഞ്ചാബിലെ പച്ച പുതച്ച കൃഷിയിടങ്ങളിൽ നിന്നും ലാഹോറിലേക്കുള്ള യാത്രയിൽ ഞാൻ നിരവധി സൈനിക ഉദ്യോഗസ്ഥരെ കണ്ടു. അതിൽ ചില ജനറൽമാർ രണ്ടു സൈനിക ഏകാധിപതികളോടൊപ്പം പ്രവർത്തിച്ചവരായിരുന്നു. എന്നാൽ, സൈനിക സേവനം ഇത്ര വലിയ ഒരു ആകർഷണമായി പഞ്ചാബികൾക്കിടയിൽ ഇപ്പോഴും തുടരുന്നതെന്തുകൊണ്ടെന്ന സംശയത്തിന് എനിക്കു ഉത്തരം ലഭിച്ചത് ലാഹോറിൽനിന്നും നാൻകാന സാഹിബിലേക്കുള്ള ടാക്സി യാത്രയ്ക്കിടെയാണ്.

തന്റെ പിതാവും മുത്തശ്ശനും പഞ്ചാബിൽ നിന്നുള്ള ഭൂരഹിത കർഷക തൊഴിലാളികളായിരുന്നു എന്ന് എന്റെ ടാക്സി ഡ്രൈവർ പറഞ്ഞു. അയാൾ അഞ്ചു വർഷം സൈനിക സേവനം നടത്തി. അവിടെ വച്ച് ഒരു ക്ലർക്കായും ഡ്രൈവറായും പരിശീലനം നേടി. തോക്കു കൈവശം വയ്ക്കാൻ ലൈസൻസും കിട്ടി. പുറത്തുവന്ന അയാൾക്ക് സെക്രട്ടറിയായും ടാക്സി ഡ്രൈവറായും സെക്യൂരിറ്റി ഗാർഡായും ജോലി ചെയ്യാൻ സാധിച്ചു. ഇപ്പോഴും അയാൾക്കും കുടുംബത്തിനും സൗജന്യ ആതുര സേവനം ലഭിക്കുന്നു (ഇപ്പോഴും ബാലാരിഷ്ടത അനുഭവിക്കുന്ന പൊതു ആരോഗ്യ സംവിധാനമുള്ളിടത്താണ് ഈ സൗജന്യം അവർക്കു ലഭിക്കുന്നത്.) അയാളും അയാളുടെ സഹോദരന്മാരെപോലെ സൈന്യത്തിൽ തുടർന്നിരുന്നുവെങ്കിൽ വിരമിക്കുമ്പോൾ അല്പം ഭൂമിയും പണവും ലഭിക്കുമായിരുന്നു. "ഒരുപാട് ഗുണങ്ങളുണ്ട്', അയാൾ പറഞ്ഞു. ഒരു കഷ്ണം കടലാസ് എടുത്ത് അയാൾ എനിക്കു നേരെ നീട്ടി. ലീവ് സർട്ടിഫിക്കറ്റ് ആയിരുന്നു അത്. അത്തരം വലിയൊരു കെട്ട് സൈന്യത്തിൽ നിന്നും പോരുമ്പോൾ അയാൾ കൂടെ കൊണ്ടുവന്നിട്ടുണ്ട്. ലാഹോറിനു പുറത്തേക്കു സഞ്ചരിക്കേണ്ടിവരുമ്പോൾ കൈകൂലിക്കാരായ പൊലീസുകാരിൽനിന്നും രക്ഷപ്പെടാൻ എളുപ്പമാർഗ്ഗമാണത്. അവധിയിലുള്ള പട്ടാളക്കാരനോട് കൈക്കൂലി ചോദിക്കാൻ അവർക്കു ഭയമാണ്. ഒരു ക്ഷേമ രാഷ്ട്രം പോലെയാണ് പാകിസ്ഥാൻ ആർമി അവരുടെ അംഗങ്ങൾക്ക് വേണ്ടി പ്രവർത്തിക്കുന്നത്. ഓഫീസർ റാങ്കിലുള്ളവർക്കാണെങ്കിൽ

ആഡംബരങ്ങളും പ്രത്യേക അവകാശങ്ങളും ഉറപ്പ്. പാകിസ്ഥാൻ സൈന്യം ഈ സ്ഥാപനത്തെ, തെരഞ്ഞെടുക്കപ്പെട്ട സർക്കാരുകളെ പോലും പുറത്താക്കി കൊണ്ട് സംരക്ഷിക്കുന്നതിൽ അദ്ഭുതമില്ല.

പഞ്ചാബികൾ സൈന്യത്തെ നിയന്ത്രിക്കുന്നു. സൈന്യത്തിനാണ് രാജ്യത്തെ പ്രകൃതിവിഭവങ്ങളുടെ കുത്തകാവകാശം. വിഭജനത്തിനു ശേഷം പതിമ്മൂന്നു വർഷം കഴിഞ്ഞു. 1960ൽ ഇന്ത്യയും പാകിസ്ഥാനും സിന്ധു നദീജലക്കരാറിൽ ഒപ്പുവച്ചു. അതനുസരിച്ച് രവി, സത്‌ലജ്, ബിയാസ് എന്നീ നദികൾ പൂർണമായി ഇന്ത്യയ്ക്കും സിന്ധു, ഝലം, ചെനാബ് എന്നീ നദികൾ പാകിസ്ഥാനും ലഭിച്ചു. ഇന്ത്യ അണക്കെട്ടുകൾ നിർമ്മിച്ചു ഓരോ തുള്ളി ജലവും ജലസേചനത്തിനായി ഉപയോഗിച്ചു. പാകിസ്ഥാനും തങ്ങൾക്കു കിട്ടിയ നദികളെ പരമാവധി ഉപയോഗിച്ചു. ഇന്നും സിന്ധു നദീജലക്കരാർ ഇരു രാജ്യങ്ങൾക്കുമിടയിൽ സംഘർഷത്തിന് കാരണമാകാറുണ്ട്.

1999ൽ ചെനാബ് നദിയിൽ അണക്കെട്ട് നിർമ്മിക്കുന്നതായി ഇന്ത്യ പ്രഖ്യാപിച്ചു.പാകിസ്ഥാനിലേക്ക് ഒഴുകുന്ന ചെനാബിനെ അതിർത്തി കടക്കുംമുമ്പ് അണ കെട്ടിനിർത്താനായിരുന്നു ഇന്ത്യൻ പദ്ധതി. 1948 ഏപ്രിൽ, ഒരു പാക് രാഷ്ട്രീയക്കാരനും മറക്കാൻ കഴിയില്ല. പാകിസ്ഥാനിൽ വിത്തിറക്കുന്ന സമയം. അന്നാണ് ഇന്ത്യ പാകിസ്ഥാനിലേക്കുള്ള ജലസേചന കനാലുകൾ പൂർണമായും അടച്ചത്. പ്രഖ്യാപിത അണക്കെട്ട് ജല വൈദ്യുതോല്പാദനത്തിനു വേണ്ടിയാണെന്നുള്ളതുകൊണ്ടു ലോകബാങ്ക് തർക്കത്തിൽ മധ്യസ്ഥത വഹിച്ചു. അങ്ങനെ 2009ൽ അണക്കെട്ട് നിർമാണത്തിന് പച്ചക്കൊടി കിട്ടി. പാകിസ്ഥാനെന്നും ഇന്ത്യയുടെ ശക്തിയെ ഭയമാണ്. ജലദൗർലഭ്യം എന്ന മാരകായുധം ഇന്ത്യ പാകിസ്ഥാന് നേരെ പ്രയോഗിച്ചേക്കാം എന്ന് ആ രാജ്യം ഭയക്കുന്നു. 1948ലെ അനുഭവത്തിന്റെ ഓർമ്മയാവാം ആ ഭയത്തിന്റെ അടിസ്ഥാനം.

വെള്ളം മുടക്കുക എന്നത് ഒരായുധമാണെന്നു സിന്ധികൾ പറയുന്നു. പഞ്ചാബികൾ ഇവിടെ സ്ഥിരമായി പ്രയോഗിക്കുന്ന ആയുധമാണത്. സിന്ധിൽ മഴ വളരെ കുറച്ചേ ലഭിക്കൂ. അതുകൊണ്ടുതന്നെ കൃഷി ചെയ്യണമെങ്കിൽ അവർക്കു സർക്കാർ നൽകുന്ന വെള്ളത്തിനായി കാത്തിരിക്കണം. പാക്സ്ഥാനിലെ എൺപതു ശതമാനം കൃഷി ഭൂമിയും ജലസേചനം ആവശ്യമുള്ളതായതിനാൽ വെള്ളം ഇവിടെ അതിശക്തമായ ഒരു രാഷ്ട്രീയ വിഷയം കൂടിയാണ്. ബ്രിട്ടീഷുകാർ ചെയ്തതുപോലെ തന്നെ പാകിസ്ഥാൻ ഗവണ്മെന്റും ജലസേചന സൗകര്യങ്ങൾക്കായി ധാരാളം മുതൽ മുടക്കുന്നു. സമൂഹത്തെ നിയന്ത്രിക്കാനുള്ള ഒരു ഉപാധി കൂടിയാണത്. വിഭജനത്തിനുശേഷം നിർമ്മിച്ചിട്ടുള്ള അണക്കെട്ടുകളെല്ലാം പഞ്ചാബിന് കൂടുതൽ ജലവിഹിതം ലഭിക്കാൻ പാകത്തിൽ ആസൂത്രണം ചെയ്തതാണെന്ന് സിന്ധികൾ ആരോപിക്കുന്നു. അഴിമുഖദ്വീപുകളും അവിടെ തുള്ളിയായി ഒഴുകുന്ന നദിയും കാണുന്ന ആരും അതിനോട് വിയോജിക്കുമെന്നു തോന്നുന്നില്ല.

പാകിസ്ഥാനിൽ അണക്കെട്ടുകൾക്കായി മുറവിളി കൂട്ടുന്നവർ ധാരാളമുണ്ട്. അണക്കെട്ട് നിർമാണം രാഷ്ട്രീയക്കാർക്കും ഉദ്യോഗസ്ഥ മേധാവികൾക്കും സാങ്കേതികവിദഗ്ധർക്കും ഇഷ്ടംപോലെ കൈക്കൂലി വാങ്ങാനും അഴിമതി നടത്താനും ലഭിക്കുന്ന സുവർണാവസരം കൂടിയാണ്. അതുകൊണ്ടുതന്നെ രാജ്യത്ത് ഏറ്റവും കൂടുതൽ അഴിമതി പണം ലഭിക്കുന്നത് പാകിസ്ഥാന്റെ ജലവിഭവ വിനിയോഗവകുപ്പിനു തന്നെയാണ്. പ്രാദേശികവിദഗ്ധരുടെ അഭിപ്രായത്തിൽ പാകിസ്ഥാന് ആവശ്യം, ചെലവ് കുറഞ്ഞ സാങ്കേതികത്വത്തിന്റെ സങ്കീർണതകൾ ഏറെയില്ലാത്ത വിദേശ വൈദഗ്ധ്യം ആവശ്യമില്ലാത്ത ജലസേചന രീതിയാണ്. അവരുടെ അഭിപ്രായത്തിൽ അണക്കെട്ടുകൾ ജലം മാത്രമല്ല, പണവും സമയവും അനാവശ്യമായി പാഴാക്കുന്ന ഒന്നാണ്. ജലവിഭവം മികച്ച രീതിയിൽ കൈകാര്യം ചെയ്യുകയും കുറേക്കൂടി ഫലപ്രദമായ ജലസേചന മാർഗ്ഗങ്ങൾ പ്രാബല്യത്തിൽ വരുത്തുകയും വേണമെന്നാണ് അവരുടെ പക്ഷം.

ധാരാളം എക്കൽമണ്ണ് വന്നടിയുന്ന നദിയാണ് സിന്ധു. അതുകൊണ്ടു തന്നെ അണക്കെട്ടുകൾ ഇവിടെ ഏറെക്കാലം പ്രവർത്തനയോഗ്യമായിരിക്കില്ല. 1970ൽ നിർമ്മിച്ച കൂറ്റൻ അണക്കെട്ടായ ടാർബേലയിൽ എക്കൽ നിക്ഷേപം അണക്കെട്ടിന് തന്നെ ഭീഷണിയാകുന്ന തരത്തിലേക്ക് വളർന്നുകഴിഞ്ഞു. 2030ഓടെ അണക്കെട്ട് പ്രവർത്തനരഹിതമാകുമെന്നാണ് പറയപ്പെടുന്നത്. വികസ്വരരാജ്യങ്ങൾക്കു അണക്കെട്ടുകൾ അത്യാവശ്യം, എന്ന് പറഞ്ഞ ലോകബാങ്കും ഇപ്പോൾ പറയുന്നത് അണക്കെട്ടുകൾ ഗുണത്തേക്കാളേറെ ദോഷമാണ് ചെയ്യുക എന്നാണ്.

ആവശ്യത്തിനനുസരിച്ചു വെള്ളമില്ല എന്ന സ്ഥിതിയെ അഭിമുഖീകരിക്കുക എന്ന വെല്ലുവിളിയാണ് ഇന്ന് പാകിസ്ഥാന് മുന്നിലുള്ളത്. അതിനു ഗവണ്മെന്റ് കാണുന്ന ഒരേ ഒരു പരിഹാരം അണക്കെട്ടുകൾ നിർമ്മിക്കുക എന്നതാണ്. പട്ടാളവിപ്ലവത്തിലൂടെ അധികാരം പിടിക്കുന്നതിനും ഒൻപതു വർഷം മുൻപ് ജനറൽ പർവേസ് മുഷറഫ്, തെക്കുകിഴക്കനേഷ്യ നേരിടുന്ന ജലദൗർലഭ്യത്തെക്കുറിച്ച് ലണ്ടനിൽ ഒരു പ്രബന്ധം അവതരിപ്പിച്ചിരുന്നു. അധികാരം പിടിച്ച അദ്ദേഹം സൈന്യത്തിന്റെ പിൻബലത്തിൽ അണക്കെട്ടുകൾ നിർമ്മിച്ചു. അവയിൽ ഏറ്റവും തർക്കവിഷയമായ അണക്കെട്ടാണ് പഞ്ചാബ് ഫ്രോണ്ടിയർ അതിർത്തിയിലെ കാലാബാഗ് അണക്കെട്ട്. സിന്ധികളും നോർത്ത് വെസ്റ്റ് ഫ്രോണ്ടിയറിലെ (NWFP) ജനങ്ങളും ഒരുപോലെ അതിനെ എതിർത്തു. സിന്ധികൾക്ക് തങ്ങൾക്കു വെള്ളമേ കിട്ടാതാവും എന്ന ഭയമായിരുന്നെങ്കിൽ, ഫ്രോണ്ടിയറിലെ ജനങ്ങളുടെ ഭയം കൃഷിഭൂമികൾ വെള്ളത്തിനടിയിൽ ആയിപ്പോകും എന്നതായിരുന്നു. വെള്ളത്തിലും രാഷ്ട്രീയത്തിലും ഒരുപോലെ പിടിമുറുക്കിയിരിക്കുന്ന പാകിസ്ഥാൻപട്ടാളത്തിന്റെ നിലപാടുകൾ രാജ്യത്തെ വീണ്ടും ഒരു ആഭ്യന്തരയുദ്ധത്തിലേക്ക് തള്ളിവിടുമെന്ന് ദോഷൈകദൃക്കുകളായ ചില പാകിസ്ഥാനികൾ വിശ്വസിച്ചു.

1539ൽ മരണക്കിടക്കയിൽവച്ച് ഗുരുനാനാക്ക് സംസാരിച്ചത് മുഴുവൻ അദ്ദേഹത്തിന്റെ ജന്മനാടിനെക്കുറിച്ചായിരുന്നു. "ചവോക്ക് മരങ്ങൾ പൂത്തുലഞ്ഞുനിൽക്കുന്നുണ്ടാവാം, പുൽനാമ്പുകൾ മന്ദമാരുതനിൽ തലയാട്ടുന്നുണ്ടാവാം, ഏകാന്തമായ വനവീഥികളിൽ ചീവീടുകൾ കരയുന്നുണ്ടാവാം." അദ്ദേഹത്തിന്റെ അവസാനവാക്കുകൾ ഇവയായിരുന്നു. പഞ്ചാബിലെ ഭൂപ്രകൃതിയോട് തീർത്താൽ തീരാത്ത നന്ദിയും സ്നേഹവുമായിരുന്നു ഗുരുനാനാക്കിന്. പഞ്ചാബിലെ നദികളും മരങ്ങളും പക്ഷികളും മൃഗങ്ങളും എല്ലാം അദ്ദേഹത്തിന്റെ കവിതകളിലെ നിത്യ പ്രചോദനങ്ങളാണെന്നു കാണാം.

"ഭക്തർ ഒരിക്കലും ദൈവത്തിന്റെ മഹത്ത്വം അറിയുന്നില്ല
സമുദ്രത്തിലേക്കൊഴുകുന്ന നദിക്ക് അവയുടെ വലിപ്പം
അറിയാത്തതു പോലെ

....

വേഴാമ്പൽ മഴയെ സ്നേഹിക്കുന്നതുപോലെ
ദാഹമകറ്റാൻ ഒരു തുള്ളിക്കായി കേഴുന്നതുപോലെ
മീൻ വെള്ളത്തിൽ തുള്ളിക്കളിക്കുന്നതുപോലെ
നാനാക്ക് ദൈവത്തിനായി ദാഹിക്കുന്നു.
അദ്ദേഹം അത് നുകരുന്നു, ഹൃദയം ആനന്ദം കൊണ്ട് നിറയുന്നു."

നാൻകാന സാഹിബ് ഇന്ന് പൊടിനിറഞ്ഞ വരണ്ട പ്രദേശമാണ്. നാനാക്കിന്റെ കാലത്ത് ഈ ഗ്രാമത്തിനു ചുറ്റും നീലമാനുകൾ ഓടിനടന്നിരുന്ന കാടായിരുന്നു. ബ്രിട്ടീഷുകാർ പഞ്ചാബ് കീഴടക്കി ഏതാനും വർഷങ്ങൾക്കുള്ളിൽതന്നെ കാടും മാനുകളും അപ്രത്യക്ഷരായി. വിശാലമായ നെൽ ഗോതമ്പു വയലുകൾ സൃഷ്ടിക്കാനായി എല്ലാ മരങ്ങളും പിഴുതു മാറ്റി. വടക്കൻപഞ്ചാബിലെ കാടുകളിൽ ബാബർ വേട്ടയ്ക്ക് വരുമായിരുന്നു. സിഖുകാരായ കുറ്റവാളികൾ നിയമത്തിൽനിന്ന് രക്ഷപ്പെട്ട് ഒളിക്കാൻ എത്തിയിരുന്നതും ഇവിടെയായിരുന്നു. പത്തൊൻപതാം നൂറ്റാണ്ടിന്റെ അവസാനംവരെ ഇവിടെ പുലിയും കടുവയും സിംഹവും ഉൾപ്പെടെ വന്യമൃഗങ്ങൾ അധിവസിച്ചിരുന്നു. ബ്രിട്ടന്റെ ജലസേചന പദ്ധതികൾ വന്യമൃഗങ്ങളെ ഇല്ലായ്മ ചെയ്തു. പിന്നീട് കീടനാശിനി മുഖരിതമായ പാകിസ്ഥാന്റെ വമ്പൻ കാർഷികപദ്ധതികൾ അവശേഷിച്ചവയെയും നശിപ്പിച്ചു. സിന്ധുവിന്റെ തീരഭൂമികളിൽ കഴിഞ്ഞ ഇരുനൂറു വർഷത്തിനിടെ ഏറെ മാറ്റങ്ങൾക്കു വിധേയമായത് പഞ്ചാബാണ്.

വനനശീകരണത്തിനു തീർച്ചയായും ഹ്രസ്വകാല മെച്ചങ്ങളുണ്ട്. വനഭൂമി നശിപ്പിച്ചു കൃഷിയിടമാക്കി യന്ത്രവൽകൃത കൃഷിയിലൂടെ ഇരട്ടി ലാഭം കൊയ്യാം. എന്നാൽ മരങ്ങളാണ് ഭൂമിയെ ഫലഭൂയിഷ്ഠവും ശീതളവുമായി നിലനിർത്തുന്നത്. വനനശീകരണം മരുഭൂമികളെ സൃഷ്ടിക്കുന്നു. നാൻകാന സാഹിബിൽനിന്നും ഏറെ അകലെയല്ല, മൂവായിരം CEയിലെ ഹാരപ്പ നഗരത്തിന്റെ നീക്കിയിരുപ്പുകൾ എന്നത്

ശ്രദ്ധേയമാണ്. ആധുനികനഗര സംസ്കാരം നിലനിന്നിരുന്ന ഹാരപ്പ നശിച്ചത് പ്രകൃതി വിഭവങ്ങളെ അമിതമായി ചൂഷണം ചെയ്തതു കൊണ്ടാകാം. പ്രകൃതിയെ മിതമായ രീതിയിൽ മാത്രമേ ചൂഷണം ചെയ്യാവൂ എന്ന സത്യം സൗകര്യപൂർവം മറക്കുന്ന പാകിസ്ഥാനി ഭൂവുട മകൾക്കുള്ള ഒരു മുന്നറിയിപ്പ് കൂടിയാണ് ഹാരപ്പയുടെ ശേഷിപ്പുകൾ.

കുളിക്കാൻ വെള്ളമില്ലാത്ത, നാൻകാന സാഹിബിൽ പാകിസ്ഥാനെ വെറുക്കുന്ന തീർത്ഥാടകർ ഭക്തിപൂർവം കൊണ്ടുപോകുന്നത് അവിടെ നിറയുന്ന പൊടിയാണ്. പ്രധാന ഗുരുദ്വാരയുടെ നെടുങ്കൻ വരാന്തകളി ലൊന്നിൽ, നിലത്തു കുനിഞ്ഞിരുന്ന്, ഒരു സ്ത്രീ അവിടെ വിരിച്ചിട്ടി രുന്ന പുല്പായകൾ എടുത്തുകൊട്ടി നിലത്തുവീഴുന്ന പൊടി ശ്രദ്ധാ പൂർവം ശേഖരിക്കുന്നതു ഞാൻ കണ്ടു. അവർ എന്താണ് ചെയ്യുന്നതെന്ന് മഞ്ഞ തലപ്പാവ് ധരിച്ചു നിന്ന ഒരു സിഖുകാരനോട് ഞാൻ ചോദിച്ചു. അയാൾ കുനിഞ്ഞ് അല്പം പൊടി വിരലുകൾ കൊണ്ട് വടിച്ചെടുത്തു. “ഞങ്ങൾ നാൻകാന സാഹിബിലെ ഈ പൊടി വിശുദ്ധമാണെന്ന് വിശ്വ സിക്കുന്നു.” അത് പറഞ്ഞുകൊണ്ട് ആ പൊടി അയാൾ നാവിൽ വച്ചു.

അന്ന് വൈകുന്നേരം ഞാൻ ലാഹോറിലേക്ക് തിരിച്ചുവന്നു. എന്റെ അന്നത്തെ അവസാന സന്ദർശനം ദേര സാഹിബ് ഗുരുദ്വാരയിലായിരുന്നു. അവിടെ, ഔറംഗസേബിന്റെ മോസ്കിനും കോട്ടയ്ക്കുമിടയിൽ ശുഷ്ക മായൊഴുകുന്ന രവിനദിയാൽ ചുറ്റപ്പെട്ടു സ്ഥിതി ചെയ്യുന്നതാണ് മഹാരാജ രഞ്ജിത്ത്സിങിന്റെ ശവകുടീരം.

മഹാരാജാവിന്റെ ശവകുടീരത്തിനടുത്തു ഒരു ചെറിയ ഓഫീസ് മുറിയിൽ ഇരുന്ന് നല്ല മധുരമുള്ള ചായ കുടിച്ചുകൊണ്ടിരിക്കുന്ന സിഖു കാരൻ മൻമോഹൻസിങ് ഖൽസയാണ്. വിഭജനത്തെ തുടർന്ന് ഇന്ത്യ യിലേക്ക് പലായനം ചെയ്ത് വീണ്ടും 1980ൽ പാകിസ്ഥാനിലേക്ക് തന്നെ ഓടിപ്പോന്ന ആളാണ് ഖൽസ. തന്റെ പേരുകാരനായ ഇന്ത്യൻ പ്രധാന മന്ത്രിയെ ‘പാവ” എന്നാണ് ഖൽസ വിശേഷിപ്പിച്ചത്. സ്വതന്ത്ര സിഖ് രാജ്യത്തിനുവേണ്ടി ആയുധമെടുത്ത ഖാലിസ്ഥാൻ ഭീകരസംഘടനയിലെ അംഗമായിരുന്നു മൻമോഹൻ സിങ് ഖൽസ. ഇന്ത്യൻ സൈന്യം സുവർണക്ഷേത്രം പിടിച്ചെടുത്തപ്പോൾ ബ്രിട്ടനിൽ അഭയം തേടിയ ഖൽസ ഇന്ത്യൻ ഗവണ്മെന്റ് അന്വേഷിക്കുന്ന സിഖ് തീവ്രവാദികളുടെ പട്ടികയിലുള്ള വ്യക്തിയാണ്. അന്നു മുതൽ അമൃത്സറിനടുത്തുള്ള ലാഹോറിലാണ് ഖൽസയുടെ ജീവിതം.

“ഖാലിസ്ഥാൻ സിന്ദാബാദ്.” അത് പറഞ്ഞു അയാൾ ചിരിച്ചു. ഇന്ത്യ യിൽ ഇത് പറഞ്ഞാൽ അവരെന്നെ പിടിച്ചു ജയിലിലടയ്ക്കും. (അതേ സമയം പാകിസ്ഥാൻ ഗവണ്മെന്റ് അത് സ്വാഗതം ചെയുക മാത്രമല്ല സിഖ് തീവ്രവാദികൾക്ക് ആയുധം നൽകാനും തയ്യാറാണ്.) മാതൃഭൂമി നഷ്ടപ്പെട്ടതിൽ അയാൾക്ക് വലിയ വിഷമമൊന്നുമില്ല. “എനിക്ക് അധിനി വേശ പഞ്ചാബിൽ ജീവിക്കാൻ കഴിയില്ല. പാകിസ്ഥാനിൽ സിഖുകാർക്ക്

കൂടുതൽ സ്വാതന്ത്ര്യമുണ്ട്, സിഖിസം ഇവിടെയാണ് പിറന്നത്. മഹാരാജ രഞ്ജിത്ത് സിങ് ലാഹോറിലിരുന്നാണ് ഭരിച്ചത്. മുസ്ലീം സിഖ് സംസ്കാരങ്ങൾ ഒന്നാണ്." ഖൽസ അല്പം ദീർഘമായി വിശദീകരിച്ചു. ലണ്ടനിൽ ഖൽസ മുസ്ലീംസിഖ് ഫൌണ്ടേഷൻ ഉണ്ടാക്കിയിരുന്നു. ലക്ഷ്യം അവരുടെ പൊതുഭാഷ, ആചാര രീതികൾ, ഗോത്ര സംസ്കാരം ഇവയെ വളർത്തുക. "അപ്പോൾ വിഭജനത്തെക്കുറിച്ച് എന്ത് പറയുന്നു?" ഞാൻ ആരാഞ്ഞു. മുഖത്ത് നീരസഭാവം. "അതിനു കാരണം ബ്രാഹ്മണിസമാണ്." അയാൾ പറഞ്ഞു.

"സിഖുകാർ പാകിസ്ഥാനിൽ വളരെ സന്തുഷ്ടരാണെങ്കിൽ എന്തുകൊണ്ടാണ് അവർ സൈന്യത്തിൽ ഇല്ലാത്തത്?"അങ്ങേയറ്റത്തെ ആ വിരോധാഭാസത്തെക്കുറിച്ച് ചിന്തിച്ചുകൊണ്ട് ഞാൻ ചോദിച്ചു. പാകിസ്ഥാൻ സൈന്യത്തിന്റെ വേരുകൾ സിഖ് സൈനിക പാരമ്പര്യത്തിലാണ്. പക്ഷേ സിഖുകളല്ലാത്ത പഞ്ചാബികൾ നയിക്കുന്ന സൈന്യം. ഒരു സിഖുകാരനെയും സൈന്യത്തിൽ എടുത്തിട്ടില്ല. എന്നാൽ എന്റെ ചോദ്യത്തിന് മൻമോഹൻസിംഗിന് വ്യക്തമായ ഉത്തരമുണ്ടായിരുന്നു. ജനറൽ പർവേസ് സിഖുകാർക്കു വളരെ ഉപകാരിയാണെന്ന് മൻമോഹൻ പറഞ്ഞു. അദ്ദേഹം അധികാരം പിടിച്ച ഉടൻതന്നെ മൻമോഹൻ ജനറൽ പർവേസ് മുഷാറഫിനെ കണ്ട് മൂന്നര മണിക്കൂർ സംസാരിച്ചുവത്രെ. മൻമോഹൻ അദ്ദേഹത്തോട് സിഖുകാരെ സൈന്യത്തിലെടുക്കണമെന്ന് ആവശ്യപ്പെട്ടു. മുഷറഫ് സമ്മതിച്ചു. പാകിസ്ഥാന്റെ ചരിത്രത്തിൽ ആദ്യമായി ഒരു സിഖുകാരൻ അങ്ങനെ സൈന്യത്തിലെത്തി. നാൻകാന സാഹിബിൽനിന്നുള്ള ആ സിഖ് ചെറുപ്പക്കാരൻ സൈന്യത്തിൽ ചേർന്നിട്ട് രണ്ടു മാസമായിട്ടേയുള്ളൂ.

മൻമോഹൻ കസേരയിൽ ചാരിയിരുന്നു ചായ കുടിച്ചുതീർത്തു. നേരം ഇരുട്ടിയിരുന്നു. ദിവസത്തിലെ അവസാനത്തെ പ്രാർത്ഥനയ്ക്കുള്ള അറിയിപ്പ് ബാദ്ഷാഹി മസ്ജിദിൽ നിന്നും ഉയർന്നു. ഞങ്ങൾ നിശ്ശബ്ദരായിരുന്നു ശ്രദ്ധിച്ചു. ബാദ്ഷാഹി മസ്ജിദ് അതിന്റെ ശില്പഭംഗികൊണ്ട് മാത്രമല്ല ബാങ്ക് വിളിയുടെ മാധുര്യംകൊണ്ടും ശ്രദ്ധേയമാണ്. അസാൻ ശ്രദ്ധിച്ചുകൊണ്ട് നിശ്ശബ്ദരായി ഇരിക്കുമ്പോൾ ഞാൻ ആലോചിച്ചു, ഈ നദി ഇനിയെന്നാണാവോ വിഭജിക്കപ്പെടുക?

ആറ്

ഖൈബറിൽ

"സിന്ധുനദി കടന്നാൽ പിന്നെ എല്ലാം ഹിന്ദുസ്ഥാൻ രീതിയിലാണ്."

ബാബർ ചക്രവർത്തി, 1526

സിന്ധുനദിയുടെ തീരത്ത് തലയുയർത്തിനിൽക്കുന്ന ആറ്റോക് കോട്ടയുടെ കൊത്തളത്തിൽ താഴെ ഒഴുകുന്ന നദിയെ നോക്കി ആലോചന മഗ്നയായി നിൽക്കുകയായിരുന്നു ഞാൻ. എന്റെ പിന്നിൽ പഞ്ചാബി സമതലങ്ങളാണ്. സൈനിക ക്യാമ്പുകളും മഴവിൽ വർണങ്ങളിലുള്ള ശിരോവസ്ത്രം അണിഞ്ഞ സ്ത്രീകളും ഭംഗിയായി വെട്ടിയൊതുക്കിയ മീശയുള്ള പുരുഷന്മാരുമാണ് ആ സമതല കാഴ്ചകളിൽ പ്രധാനം. എന്റെ മുന്നിലായി കാണുന്നത് അഫ്ഗാൻ മലനിരകളും അതിർത്തി പട്ടണങ്ങളുമാണ്. കലാഷ്നിക്കോവുമായി സഞ്ചരിക്കുന്ന കള്ളക്കടത്തുകാരും ബുർഖയിൽ പൊതിഞ്ഞ സ്ത്രീകളുമാണ് ആ പ്രദേശങ്ങളുടെ മുഖമുദ്ര. നദി പോലും ഈ വ്യത്യസ്തതകളുടെ സംഗമസ്ഥാനമായി മാറുന്നു. താഴെ കാബൂൾനദി തവിട്ടുനിറത്തിൽ നിറയെ എക്കൽമണ്ണും അതിലേറെ പഷ്തൂൺ സങ്കീർണതകളുമായി പടിഞ്ഞാറുനിന്നും ഒഴുകിവരുമ്പോൾ, സിന്ധു മഞ്ഞുരുകിയ നീലനിറമുള്ള തണുത്ത ജല പ്രവാഹവുമായി കിഴക്കുനിന്നും ഒഴുകിയെത്തുന്നു. ഇരുനദികളും ചേർന്ന ശേഷവും തവിട്ടുനിറമുള്ള കാബൂൾ നദിയും നീലനിറമുള്ള സിന്ധുവും കുറച്ചു ദൂരം തൊട്ടുചേർന്ന് ഒഴുകുന്നു. ആറ്റോക് കോട്ട കടക്കുന്നതോടെ ഇരു നിറങ്ങളും ഒന്നാകുന്നു. ഇവിടെയാണ് തലമുറകളോളം ഇന്ത്യൻ പട ത്തലവന്മാർ അഫ്ഗാൻ അക്രമികളെ നിരീക്ഷിക്കാനായി നിന്നിരുന്നത്.

മധ്യകാല മുസ്ലീം സാഹസികരിൽ പ്രമുഖനായിരുന്ന ബാബർ സമർഖണ്ടിൽനിന്നും കുതിരപ്പുറത്ത് അഫ്ഗാൻ അതിർത്തി കടന്ന് ഇന്ത്യ കീഴടക്കുക എന്ന സ്വപ്നം ഏറെനാൾ കൊണ്ടുനടന്ന വ്യക്തിയായിരുന്നു. നിരവധി ശ്രമങ്ങൾക്കുശേഷം 1526ൽ പ്രതിരോധങ്ങൾ മാറികടന്നു ബാബർ ഡൽഹി സുൽത്താനായിരുന്ന ഇബ്രാഹിം ലോധിയെ തോല്പിച്ചു. ഒരു സാമ്രാജ്യം തേടി നടന്നിരുന്ന മധ്യേഷ്യയിൽ നിന്നുള്ള,

പ്രമാണിക്ക് ഇന്ത്യയിൽ പ്രധാനമായും രണ്ടു ആകർഷണങ്ങളാണ് ഉണ്ടായിരുന്നത്, "ഒരു മഹാരാജ്യം, നിറയെ സ്വർണവും വെള്ളിയും".

ഇന്ത്യയിലെത്തിയപ്പോഴാണ് അദ്ദേഹം ചില കാര്യങ്ങൾ മനസ്സിലാക്കിയത്. ആളുകൾ ലളിതമനസ്കരാണെങ്കിലും, വാസ്തുവിദ്യ അതീവ ഗഹനവും സംവാദങ്ങൾ കേവലം ഉപരിപ്ലവമാണെന്നും അദ്ദേഹം കണ്ടുപിടിച്ചു. ഇവിടെ തണ്ണീർ മത്തനോ, മെഴുകുതിരികളോ, കുതിരകളോ ഇല്ലെന്നു അദ്ദേഹം വേഗം മനസ്സിലാക്കി. "പ്രത്യേകിച്ച് സന്തോഷം തരുന്ന ഒന്നുംതന്നെ ഹിന്ദുസ്ഥാനിൽ ഇല്ലെന്ന്" അദ്ദേഹം തന്റെ ആത്മകഥയിൽ കുറിച്ചു, ബാബറിന്റെ സുഹൃത്തുക്കൾ പൊടിയും ചൂടും കൊണ്ട് വലഞ്ഞു. അവർ തിരികെ പോകാൻ അദ്ദേഹത്തെ നിർബന്ധിച്ചു. എന്നാൽ ബാബർ കൂട്ടാക്കിയില്ല. തന്റെ സാമ്രാജ്യം ഇവിടെയാണെന്നു അദ്ദേഹം തീരുമാനിച്ചു കഴിഞ്ഞിരുന്നു.

"ദൈവത്തോട് നന്ദി പറയൂ ബാബർ
സിന്ധുവും ഹിന്ദുവും പിന്നെ ഒരുപാടു രാജ്യങ്ങളും തന്നതിന്
അവയുടെ ചൂട് നേരിടാൻ കരുത്തില്ലെങ്കിൽ
നീ പറയൂ തണുപ്പ് കാണിച്ചു തരൂ"

അവിടെ ഗസ്നിയുണ്ട്. അഫ്ഗാനിസ്ഥാനിൽ, തണുപ്പുണ്ട്. ഗസ്നി ഗൃഹാതുരർക്കായി കാത്തിരിക്കേ, ബാബർ ഉത്തരേന്ത്യൻ സമതലങ്ങളിൽ തന്റെ പടയോട്ടം നടത്തി, ഡൽഹിയെ തന്റെ തലസ്ഥാനമാക്കി. അടുത്ത മുന്നൂറു വർഷങ്ങൾ ഉസ്ബക് വംശജനായ ബാബറുടെ സന്തതി പരമ്പരകൾ ഹിന്ദുസ്ഥാന്റെ ചക്രവർത്തി പദം അലങ്കരിച്ചു.

സിന്ധു കടക്കുന്ന ആദ്യത്തെ മുസ്ലീം രാജാവായിരുന്നില്ല ബാബർ. ബാബർ തോല്പിച്ച ലോധി കുടുംബം പഷ്ടൂൺ ഗോത്രക്കാരായിരുന്നു. കാബൂളിൽ ജനിച്ച ബാബറിന്റെ പുത്രൻ ഹുമയൂൺ പത്തുവർഷം ഭരിച്ചപ്പോഴേക്കും അഫ്ഗാനിയായ ഷേർ ഷാ സൂരിയാൽ തോല്പിക്കപ്പെട്ടു. അധികാരഭ്രഷ്ടനായി. ഹുമയൂണിന്റെ പുത്രൻ അക്ബർ പിതാവിന് പറ്റിയ അബദ്ധം ആവർത്തിക്കാതിരിക്കാൻ മുൻകരുതലെടുത്തു. കാബൂളിൽ നിന്നും വരുന്നവരെ സൂക്ഷിക്കുക എന്നദ്ദേഹം മനസ്സിൽ കുറിച്ചു.

ആധുനിക അഫ്ഗാനിസ്ഥാൻ ഹസാറാസ്, താജിക്സ്, ഉസ്ബെക്സ്, പഷ്തൂൺസ് തുടങ്ങിയ വിവിധ ഗോത്രങ്ങൾ അധിവസിക്കുന്ന പ്രദേശമാണ്. (ഇതിൽ പഷ്ടൂൺസ് ഒരുതരത്തിലും നിയന്ത്രിക്കാൻ സാധിക്കാത്ത ഒരു ഗോത്രമാണ്. അഫ്ഗാനിസ്ഥാന്റെ കിഴക്കൻ അതിർത്തിയിൽ നിന്നാണ് ഇവർ വരുന്നത്.) ബാബറും അദ്ദേഹത്തിന്റെ പിൻഗാമികളും അഫ്ഗാനികൾ എന്നത് കൊണ്ടുദ്ദേശിച്ചത് പഷ്തൂൺ വംശജരെയായിരുന്നു. മുഗളരിൽ നിന്നും തീർത്തും വ്യത്യസ്തരായിരുന്നു അവർ. ബാബറുടെ മാതാവ് മംഗോൾ വംശജയായിരുന്നു. തൈമൂറിന്റെയും ചെങ്കിസ്ഖാന്റെയും പിന്തുടർച്ചക്കാരി. ബാബറിന്റെ പിതാവ് ടർക്കിഷ് വംശജനായിരുന്നു. പാരമ്പര്യത്തെക്കുറിച്ച് തികഞ്ഞ അഭിമാനബോധമുണ്ടായിരുന്ന ബാബർ തന്റെ പിൻഗാമികൾക്കു കൊടുത്ത ഏറ്റവും

പ്രധാന ഉപദേശം, പഷ്ടൂണുകളെ എപ്പോഴും സംശയിക്കുക എന്നതായിരുന്നു. അക്ബർ പിതാമഹന്റെ ഉപദേശം അക്ഷരംപ്രതി അനുസരിച്ചു. പ്രധാനപ്പെട്ട ഒരു പദവിയും പഷ്ടൂൺ ഗോത്രക്കാർക്കു നൽകരുതെന്ന് അദ്ദേഹം തന്റെ അനുയായികളോട് നിർദ്ദേശിച്ചു. പ്രധാനപ്പെട്ട രാജകീയ ചടങ്ങുകളിൽ നിന്ന് അവരുടെ ഭാര്യമാരെപ്പോലും ഒഴിവാക്കിയിരുന്നു. പതിനേഴാം നൂറ്റാണ്ടിലെ വെനീഷ്യൻ സഞ്ചാരിയായിരുന്ന നിക്കോളോ മനുസിയുടെ യാത്രാക്കുറിപ്പുകളിൽ പറയുന്നത് മുഗൾ സാമ്രാജ്യം ഒരിക്കലും പഷ്ടൂണുകളെ വിശ്വസിച്ചിരുന്നില്ല എന്നാണ്. പേർഷ്യാക്കാർക്കായിരുന്നു സാമ്രാജ്യത്തിലെ ഉയർന്ന പദവികൾ. തുർക്കികൾ സൈന്യത്തെ നയിച്ചു. (പഷ്ടൂണുകളുടെ പ്രാകൃതസ്വഭാവത്തെക്കുറിച്ച് സ്ഥായിയായ ഇത്തരമൊരഭിപ്രായം മുഗളന്മാരോടൊപ്പം ഉത്ഭവിച്ചതാണെന്നു തോന്നുന്നു.)

1580ൽ സിന്ധുവിന്റെ പഞ്ചാബി ഭാഗത്തുള്ള തീരത്ത് അക്ബർ ചുവന്ന ചുണ്ണാമ്പു കല്ലുകൾകൊണ്ട് ഒരു കോട്ട പണിയാൻ ആരംഭിച്ചു. അഫ്ഗാനിസ്ഥാനെ അഭിമുഖീകരിച്ചു നിൽക്കുന്ന കോട്ട, കാബൂളിൽ ഇരുന്നു തനിക്കെതിരെ കുതന്ത്രങ്ങൾ മെനയുന്ന അർദ്ധസഹോദരനിൽ നിന്നും തന്റെ സാമ്രാജ്യത്തെ പ്രതിരോധിക്കുക എന്ന ലക്ഷ്യത്തോടെയാണത് നിർമ്മിച്ചത്. കോട്ടയ്ക്ക് അറ്റോക് ബനാറസ് എന്ന് പേരുമിട്ടു. നദീതീരത്തെ അതിർത്തിയിലാണ് കോട്ട നിർമ്മിച്ചത്. കൊട്ടാരം ചരിത്രകാരനായ അബുൽ ഫസൽ കോട്ടയെക്കുറിച്ച് "ഹിന്ദുസ്ഥാനിനും കാബൂളിസ്ഥാനിനും ഇടയിലുള്ള കുലീനമായ അതിർത്തി" എന്നാണ് വിശേഷിപ്പിച്ചത്. അരനൂറ്റാണ്ടിന്റെ മധ്യേഷ്യൻ ഭൂതകാലത്തിൽനിന്നും എത്രദൂരം മുഗളന്മാർ സഞ്ചരിച്ചു എന്നതിന്റെ ഏറ്റവും മികച്ച അടയാളമായിരുന്നു അറ്റോക് കോട്ട.

കഴിഞ്ഞ അറുപത് വർഷത്തിനിടെ കോട്ടയുടെ മുഗൾ പ്രതീകാത്മകത ഒട്ടു തന്നെ നഷ്ടപ്പെട്ടിട്ടില്ല. പാകിസ്ഥാൻ സൈന്യത്തിന്റെ അത്യാധുനിക സുരക്ഷാ സംവിധാനങ്ങളുള്ള തടവറയും കോടതിയും ഇവിടെയാണ് എന്ന പ്രാധാന്യം കൂടുതലായി ഉണ്ട് താനും. ഇവിടെയാണ് ബേനസീർ ഭൂട്ടോയുടെ ഭർത്താവ് ആസിഫ് അലി സർദാരിയെ തടവിൽ പാർപ്പിച്ചത്. ജനറൽ മുഷറഫ് പുറത്താക്കിയ പ്രധാനമന്ത്രി നവാസ് ഷെരീഫിനെ വിചാരണ ചെയ്തതും ഇവിടെയാണ്.

കോട്ടയിലെ ബീഗം സരായ് എന്ന ഭാഗത്ത് ഞാൻ നിൽക്കുകയായിരുന്നു. പെട്ടെന്നാണ് ഒരു ആക്രോശം കേട്ടത്. തിരിഞ്ഞുനോക്കിയപ്പോൾ തോക്കുമായി പട്ടാള യൂണിഫോം ധരിച്ച ഒരു കൗമാരക്കാരൻ ഓടി വരുന്നു. "ഇത് സൈന്യത്തിന്റെ സ്ഥലമാണ്, ഇവിടെ പുറമെ നിന്ന് ആർക്കും പ്രവേശനമില്ല." കിതപ്പ് ഒരുവിധം അടങ്ങിയപ്പോൾ അവൻ പറഞ്ഞൊപ്പിച്ചു. തന്റെ മേലുദ്യോഗസ്ഥർ കാണുംമുമ്പ് സ്ഥലംവിടാൻ അവൻ എന്നോടാവശ്യപ്പെട്ടു.

സിന്ധുതീരത്ത് കനത്ത ജാഗ്രത പാലിച്ചതുകൊണ്ട് പഷ്ടൂൺ ഭീഷണി അക്ബറിനു കാര്യമായി നേരിടേണ്ടി വന്നില്ല. എന്നാൽ പതിനേഴാം നൂറ്റാണ്ടിലെ അതിവിശാലമായ മുഗൾസാമ്രാജ്യത്തിൽ സമാധാനം ഏറെനാൾ നീണ്ടുനിന്നില്ല. ഔറംഗസേബിന്റെ കാലമായപ്പോഴേക്കും പഷ്ടൂണുകളുടെ വെറുപ്പ് യുദ്ധമായി മാറി.

ഔറംഗസേബ് ഒരു മതഭ്രാന്തനായിരുന്നു. തന്റെ മുൻഗാമികളുടെ ബഹുസ്വരരീതികൾ അദ്ദേഹം ഉപേക്ഷിച്ചു. ഹിന്ദു ആഘോഷങ്ങളും സംസ്കാരവും കൊട്ടാരത്തിൽ നിന്നും ഒഴിവാക്കി. ധരിക്കുന്ന വസ്ത്രത്തിന്റെയും താടി രോമങ്ങളുടെയും നീളം വരെ അദ്ദേഹം നിജപ്പെടുത്തി. അദ്ദേഹത്തിന്റെ ആധുനിക അവതാരമാണ് താലിബാൻ. പതിനൊന്നാം നൂറ്റാണ്ടിൽ അഫ്ഗാൻ രാജാവ് സുൽത്താൻ മഹമൂദ് ഇന്ത്യ ആക്രമിക്കുന്ന കാലം തൊട്ടേ പഷ്ടൂൺ വംശജർ മുസ്ലീങ്ങളാണ്. എന്നാൽ ഇസ്ലാമിക നിയമങ്ങൾ പഷ്ടൂൺ ഗോത്ര നിയമങ്ങളുമായി ഏറ്റുമുട്ടുമ്പോൾ മതമല്ല, ഗോത്ര പാരമ്പര്യമാണ് മേൽകൈ നേടാറുള്ളത്.

"ഞാൻ വീഞ്ഞ് കുടിക്കും. അതിന് പുരോഹിതൻ എന്നോട് കലഹിക്കുന്നതെന്തിന്?", പഷ്ടൂൺ കവിയായ കുശാൽ ഖാൻ ഘട്ടക് ചോദിക്കുന്നു. സിന്ധു തീരത്തെ ഒരു ഗ്രാമത്തലവനായ ഘട്ടക്, ഔറംഗസേബിനോടുള്ള നീരസം പരസ്യമായി പ്രകടിപ്പിക്കുന്നതിൽ മടികാണിച്ചില്ല.

"എനിക്ക് ഔറംഗസേബിന്റെ നീതിയെയും സമത്വത്തെയുംകുറിച്ച് നന്നായി അറിയാം.

വിശ്വാസ കാര്യങ്ങളിലുള്ള തീവ്രനിലപാടും അറിയാം.

സ്വന്തം സഹോദരങ്ങളെ ഒന്നൊന്നായി കൊന്നതും അറിയാം.

സ്വന്തം പിതാവിനെ യുദ്ധത്തിൽ തോല്പിച്ചതും അറിയാം.

(ഖുശാൽ ഔറംഗസേബിന്റെ പിതാമഹനെയും വെറുതെ വിട്ടില്ല. "ഡൽഹിയിലെ രാജാവായ ബാബർ പഷ്ടൂൺ ഗോത്രത്തോട് കടപ്പെട്ടിരിക്കുന്നു" എന്ന് വിളിച്ചു പറയാൻ ധൈര്യം കാണിച്ചതും ഖുശാൽ തന്നെ.)

1664ൽ ഖുശാലിനെ നേരിടാൻ ഔറംഗസേബ് സൈന്യത്തെ അയച്ചു. ഒടുവിൽ ഖുശാലിനെ ചങ്ങലയിൽ ബന്ധിച്ചു ഡൽഹിയിൽ കൊണ്ടുവന്നു. എന്നാൽ നാലു വർഷത്തിന് ശേഷം മോചിതനായ ഖുശാൽ യാതൊരു പശ്ചാത്താപവുമില്ലാതെ തിരിച്ചു വന്നു പഷ്ടൂൺ വംശജരെ മുഗൾസാമ്രാജ്യത്വത്തിനെതിരെ അണിനിരത്തി. ഹിന്ദുസ്ഥാനിന്റെ സമതലങ്ങളിൽ യുദ്ധം ചെയ്തു ശീലിച്ച മുഗൾ സൈന്യം അതിർത്തിയിലെ പാറക്കൂട്ടങ്ങൾ നിറഞ്ഞ യുദ്ധഭൂമിയിൽ ഖുശാലിന്റെ ഗറില്ലായുദ്ധമുറയ്ക്ക് മുൻപിൽ അടിപതറി. ഔറംഗസേബ് തന്റെ സൈനികരുടെ ആത്മവീര്യം വീണ്ടെടുക്കാൻ രണ്ടു വർഷത്തോളം അറ്റോക് കോട്ടയിൽ താമസിച്ചു യുദ്ധം നയിച്ചു.

"ഇത്രയും കഠിനമായ, നിഷ്ഫലമായ ഒരു സൈനിക നടപടി ഔറംഗസേബ് ആർക്കെതിരെയും നടത്തിയിട്ടില്ല", ഖുശാലിന്റെ പരിഭാഷകൻ രേഖപ്പെടുത്തുന്നു. അഫ്ഗാൻ അതിർത്തിയിലെ മലനിരകളിൽ ഒളിച്ചിരുന്ന് യുദ്ധം ചെയ്യുന്ന പഷ്ടൂണുകളോട് ജയിക്കാൻ മുഗൾസൈന്യത്തിന് സാധിച്ചില്ല. ഒടുവിൽ തന്റെ പൂർവികരെപോലെ, എതിർപക്ഷത്തുനിന്നും ആരെയെങ്കിലും വിലയ്ക്ക് വാങ്ങാൻ ചക്രവർത്തി ശ്രമിച്ചു. ഖുശാലിന്റെ അറുപത് ആൺമക്കളിൽ ഒരാളെ സ്വാധീനിക്കാൻ ചക്രവർത്തിക്കു കഴിഞ്ഞു. ഹൃദയം തകർന്ന ഖുശാൽ മരിച്ചു. മുഗൾ കുതിരപ്പട്ടാളത്തിന്റെ കുളമ്പിൽ നിന്നുയരുന്ന പൊടിപടലംപോലും എത്താത്തിടത്ത് തന്നെ അടക്കം ചെയ്യണമെന്നായിരുന്നു അദ്ദേഹത്തിന്റെ അവസാന ആഗ്രഹം.

ഖുശാൽ നല്ലൊരു എഴുത്തുകാരനായിരുന്നു. വാള് കൊണ്ടുള്ള യുദ്ധത്തിൽ പരാജയപ്പെട്ടുവെങ്കിലും വാക്ക് കൊണ്ടുള്ള യുദ്ധത്തിൽ അദ്ദേഹം തന്നെ വിജയിച്ചു. മുന്നൂറ്റി അറുപതിലേറെ രചനകൾ അദ്ദേഹത്തിന്റേതായി ഉണ്ട്. അതിർത്തിയിലെ നദികളെയും പർവ്വതങ്ങളെയുംകുറിച്ചുള്ള കവിതകൾ, തലപ്പാവുകളെക്കുറിച്ചും മരുന്നുകളെക്കുറിച്ചും വേട്ടപ്പക്ഷികളെക്കുറിച്ചുമുള്ള പ്രബന്ധങ്ങൾ, കവിതാരൂപത്തിലുള്ള ഒരു യാത്രാവിവരണം. ഗദ്യരൂപത്തിലുള്ള ആത്മകഥ... തുടങ്ങിയവ ചിലതുമാത്രം. എടുത്തു പറയേണ്ട കാര്യം അദ്ദേഹം സ്ത്രീകളെക്കുറിച്ച് എഴുതിയിരുന്നു എന്നതാണ്. വിവിധ പഷ്ടൂൺ ഗോത്രങ്ങളിലെ സ്ത്രീകളുടെ ശാരീരികവർണ്ണനകൾ അതിലുണ്ട്. 'കാമസൂത്ര' പോലെ അദ്ദേഹം 'ദിവാൻ' എന്ന ഒരു പുസ്തകം എഴുതി. അതിൽ തന്റെ പൗരുഷത്തെക്കുറിച്ചും മറ്റും എഴുതുന്നു. ഒപ്പം ചെറുപ്പക്കാരായ ആൺകുട്ടികൾക്ക് ചില ലൈംഗിക പൊടിക്കൈകളും നൽകുന്നു. ഇപ്പോൾ നിലനിൽക്കുന്ന കടുത്ത യാഥാസ്ഥിതിക സാഹചര്യങ്ങളിൽ പ്രസ്തുത പുസ്തകം ഖുശാലിന്റെ കുടുംബത്തിനെ ആശയക്കുഴപ്പത്തിലാക്കിയിരിക്കുകയാണ്. അവർ അത് അദ്ദേഹത്തിന്റെ സൃഷ്ടികളുടെ കൂട്ടത്തിൽനിന്ന് മാറ്റിക്കളയാനുള്ള പരിശ്രമത്തിലാണ്. പെഷവാർ സർവകലാശാലയിലെ പഷ്തൂവിഭാഗവും ആശയക്കുഴപ്പത്തിലാണ്. പഠിപ്പിക്കാനോ കഴിയുന്നില്ല, എന്നാൽ അനന്തരഫലങ്ങളെക്കുറിച്ചോർക്കുമ്പോൾ അത് ചർച്ച ചെയ്യാൻ പോലും സാധിക്കാത്ത സാഹചര്യമാണുള്ളത്. എന്നിട്ടും അത് നിലനിൽക്കുന്നു, മൊല്ലമാർ അധികാരം പിടിക്കുന്നതിനു മുമ്പുള്ള ഒരു കാലഘട്ടത്തിന്റെ വേദനാജനകമായ ഓർമ്മപ്പെടുത്തൽ പോലെ.

പാകിസ്ഥാനികൾക്കു ഔറംഗസേബ് ഒരിക്കലും ഒരു നായക കഥാപാത്രമായിരുന്നില്ല എന്നത് വളരെ വിചിത്രമായ കാര്യമാണ്. വിശുദ്ധ വിളംബരങ്ങളും ഷിയാകളെ വേട്ടയാടലും മാതൃകമത ഭരണകൂടം സ്ഥാപിക്കലും ഒക്കെ ചെയ്തിട്ടും ഔറംഗസേബ് പാകിസ്ഥാനിൽ ആഘോഷിക്കപ്പെടുന്നില്ല എന്നത് സത്യമാണ്. അദ്ദേഹം 'പാകിസ്ഥാനി വികാരം' ഉയർത്തിപ്പിടിച്ച മഹാനാണെന്ന് ചില പാഠപുസ്തകങ്ങളിൽ പറയുന്നുണ്ട്. ഭരണത്തിൽ ഇസ്ലാമികവൽക്കരണം നടത്തിയ ആളായിട്ടും

(ഔറംഗസേബ് ചില ക്ഷേത്രങ്ങൾക്ക് സംഭാവന നല്കിയിരുന്നുവത്രെ) അല്പം കൂടുതൽ ഇന്ത്യനാണെന്നാണ് പൊതുവിൽ ഉള്ള ഒരു ധാരണ. പാകിസ്ഥാനി നേതാക്കൾ ഇഷ്ടപ്പെടുന്ന നായകർ, വിഗ്രഹഭഞ്ജകരും ഹിന്ദുക്കളെ കൊന്നുതള്ളുന്നവരുമായ മധ്യകാല അഫ്ഗാൻ അക്രമികളാണ്. പാകിസ്ഥാൻ, അവരുടെ ബാലിസ്റ്റിക് മിസൈലുകൾക്കു നൽകുന്ന പേരുകൾ ശ്രദ്ധിച്ചാൽ അത് മനസ്സിലാവും. അതിലേറ്റവും പ്രശസ്തൻ പതിനൊന്നാം നൂറ്റാണ്ടിലെ മഹ്മൂദ് ഗസ്നിയാണ്.

മുഗളന്മാരെ പോലെതന്നെ സുൽത്താൻ മഹ്മൂദ് ഗസ്നിയും തുർക്കി വംശജനായിരുന്നു. എന്നാൽ മാതാവ് കാബൂളിൽനിന്നുള്ള അഫ്ഗാൻ വനിതയായിരുന്നു. അതുകൊണ്ടാണ് അഫ്ഗാനി പഷ്ടൂണുകളും പാകിസ്ഥാനി പഷ്ടൂണുകളും മഹ്മൂദ് തങ്ങളുടെ ആളാണെന്ന് അവകാശപ്പെടുന്നത്. മഹ്മൂദിന്റെ പിതാവ് അടിമയായിരുന്നു. എന്നാൽ മകൻ, അഫ്ഗാനിസ്ഥാനിലെ ഒരു മൗലവി അഭിമാനപൂർവം പറഞ്ഞതുപോലെ "ഞങ്ങളുടെ രാജ്യത്തിന്റെ ആദ്യത്തെ പ്രസിഡണ്ട്" ആയി. മഹ്മൂദ് പഷ്ടൂൺ ആയിരുന്നില്ല. എന്നാൽ പഷ്ടൂണുകൾ മഹ്മൂദിനെ സ്വന്തമായി കരുതി സ്നേഹിക്കുന്നു. പല ലോകങ്ങൾ അതിരിടുന്ന ലോകത്താണ് മഹ്മൂദ് വളർന്നത്. കാബൂളിൽ നിന്ന് 150 കിലോമീറ്റർ അകലെ തെക്കുപടിഞ്ഞാറു സ്ഥിതി ചെയ്യുന്ന ഗസ്നിയിലാണ് മഹ്മൂദ് ജനിച്ചത്. അദ്ദേഹത്തിന്റെ മതപരമായ ജീവിതത്തെ നിയന്ത്രിച്ചത് അറേബ്യ ആയിരുന്നെങ്കിൽ, സാംസ്കാരിക ജീവിതത്തെ സ്വാധീനിച്ചത് തുർക്കി ആയിരുന്നു. മഹ്മൂദ് അറബിയും പേർഷ്യനും പഠിച്ചു. അടിമകളുമായി ടർക്കിഷ് ഭാഷയിൽ സംസാരിച്ചു. തന്റെ അമ്മയുടെ ജന്മസ്ഥലം മഹ്മൂദിന്റെ സാമ്രാജ്യമായി. പിതാവിന്റെ ജനങ്ങൾ മഹ്മൂദിന്റെ സൈന്യത്തിന്റെ നട്ടെല്ലായി. ബാഗ്ദാദിലെ സുന്നി മതനേതൃത്വം മഹ്മൂദിന്റെ ഭരണത്തിന് മതപരമായ അംഗീകാരവും അധികാരവും നൽകി. പേർഷ്യൻ കവികൾ മഹ്മൂദിന്റെ കൊട്ടാരത്തെ അലങ്കരിച്ചു. (ഇതൊന്നും പോരാഞ്ഞിട്ട് മഹ്മൂദ് സ്വന്തം നിലയിൽ ഇതിലേക്ക് ലഹരി പിടിപ്പിക്കുന്ന മറ്റൊരു മിശ്രിതം ചേർത്തു.)

മഹ്മൂദിന് മുമ്പ് മുസ്ലീങ്ങൾ ഇന്ത്യയിലെത്തിയിരുന്നു. 711ൽ സിന്ധ് ആക്രമിച്ച, ഖലീഫയുടെ ബന്ധുവായ പതിനേഴുകാരൻ മുഹമ്മദ് ബിൻ കാസിം അവരിലൊരാളാണ്. അതിനുംമുമ്പ് അറബി വ്യാപാരികൾ തെക്കേ ഇന്ത്യയിലെ മലബാർ തീരങ്ങളിൽ മോസ്കുകളും സ്ഥാപിച്ചിട്ടുണ്ടാവാം. എന്നാൽ സിന്ധു കടന്ന് മഹ്മൂദ് നടത്തിയ ആക്രമണങ്ങളുമായി തട്ടിച്ചുനോക്കുമ്പോൾ, മറ്റുള്ളതെല്ലാം നിസ്സാരമായ സംഭവങ്ങൾ മാത്രം. മഹ്മൂദിന്റെ പിതാവ് സേബക്റ്റിജിൻ ഗസ്നിയിൽ വരുന്ന കാലത്ത് അതൊരു ഗ്രാമം മാത്രമായിരുന്നു. എന്നാൽ ഇന്ത്യയുടെ അടുത്ത് സ്ഥിതി ചെയ്യുന്നു എന്ന മെച്ചം അതിനുണ്ടായിരുന്നു. നല്ല കാലാവസ്ഥയിൽ ഒരു മാസം കൊണ്ട് സിന്ധുതീരത്തെത്താൻ കഴിയുമായിരുന്നു. കുറ്റിത്താടി വച്ച ചെറിയൊരു മനുഷ്യനായിരുന്നു മഹ്മൂദ്. എന്നാൽ മഹ്മൂദിന്റെ

ആവേശവും ഊർജസ്വലതയും അതിരില്ലാത്തതായിരുന്നു. മുപ്പതു വർഷം നീണ്ടുനിന്ന തന്റെ 'ജിഹാദി' ജീവിതത്തിൽ മഹ്മൂദ് ഏകദേശം പതിനേഴു തവണ ഇന്ത്യയിൽ വിശുദ്ധയുദ്ധത്തിനായി എത്തി. 1030 ഓടെ, ഇന്ത്യയിൽ, വർഷംതോറുമല്ലെങ്കിലും ഒന്നിടവിട്ട വർഷങ്ങളിലെങ്കിലും മഹ്മൂദ് ജിഹാദിനായി എത്തി. സിന്ധുവിന്റെ പോഷകനദികളിലൂടെ സഞ്ചരിച്ചോ, അല്ലെങ്കിൽ ഖൈബർ ചുരം വഴിയോ ആയിരുന്നു ആ യാത്രകൾ. (പെഷവാറിനടുത്തുള്ള ഹിന്ദുക്കളാണ് ലക്ഷ്യമെങ്കിൽ ബുദ്ധിമുട്ടു പിടിച്ച ഖൈബർ ചുരം തന്നെ മഹ്മൂദ് തെരെഞ്ഞെടുക്കുമായിരുന്നു) ഒരു തവണ മഹ്മൂദ് കാണ്ഡഹാറിനു വടക്കുനിന്ന് സിന്ധിലെ മരുഭൂമി കടന്നു സോമനാഥ ക്ഷേത്രം തകർക്കാനായി ഗുജറാത്തിലെത്തി.

ഇന്ത്യയാണ് സുൽത്താൻ മഹ്മൂദിന്റെ ജീവിതത്തിൽ വഴിത്തിരിവായത്. ഇന്ത്യ സമ്പന്നമായിരുന്നു. പ്രദേശവാസികൾ ഹിന്ദുക്കളും. അതു കൊണ്ട് കൊള്ളയും കൊലയും ബഹുദൈവവിശ്വാസികൾക്കെതിരെയുള്ള വിശുദ്ധ യുദ്ധമായി ന്യായീകരിക്കപ്പെട്ടു. വൻ ക്ഷേത്രങ്ങൾ സ്ഥിതി ചെയ്യുന്ന ഇന്ത്യൻ പട്ടണങ്ങളായിരുന്നു മഹ്മൂദ് എപ്പോഴും ലക്ഷ്യം വച്ചിരുന്നത്. സിന്ധുവിന്റെ ഒഴുക്കിൽപ്പെടാത്തപ്പോഴൊക്കെ മഹ്മൂദ് വില പിടിച്ച കൊള്ളമുതലുകളുമായാണ് ഗസ്നിയിലെത്താറുള്ളത്.

ജിഹാദിന്റെ മറവിൽ മഹ്മൂദിന്റെ അതിരുകൾ വിസ്തൃതമായി. ഗസ്നി മനോഹരമായ നഗരമായി വളർന്നു. ഗസ്നിയിലെ കൊട്ടാരത്തിൽ പരവതാനികളിൽ പ്രദർശിപ്പിച്ച, സ്വർണവും രത്നങ്ങളും ചിലതൊക്കെ ഒരു മാതളനാരങ്ങയുടെ വലിപ്പമുള്ളവ കാണാൻ വിദേശ പ്രതിനിധികൾ തിക്കും തിരക്കും കൂട്ടി. വിശുദ്ധയുദ്ധത്തിൽ അണിചേരാൻ സ്വയം സന്നദ്ധരായി ആളുകൾ എത്തിക്കൊണ്ടിരുന്നു. സ്വയം സുൽത്താൻ എന്ന് വിളിക്കാനുള്ള അനുവാദം ബാഗ്ദാദിലെ ഖലീഫ മഹ്മൂദിന് അനുവദിച്ചു നൽകി. ഒപ്പം മതപരമായ നിരവധി ബഹുമതികളും മഹ്മൂദിന് ഖലീഫ നൽകി. 'രാജ്യത്തിന്റെയും വിശ്വാസത്തിന്റെയും കാവൽക്കാരൻ', 'സാമ്രാജ്യത്തിന്റെ തിളക്കവും മതത്തിന്റെ ആഭരണവും', 'സാമ്രാജ്യങ്ങളുടെ സ്ഥാപകൻ' തുടങ്ങിയ ബഹുമതികൾ അതിൽ ചിലതു മാത്രം.

ഇസ്ലാമിന്റെ ആരംഭം മുതൽ വിശാലവും സമ്പന്നവും ആകർഷകവുമായ ഇന്ത്യ മുസ്ലീങ്ങൾക്ക് ഒരു പ്രശ്നമായിരുന്നു. പ്രവാചകൻ മുഹമ്മദ് തന്നെ അത് കീഴടക്കാൻ ആഗ്രഹിച്ചിരുന്നതായി നബിവചനങ്ങളിൽ പറയുന്നുണ്ട്. ഇന്ത്യയ്ക്കെതിരെ യുദ്ധം ചെയ്യുന്ന ജിഹാദികൾ 'നരകത്തീയിൽ നിന്നും രക്ഷപ്പെടുത്തപ്പെടുമെന്ന്' അദ്ദേഹം ഉറപ്പു നൽകിയതായും പറയപ്പെടുന്നു. ഇസ്ലാമിന് മുമ്പുള്ള പ്രവാചകനായിരുന്ന സുലൈമാൻ (സോളമൻ) സിന്ധിലെ ഒരു പർവ്വതത്തിലേക്ക് യാത്ര ചെയ്തതായും അവിടെ നിന്ന് താഴേക്ക്, ഇന്ത്യയെ നോക്കിയപ്പോൾ ഇരുട്ട് മാത്രമാണ് കാണാൻ കഴിഞ്ഞതെന്നും മൊറോക്കൻ വ്യാപാരിയായിരുന്ന ഇബ്നുബത്തൂത്ത വിവരിച്ചിട്ടുണ്ട്. ഇന്ത്യ ഇരുണ്ടതും കുബുദ്ധിയുള്ളതുമാണ്, എന്നാൽ അവിടെ ധാരാളം ദ്രവ്യവും ഭൗദ്ധികഖനികളുമുണ്ട്.

അറബികൾ ഇന്ത്യയുമായി നടത്തിയിരുന്ന സുഗന്ധവ്യഞ്ജനവ്യാപാരത്തിൽ നിന്നും ലാഭക്കൊയ്ത്തു നടത്തിയിരുന്നു. ഇന്ത്യൻ പണ്ഡിതന്മാർ എട്ടാം നൂറ്റാണ്ടിൽ ബാഗ്ദാദ് സന്ദർശിക്കുകയും വാനശാസ്ത്രത്തിലും തത്ത്വശാസ്ത്രത്തിലും വൈദ്യശാസ്ത്രത്തിലുമുള്ള പ്രധാനപ്പെട്ട സംസ്കൃത ഗ്രന്ഥങ്ങൾ അറബിയിലേക്ക് പരിഭാഷപ്പെടുത്തുകയും ചെയ്തിരുന്നു.

എട്ടാംനൂറ്റാണ്ടിന്റെ ആദ്യകാലത്ത് മുഹമ്മദ് ബിൻ ഖാസിം സിന്ധു തീരത്തെത്തിയപ്പോൾ തദ്ദേശീയരായ ഹിന്ദുക്കളുമായി സഹകരിക്കാൻ, ഖലീഫ ആജ്ഞാപിച്ചിരുന്നു. അവർക്ക് പണവും പരിരക്ഷയും നല്കാൻ അദ്ദേഹം എഴുതി. അതോടെ ഹിന്ദുക്കൾ ക്രിസ്ത്യാനികളെയും ജൂതന്മാരെയുംപോലെ 'സംരക്ഷിതരായി'. അന്നുമുതൽ അവരുമായി യുദ്ധം ചെയ്യുന്നത് ജിഹാദ് അല്ല, മറിച്ച് ആഭ്യന്തര പ്രശ്നം മാത്രമായി മാറി. എന്നാൽ ഈ നിലപാടിന് ഖുർ-ആനിൽ വ്യക്തമായ ന്യായീകരണമില്ല. അതുകൊണ്ടുതന്നെ, വ്യാഖ്യാനത്തിനു സാധ്യതയുള്ള ഒരു വിഷയമാണിത്.

മുന്നൂറു വർഷങ്ങൾക്കിപ്പുറം സുൽത്താൻ മഹ്മൂദിന് തന്റെ പേരും പ്രശസ്തിയും സമ്പത്തും വർദ്ധിപ്പിക്കണമെന്നു തോന്നിയപ്പോൾ ഹിന്ദുക്കളും അവരുടെ വിഗ്രഹങ്ങളും അക്രമിക്കാൻ തക്ക ഉചിതമായ കാരണങ്ങളായി. ഇന്ത്യയുടെമേൽ കൈവരിച്ച വിജയങ്ങൾ സുന്നി ഇസ്ലാമിന്റെ വിജയമായി മഹ്മൂദ് അവതരിപ്പിച്ചു. ഖലീഫ അത് അംഗീകരിച്ചു. (സുൽത്താൻ മഹ്മൂദ് തന്റെ സാഹസകൃത്യങ്ങളുടെ ഒരു പട്ടിക തയ്യാറാക്കി ഖലീഫയ്ക്ക് അയച്ചു കൊടുക്കുകയും ഖലീഫ ബാഗ്ദാദിലെ ജനങ്ങൾക്ക് മുന്നിൽ വായിക്കാൻ ആജ്ഞാപിക്കുകയും ബാഗ്ദാദിൽ അത് ആഘോഷിക്കപ്പെടുകയും ചെയ്തതായി ചരിത്രകാരനായിരുന്ന ഫെരിഷ്ത രേഖപ്പെടുത്തിയിട്ടുണ്ട്.) അഞ്ഞൂറ് വർഷങ്ങൾക്കു ശേഷം അക്ബർ ചക്രവർത്തി ഡൽഹി ഭരിക്കുമ്പോൾ ന്യായത്തിന്റെ പെൻഡുലം ഒരിക്കൽ കൂടി പിന്നോട്ട് ചലിച്ചു. അക്ബറുടെ കൊട്ടാരം ചരിത്രകാരനായിരുന്ന അബുൽ ഫാസൽ, മഹമ്മൂദിന്റെ ഇന്ത്യയിലെ പരാക്രമങ്ങളെകുറിച്ച് കടുത്ത അതൃപ്തി പ്രകടിപ്പിച്ചുകൊണ്ട് ഇങ്ങനെ എഴുതി: "ഇന്ത്യയെ അവിശ്വാസികളുടെ രാജ്യമായി ചിത്രീകരിക്കുന്ന മതഭ്രാന്തന്മാർ ഇസ്ലാമുമായും യുദ്ധം ചെയ്യുന്നവരാണ്." സുൽത്താൻ മഹ്മൂദിന്റെ കാലത്തും ഇതേ കാഴ്ചപ്പാട് പുലർത്തിയ മുസ്ലീങ്ങൾ ഉണ്ടായിരുന്നു. അവരിൽ പ്രധാനിയായിരുന്നു അൽബെറൂണി.

1017ൽ സിന്ധു നിറഞ്ഞുകവിഞ്ഞൊഴുകുന്ന വേനൽക്കാലങ്ങളിലെ, പതിവനുസരിച്ച് മഹ്മൂദ് വടക്കു പടിഞ്ഞാറു കിടക്കുന്ന സ്വതന്ത്ര രാജ്യമായ ഖവാരിസം (ഇപ്പോഴത്തെ ഉസ്ബെക്കിസ്ഥാൻ) അക്രമിക്കാൻ പുറപ്പെട്ടു. ആക്രമിച്ചുകീഴടക്കിയ ഉസ്ബെക്കിസ്ഥാനിൽ നിന്ന് നിറയെ തടവുകാരുമായി ഗസ്നിയിലേക്ക് തിരിച്ചു. ആ തടവുകാരുടെ കൂട്ടത്തിൽ

ഉണ്ടായിരുന്ന ഒരാൾ വാനശാസ്ത്രജ്ഞനും തത്ത്വചിന്തകനും ഗണിത വിദഗ്ധനുമായിരുന്ന അബു റൈഹാൻ അൽബെറൂണി ആയിരുന്നു. അൽബെറൂണി ഇന്ത്യയെക്കുറിച്ച് ധാരാളം വായിച്ചിരുന്നു. സംസ്കൃത ഗ്രന്ഥങ്ങളുടെ അറബി പരിഭാഷകളിൽ അദ്ദേഹം വായിച്ചറിഞ്ഞ ഇന്ത്യയെ ഒരിക്കലും അദ്ദേഹം കണ്ടിട്ടുണ്ടായിരുന്നില്ല. അടുത്ത പതിമ്മൂന്നു വർഷം സുൽത്താൻ മഹ്മൂദിന്റെ പടയോട്ടങ്ങൾ പടിപടിയായി ഇന്ത്യയിൽതന്നെ വ്യാപിച്ചിരുന്നതിനാൽ അൽബെറുണിക്കും ഇന്ത്യയിലേക്ക് സഞ്ചരിക്കാനായി. അൽബെറൂണി ഇന്ത്യയിൽവന്നത് യുദ്ധം ചെയ്യാനായിരുന്നില്ല, ജനങ്ങളോട് സംവദിക്കാനായിരുന്നു. കൊല്ലാനായിരുന്നില്ല, പഠിക്കാനായിരുന്നു. ഇന്ത്യൻ ചിന്തകളോട് അദ്ദേഹത്തിന് ഏറെ താത്പര്യമായിരുന്നു. ഇന്ത്യയിൽനിന്നും മടങ്ങിയതിനുശേഷം അദ്ദേഹമെഴുതിയ പുസ്തകം പണ്ഡിതശ്രേഷ്ഠമായ ഒരു ഗ്രന്ഥമാണ്.

അൽബെറൂണി സംസ്കൃതം പഠിക്കുകയും പണ്ഡിതന്മാരുമായി സംഭാഷണങ്ങളിൽ ഏർപ്പെടുകയും ഇന്ത്യൻ ചിന്താധാരകളെ അടുക്കിലും ചിട്ടയിലും ക്രോഡീകരിക്കുകയും ചെയ്തിരുന്ന സമയത്ത് മഹ്മൂദിന്റെ സെക്രട്ടറി ആയിരുന്ന അൽഉത്ബി ഇന്ത്യയ്ക്കെതിരെയുള്ള വിശുദ്ധയുദ്ധത്തെക്കുറിച്ച് സ്തുതിപാടുകയായിരുന്നു. അൽബെറൂണിക്ക് വളരെ ശ്രദ്ധിച്ചു വേണമായിരുന്നു മുന്നോട്ടു നീങ്ങാൻ. കാരണം ലോകത്തിലെ ഏറ്റവും മഹത്തായ സംസ്കാരങ്ങളിലൊന്നിനെക്കുറിച്ച് അദ്ദേഹം ഒരു പുസ്തകം എഴുതുകയായിരുന്നു. അതും കടുത്ത സുന്നി പക്ഷക്കാരനായ ഒരു വിഗ്രഹഭഞ്ജകന്റെ കൊട്ടാരത്തിലിരുന്ന്. പുസ്തകത്തിന്റെ ആമുഖത്തിൽ അദ്ദേഹം ഇങ്ങനെയെഴുതി "ഈ പുസ്തകം സംവാദരൂപത്തിലുള്ളതല്ല. ഞാൻ വിശ്വസിക്കുന്നത് തെറ്റാണെന്നു പറയാൻ വേണ്ടി പ്രതിയോഗികളുടെ വാദങ്ങൾ ഞാൻ ഇതിൽ അവതരിപ്പിക്കുന്നുമില്ല. "എന്റെ പുസ്തകം ചരിത്രസത്യങ്ങളുടെ സമാഹാരമാണ്" അദ്ദേഹം തറപ്പിച്ചു പറയുന്നു. മഹ്മൂദിന്റെ ഇന്ത്യൻ അക്രമണങ്ങളെ താഴ്ത്തിക്കെട്ടുന്ന തരത്തിലുള്ളതാണ് അൽബെറൂണിയുടെ 'ഹിസ്റ്ററി ഓഫ് ഇന്ത്യ' എന്ന് ചില പണ്ഡിതന്മാർ വ്യാഖ്യാനിച്ചിട്ടുണ്ട്. പക്ഷേ അത് അങ്ങനെ തീർപ്പാക്കാൻ ബുദ്ധിമുട്ടുണ്ട്. "മഹ്മൂദ് രാജ്യത്തിന്റെ സമൃദ്ധി മുഴുവൻ നശിപ്പിച്ചു, വൻതോതിൽ കൊള്ള ചെയ്തു, അതോടെ ഹിന്ദുക്കൾ പൊടിപടലംകണക്കെ ചിതറിപ്പോയി" അൽബെറൂണി എഴുതുന്നു. ഇത് പ്രശംസയോ അതോ അനിഷ്ടമോ?

അൽബെറൂണി വളരെ വർഷങ്ങൾ ഇന്ത്യയിൽ ചെലവഴിച്ചു. അദ്ദേഹം ഗ്രീക്ക് ഭാഷ പഠിപ്പിക്കുകയും പകരം ഹിന്ദു ആശയങ്ങൾ പഠിക്കുകയും ചെയ്തു. ഒടുവിൽ ഇന്ത്യൻ/ഗ്രീക്ക് ചിന്താധാരകൾ, അവയുടെ ബഹുദൈവ വിശ്വാസത്തിന്റെ ആശയക്കുഴപ്പങ്ങൾ നിലനിൽക്കേ തന്നെ ഏകദൈവ ശൈലിയിലേക്ക് എത്തുന്നതായി അദ്ദേഹം തീർച്ചപ്പെടുത്തുകയായിരുന്നു എന്നു തോന്നുന്നു. സൃഷ്ടിപോലുള്ള ചില കാര്യങ്ങളിൽ ഹിന്ദുമത ആശയങ്ങളും ഖുർ-ആനിലെ ആശയങ്ങളും തമ്മിൽ ഹിതകരമായ

ചില താരതമ്യങ്ങളും അദ്ദേഹം നടത്തിയിട്ടുണ്ട്. ആ വിഷയത്തിൽ ഒരുപാടു താത്പര്യമുണ്ടായിരുന്നെങ്കിലും അതുമായി മുന്നോട്ടു പോകാൻ ഏറെ ബുദ്ധിമുട്ടേണ്ടി വരുമെന്നു തോന്നിയിരുന്നതായി അൽബെറൂണി സമ്മതിക്കുന്നു. പ്രത്യേകിച്ച് 'എന്റെ കാലത്തു ഞാൻ തികച്ചും ഏകനായിരുന്നു' എന്നദ്ദേഹം ഓർമ്മിപ്പിക്കുന്നു. അതിനേക്കാളേറെ, ഹിന്ദുയിസത്തിലെ നിരവധി കാര്യങ്ങൾ നിഗൂഢമാണെന്ന് അദ്ദേഹത്തിന് തോന്നിയിരുന്നു. മതം എന്ന വിഷയത്തെക്കുറിച്ചുള്ള രചനയിൽ അദ്ദേഹം ഇങ്ങനെ എഴുതി "ഹിന്ദുക്കൾ എല്ലാ അർഥത്തിലും നമ്മളിൽ നിന്നും വ്യത്യസ്തരാണ്. അവർ വിശ്വസിക്കുന്ന ഒന്നിലും നമ്മൾ വിശ്വസിക്കുന്നില്ല, നേരെതിരിച്ചും അങ്ങനെതന്നെ... അവർ അഹങ്കാരികളും പൊങ്ങച്ചക്കാരും ദുരഭിമാനികളും മന്ദന്മാരുമാണ്."

ഇന്ത്യയ്ക്ക് പൊങ്ങച്ചം കാണിക്കാൻ ഒരുപാടുണ്ടായിരുന്നുവെന്നതിന് അൽബെറൂണിയുടെ പുസ്തകം തന്നെ തെളിവ്. ഇന്ത്യയുടെ ഐശ്വര്യത്തിലും സമ്പത്തിലും സുൽത്താൻ മഹ്മൂദിനു പോലും അടി തെറ്റിയിരുന്നു. മഥുരയിലെ ചില ക്ഷേത്രങ്ങളിലെ വാസ്തുവിദ്യകൾ കണ്ടു ഭ്രമിച്ചുപോയ മഹ്മൂദിന് അത് നശിപ്പിക്കാൻ കഴിഞ്ഞില്ല. സോമനാഥ് ക്ഷേത്രം കൊള്ളചെയ്ത മഹ്മൂദിന് അവിടുത്തെ ആളുകളുടെ ഭംഗിയും പൂന്തോട്ടങ്ങളുടെ വശ്യതയും നദികളുടെ മനോഹാരിതയും മണ്ണിന്റെ ഫലഭൂയിഷ്ഠതയും കണ്ട് മഹ്മൂദ് ഭ്രമിച്ചു പോയി. അവയെല്ലാം മഹ്മൂദിനെ അവിടെ സ്ഥിരതാമസമാക്കാൻ പ്രലോഭിപ്പിച്ചു." (മഹ്മൂദിന്റെ പട്ടാളക്കാർ പക്ഷേ അത് കേട്ടില്ല.)

തന്നെ കുറിച്ചെഴുതിയ ഒരു കവിത വായിച്ചു സന്തുഷ്ടനായ മഹ്മൂദ് ഹിന്ദു രാജാവായിരുന്ന നന്ദാറേയ്ക്ക് മാപ്പു നൽകാൻ തയ്യാറായി. അറബിയിലുള്ള മതസംഹിത ഒരു ഭാഗത്തും അതിന്റെ സംസ്കൃത പരിഭാഷ മറുഭാഗത്തുമായി മഹ്മൂദ് നാണയം വരെ ഇറക്കി. അതിൽ മുഹമ്മദ് നബിയെ അനിസ്ലാമികമായ രീതിയിൽ 'ദൈവത്തിന്റെ അവതാരം' എന്നാണ് വിവരിച്ചിരിക്കുന്നത്. എക്കാലത്തെയും വലിയ വിഗ്രഹഭഞ്ജകനായ മഹ്മൂദ്, പിൽക്കാലത്തു അക്ബർ ചക്രവർത്തി രൂപം കൊടുത്ത നൂതനമതത്തെക്കുറിച്ച് മുൻകൂട്ടി മനസ്സിലാക്കിയിട്ടുണ്ടാവാം.

ഇന്ത്യ ജനബാഹുല്യമുള്ള ഒരു രാജ്യമായിരുന്നു. ഹിന്ദുക്കൾ ഭീരുക്കളും ശക്തിഹീനരുമായതു കൊണ്ട് പർവതപ്രദേശങ്ങളിൽ ജീവിച്ചു പരിചയിച്ച മുസ്ലീങ്ങൾക്ക് അവരെ എളുപ്പത്തിൽ കീഴടക്കാൻ സാധിച്ചുവെന്ന യൂറോപ്യൻ പ്രചാരണം തീർത്തും തെറ്റായിരുന്നു. താനുമായി യുദ്ധം ചെയ്ത ഹിന്ദു സൈന്യത്തിന്റെ ധീരതയും സാമർഥ്യവും മഹ്മൂദിൽപോലും വിദ്വേഷം കലർന്നതാണെങ്കിലും ആരാധന ജനിപ്പിക്കാൻ പര്യാപ്തമായിരുന്നു. ഇന്ത്യൻ സൈനികരെ അൽഉത്ബി വിശേഷിപ്പിക്കുന്നത് 'ശാഠ്യക്കാരായ എതിരാളികൾ' എന്നാണ്. ഇന്ത്യക്കാരായ കൂലിപ്പട്ടാളക്കാർക്ക് നല്ല മതിപ്പായിരുന്നു. മഹ്മൂദിന് ഒരു ഹിന്ദു സൈനികവിഭാഗം ഉണ്ടായിരുന്നു. ഗസ്നിയിൽ പ്രത്യേകം ഏർപ്പാട്

ചെയ്ത ഹിന്ദു മേഖലയിലാണ് അവരെ താമസിപ്പിച്ചിരുന്നത്. മതവിരോധികളെയും മുസ്ലീംവിമതരെയും നേരിടാൻ അവരെയാണ് നിയോഗിച്ചിരുന്നത്. (സാരംഗിൽ ഈ സൈന്യം ഒരു മോസ്ക് നശിപ്പിക്കുകയും അതിൽ ഉണ്ടായിരുന്ന മുഴുവൻ ആളുകളെയും ചില ക്രിസ്ത്യാനികളെയും കൊല്ലുകയും ചെയ്തിരുന്നു.)

ഹിന്ദു യുദ്ധതന്ത്രങ്ങളും മഹ്മൂദ് അവരിൽനിന്നും സ്വായത്തമാക്കി. ഹിന്ദു സൈന്യത്തിനുണ്ടായിരുന്ന തന്ത്രപരമായ ഒരു മേന്മ ആനകളായിരുന്നു. അമ്പും വില്ലും കുന്തവും എല്ലാം ആയുധങ്ങളാകുന്ന യുദ്ധത്തിൽ ഏറ്റവും മികച്ച ആയുധം യഥാർത്ഥത്തിൽ ആനയായിരുന്നു. ഇന്ത്യൻ രാജാക്കന്മാരിൽ നിന്നും സമ്മാനമായി മഹ്മൂദ് ആവശ്യപ്പെട്ടത് ആനകളെയായിരുന്നു. മഹ്മൂദ് തന്റെ സുഹൃത്തുക്കൾക്ക് സമ്മാനമായി നൽകിയിരുന്നതും ആനകളെയായിരുന്നു. തന്റെ അമൂല്യരത്നങ്ങളുടെ ഭാരം അളക്കുന്ന അതേ കരുതലോടെയാണ് അദ്ദേഹം ആനകളെ എണ്ണിത്തിട്ടപ്പെടുത്തിയിരുന്നത്. ശത്രുക്കളെ പേടിപ്പിക്കാനും മഹ്മൂദ് ആനകളെ ഉപയോഗിച്ചിരുന്നു. 'ഷാനാമ' (ബുക്ക് ഓഫ് കിങ്സ്) രചിച്ച ഫിർദൗസിയെ ആനയെക്കൊണ്ട് ചവിട്ടി കൊല്ലിക്കുമെന്ന് മഹ്മൂദ് ഭീഷണിപ്പെടുത്തി. ഫിർദൗസി വേഷം മാറി ഗസ്നിയിൽനിന്നും രക്ഷപ്പെട്ടു. എന്തിന് ഖലീഫയെപ്പോലും ആനയെ കാണിച്ച് മഹ്മൂദ് വിരട്ടി. "ഞാൻ ഒരു ആയിരം ആനകളുമായി കാലിഫറ്റിന്റെ തലസ്ഥാനത്തേക്ക് വരണോ?" എന്നായിരുന്നു ഖലീഫയുടെ പ്രതിനിധിയോട് മഹ്മൂദ് ചോദിച്ചത്. സമർഖണ്ഡ് മഹ്മൂദിന് വിട്ടുകൊടുക്കാൻ ഖലീഫ വിസമ്മതിച്ചതാണ് പ്രകോപന കാരണം.

ആനയേക്കാൾ ഭീതിജനകമായിരുന്നു ഇന്ത്യയുടെ നദികൾ. നദികൾ മുറിച്ചുകടക്കുക, അവയിൽ മുങ്ങി മരിക്കുക, നദിയിൽ നിന്ന് യുദ്ധം ചെയ്യുക തുടങ്ങിയവയായിരുന്നു മഹ്മൂദിന്റെ ഇന്ത്യൻ അക്രമണങ്ങളിലെ പ്രധാന ഘടകങ്ങൾ. എന്നാൽ ഇതിൽ അദ്ദേഹത്തിന് മികവ് നേടാനായതുമില്ല. നദികൾക്കു കുറുകെ മഹ്മൂദിന്റെ സൈന്യം ഇന്ത്യയ്ക്ക് നേരെ ആക്രമണം അഴിച്ചു വിട്ടു. (സുൽത്താൻ ആനപ്പുറത്തും അദ്ദേഹത്തിന്റെ സേനാതലവന്മാർ കുതിരപ്പുറത്തുമാണ് നദി കുറുകെ കടക്കാറ്.) നദി കുറുകെ കടക്കുന്നത് അസമയത്തോ കനത്ത മഴയത്തോ ആണെങ്കിൽ അത് എല്ലാത്തിനെയും നശിപ്പിക്കും. ഒരിക്കൽ ഒരാക്രമണത്തിനു ശേഷം, കൈനിറയെ അളവറ്റ സമ്പാദ്യവുമായി ഗസ്നിയിലേക്ക് മടങ്ങിയ മഹ്മൂദിന്റെ സൈന്യം നദി കടന്നത് കനത്ത മഴയത്തായിരുന്നു. അതിനെക്കുറിച്ച് അൽ ഉത്ബി വിവരിക്കുന്നുണ്ട്. നിറഞ്ഞു കവിഞ്ഞൊഴുകുന്ന നദിയിൽ ശത്രുക്കളുമായി യുദ്ധം ചെയ്തു മുന്നേറേണ്ടി വന്ന മഹ്മൂദിനും കൂട്ടർക്കും കൊള്ളമുതലുകൾ സംരക്ഷിക്കാനായില്ല. അതിലേറെയും നദി കൊണ്ടുപോയി. ഒപ്പം മഹ്മൂദിന്റെ മികച്ച സൈനികരെയും. മധ്യകാല മുസ്ലീം ചരിത്രകാരന്മാർക്ക് പഞ്ചാബ് എന്നാൽ

ഭയാനകമായ ഏഴു നദികളുടെ നാടാണ്. അവയിൽ ഭയാനകവും ഏറ്റവും ആഴവും വീതിയും കൂടുതലുള്ളത് സിന്ധുവായിരുന്നു.

മഹ്മൂദിന്റെ എതിരാളികൾ വിഡ്ഢികളായിരുന്നില്ല. സാധിച്ചപ്പോഴൊക്കെ അവർ സിന്ധുവിനെ അയാൾക്കെതിരായി ഉപയോഗിച്ചിരുന്നു. പഞ്ചാബി രാജാവായിരുന്ന അനന്തപാൽ 1006ൽ സിന്ധു കടക്കാനുള്ള അനുവാദം മഹ്മൂദിന് നിഷേധിച്ചു. നദിയുടെ നാഡിമിടിപ്പുകൾ കൃത്യമായി അറിയാവുന്ന, ഒരുപക്ഷേ ഇന്നത്തെ സിക്കുകാരുടെ മുൻഗാമികൾ എന്ന് വിശേഷിപ്പിക്കാവുന്ന ജാട്ടുകൾ മഹ്മൂദിന്റെ സൈന്യത്തെ നിരന്തരം ശല്യം ചെയ്തുകൊണ്ടിരുന്നു. 1026ൽ സോമനാഥ ക്ഷേത്രം കൊള്ളയടിച്ചശേഷം മടങ്ങിയ മഹ്മൂദിന്റെ സൈന്യത്തെ ജാട്ടുകൾ ആക്രമിച്ചു. അത് സുൽത്താൻ മഹ്മൂദിന്റെ അവസാന യുദ്ധമായിരുന്നു. ഇത്ര കാലവും ആനകളും അമ്പും വില്ലുമായി കരയിലാണ് മഹ്മൂദ് യുദ്ധം ചെയ്തതെങ്കിൽ ഈ അവസാന യുദ്ധം സിന്ധു നദിയിലായിരുന്നു. മഹ്മൂദ് 1400 ബോട്ടുകൾ നിർമ്മിച്ചു.

ഓരോ ബോട്ടുകളിലും കുന്തങ്ങൾ ഉറപ്പിച്ചു സജ്ജമാക്കി. ജാട്ട് സൈന്യത്തിന്റെ നാലായിരത്തോളം വരുന്ന ബോട്ടുകൾ മഹ്മൂദ് തകർത്തു. മഹ്മൂദിന്റെ ചരിത്രകാരന്മാർ ഈ ചരിത്രം അന്തിമ ഗാനമായിട്ടാണ് എഴുതിയത്. പിന്നീടൊരിക്കലും മഹ്മൂദ് ഇന്ത്യയിലേക്ക് തിരിച്ചുപോയില്ല. 1030ൽ മഹ്മൂദ് മരിച്ചു

സുൽത്താൻ മഹ്മൂദിന്റെ പിൻഗാമികൾക്കു മഹ്മൂദിന്റെ ഊർജസ്വലതയോ സഞ്ചാരഭ്രമമോ ഉണ്ടായിരുന്നില്ല. അധികം വൈകാതെ ഗാസ്നാവിദ് വംശം ക്ഷയിച്ചു. എന്നാൽ മധ്യേഷ്യൻ പ്രമാണിയായിരുന്ന ബാബറിനുള്ള കീഴ്വഴക്കങ്ങൾ സൃഷ്ടിക്കപ്പെട്ടുകഴിഞ്ഞിരുന്നു. സുൽത്താൻ മഹ്മൂദ് വഴി കാണിച്ചു കൊടുത്തു. പിന്നീട് വന്ന അഞ്ചു നൂറ്റാണ്ടുകളിൽ നിരവധി മുസ്ലീം അധിനിവേശക്കാർ ആ വഴി പിന്തുടർന്ന് ഹിന്ദുസ്ഥാൻ തേടി വന്നു. വിശുദ്ധയുദ്ധം നയിച്ചവരുടെ വംശാവലിയുടെ കൃത്യമായ ചരിത്രം ബാബർ വിശദീകരിക്കുന്നു, "പ്രവാചകന്റെ കാലം മുതൽ ഇന്നുവരെ ഹിന്ദുസ്ഥാൻ കീഴടക്കി ഭരിക്കാൻ കഴിഞ്ഞിട്ടുള്ളത് ആ ഭാഗത്തു നിന്നുള്ള മൂന്നുപേർക്കു മാത്രമാണ്. അതിൽ ആദ്യത്തെ ആൾ ഗസ്നിയിലെ മഹ്മൂദും മൂന്നാമത്തെ ആൾ ഞാനും ആണ്." തങ്ങളുടെ ബാലിസ്റ്റിക് മിസൈലുകൾക്ക് 'ഗസ്നി' എന്ന പേരിട്ടുകൊണ്ട് പാകിസ്ഥാൻ സൈന്യം ഇന്ത്യ വിരുദ്ധനീക്കങ്ങളിൽ സുൽത്താൻ മഹ്മൂദിന്റെ പിന്തുടർച്ചാവകാശികളാകുന്നു.

ഒരാഴ്ച കഴിഞ്ഞ് വസന്തകാലത്തിലെ പ്രസന്നമായ ഒരു പ്രഭാതത്തിൽ ഞാൻ ടോർഖമിൽ ഒരു ടാക്സിയിൽ ഇരിക്കുകയായിരുന്നു. പാകിസ്ഥാനും അഫ്ഗാനിസ്ഥാനും ഇടയിലുള്ള ഖൈബറിലെ കവലയാണിത്. ഈ ചെക്ക്പോസ്റ്റിലെ വിരസമായ കാത്തിരിപ്പുപോലെ എന്നെ ആവേശഭരിതയാക്കിയ ഒന്നും കഴിഞ്ഞ ആറുമാസത്തെ പാകിസ്ഥാൻ

ജീവിതത്തിൽ ഉണ്ടായിട്ടില്ല. ഖൈബർ ചുരം കയറാൻ പോകുന്നു എന്നത് അത്രയേറെ ആവേശകരമായിരുന്നു എനിക്ക്. എന്റെ പ്രവേശനം അടയാളപ്പെടുത്തി, ചുറ്റും വീക്ഷിച്ചു. ഉപയോഗശൂന്യമായ കാറുകളുടെ ഭാഗങ്ങളും ഞൊറിവച്ച നീല ബുർഖയ്ക്കുള്ളിൽ നീങ്ങുന്ന സ്ത്രീകളും മുകളിൽ തെളിഞ്ഞ നീലാകാശവും മാത്രം. കാബൂളിലേക്ക് എട്ടു മണിക്കൂർ യാത്ര ചെയ്യണം. തോറ ബോറ മലനിരകൾ അതിരിടുന്ന പച്ചപ്പ് നിറഞ്ഞ സമതലങ്ങൾ പിന്നിട്ട് ജലാലാബാദിലെ ഇരുവശവും മരങ്ങൾ അതിരിടുന്ന ഹൈവേയിലൂടെ, തവിട്ടുനിറമുള്ള വെള്ളവുമായി കുതിച്ചൊഴുകുന്ന നദീതീരത്തുകൂടി കാബൂളിനെ നൂറ്റാണ്ടുകളായി കാത്തുസൂക്ഷിച്ച പരുക്കൻ മലനിരകളിലേക്ക് ഞാൻ അതിവേഗം നീങ്ങിക്കൊണ്ടിരുന്നു. കാറിന്റെ ജനലിൽ കൂടി ഉപേക്ഷിക്കപ്പെട്ട റഷ്യൻ ടാങ്കും തിരക്കേറിയ ചായക്കടകളും മധ്യേഷ്യൻ മുഖങ്ങളും ഞാൻ കണ്ടു. റോഡ് വളരെ മോശമായതിൽ ഞാൻ സന്തോഷിച്ചു. അറുപതുകളിൽ കാബൂളിലെത്താൻ വേണ്ടിയിരുന്ന സമയത്തിന്റെ ഇരട്ടി സമയം വേണം ഇന്നവിടെ എത്താൻ.

കാബൂളിൽ പത്തോളം ഫ്രഞ്ച് പത്രപ്രവർത്തകർ താമസിക്കുന്ന, ചൂടുവെള്ളം കിട്ടാത്ത ആകെ തണുത്തുറഞ്ഞ ഒരു വീട്ടിലാണ് എനിക്കു താമസസൗകര്യം ലഭിച്ചത്. അന്ന് രാത്രി നഗരത്തിൽ, വൈദ്യുതിയും നൃത്തവും ബിയറും എല്ലാം ഉള്ള ഒരു ഭാഗത്തേക്ക് അവരെന്നെ കൊണ്ടുപോയി. പക്ഷേ ഗസ്നിയിലേക്ക് വരാൻ ആരും തയ്യാറല്ലായിരുന്നു. കാബൂൾ കാണ്ഡഹാർ റോഡിലാണ് ഗസ്നി സ്ഥിതി ചെയ്യുന്നത്. അമേരിക്കൻ സൈന്യം അത്യാഘോഷപൂർവം നിർമ്മിച്ചതാണ് ഈ പാത. അവരുടെ വൻ ജനാധിപത്യപദ്ധതിയുടെ ഒരേയൊരു സ്മാരകം. ശാന്തമായ ഗ്രാമങ്ങളും മലനിരകളിൽ മേയുന്ന ആട്ടിൻപറ്റങ്ങളെയും കടന്നു വണ്ടി കുതിച്ചുകൊണ്ടിരുന്നു. ഗസ്നിയിലെത്താൻ രണ്ടു മണിക്കൂറെടുത്തു. ബാബർ ചക്രവർത്തിയുടെ കണക്കുകൂട്ടലിനേക്കാൾ അല്പം കൂടുതൽ വേഗത്തിൽ. "അതിരാവിലെ പുറപ്പെട്ടാൽ അടുത്ത രണ്ടു പ്രാർത്ഥനാസമയങ്ങൾക്കിടയിൽ ഗസ്നിയിലെത്താമെന്നാണ്" ബാബറിന്റെ കണക്ക്.

സുൽത്താൻ മഹ്മൂദിന്റെ കേളികേട്ട തലസ്ഥാനം ഇന്നൊരു ചെറിയ പട്ടണമാണ്. ബാബറിന്റെ സമയത്തുപോലും അത് ലളിതമായിരുന്നു "പന്ത്രണ്ടാം നൂറ്റാണ്ടിലെ ഇരട്ട ഗോപുരങ്ങളും സുൽത്താന്റെ ശവകുടീരവും തകർന്നുകൊണ്ടിരിക്കുന്ന കോട്ടയും അതിന്റെ അപൂർണമായ ചരിത്രത്തെ വേദനയോടെ പ്രതിധ്വനിപ്പിക്കുന്നു." (പത്തൊൻപതാം നൂറ്റാണ്ടിൽ ബ്രിട്ടീഷുകാർ കൊള്ള ചെയ്യാനായി തകർത്ത കോട്ടയും പരിസരങ്ങളും ഇന്ന് തുരുമ്പെടുത്ത പച്ച നിറമുള്ള റോക്കറ്റ് ലോഞ്ചറുകളുടെ ശവപ്പറമ്പാണ്) താലിബാനും അവരുടെ അടയാളം അവശേഷിപ്പിച്ചിട്ടുണ്ട്. 2001ൽ നഗരത്തിലെ ബുദ്ധപ്രതിമകൾ അവർ തകർത്തുകളഞ്ഞു.

ഞങ്ങൾ ഗസ്നിയിൽ എത്തിയപ്പോൾ മഴ പെയ്യുന്നുണ്ടായിരുന്നു. ഞങ്ങളുടെ നാല് സീറ്റുള്ള കാറിൽ ഇരുന്ന് അതിന്റെ വിള്ളൽ വീണ ജനൽച്ചില്ലുകളിലൂടെ അകലെ കാണുന്ന ഗാസ്നാവിദ് വംശത്തിന്റെ വിജയഗോപുരങ്ങളിൽ ഭ്രമിച്ചു നോക്കിയിരിക്കുകയായിരുന്ന ഞാൻ ആ കാഴ്ചകളുടെ മനോഹാരിതയിലേക്ക് ഡ്രൈവർ സെബിയുടെ ശ്രദ്ധ ക്ഷണിച്ചു. "അത് ഭയങ്കര അപകടമാണ്. കുഴിബോംബുകൾ" അയാൾ റോഡിന്റെ വശങ്ങളിലുള്ള ചുവന്ന പെയിന്റ് അടയാളങ്ങളെ ചൂണ്ടി പറഞ്ഞു. "നമുക്ക് പൊലീസ് അകമ്പടി ആവശ്യപ്പെടാം." എന്നാൽ പൊലീസ് മേധാവി സ്ഥലത്തില്ലായിരുന്നു. അവർ ഞങ്ങളെ സാംസ്കാരിക മന്ത്രിയെ കാണാൻ വിട്ടു. പക്ഷേ മന്ത്രി കാണ്ഡഹാറിൽ പോയിരിക്കുന്നു, ഗവർണറെ കാണൂ എന്ന നിർദേശം കിട്ടി. ഗവർണറാകട്ടെ ഒരു യോഗത്തിലും. അദ്ദേഹത്തിന്റെ ഡെപ്യൂട്ടി ഒരു താജിക് വംശജൻ എനിക്ക് ഗ്രീൻ ടീയും മധുരപലഹാരങ്ങളും തന്നു സൽക്കരിച്ചു. അഫ്ഗാൻ പൗരാണിക സ്മാരകങ്ങൾ സന്ദർശിക്കാൻ കാബൂളിൽനിന്നും അനുമതി വാങ്ങണമായിരുന്നു എന്ന് അയാൾ പറഞ്ഞു. ഒടുവിൽ ഗവർണറുടെ ഓഫീസിൽ നിന്നും ഇറങ്ങി ഒരു കൂട്ടം പട്ടാളക്കാരുടെയും തലപ്പാവ് ധരിച്ച പരാതിക്കാരുടെയും ചായ വിതരണം ചെയ്യുന്ന പയ്യന്മാരുടെയും ഇടയിൽകൂടി ഞാൻ പുറത്തേക്കിറങ്ങാൻ ശ്രമിക്കവേ ആരോ എന്റെ പിന്നാലെ എന്തോ വിളിച്ചു പറഞ്ഞുകൊണ്ട് ഓടിവരുന്നപോലെ തോന്നി. തിരിഞ്ഞു നോക്കിയപ്പോൾ അതാ ഡെപ്യൂട്ടി. "നിങ്ങളുടെ സന്ദർശനം ഞാൻ ശരിയാക്കിയിട്ടുണ്ട്", അയാൾ പറഞ്ഞു.

അയാളെന്നെ വിശാലമായ ഒരു മുറിയിലേക്കു നയിച്ചു. അവിടെ ഒരു വലിയ മേശയ്ക്കു ചുറ്റും പതിനഞ്ചോളം, മുഖം മറച്ച അഫ്ഗാൻ സ്ത്രീകൾ ഇരിക്കുന്നുണ്ടായിരുന്നു. അതിനപ്പുറം ജനാലയ്ക്കടുത്തായി സോഫയിൽ ഞാനിരുന്നു. എനിക്ക് അഭിമുഖമായി തലപ്പാവും താടിയും ഉള്ള ആറു പുരുഷന്മാർ. ഇളം തവിട്ടുനിറമുള്ള സൂട്ട് ധരിച്ച, 'ക്ലീൻ ഷേവ്' ചെയ്ത മുഖമുള്ള മറ്റൊരാൾ പരിഭാഷകനാണെന്ന് തോന്നുന്നു. പക്ഷേ ഏതാണ് ഗവർണർ? ഞാൻ ആ താടിക്കാരെ ഉറുദുവിൽ ആദരപൂർവം അഭിസംബോധന ചെയ്തു. അവരുടെ പ്രിയപ്പെട്ട ചരിത്രനായകനായ മഹ്മൂദ് ഗസ്നിയോടുള്ള എന്റെ ആദരവും സ്നേഹവും വിശദീകരിച്ചു. പട്ടണത്തിലെ മനോഹരങ്ങളായ പൗരാണിക സ്മാരകങ്ങൾ കാണാൻ അനുവാദം തരണമെന്ന് ഞാൻ യാചിച്ചു. ഇളം തവിട്ടു സൂട്ട് ധരിച്ച ആൾ പൊട്ടിച്ചിരിച്ചു. "നിങ്ങൾ എവിടുന്നു വരുന്നു?" അയാൾ ചോദിച്ചു. "ലണ്ടൻ" ഞാൻ പറഞ്ഞു. "ഞാൻ പലതവണ ലണ്ടനിൽ വന്നിട്ടുണ്ട്." അയാൾ പറഞ്ഞു. അത് പറഞ്ഞു അയാൾ എഴുന്നേറ്റു പുറത്തേക്കു നടക്കാൻ തുടങ്ങിയപ്പോൾ താടിക്കാരെല്ലാം തിരക്കിട്ട് അയാളുടെ പിന്നാലെ നീങ്ങി. അപ്പോൾ മാത്രമാണ്, അയാളാണ് ഗവർണർ എന്ന് എനിക്കു മനസ്സിലായത്. അഫ്ഗാനിസ്ഥാനിലെ ഏറ്റവും പ്രായം കുറഞ്ഞ ഗവർണർ. പ്രായം 36 എന്നാണ് അയാൾ പറയുന്നത്. (ശരിക്കും 38

വയസ്സുണ്ടെന്നാണ് പിന്നീട് അമേരിക്കക്കാർ എന്നോട് പറഞ്ഞത്.) "എല്ലാ വിദേശ വനിതാ സന്നദ്ധ പ്രവർത്തകരും അയാൾക്കൊപ്പം ഒരു ദിവസം ഉണ്ടാവണമെന്നാണ് വയ്പ്" കാബൂളിൽ നിന്നും ഫ്രഞ്ച് മാധ്യമ സുഹൃത്ത് ഫോണിൽ കൂടി പറഞ്ഞു. "അയാൾ ഗസ്നിയിലെ സുൽത്താൻ കാസനോവയാണോ?" ഞാൻ അന്വേഷിച്ചു. അതെന്റെ ഫ്രഞ്ച് സുഹൃത്തിനു അത്ര രസിച്ചില്ലെന്നു തോന്നുന്നു. 'സൂക്ഷിക്കൂ' എന്ന മുന്നറിയിപ്പോടെ അയാൾ സംഭാഷണം അവസാനിപ്പിച്ചു.

ആഴ്ചകൾക്കുശേഷം എന്റെ ഗസ്നി യാത്രയുടെ ഫോട്ടോകൾ നോക്കുമ്പോഴാണ് ഗവർണറെ ശരിക്കും കണ്ടത്. അയാളുടെ പ്രണയാതുരമായ നോട്ടം അമേരിക്കക്കാരുടെയും തന്റെ മൗലവി ഉപദേശകരുടെയും മേൽ മാറി മാറി വീഴുന്നു. അതിനൊപ്പം മറ്റൊരു ചിത്രം അത് ഒരു മാഗസിനിൽ നിന്നും കിട്ടിയതാണ് ഫ്രഞ്ച് പ്രതിരോധ മന്ത്രിയെ പ്രണയഭാവത്തിൽ നോക്കുന്നത്. "നിങ്ങൾ സുൽത്താൻ മഹ്മൂദ് വീണ്ടും വന്നതു പോലെയാണ്. മഹ്മൂദ് ഇന്ത്യയിൽ നിന്നും അടിമകളെ കൊണ്ടുവന്നെങ്കിൽ, നിങ്ങൾ ബോളിവുഡ് സുന്ദരികളെ റാഞ്ചിക്കൊണ്ടുവരും." ഞാൻ കൂടി പങ്കെടുത്ത ഒരു യോഗത്തിൽ വച്ച് അമേരിക്കൻ കേണൽ ഗവർണറെ പുകഴ്ത്തുന്നു. ഗവർണർ ലജ്ജയോടെ ചിരിക്കുന്നു. "അഫ്ഗാനിസ്ഥാനിലെ ഏറ്റവും വെറുക്കപ്പെട്ട ഗവർണർ ആണിത്. ഒരുപാട് ബന്ധങ്ങളുള്ള അപകടകാരിയായ മനുഷ്യൻ, മിക്കവാറും അടുത്ത പ്രസിഡണ്ട്", കേണൽ പിന്നീട് എന്നോട് സ്വകാര്യമായി പറഞ്ഞു. അടുത്ത ദിവസം ഗവർണറുടെ ഗസ്നി സന്ദർശനത്തിൽ ഞാനും അയാളോടൊപ്പം പോയി. അമേരിക്കൻ കേണൽ ഇടയ്ക്കിടയ്ക്ക് അയാളെ വിളിച്ചു 'നല്ല നല്ല ഉപദേശങ്ങൾ' കൊടുക്കുന്നുണ്ടായിരുന്നു.

അയാളൊരു അമേരിക്കൻ ശിങ്കിടിയാണെന്ന് കാബൂളിൽ വച്ച് ഒരു പഷ്ടൂൺ സുഹൃത്ത് പറഞ്ഞു. "ജനങ്ങൾക്ക് അയാളെ ഇഷ്ടമില്ല, പക്ഷേ അമേരിക്ക അയാളെ രാജാവാക്കാൻ ആഗ്രഹിച്ചാൽ..." പൂർത്തിയാക്കാതെ ആ സുഹൃത്ത് നിരാശാഭവത്തിൽ ചുമൽ വെട്ടിച്ചു.

സുൽത്താൻ മഹ്മൂദിന് ആയാസ് എന്ന പുരുഷ അടിമയുമായുണ്ടായിരുന്ന പ്രണയബന്ധം പ്രസിദ്ധമാണ്. പഷ്ടൂൺ, അഫ്ഗാൻ, പാകിസ്ഥാനി പുരുഷന്മാർ സ്വവർഗപ്രേമത്തിന് കുപ്രസിദ്ധി നേടിയവരാണ്. എന്നാൽ ഭൂരിഭാഗം പഷ്ടൂണുകളെയും പോലെ ഗസ്നി ഗവർണറും സ്വവർഗരതി വ്യാപകമാണെന്ന ആക്ഷേപം അംഗീകരിക്കുന്നില്ല. "എന്നാലും താങ്കൾ സുൽത്താൻ മഹ്മൂദിനെ ആരാധിക്കുന്നില്ലേ?" അന്ന് വൈകുന്നേരം ഞാൻ ഗവർണറോട് ചോദിച്ചു. "പാകിസ്ഥാനികളും അഫ്ഗാനികളും മഹ്മൂദിനെ ആരാധിക്കുന്നത് വ്യത്യസ്ത കാരണങ്ങൾ കൊണ്ടാണ്. ഞങ്ങൾ അദ്ദേഹത്തെ സ്നേഹിക്കുന്നത് അദ്ദേഹം ഞങ്ങളുടെ നഗരത്തെ മഹത്തരമാക്കിയതുകൊണ്ടാണ്. ഇന്ത്യക്കാരോട് യുദ്ധം ചെയ്തതുകൊണ്ടാണ് പാകിസ്ഥാനികൾ അദ്ദേഹത്തെ സ്നേഹിക്കുന്നത്." ഗവർണറുടെ ഉത്തരം വ്യക്തമായിരുന്നു.

ഗസ്നിയിൽ ഗവർണറുടെ അതിഥി മന്ദിരത്തിൽ മൂന്നു ദിവസം ഞാൻ താമസിച്ചു. പ്രാതലിന് ഞങ്ങൾ ഇരുപതു പേരുണ്ട്. അതിൽ താടിയില്ലാത്തതായി പെണ്ണായ ഞാനും ഗവർണറും മാത്രം. മേശയ്ക്കു മുകളിൽ വച്ചിരിക്കുന്ന ആടിനെ മുറിച്ചു തിന്നുന്നതിൽ വ്യാപൃതരായിരുന്നു എല്ലാവരും. ഗസ്നിയുടെ സ്വാതന്ത്ര്യദിനാഘോഷങ്ങൾക്കുള്ള ഒരുക്കങ്ങൾ നടക്കുന്ന സമയമായിരുന്നു. അങ്ങേയറ്റം മോശമായി സംഘടിപ്പിച്ചിട്ടുള്ള പരിശീലന മാർച്ചുപാസ്റ്റുകളിൽ പങ്കെടുക്കുകയാണ് ഇവിടെ ഗവർണറുടെ ജോലി. പലപ്പോഴും ഞാൻ അമേരിക്കൻ സൈനികരോടൊപ്പം അവരുടെ കവചിത വാഹനങ്ങളിൽ പ്രവിശ്യയിൽ സഞ്ചരിച്ചു. മറ്റു ചിലപ്പോൾ, കുഴിബോംബുകൾ പാകിയിട്ടുള്ള പൗരാണിക സ്മാരകങ്ങൾ സന്ദർശിച്ചു. പരസ്യമായി ബുർഖ ഊരിയെറിഞ്ഞ നിരവധി സ്ത്രീകളെ കണ്ടു. അവരിൽ രാഷ്ട്രീയ പ്രവർത്തകരുണ്ട്, ടെലിവിഷൻ അവതാരകരുണ്ട്, വിദ്യാഭ്യാസ വകുപ്പിലെ ഉദ്യോഗസ്ഥരുണ്ട്. വർഷങ്ങൾക്കു ശേഷം ആദ്യമായി അവർ, തങ്ങളെ തുല്യരായി കാണണമെന്ന് പുരുഷസമൂഹത്തോട് അഭ്യർത്ഥിക്കുന്നു.

എന്നിട്ടും അന്ന് വൈകുന്നേരം, താലിബാൻ പിൻവാങ്ങിയതിനുശേഷം പൊലീസ് സ്റ്റേഡിയത്തിൽ ആദ്യമായി നടന്ന സംഗീതപരിപാടിയിൽ പഷ്ടൂൺ സമുദായത്തിലെ പതിവനുസരിച്ച് സ്ത്രീകളുണ്ടായിരുന്നില്ല. ഗവർണറുടെ അതിഥികളെല്ലാം അവിടെ എത്തിയിട്ടുണ്ട്. സ്റ്റേജിൽനിന്ന് ഒരാൾ പാടുന്നു. മുന്നൂറോളം പുരുഷന്മാർ നിലത്തിരിക്കുന്നു. പത്തുപേർ വൃത്താകൃതിയിൽനിന്ന് നൃത്തം ചെയ്യുന്നു. ഗവർണറുടെ വലംകൈയായ, പഴയ താലിബാൻ നേതാവ് നൃത്തത്തിൽ പങ്കുചേരുന്നു. എല്ലാവരും കൈയടിച്ചു പ്രോത്സാഹിപ്പിക്കുന്നു. തുടർന്ന് ഒരു കൗമാരക്കാരൻ ചേരുന്നു. അതോടെ രംഗം ഒന്നുകൂടി വന്യമാകുന്നു. “പോകാൻ സമയമായി” എന്ന് പറഞ്ഞുകൊണ്ട് ഗവർണർ എഴുന്നേറ്റു.

അടുത്ത ദിവസം രാവിലെ ഗസ്നി വിടാൻ ഞാൻ തീരുമാനിച്ചു. ഗാർഡെസിലേക്ക് പോകുന്ന ഗവർണറുടെ ഒരു സുഹൃത്തിന്റെ വണ്ടിയിൽ ഞാൻ ഒരു സീറ്റ് സംഘടിപ്പിച്ചു. തൊട്ടടുത്ത പ്രവിശ്യയുടെ തലസ്ഥാനമാണ് ഗാർഡെസ്. പാതയോരത്തുള്ള റസ്റ്റോറന്റിൽ ഞാൻ ഭക്ഷണം കഴിക്കാൻ കയറി. അവിടെ സ്ത്രീകൾക്ക് മാത്രമായുള്ള ഇടത്ത് ഞാൻ തനിച്ചിരുന്ന് ആട്ടിറച്ചിയും പൊതിന ഇലയും ചേർന്ന രുചികരമായ ഒരു വിഭവം ആസ്വദിച്ച് കഴിക്കുന്നതിനിടെ രഹസ്യന്വേഷണ വിഭാഗത്തിലെ ഒരുദ്യോഗസ്ഥൻ അരികിലെത്തി. അയാൾ എന്റെ സന്ദർശനോദ്ദേശ്യത്തെക്കുറിച്ചു ചോദിച്ചു. അയാൾക്ക് ഉറുദു അറിയാമായിരുന്നു. അഭയാർത്ഥികളായോ മുജാഹിദ് പോരാളികളായോ പാകിസ്ഥാനിൽ കുറച്ചുകാലമെങ്കിലും മിക്ക അഫ്ഗാനികളും ജീവിച്ചിട്ടുണ്ടാവാം. അതുകൊണ്ടു അവർക്ക് ഉറുദു കൈകാര്യം ചെയ്യുന്നതിൽ ബുദ്ധിമുട്ടുണ്ടാവില്ല. “നിങ്ങൾ ശ്രദ്ധിക്കണം ബീബി” യാത്ര പറയുമ്പോൾ അയാൾ ഓർമിപ്പിച്ചു.

അഫ്ഗാൻ പട്ടണമായ ഖോസ്റ്റ് പാകിസ്ഥാൻ അതിർത്തിയിലാണ് സ്ഥിതി ചെയ്യുന്നത്. പാകിസ്ഥാനിൽനിന്ന് ഏതാനും മൈൽ ദൂരമേയുള്ളൂ ഇവിടേക്ക്. പാക്ത്യാ പ്രവിശ്യയിൽ താലിബാൻ ഇപ്പോഴും സജീവമായ തിനാൽ ടാക്സിയിൽ മറ്റു യാത്രക്കാർക്കൊപ്പം യാത്ര ചെയ്യാൻ ഞാൻ തീരുമാനിച്ചു. അതാണ് സുരക്ഷിതമെന്ന് ഫ്രഞ്ച് പത്രപ്രവർത്തക സുഹൃത്തുക്കൾ പറഞ്ഞിരുന്നു. എന്നോടൊപ്പം മൂന്ന് അഫ്ഗാനികളാ ണുണ്ടായിരുന്നത്. ബുർഖ ധരിച്ച ഒരു വൃദ്ധയും അവരുടെ അച്ചടക്ക മില്ലാത്ത ഭർത്താവും പിന്നെ കമ്പിളിത്തൊപ്പിവെച്ച നിശ്ശബ്ദനായ ഒരു ചെറുപ്പക്കാരനും. അയാളും എന്നെപ്പോലെ ഏകാന്ത സഞ്ചാരിയാണെന്നു തോന്നുന്നു. അതിനിടെ വൃദ്ധൻ സീറ്റിൽ മൂത്രമൊഴിച്ചു. ചെറുപ്പക്കാരൻ വഴിയിൽ വണ്ടി നിർത്തിച്ച് എന്തൊക്കെയോ പച്ചമരുന്നുകൾ പറിച്ച് തൊപ്പിയുടെ അറ്റത്തു തിരുകി വച്ചു. ബാക്കി അയാൾ മൂക്കിൽ ചേർത്ത് വച്ചു മണത്തു. കല്ലുകൾ നിറഞ്ഞ നദീതാഴ്‌വാരത്തുകൂടിയാണ് ഞങ്ങൾ ഇപ്പോൾ സഞ്ചരിക്കുന്നത്. ഡ്രൈവർ വണ്ടി നിർത്തി വഴിയരുകിൽനിന്ന് ഒരു കെട്ട് വിറക് വണ്ടിയിൽ കയറ്റി. “ഖോസ്റ്റിൽ വിറകിനു ക്ഷാമമാണ്” എന്റെ ചോദ്യരൂപത്തിലുള്ള നോട്ടത്തിന് അയാൾ മറുപടി പറഞ്ഞു.

അന്ന് വൈകുന്നേരം ഖോസ്റ്റിലെ രഹസ്യാന്വേഷണ വിഭാഗം മേധാവി യുടെ മണ്ണ് പൂശിയ ഓഫീസിൽ ഞാൻ പോയി. പാകിസ്ഥാനാണ് ലോക തീവ്രവാദത്തിന്റെ തലസ്ഥാനം എന്ന് അയാൾ പ്രഖ്യാപിച്ചു. ശേഷം മാനസാന്തരപ്പെട്ട, മുൻ താലിബാൻകാരനായ തന്റെ അനുയായിയെ കാണാൻ പിറ്റേദിവസം ചെല്ലാൻ എന്നോട് പറഞ്ഞു. താലിബാൻ പോരാളികൾക്ക് ആയുധം വച്ചു കീഴടങ്ങാനുള്ള അവസരം ഈയിടെ ഗവണ്മെന്റ് നൽകിയിരുന്നു. കീഴടങ്ങിയവർക്ക് കർസായി ഗവണ്മെന്റ് ജോലിയും വാഗ്ദാനം ചെയ്യുന്നു.

അടുത്ത ദിവസം രാവിലെ ഞാൻ ഓഫീസിൽ എത്തിയപ്പോൾ ഒരു മുഫ്തി അവിടെയിരിക്കുന്നുണ്ടായിരുന്നു. കൈത്തണ്ടയിൽ സ്വർണവാച്ച്, അലക്കിത്തേച്ച സൽവാർ കമ്മീസ്, തലയിൽ സിൽക്ക് തലപ്പാവ്, ഗൗരവഭാവം. സിന്ധുവിനടുത്തുള്ള കുപ്രസിദ്ധമായ സമി ഉൽ ഹഖ് മദ്രസയിലെ പൂർവ വിദ്യാർത്ഥിയാണത്രെ കക്ഷി. മുല്ല ഒമറിന്റെ വിവര ക്കേടിനെ വെറുക്കുന്ന മുഫ്തിക്ക് ബിൻ ലാദനോട് ആരാധനയാണ്. ആൾ ബോധപൂർവം മാന്യത നടിച്ചിരിക്കുകയാണ്. സർക്കാർ പുതിയതായി നിയമിക്കുന്ന ഇസ്ലാമിക ജഡ്ജിമാരിൽ ഒരാളാണ് ഈ മുൻ താലിബാൻ കാരൻ.

അയാളുടെ തൊട്ടടുത്തിരിക്കുന്ന കമ്പിളിത്തൊപ്പി വച്ച ചെറുപ്പക്കാരൻ കഴിഞ്ഞ ദിവസം ടാക്സിയിൽ എന്നോടൊപ്പം ഉണ്ടായിരുന്ന ആളാണ്. ഞങ്ങൾ അദ്ഭുതത്തിൽ പരസ്പരം നോക്കി. “നിങ്ങൾ എന്താ ഇവിടെ?” ഞാൻ അമ്പരപ്പോടെ ചോദിച്ചു. ഒപ്പം പൊലീസുകാരനോട് ഞങ്ങൾ ഒരു ടാക്സിയിലാണ് തലേ ദിവസം വന്നതെന്ന് വിശദീകരിക്കുകയും ചെയ്തു.

"അയാൾ ഒരു മുൻ താലിബാൻ പോരാളിയാണ്, കീഴടങ്ങാൻ എത്തിയ താണ്." അമേരിക്ക അയാളുടെ തലയ്ക്ക് ആയിരക്കണക്കിന് ഡോളർ പാരിതോഷികം പ്രഖ്യാപിച്ചിരിക്കുകയാണ്, ഞാനാണ് അയാൾക്ക് പൊതുമാപ്പ് ഏർപ്പാടാക്കി കൊടുത്തിരിക്കുന്നത്." പൊലീസുകാരൻ പറഞ്ഞു.

താലിബാൻ കാലത്ത് മുഫ്തിയുടെ അംഗരക്ഷകനായിരുന്നു, ഈ ചെറുപ്പക്കാരൻ. അമേരിക്ക അഫ്ഗാനിസ്ഥാനിലെത്തിയ കാലത്ത് അയാൾ പാകിസ്ഥാനിൽ ജിഹാദിയായിരുന്നു. കഴിഞ്ഞ നാല് വർഷം അയാൾ വസീരിസ്ഥാൻ അതിർത്തിയിലായിരുന്നു. പാകിസ്ഥാനി മദ്രസ കളിൽ നിന്ന് ഇസ്ലാമിക വിദ്യാഭ്യാസത്തിൽ കിട്ടിയ അല്പജ്ഞാനമാണ് കൈമുതൽ. എന്നാൽ തന്റെ രാജ്യം കൈയടക്കിയ അമേരിക്കക്കാരെ വെടിവയ്ക്കാനുള്ള പൂർണ പരിശീലനം കിട്ടിയിട്ടുണ്ട്. "നല്ല കാശു കിട്ടു മായിരുന്നു" അല്പം സങ്കടത്തിലാണ് അയാൾ പറയുന്നത്. "ഈ രാജ്യത്തു കിട്ടുന്നതിൽ വളരെ കൂടുതൽ. എന്റെ ഭാര്യ വിചാരിച്ചിരിക്കു ന്നത് ഞാൻ കാബൂളിൽ എന്തോ ജോലി ചെയ്യുകയാണെന്നാണ്." ചെറുപ്പ ക്കാരൻ തുടർന്നു. തന്റെ ജിഹാദി പേര് 'ഫ്ളോയിങ് ലോക്സ്' (ഒഴു ക്കൻ മുടിയുള്ളയാൾ) ആണെന്ന് അയാൾ പിന്നീട് പറഞ്ഞു. പുറത്ത് വെയിലിൽ എന്റെ ക്യാമറയ്ക്കു പോസ് ചെയ്യുമ്പോൾ അയാൾ തന്റെ മുടി ഒന്ന് ചിക്കി പരത്തിയിട്ടു.

ഫ്ളോയിങ് ലോക്സിനോടും പൊലീസുകാരനോടും മുഫ്തിയോടും യാത്ര പറയുമ്പോൾ ഉച്ചയായിരുന്നു. മുഫ്തി എനിക്ക് അയാളുടെ മൊബൈൽ നമ്പർ തന്നു. ഫ്ളോയിങ് ലോക്സ് കാബൂൾവരെ എന്നോ ടൊപ്പം വരാമെന്നു പറഞ്ഞു. ഞാൻ എപ്പോഴെങ്കിലും മോസ്കോയിൽ പോകുന്നുണ്ടെങ്കിൽ തന്റെ മകനെ ഒന്ന് കാണണമെന്നതായിരുന്നു പൊലീസുകാരന്റെ ആവശ്യം. ഞാൻ ഖോസ്റ്റിൽനിന്നും അതിർത്തി കടന്ന് പാകിസ്ഥാനിലേക്കാണ് പോകുന്നതെന്ന് അവരോട് പറഞ്ഞില്ല.

ഈ യാത്രയിൽ എന്റെ സഹയാത്രികർ രണ്ടു അഫ്ഗാൻ ചെറുപ്പ ക്കാരാണ്, നജീബും ഹമീദും. അവരെ ഞാൻ ഇന്നലെ വൈകുന്നേരമാണ് ആദ്യമായി കാണുന്നത്. യാത്രാ പരിപാടി ചർച്ച ചെയ്ത് താമസിക്കുന്ന വീടിന്റെ ടെറസ്സിലിരിക്കുമ്പോൾ ഞാൻ ആവർത്തിച്ച് വളരെ മര്യാദയോടെ ചോദിച്ചതിനുള്ള അവരുടെ മറുപടി എന്നെ ഞെട്ടിച്ചു കളഞ്ഞു. എന്താണ് ഭാര്യയുടെ പേരെന്ന് ഞാൻ നജീബിനോട് ആവർത്തിച്ച് ചോദിച്ചു. പക്ഷേ അത് തനിക്ക് പറയാൻ കഴിയില്ലെന്നായിരുന്നു അയാളുടെ മറുപടി. "എന്ത് കൊണ്ട്?" ഹമീദാണ് കാരണം വിശദീകരിച്ചത്. ആ പേര് പറഞ്ഞാൽ നിങ്ങൾ ചിലപ്പോൾ മറ്റേതെങ്കിലും പുരുഷന്മാരോട് പറയും. അവർ നജീബിന്റെ ഭാര്യ തെരുവിൽ കൂടി നടന്നു പോകുമ്പോൾ അവളുടെ പേര് വിളിക്കും. അപ്പോൾ ഞങ്ങളുടെ അയൽക്കാർ പറയും നജീബിന്റെ ഭാര്യ... ഹമീദ് പൂർത്തിയാക്കിയില്ല. "മോശം സ്ത്രീയാണെന്ന് അല്ലേ?"

ഞാൻ പൂരിപ്പിച്ചു. (ബുർഖയിൽ മൂടിപ്പൊതിഞ്ഞുപോകുന്ന സ്ത്രീ നജീബിന്റെ ഭാര്യ ആണെന്ന് ആർക്ക് എങ്ങനെ മനസ്സിലാകാനാണ്? എനിക്കറിയില്ല.)

അവരുടെ സംസ്കാരത്തെക്കുറിച്ച് എനിക്ക് മനസ്സിലാക്കിത്തരാനുള്ള തത്രപ്പാട് കണ്ടിട്ടാണോ എന്നറിയില്ല അവർ ആത്മാർത്ഥതയുള്ളവരാണെന്ന് തോന്നി. ഞങ്ങളുടെ പദ്ധതി അനുസരിച്ച് നജീബ് എന്നെ അഫ്ഗാൻ ബ്രിട്ടീഷിന്ത്യ അതിർത്തിയിലെ സാങ്കല്പിക അതിർത്തിരേഖയായ ഡ്യൂറൻഡ് ലൈൻ വരെ എത്തിക്കുന്നു. അവിടെ പാകിസ്ഥാൻ ചെക്ക്പോസ്റ്റിൽ വച്ച് നജീബ് തിരിച്ചുപോകുന്നു. ഹമീദും ഞാനും അതിർത്തി കടക്കുന്നു. സുൽത്താൻ മഹ്മൂദ് സഞ്ചരിച്ച വഴിയിൽകൂടി ഹമീദിന്റെ അമ്മയും സഹോദരങ്ങളും അഭയാർത്ഥികളായി താമസിക്കുന്ന ബന്നുവിലെത്തുന്നു. ബന്നു വസീരിസ്ഥാന് അടുത്തുള്ള പാകിസ്ഥാൻ സൈനിക താവളമാണ്. അവിടെയാണ് ഞങ്ങൾ രാത്രി കഴിക്കേണ്ടത്.

ഖോസ്റ്റിനു തെക്ക് ജനവാസമില്ലാത്ത സ്ഥലങ്ങളാണ്. ഉണങ്ങിവരണ്ട പ്രദേശം. ഇതുകൊണ്ടാണ് അന്ന് വഴിയിൽ വണ്ടി നിർത്തിച്ചു ഫ്ളോയിങ് ലോക്സ് വിറക് ശേഖരിച്ചത്. ഇവിടെ ഒരു പുൽക്കൊടി പോലും വളരുന്നില്ല. 1980-90 കാലഘട്ടത്തിൽ ഖോസ്റ്റ് ബിൻലാദന്റെ പരിശീലന കേന്ദ്രമായിരുന്നു. അവിടെയുണ്ടായിരുന്ന ഫലവൃക്ഷ തോട്ടങ്ങളും ജലസേചന സംവിധാനങ്ങളും റഷ്യൻ ടാങ്കുകൾ പണ്ടേ തകർത്തിരുന്നു. ഇപ്പോൾ ആടിന് ചവയ്ക്കാൻ പോലും ഒരു കുറ്റിച്ചെടി എവിടെയുമില്ല. മൂന്നു മണിക്കൂറുകളായി ഞങ്ങൾ ഈ മരുഭൂമിയിലൂടെ സഞ്ചരിക്കുന്നു. അടുക്കടുക്കായി കാണുന്ന മഞ്ഞ നിറത്തിലുള്ള പാറകൾ മാത്രമാണ് എങ്ങും.

ഒടുവിൽ ഞങ്ങൾ ഒരു പാറക്കെട്ടിനു താഴെ പുകവലിച്ചുകൊണ്ട് നിൽക്കുന്ന മൂന്നു പട്ടാളക്കാരുടെ സമീപത്ത് എത്തി. അത് അഫ്ഗാൻ ഭാഗത്തെ ചെക്ക്പോസ്റ്റ് ആണെന്ന് എനിക്കു മനസ്സിലായി. ഒരുമലഞ്ചെരുവ് ചുറ്റി അപ്പുറമെത്തിയപ്പോൾ ഹമീദ് പറഞ്ഞു "പാകിസ്ഥാൻ".

ദൂരെ ഒരു ടെന്റ് കാണാം. ഒരു ട്രക്ക് നിർത്തിയിട്ടിട്ടുണ്ട്. നാല് പട്ടാളക്കാർ നിൽക്കുന്നുണ്ട്. ഞങ്ങൾ പാകിസ്ഥാൻ അതിർത്തി ചെക്ക്പോസ്റ്റിലേക്കെത്തുന്നു. ഞാൻ പുഞ്ചിരിയോടെ അവരെ ഉറുദുവിൽ അഭിവാദ്യം ചെയ്തു. എന്റെ പാസ്സ്പോർട്ട് കൈമാറി. അവർക്ക് അദ്ഭുതമായി. ഞാൻ വിശദീകരിച്ചു, "ഞാൻ ഗാസ്നിയിലെ സുൽത്താൻ മഹ്മൂദിനെക്കുറിച്ച് ഒരു പുസ്തകമെഴുതുകയാണ്. അദ്ദേഹം 1001ൽ ഈവഴി വന്നിട്ടുണ്ട്." അയാൾ ശരിയെന്നു സമ്മതിച്ചു. അവരിൽ പ്രധാനി എന്ന് തോന്നിയ ആൾ എനിക്കുപോകാൻ അനുവാദം തന്നു. "പക്ഷേ പാസ്പോർട്ടിൽ സ്റ്റാമ്പ് ചെയ്യണം." ഞാൻ പറഞ്ഞു. (പ്രവേശന അനുവാദം രേഖയായി തന്നെ വാങ്ങിയിരിക്കണമെന്ന് ടോർഖമിൽ വച്ച് സംശയാലുവായ ഒരു ഗാർഡ് എന്നോട് പറഞ്ഞതാണ്.) അതിർത്തി കടക്കൽ എന്ന ചടങ്ങിന്റെ

ദിവ്യത്വം എനിക്കപ്പോഴും മനസ്സിലായിട്ടില്ല. "സ്റ്റാമ്പോ? ഞങ്ങളുടെ കൈയിൽ സ്റ്റാമ്പില്ല." ആ പട്ടാളക്കാരൻ പറഞ്ഞു. "നിങ്ങൾക്കെന്റെ പാസ്പോർട്ടിൽ എഴുതിത്തരാൻ കഴിയുമോ?" പട്ടാളക്കാരൻ തിടുക്കത്തിൽ ടെന്റിലേക്ക് നടന്നു. മിറിയാംഷായിലുള്ള കേണലിനോട് ഫോണിൽ പ്രശ്നം അവതരിപ്പിക്കാനാണ് പോയിരിക്കുന്നത്. ഏതാണ്ട് അരമണിക്കൂർ നേരമായിട്ടും അയാൾ തിരികെ വന്നില്ല.

അയാൾ തിരികെ വന്നപ്പോൾ അയാളിൽ വല്ലാത്ത ഒരു ദാർഢ്യം പ്രകടമായിരുന്നു. അയാളെന്നെ വിളിച്ചു "കേണൽ പറയുന്നത്, നിങ്ങൾ വന്ന വഴി തന്നെ തിരികെ പോകണമെന്നാണ്. ഈ അതിർത്തി അപകടം പിടിച്ചതാണ്. വിദേശികൾക്ക് അനുവാദവുമില്ല." എന്റെ എതിർ സ്വരങ്ങൾക്കിടയിലൂടെ അയാൾ പറഞ്ഞു നിർത്തി. "പക്ഷേ ഞാൻ നിങ്ങളെ പോകാൻ അനുവദിക്കുന്നു." എന്റെ നേരെ കുനിഞ്ഞുനിന്നുകൊണ്ട് മന്ത്രിക്കുന്ന സ്വരത്തിൽ അയാൾ തുടർന്നു, "നിങ്ങൾ ബുർഖ ധരിക്കണം. ഒരക്ഷരം സംസാരിക്കരുത്, ചിരിക്കരുത്, കരയരുത്. നിങ്ങൾ ബന്നുവിൽ എത്തുംവരെ ഒരു ശബ്ദംപോലും പുറത്തുവരരുത്." എന്നിട്ട് അയാൾ എന്റെ കൈ പിടിച്ചു കുലുക്കി നന്മ നേർന്നു. "ദൈവം നിങ്ങളുടെ കൂടെയുണ്ടാവട്ടെ."

ബുർഖ ഞാൻ പാകിസ്ഥാനിൽ നിന്നേ വാങ്ങിയിരുന്നു. ബുർഖ ഇല്ലാതെ സഞ്ചരിക്കാൻ കഴിയാത്ത സ്ഥലങ്ങൾ അതിർത്തി നിറയെ ഉണ്ടെന്നു മനസ്സിലാക്കിയപ്പോൾതന്നെ ഞാൻ മുൻകരുതൽ എടുത്തു. വിവിധ തരത്തിലുള്ള മൂന്നെണ്ണം ഞാൻ പരീക്ഷിച്ചു നോക്കിയിരുന്നു. ഒരുപാടു കെട്ടുകളുള്ള ഒരു കറുത്ത അറബി ബുർഖയാണ് അതിലൊന്ന്. സ്വർണനിറമുള്ള നൂലുകൾകൊണ്ട് ചിത്രപ്പണി ചെയ്ത ഇളംതവിട്ടു നിറത്തിലുള്ള മറ്റൊരെണ്ണം. പിന്നെയുള്ളത് ഷട്ടിൽ കോക്കിന്റെ ആകൃതിയിലുള്ള, കണ്ണിന്റെ ഭാഗത്തു മാത്രം രണ്ടു ദ്വാരങ്ങളുള്ള ഒന്നാണ്. "ഇത് പഴയ ഫാഷനാണ്." ഹമീദിന്റെ അഭിപ്രായ പ്രകടനം. വഴിയരികിലുള്ള ഒരു ചെറിയ കടയുടെ പിന്നിൽനിന്ന് ഞാൻ ആ ബുർഖയ്ക്കുള്ളിൽ കയറിപ്പറ്റി. അതിന്റെ ശക്തി അപ്പോൾതന്നെ വ്യക്തമായി. അതിനുള്ളിൽ ഇഷ്ടംപോലെ സ്ഥലമുണ്ട്. ഞാൻ വെറും നിക്കർ മാത്രം അടിയിൽ ധരിച്ചാലും ആരും അറിയാൻ പോകുന്നില്ല. കാഴ്ച പരിധി വെറും ഇരുപതു ശതമാനമായി കുറഞ്ഞെങ്കിലും നയതന്ത്ര പരിരക്ഷ പൂർണമായിരുന്നു. എന്റെ കടുംപിങ്ക് നിറത്തിലുള്ള സൽവാർ കമ്മീസിനു മേലെ ഇത് ധരിച്ചതോടെ പാകിസ്ഥാനിലെ ഏറ്റവും അപകടം പിടിച്ച മേഖലയിലൂടെ എന്റെ യാത്ര സുരക്ഷിതമായി.

വെളുത്ത വല ധരിച്ച അവസ്ഥ ഒന്ന് സങ്കല്പിച്ചു നോക്കൂ. മങ്ങിയ നാല് കള്ളികൾക്കിടയിലൂടെ ഞാൻ മരുഭൂമിയിലേക്ക് നോക്കി വണ്ടിയിലിരുന്നു. കൗമാരക്കാരനായ വസീറി ഡ്രൈവർ ടോച്ചി നദിയുടെ താഴ്വാരത്തുകൂടിയുള്ള മുടിപിൻ വളവുകൾ ഭയാനകമായി വളച്ചൊടിച്ചു വണ്ടി

പായിക്കുന്നു. കണ്ണിനെ മറയ്ക്കുന്ന വലപ്പാളികൾ ഞാൻ മുഖത്തോട മർത്തിപ്പിടിച്ച് പുറത്തെ കാഴ്ചകൾ കാണാൻ ശ്രമിച്ചു. ഒരു പാറക്കെട്ടിനു മുകളിൽ, ചെവിക്കുപിന്നിൽ റോസ് പൂ തിരുകി വച്ച ഒരു ചെറുപ്പക്കാരൻ A K 47 നുമായി അലസമായി ഇരിക്കുന്നു. അയാളുടെ തോക്കു പാറയിൽ ചാരി വച്ചിരിക്കുന്നു. മണൽ നിറമുള്ള ഒരു കോട്ടയും അതിനു പിന്നിൽ നീലാകാശവും എന്റെ മങ്ങിയ കാഴ്ചയിൽപെട്ടു. ജിഹാദി രക്ത സാക്ഷി കളുടെ ശവപ്പറമ്പുകൾ ധാരാളം കാണാം. എല്ലാ പുരുഷന്മാരുടെയും തോളിൽ തോക്കുണ്ട്. ഒരു സ്ത്രീയെ പോലും കാണാനില്ല. ഒരു വൃദ്ധ യെയോ, എന്തിന്, ഒരു കൊച്ചുപെൺകുട്ടിയെയോ വഴിയിലെവിടെയും കണ്ടില്ല.

വടക്കൻ വസീറിസ്ഥാന്റെ തലസ്ഥാനമായ മിറാം ഷായിലാണ് ടാക്സിക്കാരൻ ഞങ്ങളെ വിട്ടത്. അവിടെനിന്ന് ബന്നുവിലേക്ക് പൊതു ഗതാഗത സംവിധാനത്തെ ആശ്രയിക്കണം. ശീതളപാനീയം വാങ്ങാൻ മാർക്കറ്റിലേക്ക് പോയ ഹമീദിനെയും കാത്ത് ബസ്സ്റ്റാൻഡിൽ ഒരു മി നിബസ്സിൽ ഞാൻ അനങ്ങാതിരുന്നു. ഹമീദ് തിരിച്ചു വരുന്നതും കാത്ത് ശ്വാസം അടക്കിപ്പിടിച്ച് ഇരിക്കുമ്പോൾ എന്റെ തോന്നൽ ശരിയാണെന്നു മനസ്സിലായി. ഹമീദ് വരാതെ മിനി ബസ് വിടാൻ പോകുന്നില്ല. എനി ക്കെന്തായാലും ബന്നുവിലേക്ക് തനിച്ചു പോകേണ്ടിവരില്ല. ഖോസ്റ്റിനും ബന്നുവിനും ഇടയിൽ ഞാൻ കണ്ട ഒരേ ഒരു സ്ത്രീ ഞാൻ മാത്ര മാണ്. ഇരുപതു മിനിറ്റു കഴിഞ്ഞപ്പോൾ ഹമീദ് തിരിച്ചുവന്നു. അപ്പോ ഴേക്കും ബസ്സ് നിറയെ പുരുഷയാത്രക്കാർ നിറഞ്ഞു. വൈകുന്നേരമായ പ്പോഴേക്കും യാത്ര തുടങ്ങി.

ബന്നുവിന്റെ പ്രാന്ത പ്രദേശത്തു താമസിക്കുന്ന ഹമീദിന്റെ കുടുംബ ത്തിനൊപ്പം ഞാൻ അന്ന് രാത്രി തങ്ങി. പിങ്ക് നിറമുള്ള ബോഗൻ വില്ലകൾ പടർന്ന മുറ്റത്ത് ആകാശം കാണുന്ന കുളിമുറിയിൽ വച്ച് ഞാനെന്റെ വിയർപ്പിൽ മുങ്ങിയ വസ്ത്രങ്ങൾ മാറ്റി കുളിച്ചു. പിറ്റേ ദിവസം രാവിലെ വന്നതുപോലെതന്നെ ബുർഖയിൽ പൊതിഞ്ഞ് അവിടെനിന്നും ഇറങ്ങി.

ഒറ്റയ്ക്ക് ഒരു സ്ത്രീക്ക് ഒരു പുരുഷനെ കാണാൻ വളരെ ബുദ്ധി മുട്ടുള്ള സ്ഥലമാണ് ബന്നു. ഞാൻ ആദ്യം NWFP (North Western Frontier Province)ലെത്തിയപ്പോൾ പെഷവാറിലുള്ള എന്റെ സുഹൃത്തുക്കൾ ഈ പട്ടണം സന്ദർശിക്കുന്നതിൽനിന്നും എന്നെ പിന്തിരിപ്പിക്കാൻ ശ്രമിച്ച താണ്. “പാകിസ്ഥാനിലെ ഏറ്റവും യാഥാസ്ഥിതികമായ സ്ഥലമാണത്, കൂടാതെ ഭീകര പ്രവർത്തനത്തിന്റെ കേന്ദ്രവും” ഒരു സുഹൃത്ത് പറഞ്ഞു. “പുരുഷന്മാരാണ് എല്ലാ പുറംകാര്യങ്ങളും ചെയ്യുന്നത്”, മറ്റൊരാൾ ഓർമ്മിപ്പിച്ചു. “അവിടുത്തെ പുരുഷന്മാർ സ്ത്രീകളെ ഇഷ്ടപ്പെടുന്നില്ല, ആ പ്രദേശം പൂർണമായും മൊല്ലമാരുടെ കൈയിലാണ്.” മറ്റൊരാൾ അഭിപ്രായപ്പെട്ടു.

അജ്ഞരും അഴിമതിക്കാരും സാമൂഹികമായി താഴേക്കിടയിലുള്ള വരുമായ മൊല്ലമാരുടെ അനിഷേധ്യമായ അധികാരം ഫ്രോണ്ടിയർ പ്രവിശ്യക്കുറിച്ചുള്ള സ്ഥിരം പരാതിയാണ്. ഖുശാൽ ഖാൻ ഘട്ടക് തന്റെ കവിതകളിലൂടെ ഔറംഗസേബിനെ ആക്രമിച്ച കാലം മുതലേ പഷ്ടൂൺ ഗോത്രക്കാർക്കു ഇക്കൂട്ടരെ വെറുപ്പാണ്. ഇരുപതാം നൂറ്റാണ്ടിൽ ഖനി ഖാൻ എന്ന കവി മതത്തോടുള്ള അനാദരവും ഭൗതിക വികാരികാനു ഭവവും കൂടി ചേർത്ത് ഒരു കവിതയെഴുതി. എല്ലാ പഷ്ടൂണുകൾക്കും അത് ചൊല്ലാനറിയാം. "ബാങ്ക് വിളി ഉയരുമ്പോൾ ഞാനെന്റെ പ്രണയി നിയെ ഓർക്കുന്നു." (The azan sounds and I think of my beloved) എന്തായാലും മൊല്ലമാർ അവരുടെ സ്ഥാനം പാകിസ്ഥാനോടൊപ്പം നിലനിർത്തിപ്പോന്നു.

രാഷ്ട്രീയത്തിന്റെ കേന്ദ്രഭാഗത്തേക്ക് മതത്തെ പ്രതിഷ്ഠിച്ചതോടെ, പാകിസ്ഥാൻരൂപീകരണം അറിയാതെയാണെങ്കിലും മൊല്ലമാർക്ക് പിന്നെയും പ്രാധാന്യം നൽകി. 1977 മുതൽ 1988ൽ മരിക്കുംവരെ പാകി സ്ഥാനിൽ ഏകാധിപതിയായ പട്ടാള മേധാവി ജനറൽ സിയ അവർക്ക് പണവും ആയുധങ്ങളും ഒപ്പം സോവിയറ്റ് യൂണിയനെതിരെ വിശുദ്ധ യുദ്ധം ചെയുക എന്ന ധീരോദാത്തമായ ഒരു ദൗത്യവും നൽകി. ജനറൽ മുഷറഫ് അവർക്കു രാഷ്ട്രീയ അധികാരവും നൽകി. തനിക്ക് എക്കാലവും ഏകാധിപതിയായി തുടരാൻ വേണ്ടി ഭരണഘടനയിൽ അല്ലറ ചില്ലറ പരിഷ്കാരം വരുത്തുക എന്നതായിരുന്നു അതിന്റെ പിന്നിലെ ഉദ്ദേശ്യം. പാകിസ്ഥാൻ ഗവണ്മെന്റിന്റെ പിന്തുണയും മുജാഹിദീൻ കാലത്തെ CIAയുടെ രഹസ്യ സാമ്പത്തിക സഹായവും ഇന്നത്തെ അറബ് പണവും എല്ലാം ചേർന്ന് പഴയ താഴെക്കിടക്കാരെ പരമയോഗ്യന്മാരാക്കി. വിദേശ ബാങ്കുകളിൽ നിക്ഷേപങ്ങൾ, മക്കൾ പഠിക്കുന്നത് അമേരിക്കൻ സർവ കലാശാലകളിൽ, പെട്ടികളിൽ തടസ്സമില്ലാതെ വീഴുന്ന വോട്ടുകൾ, എല്ലാം ചേർന്ന് പഴയ താഴെക്കിടക്കാർ പരമ്പരാഗതമായി അധികാരം കൈയാളി യിരുന്നവരെ പിന്തള്ളിക്കഴിഞ്ഞു.അവരുടെ വിജയം സത്യത്തിൽ ഒരു വലിയ സാമൂഹ്യ വിപ്ലവം തന്നെയാണ്.

ഞാൻ പെഷവാറിലായിരുന്ന സമയത്തു ചില മത സംഘടനകൾ ഒരു ശുദ്ധീകരണപരിപാടി നടത്തി. പൊതു സ്ഥലങ്ങളിൽ സംഗീതം നിരോധിച്ചും സ്ത്രീകളുടെ ചിത്രം പ്രദർശിപ്പിക്കുന്നതിനു വിലക്കേർപ്പെടു ത്തിയും ആയിരുന്നു ശുദ്ധീകരണം. അതിന്റെ ഭാഗമായി കൗമാരക്കാ രായ ആൺകുട്ടിയും പെൺകുട്ടിയും ഒരുമിച്ചിരുന്നു KFC ചിക്കൻ കഴിക്കുന്ന വലിയ പരസ്യബോർഡിലെ പെൺകുട്ടിയുടെ മുഖം അവർ കറുത്ത ടേപ്പൊട്ടിച്ചു. ഇസ്ലാമിക സദാചാര പൊലീസ് സമ്പ്രദായം തിരികെ കൊണ്ടുവരണമെന്നതായിരുന്നു അവരുടെ മറ്റൊരു നിർദേശം. ഏറ്റവും ഒടുവിൽ ഒരു മതനിരീക്ഷകൻ പെഷവാർ തെരുവിൽ റോന്തു ചുറ്റി യതു പതിനേഴാം നൂറ്റാണ്ടിൽ ആയിരുന്നു. അന്ന് ഔറംഗസേബ്

നൃത്തക്കാരികളെ നിരോധിക്കാനും ക്ഷേത്രങ്ങൾ തകർക്കാനുമുള്ള അധികാരം അവർക്കു നൽകിയിരുന്നു. അന്നത്തെ പോലെ തന്നെ ഇന്നും ആ ഉദ്യോഗസ്ഥന്റെ ജോലി അനിസ്ലാമികമായ കാര്യങ്ങൾ നിരുസാഹപ്പെടുത്തുകയും അളവ് തൂക്കങ്ങൾ ക്രമീകരിക്കുകയും ചെയ്യുക എന്നതാണ്. ഔറംഗസേബിന്റെ ആത്മാവിന് സന്തോഷമാകും.

ഈ 'മൊല്ല' ഭരണ പ്രദേശത്തിന്റെ കേന്ദ്രം എന്ന് പറയുന്നത് അറ്റോക്കിനടുത്തുള്ള അഘോരഘട്ടക് എന്ന സ്ഥലമാണ്. അതാണെങ്കിൽ മൊല്ലകളെ വെറുത്ത, സ്ത്രീകളെ സ്നേഹിച്ച, ഖുശാൽ ഖാൻ ഘട്ടക്കിന്റെ ജന്മസ്ഥലമാണെന്നത് വലിയൊരു വിരോധാഭാസമാണ്. സമി ഉൽ ഹഖ് എന്ന ചെമ്പൻ താടിയുള്ള ചെറിയ മനുഷ്യൻ കഴിഞ്ഞ നൂറ്റാണ്ടിന്റെ അവസാനകാലത്ത് പ്രത്യക്ഷപ്പെട്ടത് ഒരു കൈയിൽ ഖുർ-ആനും മറുകൈയിൽ കലാഷ്നിക്കോവുമായിട്ടാണ്. (അതിഥി മന്ദിരത്തിലെ ചുമരിൽ ഈ ചിത്രം തൂങ്ങിക്കിടക്കുന്നതു ഞാൻ കണ്ടിട്ടുണ്ട്). സമി ഉൽ ഹഖ് അഘോരഘട്ടക്കിനടുത്തു നടത്തുന്ന മദ്രസയാണ് 95 ശതമാനം താലിബാൻ തീവ്രവാദികളെയും സൃഷ്ടിച്ചതെന്ന് അയാൾ തന്നെ പറയുന്നു. മുല്ല ഒമറിന് സൈനികരെ ആവശ്യമായി വരുമ്പോൾ അയാൾ മദ്രസ അടച്ചിടും. വിദ്യാർത്ഥികളെ അതിർത്തിയിലേക്ക് അയയ്ക്കുകയും ചെയ്യും. 2001 സെപ്തംബറിൽ താലിബാൻ പരാജിതരായതോടെ സമി രാഷ്ട്രീയത്തിൽ ഇറങ്ങി. പ്രസംഗം മാറി, സിലബസ് മാറി. "വിദേശ വിദ്യാർത്ഥികളെ അവരുടെ രാജ്യങ്ങളിലേക്ക് തിരിച്ചയച്ചു", അറബിയിൽ പൊതിഞ്ഞ ഉറുദുവിൽ പറഞ്ഞത് എനിക്കു മനസ്സിലാക്കാൻ വേണ്ടി അയാളുടെ പരിഷ്കാര വേഷധാരിയായ കൊച്ചുമകൻ ഉറുദുവിൽ ഒന്നു കൂടി വ്യക്തമായി പറഞ്ഞുതന്നു. "തീവ്രവാദ പരിശീലനക്യാമ്പുകൾ അടച്ചുപൂട്ടി. A K 47കൾ ക്ലാസ്മുറികളിൽനിന്നും പുറത്തേക്കുമാറ്റി. എന്നാൽ താലിബാൻ ആശയത്തിൽ യാതൊരു വിട്ടുവീഴ്ചയും ചെയ്തില്ല." സമി ഉൽ ഹഖ് പറയുന്നു അയാളുടെ മതസഖ്യത്തിലെ എല്ലാ രാഷ്ട്രീയക്കാരും ഒരേ അഭിപ്രായക്കാരാണ്. ഒരേയൊരു കുഴപ്പം അവർ വേണ്ടത്ര മുന്നോട്ടുപോയില്ല എന്നതു മാത്രമാണ്. ആദ്യം അറബികളും പിന്നെ ഉസ്ബെക്കുകളും പോരാട്ടത്തിൽ ഇടപെട്ടു. പിന്നെ അമേരിക്കക്കാരും എത്തി. (ബാബറുടെ കാലം മുതൽ കുടിയേറ്റക്കാരായ ഉസ്ബെക്കുകളും തദ്ദേശീയരായ പഷ്ടൂണുകളും അത്ര സ്വരച്ചേർച്ചയിലല്ല.)

മതപരമായ പൊതുനിയമങ്ങളാണ് പഷ്ടൂൺ സമൂഹത്തിന്റെ മുഖം എന്ന് കരുതിയാൽ അത് ശരിയല്ല. പഷ്ടൂൺ സമൂഹത്തിൽ തീർത്തും അനിസ്ലാമികമായ സ്വകാര്യരീതികളും ഇഷ്ടംപോലെയുണ്ട്. നിങ്ങൾ 'ഒരിക്കലും നഗ്നരാകാതിരിക്കട്ടെ' എന്നാണ് പഷ്ടൂണുകൾ പരസ്പരം ആശംസിക്കുന്നത്. എന്തെങ്കിലും തെറ്റ് പരസ്യമായി ചെയ്താൽ മാത്രമേ

അത് മോശമാകുന്നുള്ളൂ. സ്വകാര്യമായി എന്തുതന്നെ നടന്നാലും അത് അപമാനമാകുന്നില്ല. പഷ്ടൂണുകൾക്കിടയിൽ ഒരു ചൊല്ല് തന്നെയുണ്ട്, ഒരു പഷ്ടൂണിന്റെ ഒരു കാല് സ്വർഗ്ഗത്തിലും മറ്റേകാൽ നരകത്തിലുമാണ്. മോസ്കാണ് സ്വർഗ്ഗം, ഹുജ്ര (സമൂഹ അതിഥിമന്ദിരങ്ങൾ) നരകവും.

ഹുജ്ര എന്ന് പറയുന്നത് പുരുഷന്മാർ പുരുഷ അതിഥികളെ സ്വീകരിക്കുന്ന സ്ഥലമാണ്. വീടിന്റെ പരിസരങ്ങളിൽനിന്നും അല്പം മാറിയുള്ള ഈ മന്ദിരങ്ങളിൽ ഭാര്യമാർക്കും പെൺമക്കൾക്കും പ്രവേശനമില്ല. ആൺ പെൺ വേർതിരിവുകൾ വളരെ ശക്തമായ ഈ ലോകത്ത് പ്രായമായ പുരുഷന്മാർ കൗമാരക്കാരായ ആൺകുട്ടികളെ പ്രണയിക്കുന്നത് സാധാരണമാണ്. അറബ് സംസ്കാരത്തിലെ മറ്റു പല കാര്യങ്ങളെയും പോലെ സ്വവർഗ്ഗപ്രേമത്തെയും പ്രവാചകൻ ശക്തമായി എതിർത്തിട്ടുണ്ട്. ബ്രിട്ടീഷ് നിയമവ്യവസ്ഥ പിന്തുടരുന്ന പാകിസ്ഥാനിലും ഇന്ത്യയിലും അത് ഇപ്പോഴും നിയമവിരുദ്ധമാണ്. എന്നാൽ, ജനറൽ സിയായുടെ 1979ലെ സിന ഓർഡിനൻസ് (Zina Ordinance) അനുസരിച്ച് പാകിസ്ഥാനിൽ എല്ലാ വർഷവും സ്ത്രീകൾ വ്യഭിചാരത്തിന് ശിക്ഷിക്കപ്പെടുന്നുണ്ടെങ്കിലും സെക്ഷൻ 377 അനുസരിച്ച് പ്രകൃതി വിരുദ്ധ ലൈംഗികതയുടെ പേരിൽ പുരുഷന്മാർ ശിക്ഷിക്കപ്പെടാറില്ല. പുരുഷന്മാർ തമ്മിലുള്ള ലൈംഗികത ഒരു ആവശ്യവും പെരുമാറ്റച്ചട്ടവുമെന്ന നിലയിൽ സമൂഹം സ്വീകരിച്ചതാണ്.

ഒരാൾക്ക് രണ്ടു പുരുഷന്മാർ തമ്മിലുള്ള മാന്യമായ സൗഹൃദബന്ധവും പ്രണയവും അവർക്കിടയിലുള്ള ശാരീരിക അടുപ്പവും വേർതിരിച്ചറിയാൻ കഴിയും. സ്വന്തം ഭാര്യയുടെ മുറിയിലേക്ക് മാതാവ് നിർബന്ധപൂർവം പറഞ്ഞയയ്ക്കേണ്ടിയിരുന്ന ബാബർ ചക്രവർത്തിക്ക് ബസാറിൽവച്ച് കണ്ട ആൺകുട്ടിയുമായി അതിതീവ്ര പ്രണയബന്ധമാണുണ്ടായിരുന്നത്. എന്നാൽ അത് മാന്യവും സ്വവർഗ്ഗ പരവും ആയിരുന്നു. അത് ഒരിക്കലും ശാരീരികമായിരുന്നില്ല എന്നാണ് ബാബർ സൂചിപ്പിക്കുന്നത്. ആൺകുട്ടികളെ കമിതാക്കളായി സ്വീകരിച്ച ബന്ധുക്കളെ തിന്മയ്ക്കും അമിതവിഷയാസക്തിക്കും ബാബർ അതിനിശിതമായി വിമർശിക്കുന്നുണ്ട്. അത്തരം ശീലങ്ങളുള്ളവർ വളരെ മോശം രാജാക്കന്മാർ ആകുമെന്ന് അദ്ദേഹം സൂചിപ്പിക്കുന്നു.

പക്ഷേ നിരവധി പേർ അത് ചെയ്തിരുന്നു. ഇപ്പോഴും അത് തുടരുന്നു. ബ്രിട്ടീഷ് സാമ്രാജ്യത്വ പ്രതിനിധികൾ ഫ്രോണ്ടിയർ മുഴുവനും (ഒരു പരിധി വരെ ഇസ്ലാമിക ലോകം മുഴുവനും) സ്വവർഗ്ഗ പ്രേമികളാണെന്ന ധാരണ വച്ച് പുലർത്തിയിരുന്നു. ബ്രിട്ടീഷുകാർ സിന്ധ് കീഴടക്കിയ ശേഷം കറാച്ചിയിലെ ആൺവേശ്യാലയങ്ങളെക്കുറിച്ച് അന്വേഷിക്കാൻവേണ്ടി നേപ്പിയർ റിച്ചാർഡ് ബർട്ടനെ നിയോഗിച്ചു.

നേപ്പിയർ വിരമിച്ച ശേഷം ആ റിപ്പോർട്ടിന്റെ പേരിൽ ബർട്ടന് ഒരുപാട് പഴി കേൾക്കേണ്ടി വന്നു. ബർട്ടൻ അത് സ്വന്തം അനുഭവത്തിന്റെ വെളിച്ചത്തിൽ തയ്യാറാക്കിയ റിപ്പോർട്ടാണെന്ന് പുതിയ മേലധികാരികൾ ധരിച്ചു. എന്നിട്ടും ബെർട്ടൻ അതിശയോക്തികളുടെ അകമ്പടിയോടെ അത് വിശദീകരിച്ചു. അദ്ദേഹം ഉന്നയിച്ച ഒരു വസ്തുത, 1841വരെ ബ്രിട്ടീഷുകാർക്കെതിരെ അഫ്ഗാൻ ജനത സമരകാഹളം ഉയർത്തിയില്ല എന്നും അതിനുശേഷം വളരെ ഗുരുതരമായ ഒരു പ്രശ്നമായി അവർ കണ്ടെത്തിയെന്നുമാണ്. അത് മറ്റൊന്നുമല്ല, അവരുടെ കാമഭ്രാന്ത് ബാധിച്ച സ്ത്രീകൾ സ്വവർഗപ്രേമികളല്ലാത്ത ബ്രിട്ടീഷുദ്യോഗസ്ഥരിൽ പകരക്കാരെ തേടി തുടങ്ങിയതാണ് അഫ്ഗാനികളെ ചൊടിപ്പിച്ചതത്രെ.

സത്യമെന്തായിരുന്നാലും അഫ്ഗാനികൾ സ്വവർഗരതി ഇഷ്ടപ്പെടുന്നു. കാബൂളിലെ മദീന ബസാറിൽ അഫ്ഗാൻ യുദ്ധപ്രഭുക്കൾക്കുവേണ്ടി വർണശബളമായ വസ്ത്രങ്ങൾ ധരിച്ചു നൃത്തംചെയ്യുന്ന ആൺകുട്ടികളുടെ ഒരു DVD ഞാൻ കണ്ടിരുന്നു. (ഗസ്നിയിൽവച്ച് ചെറുപ്പക്കാരനായ ഒരു അമേരിക്കൻ രഹസ്യാന്വേഷണ ഉദ്യോഗസ്ഥൻ പുരുഷ പ്രണയികളെ ഒഴിവാക്കാൻ വേണ്ടി വിവാഹ മോതിരം അണിഞ്ഞിരുന്നു) പാകിസ്ഥാനിലും സ്വവർഗപ്രണയത്തിന് അവസരങ്ങൾ നിരവധിയാണ്. അതിനു ചെലവ് കുറവാണെന്നു മാത്രമല്ല, സ്ത്രീ പുരുഷ ബന്ധത്തിലെ അത്ര അപകടകാരിയുമല്ല എന്നതാണ് മുഖ്യ ആകർഷണം. ഉഭയലിംഗക്കാർക്ക് ഒരു ചായയോ മറ്റോ മതി അവരുടെ സേവനങ്ങൾക്കു പകരമായി. കറാച്ചിയിൽ ഞാൻ പരിചയപ്പെട്ട ആയിഷ എന്ന ഹിജഡ പറഞ്ഞത്, ലൈംഗികമായി നിരാശ ബാധിച്ച വിദ്യാർത്ഥികളാണ് അവരുടെ പതിവുകാർ എന്നാണ്. സൈന്യത്തിന്റെ തണലിൽ അനർഹമായ അധികാരങ്ങൾ കയ്യാളുന്ന മൊല്ലമാർ ഏതായാലും അവരുടെ പുരുഷ വിദ്യാർത്ഥികളെ കാമപൂർത്തിക്കുപയോഗിച്ച് വില കളയുന്നില്ല. (സ്വവർഗപ്രേമത്തെക്കുറിച്ചു ചോദിച്ചപ്പോൾ സ്വാഭാവികമായും മൗലാനാ സമി അതിനെ ശക്തമായി അപലപിക്കുകയാണ് ചെയ്തത്.)

സ്വവർഗപ്രേമികളുടെ പറുദീസ എന്ന പട്ടം ബന്നുവിന് ഒരു ദശകം മുന്നേതന്നെ ചാർത്തിക്കിട്ടിയതാണ്. ഒരു ആൺകുട്ടിയെ പൊലീസുകാരൻ ബലാത്സംഗം ചെയ്ത സംഭവം, ജോൺ വാക്കർലിന്ഡ് (അമേരിക്കൻതാലിബാൻ) തന്റെ കാമുകനാണെന്നാണ് ബന്നുവിലുള്ള ഒരാൾ അവകാശപ്പെട്ടത്, ഒരു ഗവേഷകൻ യൂണിസെഫിനുവേണ്ടി തയ്യാറാക്കിയ റിപ്പോർട്ടിൽ പഷ്ടൂണുകൾക്ക് ആൺകുട്ടികളെ ലൈംഗിക അടിമകളാക്കിവയ്ക്കുന്നത് ഒരുതരം ലഹരിയാണെന്നാണ് വിവരിച്ചത്.... അങ്ങനെ നിരവധി ഉദാഹരണങ്ങൾ അവരുടെ ലൈംഗിക സ്വഭാവത്തിലേക്ക് വിരൽ ചൂണ്ടുന്നുണ്ട്.

“പിന്നീട് ഞാൻ ബന്നു സന്ദർശിച്ചപ്പോൾ അവരെന്നെ ജയിലിലിട്ടു.” പെഷവാറിൽ ഞാൻ ആ ഗവേഷകനെ കണ്ടപ്പോൾ അയാൾ പറഞ്ഞു.

"നിങ്ങൾ അങ്ങേയറ്റം സൂക്ഷിക്കണം." യാത്ര പറയുമ്പോൾ അയാൾ മുന്നറിയിപ്പ് തന്നു. ബന്നുവിലെ ചില സഹപ്രവർത്തകരുടെ ഫോൺ നമ്പറുകളും തന്നു. "നിങ്ങൾ ആദ്യം ഒരു ബുർഖ വാങ്ങണം", എന്ന് കൂടി ഉപദേശിക്കാൻ അയാൾ മറന്നില്ല.

ബന്നുവിൽ എന്റെയൊപ്പം താമസിച്ച സുഹൃത്ത് അതെല്ലാം വെറും കുപ്രചാരണങ്ങളാണെന്നു പറഞ്ഞു രോഷം കൊള്ളുകയാണ് ചെയ്തത്. "ഒരുപക്ഷേ തലമുറകൾക്കുമുമ്പ്, യുദ്ധപ്രഭുക്കൾ ആൺകുട്ടികളിൽ ഭ്രമിച്ചിട്ടുണ്ടാവാം. എന്നാൽ ഇപ്പോൾ അതെല്ലാം മാറിയിരിക്കുന്നു. പെഷവാറിൽ നിന്നുള്ള ചില വിദേശ സന്നദ്ധസംഘടനകളാണ് ഇത്തരം ഭോഷ്ക്കുകൾ പ്രചരിപ്പിക്കുന്നത്. പാകിസ്ഥാനിലെ മറ്റു നഗരങ്ങൾക്കില്ലാത്ത എന്ത് പ്രത്യേകതയാണ് ബന്നുവിന്?"

ആ പറഞ്ഞതിലും അല്പം കാര്യമില്ലേ എന്ന് ഞാൻ ചിന്തിച്ചു. വസീറിയായ അബ്ദുല്ലയെ കാത്ത് ഞാൻ ബന്നുവിൽ ഇരിക്കുകയായിരുന്നു. ഞങ്ങൾ കണ്ടുമുട്ടാൻ നിശ്ചയിച്ച സ്ഥലം ഒരു സിനിമ തിയേറ്ററിന് എതിർവശത്തുള്ള വൃത്തികെട്ട കുടുസ്സുമുറിയായിരുന്നു. അടിവസ്ത്രം മാത്രം ധരിച്ച, ഒരു നടിയുടെ പോസ്റ്റർ സിനിമ പരസ്യത്തിനായി തിയേറ്ററിന്റെ മുന്നിൽ ഒട്ടിച്ചിരിക്കുന്നു. ഞാൻ, ആകെ വൃത്തികേടായി എന്റെ വെള്ള ബുർഖയ്ക്കുള്ളിൽ നിലത്തു കുത്തിയിരിക്കുകയായിരുന്നു. അപ്പോൾ ഒരു സുഹൃത്ത് കാബൂളിൽവച്ച് പറഞ്ഞ കാര്യം വെറുതെ ഓർത്തു. "ബുർഖ ധരിച്ച് അകമ്പടിയില്ലാതെ ഈ പട്ടണത്തിൽ സഞ്ചരിക്കുന്ന ഒരേ ഒരു വിഭാഗം വേശ്യാസ്ത്രീകളായിരിക്കും."

ഒടുവിൽ അബ്ദുല്ല എത്തി. ആകപ്പാടെ ചിത്തഭ്രമം ബാധിച്ച ഒരാളെപ്പോലെ ഒരു അമിതാവേശക്കാരൻ. "അൽഖയിദക്കാർ രാത്രിയിൽ കറുത്ത ചില്ലുള്ള വാഹനങ്ങളിലാണ് വസീരിസ്ഥാനിൽകൂടി സഞ്ചരിക്കുന്നത്. നിലവിലുള്ളതിനേക്കാൾ പത്തിരട്ടി വാടക അവർ ഒരു മുറിക്കു കൊടുക്കും. എല്ലാ രാത്രിയും അവർ പുതിയ സ്ഥലങ്ങളിലേക്ക് മാറും." അബ്ദുല്ല പറഞ്ഞു. താലിബാൻ സെൻട്രൽ എന്നറിയപ്പെടുന്ന വസീറിസ്ഥാനിൽ അയാളുടെ ഗ്രാമത്തിൽ താമസിക്കാൻ എന്നെ പ്രേരിപ്പിക്കുന്നതിന്റെ ഭാഗമായിട്ടാണ് ഈ വാചകമടി. കഴിഞ്ഞമാസം അയാളുടെ വീട്ടുമുറ്റത്ത് അൽഖയിദയുടെ പേരിൽ ഒരു കത്ത് കിടന്നിരുന്നു. തുറന്നു നോക്കിയപ്പോൾ "സന്നദ്ധ സംഘടനയിൽ പ്രവർത്തിക്കുന്നവർക്കു മരണം" എന്ന് പഷ്ടുവിൽ ടൈപ്പ് ചെയ്തുവച്ചിരിക്കുന്നു. കൂടെ സ്വന്തം ശവപ്പെട്ടി വാങ്ങാൻ എഴുനൂറു രൂപയും. അബ്ദുല്ല തുടർന്നു,

"പാകിസ്ഥാൻ രൂപീകരിച്ചതിനുശേഷം സൈന്യം വസീറിസ്ഥാനിലും ഉണ്ട്. കാബൂളിലെ എന്റെ വസീറി സുഹൃത്തിന്റെ കസിൻ നൂർ ഖാൻ എന്നോട് ഫോണിൽ മന്ത്രിച്ചത് ഞാനോർത്തു. സൈന്യത്തിന് വിവരങ്ങൾ കൈമാറുന്നു എന്നാരോപിച്ച് അറബികൾ അയാളുടെ അയൽക്കാരനെ കഴിഞ്ഞ ദിവസം വെടിവച്ചു കൊന്നുവത്രെ. ഞാൻ നിങ്ങളെ

രാസമാക് വരെ കൊണ്ടുപോകാം അവിടുന്ന് വേണമെങ്കിൽ വാനയിലേക്ക് പോകാം." അബ്ദുല്ല പറഞ്ഞു.

"തനിക്ക് ഭ്രാന്താണോ? അവർ നമ്മളെ കൊല്ലും." ഞാൻ പറഞ്ഞു. പഷ്ടൂൺ സ്ത്രീകളോട് ആരും സംസാരിക്കില്ല. അതുകൊണ്ട് വളരെ സുരക്ഷിതമായിരിക്കും. നിങ്ങൾ എന്റെ ഭാര്യയായി അഭിനയിച്ചാൽ മതി." അബ്ദുല്ല മാർഗ്ഗങ്ങൾ നിരത്തുന്നു. ഞാൻ ഒരു നിമിഷം ആലോചിച്ചു. "പക്ഷേ അപ്പോൾ നമ്മൾ ഒരു മുറി പങ്കുവയ്ക്കേണ്ടി വരും."

"ഞാൻ നോർവേയിൽ അഭയത്തിനായി അപേക്ഷിക്കാൻ പോകുകയാണ്. പക്ഷേ ഞാൻ ഇംഗ്ലണ്ടിലേക്കാണ് പോകുന്നത്." അബ്ദുല്ല പുഞ്ചിരിയോടെ പറഞ്ഞു. "തനിക്ക് ഭ്രാന്താണോ?" എന്റെ ക്ഷമ നശിച്ചുതുടങ്ങിയിരുന്നു.

ഇപ്പോൾ എനിക്കാണ് ഭ്രാന്ത് പിടിച്ചുതുടങ്ങിയിരിക്കുന്നത്. എന്റെ പാസ്പോർട്ടിൽ 'എൻട്രി സ്റ്റാമ്പില്ല" ഞാൻ നിയമവിരുദ്ധമായിട്ടാണ് അൽഖയിദ നിയന്ത്രിതമേഖലയിൽ കടന്നിരിക്കുന്നത്. വന്ന വഴിയേ തിരിച്ചുപോയി ടോർഖമിൽ കാര്യങ്ങൾ വിശദീകരിച്ചു. രക്ഷപ്പെടണോ, അതല്ല പ്രച്ഛന്നവേഷത്തിൽ കുറെ കൂടി സുരക്ഷിതമായ ഏതെങ്കിലും അതിർത്തി വഴി അഫ്ഗാനിസ്ഥാനിലേക്ക് മടങ്ങണോ എന്ന് ഇപ്പോൾ തീരുമാനിക്കണം. ഞാനിപ്പോഴും ബുർഖയ്ക്കുള്ളിലാണ്. അതെന്റെ തലച്ചോറിനെ വരെ ഉപയോഗ ശൂന്യമാക്കിയിരിക്കുന്നു. എന്റെ ചിന്തകൾക്ക് പരസ്പര ബന്ധം നഷ്ടപ്പെട്ടുകഴിഞ്ഞിരിക്കുന്നു." എന്നോടൊപ്പം Miram Shahയിലേക്ക് വരൂ. ഞാൻ നിങ്ങളെ പഴയ താലിബാൻ പോരാളികളെ പരിചയപ്പെടുത്തിത്തരാം. ഏറ്റവും പുതിയ അൽഖയിദ റിക്രൂട്ട്മെന്റ് വീഡിയോ കാണിച്ചു തരം. മറ്റന്നാൾ നമുക്ക് അഫ്ഗാനിസ്ഥാനിലേക്ക് മടങ്ങാം." അബ്ദുല്ല പറയുന്നു.

ഞാൻ ഈ പരിപാടി അംഗീകരിക്കാൻ ഏറെക്കുറെ തയ്യാറായി കഴിഞ്ഞു. ഒന്നുകിൽ ഞങ്ങൾ ജയിലിൽ എത്തും. അല്ലെങ്കിൽ അൽഖയ്ദ തട്ടിക്കൊണ്ടു പോകും. ഇതൊന്നുമല്ലെങ്കിൽ വസീറിസ്ഥാനിൽ പറന്നു നടക്കുന്ന റോക്കറ്റ് ലോഞ്ചറുകൾ ഞങ്ങളെ കത്തിച്ചുകളയും. അപ്പോഴാണ് എന്റെ മൊബൈൽ ഫോൺ അടിക്കുന്നത്.

പെഷവാറിൽ നിന്നാണ്. പെഷവാറിൽ മൂന്നു സഹോദരങ്ങളുണ്ട്. അമീർ, സുലൈമാൻ, നിസാമുള്ള. ഇതിൽ അമീറിനാണ് ഏറ്റവും വലിയ വീടുള്ളത്. സുലൈമാൻ അല്പം ചൂടനാണ്. ഏറ്റവും ഇളയതും ബുദ്ധിമാനും നിസാമുള്ളയാണ്. "എവിടെയാണ് നിങ്ങൾ?" നിസാമുള്ള ചോദിക്കുന്നു. "ബന്നുവിൽ, ഇവിടെ ഞാനൊരു പ്രശ്നത്തിലാണ്." ഞാൻ പറഞ്ഞു. "ബന്നുവിലോ? അവിടെയൊരു പ്രശ്നമുണ്ട് എന്നതിൽ അദ്ഭുതമില്ല. ഇപ്പോൾ തന്നെ പെഷവാറിലേക്ക് വരൂ."

ഒരുപാട് ആശ്വാസത്തോടെയാണ് ഞാൻ അബ്ദുള്ളയോട് യാത്ര പറഞ്ഞത്. കൊഹാത് പാസ് കടന്നു ദാരാ ആദം ഖേലിലെ (ഇവിടെ നിന്നാണ് ISI നിലവാരം കുറഞ്ഞ നൂറുകണക്കിന് കലാഷ്നിക്കോവ് തോക്കുകൾ ഉത്പാദിപ്പിച്ച് അമേരിക്കൻ സൈന്യത്തിന് മുന്നിൽ ഹാജരാക്കി അതെല്ലാം കീഴടങ്ങിയ താലിബാൻ ഭീകരരുടേതാണെന്ന് തെറ്റിദ്ധരിപ്പിച്ചത്.) തോക്ക് ഫാക്ടറികൾ പിന്നിട്ട് മൂന്നു മണിക്കൂറുകൾകൊണ്ട് ഞാൻ ഫ്രോണ്ടിയറിന്റെ തലസ്ഥാനത്തെത്തി.

ഞാൻ എത്തുമ്പോൾ നാരങ്ങാവെള്ളം കുടിച്ചുകൊണ്ട് വീടിന്റെ ടെറസ്സിൽ ഇരിക്കുകയായിരുന്നു നിസാമുള്ള. ഞാൻ ബുർഖയ്ക്കുള്ളിൽ നിന്നും പുറത്തു വന്നു. എന്നിട്ട് എന്റെ അതിർത്തി കടക്കൽസാഹസം "ഞാൻ അദ്ദേഹത്തോട് വിവരിച്ചു. നിസാമുള്ള നിശ്ശബ്ദനായി കേട്ടിരുന്നു. ഞാൻ ഖോസ്റ്റിലേക്ക് തിരിച്ചു പോകണോ?" വിവരണം അവസാനിപ്പിച്ചു കൊണ്ട് ചോദിച്ചു. "ഞാൻ അത്ര വലിയ കുഴപ്പത്തിലാണോ?"

നിസാമുള്ള ഗ്ലാസ് താഴെവച്ച് വിദൂരത്തിലേക്ക് തുറിച്ചു നോക്കിയിരുന്നു. ഒടുവിൽ നിസാമുള്ള സംസാരിച്ചു. "ആലിസ് ഇപ്പോൾ നിങ്ങൾക്ക് കാര്യങ്ങൾ നന്നായി മനസ്സിലായിക്കാണും.", എന്റെ ഹൃദയം നിരാശയിൽ മുങ്ങി. "നിങ്ങളെന്തിനാണ് പേടിക്കുന്നത്? ഇത് പാകിസ്ഥാനാണ്."

എന്റെ കാര്യങ്ങൾ നോക്കാൻ സുലൈമാൻ നിയോഗിക്കപ്പെട്ടു. പിറ്റേ ദിവസം രാവിലെ ഞാൻ സുലൈമാന്റെ ഓഫീസിൽ ചെലവഴിച്ചു. അയാൾ മൂന്നു ഗോത്രതലവന്മാരെയും രണ്ടു രാഷ്ട്രീയപാർട്ടി പ്രതിനിധികളെയും ഒരു പാസ്പോർട്ട് ഓഫീസറെയും വിളിച്ചു വരുത്തിയിരുന്നു. "നിങ്ങളുടെ ബുർഖ കൈയിലുണ്ടോ?" പതിനൊന്നര മണിയായപ്പോൾ സുലൈമാൻ ചോദിച്ചു. ജലാലാബാദ് കലാപം കഴിഞ്ഞതിന്റെ പിറ്റേദിവസമാണത്. ടോർഘം (Torkham) വഴി വിദേശികൾ സഞ്ചരിക്കുന്നതിനു നിരോധനമുണ്ട്. സാധാരണ ദിവസങ്ങളിൽപോലും അവർക്ക് അകമ്പടി ആവശ്യമാണവിടെ.

ഖോസ്റ്റിലെ അതിർത്തി വഴി ഞാൻ സഞ്ചരിച്ച ദിവസം അഫ്ഗാനിസ്ഥാനിൽ കലാപം നടന്ന കാര്യം അപ്പോൾ മാത്രമാണ് ഞാൻ അറിയുന്നത്. ന്യൂസ് വീക്കിൽ വന്ന ഒരു റിപ്പോർട്ടിനെതിരെ നടന്ന പ്രതിഷേധമാണ് കലാപമായത്.

Guantanamo Bayയിലെ ഒരു ഉദ്യോഗസ്ഥൻ ഖുർ-ആൻ ടോയ്ലറ്റിൽ ഒഴുക്കിക്കളഞ്ഞു എന്ന ഒരു വാർത്തയാണ് പ്രശ്നങ്ങൾ ഉണ്ടാക്കിയത്. ന്യൂസ് വീക്ക് പിന്നീട് ആ വാർത്ത പിൻവലിച്ചിരുന്നു. ഗസ്നിയിൽ കലാപകാരികൾ ഗവർണറുടെ വസതി ആക്രമിച്ചു. കലാപത്തിൽ നാല് പേർ കൊല്ലപ്പെട്ടു. പ്രസ്തുത സംഭവം താലിബാന്റെ ഉയിർത്തെഴുന്നേല്പിനു പ്രോത്സാഹനമായി എന്ന് പറയാം. ഞാൻ ഗസ്നിയിലേക്ക് സഞ്ചരിച്ച

റോഡ് ഇന്ന് വിദേശികൾക്ക് തീർത്തും അപ്രാപ്യമായിരിക്കുകയാണ്. വിഷക്കൂണുകൾപോലെ താലിബാൻ ചെക്ക്പോസ്റ്റുകൾ വഴിലുടനീളം മുളച്ചു പൊന്തിയിരിക്കുന്നു. വണ്ടിയിൽ നിന്നും തോക്കിൻ മുനയിൽ അഫ്ഗാനികളെ വലിച്ചുപുറത്തിറക്കി അവരുടെ ബാഗുകൾ മുഴുവൻ പരിശോധിക്കും. അവരുടെ ബാഗിൽ നിന്ന് വിദേശികളോടൊപ്പം ജോലി ചെയ്യുന്നതിന് തെളിവായി വിസിറ്റിംഗ് കാർഡുകളോ മൊബൈലിൽ നിന്ന് ഫോൺ നമ്പറുകളോ കിട്ടിയാൽ അവരെ അപ്പോൾ തന്നെ വെടിവെച്ചു കൊല്ലും.

"നിങ്ങൾക്ക് ശരിക്കും ഭ്രാന്താണ്", ഞാനെന്റെ ഷട്ടിൽ കോക്ക് മോഡൽ ബുർഖ ധരിച്ച് ഖൈബറിലേക്ക് പോകാൻ വേണ്ടി കാറിൽ കയറവേ സുലൈമാൻ പറഞ്ഞു. "ഞങ്ങൾ പഷ്ടൂണുകൾ പോലും അഫ്ഗാനിസ്ഥാൻ ഒഴിവാക്കുകയാണ് ചെയ്യാറ്. ഞങ്ങൾ ജംറഡിലെ (Jamrud)ലെ ചെക്പോസ്റ്റ് വഴിയാണ് പോകാറ്." പിന്നെ തിരിഞ്ഞ് എന്നോട് ചോദിച്ചു, "ബന്നുവെങ്ങനെ? ഇഷ്ടപ്പെട്ടോ?" എന്നിട്ട് തന്റെ മൊബൈൽ ഫോൺ തുറന്ന് ഒരു ഗ്രാഫിക് കാണിച്ചു. സ്വവർഗഭോഗി കളായ രണ്ടു പുരുഷന്മാരുടെ ചിത്രം കറുപ്പും ചുവപ്പും കലർന്ന റോഡ് സൂചകത്തിനൊപ്പം. അതിൽ ഇങ്ങനെ എഴുതിയിരിക്കുന്നു "ബന്നു 5 കിലോമീറ്റർ."

ഞങ്ങൾ ഇപ്പോൾ മയക്കു മരുന്ന് പ്രഭുക്കളുടെ നാട്ടിലാണ്. സുലൈ മാൻ എന്റെ വഴികാട്ടിയായി. വഴിയിൽ കാണുന്ന മയക്കുമരുന്ന് രാജാ ക്കന്മാരുടെ കോട്ടകൾ എനിക്കു പരിചയപ്പെടുത്തിത്തന്നു. "ആ കാണുന്ന കോട്ടയ്ക്കുള്ളിൽ ഒരു കാഴ്ചബംഗ്ലാവുണ്ട്." ഒരു മണിയോടെ മറ്റൊരു കോട്ടയുടെ മുന്നിലെത്തിയ സുലൈമാൻ കാറിന്റെ ഹോൺ മുഴക്കി. കറുത്ത കണ്ണട ധരിച്ച ഒരാൾ ഇറങ്ങി വന്നു. ഒരു അഫ്രീദി ഗോത്രത്തല വനാണ്. അയാളുടെ കസിനെ കൂട്ടാൻ വേണ്ടി ഞങ്ങൾ ലാൻഡി കൊടൽ (Landy Kotal Bazar) ബസാറിലേക്ക് പോയി. ഒടുവിൽ മലമുകളിലെ സൈനിക സമുച്ചയത്തിലെത്തുമ്പോഴേക്കും ഒരുതരം ഉന്മാദാവസ്ഥ യിലെത്തിയിരുന്നു. അവരെന്നെ അസിസ്റ്റന്റ് പൊളിറ്റിക്കൽ ഏജന്റിനെ കാണാൻ അയച്ചു. പിന്നീട് ഞങ്ങൾ ടോർഖാമിലേക്ക് പോയി.

ഞങ്ങൾ എത്തുമ്പോൾ മുറി നിറയെ പുരുഷന്മാരെ ഗ്രീൻ ടീ കൊടുത്തു സൽക്കരിക്കുന്ന തിരക്കിലായിരുന്നു പാസ്പോർട്ട് ഓഫീസർ. അയാൾ എന്റെ പാസ്പോർട്ട് വാങ്ങി പേജുകൾ മറിച്ചു. അയാൾ അതിലെ ഒരു പേജിൽ കണ്ട കാലാവധി കഴിഞ്ഞ ഇന്ത്യൻ വിസയിൽ വിരൽ കൊണ്ട് തട്ടി. 'ഹാമാരെലിയെ ബഹുത് ഖദാർനാക്' (ഞങ്ങൾക്ക് വലിയ അപകടമാണ്) നെറ്റി ചുളിച്ചുകൊണ്ട് അയാൾ പറഞ്ഞു. എന്റെ മന സ്സിനെ വീണ്ടും നിരാശ വിഴുങ്ങി. അറ്റോക്കിലെ ജയിലിലേക്ക് എന്നെ ആട്ടിത്തെളിച്ചു കൊണ്ടുപോകുന്നത് ഞാൻ മനസ്സിൽ കണ്ടു. എന്നാൽ പാസ്പോർട്ട് ഓഫീസർ ചിരിച്ചുകൊണ്ട് പറഞ്ഞു, "നിങ്ങൾക്ക് പോകാം.

അഫ്ഗാനികളോട് നിങ്ങൾ കാബൂളിൽനിന്നും വരുന്നുവെന്ന് പറഞ്ഞാൽ മതി."

ഞാൻ അങ്ങനെ അഫ്ഗാൻ അതിർത്തി കടന്ന് എന്റെ പാസ്പോർട്ടിൽ പ്രവേശനാനുമതി രേഖപ്പെടുത്തി വാങ്ങി. എന്നിട്ട് വീണ്ടും പാകിസ്ഥാനിലേക്കു കടന്ന് അവിടെനിന്നും അതുപോലെ തന്നെ അനുമതി വാങ്ങി. എല്ലാം കഴിഞ്ഞ് ഗോത്രത്തലവനും അയാളുടെ ബന്ധുവും സുലൈമാനും ഞാനും കൂടി ഗംഭീരമായ ഉച്ചഭക്ഷണം കഴിക്കാനിരുന്നു. "ഇത് പാകിസ്ഥാനാണ്" ആടിന്റെ തുടഭാഗത്തെ മാംസം മുറിച്ചുനീക്കാൻ ശ്രമിക്കുന്നതിനിടെ ദീർഘനിശ്വാസത്തോടെ ഞാൻ പറഞ്ഞു. എന്റെ സുഹൃത്തുക്കൾ ചിരിച്ചു. "ലോകത്തിലേക്കും നല്ല രാജ്യം അല്ലേ?"

ഏഴ്

പട്ടുപാതയിലെ ബുദ്ധൻ

സിൻ-റ്റു (സിന്ധു) നദി പരിശുദ്ധവും കണ്ണാടി പോലെ തെളിഞ്ഞതുമാണ്. വിഷമുള്ള വ്യാളികളും അപകടകാരികളായ ആത്മാക്കളും അതിനടിയിൽ വസിക്കുന്നു. ആരെങ്കിലും അപൂർവ രത്നങ്ങളും പഴങ്ങളും പൂക്കളും എല്ലാറ്റിലുമുപരി ബുദ്ധന്റെ തിരുശേഷിപ്പുകളുമായി നദി കടക്കാൻ ശ്രമിച്ചാൽ തിരകൾ അവരുടെ നൗകയെ വിഴുങ്ങും.

(ഹുയാൻസാങ്, 645 C E)

1021ൽ ഗസ്നിയിലെ സുൽത്താൻ മഹ്മൂദ് പെഷവാറിന് വടക്കു സ്വാതിലേക്കും ബജോറിലേക്കും പടയോട്ടം നടത്തുന്ന കാലത്തു സിന്ധുവിന്റെ താഴ്വരകളിൽ ബുദ്ധിസം ഏതാണ്ട് നാശാവസ്ഥയിലായിരുന്നു. സ്വാതിൽ പ്രത്യേകിച്ചും നിരവധി ബുദ്ധവിഹാരങ്ങൾ നശിച്ചു കിടക്കുന്നുണ്ടായിരുന്നു. മഹ്മൂദ് അവിടെ കുറെ വിഗ്രഹാരാധകരെ മതം മാറ്റി. കുറെ വിഗ്രഹങ്ങൾ തകർത്തു. ഉദെഗ്രാമിലെ കുന്നിൻ മുകളിലുള്ള കൂറ്റൻ കോട്ടയെ വളഞ്ഞു. കോട്ടയ്ക്കു താഴെ നിരപ്പായ സ്ഥലത്തു മഹ്മൂദ് തന്റെ മുഴുവൻ സൈനികരെയും ഉൾക്കൊള്ളാൻ തക്ക ഒരു മോസ്ക് പണിതു. ആ മോസ്കിന്റെ തറ ഇപ്പോഴുമുണ്ട്. നല്ല ചൂടുള്ള ഏപ്രിൽ മാസത്തിൽ മുകളിലെ കോട്ടയിലേക്ക് കയറുമ്പോൾ എന്റെ സ്വാത്കാരൻ സുഹൃത്ത് താരിഖ് നമസ്കരിക്കാനുള്ള ഒരുക്കത്തിലായിരുന്നു.

സുൽത്താൻ മഹ്മൂദോ അദ്ദേഹത്തിന്റെ മന്ത്രിമാരോ ചരിത്രകാരന്മാരോ വിഗ്രഹാരാധകരെ തരം തിരിക്കാൻ മെനക്കെട്ടില്ല. അവരെ സംബന്ധിച്ചിടത്തോളം എല്ലാവരും വിഗ്രഹാരാധകർ തന്നെ. സത്യത്തിൽ വടക്കു പടിഞ്ഞാറൻ ഇന്ത്യയിലുണ്ടായിരുന്ന ബഹുഭൂരിഭാഗം അവിശ്വാസികളും ബുദ്ധമതവിശ്വാസികളായിരുന്നു. ബജൗരിലും സ്വാതിലും മഹ്മൂദ് കീഴടക്കുകയും മതപരിവർത്തനം നടത്തുകയും ചെയ്ത സിംഹാരാധകർ ഹിന്ദുക്കളായിരുന്നില്ല. അവർ ബുദ്ധനെ സിംഹരൂപത്തിൽ ആരാധിക്കുന്ന ശാക്യ സിൻഹ അനുയായികളായിരുന്നു.

ബുദ്ധമത സ്വാധീന പ്രദേശങ്ങളിൽ ഏറെ നാൾ ഗാസ്നാവിദ് വംശക്കാർ ആക്രമണങ്ങൾ നടത്തി. ഗാസ്നി തന്നെ ഒരു ബുദ്ധമത കേന്ദ്രമായിരുന്നു. മഹ്മൂദിന്റെ പിതാവ് സെബക്റിഗിൻ മധ്യഅഫ്ഗാനിസ്ഥാനിലെ ബുദ്ധമത കേന്ദ്രമായിരുന്ന ബാമിയാനിൽ ഗവർണറായിരുന്നു. ബാമിയാനിലെ അതിമനോഹരമായ താഴ്വരകളും ബദാം മരങ്ങളും കൂറ്റൻ ബുദ്ധപ്രതിമകളും കൊട്ടാരം കവിയായിരുന്ന ഉൻസുരിയുടെ കവിതകളിലൂടെ ഗാസ്നാവിദ് വംശത്തിന്റെ നാടോടിക്കഥകളിൽ ഇടം നേടി.

സുൽത്താൻ മഹ്മൂദിന്റെ സ്വാത് ആക്രമണവും സിന്ധുവിന് പടിഞ്ഞാറ് ബുദ്ധിസത്തിന്റെ തകർച്ചയും ഏറെക്കുറെ ഒരേ സമയത്തായതു കേവലം യാദൃച്ഛികമായിരിക്കാം. ബ്രാഹ്മണ നവോത്ഥാനം ശക്തമായ മധ്യേന്ത്യയിൽ നിന്നുള്ള പരിരക്ഷ കുറഞ്ഞതാണ് ബുദ്ധമതത്തെ നാശത്തിലേക്കു നയിച്ചത്. ഏഴാംനൂറ്റാണ്ടിൽ സിന്ധുവിലുണ്ടായ ഒരു വൻ വെള്ളപ്പൊക്കം നിരവധി ബുദ്ധവിഹാരങ്ങളെ നശിപ്പിച്ചു. ഉദെഗ്രാമിൽ മോസ്ക് നിർമ്മിച്ചവർ, ആയിരത്തോളം വർഷം ആ പ്രദേശങ്ങളെ നിയന്ത്രിച്ചിരുന്ന ഒരു മതത്തിന്റെ നാശത്തിന് സാക്ഷികളായിട്ടുണ്ടാവാം. BCE മൂന്നാം നൂറ്റാണ്ടിൽ അശോകചക്രവർത്തിയുടെ കാലം മുതൽ താന്ത്രിക ഗുരുവായിരുന്ന പദ്മസംഭവൻ എട്ടാം നൂറ്റാണ്ടിന്റെ മധ്യത്തോടെ ടിബറ്റിലേക്ക് പോകുംവരെ ബുദ്ധമതം അതിന്റെ സുവർണ കാലഘട്ടത്തിലൂടെയാണ് കടന്നുപോയത്. ഇൻഡോ ഗ്രീക്ക് രാജാക്കന്മാരും ബുദ്ധമതത്തെ അകമഴിഞ്ഞ് പ്രോത്സാഹിപ്പിച്ചിരുന്നു. ടിബറ്റിലെത്തിയ പദ്മസംഭവൻ ആ രാജ്യത്തെ ബുദ്ധമതത്തിലേക്ക് പരിവർത്തനം ചെയ്തു.

നദിയിലെ വെള്ളപ്പൊക്കങ്ങളിൽ പാളികളായി അടിഞ്ഞ എക്കൽപോലെ സ്വാത് അതിന്റെ ബുദ്ധമത ഭൂതകാലത്തെത്തന്നെ പാളികളായി അടുക്കിസൂക്ഷിച്ചിരിക്കുന്നു. പരദേശികളായ ഒരു കൂട്ടം ബുദ്ധമതരാജാക്കന്മാർ ഇവിടെ ഭരണം നടത്തിയിരുന്നു. അവരുടെ ഉദ്ഭവത്തെക്കുറിച്ചും ലക്ഷ്യങ്ങളെക്കുറിച്ചും നേട്ടങ്ങളെക്കുറിച്ചും ചരിത്രപരമായി അന്വേഷിക്കാൻ പോയാൽ മോഹാലസ്യമുണ്ടാവും. അതിനേക്കാൾ കൂടുതൽ മനസ്സിലാക്കാൻ ബുദ്ധിമുട്ടുള്ളത് ആ ഭൂതകാലം എങ്ങനെ ഈ വർത്തമാനകാലത്തിലെത്തിയെന്നതാണ്. സിന്ധുതാഴ്വരയിലെ മറ്റു പ്രദേശങ്ങളിൽ നിന്ന് വിഭിന്നമായി സ്വാത് പൗരാണികതയിൽനിന്നും പൂർണമായും പറിച്ചു മാറ്റപ്പെട്ടിരിക്കുന്നു.

വടക്കൻ പാകിസ്ഥാനിലെ കാശ്മീരീൽനിന്നും പുറത്തു കടക്കുന്ന നിമിഷം മുതൽ സ്വാത് നദി സിന്ധുവിന് സമാന്തരമായി ഒഴുകുന്നു. അത് പഞ്ചാബിലെത്തുംവരെ നിഗൂഢമായ ഇൻഡസ് കൊഹിസ്ഥാൻ താഴ്വരയിലൂടെ ഒഴുകുന്നു. സ്വാത് ഒറ്റപ്പെട്ടു കിടക്കുന്ന, ഒരുപാട് സവിശേഷതകൾ സ്വന്തമായുള്ള ഒരു പ്രദേശമാണ്. വടക്ക് ഹിന്ദുകുഷ്പർവത

നിരകളും കിഴക്ക് സിന്ധുവും തെക്കും പടിഞ്ഞാറും ഉണങ്ങിയ വൈക്കോലിന്റെ നിറമുള്ള മലനിരകളും സ്വാതിനു അതിർത്തികളാകുന്നു. ഇതിനിടയിൽ വേനലിലെ മരീചികയായി ഈ താഴ്വര നിലകൊള്ളുന്നു. നീലജലാശയങ്ങളും വർണങ്ങളുടെ ഉത്സവങ്ങളൊരുക്കുന്ന ഭൂപ്രകൃതിയും സ്വാതിലെ മനുഷ്യരെ അലസരാക്കുന്നു. അവർ നികുതി കൊടുക്കുന്നില്ല. പർവതങ്ങളിൽകൂടി കള്ളക്കടത്തായി അഫ്ഗാനിസ്ഥാനിൽ നിന്നും കാറുകൾ കൊണ്ടുവരുന്നു. രാജ്യത്തെ നിയമങ്ങളെ തീർത്തും അവഗണിക്കുന്നു. സ്വാതിലെ ജീവിതം, വടക്കു കലാമിലെ മഞ്ഞുപാളികളിൽനിന്നും ഉദ്ഭവിച്ചു നിരവധി പർവതപട്ടണങ്ങളിൽ കൂടി പെഷവാറിലേക്കൊഴുകുന്ന ആഴവും പരപ്പുമുള്ള നീലനദിയെ ചുറ്റിപ്പറ്റിയാണ്. അങ്ങനെ മൂവായിരം കിലോമീറ്റർ സഞ്ചരിക്കുന്ന സിന്ധുവിന്റെ ചെറിയൊരു പതിപ്പാകുന്നു സ്വാത് നദി.

ഗവൺമെന്റ് ഉദ്യോഗസ്ഥരും ഹോട്ടൽ ബിസിനസ്സുകാരും സ്വാതിനെ 'പാകിസ്ഥാനിലെ സ്വിറ്റ്സർലൻഡ്' എന്നു വിളിക്കുന്നു. 2001 വരെ ഇവിടുത്തെ കിട്ച് (Kitsch) പർവതനിരകൾ വിദേശവിനോദസഞ്ചാരികൾക്കിടയിൽ പ്രസിദ്ധമായിരുന്നു. സെപ്റ്റംബർ 11നുശേഷം വിനോദസഞ്ചാരം ഇല്ലാതെയായി. ഇപ്പോൾ ഇവിടെ വരുന്ന സഞ്ചാരികൾ കള്ളക്കടത്തുകാരും ധനികരായ പഞ്ചാബികളും മാത്രം. സ്വാത് തലസ്ഥാനമായ മിങ്കോറയിൽ ഹോട്ടൽ നടത്തിയിരുന്ന താരിഖ് അത് നിർത്തി സ്കൂൾ തുടങ്ങി.

സ്വാത് ഒരു ഗ്രാമീണ സുന്ദരിയായിരിക്കാം. "ആവൊ സനം സ്വാത് ചലേ" (പ്രിയപ്പെട്ടവളെ വരൂ, നമുക്ക് സ്വാതിലേക്ക് പോകാം) എന്റെ മുന്നിൽ പോയിക്കൊണ്ടിരുന്ന ഒരു ലോറിയുടെ പിന്നിൽ എഴുതിവച്ചിരിക്കുന്നു. പക്ഷേ, ഇന്നത് മദ്രസകളുടെ ബാഹുല്യംകൊണ്ട് വീർപ്പുമുട്ടുകയാണ്. 2001ൽ, അമേരിക്ക അഫ്ഗാനിസ്ഥാനിൽ എത്തിയതിനുശേഷം സ്വാതിൽ നിന്നും പതിനായിരത്തോളം മുസ്ലീങ്ങളുമായി സൂഫി മുഹമ്മദ് എന്ന തീവ്രവാദിയായ പുരോഹിതൻ ബജൗർ വഴി നവപാസ്സിലൂടെ അഫ്ഗാനിസ്ഥാനിലേക്ക് മാർച്ചു ചെയ്തു. ബിൻ ലാദനെ പാകിസ്ഥാനിലേക്കു രക്ഷപ്പെടാൻ സഹായിച്ചത് സൂഫി മുഹമ്മദ് ആണെന്നാണ് കരുതുന്നത്. അതിനുശേഷം അയാൾ കീഴടങ്ങി.

മിങ്കോറയുടെ പ്രാന്തപ്രദേശത്തു ഒരു ചെറിയ മദ്രസ്സയുടെ സമീപത്തു വച്ച് ഞാൻ ഒരു ഇരുപതു വയസ്സുകാരനുമായി വളരെ വിജ്ഞാനപ്രദമായ സംഭാഷണം നടത്തി. അയാളുടെ പിതാവ്, മുൻപ് സൂഫി മുഹമ്മദിന്റെ ജിഹാദിൽ പങ്കെടുത്ത ആളാണ്. അതിനുവേണ്ടി ഖോസ്റ്റിൽ അഞ്ചു വർഷം നീണ്ട പരിശീലനവും ഉണ്ടായിരുന്നു. ഈ ചെറുപ്പക്കാരൻ കുടുംബത്തിന് പുറത്തുള്ള ഒരു സ്ത്രീയോട് ഇതാദ്യമായാണ് സംസാരിക്കുന്നത്. മുഖം മറയ്ക്കാത്ത സ്ത്രീയെ നോക്കാനോ ആ സ്ത്രീയാൽ നോക്കപ്പെടാനോ അയാൾ ആഗ്രഹിക്കുന്നില്ല. ഞാനപ്പോൾ ബുർഖ ധരിച്ചിരുന്നില്ല. ബന്നു വിട്ടപ്പോൾ തന്നെ ഞാൻ ആശ്വാസപൂർവം എന്റെ ബുർഖ ഉപേക്ഷിച്ചിരുന്നു. ഇപ്പോൾ ഞാൻ അയഞ്ഞു തൂങ്ങിയ

ഒരു സൽവാർ കമ്മീസ് ആണ് ധരിച്ചിരിക്കുന്നത്. ഒരു സ്കാർഫ് കൊണ്ട് തലയും മറച്ചിട്ടുണ്ട്. ഇതൊന്നും മാന്യമായ വേഷമാകുന്നില്ല. "നിങ്ങൾ പർദ്ദ ധരിക്കണമായിരുന്നു." അഭിമുഖത്തിലൂടനീളം അയാൾ ഒരു ഷാൾ കൊണ്ട് തല മറച്ചു തിരിഞ്ഞിരുന്നു. അപ്പോൾ എനിക്ക് അയാളുടെ മുഖം കാണാൻ കഴിയില്ല.

അയാളുടെ മദ്രസ്സയിൽ ടെലിവിഷൻ കാണുന്നതും റേഡിയോ കേൾക്കുന്നതും 'ഹറാമാണ്'. മാധ്യമങ്ങൾ ഗവൺമെന്റിന്റെയാണ്. ഗവൺമെന്റ് അമേരിക്കയുടെ ഒപ്പവും. അയാൾ പാട്ടും കേൾക്കാറില്ല. പ്രാചീന ഇസ്ലാമിനെക്കുറിച്ചുള്ള നോവലുകൾ വായിക്കുകയാണ് ഏക വിനോദ മാർഗം. "ഇപ്പോൾ ഞാൻ വായിച്ചുകൊണ്ടിരിക്കുന്നത്, സ്പെയിനിനെ ഇസ്ലാം കീഴടക്കിയതിനെക്കുറിച്ചാണ്. മുസ്ലീങ്ങൾ മക്കയിൽനിന്നും മദീനയിൽ നിന്നും പുറത്തേക്കു വ്യാപിച്ചുതുടങ്ങിയ കാലമാണ് ഇസ്ലാമിന്റെ ഏറ്റവും ശക്തമായ കാലഘട്ടം." ഇസ്ലാമിന്റെ സുവർണ കാലഘട്ടം പാകിസ്ഥാനിൽ പുനഃസൃഷ്ടിക്കുകയാണ് അവരുടെ ലക്ഷ്യം. ശരിയാത്ത് നിയമം അനുസരിച്ചു പ്രവർത്തിക്കുന്ന താലിബാൻ മാതൃകയിലുള്ള ഭരണമാണ് അവരുടെ സ്വപ്നം. സമിഉൽ ഹഖിന്റെ മതപാർട്ടി പോലും വേണ്ടത്ര പരിശുദ്ധമല്ല. "നല്ല ഇസ്ലാമികസമൂഹം ലോകത്തെവിടെയും ഇല്ല. ഇപ്പോൾ താലിബാനും പോയി", അയാൾ പറഞ്ഞു. "അത് നീതിയുടെ കാലമായിരുന്നു", അയാളുടെ ആത്മഗതം. ലോകം മുഴുവൻ കാൽ ചുവട്ടിലാക്കണമെന്ന മോഹമൊന്നും ഇടയ്ക്കു കേൾക്കുന്ന ഇത്തരം അഭിപ്രായ പ്രകടനങ്ങൾ സൂചിപ്പിക്കുന്നില്ല. പക്ഷേ, നിലനിൽക്കുന്ന സംവിധാനങ്ങളിൽ ഉള്ള അതൃപ്തിയും അതിൽ നിന്നുളവാകുന്ന നിരാശയും നേതാക്കന്മാരുടെ ഇസ്ലാം വിരുദ്ധവിദേശ ശക്തികളുമായിട്ടുള്ള കൂട്ടുകെട്ടുകളും ആകപ്പാടെ അവരെ ആശയക്കുഴപ്പത്തിലേക്ക് തള്ളിവിടുന്നു എന്നത് യാഥാർത്ഥ്യമാണ്.

മതമെന്ന ആശയത്തിന്റെ രണ്ടു വിരുദ്ധ ധ്രുവങ്ങളിലാണ് ഇസ്ലാമും ബുദ്ധിസവും ഇന്ന് എത്തിനിൽക്കുന്നത്. തീർത്തും വ്യത്യസ്തമായ ജനാഭിപ്രായങ്ങൾ ഉള്ള വേറെ രണ്ടു മതങ്ങൾ കാണില്ല.എന്നാൽ വടക്കുപടിഞ്ഞാറൻ ഇന്ത്യയിൽ സിന്ധുവിന്റെ തീരപ്രദേശങ്ങളിൽ ഈ രണ്ടു വിശ്വാസങ്ങളും തമ്മിൽ ദീർഘമായ അടുപ്പം നിലനിന്നിരുന്നു. പഴയ തത്ത്വശാസ്ത്രം പ്രാദേശികമായിട്ടെങ്കിലും പുതിയതിന്റെ വികാസത്തെ സ്വാധീനിച്ചിട്ടുമുണ്ട്. ബാമിയാനിൽ ഇസ്ലാം സ്വാധീനം ഉറപ്പിച്ചതിനു ശേഷം അവിടുത്തെ വിഖ്യാതമായ ബുദ്ധപ്രതിമകൾ ഷിയാ നാടോടിക്കഥകളുടെ ഭാഗമായി തീർന്നു. ബാമിയാൻ ബുദ്ധപ്രതിമകളോട് ഷിയാക്കൾ പുലർത്തിയിരുന്ന ആത്മാർപ്പണമാവാം അത്യുത്സാഹത്തോടെ അത് നശിപ്പിക്കാൻ സുന്നി താലിബാനെ പ്രേരിപ്പിച്ചത്. വളരെ ക്രൂരമായിട്ടാണ് തദ്ദേശീയ ഷിയാ വിശ്വാസികളെ ആ പ്രതിമയ്ക്ക് മുകളിൽ

കയറ്റി സ്ഫോടക വസ്തുക്കൾ സ്ഥാപിക്കാൻ താലിബാൻ നിയോഗിച്ചതെന്നു ബാമിയാനിൽ വച്ച് ആളുകൾ എന്നോട് പറഞ്ഞു. സ്ത്രീ-പുരുഷ ദേവതകളുടെ മുഖത്തിന്റെ ഭാഗത്ത് ഇപ്പോൾ ദ്വാരങ്ങൾ മാത്രം അവശേഷിക്കുന്നുവെന്നു വേദനയോടെ അവർ പറയുന്നു.

ഏറെ ദുഷ്പേരുള്ള മുസ്ലീം സ്ഥാപനങ്ങളായ മദ്രസ്സകളുടെ പോലും വേരുകൾ ചിലപ്പോൾ ബുദ്ധവിഹാരങ്ങളിൽ കണ്ടേക്കാം. രണ്ടും സംഭാവനകൾ കൊണ്ട് നിലനിൽക്കുന്ന, തീവ്ര മത പഠന കേന്ദ്രങ്ങളാണ്.

സ്വാതിൽ നൂറ്റാണ്ടുകളായി മതത്തോട് ആഭിമുഖ്യം പുലർത്തുന്ന ചെറുസംഘം സ്ത്രീ പുരുഷന്മാർ, ലൗകികജീവിതത്തിൽനിന്നും വേർപെട്ട്, പ്രാർത്ഥിച്ചും വിശുദ്ധ ഗ്രന്ഥങ്ങൾ പഠിച്ചും അടുത്ത ജന്മത്തിൽ നന്മ സ്വരുക്കൂട്ടാനായി ഈ ജന്മം ഉഴിഞ്ഞു വയ്ക്കുന്നു. തെക്കൻ മിങ്കോറയിലെ C E രണ്ടാം നൂറ്റാണ്ടിൽ പണിതീർത്ത തക്ത് ഇബാഹി ബുദ്ധവിഹാരത്തിൽ കടക്കവേ, ബുദ്ധസൂത്രങ്ങൾ ഉരുവിട്ട് പഠിച്ചുകൊണ്ടിരിക്കുന്ന യോഗിനികളെ മനസ്സിൽ സങ്കല്പിക്കാൻ ശ്രമിച്ചു നോക്കി. പക്ഷേ, സ്വാതിലെ പെൺകുട്ടികളുടെ മദ്രസ്സയിലെ പഠന മുറിയിലേക്കായിരുന്നു ഞാൻ കടന്നത്. കൺമുന്നിൽ തെളിഞ്ഞത്, ഒരേ താളത്തിൽ ഇരുവശത്തേക്കും ആടുന്ന ശരീരങ്ങളും.

ഇന്ത്യയുടെ കിഴക്കും പടിഞ്ഞാറും അതിർത്തി ദേശങ്ങളിൽ ഇസ്ലാമിന്റെ ദ്രുതഗതിയിലുള്ള വ്യാപനം പലരെയും അസ്വസ്ഥരാക്കിയിരുന്നു. ഇന്ത്യയിലെ മുസ്ലീം രാജാക്കന്മാർ അവരുടെ 'അവിശ്വാസികളായ' പ്രജകളെ കൂട്ടത്തോടെ മതം മാറ്റാൻ ശ്രമങ്ങൾ നടത്തിയെങ്കിലും സിന്ധു, ബ്രഹ്മപുത്ര നദികളുടെ തീരങ്ങളോടു ചേർന്നു കിടക്കുന്ന അതിർത്തികളിൽ ഇസ്ലാം പരസഹായമില്ലാതെ തന്നെ വ്യാപിച്ചു. ഒടുവിൽ പാകിസ്ഥാൻ, ബംഗ്ലാദേശ് എന്നീ രണ്ടു രാജ്യങ്ങൾ രൂപീകരിക്കപ്പെടുകയും ചെയ്തു. ഇസ്ലാമിന്റെ രീതിയനുസരിച്ചു ആയുധം പ്രയോഗിച്ചു ബുദ്ധമതത്തെ ഉന്മൂലനാശം ചെയ്യാതെ അവരുടെ ആചാരങ്ങളെയും രീതികളെയും സ്വാംശീകരിച്ചുകൊണ്ടു മുന്നോട്ടു പോകാനാണ് ഇസ്ലാം ശ്രമിച്ചതെന്നു തോന്നുന്നു. ഘടനാപരമായ സാമ്യങ്ങളാകാം അവരെ അതിനു പ്രേരിപ്പിച്ചത്. ഇരുമതങ്ങളും വംശീയതയുടെ അതിരുകൾ ഇല്ലാത്ത, പരിവർത്തിതരായ അനുയായികളുള്ള, വ്യാപാര ശൃംഖലകളിലൂടെ ബന്ധപ്പെട്ടു കിടക്കുന്നവയാണ്. അത് തന്നെയാവാം സിന്ധിലെ ജനങ്ങളെ ഈ രണ്ടു മതങ്ങളും സ്വീകരിക്കാൻ പ്രേരിപ്പിച്ചത്. മറിച്ച് ഇന്ത്യൻ ഉപഭൂഖണ്ഡത്തിന്റെ അതിരുകൾ കടക്കുന്ന മതങ്ങൾ അവിടെയുണ്ടായിരുന്നവയുമായി കൂടിക്കലരുമെന്നുള്ള പ്രചാരണങ്ങൾ കേവലം നുണയാകാനാണ് സാധ്യത.

ഇസ്ലാമിന്റെ ഇന്ത്യയിലേക്കുള്ള വരവിനു മുൻപുള്ള സഹസ്രാബ്ദം ബുദ്ധമതത്തിനു വളരാനുള്ള അനുകൂല സാഹചര്യം ഒരുക്കിയിരുന്നു. പട്ടുപാത(Silk Way)യിലൂടെ കടന്നുപോയിരുന്ന സാർവദേശീയ വ്യാപാര

സംഘങ്ങളും സഞ്ചാരികളും ബുദ്ധമതത്തെ ലോകത്തിന്റെ മറ്റു ഭാഗങ്ങളിലെത്തിച്ചു. ജാതീയതയുടെ കെട്ടുപാടുകളിൽ കിടന്നിരുന്ന വൈദിക ഹിന്ദുമതത്തിന് ഇന്ത്യയ്ക്കുള്ളിൽതന്നെ ഒതുങ്ങേണ്ടി വന്നു. പട്ടുതുണികളും സുഗന്ധദ്രവ്യങ്ങളും സ്വർണവും വ്യാപാരം നടത്താനായി സഞ്ചരിച്ചിരുന്ന വ്യാപാരികളുടെ കൂട്ടായ്മ മെഡിറ്ററേനിയൻ മുതൽ ചൈന വരെ വ്യാപിച്ചിരുന്നു. ഭക്ഷണശാലകളോ സത്രങ്ങളോ ഇല്ലാതിരുന്ന വിദൂരവും വിജനവുമായ പാതകളിൽ സഞ്ചാരികൾക്കു സംരക്ഷണവും സഹായവുമായി ബുദ്ധവിഹാരങ്ങളും ബുദ്ധസന്ന്യാസിമാരും മാറി. അതുകൊണ്ടുതന്നെ, അവരെ സഹായിക്കാനും സംരക്ഷിക്കാനും രാജാക്കന്മാരും വ്യാപാരികളും തയ്യാറായി. അതിവിദൂരമായ താഴ്‌വരകളിലും അപകടം പിടിച്ച നദീതീരങ്ങളിലും ബുദ്ധസന്ന്യാസിമാർ സഞ്ചാരികൾക്കു വഴികാട്ടികളായി. പട്ടുപാതയിൽ സത്രങ്ങളേക്കാൾ കൂടുതൽ ബുദ്ധവിഹാരങ്ങളുണ്ടായി. പകരം സന്ന്യാസിമാർക്ക് സഹായവും മതത്തിലേക്ക് ആളുകളെയും കിട്ടി. ചൈനയ്ക്കും ദക്ഷിണേഷ്യയ്ക്കും ഇടയിലെ പട്ടുപാതയുടെ സമീപം സ്ഥിതി ചെതിരുന്ന സ്വാത് താഴ്‌വര ഈ പരസ്പര ധാരണയിൽ സമ്പന്നമായി. ബുദ്ധൻ ജനിച്ചതും മതം സ്ഥാപിച്ചതും പ്രചരിപ്പിച്ചതും ഒടുവിൽ നിർവാണം പ്രാപിച്ചതും B CE അഞ്ചാംനൂറ്റാണ്ടിൽ ഇന്ത്യയുടെ കിഴക്കുഭാഗങ്ങളിലായിരുന്നുവെങ്കിലും അദ്ദേഹത്തിന്റെ മരണശേഷം മുന്നൂറു വർഷം പിന്നിട്ടപ്പോൾ ബുദ്ധമതത്തിന്റെ രണ്ടാമത്തെ വിശുദ്ധഭൂമിയായി മാറിയത് മധ്യസിന്ധിലെ ഈ താഴ്‌വരയായിരുന്നു.

ആചാരപരവും ഭൂമിശാസ്ത്രപരവുമായ വിശുദ്ധിയെക്കുറിച്ച് കർക്കശമായ ധാരണകൾ ഹിന്ദുമതം വച്ച് പുലർത്തിയിരുന്നു. കറുത്ത ജലം (സമുദ്രം) മുറിച്ചു കടന്നാൽ ജാതി നഷ്ടപ്പെടും എന്നായിരുന്നു വിശ്വാസം. കാലാപാനി എന്നതുകൊണ്ട് സമുദ്രം എന്നാണ് ഉദ്ദേശിക്കുന്നതെങ്കിലും ചിലപ്പോൾ അത് സിന്ധുനദിക്കും ബാധകമായിരുന്നു. ഇന്ത്യൻവൻകരയെ, പുരാതന സംസ്കൃത ഗ്രന്ഥങ്ങളിൽ ഉത്തരപഥ എന്ന് വിശേഷിപ്പിക്കുന്ന, വിദൂര വടക്കുപടിഞ്ഞാറൻ മേഖലയിൽ നിന്ന് വേർതിരിച്ചിരുന്നത് സിന്ധുവായിരുന്നു. പടിഞ്ഞാറൻ പഞ്ചാബും തക്ഷശില നഗരവും പിന്നെ നദിക്കപ്പുറം അതിർത്തികൾ ക്രമീകരിച്ചിട്ടില്ലാത്ത മേഖലയും ഇതിലുൾപ്പെടുന്നു. അതിർത്തി പ്രദേശമെന്ന നിലയിൽ ഉത്തരപഥയുടെ മാന്യതയും പദവിയും സംശയത്തിന്റെ നിഴലിലായിരുന്നു. അവിടെ സംസാരഭാഷയായിരുന്ന സംസ്കൃതത്തിന്റെ മനോഹാരിത പ്രസിദ്ധമായിരുന്നു. എന്നാൽ ഹിന്ദു ഇന്ത്യയ്ക്ക് അവിടം അതിർത്തിയിൽ കിടക്കുന്ന ഒരു അധമ ദേശമായിരുന്നു. വിചിത്രവും അധമവുമായ നിരവധി കാര്യങ്ങൾ ഏകാന്തമായ ആ താഴ്‌വരയിൽ നടക്കുന്നതായി അപവാദങ്ങൾ പ്രചരിച്ചിരുന്നു.

ബുദ്ധമതം പോലെ എല്ലാത്തിനെയും ഉൾക്കൊള്ളുന്ന, വംശീയത തീരെയില്ലാത്ത ഒരു മതത്തിനു വളരാൻ ഏറ്റവും വളക്കൂറുള്ള

മണ്ണായിരുന്നു ഉത്തരപഥ. B C E മൂന്നാം നൂറ്റാണ്ടു മുതൽ ഉത്തരപഥത്തിലെ രണ്ടു പ്രവിശ്യകളിൽ ബുദ്ധമതം പ്രധാന മതമായി മാറി. ഇന്നത്തെ പെഷവാറിൽ നിന്നും കിഴക്കോട്ട് സിന്ധുവരെ പരന്നുകിടക്കുന്ന ഗാന്ധാരവും അതിനു കുറുകെ കിടക്കുന്ന ഉദ്യാന അല്ലെങ്കിൽ സ്വാതും ആണ് ബുദ്ധമതത്തെ ആദ്യം സ്വീകരിച്ചത്.

ഉദ്യാന എന്നത് പൂന്തോട്ടം എന്ന് അർത്ഥം വരുന്ന സംസ്കൃത പദമാണ്. എന്നാൽ ഉത്തര പാകിസ്ഥാൻ ചരിത്രത്തിൽ ഗവേഷണം നടത്തിയിരുന്ന ജർമൻ പ്രൊഫസ്സർ കാൾ ജെറ്റ്മാർ മന്ത്രവാദികളുടെയും അമിത വിഷയാസക്തരുടെയും പ്രദേശം എന്ന ഖ്യാതിയുള്ളതിനാൽ ആ വാക്കിനെ അതിനു യോജിക്കും വിധത്തിൽ വ്യാഖ്യാനിച്ചു. 'ഉദ്യാന എന്ന വാക്കിന്റെ അടിസ്ഥാന പദം 'ഡി' ആണെന്നും അതിന്റെ അർത്ഥം വായുവിൽ ഒഴുകി നടക്കുക എന്നാണെന്നും ജെറ്റ്മാർ എഴുതി. സ്വാതിലെ ദുർമന്ത്രവാദിനികൾ കഴുതപ്പുലിയുടെ പുറത്തു കയറി സഞ്ചരിക്കാനാണ് ഇഷ്ടപ്പെടുന്നത്. അതിന്റെ മുതുകിലെ പരുപരുത്ത രോമങ്ങൾ അവർക്കു ലൈംഗിക സുഖം നൽകുമത്രേ.

വിശാലമായ നദി ഒഴുകിയിരുന്നതിനാൽ ഉദ്യാന വെള്ളത്തിന്റെയും മത്സ്യസമ്പത്തിന്റെയും വൃക്ഷസമ്പത്തിന്റെയും കാര്യത്തിൽ സ്വയം പര്യാപ്തമായിരുന്നു. പട്ടുപാതയിലെ പൊതു ഇടം എന്ന നിലയിൽ ഉദ്യാനയിൽ സന്ദർശകർക്കും സംരക്ഷകർക്കും ക്ഷാമമുണ്ടായിരുന്നില്ല. രാജാക്കന്മാർ വരികയും പോവുകയും ചെതു. എന്നാൽ ആയിരത്തോളം വർഷങ്ങൾ ഉദ്യാനയിൽ ബുദ്ധമതം സ്ഥിരമായി നിലനിന്നു.

ബുദ്ധമത തത്ത്വങ്ങളിലുണ്ടായ എല്ലാ സുപ്രധാന മാറ്റങ്ങളെയും താഴ്വര സ്വീകരിക്കുകയും സ്വാംശീകരിക്കുകയും ചെയ്തു. തേരവാദ (Theravada) ബുദ്ധമതം (ബുദ്ധൻ പിന്തുടർന്നത് തേരവാദയാണ്. അതിൽ ഊന്നൽ കൊടുക്കുന്നത് ധ്യാനത്തിനും അതിലൂടെ ലഭിക്കുന്ന നിർവാണത്തിനുമാണ്) തുടങ്ങി മഹായാന ബുദ്ധിസവും (മഹായാന ബുദ്ധിസം ബുദ്ധന്റെ അഞ്ചു പൂർവജന്മങ്ങളെയും വരാനിരിക്കുന്ന അവതാരങ്ങളെയും ആരാധിക്കുന്നു) താന്ത്രിക വജ്രയാനയും വരെ സ്വാത് താഴ്വരയിൽ വേര് പിടിച്ചു. താന്ത്രിക വജ്രയാന സ്വാതിൽ തന്നെ രൂപപ്പെട്ടതാണ്. ഇതിൽ ഏറ്റവും ഗൂഢമായ വജ്രയാന ഗൂഢമെങ്കിലും വളരെ വേഗത്തിൽ, വൈരുധ്യങ്ങളുടെ സംഗമത്തിലൂടെ മോക്ഷം പ്രാപിക്കാനുള്ള വഴികളെക്കുറിച്ചാണ് പറയുന്നത്. ശുദ്ധിയും അശുദ്ധിയും തമ്മിൽ, ഉയർന്നവനും താഴ്ന്നവനും തമ്മിൽ, സ്ത്രീയും പുരുഷനും തമ്മിൽ സംഭവിക്കുന്ന കൂടിച്ചേരലുകൾ മോക്ഷത്തിലേക്ക് നയിക്കുന്നു എന്നാണ് വജ്രയാന ബുദ്ധമതം വിശ്വസിക്കുന്നത്. വജ്രയാനബുദ്ധമതംപിന്തുടരുന്നവർ ലൈംഗിക സദാചാരബോധത്തെ, ജാതികീഴ്വഴക്കങ്ങളെ, സാമൂഹിക ജീവിത മാനദണ്ഡങ്ങളെ എല്ലാം പുച്ഛിച്ചു തള്ളുകയും നിഷിദ്ധമായ ഭക്ഷണം കഴിക്കുകയും ഭ്രഷ്ടരെ പോലെ ജീവിക്കുകയും ചെയ്യുന്നു.

എട്ടാം നൂറ്റാണ്ടിൽ വജ്രയാന ബുദ്ധമതത്തിനു ജനകീയത ഉണ്ടാക്കിയെടുത്ത ആളായിരുന്നു പദ്മസംഭവ. ഒരു മന്ത്രവാദിയായിരുന്ന പദ്മസംഭവ അനുയായികൾക്കിടയിൽ, ഗുരു റിംപോച്ചെ, ഉദ്യാനയിലെ ഗുരു, രണ്ടാം ബുദ്ധ തുടങ്ങിയ പേരുകളിലാണ് അറിയപ്പെട്ടിരുന്നത്.അദ്ദേഹത്തിന് രണ്ടു ഭാര്യമാരുണ്ടായിരുന്നു. കുറേനാൾ പദ്മസംഭവ ജീവിച്ചത് ശ്മശാന ഭൂമിയിലായിരുന്നു. സ്വാതിൽ ബുദ്ധമതം ക്ഷയിച്ചുതുടങ്ങിയതോടെ പദ്മസംഭവ ടിബറ്റിലേക്കു പോയി. അവിടുത്തെ പ്രാദേശിക ദേവതാസങ്കല്പങ്ങൾ തകർത്തു. അവിടുത്തെ രാജാവിനെ ആചാരാനുഷ്ഠാന വിധികളിലൂടെയും മന്ത്രപ്രയോഗത്തിലൂടെയും ബുദ്ധമതത്തിലേക്കു പരിവർത്തനം ചെയ്തു. സ്വാത് ഗുരുക്കന്മാർ തലമുറകളിലൂടെ കൈമാറിയ നിഗൂഢമായ അറിവുകൾ രാജാവിന് പകർന്നു നൽകി. നൂറ്റാണ്ടുകളോളം സ്വാത് ടിബറ്റൻ ജനതയുടെ പ്രധാന തീർത്ഥാടന കേന്ദ്രമായിരുന്നു പദ്മസംഭവ ഇപ്പോഴും ടിബറ്റിലും ഇന്ത്യയിലെ ലഡാക്കിലും ആരാധിക്കപ്പെടുന്നു.

അദ്ദേഹത്തിന്റെ മരണശേഷം മഞ്ഞ ഇലച്ചുരുളുകളിൽ ഉദ്യാനയിലെ ഭാഷയിൽ എഴുതിയ രഹസ്യ പുസ്തകങ്ങൾ ടിബറ്റൻ അനുയായികൾ കണ്ടെടുത്തിരുന്നു. ലഡാക്കിലെ ബുദ്ധവിഹാരങ്ങളിൽ പദ്മസംഭവ സഞ്ചരിച്ച വഴികളെയും അദ്ദേഹം താമസിച്ച ഗുഹകളെയും വരെ ബഹുമാനിക്കുന്നു. അവിടെ പാകിസ്ഥാനി രീതിയിലുള്ള മീശ വച്ച പദ്മസംഭവയുടെ ചിത്രങ്ങളും കാണാം.എന്നാൽ പാകിസ്ഥാനിലെ അദ്ദേഹത്തിന്റെ മാതൃഭൂമിയിൽ പദ്മസംഭവ പൂർണമായും വിസ്മൃതിയിലായിക്കഴിഞ്ഞു.

പദ്മസംഭവയുടെ മരണശേഷം അഞ്ഞൂറു വർഷത്തോളം ടിബറ്റിൽ നിന്നുള്ള തീർത്ഥാടകർ സ്വാത് സന്ദർശിച്ചിരുന്നു. ജപ്പാനിൽനിന്നുള്ള ബുദ്ധമത വിനോദസഞ്ചാരികളെ ഇപ്പോഴും സ്വാതിൽ കാണാം. എന്നാൽ അഞ്ചാം നൂറ്റാണ്ടു മുതൽ ഏഴാം നൂറ്റാണ്ട് C E വരെ ചൈനയിൽനിന്നുള്ള സഞ്ചാരികളാണ് സ്വാതിലെ ബുദ്ധമതത്തിന്റെ വളർച്ചതളർച്ചകളെക്കുറിച്ച് പ്രധാനമായും വിവരിച്ചിട്ടുള്ളത്.

ഇന്ത്യയിൽ നിന്നുള്ള സന്ന്യാസിമാരാൽ മതപരിവർത്തനം ചെയ്യപ്പെട്ട, ചൈനയിലെ ബുദ്ധമത വിശ്വാസികൾക്കു തങ്ങളുടെ വിശ്വാസം പിറവിയെടുത്ത പവിത്ര ഭൂമി നേരിട്ടു കാണാനുള്ള ആഗ്രഹമാണ് ഈ ഐതിഹാസിക തീർത്ഥാടനം തുടങ്ങാനുള്ള കാരണം. ചൈനയിൽ നിന്നും ഇന്ത്യയിലേക്കുള്ള യാത്ര ദീർഘവും ദുഷ്ക്കരവുമായിരുന്നു. വടക്കു ഭാഗത്തു കൂടിയാണെങ്കിൽ മഞ്ഞുറഞ്ഞ പർവതം കടന്നു ട്കലമാകാൻ (Taklamakan) മരുഭൂമിയിലൂടെ സിന്ധുവിന്റെ അപകടം പതിയിരിക്കുന്ന മലയിടുക്കുകൾ താണ്ടി വേണം ഇന്ത്യയിലെത്താൻ. അല്ലെങ്കിൽ തീർത്തും അപകടകരമായ തെക്കൻ കടൽ മാർഗമാണ് മറ്റൊരു വഴി. എന്നാൽ പട്ടുപാത വഴി പട്ട് ലോകമെങ്ങും സഞ്ചരിച്ചു, നൂറ്റാണ്ടുകളോളം. എവിടെയെല്ലാം പട്ടുതുണികൾ പോയോ അവിടെയെല്ലാം ബുദ്ധമതവും പിന്തുടർന്നു.

ചൈനയിൽ നിന്നും പതിനായിരം കിലോമീറ്റർ സഞ്ചരിച്ചു സ്വാതിലെ ബുദ്ധമതം നേരിട്ട് കാണാൻ എത്തിയവരിൽ ഏറ്റവും പ്രശസ്തൻ ഹുയാൻസാങ് ആയിരിക്കും. ഒരുപക്ഷേ ഒടുവിലത്തേയും ഏറ്റവും നിരാശനുമായ സഞ്ചാരി അദ്ദേഹമായിരിക്കും. ഹുയാൻസാങ് തന്റെ വസ്ത്രങ്ങൾ മുളകൊണ്ടുള്ള തോൾസഞ്ചിയിൽ പൊതിഞ്ഞെടുത്തു ഊന്നുവടിയുമായി C E 629ൽ വിദൂരദേശത്തേക്കു യാത്ര പുറപ്പെട്ടു. അദ്ദേഹം പട്ടുപാതയിലെ രാജ്യങ്ങളും രാജാക്കന്മാരെയും സന്ദർശിച്ചു. ബാമിയാൻ ബുദ്ധ സ്തൂപത്തിനു (അമ്പത്തിരണ്ട് മീറ്റർ ഉയരമുണ്ടായിരുന്ന ബുദ്ധപ്രതിമകളിൽ സ്വർണം പൂശിയിരുന്നു) മുന്നിൽ ആദരാഞ്ജലികൾ അർപ്പിച്ചു. ബാമിയാനിൽ നിന്നും അദ്ദേഹം കിഴക്കോട്ട് സഞ്ചരിച്ച് ഇന്നത്തെ കാബൂളിനും ജലാലാബാദിനും അടുത്തുള്ള ബുദ്ധനഗരങ്ങൾ സന്ദർശിച്ചു. പിന്നീട് ഖൈബർ ചുരം കടന്നു പെഷവാറിലേക്കു പോയി. ഒടുവിൽ അദ്ദേഹം 'ഇരുണ്ട വിഷാദഭാവം പൂണ്ട' സിന്ധു മുറിച്ചു കടന്നു.

നിർഭാഗ്യവശാൽ, ഇന്ത്യയ്ക്കും ഉത്തരപഥത്തിനുമിടയിൽ സിന്ധു മുറിച്ചുകടന്ന് ഹുയാൻസാങ് കണ്ട കാഴ്ചകൾ അദ്ദേഹത്തെ നിരാശനാക്കി. ഗാന്ധാരത്തിൽ ബുദ്ധവിഹാരങ്ങൾ 'കാടു പിടിച്ചും ഏകാന്തമായും കാണപ്പെട്ടു.' സ്വാതിൽ ബുദ്ധവിഹാരങ്ങൾ 'നശിച്ചും ഉപേക്ഷിക്കപ്പെട്ട നിലയിലും' കണ്ടു. സിന്ധിൽ നദീതീരത്തു സന്ന്യാസിമാർ 'അലസന്മാരും വിഷയാസക്തരുമായിരുന്നു'. "അവർക്കുവേണ്ടി കൊല്ലുന്ന പന്നിയുടെ കരച്ചിൽ കേട്ടുകൊണ്ട് ചില സ്ഥലങ്ങളിൽ അവർ മാംസം ഭക്ഷിക്കുന്നുണ്ടായിരുന്നു. അവർ സദാസമയവും കലഹിക്കുന്നുണ്ടായിരുന്നു." "അവരുടെ ശബ്ദകോലാഹലങ്ങൾ കലികയറിയ സമുദ്രത്തിലെ തിരകൾ പോലെ കാണപ്പെട്ടു", ഹുയാൻസാങ് രേഖപ്പെടുത്തുന്നു. "കാര്യഗൗരവമുള്ള ചില സന്ന്യാസിമാർ "ഒഴിഞ്ഞ പ്രദേശങ്ങളിൽ ഏകാകികളായി" ജീവിച്ചു

ഹുയാൻസാങ് ഒരുപാടു ദൂരം സഞ്ചരിച്ചു. ആ യാത്രയ്ക്കിടയിൽ പല സ്ഥലങ്ങളിലും സന്ന്യാസിമാർ അദ്ദേഹത്തെ ഹൃദയപൂർവം സ്വീകരിച്ചു. അവരുടെ സഹായത്തോടെ അദ്ദേഹം മതത്തിന്റെ ആത്മാവിനെ കണ്ടെത്തി. ഒടുവിൽ പതിനാറു വർഷങ്ങൾക്കു ശേഷം ഹുയാൻസാങ് ചൈനയിലേക്ക് തിരിച്ചു. ഇന്ത്യയിൽ നിന്നും സംഘടിപ്പിച്ച നിരവധി വിലപിടിച്ച വസ്തുക്കളുമായി ഇരുപതു കുതിരകളും അദ്ദേഹത്തെ അനുഗമിച്ചു. നാനൂറു തരം ധാന്യങ്ങളുടെ വിത്തുകളും സ്വർണത്തിലും വെള്ളിയിലും ചന്ദനത്തിലും തീർത്ത ബുദ്ധവിഗ്രഹങ്ങളും 520 വിശുദ്ധ സൂത്രങ്ങളുമായിരുന്നു അദ്ദേഹം ചൈനയിലേക്ക് കൊണ്ടുപോയ പ്രധാന വസ്തുക്കൾ.

സിന്ധുവിനെക്കുറിച്ച് കേൾക്കുന്ന കഥകളിൽ ഒന്ന് ഹുയാൻസാങ്ങിനു ശരിയായി അനുഭവപ്പെട്ടു. സിന്ധു നദി കടക്കുമ്പോൾ അദ്ദേഹത്തിന്റെ ബോട്ട് മറിഞ്ഞു. അദ്ദേഹം ശേഖരിച്ച എല്ലാ വസ്തുക്കളും നദിയിൽ നഷ്ടപ്പെട്ടു. "പണ്ട് മുതലേ ഇങ്ങനെയാണ്." ആകെ സങ്കടത്തിലായ

ഹുയാൻസാങ്ങിനെ ഒരു നാട്ടുരാജാവ് ആശ്വസിപ്പിച്ചു. "ആരെങ്കിലും പൂക്കളുടെയോ ധാന്യങ്ങളുടെയോ വിത്തുകളുമായി നദി കടക്കാൻ ശ്രമിച്ചാൽ ഇതാണനുഭവം." പൗരാണിക സിന്ധുവിന്റെ ശക്തി അതായിരുന്നു. ഹുയാൻസാങ് ക്ഷമയോടെ വീണ്ടും ആ ബുദ്ധ സൂത്രങ്ങൾ പകർത്തിയെടുത്തു. പിന്നീട് വിത്തുകൾ ഇല്ലാതെ അദ്ദേഹം ചൈനയിലേക്ക് പോയി.

അങ്ങ് ചൈനയിൽ ഹുയാൻസാങ്ങിന്റെ യാത്രയ്ക്ക് വൻ സ്വീകാര്യതയാണ് ലഭിച്ചത്. "സാമ്രാജ്യത്തിന്റെ സമ്പത്തായി" അദ്ദേഹത്തെ കൊണ്ടാടി. താങ് വംശത്തിന്റെ പ്രിയപ്പെട്ട നായകനായി അദ്ദേഹം മാറി. താങ് ചക്രവർത്തിക്കുവേണ്ടി ഹുയാൻസാങ് എഴുതിയ യാത്രാവിവരണവും അദ്ദേഹത്തിന്റെ സമകാലീനർ സാക്ഷ്യപ്പെടുത്തിയ ജീവചരിത്രവും അക്കാലത്തെ ചൈനക്കാർക്കും പിൽക്കാലത്തെ പണ്ഡിതർക്കും ഇന്ത്യൻ ബുദ്ധമതത്തെക്കുറിച്ച് മനസ്സിലാക്കാൻ ഉതകുന്ന അറിവിന്റെ അക്ഷയഖനികളായി മാറി.

എന്നാൽ മതവിശ്വാസിയായ ഒരു മനുഷ്യന് കയ്പേറിയ അനുഭവമായിരുന്നു ആ യാത്ര. അദ്ദേഹം ഇന്ത്യയിലെത്തിയ കാലത്ത് ഇന്ത്യ ബുദ്ധമതത്തിന്റെ ഹൃദയഭൂമിയല്ലാതായി കഴിഞ്ഞിരുന്നു. തനിക്ക് മുൻപേ കല്പിത കഥകളുടെ ആ സ്വപ്നലോകത്തേക്ക് സഞ്ചരിച്ച തീർത്ഥാടകനായിരുന്ന ഫാഹിയാന്റെ വിവരണങ്ങൾ ഹുയാൻസാങ് വായിച്ചിരുന്നു. ഹുയാൻസാങ് കാണുമ്പോൾ ബുദ്ധമതാനുയായികളുടെ എണ്ണത്തിൽ കുറവ് വന്നിരുന്നു. ബുദ്ധവിഹാരങ്ങളും സ്ഥാപനങ്ങളും ഇടിഞ്ഞു പൊളിഞ്ഞു തുടങ്ങിയിരുന്നു. രാജാക്കന്മാരുടെ സഹായം ഇല്ലാതായിരുന്നു. സന്ന്യാസിമാരുടെ ധാർമിക ജീവിതത്തിന്റെ പരിശുദ്ധി തന്നെ സംശയത്തിന്റെ നിഴലിലായിരുന്നു.

രണ്ടു നൂറ്റാണ്ടുകൾക്കു മുൻപ്, 420 CEയിൽ ഫാഹിയാൻ ഇന്ത്യയിൽ വന്നപ്പോൾ ബുദ്ധമതം അതിന്റെ സുവർണകാലഘട്ടത്തിലായിരുന്നു. കിഴക്കൻ ചൈന സ്വദേശിയായ ഫാഹിയാൻ ഇന്ത്യയിലെത്തിയ കാലത്തു സ്വാതിൽ ബുദ്ധമതം ശക്തമായ പുനരുജ്ജീവനത്തിന്റെ പാതയിലായിരുന്നു. അദ്ദേഹത്തിന്റെ യാത്രയും അത്യധികം സാഹസികമായിരുന്നു. സിന്ധുനദിയുടെ ഏറ്റവും അപകടകരമായ ഭാഗത്തു കൂടിയാണ് അദ്ദേഹം യാത്ര ചെയ്തത്. ആ വഴികളിൽ 'കല്ലും മണലും' തുപ്പുന്ന വിഷവ്യാളികൾ ഉണ്ടായിരുന്നു. കാണുമ്പോൾ "തലകറക്കം" അനുഭവപ്പെടുന്ന തരത്തിൽ അപകടം പിടിച്ച താഴ്‌വരകളും അത്യഗാധ ഗർത്തങ്ങളും വഴികളിലുടനീളം ഉണ്ടായിരുന്നു. ഒടുവിൽ സ്വാതിലെ ഹരിതാഭയിലെത്തിയപ്പോഴാണ് ഫാഹിയാൻ വിശ്രമിച്ചത്. വളരെ പ്രധാനപ്പെട്ട ഒരു ദൗത്യവുമായാണ് ഫാഹിയാൻ ചൈനയിൽ നിന്നും തിരിച്ചത്. ഇന്ത്യയിൽനിന്നും "അച്ചടക്കത്തിന്റെ പാഠങ്ങൾ" (Books of Discipline) സംഘടിപ്പിക്കുക. ഭാഗ്യവശാൽ ബുദ്ധമതം വടക്കുപടിഞ്ഞാറൻ ഇന്ത്യയിൽ വലിയ ശക്തിയായിരുന്നു അന്ന്.

ബുദ്ധൻ ഒരിക്കലും സ്വാത് സന്ദർശിച്ചിട്ടില്ല. എന്നാൽ പട്ടുപാതയിലെ സഞ്ചാരികൾ അദ്ദേഹത്തെ അവിടേക്കു കൊണ്ടുവന്നു. അദ്ദേഹത്തിന്റെ മരണത്തിനുശേഷം മുന്നൂറു വർഷങ്ങൾ പിന്നിട്ടപ്പോൾ ഉത്തരപഥത്തിലെ ബുദ്ധമതം സ്വന്തമായി ഒരു ആരാധനാ സമ്പ്രദായം തന്നെ രൂപപ്പെടുത്തി. സ്കാർഡുവിനടുത്തു ബുദ്ധന്റേതെന്നു പറഞ്ഞുകൊണ്ട് അസാധാരണമായ രണ്ടു തിരുശേഷിപ്പുകൾ പല്ലും തുപ്പൽ കോളാമ്പിയും ഫാഹിയാൻ കണ്ടു. സ്വാത് നദിക്കടുത്ത് ഒരു പാറയിൽ അദ്ദേഹം ബുദ്ധന്റെ കാലടിപ്പാടുകൾ കണ്ടു. 'സുപോസതു' (സ്വാത് നദി സംസ്കൃതത്തിൽ സുവസ്തു എന്നാണ് അറിയപ്പെട്ടിരുന്നത്) നദിക്കരയിൽ ബുദ്ധൻ തന്റെ വസ്ത്രങ്ങൾ ഉണക്കിയെന്നു പറഞ്ഞ സ്ഥലത്ത് അദ്ദേഹം പ്രാർത്ഥിച്ചു. പിന്നെ, അപകടകാരിയായ ഒരു വ്യാളിയെ അദ്ദേഹം പരിവർത്തനം ചെയ്തു എന്ന് വിശ്വസിക്കപ്പെടുന്ന സ്ഥലത്തും ഫാഹിയാൻ പ്രാർത്ഥിച്ചു. ബുദ്ധന്റെ ചരിത്രപരമായ സാന്നിധ്യത്തെ പുരാതന 'ടൂർ ഗൈഡുകൾ' ഇവിടം വരെ വലിച്ചു നീട്ടി.

ബുദ്ധന്റെ പൂർവജന്മത്തെ മോടി പിടിപ്പിക്കുന്ന പരിപാടി അനുസ്യൂതം തുടർന്നു. അത്തരത്തിൽ ചിലത് അദ്ദേഹത്തെ ത്രികാലജ്ഞാനിയായി ചിത്രീകരിക്കുന്നു. ലക്ഷക്കണക്കിന് യുഗങ്ങൾക്കു മുൻപേയുള്ള കാര്യങ്ങൾ പോലും അദ്ദേഹത്തിന് അറിയാമെന്നാണ് വിശ്വാസം. മുജ്ജന്മങ്ങളിൽ അദ്ദേഹം സ്വാതിൽ നിരവധി തീർത്ഥാടന പ്രാധാന്യമുള്ള സ്ഥലങ്ങൾ തയ്യാറാക്കി വച്ചിരുന്നുവത്രെ. അദ്ദേഹം സ്വന്തം കണ്ണുകൾ ചുഴ്ന്നെടുത്ത സ്ഥലവും സ്വന്തം ശരീരം പക്ഷിമൃഗാദികൾക്കു ഭക്ഷണമാക്കാൻ എറിഞ്ഞുകൊടുത്ത സ്ഥലവും ഉണ്ട്. ഇത്തരത്തിൽ മാതൃകാപരമായ പ്രവർത്തികൾ ചെയ്തുവെന്ന് കരുതപ്പെടുന്ന സ്ഥലങ്ങളിലെല്ലാം സ്തൂപങ്ങൾ നിർമ്മിക്കപ്പെട്ടു. ആ സ്തൂപങ്ങൾക്കു ചുറ്റും ബുദ്ധവിഹാരങ്ങൾ ഉണ്ടായി. ബുദ്ധവിഹാരങ്ങളെ ചുറ്റിപ്പറ്റി സന്ന്യാസി സമൂഹങ്ങൾ രൂപമെടുത്തു. ഒപ്പം മുൻപെങ്ങുമില്ലാത്ത പ്രാധാന്യം കൈവരിച്ചുകൊണ്ടു ഗാന്ധാരവും സ്വാതും വളർന്നു

ബുദ്ധമതത്തിനു പ്രിയം കുന്നിൻപ്രദേശങ്ങളായിരുന്നു. സന്ന്യാസിമാർ മറ്റുള്ളവരിൽനിന്നും അകന്നും ഒപ്പം അവർക്കു ഭിക്ഷ യാചിക്കാൻ സൗകര്യത്തിനു ഗ്രാമങ്ങളോട് അടുത്തുമുള്ള മലമ്പ്രദേശങ്ങളാണ് താമസിക്കാനായി തിരഞ്ഞെടുത്തിരുന്നത്. സ്വാതിലെ എല്ലാ കുന്നിൻ പ്രദേശങ്ങളിലും ബുദ്ധ കുടിയേറ്റത്തിന്റെ അവശിഷ്ടങ്ങൾ പുരാവസ്തു ഗവേഷകർ കണ്ടെത്തിയിട്ടുണ്ട്. സന്ന്യാസിമാർ ബുദ്ധിപൂർവമാണ് ഉയരം കൂടിയ പ്രദേശങ്ങൾ താമസിക്കാനായി തിരഞ്ഞെടുക്കുന്നത്. ചുട്ടുപൊള്ളുന്ന ഏപ്രിൽ മാസത്തിൽ സ്വാതിൽ അല്പം തണുത്ത കാറ്റ് കിട്ടുന്നത് ഈ പൗരാണിക പ്രദേശങ്ങളിലാണ്.

സ്വാത് മേഖലയിലെ പ്രധാന ബുദ്ധ വിഹാരമായിരുന്ന ബട്ക്കര 1956 ലാണ് സ്വാത് തലസ്ഥാനമായ മിങ്കോറയിൽ നിന്നും കുഴിച്ചെടുത്തത്.

പുരാവസ്തു ഗവേഷകർ ഗവേഷണം ആരംഭിക്കുമ്പോൾ അതൊരു മൺകൂനയായിരുന്നു. ഏഴാം നൂറ്റാണ്ടിൽ ആ ബുദ്ധവിഹാരത്തെയും പട്ടണത്തേയും മുക്കി കളഞ്ഞ വെള്ളപ്പൊക്കത്തിന്റെ അടയാളം. എന്നാൽ മണ്ണ് മാറ്റിയപ്പോൾ ഗവേഷകർ കണ്ടത് ബുദ്ധചരിത്രത്തിലെ ഏഴു വ്യത്യസ്ത കാലഘട്ടത്തിന്റെ അവശിഷ്ടങ്ങളായിരുന്നു. ഓരോന്നും മറ്റൊന്നിനു മേൽ ആധിപത്യം സ്ഥാപിച്ചതിന്റെ സൂചനകൾ അവിടെ ഉണ്ടായിരുന്നു.

മിങ്കോറയിൽ നിന്നും അല്പം നടന്നാൽ ബട്ക്കരയെത്താം. ഒരു ദിവസം ഉച്ചകഴിഞ്ഞു പച്ചപുതച്ച ഗോതമ്പു പാടം കടന്നു നിരനിരയായി മരങ്ങൾ കാവൽ നിൽക്കുന്ന വഴിയിലൂടെ ഞാൻ ബട്ക്കരയിലെത്തുമ്പോൾ അവിടെ സ്തൂപത്തിനരികിൽ രണ്ടു പേർ ഇരിക്കുന്നുണ്ടായിരുന്നു. എന്നെ കണ്ടതും സന്ദർശകരെ കണ്ട അദ്ഭുതത്തിൽ അവർ ചാടിയെഴുന്നേറ്റു. അതിൽ ഒരാൾ അവിടുത്തെ കാവൽക്കാരനാണ്. മറ്റെയാൾ പെഷവാർ സർവകലാശാലയിൽ നിന്നും വന്ന സാനുള്ള എന്ന ചരിത്ര വിദ്യാർത്ഥിയും. മനോഹരമായ ഈ പൗരാണിക തൂണുകൾക്കരികിൽ ഇരുന്നു ഇന്ദ്രനീല കല്ലുകളെയും തിരുശേഷിപ്പുകൾ അടങ്ങിയ സുവർണ പേടകങ്ങളെയും സ്വപ്നം കണ്ട് സാനുള്ള ഒഴിവു സമയം ചെലവഴിക്കുന്നു.

ഓരോ സ്തൂപങ്ങളും ആയിരത്തോളം വർഷങ്ങൾ കൊണ്ട്, മാറി വന്ന രാജാക്കന്മാരുടെ ഭാവനകൾക്കനുസരിച്ചു വികസിച്ചതെങ്ങനെയെന്ന് എനിക്കു മനസ്സിലാക്കിത്തന്നത് സാനുള്ളയാണ്. കേന്ദ്രീകൃതമായ ഏഴു വൃത്തങ്ങൾ അടങ്ങിയ രൂപരേഖ അയാൾ പൊടിയിൽ വിരൽ കൊണ്ട് വരച്ചു. ഏഴാമത്തേതും ഏറ്റവും മുകളിലത്തേതുമായ പാളി വെള്ളപ്പൊക്ക സമയത്തെ സൂചിപ്പിക്കുന്നു. ആറാമത്തെ പാളി ഹുയാൻസാങ്ങിന്റെ സന്ദർശനകാലത്തു ബുദ്ധവിഹാരത്തിന്റെ അവസ്ഥയെ സൂചിപ്പിക്കുന്നു. അപ്പോഴേക്കും കെട്ടിടങ്ങളെല്ലാം നശിച്ചു തുടങ്ങിയിരുന്നു. കല്ലുപാകിയ നിലമെല്ലാം മണ്ണിനടിയിൽ പെട്ട് പോയിരുന്നു.

മുൻപുള്ള അഞ്ചു കാലഘട്ടങ്ങളെ കുറിച്ച് മനസ്സിലാക്കാൻ ഞാനും സാനുള്ളയും ആ സ്തൂപത്തിന്റെ കല്ല് പാകിയ, തണുത്ത മുറ്റത്തേക്കിറങ്ങി. സ്തൂപം എന്ന് പറയുന്നത് വളരെ വലിയ ഒരു കുംഭഗോപുരമാണ്. സാനുള്ള ചൂണ്ടിക്കാണിച്ചതുപോലെ, പുറമെ നിന്ന് നോക്കുമ്പോൾ മോസ്കിന്റെ നിർമിതിയുമായി സാദൃശ്യം തോന്നാം. കുംഭത്തിനു മുകളിൽ കുടയുടെ ആകൃതി കൊത്തിവച്ചിരിക്കുന്നു. രാജകീയതയുടെ ചിഹ്നമാണ് ബുദ്ധമതത്തിൽ കുട. പ്രധാന സ്തൂപത്തിനു ചുറ്റും നിരവധി ചെറിയ സ്തൂപങ്ങൾ കാണാം. അതൊക്കെ സന്ന്യാസിമാരുടെയും പരിരക്ഷകരുടെയും ഭൗതികാവശിഷ്ടങ്ങൾ അടങ്ങിയ നേർച്ചനിർമ്മിതികളാണ്. കള്ളന്മാരെ പേടിച്ച് ഭൂരിഭാഗം പ്രതിമകളും മറ്റു നിർമ്മിതികളും സ്വാതിലെ മ്യൂസിയത്തിലേക്ക് മാറ്റിയിരിക്കുകയാണ്. ബട്ക്കര, ആയിരം വർഷം

നീണ്ട ബുദ്ധമത പാരമ്പര്യങ്ങളെ, ചരിത്രത്തെ, മാറി വന്ന ഭരണാധികാരികളെ, അതിനെ ഭാഗ്യനിർഭാഗ്യങ്ങളെ കല്ലിലും സ്വർണത്തിലും ചായത്തിലും പുനരവതരിപ്പിച്ചിരിക്കുന്നു.

“ഓരോ രാജാക്കന്മാരും പുതിയ ശില്പങ്ങൾ ആ കുംഭഗോപുരത്തിന് മുകളിൽ കൂട്ടിച്ചേർത്തു”, സാനുള്ള വിശദീകരിച്ചു. ബുദ്ധന്റെ ജീവിത കഥ കൊത്തി വച്ചിട്ടുള്ള അഞ്ചാമത്തെ പാളിയെ ഇൻഡോഗ്രീക്ക് രാജാക്കന്മാരും ശക രാജാക്കന്മാരും അലങ്കാരപ്പണികൾ കൊണ്ട് മോടി പിടിപ്പിച്ചു. ഇതാണ് 518ൽ ബട്ക്കര സന്ദർശിച്ച ചൈനീസ് തീർത്ഥാടകൻ സോങ് യുൻ കണ്ടത്. അദ്ദേഹം അവിടെക്കണ്ട ആറായിരം സ്വർണ പ്രതിമകളെക്കുറിച്ചെഴുതിയിട്ടുണ്ട്. (മിക്ക കൽപ്രതിമകളിലും പുരാവസ്തു വിദഗ്ധർ കണ്ടെത്തിയ സ്വർണത്തിന്റെ സാന്നിധ്യം സോങ് യുൻ എഴുതിയതിനെ ശരിവയ്ക്കുന്നു). നാലാമത്തെ പാളിയിൽ ബുദ്ധന്റെ കളിമൺ പ്രതിമകളാണ്. ഇത് നാലാം നൂറ്റാണ്ടിൽ കനിഷ്കന്റെ കാലത്തു ചെയ്തതാണ്. അതിനു താഴെ പച്ചയും വെള്ളയും ചോക്ക് കല്ലുകൾ കൊണ്ടുള്ള സ്തൂപം ഒന്നാംനൂറ്റാണ്ടിൽ, മധ്യേഷ്യയിൽ നിന്നും വന്ന ശക രാജാക്കന്മാരുടെ വകയാണ്. ഇൻഡോ ഗ്രീക്ക് രാജാവായിരുന്ന മേനാൻഡർ ഒന്നാം നൂറ്റാണ്ടിൽ വരുത്തിയ മാറ്റങ്ങളാണ് ഒന്നാമത്തെ പാളിയിൽ കാണുന്നത്. ഏറ്റവും ആദ്യത്തേതും ഏറ്റവും താഴെയുള്ളതുമായ പാളി നിർമ്മിച്ചിരിക്കുന്നതു വളരെ ലളിതമായി കല്ലുകൾ ഉപയോഗിച്ചാണ്. അത് B C E മൂന്നാം നൂറ്റാണ്ടിൽ അശോക ചക്രവർത്തിയാണ് ചെയ്തത്. ഗ്രീക്ക് കഥാപാത്രങ്ങളുടെ ചിത്രങ്ങൾ വരച്ചിട്ടുള്ള ഒരു മൺപാത്രത്തിന്റെ ഭാഗങ്ങൾ ഇവിടെ നിന്ന് പുരാവസ്തു ഗവേഷകർക്ക് കിട്ടിയിട്ടുണ്ട്. ഒരുപക്ഷേ അലക്സാണ്ടറുടെ സൈനികർ സ്വാതിലേക്ക് കൊണ്ട് വന്നതാകാം അത്.

കല്ല് കൊണ്ടും കളിമണ്ണു കൊണ്ടും ഉള്ള ബുദ്ധപ്രതിമകൾ ഒരിക്കൽ ഉണ്ടായിരുന്ന പതിനാറോളം ഇടങ്ങൾ ചുവരിൽ സാനുള്ള എനിക്കു കാണിച്ചുതന്നു. രാകി മിനുക്കിയ തറയിൽ ഇന്ദ്രനീലക്കല്ലുകൾ പാകിയിരുന്നതിന്റെ അടയാളങ്ങളും (ജപ്പാൻ സഞ്ചാരികൾ അത് മോഷ്ടിക്കാറുണ്ടത്രെ), സ്തൂപത്തിന്റെ ചുവരുകളിൽ കൊത്തിവച്ചിട്ടുള്ള മനുഷ്യ/മൃഗരൂപങ്ങളും എന്നെ കാണിച്ചു. സ്തൂപ കവാടത്തിൽ ഒരിക്കൽ വിരാജിച്ചിരുന്ന സിംഹപ്രതിമകൾ തറയിലിറക്കി വച്ച് പുതുതായി സിമന്റ് തേച്ചു ഉറപ്പിച്ചിട്ടുണ്ട്. “ഈ സിംഹങ്ങൾ അശോകചക്രവർത്തിയെയും ബുദ്ധനെയും പ്രതിനിധീകരിക്കുന്നു.” സാനുള്ള പറഞ്ഞു

സ്വാതിനെ കനിഷ്ക മഹാരാജാവിന്റെ പാരമ്പര്യമായിട്ടാണ് ഫാഹിയാൻ കണ്ടത്. കുശാന വംശത്തിൽ നിന്നുള്ള ശക്തനായ രാജാവായിരുന്നു അദ്ദേഹം. ബുദ്ധമതത്തിന്റെ രക്ഷാധികാരി.

ഫാഹിയാൻ വരുന്നതിനു ഇരുനൂറു വർഷങ്ങൾക്കു മുൻപ്, കുശാനന്മാർ ഉദ്യാനയിലെത്തിയത് വടക്കു പടിഞ്ഞാറൻ ചൈനയിൽ നിന്നാണെന്നു കരുതപ്പെടുന്നു. പെഷവാറായിരുന്നു കനിഷ്കന്റെ തലസ്ഥാനം.

നാലാമത് ബുദ്ധമത കൗൺസിൽ സംഘടിപ്പിച്ച കനിഷ്കൻ ബുദ്ധമത തത്ത്വങ്ങൾ ക്രോഡീകരിച്ചു. സന്ന്യാസിമാരെയും ബുദ്ധമത ഗ്രന്ഥങ്ങളേയും ചൈനയിലേക്കയച്ചു. വിശാല വീക്ഷണങ്ങൾ വച്ച് പുലർത്തിയിരുന്ന കനിഷ്കൻ തന്റെ നാണയങ്ങളിൽ ഗ്രീക്ക്, ഇറാനിയൻ, ഇന്ത്യൻ ദേവതമാരുടെ ചിത്രങ്ങൾ മുദ്രണം ചെയ്തു. ചരിത്രത്തിൽ ആദ്യമായി ബുദ്ധന്റെ ചിത്രവും നാണയങ്ങളിൽ ഇടം പിടിച്ചു.

കനിഷ്കന്റെ ഭരണകാലത്തു ബുദ്ധപ്രതിമകളുടെ നിർമ്മാണം വടക്കുപടിഞ്ഞാറൻ ഇന്ത്യയിൽ ഒരു കുടിൽ വ്യവസായമായി മാറിയിരുന്നു. കല്ലിലും കളിമണ്ണിലും രൂപപ്പെടുത്തിയ ബുദ്ധരൂപങ്ങൾക്കു വലിയ പ്രാധാന്യമുണ്ടായിരുന്നു. ചൈനയിൽ കുടിയേറിയെത്തിയ ബുദ്ധമതത്തെ വിഗ്രഹങ്ങളുടെ മതം എന്നാണ് അറിയപ്പെട്ടിരുന്നത്.

ബുദ്ധമതത്തിൽ നിന്നും ഇസ്ലാമിനെ വ്യത്യസ്തമാക്കുന്നത് വിഗ്രഹങ്ങളുടെ അസാന്നിധ്യമാണ്. വിഗ്രഹഭഞ്ജകൻ എന്ന വിശേഷണത്തെ ഏറെ വിലപ്പെട്ടതായിട്ടാണ് സുൽത്താൻ മഹ്മൂദ് പരിഗണിച്ചിരുന്നത്. ബാമിയാനിലെയും ഗസ്നിയിലെയും പിന്നീട് ഇന്ത്യയിലെയും നിരവധി വിഗ്രഹങ്ങൾ സുൽത്താൻ മഹ്മൂദ് തകർത്തിരുന്നു. "ഞങ്ങളുടെ നേതാവിന്റെ ചിത്രം വച്ച് ആരാധിക്കുന്നതു ഇസ്ലാം നിഷിദ്ധമാക്കിയത് പോലെ ആദ്യകാല ബുദ്ധമതവും അതിനെ എതിർത്തിരുന്നു" സാനുള്ള പറയുന്നു.

വിഗ്രഹാരാധന രണ്ടാം നൂറ്റാണ്ടിലെ ബുദ്ധമതത്തിൽ പുതുതായി രൂപപ്പെട്ട, വിവാദമായ ഒരു മാറ്റമാണ്. ചിലർ അതിനെ തങ്ങളുടെ മതത്തിന്റെ ഏഴു നൂറ്റാണ്ടുകളിലെ ചരിത്രത്തിൽ നിന്നുള്ള വ്യതിചലനമായി കണ്ടു. ബുദ്ധന്റെ മരണത്തിനുശേഷം നാനൂറു വർഷങ്ങൾ പിന്നിട്ടപ്പോൾ അദ്ദേഹം സ്ഥാപിച്ച മതത്തിലുണ്ടായ മാറ്റങ്ങളുടെ ഫലമായിട്ടാണ്, കനിഷ്കന് മുൻപോ അദ്ദേഹത്തിന്റെ കാലത്തോ ബുദ്ധമതത്തിൽ വിഗ്രഹാരാധന ഉരുത്തിരിയുന്നത്. ആദ്യകാല ബുദ്ധമതം മോക്ഷത്തിലേക്കുള്ള മാർഗ്ഗം ധ്യാനത്തിലൂടെയാണെന്ന് വിശ്വസിക്കുകയും ബുദ്ധവിഹാരങ്ങൾക്കു ചുറ്റും കേന്ദ്രീകരിക്കുകയും ചെതു. സാധാരണ ജനങ്ങൾക്കും മോക്ഷം വേണമായിരുന്നു. ബുദ്ധമതത്തിൽ നിന്നും മാറിയുള്ള ചിന്താധാരയായിട്ടാണ് മഹായാന പ്രസ്ഥാനം തുടങ്ങുന്നത്. മഹായാന പ്രസ്ഥാനം ഗ്രന്ഥങ്ങൾക്കും രൂപങ്ങൾക്കും കരകൗശല ഉത്പന്നങ്ങൾക്കും പ്രാധാന്യം നൽകി. ബുദ്ധവിഗ്രഹങ്ങൾ അതിന്റെ സ്വാഭാവിക പരിണിതിയായിരുന്നു. എന്നാൽ ധാരാളം ഇന്ത്യൻ ബുദ്ധ സന്ന്യാസിമാർ ഈ വിഗ്രഹങ്ങളും രൂപങ്ങളും അപരിഷ്കൃതമെന്നും തരം താഴ്ന്നതെന്നും വിലയിരുത്തി. ബുദ്ധമതത്തിലുണ്ടായ വിടവുകൾ അപരിഹാര്യമായി മാറി.

കിഴക്കേ ഇന്ത്യയിൽ നിന്നും വ്യത്യസ്തമായി വടക്കു പടിഞ്ഞാറൻ ഇന്ത്യയിൽ ബുദ്ധനെ മഹാനായ ഒരു മനുഷ്യനായി കാണുന്നതിനു പകരം അനശ്വരനും ദൈവത്തിന്റെ പ്രതിരൂപവുമായി കാണാൻ തുടങ്ങി.

മൂന്ന് രാജവംശങ്ങളുടെ അകമഴിഞ്ഞ സഹായം ബുദ്ധമതത്തിനു കിട്ടി. കുശാന വംശത്തിനു മുൻപ് ശകവംശവും പാർത്തിയ വംശവും ബുദ്ധ മതത്തെ അകമഴിഞ്ഞ് സഹായിച്ചു. ഈ മൂന്നു രാജവംശങ്ങളും പടി ഞ്ഞാറൻ ദേശങ്ങളിൽനിന്നും ഉത്തരപഥത്തിലേക്ക് കുടിയേറി വന്നവരാ യിരുന്നു. ഈ കാലംവരെ ബുദ്ധമത കലാരൂപങ്ങൾ ബുദ്ധന്റെ അസാന്നി ധ്യത്തെയാണ് പ്രതിനിധീകരിച്ചിരുന്നത്. അതിനവർ ഉപയോഗിച്ചിരുന്ന ബിംബങ്ങൾ ബുദ്ധൻ സഞ്ചരിച്ചിരുന്ന കുതിരയോ, അദ്ദേഹത്തിന്റെ കുടയോ അതുമല്ലെങ്കിൽ കാലടിപ്പാടുകളോ ആയിരുന്നു. എന്നാൽ ഒന്നും രണ്ടും നൂറ്റാണ്ടുകളിൽ ഉത്തരപഥത്തിൽ പുതിയ ഒരു കലാരചനാരീതി ഉയർന്നു വന്നു. അതിൽ ബുദ്ധന് പൂർണ മനുഷ്യ രൂപം നൽകിയായി രുന്നു ചിത്രീകരിച്ചത്. ചില കൊത്തുപണിക്കാർ ബുദ്ധനെ നിന്നുകൊണ്ട് ഒരു കൈ ഉയർത്തി നിൽക്കുന്ന സംരക്ഷകന്റെ രൂപത്തിൽ കൊത്തിയെ ടുത്തപ്പോൾ മറ്റു ചിലർ അദ്ദേഹത്തെ കണ്ണുകൾ അടച്ചു ധ്യാനത്തിൽ ഇരിക്കുന്ന തരത്തിലായിരുന്നു ചിത്രീകരിച്ചത്. ഇനിയും വേറെ ചിലർ അദ്ദേഹത്തെ ശോഷിച്ച ഒരു അസ്ഥികൂടത്തിന്റെ രൂപത്തിൽ കൊത്തി വച്ചു. ഇന്ത്യൻ ആശയധാരയനുസരിച്ചു ചെവികൾ നീട്ടിയും ഉച്ചിയിൽ മുടി കെട്ടി വച്ച രീതിയിലും ബുദ്ധൻ ചിത്രീകരിക്കപ്പെട്ടു. ചിലപ്പോൾ മേലങ്കി ചുറ്റിയും ശിരസ്സിനു ചുറ്റും പ്രകാശവലയം ഉള്ള തരത്തിലും ബുദ്ധന്റെ രൂപങ്ങൾ നിർമ്മിക്കപ്പെട്ടു. കുറെക്കൂടി ചെറിയ ചിത്രീകരണ ങ്ങളിൽ (വാതിൽപ്പാളികളിലും മറ്റുമുള്ളവയിൽ) ബുദ്ധന്റെ ബാല്യ കാലവും വിദ്യാഭ്യാസവും ഒടുവിൽ രാജ്യം ഉപേക്ഷിച്ചു ബാഹ്യ ലോക ത്തേക്കിറങ്ങുന്നതുമായ രംഗചിത്രീകരണങ്ങൾ കാണാം. ഇത്രയേറെ ഗഹനമായ മത ചിത്രീകരണത്തിനിടയിലും മതേതര ചിഹ്നങ്ങളും ആശയങ്ങളും അവിടവിടെ മിന്നിമറയുന്നു. വർണവസ്ത്രങ്ങളണിഞ്ഞ മദാലസകളുടെ നൃത്തവും സമ്പന്നരായ ഭകതരുടെ സാന്നിധ്യവും തിരു ശേഷിപ്പുകളും അരയാൽ വൃക്ഷവും പനയോലകളും ആനകളും എല്ലാം ബുദ്ധമത കലാരൂപങ്ങൾക്കിടയിൽ സ്ഥാനം പിടിച്ചതായി കാണാം.

ബുദ്ധന്റെയും ബോധിസത്വന്റെയും ഒപ്പം ഇന്ത്യൻ ദേവതകളും ഇടം പിടിച്ചു. മഹായാന ബുദ്ധമതം എല്ലാ ഇന്ത്യൻ ദേവതകളെയും സ്വീക രിച്ചു. അവരെല്ലാം ബുദ്ധന് പാദസേവ ചെയ്യുന്ന തരത്തിലായിരുന്നു ചിത്രീകരിച്ചിരുന്നത്. കച്ചവടക്കാരായ മധ്യവർഗ്ഗത്തെ പ്രീണിപ്പിക്കാൻ സമ്പത്തിന്റെ ദേവതയേയും കർഷക സമൂഹത്തിന്റെ തൃപ്തിക്കായി നിരവധി മൃഗരൂപങ്ങളും സർപ്പദേവതകളും ജലദേവതകളും ബുദ്ധമത ത്തിൽ രൂപപ്പെട്ടു.

CE ഒന്നാം നൂറ്റാണ്ടിൽ ബുദ്ധരൂപത്തെ ചൊല്ലിയുണ്ടായ തർക്കം ബുദ്ധമതത്തെ രണ്ടായി വിഭജിച്ചു. എണ്ണൂറു വർഷങ്ങൾക്കു ശേഷം യൂറോ പ്യന്മാർ ബുദ്ധമത ചരിത്രം അന്വേഷിച്ചു തുടങ്ങിയപ്പോഴും ബുദ്ധ രൂപം വലിയ വിവാദങ്ങൾക്കു വഴി വച്ചു. ഭൂമിക്കടിയിൽ നിന്നും കുഴിച്ചെടുക്കപ്പെട്ട

നിരവധി ബുദ്ധ പ്രതിമകൾ കണ്ടപ്പോൾ ബ്രിട്ടീഷുകാരായ ഗവേഷകർക്കും ഉദ്യോഗസ്ഥർക്കും വല്ലാത്ത ആശ്വാസം അനുഭവപ്പെട്ടുവത്രെ. അത് അവർക്കു പരിചിതമായ രൂപം പോലെ തോന്നിച്ചു. ഇന്ത്യയിലെ ക്ഷേത്ര ങ്ങളിൽ കാണുന്ന 'അപരിചിതത്വവും ധാരാളിത്തവും' തോന്നിക്കുന്ന ബഹുപാണികളായ ദേവത രൂപങ്ങൾ പോലെയായിരുന്നില്ല ഗാന്ധാര ബുദ്ധ വിഗ്രഹങ്ങൾ. മേലങ്കിയും പുഷ്പകിരീടവും ഗൗരവം സ്ഫുരി ക്കുന്ന മൂക്കും നിവർന്ന രൂപവും കണ്ടപ്പോൾ അവ ഏതൻസിൽ നിന്നോ റോമിൽ നിന്നോ എടുത്തു കൊണ്ടുവന്നതുപോലെ യൂറോപ്യന്മാർക്കു തോന്നി. ഇന്ത്യൻ പണ്ഡിതരെ ഞെട്ടിച്ചു കൊണ്ട് ചില യൂറോപ്യന്മാർ പറഞ്ഞത് അവ ഇന്ത്യനല്ല എന്നാണ്. മറിച്ച് ഗ്രീസിലോ റോമിലോ കാണുന്ന രൂപങ്ങളുടെ പകർപ്പുകൾ മാത്രമാണെന്നുവരെ ചിലർ വാദിച്ചു. അലക്സാണ്ടറുടെ കാല്പാടുകൾ പിന്തുടർന്ന് ഗ്രീക്ക് കലകളും കിഴക്കു നിന്ന് ബുദ്ധമതവും ഉത്തരപഥത്തിലെത്തിയത് ഏതാണ്ട് ഒരേ സമയ ത്തായിരുന്നു. ബുദ്ധപ്രതിമകളെ ഗ്രീക്ക് മൂലരൂപങ്ങൾ സ്വാധീനിച്ചിട്ടു ണ്ടെന്ന് യൂറോപ്യന്മാർ വാദിച്ചു. പുരാതന ഇന്ത്യയുടെ പാണ്ഡിത്യം ഒരി ക്കൽ കൂടി വിഭജിക്കപ്പെട്ടു. ബുദ്ധമതം ഇന്ത്യയിൽ ജനിച്ചതോ അതോ പുറത്തു നിന്നും ഇറക്കുമതി ചെയ്തതോ?

ഉദ്യാനയിലെ കല്പണിക്കാരുടെ മേലുണ്ടായിരുന്ന പടിഞ്ഞാറൻ സ്വാധീനം വ്യക്തമാക്കുന്നതായിരുന്നു മിങ്കോറയിലെ മ്യൂസിയത്തിൽ കണ്ട മേലങ്കിയണിഞ്ഞ ബുദ്ധപ്രതിമകളും പുഷ്പകിരീടം ധരിച്ച രാജാ ക്കന്മാരുടെയും ഗദ വീശി നിൽക്കുന്ന ഹെർക്കുലീസിന്റേയും രൂപങ്ങൾ മുദ്രണം ചെയ്ത ഗ്രീക്ക് നാണയങ്ങളിലും ഇന്ത്യൻ, പേർഷ്യൻ, ചൈനീസ് ശില്പകലയുടെ സ്വാധീനം കാണാം. ബുദ്ധ കലാകാരമാരെ വൈദേശിക ശില്പകലകൾ സ്വാധീനിച്ചതിന്റെ മികച്ച ഉദാഹരണങ്ങൾ കാണണമെങ്കിൽ കനിഷ്കന്റെ വേനൽക്കാല തലസ്ഥാനമായിരുന്ന, കാബൂളിനടുത്തുള്ള ബെഗ്രാമിൽ ചെല്ലണം. അവിടെ ഭൂമിക്കടിയിൽ നിന്നും കുഴിച്ചെടുത്തിട്ടുള്ളത് നിധികൾ തന്നെയാണ്. അച്ചില്ലാസും ഹെക്റ്ററും തമ്മിൽ നടന്ന യുദ്ധരംഗങ്ങൾ ചിത്രീകരിച്ച ഗ്ലാസ്സുകൾ, നീല നിറത്തിലുള്ള ഗ്ലാസ്സുകളിൽ മീനുകൾ, ചൈനീസ് വാർണിഷുകൾ, ഇന്ത്യൻ ആനക്കൊമ്പുകൾ എന്നിവയിൽ ചിത്രീകരിച്ചിട്ടുള്ള ബുദ്ധന്റെ ജീവിതം, അലക്സാണ്ടറുടെയും ഹെർക്കുലീസിന്റേയും അഥീനയുടെ യും ഓടിൽ നിർമ്മിച്ച പ്രതിമകൾ... അങ്ങനെ നിരവധി രൂപങ്ങൾ ഈ ശേഖരത്തിൽ കാണാം. അവയിൽ എനിക്കേറ്റവും പ്രിയപ്പെട്ടത്, ഒന്നാം നൂറ്റാണ്ടിൽ കളിമണ്ണിൽ നിർമ്മിച്ച കിന്നരിയാണ്. സ്ത്രീയും പക്ഷിയും ചേർന്ന ഈ സാങ്കല്പിക രൂപം ഇന്നും പാകിസ്ഥാനി ട്രക്കുകളുടെ പിന്നിൽ വരച്ചു വച്ചിരിക്കുന്നതു കാണാം.

ഗാന്ധാരകലകൾ ഇന്ത്യയുടെയാണോ ഗ്രീസിന്റെയാണോ എന്ന അനാവശ്യ തർക്കത്തിൽ മങ്ങിപ്പോയത് അതിനേക്കാൾ എത്രയോ

മഹത്തായ ഒരു പ്രതിഭാസമാണ്. ഈ രണ്ടു സംസ്കാരങ്ങളും പരസ്പരം കണ്ടെത്തിയ സാംസ്കാരിക ചേരുവകൾ അവഗണിക്കപ്പെട്ടു. സ്വാതിലും ഗാന്ധാരത്തിലും ഗ്രീക്ക് ഇന്ത്യൻ കലകൾ, ഭാഷകൾ, സാമൂഹിക സംവിധാനങ്ങൾ എല്ലാം കുറച്ചു കാലത്തേക്ക് നദികൾ പോലെ ഇടകലർന്നു.

ബട്ക്കര സ്തൂപത്തിന്റെ ഏറ്റവും മുകളിലത്തേതിന് തൊട്ടു താഴെയുള്ള പാളി നിർമ്മിച്ച മേനാൻഡർ രാജാവ് ഇൻഡോ ഗ്രീക്ക് ആയിരുന്നു. അദ്ദേഹം ബുദ്ധമത വിശ്വാസിയുമായിരുന്നു.പുരാവസ്തു ഗവേഷകനായ ജോൺ മാർഷൽ മേനാൻഡറിന്റെ ബുദ്ധമത വിശ്വാസം ഒരു പ്രായോഗിക സമീപനത്തിന്റെ ഭാഗമായിരുന്നുവെന്നു പറയുന്നു.

"അക്കാലത്തു പഞ്ചാബിലും വടക്കു പടിഞ്ഞാറൻ പ്രവിശ്യയിലും ശക്തമായിരുന്ന ബുദ്ധമതത്തിന്റെ പിന്തുണ നേടുക എന്ന നയത്തിന്റെ ഭാഗമായിട്ടായിരുന്നു അദ്ദേഹം ബുദ്ധമതാശയങ്ങളെ സ്വീകരിച്ചത്."

എന്നാൽ മേനാൻഡറുടെ ബുദ്ധമതത്തോടുള്ള അഭിനിവേശം വെറും വാചകമടിയായിരുന്നില്ല എന്നതാണ് വാസ്തവം. അദ്ദേഹം ഉദ്യാനയെ തന്റെ സാമ്രാജ്യത്തിൽ ഉൾപ്പെടുത്തി. ബട്ക്കരയിലെ സ്തൂപമുൾപ്പെടെ അശോകന്റെ സ്തൂപങ്ങൾ നിർമ്മിച്ചു. പുരാതനനഗരമായിരുന്ന തക്ഷശിലയെ സിന്ധുവിന്റെ ഇടതു കരയിലേക്ക് കൂടി വ്യാപിപ്പിച്ചു. തക്ഷശിലയിൽ ഒരു ഹിന്ദു സർവകലാശാല പ്രവർത്തിച്ചിരുന്നു. കുശന്റെ കാലഘട്ടത്തിലെ ബുദ്ധമത ഗ്രന്ഥമായ മിലിന്ദപൻഹാ (മിലിന്ദയുടെ ചോദ്യങ്ങൾ) അനുസരിച്ചു മേനാൻഡർ അടിയുറച്ച ബുദ്ധമതവിശ്വാസിയായിരുന്നു. രാജാവും അദ്ദേഹത്തിന്റെ ഗുരുവായ നാഗസേനനും തമ്മിലുള്ള സംവാദമാണ് മിലിന്ദപൻഹയുടെ ഉള്ളടക്കം. ബുദ്ധമതം അതിന്റെ വിദേശിയായ അനുയായിയെ ആവേശപൂർവം ഉൾക്കൊണ്ടു.

നാഗസേനൻ, മേനാൻഡർക്കു ബുദ്ധപ്രതിമ സമ്മാനിച്ചതിനെപ്പറ്റി മിലിന്ദപൻഹ പ്രതിപാദിക്കുന്നു. ഇൻഡോ ഗ്രീക്ക് ആയിരുന്നെങ്കിൽ കൂടി മേനാൻഡർ ബുദ്ധപ്രതിമകളുടെ നിർമ്മാണം പ്രോത്സാഹിപ്പിച്ചിരുന്നില്ല. അദ്ദേഹം പിന്തുടർന്നിരുന്ന തേരവാദബുദ്ധമതത്തിൽ വിഗ്രഹാരാധന നിഷിദ്ധമായിരുന്നു. അദ്ദേഹം ബുദ്ധന്റെ മുഖം തന്റെ നാണയങ്ങളിൽ മുദ്രയാക്കിയതുമില്ല. പകരം, തന്റെ മതവിശ്വാസത്തിന്റെ പ്രതീകമായി അദ്ദേഹം ഉപയോഗിച്ചത് ബുദ്ധമത ചിഹ്നമായ ധർമ്മചക്രമാണ്.

മേനാൻഡർ, അസിസ്, കനിഷ്കൻ എന്നീ രാജാക്കന്മാർ ബുദ്ധമതത്തിന്റെ രക്ഷാധികാരികളും അതിന്റെ വ്യാപനത്തിന് ഏറെ പിന്തുണ നൽകിയവരുമായിരുന്നു. എന്നാൽ ബുദ്ധമതതത്ത്വങ്ങൾ കൊണ്ട് ഉത്തരപഥത്തെ മാത്രമല്ല, ഇന്ത്യയെ മുഴുവൻ യോജിപ്പിച്ച മഹാനായ ഒരു ചക്രവർത്തിയുടെ നിഴലിലാണ് തങ്ങൾ ചുവടുവയ്ക്കുന്നത് എന്ന് അവർക്കു ബോധ്യമുണ്ടായിരുന്നു. സ്വാതിലെത്തുന്ന ഒരു ബുദ്ധമത വിശ്വാസിക്കും അശോകചക്രവർത്തിയുടെ സ്വാധീനം കാണാതിരിക്കാനാവില്ല. ഇന്ത്യയിൽ അങ്ങോളമിങ്ങോളം ഏതാണ്ട് 84000 അശോക

സ്തൂപങ്ങൾ കണ്ടതായി ചൈനീസ് സഞ്ചാരികൾ വിവരിക്കുന്നുണ്ട്. അദ്ദേഹത്തിന്റെ വിശാല ഇന്ത്യൻ സാമ്രാജ്യത്തിന്റെ അതിർത്തികൾ ആ സ്തൂപങ്ങൾ നിർണയിച്ചു.

അഞ്ചാം നൂറ്റാണ്ടിൽ ബുദ്ധന്റെ ചിതാഭസ്മം ശിഷ്യന്മാർക്കിടയിൽ വിഭജിച്ചു വൃത്തിയായി പത്തു പൊതികളാക്കി അവ പുതിയതായി ഉയർന്നുവന്ന പത്തു ബുദ്ധമത രാജ്യങ്ങൾക്കു നൽകി. ആ രാജാക്കന്മാർ അത് സ്തൂപത്തിൽ അടക്കം ചെയ്തു. ഇരുനൂറു വർഷങ്ങൾക്കു ശേഷം അശോകൻ ഈ സ്തൂപങ്ങൾ പൊളിച്ച് അവയെല്ലാം പുറത്തെടുത്തു. ആ തിരുശേഷിപ്പുകൾ വീണ്ടും വിഭജിച്ചു. അത് ഇന്ത്യയിലുടനീളം വിതരണം ചെയ്തു. മുൻപ് പത്തു സ്തൂപങ്ങളുണ്ടായിരുന്നിടത്തു ആയിരക്കണക്കിന് സ്തൂപങ്ങൾ ഉയർന്നു. ഈ പ്രവർത്തി അശോകന് രണ്ടു നേട്ടങ്ങൾ ഉണ്ടാക്കി. തന്റെ അധികാര പരിധി എവിടെ വരെയുണ്ടെന്ന് അദ്ദേഹം പരസ്യമായി പ്രഖ്യാപിച്ചു. കൂടാതെ, ബുദ്ധമതത്തെ പരസ്പരം മത്സരിക്കുന്ന നിരവധി വിഭാഗങ്ങളിൽ ഒന്ന് എന്ന അവസ്ഥയിൽ നിന്നും ഒരു ദേശീയ മതമെന്ന നിലയിലേക്കുയർത്തി.

പുതുതായി മതത്തിലേക്കെത്തിയ ഒരാളുടെ ആവേശത്തോടെ അശോകൻ ബുദ്ധമതത്തെ പരിഗണിച്ചില്ലായിരുന്നെങ്കിൽ, അതിന്റെ സ്ഥാപകൻതന്നെ പ്രവചിച്ചതുപോലെ ബുദ്ധമതം മങ്ങി മാഞ്ഞുപോകുമായിരുന്നു. എന്നാൽ എക്കാലത്തെയും ബൃഹത്തായ ഇന്ത്യൻ സാമ്രാജ്യത്തിന്റെ അധിപനായി മാറിയ അശോകൻ, അലക്സാൻഡറുടെ കഥകളുടെ സ്വാധീനത്തിൽ മറ്റൊരു രക്തദാഹിയായ ഭരണാധികാരിയായി മാറുന്നതിനു പകരം അസാധാരണമായ കാര്യമാണ് ചെയ്തത്.

അശോകന്റെ ഭരണത്തിന്റെ പത്താം വർഷം (254BCE) എല്ലാ ശത്രുക്കളെയും പരാജയപ്പെടുത്തിയ ചക്രവർത്തി രാജ്യമെങ്ങും സഞ്ചരിച്ചു. ജനങ്ങളോട് അക്രമരാഹിത്യത്തെക്കുറിച്ചു സംസാരിച്ചു. 256 ദിവസം നീണ്ടു നിന്ന യാത്ര അവസാനിച്ചപ്പോൾ അദ്ദേഹം രാജ്യത്തിന്റെ എല്ലാ ഭാഗങ്ങളിലും ജങ്ങൾക്കുള്ള സന്ദേശങ്ങൾ അടങ്ങിയ ശിലകൾ സ്ഥാപിച്ചു. പ്രബോധനവും പശ്ചാത്താപവും സ്വയം പ്രചാരണപരവുമായിരുന്ന പതിന്നാലോളം രാജശാസനകളുടെ ഉള്ളടക്കം അമ്പരപ്പിക്കുന്നവയാണ്. വിനയവും ദേശസ്നേഹവും സാമ്രാജ്യത്വ അക്രമങ്ങളും യാഥാർത്ഥ്യബോധത്തോടെ സന്നിവേശിപ്പിച്ചവയായിരുന്നു അശോകന്റെ ശാസനകൾ. "ധമ്മ" (സംസ്കൃത വാക്കായ 'ധർമ്മ' 'നല്ല പ്രവർത്തി'യുടെ ബുദ്ധമതത്തിലുപയോഗിക്കുന്ന വാക്കാണ് 'ധമ്മാ')യുടെ വഴി സ്വീകരിക്കാൻ അദ്ദേഹം തന്റെ പ്രജകളെ ആഹ്വാനം ചെയ്തു. ബാലിശമായ ആഘോഷങ്ങളും മാംസഭക്ഷണവും ഒഴിവാക്കാനും അദ്ദേഹം പറഞ്ഞു. തന്റെ കൊട്ടാരത്തിനുള്ളിൽ താനും കുടുംബവും "രണ്ടു മയിലുകളെയും ഒരു മാനിനെയും" ഭക്ഷിക്കുന്ന കാര്യം അദ്ദേഹം ഏറ്റുപറയുന്നു. കിഴക്കൻ പ്രവിശ്യയായ കലിംഗ കീഴടക്കിയതിൽ അദ്ദേഹം അഗാധമായ ദുഃഖം

പ്രകടിപ്പിക്കുമ്പോൾ തന്നെ, ആവശ്യം വന്നാൽ അവരെ ശിക്ഷിക്കാനുള്ള അധികാരം ദൈവം നൽകിയിട്ടുണ്ട് എന്ന് മുന്നറിയിപ്പും കൊടുക്കുന്നു. അദ്ദേഹം തന്റെ സർവവ്യാപിത്വം ഇങ്ങനെ വെളിപ്പെടുത്തുന്നു. "ഞാൻ എവിടെയായിരുന്നാലും, ഭക്ഷണം കഴിക്കുകയോ, അന്തഃപുരത്തിലിരിക്കുകയോ ഗോശാലയിൽ ആയിരിക്കുകയോ രഥത്തിൽ സഞ്ചരിക്കുകയോ പൂന്തോട്ടത്തിൽ വിശ്രമിക്കുകയോ അങ്ങനെ എന്ത് തന്നെ ചെയ്യുകയായിരുന്നാലും എനിക്കു പുറത്തു നടക്കുന്നതിനെക്കുറിച്ചു കൃത്യമായ വിവരങ്ങൾ കിട്ടും. അങ്ങനെ എല്ലായിടത്തും ഞാൻ പൊതുകാര്യങ്ങൾ നിർവഹിക്കുന്നുണ്ടാവും."

അശോക ചക്രവർത്തി സദാ തങ്ങളെ നിരീക്ഷിക്കുന്നു എന്ന് ജനങ്ങളെ അറിയിക്കാനുള്ള മാർഗ്ഗമായിരുന്നു ഇത്.

മതവും അധികാരവും തുല്യം ചേർത്ത അശോകന്റെ ശാസനങ്ങൾ ചരിത്രകാരന്മാരിൽ ആശയക്കുഴപ്പമുണ്ടാക്കുന്നു .

ബുദ്ധമതത്തിന്റെ ചില നിലപാടുകളുടെ മൂലരൂപം അവർക്കു അതിൽ തിരിച്ചറിയാൻ കഴിഞ്ഞിട്ടുണ്ട് (ഉദാഹരണത്തിന് വേദാചാരമനുസരിച്ചുള്ള ബലികളെയും അന്ധവിശ്വാസങ്ങളെയും വിമർശിക്കുന്ന നിലപാട്) അതോടൊപ്പം തന്നെ ചില സുപ്രധാന ബുദ്ധമത തത്ത്വങ്ങളുടെ അഭാവവും അശോക ശാസനകളിൽ ചരിത്രകാരന്മാർ കണ്ടെത്തിയിട്ടുണ്ട്. (ഉദാ: നിർവാണം എന്ന ആശയം). അഖണ്ഡ ദേശം എന്ന ലക്ഷ്യത്തിനു വേണ്ടി അശോകൻ ബുദ്ധമതത്തെ സ്വീകരിച്ചതാണോ അതോ ബുദ്ധമതം വ്യവസ്ഥാപിതമായി ക്രോഡീകരിക്കുന്നതിനു മുൻപുള്ള രീതികളാണോ അശോക ശാസനകളിൽ പ്രതിഫലിക്കുന്നത്?

ഇന്ത്യ മുഴുവൻ അശോക സ്തൂപങ്ങൾ യഥേഷ്ടം നിർമ്മിക്കപ്പെട്ടു. അശോകന്റെ ശിലാശാസനങ്ങൾ രാജ്യത്തിന്റെ അതിർത്തികൾ നിർണയിച്ചു. പ്രധാനപ്പെട്ട പ്രവിശ്യകളിൽ അശോക ശാസനങ്ങൾ ഇളംപിങ്ക് നിറമുള്ള ചുണ്ണാമ്പുകല്ല് കൊണ്ട് നിർമ്മിച്ച തൂണുകളിൽ കൊത്തി വച്ചപ്പോൾ റീജന്റ് ഭരണാധികാരികളും രാജകുമാരന്മാരും ഭരിച്ചിരുന്ന പ്രദേശങ്ങളിൽ പാറകളിൽ ശാസനങ്ങൾ ആലേഖനം ചെയ്യപ്പെട്ടു. ചില സ്ഥലങ്ങളിൽ ശാസനങ്ങൾ ചുരുക്ക രൂപത്തിലായിരുന്നെങ്കിൽ മറ്റു ചിലയിടങ്ങളിൽ അവ മുഴുവനായും എഴുതിയിരുന്നു. അതെന്തായാലും അതിന്റെ ആശയങ്ങൾ ഒന്ന് തന്നെ. അശോക ചകവർത്തിയുടെ പ്രജകൾ ആ മഹാസാമ്രാജ്യത്തിനുള്ളിൽ ഒന്നായിരുന്നു. തക്ഷശിലയിൽ നിന്നും സ്വാതിലേക്കുള്ള പാതയരികിൽ ഒരു പാറയുടെ മേലുള്ള അശോക ശാസനങ്ങളുടെ മങ്ങിയ അക്ഷരങ്ങളിൽ ഞാൻ വിരലോടിച്ചു. മലയടിവാരത്തിലെ പാറയിലുള്ള ശാസനങ്ങളിലെ വ്യക്തിപരവും പരിശുദ്ധവും ഉദാരവും ഭയപ്പെടുത്തുന്നതുമായ ഇതേ വരികൾ അങ്ങകലെ രാജസ്ഥാൻ മരുഭൂമിയിലും ബിഹാർ വനങ്ങളിലും കോറോമാൻഡൽ തീരത്തും അലയടിച്ചിരുന്നുവെന്നു ആലോചിക്കുന്നതു പോലും അസാധാരണമെന്നു വേണം പറയാൻ.

അശോകന് മുൻപ് മറ്റൊരു ഇന്ത്യൻ ഭരണാധികാരിയും ജനങ്ങൾക്കായി പൊതുശാസനങ്ങൾ ശിലകളിൽ എഴുതി വയ്ക്കുന്നതിനെക്കുറിച്ചു ചിന്തിച്ചിട്ടില്ല. അങ്ങനെ ചെയ്യുന്നത് കൊണ്ട് അത് "ദീർഘനാൾ നിലനിൽക്കുമെന്നും തന്റെ പിൻഗാമികൾക്കു അതനുസരിച്ചു പ്രവർത്തിക്കാൻ കഴിയുമെന്നും" അശോകൻ തന്നെ സൂചിപ്പിക്കുന്നു.

അശോകനു മുൻപ് ഇന്ത്യയിൽ ലിഖിതഭാഷ അപൂർവമായിട്ടാണ് ഉപയോഗിച്ചിരുന്നത്. വേദകാലഘട്ടത്തിലെ ഗ്രന്ഥസമൂഹങ്ങൾ മുഴുവൻ വാമൊഴിയിലാണ് സൂക്ഷിക്കപ്പെട്ടിരുന്നത്. പാവനമായ സംസ്കൃതശ്ലോകങ്ങൾ എഴുതിയല്ല, ഓർമയിലാണ് സൂക്ഷിച്ചിരുന്നത്. അശോകന്റെ ലിഖിത പദ്ധതിയാണ് ഇന്ത്യയിലെങ്ങും എഴുത്തുഭാഷ പരിചയപ്പെടുത്തിയത്. അയ്യായിരം വർഷം മുൻപുള്ള, സിന്ധുനദീതടസംസ്കാരത്തിലെ, ഇതുവരെ മനസ്സിലാക്കാൻ കഴിയാത്ത ലിപികളൊഴിച്ചു എല്ലാ ആധുനിക ഇന്ത്യൻ ലിപികളുടെയും അടിസ്ഥാനം അശോകന്റെ ബ്രാഹ്മിലിപിയാണ്.

പിന്നീട് വന്ന ബുദ്ധമത പാരമ്പര്യം അശോകന്റെ വിശുദ്ധമായ പദവിയിൽ ഊറ്റം കൊണ്ടു. അദ്ദേഹത്തിന്റെ ലളിത ജന്മത്തെ ബുദ്ധന്റെ കുടുംബപാരമ്പര്യവുമായി കൂട്ടിച്ചേർത്തു. സിംഹളീസ് പാരമ്പര്യമനുസരിച്ച് ബുദ്ധന് നിർവാണം ലഭിച്ച് കൃത്യം നൂറു വർഷങ്ങൾ കഴിഞ്ഞപ്പോഴാണ് അശോകന്റെ കിരീടധാരണം നടന്നത്. തന്റെ പൂർവജന്മത്തിൽ ബുദ്ധൻ അശോകനെ കാണുന്നതിനെക്കുറിച്ചു ഒരു സാങ്കല്പിക കഥപോലും പ്രചാരത്തിലുണ്ട്. യഥാർത്ഥത്തിൽ അശോകന്റെ വംശം ഗാന്ധാരത്തിൽ നിന്നാണ് വരുന്നത്. അശോകൻ തന്റെ ജീവിതത്തിലെ അധികകാലവും ചെലവഴിച്ചതും അവിടെയാണ്. അദ്ദേഹം തക്ഷശിലയിലെ വൈസ്രോയി ആയിരുന്നു. ചക്രവർത്തിയായപ്പോൾ തക്ഷശിലയെ അദ്ദേഹം പ്രത്യേകമായി പരിപാലിച്ചു. ഒരുപക്ഷേ അദ്ദേഹം മരിച്ചതും അവിടെ വച്ച് തന്നെയായിരിക്കാം.

അശോക ചക്രവർത്തിയുടെ തലസ്ഥാനം കിഴക്കേ ഇന്ത്യയിലായിരുന്നു. അതുകൊണ്ടു തന്നെ രാജ്യത്തിന്റെ പടിഞ്ഞാറൻ അതിർത്തിയിലുള്ള ജനങ്ങളെ ഗ്രീക്ക് പേർഷ്യൻ ആക്രമണ ഭീഷണികളിൽ നിന്നും സംരക്ഷിക്കേണ്ടതുണ്ടായിരുന്നു. തന്റെ രാജശാസനകളിൽ ഗ്രീക്കുകാരെക്കുറിച്ച് അദ്ദേഹം നിരന്തരം പരാമർശിക്കുന്നുണ്ട്. വിദേശികൾ നുഴഞ്ഞു കയറിയിട്ടുള്ള സിന്ധു താഴ്‌വരകളിലെ സംഭവവികാസങ്ങളിൽ അസ്വസ്ഥനായിരുന്നുവെന്ന് അദ്ദേഹത്തിന്റെ പെരുമാറ്റങ്ങൾ സൂചിപ്പിക്കുന്നു. അലക്സാണ്ടറുടെ വൈസ്രോയി ആയിരുന്ന സെല്യൂസസിൽ നിന്നും സിന്ധുതീരത്തെ പ്രദേശങ്ങൾ തിരിച്ചു പിടിച്ചത് അശോകചക്രവർത്തിയുടെ പിതാമഹനായിരുന്നു. അന്ന് ഒപ്പു വച്ച ഉടമ്പടിയനുസരിച്ച് സ്ത്രീകളെയും നയതന്ത്രപ്രതിനിധികളെയും പരസ്പരം കൈമാറിയിരുന്നു. അശോകൻ വളർന്നതുതന്നെ ഗ്രീക്കുകാരെ

ക്കുറിച്ചുള്ള വ്യക്തമായ ധാരണയോടെയാണ്. (സെല്യൂസസിന്റെ മകളും അന്തഃപുരത്തിലുണ്ടായിരുന്നു). പടിഞ്ഞാറൻ ദേശങ്ങളിലെ രാജാക്കന്മാരായ ടോളമി, മെഗാസ്, അലക്സാണ്ടർ, ആന്റിഗോണസ്, ആന്റിയൊക്കേസ് തുടങ്ങിയവരുമായുള്ള സൗഹൃദത്തെക്കുറിച്ച് അശോകൻ തന്റെ ശാസനങ്ങളിൽ ഊന്നി പറയുന്നുണ്ട്. ഗ്രീക്കുകാരുമായുള്ള ബന്ധം അക്കാലത്തെ അഭിമാനത്തിന്റെയും അധികാരത്തിന്റെയും പ്രശ്നമായിരുന്നു. മറ്റൊരു സെല്യൂസസിന്റെ ശല്യം തന്റെ സാമ്രാജ്യത്തിനുണ്ടാവുന്നതിൽ അശോകന് താത്പര്യമുണ്ടായിരുന്നില്ല. സിന്ധുതീരങ്ങൾ സുരക്ഷിതമാക്കേണ്ടത് അശോകന്റെ ഇന്ത്യയുടെ കെട്ടുറപ്പിന് അനിവാര്യമായിരുന്നു.

രാജശാസനങ്ങൾ വടക്കു പടിഞ്ഞാറൻ മേഖലയിലെ തന്ത്രപ്രധാന സ്ഥലങ്ങളിലെല്ലാം സ്ഥാനം പിടിച്ചു. അതിൽ രണ്ടെണ്ണം അതിർത്തിയായ ജലാലാബാദിലും കാണ്ഡഹാറിലും സ്ഥാപിക്കപ്പെട്ടു. മൂന്നെണ്ണം ഉത്തരപഥത്തിലും തക്ഷശിലയിലും മാൻസേരയിലും ഷാബാസ്കരിലും ഇടം പിടിച്ചു. ഇന്ത്യയുടെ മറ്റു ഭാഗങ്ങളിൽ രാജശാസനങ്ങൾ അശോകന്റെ ഭാഷയായ മഗധിയിൽ ബ്രാഹ്മി ലിപി ഉപയോഗിച്ചാണ് എഴുതിയിട്ടുള്ളത്. (ഗ്രീക്ക് സ്വാധീനമാകാം അല്ലെങ്കിൽ ശാസനങ്ങൾ എഴുതാനായി ഒരു ലിപിക്ക് രൂപം കൊടുത്തതാവാം) ജലാലാബാദിൽ അരാമിക് ഭാഷയിലും കാണ്ഡഹാറിൽ (ഏറ്റവും പഴയ ലിഖിതം) അരാമിക് ഗ്രീക്ക് ഭാഷകളിലും ആണ് ശാസനങ്ങൾ കാണപ്പെടുന്നത്. മാൻസേരയിലും ഷാബാസ്കരിലും അരാമിക് ഭാഷയുടെ ഒരു പ്രാദേശിക പതിപ്പായ ഖരോഷ്ഠി ലിപിയിലാണ് എഴുതിയിട്ടുള്ളത്.

അശോകന്റെ മതപ്രചരണത്തിലെ പ്രധാനപ്പെട്ട ചില ആശയങ്ങൾ ഹെലനിസ്റ്റിക്/സോരാഷ്ട്രിയൻ തത്ത്വചിന്തധാരകളിൽ കൂടി വിശദീകരിക്കപ്പെട്ടിട്ടുണ്ട്. ബുദ്ധമതവാക്കായ "ധമ്മാ" ഗ്രീക്ക്ഭാഷയിൽ "യൂസേബിയ"(EUSEBEIA എന്നു വെച്ചാൽ ദയ, ഭക്തി, ദൈവത്തോടും മാതാപിതാക്കളോടും ബഹുമാനം) ആയി മാറിയിട്ടുണ്ട്. അരാമിക്ഭാഷയിൽ, സോരാഷ്ട്രിയൻ ആശയങ്ങൾ പ്രതിഫലിപ്പിക്കുന്ന സത്യം, എന്ന് അർത്ഥം വരുന്ന പദത്തിലേക്ക് മൊഴിമാറ്റം ചെയ്തിട്ടുണ്ട്

ഇന്ത്യയുടെ അതിർത്തിക്ക് അപ്പുറത്തേക്ക് വളരാൻ വ്യാപാരത്തിനും മതത്തിനും ലിഖിത ഭാഷ ആവശ്യമായി വന്നു.ഈ മൂന്നു ഘടകങ്ങളെയും ഒരുമിച്ചു കൊണ്ട് വന്നത് അശോകനായിരുന്നു ഏറ്റവും ശുദ്ധമായ സംസ്കൃതം സംസാരിച്ചിരുന്നത് ഉത്തരപഥത്തിലായിരുന്നു. അശോകൻ അവിടെ നിന്നുള്ള കല്പണിക്കാരെ രാജ്യം മുഴുവനും തന്റെ ശാസനങ്ങൾ കൊത്തിവയ്ക്കാൻ നിയോഗിച്ചു. (തെക്കേ ഇന്ത്യയിലെ ശാസനങ്ങളിൽ പോലും അവർ തങ്ങളുടെ പേരുകൾ ഖരോഷ്ഠി ലിപിയിൽ എഴുതി ഒപ്പുവച്ചു.)

അശോകന്റെ മരണശേഷം ബുദ്ധമതം ഇന്ത്യയ്ക്ക് പുറത്തേക്കു വ്യാപിക്കാൻ പ്രധാന കാരണമായത് വടക്കു പടിഞ്ഞാറൻ പ്രദേശങ്ങളിലെ ജനങ്ങളുടെ സാക്ഷരതയായിരുന്നു. യഥാർത്ഥത്തിൽ ഉദ്യാനയിലെയും ഗാന്ധാരത്തിലെയും സന്ന്യാസിമാരാണ് ആ പ്രദേശത്തെ ഭാഷയിലെഴുതിയ വിശുദ്ധ ഗ്രന്ഥങ്ങളുടെ രൂപത്തിൽ, ബുദ്ധമതത്തെ അഫ്ഗാനിസ്ഥാനിലേക്കും ചൈനയിലേക്കും കൊണ്ടുപോയത്.

സിന്ധുതീരപ്രദേശങ്ങൾക്ക് അശോകൻ പ്രാധാന്യം നൽകിയതോടെ സിന്ധുവിന് പടിഞ്ഞാറുള്ള പ്രദേശങ്ങൾ ഇന്ത്യയുടെ സാംസ്കാരിക/മതഭൂപടത്തിലേക്ക് പുനഃപ്രവേശം ചെയ്തു. ബക്ട്രിയയിലേതുപോലെ അശോകന്റെ വാസ്തുശില്പ-ഭരണനൈപുണ്യത്തിന്റെ മേലാണ് മറ്റു രാജാക്കന്മാർ തങ്ങളുടെ സാമ്രാജ്യങ്ങൾ പണിതുയർത്തിയത്. അദ്ദേഹത്തിന്റെ കീർത്തിയോടായിരുന്നു അവർ മത്സരിച്ചത്. തന്റെ സാമ്രാജ്യത്വ/മതആശയങ്ങളുടെ പ്രചാരത്തിനും സാമ്രാജ്യത്തിന്റെ പ്രതിരോധത്തിനും ഉത്തരപഥവും അതിർത്തിപ്രദേശങ്ങളും എത്രമാത്രം പ്രധാനമാണെന്ന് അശോകൻ തിരിച്ചറിഞ്ഞിരുന്നു.

അശോകന്റെ പാരമ്പര്യം നൂറ്റാണ്ടുകളോളം നിലനിന്നു. എന്നാൽ അത് എക്കാലത്തേക്കും നീണ്ടുപോയില്ല. സുൽത്താൻ മഹ്മൂദിന്റെ കാലത്തു കുറച്ചു ബുദ്ധമതക്കാരെങ്കിലും സ്വാതിലുണ്ടായിരുന്നെങ്കിൽ ഇന്ന് അവിടെ ആരും തന്നെയില്ല. നശിപ്പിക്കപ്പെട്ടും ഉപേക്ഷിക്കപ്പെട്ടും കിടക്കുന്ന ഈ സ്തൂപങ്ങൾക്കു നടുവിൽ, നിന്നപ്പോൾ ഭൂതകാലം എത്തിപ്പിടിക്കാൻ കഴിയാത്തവിധം ദൂരെയാണെന്ന് എനിക്കു തോന്നി.

ബുദ്ധസാമ്രാജ്യത്തിന്റെ ഒരു മുഖം ഇപ്പോഴും ഇവിടെ നിലനിൽക്കുന്നു എന്നതാണ് സത്യം. ഒരു വൈകുന്നേരം ഞാൻ മിങ്കോറയിലെ മാർക്കറ്റിലൂടെ കാറിൽ സഞ്ചരിക്കവേ ഒരു ചായക്കടയ്ക്കുള്ളിലെ ടെലിവിഷൻ സ്ക്രീനിനു മുന്നിൽ കൂടിയ പുരുഷാരത്തെ ശ്രദ്ധിച്ചു. പഴയ ഒരു അറബി പ്രണയകഥയെ ആസ്പദമാക്കിയുള്ള ഇന്ത്യൻ സിനിമയാണ് പ്രദർശിപ്പിക്കുന്നത്. ഉദ്യാനയിലെ ശില്പികൾ റോമൻ കളിമൺ പാത്രങ്ങളിൽ നിന്നും മുന്തിരിവള്ളികൾ തങ്ങളുടെ ശില്പങ്ങളിൽ പകർത്തിയതുപോലെ ബുദ്ധകഥകൾ പട്ടുപാതയിലൂടെ അറേബ്യൻ രാവുകളിലേക്ക് സഞ്ചരിച്ചിരിക്കാം. ഇപ്പോൾ പാകിസ്ഥാനി പുരുഷന്മാർക്ക് വേണ്ടി ഒരു അറേബ്യൻ പ്രണയകഥ ഇന്ത്യൻ അഭിനേതാക്കൾ ഇന്ത്യൻപാട്ടുകൾ പാടി അവതരിപ്പിക്കുന്നു. സാകൂതം സ്ക്രീനിലേക്ക് നോക്കിയിരിക്കുന്ന സ്വാതി മുഖങ്ങൾ പട്ടുപാതയുടെ വൈവിധ്യത്തിന്റെ സാക്ഷ്യപത്രങ്ങളാകുന്നു.

പിറ്റേ ദിവസം രാവിലെ ഞാൻ സ്വാതിലെ പുതിയ തലമുറയെ കാണാൻ പുറപ്പെട്ടു. ഇന്ന് സ്വാതിലെ തുണിമില്ലുകൾ ചൈനീസ് സിൽക്കിനു പകരം പോളിസ്റ്റർ തുണികളാണ് നെയ്യുന്നത്. നിഗൂഢവും

നിയമവിരുദ്ധവുമായിട്ടാണെങ്കിലും ഇന്നും വളരെ ശക്തമായ ഒരു വ്യാപാര ശൃംഖല ഇവിടെ നിലനിൽക്കുന്നു.

വിഭജനത്തിനുശേഷം ഇരുപതുവർഷത്തോളം സ്വാത് ഒരു അർദ്ധ സ്വയംഭരണപ്രദേശമായി തന്നെ നിലനിന്നു. ഭരണാധികാരം "വാലി" എന്ന പരമ്പരാഗത നേതാവിനായിരുന്നു. 1969ൽ പാകിസ്ഥാന്റെ ആദ്യ പട്ടാളഭരണാധികാരിയായിരുന്ന അയൂബ്ഖാൻ സ്വാതിനെ തന്റെ രാജ്യ ത്തിലേക്ക് ഉൾപ്പെടുത്തി. എതിർപ്പുകൾ ഉയരാതിരിക്കാൻ 'വാലിയും' പട്ടാള ഏകാധിപതിയും തമ്മിൽ ഒരു കരാറുണ്ടാക്കി. മുപ്പത്തിയഞ്ചു വർഷ ത്തേക്ക് നികുതിയുണ്ടാവില്ല എന്നതായിരുന്നു കരാർ.

ആ സമയപരിധി ഇപ്പോൾ കഴിഞ്ഞിരിക്കുന്നു. നികുതി ഏർപ്പെടു ത്താനുള്ള പാകിസ്ഥാൻ ധനമന്ത്രിയുടെ നീക്കങ്ങൾ സ്വാത് ജനത ശ്രദ്ധി ക്കുന്നു പോലുമില്ല. സ്വാതിന്റെ പർവത ശിഖരങ്ങളുടെ ഭംഗികൊണ്ട് മാത്ര മല്ല സ്വാതിനെ പാകിസ്ഥാന്റെ സ്വിറ്റസർലാൻഡ് എന്ന് വിളിക്കുന്നത്. ആഡംബരവസ്തുക്കളുടെ ഒരു അപൂർവ ഫാക്ടറി തന്നെയാണ് സ്വാത്. രാജ്യത്തെ മറ്റു ഭാഗങ്ങളിൽ ഭീമമായ നികുതി കൊടുക്കേണ്ടി വരുന്ന എന്തും സ്വാതിൽ സുലഭമായി കിട്ടും. ലിപ്സ്റ്റിക്കുകളും ഫെയർ ആൻഡ് ലൗലി ക്രീമും ഇവിടെ നിർമ്മിക്കുന്നു. ഇതെല്ലാം നിയമപരമായവ. ഇത ല്ലാതെ, കള്ളക്കടത്തായി വരുന്ന സാധനങ്ങളും ഇഷ്ടം പോലെ കിട്ടും.

മിങ്കോറയിലെ പ്രധാന മാർക്കറ്റിൽ ഞാനും സൽമാനും ചായ കുടിച്ചു കൊണ്ടിരിക്കുകയായിരുന്നു. ചെമ്പൻ മുടിയും പൂച്ചക്കണ്ണുകളും ഉള്ള സൽമാൻ വസീറിസ്ഥാൻ സ്വദേശിയാണ്. അഫ്ഗാനിസ്ഥാനിൽ നിന്നും നികുതിയടയ്ക്കാതെ കാറുകൾ തോച്ചി ചുരം വഴി ബന്നുവിലേക്കും മറ്റ് അതിർത്തി പ്രവിശ്യകളിലേക്കും ഓടിച്ചു കൊണ്ടുവരികയാണ് അയാ ളുടെ പ്രധാന പണി. സ്വർണ നെക്ലേസും സിൽക്ക് ബുർഖയുമണിഞ്ഞ ഭാര്യയെ മുൻസീറ്റിൽ ഇരുത്തിയിട്ടുണ്ടാവും. കള്ളക്കടത്തുകാർ, കാബൂ ളിലെ പാകിസ്ഥാൻ എംബസി ഉദ്യോഗസ്ഥർക്ക് വൻതുക കൈക്കൂലി നൽകി ഡിപ്ലോമാറ്റിക് ഗേറ്റ് പാസ് സംഘടിപ്പിക്കുമെന്നു ജലാലാബാദിലെ പൊലീസ് മേധാവി എന്നോട് പറഞ്ഞിരുന്നു. ആ പാസ്സ് കൈയിലു ണ്ടെങ്കിൽ യാതൊരുവിധ പരിശോധനയും കൂടാതെ സുരക്ഷിതമായി അതിർത്തി കടന്നു വസീറിസ്ഥാനിലേക്കോ മറ്റ് ഏതു അതിർത്തി പ്രവിശ്യകളിലേക്കോ സഞ്ചരിക്കാം. "ഓരോ സ്ഥലത്തും എനിക്കു ഡ്രൈ വർമാരുടെ ഒരു സംഘം തന്നെയുണ്ട്", സൽമാൻ പറഞ്ഞു. എന്നിട്ടു മേശപ്പുറത്തിരുന്ന ഫോണിന് നേരെ ആംഗ്യം കാണിച്ചു കൊണ്ട് പറഞ്ഞു "മൊബൈൽ ഫോൺ വഴി ഞങ്ങൾ നിരന്തരം ബന്ധപ്പെട്ടു കൊണ്ടി രിക്കും. അങ്ങനെ പൊലീസ് പോസ്റ്റുകൾ ഒഴിവാക്കാൻ പറ്റും." എന്തോ ആലോചിച്ചുകൊണ്ട് ചായ മെല്ലെ മൊത്തി കുടിക്കുകയായിരുന്ന സൽമാൻ പൊടുന്നനെ ചോദിച്ചു, "നിങ്ങൾക്ക് അടുത്ത ആഴ്ച

സമയമുണ്ടാകുമോ? നിങ്ങൾ മുന്നിലെ സീറ്റിൽ ഉണ്ടായാൽ എന്നെ ആരും തടഞ്ഞു നിർത്തില്ല."

സ്വാതിൽ നിന്നും പുറത്തേക്ക് നിരവധി ചെക്ക് പോസ്റ്റുകളുണ്ട്. എന്നാൽ പൊലീസിന് നദിക്ക് കാവലേർപ്പെടുത്താൻ കഴിയുന്നില്ല. നദിയിലൂടെ നടക്കുന്ന കള്ളക്കടത്തു തടയാൻ പ്രത്യേകിച്ച് ഒന്നും ചെയ്യുന്നില്ല. BCE രണ്ടാം നൂറ്റാണ്ടു മുതൽ സ്വാതിൽ നിന്നും പുറത്തേക്കു പോകുന്ന ഒരു വസ്തു തടിയാണ്. ഒരു ദിവസം അതിരാവിലെ, 'സ്ത്രീകളുടെ സൗന്ദര്യത്തിനു' പേരുകേട്ട, സ്വാതിലെ ഒരു ചെറിയ പട്ടണത്തിൽ വച്ച്, വെള്ള തൊപ്പി ധരിച്ച, മീശ വടിച്ച, മതപരിവേഷമുള്ള ഒരു വൃദ്ധനെ കണ്ടുമുട്ടി. അസീസ് എന്നായിരുന്നു അയാളുടെ പേര്. അസീസിന്റെ മരമില്ലിലെ സുഗന്ധം പൊഴിക്കുന്ന തടി കള്ളക്കടത്തായി എത്തിയതാണ്. സ്വാതിലെ ഉയർന്ന ഭാഗത്തുള്ള നിബിഡവനങ്ങളിൽ നിന്നും രാത്രിയിൽ നദിയിലൂടെ എത്തിക്കുന്നതാണ് അവ. ഇരുപതടിയിൽ ഒരുമിച്ചു ചേർത്തുകെട്ടിയിരിക്കുന്ന തടികൾക്കു മുകൾഭാഗത്തായി ഊതി വീർപ്പിച്ച നാല് ട്രാക്ടർ ട്യൂബുകൾ കെട്ടിവച്ചിട്ടുണ്ട്. അതിവേഗതയിൽ ഒഴുകുന്ന നദിയിലൂടെ ആ തടിക്കെട്ടുകൾ തുഴഞ്ഞു കൊണ്ടുവരുന്ന ആളുടെ സുരക്ഷാ ബെൽറ്റുകളാണ് ആ ട്യൂബുകൾ. മൂന്നു മുതൽ നാല് മണിക്കൂർ വരെ വേണം നദിയിലെ തണുത്ത ജലത്തിലൂടെ തുഴഞ്ഞെത്താൻ. എല്ലാ വർഷവും അസീസിന്റെ പണിക്കാർ ഈ ജോലിക്കിടെ മുങ്ങി മരിക്കാറുണ്ട്. "വളരെ അപകടം പിടിച്ച പണിയാണ്. നിങ്ങൾക്ക് മനസ്സിലാകുന്നുണ്ടല്ലോ അല്ലേ?" അസീസിന്റെ വിശദീകരണം.

വ്യാജ സാധനങ്ങൾ നിർമ്മിക്കുന്നതും പാകിസ്ഥാനിൽ വലിയൊരു ബിസിനസ്സാണ്. കണ്ടാൽ കലാഷ്നിക്കോവ് ആണെന്ന് തോന്നുന്ന കള്ള തോക്കുകളും വ്യാജ ഇന്ത്യൻ DVDകളും മാത്രമല്ല സ്വാതിലെ ഇപ്പോഴത്തെ പ്രധാന കള്ളക്കടത്തുവസ്തുക്കൾ. പട്ടുപാത കടക്കുന്ന പുതിയ ആഡംബര വസ്തു പാസ്പോർട്ടാണ്. സ്കാനറുകളും മറ്റു ഇലക്ട്രോണിക് പരിശോധനാ സംവിധാനങ്ങളും കാര്യങ്ങൾ ബുദ്ധിമുട്ടിലാക്കിയിട്ടുണ്ടെങ്കിലും അത് തീർത്തും അസാധ്യമായിട്ടില്ല. അഫ്ഗാൻ തിരിച്ചറിയൽ രേഖകളാണ് എളുപ്പത്തിൽ ഉണ്ടാക്കാൻ കഴിയുന്നത്. അസീസിന്റെ ഒരു ബന്ധു എങ്ങനെയൊക്കെയോ വ്യാജരേഖകൾ ഉപയോഗിച്ച് ഈയടുത്ത കാലത്തു ലണ്ടനിലെത്തി. പിടിക്കപ്പെട്ടപ്പോൾ അയാൾ അസീസിനെ വിളിച്ചു. അഫ്ഗാൻ തിരിച്ചറിയൽ രേഖകളും ഡ്രൈവിംഗ് ലൈസൻസും ഉണ്ടാക്കി കൊടുക്കാൻ ആവശ്യപ്പെട്ടു. അസീസോ അയാളുടെ ബന്ധുവോ ഒരിക്കലും അഫ്ഗാനിസ്ഥാനിൽ പോയിട്ടില്ല. "പാകിസ്ഥാനിൽ എല്ലാം സാധ്യമാണ്" അസീസ് പറഞ്ഞു. നാല് ദിവസവും അഞ്ഞൂറ് രൂപയും കൊണ്ട് അസീസ് തന്റെ ബന്ധു ആവശ്യപ്പെട്ട രേഖകൾ അയച്ചു കൊടുത്തു. അങ്ങനെ സ്വാതിൽ നിന്നും പോയ ആൾ താലിബാൻ ഭരണത്തിലെ അഫ്ഗാൻ അഭയാർത്ഥിയായി മാറി.

നികുതി സംവിധാനത്തോട് പാകിസ്ഥാന് ആകപ്പാടെ ഒരു നിസ്സംഗ മനോഭാവമാണ്. എന്നോട് സംസാരിച്ച ഒരു കള്ളക്കടത്തുകാരനും അവരുടെ തൊഴിൽ എന്താണെന്നു വെളിപ്പെടുത്താൻ യാതൊരു വൈമുഖ്യവുമുണ്ടായിരുന്നില്ല. വളരെ ശാന്തമായി അവർ എന്റെ ചോദ്യങ്ങൾക്കു മറുപടി നൽകി. എന്നെ അദ്ഭുതപ്പെടുത്തികൊണ്ട് അവരുടെ നിയമ വിരുദ്ധ പ്രവൃത്തിയുടെ വിശദാംശങ്ങൾ മുഴുവൻ വെളിപ്പെടുത്തി. അത് കഴിഞ്ഞപ്പോഴാണ് അവർ ഉത്കണ്ഠ പ്രകടിപ്പിച്ചു തുടങ്ങിയത്. ഞാൻ സ്വാത് വിടുമ്പോഴേക്കും എന്റെ മൊബൈൽ ഫോണിൽ തങ്ങളുടെ പേരും വിവരങ്ങളും കൊടുക്കരുതെന്നാവശ്യപ്പെട്ടുകൊണ്ടുള്ള സന്ദേശങ്ങളുടെ മലവെള്ളപ്പാച്ചിലായിരുന്നു.

കലാസൃഷ്ടികളുടെ കള്ളക്കടത്ത് വളരെയേറെ ആകർഷകവും ഹാനികരവുമായ ഒന്നാണ്. കൊളോണിയൽ ഭരണകാലത്ത് ബ്രിട്ടീഷ് ഫ്രഞ്ച് ഗവേഷകർ നിരവധി ഗാന്ധാരൻ കലാസൃഷ്ടികൾ മ്യൂസിയങ്ങളിലേക്കോ അല്ലെങ്കിൽ സ്വകാര്യശേഖരങ്ങളിലേക്കോ മാറ്റി. എന്നാലും ഇനിയും കടത്തിക്കൊണ്ടുപോകാനായി ഈ പ്രദേശങ്ങളിൽ ഇഷ്ടംപോലെ കലാസൃഷ്ടികൾ ബാക്കിയുണ്ട്. എണ്ണമറ്റ ബുദ്ധവിഗ്രഹങ്ങളും ശേഷിപ്പുകളും സംരക്ഷിക്കാൻ പുരാവസ്തുവകുപ്പ് കഠിനാധ്വാനം ചെയ്യുന്നുണ്ട്. പുരാവസ്തു കള്ളക്കടത്തുകാരുടെ ഭീഷണിമൂലം വിഭജനത്തിനുശേഷം കുഴിച്ചെടുത്ത എല്ലാ പുരാവസ്തുക്കളും മ്യൂസിയങ്ങളിൽ പൂട്ടിവച്ചിരിക്കുകയാണ്. സ്തൂപത്തിനുള്ളിൽ ബുദ്ധവിഗ്രഹങ്ങൾ ഉണ്ടായിരുന്ന ഭാഗങ്ങളെല്ലാം ഒഴിഞ്ഞു കിടക്കുന്നു. പുറത്തു കുട്ടികൾ ഗാന്ധാരൻ നാണയങ്ങൾ എന്ന പേരിൽ വ്യാജനാണയങ്ങൾ വിൽക്കുന്നു. വലിയ പാറകളിൽ കൊത്തിവച്ചിരിക്കുന്ന, എടുത്തുമാറ്റാൻ സാധിക്കാത്ത ബുദ്ധവിഗ്രഹങ്ങൾക്ക് സുൽത്താന മഹ്മൂദ്ശൈലിയിലുള്ള താലിബാൻ അക്രമങ്ങൾക്ക് ഇരയാകേണ്ടിവന്നിരിക്കുന്നു. മുഖം തല്ലിപൊളിച്ചു അവയവങ്ങൾ ഛേദിച്ച നിലയിലാണ് ഇന്ന് ആ ബുദ്ധരൂപങ്ങൾ. നദീതീരത്തും പുതിയ ഹൈവേയുടെ സമീപപ്രദേശങ്ങളിലും ആയതിനാൽ സ്വാതിലെ ബുദ്ധമത കലാസൃഷ്ടികൾ മുസ്ലീംമതഭ്രാന്തന്മാരുടെ രോഷത്തിനു എളുപ്പത്തിൽ ഇരകളായി മാറുന്നു.

സ്വാതിൽ ഞാൻ ചെലവഴിച്ച ആദ്യ ആഴ്ചകളിൽ കണ്ട ബുദ്ധ കലാരൂപങ്ങളെല്ലാം തന്നെ ഭീകരമാംവിധം അംഗഭംഗം വന്നവയായിരുന്നു. എന്റെ സ്വാത് വാസം അവസാനിക്കാറായ സമയത്താണ് അതുവരെ ആരും നശിപ്പിക്കാൻ ശ്രമിക്കാത്ത ഒരു ബുദ്ധ രൂപം കണ്ടത്. ബട്ക്കരയ്ക്ക് വടക്കായി ഒരു മലയിടുക്കിൽ പുറംഭാഗം മലയിലേക്കു തിരിഞ്ഞിരിക്കുന്ന നിലയിലാണ് ആ പ്രതിമ. അവിടേക്കു എത്തണമെങ്കിൽ പഴത്തോട്ടങ്ങളും ഗോതമ്പുപാടങ്ങളും വൈക്കോൽ മേഞ്ഞ മേൽക്കൂരകളുള്ള വീടുകളും കടന്നുപോകണം. പിങ്കും മഞ്ഞയും നിറത്തിലുള്ള

ചുണ്ണാമ്പു കല്ലിൽ തീർത്ത പ്രതിമ ഏഴു മീറ്റർ ഉയരമുള്ള മൈത്രേയ ബുദ്ധനാണ്. ലോകരക്ഷകനാകുന്ന ഭാവിയിലെ ബുദ്ധനാണ് മൈത്രേയ ബുദ്ധൻ. ആ സങ്കല്പം ഒരുപക്ഷേ ഉദയം ചെയ്തത് ഉദ്യാനയിലായിരിക്കാം. പത്മാസനത്തിൽ കൈകൾ മടിയിൽ മടക്കി വച്ച് ധ്യാനരൂപത്തിലിരിക്കുന്ന ബുദ്ധനെ സന്ദർശിക്കാൻ ആട്ടിടയന്മാരല്ലാതെ ആരും വരാൻ സാധ്യതയില്ല. അതുകൊണ്ടു തന്നെ അതൊരു അപൂർവ സ്മാരകമാകുന്നു. ബുദ്ധമത വിശ്വാസികളായിരുന്ന രാജാക്കന്മാരുടെ കാലത്ത്, പട്ടുമായി വ്യാപാരസംഘങ്ങൾ താഴ്വരയിലൂടെ സഞ്ചരിച്ച നാളുകളിൽ, സിന്ധുവിലെ അപകടങ്ങളെ നേരിട്ട് ഉദ്യാനയിലെ വിശുദ്ധസ്ഥലങ്ങൾ സന്ദർശിക്കാൻ ചൈനീസ് സഞ്ചാരികളെത്തിയപ്പോഴെല്ലാം ആ താഴ്വര എങ്ങനെയായിരുന്നു എന്നതിന്റെ സൂചനയായി ആ ബുദ്ധപ്രതിമ നിലനിൽക്കുന്നു.

2007 ൽ മൗലാനാ ഫസലുള്ളയുടെ നേതൃത്വത്തിലുള്ള താലിബാൻ വിഭാഗം സ്വാതിന്റെ നിയന്ത്രണം കൈയടക്കി. തീവ്രമത പ്രബോധകനായ സൂഫി മൊഹമ്മദിന്റെ മരുമകനാണ് ഫസലുള്ള. കേടുപാടുകളില്ലാതെ കാലത്തെ അതിജീവിച്ചു നിലനിന്നിരുന്ന മൈത്രേയബുദ്ധനായിരുന്നു അവരുടെ ആദ്യ ഇര. അതവർ സ്ഫോടക വസ്തു ഉപയോഗിച്ച് തകർത്തു. ശിരസ്സും ചുമലുകളും തുരന്നു കളഞ്ഞു. അങ്ങനെ മതഭ്രാന്തന്മാർ സ്വാതിന്റെ ഇസ്ലാമിന് മുൻപുള്ള ഭൂതകാലത്തെ, ബുദ്ധമതത്തിന്റെ അവസാന അടയാളത്തെ വിസ്മൃതിയിലേക്ക് തള്ളിയിട്ടു.

എട്ട്

അലക്സാണ്ടറുടെ വഴിയിലൂടെ

327 BCE

> സിന്ധു യൂറോപ്പിലെ ഏതു നദിയെക്കാളും വലിയ നദിയാണ്. ഈ നദി മുറിച്ചു കടന്നാണ് അലക്സാണ്ടർ തന്റെ സൈന്യവുമായി ഇന്ത്യയിലെത്തിയത്.
>
> ആര്യൻ, അനബെസിസ് അലക്സാണ്ട്രി, 145 C E

ഏകദേശം രണ്ടായിരം വർഷങ്ങൾക്കു മുൻപ് അലക്സാണ്ടറും ഇന്ത്യക്കാരനായ കുട്ടി സാന്ദ്രക്രോട്ട്സും തമ്മിലുള്ള കണ്ടുമുട്ടലിനെക്കുറിച്ച് പ്ലൂട്ടാർക് ഇങ്ങനെ വിവരിക്കുന്നു. "ഇന്ത്യ കീഴടക്കുന്നതിന്റെ തൊട്ടടുത്തു വരെ ആ വൈദേശിക ഭരണാധികാരി എത്തിയെന്ന കാര്യം ആ കുട്ടി ഒരിക്കലും മറന്നില്ല. അലക്സാണ്ടറുടെ ശൗര്യത്തെക്കുറിച്ചുള്ള അതിശയോക്തി കലർന്ന വിവരണമാണ് പ്ലൂട്ടാർക്കിന്റെ കഥയിലുള്ളത്. 327 BCEയിൽ അലക്സാണ്ടർ ഇന്ത്യയുടെ സദൃശമായ പേരുള്ള ഇൻഡസ് താഴ്വര കഷ്ടിച്ച് കീഴടക്കിയെന്നു പറയാം. ഇന്ത്യയിൽ നിന്നും ബാബിലോണിലേക്ക് മടങ്ങി രണ്ടു വർഷം കഴിഞ്ഞപ്പോൾ അലക്സാണ്ടർ മരിച്ചു. കിഴക്കൻ പേർഷ്യയിലും പടിഞ്ഞാറൻ ഇന്ത്യയിലും അലക്സാണ്ടർ സ്ഥാപിച്ച, അലക്സാണ്ഡ്രിയ എന്ന് പേരുള്ള നഗരങ്ങളെല്ലാം ഒന്നുകിൽ വെള്ളപ്പൊക്കത്തിൽ നദികൾ കൊണ്ടുപോയി അല്ലെങ്കിൽ തദ്ദേശീയർ തിരിച്ചുപിടിച്ചു. അദ്ദേഹം ഇവിടെ വിട്ടുപോയ സൈന്യം തിരികെ മാർച്ചു ചെയ്ത് അദ്ദേഹത്തിന്റെ സാമ്രാജ്യം അനുചരന്മാർക്കു വീതിച്ചു നൽകി. അലക്സാണ്ടറുടെ വരവ് നാമമാത്രമായ ചലനങ്ങൾ മാത്രമേ ഇന്ത്യയിൽ ഉണ്ടാക്കിയുള്ളൂ. അത് രേഖപ്പെടുത്തി വയ്ക്കാൻ ആരും മെനക്കെട്ടില്ല. പകരം അത് പയ്യനായ 'സാന്ദ്രക്രോട്ട്സ്' – ചന്ദ്രഗുപ്ത മൗര്യൻ, അശോകന്റെ മുത്തച്ഛൻ, 305 BCEയിൽ സിന്ധു തീരം തിരിച്ചുപിടിച്ചു. ഇന്ത്യയെ ഒറ്റ സാമ്രാജ്യമാക്കുക എന്ന അലക്സാണ്ടറുടെ ലക്ഷ്യം പൂർത്തിയാക്കിയത് ചന്ദ്രഗുപ്ത മൗര്യനാണ്."

എന്നാൽ ഗ്രീസിൽ അലക്സാണ്ടറുടെ ദിഗ്വിജയകഥകൾക്ക് മങ്ങലേല്പിക്കാൻ ഒന്നിനും കഴിയുമായിരുന്നില്ല. സ്വയം ഒരു ഇതിഹാസമായി

മാറുന്നതിൽ അദ്ദേഹം മിടുക്കനായിരുന്നു. ഇന്ത്യ, അലക്സാണ്ടറിന് അദ്ഭുതങ്ങളുടെ ഭൂമികയായിരുന്നു. അവിടെ പോയി മടങ്ങിവന്ന സുഹൃത്തുക്കൾ അവിടുത്തെ സ്വർണശേഖരത്തെക്കുറിച്ചും ആനകളെക്കുറിച്ചും നദികളെക്കുറിച്ചും നടത്തിയ വർണ്ണനകളായിരുന്നു അലക്സാണ്ടറുടെ കഥകൾക്ക് ശോഭ നൽകിയത്.

ഗ്രീസിൽ നിന്നും ലോകം കീഴടക്കാൻ പുറപ്പെടുമ്പോൾ അലക്സാണ്ടറുടെ പ്രധാന ലക്ഷ്യം ഇരുനൂറുവർഷങ്ങൾക്കു മുൻപ് ഇന്ത്യ ആക്രമിച്ച പേർഷ്യൻ ചക്രവർത്തി ദാരിയസിനെ കടത്തിവെട്ടുന്ന സാഹസം കാണിക്കുക എന്നതായിരുന്നു. അലക്സാണ്ടർ ഇന്ത്യയിലേക്ക് കൂടെ കൊണ്ടുവന്ന ചരിത്രകാരന്മാർ ആരും തന്നെ ദാരിയസിനെക്കുറിച്ച് പറയുന്നില്ല. പക്ഷേ അവർക്കു ദാരിയസിനെക്കുറിച്ച് അറിയാഞ്ഞിട്ടല്ല എന്ന കാര്യം ഉറപ്പാണ്. ഒരു നൂറ്റാണ്ടു മുൻപ്, ഗ്രീക്ക് ചരിത്രകാരനായ ഹെറോഡോട്ടസ് ദാരിയസിനെ 'ഏഷ്യയുടെ ഭൂരിഭാഗം മേഖലകളും കണ്ടെത്തിയ ആൾ' എന്നാണ് വിശേഷിപ്പിക്കുന്നത്. ദാരിയസ് സ്കൈലാസ് എന്ന നാവികനെ അറ്റോക്കിൽനിന്നും നദിയിലൂടെ സമുദ്രം വരെ അയച്ചു. സ്കൈലാസ് സിന്ധുവിന്റെ 1400 മീറ്റർ ദൂരത്തോളം കൃത്യമായ ഭൂപടമുണ്ടാക്കി. അങ്ങനെ ഇന്ത്യയെ വിവരിക്കുന്ന ഭൂപടം നിർമ്മിച്ച ആദ്യത്തെ യൂറോപ്യൻ എന്ന ബഹുമതി സ്വന്തമാക്കി. ആദ്യകാല ഗ്രീക്ക് ചരിത്രത്തിൽ ഏറ്റവും ധീരനായ മനുഷ്യൻ എന്ന വിശേഷണവും അദ്ദേഹത്തിന് ലഭിച്ചു. അതിനിടെ ദാരിയസ് സിന്ധുവിനെ സ്വന്തം സാമ്രാജ്യത്തോടു ചേർത്തു.

ദാരിയസിനു സിന്ധു താഴ്വര കീഴടക്കുക എന്നത് വളരെ ആകർഷകമായ ഒരു പദ്ധതിയായിരുന്നു. ഹെറോഡോട്ടസിന്റെ 'ഹിസ്റ്റോറീസ്' വിവരിക്കുന്നതു സിന്ധു താഴ്വര സ്വർണത്തിൽ പൊതിഞ്ഞതാണെന്നും അവിടുത്തെ ആളുകൾ 'മരത്തിൽ നിന്നും ലഭിക്കുന്ന കമ്പിളി വസ്ത്രങ്ങൾ' ആണ് ധരിക്കുന്നതെന്നും ആണ്. “മറ്റെല്ലാ ആളുകളെക്കാൾ കൂടുതൽ പണം നൽകുന്നത് അവരാണെന്നും 360 താലന്ത് (ഒരു താലന്ത് എന്ന് പറഞ്ഞാൽ ഏകദേശം 50 കിലോ സ്വർണമാണത്രെ) സ്വർണത്തരികളാണ് അവർ നൽകിയതെന്നും” ഹെറോഡോട്ടസ് രേഖപ്പെടുത്തിയിട്ടുണ്ട്. ഏത് സൈന്യത്തെയും ഉത്തേജിപ്പിക്കാൻ ഇത് ധാരാളം. നൈൽ നദിയിലെപോലെ സിന്ധുവിലെ മുതലകളെക്കുറിച്ച് അലക്സാണ്ടർ ആദ്യം മനസ്സിലാക്കിയത് ഹെറോഡോട്ടസിൽ നിന്നായിരിക്കണം. ആദ്യമായി ഇന്ത്യക്കാരെയും എത്യോപ്യക്കാരെയും തമ്മിൽ താരതമ്യം ചെയ്തത് ഹെറോഡോട്ടസ് ആണ്. രണ്ടു കൂട്ടരും കറുത്തവരാണ്. അലക്സാണ്ടർ ദാരിയസിന്റെയും സ്കൈലാക്സിന്റെയും കാലടിപ്പാടുകളാണ് പിന്തുടരുന്നതെന്നു മനസ്സിലായതുകൊണ്ടായിരിക്കാം അലക്സാണ്ടറുടെ ചരിത്രകാരന്മാർ രണ്ടു പേർഷ്യൻ നായകരെയും തങ്ങളുടെ വിവരണങ്ങളിൽ നിന്നും മാറ്റിനിർത്തിയത്. .

പക്ഷേ ഇന്ത്യയെ പോലുള്ള ഒരു മഹാരാജ്യം കീഴടക്കാൻ ശ്രമിക്കുന്ന സൈന്യത്തിന് ഹെറോഡോട്ടസിന്റെ വിവരങ്ങൾ ഒരു പരിധിവരെ തല വേദനയായി. ഹെറോഡോട്ടസ് സിന്ധു താഴ്വരയെയാണ് ഇന്ത്യയായി കണ്ടത്. നദിയുടെ ആകൃതിയുള്ള ഒരു രാജ്യം, അതായിരുന്നു ഹെറോ ഡോട്ടസിന്റെ ഇന്ത്യ. ഗ്രീസിൽ നിന്നും പതിനെട്ടായിരം കിലോമീറ്റർ താണ്ടി എട്ടു വർഷം കൊണ്ട് ഇന്ത്യയിലെത്തുമ്പോൾ അലക്സാണ്ടർ പ്രതീക്ഷിച്ചിരുന്നതും അതായിരുന്നു. അദ്ദേഹത്തിന്റെ കൈയിൽ ഒരു ഭൂപടമുണ്ടായിരുന്നില്ല. കൂടെയുണ്ടായിരുന്ന ആർക്കും ഒരു പ്രാദേശിക ഭാഷയും സംസാരിക്കാനറിയില്ല. പരിപൂർണമായും ഭാഗ്യത്തെയും ദൈവ ത്തെയും തദ്ദേശീയരായ വഴികാട്ടികളെയും മാത്രം ആശ്രയിച്ചുള്ള ഒരു പടയോട്ടമായിരുന്നു അത്.

ജലാലാബാദിലെത്തിയ അലക്സാണ്ടർ തന്റെ സൈന്യത്തെ വിഭ ജിച്ചു. അദ്ദേഹത്തിന്റെ പ്രണയിനിയായിരുന്ന ഹെഫാസ്റ്റാൻ ഒരു ഭാഗ വുമായി ഖൈബർ കടന്നു സിന്ധിലേക്ക് സഞ്ചരിച്ചു. അലക്സാണ്ടർ വടക്കോട്ട് കുനാർ നദി താഴ്വാരത്തിലേക്ക് നീങ്ങി. ആർക്കും വഴങ്ങാത്ത ഗോത്ര വർഗ്ഗക്കാരെ കീഴടക്കാനായിരുന്നു അതെന്നു വ്യക്തം. അവിടെ നിന്നും അദ്ദേഹം നവാപാസ് കടന്നു പാകിസ്ഥാനിലേക്ക് സഞ്ചരിച്ചു. ഞാനും അലക്സാണ്ടറുടെ വഴിയേ നവാപാസ് കടന്നു വടക്കൻ പാകി സ്ഥാനിലേക്ക് സഞ്ചരിക്കാൻ ആഗ്രഹിച്ചു. പക്ഷേ എന്റെ കൈയിൽ നിയമവിരുദ്ധമായി അതിർത്തി കടന്നതിന്റെ രേഖകൾ ധാരാളം. ഇത്ത വണ ഒരു മാറ്റമാകട്ടെ. ഞാൻ അതിർത്തി കടക്കാൻ അനുവാദത്തിനായി അപേക്ഷ നൽകാൻ തീരുമാനിച്ചു .

മെയ് മാസത്തിലെ കത്തുന്ന ചൂടുള്ള ഒരു ദിവസം നിറയെ പൂക്കളുടെ ചിത്ര പണികൾ ഉള്ള സൽവാർ കമ്മീസ് ഞാൻ ധരിച്ചു, അലക്സാണ്ടർ സിന്ധിന്റെ വടക്കേയറ്റത്തു നടത്തിയ യുദ്ധത്തെക്കുറിച്ച് ഔറൽ സ്റ്റൈൻസ് എഴുതിയ പുസ്തകത്തിന്റെ ഒരു കോപ്പിയും വാങ്ങി സൈനിക വക്താവിനെ കാണാൻ പുറപ്പെട്ടു. റാവൽപിണ്ടിയിലെ സൈനിക ആസ്ഥാനത്തെ എയർ കണ്ടിഷൻ ചെയ്ത മുറിയിൽ, പാകി സ്ഥാനി ജനറലിന്റെ മുന്നിൽ ഇരുന്ന് എന്റെ യാത്ര പദ്ധതി വിശദീകരിച്ചു. സിന്ധുവിന്റെ അവസാനം മുതൽ ആരംഭം വരെ സഞ്ചരിക്കുകയാണെന്നു വിശദീകരിച്ച് ഇന്ന് പാകിസ്ഥാനായ ആ പ്രദേശത്തിന്റെ ചരിത്രവും അദ്ദേഹത്തോട് പറഞ്ഞു മനസ്സിലാക്കി. "അലക്സാണ്ടർ അഫ്ഗാനി സ്ഥാനിൽ നിന്നും സിന്ധുവിന്റെ തീരത്തു കൂടി പീർസാറിലേക്ക് സഞ്ചരിച്ച വഴിയേ കാൽനടയായി സഞ്ചരിക്കാൻ ഞാൻ ആഗ്ര ഹിക്കുന്നു", ഞാൻ പറഞ്ഞു. "പീർസാർ?" ഉടനെ വന്നു ചോദ്യം. "അലക് സാണ്ടർ ഗോത്ര വർഗ്ഗക്കാരുമായി യുദ്ധം ചെയ്ത ആ വലിയ പാറ ക്കെട്ടിൽ", ഞാൻ അല്പം കൂടി വിശദീകരിച്ചു. ചോദിക്കാൻ പോകുന്ന

ചോദ്യത്തിലെ വിഡ്ഢിത്തമോർത്തു ചിരിച്ചുകൊണ്ട് ഞാൻ അന്വേഷിച്ചു, “അവിടെയെത്താൻ ഞാൻ നവാപാസിൽ വച്ച് പാകിസ്ഥാൻ അതിർത്തി കടക്കണം അല്ലേ?”

ജനറൽ പുഞ്ചിരിച്ചു കൊണ്ട് എന്റെ ഉറുദുവിനെയും വസ്ത്ര ധാരണബോധത്തെയും പുകഴ്ത്തി. എന്നിട്ടു അയാൾ പെഷവാറിലെ ഗോത്രവർഗ്ഗ ഭരണപ്രദേശത്തിന്റെ ചുമതലയുള്ള സെക്രട്ടറിയെ ഫോണിൽ വിളിച്ചു. നവാപാസ് ഔദ്യോഗിക അതിർത്തിയല്ലെന്നു ഞങ്ങൾ ക്കിരുവർക്കും അറിയാം. ഗോത്രവർഗ്ഗക്കാർ അകമ്പടിയായിട്ടുണ്ടാവും” ജനറൽ പറഞ്ഞു. എങ്ങനെയാണ് കുനാറിലെത്താൻ പോകുന്നതെന്ന് ഞങ്ങൾ ചർച്ച ചെയ്തതേയില്ല. “അലക്സാണ്ടർ രണ്ടായിരം വർഷം മുൻപാണ് ഇവിടെ വന്നത്, ഇന്നിപ്പോൾ ആലിസ്”, ഞാൻ യാത്ര പറയു മ്പോൾ ജനറൽ പറഞ്ഞു. “ഞങ്ങളുടെ ലക്ഷ്യം വ്യത്യസ്തമാണ്”, ഞാൻ പറഞ്ഞു. “നിങ്ങൾക്ക് എത്ര വയസ്സായി?” ജനറലിന്റെ അടുത്ത ചോദ്യം. “ഇരുപത്തി ഒൻപത്”, എനിക്കു പറയേണ്ടി വന്നു. “അലക്സാണ്ടർ ഇവിടെ വന്നപ്പോഴത്തെ അതേ പ്രായം” അതും പറഞ്ഞ് അയാൾ ചിരിച്ചു.

അഫ്ഗാനിസ്ഥാനിലേക്കുള്ള എന്റെ രണ്ടാമത്തെ യാത്ര മോശം സമയത്തിന്റെ മികച്ച ഉദാഹരണമായി. വേനൽ തുടങ്ങുന്ന സമയം. അതിർത്തി കടന്നുള്ള ഭീകരപ്രവർത്തനങ്ങൾ തുടങ്ങുന്ന സമയം. ഞാൻ ഖൈബർ ചുരം വഴി അഫ്ഗാനിസ്ഥാനിൽ പ്രവേശിച്ച ദിവസംതന്നെ കാണ്ഡഹാറിലെ ഒരു മോസ്കിൽ ഒരു വൻ സ്ഫോടനം ഉണ്ടായി. ആ സംഭവത്തിന്റെ പ്രാധാന്യം വ്യക്തമായിരുന്നു. താലിബാൻ തിരിച്ചുവരുന്നു, ആദ്യത്തേതിനേക്കാൾ അക്രമോത്സുകമായി.

ജലാലാബാദിൽ ഞാൻ ഹാഫിസുള്ളയോടൊപ്പമാണ് താമസിച്ചത്. എന്റെ സമപ്രായക്കാരനായ വ്യക്തി. അദ്ദേഹത്തിന്റെ വീട് യുദ്ധസമ യത്തു ആയുധപ്പുരയായിരുന്നു. അദ്ദേഹത്തിന്റെ സ്വകാര്യ അതിഥിമന്ദിര ത്തിൽ വച്ച് ഞങ്ങൾ അവിടുത്തെ പ്രാദേശിക പൊലീസ് മേധാവി യോടൊപ്പം വെളുത്ത വൈൻ കുടിച്ചു. പുറത്തു തോട്ടത്തിൽ നിന്നും പുകയില ചെടിയുടെ മണം ഉയരുന്നുണ്ടായിരുന്നു. “എന്റെ പൊലീ സുകാർ നിങ്ങളെ നാളെ കുനാറിലെത്തിക്കും.” പൊലീസുമേധാവി പറഞ്ഞു. “നിങ്ങൾ നാളെ സൂര്യൻ അസ്തമിക്കുമ്പോഴേക്കും നവാപാസ്സി ലെത്തിയിരിക്കും.’ FATA ((Federally Administered Tribal Area) സെക്ര ട്ടറിയുമായി ഞാൻ സംസാരിച്ചിരുന്നു. നിങ്ങൾക്കൊപ്പം വരാനുള്ളവർ കാത്തു നിൽക്കുകയാണെന്നാണ് പറഞ്ഞത്”

അടുത്ത ദിവസം രാവിലെ പൊലീസുകാരൻ പരിപാടി മാറ്റി. “ഇന്ന് അതിരാവിലെ നവാപാസ്സിൽ ഒരു ആക്രമണം ഉണ്ടായി. അൽ ഖയ്ദ നവാപാസ് പിടിക്കാൻ ഒരു ശ്രമം നടത്തി. നമ്മുടെ ആളുകൾ തിരിച്ചടിച്ചു. ഒരു അഫ്ഗാനിയും അറബിയും കൊല്ലപ്പെട്ടു” ഹാഫിസുള്ള വിശദീകരിച്ചു. “ഞാൻ കാബൂളിലെ വിദേശകാര്യ മന്ത്രാലയത്തോട് സംസാരിക്കട്ടെ.”

വിദേശകാര്യവകുപ്പിലെ ആളുകൾക്ക് എന്റെ യാത്ര അത്ര പിടിച്ചില്ല. അത് പാകിസ്ഥാൻ സൈന്യത്തിന്റെ ഗൂഢാലോചനയുടെ ഭാഗമെന്നവർ വിധിയെഴുതി. "ഒരു വിദേശിക്കും നവാപാസ് കടക്കാൻ ഞങ്ങൾ അനുമതി നൽകിയിട്ടില്ല, നിങ്ങൾക്ക് ആരാണ് അനുവാദം തന്നത്?" ഉദ്യോഗസ്ഥർ ചോദ്യശരങ്ങളെയ്തു. "ഞങ്ങൾ അഫ്ഗാനികൾ പാകിസ്ഥാനികളെ വിശ്വസിക്കാറില്ല. ഒരുപക്ഷേ പാകിസ്ഥാൻ സൈന്യം മനഃപൂർവം കുഴപ്പം ഉണ്ടാക്കാൻ ശ്രമിക്കുകയായിരിക്കാം." ഹാഫിസുള്ള കാര്യങ്ങൾ വിശദീകരിച്ചു. "നിങ്ങൾ കുനാറിൽ വച്ച് കൊല്ലപ്പെട്ടാൽ അത് ഞങ്ങൾക്ക് പ്രശ്നമാകും. നിങ്ങൾ പോകാൻ തീരുമാനിച്ച ദിവസം തന്നെ ആക്രമണമുണ്ടായത് യാദൃച്ഛികമല്ല." എന്നിട്ടും ഹാഫിസുള്ള അവിടെ തന്റെ സുഹൃത്തിനെ വിളിച്ചു വരുത്തി. ചുവന്ന താടിവെച്ച ആകപ്പാടെ മതപരിവേഷമുള്ള ഒരു മനുഷ്യൻ. "നിങ്ങൾ ഇയാൾക്കൊപ്പം ഒരു ടാക്സിയിൽ പോകൂ. ബുർഖ ധരിക്കുന്നതു കൊണ്ട് പ്രശ്നമൊന്നുമില്ലല്ലോ?" ഹാഫിസുള്ള ചോദിച്ചു.

കാത്തിരിപ്പിന്റെ മൂന്നാമത്തെ ദിവസവും പിറന്നു. ഞാൻ ഹാഫിസുള്ളയുടെ വീട്ടിൽ ചുവന്ന താടിക്കാരനെയും കാത്തിരിക്കുകയാണ്. ബുർഖ ധരിച്ച് അങ്ങോട്ടും ഇങ്ങോട്ടും നടന്ന് കാത്തിരിപ്പിന്റെ മുഷിപ്പിൽ നിന്നും രക്ഷപ്പെടാൻ ശ്രമിച്ചു കൊണ്ടിരുന്നു. ഒടുവിൽ ഉച്ച കഴിഞ്ഞപ്പോൾ ഹാഫിസുള്ളയുടെ ബന്ധു ഒരു ടാക്സിയുമായി എത്തി. "ഹാഫിസുള്ള അമേരിക്കൻ സൈന്യവുമായി സംസാരിച്ചു കൊണ്ടിരിക്കുകയാണ്", അയാൾ പറഞ്ഞു. "അവർ പറയുന്നത് കുനാർ യുദ്ധമേഖലയാണെന്നും അങ്ങോട്ട് പോകാൻ ശ്രമിക്കുന്നത് അപകടമാണെന്നുമാണ്. നിങ്ങൾ പാകിസ്ഥാനിലേക്ക് തന്നെ തിരിച്ചു പോകാനാണ് അവർ പറയുന്നത്." അയാൾ എന്നെ അതിർത്തിവരെ കൊണ്ടുപോയി. അവിടെയെത്തിയപ്പോൾ ആദ്യം ഞാൻ കേട്ടത് അൽഖയ്ദ അമേരിക്കയുടെ ഒരു ചിനൂക് ഹെലികോപ്റ്റർ വെടിവച്ചിട്ടുവെന്ന വാർത്തയാണ്. പതിനാറ് അമേരിക്കൻ സൈനികർ മരിച്ചു.

ഇനിയിപ്പോൾ ഹെഫാസ്റ്റാന്റെ വഴിയേ പാകിസ്ഥാനിലേക്ക് സഞ്ചരിക്കാം. അങ്ങ് പെഷവാറിൽ തന്റെ ഓഫീസിൽ, ചുറ്റും തലേക്കെട്ടുകാരായ പരാതിക്കാരുടെ നടുവിൽ ഇരിക്കുന്ന FATA സെക്രട്ടറി സന്തോഷത്തിലാണ്. അൽഖയ്ദയുടെ അന്നത്തെ അതിർത്തി ആക്രമണവും എന്നെ പാകിസ്ഥാൻ ഭാഗത്തെ നവാപാസ്സിലേക്ക് പറഞ്ഞുവിടാൻ കഴിഞ്ഞതുമാണ് അയാളെ ഇപ്പോൾ സന്തോഷിപ്പിക്കുന്നത്. കറുത്ത യൂണിഫോം ധരിച്ച പതിനഞ്ചു സുരക്ഷാ ഭടന്മാരാണ് എനിക്കു അകമ്പടി. ഗോത്ര വർഗ മേഖലയിലൂടെ ഞങ്ങൾ വടക്കോട്ടാണ് സഞ്ചരിക്കുന്നത്. ഡ്യൂറൻഡ് രേഖയ്ക്ക് (അഫ്ഗാനിസ്ഥാൻ-പാകിസ്ഥാൻ സാങ്കല്പിക അതിർത്തിരേഖ) സമാന്തരമായിട്ടാണ് യാത്ര. അഫ്ഗാൻ അഭയാർത്ഥി ഗ്രാമങ്ങളും അഫ്ഗാൻ യുദ്ധ പ്രഭുക്കളുടെ പഴയ പരിശീലന

ക്യാമ്പുകളും പിന്നിട്ടു ഞങ്ങൾ സഞ്ചാരം തുടർന്നു. തരിശുഭൂമിയാണ് ചുറ്റിലും. എങ്കിലും അലക്സാണ്ടർ സഞ്ചരിച്ച വശ്യമായ നീലമലനിരകൾ ദൂരെ തെളിഞ്ഞു വരുന്നുണ്ടായിരുന്നു. എന്റെ ഗോത്രവർഗ്ഗ അകമ്പടിക്കാർ ഭക്ഷണത്തിനും പ്രാർത്ഥനയ്ക്കുമായി ഒരു ഗ്രാമത്തിൽ ഇടയ്ക്കു യാത്ര നിർത്തി. മാലാഖാൻഡ് അതിർത്തിയിൽവച്ച് അവർ ബജൗരിൽ നിന്നും വന്ന സുരക്ഷാഭടന്മാർക്ക് എന്നെ കൈമാറി. "സീകുൻഡർ ഇ അസം വാലി (Zikunder -E - Azam -Wali), "അലക്സാണ്ടർ ദി ഗ്രേറ്റ്ഗേൾ" അവർ പരസ്പരം റേഡിയോ സന്ദേശത്തിൽ പറഞ്ഞു.

"മഹാറാണി എലിസബത്ത് ടൈലർ എന്ത് പറയുന്നു?" ബജൗരിൽ നിന്ന് വന്ന പയ്യന്മാരുടെ കുസൃതി ചോദ്യം. ഞങ്ങൾ മലയിടുക്കിൽ ഇടുങ്ങിയ പാതയിലേക്ക് കടന്നപ്പോൾ ഞാൻ ഇറങ്ങി മുകളിലേക്കു കയറി അഫ്ഗാനിസ്ഥാനെയും പാകിസ്ഥാനെയും വേർതിരിക്കുന്ന കുന്നിൻ മുകളിലേക്കു നടന്നു. താഴേക്കു നോക്കുമ്പോൾ വളഞ്ഞു പുളഞ്ഞൊഴുകുന്ന കുനാർ നദി കാണാം. പക്ഷേ എന്റെ സുരക്ഷാഭടന്മാർ പരിഭ്രാന്തരായി. ഏറ്റവും പ്രായം കുറഞ്ഞവനെ മറ്റുള്ളവർ മലമുകളിലേക്ക് അയച്ചു, എന്നെ കൈയോടെ കൂട്ടിക്കൊണ്ടുവരാൻ. പത്തു വർഷം മുൻപ് നവാപാസ്സിന് കാവൽ പോലുമുണ്ടായിരുന്നില്ല. എന്നാൽ ഇന്നത്തെ രാഷ്ട്രീയ കാലാവസ്ഥയിൽ ഇവിടുത്തെ അന്തരീക്ഷം പ്രവചനാതീതമാണ്.

ഉച്ചഭക്ഷണത്തിനായി എന്നെ അവർ അടുത്തുള്ള ഒരു കെട്ടിടത്തിലേക്ക് കൊണ്ടുപോയി. ആട്ടിറച്ചിയിട്ടു വേവിച്ച ചോറും തൈരും ആപ്രിക്കോട്ട് പഴങ്ങളും അടങ്ങിയ ഭക്ഷണം ഞങ്ങൾ ആർത്തിയോടെ കഴിച്ചു. അലക്സാണ്ടർ സഞ്ചരിച്ച, ബജൗറിലെ പൊട്ടിപ്പൊളിഞ്ഞ വഴിയിലൂടെ ഞങ്ങൾ സഞ്ചരിച്ചു. വിളവെടുപ്പിന്റെ സമയമാണ്. പുരുഷന്മാരും സ്ത്രീകളും വയലുകളിൽ തിരക്കിട്ട് ഗോതമ്പുകറ്റകൾ കെട്ടുകളാക്കുന്നു. ഓരോ പാടശേഖരവും പിങ്ക് നിറത്തിലുള്ള കല്ലുകൾ കൊണ്ട് മതിൽ കെട്ടി അടച്ചിരിക്കുന്നു. അവയ്ക്കിടയിലെ വഴികൾ അവസാനിക്കുന്നത് കളിമണ്ണ് തേച്ച വീടുകളുടെ മുന്നിലാണ്. ഓരോ വീടുകളുടെയും അടുത്തായി കല്ല് കൊണ്ട് നിർമ്മിച്ച പൊക്കമുള്ള ഗോപുരങ്ങളുണ്ട്. "അതെന്താണ്?" എന്റെ അടുത്തിരുന്ന സൈനികനോട് ഞാൻ ചോദിച്ചു. "ശത്രുക്കളെ വെടിവച്ചുകൊല്ലാൻ", അയാൾ നിസ്സംഗനായി പറഞ്ഞു.

അന്ന് രാത്രി ബജൗർ തലസ്ഥാനമായ കൊച്ചു പട്ടണത്തിലെ കൊളോണിയൽ അതിഥി മന്ദിരത്തിലാണ് ഞാൻ താമസിച്ചത്. അന്ന് അത്താഴത്തിനു എനിക്കൊപ്പം ഒരു പ്രാദേശിക ചരിത്രകാരൻ കൂടി ചേർന്നു. അവിടെ വച്ച് അലക്സാണ്ടറുടെ കാലിൽ അമ്പു കൊണ്ട് മുറിഞ്ഞിട്ടുണ്ടെന്നും അല്പം മാറിയുള്ള ഗ്രാമത്തിന്റെ പേര് സിക്കൻഡ്രോ എന്നാണെന്നും അയാൾ പറഞ്ഞു. ഇന്ന് അത് ഒരു അർദ്ധ സൈനിക ക്യാമ്പാണ്. ആ പേരിന്റെ അർത്ഥം പഷ്ടുവിൽ "അലക്സാണ്ടർ ഇവിടെ വന്നു" എന്നാണത്രെ. "ഞങ്ങൾ പഷ്തൂൺ ഗോത്രക്കാർ അലക്സാണ്ടറെ ഏറെ

ആരാധിക്കുന്നവരാണ്. അലക്സാണ്ടർ ഞങ്ങളുടെ മുൻഗാമിയാണെന്നു നിങ്ങൾക്ക് അറിയാമായിരിക്കും" ഞാൻ ഉപചാരപൂർവം തലയാട്ടി.

ബജൗറിനും സിന്ധുനദിക്കും ഇടയിലുള്ള ഈ പ്രദേശത്താണ് അലക്സാണ്ടർ ഏറ്റവും ഭീകരമായ ആക്രമണം അഴിച്ചു വിട്ടത്. പഞ്ചാബി സമതലങ്ങളിൽ രാജാക്കന്മാർ രാജകീയ മര്യാദയുടെ ഉത്തമ മാതൃകകളായിരുന്നു. എന്നാൽ പർവതനിവാസികളായ ഗോത്ര വിഭാഗക്കാർ കടന്നു കയറ്റക്കാരെ അംഗീകരിക്കാനും അനുസരിക്കാനും തയ്യാറായില്ല. അവർ ശക്തമായി യുദ്ധം ചെയ്തു. പരാജയപ്പെട്ടപ്പോൾ മലയിടുക്കുകളിലേക്ക് ഓടി മറഞ്ഞു. മാസിഡോണിയൻ ഉടമ്പടികൾ അംഗീകരിക്കാനോ അതിന് കീഴടങ്ങാനോ അവർ തയ്യാറായില്ല. ജലാലാബാദിൽ നിന്നും പീർസാർ വരെയുള്ള, ആറു മാസം നീണ്ടു നിന്ന ആക്രമണങ്ങളിൽ അലക്സാണ്ടർ തന്റെ കൈയിൽ കിട്ടിയ തദ്ദേശീയരെ മുഴുവൻ കൊന്നൊടുക്കി. പീർസാറിലേക്കുള്ള എന്റെ യാത്രയ്ക്കിടെ വേനൽക്കാലങ്ങളിൽ മാത്രം ആട്ടിടയന്മാർ തങ്ങാനെത്തുന്ന, സിന്ധുതീരത്തെ 7000അടി ഉയരമുള്ള ആ പർവതം എനിക്കു കടന്നു പോകേണ്ടി വന്നു. B CE നാലാം നൂറ്റാണ്ടിൽ ഗ്രീക്ക് സൈന്യത്തിന്റെ ഭീകരതയ്ക്ക് സാക്ഷിയാകേണ്ടി വന്ന പർവത നിരകളിലൂടെയാണ് ഞാൻ കടന്നു പോയത്

രാവിലെ, പെഷവാറിലെ FATA സെക്രട്ടറിയുടെ ഉപദേശപ്രകാരം ഞാൻ ഹക്കിം അയൂബിനെ സന്ദർശിക്കാൻ പോയി. ഹക്കീമിന്റെ പിതാമഹന്മാർ ബാബറുടെ കാലം മുതൽ 'മജൂൻ' ഉണ്ടാക്കുന്നവരാണെന്ന്', സെക്രട്ടറി എന്നോട് പറഞ്ഞിരുന്നു. "ശരിക്കും അത് ഗ്രീസിൽ നിന്നു വന്നതാണ്. പുരുഷന്മാർ ഇത് 'അതിനു' വേണ്ടിയാണുപയോഗിക്കുന്നത്", "അത് എന്താണെന്നു ഞാൻ മറ്റൊരു സുഹൃത്തിനോട് ചോദിച്ചു പിന്നീട് മനസ്സിലാക്കി. "തദ്ദേശീയ വയാഗ്ര" അയാൾ ഒറ്റവാക്കിൽ പറഞ്ഞു.

ചന്ദ്രഗുപ്ത മൗര്യനും അലക്സാണ്ടറുടെ പിൻഗാമിയായ സെലെസ്ക്യൂസ് നിക്കേറ്ററും തമ്മിൽ കൈമാറിയ വസ്തുക്കളിൽ ശക്തമായ കാമോദ്ദീപന ഔഷധത്തോടൊപ്പം വീഞ്ഞും അത്തിപ്പഴങ്ങളും ഉണ്ടായിരുന്നു. പുരാതന ഗ്രീക്കുകാരും ഇന്ത്യക്കാരും സ്വർണത്തരികളാണ് കാമോദ്ദീപന ഔഷധമായി ഉപയോഗിച്ചിരുന്നത്. വ്യക്തമായി പറഞ്ഞാൽ യൂനാനി ഔഷധക്കൂട്ട്. ഹക്കീം എന്നറിയപ്പെടുന്ന മുസ്ലീം ഭിഷഗ്വരന്മാർ എട്ടാം നൂറ്റാണ്ടിൽ ബാഗ്ദാദിലാണ് ഈ വൈദ്യശാഖ വികസിപ്പിച്ചത്. അലക്സാണ്ട്രിയൻ ലൈബ്രറിയുടെ ചാരത്തിൽ നിന്നും കണ്ടെടുത്ത പൗരാണിക ഗ്രീസിന്റെ അറിവുകൾ അറേബ്യൻ/ഇന്ത്യൻ വിജ്ഞാനങ്ങളുമായി കൂട്ടിക്കലർത്തിയാണ് ഈ ശാഖ വികസിപ്പിച്ചത്. ഈ സംഭാവനയ്ക്കു നമ്മൾ ഖലീഫ ഹാറൂൺ അൽ റഷീദിനോട് കടപ്പെട്ടിരിക്കുന്നു. ഈ വിദ്യാശാഖ ഇന്നും ഉപയോഗപ്രദമാണ്. ഇസ്ലാമിക ലോകത്തെവിടെയും ഹക്കീമിന് ബഹുമാന്യതയുണ്ട്. ഗവണ്മെന്റ് സംവിധാനങ്ങൾ ആകെ ദുർബലമായ പാകിസ്ഥാനിൽ, വിദ്യാഭ്യാസ രംഗത്ത്

മദ്രസ്സകൾ നിർവഹിക്കുന്ന പങ്കു തന്നെയാണ് ആരോഗ്യരംഗത്ത് ഹക്കീമുകൾ നിറവേറ്റുന്നത്.

ഞാനും പതിനഞ്ചോളം വരുന്ന എന്റെ അകമ്പടി സംഘവും ഹക്കീം അയൂബിന്റെ വസതിയിലെത്തി. അയാൾ കഷായക്കൂട്ടുകൾ ഉണ്ടാക്കുന്ന മുറിയിലേക്കു ഞങ്ങൾ ശബ്ദാരവങ്ങളോടെ പ്രവേശിച്ചു.

പുറത്തു ഒരു മേശമേൽ ചെറിയ അമ്മിക്കല്ലും ഉലക്കയും തുലാസുകളും ഒരു സ്റ്റൗവും ഇരിപ്പുണ്ട്. മേശയ്ക്കു പിന്നിലുള്ള ചുവരിലെ അലമാരകളിൽ നിറയെ പൊതികളും കുപ്പികളും നിരത്തിയിട്ടുണ്ട്. വർഷങ്ങളായുള്ള നിസ്കാരത്തിന്റെ അടയാളം നെറ്റിയിലുള്ള ഹക്കീം അയൂബ് വളരെ മാന്യനായ മനുഷ്യനായിരുന്നു. എന്നോടൊപ്പമുള്ള അകമ്പടിക്കാരെ അദ്ദേഹം ആ മുറിയിൽ കിടന്ന ബെഞ്ചുകളിൽ ഇരുത്തി, മധുരം ചേർത്തുണ്ടാക്കിയ നെല്ലിക്കകൾ തിന്നാൻ കൊടുത്തു. നെല്ലിക്ക പൊതിഞ്ഞ വെള്ളിക്കടലാസുകളുടെ തിളക്കം ഞങ്ങളുടെ ചുണ്ടുകളിലും പ്രതിഫലിച്ചു. ഹക്കീമിന്റെ കൊച്ചുമകൻ ഔറംഗസേബ് അവരുടെ വീട്ടിൽ വാറ്റിയ സുഗന്ധമുള്ള ചാരായം എനിക്കു രുചിക്കാൻ തന്നു. പിന്നീട്, ഹക്കീം എനിക്ക് അയാളുടെ കാമോദ്ദീപന ഔഷധത്തിന്റെ കൂട്ടുകൾ വിശദീകരിച്ചു തന്നു.

അയാൾ പൊതികളും ഭരണികളും മാറി മാറി തുറന്നു. തന്റെ മുഴക്കമുള്ള ശബ്ദത്തിൽ പഷ്ടു ഭാഷയിൽ ഓരോന്നും എന്താണെന്നു വിശദീകരിച്ചു. ഉറുദു സംസാരിക്കുന്ന ഔറംഗസേബ് എനിക്കു പരിഭാഷകനായി. മാനിന്റെ പൊക്കിൾ, ഒട്ടക കുഞ്ഞിന്റെ കുടൽ, കുരുവിയുടെ തലച്ചോർ, ഇന്ദ്രനീലക്കല്ല്, വെള്ളിയില, മുത്ത്, മാതള എണ്ണ, തേൻ... പട്ടിക നീണ്ടു. “ഇതെല്ലം ഹറാമല്ലേ?” ഞാൻ ചോദിച്ചു. ഹക്കീം അയൂബ് വല്ലാതെ ഞെട്ടിപ്പോയി. “ഇതെല്ലാം ഹലാലാണ്” അയാൾ പറഞ്ഞു.

അയാൾ അതെല്ലാം കൂടി അല്പം അഹാഷിഷ് ബട്ടറും ചേർത്ത് ഉരലിലിട്ടു ഇടിച്ചു പതം വരുത്തി.അതിന്റെ കൂടെ അല്പം സ്വർണത്തരി കൂടി ചേർത്തു. സാധനം തൈരായി കഴിഞ്ഞു. നല്ല തവിട്ടു നിറത്തിൽ തിളക്കമുള്ള ഒരു ഉരുള. അത് അയാൾ രണ്ടായി വിഭജിച്ചു ചെറിയ പ്ലാസ്റ്റിക് ഡപ്പികളിലാക്കി. ശേഷം എനിക്കു നേരെ നീട്ടി കൊണ്ട് പറഞ്ഞു, “ഒന്ന് നിങ്ങൾക്ക്, ഒന്ന് NWFP(North Western Frontier Province)ലെ ഗവർണർക്ക്.”

“ഒരല്പം തിന്നുനോക്കൂ, നിങ്ങൾ ചിരിച്ചും സന്തോഷിച്ചും ഇരിക്കുന്നതു കാണാം” ഞാൻ അവിടെ നിന്നിറങ്ങി പൊലീസ് വാഹനത്തിൽ കയറുമ്പോൾ അയൂബ് പറഞ്ഞു. “അധികം കഴിച്ചാൽ നിങ്ങൾക്കു മത്തു പിടിക്കും” അയാൾ മുന്നറിയിപ്പും തന്നു. പൊലീസ് വാനിലിരുന്ന് ഞാൻ കൈ വീശിയപ്പോൾ അയാൾ വിളിച്ചു പറഞ്ഞു “യൂനാനി എന്നു

പറഞ്ഞാൽ ഗ്രീക്ക്" അലക്സാണ്ടർ തന്റെ യാത്രകളിൽ മജൂൻ കഴിച്ചിട്ടുണ്ടാകണം. ബജൗരിൽനിന്നുള്ള മജൂൻ ബാബറിന് പ്രിയപ്പെട്ടതായിരുന്നുവത്രെ.

അത് ശരിയാണ്. സിന്ധു നദി കടന്നു ബാബർ നടത്തിയ ആദ്യ ആക്രമണകാലത്തു വീഞ്ഞായിരുന്നു ഇഷ്ടപാനീയം. ആട്ടിൻതോൽ കൊണ്ടുണ്ടാക്കിയ കുപ്പികളിൽ മലമുകളിൽ നിന്നും കാഫിറുകളാണ് വീഞ്ഞുണ്ടാക്കി ചക്രവർത്തിക്ക് എത്തിച്ചിരുന്നത്. പിന്നീടാണ് ബാബർ മത്തു പിടിപ്പിക്കുന്ന മജൂൻ രുചിച്ചത്. അതോടെ ചക്രവർത്തി സായാഹ്ന പ്രാർത്ഥനകളിൽ പങ്കെടുക്കാൻ പറ്റാത്ത വിധം ഉന്മാദാവസ്ഥയിലെത്തി. അതിനടുത്ത ആഴ്ചകളിൽ സിന്ധു നദിയിലൂടെ ആദ്യമായി പഞ്ചാബ് കാണാൻ പോകുമ്പോൾ ഹക്കീം അയൂബിന്റെ മുൻഗാമികൾ തയ്യാറാക്കിയ മജൂൻ എല്ലാ രാത്രിയും ബാബർ കഴിച്ചിരുന്നു.

പൊലീസ് വാഹനത്തിൽ ഇരിക്കുമ്പോൾ ദിർ ജില്ല കടന്നു പോകുന്നത് ഞാൻ കണ്ടു. "എനിക്കു നടക്കണം, ദയവായി എന്നെ വിടൂ", ഞാൻ കെഞ്ചി. "നടക്കാനോ? ആരും ഈ വഴി നടക്കാറില്ല. നിങ്ങളെ സ്വാതിൽ കൊണ്ട് പോയി വിടാൻ ഞങ്ങൾക്ക് നിർദേശമുണ്ട്" "പക്ഷേ എനിക്ക് അലക്സാണ്ടറുടെ സൈനികർ നടന്ന വഴിയേ നടക്കണം", ഞാൻ മിങ്കോറയിലെ എന്റെ സുഹൃത്തായ അസ്ലമിനെ വിളിച്ചു. അയാൾ എന്നോടൊപ്പം ബജൗരിൽ നിന്നും പീർസാർ വരെയുള്ള നാനൂറിലധികം കിലോമീറ്റർ ദൂരം നടക്കാമെന്നു സമ്മതിച്ചതാണ്. പൊലീസുകാരോട് എന്നെ വിടാൻ പറയണമെന്ന് ഞാൻ അസ്ലാമിനോട് ആവശ്യപ്പെട്ടു. "ഞങ്ങൾ, നിങ്ങൾ രജിസ്റ്ററിൽ ഒപ്പിട്ട ശേഷം ബാറികോട്ടിൽ വിടാം," അവരുടെ മറുപടി. "നിങ്ങൾ സത്യസന്ധമായി വിവരങ്ങൾ ഞങ്ങളെ അറിയിച്ചു കൊണ്ടിരിക്കണം."

സ്വാതിൽ എത്തുന്നതിനു മുൻപ് അലക്സാണ്ടർക്കു ഗ്രീക്കുകാർ ഗുരയൂസ് എന്ന് വിളിച്ച അവിടുത്തെ നദി കടക്കണമായിരുന്നു. CE രണ്ടാം നൂറ്റാണ്ടിൽ, അലക്സാണ്ടറുടെ സുഹൃത്തുക്കളായിരുന്ന ടോളമിയുടെയും അരിസ്റ്റോബുലസിന്റെയും വിവരണങ്ങളുടെ അടിസ്ഥാനത്തിൽ അലക്സാണ്ടറുടെ പോരാട്ടങ്ങളെക്കുറിച്ച് എഴുതിയ റോമൻ സെനറ്റർ ആര്യൻ രേഖപ്പെടുത്തിയത്, "അലക്സാണ്ടർ ആഴവും അടിയൊഴുക്കും വഴുക്കലുള്ള ഉരുളൻ കല്ലുകളും നിറഞ്ഞ ആ നദി കടന്നത് വളരെ പ്രയാസപ്പെട്ടാണ്" എന്നാണ്. "മറുവശത്തെത്തിയ അലക്സാണ്ടർ ഏഴായിരത്തോളം വരുന്ന ഇന്ത്യൻ കൂലിപ്പട്ടാളക്കാരെ തോൽപ്പിച്ചു. മരം കൊണ്ട് രണ്ടു കോട്ടകൾ പണി തീർത്തു. പിന്നീട് കുന്നിൻ മുകളിലുള്ള ബാരിക്കോട്ട് കോട്ട കീഴടക്കാനായി തെക്കോട്ടു നീങ്ങി. (അവിടുത്തെ പ്രമാണിയുടെ ഭാര്യ, രാത്രി അലക്സാണ്ടറെ കാണാനെത്തിയത്രെ. ഗ്രീക്കുകാരാൽ കൊല്ലപ്പെട്ട മകന് പകരം മറ്റൊരു മകനെ ഗർഭം ധരിക്കുക എന്ന ഉദ്ദേശത്തോടെയാണ് എത്തിയതെന്നാണ് പറയുന്നത്.)

അപ്പോഴേക്കും അലക്സാണ്ടറുമായി യുദ്ധം ചെയ്ത് ഗോത്രവർഗ്ഗക്കാർ ആകെ പരിക്ഷീണരായി. ഒടുവിൽ രാത്രിയുടെ മറവിൽ അവർ കർക്കർ പാസ് കടന്നു പീർസാറിലേക്ക് ഓടിപ്പോയി. അലക്സാണ്ടറും വിട്ടില്ല. അവർക്കു പിന്നാലെ പോയി. ആ വഴിയിലൂടെയാണ്, പൊലീസുകാർ എന്തൊക്കെ പറഞ്ഞാലും ഞാനും അസ്ലമും നടക്കാൻ പോകുന്നത്.

സ്വാതിന്റെ വടക്കേയറ്റത്തു നിന്നാണ് അസ്ലം വരുന്നത്. മെലിഞ്ഞു നീണ്ട ഗൗരവ പ്രകൃതക്കാരനായ അസ്ലം ഉറുദുവും ഇംഗ്ലീഷും പാർസിയും കൈകാര്യം ചെയ്യും. ഒപ്പം ഗ്രാമീണരുടെ ഇടയിലെ പ്രാദേശിക ഭാഷാഭേദങ്ങളും അറിയാം. പതിനൊന്നു മക്കളുടെ പിതാവായ അസ്ലം സസ്യശാസ്ത്രത്തിലും ചരിത്രത്തിലും സാമൂഹിക വിഷയങ്ങളിലും പണ്ഡിതനാണ്. അസ്ലം എന്നെയും കാത്തു ബാരിക്കോട്ട് ബസാറിൽ നിൽക്കുന്നുണ്ടായിരുന്നു. പൊലീസ് രജിസ്റ്ററിൽ ഒപ്പുവച്ചു. അവരുടെ അറിവില്ലാതെ അവിടം വിടില്ലെന്ന് ഉറപ്പു നൽകിയശേഷം, ഞാനും അസ്ലമും ചായ കുടിച്ചു കൊണ്ട്, റാവൽപിണ്ടി സൈനിക ആസ്ഥാനത്തു നിന്ന് നൽകിയ ഭൂപടത്തിലെ അബദ്ധങ്ങൾ മനസ്സിലാക്കുകയായിരുന്നു. നോർത്ത് വെസ്റ്റേൺ ഫ്രോണ്ടിയർ പ്രൊവിൻസിലെ ബ്രിട്ടീഷ് ഗവർണറായിരുന്ന ഒലാഫ് കാരോ തയ്യാറാക്കിയ അലക്സാണ്ടറുടെ സഞ്ചാരപാതയുടെ ഭൂപടം എന്റെ കൈവശമുണ്ടായിരുന്നു. അവിടേക്കു നടത്തിയ യാത്രയെ തുടർന്ന് 1926 ൽ ഓറൽ സ്റ്റെയിൻ വരച്ച പീർസാറിന്റെ ഒരു ചാർട്ടും എന്റെ കൈയിലുണ്ടായിരുന്നു. സിന്ധുവിന്റെ തീരത്തുള്ള ഉനസർ, പീർസാർ എന്നീ രണ്ടു മലനിരകളാകാം ഗ്രീക്കിൽ 'അർണോസ്' എന്ന് വിവരിക്കുന്നതെന്നു സൂചിപ്പിച്ചതും സ്റ്റെയിൻ ആണ്. അലക്സാണ്ടറുടെ പ്രധാനപ്പെട്ട പോരാട്ടസ്ഥലവും പ്രതീകാത്മകമായി അവസാനത്തെ യുദ്ധവുമായിരുന്നു 'അർണോസിൽ' നടന്നത്.

കാരക്കാർ പാസ്സിലേക്കുള്ള ഗ്രാമീണ പാതയിലേക്കു തിരിഞ്ഞപ്പോൾ അസ്ലം, ബാഗിനുള്ളിൽ നിന്നും ഒരു വെളുത്ത ഷാൾ പുറത്തെടുത്തു എനിക്കു നേരെ നീട്ടി. ഞാൻ അത് തലയിൽ, മുടിയും മൂക്കും വായും മറയുംവിധം വലിച്ചു മുറുക്കി കെട്ടി. ഇപ്പോൾ എന്റെ കണ്ണുകൾ മാത്രമേ പുറത്തു കാണുകയുള്ളൂ. "നിങ്ങൾ എന്റെ പിന്നിൽ നടക്കണം" അസ്ലം പറഞ്ഞു. "വേഗത്തിൽ നടക്കുകയും ചെയ്യരുത്,. നിങ്ങൾക്ക് ഒരു പഷ്തൂൺ സ്ത്രീയെ പോലെ നടക്കാൻ കഴിഞ്ഞാൽ വളരെ നല്ലത്." അസ്ലമിന്റെ അടുത്ത നിർദേശം.

കാരക്കാറിലേക്കുള്ള ടാർ ചെയ്യാത്ത, കല്ലുകൾ നിറഞ്ഞ പാത വളരെ ശാന്തമായിരുന്നു. മൂന്നു മണിക്കൂർ നീണ്ട നടത്തത്തിനിടയിൽ ആകെ ഞങ്ങൾ കണ്ടത് ആട്ടിൻപറ്റവുമായി പോകുന്ന ഒരു ആട്ടിടയനെയും ഒരു ചായക്കടയും, മുഷിഞ്ഞ പൈജാമ ധരിച്ച ചില ട്രക്ക് ഡ്രൈവർമാരെയും മാത്രം. കാരക്കാർ ഗ്രാമത്തിൽ ഞങ്ങളെത്തുമ്പോൾ നേരം ഇരുട്ടി

ക്കഴിഞ്ഞിരുന്നു. വീടുകളിൽ വൈദ്യുതി ഇല്ല. എന്നാൽ തൊട്ടടുത്തുള്ള മോസ്ക് വെളിച്ചത്തിൽ കുളിച്ചു നിൽക്കുന്നു. "എന്തൊരു ഭക്തി", ഞാൻ പറഞ്ഞു. അസ്ലം അഭിമാനപൂർവം മന്ദഹസിച്ചു. ഞങ്ങൾ റോഡിൽനിന്നും മാറി ഗ്രാമത്തിനു പിന്നിലായി കാണുന്ന കുന്നിൻമുകളിലേക്കു നടന്നു. "ചുരത്തിലേക്ക് ഇനി എത്ര ദൂരം ഉണ്ട്?" വിറക് ശേഖരിച്ചു കൊണ്ടിരുന്ന ഒരു ഗ്രാമീണനോട് അസ്ലം ചോദിച്ചു. "അവിടേക്കു ഒരു മണിക്കൂറേയുള്ളൂ. പക്ഷേ പ്രശ്നമതല്ല. അടുത്ത ജനവാസ കേന്ദ്രത്തിലെത്താൻ ഇനിയും മൂന്നു മണിക്കൂർ നടക്കണം. അയാൾ താഴ്‌വരയിൽ കാണുന്ന ഒരു നിര വീടുകൾക്ക് നേരെ ആംഗ്യം കാണിച്ചു കൊണ്ട് പറഞ്ഞു, "നിങ്ങൾക്ക് അവിടെ എന്റെ ഭാര്യാഗൃഹത്തിൽ താമസിക്കാം."

ഞങ്ങൾ ടെന്റ് കെട്ടി താമസിക്കാൻ പോകുന്നുവെന്നാണ് ഞാൻ കരുതിയത്.

എന്നാൽ അത് വിദേശികളുടെ പരിപാടിയാണെന്നും പഷ്തൂൺ ആതിഥ്യ മര്യാദയും സംരക്ഷണവും അങ്ങേയറ്റം മഹത്തരമാണെന്നും അസ്ലം വിശദീകരിച്ചു. "നിങ്ങൾക്ക് സ്ത്രീകളുടെ കൂടെ ആ വീട്ടിൽ താമസിക്കാം. ഞാൻ പുരുഷന്മാർക്കൊപ്പം ഹുജ്റയിൽ (guest house) താമസിക്കാം." അസ്ലം പറഞ്ഞു. പിന്നീട് ഞങ്ങൾക്കു ഇരുവർക്കും അപരിചിതമായ പ്രദേശങ്ങളിലൂടെ സഞ്ചരിച്ച പതിനഞ്ചു ദിവസങ്ങളിലും ഏതെങ്കിലും അപരിചിതർ ഭക്ഷണവും സംരക്ഷണവും തന്നു.

അന്ന് രാത്രി ഞങ്ങൾ താമസിക്കാനെത്തിയത് വലിയ ഒരു വീട്ടിലാണ്. മരം കൊണ്ടുള്ള നീളൻ വരാന്തയെ കറുത്ത നിറത്തിലുള്ള മരത്തൂണുകൾ അലങ്കരിക്കുന്നു. ഏറ്റവും മൂത്ത സഹോദരൻ അവിടുത്തെ മോസ്കിന്റെ നവീകരണ പ്രവർത്തിയുമായി തിരക്കിലാണ്. രണ്ടാമത്തെ ആൾ സൗദി അറേബ്യയയിൽ ജോലി നോക്കുന്നു. മറ്റൊരാൾ കറാച്ചി തുറമുഖത്തു ജോലി ചെയ്യുന്നു. സാധാരണ ഗ്രാമത്തിൽ കാണുന്ന സവിശേഷമായ സാമ്പത്തിക സംവിധാനം തന്നെയാണ് ഈ കുടുംബത്തിലും. ഒരാൾ വിദേശത്തുനിന്നും സമ്പാദിക്കുന്നു. മറ്റൊരാൾ സ്വദേശത്തു തന്നെ നഗരത്തിൽ നിന്നും ജീവിത മാർഗ്ഗം കണ്ടെത്തുന്നു. കുടുംബത്തിൽ കൃഷിയുണ്ട്. ഒരാൾ അത് നോക്കിനടത്തുന്നു. മുകളിലെ 'ഹുജ്റയിലേക്ക്' അസ്ലമിനെ അയച്ചു. ഞാൻ താഴത്തെ നിലയിൽ സ്ത്രീകൾക്കൊപ്പമിരുന്നു. അവർ അത്താഴം ഉണ്ടാക്കുന്ന തിരക്കിലാണ്. അവർക്കു ഉറുദു വറിയില്ല, എനിക്കു പഷ്തുവും. അവരുടെ ഭർത്താക്കന്മാരും സഹോദരന്മാരുമാണ് എന്നെ ചോദ്യം ചെയ്തുകൊണ്ടിരുന്നത്. വെളുത്ത സുന്നി തൊപ്പി വച്ച, ഗൗരവക്കാരായ താടിക്കാർ. "നിങ്ങളോടൊപ്പമുള്ള പുരുഷൻ ആരാണ്? വിവാഹിതയാണെങ്കിൽ ഭർത്താവു എവിടെ? നിങ്ങൾക്ക് എത്ര കുട്ടികളുണ്ട്?" ചോദ്യം ചെയ്യൽ അങ്ങനെ പോയി. എന്റെ യാത്രയുടെ ലക്ഷ്യത്തെ സംബന്ധിച്ചും അവർക്കു ചില ആശയക്കുഴപ്പങ്ങളുണ്ട്. "സിക്കുന്ദർ ആരാണ്?" അവർ ചോദിച്ചു.

ഒൻപതു മണിയായപ്പോൾ ഞങ്ങൾ ഉറങ്ങാൻ പോയി. മുറ്റത്ത്, നക്ഷത്രങ്ങൾ നിറഞ്ഞ ആകാശത്തിനു കീഴെ, മടക്കുകട്ടിൽ എനിക്കായി തയ്യാറാക്കിയിട്ടുണ്ട്. പക്ഷേ ആ വീട്ടിലെ ശബ്ദങ്ങൾ അവസാനിക്കാൻ പിന്നെയും സമയമെടുത്തു. മോസ്കിൽ നിന്നും തിരിച്ചെത്തിയ പുരുഷന്മാർക്കായി പത്തു മണിക്ക് വീണ്ടും അത്താഴം വിളമ്പി. ഉറക്കത്തിൽ കരഞ്ഞുകൊണ്ടിരുന്ന ഒരു വൃദ്ധയും അവർക്കൊപ്പം അത്താഴത്തിനിരിക്കുന്നുണ്ടായിരുന്നു. റാന്തൽ വിളക്കുകൾ ടെറസ്സിൽ കൂടി അങ്ങോട്ടും ഇങ്ങോട്ടും ചലിച്ചു കൊണ്ടിരുന്നു. ഒടുവിൽ എല്ലാം നിശ്ശബ്ദമായി. രാവിലെ ഞാൻ എഴുന്നേൽക്കുമ്പോൾ മുറ്റത്ത് എന്റെ കിടക്ക മാത്രമേ ഉണ്ടായിരുന്നുള്ളൂ. നിശ്ശബ്ദമായ പ്രഭാതം.

രുചികരമായ പറാത്തയും ചായയും ആയിരുന്നു പ്രഭാതഭക്ഷണം. ഭക്ഷണത്തിനു ശേഷം ഞങ്ങൾ പൊലീസ് പോസ്റ്റ് ഒഴിവാക്കി രണ്ട് ആട്ടിടയന്മാരുടെ കൂടെ എളുപ്പവഴിക്ക് കാരക്കാർ ചുരത്തിലേക്ക് നടന്നു. താഴെ കാണുന്ന വിശാലമായ താഴ്‌വരയ്ക്കപ്പുറം വിദൂരത്തിലെ മലയിലേക്കു വിരൽ ചൂണ്ടി അസ്ലം പറഞ്ഞു "അതാണ് മലൻഡ്റൈ ചുരം" ഈ ചുരത്തിലൂടെയാണ് തന്റെ മിടുക്കന്മാരായ പട്ടാളക്കാരുമായി അലക്സാണ്ടർ കുതിരപ്പുറത്തു സഞ്ചരിച്ചത്.

ഞങ്ങൾ പൈൻമരക്കാട്ടിലൂടെ താഴേക്കിറങ്ങി ടാറിട്ട റോഡിലെത്തി. ഇപ്പോൾ ബർണർ ജില്ലയിലെത്തിയിരിക്കുന്നു. അസംസ്കൃതവും അപരിഷ്കൃതവുമായിട്ടാണ് ആ പ്രദേശത്തെ കരുതുന്നത്. പ്രഭാതകിരണങ്ങൾ അങ്ങ് മലമുകളിൽ വീണു തുടങ്ങിയിട്ടേയുള്ളൂ. ഞങ്ങൾ പ്രധാന പാതയിൽ നിന്നും വിട്ടു, ചോളച്ചെടികൾ അതിരിടുന്ന ഗ്രാമപാതയിലേക്കു തിരിഞ്ഞു. പത്തുമണിക്ക് ഞങ്ങൾ ഒരു ഗ്രാമീണചായക്കടയുടെ മുന്നിലെത്തി. അവിടെവച്ച് അസ്ലമിനെ സ്വാതിൽ നിന്നുള്ള ഒരു ലോറി ഡ്രൈവർ സുഹൃത്ത് തിരിച്ചറിഞ്ഞു. അയാൾ ഞങ്ങൾക്ക് ചായയും ബിസ്കറ്റും തന്നു സൽക്കരിച്ചു. അകത്തു വൃത്തികെട്ട കർട്ടൻകൊണ്ട് മറച്ച സ്ത്രീകളുടെ ഭാഗത്തേക്ക് എന്നെ അയച്ചു. പുറത്തു ലോറിഡ്രൈവർ അസ്ലാമിനോട് സംസാരിക്കുന്നതു ഞാൻ കേട്ടു, "നിങ്ങൾ എന്തിനാണ് നടക്കുന്നത്? നിങ്ങൾക്ക് എന്നോടൊപ്പം വണ്ടിയിൽ വന്നുകൂടെ? പണം വേണമെങ്കിൽ ഞാൻ വായ്പ തരാം." അയാളും സിക്കുന്ദർ-ഇ-അസംനെക്കുറിച്ചു കേട്ടുകാണില്ല.

വീതി കുറഞ്ഞുവരുന്ന പാതയിലൂടെ ഞങ്ങൾ നടന്നു. ആ വഴിയേ നടന്ന മൂന്നു മണിക്കൂറിൽ ഞങ്ങളെ കടന്നുപോയ ഒരേയൊരു വാഹനം ഒരു ട്രാക്ടർ മാത്രമാണ്. ഒടുവിൽ ഞങ്ങൾ ഒരു ഗ്രാമത്തിലെ പുല്ലു നിറഞ്ഞ വഴിയിലൂടെയായി നടത്തം. ആ ഗ്രാമത്തിന്റെ പേര് കോഹെ. (Kohey). അപ്പോഴാണ് ഞങ്ങളെ ആരോ പിന്തുടരുന്നതായി അസ്ലമിന്റെ ശ്രദ്ധയിൽ പെട്ടത്. ആൾത്താമസം തീരെ കുറഞ്ഞ ആ ഗ്രാമത്തിൽ രണ്ടു ചെറുപ്പക്കാർ ഞങ്ങളെ പിന്തുടരുന്നു എന്നു വെച്ചാൽ പ്രശ്നമാണ്

എന്നർത്ഥം. അവർക്കെന്തോ ഞങ്ങളോട് പറയാനുണ്ടെന്ന് വിളിച്ചു പറയുന്നുണ്ടായിരുന്നു. ഞങ്ങൾ അവരുടെ ഹുജ്റയിലേക്ക് അവരെ പിന്തുടർന്നു. ഇവിടെ നിന്ന് തുടങ്ങുന്നു ഭീകരകഥകൾ.

അടുത്ത ഗ്രാമം അങ്ങേയറ്റം അപകടം നിറഞ്ഞതാണ്. "അൽഖെയ്ദയെക്കാൾ അപകടകാരി. അവിടെ മക്കൾ അച്ഛന്മാരെ കൊല്ലുന്നു, അമ്മാവന്മാർ മരുമക്കളെ കൊല്ലുന്നു. അവർ നിങ്ങളെ അമ്പതു രൂപയ്ക്കു വിൽക്കും അല്ലെങ്കിൽ നിങ്ങളുടെ കൈയിലെ ബാഗിനുവേണ്ടി കൊല്ലും." ഞാൻ സംശയാലുവായി. പക്ഷേ ഞങ്ങൾ അവിടെ കുടുങ്ങിയതുപോലെയായി. ഞാൻ വീടിനകത്തേക്ക് കടക്കാൻ തീരുമാനിച്ചു. അവിടുത്തെ സ്ത്രീകളുമായി പരിചയപ്പെട്ടു. അവിടെനിന്ന് അവർ എന്നെ ഗ്രാമത്തിലെ കിണറ്റിൻകരയിലേക്ക് കൊണ്ടുപോയി എന്തോ അപൂർവ വസ്തുപോലെ പ്രദർശിപ്പിച്ചു.

വീണ്ടും ഹുജ്റയിൽ തിരികെ വന്ന് ഞാൻ അസ്ലമിനെയും കാത്തിരുന്നു. അസ്ലം പ്രാർത്ഥിക്കാനായി മോസ്കിലേക്ക് പോയതാണ്. തിരികെ വന്ന അയാളുടെ മുഖത്ത് ആകെ നിരാശയായിരുന്നു "ബസാറിൽ വച്ച് ആളുകൾ പറയുന്നത് നൂറു ശതമാനവും അപകടമാണെന്നാണ്. നമ്മൾ ഇപ്പോൾ പോകാനുദ്ദേശിക്കുന്ന സിന്ധുവിന്റെ തീരത്തെ ഗ്രാമമായ യാഗിസ്ഥാനും അതേ പോലെ അപകടകാരിയാണ്" അസ്ലം പറഞ്ഞു. എന്റെ സംശയാവസ്ഥയ്ക്കു ചെറിയ ചാഞ്ചാട്ടം സംഭവിക്കുന്നുണ്ടായിരുന്നു. അന്ന് അഞ്ചു മണിയായപ്പോൾ ആരോ അവിടുത്തെ സ്കൂളിന്റെ സംരക്ഷണ ചുമതലയുള്ള ആളെ കണ്ടുപിടിച്ചു. അയാൾ ആ 'ഭീകര' ഗ്രാമത്തിൽ നിന്നുമാണത്രെ വരുന്നത്. ഒരുപക്ഷേ അയാൾക്ക് ഞങ്ങളെ കൊണ്ടുപോകാൻ കഴിയുമെങ്കിലോ? പക്ഷേ ഇന്നല്ല, നാളെ. അങ്ങനെ അന്ന് ഞങ്ങൾ അവിടെ തങ്ങാൻ ധാരണയായി.

കോഹെ എന്ന് പറഞ്ഞാൽ കിണർ, അരുവി എന്നൊക്കെയാണ് അർത്ഥം. പക്ഷേ ഇവിടെ മിക്കവാറും എല്ലാ പാകിസ്ഥാനി ഗ്രാമങ്ങളിലെയും പോലെ ജലദൗർലഭ്യം ഒരു വലിയ പ്രശ്നമാണ്. കൃഷി ഇവിടെ ഉപജീവനമാർഗമാണ്. പ്രാദേശിക തൊഴിലവസരങ്ങൾ ഒന്നും ഇവർക്ക് പ്രയോജനപ്പെടില്ല. കാരണം പൊതുഗതാഗതസംവിധാനങ്ങളിൽനിന്നും വളരെ ദൂരെയാണ് ഈ ഗ്രാമം. ഇന്ന് ഞങ്ങൾ താമസിക്കുന്ന വീടിന്റെ ഉടമസ്ഥൻ മലേഷ്യയിലാണ്. മകന് പ്രത്യേകിച്ച് ജോലിയൊന്നുമില്ല. ഗ്രാമത്തിനു പുറത്തുപോകുന്നതുതന്നെ അപൂർവം. അതുകൊണ്ടാണ് അയൽ ഗ്രാമത്തെക്കുറിച്ച് ഇത്രയ്ക്കു ഭയം.

രാവിലെ ഹുജ്റയിൽ വലിയ നാടകങ്ങളാണ് അരങ്ങേറിയത്. സ്കൂൾ സംരക്ഷണ ചുമതലക്കാരന്റെ പിതാവ് ഞങ്ങളെ സഹായിക്കുന്നതിൽ നിന്നും മകനെ തടഞ്ഞു. ഞങ്ങളുടെ ആതിഥേയന്റെ സഹോദരൻ, അലക്സാണ്ടറിനെക്കുറിച്ച് കേട്ടിട്ടുള്ള അബ്ദുൽ ഗഫാർ, എന്നെ കാര്യങ്ങൾ

ബോധ്യപ്പെടുത്താൻ ശ്രമിച്ചു. “സിക്കന്ദർ കുതിരപ്പുറത്തു സഞ്ചരിച്ചെന്നോ? ഒരു ആടിന് പോലും മലൻഡ്റൈ ചുരം കടക്കാനാകില്ല.” പക്ഷേ ഇതിനകം അവർ പറയുന്നതൊന്നും വിശ്വാസയോഗ്യമല്ല എന്ന് എനിക്കു തോന്നിത്തുടങ്ങിയിരുന്നു. ഞാൻ അസ്ലമിനോട് പറഞ്ഞു, “നമുക്ക് പോകാം.” ഹുജ്റയിൽ കൂടിയിരുന്നവരെല്ലാം ചാടിയെഴുന്നേറ്റു. “ഞാനും നിങ്ങളോടൊപ്പം വരുന്നു ” അബ്ദുൽ ഗഫാർ പറഞ്ഞു.

ഞങ്ങൾ ആഘോഷമായി ആ ഗ്രാമം വിട്ടു. ഒരു മണിക്കൂറോളം നദീതടത്തിലൂടെ കിഴക്കോട്ടു നടന്നു. വഴിയിൽ ഒരു കിണറിനു ചുറ്റും വർണശബളമായ തട്ടങ്ങളാൽ തല മറച്ച സ്ത്രീകൾ വെള്ളത്തിനായി കാത്തിരിക്കുന്നത് കണ്ടു. ഞങ്ങളെ കണ്ടതും അവർ മുഖം തിരിച്ചുകളഞ്ഞു. ഏഴുമണിയായപ്പോഴേക്കും ഞങ്ങൾ ചുരത്തിന്റെ താഴെയെത്തി. അര മണിക്കൂർ കയറ്റം കയറണം. മുകളിലേക്കു നടക്കുമ്പോൾ ഞാൻ സ്ട്രാബെറി പഴങ്ങൾ പറിച്ചു തിന്നു കൊണ്ടിരുന്നു. താഴ്വാരത്തിൽ കാണുന്ന ഒരു ഗ്രാമത്തിലേക്ക് വിരൽ ചൂണ്ടി അബ്ദുൽ ഗഫാർ പറഞ്ഞു “അതാണ് ചോർബന്ദ്” (Chobandh) ചോർബന്ദ് എന്ന് പറഞ്ഞാൽ കള്ളന്മാരുടെ ഗ്രാമം. നിഷ്കളങ്കമെന്നു തോന്നിക്കുന്ന ഈ ഗ്രാമത്തെ കുറിച്ചാണോ ഈ ബഹളമെല്ലാം ഉണ്ടാക്കുന്നത്?

ചുരത്തിനു മുകളിൽ ഞങ്ങൾ താഴെ താഴ്വരയിലേക്ക് നോക്കിയിരുന്നു വിശ്രമിച്ചു. താഴെ വിദൂരതയിൽ വളഞ്ഞു പുളഞ്ഞൊഴുകുന്ന പുഴകളും മനുഷ്യനിർമിതമായ കൃഷിയിടങ്ങളും മനോഹര കാഴ്ചയൊരുക്കുന്നു. അപ്പോഴാണ് അബ്ദുൽ ഗഫാർ ജില്ലയിലെ ഏറ്റവും അപകടകാരിയായ ആ ഗ്രാമത്തിന്റെ യഥാർത്ഥ കഥ പറഞ്ഞത്. കഴിഞ്ഞ വർഷം ചോർബന്ദിലെ ഒരു ചെറുപ്പക്കാരൻ മലൻഡ്റൈ ചുരത്തിൽ തമ്പടിച്ചു യാത്രക്കാരെ കൊള്ളയടിക്കാൻ തുടങ്ങി. സഹികെട്ട അവന്റെ അമ്മാവൻ തന്നെ അവനെ വെടിവച്ചു കൊന്നു. ഇപ്പോൾ പ്രശ്നങ്ങൾ ഒന്നുമില്ല.

ഞങ്ങൾ ചുരം ഇറങ്ങാൻ തുടങ്ങി. അബ്ദുൽ ഗഫാർ പറഞ്ഞത് ശരിയാണെന്നു എനിക്കു തോന്നി. ഈ ചുരം വഴി കുതിരയ്ക്കു സഞ്ചരിക്കാനാവില്ല. ഞാൻ പോലും വളരെ ബുദ്ധിമുട്ടിയാണ് ഇറങ്ങുന്നത്. ഞാൻ ധരിച്ചിരിക്കുന്നതാകട്ടെ എന്റെ ഏറ്റവും മോശം ജോടി ഷൂസുകളും. വഴുക്കലുള്ള പാറകളിൽ കൂടി വളരെ സൂക്ഷിച്ചു നടക്കുമ്പോൾ അസ്ലമിന്റെ ഷൂസ് കണ്ടിട്ട് എനിക്കു അതിശയം തോന്നി. അമ്പതു രൂപയ്ക്കു ബാരിക്കോട്ട് പട്ടണത്തിൽ നിന്നും വാങ്ങിയതാണത്. “എനിക്കു നിങ്ങളുടെ ഷൂസ് തീരെ ഇഷ്ടപ്പെട്ടിട്ടില്ല”, അബ്ദുൽ ഗഫാർ പറഞ്ഞു. വഴുക്കലുള്ള പാറകളിൽ കൂടി നടന്നു താഴെ, ഉറച്ച മൺപാതയിലെത്താൻ രണ്ടു മണിക്കൂറെടുത്തു. “അലക്സാണ്ടർ അലി പെസ ചുരം വഴിയായിരിക്കും പോയത്. അത് തൊട്ടപ്പുറത്തെ തന്നെയാണ്. നിങ്ങൾക്ക് കാറിൽ പോലും അവിടേക്കു പോകാം” അബ്ദുൽ ഗഫാർ പറഞ്ഞു.

ചുരത്തിനു താഴെയുള്ള ഗ്രാമത്തിൽ അബ്ദുൽ ഗഫാറിന്റെ ബന്ധുക്കൾ താമസിക്കുന്നുണ്ട്. മൺചുമരുകളുള്ള വീട്. അതിന്റെ മുന്നിലെ പൂന്തോട്ടത്തിൽ കൂടി ഒരു അരുവി ഒഴുകുന്നു. ഇടുങ്ങിയ അതിഥി മുറിയിൽ അവർ ഞങ്ങളെ ഇരുത്തി. ചായയും ബിസ്ക്കറ്റും വന്നു. ഒപ്പം കുറെ ഭീകര കഥകളും. പുതിയതൊന്നുമില്ല. പഴയതിന്റെ ആവർത്തനങ്ങൾ. "ഞങ്ങൾ അടുത്ത പട്ടണമായ റുസ്തം വരെ നടക്കാനാഗ്രഹിക്കുന്നു. ഒരു മണിക്കൂർ സമയം വേണ്ടി വന്നേക്കാം." "പക്ഷേ അവിടേക്ക് ആരും നടന്നു പോകാറില്ല, ഭയങ്കര അപകടമാണ്", ആ വീട്ടിലെ പുരുഷന്മാർ ഒരേ സ്വരത്തിൽ പറഞ്ഞു ഞാൻ അസ്ലമിനെ നോക്കി,. "എന്താണ് അപകടം?" "ഈ കൊടുംചൂടിൽ, മൃഗങ്ങൾക്കെല്ലാം പേയിളകും. പേപിടിച്ച നായ്ക്കളും കഴുതകളും മനുഷ്യരെ ഉപദ്രവിക്കും. പിന്നെ അവർ എനിക്കു മനസ്സിലാകാത്ത എന്തോ കൂടി പറഞ്ഞു. ഞാൻ അസ്ലമിനെ നോക്കി. അയാൾ പരിഭാഷപ്പെടുത്തി. "പേയിളകിയ കുറുക്കന്മാർ." ഞാൻ പൊട്ടിച്ചിരിച്ചു.

ഞങ്ങളുടെ ആതിഥേയർ കണ്ണീരിന്റെ വക്കിലായിരുന്നു. ആകപ്പാടെ പരിഭ്രമത്തിലും. ഞങ്ങൾ എന്ന ഉത്തരവാദിത്വം എങ്ങനെയെങ്കിലും ഒഴിവാക്കിയെടുക്കാൻ അവർ ആഗ്രഹിച്ചുകാണണം. മറ്റൊരു സത്യം കൂടിയുണ്ട്. അബ്ദുൽ ഗഫാർ നടന്നുനടന്നു ആകെ തളർന്നുകഴിഞ്ഞു. ഞങ്ങളിപ്പോൾ വാഹന ഗതാഗത സൗകര്യമുള്ള സ്ഥലത്താണ് എത്തിയിരിക്കുന്നത്. ന്യായമായും ഞങ്ങൾക്കു നടക്കാതെ വാഹനത്തിൽ തന്നെ റുസ്തമിലേക്ക് പോകാം. അങ്ങനെ പട്ടണത്തിലേക്കു വിറകുമായി പോകുന്ന ഒരു ട്രക്ക് വരെ ആതിഥേയർ ഞങ്ങളുടെ കൂടെ വന്നു. ട്രക്കിന്റെ ജനാലയിലൂടെ ഞാൻ, അലഞ്ഞു നടക്കുന്ന ഭ്രാന്തൻ കുറുക്കന്മാരെ കാണാൻ കിട്ടുമോ എന്ന് നോക്കികൊണ്ടിരുന്നു. ഇരുപതു മിനുട്ടു സമയം കൊണ്ട് ഞങ്ങൾ റുസ്തമിലെത്തി.

പട്ടണത്തിന്റെ പിന്നിലുള്ള നിശ്ശബ്ദമായ തെരുവിലൂടെ അബ്ദുൽ ഗഫാർ ഞങ്ങളെ അയാളുടെ ബന്ധുവിന്റെ ഹുജ്റയിലേക്ക് കൊണ്ടുപോയി. സ്ത്രീകൾ ഉച്ചഭക്ഷണം തയ്യാറാക്കുന്ന തിരക്കിലായിരുന്നു. ഞങ്ങൾ അവിടെയിരുന്നു കൈയിലുള്ള ഭൂപടം പരിശോധിച്ചു. അവിടെ നിന്ന് ഇനി ഞങ്ങൾക്ക് തെക്കുകിഴക്കൻ ദിശയിലേക്കു നടന്ന് ഹുണ്ടിലെത്തണം. അവിടെ നദീതീരത്താണ് ഹെഫസ്റ്റിയൻ താത്കാലികമായി ക്യാമ്പ് ചെയ്തത്. പീർസാറിലേക്ക് തിരിയുംമുൻപ് അലക്സാണ്ടറും ഇവിടെയെത്തിയിരുന്നു.

അബ്ദുൽ ഗഫാറിന്റെ ബന്ധു ഏതെങ്കിലും വാഹനത്തിൽ പോകാൻ ഞങ്ങളോട് കെഞ്ചി പറഞ്ഞുകൊണ്ടിരുന്നു. നടക്കാനാണ് താത്പര്യമെന്ന് അസ്ലം ആവർത്തിച്ചുകൊണ്ടുമിരുന്നു. ഒടുവിൽ ഗഫാറിന്റെ ബന്ധു ഹുണ്ടിലുള്ള അയാളുടെ ഒരു സുഹൃത്തിന്റെ വിലാസം തന്നു. ഹുണ്ടിൽ ഞങ്ങൾക്ക് അയാളുടെ വീട്ടിൽ താമസിക്കാം. ഉച്ചഭക്ഷണത്തിനുശേഷം

അത് തയ്യാറാക്കി തന്ന സ്ത്രീകളോട് നന്ദി പറഞ്ഞു ഞങ്ങൾ നടക്കാൻ തുടങ്ങി.

ഒരു മണിക്കൂർ നടന്നു കാണും. അപ്പോൾ അതാ ഷാഹ്ബാസ്ഗാർഹി കുന്നുകളുടെ അഗ്രഭാഗം കണ്ടു തുടങ്ങി. ഇവിടെയാണ് അശോകൻ തന്റെ ശാസനങ്ങൾ എഴുതി വച്ച ഒരു സ്ഥലം. ബുദ്ധന്റെ കാലത്ത് തിരക്ക് പിടിച്ച വാണിജ്യ പാതയായിരുന്നു ഇത്. ഇന്നത് പഷ്തൂൺ മേഖലയുടെ ഹൃദയഭാഗമാണ്. ശരീരം മുഴുവൻ മൂടി പൊതിഞ്ഞ സ്ത്രീകളെ കണ്ടു തുടങ്ങി. റോഡുകൾ വളരെ നല്ലതാണ്. ഗ്രാമങ്ങൾക്കിടയിൽ തിരക്കേറിയ വാഹന ഗതാഗതമുണ്ട്. സമതലങ്ങളിൽ കൊടുംചൂടാണ്. വർഷത്തിന്റെ ഏറിയ പങ്കും മഞ്ഞ് വീഴുന്ന സ്വാതിൽ നിന്നും വരുന്ന അസ്ലത്തിനു ചൂട് അസഹ്യമാണ്. "ഞാനിങ്ങനെ ചെയ്യുമെന്ന് എനിക്കു തന്നെ വിശ്വസിക്കാൻ കഴിയുന്നില്ല." നടപ്പിനിടയിൽ അയാൾ പറഞ്ഞു. അതേ സമയം എനിക്ക് കൊടുംചൂട് ആസ്വാദ്യകരമായി തോന്നി. ഒരല്പം തണലിനുവേണ്ടി, വെള്ളത്തിനുവേണ്ടി ദാഹിച്ചു. സ്വയം നിയന്ത്രണങ്ങളിൽ സംതൃപ്തി കണ്ടെത്തിയുള്ള നടത്തം എന്നെ അല്പവും മുഷിപ്പിച്ചില്ല. നിരപ്പായ റോഡ്. ഇരുവശവും തണൽ മരങ്ങൾ നട്ടു പിടിപ്പിച്ച ആൾക്ക് ഞാൻ മനസ്സിൽ പല തവണ നന്ദി പറഞ്ഞു (താൻ നട്ടു പിടിപ്പിച്ച മാവിൻതോട്ടങ്ങളെക്കുറിച്ചുള്ള അശോകൻ ചക്രവർത്തിയുടെ പൊങ്ങച്ചത്തിൽ കഴമ്പുണ്ടെന്ന് തോന്നുന്നു.)

ഓരോ മണിക്കൂറിലും അസ്ലം വഴി ചോദിച്ചു കൊണ്ടിരുന്നു. കിട്ടുന്ന മറുപടി "ബസ് ഇപ്പോൾ വരുമെന്നു" മാത്രം. ബസ് ടിക്കറ്റിന്റെ ചെലവ് വെറും മൂന്നു രൂപ മാത്രമെന്ന് കൂടി കൂട്ടിച്ചേർത്തു ചിലർ. "എനിക്കു വാഹനത്തിൽ കയറിയാൽ ഛർദിക്കുമെന്നു" പറയാൻ ഞാൻ അസ്ലാമിനോട് ആവശ്യപ്പെട്ടു. പക്ഷേ അതുകൊണ്ട് രക്ഷയുണ്ടായില്ല. "അവർക്കു ഒരു ഇഞ്ചക്ഷൻ കൊടുത്തിട്ടു തുറന്ന കാറിൽ കയറ്റി കൊണ്ടുപോകൂ" എന്ന ഉപദേശമാണ് കിട്ടിയത്. കുതിരവണ്ടിയിൽ കടന്നുപോയ മൂന്നു പേരാണ് ആ പരിഹാരം നിർദേശിച്ചത്. "അലക്സാണ്ടറോട് ആരും ഇങ്ങനെ പറഞ്ഞിട്ടുണ്ടാവില്ല." അസ്ലം ആത്മഗതം നടത്തി. അഞ്ചു മണിയായപ്പോൾ മോട്ടോർ സൈക്കിളിൽ ഒരാൾ ഞങ്ങളുടെ അടുത്തെത്തി. "നിങ്ങൾക്ക് ഭ്രാന്താണോ? സിന്ധു തീരത്തെത്താൻ മൂന്നു ദിവസമെടുക്കും", അയാൾ പറഞ്ഞു. ആറു മണിയായപ്പോൾ പെഷവാറിൽ നിന്നുള്ള രണ്ടു സന്നദ്ധപ്രവർത്തകർ ഞങ്ങളുടെ അടുത്ത് വന്നു. ആ പ്രദേശത്തിന്റെ അസ്ഥിരസ്വഭാവത്തെക്കുറിച്ച് ഒരു ക്ലാസ് തന്നു. ഏഴു മണിയായപ്പോൾ മഫ്തിയിലുള്ള രണ്ടു പൊലീസുകാർ ഞങ്ങളെ ചോട്ടാ ലാഹോർ എന്ന് പേരുള്ള ഗ്രാമത്തിന്റെ പരിസരംവരെ പിന്തുടർന്നു. അലക്സാണ്ടറുടെ കാലത്തു രാജകീയ തലസ്ഥാനമായിരുന്നു ഈ ഗ്രാമം. "നിങ്ങളുടെ നടപ്പിന്റെ രീതി കണ്ടപ്പോൾ തന്നെ ഞങ്ങൾക്ക് മനസ്സിലായി. ഇവിടെയുള്ളവർക്ക് അമേരിക്കക്കാരെയും ഇംഗ്ലീഷുകാരെയും

ഇഷ്ടമല്ല. വളരെ സൂക്ഷിക്കണം," പൊലീസുകാർ വളരെ മാന്യമായി പറഞ്ഞു.

ഷോട്ടാ ലാഹോറിനു ചുറ്റുമുള്ള പാടങ്ങളിൽ ഇപ്പോൾ പുകയില വിളവെടുക്കുന്ന സമയമാണ്. പുകയിലച്ചെടിയുടെ ഇലകൾ ആനയുടെ ചെവി പോലെ വളരെ വലുതാണ്. അന്ന് രാത്രി വൈകി ഞങ്ങൾ സിന്ധുവിന്റെ തീരത്തെ ഹുണ്ടിലെത്തി.

അലക്സാണ്ടർ വരുന്ന കാലത്തു ഹുണ്ട് വളരെ പ്രധാനപ്പെട്ട സ്ഥലമായിരുന്നു. മുഗൾ ഭരണകാലത്താണ്, അറ്റോക്കിൽ കോട്ട പണിതതിനു ശേഷമാണ് ഹുണ്ടിന്റെ പ്രാധാന്യം നഷ്ടപ്പെട്ടത്. അതിന്റെ പഴയ പ്രതാപത്തിന്റെ സ്മാരകമായി ഇപ്പോൾ കോറിന്തിൻ മാതൃകയിലുള്ള ഒരു സ്തൂപം നിൽക്കുന്നുണ്ട്. ഹുണ്ടിനു മുകളിലായി ഗവൺമെന്റ് പുതുതായി അണക്കെട്ട് നിർമ്മിച്ചിട്ടുണ്ട്. വൈദ്യുതി ഉല്പാദനത്തിനായി, വർഷത്തിൽ മൂന്നു മാസത്തോളം നദിയിൽ നിന്നും വെള്ളം എടുക്കുന്നു. അവസാനം ഞാനിവിടെ വന്നപ്പോൾ നദിയിലൂടെ നടക്കാമായിരുന്നു. ഇപ്പോൾ എന്നെ അതിശയിപ്പിക്കുകയും സന്തോഷിപ്പിക്കുകയും ചെയ്തുകൊണ്ട് നദി നിറഞ്ഞൊഴുകുന്നു. ഞങ്ങൾ ഹുണ്ടിലെത്തിയപ്പോൾ രാത്രിയായെങ്കിലും അന്തരീക്ഷത്തിലെ തണുപ്പ് നദിയുടെ സാന്നിധ്യം അനുഭവിപ്പിച്ചു. ഞങ്ങൾ താമസിക്കാൻ പോകുന്ന വീടിന്റെ താഴെ കറുപ്പ് കട്ട പിടിച്ചതു പോലെ നദി ഒഴുകുന്നു.

അബ്ദുൽ ഗഫാർ ഒരു സയ്യിദിന്റെ (പ്രവാചകന്റെ പിൻതലമുറക്കാർ. മിക്കവാറും വലിയ വീടും മറ്റും ഉണ്ടാകും) മേൽവിലാസമാണ് തന്നിരുന്നത്. ഞങ്ങൾ ആ വീട്ടുവാതിൽക്കൽ ചെന്ന് നിന്ന് ഞങ്ങളുടെ ആഗമനം അറിയിച്ചു. ഞങ്ങൾ വരുമെന്ന് ആരും വിളിച്ചു പറഞ്ഞതായി തോന്നുന്നില്ല. പക്ഷേ ഒരു വേലക്കാരൻ അകത്തേക്കു വിളിച്ച് "നിങ്ങളുടെ അതിഥികൾ എത്തി" എന്ന് അറിയിക്കുന്നത് ഞാൻ കേട്ടു. രണ്ടാമതൊരു നോട്ടം പോലുമില്ലാതെ ഞങ്ങൾ അകത്തേക്കു നയിക്കപ്പെട്ടു.

ഞങ്ങളുടെ ആതിഥേയൻ തിരക്കുള്ള മനുഷ്യനാണ്. നദീതീരത്തു അങ്ങോളമിങ്ങോളം ഭൂമിയുണ്ട്. പെഷവാറിൽ തുണിക്കടയുണ്ട്. നദിയിൽ വെള്ളമുള്ളപ്പോൾ മൽസ്യവ്യാപാരവുമുണ്ട്. അയാളുടെ അതിഥി മന്ദിരത്തിലെങ്ങും മീനിന്റെ മണമായിരുന്നു. രാത്രിയിൽ അയാൾ ഒരു തോക്കുമായി വീടിനകത്തേക്ക് വരുന്നത് കണ്ട് ഞാൻ ചോദിച്ചു "നായാട്ടിനു പോയതാണോ?" കേട്ടു നിന്ന സ്ത്രീകൾ ചിരിച്ചു. "ബന്ധുക്കൾ തമ്മിലുള്ള കലഹമാണ്."

പിറ്റേ ദിവസം രാവിലെ ഞാൻ നദിയിൽ ഇഷ്ടം പോലെ നീന്തി. വിശാലമായി നീല നിറത്തിൽ ഒഴുകുന്ന നദിയുടെ ഒഴുക്കിന് നല്ല വേഗതയുണ്ടായിരുന്നു. അതുകൊണ്ടു തീരത്തോട് ചേർന്നാണ് ഞാൻ നീന്തിയത്. നദിക്കരയിൽ നിന്ന് തുണി കഴുകുന്ന സ്ത്രീകൾ "താഴ്ന്ന ജാതിക്കാരാണ്"

എന്ന് സയ്യിദി സ്ത്രീകൾ പറഞ്ഞു. സയ്യിദി സ്ത്രീകൾ ഒരിക്കലും വീടിനു പുറത്തിറങ്ങാറില്ല. വൈകുന്നേരമായപ്പോൾ, അടുത്തുള്ള ചില സ്ത്രീകൾ എന്നെ കാണാൻ വന്നു. അവരെന്നെ ടെറസ്സിലേക്കു കൊണ്ടുപോയി. അവർ എത്രമാത്രം ബന്ധനസ്ഥരാണെന്നു എന്നോട് പറഞ്ഞു. "എന്റെ മനസ്സ് വേണ്ടെന്നു പറഞ്ഞാലും എനിക്കൊന്നും ചെയ്യാനാകില്ല, മറ്റുള്ളവർ എനിക്കു വേണ്ടി കാര്യങ്ങൾ തീരുമാനിക്കും" അതിലൊരുവൾ പറഞ്ഞു. "വിവാഹം കഴിഞ്ഞ് അഞ്ചു വർഷമായിട്ടും കുട്ടികളില്ല?" മറ്റൊരാൾ. "ഇല്ല", ഞാൻ സമ്മതിച്ചു. ലിംഗഭേദത്തെക്കുറിച്ചുള്ള അവരുടെ ആശയങ്ങളുമായി ചേരാൻ പറ്റാത്തതിന്റെ ഒരു വിഷമം എനിക്കനുഭവപ്പെട്ടു. "നിങ്ങൾ എന്താണുപയോഗിക്കുന്നത്?" അടുത്ത ചോദ്യം. പെട്ടെന്ന് അവരെന്തിനാണ് രഹസ്യമായി എന്നെ ഇവിടേക്ക് കൂട്ടികൊണ്ടുവന്നതെന്ന് മനസ്സിലായി. അവർ എന്നെ നിരാകരിക്കുന്നില്ല. അവർക്കു എന്നിൽ നിന്നും അറിയേണ്ടത് ഗർഭ നിരോധനമാർഗങ്ങളെക്കുറിച്ചാണ്. പട്ടണത്തിലുള്ള വനിതാ ഡോക്ടർ പറയുന്നത് ഗർഭനിരോധന ഉറകളാണ് നല്ലതെന്നാണ്. പക്ഷേ അവരുടെ പുരുഷന്മാർ അതുപയോഗിക്കാൻ തയ്യാറല്ല. മരുന്നുകൾ അവരുടെആർത്തവം ആകെ താറുമാറാക്കുമെന്നാണ് കേട്ടിട്ടുള്ളത്.

രാവിലെ സയ്യിദി സ്ത്രീകൾക്കൊപ്പം ചായ കുടിച്ചു ഞങ്ങൾ യാത്ര പറഞ്ഞു. വീണ്ടും വടക്കോട്ടു നടന്നു. ഇത് യമുനയോ ഗംഗയോ ആയിരുന്നെങ്കിൽ പ്രാർത്ഥനകൾക്കും പൂജകൾക്കും പുണ്യസ്നാനത്തിനുമായി കൂടുന്ന ഭക്തജനങ്ങളുടെ തിരക്കുണ്ടായേനേ. സിന്ധുതീരം വിജനമാണ്. ഹുണ്ടിൽ നദീതീരത്തു കിടന്നുറങ്ങുക എന്നത് പുരുഷന്മാരുടെ ഏറ്റവും വലിയ സന്തോഷമാണ്. എന്നാൽ രാവിലെ ആരെയും എവിടെയും കാണാനുണ്ടായിരുന്നില്ല. നദിയിൽ സയ്യിദിന്റെ മീൻ പിടുത്തക്കാർ തണുത്ത വെള്ളത്തിലേക്ക് വീർപ്പിച്ച ട്രാക്ടർ ട്യൂബുകളിൽ തുഴഞ്ഞു പോകുന്നു. മൃഗത്തിന്റെ തോൽ വീർപ്പിച്ച് അതിന്മേൽ തുഴഞ്ഞു പോയിരുന്ന പുരാതന രീതിയുടെ ആധുനിക വക ഭേദമാണ് ട്രാക്ടർ ട്യൂബ്.

രാവിലെ മുഴുവൻ ഞങ്ങൾ സിന്ധു നദിക്കു സമാന്തരമായാണ് നടന്നു കൊണ്ടിരുന്നത്. അലക്സാണ്ടറുടെ സഞ്ചാരപാത പിന്തുടർന്നു വടക്കു പീർസാറിലേക്കാണ് ഞങ്ങൾ നടക്കുന്നത്. അസ്ലം സന്തോഷത്തിലാണ്. ഏതാണ്ട് മൂന്നിലൊന്നു ഭാഗം ഞങ്ങൾ പിന്നിട്ടു കഴിഞ്ഞു. ഞങ്ങൾ നന്നായി നടക്കുന്നുണ്ട്. ദിവസം എട്ടു മണിക്കൂർ നടക്കും. ഒരു ദിവസം മുപ്പതു മുതൽ നാല്പതു കിലോമീറ്റർ വരെ. ദിവസവും ലിറ്റർ കണക്കിന് വെള്ളം കുടിക്കും. ചിലപ്പോൾ അരുവികളിൽ നിന്ന്, ചിലപ്പോൾ കിണറ്റിൽ നിന്നും പൊതുടാപ്പുകളിൽ നിന്നും. മണിക്കൂർ ഇടവിട്ട് ചായയും ശീതളപാനീയങ്ങളും വേറെ.

ടോപി എന്ന ചെറിയ പട്ടണത്തിൽ ഞങ്ങൾ എത്തുമ്പോൾ ഉച്ചഭക്ഷണത്തിന്റെ സമയമായിരുന്നു. വമ്പൻ അണക്കെട്ടായ ടാർബേലക്ക്

തെക്കായിട്ടാണ് ടോപി സ്ഥിതി ചെയ്യുന്നത്. 1974ൽ അണക്കെട്ടു പൂർത്തിയായപ്പോൾ ആയിരക്കണക്കിന് കർഷകകുടുംബങ്ങൾ അവിടെ നിന്നും കുടിയിറക്കപ്പെട്ടു.

സംശയങ്ങൾക്ക് ഇടനൽകാതെ ഹോട്ടലിന്റെ 'പർദ്ദ ഭാഗത്താണ്' ഞാൻ ഇരിക്കുന്നത്. അപ്പോഴാണ് പുതുതായി കിട്ടിയ എന്റെ അടക്ക ഒതുക്കത്തെ വെല്ലുവിളിക്കുന്ന തരത്തിൽ ഒരാൾ അവിടേക്കു കയറി വന്നത്. പാകിസ്ഥാൻ CIA പൊലീസിൽ നിന്നാണെന്നു അയാൾ സ്വയം പരിചയപ്പെടുത്തി. എന്റെ നടത്തത്തിൽ നിന്നും അയാൾക്കും എന്നെ മനസ്സിലായി പോലും. അയാൾ എന്റെ പേര് ചോദിച്ചില്ല. പക്ഷേ വളരെ സൂക്ഷിക്കണമെന്നു മുന്നറിയിപ്പ് തന്നു. മൂന്നു വനിതാ ചാവേറുകളെ സ്വാതിൽ നിന്നും അറസ്റ്റു ചെയ്തുവത്രേ. "ഞാനും അതിൽ പെട്ടതാണെന്ന് ചിന്തിക്കുന്നുണ്ടോ?" ഞാൻ ചോദിച്ചു. അയാൾ ചിരിച്ചു.

ഉച്ചഭക്ഷണത്തിനു ശേഷം ഏതാണ്ട് ഒരു മണിക്കൂറോളം ഞങ്ങൾ ഗുർടോൺ ജില്ലയിലെ വ്യാവസായിക മേഖലയിലൂടെ നടന്നു. അതൊരു വിജന പ്രദേശമായിരുന്നു. അവിടെ ഗ്രാമങ്ങളൊന്നും കാണാനുണ്ടായിരുന്നില്ല, വെറും ഫാക്ടറികൾ മാത്രം. പെട്ടെന്ന് അസ്ലം നിന്നു. "ഇത് വളരെ അപകടം പിടിച്ച സ്ഥലമാണ്", അസ്ലം പറഞ്ഞു. "നമ്മൾ ഭയങ്കര സാഹസമാണ് കാണിക്കുന്നത്. മുന്നിലേക്കു പോയാൽ നമുക്ക് ആരെയും പരിചയമില്ല." കാലങ്ങളായി സൈനിക ആധിപത്യത്തിൽ ജീവിക്കുന്ന പാകിസ്ഥാനികൾ പൊതുവെ ഭയചകിതരും സംശയാലുക്കളും ആയേക്കാം. പക്ഷേ ഇതുവരെ ഞങ്ങൾ ഒരു സുഹൃത്തിൽ നിന്നും അടുത്ത സുഹൃത്തിലേക്ക് എന്ന മട്ടിൽ കൈ മറിഞ്ഞാണ് വന്നത്. ഇപ്പോൾ ഞങ്ങളുടെ പരിചയക്കാരുടെ കണ്ണി അവസാനിച്ചിരിക്കുന്നു. ഞാനും അവിടെ നിന്ന് ആലോചിച്ചു. "നമുക്ക് തിരിച്ചു പോയി ഒരു ടാക്സി വിളിച്ച് അതിൽ പോകാം, അല്ലെങ്കിൽ പൊലീസ് സ്റ്റേഷനിലേക്ക് പോകാം." ഞാൻ പറഞ്ഞു. സാധാരണ ഞങ്ങൾ പൊലീസ് സ്റ്റേഷൻ ഒഴിവാക്കാറാണ് പതിവ്. പക്ഷേ ഇപ്പോഴത്തെ സാഹചര്യത്തിൽ അതായിരിക്കും നല്ലത്.

ഞങ്ങൾ ഒരു ചെറിയ പട്ടണത്തിലെത്തി. പാകിസ്ഥാനി പൊലീസിന്റെ പരിചിതമായ നീലയും വെള്ളയും വരകൾ കാണുന്നുണ്ടോ എന്ന് നോക്കി സാവകാശം നടന്നു. ഒടുവിൽ ഞങ്ങൾ അത് കണ്ടു. ഞാൻ എന്റെ തലയിൽ നിന്നും ഷാൾ അഴിച്ചു മാറ്റി. പൊലീസ് റജിസ്റ്ററിലെ നൂലാമാലകൾ ഞങ്ങളെ അവിടെ പിടിച്ചു വയ്ക്കില്ലെന്ന പ്രതീക്ഷയോടെ സ്റ്റേഷനകത്തേക്കു കടന്നു. അവിടെയുണ്ടായിരുന്ന മൂന്നു പൊലീസുകാർ ഞങ്ങളെ കണ്ടതും സന്തോഷത്തോടെ സ്വീകരിച്ചു. അവർ ഞങ്ങളെ മേലുദ്യോഗസ്ഥന്റെ അടുത്തേക്കു കൊണ്ട് പോയി.എന്റെ അലക്സാണ്ടർ ഭൂപടം വിശദമായി പരിശോധിച്ചു. ഒടുവിൽ പരിഹാരവും നിർദേശിച്ചു. പതിനഞ്ചു കിലോമീറ്റർ ദൂരെ അവർക്കു ഒരു സുഹൃത്തുണ്ട്. അയാൾ

വിരമിച്ച പൊലീസ് ഇൻസ്പെക്ടറാണ്. ഗ്രാമത്തിലെ ഇസ്ലാമിക സദാചാര കമ്മിറ്റിയുടെ തലവൻ കൂടിയാണ് അയാൾ. എല്ലാവർക്കും ആശ്വാസ മായി. ഞങ്ങൾക്ക് വഴികാട്ടിയായി ഒരു ജൂനിയർ ഉദ്യോഗസ്ഥനെ വിട്ടു തന്നു.

വളരെ പെട്ടെന്ന് ഞങ്ങൾ പട്ടണത്തിൽ നിന്നും ദൂരെയെത്തി. മല നിരകളുടെ കാഴ്ച അസ്ലമിനെ സന്തുഷ്ടനാക്കി. ഞങ്ങൾ ഒരു മദ്രസ്സ പിന്നിട്ടു. ഞങ്ങളെ കടന്നു ഒരു ബസ്സും ട്രാക്ടറും പോയി. ഞങ്ങൾ സാവ കാശം മലകയറാൻ തുടങ്ങി. ഞങ്ങളുടെ ലക്ഷ്യസ്ഥാനത്തേക്ക് എത്ര ദൂരം ഇനിയുമുണ്ട് എന്ന കാര്യത്തിൽ പതിവ് പോലെ ആശയക്കുഴപ്പ മുണ്ട്. പാകിസ്ഥാനികൾക്ക് കാൽനട ദൂരത്തെ കുറിച്ച് വലിയ പിടി യില്ല. ട്രാക്ടറിലിരുന്ന കർഷകൻ പറഞ്ഞു "ഒരു ദിവസത്തെ ദൂരമുണ്ട്." മോട്ടോർ സൈക്കിളിൽ വന്ന മറ്റൊരാൾ പറഞ്ഞത് "ബുധനാഴ്ചയാകാതെ നിങ്ങൾ അവിടെ എത്താൻ പോകുന്നില്ല" എന്നാണ്. ഒരു മണിക്കൂർ കൂടി നടന്നു കഴിഞ്ഞപ്പോൾ ഞങ്ങൾ ആ ഗ്രാമം കണ്ടു. കുന്നിൻ ചെരു വിൽ പരന്നു കിടക്കുന്നു വെളുത്ത മേൽക്കൂരകളുള്ള വീടുകൾ.

വിരമിച്ച ആ പൊലീസുദ്യോഗസ്ഥന്റെ കുടുംബം, നല്ല അടുക്കും ചിട്ടയുമുള്ള, വിദ്യാഭ്യാസമുള്ള ഒന്നായിരുന്നു അത്. അയാളുടെ രണ്ടു ആൺമക്കൾ അധ്യാപകരാണ്. ഒരാൾ ഒരു കടയുടമസ്ഥനും. ഉച്ചാരണ ശൈലി വ്യത്യസ്തമാണെങ്കിലും ഉറുദു സംസാരിക്കാനറിയാം. മാസ ങ്ങൾക്കു ശേഷം ആ കടയുടമസ്ഥന്റെ ഫോൺ ലണ്ടനിൽ എന്നെ തേടി എത്തിയപ്പോൾ, ഇമ്പമുള്ള ആ ഉറുദു വീണ്ടും കേട്ടു. ഒരിക്കൽ കൂടി ഞാൻ ശാന്തസുന്ദരമായ ഗ്രാമത്തിലേക്ക് സഞ്ചരിച്ചു. അന്ന് രാത്രി അയാളുടെ ഭാര്യയ്ക്കും മക്കൾക്കുമൊപ്പം മുറ്റത്തു കിടന്നുറങ്ങി. മഴ ത്തുള്ളികൾ മുഖത്ത് പതിച്ചപ്പോഴാണ് രാവിലെ ഉണർന്നത്. ആ മഴ ഭൂമിയിൽ പതിക്കും മുൻപേ ആവിയായി പോയി.

പിറ്റേദിവസം ആ പ്രദേശത്തുള്ള ഒരേയൊരു റോഡിലൂടെ ഞങ്ങൾ നടക്കാൻ തുടങ്ങി. കുത്തനെയുള്ള കയറ്റം. "നിങ്ങൾ അതേ റോഡിൽ കൂടി തന്നെ നടക്കുക. അതവസാനിക്കുന്നിടത്തു ഗോത്രവർഗ്ഗ മേഖല ആരംഭിക്കും." പൊലീസ് ഇൻസെപ്ക്ടറുടെ വാചകങ്ങൾ ഓർത്തു കൊണ്ട് ഞങ്ങൾ നടന്നു. ഏതു ഗോത്ര മേഖല എന്ന് അസ്ലം സ്വയം ചോദിക്കുന്നു കേട്ടു. പിന്നെ പെട്ടെന്ന് ഓർത്തു, "കോഹെയിൽ വച്ച് ആളു കൾ മുന്നറിയിപ്പ് തന്ന യാഗിസ്ഥാൻ" ആണ് സ്ഥലം. അപ്പോൾ ബ്രിട്ടീഷ് പുസ്തകങ്ങളിൽ യാഗിസ്ഥാനെക്കുറിച്ചുള്ള പരാമർശങ്ങൾ എന്റെ ഓർമ്മ യിലെത്തി. സിന്ധു തീരത്തെ ഭരണരഹിത പ്രദേശങ്ങളിൽ പെട്ടതാണ് യാഗിസ്ഥാൻ. വിക്ടോറിയൻ സാമ്രാജ്യത്വം പഠിച്ച പണി പതിനെട്ടു നോക്കി യിട്ടും വരുതിയിലാക്കാൻ സാധിക്കാതെ പോയ പ്രദേശമാണത്. പത്തൊൻ പതാം നൂറ്റാണ്ടിലെ "സീൽഡ് ബുക്ക് ടു യൂറോപ്യൻ ട്രാവലേഴ്സ്'ലെ ഭൂപടത്തിൽ ആ പ്രദേശത്തെ 'ഇതുവരെ വിശദ പഠനത്തിന് സാധി ക്കാത്ത പ്രദേശം' എന്നാണ് അടയാളപ്പെടുത്തിയിരിക്കുന്നത്. ആധുനിക

പാകിസ്ഥാൻ ഭൂപടത്തിൽ ഇത് ശൂന്യമായ ഒരു പ്രദേശമായി അടയാള പ്പെടുത്തിയിരിക്കുന്നു

അന്ന് മുഴുവൻ ഞങ്ങൾ തട്ട് തട്ടായി തിരിച്ച കൃഷിയിടങ്ങളിലൂടെ യാണ് നടന്നത്. ദേഹമാകെ പുള്ളികൾ നിറഞ്ഞ കാളകളാണ് നിലം ഉഴുന്നത്. അലക്സാണ്ടർ കണ്ടു മോഹിച്ചതും ഇവയെ തന്നെയായി രിക്കണം. (തന്റെ പട്ടാളക്കാരോട് അത്തരത്തിൽ പെട്ട 2,30,000 എണ്ണ ത്തിനെ മോഷ്ടിച്ച് അതിൽ ഏറ്റവും മികച്ചതിനെ മാസിഡോണിയയിലേക്ക് അയയ്ക്കാൻ ഉത്തരവിട്ടു എന്നാണ് ചരിത്രം). വീടുകൾ നല്ല ഉറപ്പുള്ള വയും പ്രാദേശികമായി കിട്ടുന്ന കല്ല്, മരം എന്നിവ കൊണ്ട് ഉണ്ടാക്കിയ വയുമാണ്. പഞ്ചാബിലും സിന്ധിലും നിന്നും വ്യത്യസ്തമായി കൃഷിക്കു പയോഗിക്കുന്ന വളം ചാണകമാണ്. കാർഷിക ചെലവ് വർദ്ധിപ്പിക്കുകയും കർഷകരുടെ സ്വയം പര്യാപ്തത നഷ്ടപ്പെടുത്തുകയും ചെയ്യുന്ന വൻകിട കാർഷിക വ്യവസായങ്ങൾ ഇവിടേക്കെത്തിയിട്ടില്ല. "പക്ഷേ, വെള്ളം ഒരു പ്രശ്നമാണ്" കർഷകർ പരാതിപ്പെടുന്നു. ടാർബേല അണക്കെട്ടിൽ നിന്നുള്ള വെള്ളം അവിടേക്കെത്തില്ല. ഗവൺമെന്റ് സഹായിക്കുന്നുമില്ല. കർഷകർക്ക് പ്രകൃതി മാത്രമാണാശ്രയം.

സാധാരണ ഉച്ചസമയത്ത് ഞങ്ങൾ വിശ്രമിക്കാറാണ് പതിവ്. ഇന്ന്, പക്ഷേ ഞങ്ങൾ നടന്നു കൊണ്ടിരുന്നു. അരുവികളും കൊച്ചു കടകളും വല്ലപ്പോഴും പൊലീസ് സ്റ്റേഷനുകളും ഞങ്ങളെ കടന്നു പോയി. ആകെ ഒരു ബസ്സ് മാത്രമാണ് ഈ നടപ്പിനിടയിൽ കണ്ടത്. അത് ഇടയ്ക്കിട യ്ക്ക് നിർത്തി നിർത്തി പോകുന്നത് കൊണ്ട് ഞങ്ങൾക്കു എപ്പോഴും അതിനെ കടന്നു പോകേണ്ടി വന്നു. ഉച്ചതിരിയുമ്പോഴേക്കും ഞങ്ങൾ ഗുഡൂൺ ജില്ലാ പിന്നിട്ടു കഴിഞ്ഞിരുന്നു. ഇപ്പോൾ ഞങ്ങൾ അമസായി (Amazai)ലാണ്. ഇവിടെയാണ് ഞങ്ങൾ ഇന്ന് രാത്രി തങ്ങുന്നത്. പൊലീസ് ഇൻസ്പെക്ടറുടെ ഒരു സുഹൃത്തിന്റെ വിലാസമാണ് ഞങ്ങ ളുടെ കൈയിലുള്ളത്. അയാൾ ഒരു മാലിക്കാണ്. എന്ന് വച്ചാൽ ഒരു പ്രധാന വ്യക്തിയാണ് എന്നർത്ഥം. ഒപ്പം അയാളുടെ ഗോത്രത്തിന്റെ നേതാവുമാണ്. ഞങ്ങൾ ഇപ്പോൾ ഒരു ഗ്രാമത്തിലെ പുല്ലു നിറഞ്ഞ ഇടു ങ്ങിയ വഴിയിലൂടെയാണ് നടക്കുന്നത്. അപ്പോഴാണ് അസ്ലം തൊട്ടടുത്ത വയലിൽ എന്തോ കണ്ടത്. "നോക്കൂ", അയാൾ പറഞ്ഞു . 'ഇവി' ചെടി കൾ കണ്ട അലക്സാണ്ടറും കൂട്ടരും ആവേശഭരിതരായ കാര്യം ഞാൻ അസ്ലമിനോട് പറഞ്ഞിരുന്നു. ഇവി ചെടിയുടെ സാന്നിധ്യം, ഈ പ്രദേശ ങ്ങളിൽ ഗ്രീക്ക് ദേവന്മാരായ ദിയോന്യസ്യൂസും ബാച്ചസും നൂറ്റാണ്ടു കൾക്കു മുൻപേ വന്നിരുന്നുവെന്ന വിശ്വാസത്തിനു തെളിവായി. അതാണ് അവരെ ആഹ്ലാദഭരിതരാക്കിയത്. ആ ദേവന്മാരാണ് ഈ ചെടിയും ആഹ്ലാദഭരിതരായ അനുയായികളുമായി ഇവിടെ ആദ്യം എത്തിയ തെന്നാണ് ഗ്രീക്ക് വിശ്വാസം. ഞാൻ അസ്ലം ചൂണ്ടിക്കാണിച്ച ഭാഗത്തേക്ക് നോക്കി. അവിടെ യാത്രയ്ക്കിടെ ആദ്യമായി ഞാൻ ഒരു 'ഇവി' ചെടി

വലിയ ഒരു മരത്തിൽ പടർന്നു കയറിയിരിക്കുന്നതു കണ്ടു. ഞാൻ വേലി ചാടിക്കടന്നു ആ മരത്തിനു നേരെ ഓടി. അത് 'ഹിമാലയൻ 'ഇവി'യായിരുന്നു.

ഹുണ്ടിൽ നിന്നും പീർസാറിലേക്കുള്ള യാത്രയ്ക്കിടയിലാണ് അലക്സാണ്ടറും കൂട്ടരും നൈസ എന്ന പ്രദേശത്തിന് ചുറ്റുമുള്ള മലമ്പ്രദേശങ്ങളിൽ ഇവി വളർന്നുനിൽക്കുന്നത് കണ്ടത്. ഗ്രീക്ക് മിത്തോളജി അനുസരിച്ചു നൈസ എന്ന നഗരം തന്നെ സ്ഥാപിച്ചത് ദിയോന്യസ്യൂസ് ആണെന്ന് അവർ വിശ്വസിച്ചു. അവരുടെ മാതൃരാജ്യത്തിന്റെ ഈ ഹരിതസ്മാരകം കാതങ്ങൾക്കപ്പുറം മറ്റൊരു ദേശത്ത കണ്ട് ഗ്രീക്കുകാർ വികാരാധീനരായി പൊട്ടിക്കരഞ്ഞുവത്രേ. അവർ അതുകൊണ്ട് മാലകളും കിരീടങ്ങളും ഉണ്ടാക്കി ധരിച്ചു, ദിയോന്യസ്യൂസിനെ വിളിച്ച് ഉന്മാദികളെപോലെ കരഞ്ഞതായി ആരിയൻ എഴുതുന്നു.

ആര്യന്റെ ചരിത്ര വിവരണമനുസരിച്ച് നൈസിലെ ജനങ്ങൾ, തങ്ങൾ ദിയോന്യസ്യൂസിന്റെ പിൻഗാമികൾ ആണെന്ന് അവകാശപ്പെട്ടു കൊണ്ട് അലക്സാണ്ടറുടെ ദയയ്ക്കായി യാചിച്ചു. എന്നാൽ മറ്റു ചില ചരിത്രകാരന്മാർ, ആ കഥയുടെ സത്യസന്ധതയെക്കുറിച്ചു ഭിന്നാഭിപ്രായമുള്ളവരാണ്. ഇറാറ്റസ്തനീസ് എന്ന ചരിത്രകാരൻ അതൊരു സമർത്ഥമായ കല്പിത കഥയായിട്ടാണ് വിശേഷിപ്പിക്കുന്നത്. മറ്റുള്ളവർ പക്ഷേ അതിനെ ശരി വയ്ക്കുകയാണ് ചെയ്തത്. ഒപ്പം അതിലെ പ്രധാന ചില സംഭവങ്ങൾ സ്വന്തം രചനകളിൽ ആവർത്തിക്കുകയും ചെയ്തു. ഉദാഹരണത്തിന്, ദിയോന്യസ്യൂസ് ആണ് ഇന്ത്യക്കാരെ ഭക്ഷണം പാകം ചെയ്യാൻ പഠിപ്പിച്ചത്, നിലമുഴാനും വാദ്യോപകരണങ്ങൾ ഉപയോഗിക്കാനും ശീലിപ്പിച്ചത് തുടങ്ങിയ കാര്യങ്ങൾ. അതുപോലെ തന്നെ അലക്സാണ്ടറിനും ദിയോന്യസ്യൂസിനും ഇടയ്ക്ക് ഇന്ത്യ 153 രാജാക്കന്മാരെ കണ്ടുവത്രെ, അതായത് 6042വർഷം. ഈ കഥകളുടെ സത്യാവസ്ഥയെക്കുറിച്ച് ആര്യനും വലിയ നിശ്ചയമില്ല. അത് ഒരുപക്ഷേ ഉന്നത തലത്തിൽ തീരുമാനിക്കപ്പെട്ട ഒരു പ്രചാരണ തന്ത്രമായിരിക്കാമെന്നും ആര്യൻ വിവരിക്കുന്നുണ്ട്. ഇതോടെ തങ്ങൾ സഞ്ചരിക്കുന്നതു പരിശുദ്ധമായ മണ്ണിലൂടെയാണെന്നു ഗ്രീക്ക് സൈനികർക്കു തോന്നി. ഇന്ത്യയിലേക്കുള്ള അവരുടെ മുന്നേറ്റം തടയാൻ ആർക്കും കഴിയില്ലെന്നും മനസ്സിലായി.

സെഡാർ മരം കൊണ്ടുള്ള ശവപ്പെട്ടികൾ നൈസ എവിടെ സ്ഥിതി ചെയ്തിരുന്നുവെന്നതിന്റെ സൂചനയായിക്കാണാം. ഒരു മലയടിവാരത്തിൽ കണ്ട എണ്ണമറ്റ ശവപ്പെട്ടികൾ മാസിഡോണിയൻ പാട്ടാളക്കാർ തീ കായാൻ ഉപയോഗിച്ചതായി റോമൻ എഴുത്തുകാരൻ ക്വിന്റസ് ക്യൂരിറ്റിയൂസ് എഴുതിയിട്ടുണ്ട്. ഇന്നും വടക്കു പടിഞ്ഞാറൻ പാകിസ്ഥാനിലെ കലാഷ് വിഭാഗക്കാർ മരിച്ചവരെ മരം കൊണ്ടുള്ള തുറന്ന ശവപ്പെട്ടികളിലാണ് അടക്കം ചെയ്യുന്നത്. ആധുനിക ചരിത്രകാരന്മാർ നൈസ

ഈ ഭാഗത്തെവിടെയോ ആയിരുന്നിരിക്കണം എന്ന് വിശ്വസിക്കുന്നു. എന്നാൽ BCE നാലാം നൂറ്റാണ്ടിൽ കലാഷ് സംസ്കാരം ജലാലാബാദ് മുതൽ സിന്ധു വരെ വ്യാപിച്ചിരുന്നതായി കാണാം. CE പതിനാറാം നൂറ്റാണ്ടിൽ ബജൗറിലെ കാഫിറുകൾ (കലാഷ്) തയ്യാറാക്കിയ വീഞ്ഞ് ആണ് ബാബർ ചക്രവർത്തി കുടിച്ചിരുന്നത്. അലക്സാണ്ടറുടെ നൈസ ഹുണ്ടിനും പീർസാറിനും ഇടയ്ക്ക് സിന്ധു നദിയുടെ തീരത്തായിരുന്നുവെന്നു ആര്യൻ വ്യക്തമാക്കുന്നു. അതായത് ഞങ്ങൾ ഇപ്പോൾ സഞ്ചരിക്കുന്ന വഴിയിലെവിടെയോ ആയിരുന്നു അത്.

അലക്സാണ്ടറുടെ ഇന്ത്യൻ ആക്രമണത്തിന് പറ്റിയ രക്ഷാധികാരിയായിരുന്നു ദിയോന്യസ്യൂസ്. അദ്ദേഹത്തിന്റെ ചിന്താധാരയ്ക്ക് അന്നത്തെ പ്രധാന വ്യക്തിത്വങ്ങൾ ആരാധകരായി ഉണ്ടായിരുന്നു. ഒപ്പം അതിന് ഒരു കിഴക്കൻ ബന്ധവും. യൂറിപ്പിഡിസിന്റെ നാടകമായ ദി ബച്ചെ തുടങ്ങുന്നതുതന്നെ ബാക്ട്രിയയിൽനിന്നും അടുത്തിടെ മാത്രം തിരികെ വന്ന ദിയോന്യസ്യൂസിനെ വിവരിച്ചുകൊണ്ടാണ്. അഫ്ഗാനിസ്ഥാൻ മുതൽ സിന്ധുതടം വരെ പരന്നുകിടന്ന അതിപുരാതന പേർഷ്യൻ പ്രവിശ്യയായിരുന്നു ബാക്ട്രിയ.

വടക്കു പടിഞ്ഞാറൻ ഇന്ത്യയിലെ മതാചാരങ്ങൾ വള്ളികളെയും മരങ്ങളെയും സർപ്പങ്ങളെയും ആരാധിക്കുക തുടങ്ങിയവ ദിയോന്യസ്യൂസിന്റെ രീതികളുമായി ചേരുന്നതാണ്. ഗ്രീക്കുകാർക്കു "ഇവി" ചെടിയോടുള്ള മമത അതിന് സ്ഥിരീകരണമാകുന്നു. അലക്സാണ്ടറുടെ ഇന്ത്യൻ പരീക്ഷണത്തിന് ശേഷം അരനൂറ്റാണ്ടു കഴിഞ്ഞു ചന്ദ്ര ഗുപ്ത മൗര്യന്റെ രാജധാനിയിൽ ഗ്രീക്ക് സ്ഥാനപതിയായി വന്ന മെഗസ്തനീസ് ഇന്ത്യക്കാരെ രണ്ടു മതമായി തിരിച്ചു: ഹെർക്കുലീസിനെ ആരാധിക്കുന്നവരും ദിയോന്യസ്യൂസ്നെ പിന്തുടരുന്നവരും. നൂറ്റാണ്ടുകൾക്കു ശേഷം ജീവചരിത്രമെഴുതാൻ ഇന്ത്യയിലെത്തിയ ഫിലോസ്ട്രാറ്റസ് സിന്ധു തീരത്തു ജീവിച്ചിരുന്ന ഇന്ത്യക്കാർ രണ്ടു ദിയോന്യസ്യൂസ് ഉണ്ടായിരുന്നതായി വിശ്വസിച്ചിരുന്നുവെന്നു പരാമർശിക്കുന്നു. അതിലൊരാൾ സിന്ധു നദിയുടെ മകനും മറ്റൊരാൾ ഇന്ത്യയുടെ ശിഷ്യനായി തീർന്ന തെബാൻ ദിയോന്യസ്യൂസും. ഈ കഥയിൽ നിന്നു ഒരു കാര്യം വ്യക്തമാണ്. ദിയോന്യസ്യൂസ് എന്ന ബിംബം ഇന്ത്യയിൽ നിന്നും ജനിച്ചതാണ് അല്ലാതെ ഇന്ത്യയിലേക്ക് എവിടെ നിന്നും കൊണ്ടുവന്നതല്ല. പൗരാണിക ഇന്ത്യയുടെ സ്വാധീനം പടിഞ്ഞാറൻ സംസ്കാരത്തിന്റെ മേൽ അത്രയ്ക്ക് ശക്തമായിരുന്നു.

ഇവി ചെടികൾ കണ്ട അലക്സാണ്ടറുടെ സൈനികർ വീഞ്ഞ് കുടിച്ച് ആഹ്ലാദനൃത്തം ചവിട്ടുകയായിരുന്നു. എന്റെ കൈയിൽ വീഞ്ഞില്ല. പകരം ലഹരിപിടിപ്പിക്കുന്ന, ഹക്കീം അയൂബിന്റെ, ആ മധുര മിശ്രിതമുണ്ട്. ഇവി വള്ളികൾ പടർന്നു കയറിയ ആ മരത്തിന്റെ ചുവട്ടിൽ ഇരുന്നു ഞാനും അസ്ലമും "മജൂണിന്റെ ചെറിയ ഒരു ഭാഗമെടുത്തു കഴിച്ചു. വായിൽ

വച്ചപ്പോൾ മധുരം തോന്നി. മധുരം തേനിന്റേതായിരിക്കും." പിന്നെ ചവർപ്പ് രസമാണ് അനുഭവപ്പെട്ടത്. "എന്താണീ അരുചി?" ഞാൻ അസ്ലാമിനോട് ചോദിച്ചു. "ഒട്ടകത്തിന്റെ കുടലോ മറ്റോ ആണോ?" "ഒപ്പിയം" അസ്ലം പറഞ്ഞു. "അത് തൊണ്ണൂറു ശതമാനവും പോപ്പി യാണ്." പോപ്പി, ഹക്കീം അയൂബ് പറയാൻ മറന്നു പോയ ഒരു ചേരുവ.

ഞങ്ങൾ മാലിക്കിന്റെ ഹുജ്റയിൽ (അതിഥി മന്ദിരത്തിൽ) എത്തി യപ്പോഴേക്കും എന്റെ തല കറങ്ങാൻ തുടങ്ങിയിരുന്നു. ഞാൻ വിചിത്ര മായ കാര്യങ്ങൾ കാണാൻ തുടങ്ങി. "മജൂൻ കഴിച്ചിട്ട് എനിക്കു വല്ലാത്ത അസ്വസ്ഥത തോന്നുന്നു," ഞാൻ അസ്ലാമിനോട് പറഞ്ഞു. "നമ്മൾ അത് വെറും വയറ്റിലാണ് കഴിച്ചത്. മാത്രമല്ല, നമ്മൾ മല കയറുകയാണ്. ശരീരത്തിലെ രക്തസഞ്ചാരത്തിന് വേഗം കൂടുതലായിരിക്കും. അസ്വ സ്ഥത മാറിക്കൊള്ളും" അസ്ലം ആശ്വസിപ്പിച്ചു. എല്ലാ നിയമങ്ങളെയും കാറ്റിൽ പറത്തി ഞാൻ ഹുജ്റയിൽ തന്നെ കിടന്നു. സാധാരണ ഗതി യിൽ ഞാൻ അകത്തു സ്ത്രീകൾക്കൊപ്പം ചേരേണ്ടതാണ്. മാലിക്കിന് ആകപ്പാടെ വെപ്രാളമായി. അന്ന് വൈകുന്നേരം അയാൾ ഗോത്ര മര്യാദ കളെക്കുറിച്ചു എനിക്ക് പഠനക്ലാസ് തന്നു. അത് പാലിച്ചിട്ടില്ലെങ്കിൽ എന്റെ മാന്യത ആകെ പ്രശ്നത്തിലാകുമെന്നും മറ്റും അയാൾ പറയുന്നുണ്ടാ യിരുന്നു. പക്ഷേ ഞാൻ അതൊന്നും ശ്രദ്ധിക്കുന്നുണ്ടായിരുന്നില്ല. ഞാൻ മരിക്കാൻ പോകുകയാണെന്ന് എനിക്ക് തോന്നി. ഗ്രാമത്തിലെ പുരുഷ ന്മാർ മുഴുവൻ ഹുജ്റയുടെ വാതിലിനു മുന്നിൽ എന്നെ കാണാൻ വരി നിൽക്കുന്നു. ഞാൻ ഷാൾ കൊണ്ട് മൂടിപ്പുതച്ചു കിടന്നു. എന്റെ ആന്തരി കാവയവങ്ങൾ ഓരോന്നായി പരാജയപ്പെടുന്നതിനെക്കുറിച്ചു മാത്രമാ യിരുന്നു ഞാൻ ചിന്തിച്ചത്. ഈ ഇരുണ്ട ഗ്രാമത്തിൽ ഒരു ആസ്പിരിൻ പോലും കിട്ടാറില്ല. ഡോക്ടറെ കാണുന്നതിനെക്കുറിച്ചു ആലോചിക്കു കയേ വേണ്ട. ഞാൻ അവസാനിക്കാൻ പോകുന്നു. ഹക്കീം അയൂബ് എന്നെ കൊല്ലാൻ ശ്രമിച്ചതാണോ? ജലാലാബാദിൽ വച്ച് ഹാഫിസുള്ള പറഞ്ഞത് എനിക്കോർമ്മ വന്നു. പാകിസ്ഥാൻ സൈന്യത്തിന്റെ പദ്ധതി യാണോ ഇത്? നവപാസ്സിൽ വച്ച് അവർക്കെന്നെ കിട്ടിയില്ല. ഒരു ആശു പത്രിയിൽ എത്താൻ ദിവസങ്ങൾ സഞ്ചരിക്കേണ്ട ഒരു വിദൂര ഗ്രാമത്തിൽ വച്ച് അവരുടെ പദ്ധതി നടപ്പാക്കുന്നു.

ഒടുവിൽ, ആ വിഭ്രാന്തികൾ അകന്നു. ഞാൻ ജീവിച്ചു. രാത്രിയോടെ വീടിനകത്തേക്കു പോയി.

ഒരു പുരുഷന് ഹുജ്റയിൽ പണം മുടക്കി അയാളുടെ സമ്പത്തിന്റെ ഒരു പരസ്യപ്രകടനം നടത്താം. അതുകൊണ്ട് മാലിക്കിന്റെ ഹുജ്റയും. അതിമനോഹരമായി അലങ്കരിച്ച മുറിയാണ്. എന്നാൽ വീടിന്റെ അകത്തെ കാര്യം ദയനീയമാണ്. ഇരുപതു പേർക്ക് താമസിക്കാൻ രണ്ടു മുറികളാണ് ആകെയുള്ളത്. ശുചിമുറി എന്ന് പറയുന്നത് ഒരു കുഴിമാത്രം. കുളിമുറി വേറെയില്ലതാനും.ഗോത്രത്തലവനാകാനുള്ള പ്രായം മാലിക്കിനില്ല.

അതുകൊണ്ടുതന്നെ അയാളുടെ മേൽ ഭാരിച്ച ഉത്തരവാദിത്വങ്ങളുണ്ട്. ഈ പ്രദേശം ഒരിക്കൽ വളരെ സമ്പന്നമായിരുന്നു ടാർബേല അണക്കെട്ടു വരുന്നതിനു മുൻപ് അവർ പോപ്പി കൃഷിയിലൂടെ സമ്പന്നരായിരുന്നു. എന്നാൽ അണക്കെട്ടു വന്നതോടെ അവരുടെ ഫലഭൂയിഷ്ഠമായ കൃഷിയിടങ്ങൾ വെള്ളത്തിനടിയിലായി. ഉയർന്ന പ്രദേശങ്ങളിലേക്ക് ജീവിതം പറിച്ചു നടേണ്ടി വന്ന ഗ്രാമവാസികൾക്ക് അവരുടെ സമ്പാദ്യങ്ങൾ മുഴുവൻ കൃഷികളിൽ മുടക്കി നിരന്തരം പരാജയങ്ങൾ ഏറ്റു വാങ്ങേണ്ടി വന്നു.

സർക്കാർ സംവിധാനങ്ങൾ ഒരിക്കലും അവിടെയെത്താറില്ലെന്നു ഗ്രാമീണർ പറയുന്നു. മാലിക്കിന്റെ കുടുംബം വൃത്തിഹീനവും ദുരിതപൂർണവുമായ ചുറ്റുപാടിലാണ് ജീവിക്കുന്നത്. മാലിക്കിന്റെ ഭാര്യയ്ക്ക് ആരോഗ്യ പ്രശ്നങ്ങൾ ഉള്ളതിനാൽ ഒരു മകളെ മാത്രമേ പ്രസവിക്കാൻ കഴിഞ്ഞുള്ളൂ. അതുപോരാ. അതുകൊണ്ടു അയാൾ അടുത്ത ആഴ്ച വീണ്ടും വിവാഹിതനാകുകയാണ്. “അവർ വളരെ ദാരിദ്ര്യത്തിലാണ് കഴിയുന്നത്. പിന്നെന്തിനു വീണ്ടും വിവാഹം?” ഞാൻ ആശങ്കപ്പെട്ടു. സ്വന്തമായി പതിനൊന്നു മക്കളുള്ള അസ്ലമിന് പക്ഷേ കാര്യം മനസ്സിലായി. “മാലിക്കിന് ഒരാവകാശി വേണം,” അസ്ലം പറഞ്ഞു.

നേരം വെളുത്തതോടെ എനിക്കിപ്പോൾ വളരെ സുപരിചിതമായി കഴിഞ്ഞ ഹുജ്റയിലെ ഭീകര കഥകൾ കേൾക്കാൻ തുടങ്ങി. ഗോത്രമേഖലയിലേക്ക് കടക്കണമെങ്കിൽ അനുവാദം വേണമെന്നാണ് മാലിക്ക് പറയുന്നത്. അനുവാദം എന്ന് വച്ചാൽ പ്രാദേശിക ഗോത്രഭരണ സമിതികളിൽ (ജിർഗ) നിന്നും ആ പ്രദേശത്തു കൂടി സുരക്ഷിതമായി കടക്കാനുള്ള സംരക്ഷണം. “അതൊരു ഭീകരമായ പ്രദേശമാണ്.”, മാലിക് പറഞ്ഞു തുടങ്ങി. “നിങ്ങൾ നടക്കുമ്പോൾ ഒരുപാട് പടിഞ്ഞാറേക്കു പോകാതിരിക്കാൻ ശ്രദ്ധിക്കണം. മഹാബൻ മലനിരകൾ ഒഴിവാക്കുക.” പറയുമ്പോൾ അയാൾ വിറയ്ക്കുന്നുണ്ടായിരുന്നു. “സിന്ധുവിനപ്പുറം കിഴക്കൻ പ്രദേശങ്ങളിൽ മലകളിൽ ഇപ്പോഴും മഞ്ഞു വീഴുന്നുണ്ടാകും. കലാദക(Black Mountaions)യിൽ മനുഷ്യർ ഇപ്പോഴും ഗുഹകളിലാണ് താമസിക്കുന്നത്.” ജിർഗകളുടെ ഒരു സാധാരണ ശിക്ഷാരീതിയെക്കുറിച്ച് മാലിക്കിന്റെ സുഹൃത്തുക്കൾ പറഞ്ഞുള്ള അറിവും അയാൾ പങ്കു വച്ചു. കുറ്റം ചെയ്ത ആളെ അവർ മരപ്പൊത്തുകളിൽ തല അകത്താക്കി മൂന്നു ദിവസം ഇടുമത്രേ. “ഞങ്ങൾ മുഗളന്മാരാണ്. അഞ്ഞൂറ് വർഷം മുൻപ് അബോട്ടാബാദിൽ നിന്നാണ് ഇവിടെയെത്തിയത്” മാലിക് പറഞ്ഞു. “നിങ്ങൾ പോകുന്ന സ്ഥലത്തു നിങ്ങളെ ഞങ്ങൾക്ക് സഹായിക്കാൻ കഴിയില്ല.”

ചുമരിൽ തൂങ്ങുന്ന സൂര്യാസ്തമനത്തിന്റെ പോസ്റ്ററിലേക്ക് ഞാൻ നോക്കി. മാലിക് പോകാൻ ഭയപ്പെടുന്ന ആ വിദൂര പർവതനിരകളിലായിരിക്കുമോ അലക്സാണ്ടറുടെ നൈസ. ഭീതിദമായ മഹാബൻ

മലനിരകളിലായിരിക്കാം ദിയോന്യസ്യൂസ് തന്റെ ആചാരാനുഷ്ഠാനങ്ങൾ നടത്തിയിട്ടുണ്ടാകുക. ആ മലനിരകളെയാണ് അലക്സാണ്ടർ "മേരോസ് പർവതം" എന്ന് വിശേഷിപ്പിച്ചത്. (മേരു പർവ്വതത്തിനെയായിരിക്കാം അദ്ദേഹം മേരോസ് എന്ന് വിളിച്ചത്. ഹിന്ദു പ്രപഞ്ച ശാസ്ത്രമനുസരിച്ചു സിന്ധു ഉദ്ഭവിക്കുന്ന പർവത നിരകളാണ് മേരു.)

അന്ന് രാവിലെ ഞങ്ങൾ മാലിക്കിനൊപ്പം നടക്കാൻ തുടങ്ങി. ഗ്രാമങ്ങൾ പിന്നിട്ടു, മണ്ണ് പൂശിയ ഗ്രാമീണ ഭവനങ്ങൾ പിന്നിട്ട് വീണ്ടും വീണ്ടും മുകളിലേക്ക് കയറ്റം തുടർന്നു. നിരാശനും രോഷാകുലനും ആയ ഒരു കർഷകന്റെ അടുത്ത് നിന്നും ഞങ്ങൾ ചായ കുടിച്ചു. അയാളുടെ പോപ്പി ചെടികൾ നശിപ്പിച്ചാൽ നഷ്ടപരിഹാരം വാങ്ങിതരാമെന്നു പറഞ്ഞു പറ്റിച്ച വഞ്ചകരായ രണ്ടു അമേരിക്കൻ സന്നദ്ധപ്രവർത്തകരുടെ ചിത്രങ്ങളും തിരഞ്ഞെടുപ്പ് കാലത്തുമാത്രം വരുന്ന, അവിടുത്തെ രാഷ്ട്രീയനേതാവിന്റെ വിസിറ്റിംഗ് കാർഡും അയാളെന്നെ കാണിച്ചു. പാകിസ്ഥാനിലെ ആദ്യത്തെ പട്ടാളഭരണാധികാരിയുടെ മകനാണ് അയാൾ പറയുന്ന രാഷ്ട്രീയ നേതാവ്.

ഒരു മണിക്കൂറോളം മാലിക് ഞങ്ങളോടൊപ്പം നടന്നു. ഒടുവിൽ വഴിയിൽ വച്ചു ഒരു സ്കൂളിലെ പ്രധാന അധ്യാപകനെ കണ്ടുമുട്ടിയപ്പോൾ ഇനിയങ്ങോട്ട് ഞങ്ങളെ അദ്ദേഹത്തെ ഏല്പിച്ചു മാലിക് മടങ്ങി. പ്രധാനാധ്യാപകൻ ഞങ്ങളെ അദ്ദേഹത്തിന്റെ സ്കൂളിലേക്ക് കൊണ്ടുപോയി. അവിടെ അധ്യാപകർക്കൊപ്പം ചായ കുടിച്ച ശേഷം, രണ്ടു മുതിർന്ന കുട്ടികളെ ക്ലാസ്സിൽ നിന്നും കൊണ്ടുവന്നു ഞങ്ങൾക്ക് കല്ലിലാർഡിലേക്കുള്ള വഴി കാണിച്ചു തരാനായി അയച്ചു. അവിടെ മാലിക്കിന്റെ ഒരു സുഹൃത്തുണ്ട്. അയാളും ഒരു ഗോത്രത്തിന്റെ തലവനാണ്. "ഗോത്ര വർഗ്ഗക്കാർ വളരെ നല്ലവരും സ്വഭാവ ശുദ്ധിയുള്ളവരുമാണ്." സ്കൂളിലെ അധ്യാപകർ ഞങ്ങളോട് പറഞ്ഞു. "പേടിക്കേണ്ട കാര്യമേയില്ല."

വളഞ്ഞു പുളഞ്ഞു പോകുന്ന മലമ്പാതയിലൂടെ ഞങ്ങൾ കല്ലിലാർഡിലേക്ക് നീങ്ങി. അവിടെ ആട് മേയ്ച്ചും കൊണ്ടുനിന്നിരുന്ന പെൺകുട്ടികൾ ഞങ്ങൾക്ക് മാലിക്കിന്റെ സുഹൃത്ത് മുഹമ്മദ് ഖാന്റെ വീട് കാണിച്ചു തന്നു. അതൊരു കുന്നിന്റെ നെറുകയിലായിരുന്നു.

നീണ്ട താടിയും രണ്ടു ഭാര്യമാരും നിരവധി മക്കളും ഒരുപാട് ഭൂമിയുമുള്ള മുഹമ്മദ്ഖാൻ അവിടുത്തെ ശക്തനായ വ്യക്തിയായിരുന്നു. ഒപ്പം വളരെ പ്രസന്നനും. "ഞാനാണ് ജിർഗയുടെ അധിപൻ" മുഹമ്മദ്ഖാൻ പറഞ്ഞു. താഴെ വിദൂരതയിൽ താഴ്വരയിൽ കാണുന്ന ഒരു തവിട്ടു നിറത്തിലുള്ള ഒരു അടയാളം ചൂണ്ടിക്കാണിച്ചുകൊണ്ട് അയാൾ പറഞ്ഞു, "ഗവൺമെന്റ് നിർമ്മിക്കുന്ന പുതിയ റോഡിലേക്ക് ഞങ്ങൾക്ക് പെട്ടെന്ന് എത്താൻ കഴിയും."

ഉച്ചഭക്ഷണത്തിനുശേഷം മുഹമ്മദ് ഖാൻ കുറെ കസേരകൾ എടുത്തു മുറ്റത്തു കൊണ്ട് വന്നിട്ടു. എന്നിട്ട് ഭാര്യമാരെയും മക്കളെയും വിളിച്ചിരുത്തി, എന്നോട് ചിത്രങ്ങൾ എടുക്കാൻ നിർദേശിച്ചു. പിന്നെ അയാൾ ഞങ്ങളെയും കൊണ്ട് താഴെ റോഡിലേക്കിറങ്ങി. "ഈ റോഡിലൂടെ തന്നെ പോകുക. റോഡ് അവസാനിക്കുന്നിടത്തു ഒരു ബുൾഡോസർ കാണാം. അവിടെ നിന്നും താഴേക്കിറങ്ങി ചെഞ്ചേലോ ഗ്രാമം കാണുന്നതു വരെ നേരെ നടക്കുക. അവിടെയെത്തി മുഹമ്മദ് ഹാജി റസൂലിനെ അന്വേഷിക്കുക", മുഹമ്മദ് ഖാൻ വ്യക്തമായ നിർദേശങ്ങൾ തന്നു. ഗോത്രവർഗ്ഗ മേഖല ആരംഭിക്കുന്നതിന് തൊട്ടു മുൻപുള്ള ഗ്രാമമാണ് ചെഞ്ചേലോ.

ഞങ്ങൾ പൈൻ മരങ്ങൾക്കിടയിലൂടെയുള്ള മൺപാതയിൽ കൂടി ക്ഷീണിതരായി നടക്കവേ, അസ്ലം ഭയപ്പെടുന്നതായി എനിക്കു തോന്നി. "ഞാൻ നടത്തിയിട്ടുള്ള ഏറ്റവും അപകടകരമായ സഞ്ചാരമാണിത്", അസ്ലം പറഞ്ഞു. "അസ്ലം അത് ശരിയല്ല." ഞാൻ തർക്കിച്ചു. ഒരിക്കൽ അസ്ലം പാകിസ്ഥാൻ-അഫ്ഗാൻ അതിർത്തി കടന്നു നൻഗർഹാറിൽ പോകുകയും അവിടെ നിന്നും താലിബാൻ പിന്തുടരുകയും ചെയ്ത കാര്യം ഞാൻ ഓർമിപ്പിച്ചു. "നിങ്ങൾ രക്ഷപ്പെട്ടതുകൊണ്ടാണ് അതെത്ര വലിയ ആപത്തായിരുന്നുവെന്നു മറന്നു പോയത്" ഞാൻ പറഞ്ഞു "പക്ഷേ എനിക്ക് ആ പ്രദേശം പരിചയമുണ്ടായിരുന്നു. ഇവിടെ നമ്മൾ ഊഹങ്ങളുടെ അടിസ്ഥാനത്തിലാണ് സഞ്ചരിക്കുന്നത്," അസ്ലം പറഞ്ഞു.

ചെഞ്ചേലോ ഗ്രാമം കണ്ടുപിടിക്കാൻ ഞങ്ങൾ ബുദ്ധിമുട്ടി. ബുൾഡോസർ മാറ്റിയിരുന്നു. ഞങ്ങൾ നടന്നുകൊണ്ടിരുന്ന പാത അവസാനിക്കുകയും ചെയ്തു. മലയടിവാരത്തിലേക്ക് ഞങ്ങൾ ഇറങ്ങുമ്പോൾ ഇരുട്ട് പരന്നു തുടങ്ങിയിരുന്നു. ഞങ്ങൾ ഒരു സ്കൂളിന്റെ പരിസരത്തു കൂടി, മൈതാനത്തു ക്രിക്കറ്റു കളിക്കുന്ന കുട്ടികളെ കടന്ന്, തട്ട് തട്ടായ കൃഷിയിടങ്ങൾ താണ്ടി മലയുടെ അറ്റത്തെത്തിയപ്പോൾ ഒരു ഗ്രാമീണനെ കണ്ടു. അയാൾ മുഹമ്മദ് ഹാജി റസൂലിന്റെ വീട് കാണിച്ചു തന്നു. അതൊരു മലഞ്ചെരിവിലാണ്. കറുത്ത പർവ്വതത്തിനു അഭിമുഖമായിട്ടാണ് സ്ഥിതി ചെയ്യുന്നത്. താഴെയെവിടയോ, ഞങ്ങളുടെ കാഴ്ചയ്ക്കപ്പുറം സിന്ധു ഒഴുകുന്നുണ്ട്.

വീട്ടുകാരൻ പുറത്തു പോയിരിക്കുന്നു. സിന്ധു തീരത്തുള്ള ഏതോ അങ്ങാടിയിലേക്ക് പോയിരിക്കുകയാണ്. മൂന്നു ദിവസമായി പോയിട്ട്. ഇന്ന് രാത്രി തിരിച്ചെത്തിയേക്കാം. അയാളുടെ പ്രായപൂർത്തിയായ ആൺമക്കൾ, കണ്ണിൽ നിറയെ മഷിയെഴുതിയവർ, മുകളിലെ ടെറസ്സിൽ വരിയായി ഇരുന്ന് ഞങ്ങളെ തുറിച്ചു നോക്കുന്നുണ്ടായിരുന്നു. അവിടെ വൈദ്യുതി ഇല്ല. മെഴുകുവിളക്കിലെ വെളിച്ചം മങ്ങികൊണ്ടിരുന്നു.

രാത്രിയായി. താഴെ നിന്നും ഒരു പാത്രം നിറയെ പച്ചക്കറി സാലഡ് എത്തി. ആൺകുട്ടികൾ ഞങ്ങൾക്ക് കിടക്കാനുള്ള സ്ഥലം കാണിച്ചു തന്നു. അത് കണ്ടു ഞാൻ ഞെട്ടി. ഇതാദ്യമായി അസ്ലാമിനും എനിക്കും കിടക്കാൻ ഒരേ മുറിയിലാണ് സൗകര്യമൊരുക്കിയിരിക്കുന്നത്. അതും പുരുഷന്മാർക്ക് മാത്രം പ്രവേശനമുള്ള ഹുജ്റയിൽ. "അവരെന്താ ഇങ്ങനെ ചെയ്തത്?" ഞാൻ അസ്ലമിനോട് ചോദിച്ചു. അസ്ലമിന് കാരണം കണ്ടെത്താൻ ബുദ്ധിമുട്ടുണ്ടായില്ല. "താഴെ നിങ്ങളെ കിടത്താൻ സ്ഥലമുണ്ടാകില്ല. അവർ പാവങ്ങളാണ്. അവരെല്ലാവരും കൂടി ഒരുമിച്ചായിരിക്കും കിടക്കുന്നത്. ഇനിയിപ്പോൾ അത് പ്രശ്നമാക്കണ്ട."

രാവിലെ ഞങ്ങൾ അതിന്റെ യഥാർത്ഥ കാരണം കണ്ടെത്തി. ഗ്രാമത്തിലെ അഞ്ചു കാരണവന്മാർ ഹുജ്റയിലുണ്ട്. അവർ ഞാൻ ഒരു മതപ്രചാരകയാണെന്നു സംശയിക്കുന്നതായി അസ്ലാമിനോട് പറഞ്ഞു. ഞാനെന്താണ് ചെയ്യുന്നതെന്ന് ഗവൺമെന്റിനു അറിയാമോ എന്നവർ ചോദിച്ചു. അവരോട് വിനയപൂർവം ഉറുദുവിൽ ഞാൻ എഴുതാൻ പോകുന്ന പുസ്തകത്തെക്കുറിച്ചും അവരുടെ ആദരണീയനായ മുൻഗാമി അലക്സാണ്ടറെക്കുറിച്ചും സംസാരിച്ചു. അവർ സന്നദ്ധപ്രവർത്തനത്തെക്കുറിച്ചും വിദേശ സന്നദ്ധസംഘടനകളെക്കുറിച്ചും അവർക്കുള്ള ആശങ്കകൾ പങ്കുവച്ചു. ഏതാനും വർഷം മുൻപ് ഇസ്ലാമാബാദിൽനിന്നും വന്ന ചില സന്നദ്ധപ്രവർത്തകർ ഗ്രാമത്തിൽ നിന്നും സ്ത്രീകളെ കൂട്ടികൊണ്ടുപോയി അവരെ "സ്വാതന്ത്രരാക്കാൻ" ശ്രമിച്ചുവത്രെ. "സ്വാതന്ത്ര്യം ഇസ്ലാമിനും പഷ്തൂൺ സംസ്കാരത്തിനും എതിരാണ്," അവർ പറഞ്ഞു. മുഹമ്മദ് റസൂലിന്റെ പിതാവ് തന്റെ വെള്ള താടിയിൽ വിരലോടിച്ചു കൊണ്ടിരുന്നു. അസ്വസ്ഥരായ ആൺകുട്ടികൾ തങ്ങളുടെ അലസമായ ഇരുപ്പിൽ അങ്ങോട്ടും ഇങ്ങോട്ടും ചലിച്ചുകൊണ്ടിരുന്നു. കാരണവന്മാർ വീണ്ടും കോപിച്ചു. പഷ്ത്തൂവിൽ കടുത്ത വാക്കുകൾ അങ്ങോട്ടും ഇങ്ങോട്ടും വിളിച്ചു പറഞ്ഞു. "ഞാൻ പിന്നീട് പറഞ്ഞു തരാം," അസ്ലം ശാന്തനായി പറഞ്ഞു.

ഒരുപാട് ചർച്ചകൾക്കൊടുവിൽ അസ്ലമും കാരണവന്മാരും ഒരു ധാരണയിലെത്തി. രണ്ടു പേർ, നൂർ മുഹമ്മദും നൂർ ഗുള്ളും ഞങ്ങൾക്കൊപ്പം വരും. അവർ ഞങ്ങളെ ഗോത്ര വർഗ്ഗ മേഖലകളിൽ കൂടി സിന്ധുതടം വരെ കൊണ്ടുപോകും. നൂർ ഗുൾ, പിന്നിലേക്ക് ചീകിയൊതുക്കിയ മുടിയും മുഖത്ത് കനത്തിൽ ചായവും തേച്ച പ്രസന്നവദനനായ ഒരു ചെറുപ്പക്കാരനാണ്. നൂർ മുഹമ്മദ് എല്ലാം വെട്ടിത്തുറന്നുപറയുന്ന പ്രകൃതക്കാരനാണ്. മതപ്രഭാഷകൻ കൂടിയാണ് അയാൾ. ഞങ്ങൾ ഗ്രാമത്തിനു പുറത്തേക്ക് നടക്കവേ എന്നോട്, സ്രഷ്ടാവായ അള്ളായെക്കുറിച്ചു പറയാൻ തുടങ്ങി. ആദാമിനെയും ഇവിനെയും കുറിച്ച് പറഞ്ഞു. അത് ഞങ്ങളുടെ ഗ്രന്ഥത്തിലുമുണ്ടെന്നു ഞാൻ സന്തോഷത്തോടെ അയാളെ അറിയിച്ചു. "നിങ്ങളുടെ പുരോഹിതന്മാർ നിങ്ങളുടെ ആസ്വാദനത്തിനു

വേണ്ടി ഒരു പാട് കാര്യങ്ങൾ കൂട്ടിച്ചേർത്തിട്ടുണ്ട്." അയാൾ മറുപടി പറഞ്ഞു. അയാൾ മനുഷ്യന് വേണ്ടി ദൈവം ഉണ്ടാക്കിയ നിയമങ്ങളെക്കുറിച്ച് പറഞ്ഞു. ആ നിയമങ്ങൾ പുരുഷനും സ്ത്രീക്കും വെവ്വേറെ ഉത്തരവാദിത്വങ്ങളാണ് കൊടുത്തിട്ടുള്ളത്." പുരുഷന് ചെയ്യാൻ കഴിയാത്ത പ്രധാനപ്പെട്ട ഒരു കാര്യമാണ് സ്ത്രീയെ ചെയ്യാനായി ദൈവം ഏല്പിച്ചിരിക്കുന്നത്." നൂർ മുഹമ്മദ് പറഞ്ഞു. "അതെന്താണ്?" ഞാൻ ചോദിച്ചു. "പ്രസവിക്കുക. കുട്ടികളെ വളർത്തുക." അയാൾ പറഞ്ഞു. അയാൾ എന്നോട് സ്വർഗ്ഗത്തെയും നരകത്തേയുംക്കുറിച്ച് സംസാരിച്ചു. ഞാൻ എത്ര വലിയ തെറ്റ് ചെയ്താലും എന്റെ മക്കളിലൊരാളെ ഖുർ-ആൻ പഠിപ്പിച്ചാൽ, അവന് എന്നെയും കൂടി സ്വർഗ്ഗത്തിലേക്ക് കൂട്ടാനാകുമത്രേ. ഒരു അലീമിന് (മതപരമായി അറിവുള്ള ആൾ) നൂറു പാപികളെ തന്റെ ഒപ്പം സ്വർഗ്ഗത്തിലേക്ക് കൊണ്ടുപോകാൻ കഴിയും. "അപ്പോൾ അതുകൊണ്ടാണ് ഇവിടെ ധാരാളം മദ്രസ്സകൾ കാണുന്നത്," ഞാൻ അസ്ലാമിനോട് പറഞ്ഞു.

"നിങ്ങൾ മതം മാറണം" നൂർ മുഹമ്മദ് പറഞ്ഞു. ഖുറ-ആനിൽ മുഴുവനും വെളിപാടുകളാണ്. ബൈബിളിൽ വെറും അമ്പതു ശതമാനം മാത്രമേയുള്ളു."

എന്നോടുള്ള നൂർ മുഹമ്മദിന്റെ പ്രഭാഷണത്തിനൊപ്പം ഞങ്ങൾ വെട്ടിക്കൂട്ടിയിട്ട പോപ്പി ചെടികൾ ചവിട്ടി നടന്നുകൊണ്ടിരുന്നു. പോപ്പി തണ്ടുകൾ ഉഴവ് ചാലുകളിൽ കൂട്ടിയിട്ടിരിക്കുന്നു. "ഇവിടെ അടുത്തിടെയാണ് ഓപ്പിയം വിളവെടുപ്പ് നടന്നത്", നൂർ മുഹമ്മദ് പറഞ്ഞു.

ഞങ്ങൾ നൂർ മുഹമ്മദിന്റെ സഹോദരി താമസിക്കുന്ന ഗ്രാമത്തിലെത്തി. ഒടുവിൽ, ഇപ്പോൾ ഞങ്ങൾ സിന്ധു നദിയെ കണ്ടു, അലക്സാണ്ടർ കണ്ടതുപോലെ, അതിന്റെ സ്വാഭാവികമായ രൂപത്തിൽ. രണ്ടു വലിയ കുന്നുകൾക്കിടയിൽ വിശാലമായ നീല തടാകം., അണകെട്ടാതെ, ആരാലും ഉപദ്രവിക്കപ്പെടാതെ.

നൂർ മുഹമ്മദിന്റെ സഹോദരി ഒറ്റ നിലയിലുള്ള ഒരു മൺകുടിലിലാണ് താമസിക്കുന്നത്.അവർക്കു ഒരു എരുമയും ഒരു ബാസ്കറ്റിൽ നാല് കോഴികളുമുണ്ട്. അവർ അവരുടെ കിടപ്പുമുറിയുടെ തണുപ്പിൽ ഞങ്ങളെ ഇരുത്തി. മൃഗക്കൊഴുപ്പിൽ മുട്ടകൊണ്ട് രുചികരമായ ഭക്ഷണവും ചായയും തന്നു സൽക്കരിച്ചു. അതിന് ശേഷം വീടിനു താഴെയുള്ള പോപ്പി പാടത്തു വച്ചു ഇരുവരും ഞങ്ങളോട് യാത്ര പറഞ്ഞു. അതിന് മുൻപ് നൂർ ഗുൾ, മൊബൈൽ ഫോൺ ചെവിയിൽ വച്ചു സിന്ധുവിന്റെ പശ്ചാത്തലത്തിൽ എന്റെ ക്യാമറയ്ക്കു മുന്നിൽ നിന്നു. ഞങ്ങൾ ഞങ്ങളുടെ അടുത്ത ലക്ഷ്യമായ ദർബാൻഡിലേക്ക് നടന്നു തുടങ്ങി. അവിടെയാണ് കറുത്ത പർവതത്തിന്റെ നസിം (മേയർ) താമസിക്കുന്നത്. ദർബാൻഡ് മനുഷ്യവാസ മേഖലയാണ്. പക്ഷേ, കലാദക (കറുത്ത പർവതം) കടക്കണമെങ്കിൽ ഞങ്ങൾക്ക് നസീമിന്റെ അനുവാദം വേണം.

കുന്നിറങ്ങി ദർബാൻഡ് ലക്ഷ്യമാക്കി നടക്കുമ്പോൾ അസ്ലം എന്നോട് ചാഞ്ചെലോ ഗ്രാമത്തിലെ കാരണവന്മാരെക്കുറിച്ചും സ്ത്രീസ്വാതന്ത്ര്യ പരാമർശത്തെക്കുറിച്ചും പറഞ്ഞു. ഏതാനും വർഷം മുൻപ് കുറെ വിദേശ സന്നദ്ധപ്രവർത്തകർ ചാഞ്ചെലോയിൽ എത്തി. അവർ സ്ത്രീകളെ ഒരു മുറിയിൽ വിളിച്ചിരുത്തിയിട്ട് അവരോടു പല ചോദ്യങ്ങൾ ചോദിച്ചു. "നിങ്ങളുടെ വീട്ടിൽ നിങ്ങൾ സന്തുഷ്ടയാണോ?, നിങ്ങളുടെ ഭർത്താവു നിങ്ങളെ സ്നേഹിക്കുന്നുണ്ടോ? തുടങ്ങിയ ചോദ്യങ്ങൾക്ക് അവർ അതെ എന്നുത്തരം നൽകി. പക്ഷേ ചോദ്യങ്ങൾ അവരുടെ ലൈംഗികതയിലേക്ക് കടക്കുകയും അത്തരം ചോദ്യങ്ങൾ ഉയരുകയും ചെയ്തതോടെ പുരുഷന്മാർ രോഷാകുലരായി. പഷ്തൂൺ പാരമ്പര്യരീതികൾക്ക് വിരുദ്ധമായ കാര്യങ്ങൾ പഠിപ്പിക്കാനാണ് വിദേശികൾ ശ്രമിക്കുന്നത് എന്ന്തോന്നിയ പുരുഷന്മാർ സന്നദ്ധപ്രവർത്തകരുടെ കൈയിൽനിന്ന് പതിനായിരം രൂപ പിടിച്ചെടുക്കുകയും അവരെ പുറത്താക്കുകയും ചെയ്തു. "അതുകൊണ്ടാണ് ചാഞ്ചെലോയിൽ സ്ത്രീകളെ നിങ്ങൾ കാണാൻ അനുവദിക്കാതിരുന്നത്", അസ്ലം പറഞ്ഞു. "നിങ്ങൾ അവരെ ആവശ്യമില്ലാത്ത കാര്യങ്ങൾ പഠിപ്പിച്ചാലോ."

വഴി കുത്തനെയുള്ള ഇറക്കമായിരുന്നു. നല്ല ചൂടും. കാടിനു നടുവിലൂടെ നടക്കുമ്പോൾ കുരങ്ങന്മാർ മരങ്ങളിലിരുന്നു ശബ്ദമുണ്ടാക്കുന്നുണ്ടായിരുന്നു. ഞങ്ങൾ ഒരു അരുവി കടന്ന്, നദീതീരത്തേക്ക് നടന്നു. സിന്ധുനദി കടക്കാൻ ഒരു ചെറിയ തോണി വാടകയ്ക്കെടുത്തു.

ദർബാൻഡ് ശരിക്കും പുതിയ ദർബാൻഡ് ആണ്. പഴയത്, ടാർബല അണക്കെട്ടുവന്നപ്പോൾ മുങ്ങിപ്പോയി. പുതിയ ദർബാൻഡ് താത്കാലികമായി തട്ടിക്കൂട്ടിയ ഒന്നാണ്. അങ്ങാടിയിൽ ഈച്ചകൾ മൂളി പറക്കുന്നു. സിന്ധുതീരത്തുനിന്നും ഞങ്ങൾ മെല്ലെ നസീമിന്റെ വീട് ലക്ഷ്യമാക്കി മുകളിലേക്കു നടന്നു. വീട്ടിലെത്തി വാതിലിൽ മുട്ടിയപ്പോൾ ഓടിയെത്തിയ പണിക്കാരത്തി സ്ത്രീ എന്നെ അകത്തേക്കു കടക്കാൻ അനുവദിച്ചില്ല. ഞങ്ങൾ തൊട്ടടുത്ത ഹുജ്റയിലേക്കു നടന്നു. അവിടെ ആരെയും സ്വീകരിച്ചിരുത്തും. ഞാൻ അവിടെ തണലിൽ ഇരുന്ന് ഉറങ്ങിപ്പോയി.

നസീം തിരിച്ചെത്തിയപ്പോഴേക്കും ഞാൻ ഉണർന്നു. എന്നെ വേഗം തന്നെ വീട്ടിലേക്കു മാറ്റി. ഹുജ്റ സ്ത്രീകൾക്ക് നിഷിദ്ധമാണല്ലോ. നേരത്തെ എനിക്കു പ്രവേശനം നിഷേധിച്ച സ്ത്രീകൾ എന്നെ സ്വീകരിച്ചു. എനിക്കു ചായ തന്നു. എന്റെ മുഷിഞ്ഞ വസ്ത്രങ്ങൾ കഴുകി. നസീം എന്നെ മുകളിലെ വിശാലമായ ഹാളിലേക്കു കൊണ്ടുപോയി. അവിടെയാണ് ജിർഗ (ഗോത്ര തലവന്മാരുടെ യോഗം) നടക്കാറ്. നസീമിന്റെ ബന്ധു കലാദകയുടെ ബ്രിട്ടീഷ് കാലത്തെ ഭൂപടത്തിന്റെ ഒരു കോപ്പി എനിക്കു തന്നു. ഒപ്പം അയാൾ തന്നെ വരച്ച, സിന്ധു തീരത്തെ ഗോത്ര വിഭാഗങ്ങളുടെ പേരുകൾ രേഖപ്പെടുത്തിയ മറ്റൊരു ഭൂപടവും.

പിന്നീട് ഹുജ്റയിൽ വച്ച് നസീം പറഞ്ഞു "നിങ്ങൾക്കു പീർസാർ വരെ ബോട്ടിൽ പോകാം." അസ്ലം ആകാംക്ഷയോടെ എന്നെ നോക്കി. അയാൾക്കറിയാം എനിക്കു നടക്കാനാണ് താത്പര്യമെന്ന്. എന്നാൽ നസീമിന്റെ ബന്ധു ഇടയിൽ കയറി, "അലക്സാണ്ടർ ബോട്ടിലല്ലേ പോയത്?" അയാൾ പറഞ്ഞത് ശരിയാണ്. പീർസാർ പിടിച്ചടക്കിയ ശേഷം നദീ തീരത്തു കണ്ട നല്ല മരം വെട്ടി അലക്സാണ്ടർ സൈനികരെ കൊണ്ട് കപ്പലുകൾ നിർമ്മിച്ച്, അതിലാണ് സിന്ധുവിലൂടെ സഞ്ചരിച്ചതെന്നു ആര്യൻ രേഖപ്പെടുത്തിയിട്ടുണ്ട്.

അടുത്ത ദിവസം രാവിലെ ഞങ്ങൾ സാധാരണ സർവീസ് ബോട്ടിൽ രണ്ടു ടിക്കറ്റുകൾ വാങ്ങി. ഏതാണ്ട് അഞ്ചു മണിക്കൂർ കൊണ്ട് അത് യാത്രക്കാരെ കോട്ലയിൽ എത്തിക്കും. അവിടെയാണ് നസീമിന്റെ വേലക്കാരനും ഇപ്പോൾ ഞങ്ങളുടെ അകമ്പടിക്കാരനുമായ ഖാലിഖ് താമസിക്കുന്നത്. പല നിറങ്ങളിലുള്ള ചായമടിച്ച ഞങ്ങളുടെ ബോട്ടാണ് ആ തുറമുഖത്തു ഏറ്റവും ശ്രദ്ധേയം. ബോട്ട് ഇടയ്ക്കിടയ്ക്ക് നിർത്തി ആളുകളെ ഇറക്കികൊണ്ടിരുന്നു. ഓരോരുത്തരുടെ കൈയിലും അങ്ങാടിയിൽ നിന്നും വാങ്ങിയ പഞ്ചസാരയുടെയും തേയിലയുടെയും മാമ്പഴത്തിന്റെയും സഞ്ചികൾ ഉണ്ടായിരുന്നു. ഏതാണ്ട് ഒന്നരമണിക്കൂർ പിന്നിട്ടപ്പോൾ ഖാലിഖ് ബോട്ട് നിർത്തിച്ചു. അവിടെ അടുത്തൊരു പാറയിൽ അലക്സാണ്ടറുടെ രണ്ടു മീറ്റർ നീളമുള്ള കൈയുടെ അടയാളമുണ്ടത്രെ. പിന്നീട് ഞങ്ങൾ നദിയിൽ വസ്ത്രമലക്കുന്ന സ്ത്രീകളെ കടന്നുപോയി. അവർ ബോട്ട് കണ്ടതും മുഖം തിരിച്ചു. അവരോടൊപ്പമുണ്ടായിരുന്ന കുട്ടികൾ ആരവങ്ങളോടെ വെള്ളത്തിൽ നീന്തുന്നുണ്ടായിരുന്നു. നസീമിന്റെ കുടുംബവും ഈ പ്രദേശത്തു നിന്നാണ് വരുന്നത്. "വേനൽക്കാലത്തു നദിയിൽ വെള്ളം കൂടുന്ന സമയത്തു ഞങ്ങൾ ഞങ്ങളുടെ ഗ്രാമത്തിലേക്ക് പോകുന്നത് ബോട്ടിലാണ്" നസീമിന്റെ ഭാര്യ എന്നോട് പറഞ്ഞത് ഞാനോർത്തു. "യാത്രയിലെ മൂന്നു മണിക്കൂർ അങ്ങനെ ലാഭിക്കാം."

ഉച്ചയായപ്പോഴേക്കും ഏതാണ്ടെല്ലാ യാത്രക്കാരും ഇറങ്ങി. കോട്ലയിൽ എത്തുന്നതിനും വളരെ മുന്നേ തന്നെ ബോട്ട് സർവീസ് അവസാനിപ്പിച്ചു.. ഞങ്ങൾക്ക് കോട്ലയ് (Kotlay) എത്താൻ ഇനി രണ്ടു മണിക്കൂർ നടക്കണം. വെള്ളം വളരെ കുറവാണെന്നും അതുകൊണ്ടു പോകാൻ കഴിയില്ലെന്നുമായിരുന്നു ബോട്ട് ഡ്രൈവറുടെ വിശദീകരണം. നട്ടുച്ച സമയമാണ്. ഈ സമയത്തെ നടപ്പു ഞങ്ങൾ ഒഴിവാക്കാറാണ് പതിവ്. പക്ഷേ ഇനിയിപ്പോൾ വേറെ വഴിയൊന്നുമില്ല. പുറത്തിറങ്ങി നടക്കുക തന്നെ. നദീ തീരത്തു കൂടി ഞങ്ങൾ ഒരു മണിക്കൂറോളം നടന്നു. മരം കൊണ്ടുണ്ടാക്കിയ ഒരു മദ്രസ്സയിൽ അല്പ സമയം വിശ്രമിച്ചു. അവിടുത്തെ കുട്ടികൾ കലങ്ങിയ, തണുത്ത നദീ ജലം ഞങ്ങൾക്ക് കുടിക്കാൻ കൊണ്ട് വന്നു തന്നു.

ഒടുവിൽ ഞങ്ങൾ കോട്‌ലയിലേക്ക് കടക്കുന്ന കടവിലെത്തി. അപ്പോൾ കുറച്ചു കള്ളക്കടത്തുകാർ സിന്ധുവിൽ കൂടി ഒഴുക്കി വിട്ട കള്ള തടികൾ ഒഴുക്കിൽ നിന്നും കര കയറ്റാനുള്ള ശ്രമത്തിലായിരുന്നു. മൂന്നു പയ്യന്മാർ ഞങ്ങളെ അവരുടെ ബോട്ടിൽ അക്കരയ്ക്കു കൊണ്ട് പോയി. ഖാലിഖിന്റെ സുഹൃത്തിന്റെ നദീ തീരത്തുള്ള ഹുജ്റയിൽ ഞങ്ങൾ വിശ്രമിച്ചു.

ഖാലിഖ്തും അസ്ലമും തമ്മിലുള്ള തർക്കം കേട്ടുകൊണ്ടാണ് ഉച്ച യ്ക്ക് ശേഷം ഉറക്കത്തിൽനിന്നും ഉണർന്നത്. അസ്ലം ഇന്നുതന്നെ പീർ സാറിലേക്ക് നടക്കാൻ ഉള്ള തയ്യാറെടുപ്പിലാണ്. പാകിസ്ഥാൻ ഭരണ സംവിധാനങ്ങളുടെ പുറത്തുള്ള ഗോത്രമേഖലയാണിത്. കുറച്ചു കൂടി മുകളിലേക്കു നടന്നാൽ ഞങ്ങൾക്ക് വീണ്ടും 'ജനവാസ' മേഖലകളി ലെത്താം. പക്ഷേ ഖാലിഖ് വിടുന്ന മട്ടില്ല . ഇന്ന് തന്നെ ഞങ്ങൾ അവിടം വിട്ടാൽ അത് അയാളുടെ ഗോത്രത്തിനെ അപമാനിക്കുന്നതു പോലെ യാകും. മാത്രവുമല്ല, ഇരുട്ടും മുൻപ് ഞങ്ങൾ ഒരു കാരണവശാലും കാബുൾഗ്രാമിലെത്തില്ല. പോരാത്തതിന് വിവരമറിഞ്ഞത് നസീം അയാളെ വഴക്കു പറയുകയും ചെയ്യും. ഒടുവിൽ ഞങ്ങൾ കീഴടങ്ങി. മാത്രവുമല്ല, കുപ്രസിദ്ധരായ ഈ ഗോത്ര ജനത എങ്ങനെയാണു ജീവിക്കുന്നതെന്നു അറിയാൻ എനിക്കു താത്പര്യവുമുണ്ടായിരുന്നു.

ഖാലിഖിന്റെ സുഹൃത്ത് പോപ്പി ഇലകളിൽ പൊതിഞ്ഞ ഒരു മത്ത ങ്ങയുടെ വലിപ്പമുള്ള ഓപിയം കേക്കും ചായയും കൊണ്ട് വന്നു. ഇത്തവണ നല്ല വിളവായിരുന്നു. ഒരു കിലോ ഓപിയംത്തിനു അയ്യാ യിരം രൂപ വച്ച് കിട്ടിയത്രേ .തക്കാളിയും ഉള്ളിയും കൃഷി ചെയ്യുന്നതി നേക്കാൾ എത്രയോ മെച്ചം. ഗ്രാമീണർ സമ്പന്നരാണ്. പക്ഷേ ഖാലി ഖിന്റെ കുടുംബത്തിൽ ആരും എഴുതുകയോ വായിക്കുകയോ ചെയ്യില്ല. ഏതാനും വർഷങ്ങൾക്കു മുൻപ് ഗവൺമെന്റ് സിന്ധു തീരത്തു ഒരു സ്കൂൾ തുടങ്ങിയിരുന്നു. "ആർക്കാണ് കുട്ടികളെ പഠിപ്പിക്കാൻ താത്പര്യം?" ഖാലിഖ് എന്നോട് ചോദിച്ചു. പിറ്റേ ദിവസം രാവിലെ ഞാൻ ആ സ്കൂൾ കണ്ടു. ഗ്രാമത്തിലെ എരുമകൾക്കു പാർക്കാൻ ഒന്നാന്തരം തൊഴുത്തായി അതുപയോഗിക്കുന്നു. (ഒരു വിരോധാഭാസമുള്ളത്, ഈ ഒഴിഞ്ഞ സ്കൂളുകളാണ്, കശ്മീരിലെ ഭൂകമ്പത്തിൽ കലാദകയിലെ കുട്ടി കളെ രക്ഷിച്ചത്. വിദ്യാഭ്യാസത്തോട് ഇത്രയ്ക്കു വിരോധമില്ലാത്ത സ്ഥല ങ്ങളിൽ മരണസംഖ്യ കുത്തനെ ഉയർന്നിരുന്നു).

വൈകുന്നേരം ഖാലിഖ് എന്നെ ഗ്രാമം മുഴുവൻ കൊണ്ടു നടന്നു. പിന്നാലെ ഒരു അമ്പതു കുട്ടികളും. ഖാലിഖ് എന്നെ തോക്കുകൾ വിൽക്കുന്ന കടയിൽ കൊണ്ട് പോയി. സിന്ധുവിൽ, നിന്നും ഡയനാ മിറ്റ് ഉപയോഗിച്ച് മീനുകളെ പിടിക്കുന്നതെങ്ങനെയെന്നു അയാൾ എനിക്കു വിശദീകരിച്ചു തന്നു. അയാൾ തന്റെ റോക്കറ്റ് ലോഞ്ചറുകളു ടെയും ഗ്രനേഡുകളുടെയും ശേഖരം എനിക്കു കാണിച്ചു തന്നു. ഈ

ഗ്രാമത്തിലെ വീടുകൾ എല്ലാം നിരവധി നിലകൾ ഉള്ളതാണ്. കവാടങ്ങളും തൂണുകളുമുള്ള, വർണ്ണച്ചായങ്ങൾ പൂശിയ വീടുകൾ. അന്ന് രാത്രി ഞാൻ തങ്ങിയത് ഖാലിഖിന്റെ ആന്റിയുടെ വീട്ടിലാണ്. പച്ച പെയിന്റടിച്ച, പിങ്ക് കവാടങ്ങളുള്ള, ഇളം തവിട്ടു നിറത്തിൽ ജനലുകളുള്ള, പോപ്പി കൃഷിയിൽ നിന്നുള്ള പണം കൊണ്ടുണ്ടാക്കിയ ഒരു വമ്പൻ സൗധം. അന്ന് രാത്രി സിന്ധുവിന്റെ ഒഴുക്കിന്റെ താളം കേട്ട് ഞാൻ ഉറങ്ങി.

അടുത്ത ദിവസം അതിരാവിലെ തന്നെ ഞങ്ങൾ നടക്കാനാരംഭിച്ചു. നദി കടക്കാൻ പറ്റിയ ഒരു സ്ഥലമന്വേഷിച്ചു ഒരു മണിക്കൂർ നടന്നു കാണും. ഞാൻ വളരെ ശ്രദ്ധയോടെ ഖാലിഖിന്റെ പിന്നിലായിട്ടാണ് നടന്നിരുന്നത്. ഖാലിഖ് തന്റെ A K 47 എടുക്കണമെന്ന് നിർബന്ധം പിടിച്ചിരുന്നു. ഒടുവിൽ ഞങ്ങൾ ഒരു തോണിക്കാരനെ കണ്ടെത്തി. ആ തോണി നരച്ച നീല നിറമുള്ള വെള്ളത്തിൽ ആലോലമാടുകയായിരുന്നു.

കാബുൾഗ്രാമിൽ നിന്നും കയറ്റം കയറി അപ്പുറത്തെത്തിയാൽ മാർട്ടൂൻഗ് ആയി. കുന്നിൻ മുകളിൽ വച്ച് വ്യസനത്തോടെ ഖാലിഖ് ഞങ്ങളോട് യാത്ര പറഞ്ഞു. “നിങ്ങൾ ഒരു അരമണിക്കൂർകൊണ്ട് അവിടെയെത്തും.” ഖാലിഖ് തന്റെ ഊഹം പറഞ്ഞു.

ഖാലിഖിന് അതിനെക്കുറിച്ച് വലിയ ധാരണയുണ്ടായിരുന്നില്ല എന്ന് വേണം കരുതാൻ. അത് വളരെ കഠിനമായ, ദീർഘമായ ഒരു യാത്രയായിരുന്നു.രണ്ടു മണിക്കൂർ ഞങ്ങൾ ഒരു അരുവിയുടെ തീരത്തു കൂടി നടന്നു. പിന്നെ കുറച്ചു ദൂരം ഒരു കാട്ടിലൂടെ. ജീപ്പിനു സഞ്ചരിക്കാനുണ്ടാക്കിയിരിക്കുന്ന പൊടി നിറഞ്ഞ ഒരു റോഡിലൂടെ കുത്തനെയുള്ള കയറ്റമായിരുന്നു ഏറ്റവും കഷ്ടം. ഒടുവിൽ ഞങ്ങൾ ആ കുന്നിന്റെ അറ്റത്തെത്തി. ഒരു ചെറിയ കടയിൽ നിന്ന് പഴകിയ ബിസ്ക്കറ്റു വാങ്ങി തിന്നു വിശപ്പടക്കി. ഒരു അരുവിയിൽ നിന്നും വെള്ളം ആർത്തിയോടെ കുടിച്ചു.

ഇപ്പോൾ ഞങ്ങൾ ഗോത്രമേഖല പിന്നിട്ടിരിക്കുന്നു. ഇപ്പോൾ വയലുകളിൽ പോപ്പിയില്ല. കല്യാണ കേക്കുകളുടെ മാതൃകയിലുള്ള പൗരാണിക ഭാവനങ്ങളില്ല. വെള്ളം ചാലുകളായി വൃത്തിയായി നെൽപാടങ്ങളിലേക്ക് തിരിച്ചു വിട്ടിരിക്കുന്നു. കല്ലുകൾ കൊണ്ട് നിർമ്മിച്ച ഭേദപ്പെട്ട വീടുകൾ കാണാം. റോഡിനിരുവശവും ഓക്ക് മരങ്ങൾ വളർന്നു നിൽക്കുന്നു. അലക്സാണ്ടർക്ക് ഇവിടെ അന്യതാബോധം തോന്നാതിരിക്കാനുള്ള ഒരു കാരണം ഈ ഓക്ക് മരങ്ങളുടെ സാന്നിധ്യമാകാം. ഓരോ ചെരിവിലും പച്ചപ്പിന്റെ ധാരാളിത്തം. ചെരുവുകളെ തട്ടുകളായി തിരിച്ചു നന്നായി ജലസേചനം ചെയ്യുന്നുണ്ടെന്ന് കണ്ടാൽ അറിയാം.

റോഡിന്റെ ഒരറ്റത്ത് നിന്ന് ഞങ്ങൾ തിരിഞ്ഞു നടന്നു. പെട്ടെന്നതാ ചാകേസർ താഴ്വര ഞങ്ങളുടെ മുന്നിൽ പ്രത്യക്ഷമായി. ഗ്രാമത്തിനു മേലെ ഉയർന്നുനിൽക്കുന്ന കുന്നിൻ മുകളിലേക്കു ചൂണ്ടി അസ്ലം

പറഞ്ഞു. "അവിടെയാണത്. അതായിരിക്കും പീർസാർ." ഞങ്ങൾ തട്ട് തട്ടായി തിരിച്ച നെല്പാടങ്ങൾക്ക് നടുവിലൂടെ താഴേക്കിറങ്ങി. ക്രിക്കറ്റ് കളിക്കാരെ കടന്ന് പട്ടണത്തിലേക്ക് നടന്നു. ഞങ്ങൾ നടന്നുപോകുമ്പോൾ പ്രായമായ ഒരു സ്ത്രീ അവരുടെ തോട്ടത്തിൽനിന്നും പറിച്ച ആപ്രികോട്ട് പഴങ്ങൾ വേലിക്ക് മുകളിലൂടെ ഞങ്ങൾക്ക് തന്നു. ചാകേസർ പട്ടണത്തിൽ വച്ച് ഒരു കടക്കാരൻ ഞങ്ങൾക്ക് ഖാലിഖിന്റെ സുഹൃത്തിന്റെ ഹുജ്റ കാണിച്ചു തന്നു. അവർ ഞങ്ങളെ അവിടെ താമസിക്കാൻ സമ്മതിക്കുമോ എന്ന ആ പതിവ് ആശങ്ക എന്നെ പിടികൂടി. ഹുജ്റയുടെ ഉടമസ്ഥർ അവരുടെ വീട്ടിൽ നിന്നും സ്ഥലത്തെത്തി. അവരുടെ മുഖങ്ങളിൽ സംശയങ്ങൾ, ആശങ്കകൾ. അസ്ലം കാര്യങ്ങൾ വിശദീകരിച്ചു. അവരുടെ മുഖത്തെ ആശങ്കകൾ ഹൃദ്യമായ പുഞ്ചിരികൾക്കും പഷ്തൂൺ ആതിഥ്യമര്യാദകൾക്കും വഴിമാറി.

ചാകേസറിൽ ഞങ്ങളെ സ്വീകരിച്ച ആ കുടുംബത്തിന് നാല് വലിയ വീടുകളുണ്ട്. എന്നെ ഉസ്മാ താമസിക്കുന്ന വീട്ടിലേക്കാണ് അയച്ചത്. ഉസ്മാ വളർന്നത് കറാച്ചിയിലാണ്. ഇംഗ്ലീഷ് സാഹിത്യത്തിൽ മാസ്റ്റർ ബിരുദധാരിണിയാണ്. അവൾ ഈ കുടുംബത്തിലെ പയ്യനെ പ്രണയിച്ച് വിവാഹം കഴിച്ചതാണ്. ഇപ്പോൾ ഒരു കുഞ്ഞിന് ജന്മം കൊടുത്തതേയുള്ളൂ. ഏതാണ്ട് മുപ്പതോളം, ബന്ധുക്കളായ പെൺകുട്ടികളുടെ നടുവിൽ, സിംഹാസന തുല്യമായ, ചുവന്ന വെൽവെറ്റ് വിരിച്ച കിടക്കയിൽ ഉസ്മാ ഇരിക്കുന്നു. കുഞ്ഞിനെ കൈയിൽ പിടിച്ചുകൊണ്ട് ഉസ്മയുടെ ഭർത്താവും അരികിൽ ഇരിക്കുന്നുണ്ട്.

അത്താഴസമയമായപ്പോൾ ഉസ്മാ എന്നെ അടുത്ത മുറിയിലേക്കു കൊണ്ടുപോയി. അവിടെ നിലത്തുവിരിച്ച ഒരു വലിയ പ്ലാസ്റ്റിക് ഷീറ്റിനു ചുറ്റും സ്ത്രീകൾ ഇരിക്കുന്നു. വളരെ സമൃദ്ധമായ, ശബ്ദമുഖരിതമായ അത്താഴമായിരുന്നു അത്. കുട്ടികൾ പാത്രങ്ങൾക്കു മുന്നിൽ ചുറ്റിക്കറങ്ങി കൊണ്ടിരുന്നു. അവർ ഞങ്ങളുടെ പാത്രങ്ങളിൽ നിന്ന് നാനും കോഴിക്കാലുകളും എടുക്കുന്നുണ്ടായിരുന്നു. സ്ത്രീകൾക്കിടയിൽ പലരും ഒരേ ആളുടെ ഭാര്യമാരാണ്. "പൊതുവെ ഒരേ സമയം രണ്ടു ഭാര്യമാരിൽ കൂടുതൽ ഉണ്ടാകാറില്ല." അസ്മ പറഞ്ഞു.

പിറ്റേ ദിവസം രാവിലെ ചാകേസർ വിടുമ്പോൾ മഴ പെയ്യുന്നുണ്ടായിരുന്നു. "നിങ്ങളുടെ കൈയിൽ മഴക്കോട്ടുണ്ടോ?" ഞാൻ അസ്ലാമിനോട് ചോദിച്ചു. അയാൾ തലയാട്ടി. "നിങ്ങളുടെ കൈയിലുണ്ടോ?" എന്ന് തിരിച്ചു ചോദിച്ചു. മലകളിലൂടെ നടക്കുമ്പോഴെല്ലാം, തുകൽ കാലുറകളും മേൽക്കുപ്പായങ്ങളും തൊപ്പികളുമായി വന്ന ഗ്രീക്കുകാരെ പരിഹസിച്ച അർദ്ധനഗ്നരായ ബ്രാഹ്മണപണ്ഡിതരെക്കുറിച്ച് ഞാൻ ചിന്തിച്ചു പോയി. ഒരു ഗ്രീക്ക് മേലങ്കിയോ ലണ്ടൻ കമ്പിളിയോ ഉണ്ടായിരുന്നെങ്കിൽ ഉപകാരമായേനേ എന്ന് ഞാൻ വെറുതെ ആഗ്രഹിച്ചു. പക്ഷേ അസ്ലമിന്റെ കൈയിൽ പരിഹാരമുണ്ടായിരുന്നു. "നമുക്ക് കടയിൽ നിന്ന്

പ്ലാസ്റ്റിക് ഷീറ്റുകൾ വാങ്ങാം." പച്ച നിറമുള്ള പ്ലാസ്റ്റിക് ഷീറ്റുകളിൽ പൊതിഞ്ഞു ഞങ്ങൾ പട്ടണത്തിനു പുറത്തേക്കു നടന്നു. മൈതാനത്തിനു താഴെയുള്ള പെൺകുട്ടികളുടെ സ്കൂൾ വരെ ഞങ്ങൾ കുട്ടികളുടെ പിന്നാലെ നടന്നു. മൈതാനത്തൊടെ ജനവാസ മേഖല അവസാനിക്കുമെന്നു ചാകേസറിൽ നിന്നും ഞങ്ങളോട് പറഞ്ഞിരുന്നു.

ഇവിടെ നിന്ന് പൈൻ മരങ്ങൾക്കിടയിലൂടെ അങ്ങകലെ, മഞ്ഞു മൂടിയ സ്വാത് പർവതനിരകൾ കാണാം. "ഞാൻ അവിടെയാണ് താമസിക്കുന്നത്", പർവ്വതത്തിനു നേരെ ചൂണ്ടി അസ്ലം പറഞ്ഞു. ഞങ്ങൾ നടക്കുന്നതിനിടെ അസ്ലം സ്വന്തം കുടുംബത്തെക്കുറിച്ച് സംസാരിച്ചു. തന്റെ ആറ് പെണ്മക്കളെ പഠിപ്പിക്കാനുള്ള ബുദ്ധിമുട്ടുകളെക്കുറിച്ചാണ് ഏറെയും പറഞ്ഞത്. "പാകിസ്ഥാനിൽ പെൺകുട്ടികൾക്ക് സ്കൂളിലേക്ക് നടന്നുപോകണമെങ്കിൽ അവരുടെ സഹോദരന്മാരുടെ അകമ്പടി കൂടിയേ തീരു", അസ്ലം പറഞ്ഞു. ഇവിടെ, ഈ മലമുകളിൽ ഗുജ്ജറുകളും നാടോടികളായ ആട്ടിടയന്മാരും വേനൽക്കാല മേച്ചിൽ പുറങ്ങൾ തേടി വന്നു തുടങ്ങിയിട്ടേയുള്ളൂ. അവരുടെ വേനൽക്കാല വസതികൾ മിക്കതും ഒഴിഞ്ഞു കിടക്കുകയാണ്. ഞങ്ങൾ ഒരു വീടിനു സമീപത്ത് ഇരുന്നു. ഏതാനും ഗുജ്ജറുകൾ ആ വീടിന്റെ മേൽക്കൂര നന്നാക്കുന്ന പണിയിലാണ്. ഞങ്ങൾ കൊടുത്ത റൊട്ടി അവർ 'തൈമും' (Thyme സുഗന്ധമുള്ള ഒരു ചെടി) കൂട്ടി തിന്നു. തോക്കും തോളത്തു വച്ച് ഒരു ആട്ടിടയൻ അപ്പോൾ ആ വഴി പോയി. "ആ വഴിയെ പീർസാറിലേക്ക് പോകാം" അയാൾ പറഞ്ഞു.

പക്ഷേ, അങ്ങനെ കൃത്യമായ വഴിയൊന്നുമുണ്ടായിരുന്നില്ല. കാടിന്റെ സ്വഭാവം മാറിക്കൊണ്ടിരുന്നു. കാടു കൂടുതൽ വർണശബളമായി മാറി. സമൃദ്ധമായി വളർന്നുനിൽക്കുന്ന ഏഷ്യൻ മരിജുവാനയും പൈൻ മരങ്ങളും അപ്രത്യക്ഷമായി. മിതശീതോഷ്ണ മേഖലയിൽ കാണപ്പെടുന്ന ഇല പൊഴിയും മരങ്ങൾ പ്രത്യക്ഷപ്പെട്ടു തുടങ്ങി. ജനവാസ കേന്ദ്രങ്ങൾ അപ്രത്യക്ഷമായിക്കഴിഞ്ഞു. ചൊറിച്ചിലും വേദനയും ഉണ്ടാക്കുന്ന ചെടികളാണ് ചുറ്റിലും. അന്തരീക്ഷത്തിൽ ഈർപ്പവും തണുപ്പും ഉണ്ട്. ഞങ്ങൾ തപ്പിതടഞ്ഞു മലകളും കൊക്കകളും കടന്ന് നടന്നു. പെട്ടെന്ന് എനിക്കു മനസ്സിലായി, ഒരിക്കലും അബദ്ധം പിണയാത്ത അസ്ലമിന് ദിശാബോധം നഷ്ടപ്പെട്ടിരിക്കുന്നു. ഞാൻ മരങ്ങളുടെ വേരുകളിൽ കൂടി ചാടി ചാടി നടന്നു കൊണ്ടിരിക്കുകയായിരുന്നു. ഞാനപ്പോൾ ഇംഗ്ലീഷ് കാടുകളെക്കുറിച്ച് ഓർത്തു പോയി.

ഞങ്ങൾ മറ്റൊരു കുന്നു കയറാൻ തുടങ്ങിയിരുന്നു. അപ്പോഴാണ് അസ്ലം താഴെ ഒരു മലയിടുക്കിൽ നിന്നും ആരുടെയോ ശബ്ദം കേട്ടത്. അവിടെ ഒരു അരുവിയുടെ കരയിൽ കുറെ ആടുകളുമായി രണ്ടാൺ കുട്ടികൾ നിൽക്കുന്നു. ഞങ്ങൾ അവരുടെ അടുത്തേക്ക് ഓടി. ഞാനെന്റെ കുപ്പികളിൽ വെള്ളം നിറച്ചു. അസ്ലം കുട്ടികളുടെ അടുത്തേക്കു നടന്നു.

അസ്ലം തനിക്കറിയാവുന്ന അഞ്ചാറ് ഭാഷകളിൽ അവരോട് സംസാരിക്കാൻ ശ്രമിച്ചെങ്കിലും അവർ ഒന്നും ഉരിയാടാൻ കൂട്ടാക്കിയില്ല. ഒരു വാക്ക് പോലും മിണ്ടാതെ ആ കുട്ടികൾ കാടിനുള്ളിലേക്ക് ഓടി മറഞ്ഞു.

അരുവിക്കരയിൽ നിന്നും മരങ്ങൾക്കിടയിലൂടെ നോക്കുമ്പോൾ ദൂരെ മലയടിവാരത്തിൽ രണ്ടു വീടുകൾ കാണാം. സമീപത്തായി ഉഴുതിട്ട നിലവും കാണാം. ഞങ്ങൾ ആ താമസസ്ഥലത്തേക്ക് നടന്നു. പോകുന്ന വഴിയിൽ രണ്ടു സ്ത്രീകൾ വയലിൽ കുത്തിയിരുന്ന് കള പറിക്കുന്നതു കണ്ടു. പക്ഷേ തിന്നാനുള്ള എന്തെങ്കിലും ഞങ്ങൾക്ക് തരാൻ അവർ വിസമ്മതിച്ചു. "ഞങ്ങൾ ഇവിടെ താമസിക്കുന്നവരല്ല, ഇന്നൊരു ദിവസത്തേക്ക് മാത്രം വന്നതാണ്", അവർ പറഞ്ഞു. ഞങ്ങൾ അപ്പുറത്തെ വീട് ലക്ഷ്യമാക്കി നടന്നു. അവിടെ വരാന്തയിൽ ഒരു നായയെ കെട്ടിയിട്ടുണ്ട്. അസ്ലം പഷ്ത്തൂവിൽ റൊട്ടിയും ചായയും ചോദിക്കുന്നതെങ്ങനെയെന്നു പഠിപ്പിച്ചു തന്നു.

ഞാൻ വീടിനു മുന്നിലേക്ക് നടന്നു. അകത്തു എല്ലാം ഇരുണ്ടിരിക്കുന്നു. കിടക്കയും പാത്രങ്ങളും കസേരയും എല്ലാം പൊടിയും കരിയും കൊണ്ട് കറുത്തു പോയിരിക്കുന്നു. ഞാൻ ഉറക്കെ വിളിച്ചു. ഒരു സ്ത്രീ നാണംകുണുങ്ങികളായ രണ്ടു പെൺകുട്ടികൾക്കൊപ്പം പുറത്തേക്കു വന്നു. അവരെന്നെ മനസ്സിലാകാതെ അദ്ഭുതപ്പെട്ടുനിന്നു. അന്യസ്ത്രീകളുടെ മുന്നിൽ വരാൻ പാടില്ലാത്തതുകൊണ്ട് പുറത്തു മുറ്റത്തു മറഞ്ഞു നിന്ന, അസ്ലം എന്തോ വിളിച്ചു പറഞ്ഞു. ആ സ്ത്രീ വാതിലിനടുത്തേക്ക് വന്നു ശ്രദ്ധിച്ചു. പിന്നെ എന്നെ നോക്കി പുഞ്ചിരിച്ചു. എന്നിട്ടു അവരുടെ അടുപ്പിനു മുന്നിൽ കുനിഞ്ഞിരുന്ന് കറുത്ത ചായപ്പാത്രം എടുത്തു അടുപ്പത്തു വച്ചു. അവരുടെ പേര് ബീബി ആയിഷ.

ബിബി ആയിഷയുടെ ചായയും കുടിച്ചു കൊണ്ട് ഞങ്ങൾ ആ വീടിന്റെ മുന്നിൽ ഇരിക്കുമ്പോഴാണ് സുന്നി തൊപ്പി ധരിച്ച ഒരാൾ അയാളുടെ മുതുകിൽ എന്തോ ഭാരവും താങ്ങി അവിടെയെത്തിയത്. "പീർസാർ ആ വഴിക്കാണ്. എന്റെ പിന്നാലെ വരൂ," അയാൾ പറഞ്ഞു. കറാച്ചിയിലെ ബിനോരി ടൗൺ മദ്രസയിലാണ് അയാൾ പഠിക്കുന്നത്. താലിബാൻ നഴ്സറി എന്ന് കുപ്രസിദ്ധിയാർജ്ജിച്ച മദ്രസ്സയാണത്. അവിടെ അയാൾ ആലിം (നൂറു പേരെ സ്വർഗ്ഗത്തിലേക്ക് കൊണ്ടു പോകുന്ന ആൾ) ആകാനാണ് പഠിക്കുന്നത്. ഞങ്ങൾ അയാളുടെ പിന്നാലെ ഒരു മണിക്കൂർ എങ്കിലും നടന്നുകാണും. അയാൾ ഞങ്ങളോട് യാത്ര പറയുമ്പോൾ ഞങ്ങൾക്ക് ഒരു അരുവിയും കാണിച്ചു തന്നു. കാൽനട യാത്രക്കാർ വെള്ളമെടുക്കുന്ന അരുവിയാണത്. "ഇവിടെ നിന്നു നേരെ പൊയ്ക്കൊള്ളൂ," അയാൾ പറഞ്ഞു.

പുല്ലും കാടും കൂടുതൽ ഇടതൂർന്ന് വളരുന്ന ഭാഗമെത്തിയതോടെ വഴി കാണാതെയായി.. ഞങ്ങൾ ഭക്ഷണമില്ലാതെ നടക്കാൻ തുടങ്ങിയിട്ട്

ഏതാണ്ട് പത്തു മണിക്കൂർ പിന്നിട്ടിരിക്കുന്നു. ഒരു മരത്തണലിൽ ഇരുന്ന് അവശേഷിച്ച ഒരു പായ്ക്കറ്റ് ഉപ്പു ബിസ്കറ്റ് പങ്കു വച്ചു. കൊടുങ്കാറ്റും മഴയും വരുന്നതിന്റെ ലക്ഷണങ്ങൾ അന്തരീക്ഷത്തിൽ കാണാൻ തുടങ്ങി. ഞങ്ങൾക്ക് ടെന്റിനുള്ള സൗകര്യങ്ങൾ ഇല്ല. എന്തായാലും അസ്ലമിന് പർവതപ്രദേശങ്ങളിൽ താമസിക്കുന്ന ഒരാളിനുണ്ടാകുന്ന ദിശാബോധമുണ്ട്. ഞങ്ങൾ മറ്റൊരു കുന്നു കയറി അപ്പുറമെത്തി. അപ്പോൾ ഞങ്ങൾ അകലെ പീർസാർ കണ്ടു.

സിന്ധുവിൽ നിന്നും ഏഴായിരം അടി ഉയരത്തിൽ ആര്യൻ 'ദി റോക്ക്' എന്ന് വിളിച്ച, അർണോസ് അതാ കാണുന്നു. അലക്സാണ്ടറുടെ സൈന്യത്തിന് 'പക്ഷികളില്ലാത്ത പ്രദേശമായിരുന്നു' അത്. അതിനും ഈ കുന്നിനുമിടയിൽ ഞങ്ങൾ നിൽക്കുന്ന ഈ മലയിടുക്കിലാണ് അലക്സാണ്ടർ മൂന്നു ദിവസം ചെലവഴിച്ചത്. ഞങ്ങൾ ഉനസാറിൽ നിന്നും താഴേക്കിറങ്ങുമ്പോൾ മഴ പെയ്തുതുടങ്ങിയിരുന്നു. ദൂരെ കണ്ട ആട്ടിടയന്മാരുടെ വീടുകൾ ലക്ഷ്യമാക്കി ഞങ്ങൾ നടന്നു. അപ്പോൾ വഴിയിൽ പശുക്കളെയും തെളിച്ചു കൊണ്ട് വരുന്ന ഒരാളെ കണ്ടു .അയാളുടെ പിന്നാലെ നടന്ന ഞങ്ങൾ മരം കൊണ്ട് നിർമ്മിച്ച ഒരു മോസ്കിലെത്തി. അവിടെയിരുന്നു അസ്ലം അന്ന് രാത്രി പീർസാറിലേക്ക് നടക്കുന്നതിന്റെ പ്രായോഗികതകൾ വിലയിരുത്തി. ഞങ്ങൾ മോസ്കിൽ നിന്നുമിറങ്ങി വീണ്ടും നടന്നുതുടങ്ങിയപ്പോൾ ആകാശം ഇരുണ്ടു കറുത്ത് തുടങ്ങിയിരുന്നു. മലയിടുക്കിലേക്ക് നടന്നു എന്നിട്ടു പീർസാറിന്റെ തെക്കു ഭാഗത്തേക്ക് കുന്നു കയറി. ആടുകൾ സഞ്ചരിക്കുന്ന വഴുക്കൽ നിറഞ്ഞ വഴിയായിരുന്നു അത്. മഴയും മിന്നലും കണ്ടമാനം നാശം വിതച്ചിട്ടുണ്ട്. വഴിയിലുടനീളം വൻമരങ്ങൾ വീണു കിടപ്പുണ്ട്. ഞങ്ങൾ ആ സമയത്തു ഇതിലെ വന്നിരുന്നെങ്കിൽ കാറ്റ് ഞങ്ങളെ താഴെ കൊക്കയിലേക്ക് വലിച്ചെറിഞ്ഞേനേ. ഞങ്ങൾക്ക് ഭാഗ്യമുണ്ട്. മഴമേഘങ്ങൾ ഞങ്ങൾ സഞ്ചരിക്കുന്ന വഴിയിൽ നിന്നു അകന്നു താഴ്വരയുടെ കിഴക്കൻ ഭാഗത്തേക്ക് നീങ്ങിക്കഴിഞ്ഞു.

ഒടുവിൽ ഞങ്ങൾ കാട്ടിൽ നിന്നും പുറത്തുകടന്ന് കുന്നിന്റെ നെറുകയിലെത്തി. അവിടെയെത്തിയതിലുള്ള എന്റെ ആഹ്ലാദം, ആകാശത്തെ കാർമേഘങ്ങൾ കണ്ടതോടെ ഉത്കണ്ഠയ്ക്ക് വഴി മാറി. ഞങ്ങൾക്ക് രാത്രി താങ്ങാൻ ഇതുവരെ ഒരു താവളം കിട്ടിയിട്ടില്ല. അങ്ങനെ നിൽക്കുമ്പോൾ കുന്നിറങ്ങി വൃദ്ധയായ ഒരു ഗുജ്ജർ സ്ത്രീ അവരുടെ പേരക്കുട്ടികളോടൊപ്പം നടന്നുവരുന്നത് കണ്ടു. കാട്ടിൽനിന്നു ചുള്ളി വിറകുകൾ ശേഖരിക്കാനുള്ള പോക്കാണ്. അവരുടെ ആകാംക്ഷ കൊണ്ട് അവർ ഞങ്ങളോട് സംസാരിച്ചു. അവർ ഞങ്ങളെയും കൊണ്ട് അവരുടെ വീട്ടിലേക്ക് നടന്നു. മൂന്നു മുറികൾ ഉള്ള ഒരു കുടിൽ. അവിടെ അവരുടെ മരുമകൾ തീക്കുണ്ഡമുണ്ടാക്കികൊണ്ടിരിക്കുകയായിരുന്നു. ഞാൻ ആ അഗ്നികുണ്ഡത്തിനടുത്ത് ഇരുന്ന്. എന്റെ നനഞ്ഞ

വസ്ത്രങ്ങൾ അഴിച്ചു മാറ്റി, അത് ഉണക്കാൻ തുടങ്ങി. കുട്ടികൾ ചുറ്റും കൂടി എന്നെ ഗഹനമായി നിരീക്ഷിച്ചുകൊണ്ടിരുന്നു. അവരുടെ വീട്ടിലെത്താൻ ഞാൻ പത്തു ദിവസം നടന്നതു എന്തിനാണെന്ന് അവർക്കു മനസ്സിലായില്ല. ഞാൻ വിദേശിയായ സിഖുന്ദർ എന്ന രാജാവ് വന്ന ആ വഴിയെക്കുറിച്ച് അവരോട് പറഞ്ഞു. എങ്ങനെയാണ് അയാൾ സിന്ധു താഴ്‌വരയിലൂടെ പട നയിച്ച് വന്നതെന്നും അയാളുടെ ദേവീദേവന്മാർക്ക് ബലീപീഠങ്ങൾ പണിതതെന്നും എങ്ങനെയാണ് മൂന്നു മാസങ്ങൾക്കു ശേഷം സിന്ധുവിലൂടെ അയാൾ കടലിലേക്ക് സഞ്ചരിച്ചു തിരികെ പോയതെന്നും, ആ സമയത്തു പീർസാറിലെ ഗോത്രവർഗ്ഗക്കാർ തിരികെയെത്തി ആ രാജാവിന്റെ അവശേഷിച്ച പടയാളികളെ കൊന്നുകളഞ്ഞതെന്നും അവരോട് വിശദീകരിച്ചു. അവരുടെ നാടിനെക്കുറിച്ച് രണ്ടായിരം വർഷം മുൻപുള്ള ഗ്രീക്ക് ചരിത്രത്തിൽ രേഖപ്പെടുത്തിയിട്ടുണ്ട് എന്ന് വിവരിച്ചപ്പോൾ അവർ വിനയപുരസ്സരം വിടർന്ന കണ്ണുകളുമായി അത് കേട്ടിരുന്നു. പക്ഷേ ശരിക്കും അവരെ രസം പിടിപ്പിച്ചത് ഞാൻ ഒരു പഴയ ഇന്ത്യൻ സിനിമാ പാട്ടു പാടിയപ്പോഴാണ്. അവർ അഗ്നികുണ്ഡത്തിനു ചുറ്റും നൃത്തംവച്ചു. എന്നോടൊപ്പം ചേർന്ന് പാടി. എന്നെ നിശ്ശബ്ദമായി നിരീക്ഷിച്ചുകൊണ്ട് പാലക്കിന്റെ ഇല അരിയുകയായിരുന്ന, അവരുടെ അമ്മ ബസാറിനി പെട്ടെന്ന് ഒന്ന് പുഞ്ചിരിച്ചു.

വെയിൽ പരന്നു. ഞാൻ ആ കുടിലിന്റെ പുറത്തേക്കു നടന്നു. കിഴക്കൻ ചക്രവാളത്തിൽ വലിയൊരു കൂട്ടം മഴമേഘങ്ങളുടെ അടിയിൽ നിന്നും മഴവില്ല് മെല്ലെ മെല്ലെ പ്രത്യക്ഷമാകുന്നു. പീർസാറിലെ വയലേലകളും മരങ്ങളും ഒരു അഭൗമ പ്രകാശത്തിൽ കുളിച്ചു നിന്നു. ഇവിടെ മുപ്പതോളം ഗുജ്ജർ കുടിലുകളുണ്ട്. അടുക്കളയും ഒരു കിടപ്പുമുറിയും പിന്നെ മൃഗങ്ങൾക്കു കഴിയാനുള്ള സ്ഥലവും ഉൾപ്പെട്ടതാണ് ഒരു വീടിന്റെ ഘടന. എല്ലാ വീടുകൾക്ക് ചുറ്റിലും വേലിയുണ്ട്. അതിനപ്പുറം വയലുകളാണ്. അവിടെ ചോളച്ചെടികൾ നാമ്പെടുത്തു കഴിഞ്ഞു. ബസാറിനിയുടെ കുട്ടികളോടൊപ്പം ഞാൻ പീർസാറിന്റെ കിഴക്കൻ അതിരിലേക്ക് നടന്നു. അവിടെ നിന്നു താഴേക്ക് നോക്കുമ്പോൾ ചന്ദ്രക്കലയുടെ ആകൃതിയിൽ വളഞ്ഞൊഴുകുന്ന സിന്ധുവിനെ കാണാം. “പാറക്കൂട്ടങ്ങൾക്കു താഴെ കുളിക്കുന്നു” എന്നാണ് സ്ട്രബോയും ഡിയോഡോറസും ക്വിന്റസ് ക്യൂരിറ്റിക്സും രേഖപ്പെടുത്തിയത്. വടക്കും കിഴക്കും പടിഞ്ഞാറും ഞങ്ങളെ ചുറ്റി കൊണ്ട്, ഒളിമ്പസ് പർവ്വതത്തിലെ ദേവതകളെ പോലെ മഞ്ഞു മൂടിയ മൂന്നു പർവതനിരകൾ നിൽക്കുന്നു. ഇവിടെയാണ് ഹിന്ദുക്കുഷും കാരക്കോറം മലനിരകളും ഹിമാലയവും സംഗമിക്കുന്നത്.

പീർസാറിലെ ഗോത്രവർഗ്ഗക്കാർ അലക്സാണ്ടറെ പ്രതിരോധിക്കാനായി കുത്തനെയുള്ള മലനിരകളെയാണ് ആശ്രയിച്ചത്. അലക്സാണ്ടറും സൈന്യവും മലയിടുക്കുകൾ ബന്ധിപ്പിക്കുന്നതു കണ്ട ഗോത്രമനുഷ്യർ

അവർക്കു നേരെ വലിയ പാറകൾ ഉരുട്ടിവിട്ടു, തങ്ങളുടെ ചെണ്ടകൾ ഉറക്കെ കൊട്ടി വടക്കൻഭാഗത്തേക്ക് ഓടി രക്ഷപ്പെടുകയായിരുന്നു. മുകളിലെത്തിയ അലക്സാണ്ടർക്ക് വലിയ ചെറുത്തുനില്പ് നേരിടേണ്ടി വന്നില്ല. സ്വാഭാവികമായും കൈയിൽ കിട്ടിയ എല്ലാവരെയും അവർ കൊന്നു.

വിജയിയായ അലക്സാണ്ടർ യുദ്ധദേവതയായ അഥീനയ്ക്കു ബലിപീഠങ്ങൾ പണിയാൻ സൈനികരോട് ആജ്ഞാപിച്ചു. അത് വെറുതെ ഒരു യുദ്ധദേവതയ്ക്കു പ്രണാമമർപ്പിക്കൽ മാത്രമായിരുന്നില്ല. അതൊരു ഐതിഹാസിക സൂചന കൂടിയായിരുന്നു. 'ഇലിയഡിൽ' അഥീന അച്ചില്ലസിന്റെ പ്രധാന സംരക്ഷകയായിട്ടാണ് പ്രത്യക്ഷപ്പെടുന്നത്. ഇലിയഡിന്റെ ഒരു പ്രതി തലയിണയ്ക്കടിയിൽ വച്ചു ഉറങ്ങിയിരുന്ന അലക്സാണ്ടർ താൻ അച്ചില്ലസിന്റെ പിൻഗാമിയും (അമ്മ വഴി) ഒരു യുദ്ധ വീരനെന്ന നിലയിൽ ആത്മീയ അവകാശിയുമാണെന്നു വിശ്വസിച്ചിരുന്നു.

തന്റെ ഐതിഹാസിക യാത്രയിലുടനീളം വലിയ വലിയ വിജയങ്ങൾക്കായി ഗ്രീക്ക് ഇതിഹാസത്തെ ഒരു ഉത്തേജകമായി അലക്സാണ്ടർ ഉപയോഗിച്ചിരുന്നു. തന്റെ വിശ്വവിജയത്തിനുള്ള യാത്രയുടെ തുടക്കത്തിൽ തന്നെ താൻ സിയൂസ് ദേവന്റെ പുത്രനാണെന്ന് അദ്ദേഹം പ്രഖ്യാപിച്ചു. അനുസരണയുള്ള അദ്ദേഹത്തിന്റെ സൈനിക മേധാവികൾ ഇന്ത്യയിൽ ഹെർക്കുലീസിന്റെ ദണ്ഡിന്റെ അടയാളം മുദ്ര കുത്തിയ കാലികൂട്ടങ്ങളെവരെ കണ്ടെത്തി. അലക്സാണ്ടറുടെ മറ്റൊരു മുൻഗാമിയുടെ ഇന്ത്യൻ പര്യടനത്തിന്റെ തെളിവ്. ഇതേ പാറക്കെട്ടുകൾ പിടിച്ചെടുക്കാൻ ശ്രമിച്ച് ഹെർക്യുലെസ് പരാജയപ്പെട്ടുവെന്ന് അലക്സാണ്ടറുടെ ചരിത്രകാരന്മാർ രേഖപ്പെടുത്തുന്നു. താൻ അനശ്വരനാണെന്ന കിംവദന്തിയെ അലക്സാണ്ടർ പ്രോത്സാഹിപ്പിക്കാൻ തുടങ്ങി.

പീർസാറിൽ നിന്നും അലക്സാണ്ടർ സിന്ധുവിലൂടെ ഹുണ്ടിലേക്ക് സഞ്ചരിച്ചു. അവിടെ ആചാരമനുസരിച്ചു നദീദേവതകൾക്കു ബലി നൽകി. ആ ദേവതകളുടെ പട്ടികയിൽ സിന്ധുതാഴ്വരയിലെ നദികൾ ഉണ്ടായിരുന്നില്ല. പക്ഷേ വളരെ പെട്ടെന്ന് തന്നെ ആ നദികളും ആ പട്ടികയിൽ ഇടം പിടിച്ചു. ഗ്രീക്കുകാർ നദികളെ പല രൂപത്തിലാണ് ആരാധിച്ചിരുന്നത്. പ്രായപൂർത്തിയാകുമ്പോൾ മുടിയഭിഷേകം നടത്തി പൂജിക്കുന്നത് അതിലൊരു രീതിയാണ്. (നദീതീരത്തു ഞാൻ കണ്ട കെട്ട് കണക്കിന് മുടിയുടെ അവശിഷ്ടങ്ങൾ അത്തരത്തിൽ പെട്ടതാണെന്ന് ഹുണ്ടിൽ വച്ചു ഒരു ഗ്രാമീണൻ എന്നോട് പറഞ്ഞിരുന്നു).

തൽക്കാലത്തേക്ക് അലക്സാണ്ടർക്ക് ഇന്ത്യൻ നദികളുടെ രൗദ്രഭാവത്തെയോർത്തു അത്രയ്ക്ക് ഭയപ്പെടേണ്ടതില്ല. ബോട്ടുകൾ കൊണ്ട് ഹെഫസ്റ്റിയൻ ഒരു പാലം തന്നെ പണിതിട്ടുണ്ട്. പിന്നീട് വന്ന നൂറ്റാണ്ടുകളിൽ, സുൽത്താൻ മഹ്മൂദും മുഗളന്മാരും ബ്രിട്ടീഷുകാരും ഇതേ

തന്ത്രം ഉപയോഗിച്ചാണ് സിന്ധു മുറിച്ചു കടന്നത്. വലിയ ബുദ്ധിമുട്ടില്ലാതെ അലക്സാണ്ടർ സിന്ധു മുറിച്ചു കടന്നു. ഹെർക്കുലീസിനും ദിയോന്യസ്യുസിനും സാധിക്കാത്ത നേട്ടം കൊയ്തതിൽ അദ്ദേഹം ആഹ്ലാദിച്ചു.

തദ്ദേശീയരായ രാജാക്കന്മാരെ പരസ്പരം തമ്മിൽ തല്ലിക്കുന്നതിൽ അലക്സാണ്ടർ സമർത്ഥനായിരുന്നു. വളരെ വിജയകരമായി അദ്ദേഹം തക്ഷശിലയിൽ അത് പരീക്ഷിച്ചു. പീർസാറിൽ നിന്നും നൂറു കിലോമീറ്റർ അകലെ സ്ഥിതിചെയ്യുന്ന നാട്ടുരാജ്യത്തിന്റെ തലസ്ഥാനമായിരുന്നു തക്ഷശില. അവിടുത്തെ രാജാവായിരുന്ന അംബിയെ അലക്സാണ്ടർ സമർത്ഥമായി ഉപയോഗിച്ച് മറ്റു രാജാക്കന്മാരെ വരുതിയിലാക്കി. തക്ഷശില ഒരു പുരാതന ഹിന്ദുവിജ്ഞാനത്തിന്റെ നഗരമായിരുന്നു. നൂറ്റാണ്ടുകൾക്കു ശേഷം അത് ബുദ്ധപഠനകേന്ദ്രമായി മാറി. അതിനു ശേഷം ഗ്രീക്ക് മാതൃകയിലുള്ള ഒരു നഗരമായി രൂപാന്തരപ്പെട്ടു. രണ്ടായിരം വർഷങ്ങൾക്കു ശേഷം, ഇന്ന് തക്ഷശില ഓറഞ്ച് തോട്ടങ്ങൾ അതിരിടുന്ന ഒരു ലോക പൈതൃക പ്രദേശമായി നിലനിൽക്കുന്നു. അലക്സാണ്ടർ കാണുമ്പോൾ തക്ഷശില ജനസാന്ദ്രമായിരുന്നു. “മെലിഞ്ഞു നീണ്ട കുലീനരായ ഇന്ത്യക്കാരുടെ” ആവാസസ്ഥലം. അവർ പട്ടു കുട ചൂടുകയും വെളുത്ത തുകൽ ചെരുപ്പുകൾ ധരിക്കുകയും ചെയ്തിരുന്നു. അവർ തങ്ങളുടെ താടിരോമങ്ങളെ ഇൻഡിഗോ, ചുവപ്പ്, പച്ച, വെള്ള എന്നീ നിറങ്ങളാൽ അലങ്കരിച്ചിരുന്നു. ഏഷ്യയിലെ ഏറ്റവും മികച്ച യോദ്ധാക്കളായിരുന്നു ഈ പ്രദേശത്തുകാർ എന്ന് ആര്യൻ തറപ്പിച്ചു പറയുന്നു. അലക്സാണ്ടറെ ഇന്ത്യയിലേക്ക് ആനയിച്ച് ആക്രമണത്തിനു വേണ്ട സജ്ജീകരങ്ങൾ ഒരുക്കിക്കൊടുത്ത അംബി രാജ്യദ്രോഹിയായി. ബോട്ടുകൾ നിർമ്മിക്കാനാവശ്യമായ മരങ്ങൾ വെട്ടാൻ അംബി അലക്സാണ്ടറെ അനുവദിച്ചു. പതിനായിരം ആടുകളെയും മൂവായിരം കാലികളെയും മുപ്പതു ആനകളെയും അംബി അലക്സാണ്ടർക്ക് സമ്മാനമായി നൽകി. ഒപ്പം ഇരുനൂറു വെള്ളി താലന്തുകളും. പക്ഷേ അംബിയുടെ ഈ ആഡംബര പൂർണമായ ഔദാര്യം ഒരു ദുരന്ത സൂചനയായിരുന്നു. എല്ലാ ഗ്രീക്ക് നാടകങ്ങളിലും ഒരു അപ്രതീക്ഷിതമായ വഴിത്തിരിവുണ്ടാകാറുണ്ട്. അലക്സാണ്ടറുടെ ജീവിതത്തിലെ വഴിത്തിരിവ് എല്ലാ അർത്ഥത്തിലും സിന്ധു താഴ്‌വരയിലായിരുന്നു നടന്നത്.

തക്ഷശിലയിൽ നിന്നും പഞ്ചാബിലൂടെ ഹൈഡാസ്പസ് (ഗ്രീക്കിൽ ഝലം നദി എന്ന് അറിയപ്പെടുന്നു) തീരത്തേക്ക് നീങ്ങുമ്പോൾ തന്റെ ഏറ്റവും വലിയ ശത്രുവിനെയാണ് നേരിടാൻ പോകുന്നതെന്ന് അലക്സാണ്ടർ വിശ്വസിച്ചിരുന്നു. ഇന്ത്യൻ രാജാവായിരുന്ന പുരു, ഗ്രീക്കുകാരുടെ പോറസ്, ആയിരുന്നു ആ ശത്രു. വൻസൈന്യവും രാക്ഷസീയ രൂപമുള്ള ആനകളും പുരുവിനുണ്ടായിരുന്നു. പക്ഷേ അലക്സാണ്ടറുടെ

തകർച്ചയ്ക്ക് ആക്കം കൂട്ടിയത് സൈനിക എതിരാളികളായിരുന്നില്ല, വെള്ളപ്പൊക്കത്തിൽ രൗദ്രഭാവം പൂണ്ട ഇന്ത്യൻ നദികളായിരുന്നു.

അലക്സാണ്ടർ പഞ്ചാബിലെത്തിയത് ഉത്തരായനത്തിന്റെ അവസാനത്തിലാണെന്നു ആര്യൻ എഴുതുന്നു. "ഇന്ത്യയിൽ കനത്ത മഴക്കാലം ആരംഭിക്കുകയും ഇന്ത്യയിലെ നദികളെല്ലാം കരകവിഞ്ഞൊഴുകുകയും ചെയ്തിരുന്നു." യാത്രയിലുടനീളം ഇലിയഡ് വായിക്കുകയും താൻ അച്ചില്ലസിന്റെ വംശത്തിൽ ജനിച്ചവനെന്നു വിശ്വസിക്കുകയും ചെയ്ത അലക്സാണ്ടർക്ക് വെള്ളപ്പൊക്കത്തിൽ കരകവിഞ്ഞൊഴുകുന്ന പഞ്ചാബിലെ നദികൾ അച്ചില്ലാസും നദീ ദേവനായ സാന്തസും (സ്കെമാൻഡർ) തമ്മിൽ നടന്ന ഘോരയുദ്ധത്തിന്റെ അസുഖകരമായ ഓർമ്മ പുതുക്കലായി. ഹെലന്റെ നാട്ടിൽ നിന്നെത്തിയ ധീരനായ പോരാളി രൗദ്രഭാവം പൂണ്ട ഒരു നദിയുടെ അനാദിയായ ശക്തിയിൽ അമ്പരന്നു പോയി. ഹോമറിന്റെ കഥയിൽ പട്രോക്ലാസ് കൊല്ലപ്പെടുകയും സമനില തെറ്റിയ അച്ചില്ലസ് ഭ്രാന്തനെപ്പോലെ ട്രോജന്മാരെ ഓരോരുത്തരെയായി കൊന്നൊടുക്കുകയും ചെയ്തു. തന്റെ വെട്ടുകൊണ്ടു വീണവരെ അച്ചില്ലസ് നദിയിലേക്കു എടുത്തെറിഞ്ഞു. "അവിടെ മീനുകൾക്കിടയിൽ കിടക്കൂ, അവ നിങ്ങളുടെ മുറിവുകളിൽ നിന്നൊഴുകുന്ന രക്തം കുടിക്കട്ടെ", അയാൾ തന്റെ ഇരകളെ നോക്കി അലറി.

നദീ ദേവനായ സാന്തസ്, തന്റെ വെള്ളി നിറമുള്ള ജലാശയങ്ങളെ അച്ചില്ലസ് മൃതദേഹങ്ങൾ കൊണ്ട് നിറയ്ക്കുന്നത് കണ്ട് കോപാകുലനായി അച്ചില്ലസിനുമേൽ സർവ്വശക്തിയോടെ ജലപ്രവാഹം നടത്തി. സ്വർഗ്ഗത്തിൽനിന്നെത്തിയ ജലപ്രവാഹത്തിൽ മുങ്ങി മരിക്കാതെ അച്ചില്ലസിനെ രക്ഷപ്പെടുത്തിയത് സിയൂസ് ദേവനാണ്.

താൻ ഹെർക്കുലീസിനും മേലെയാണെന്നു തെളിയിച്ചത് പോലെ അച്ചില്ലസിനെയും പിന്തള്ളാൻ കഴിയുമെന്ന് അലക്സാണ്ടർ വിചാരിച്ചു. പുരുവിന്റെ സൈന്യം എവിടെയാണ് നിൽക്കുന്നതെന്ന് നോക്കി അലക്സാണ്ടറും സൈന്യവും ഝലം നദിയുടെ കരയിൽ നിന്നു. മഴക്കാലത്തു നദിയെ നിയന്ത്രണത്തിലാക്കാൻ ശ്രമിക്കുന്നത് വിഡ്ഢിത്തമാണ്. അത് പുരുവിനറിയാം. എന്നാൽ അലക്സാണ്ടർ ഒഡിസ്സെസ്സ് സാമർത്ഥ്യമുള്ള അച്ചില്ലസ് ആയിരുന്നു. ഓരോ രാത്രിയിലും അലക്സാണ്ടറുടെ സൈന്യം നദീ തീരത്തെത്തും. പരമാവധി ഉച്ചത്തിൽ യുദ്ധ കാഹളം മുഴക്കും. ആദ്യമൊക്കെ പുരുവിന്റെ സൈന്യവും അതിനു സമാന്തരമായി മറുകരയിലും നീങ്ങി. ഒടുവിൽ പുരുവിന്റെ സൈന്യത്തിനു മടുത്തു. ഗ്രീക്ക് സൈന്യം വെറുതെ കളിപ്പിക്കുകയാണെന്നു മനസ്സിലായതോടെ പുരുവിന്റെ സൈനികർ തങ്ങളുടെ കൂടാരങ്ങളിൽ തന്നെ കഴിഞ്ഞു. അങ്ങനെ പുരുവിനെ ഒരു തരം അനുനയത്തിലേക്ക് എത്തിക്കാൻ അലക്സാണ്ടർക്ക് കഴിഞ്ഞു.

അതിനിടെ അലക്സാണ്ടറുടെ ചാരന്മാർ നദിയുടെ ഒരു ഭാഗത്തു ഒരു ദ്വീപു കണ്ടെത്തി. ഇടിയും മഴയുമുള്ള ഒരു രാത്രിയിൽ അലക്സാണ്ടറും കുറച്ചു സൈനികരും ആ ദ്വീപിലേക്ക് കുതിരപ്പുറത്തു നീന്തിയെത്തി. മഴ തുടരുകയും നദിയിൽ വെള്ളം പൊങ്ങുകയും ചെയ്യുന്നുണ്ടായിരുന്നു. ഇന്ത്യക്കാർ കാണുമ്പോഴേക്കും അലക്സാണ്ടറും കൂട്ടരും പകുതിയോളം ദൂരം പിന്നിട്ടിരുന്നു. പുരു ദൂരെ കൂടാരത്തിലായിരുന്നു. പുരു സൈനികരുമായി നീങ്ങിയപ്പോഴേക്കും അലക്സാണ്ടറുടെ അവശേഷിച്ച സൈനികർ മറുവശത്തു കൂടി നദി കടന്ന് അവരെ പിന്നിൽ നിന്നും ആക്രമിച്ചു.

പതിവുപോലെ എല്ലാം ആനകളിലേക്ക് തിരിഞ്ഞു. രാക്ഷസീയ രൂപം പൂണ്ട കരിവീരന്മാരുടെ മുന്നിൽ ഗ്രീക്ക് കുതിരകൾ മരവിച്ചു പോയി. പക്ഷേ അലക്സാണ്ടറുടെ തന്ത്രം ഇന്ത്യൻ സൈന്യത്തെ ഇടതുവലതും നിന്നു ഒരേ സമയം ആക്രമിക്കുക എന്നതായിരുന്നു. അതോടെ അവരുടെ കാലാൾപ്പട ആനസൈന്യത്തിന് മുന്നിൽ ആയി. ഗ്രീക്ക് സൈന്യം ആനപ്പട്ടാളത്തിന്റെ നേരെ ആക്രമണം അഴിച്ചുവിട്ടു. മുറിവേറ്റ ആനകൾ വേദനയിൽ ഭ്രാന്തിളകി എല്ലാവരെയും ഒരുപോലെ ആക്രമിച്ചു.

അലക്സാണ്ടറിന്റെ മറ്റൊരു ശത്രുവായ പേർഷ്യൻ ചക്രവർത്തി ദാരിയസ് മൂന്നാമൻ ചെയ്തതു പോലെ പുരു പടക്കളം വിട്ടു ഓടിയില്ല. തന്റെ സൈനികർ തളരുംവരെ പുരു യുദ്ധം തുടർന്നു. എപ്പോഴും തന്റെ ജീവചരിത്രകാരന്മാർക്കു രേഖപ്പെടുത്താനായി മഹാമനസ്കതയുടെ എന്തെങ്കിലും അടയാളങ്ങൾ അലക്സാണ്ടർ അവശേഷിപ്പിക്കാറുണ്ട്. (ഒരുപക്ഷേ, സിന്ധു താഴ്വരയിൽ വിവേചനരഹിതമായി താൻ നടത്തിയ കൂട്ടക്കുരുതികൾക്കു പരിഹാരമെന്ന നിലയിലുമാകാം) ഇവിടെ അലക്സാണ്ടർ പുരു രാജാവിന് മാപ്പു നൽകാൻ തയ്യാറായി. എങ്ങനെയാണ് പരിഗണിക്കപ്പെടാൻ ആഗ്രഹിക്കുന്നതെന്നു അലക്സാണ്ടർ പുരുവിനോട് ചോദിച്ചു. “അലക്സാണ്ടർ, എന്നെ ഒരു രാജാവിനെപ്പോലെ പരിഗണിക്കൂ” എന്നായിരുന്നു പുരുവിന്റെ മറുപടി. അങ്ങനെ മനോഹരമായ വാക്കുകളിൽ അവർ തമ്മിലുള്ള ഉടമ്പടി മുദ്ര വയ്ക്കപ്പെട്ടു.

അലക്സാണ്ടറും പുരുവും സഖ്യകക്ഷികളായി. അത് അലക്സാണ്ടർക്ക് ഇന്ത്യക്കാരന്റെ സൗന്ദര്യത്തോടും അഭിമാനബോധത്തോടും തോന്നിയ ആരാധന കൊണ്ടോ അദ്ദേഹത്തിന് കൂടുതൽ ഭൂമി നൽകി തന്റെ പ്രതിപുരുഷനായി വാഴിച്ചതുകൊണ്ടോ മാത്രമായിരുന്നില്ല, മറിച്ചു അലക്സാണ്ടറുടെ മുന്നിൽ മറ്റു വഴികളുണ്ടായിരുന്നില്ല. പുരു തന്നെ ചൂണ്ടിക്കാണിച്ചതുപോലെ, കിഴക്കൻ പ്രദേശങ്ങളിൽ ഇനിയും ഏറെ സമ്പന്നമായ ഇന്ത്യൻ രാജ്യങ്ങൾ ഉണ്ടായിരുന്നു. ഭൂമിയുടെ അറ്റത്തുള്ള സമുദ്രത്തിൽ എത്താൻ അലക്സാണ്ടറിനു എന്ത് സഹായം ആവശ്യമുണ്ടായിരുന്നെങ്കിലും അത് ലഭ്യമാകുമായിരുന്നു.

അലക്സാണ്ടർ പഞ്ചാബിലൂടെ തന്റെ പടയോട്ടം തുടർന്നു. ഇന്ത്യയെക്കുറിച്ചുള്ള ഹെറോഡോട്ടസ് കാഴ്ചപ്പാടുകൾ തെറ്റാണെന്നു പുരു അലക്സാണ്ടറെ ധരിപ്പിച്ചിട്ടുണ്ടാവണം. അങ്ങനെ ധരിപ്പിച്ചിട്ടുണ്ടെങ്കിൽ തന്നെ അലക്സാണ്ടർ അത് തന്റെ സൈനികരിൽ നിന്നും മറച്ചു വച്ചു. സൈന്യം ഇപ്പോൾ തന്നെ രണ്ടു ഇന്ത്യൻ നദികൾ മുറിച്ചു കടന്ന് കഴിഞ്ഞു. സൈന്യം ചെനാബ് നദിയുടെ തീരത്തെത്തുമ്പോഴേക്കും നദി കരകവിഞ്ഞു ചുറ്റുമുള്ള പ്രദേശങ്ങളെല്ലാം വെള്ളത്തിനടിയിലായിക്കഴിഞ്ഞിരുന്നു. ഗ്രീക്ക് ക്യാമ്പുകളെയെല്ലാം നദി വിഴുങ്ങി. ക്ഷീണിതരായ കുതിരകളുമായി സൈന്യം നദി കടന്നു. പിന്നെ അവർ രവി നദി മുറിച്ചു കടന്നു. ഒടുവിൽ അവർ ബിയസ് നദിയുടെ തീരത്തെത്തി. രൗദ്രഭാവം പൂണ്ട അഞ്ചാമത്തെ ഇന്ത്യൻ നദിയുടെ കരയിൽ വച്ചു ഗൃഹാതുരത്വം കൊണ്ട് വലഞ്ഞ ഗ്രീക്ക് സൈന്യത്തിന്റെ വേദനയും പ്രതിഷേധവും അണപൊട്ടിയൊഴുകി.

ഗ്രീസിൽ വേനലിൽ അരുവികൾ വറ്റി വരളും. മൺസൂൺ ആരംഭിക്കുമ്പോൾ തന്നെ രൗദ്രഭാവം കൈവരിക്കുന്ന ഇന്ത്യൻ നദികൾ ഗ്രീക്ക് സൈനികർക്കു തീർത്തും അപരിചിതമായിരുന്നു. യൂറോപ്പിലെ, സഞ്ചാരയോഗ്യമായ നദികൾ സ്റ്റ്ബോയ്ക്കും ഹെറോഡോട്ടസിനും പ്രകൃതിയിലെ അദ്ഭുതങ്ങളായിരുന്നു. എല്ലാ ഗ്രീക്കുകാർക്കും ഈയിടെ മാത്രം അവർ കീഴടക്കിയ നൈൽനദിയോട് വല്ലാത്ത ഒരു അഭിനിവേശമുണ്ടായിരുന്നു. സിന്ധുനദിയിൽ, നൈൽനദിയിലെപോലെ മുതലകളും അതിന്റെ തീരങ്ങളിൽ പയർചെടികളും കണ്ട അലക്സാണ്ടർ സിന്ധു നൈലിന്റെ ഉദ്ഭവസ്ഥാനമാണെന്ന നിഗമനത്തിലെത്തി.

ഇന്ന്, പഞ്ചാബ് ഒരേതരം കൃഷി മാത്രം ചെയ്യുന്ന, ജലസേചനം ആവശ്യമായ വരണ്ട ഭൂമിയാണ്. എന്നാൽ BCE നാലാം നൂറ്റാണ്ടിൽ ഡൈനോസറുകളും കടുവകളും കൊടുംവിഷമുള്ള പാമ്പുകളും ഇഷ്ടംപോലെ അധിവസിച്ചിരുന്ന ഘോരവനങ്ങൾ ഉണ്ടായിരുന്നു. പഞ്ചാബിൽ, കാട്ടിൽകണ്ട മരങ്ങളിൽനിന്നും 'തേൻപോലെ മധുരിക്കുന്ന' പഴം (ചിലപ്പോൾവാഴപ്പഴമാകാം), കഴിച്ചു അലക്സാണ്ടറുടെ സൈനികർക്കു വയറിളക്കംപിടിച്ചു. ആ പഴം കഴിക്കുന്നതിൽ നിന്നും അലക്സാണ്ടർ അവരെ വിലക്കി. അഫ്ഗാനിസ്ഥാനിലും പേർഷ്യയിലും ഗ്രീക്ക് സൈന്യത്തിന് യുദ്ധധർമ്മവും ധീരതയും ഉയർത്തിപ്പിടിക്കാൻ കഴിഞ്ഞിട്ടുണ്ടാവാം. എന്നാൽ ഇവിടെ, പഞ്ചാബിൽ മുന്നോട്ടുള്ള യാത്രകൾ ഓരോ അടിയിലും പാമ്പുകടിയേയും മലമ്പനിയേയും പേടിച്ചു വേണമായിരുന്നു നടത്താൻ. യഥാർത്ഥത്തിൽ തങ്ങൾ കീഴടക്കാൻ പോകുന്ന രാജ്യത്തിന്റെ വിസ്തൃതിയെക്കുറിച്ച് നിരവധി ഊഹാപോഹങ്ങൾ സൈനികർക്കിടയിൽ പ്രചരിച്ചു തുടങ്ങി. സൈന്യത്തിലെ മുറുമുറുപ്പുകൾ മനസ്സിലാക്കിയ അലക്സാണ്ടർ സൈന്യത്തലവന്മാരുടെ യോഗം വിളിച്ചു ചേർത്തു.

അലക്സാണ്ടർ ചെറുപ്പക്കാരനും സാഹസികനുമായിരുന്നു. അദ്ദേഹത്തിന്റെ സൈന്യം അതുകൊണ്ടുതന്നെ അലക്സാണ്ടറെ ഏറെ ഇഷ്ടപ്പെടുകയും ചെയ്തിരുന്നു. ആ വികാരത്തിന്റെ ശക്തി അറിയാമായിരുന്ന അലക്സാണ്ടർ അങ്ങേയറ്റത്തെ ആത്മവിശ്വാസത്തോടെ സൈന്യത്തലവന്മാരെ അഭിസംബോധന ചെയ്യാനായി എഴുന്നേറ്റു. "ധീരന്മാരായി ജീവിക്കുക എന്നതും അനശ്വരമായ പ്രശസ്തി ബാക്കി വച്ച് മരിക്കുക എന്നതും ഏറ്റവും ഹൃദ്യമാണ്," അലക്സാണ്ടർ അവരോട് സംസാരിച്ചു തുടങ്ങി. "ഇപ്പോൾ നമ്മുടെതായി മാറിയ പ്രദേശത്തു കൂടിയാണ് സിന്ധു ഒഴുകുന്നത്. ഈ ഭൂമി നിങ്ങളുടേതാണ്. നിങ്ങളാണിതിന്റെ ഭരണാധികാരികൾ. ഇവിടെ നിന്നും ലഭിച്ച നിധിയുടെ നല്ലൊരു ഭാഗവും നിങ്ങളിലേക്ക് തന്നെ വരുന്നു. നമ്മൾ ഏഷ്യ മുഴുവൻ കീഴടക്കി കഴിഞ്ഞാൽ ഞാൻ നിങ്ങളെ വെറുതെ തൃപ്തിപ്പെടുത്തുക മാത്രമല്ല, നിങ്ങളുടെ എല്ലാ പ്രതീക്ഷകൾക്കുമപ്പുറം നിങ്ങളെ സന്തോഷിപ്പിക്കും", അലക്സാണ്ടർ പറഞ്ഞു.

നിർഭാഗ്യവശാൽ അലക്സാണ്ടറുടെ സൈന്യത്തിന് ആ നിമിഷങ്ങളുടെ ചരിത്രപരമായ പ്രാധാന്യം മനസ്സിലാക്കാൻ കഴിഞ്ഞില്ല. അവർക്കിടയിൽ നിശ്ശബ്ദത പരന്നു. ഒടുവിൽ മുതിർന്ന സൈനികനായ കോയിന്സ് (Coenus) എഴുന്നേറ്റ് നിന്ന് സൈനികർക്കു വേണ്ടി സംസാരിച്ചു.

യുക്തിരഹിതമായ ആഗ്രഹങ്ങൾക്ക് പേരു കേട്ടയാളായിരുന്നു അലക്സാണ്ടർ. തന്റെ ആഗ്രഹപൂർത്തീകരണത്തിനായി അസാധാരണമായി എന്തെങ്കിലും ചെയ്യുക എന്നത് അദ്ദേഹത്തിന്റെ ശീലമാണെന്ന് ആര്യൻ രേഖപ്പെടുത്തുന്നു. ആ ആഗ്രഹമാണ് അദ്ദേഹത്തെ പേർഷ്യയിലൂടെ ഇന്ത്യയുടെ അറ്റംവരെ എത്തിച്ചത്. ആര്യൻ അലക്സാണ്ടറുടെ ആ വികാരത്തെ പ്രതിഫലിപ്പിക്കാൻ ഉപയോഗിച്ച വാക്ക് "പോത്തോസ്" എന്നാണ്. 'ഒഡീസിയിൽ' ഹോമർ ഈ വാക്കുപയോഗിച്ചത് ഗൃഹാതുരത്വത്തെ സൂചിപ്പിക്കാനായിരുന്നു. പ്ലേറ്റോ ഈ വാക്കുപയോഗിച്ചത് കാമാതുരതയെ പ്രകടിപ്പിക്കാനായിരുന്നു. ആര്യന്റെ 'പോത്തോസ്' എന്നത് ഇതിഹാസപുരുഷൻ എന്ന പദവിക്കായുള്ള പരിശ്രമമാണ്. ഈ യാത്രയിലെ നിർണായകമായ പല സന്ദർഭങ്ങളും (പോത്തോസ്) അലക്സാണ്ടറെ കഷ്ടപ്പെടുത്തിയിട്ടുണ്ട്. അതിലേറ്റവും പ്രധാനപ്പെട്ടതും ഏറ്റവും നാടകീയവും ഏറ്റവും വിനാശകരവുമായ അനുഭവം ഇന്ത്യൻ പര്യടനത്തിനിടെയായിരുന്നു. പീർസാർ കീഴടക്കാനുള്ള ആഗ്രഹം (പോത്തോസ്), നിഷ്യൻസ് (Nyseans) ദിയോന്യസ്യുസ്നെ ആരാധിച്ച സ്ഥലം കാണാനുള്ള ജിജ്ഞാസ (പോത്തോസ്), തക്ഷശിലയിലെ ഇന്ത്യൻ തത്ത്വചിന്തകരിലൊരാൾ തനിക്കൊപ്പം താമസിച്ചിരുന്നെങ്കിൽ എന്ന മോഹം (പോത്തോസ്).....അങ്ങനെ നിരവധി മോഹങ്ങളുടെ കുരുക്കിലായിരുന്നു അലക്സാണ്ടർ.

ശക്തമായ ആ വാക്ക് തന്നെയാണ് കോയിന്‌സ് അലക്സാണ്ടർക്കു നേരെ തൊടുത്തത്. ഗ്രീക്കിൽ ആ വാക്ക് മൂന്നുതവണ ആവർത്തിച്ചു. സൈനികർ തങ്ങളുടെ മാതാപിതാക്കളെ കാണാൻ ആഗ്രഹിക്കുന്നു, അവർ തങ്ങളുടെ ഭാര്യമാരെയും കുട്ടികളെയും കാണാൻ ആഗ്രഹിക്കുന്നു, അവർ തങ്ങളുടെ മാതൃഭൂമി കാണാൻ ആഗ്രഹിക്കുന്നു. കോയിന്‌സ് സംസാരം അവസാനിപ്പിച്ചു. വികാരഭരിതരായ സൈനികർ പൊട്ടിക്കരഞ്ഞു. ചിലർ തങ്ങളുടെ ക്രൂരനായ നേതാവിനെതിരെ രോഷം കൊണ്ടു. സൈന്യത്തിന് 'ഇലിയഡ്' ആവർത്തനം മടുത്തു. ഒഡിസിയൂസിന്റെ സൈനികരെ പോലെ അവരെല്ലാവരും തിരികെ പോകാൻ ആഗ്രഹിച്ചു.

കോപാകുലനായ അലക്സാണ്ടർ തന്റെ സൈന്യത്തലവന്മാരെ പുറത്താക്കി. പിറ്റേ ദിവസം അവരെ തിരികെ വിളിച്ച അലക്സാണ്ടർ താൻ തനിച്ചു ഇന്ത്യയിലേക്ക് പോകുകയാണെന്ന് പറഞ്ഞു. എന്നിട്ട് സ്വന്തം ടെന്റിലേക്ക് പോയ അലക്സാണ്ടർ, ഒന്നല്ല മൂന്നു ദിവസം അതിനുള്ളിൽ അച്ചില്ലാസിനെപ്പോലെ വിഷമിച്ചിരുന്നു. എന്നിട്ടും തന്റെ സൈന്യം തന്റെ ആഗ്രഹത്തിനനുസരിച്ചു പ്രവർത്തിക്കാൻ കൂട്ടാക്കുന്നില്ല എന്ന് തിരിച്ചറിഞ്ഞ അലക്സാണ്ടർ അച്ചല്ലാസിനെ പോലെ ഒത്തുതീർപ്പിന് നിർബന്ധിതനായി. ദൈവങ്ങൾ അലക്സാണ്ടറുടെ സഹായത്തിനെത്തി. നദിക്കരയിൽ ബലിയർപ്പിച്ച അലക്സാണ്ടർക്ക് നിമിത്തങ്ങളെല്ലാം മുന്നോട്ടുള്ള പ്രയാണത്തിന് എതിരാണെന്ന് മനസ്സിലായി. അലക്സാണ്ടറുടെ സൈന്യം ആഹ്ലാദനൃത്തം ചവിട്ടി.

സൈന്യം തിരിച്ചു പോകുന്നതിനുമുമ്പ് അവർ തങ്ങളുടെ രാജാവിനു വേണ്ടി ഒരു കാര്യം കൂടി ചെയ്തു. ഒളിമ്പ്യൻ ദൈവങ്ങൾക്കായി പന്ത്രണ്ടു കൂറ്റൻ ബലിപീഠങ്ങൾ നിർമ്മിക്കപ്പെട്ടു. അസാധാരണ വലിപ്പമുള്ള പുൽത്തൊട്ടികളും കുതിരക്കടിഞ്ഞാണുകളും എട്ടടി നീളമുള്ള കട്ടിലുകളുമായി കുറെ കുടിലുകളും നിർമ്മിച്ചു. ഇതെല്ലാം ദൈവങ്ങൾക്ക് നന്ദി സൂചകമായി അർപ്പിച്ചതാണെന്ന് ആര്യൻ എഴുതുമ്പോൾ ഒരു ദോഷൈകദൃക്കിന്റെ വ്യാഖ്യാനമാണ് ക്വിന്റസ് ക്യൂരിറ്റിക്സ് നൽകുന്നത്. എല്ലാം അന്നുണ്ടായിരുന്നതിനേക്കാൾ ഗംഭീരമായിരുന്നു എന്ന തോന്നൽ വരുത്താനാണ് അലക്സാണ്ടർ ഇപ്രകാരം ചെയ്തത് എന്നാണ് അദ്ദേഹം വ്യാഖ്യാനിക്കുന്നത്. കാരണം അലക്സാണ്ടർ വരും തലമുറയ്ക്ക് കൃത്രിമമായി സൃഷ്ടിച്ച കുറെ അദ്ഭുതങ്ങൾ സമ്മാനിച്ചിട്ടു പോകാനാണ് ശ്രമിച്ചത്.

ഗോപുരം പോലുള്ള ബലിപീഠങ്ങൾ ഗ്രീക്കുകാർ നിർമ്മിച്ചത്, ഒരു പക്ഷേ ഗോപുരം പോലെ ഉയരമുള്ള ആനകൾ ഉള്ള ഈ രാജ്യത്തിന് ഒരു മറുപടിയായിട്ടാവാം. സിന്ധു താഴ്‌വര അലക്സാണ്ടറെ തോല്പിച്ചു. എന്നാൽ തന്റെ പിൻവാങ്ങൽ ഒരു വിജയമാണെന്നുള്ള ധാരണ ജനിപ്പിക്കാനാണ് അലക്സാണ്ടർ ശ്രമിച്ചത്.

സിന്ധു താഴ്വരയിലെ അലക്സാണ്ടറുടെ സാഹസികതകൾ അവസാനിച്ചിരുന്നില്ല. വന്ന വഴി അതായതു അഫ്ഗാനിസ്ഥാൻ വഴി തിരികെ പോകാൻ വിസമ്മതിച്ച അലക്സാണ്ടർ സിന്ധുവിലൂടെ കടലിലേക്ക് സഞ്ചരിക്കാൻ ആഗ്രഹിച്ചു. ഇന്ത്യൻ നദീദേവതകളിൽ വിശ്വാസമില്ലാതിരുന്ന അലക്സാണ്ടർ എന്നിട്ടും ഝലം നദിയുടെ തീരത്തു വച്ച് ഗ്രീക്ക് ദൈവങ്ങൾക്ക് ബലി നൽകി. എന്നിട്ട് കപ്പലിൽ കയറിയ അലക്സാണ്ടർ ഒരു സ്വർണപാത്രത്തിൽ നിന്ന് മദ്യം കൊണ്ടു നദിയെ തർപ്പണം ചെയ്തു. “അസിസിനെസ് നദിയോടും (ചെനാബ്) ഹൈഡാസ്പസ് നദിയോടും (Jhelum) സിന്ധുവിനോടും പ്രാർത്ഥിച്ചു.” അങ്ങനെ ഒരിക്കൽ മാത്രം അലക്സാണ്ടർ ഇന്ത്യൻ നദീദേവതകളെ പ്രീതിപ്പെടുത്തി. അലക്സാണ്ടറുടെ കപ്പൽവ്യൂഹം യാത്ര പുറപ്പെട്ടു.

നിർഭാഗ്യവശാൽ അലക്സാണ്ടറുടെ സൈനികർ അത്ര വിദഗ്ധരായ നാവികരല്ലായിരുന്നു. ഝലം, ചെനാബ് നദികൾ സമുദ്രവുമായി സംഗമിക്കുന്ന കാഴ്ച കണ്ട് അവർ അന്തിച്ചു നിന്നുപോയി. വലിയ രണ്ടു ബോട്ടുകൾ അതിലുണ്ടായിരുന്ന സൈനികരുമായി നദിയിൽ മുങ്ങി. അലക്സാണ്ടർ തന്നെ ഏതാണ്ട് മുങ്ങി മരിക്കേണ്ടതായിരുന്നു. പഞ്ചാബിലെ നദികൾ സിന്ധുവുമായി ചേരുന്ന പ്രദേശത്തെ ശക്തരായ മല്ലോയ് ഗോത്രക്കാരുമായി അലക്സാണ്ടർക്ക് യുദ്ധം ചെയ്യേണ്ടി വന്നു. ഇന്ത്യ നിറയെ ശക്തരായ രാജാക്കന്മാരും ശത്രു സൈന്യവുമാണെന്നു ഒരു ഓർമ്മപ്പെടുത്തലായിരുന്നു ആ ഏറ്റുമുട്ടൽ. പകുതി യാത്രയും പകുതി യുദ്ധവുമായി ഒൻപതു മാസം കൊണ്ടാണ് അലക്സാണ്ടർ നദീ യാത്ര പൂർത്തിയാക്കിയത്. കുറെ പട്ടാളക്കാർ നദിയിൽ മുങ്ങി മരിച്ചു. കുറേപ്പേർ യുദ്ധങ്ങളിൽ കൊല്ലപ്പെട്ടു. അലക്സാണ്ടറിനു പോലും വളരെ ഗുരുതരമായ മുറിവേറ്റു. അദ്ദേഹം മരിച്ചുവെന്ന് കരുതിയ സൈനികർ നിരാശരായി. ദുർഘടം പിടിച്ച നദിയിൽ, ചുറ്റും ശത്രുക്കളുടെ നടുവിൽ നേതാവില്ലാത്ത അവസ്ഥയിലായിപ്പോയ സൈനികരെ ആശ്വസിപ്പിക്കാൻ ഗുരുതരാവസ്ഥയിലും അലക്സാണ്ടർ കപ്പൽത്തട്ടിൽ പ്രത്യക്ഷപ്പെട്ട്, കൈ ഉയർത്തി താൻ മരിച്ചിട്ടില്ലെന്ന് അവരെ ബോധ്യപ്പെടുത്തി. അദ്ഭുതപരതന്ത്രരായ സൈനികർ വികാരാധീനരായി പൊട്ടിക്കരഞ്ഞു. അദ്ദേഹത്തിനുമേൽ റിബ്ബണുകളും പൂക്കളും വർഷിച്ചു.

ഒടുവിൽ അലക്സാണ്ടറും സൈന്യവും കടലിലെത്തി. കടന്നുപോന്ന വഴികളിലെ നഗരങ്ങളെ എല്ലാം സ്വന്തം പേരോ കുതിരയുടെ പേരോ കൊണ്ടു പുനർനാമകരണം ചെയ്തു. അഴിമുഖത്തെത്തിയ അലക്സാണ്ടർ, അവിടെ നദിയുടെ കൈവഴികൾ നിരീക്ഷിച്ചു കുറച്ചു സമയം ചെലവഴിച്ചു. കൂടുതൽ ആഡംബര പൂർണമായ ബലികളും പ്രാർത്ഥനകളും നടത്തി. അഴിമുഖത്തെ ഉപ്പുരസമുള്ള വെള്ളം രുചിച്ച അലക്സാണ്ടർക്ക് താൻ പുറംകടലിൽ എത്തിയിട്ടില്ല എന്നും, താൻ യഥാർത്ഥത്തിൽ ഭൂമിയുടെ അറ്റത്ത് എത്തിയിട്ടില്ല എന്നും മനസ്സിലായി. പക്ഷേ

ഒന്നുമില്ലാത്തതിനെക്കാൾ നല്ലതല്ലേ ഇത് എന്ന് അദ്ദേഹം സ്വയം ആശ്വസിച്ചു. അലക്സാണ്ടർ കടലിലേക്കു പ്രവേശിച്ചു. ഒഡീസിയിലെ നെസ്റ്ററിനെ പോലെ സീദോൻ ദേവന് (Poseidon) കാളകളെ ബലി നൽകി. കാളകളും സുവർണ മദ്യചഷകങ്ങളും നദിയിലേക്കു എറിയപ്പെട്ടു. ഏറെക്കുറെ ദുരന്തമായി മാറിയ, ഏറെ കൊട്ടിഘോഷിക്കപ്പെട്ട ഒരു അശ്വമേധത്തിന്റെ ആവേശഭരിതമായ അന്ത്യമായിരുന്നു അത്.

രണ്ടു വർഷത്തിനുശേഷം ബാബിലോണിൽ വച്ച് അലക്സാണ്ടർ മരിച്ചു. ചിലർ പറഞ്ഞു വിഷപ്രയോഗം കൊണ്ടാണെന്ന്. മറ്റു ചിലർ പറഞ്ഞത് മലമ്പനി ബാധിച്ചാണെന്ന്. (ഒരുപക്ഷേ സിന്ധുതാഴ്വരയിൽ നിന്നും കിട്ടിയതാകാം) എന്തായാലും അറേബ്യ ആക്രമിക്കാനുള്ള ഒരുക്കത്തിനിടെയാണ് അദ്ദേഹം മരിച്ചത്. ദിയോന്യസ്യുസിനെ ആരാധിക്കുന്നവരാണെങ്കിലും അറബികൾ അലക്സാണ്ടറെ ദൈവമായി അംഗീകരിക്കാൻ വിസമ്മതിച്ചുവെന്നതാണ് ആക്രമണത്തിന് പുറപ്പെടാൻ അദ്ദേഹത്തെ പ്രേരിപ്പിച്ചത്.

തന്റെ ജീവിതകാലം മുഴുവൻ മരണശേഷം ഉണ്ടാവുന്ന പ്രശസ്തിയെക്കുറിച്ചാണ് അലക്സാണ്ടർ ആലോചിച്ചത്. തന്റെ ഇന്ത്യ ആക്രമണത്തിൽ അദ്ദേഹം ചരിത്രകാരന്മാരെ ഒപ്പം കൂട്ടി. അവർ തന്നെക്കുറിച്ച് പുകഴ്ത്തി പറയാൻ വിസമ്മതിച്ചതിന്റെ പേരിൽ പലരെയും കൊന്നു. അദ്ദേഹത്തിന്റെ മരണശേഷം അനുസരണയുള്ള ചരിത്രകാരന്മാർ അദ്ദേഹത്തിന്റെ ഇന്ത്യൻ വിജയങ്ങളെക്കുറിച്ച് ആധികാരികമായി എഴുതി. സമകാലീനരായ ഗ്രീക്ക്, റോമൻ ചരിത്രകാരന്മാർ അതിനു കടകവിരുദ്ധമായ കാര്യങ്ങളും എഴുതി. പരസ്പരവിരുദ്ധമായ വിവരണങ്ങൾ മധ്യകാല റൊമാന്റിക് സാഹിത്യത്തിന് വലിയ സംഭാവനയാണ് നൽകിയത്.

മധ്യകാലഘട്ടത്തിൽ, അലക്സാണ്ടർ റൊമാൻസ് എന്ന പേരിൽ ചരിത്രവും ഇതിഹാസവും കെട്ടുകഥയും എല്ലാം കൂടി ചേർന്ന ഒരു ഗ്രീക്ക് ഗദ്യകഥ യൂറോപ്പ് മുഴുവൻ പ്രശസ്തമായിരുന്നു. അലക്സാണ്ടറുടെ ജീവിതത്തെ ആസ്പദമാക്കിയുള്ള ഈ കഥയ്ക്ക് ഏതൻസ് മുതൽ ഐസ്ലാൻഡ് വരെ ആരാധകരുണ്ടായിരുന്നു. അതിന്റെ ചില പതിപ്പുകളിൽ അലക്സാണ്ടർ ഒരു ബാസ്കറ്റിൽ സ്വർഗത്തിൽ പോയതായും ഒരു ചില്ലുകുപ്പിയിൽ കടലിന്റെ അടിത്തട്ടിലേക്ക് സഞ്ചരിച്ചതായും വിവരിക്കുന്നു. മറ്റു ചിലതിൽ ഇന്ത്യയിലെ സംസാരിക്കുന്ന മരങ്ങളിൽനിന്നും അലക്സാണ്ടർ പ്രവചനങ്ങൾ കേട്ടതായും സിന്ധുവിലെ മുതലകൾ അദ്ദേഹത്തിന്റെ സൈനികരെ ഭക്ഷിച്ചതായും ഇന്ത്യയിലെ നഗ്നരായ ബ്രാഹ്മണതത്ത്വചിന്തകർ അലക്സാണ്ടറുടെ അത്യാഗ്രഹത്തിന് അദ്ദേഹത്തെ ശാസിച്ചതായും വിവരിക്കുന്നുണ്ട്. എന്നാൽ യൂറോപ്പിലെ നാടോടിപാട്ടുകാർ അലക്സാണ്ടറുടെ ധൈര്യത്തെ അങ്ങേയറ്റം ഇഷ്ടപ്പെട്ടിരുന്നു.

കോൺസ്റ്റാന്റിനോപ്പിളിനു കിഴക്കുള്ള ലോകം ഒരു ദുരൂഹതയായിരുന്ന കാലത്ത്, അറിയപ്പെടുന്ന ലോകങ്ങളുടെ അതിരുകൾക്കപ്പുറത്തേക്ക് സഞ്ചരിക്കാൻ അലക്സാണ്ടർ കാണിച്ച ധൈര്യം യൂറോപ്പിനെ മുഴുവൻ കൊതിപ്പിച്ചിരുന്നു. കേളികേട്ട ദൈവ ശാസ്ത്രജ്ഞർ പോലും അലക്സാണ്ടർ റൊമാൻസ് വായിച്ചു അതിൽ വിവരിക്കുന്ന "മരത്തിൽ കായ്ക്കുന്ന പഴം" ഹവ്വ ആദത്തിന് സ്വർഗ്ഗത്തിൽ വച്ച് നൽകിയ പഴമാണോ എന്ന് സന്ദേഹിച്ചിരുന്നു. "ദൈവം ഏദനിന് കിഴക്കായി ഒരു പൂന്തോട്ടം സൃഷ്ടിച്ചതായി "ജനസിസി"ൽ പറയുന്നില്ലേ? സിന്ധു സ്വർഗ്ഗത്തിൽ ഒഴുകുന്ന നദിയാണോ? തുടങ്ങിയ സംശയങ്ങൾ അവരെ പിടിച്ചുലച്ചു. കിഴക്കൻ ദേശങ്ങളിലെവിടയോ ഉണ്ടായിരുന്ന ഒരു ക്രൈസ്തവ രാജ്യത്തിന്റെയും അവിടുത്തെ ഭരണാധികാരിയായിരുന്ന പ്രെസ്റ്റർ ജോണിനെയും കുറിച്ചുള്ള ഐതിഹ്യകഥകൾക്കു അടിസ്ഥാനമായത് അലക്സാണ്ടർ റൊമാൻസും ചില ബൈബിൾ വ്യാഖ്യാനങ്ങളുമാണ്. മധ്യകാല ക്രിസ്ത്യൻ രാജ്യങ്ങളിലെ രാജാക്കന്മാർക്ക് പ്രെസ്റ്റർ ജോൺ എഴുതിയ കത്തിൽ സിന്ധു എന്ന നദിയെക്കുറിച്ച് അദ്ദേഹം വീമ്പു പറയുന്നുണ്ട്. "സ്വർഗ്ഗത്തെ ചുറ്റിയൊഴുകുന്ന സിന്ധു അതിന്റെ കൈവഴികളാൽ രാജ്യം മുഴുവൻ സഞ്ചരിക്കുന്നു."

മുസ്ലീം വിശ്വാസികളിൽ നിന്നും തങ്ങളുടെ വാഗ്ദത്ത ഭൂമി തിരികെ പിടിക്കാൻ വെമ്പൽ കൊണ്ടിരുന്ന ക്രിസ്ത്യൻ രാജാക്കന്മാർക്കും പ്രഭുക്കൾക്കും കിഴക്കൻ രാജ്യങ്ങളിൽ അലക്സാണ്ടർ നടത്തിയ തേരോട്ടങ്ങൾ ഒരു അനുകരണീയ മാതൃകയായിരുന്നു. അതേസമയം മുസ്ലീങ്ങളും അലക്സാണ്ടറെ ഒരു ധീരനായകനായി വാഴ്ത്താൻ തുടങ്ങി. മധ്യപൂർവേഷ്യയിൽ അലക്സാണ്ടർ നിർഭയനായ പോരാളിയിൽ നിന്നും ഏകദൈവ പ്രചാരകനായി രൂപാന്തരം പ്രാപിച്ചു. ഹീബ്രുവിൽ നിന്നും സിറിയനിൽ നിന്നും അറബിയിലേക്ക് ഭാഷാന്തരം വരുത്തിയപ്പോൾ അലക്സാണ്ടറുടെ കഥ ഖുർ-ആനിലും കയറിപ്പറ്റി. അവിടെ അലക്സാണ്ടർ ദുൽ ഖർനായൻ "രണ്ടു കൊമ്പുകളോടു കൂടിയ ആൾ" എന്ന ഒരു ദുരൂഹ കഥാപാത്രമായി പ്രത്യക്ഷപ്പെടുന്നു. ഒരു വെളിപാടിൽ പ്രവാചകൻ മുഹമ്മദിനോട് ദുൽ ഖർനായന്റെ പടിഞ്ഞാറുനിന്നും കിഴക്കോട്ടുള്ള യാത്രയെക്കുറിച്ചു പറയുന്നു. 'ഭൂമിയിൽ അല്ലാഹുവിന്റെ ശക്തനായ പ്രതിനിധിയെന്ന നിലയിൽ ആദ്യകാല മുസ്ലീങ്ങൾ ദുൽ ഖർനായനെ ഒരു പ്രവാചകനായി തന്നെ കണ്ടിരുന്നുവത്രെ. എന്നാൽ ചില ആധുനിക മുസ്ലീം പണ്ഡിതന്മാർ അവിശ്വാസിയായ അലക്സാണ്ടറുമായുള്ള എല്ലാ ബന്ധവും ഇപ്പോൾ നിരാകരിക്കുന്നു.

അലക്സാണ്ടറുടെ കഥയുടെ ഈ മുസ്ലീം ഭാഷ്യം തെക്ക് എത്യോപ്യയിലേക്കും വടക്ക് മംഗോളിയയിലേക്കും സഞ്ചരിച്ചു. മധ്യേഷ്യയിലെ പാമീർ പർവതനിരകളിൽ വച്ച് മാർക്കോപോളോ കണ്ട കുതിരക്കാർഅലക്സാണ്ടറുടെ കുതിരകളുടെ പിൻഗാമികളായ ചരിത്രം വിശദീകരിക്കുന്നു.

അലക്സാണ്ടർ കീഴടക്കിയ പേർഷ്യാക്കാർ അദ്ദേഹത്തെ തങ്ങളുടെ ഇതിഹാസമായ ഇസ്കന്തർനാമയിലെ നായകനാക്കി ആരാധിക്കുന്നു. പക്ഷേ അതിൽ അലക്സാണ്ടർ ഫിലിപ്പ് രാജാവിന്റെ മകനല്ല, ദാരിയസിന്റെ മകനാണ്. നദികളെ ആരാധിക്കുന്നവനല്ല, മറിച്ച് ഇസ്ലാമിന്റെ യോദ്ധാവാണ്, സുൽത്താൻ മഹ്മൂദിനും ബാബർ ചക്രവർത്തിക്കും എണ്ണമറ്റ മുസ്ലീം യോദ്ധാക്കൾക്കും വഴികാട്ടിയാണ്.

"അലക്സാണ്ടർ, മതഭക്തിയാൽ പ്രചോദിതനായി അലറി, "ആക്രമിക്കൂ! ഇവരെല്ലാം അവിശ്വാസികളാണ്, നമ്മൾ ഇവരെ കൊന്നാൽ നമ്മൾ വിശുദ്ധ യോദ്ധാക്കളായി മാറും."

ഇന്നും വടക്കൻ പാകിസ്ഥാനിൽ, അലക്സാണ്ടർ സിന്ധുവിനെ തടഞ്ഞുനിർത്തി, അതിനെ ദേവതയായി ആരാധിച്ച അതേ സ്ഥലത്തെ, ഗോത്രവർഗ്ഗക്കാരെ കൊന്നൊടുക്കിയ സ്ഥലത്തെ ആധുനിക പഷ്തൂൺ ഗോത്രക്കാർ ഇപ്പോഴും അലക്സാണ്ടർ തങ്ങളുടെ മുൻഗാമിയാണെന്നു അവകാശപ്പെടുന്നു.

ഒമ്പത്

ഇന്ദ്രന്റെ പാനീയം

"കീഴടക്കപ്പെടാത്ത സിന്ധു, ഉത്തമരിൽ ഉത്തമ, പെൺ കുതിരയെപോലെ പുള്ളികളുള്ളവൾ, അതിസുന്ദരി യായ സ്ത്രീയെപ്പോലെ സുന്ദരി"

ഋഗ്വേദം,1200 BCE

അലക്സാണ്ടർ അന്ന് കത്തിച്ചുകളഞ്ഞ ശവപ്പെട്ടികൾ ആരുടേതായിരുന്നുവോ അവരായിരുന്നു ഒരിക്കൽ വടക്ക് പടിഞ്ഞാറൻ പാകിസ്ഥാൻ മുഴുവൻ നിയന്ത്രിച്ചിരുന്നത്. പക്ഷേ അവരുടെ പിൻഗാമികൾ എന്ന് കരുതുന്നവർ ഇന്ന് പീർസാറിന് നൂറ്റമ്പതു കിലോമീറ്റർ വടക്ക് കേവലം മൂന്നു ഗ്രാമങ്ങളിൽ മാത്രമായി ഒതുങ്ങി പോയിരിക്കുന്നു. അവരുടെ ദേവഗണങ്ങളും രാത്രി മുഴുവൻ നീളുന്ന വിളവെടുപ്പുത്സവങ്ങളും പ്രത്യേകതരം ശിരോകവചങ്ങളുമായി ചരിത്രത്തിന്റെ ഏകജാതി പ്രചോദനങ്ങളോട് കലാഷ് വിഭാഗക്കാർ ഇന്നും ചെറുത്തുനില്പ് തുടരുന്നു. അവരുടെ പ്രത്യേക രീതികൾ എല്ലാ കാലത്തും ഒരുപാട് ഊഹാപോഹങ്ങൾക്ക് തിരി കൊളുത്തിയിട്ടുണ്ട്. കഴിഞ്ഞ നൂറ്റാണ്ടിൽ റഷ്യക്കാർ അവരെ സ്ലാവ് വംശജരെന്നു വിളിച്ചു. ഇറ്റലിക്കാർക്കാർക്കു അവർ ആൽപൈൻ ആട്ടിടയന്മാരായിരുന്നു. അഥീനിയക്കാർക്കു അവർ അലക്സാണ്ടറുടെ പിൻഗാമികളായിരുന്നുവെങ്കിൽ കോളനികൾ സ്ഥാപിക്കാനെത്തിയവർക്കു അവർ ശരിക്കും ഇംഗ്ലീഷുകാരായിരുന്നു. ഇപ്പോൾ പാകിസ്ഥാനികൾ പണ്ട് യൂറോപ്യൻ നരവംശ ശാസ്ത്രജ്ഞർ സഞ്ചരിച്ച വഴിയേ ധൈര്യപൂർവം സഞ്ചരിച്ചുകൊണ്ടു പ്രഖ്യാപിക്കുന്നു; അവർ ഇന്ത്യയുടെ ആര്യൻ ദുരൂഹതയ്ക്കുള്ള ഉത്തരമാണെന്ന്.

ആര്യന്മാർക്കു വേണ്ടിയുള്ള അന്വേഷണം നടത്തിയവരിൽ മുൻഗാമികളായ പലരുമുണ്ട്. ഇന്ത്യയുടെ അതിപുരാതന ഗ്രന്ഥമായ ഋഗ്വേദം ആര്യൻ എന്ന ആശയത്തെ ഇന്ത്യയുടെ ആത്മാവിൽ കുടിയിരുത്തുന്നു. ഋഗ്വേദത്തിൽ, ആര്യന്മാർ സംസ്കൃതം സംസാരിക്കുന്ന, ദാസസ് (DASAS) എന്ന അപരിഷ്കൃത വർഗ്ഗത്തോട് ഏറ്റുമുട്ടുന്ന കുലീന മനുഷ്യരാണ്.

പിന്നീട് വന്ന സംസ്കൃത ഗ്രന്ഥങ്ങളെല്ലാം തന്നെ ആരാണ് ആര്യൻ, ആരാണ് അനാര്യൻ എന്ന് നിർവചിക്കാനുള്ള നിരന്തര സംഘർഷത്തിലായിരുന്നു. ഉന്നത ജാതിക്കാരായ ഹിന്ദുക്കളാണ് ആര്യന്മാരുടെ പിൻഗാമികൾ എന്ന വിശ്വാസമാണ് പരമ്പരാഗതമായി ഇന്ത്യൻ മനസ്സിൽ വേരൂന്നിയിരിക്കുന്നത്. ആ ജാതിശ്രേണിയുടെ ഏറ്റവും മുകളിൽ ബ്രാഹ്മണരെയും പ്രതിഷ്ഠിച്ചു.

പതിനെട്ടാം നൂറ്റാണ്ടിന്റെ അവസാന പാദത്തിൽ ഈസ്റ്റ് ഇന്ത്യ കമ്പനിക്കാർ സംസ്കൃതം പഠിക്കാൻ തുടങ്ങി. കമ്പനി ജഡ്ജിയായിരുന്ന വില്യം ജോൺസ് സംസ്കൃതം ലാറ്റിനും ഗ്രീക്കുമായി അടുത്ത് ബന്ധപ്പെട്ടു കിടക്കുന്ന ഭാഷയാണെന്ന തീരുമാനത്തിൽ എത്തി. 1786 ആയപ്പോഴേക്കും ഈ ഭാഷകളുടെയെല്ലാം ഉറവിടം ഒന്നാണെന്ന് പ്രഖ്യാപിക്കാനുള്ള ആത്മവിശ്വാസം അദ്ദേഹത്തിനുണ്ടായി. അതിന്റെ യുക്തിസഹമായ അനന്തരഫലം, യൂറോപ്യന്മാരും ഇന്ത്യക്കാരും ഉറ്റബന്ധുക്കളാണെന്ന നിഗമനങ്ങൾ പുറത്തുവന്നു എന്നതാണ്. ബൈബിളിലെ സൃഷ്ടിയെസംബന്ധിച്ച പ്രമാണത്തെ വെല്ലുവിളിച്ചുകൊണ്ട് പരിണാമസിദ്ധാന്തവുമായി ഡാർവിൻ വന്നതിന്റെ വൈഷമ്യങ്ങൾ അപ്പോൾ യൂറോപ്പ് അനുഭവിച്ചുതുടങ്ങിയിട്ടില്ലായിരുന്നു. യൂറോപ്യന്മാരും ഇന്ത്യക്കാരും നോവയുടെ മക്കളിൽ നിന്നുദ്ഭവിച്ച അനന്തര തലമുറകളാണെന്ന വിശ്വാസത്തിൽ ഉറച്ചുനിൽക്കുകയായിരുന്നു ജോൺസ്. ഹീബ്രു, സംസ്കൃതത്തേക്കാൾ പ്രാചീനമാണെന്നും അദ്ദേഹം വിശ്വസിച്ചു

സൃഷ്ടിവാദം വളരെ പെട്ടെന്ന് അപ്രസക്തമായി. അതിനിടയിൽ പത്തൊൻപതാം നൂറ്റാണ്ടിലെ ചില സംസ്കൃത പണ്ഡിതർ നടത്തിയ അതിസൂക്ഷ്മമായ പഠനങ്ങൾ ഇൻഡോയൂറോപ്യൻ ഭാഷാസമൂഹം എന്ന ജോൺസിന്റെ സിദ്ധാന്തം ശരിയാണെന്ന് അംഗീകരിച്ചു. 1883ൽ ജർമൻ പണ്ഡിതനായിരുന്ന ഫാദർ മാക്സ് മുള്ളർ വിശദീകരിച്ചതുപോലെ, റോമിനും ഏതൻസിനും ഇടയിൽ മറ്റേതെങ്കിലും ജനവിഭാഗങ്ങൾ, പ്രത്യേകിച്ച് ഇന്ത്യക്കാരെപോലെ കറുത്ത നിറമുള്ള മനുഷ്യർ ഉണ്ടെന്ന വസ്തുത യൂറോപ്യന്മാർക്കു വിശ്വസിക്കാനേ കഴിഞ്ഞിരുന്നില്ല. പകരം അവർ, സംസ്കൃതത്തിന്റെ ഉദ്ഭവത്തെക്കുറിച്ചുള്ള ദുർബലമായ ചരിത്ര സത്യത്തിനു ചുറ്റും, വെളുത്ത നിറമുള്ള, ധീരന്മാരായ പുരാതന മനുഷ്യരുടെ, ആര്യന്മാരുടെ, അധിനിവേശത്തിന്റെ ഐതിഹ്യം കെട്ടിപ്പടുത്തു. കുതിരപ്പുറത്തേറി ഇന്ത്യ ആക്രമിച്ചു, അവിടുത്തെ അപരിഷ്കൃത സമൂഹത്തെ ഉന്മൂലനം ചെയ്ത ആര്യന്മാർ അങ്ങനെ ആഘോഷിക്കപ്പെട്ടു. സ്കോട്ടിഷ് മിഷനറിയായിരുന്ന ഡഗ്ലസ് സ്റ്റുവർട് 1826ൽ ഇന്ത്യൻ/ യൂറോപ്യൻ ഭാഷകളുടെ സാമ്യത്തെക്കുറിച്ചു വിശദീകരിച്ചു. ഇന്ത്യയിലെ ബ്രാഹ്മണർ അലക്സാണ്ടറിൽ നിന്നാണ് ഭാഷ പഠിച്ചതെന്ന് അദ്ദേഹം വാദിക്കുന്നു. ഇന്ത്യയുടെ പുണ്യഗ്രന്ഥങ്ങളിലെ സംസ്കൃതം

ഒരു തരം നാടോടി ഭാഷയാണെന്നും (ഗ്രീസിലെ അടുക്കള ഭാഷ) അദ്ദേഹം വാദിക്കുന്നു. സംസ്കൃതത്തിന്റെ കണ്ടെത്തൽ, വിദ്യാസമ്പന്ന രായ മനുഷ്യരുടെ മനസ്സിൽ ഉണ്ടായിരുന്ന മുൻധാരണകൾക്ക് എത്ര വലിയ പ്രഹരമാണ് ഏല്പിച്ചതെന്ന് സ്റ്റുവാർട്ടിന്റെ പ്രതികരണത്തിൽ നിന്ന് തന്നെ മനസ്സിലാക്കാമെന്നു മാക്സ് മുള്ളർ അതിനെക്കുറിച്ചുള്ള അഭിപ്രായപ്രകടനത്തിൽ വിശദമാക്കുന്നു.

ഇരുപതാം നൂറ്റാണ്ടിൽ ഹിറ്റ്ലറുടെ നാസി പാർട്ടി സംസ്കൃത ഭാഷ യിലെ പദങ്ങൾ ഭംഗിയായി ഉപയോഗിച്ചു. ആര്യൻ, വംശീയ ശുദ്ധി, സ്വസ്തിക ചിഹ്നം (ക്ഷേമത്തിന്റെയും ഐശ്വര്യത്തിന്റെയും പുരാതന ഇന്ത്യൻ ചിഹ്നം) ഇതെല്ലാം നാസികൾ യഥേഷ്ടം തങ്ങളുടെ വംശീയ വെറിക്കായി ഉപയോഗിച്ചവയാണ്. എല്ലാം ചെയ്തത്, തവിട്ടു തലമുടി ക്കാരായ ആര്യൻ എന്ന ഉന്നത വംശ സങ്കല്പത്തിന്റെ അടിസ്ഥാനത്തി ലായിരുന്നു.

ഇന്ത്യയിൽ സാമ്രാജ്യത്വ വിരുദ്ധ സ്വാതന്ത്ര്യ സമരക്കാർ, ആര്യന്മാർ ഇന്ത്യയിൽ തന്നെ ഉദ്ഭവിച്ചവരാണെന്ന വാദത്തിൽ മുറുകെപ്പിടിച്ചു. തങ്ങളുടെ സ്വതസിദ്ധമായ കുലീനത എവിടെനിന്നും വന്നതല്ലെന്നും തീർത്തും തദ്ദേശീയമാണെന്നും ഹിന്ദുക്കൾ എല്ലായ്പ്പോഴും വിശ്വസിച്ചു. ഇന്ത്യയിലെ ഒരുപാടു അധിനിവേശങ്ങൾക്കു മുന്നോടിയായി കടന്നു കയറിയ ആര്യന്മാർ ഇരുകൂട്ടരുടെയും പൊതുമുൻഗാമികൾ എന്ന ബ്രിട്ടീഷ് വാദം തങ്ങളുടെ ദേശീയതയ്ക്കും സംസ്കാരത്തിനും അപ മാനമാണെന്ന വാദമാണ് അവർ ഉയർത്തിയത്. സംസ്കൃതമാണ് ലോക ത്തിലെ ഏറ്റവും പൗരാണിക ഭാഷയെന്ന് ചിലർ വാദിച്ചു. മനുഷ്യരാശി ഉദ്ഭവിച്ചത് ഹിമാലയസാനുക്കളിലാണെന്നും വാദങ്ങളുണ്ടായി. യൂറോ പ്യൻ രാജ്യങ്ങളിലെ തീവ്രചിന്താഗതിക്കാരെ പോലെ തീവ്ര ഹിന്ദുത്വ വാദികൾ, ആര്യന്മാർ ഗംഗയിൽ കൂടി പടിഞ്ഞാറൻ പ്രദേശങ്ങളിലേക്ക് സഞ്ചരിച്ചുവെന്നും അവർ ലോകം മുഴുവൻ അവരുടെ ഭാഷ നൈപുണ്യം കൊണ്ടും സാംസ്കാരിക വൈവിധ്യം കൊണ്ടും തങ്ങളുടെ അധീനത യിലാക്കിയെന്നുമുള്ള സിദ്ധാന്തത്തെ സമർത്ഥിച്ചു തുടങ്ങിയിരുന്നു. ഇരുപതാം നൂറ്റാണ്ടിന്റെ അവസാന ദശകങ്ങളിൽ അധികാരത്തിലെത്തിയ ഭാരതീയ ജനത പാർട്ടി, അധിനിവേശക്കാർ ഉപയോഗിച്ചു വന്ന ഇന്ത്യ എന്ന പേരിനു പകരം രാജ്യത്തിന്റെ പുരാതന നാമമായ 'ഭാരതം' കൂടു തലായി ഉപയോഗിക്കാൻ തുടങ്ങി.

ചരിത്രം തിരുത്തിയെഴുതാനുള്ള സമർത്ഥമായ ശ്രമങ്ങൾ അതിർ ത്തിക്കപ്പുറത്തും നടന്നു. പാകിസ്ഥാനിൽ ദേശീയ ഭാഷയായ ഉറുദുവിൽ കലർന്ന സംസ്കൃതത്തിന്റെ അവശിഷ്ടങ്ങളെ അവർ പതിവായി നിഷേധിച്ചുകൊണ്ടിരുന്നു. സംസ്കൃതം അറബിയിൽ നിന്നാണ് ഉദ്ഭവിച്ച തെന്നു ദേശഭക്തനായ ഒരു പാകിസ്ഥാനി ശാസ്ത്രീയമായി തെളിവുകൾ

നിരത്തി എനിക്കു കാണിച്ചുതന്നു. കോളനിവാഴ്ചയ്ക്കും വിഭജനത്തിനും ശേഷമുള്ള ഇന്ത്യൻ ഉപഭൂഖണ്ഡത്തിൽ പൗരാണികചരിത്രം എന്ന വിഭാഗം ചഞ്ചലസ്വഭാവമുള്ളതായി തീർന്നു.

ആര്യന്മാരുടെ ഉദ്ഭവം സംബന്ധിച്ച എല്ലാ സിദ്ധാന്തത്തിലും ഒരു നെന്മണിയോളം സത്യവും ഹിമാലയത്തോളം ഊഹങ്ങളും കാണാം. ആര്യന്മാരെ സംബന്ധിച്ചുള്ള എല്ലാ സിദ്ധാന്തങ്ങളും നേരിടുന്നത് ഒരേ പ്രശ്നമാണ്. BCE രണ്ടായിരത്തിൽ ജീവിച്ചിരുന്ന ആളുകളെക്കുറിച്ചുള്ള വസ്തുതാപരമായ തെളിവുകളും ആര്യൻ എന്ന പദം ലോകത്തിനു നൽകിയ, ഇപ്പോഴും ദുർഗ്രഹമായി തുടരുന്ന ഗ്രന്ഥവും തമ്മിൽ എവിടെയൊക്കെയോ വലിയ വിയോജിപ്പുകൾ കാണാം.

എല്ലാ ഹിന്ദുക്കളും ബഹുമാനിക്കുന്ന, ഇന്ത്യയുടെ ഏറ്റവും പൗരാണിക ഗ്രന്ഥമായ ഋഗ്വേദം പോലെ ദുർഗ്രഹമായ മറ്റൊന്നുമില്ല. "ഇരുണ്ടതും നിസ്സഹായവുമായ ജല്പനങ്ങൾ" എന്നാണ് മാക്സ് മുള്ളർ അതിനെ വിശേഷിപ്പിച്ചത്. അവർ ദേവപ്രീതിക്കായി യാചിക്കുന്നു. അവർ അഗ്നി/വായുദേവതകളോട് തങ്ങളുടെ സങ്കടം കേൾക്കാൻ അഭ്യർത്ഥിക്കുന്നു. ഋഗ്വേദത്തിലെ പരോക്ഷാർത്ഥങ്ങൾ കണ്ടെത്താൻ ശ്രമിച്ച സംസ്കൃത പണ്ഡിതന്മാർക്ക് അതിലെ ശ്ലോകങ്ങൾ ദേവപ്രീതിക്കായുള്ള ആചാരത്തിന്റെ ഭാഗമാണെന്നു മനസ്സിലാക്കാൻ കഴിഞ്ഞു. ചിലപ്പോൾ അവ സ്വർഗ്ഗവും ഭൂമിയും തമ്മിലുള്ള ആശയ സംവാദമായും മറ്റു ചിലപ്പോൾ തങ്ങളുടെ വാക്ചാതുരി തെളിയിക്കാൻ മത്സരിക്കുന്ന ഗോത്രകവികളുടെ പ്രകടനങ്ങളായും വ്യാഖ്യാനിക്കപ്പെട്ടു. "സമ്മാനം നേടാനുള്ള പ്രയത്നത്തിൽ, ഞാനെന്റെ വാക്വൈഭവത്തെ തുറന്നു വിട്ടു; നദീദേവതകൾ സന്തോഷപൂർവം എന്റെ പാട്ടുകൾ സ്വീകരിക്കട്ടെ." എന്തൊക്കെയായാലും പണ്ഡിത വ്യാഖ്യാനങ്ങൾക്ക് പൂർണമായും വഴങ്ങാൻ ഋഗ്വേദം ഇതുവരെ തയ്യാറായിട്ടില്ല. ഋഗ്വേദം രണ്ടു തരത്തിലുള്ള വൈജ്ഞാനിക മേഖലയാണ് തുറക്കുന്നത്, ഒന്ന് രാഷ്ട്രീയമായി വിവാദമാക്കാവുന്നതും മറ്റൊന്ന് തീർത്തും പഠന താത്പര്യം മാത്രമുള്ളതും.

ഋഗ്വേദം 1200 BC മുതൽ നിരവധി വർഷങ്ങൾ കൊണ്ട് കൂട്ടിച്ചേർക്കപ്പെട്ടതാണ്. അത് പൂർത്തിയായപ്പോഴും രേഖപ്പെടുത്തിയില്ല. പകരം ഓർമ്മയിൽ സൂക്ഷിക്കപ്പെടുകയാണ് ചെയ്തത്. ഋഗ്വേദം, കാണാതെ ഉരുവിട്ട് പഠിക്കാൻ പുരോഹിതരുടെ സമൂഹങ്ങൾ ഉണ്ടായി. ആ സമ്പ്രദായം തീർത്തും കുറ്റമറ്റതായിരുന്നു. നാമിന്നു വായിക്കുന്ന ഋഗ്വേദം മൂവായിരം വർഷങ്ങൾക്കു മുൻപുള്ള പുരോഹിത സമൂഹത്തിന്റെ അഭിനിവേശങ്ങളുടെയും പ്രതീക്ഷകളുടെയും പ്രമാണമാണ്, ചരിത്രമാണ്.

പത്തു പുസ്തകങ്ങളിലായി, അടുക്കിവച്ചിട്ടുള്ള 1028 ശ്ലോകങ്ങൾ പ്രകൃതിയുടെ നിഗൂഢശക്തികളോടുള്ള പ്രാർത്ഥനകളാണ്.

ഹിന്ദുയിസത്തിൽ പിൽക്കാലത്ത് ദൈവങ്ങൾ മനുഷ്യരൂപത്തിലാണ് ചിത്രീകരിക്കപ്പെടുന്നത്. എന്നാൽ ഋഗ്വേദത്തിൽ പ്രകൃതിശക്തികളെയാണ് ആരാധിക്കുന്നത്. അഗ്നിയും അദിതി (പ്രഭാതം)യും ഇന്ദ്രനും (ഇടിയും മിന്നലും) സിന്ധുവും (സിന്ധുനദി, ജലം, വെള്ളപ്പൊക്കം, കടൽ, മഴ) ആരാധിക്കപ്പെടുന്നു.

നിഗൂഢവും സമ്പന്നവുമായ ഋഗ്വേദത്തിലെ സത്യങ്ങളെന്ത്? സമാനതകളെന്ത്? ആശയക്കുഴപ്പങ്ങളുണ്ടാക്കുന്ന ഒരുപാട് ബിംബങ്ങൾക്ക് നടുവിൽ വ്യക്തമായി തെളിഞ്ഞു നിൽക്കുന്ന ഒന്നുണ്ട്; അതിലെ ഭൂമിശാസ്ത്രം. ഒരു കാവ്യഭൂപടം എന്ന് വിശേഷിപ്പിക്കാവുന്ന തരത്തിൽ സിന്ധുവിനെയും അതിന്റെ കൈവഴികളെയും വർണിച്ചിരിക്കുന്നു. കിഴക്ക് യമുനയിൽ നിന്നും പഞ്ചാബ് വഴി അങ്ങ് പടിഞ്ഞാറു അഫ്ഗാനിസ്ഥാൻ വരെയുള്ള നദികളെല്ലാം "അമ്മമാർ മക്കളുടെ അടുത്തേക്ക് എന്ന പോലെ" "തിരക്കിട്ട്" സിന്ധുവിലേക്ക് ഒഴുകുന്നു എന്ന് ഋഗ്വേദം പറയുന്നു. സിന്ധുവിന്റെ തീരത്തു ജന്മമെടുത്ത ഋഗ്വേദത്തിലെ ശ്ലോകങ്ങളിൽ നദിയോടുള്ള പ്രാർത്ഥനകളും പരാതികളും പ്രതിധ്വനിക്കുന്നു.

"മറ്റുള്ള എല്ലാ നദികളെക്കാളും ശക്തയാണ് സിന്ധു.
തേജസുറ്റ, പ്രതാപശാലിയായ അവൾ
തിളങ്ങുന്ന തെളിനീരുമായി സമതലങ്ങളിൽ ചുറ്റുന്നു.
അപരാജിതയായ സിന്ധു,
സുന്ദരിയായ പെൺകുതിരയെപോലെ വേഗതയാർന്നവൾ
അവളെ കാണുന്നത് തന്നെ ആനന്ദകരമാണ് "

ദൈവികം എന്ന സങ്കല്പത്തിനു തന്നെ മനുഷ്യൻ രൂപം കൊടുക്കുന്നത് നദിയുടെ സൃഷ്ടിസംഹാരശക്തികൾ കണ്ടിട്ടാവാമെന്ന് മാക്സ് മുള്ളർ വിശ്വസിക്കുന്നു.

സംസ്കൃതഭാഷയിലെ പല വാക്കുകൾക്കും സദൃശമായ പദങ്ങൾ യൂറോപ്യൻ ഭാഷകളിൽ കാണാം. ഉദാഹരണത്തിന് തീയുടെ ദേവനായ 'അഗ്നി' ലാറ്റിനിൽ 'ഇഗ്നിസ്' ആണ്. എന്നാൽ മഴയുടെ ദേവനായ 'ഇന്ദ്രന്റെ' ഉത്പത്തിയെക്കുറിച്ച് പണ്ഡിതർക്കിടയിൽ ആശയക്കുഴപ്പങ്ങൾ ഉണ്ട്. അതിനു സംസ്കൃതവുമായി ബന്ധമില്ലെന്ന് ചിലർ കരുതുന്നു. എന്നാൽ അതിന്റെ അർത്ഥം 'രാക്ഷസൻ' 'വേഗം', 'വിജയി' 'പുരുഷൻ' എന്നൊക്കെയാണെന്നു മറ്റു ചിലർ കരുതുന്നു. എന്നാൽ മാക്സ് മുള്ളർക്ക് ഇക്കാര്യത്തിൽ സംശയമില്ല. "മഴയുടെ ദേവനായ ഇന്ദ്രന്റെയും മഴത്തുള്ളി എന്നർത്ഥം വരുന്ന 'ഇന്ദു' എന്ന വാക്കിന്റെയും ഉദ്ഭവം ഒരിടത്തു നിന്ന് തന്നെയാണെന്ന അനുമാനം യുക്തിസഹമായ വിമർശനങ്ങൾക്കു അപ്പുറമാണ്. "വേദകാലത്തെ കവികളുടെ മനസ്സിൽ ഇന്ദ്രനും ഇന്ദുവും ഇഴ പിരിക്കാനാവാത്തവിധം ബന്ധപ്പെട്ടുകിടക്കുന്നു എന്ന കാര്യത്തിൽ സംശയമില്ല."

ഭാഷാപരമായ ബന്ധം ഇന്ദ്രനും ഇന്ദുവും തമ്മിലുണ്ടെങ്കിൽ അതേ പോലെ ഒരു ബന്ധം സിന്ധുവുമായും ഉണ്ടാകണം. വായുദേവന്റെ പ്രത്യക്ഷരൂപമാകുന്നു നദി. ഇന്ദ്രൻ ജലത്തെ നിയന്ത്രിക്കുന്നു. വസന്തത്തിൽ അതിനെ തുറന്നുവിട്ടും വെള്ളപ്പൊക്കമുണ്ടാവുമ്പോൾ മെരുക്കിയും ഇന്ദ്രൻ വെള്ളത്തിന്റെ സർവ്വാധിപതിയാകുന്നു. ജലസ്രോതസ്സുകൾ ഇന്ദ്രനു മാത്രമുള്ള പ്രത്യേക പാനീയമാകുന്നു

ഇന്ദ്രന്റെ ജലം സിന്ധുവിനെ കരയോളം നിറയ്ക്കുന്നു. വൈദിക സമൂഹത്തിന്റെ കൃഷിഭൂമികളെ ഫലഭൂയിഷ്ഠമാക്കുന്നു. 'വെള്ളപ്പൊക്കത്തിന്റെ ദേവതേ' വേദകവി പാടുന്നു, "എല്ലാറ്റിനും ജീവൻ നൽകുന്ന അമ്മേ, സമ്പുഷ്ടമായ വെള്ളം ഞങ്ങൾക്ക് തരൂ." "സിന്ധുവിന്റെ സമ്പത്ത്" "സുവർണപഥങ്ങളുമായി സിന്ധു" തുടങ്ങിയവയെല്ലാം പുരാതന ഗ്രന്ഥത്തിൽ ആവർത്തിച്ചു കൊണ്ടേയിരിക്കുന്ന ചില ആശയങ്ങളാണ്. "സിന്ധു കുതിരകളാൽ, രഥങ്ങളാൽ, വസ്ത്രങ്ങളാൽ, സ്വർണാഭരണങ്ങളാൽ ഭക്ഷണപദാർഥങ്ങളാൽ..... സമ്പന്നയാണ്. മംഗളകാരിയായ നദി തേനൂറും പൂവുകളെയും തന്റെ ഉടലിൽ വഹിക്കുന്നു."

സംസ്കൃത പണ്ഡിതർ വളരെക്കാലങ്ങളായി ചൂണ്ടിക്കാണിച്ചിട്ടുള്ളതുപോലെ, ഋഗ്വേദം പ്രധാനമായും പഞ്ചാബിനെക്കുറിച്ചാണ്. ഇപ്പോൾ കിഴക്കൻ അഫ്ഗാനിസ്ഥാനിലും വടക്കു പടിഞ്ഞാറൻ പാകിസ്ഥാനിലുമായി ചിതറിക്കിടക്കുന്ന ഭാഗങ്ങളും അതിന്റെ പരിധിയിൽ വരുന്നുണ്ട്. എന്നാൽ സിന്ധിനെക്കുറിച്ചോ ഇന്ത്യയുടെ മറ്റു ഭാഗങ്ങളെക്കുറിച്ചോ പരാമർശങ്ങളില്ല. കിഴക്കൻ ഭാഗത്തുള്ള നദികളെക്കുറിച്ച് അപൂർവം ചില സൂചനകളുണ്ട്. ഇപ്പോൾ ഡൽഹിയിലൂടെ ഒഴുകുന്ന യമുന നദിയോടുള്ള അർത്ഥനകൾ ഏതാനും തവണ കാണാം. ഗംഗയെക്കുറിച്ചു അങ്ങേയറ്റം രണ്ടേ രണ്ടു തവണ മാത്രമാണ് പരാമർശിച്ചിട്ടുള്ളത്. BCE 1000 കാലഘട്ടത്തിൽ വറ്റി പോയ, ഇപ്പോൾ സങ്കല്പമായി മാറിയ കിഴക്കൻ നദിയായ സരസ്വതിയെ ഋഗ്വേദത്തിന്റെ അവസാന ഭാഗങ്ങളിൽ സ്തുതിക്കുന്നുണ്ട്. ധർമ്മനിഷ്ഠരായ ഹിന്ദുക്കളെ വേദനിപ്പിച്ചു കൊണ്ടു ഋഗ്വേദത്തിന്റെ ഹൃദയഭൂമി ഇന്ന് പാകിസ്ഥാനിൽ സ്ഥിതി ചെയ്യുന്നു.

ഋഗ്വേദ സമൂഹം പിന്നീടുള്ള കാലങ്ങളിൽ കിഴക്കോട്ട് ഗംഗ സമതലത്തിലേക്ക് കുടിയേറിയതായി പിൽക്കാല സംസ്കൃത ഗ്രന്ഥങ്ങളിൽ നിന്നും വ്യക്തമാകുന്നു. കിഴക്കൻ സമതലങ്ങളിൽ അവർ ആരാധിച്ച നദികൾ കുറേക്കൂടി ശാന്ത സ്വഭാവക്കാരായിരുന്നു. പൊടുന്നനെയുള്ള വെള്ളപ്പൊക്കമോ ജീവന് ഭീഷണി ഉയർത്തും വിധം അപ്രതീക്ഷിതമായി വഴിമാറി ഒഴുകുകയോ ചെയ്യുന്ന പ്രകൃതം അവയ്ക്കില്ലായിരുന്നു. പൂജാവിധികളെക്കുറിച്ചുള്ള പുരാതന സംസ്കൃത ഗ്രന്ഥമായ സത്പത ബ്രാഹ്മണയും ഇതിഹാസമായ മഹാഭാരതവും കൂടുതൽ പ്രാധാന്യം കൊടുക്കുന്നത് ഉത്തര മധ്യ ഇന്ത്യയ്ക്കാണ്. മധ്യകാല സംസ്കൃത

നാടകങ്ങളിലും കവിതകളിലും സംസ്കൃത സംസ്കാരം തെക്കേ ഇന്ത്യയിലേക്ക് മാറിയതായി കാണാം. രാമായണത്തിൽ തെക്കൻ രാജ്യമായ ശ്രീലങ്ക കീഴടക്കിയതിനെക്കുറിച്ചു വിവരിക്കുന്നു. ഋഗ്വേദത്തിൽ പ്രത്യേക പ്രാധാന്യമൊന്നും ഇല്ലാതിരുന്ന ഗംഗ, പിൽക്കാല ശ്രേഷ്ഠ സംസ്കൃത സാഹിത്യത്തിൽ പാപനാശിനിയായി, ദേവതയായി മാറി.

സംസ്കൃതം കിഴക്കോട്ടും തെക്കോട്ടും നീങ്ങിയതിനൊപ്പം ഹിന്ദു പുണ്യ ഭൂമികൾ (ആര്യാവർത്തം) പുനർ നിർണയിക്കപ്പെട്ടു. പഴയ മാതൃഭൂമി പുതിയ അതിർത്തിയായി. അവർ വിട്ടു പോന്ന പ്രദേശത്തോട് മനസ്സിൽ ഒരു ഇഷ്ടക്കേട് വളർന്നുകൊണ്ടിരുന്നു. പടിഞ്ഞാറൻ ഇന്ത്യയിലെ മരുഭൂമികളും പർവ്വതങ്ങളും എന്തിന്, പച്ച പുതച്ച പഞ്ചാബ് പോലും മ്ലേച്ഛർക്ക്/സംസ്കൃതം അറിയാത്ത അക്ഷര വിരോധികൾക്കു യോജിച്ചത് എന്ന നിലയിൽ അതിർത്തിക്കപ്പുറത്തേക്ക് പിന്തള്ളപ്പെട്ടു. അഞ്ചു നദികളുടെ ഭൂമി പുണ്യഭൂമിയായി കരുതിയ ഒരു കാലത്തെക്കുറിച്ച് മഹാഭാരതത്തിൽ വളരെ പരോക്ഷമായ പരാമർശമേയുള്ളൂ. എന്നാൽ പഞ്ചാബിനെക്കുറിച്ച് ദുഷിച്ചുള്ള പരാമർശങ്ങൾ ഇടയ്ക്കിടെ കാണാം. “സിന്ധു സൗവീരർക്കു അല്ലെങ്കിൽ തന്നെ എന്ത് കർത്തവ്യ ബോധമാണുള്ളത്, ഒരു നശിച്ച രാജ്യത്തു ജനിച്ച, മ്ലേച്ഛമായ രീതികൾ പിന്തുടരുന്ന കർത്തവ്യബോധമില്ലാത്തവർ” ഒരു മഹാഭാരത കഥാപാത്രം ഒരു രംഗത്ത് ഇങ്ങനെ അഭിപ്രായപ്പെടുന്നു. അഞ്ചു നദികൾ ഒഴുകുന്ന, ആറാമതായി സിന്ധുവും ഉള്ള ആ പ്രദേശങ്ങൾ ധർമ്മമോ, വിശ്വാസമോ ഇല്ലാത്തതാണ്. അവിടേക്കു ആരും പോകരുത്.” അഞ്ചു നദികളുടെ നാട്ടിൽ ആളുകൾ മദ്യം കഴിക്കുന്നവരും വെളുത്തുള്ളിയും പശു ഇറച്ചിയും തിന്നുന്നവരുമാണ്. അവരുടെ സ്ത്രീകൾ നഗ്നരായി നൃത്തം ചെയ്യുന്നവരാണ്.

സിന്ധു താഴ്വരയുടെ പ്രശസ്തി നാൾക്കുനാൾ വർധിച്ചുവരുന്നത് കണ്ട നിരവധി ഹിന്ദുക്കൾ പകരം അപ്രത്യക്ഷയായ സരസ്വതിനദിയെ മുഖ്യധാരയിലേക്ക് പ്രതിഷ്ഠിക്കാൻ ശ്രമം നടത്തി. ഋഗ്വേദത്തിൽ പരാമർശിക്കപ്പെടുന്ന എല്ലാ നദികളുടെയും മാതാവായി സരസ്വതിയെ അനശ്വരയാക്കിയവർ അതിന്റെ സ്ഥാനം കിഴക്കോട്ട് ഗംഗാഹൃദയഭൂമിയിലേക്ക് മാറ്റി. ഗംഗയും യമുനയും സംഗമിക്കുന്ന അലഹബാദിൽ അദൃശ്യയായ സരസ്വതി ഭൂമിക്കടിയിലൂടെ ഒഴുകിയെത്തുന്നു എന്ന് ഹിന്ദുക്കൾ ഇന്ന് വിശ്വസിക്കുന്നു. അതിനിടയിൽ സിന്ധു തീർത്തും അവഗണിക്കപ്പെട്ടു. 1922ൽ സിന്ധിൽനിന്നുള്ള ഒരു പുരോഹിതൻ ഹിന്ദുക്കളെ സിന്ധുവിന്റെ വിശുദ്ധിയെക്കുറിച്ച് ഓർമ്മിപ്പിച്ചുകൊണ്ട് ഒരു പുസ്തകമെഴുതി. 1947ലെ വിഭജനം സിന്ധുവിനെക്കുറിച്ചുള്ള ഹിന്ദുവികാരങ്ങൾ പൂർണമായും അവസാനിപ്പിച്ചു. ഇപ്പോൾ നദി ഏതാണ്ട് മുഴുവനായും പാകിസ്ഥാന്റേതായി മാറിയിരിക്കുന്നു. ഒപ്പം സരസ്വതി എന്ന ഒരു ബിംബം ഉയർന്നുവരികയും തെന്നിമാറുകയും ചെയ്തു.

പുരാതന ഇന്ത്യൻ സാഹിത്യത്തിന്റെ പൂർവദേശങ്ങളിലേക്കുള്ള കുടിയേറ്റം പോലെ സംസ്കൃതവും ഇന്ത്യയിലേക്ക് കുടിയേറിയെത്തിയതാണെന്നു ജോൺസിനെപ്പോലുള്ള ആളുകൾ വിശ്വസിച്ചു. ആര്യൻ അധിനിവേശം എന്ന സിദ്ധാന്തത്തിലേക്ക് നയിച്ചതും ഇത് തന്നെയാണ്. ഇതിനോട് ഇന്ത്യക്കാർ രോഷാകുലരായാണ് പ്രതികരിച്ചത്. BCE രണ്ടായിരാമാണ്ടിൽ വടക്കു പടിഞ്ഞാറൻ ഇന്ത്യയിലേക്ക് കൂട്ട കുടിയേറ്റം നടന്നിട്ടുണ്ട് എന്ന് ഇന്ത്യയിലെ ഭൂരിപക്ഷം പണ്ഡിതന്മാരും ഇന്ന് സമ്മതിക്കുന്നു. ഇന്ത്യയിൽ ഭാരതീയ ജനതാ പാർട്ടി അധികാരത്തിൽ വന്ന കാലത്ത് അവർ ആര്യൻ അധിനിവേശം എന്ന സിദ്ധാന്തത്തെ നിഷേധിക്കുകയും ഇടതു സഹയാത്രികർ എന്ന് അവർ വിശേഷിപ്പിക്കുന്ന ചരിത്രകാരന്മാരുടെ കണ്ടെത്തലുകൾ പാഠപുസ്തകങ്ങളിൽ നിന്നും നീക്കം ചെയ്യണമെന്ന് ആവശ്യപ്പെടുകയും ചെയ്തു.

പാകിസ്ഥാനിൽ പക്ഷേ കാര്യങ്ങൾ വ്യത്യസ്തമാണ്. ആര്യൻ അധിനിവേശം നടന്നു എന്ന് പറയുന്നത് അവിടെ ദേശദ്രോഹപരമായ കാര്യമല്ല, മാത്രമല്ല, അത് തികച്ചും സ്വാഭാവികമെന്നു കരുതുകയും ചെയ്യുന്നു. സമൂഹത്തിൽ അല്പം വിലയും നിലയുമുള്ള എല്ലാ മുസ്ലീങ്ങളും തങ്ങളുടെ വേരുകൾ അറബ്/പേർഷ്യൻ ഭരണാധികാരികളിൽ കണ്ടെത്തുന്ന രാജ്യത്ത്, ആര്യന്മാരും അവർക്കു കുടിയേറ്റക്കാർതന്നെ. 2003 മുതൽ പാകിസ്ഥാൻ പുരാവസ്തു ഗവേഷകർ സിന്ധുവിന്റെ പടിഞ്ഞാറൻ കൈവഴികളുടെ തീരത്തുള്ള പുരാതന ശവകുടീരങ്ങളിൽ ഗവേഷണം നടത്തുന്നു. അവരുടെ ഏറ്റവും പുതിയ കണ്ടെത്തലുകൾ അനുസരിച്ച് മധ്യേഷ്യയിൽനിന്നും തെക്കുകിഴക്കൻ രാജ്യങ്ങൾ വഴി പാകിസ്ഥാനിലേക്ക് ആര്യന്മാർ നടത്തിയ യാത്രയുടെ അപൂർവമായ തെളിവുകളാണ് ആ ശവക്കല്ലറകൾ.

ഇന്ത്യയെ അതിന്റെ ആര്യൻ ഭൂതകാലത്തിൽനിന്നും പൂർണമായും മുറിച്ചു മാറ്റുന്ന ഒരു കാര്യം കൂടി ആ ഗവേഷകർ പറഞ്ഞു. കുടിയേറ്റക്കാരായ ആര്യന്മാർ സിന്ധു താഴ്‌വരയിൽ താമസമുറപ്പിക്കുകയാണ് ചെയ്തത്. അവരുടെ സംസ്കാരം അവിടെ അവസാനിച്ചു. അവർ ഒരിക്കലും സിന്ധുനദി കടന്ന് ഇന്ത്യയിലേക്ക് സഞ്ചരിച്ചിട്ടില്ല.

ഋഗ്വേദത്തിന്റെ രചയിതാക്കൾ വാക്കുകൾ കൊണ്ട് സൃഷ്ടിച്ച സങ്കീർണ ലോകം ഭേദിക്കാൻ ഇതുവരെ പുരാവസ്തു ഗവേഷകർക്ക് സാധിച്ചിട്ടില്ല. ഋഗ്വേദ കാലഘട്ടത്തിലേതെന്ന് പറയുന്ന ഒരുവിധത്തിലുള്ള ഭൗതികാവശിഷ്ടങ്ങളും ഇതുവരെ കണ്ടെത്താൻ കഴിഞ്ഞിട്ടുമില്ല. തന്റെ പേരും ശാസനകളും സാമ്രാജ്യമെങ്ങും കല്ലുകളിൽ കൊത്തിവച്ച അശോകനെപ്പോലെ ആയിരുന്നില്ല ആര്യന്മാർ. പുരാവസ്തു ഗവേഷകരുടെ പതിവ് ആശ്രയങ്ങളായ നാഗരിക ജീവിതവും എഴുത്തും അന്യമായ, തീർത്തും ഗ്രാമീണ ജനതയായിരുന്നിരിക്കാം ആര്യന്മാർ.

സംസ്കൃത പണ്ഡിതന്മാർ ഋഗ്വേദം മുഴുവൻ അരിച്ചു പെറുക്കി. ഓരോ വാക്കുകളുടെയും അർത്ഥങ്ങളുടെ പേരിൽ നിരവധി സംവാദങ്ങൾ നടത്തി. കെട്ടുപിണഞ്ഞു കിടക്കുന്ന ഭാവാർത്ഥങ്ങളുടെ ഇടയിൽ നിന്നും ഒടുവിൽ അവർ ഒരു നിഗമനത്തിൽ എത്തി. ആര്യന്മാർക്ക് ഏറ്റവും പ്രധാനപ്പെട്ട രണ്ടു കാര്യമാണ് പശുവും കുതിരയും എന്നതായിരുന്നു അത്. സമൂഹത്തിലെ അവരുടെ അവസ്ഥയുടെ സൂചകങ്ങളായിരുന്നു രണ്ടും. ആചാരാനുഷ്ഠാനങ്ങളോടനുബന്ധിച്ചു നടക്കുന്ന ചടങ്ങുകളിൽ അവർ പർവ്വതങ്ങളിൽ വളരുന്ന ഒരു തരം കൂണിൽ നിന്നോ അല്ലെങ്കിൽ ഇലകളില്ലാത്ത മാംസളമായ സസ്യത്തിൽ നിന്നോ എടുക്കുന്ന പ്രത്യേകതരം മദ്യം ഉപയോഗിച്ചിരുന്നു. അവർ നദീതീരങ്ങളിൽ ജീവിക്കാനിഷ്ടപ്പെട്ടു. ചെമ്പായിരുന്നു അവരുടെ പ്രിയപ്പെട്ട ലോഹം. കന്നുകാലിവളർത്തലും വേട്ടയാടലും അവരുടെ പ്രധാന തൊഴിലുകളായിരുന്നു.

1960കളിൽ ദിർ, സ്വാത് (ഋഗ്വേദത്തിൽ സുവസ്തു. നല്ല താമസസ്ഥലം എന്നറിയപ്പെടുന്ന സ്ഥലങ്ങൾ) എന്നിവിടങ്ങളിലെ ശവക്കല്ലറകളിൽ നിന്നും ലഭിച്ച വസ്തുക്കൾ കാർബൺ പരിശോധന സമ്പ്രദായത്തിലൂടെ രണ്ടായിരം BCEയിലേതാണെന്നു തെളിഞ്ഞിരുന്നു. അതായത് ഏതാണ്ട് ഋഗ്വേദം രചിക്കപ്പെട്ട കാലഘട്ടത്തിലേത് എന്ന് വേണം അനുമാനിക്കാൻ. ആ കല്ലറകളിൽ അടക്കം ചെയ്യപ്പെട്ട മനുഷ്യരുടെ പ്രധാന ഭക്ഷണ സ്രോതസ് അവരുടെ വളർത്തു മൃഗങ്ങളായിരുന്നു. അവർക്കു വിദൂര ഉത്തര ദിക്കുകളുമായി ബന്ധങ്ങളുണ്ടായിരുന്നു. അഫ്ഗാനിസ്ഥാനിൽ നിന്നുള്ള ഇന്ദ്രനീലക്കല്ലുകളും സ്വർണംകൊണ്ടുള്ള കർണാഭരണങ്ങളും കുതിരകളുടെ മനോഹര ചിത്രങ്ങൾ ആലേഖനം ചെയ്ത കളിമൺ പാത്രങ്ങളും ആ ശവക്കല്ലറകൾ ഗവേഷകർക്ക് സമ്മാനിച്ചു. നദീതീരത്തു പല തരത്തിലുള്ള ശവസംസ്കാരങ്ങൾ നടന്നിരുന്നു. മധ്യേഷ്യയിൽ കാണുന്നതുപോലെ ഗർഭസ്ഥ ശിശുവിന്റെ ആകൃതിയിൽ ഇരുത്തിയും, പിന്നീട് ഇന്ത്യയിൽ പ്രചരിച്ച, മൃതദേഹം ദഹിപ്പിക്കലും നടന്നിരുന്നു. വേദകാല സാഹിത്യവുമായി ബന്ധമുള്ള നിരവധി കാര്യങ്ങൾ ഉണ്ടെന്നു ഇറ്റാലിയൻ പുരാവസ്തു ഗവേഷകൻ ജോർജിയോ സ്റ്റാക്കൽ അഭിപ്രായപ്പെട്ടിട്ടുണ്ട്.

കണ്ടെത്തലുകളിൽ ഏറെ തർക്ക വിഷയമായത് കുതിരയുടെ എല്ലുകളാണ്. ഋഗ്വേദ സംസ്കാരത്തിൽ ഒഴിച്ചു കൂടാനാവാത്ത സ്ഥാനമാണ് കുതിരകൾക്ക്. “ജലത്തിന്റെ കുഞ്ഞുങ്ങൾ വേഗം കൂടിയ കുതിരപ്പുറത്തു കുതിച്ചുകൊണ്ട് എന്റെ പാട്ടുകളെ അലങ്കരിക്കും, കാരണം അവൻ അത് ആസ്വദിക്കുന്നു.” ഋഗ്വേദത്തിൽ കുതിരകളെ വാഴ്ത്തിക്കൊണ്ടു മാത്രം ശ്ലോകങ്ങൾ ഉണ്ട്. ദൈവങ്ങളെ കുതിരകൾ എന്നാണ് സംബോധന ചെയ്യുന്നത്. ഹോമറിന്റെ ഇതിഹാസങ്ങളിലേതു പോലെ കുതിര വലിക്കുന്ന രഥങ്ങൾ ഋഗ്വേദ മനുഷ്യന്റെ ഏറ്റവും പ്രധാന ആയുധമായിരുന്നു.

BCE നാലായിരത്തിനും രണ്ടായിരത്തിനും ഇടയിൽ ഉക്രൈനിൽ കുതിര കളെ ഇണക്കി വീട്ടുമൃഗങ്ങളാക്കി വളർത്താൻ തുടങ്ങിയിരുന്നു. അത് മനുഷ്യജീവിതത്തിൽ നാടകീയ മാറ്റങ്ങളാണുണ്ടാക്കിയത്. അതുവഴി കുതിരകൾക്കു മനുഷ്യജീവിതത്തിൽ ലഭിച്ച പ്രാധാന്യം ഋഗ്വേദത്തിലും പ്രതിഫലിക്കുന്നു.

കുതിരകൾ മനുഷ്യരെ ഏറെ ദൂരം സഞ്ചരിക്കാൻ സഹായിച്ചു. അതി ലൂടെ കുതിരയുള്ളവർ തങ്ങളുടെ ശത്രുക്കളെ എളുപ്പത്തിൽ പരാജയ പ്പെടുത്തി.

ഋഗ്വേദത്തിനു മുൻപുള്ള കാലഘട്ടത്തിലെ പുരാവസ്തു ശേഖര ങ്ങളിൽ കുതിരയുടേതെന്നു പറയാവുന്ന ഒരടയാളങ്ങളും ഉണ്ടായിരുന്നില്ല. ആര്യന്മാർ ഇന്ത്യയിൽ തന്നെ ഉദ്ഭവിച്ചവരെന്ന് വാദിക്കുന്നവരെ ഈ വസ്തുത ചൊടിപ്പിച്ചു. എന്നാൽ പുരാവസ്തുഗവേഷകരെ ആവേശഭരി തരാക്കികൊണ്ട് ദിർ, സ്വാത് മേഖലകളിലെ ശവക്കല്ലറകൾ, കുതിര സവാരിക്കാരായ, സംസ്കൃതം സംസാരിക്കുന്ന മനുഷ്യർ BCE രണ്ടായി രാമാണ്ടിൽ വടക്കുപടിഞ്ഞാറൻ പാകിസ്ഥാനിലേക്ക് വന്നിരുന്നതായി ചില സൂചനകൾ നൽകി. ഋഗ്വേദത്തിൽ പരാമർശിക്കപ്പെട്ടിട്ടുള്ള ചില ചടങ്ങു കളിൽ കുതിരകളെ ഉപയോഗിച്ചിരുന്നു. കുതിരകളുടെ രൂപങ്ങൾ മനുഷ്യ രോടൊപ്പം അടക്കം ചെയ്തിരുന്നു. കുതിരകളെയും അടക്കം ചെയ്യുന്ന രീതി നിലവിലുണ്ടായിരുന്നു. കുതിരകളുടെ ചില അവശിഷ്ടങ്ങൾഅവയെ അറുത്തതിന്റെ സൂചനകൾ നൽകുന്നുണ്ട്. ഋഗ്വേദകാലത്തു അശ്വമേധ യാഗങ്ങൾ നടന്നതിന്റെ സൂചനയായി ആണ് ഇതിനെ വിലയിരുത്തുന്നത്. കുതിരയെ കൊന്ന് അതിന്റെ മാംസം ഭക്ഷിച്ചു കൊണ്ടാണ് അശ്വമേധ ങ്ങൾ അവസാനിക്കാറ്.

"മത്സരക്കുതിര ഇതാ ദൈവത്തിലേക്ക് തിരിഞ്ഞ ഹൃദയവുമായി കൊല്ലപ്പെടാനെത്തിയിരിക്കുന്നു.... അത് തീയിൽ വേവുമ്പോൾ കണ്ടു നിൽക്കുന്നവർ പറയുന്നു "നല്ല മണം".

2003ൽ പാകിസ്ഥാന്റെ വടക്കു പടിഞ്ഞാറൻ അതിരിലുള്ള ചിത്രാൽ, ഗിൽഗിത് എന്നിവിടങ്ങളിൽ ഏറ്റവും പഴയ ചില ശവക്കല്ലറകൾ കണ്ടെത്തി. അഫ്ഗാനിസ്ഥാനുമായി അതിർത്തി പങ്കിടുന്ന ഈ പ്രദേശ ങ്ങൾ താജികിസ്ഥാനോടു ചേർന്നാണ് സ്ഥിതി ചെയ്യുന്നത്. പാകിസ്ഥാൻ പുരാവസ്തു ഗവേഷകർക്ക് ഈ കണ്ടെത്തൽ അവരുടെ അധിനിവേശ സിദ്ധാന്തത്തിന് സ്ഥിരീകരണം നൽകുന്നതായി. ഏറ്റവും പഴയ ശവ ക്കല്ലറകൾ വടക്കേയറ്റത്താണ്. കാരണം ഈ മനുഷ്യർ അവിടേക്ക് പ്രവേ ശിച്ചത് വടക്കുപടിഞ്ഞാറു നിന്നാണ്. കുതിരകളെ അടക്കം ചെയ്ത കല്ലറ കൾ ഇതുവരെ തുറന്നു പരിശോധിച്ചിട്ടില്ല. എന്നാൽ തുരുമ്പെടുത്ത അങ്ക വടിയും കുന്തവും ഉൾപ്പെടെയുള്ള പ്രാചീന ആയുധങ്ങൾ ഇവിടെ നിന്നും ലഭിച്ചിരുന്നു. ഇതെല്ലാം പൊതുവെ ഉപയോഗിക്കുക കുതിരപ്പുറത്തു

യുദ്ധം ചെയ്യുന്നവരാണ് "അവർ ബാരോഗിൽ, ദാർകോട് ചുരം കടന്നു നേരെ ചിത്രാലിലും ഗിൽജിത്തിലും എത്തുകയാണ് ചെയ്തത്" പെഷവാറിൽ നിന്നുള്ള ചെറുപ്പക്കാരനായ പുരാവസ്തു ഗവേഷകൻ മുഹമ്മദ് സാഹിർ പറഞ്ഞു. അയാളാണ് ഗവേഷണത്തിന് നേതൃത്വം കൊടുത്തത്. ഇതാണോ ഋഗ്വേദത്തിൽ സൂചിപ്പിക്കുന്ന യാത്ര? ഇന്ദ്രൻ ഗോത്ര ജനതയുമായി നിരവധി നദികൾ കടന്ന് ഇടുങ്ങിയ വഴികളിലൂടെ സഞ്ചരിച്ചതായി ഋഗ്വേദത്തിൽ രേഖപ്പെടുത്തിയിരിക്കുന്നു.

ചിത്രാലിലെ ശവകുടീരങ്ങൾ കലാഷ് ജനതയെക്കുറിച്ചുള്ള ചർച്ചകൾ ഒരിക്കൽ കൂടി പുനരാരംഭിക്കുന്നതിന് ഇടയായി. ഒരു പുരാതന ശവക്കല്ലറ കണ്ടത് കലാഷ് ഗ്രാമമായ റംബാറിൽ (Rumbar) ആണ്. മറ്റൊന്ന് കണ്ടെത്തിയത് മധ്യകാലഘട്ടത്തിലെ ഒരു കലാഷ് കോട്ടയുടെ അവശിഷ്ടങ്ങൾക്കിടയിലും. കലാഷ് ജനത എന്നോ അന്യം നിന്നുപോയ ആര്യന്മാർ തന്നെയെന്ന് പുരാവസ്തു ഗവേഷകർ പറയുന്നു. അവരുടെ പൂർവികർ മൂവായിരം വർഷങ്ങൾക്കു മുൻപ് ജീവിച്ചിരുന്ന സ്ഥലത്തു തന്നെയാണ് അവർ ഇപ്പോഴും ജീവിക്കുന്നത്. ആ സിദ്ധാന്തത്തിനു പ്രലോഭനീയമായ ഒരു വ്യക്തത ഉണ്ടായിരുന്നു. എങ്കിലും അല്പം അങ്കലാപ്പോടെയാണ് ഞാൻ ഋഗ്വേദത്തിന്റെ ഒരു പ്രതിയും കൈയിലെടുത്തു വടക്കൻ പാകിസ്ഥാനിലെ "കലർപ്പില്ലാത്ത ആര്യന്മാരെ" കാണാൻ പുറപ്പെട്ടത്.

കലാഷ് ഗ്രാമത്തിലെത്തുമ്പോഴേക്കും ഞാൻ ആവശ്യത്തിന് പുരാവസ്തുരേഖകളും വംശീയതയെക്കുറിച്ചുള്ള പത്തൊൻപതാം നൂറ്റാണ്ടിലെ ചില വസ്തുതകളും കുറെ ചിത്രങ്ങളും അതിലുമേറെ കെട്ടുകഥകളും കേൾക്കുകയും മനസ്സിലാക്കുകയും ചെയ്തിരുന്നു. ചരിത്രാതീതകാല അവശിഷ്ടങ്ങളുടെ ഒരു ജീവനുള്ള ചിത്രമാണ് വടക്കുപടിഞ്ഞാറൻ പാകിസ്ഥാൻ എന്ന എന്റെ ധാരണകളെ കിട്ടിയ വിവരങ്ങൾ അരക്കിട്ടുറപ്പിച്ചു. എന്നാൽ അവിടെ ഞാൻ കാണാൻ പോകുന്ന അഭൗമപ്രകൃതിസൗന്ദര്യത്തെക്കുറിച്ച് ഒരു ധാരണയും ഉണ്ടായിരുന്നില്ല. ആ ഏകാന്തതാഴ്വരകളിൽ കൂറ്റൻ പാറകളിൽ ആരോ വരച്ചു വച്ച വേട്ടക്കാരുടെ ചിത്രങ്ങൾ, മെഗാലിത്തിക് കാലഘട്ടത്തിലെ കല്ലുകൊണ്ട് നിർമ്മിച്ച വൃത്തങ്ങൾ, പുരാതന മനുഷ്യൻ സ്വൈര്യവിഹാരം നടത്തിയിരുന്ന മനോഹരമായ ഭൂപ്രദേശങ്ങൾ... ആരും കവിയായിപ്പോകുമെന്ന കാര്യത്തിൽ സംശയമില്ല.

"അസാധാരണ ശക്തിയാൽ അദ്ദേഹം സിന്ധുവിനെ വടക്കോട്ടു തിരിച്ചു. ഇടിമിന്നൽ ശക്തിയാൽ മന്ദഗതിയായ തന്റെ ശത്രുവിനെ, പ്രഭാതത്തെ തകർത്തെറിഞ്ഞു. മദ്യലഹരിയിലാണ് ഇന്ദ്രൻ ഇതെല്ലാം ചെയ്തത്."

കുതിച്ചൊഴുകുന്ന സിന്ധുവിന്റെ പോഷകനദികളുടെ തീരങ്ങളിൽ താമസിക്കുന്ന ജനതയ്ക്ക് ഇന്നും നദി, ഋഗ്വേദപുരോഹിതർ തങ്ങളുടെ

മന്ത്രോച്ചാരണങ്ങളാൽ ശാന്തയാക്കാൻ ശ്രമിച്ച, അതിശക്ത തന്നെ. മലമുകളിലെ കലാഷ്ഗ്രാമമായ ബംബോർഡ് (Bumboret)ലെ എന്റെ ആദ്യദിനംതന്നെ ഒരു കുട്ടി ഒഴുക്കിൽപെട്ടു. ഗ്രാമാതിർത്തിയിലെ, ഓക്ക്മരങ്ങൾ തണൽ വിരിക്കുന്ന ശ്മശാനഭൂമിയിലേക്ക് അന്ന് വൈകുന്നേരം ഞാൻ പോയി. അവിടെ മരത്തിൽതീർത്ത, സൂര്യാകൃതി കൊത്തിവച്ച ശവപ്പെട്ടികൾ ചിതറിക്കിടക്കുന്നു. രണ്ടായിരം വർഷം മുൻപ് അലക്സാണ്ടർ കണ്ടതു പോലെതന്നെ. ഇപ്പോൾ കലാഷുകൾ കൊള്ളക്കാരെ പേടിച്ച് ഭൂമിക്ക് മുകളിൽ ശവസംസ്കാരം നടത്താറില്ല. ചിത്രാലിലും ഗിൽജിത്തിലും പുരാവസ്തു മോഷണവും കള്ളക്കടത്തും നല്ല ലാഭമുള്ള ഏർപ്പാടാണ് ഇന്ന്. കലാഷ് ശവപ്പെട്ടി മുതൽ മൂവായിരം വർഷം മുൻപുള്ള ആര്യൻകല്ലറകൾ വരെ മോഷണത്തിനായി കുത്തിതുറക്കുന്നു.

മുസ്ലീം മതപ്രചാരകരുടെ സ്വാധീനം മൂലം കലാഷ് ശവസംസ്കാര സമ്പ്രദായങ്ങളും മെല്ലെ മെല്ലെ അപ്രത്യക്ഷമായി കൊണ്ടിരിക്കുകയാണ്. സ്വർഗ്ഗത്തിലെ പഞ്ചനക്ഷത്ര സൗകര്യങ്ങളെ കുറിച്ചുള്ള നിറം പിടിപ്പിച്ച വാഗ്ദാനങ്ങൾ മതപരിവർത്തനത്തിന്റെ ശതമാനം വർധിപ്പിച്ചിട്ടുണ്ട്. ഇസ്ലാം നൽകുന്നതുപോലെ സ്വർഗ്ഗത്തെക്കുറിച്ച് അത്രയ്ക്ക് ഉറപ്പു കൊടുക്കാൻ കലാഷ് വിശ്വാസങ്ങൾക്ക് കഴിയുന്നില്ല. (ക്രിസ്ത്യൻ, ഹിന്ദു വിശ്വാസങ്ങൾക്കും അത് സാധിക്കുന്നില്ല). പിന്നീട്, സിന്ധുവിൽ നിന്നും സ്കാർഡുവിലേക്കുള്ള ബസ് യാത്രയ്ക്കിടെ, ബോളിവുഡ് സിനിമ പാട്ടിനുപകരം ഉറുദുവിലുള്ള മതപ്രഭാഷണം കേൾപ്പിക്കണമെന്നു ബസ് ഡ്രൈവറോട് വാശി പിടിച്ച രണ്ടു മെലിഞ്ഞ മദ്രസ വിദ്യാർത്ഥികളെ കണ്ടപ്പോൾ ഈ സ്വർഗ്ഗം എത്രമാത്രം അദ്ഭുതകരമാണെന്നു എനിക്കു മനസ്സിലായി. "സ്വർഗ്ഗത്തിൽ, ഹൂറികളുടെ അടുത്ത് എത്തും മുൻപ് ആയിരക്കണക്കിന് കോടി പഴവർഗ്ഗങ്ങളുണ്ട്, ബസിലെ സ്റ്റീരിയോയിൽ മതപ്രഭാഷകൻ സംസാരിച്ചു തുടങ്ങി. യാത്രക്കാർ നിശ്ശബ്ദരായി, ശ്രദ്ധാപൂർവം അത് ശ്രവിച്ചുകൊണ്ടിരിക്കുന്നു.

പൂർവികരുടെ ഓർമ്മകളിൽ മാത്രം പടുത്തുയർത്തിയ ഒരു സംസ്കാരത്തിൽ പാരമ്പര്യം ഒരു ദുർബല ആശയമാണ്. ഹിന്ദുവോ മുസ്ലീമോ ക്രിസ്ത്യനോ അല്ലാത്ത കലാഷ് മതം എല്ലാറ്റിന്റെയും നല്ല വശങ്ങൾ സ്വാംശീകരിച്ചു മുന്നോട്ടു പോകുന്ന സമ്പ്രദായമാണ് പിന്തുടർന്ന് വന്നത്. അവരുടെ വിശ്വാസങ്ങളിൽ നിരവധി ദൈവങ്ങളുണ്ട്. വിശുദ്ധ ആടുകളുണ്ട്. നദികളുടെ ഉദ്ഭവ സ്ഥാനങ്ങളും പർവത ശിഖരങ്ങളും അവർക്കു ആരാധ്യമാണ്. കലാഷ് ജനവിഭാഗത്തിന് വിശുദ്ധ ഗ്രന്ഥമില്ല. അതുകൊണ്ടു എല്ലാ ആശയങ്ങളിൽ നിന്നും അവർ അനുയോജ്യമായവ സ്വീകരിക്കുന്നു. പത്തൊൻപതാം നൂറ്റാണ്ടിൽ കലാഷുകളുടേതിന് സമാനമായ സംസ്കാരം പിന്തുടർന്നിരുന്ന അഫ്ഗാനിസ്ഥാനിലെ കാഫിറുകൾ തങ്ങൾ അലിയുടെ മക്കളെ (പ്രവാചകന്റെ കൊച്ചു മക്കൾ)

കൊന്നതായി വീമ്പു പറഞ്ഞിരുന്നു. എന്നാൽ ഇരുപത്തിയൊന്നാം നൂറ്റാണ്ടിൽ കലാഷുകൾ അല്പം കൂടി തന്ത്രപരമായി ചിന്തിക്കുന്നു. അവർ അവരുടെ സ്രഷ്ടാവിനെ ഖുദാ (ദൈവം) എന്ന പേർഷ്യൻ വാക്കിനോട് സാദൃശ്യമുള്ള "ഖൊദൈ" എന്നു വിളിക്കാൻ തുടങ്ങി. ഉപഭൂഖണ്ഡത്തിലെ മുഴുവൻ മുസ്ലീങ്ങളും ചില ഹിന്ദു സമൂഹങ്ങളും ആ പദം ഉപയോഗിക്കുന്നു.

ബംബോറേറ്റിൽ ചെറുപ്പക്കാരായ അപൂർവം കലാഷ് വിഭാഗക്കാർ മാത്രമാണ് അവരുടെ ദൈവങ്ങളുടെ സമൂഹത്തെക്കുറിച്ച് മനസ്സിലാക്കിയിട്ടുള്ളത്. ചിലർ അങ്ങനെയൊന്ന് ഉള്ളതായി പോലും അംഗീകരിക്കുന്നില്ല. ഈ പുരാതന സംസ്കാരത്തിന്മേലുള്ള ഇസ്ലാമിക സമ്മർദ്ദം അത്രയ്ക്ക് കടുത്തതാണ്. കലാഷ് കുടുംബങ്ങളിലെ സ്ത്രീദേവതയെ കുറിച്ച് വായിച്ച് ആ കാര്യം ഞാൻ പറഞ്ഞപ്പോൾ അവർക്കിടയിൽ ആശങ്ക പടർന്നു. ചിത്രലിൽനിന്നും ആദ്യമായി കോളേജിൽ പോയ കലാഷ് പെൺകുട്ടികളിലൊരാളായ ഗുൽ ആകെ ആശയക്കുഴപ്പത്തിലായി. "ശരിയാണ്, ഞങ്ങൾക്ക് ഒന്നിൽ കൂടുതൽ ദൈവങ്ങളുണ്ട്", അവൾ സമ്മതിച്ചു. എന്നാൽ അവളുടെ സഹോദരനും അമ്മയും ശക്തമായി എതിർത്തു. ഒപ്പം അവളുടെ പഴയ രണ്ടു മുസ്ലീം സഹപാഠികളായ ചെറുപ്പക്കാരും പ്രതിഷേധസ്വരം ഉയർത്തി. "കലാഷുകളുടെ വീടുകളിൽ സ്ത്രീദേവതകളുണ്ട് എന്നത് സത്യമാണെങ്കിൽ ഞങ്ങൾക്കിടയിൽ യുദ്ധം തുടങ്ങും", ആ ചെറുപ്പക്കാർ പറഞ്ഞു.

എല്ലാ കലാഷ് കുടുംബത്തിനും അവരുടെ വീടിനോട് ചേർന്ന് ഒരു ചെറിയ മുന്തിരിത്തോട്ടം ഉണ്ടാകും. അവർക്കാവശ്യമുള്ള വീഞ്ഞ്, പരിശുദ്ധമായ 'ആര്യൻ സോമ' അവർ തന്നെ വീടുകളിൽ ഉണ്ടാക്കും. ബംബോറേറ്റിലെ എന്റെ ആദ്യ ദിവസം ഒരു കലാഷ് വൃദ്ധ എന്നെ അവരുടെ വീട്ടിൽ ഉണ്ടാക്കിയ വീഞ്ഞ് കഴിക്കാൻ ക്ഷണിച്ചു. ആട്ടിൻ തോല് കൊണ്ടുള്ള പാത്രത്തിൽ പുളിപ്പിച്ചെടുത്ത ചവർപ്പുരസമുള്ള വെളുത്ത നിറത്തിലുള്ള വീഞ്ഞ് ഞാൻ രുചിച്ചു. പിന്നാലെ അവർ മൾബറി കൊണ്ടുണ്ടാക്കിയ ഒരു tara എന്ന പദാർത്ഥവും തന്നു. ഇത് രണ്ടും ഞാൻ കഴിച്ചത് രാവിലെ പത്തു മണിക്ക് മുൻപാണ്. ലഹരി തലയ്ക്കു പിടിച്ചു തുടങ്ങി. ലഹരി എന്റെ ബോധങ്ങളെ ബാധിച്ചു തുടങ്ങിയതോടെ ഞാൻ ആ സ്ത്രീയോട് ചിരകാല സുഹൃത്തിനോടെന്ന പോലെ സംസാരിച്ചു. കലാഷ് പാരമ്പര്യമനുസരിച്ചു എല്ലാ സ്ത്രീകളും അശുദ്ധരാണ്. എന്റെ ബോധത്തെ ലഹരി വിഴുങ്ങും മുൻപ് ഒരു കാര്യം കൂടി ഞാൻ മനസ്സിലാക്കി, സ്ത്രീകളുമായി സമ്പർക്കപ്പെടുന്ന കോഴി, പശു തുടങ്ങിയതൊക്കെ അശുദ്ധമാണ്. സന്തത സഹചാരിയായ ഈ അശുദ്ധി ഉള്ളതുകൊണ്ടായിരിക്കാം അവരുടെ നാട്ടുകാരായ മുസ്ലീം സ്ത്രീകളെ അസൂയപ്പെടുത്തുന്ന സ്വാതന്ത്ര്യം കലാഷ് വനിതകൾ അനുഭവിക്കുന്നതെന്നു എനിക്കു തോന്നി. ഗ്രാമീണർ രാത്രിയിൽ നൃത്തമേളങ്ങൾ

സംഘടിപ്പിക്കും. മുഖം മറയ്ക്കാത്ത സ്ത്രീകൾ മുത്തുകൾ കൊണ്ട ലങ്കരിച്ച തൊപ്പിയും കുങ്കുമ നിറമുള്ള മാലകളും അണിഞ്ഞ് അത്തരം ആഘോഷങ്ങളിൽ വച്ച് തങ്ങളുടെ ഭാവിവരന്മാരെ തെരഞ്ഞെടുക്കും.

ഈ 'സ്വതന്ത്ര' കലാഷ് വനിതകൾക്ക് പാകിസ്ഥാനിൽ ചില സ്ഥല ങ്ങളിൽ കുപ്രസിദ്ധിയാണുള്ളത്. വേനൽക്കാലങ്ങളിൽ, തല മറയ്ക്കാത്ത സ്ത്രീകളെ തേടി, പഞ്ചാബികൾ ഈ ഗ്രാമങ്ങളിൽ വന്നു തമ്പടിച്ചു ശല്യമുണ്ടാക്കാറുണ്ട്. കലാഷുകൾ മതം മാറുന്നതിനുള്ള മറ്റൊരു പ്രധാന കാരണം ഇതാണ്. ഈയിടെ മതം മാറി ഇസ്ലാമായ ഫസലുറിനൊപ്പം ഒരു മൾബറി മരത്തിന്റെ ചുവട്ടിൽ ഇരിക്കുകയായിരുന്നു ഞാൻ. "അവൾ മറ്റു പുരുഷന്മാരോടൊപ്പം നൃത്തം ചെയ്യുന്നത് കണ്ടത് കൊണ്ടാണ് ഞാൻ ഇങ്ങനെ ചെയ്തത്" ഫസലുർ പറഞ്ഞു. "ഞാൻ കറാച്ചിയിൽ പോയി ഇസ്ലാമിനെക്കുറിച്ചു പഠിച്ചു. തിരിച്ചു വന്നു എന്റെ ഭാര്യയെ നദീ തീരത്തു കൊണ്ട് പോയി കലിമ ചൊല്ലിച്ചു ഇസ്ലാമാക്കി. ഇപ്പോൾ അവൾ വീട്ടിനു പുറത്തിറങ്ങാറില്ല." "നിങ്ങൾ മദ്യപാനം ഉപേക്ഷിച്ചോ?" ഞാൻ ചോദിച്ചു. ഫസലുറിന്റെ കലാഷ് സുഹൃത്തുക്കൾ അടക്കി ചിരിച്ചു. "ചിത്രാളി സംസ്കാരത്തിന്റെ ഭാഗമാണ് മദ്യം. മൾബറി മദ്യം കഴി ക്കാതെ ഒരു മുസ്ലീമിനും ഇവിടെ ജീവിക്കാൻ കഴിയില്ല. എന്തായാലും സ്വർഗ്ഗത്തിൽ ഞാൻ ഒരു സ്ഥാനം ഉറപ്പിച്ചിട്ടുണ്ട്." അയാൾ നല്ല ആത്മ വിശ്വാസത്തിലാണ്.

കുന്നിനു മറുവശമുള്ള റംബുർ ഗ്രാമത്തിൽ കലാഷുകൾ അല്പം കൂടി സ്വസ്ഥമായും സ്വതന്ത്രമായും ജീവിക്കുന്നു. ഭൂമി പൊതു ഉടമസ്ഥ തയിലാണ്. വർണ്ണ വർഗ്ഗ വ്യത്യാസങ്ങളില്ല. ചെറിയൊരു ജലവൈദ്യുത പദ്ധതിയുണ്ട് ഗ്രാമത്തിൽ. ആ ഗ്രാമത്തിൽ ഞാൻ നടന്ന സ്ഥല ങ്ങളിലെല്ലാം വളരെ ശ്രദ്ധാപൂർവം നിർമ്മിച്ച കനാലുകൾ ഉണ്ടായി രുന്നു. ആ ചെറിയ കനാലുകൾ എല്ലാ കൃഷിയിടങ്ങളിലും വെള്ള മെത്തിക്കുന്നു. പാകിസ്ഥാനിലെ മറ്റു പ്രദേശങ്ങളിലെ സ്ഥിതിയുമായി താരതമ്യം ചെയ്യുമ്പോൾ റംബുർ ഒരു പാരിസ്ഥിതിക സ്വർഗ്ഗം തന്നെ യാണ്.

റംബുർ ശ്മശാനത്തിൽ അവിടവിടെ മരംകൊണ്ടുള്ള കുതിരക്കാരുടെ കോലങ്ങൾ ചിതറിക്കിടക്കുന്നതു കാണാം. ചിലർ ഒന്നല്ല, രണ്ടും മൂന്നും കുതിരകളെ നയിക്കുന്ന കോലങ്ങളും ഉണ്ട് അക്കൂട്ടത്തിൽ. ഇന്ന് അതു പോലെ കോലങ്ങൾ ഉണ്ടാക്കിയാൽ മോട്ടോർബൈക്കിൽ പായുന്ന, ബസ്സിൽ ചാടിക്കയറുന്ന, ജീപ്പ് ഓടിക്കുന്ന കലാഷ് ജനതയുടെ കോല ങ്ങളാവും ഉണ്ടാക്കുക. കലാഷ് നിത്യജീവിതത്തിൽ കുതിരകൾക്കിന്നു യാതൊരു പ്രാധാന്യവുമില്ല. കുതിരയെപ്പോലെ വേഗതയാർന്ന ജീപ്പു കളും മികച്ച ഹൈവേകളും ഉള്ള ചിത്രാലിൽ എവിടെയും ഇതു തന്നെ യാണ് സ്ഥിതി.

ഇതൊരു പാരമ്പര്യത്തിന്റെ അവസാനമാണ്. പൗരാണിക ഇന്ത്യയിൽ ഏറ്റവും മികച്ച കുതിരകൾക്കു പേര് കേട്ട സ്ഥലമായിരുന്നു ഇത്. എല്ലാ മൃഗങ്ങളിലും വച്ച് ആദ്യം സൃഷ്ടിക്കപ്പെട്ടതു കുതിരയാണെന്നാണ് കലാഷ് ഐതിഹ്യം പറയുന്നത്. കലാഷുകളുടെ സൂര്യദേവനായ ബലിമയിന്റെ (Balimain) വാഹനം കുതിരയാണ്. ഗ്രാമത്തിലെ ഉയരം കൂടിയ കുന്നിൻമുകളിലെ ആരാധനാസ്ഥലത്തു കാവൽ നിൽക്കുന്നത് ബലിമയിന്റെ കുതിരകളുടെ പ്രതിമകളാണ്. പത്തൊൻപതാം നൂറ്റാണ്ടിൽ ഈ കുതിരാരാധന സിന്ധുവിന് കിഴക്കു ചിലാസ് (Chilas) വരെ വ്യാപിച്ചിരുന്നു. അവിടെ തദ്ദേശീയ ജനത അവരുടെ ദൈവമായ ടൈബന്റെ (Taiban) കുതിരയുടെ പ്രതിമ പ്രതിഷ്ഠിച്ചു ആരാധിച്ചിരുന്നു. 1845ൽ അഫ്ഗാനിസ്ഥാനിലെ കാഫിറുകളെ സന്ദർശിച്ച ജോർജ് റോബർട്സണിനോട് അവർ പറഞ്ഞത്, ഇടിശബ്ദം അവരുടെ ദൈവമായ ഇൻഡർ പോളോ കളിക്കുന്നതിന്റെയാണെന്നും അതിനുശേഷം നദീതീരത്തു കുതിരയെ ബലി നൽകുമെന്നുമാണ്.

റോബർട്സൺ ഇതിൽ ഒരേ ഒരു സാധ്യത മാത്രമാണ് കണ്ടത്. അഫ്ഗാൻ കാഫിർ മതവും ഋഗ്വേദത്തിലെ നിരവധി ഘടകങ്ങളുമായി ഒത്തുപോകുന്നു എന്ന് കണ്ടെത്തി. അവരുടെ ഇൻഡർ ഋഗ്വേദത്തിലെ ഇന്ദ്രനാണ്. അവരുടെ ഇമ്രാ, ഋഗ്വേദത്തിൽ യമനാണ്. അതിൽനിന്നും അദ്ദേഹം ഒരു നിഗമനത്തിലെത്തി അഫ്ഗാനിൽ താൻ കണ്ട കാഫിർ മതം ആര്യൻ ഗോത്രത്തിലുണ്ടായ ഒരു പ്രതിഷേധസ്വരത്തിന്റെ പ്രതിനിധികളാണെന്ന ധാരണയാണ് അദ്ദേഹത്തിനുണ്ടായത്.

എന്നാൽ ഭാഷാശാസ്ത്രപരമായി കാര്യങ്ങൾ റോബർട്സൺ അനുമാനിച്ചതുപോലെ ആയിരുന്നു. അഫ്ഗാനിസ്ഥാനിലെ കാഫിറുകൾ സംസാരിച്ചിരുന്നത് ഇൻഡോ ഇറാനിയൻ ഭാഷയുടെ പുരാതന രൂപമായിരുന്നു. ചിത്രാലിലെ കലാഷ് ഭാഷാ ഇൻഡോ യൂറോപ്യൻ ഭാഷാ സമൂഹത്തിലെ തന്നെ ഏറ്റവും പുരാതനമായ ഭാഷയാണ്. ഋഗ്വേദത്തിലെ സംസ്കൃതത്തേക്കാളും പുരാതനമാണ് കലാഷ് ഭാഷ. ഇതിന്റെയെല്ലാം അടിസ്ഥാനത്തിലാണ് ഭാഷാശാസ്ത്രജ്ഞർ, കലാഷ് വിഭാഗക്കാർ രണ്ടായിരം BCE മുതൽ ചിത്രാലിൽ ജീവിക്കുന്നവരാണെന്നും ഋഗ്വേദം ക്രോഡീകരിക്കുന്നതിനു മുൻപേ തന്നെ അവരുടെ സംസ്കാരം നിലവിലുണ്ടായിരുന്നു എന്നും അനുമാനിക്കുന്നത്. ഒരുപക്ഷേ ഋഗ്വേദ പുരോഹിതന്മാർ അവരുടെ മന്ത്രങ്ങളുമായി സിന്ധു തീരത്തേക്ക് നീങ്ങിയപ്പോൾ കലാഷ് വിഭാഗത്തെ അവിടെ ഉപേക്ഷിച്ചിരിക്കാം. ഭാഷാശാസ്ത്രജ്ഞനായ ജോർജ് മോർഗൻസ്റ്റർനെ 1932ൽ അഭിപ്രായപ്പെട്ടതുപോലെ “സാഹിത്യ പാരമ്പര്യങ്ങളുടെ ഭാരം ബാധിക്കാത്ത ആര്യൻ മതത്തിന്റെ ഒരേ ഒരു ശേഷിപ്പായി' കലാഷ് ഇന്നും ഇവിടെ ജീവിക്കുന്നു.

ഓറഞ്ചും കറുപ്പും നിറമുള്ള ശിരോവസ്ത്രങ്ങൾ അണിഞ്ഞ മൂന്നു കലാഷ് വനിതകൾ ചോളവയലിൽ പണിയെടുക്കുന്നുണ്ടായിരുന്നു. അവരുടെ പണിയുടെ താളം നോക്കി ഇരിക്കുകയായിരുന്നു ഞാൻ. കലാഷ് ഋഗ്വേദസംസ്കാരങ്ങളുടെ സമാനതകൾ എന്നെ ഏറെ ആകർഷിച്ചു കഴിഞ്ഞിരിക്കുന്നു എന്ന് എനിക്കു മനസ്സിലായി. പക്ഷേ അപ്പോഴും ആ സിദ്ധാന്തത്തിലും ചില ഗുരുതരമായ പിഴവുകൾ ഉണ്ട്. കലാഷുകൾ ഇന്ന് അഗ്നിയെ ആരാധിക്കുന്നില്ല. ഋഗ്വേദത്തിൽ വിശുദ്ധമായി കരുതുന്ന പശു ഇന്നവർക്ക് അശുദ്ധമാണ്.

എന്നാൽ രണ്ടു സമൂഹത്തിലും നിത്യസാന്നിധ്യമായി നദി ഒഴുകുന്നു. ഇരുസമൂഹങ്ങളിലും നദി കേന്ദ്രസ്ഥാനം വഹിച്ചിരുന്നതിന്റെ നിരന്തര സൂചനകൾ ഉണ്ട്. വസന്തോത്സവ സമയത്തു മഞ്ഞുരുകി നദിയിൽ വെള്ളം നിറയുമ്പോൾ, കലാഷ് വനിതകൾക്ക് മുകൾഭാഗങ്ങളിലെ താഴ്വരകളിലേക്ക് പോകാൻ അനുവാദമുണ്ട്. ഒരു പെൺകുട്ടി ദൈവത്തോട് ഇങ്ങനെ പ്രാർത്ഥിക്കും, "ഓ, ഖൊദൈ, സർവശക്തനായ ദൈവമേ നദിയെ സാധാരണ നിലയിൽ ഒഴുകാൻ അനുവദിക്കണേ. വെള്ളപ്പൊക്കം ഉണ്ടാകാനിട വരുത്തരുതേ." ദൈവം എന്നതിനുള്ള വാക്ക് ഇസ്ലാമിൽ നിന്നും കടമെടുത്തതാണ്.

എന്തൊക്കെയായാലും ഈ പ്രാർത്ഥന ഇന്നത്തെ പാകിസ്ഥാനിൽ ഋഗ്വേദസൂക്തത്തിന്റെ ഏറ്റവും മികച്ച സ്മരണയാണ്. ആ ഋഗ്വേദ സൂക്തങ്ങൾ ഇപ്രകാരമാണ്: "അവിടുന്ന് വലിയ നദിയായി നിലനിൽക്കട്ടെ.... പ്രാർത്ഥനകളിൽ കുതിച്ചൊഴുകുന്ന നദിയായിരിക്കട്ടെ..... ഓ, ഇന്ദ്രാ, വെള്ളപ്പൊക്കത്തിൽ പോലും സുഗമമായി നദി കടക്കാനിടയാവട്ടെ...."

ഒരു നൂറ്റാണ്ടു മുൻപ് വരെ കലാഷ് ജനത നദീതീരത്തു നദി ദേവതയായ ബാഗേജിന് മൃഗബലി നടത്തുമായിരുന്നു. മൃഗങ്ങളെ നദീ തീരത്ത് ദഹിപ്പിച്ച് അവയുടെ ശിരസ്സ് വെട്ടിയെടുത്തു നദിയിൽ ഒഴുക്കുമായിരുന്നു. ഈ ഇരുപത്തി ഒന്നാം നൂറ്റാണ്ടിൽ പോലും തന്റെ ഭാര്യയെ ഇസ്ലാമിലേക്ക് പരിവർത്തനം നടത്താൻ ഫസലുർ തെരഞ്ഞെടുത്തതും നദീതീരം തന്നെ. കലാഷ് ജനതയും ആര്യന്മാരും തമ്മിൽ വംശീയമോ സാംസ്കാരികമോ ആയ എന്തെങ്കിലും ബന്ധം ഉള്ളതായി തെളിയിക്കാൻ ഒരുപക്ഷേ, ഒരിക്കലും കഴിയില്ലായിരിക്കാം. പക്ഷേ, നൂറ്റാണ്ടുകൾ ഏറെ കടന്നുപോയിട്ടും ഇരുകൂട്ടരും പിന്തുടർന്നുവന്ന നദീതീര ആവാസ വ്യവസ്ഥയ്ക്ക് മാറ്റം വന്നിട്ടില്ല. ജലം ഇന്നും ഈ ജനതയുടെ ഭാവനകളിൽ, ആയിരക്കണക്കിന് വർഷങ്ങൾക്കു മുൻപ് ഋഗ്വേദ രചയിതാക്കളുടെ മനസ്സിൽ ഉണ്ടാക്കിയതു പോലെ അതിശക്തമായ സ്വാധീനം ചെലുത്തുന്ന ഒരു പ്രതിഭാസമാണ്. ഈ പൈതൃകത്തിന്റെ തുടർച്ച ചിത്രാലിലും ഗിൽജിത്തിലും കാണാൻ കഴിയും.

കലാഷ് ഗ്രാമത്തിൽ നിന്നും ഞാൻ പോയത് ചിത്രാലിലെ പുരാതന ശ്മാശാനത്തിലേക്കാണ്. പ്രദേശത്തെ മ്യൂസിയത്തിന്റെ സൂക്ഷിപ്പുകാരൻ മിർ ഹയാത്തും എന്നോടൊപ്പം ഉണ്ടായിരുന്നു. കരിമഷി എഴുതിയ കണ്ണുകളുള്ള ഊർജസ്വലനായ ഒരു ചെറുപ്പക്കാരനാണ് മിർ ഹയാത്. ചുറ്റും കാണുന്ന എല്ലാത്തിലും മിർ ഹയാത് ഒരു 'ആര്യൻ സ്പർശം' കാണുന്നു. യാത്രയിലുടനീളം ചിത്രാലിലെ ആര്യൻ ശേഷിപ്പുകളുടെ എണ്ണം കൈവിരലിൽ കണക്കാക്കുകയായിരുന്നു മിർ. പെഷവാറിലെ അയാളുടെ സഹപ്രവത്തകർ ആര്യൻ ശവക്കല്ലറകളിൽ നിന്നും കിട്ടിയ മനുഷ്യാസ്ഥികൾ DNA പരിശോധനയ്ക്കായി അമേരിക്കയിലേക്കയച്ച കാര്യം മിർ പറഞ്ഞു. ജീവിച്ചിരിക്കുന്ന കലാഷുകളും മരിച്ചുപോയ ആര്യന്മാരും തമ്മിൽ എന്തെങ്കിലും ബന്ധം ഉണ്ടെന്നു തെളിയിക്കാൻ പറ്റുമെന്ന് അവർ പ്രതീക്ഷിച്ചു.

ഞങ്ങൾ അയോൺ (Ayun) എന്ന ഗ്രാമത്തിലെത്തി. കലാഷ് ഗ്രാമത്തിനടുത്തുള്ള ഒരു മുസ്ലീം പ്രദേശമാണ് ഇത്. ഏറെക്കുറെ സമതല പ്രദേശമായ ഇവിടെ കാർഷിക കലണ്ടർ ഏറെ മുന്നിലാണ്. (റൂബറിലും ബംബോറേറ്റിലും ഗോതമ്പു ചെടികൾ ഇപ്പോഴും പച്ച നിറത്തിലാണ്. കുനാർ നദിയുടെ സമതലങ്ങളിൽ ഗോതമ്പ് മൂത്ത് പാകമായി സ്വർണ നിറമായി കഴിഞ്ഞിരിക്കുന്നു.) "ഞങ്ങൾ ഇവിടെ ഖനനം തുടങ്ങിയപ്പോൾ തന്നെ ആളുകൾ നിധിക്കായി അന്വേഷണവും തുടങ്ങി" മിർ ഹയാത് പറഞ്ഞു. "1920കളിൽ ഇവിടെ നിന്നും കളിമൺപാത്രങ്ങൾ കിട്ടിയിരുന്നു. കേംബ്രിഡ്ജ് യൂണിവേഴ്സിറ്റിയിലെ പുരാവസ്തു ഗവേഷകർ അതിനെ BCE രണ്ടാം നൂറ്റാണ്ടിലെ ഇൻഡോ യൂറോപ്യൻ ഭാഷ സംസാരിച്ചിരുന്ന ആളുകളുടെ വരവുമായി ബന്ധപ്പെട്ടതാണെന്ന നിഗമനത്തിൽ എത്തിച്ചേരുകയും ചെയ്തിരുന്നു." അന്ന് തുടങ്ങി അയോണിലെ കൃഷിക്കാർ ഇത്തരം പുരാവസ്തുക്കൾക്കായി തങ്ങളുടെ ഭൂമി കുഴിക്കുന്നു.

ഈയടുത്ത കാലത്തു ആര്യൻ കാലഘട്ടത്തിലെ അഞ്ചു കളിമൺ പാത്രങ്ങൾ കുഴിച്ചെടുത്ത ഒരു കർഷകനെ കാണാൻ ഞങ്ങൾ പോയി. സാധാരണയായി അയാൾ ആ നിധികൾ ഭദ്രമായി പൂട്ടി സൂക്ഷിക്കുകയാണ് പതിവ്. മിർ ഹയാത് നിർബന്ധിച്ചത് കാരണം അയാൾ അതെടുത്തുകൊണ്ട് വന്നു സൂര്യപ്രകാശത്തിൽ വച്ചു "ഇതിലും വലിയ ഒന്നുണ്ടായിരുന്നു. കഴിഞ്ഞ വർഷം ഞാൻ അതൊരു അമേരിക്കകാരന് കൊടുത്തു." അയാൾ പറഞ്ഞു. അയാൾ ആ കൂട്ടത്തിൽ നിന്നും ഏറ്റവും ചെറിയ ചാര നിറത്തിലുള്ള ഒരു പാത്രം എടുത്തു. "ഇത് നിങ്ങൾക്കുള്ളതാണ്" അത് ശ്രദ്ധാപൂർവം എന്റെ കൈയിൽ വച്ചു കൊണ്ട് അയാൾ പറഞ്ഞു. "എനിക്കിതു സ്വീകരിക്കാൻ കഴിയില്ല." അവരുടെ അപൂർവ പൈതൃകത്തിന്റെ ശേഷിപ്പുകൾ അങ്ങിങ്ങു ചിതറിപ്പോകുന്നതിന്റെ

വിഷമത്തിൽ ഞാൻ പറഞ്ഞു. "അത് മ്യൂസിയത്തിന് കൊടുത്തേക്കൂ. ഇയാൾ ഒരു കാലത്തും അത് ഞങ്ങൾക്ക് തരില്ല." മിർ ശബ്ദം താഴ്ത്തി ഇംഗ്ലീഷിൽ എന്നോട് മന്ത്രിച്ചു. അങ്ങനെ ഏതാണ്ട് ഇരുപതു മിനിറ്റോളം മൂവായിരം വർഷം പഴക്കമുണ്ടെന്ന് കരുതുന്ന ആ അപൂർവ വസ്തുവിന്റെ ഉടമസ്ഥയായി ഞാൻ. പാകിസ്ഥാനിൽ പുരാവസ്തുക്കളുടെ അവസ്ഥ വളരെ ശോചനീയമാണ്. "ഏറ്റെടുക്കുന്ന രേഖകളിൽ ഞാൻ നിങ്ങളുടെ പേര് എഴുതും", മിർ ഹയാത് അതും പറഞ്ഞു അടക്കി ചിരിച്ചു.

കുറച്ചു ദൂരെ പഴയ കലാഷ് കോട്ട സ്ഥിതി ചെയ്യുന്ന സ്ഥലത്തു പുരാവസ്തു കൊള്ളയുടെ കൂടുതൽ അടയാളങ്ങൾ കണ്ടു. ഇവിടെയാണ് മിർ ഹയാത്തിന്റെ സഹപാഠി താമസിക്കുന്നത്. നിരവധി ഖനന പ്രവർത്തനങ്ങൾ ഈ മേഖലയിൽ നടത്തിയതിൽ നിന്നും ഈ പ്രദേശം തുടർച്ചയായി, ആയിരക്കണക്കിന് വർഷങ്ങൾ മനുഷ്യവാസമുണ്ടായിരുന്നതാണെന്നു വ്യക്തമായതായി മിർ ഹയാത് പറഞ്ഞു. "ചുരുങ്ങിയ പക്ഷം ആര്യന്മാരുടെ കാലം മുതലെങ്കിലും", മിർ ഹയാത് പൂർത്തിയാക്കി.

മിർ ഹയാത് വീടിനു പുറത്തു കാത്തുനിന്നപ്പോൾ അയാളുടെ സുഹൃത്ത് എന്നെ അകത്തേക്കു കൂട്ടിക്കൊണ്ടുപോയി. മണ്ണ് പൂശിയ ചുമരുകളും ചിത്രപ്പണികൾ ചെയ്ത മേൽക്കൂരയുമുള്ള ഒരു ചിത്രാലി വീട്. വീടിനുള്ളിൽ ചെറുപ്പക്കാരായ മൂന്നു ഭാര്യമാരും നിറയെ കുട്ടികളും. വീട്ടിനുള്ളിലെ പ്രധാന സ്വീകരണമുറിയിൽ നടുവിൽ മേൽക്കൂരയിൽ നിന്നും സൂര്യപ്രകാശം വീഴുന്ന ഭാഗത്തു ഇപ്പോൾ ചുട്ടെടുത്ത പോലെ ഒരു വലിയ മൺകുടം വച്ചിരിക്കുന്നു. മറ്റൊരെണ്ണം ധാന്യപ്പുരയിൽ തറയിൽ കുഴിച്ചിട്ടിരിക്കുന്നു. അതിനകത്തു നിറയെ പഴുത്തു ചീഞ്ഞു തുടങ്ങിയ മാതളനാരങ്ങകൾ. ഞാൻ അതിനു ചുറ്റും വിരലോടിച്ചു.

പാകിസ്ഥാനിലെ പുരാവസ്തു വകുപ്പ് ഇത്തരം സ്ഥലങ്ങൾ സംരക്ഷിക്കാൻ പരമാവധി പരിശ്രമിക്കുന്നുണ്ട്. പക്ഷേ ഈ സ്ഥലം സംബന്ധിച്ച് തന്നെ ഇപ്പോൾ കോടതിയിൽ കേസ് നിലനിൽക്കുന്നു.

വ്യവഹാരം ഒരുപാട് സമയമെടുക്കുന്നതും പണച്ചെലവുള്ളതുമായ പരിപാടിയാണ്. പത്തു വർഷം മുൻപ് വരെ ഗ്രാമീണർ ശവക്കല്ലറകൾ നശിപ്പിച്ച്, അവയ്ക്കു അപമാനം വരുത്തിക്കൊണ്ട് മോഷണം നടത്താറില്ലായിരുന്നു എന്നാണ് ഞാൻ അറിഞ്ഞത്. പക്ഷേ എവിടെയൊക്കെ പുരാവസ്തു വകുപ്പ് എത്തിയോ അവിടെയൊക്കെ ആഗോള പുരാവസ്തു കള്ളക്കടത്തുകാരും പഷ്തൂണുകളും അവർ നൽകുന്ന അവിശ്വസനീയമായ പണവും പിന്തുടരുന്നു.

നാടൻ പ്രണയ ഗാനങ്ങൾ ആസ്വദിച്ചുകൊണ്ട് ഞങ്ങൾ മാസ്റ്റൂജ് (Mastuj) നദിയുടെ തീരമേഖലകളിലെ ഇടുങ്ങിയ മലമ്പാതകൾ പിന്നിട്ടു.

അഫ്ഗാൻ അതിർത്തിയിലെ പർവതങ്ങൾ അതിരിടുന്ന പർവാക് (Parwak) എന്ന ചെറിയ ഗ്രാമത്തിലെത്തി. പർവതങ്ങൾ ചുറ്റിപോകുന്ന റോഡ് ഗിൽജിത്തിലേക്കുള്ളതാണ്. ഹെറോയിൻ കള്ളക്കടത്തുകാരുടെ സുരക്ഷിത പാതയായതിനാൽ പുരാവസ്തു ഗവേഷകർ ഈ വഴിയെ അപകടകരം എന്നാണ് വിശേഷിപ്പിക്കുന്നത്. എല്ലാം നിയമവിരുദ്ധമായി മാത്രം നടക്കുന്ന പെഷവാറിൽ നിന്നുള്ള പുരാവസ്തു ഗവേഷകർക്കും ഈ പാത 'അപകടകരമാണ്'.

ആ ഗ്രാമത്തിൻെറ പ്രത്യേകത തികച്ചും അസാധാരണമായിരുന്നു. പെട്ടെന്ന് പർവതങ്ങൾക്കു നടുവിൽ മനോഹരമായ ഒരു സമതലം പ്രത്യക്ഷപ്പെടുകയായിരുന്നു. പടിഞ്ഞാറു തലയുയർത്തി നിൽക്കുന്നത് ചിത്രാലിലെ ഏറ്റവും ഉയരം കൂടിയ പർവ്വതമായ ടൈരിച്ച മിർ (Tirich Mir). ഹിന്ദു പുരാണങ്ങളിലെ മേരു പർവ്വതത്തോട് കിടപിടിക്കാൻ പറ്റുന്ന പർവത ഭീമനായിട്ടാണ് ഭാഷാശാസ്ത്രജ്ഞനായ മോർഗൻ സ്റ്റെർനെ (Morgenstierne) ടൈരിച്ച മിറിനെ കണ്ടിരുന്നത്.

1600 B Cയിൽ തന്നെ ശവക്കല്ലറകൾ നദീതീരത്തു കണ്ടെത്തിയിരുന്നു. അവിടെ അന്ന് ജീവിച്ചിരുന്ന മനുഷ്യർ ആടിനെയും കല്ലുകളെയും ആരാധിച്ചിരുന്നതായി തെളിഞ്ഞിരുന്നുവെന്നു മിർ ഹയാത് പറഞ്ഞു. ഒരു വലിയ പാറയ്ക്കു ചുറ്റും വൃത്താകൃതിയിൽ ഒരു കൂട്ടമായി ശവസംസ്കാരം നടത്തിയതായി കണ്ടെത്തിയിട്ടുണ്ട്. അവിടെ നിന്നും കണ്ടെത്തിയ അവശിഷ്ടങ്ങൾക്കിടയിൽ നിന്നുതന്നെ ആടിന്റെ തലയോട്ടിയും കണ്ടെത്തിയിരുന്നു. ടൈരിച്ചു മിർ പർവ്വതത്തിനു അഭിമുഖമായി നിൽക്കുന്ന കുന്നിൻ മുകളിലും ഇത്തരത്തിൽ വൃത്താകൃതിയിൽ കല്ല് കൊണ്ടുള്ള എടുപ്പുകൾ കണ്ടെത്തിയിട്ടുണ്ട്. മിർ ഹയാത് ഏറ്റവും ഒടുവിൽ അവിടം സന്ദർശിച്ചപ്പോൾ ഭാഗ്യാന്വേഷികളായ ഗ്രാമീണർ നിധിക്കായി അതെല്ലാം സ്ഫോടക വസ്തുക്കൾ ഉപയോഗിച്ച് തകർത്തിരുന്നു.

അവിടെനിന്നു കൊണ്ട് അകലെ പർവ്വകലാഷ്ട് (Parwaklasht) പീഠഭൂമി മിർഹയാത് എനിക്കു കാണിച്ചുതന്നു. അവിടെയും പുരാവസ്തു ഗവേഷകർ ഇത്തരത്തിൽ വൃത്താകൃതിയിലുള്ള ശവക്കല്ലറകൾ കണ്ടെത്തിയിട്ടുണ്ട്. അവിടെയെത്താൻ ഞങ്ങൾ നദി മുറിച്ചു കടന്നു, ആടുകൾ നടക്കുന്ന വഴിയെ മുകളിലേക്കു കയറി. വൃത്താകൃതിയിലുള്ള ശവകുടീരങ്ങൾ നിർമ്മിച്ച മനുഷ്യർ ഇവിടെ ജീവിച്ച കാലത്തു നദി ഈ പീഠഭൂമിയിലൂടെയായിരുന്നു ഒഴുകിയിരുന്നത്. അന്നു മുതൽ നദി പീഠഭൂമിയെ കാർന്നു തിന്നുകൊണ്ട് നൂറുകണക്കിന് അടി ആഴമുള്ള വലിയ ഗർത്തം സൃഷ്ടിച്ച് ഒഴുക്ക് അതിലേക്കു മാറ്റി. ഇന്ന് ഇവിടെ ആർക്കും ജീവിക്കാനാകുന്ന സാഹചര്യമല്ല നിലനിൽക്കുന്നത്.

ആധുനികത തീർത്തും അന്യമായ പർവ്വകലാഷ്ട് എന്റെ ഋഗ്വേദ ഭാവനകളെ അഴിച്ചുവിട്ടു. ഈ യാത്രയ്ക്കിടെ ആദ്യമായാണ് ഞാൻ

ഇത്തരത്തിലൊരു പ്രദേശത്തു എത്തുന്നത്. ആ നിഗൂഢ, പൗരാണിക ഭൂമിയിൽ നിന്നും ചുറ്റും നോക്കുമ്പോൾ, അവിടവിടെ കൊച്ചു ഗ്രാമങ്ങൾ കാണാമായിരുന്നു. പർവതനിരകളിൽ നിന്നും ഒഴുകിയെത്തുന്ന അരുവികൾ സമതലത്തിൽ ചേരുന്നതു കണ്ടപ്പോൾ ഋഗ്വേദ കവികളുടെ വരികൾക്ക് മുൻപെങ്ങുമില്ലാത്ത അർത്ഥതലങ്ങൾ ഉണ്ടെന്ന് തോന്നി. വർഷത്തിൽ ഒൻപത് മാസവും ഇവിടുത്തെ നദികൾ മഞ്ഞുറഞ്ഞു കിടക്കുന്നവയാണ്. പക്ഷേ ഇപ്പോൾ അവ ഉന്മേഷവതികളായി താഴേക്ക് കുതിക്കുന്നു "വെള്ളം, കൂട്ടിൽ നിന്നും തുറന്നുവിട്ട കാലികളെപ്പോലെ, "പശുവിന്റെ പാലുപോലെ" കുതിക്കുന്നു." കവികൾ പാടി.

"നദികൾ വെള്ളത്തിന്റെ കുതിപ്പിനാൽ വായുവിനെ പിളർക്കുന്നു.... അകിട് നിറയെ പാലുള്ള പശുക്കളെ പോലെ മുന്നോട്ടു പായുന്നു.... അവയുടെ വെള്ളത്തിൽ വെണ്ണയും തേനും കലർന്നിരിക്കുന്നു.... ഞങ്ങൾ വെള്ളത്തിനായി അപേക്ഷിക്കുന്നു... നിർദോഷമായ, മഴയിൽ നിന്നും വരുന്ന, ഭൂമിയിലെ മൂലകങ്ങൾ കലർന്ന വെള്ളം... അതിനെ ഭക്തർ ഇന്ദ്രന്റെ പാനീയമെന്നു വിളിക്കുന്നു."

ബൈബിൾ പോലെ ഋഗ്വേദവും തേനും പാലും ഒഴുകുന്ന ദേശത്തെ കുറിച്ച് ഓർമപ്പെടുത്തുന്നു.

വെള്ളപ്പൊക്കം വന്നതുകൊണ്ട് ആ ആഴ്ച മുഴുവൻ എനിക്കു ഇന്ദ്രന്റെ പാനീയത്തെക്കുറിച്ചു ആലോചിക്കാനായി. ഞാനും മിർ ഹയാത്തും മാസ്ടൂജിൽ എത്തിയ സമയത്താണ്, ഷാൻഡർ ചുരത്തിലേക്കുള്ള റോഡ് വെള്ളപ്പൊക്കത്തിൽ ഒഴുകിപ്പോയി എന്ന് അറിഞ്ഞത്. "നിങ്ങൾക്ക് ഗിൽജിത്തിലേക്കു പോകാൻ കഴിയില്ല", ഉച്ചഭക്ഷണ സമയത്തു മിർ ഹയാത് പ്രഖ്യാപിച്ചു. "നിങ്ങൾ എന്നോടൊപ്പം ചിത്രാളിലേക്ക് തന്നെ തിരിച്ചു വരേണ്ടി വരും."

"ബാരോഗിൽ ചുരത്തിലേക്ക് പോകുന്നതിനെക്കുറിച്ചു എന്ത് പറയുന്നു?" ബ്രെപിലെ (Brep)ലെ പൗരാണിക ശവകുടീരങ്ങളെ കുറിച്ചാലോചിച്ചുകൊണ്ട് ഞാൻ ചോദിച്ചു. എന്നാൽ, ഹെറോയിൻ കള്ളക്കടത്തുകാരെക്കുറിച്ച് ചിന്തിച്ചതുകൊണ്ടാവാം അയാൾ ഒന്ന് ഞെട്ടി. ഞങ്ങൾ ഈ പ്രതിസന്ധി മറികടക്കാനുള്ള വഴികൾ ആലോചിച്ചുകൊണ്ടിരിക്കേ ഞങ്ങളുടെ മുന്നിൽ ഒരാൾ പ്രത്യക്ഷപ്പെട്ടു. അയാളുടെ പേര് യൂസഫ്. ആ പ്രദേശത്തെ എൻജിനീയറാണ്. അയാൾക്ക് പർദ്ദ ധാരിയായ ഭാര്യയും ഗ്രാമത്തിൽ ഒരു വീടും പല പ്രായത്തിൽപെട്ട അഞ്ചു ആൺകുട്ടികളും ഉണ്ട്. അവർ എന്നെയും ഒരു ചെറി പഴത്തോട്ടം മുഴുവനും 'സംരക്ഷിക്കാൻ കഴിവുള്ളവരാണ്'. ഞാൻ എൻജിനീയർ യൂസഫിനൊപ്പം അയാളുടെ വീട്ടിൽ എത്തിയപ്പോൾ വീടിന്റെ മുകളിൽ നിന്നും ഉച്ചത്തിൽ ദിവസങ്ങളെണ്ണുന്നത് കേൾക്കുന്നുണ്ടായിരുന്നു. അവർ എണ്ണിക്കൊണ്ടിരിക്കുന്നതു ഗിൽജിത്തും ചിത്രാലും തമ്മിൽ നടക്കുന്ന ഷാൻഡർ പാസ്

വാർഷിക പോളോ മത്സരത്തിന്റെ ദിവസങ്ങളാണ്. അയ്യായിരത്തോളം പാകിസ്ഥാനികൾ, വിശിഷ്ട വ്യക്തികൾ, വിദേശ പ്രതിനിധികൾ എന്നിവർ പങ്കെടുക്കുമെന്ന് മൂത്ത മകൻ. പതിനായിരം പേർ വരുമെന്ന് എഞ്ചിനീയർ മകനെ തിരുത്തി. ഇരുപതിനായിരം പേരാണ് വരികയെന്ന് ഇളയവൻ എല്ലാവരെയും തിരുത്തികൊണ്ട് പ്രഖ്യാപിച്ചു. പക്ഷേ വെള്ള പ്പൊക്കം കൊണ്ട് പോയ റോഡ് ഇപ്പോഴും തുറന്നിട്ടില്ല. വർഷത്തിൽ അൻപത്തിഒന്നാഴ്ചയും പാകിസ്ഥാന്റെ ബോധതലങ്ങളിൽ നിന്നും മാസ്റ്റൂജ് ഒഴിവാക്കപ്പെടുന്നു. ഏഴു ദിവസം വിശിഷ്ടാതിഥികളും പഷ്തൂൺ വിനോദ സഞ്ചാരികളും കൂടി മാസ്റ്റൂജ് ലോകത്തിന്റെ കേന്ദ്ര മാണെന്ന പ്രതീതി ജനിപ്പിക്കുന്നു. ജീപ്പുകൾ ചുരത്തിലേക്കു കുതി ക്കുന്നു.

ആ ആഴ്ച ഞാൻ പോയിടത്തൊക്കെ യൂസഫിന്റെ മക്കൾ എന്നെ അനുഗമിച്ചു. വടക്ക് ബ്രെപ്പിലെ ശവകുടീരങ്ങൾ കാണാനും വീണ്ടും പർവാക്കിലേയ്ക്കും അവരെന്നോടൊപ്പം വന്നു. ഒരു ദിവസം വൈകു ന്നേരം വീട്ടിൽ തിരിച്ചെത്തുമ്പോൾ അടുക്കളയിൽ തീ കാഞ്ഞിരിക്കുന്ന എൻജിനീയർ യൂസഫ് നല്ല സന്തോഷത്തിലാണ്. വെള്ളപ്പൊക്കത്തിൽ ഒലിച്ചു പോയ റോഡിനു കുറുകെ അയാളുടെ ആളുകൾ താത്കാലിക പാലം നിർമ്മിച്ചിരിക്കുന്നു. ഇനി പഷ്തൂൺ വിനോദസഞ്ചാരികൾക്കു കെട്ട് കണക്കിന് നോട്ടും മദ്യകുപ്പികളും മരിജുവാന പൊതികളുമായി പോളോ മത്സരം കാണാൻ ചുരത്തിലേക്കു പോകാം. വിശിഷ്ട വ്യക്തി കൾ ഹെലികോപ്ടറിലാണ് വരിക. അന്ന് രാത്രി യൂസഫിന്റെ ആൺ മക്കൾ അവരുടെ കിടക്കയും വിരിയും പൊതിഞ്ഞെടുത്തു; കുറെ റൊട്ടിയും. അടുത്ത ദിവസം രാവിലെ തന്നെ ഞങ്ങളും പർവതപ്പാത യിലേക്കു പുറപ്പെട്ടു. അവരുടെ അമ്മ അവരെ ഓരോരുത്തരെയും ചുംബിച്ചു യാത്രയാക്കി.

പർവതപ്പാതയുടെ മുകളിൽ എത്തിയപ്പോൾ ഞങ്ങൾ മനുഷ്യരു ടെയും കാലികളുടെയും നീണ്ടനിര കണ്ടു. "ലാസ്പൂർഗ്രാമത്തിൽ നിന്നും വരുന്നവരാണ്. വേനൽക്കാലത്ത് അവർ അവരുടെ കന്നുകാലികളും ആട്ടിൻപറ്റങ്ങളുമായി തടാകതീരത്താണ് താമസിക്കുന്നത്", യൂസഫ് പറഞ്ഞു. "തടാകം? ദേശാടനക്കാരായ ആട്ടിടയന്മാർ?" ഋഗ്വേദം എന്റെ കാതുകളിൽ മുഴങ്ങി. വേദാന്തവിദഗ്ധനായ ഹാരിഫാൽക്കിന്റെ അഭി പ്രായത്തിൽ തടാകങ്ങൾ, ഋഗ്വേദത്തിലെ ഭൂപ്രകൃതിയിൽ ഏറെ പ്രധാന മാണ്. പ്രത്യേകിച്ചും ഉദാസീനരായ ഗ്രാമീണർ താമസിക്കുന്ന, ദേശാടന ക്കാരായആട്ടിടയന്മാർ കാലികളുമായി എത്തുന്ന തടാകതീരങ്ങൾ. പലതരം നിറങ്ങളാൽ പ്രകാശപൂരിതമാകുന്ന മലനിരകൾ അപൂർവ കാഴ്ചയാണ്. താഴെ തറയിൽ ഇപ്പോഴും മഞ്ഞിന്റെ ധവളിമ, പാലു പോലെ വെള്ളമൊഴുകുന്ന പരിശുദ്ധമായ നീരുറവകൾ. ഞങ്ങൾ ആ മലമ്പാതയുടെ അവസാന വളവും കടന്നു. അപ്പോഴതാ തടാകം ദൃഷ്ടി

പഥത്തിലെത്തുന്നു. തടാകതീരത്തു ഈറ്റക്കാടുകൾക്കിടയിൽ പശുക്കൾ മേയുന്നു. ഇന്ദ്രനീലനിറമുള്ള ആകാശത്തു വെളുത്ത മേഘങ്ങൾ നൃത്തമാടുന്നു.

ഷാൻഡർ 3734 അടി ഉയരത്തിലാണ് സ്ഥിതി ചെയ്യുന്നത്. അതു കൊണ്ടു ഓക്സിജൻ ലഭ്യത കുറവാണ്. തടാകതീരത്തു നിന്നും പച്ചയും പിങ്കും നിറങ്ങളിൽ തിളങ്ങുന്ന മലഞ്ചെരുവിലെ കൽകുടിലുകൾ ലക്ഷ്യ മാക്കി നടക്കുമ്പോൾ ശ്വാസം കിട്ടാതെ ഞാൻ വലഞ്ഞു. ഞാൻ അവിടെ യെത്തുമ്പോൾ നാലു പയ്യന്മാർ അവരുടെ സ്വയം നിർമ്മിതിയായ പോളോ സ്റ്റിക്ക് കൊണ്ട് പന്ത് തട്ടി കളിക്കുന്നുണ്ടായിരുന്നു. മഞ്ഞ ഷാൾ പുതച്ച് ചിത്രാലിതൊപ്പി വച്ച ഒരു വൃദ്ധ അവരുടെ വീട്ടു പടിക്കലിരുന്നു വെയിൽ കായുന്നു. പോളോ കളിക്കാരിൽ റോയൽ മാലി ടീ ഷർട് ധരിച്ച ഒരു പന്ത്രണ്ടു വയസ്സുകാരൻ കുട്ടി അവന്റെ വീട് മുഴുവൻ എനിക്കു ചുറ്റി നടന്നു കാണിച്ചുതന്നു. പർവതമേഖലകളിലെ എല്ലാ വീടുകളും പോലെ ആ വീടും അതിന്റെ കന്മതിലുകൾക്കുള്ളിൽ തവിട്ടു നിറമുള്ള വലിയൊരു കൂന പോലെ ഉയർന്നു നിന്നു. രണ്ടു പ്രധാന മുറികൾ, അടുക്കളയും സാധനങ്ങൾ സൂക്ഷിക്കുന്ന മുറിയും വൃത്താകൃതിയിലാണ്. മേൽക്കൂര മരംകൊണ്ട് നിർമ്മിച്ചതാണ്. അത് പൂക്കുലകൾ കൊണ്ട് അലങ്കരിച്ചി ട്ടുണ്ട്. ഒരു കൂറ്റൻ നെയ് ടിന്നാണ് ചിമ്മിനി. എല്ലാ കുടിലുകളുടെ മുന്നിലും ആടുകളെ പോലെ കറുപ്പും ചാര നിറവും കലർന്ന പുള്ളികളുള്ള, കല്ല് കൊണ്ടുള്ള വരാന്തയുണ്ട്. വരാന്തയുടെ സമീപം തന്നെ ഋഗ്വേദത്തിൽ പരാമർശിക്കുന്നതു പോലെ കാലി തൊഴുത്തുണ്ട്.

ഓക്സിജൻ കുറവുകൊണ്ടാണെന്നു തോന്നുന്നു എന്റെ ചിന്തകൾ ഭ്രാന്തമായി അലയുന്നതായി തോന്നി. അപ്പോഴേക്കും കുട്ടികൾ ചുറ്റും കൂടി. “നിങ്ങളുടെ ഭർത്താവ് എവിടെ?” ഞാൻ അവരുടെ മതത്തെക്കുറിച്ച് ചോദിച്ചപ്പോൾ അവർ തിരിച്ചു എന്നെ നേരിട്ടത് ഈ ചോദ്യത്തോടെയാ യിരുന്നു. “നിങ്ങളുടെ കുട്ടികൾ എവിടെയാണ്? നിങ്ങളുടെ ഭർത്താവിന്റെ അനുവാദത്തോടെയാണോ നിങ്ങൾ ഇവിടെ വന്നത്?” 1950കൾ വരെ ഇവിടെ പ്രചാരത്തിലുണ്ടായിരുന്ന “ഷമാണിസ” (Shamanism)ത്തെ ക്കുറിച്ച് ആലോചിക്കുകയായിരുന്ന എന്നോട് കുട്ടികൾ ചോദ്യശരങ്ങൾ തുടർന്നു.

അവരുടെ ബന്ധുക്കൾ പലരും ലാസ്പൂർ ടീമിനു വേണ്ടി മത്സരി ക്കുന്നുണ്ടെന്ന് അവർ പറഞ്ഞു. “നിങ്ങൾ വേനൽക്കാലങ്ങളിലും ഇവിടെ ത്തന്നെയാണോ താമസിക്കുന്നത്?” ഞാൻ ചോദിച്ചു. “ഞങ്ങൾ അവിടെ യാണ് താമസിക്കുക”, പച്ചനിറമുള്ള പാകിസ്ഥാനി തൊപ്പി ധരിച്ച ഒരു കുട്ടി തടാകതീരത്തേക്കു വിരൽ ചൂണ്ടി. “ഒരു ‘മൈൻഡാക്’” (maindak) പാലിൽ വീണതോടെയാണ് ഞങ്ങൾ മുകളിലേക്കു തന്നെ വന്നത്.” അവർ വിശദീകരിച്ചു. “എന്താണ് മൈൻഡാക്?” അവർ എനിക്കു അഭി നയിച്ചു കാണിച്ചുതന്നു. തവള. ഞാൻ തൊഴുത്തിന്റെ ഭിത്തിയിൽ ഇരുന്നു

ബാഗിൽ നിന്നും ഋഗ്വേദം എടുത്തു. കുട്ടികൾ എന്റെ ബാഗിലെ സാധനങ്ങൾ എന്തൊക്കെയെന്ന് പരിശോധിക്കുകയായിരുന്നു. ഞാൻ വായിക്കാൻ തുടങ്ങി.

"സ്വർഗ്ഗത്തിൽ നിന്നും ജലം വർഷിച്ചപ്പോൾ തുകൽ സഞ്ചിപോലെ ഉണങ്ങിയ അവൻ ജലാശയത്തിൽ കിടന്നു. തവളകളുടെ കരച്ചിൽ പശുവിന്റേത് പശുക്കുട്ടിയുടേതിനൊപ്പമെന്ന പോലെ മഴയുടെ സംഗീതവുമായി ചേർന്നു."

ഓക്സിജൻ കുറവ് എന്നെ വല്ലാതെ അസ്വസ്ഥയാക്കി തുടങ്ങിയിരുന്നു. അധികം താമസിയാതെ ഞാൻ സോമരസം വാറ്റുകയും മിക്കവാറും പോളോ കുതിരകളെ വച്ച് അശ്വമേധം നടത്തുകയും ചെയ്തേക്കും.

"സോമ" മിക്കവാറും ഇവിടുത്തെ പ്രാദേശിക ഉല്പന്നമാണ്. പർവത പ്രദേശങ്ങളിൽ വളരുന്ന ഒരു തരം ചെടിയിൽ നിന്നാണ് അത് വാറ്റിയെടുക്കുന്നതെന്നു പറഞ്ഞുകേട്ടിട്ടുണ്ട്. എന്നാൽ പോളോയ്ക്കു ഷാൻഡൂറിൽ വരുന്ന കുതിരകൾ പഞ്ചാബിൽ നിന്നും ഇറക്കുമതി ചെയ്യുന്നവയാണ്. വടക്കൻ പാകിസ്ഥാനിൽ ഋഗ്വേദ മനുഷ്യൻ ബലി നൽകിയിരുന്ന തരം കുതിരകളുമായി അതിനു യാതൊരു സാമ്യവുമില്ല. ചിത്രാലി കുതിരകൾ ചെറുതാണ്. അതുകൊണ്ടു പോളോയ്ക്കു അനുയോജ്യമല്ല. എന്നാൽ നേർച്ച നൽകാൻ ഉത്തമമാണ് താനും. ദിരിൽ (DIR) നിന്നും കിട്ടിയ കുതിരയുടെ ഫോസിലുകൾ 135 സെന്റിമീറ്റർ ഉയരമുള്ള കുതിരകളുടേതായിരുന്നു. രഥം വലിക്കാൻ ഉപയോഗിച്ചിരുന്ന ചെറിയ ഇനം കുതിരകൾ സൈബീരിയയിൽ കാണുന്ന തരത്തിലുള്ള പുരാതന ഇനത്തിൽ പെട്ടവയാണ്.

അടുത്ത മൂന്നു ദിവസങ്ങൾ തടാകതീരം മനുഷ്യരെക്കൊണ്ട് നിറയുന്നത് കുന്നിൻമുകളിൽനിന്നു ഞാൻ നോക്കിക്കണ്ടു. തദ്ദേശവാസികളും പഷ്തൂൺ ദല്ലാളുകളും പഞ്ചാബി വിനോദസഞ്ചാരികളും പിന്നെ കുറച്ചു വിദേശസഞ്ചാരികളും തടാകതീരത്തെ ആൾക്കൂട്ടത്തിലുണ്ട്. എൻജിനീയർ യൂസഫ് തന്റെ ആളുകൾ ഉണ്ടാക്കിയ താത്കാലിക ഹെലിപാഡുകളും ശുചിമുറികളും പരിശോധിച്ച് സംതൃപ്തനായി. രാത്രിയിൽ ചിത്രാലി നൃത്തമുണ്ട്. പകൽ മുഴുവൻ പ്രസിഡണ്ട് എത്തുമെന്ന് അഭ്യൂഹം പരന്നിരുന്നു. അവിടെവച്ച് ഞാൻ സ്വാത്തിൽനിന്നുള്ള എന്റെ ഏതാനും സുഹൃത്തുക്കളെ കണ്ടുമുട്ടി. അവർ വൃത്തിയാക്കിയ കോഴിയും വിലകൂടിയ ടെന്റുകളും കള്ളക്കടത്തായി പെഷവാറിൽ എത്തുന്ന മുന്തിയ ഇനം വോഡ്കയുമായിട്ടാണ് വന്നിരിക്കുന്നത്.

തികച്ചും പ്രാദേശിക വിനോദമായിരുന്നിട്ടും പുരാതന ഗതാഗത ഉപാധിയായ കുതിരകളെ വച്ചുള്ള മത്സരമായിട്ടും പോളോ എനിക്കു വേഗം മടുത്തു. ആദ്യ മത്സരം കഴിഞ്ഞപ്പോൾ നൃത്തം തുടങ്ങി. കൂടി

നിന്ന പുരുഷന്മാർ ആർപ്പു വിളികളുയർത്തി. ഞാൻ എഞ്ചിനീയറോടും മക്കളോടും യാത്ര പറഞ്ഞു എന്റെ ടെന്റ് മടക്കിയെടുത്തു. ഗ്രാമീണരുമായി ഗിൽജിത്തിലേക്ക് പോകുന്ന ജീപ്പിൽ ഒരു ടിക്കറ്റ് തരപ്പെടുത്തി.

ഞാൻ ലൊവാരി ചുരം കടന്നു ചിത്രാലിലെത്തിയപ്പോൾ മുതൽ ഭൂപ്രകൃതിയുടെ കാഠിന്യവും ഒപ്പം സമൃദ്ധിയും കൂടി കൂടി വന്നു കൊണ്ടിരുന്നു. വലിയ ഹോൺ മുഴക്കി റോഡിൽ നിറഞ്ഞുനടന്നിരുന്ന വന്യരായ പശുക്കളെ ഞങ്ങൾ ഓടിച്ചു. പൂക്കൾ നിറഞ്ഞ ഒരു മൈതാനം പിന്നിട്ട് ജീപ്പ് കുതിച്ചു. ഗിൽജിത് താഴ്വരയുടെ അറ്റത്തുള്ള ഇളംപച്ച നിറമുള്ള തടാകം ഈ വേനലിൽ കര കവിഞ്ഞിരുന്നു. ഇപ്പോഴും സമതലത്തിലെ വീടുകളുടെ ചുറ്റും വെള്ളം മിന്നിക്കളിക്കുന്നു. തടാകത്തിനു മുകളിൽ മലയുടെ ഉച്ചിയിൽ ജീപ്പ് നിർത്തി. ഞങ്ങൾ പുറത്തിറങ്ങി ആ അഭൗമഭംഗിയും ഒപ്പം വെള്ളപ്പൊക്കം സൃഷ്ടിച്ച നാശങ്ങളും കണ്ടു. ജീപ്പ് ഡ്രൈവർ കുനിഞ്ഞു കാട്ടുപൂക്കൾ പറിച്ചു തന്റെ വെളുത്ത കമ്പിളി തൊപ്പിക്കിടയിൽ തിരുകി. ഇവിടെ നിന്നു ഗിൽജിത്തിലേക്കുള്ള വഴി ഒരു വശത്തു വെള്ളവും മറുവശത്തു കൂറ്റൻ പാറകളുമായി അപകട സാധ്യത ഏറെയുള്ള ഒന്നാണ്.

ഗിൽജിത് തർക്കവിഷയമായ വടക്കൻ പ്രദേശത്തിന്റെ ഭാഗമാണ്. സോവിയറ്റു ഭൂപടത്തിൽ ഇന്ത്യയുടെ ഭാഗമായി അടയാളപ്പെടുത്തിയിരുന്ന ഒരു പർവത മേഖലയാണിത്. പാകിസ്ഥാനിലെ ഗോത്ര മേഖലയിലെ പോലെ തന്നെ ഇതും നികുതിരഹിത പ്രദേശമാണ്. പഷ്തൂൺ എന്ന മേൽവിലാസമില്ലാതെ തന്നെ തടികള്ളക്കടത്തും കാറോട്ടവും ഇവിടെയും സജീവമാണ്. ജനസംഖ്യയിൽ ഭൂരിഭാഗവും ഇസ്മായിലി വിഭാഗക്കാരാണ്. ആഗാഖാന്റെ അനുയായികൾ. പർദ്ദ അനാവശ്യമാണെന്നും രണ്ടു കുട്ടികൾ ധാരാളമാണെന്നും പറയുന്ന ആഗാഖാൻ തന്റെ അനുയായികളോട് ഇംഗ്ലീഷിൽ ചിന്തിക്കാനും സംസാരിക്കാനും സ്വപ്നം കാണാനും ആവശ്യപ്പെടുന്നു. ഇവിടെ അനുഭവപ്പെടുന്നത് മറ്റൊരു തരം സ്വാധീനമാണ്. ഇവിടെ അഫ്ഗാനിസ്ഥാനും ഇറാനും ഉള്ളതിനേക്കാൾ സ്വാധീനം മധ്യേഷ്യയ്ക്കും ചൈനയ്ക്കുമാണ് എന്നു കാണാം.

പെഷവാർ പുരാവസ്തു ഗവേഷകരുടെ അഭിപ്രായത്തിൽ, ആര്യന്മാർ വന്നത് ഈ താഴ്വരയിലൂടെയാണ്. ഇവിടെ ഇതുവരെ ഖനനങ്ങൾ ഒന്നും നടന്നിട്ടില്ല. ഗിൽജിത്തിൽ ബ്രിട്ടന്റെ പൊളിറ്റിക്കൽ ഏജന്റായി പത്തൊമ്പതാം നൂറ്റാണ്ടിൽ ജോലി നോക്കിയിരുന്ന ജോൺ ബിദ്ദുൽഫിന്റെ (John Biddulph) പുസ്തകത്തിൽ ഞാൻ പൗരാണിക കൽ വൃത്തങ്ങളെക്കുറിച്ച് പരാമർശിച്ചത് വായിച്ചിട്ടുണ്ട്. അക്കാലത്ത് ഈ പ്രദേശങ്ങൾ എല്ലാം അജ്ഞാതമായിരുന്നു. അതുകൊണ്ടുതന്നെ ബ്രിട്ടീഷ് അധികാരികൾക്ക് ഇവിടവുമായി കാര്യമായ ബന്ധവുമുണ്ടായിരുന്നില്ല.

1880ലാണ് ബിഡ്ഡുൾഫ് യാസിനിലെ പുരാതന കൽമേശകളെക്കുറിച്ച് ഒരു ചെറിയ ഖണ്ഡിക എഴുതിയത്. അദ്ദേഹം അതു നിൽക്കുന്ന പ്രദേശത്തിന്റെ ഭൂപടമോ ചിത്രമോ ഒന്നും വരച്ചില്ല. അന്ന് മുതൽ ഇന്നുവരെ അതിനെക്കുറിച്ചു പഠനങ്ങൾ ഒന്നും നടന്നിട്ടില്ല. യാസീനിലേക്ക് അടുക്കുമ്പോൾ എന്റെ ആശങ്ക മുഴുവൻ പർവാക്കിലെ പോലെ ഇതും നശിപ്പിച്ചിട്ടുണ്ടാവുമോ എന്നതായിരുന്നു.

യാസിനിൽ എനിക്കു മജിസ്ട്രേറ്റിനു മുന്നിൽ റിപ്പോർട്ട് ചെയ്യേണ്ടിയിരുന്നു. പക്ഷേ മജിസ്ട്രേറ്റ് താടി തടവികൊണ്ട് നിസ്സംഗമായി പറഞ്ഞു, “അകത്തു സ്വർണമുണ്ടോ എന്നു നോക്കാൻ ആ കൽവൃത്തം ഞങ്ങൾ തകർത്തു.” “ഇല്ല, ഇല്ല...!!!”, അദ്ഭുതം തോന്നിയില്ലെങ്കിലും നിരാശയിൽ ഞാൻ നിലവിളിച്ചു പോയി. അയാൾ അപ്പോഴും സന്തോഷത്തോടെ തമാശകൾ പറയുന്നുണ്ടായിരുന്നു. അന്ന് വൈകുന്നേരം അയാൾ എന്നെ നദീതീരത്തുള്ള ഒരു തോട്ടത്തിലേക്കു കൊണ്ടുപോയി അവിടെ പർവാക്കിൽ കണ്ടതിനേക്കാൾ വലിയ, കൽവൃത്തം കാണിച്ചുതന്നു. അതിന്റെ നടുവിൽ ഒരു മരം ഉണ്ടായിരുന്നു. കല്ലുകൾ, ബിഡ്ഡുൾഫ് വിവരിച്ചത് പോലെ, മണ്ണിൽ ആഴത്തിൽ, തോളോട് തോൾ എന്നതുപോലെ ചേർന്നു, പുതഞ്ഞു കിടക്കുന്നുണ്ട്. ഞാൻ എണ്ണി. അതിൽ ഏഴു കല്ലുകൾ നഷ്ടപ്പെട്ടിരിക്കുന്നു. അടുത്ത് തന്നെ ഒരു സുന്നി പള്ളി നിർമ്മിക്കാനായി പൊളിച്ചു കൊണ്ടുപോയതായി അതിന്റെ ഉടമസ്ഥൻ എന്നോടു പറഞ്ഞു.

അടുത്ത ദിവസം ഞാൻ ഒരു ജീപ്പ് വാടകയ്ക്കെടുത്തു. എന്നിട്ട് അഫ്ഗാനിസ്ഥാൻ അതിർത്തിവരെ താഴ്‌വരയിലൂടെ സഞ്ചരിച്ചു. ഞങ്ങൾ കടന്നു പോയ ഓരോ ഗ്രാമത്തിലും “പത്തർകാചൗക്ക്” (വൃത്താകൃതിയിൽ കല്ലു കൊണ്ടുള്ള നിർമ്മിതി: ഉറുദുവിൽ എനിക്കു ചെയ്യാൻ പറ്റുന്ന ഏറ്റവും നല്ല മൊഴിമാറ്റമായിരുന്നു അത്) അന്വേഷിച്ചുകൊണ്ടിരുന്നു. യാസിൻ ഗ്രാമത്തിനു വടക്കു റൂയിനദി ഗ്രാമത്തിൽ ചേരുന്ന പ്രദേശത്ത് ഒരു മുസ്ലീം ശവകുടീരം ഉണ്ട്. അതിന്റെ വാതിലിനു മുകളിൽ കാട്ടാടിന്റെ കൊമ്പുകൾകൊണ്ട് അലങ്കരിച്ചിരിക്കുന്നു. കാട്ടാടിന്റെ കൊമ്പുകൾകൊണ്ട് ശ്മശാനഭൂമികൾ അലങ്കരിക്കുന്നത് നാല്പതിനായിരം വർഷംമുൻപ് നിയാണ്ടർത്താൽ കാലഘട്ടത്തിലെ രീതിയാണ്. അതിനടുത്തായി വലിപ്പം കുറഞ്ഞതെങ്കിലും മൂന്നു വ്യത്യസ്ത തരത്തിലുള്ള കൽവൃത്തങ്ങൾ കണ്ടു. ഒരുപക്ഷേ അതൊരു പൗരാണിക ശ്മശാനഭൂമിയായിരിക്കും. ഇവിടെ നദി ഒഴുകുന്നത് തെക്കു കിഴക്കു ദിശയിലേക്കാണ്. വൈദിക ശ്മശാനഭൂമിയാകാൻ ഏറ്റവും പറ്റിയ സ്ഥലമാണിതെന്നു സത്പഥ ബ്രാഹ്മണർ കരുതുന്നു.

നദിക്കു മുകളിൽ കുത്തനെ ഉയർന്നു നിൽക്കുന്ന കുന്നിൻ മുകളിലേക്കു ഞാൻ കയറി. മുകളിലെ സമതലത്തിൽ കീഴ്ക്കാംതൂക്കായ ചെരിവുകളിൽ അവിടവിടെ കൽവൃത്തങ്ങൾ തെളിഞ്ഞു കണ്ടു. ഞാൻ

അടുത്തെത്തുമ്പോഴേക്കും അവ അപ്രത്യക്ഷമാകുന്നതുപോലെ എനിക്കു തോന്നി. ചില കൽവൃത്തങ്ങൾ മൂന്നോ നാലോ വലിയ പാറക്കല്ലുകൾ കൊണ്ടാണ് നിർമ്മിച്ചിരിക്കുന്നത്. ഇടയിലുള്ള വിടവുകൾ ചെറിയ കല്ലുകൾ കൊണ്ട് അടച്ചിരിക്കുന്നു. മേശയുടെ ആകൃതിയിലുള്ള നിരവധി കൽപാളികൾ അവിടെ കണ്ടു. ചില വലിയ പാറകൾ നെടുകെ പിളർന്നിരിക്കുന്നു. ചിലത് തലകീഴായി നാട്ടി നിർത്തിയിരിക്കുന്നു. ഒരു പാറയിൽ, ശരീരത്തിന്റെ അത്രയും തന്നെ നീളത്തിൽ വാലും കൊമ്പുമുള്ള കാട്ടാടിനെ രൂപം കൊത്തിവച്ചിരിക്കുന്നു.

ഏറ്റവും സവിശേഷമായതു കുത്തനെ നിർത്തിയിരിക്കുന്ന കല്ലുകളാണ്. അതിന്റെ ചുവട്ടിൽ മേശയുടെ ആകൃതിയിൽ പരന്ന കല്ലുകൾ വച്ചിരിക്കുന്നു. നിഴൽ കൃത്യമായി അതിനു മുകളിൽ പതിക്കുന്ന വിധത്തിലാണ് വച്ചിരിക്കുന്നത്. ഈ കല്ലുകളെ പവിത്രമായി കണ്ടിരുന്ന ഭൂതകാലം ജനങ്ങൾ ഓർമ്മിക്കുന്നതായി ഇരുപതു വർഷം മുൻപ് ഗിൽജിത് സന്ദർശിച്ച ജർമൻ പുരാവസ്തു ഗവേഷകൻ കാൾ ജെറ്റിമാർ രേഖപ്പെടുത്തുന്നു. ഒരിക്കൽ ഗ്രാമത്തിലെ മുഴുവൻ ജനങ്ങളും ലിംഗഭേദമന്യേ ഈ കുന്നിൻമുകളിൽ വന്ന് കല്ലുകൾക്ക് മുന്നിൽ ആട്ടവും പാട്ടുമായി കഴിഞ്ഞിരുന്നു. നാട്ടി നിർത്തിയിരിക്കുന്ന കല്ലുകൾ അവർക്കു പൂർവപിതാക്കന്മാരുടെ ആത്മാക്കൾ കുടിയിരിക്കുന്ന സ്ഥലമായിരുന്നു. ചുവട്ടിലെ പരന്ന കല്ലുകൾ ആടിനെ ബലി നൽകാനായി ഉപയോഗിച്ചിരുന്നു. ഈ വിദൂര താഴ്വരകളിൽ കല്ലുകളുടെ ആരാധനയുമായി ബന്ധപ്പെട്ട് ഇത്തരത്തിൽ നിരവധി കഥകളുണ്ട്.

ഇപ്പോൾ ഇവിടെ കാറ്റിന്റെ ശബ്ദം മാത്രമേ കേൾക്കാനുള്ളൂ. അപ്പോഴതാ പിന്നിൽ നിന്നാരോ ഉച്ചത്തിൽ വിളിക്കുന്നു. ഞാൻ തിരിഞ്ഞു നോക്കിയപ്പോൾ ജീപ്പ് ഡ്രൈവർ നിൽക്കുന്നത് കണ്ടു. ഒരു മണിക്കൂറിലേറെയായിട്ടും എന്നെ കാണാഞ്ഞതിനാൽ അന്വേഷിച്ചുവന്നതാണ് അയാൾ.

ഞങ്ങൾ നദിയുടെ മറുഭാഗത്തെ ചെരുവിലായി പരന്നുകിടക്കുന്ന ഗ്രാമത്തിലേക്കു പോയി. ഇവിടെ നിന്നും രണ്ടു ദിവസം നടന്നാൽ അഫ്ഗാനിസ്ഥാനിലും ഓക്സസ് നദീതീരത്തും എത്താം. നദി കര കവിഞ്ഞതിനാൽ തീരങ്ങൾ ഇടിയുന്നുണ്ട്. ഞങ്ങൾ ജീപ്പിൽ നിന്നിറങ്ങി വാൽനട്ട് മരങ്ങൾ തണൽ വിരിച്ച ഗ്രാമപാതയിലൂടെ നടന്നു. ഒടുവിൽ നീല വനപുഷ്പങ്ങൾ പൂത്തുനിൽക്കുന്ന ഒരു സമതലത്തിലെത്തി. നടക്കുമ്പോൾ തന്നെ മരങ്ങൾക്കിടയിലൂടെ വലിയ കല്ലുകൾകൊണ്ട് നിർമ്മിച്ച വൃത്താകൃതിയിലുള്ള എടുപ്പുകൾ കാണാമായിരുന്നു. നാലടിയോളം ഉയരമുള്ള കല്ലുകൾ ആളുകൾ വൃത്താകൃതിയിൽ നിൽക്കുന്നതുപോലെ തന്നെ തോളോട് തോൾ ചേർന്നുനിൽക്കുന്നു. ആ തോട്ടം അഖിൽ എന്ന ഒരു കർഷകന്റേതാണ്. അയാളുടെ വൃദ്ധപിതാവ് സംഗീതോപകരണം കൈയിൽ വച്ച് പാടുന്നതിനിടെ ആ കൽവൃത്തത്തെക്കുറിച്ചും

അവിടങ്ങളിൽ നിലനിൽക്കുന്ന ഐതിഹ്യത്തെക്കുറിച്ചും പറഞ്ഞു. "ഇവിടെയുള്ള ആളുകൾ ആ കൽവൃത്തങ്ങൾ ഉണ്ടാക്കിയത് രാക്ഷസന്മാരാണെന്നൊക്കെ പറയും. പക്ഷേ എന്റെ പൂർവികർ ഒരു നൂറ്റാണ്ടു മുൻപ് ഈ പ്രദേശത്തെ രാജാക്കന്മാരായിരുന്നു. ഈ കൽവൃത്തങ്ങൾ രണ്ടായിരം വർഷങ്ങൾക്കു മുൻപ് ഒരു 'റൂസി' (റഷ്യൻ) പോരാളി ഉണ്ടാക്കിയതാണെന്ന് അവർക്ക് അറിയാമായിരുന്നു. "റഷ്യൻ?" ഞാൻ സംശയിച്ചു. അയാൾ അതെ എന്ന അർത്ഥത്തിൽ തലയാട്ടി. "പുറത്തു നിന്നും ഈ ഭാഗങ്ങളിലേക്കു എപ്പഴും ആളുകൾ വരുമായിരുന്നു. തന്റെ അടുത്ത സുഹൃത്തിന്റെ സ്മാരകമായിട്ടാണ് ആ റഷ്യക്കാരൻ ഇത് നിർമ്മിച്ചത്. അവർ വികാര ജീവികളാണ്," വൃദ്ധൻ പറഞ്ഞു.

ഞങ്ങൾ ആ കൽവൃത്തത്തിന്റെ കിഴക്കു ഭാഗത്തുള്ള കവാടത്തിലൂടെ അതിനുള്ളിൽ കടന്നു. ചില കല്ലുകൾക്ക് ചതുരാകൃതിയാണ്. മറ്റു ചിലതിനു 'V' ആകൃതിയും. ഈ ആകൃതി വ്യത്യാസം ഓരോന്നിനും ഒരു സ്വതന്ത്ര വ്യക്തിത്വം നൽകുന്നുണ്ട്. വടക്കുഭാഗത്തുള്ള കല്ലുകളിൽ പായൽ പടർന്നു കയറിയിട്ടുണ്ട്. തെക്കു വശത്തുള്ളവയിൽ കാട്ടാടിന്റെ രൂപം കൊത്തിവച്ചിട്ടുണ്ട്. അതിന്റെ മുകളിലെല്ലാം മേശയുടെ ആകൃതിയിൽ കൽപാളികൾ ഉണ്ടായിരുന്നുവെന്ന് അഖിൽ പറഞ്ഞു. ഓരോ തവണയും അയാൾ സ്കാർഡുവിൽ പോയി വരുമ്പോഴേക്കും ഏതെങ്കിലും അയൽവാസി അതൊക്കെ മോഷ്ടിച്ചിരിക്കും. അഖിൽ കുട്ടിയായിരുന്നപ്പോൾ അരയ്ക്കാനായി കുത്തനെ നിൽക്കുന്ന കല്ലുകൾ ഒരെണ്ണം എടുത്തു കൊണ്ട് പോയിരുന്നു. "തൊട്ടപ്പുറത്തും ഇത് പോലെയുള്ള കൽവൃത്തം ഉണ്ടായിരുന്നു" നദീതീരത്തോടെ ചേർന്നു ചോളച്ചെടികൾ കാറ്റിലാടിക്കളിക്കുന്ന ഒരു ഭാഗത്തേക്കു വിരൽ ചൂണ്ടി അഖിൽ പറഞ്ഞു. "പക്ഷേ അതിന്റെ ഉടമസ്ഥൻ അതുകൊണ്ടു ആകെ മടുത്തിട്ട് പൊളിച്ചുകളഞ്ഞു", അഖിൽ കൂട്ടിച്ചേർത്തു. "ഇത് കാണാൻ ആളുകൾ നിങ്ങൾക്ക് പണം തരും", ഞാൻ അഖിലിനോട് പറഞ്ഞു, "പക്ഷേ നിങ്ങൾ ഇത് നന്നായി സംരക്ഷിക്കുമെങ്കിൽ മാത്രം." സ്റ്റോൺ ഹെഞ്ചിനെക്കുറിച്ച് വിശദീകരിക്കാൻ ഞാൻ ഒരു ശ്രമം നടത്തി. പക്ഷേ അഖിൽ ഒന്നും മനസ്സിലാകാത്തതുപോലെ എന്നെ നോക്കി.

അന്ന് വൈകുന്നേരത്തോടെ ഞാൻ യാസീനിൽ തിരിച്ചെത്തി. സയ്യദ് ജുനൈദ് എന്ന ചെറുപ്പക്കാരന്റെ സഹായത്തോടെ ആ ഗ്രാമത്തിൽ അല്പം പര്യവേഷണം നടത്താൻ തീരുമാനിച്ചു. അതിർത്തി സേനയിലെ അംഗമാണ് ജുനൈദ്. എവിടുന്നോ കടം വാങ്ങിയ ഒരു മോട്ടോർ സൈക്കിളിൽ ജുനൈദ് എന്നെ ഗ്രാമത്തിലെങ്ങും കൊണ്ടുപോയി. നദീതീരത്തുള്ള മറ്റൊരു കൃഷിയിടത്തിൽ ഒരു കൽവൃത്തത്തിന്റെ അവശിഷ്ടങ്ങൾ ഞങ്ങൾ കണ്ടു. അതിന്റെ ഉടമസ്ഥൻ അയാളുടെ വീടിനു വലിപ്പം കൂട്ടാനായി അതെല്ലാം പൊളിച്ചെടുത്തുകൊണ്ട് പോയത്രേ. അയാൾ ആ വൃത്തത്തിന്റെ നടുക്ക് കുഴിച്ചു നോക്കുകയും ചെയ്തു.

അവിടെ നിന്നും ഏതാനും കളിമൺപാത്രങ്ങൾ കിട്ടിയതിൽ അയാളുടെ കുട്ടികൾ തുളസിച്ചെടി നട്ടു വളർത്തുന്നു. അയാൾ അവിടെ നാല് ശവക്കല്ലറകളും കണ്ടെത്തിയിരുന്നു. (ഈ വൃത്തങ്ങൾ ശവകുടീരങ്ങൾ ആയിരിക്കാമെന്ന ബിഡ്ഡുൾഫിന്റെ നിഗമനത്തിനു ഇവിടെ സ്ഥിരീകരണമാകുന്നു.) അവയോരോന്നും ജീർണിക്കലിന്റെ പല ഘട്ടങ്ങളിലായിരുന്നു. ഒന്നിന് ഏറെ പഴക്കം ഉണ്ടായിരുന്നില്ല. ഒരു പക്ഷേ പൗരാണിക ശവക്കല്ലറ പിന്നീട് പുനരുപയോഗിച്ചതാവാം. മറ്റുള്ളവയിലെല്ലാം വെറും എല്ലുകൾ മാത്രമായിരുന്നു. കല്ലറകൾ തുറന്നപ്പോൾ തന്നെ അവയെല്ലാം പൊടിഞ്ഞുമണ്ണായി. അയാൾ അതെല്ലാം കോരിയെടുത്തു തന്റെ കൃഷിയിടങ്ങളിൽ വിതറി.

എന്ത് കാരണം കൊണ്ടാണെന്നറിയില്ല സയ്യദ് ജുനൈദ് പറയുന്നതൊന്നും കേൾക്കേണ്ടതില്ല എന്ന് മജിസ്ട്രേറ്റ് എന്നെ വിലക്കി. ഗൂപിസിന് അടുത്തുള്ള താഴ്‌വരയിൽ തന്റെ സ്വന്തം ഭൂമിയിൽ ഇത്തരം കൽവൃത്തങ്ങൾ ഉണ്ടെന്ന് ജുനൈദ് എന്നോടു പറഞ്ഞിരുന്നു. "ഇവർക്കൊന്നും ഒന്നുമറിയില്ല" ജുനൈദ് പറഞ്ഞു. അന്ന് ഉച്ചതിരിഞ്ഞ് ഞാൻ ജുനൈദിനെ അയാളുടെ വീട്ടിൽ വച്ച് കാണാൻ തീരുമാനിച്ചു. ഗിൽജിത്തിലേക്കു പോകുകയാണെന്ന് മജിസ്ട്രേറ്റിനോടു പറഞ്ഞു. അന്ന് നല്ല തണുപ്പും വെയിലുമുള്ള ദിവസമായിരുന്നു. ജീപ്പ്ഡ്രൈവർ എന്നെ ഗൂപിസ് എത്തുന്നത് മുൻപുള്ള സ്ഥലത്തു പച്ച പെയിന്റടിച്ച വീടിനു മുന്നിൽ ഇറക്കി.

സയ്യദ് ജുനൈദും അയാളുടെ സഹോദരനും നദീതീരത്ത് ഒരു മൾബറിമരത്തിനു ചുവട്ടിൽ എന്നെയും കാത്തു നിൽക്കുന്നുണ്ടായിരുന്നു. കുതിച്ചൊഴുകുന്ന വിശാലമായ നദി. തോണിയിൽ ഈ സമയത്ത് നദി കടക്കുക ദുഷ്കരമായിരിക്കും. അതുകൊണ്ട് അവർ ഒരു കേബിൾകാർ സംവിധാനം നദിക്കു കുറുകെ തയ്യാറാക്കിയിട്ടുണ്ട്. ചൂരൽ കൊണ്ടുണ്ടാക്കിയ വലിയ കുട്ടയാണ് കേബിൾകാർ. കേബിളിന്റെ ഒരറ്റം മൾബറി മരത്തിലും മറ്റേ അറ്റം നദിക്കക്കരെ ഒരു പാറയിലും ഘടിപ്പിച്ചിരിക്കുന്നു. ജുനൈദ് കഷ്ടപ്പെട്ട് ആ വള്ളിക്കുട്ടയിൽ വലിഞ്ഞു കയറി നദിയുടെ മധ്യത്തിലേക്കു കുതിച്ചു. പിന്നെ അക്കരെ ഉയർന്നു നിൽക്കുന്ന കീഴ്ക്കാം തൂക്കായ പാറക്കൂട്ടങ്ങളിലേക്കു കുതിക്കുന്നതു നദീതീരത്തു ഞാൻ നോക്കിനിന്നു. ഈ സമയം ജുനൈദിന്റെ സഹോദരൻ മൾബറിമരത്തിലിരുന്നു കേബിൾ ബലമായി വലിച്ചു പിടിച്ചുകെട്ടി. അടുത്തത് എന്റെ ഊഴമാണ്. ഞാൻ ആ വള്ളിക്കുട്ടയിൽ കയറി ഇരുന്ന് അതിന്റെ ഇരുവശങ്ങളിലും ബലമായി പിടിച്ചു. അതിലിരുന്നു നോക്കിയപ്പോൾ അങ്ങ് താഴെ നദി കുതിച്ചൊഴുകുന്നു. നദിയുടെ മധ്യത്തിൽ കേബിൾകാർ ഒന്ന് നിന്നു. ഞാൻ അവിടെ ഇരുന്ന് അപ്പുറത്തെ പാറ നിറഞ്ഞ പ്രദേശങ്ങളിലേക്ക് കണ്ണോടിച്ചു. അവിടെയാണ് ആ കൽവൃത്തം.

ഞാൻ വള്ളിക്കുട്ടയിൽ നിന്നും പുറത്തിറങ്ങി. ജുനൈദ് എന്നെ ആ കുന്നിലേക്ക് നയിച്ചു "അതാ, അവിടെയാണത്", ജുനൈദ് പറഞ്ഞു.

എന്റെ ഉച്ഛ്വാസത്തിലുള്ള കിതപ്പ് എനിക്കു കേൾക്കാമായിരുന്നു. ആ കൽവൃത്തം അത്യുജ്ജ്വലമായിരുന്നു, രാജകീയമായിരുന്നു. ഏകാന്തതയിലായിരുന്നു. കനം കൂടിയ കല്ലുകൾ കൊണ്ട് നിർമ്മിച്ച ഒന്നാന്തരമൊരു വൃത്തമായിരുന്നു ആ നിശ്ശബ്ദഭൂവിൽ കണ്ടത്.

ഞങ്ങളുടെ ഇടതുവശത്തു കുത്തനെ ഉയർന്നു നിൽക്കുന്ന തവിട്ടു നിറത്തിലുള്ള പാറകളും ഇടറി ഒഴുകുന്ന നീല നദിയും. വലതു വശത്ത് കൂടുതൽ വിശാലമായ ഇളംപച്ച നിറമുള്ള നദി. അങ്ങകലെ ഇരുണ്ട പർവതനിരകൾ. കിഴക്കു നദികൾ സംഗമിക്കുന്നതിനും അപ്പുറം മഞ്ഞു മൂടിയ പർവതശിഖരങ്ങൾ അപരാഹ്ന സൂര്യകിരണങ്ങളിൽ വെട്ടിത്തിളങ്ങുന്നു. ഒരു മന്ത്രണം പോലെ എനിക്കു കേൾക്കാം, ഈ കൽവൃത്തം പടുത്തുയർത്തിയ മനുഷ്യരുടെ കാലടിയൊച്ചകൾ. ജീവിതത്തിൽ ആദ്യമായി ഞാൻ സാഷ്ടാംഗം വീണ് ആരാധിക്കാൻ ആഗ്രഹിച്ചു പോയി, അപാരമായ മനുഷ്യാധ്വാനത്തെ, പ്രകൃതി ശക്തിയെ.

ഞങ്ങൾ ആ കൽവൃത്തം ലക്ഷ്യമാക്കി മെല്ലെ നടന്നു. പിന്നെ അതിനെ ഒന്ന് വലം വച്ചു. കുത്തനെ നിൽക്കുന്ന ആ കൽപാളികൾക്കു എന്നേക്കാൾ ഉയരമുണ്ട്. ഞാൻ കൈകൾ വിരിച്ചുപിടിച്ചാൽ ഉള്ളത്രയും വീതിയുമുണ്ട്. ഈ ഏകാന്തതയാണ് കള്ളന്മാരിൽ നിന്നും ഇതിനെ സംരക്ഷിച്ചു നിർത്തിയിരിക്കുന്നത്. നല്ലൊരു പാലം നദിക്ക് കുറുകെ വന്നാൽ മാത്രമേ ഇതാർക്കെങ്കിലും കടത്തികൊണ്ടുപോകാൻ കഴിയുകയുള്ളൂ. വൃത്തത്തിനു മുകളിൽ വച്ചിരിക്കുന്ന പരന്ന കല്ലു പോലും യാതൊരനക്കവും ഇല്ലാതെ ഇരിക്കുന്നു. എങ്കിലും വൃത്തത്തിന്റെ മധ്യത്തിൽ ആരോ കുഴിക്കാൻ ശ്രമിച്ചിട്ടുണ്ട്. പച്ചനിറമുള്ള കൽപാളികൾ മണ്ണിനടിയിൽ നിന്നും പുറത്തേക്കു തള്ളിനിൽക്കുന്നു. കിഴക്കോട്ടും പടിഞ്ഞാറോട്ടും നദികൾക്ക് അഭിമുഖമായി കല്ലുകൊണ്ട് തന്നെ ചുമരുകൾ നിർമ്മിച്ചിട്ടുണ്ട്. വൃത്തത്തിലെ കല്ലുകളിലും എന്തൊക്കെയോ കൊത്തി വച്ചിട്ടുണ്ട്. പ്രധാനമായും കാട്ടാടിനെ രൂപമാണ് അവയിൽ കാണുന്നത്. ചെറിയ ഒരു പതാകയും കൈയിൽ പിടിച്ചു കുതിരപ്പുറത്തിരിക്കുന്ന ഒരു യോദ്ധാവിന്റെ ചിത്രവും ആ കല്ലുകളിലൊന്നിൽ കണ്ടു.

യാസിൻ ഗ്രാമത്തിലെ കൽവൃത്തങ്ങളെ കുറിച്ച് ബിഡ്ഡുൾഫിന്റെ കാലം തുടങ്ങി ഗൗരവമായ പഠനങ്ങൾ ഉണ്ടായിട്ടില്ല. അവ ഗോത്രതലവന്മാർ നിർമ്മിച്ചതാകാമെന്നാണ് പ്രൊഫസർ ഡാനി അനുമാനിക്കുന്നത്.

എന്നാൽ ജർമൻ പുരാവസ്തു ഗവേഷകർ ഇതിനോട് യോജിക്കുന്നില്ല. ഇവിടെ ഖനനം നടത്താൻ പാകിസ്ഥാൻ ഗവണ്മെന്റ് അനുവദിക്കും വരെ എല്ലാവരുടെ അനുമാനങ്ങളും വിലപ്പെട്ടതാണ്. അവ ഒരുപക്ഷേ ഇരുമ്പു യുഗത്തിലെയോ വെങ്കല യുഗത്തിലെയോ ആയിരിക്കും.

അതല്ലെങ്കിൽ മൂവായിരം വർഷം പഴക്കമുള്ള വേദ കാലഘട്ടത്തിലേതാവാം അതുമല്ലെങ്കിൽ, ഈ വിദൂര പർവത താഴ്വരകളിൽ നൂറ്റാണ്ടുകൾ പഴക്കമുള്ള പാരമ്പര്യങ്ങളും ആചാരങ്ങളും ഈയടുത്ത കാലം വരെ എങ്ങനെ നിലനിന്നു എന്നതിന്റെ ഉദാഹരണങ്ങളായിരിക്കാം അവ.

യാസീന് സമാന്തരമായി കിടക്കുന്ന ഇഷ്കോമെൻ താഴ്വരയിലാണ് അന്ന് രാത്രി ഞാൻ തങ്ങിയത്. ഇവിടെയാണ് 1966ൽ ആര്യൻ കാലഘട്ടത്തിലെ ശവകുടീരങ്ങൾ കണ്ടെത്തിയത്. ഇവിടെ ഹോട്ടലുകളില്ല. പക്ഷേ ബസിൽ എന്നോടൊപ്പം യാത്ര ചെയ്ത ഒരു സ്ത്രീ എനിക്കു താമസ സൗകര്യം തരാമെന്നേറ്റു. അവർ ഒരു കല്പണിക്കാരന്റെ ഭാര്യയാണ്. ഗിൽജിത് സ്ത്രീകളുടെ ചുംബന രീതി വളരെ ആകർഷകമാണ്. അവർ നിങ്ങളുടെ ഇരുകൈകളും അവരുടെ കൈകളിൽ എടുത്ത് അവയിൽ ചുംബിക്കുന്നു. എന്നിട്ട് അവരുടെ ഇരുകൈകളും നിങ്ങളുടെ ചുണ്ടുകൾക്ക് നേരെ ചുംബനത്തിനായി നീട്ടുന്നു. പിന്നെ അവർ ഇരു കവിളുകളിലും ചുംബിക്കുന്നു. (കലാഷ് ജനതയും ഇങ്ങനെ തന്നെയാണ് ചുംബിക്കുന്നത്. അവരുടെ ആലിംഗനങ്ങൾക്ക് ലിംഗ വ്യത്യാസമില്ല).

പാകിസ്ഥാനിൽ ശരീരങ്ങൾ തമ്മിൽ സ്പർശിക്കുന്നതു അസാധാരണമാണ്. അത് വല്ലാത്തൊരടുപ്പം ഉണ്ടാക്കുന്നു. ആ സ്ത്രീ എന്നെ അവരുടെ വീട് പരിചയപ്പെടുത്തി തന്നു. മരംകൊണ്ട് നിർമ്മിച്ച ചെറിയ വീട്. അവരെന്നെ സദ്ദാം ഹുസൈന്റേയും ആഗാഖാന്റെയും പോസ്റ്ററുകൾ പതിച്ച മുറിയിലേക്കു നയിച്ചു. ഇവിടെയാണ് ഇന്ന് രാത്രി ഞാൻ ഉറങ്ങാൻ പോകുന്നത്. ആ ഗ്രാമത്തിൽനിന്നും ഒരുപാട് പേർ 1999ലെ കാർഗിൽ യുദ്ധത്തിൽ രക്തസാക്ഷികളായതായി അന്ന് രാത്രി അവർ എന്നോട് പറഞ്ഞു. ഇന്ത്യയുടെ കൈവശമുള്ള കാശ്മീരിനുവേണ്ടി ജനറൽ മുഷറഫ് നടത്തിയ ഒരു പാഴ്വേലയായിരുന്നു ആ യുദ്ധം. അതിലെ പരാജയം മുഷാറഫിനെ സൈനിക മേധാവി സ്ഥാനത്തു നിന്ന് പിരിച്ചുവിടുന്നതിലേക്കും ഒടുവിൽ പട്ടാള അട്ടിമറിയിലേക്കും നയിച്ചു.

രാവിലെ ഞാൻ ഖനനം നടന്ന സ്ഥലങ്ങൾ കാണാൻ പോയി. അവിടെയെല്ലാം വൃത്താകൃതിയിലുള്ള ശവകുടീരങ്ങൾ കണ്ടെത്തിയിരുന്നു. പക്ഷേ ഒരു ഔദ്യോഗിക രേഖയും അത് സംബന്ധിച്ച് ഇതുവരെ ഉണ്ടാക്കിയിട്ടില്ല. മറ്റു ശവകുടീരങ്ങളുമായി അതിനുള്ള ബന്ധത്തെക്കുറിച്ച് വ്യത്യസ്ത നിഗമനങ്ങളാണുള്ളത്. ഈ കല്ലറകളിൽ നിന്നും കിട്ടിയ പദാർത്ഥങ്ങളിൽ ശംഖും ഉൾപ്പെടുന്നു. വിദൂര ദേശങ്ങളുമായുണ്ടായിരുന്ന വ്യാപാര ബന്ധത്തെയാണ് ഇത് സൂചിപ്പിക്കുന്നത്. കലാഷ് ജനതയുമായി ഉണ്ടായിരുന്ന ബന്ധത്തിലേക്കും ഇത് വിരൽ ചൂണ്ടുന്നു. ഗൂപിസിലും യാസീനിലും കണ്ടതുപോലെ കല്ലറകൾ ഉണ്ടാക്കാൻ പച്ച നിറത്തിലുള്ള പ്രാചീന ശിലകളാണ് ഉപയോഗിച്ചിരിക്കുന്നത്.

ഈ താഴ്വരയിലെ ഏതാണ്ടെല്ലാ കൃഷിയിടങ്ങളിലും ഇത്തരം പൗരാണിക ശവക്കല്ലറകൾ കണ്ടെത്തിയിട്ടുണ്ട്. നദീതീരത്തു കൂടി കുറച്ചു കൂടി താഴേക്കു പോയാൽ അശോകന്റെ ബ്രഹ്മി ലിപി കൊത്തി വച്ചിട്ടുള്ള കൂറ്റൻ പാറ കാണാം. പുരാവസ്തു തത്പരർ സ്വയം നടത്തിയ ചില ഖനനങ്ങളിൽ ആകർഷകമായ പല വസ്തുക്കളും കിട്ടിയിട്ടുണ്ട്. ആപ്രികോട്ട് കൃഷി ചെയ്യുന്ന ഒരു കൃഷിയിടത്തിൽ നിന്നും ഒരു കർഷകന് ഈ വർഷം ലോഹനിർമ്മിതമായ കുതിരയുടെ രൂപം കിട്ടിയിരുന്നുവത്രെ. അയാൾ അത് 52000 രൂപയ്ക്ക് ഒരു പഷ്തൂൺ വ്യാപാരിക്ക് വിറ്റു.

നടന്നു തളർന്നു ഞാൻ ഗിൽജിത്തിലേക്കുള്ള പ്രധാന പാതയിലെത്തി. അവിടെ ഒരു ചെറിയ ചായക്കടയിൽ നിന്നു. അഞ്ചാമത്തെ കപ്പു ചായ കുടിച്ചുകൊണ്ടിരിക്കുമ്പോഴാണ് വൃദ്ധനായ ഒരു ആട്ടിടയൻ അവിടേക്കു കയറിവരുന്നത്. അയാളുടെ മകൻ ആ കടയിലെ ജോലിക്കാരനാണ്. ഞാൻ അയാളുമായി സംഭാഷണത്തിലേർപ്പെട്ടു. അയാൾക്ക് ചിലാസ് ഭാഗത്തുള്ള എല്ലാ പാറകളും അറിയാം. ഈ കുന്നുകളിലെല്ലാം നിരവധി കാര്യങ്ങൾ കൊത്തിവച്ചിട്ടുണ്ട്", അയാൾ പറഞ്ഞു. "പക്ഷേ ഏറ്റവും നല്ലതു പർവതത്തിന്റെ മുകളിലാണ്. രണ്ടുപേർ യുദ്ധം ചെയ്യുന്ന ചിത്രമാണ് കല്ലിൽ കൊത്തിവച്ചിരിക്കുന്നത്. ഇന്ത്യയും പാകിസ്ഥാനും തമ്മിലുള്ള യുദ്ധം പോലെ" അമ്പു തൊടുക്കാൻ നിൽക്കുന്നതുപോലെ ആംഗ്യം കാണിച്ചുകൊണ്ട് അയാൾ പറഞ്ഞു. "അരുവിയൊഴുകുന്ന വഴിയേ നേരെ നടന്നു മുകളിലേക്കു കയറുക. വീണ്ടും മുകളിലേക്കു തന്നെ നടക്കുക. ആ ചിത്രം ഒരു വലിയ പരന്ന പാറയിലാണുള്ളത്," അയാൾ വിശദീകരിച്ചു.

പർവതത്തിന്റെ സമീപപ്രദേശങ്ങളിൽ ജനവാസം ഉണ്ടായിരുന്നില്ല. ഞാനും ആട്ടിടയന്റെ മകൻ മൊഹ്സിനും കൂടി മണിക്കൂറുകൾ നടന്നു. നടക്കുമ്പോൾ മൊഹ്സിൻ എന്നെ അയാളുടെ മാതൃഭാഷയായ 'ഷിന' പഠിപ്പിച്ചുകൊണ്ടിരുന്നു. കുതിരയ്ക്കു അവരുടെ ഭാഷയിൽ പറയുന്ന 'അസ്പ' എന്ന വാക്കിന് സംസ്കൃതത്തിലെ 'അശ്വ'യുമായി നല്ല സാമ്യം. 'ഷിന' പുരാതന പർവതവാസികളുടെ ഭാഷയാണ്. "മുകളിൽ ഒരു തടാകമുണ്ട്. കാലി മേയ്ക്കുന്നവർ വേനൽക്കാലങ്ങളിൽ അവിടെയാണ് തങ്ങുക," മൊഹ്സിൻ പറഞ്ഞു. ഞങ്ങൾ നിൽക്കുന്നിടത്തു നിന്നും എൺപതു കിലോമീറ്റർ ദൂരെ തെക്കു ഭാഗത്തായി സിന്ധു ഒഴുകുന്നു. ഞാൻ വീണ്ടുമിതാ ഋഗ്വേദ ഭൂമിയിലെത്തിയിരിക്കുന്നു.

ശ്വാസം കിട്ടാതെ കിതച്ചുകൊണ്ട് ഞാൻ നിന്നു. ദൂരെ നദിയെ നോക്കി. പച്ച നിറത്തിൽ, അങ്ങ് താഴെ നൂല് പോലെ നദിയൊഴുകുന്നു. വലതു വശത്തു ഇപ്പോഴും ഉരുകി തീരാതെ മഞ്ഞു കട്ടകൾ ചിതറിക്കിടക്കുന്ന അഗാധമായ കൊക്ക. നേരം ഉച്ചതിരിഞ്ഞതേയുള്ളൂ. "എവിടെയാണത്?" ഞാൻ മൊഹ്സിനോട് വിളിച്ചു ചോദിച്ചു. "എനിക്കും കണ്ടുപിടിക്കാൻ

കഴിഞ്ഞിട്ടില്ല." കുറെ അപ്പുറത്തു നിന്നും മൊഹ്സിൻ ഉച്ചത്തിൽ വിളിച്ചു പറഞ്ഞു. ഞങ്ങൾ കൂറ്റൻ പാറകളും കല്ലുകളും എല്ലാം കയറിയിറങ്ങി. ഒടുവിൽ നിരാശയോടെ തിരിച്ചുപോരാനൊരുങ്ങുമ്പോൾ മൊഹ്സിൻ ഉച്ചത്തിൽ വിളിച്ചു കൂവുന്നു. അയാൾ നിൽക്കുന്നിടത്തേക്കു ഞാൻ ഒരു വിധം തപ്പിതടഞ്ഞു ഇറങ്ങി. കാട്ടാടിന്റെ ചിത്രമോ കുതിരപ്പുറത്തിരിക്കുന്ന മനുഷ്യന്റെ രൂപമോ ആയിരിക്കുമെന്നു വിചാരിച്ചാണ് അവിടേക്കു ചെന്നത്. വിളറിയ, ചാരനിറമുള്ള ആ കൂറ്റൻ പാറയുടെ അരികിൽ ഞാൻ മുട്ടുകുത്തിയിരുന്ന് ആ ചിത്രങ്ങൾ പരിശോധിച്ചു. ഇതുവരെ കണ്ടതിൽ വച്ചു സജീവവും വ്യക്തവുമായ ചിത്രങ്ങൾ. ആദ്യം എനിക്കു തോന്നിയത് ആകാശത്തു നിന്നും മനുഷ്യശരീരങ്ങൾ താഴേക്ക് പതിക്കുന്നതായോ അല്ലെങ്കിൽ ആഴങ്ങളിൽ നിന്നും കയറാൻ ശ്രമിക്കുന്നതായോ ആണ്. പാകിസ്ഥാന്റെ പൗരാണിക വൈവിധ്യങ്ങളുടെ സൗന്ദര്യത്തിൽ ഒരിക്കൽ കൂടി ഞാൻ മയങ്ങിപ്പോയി. വിവരിക്കാൻ എനിക്കു വാക്കുകൾ ഇല്ലാതായി.

ആറ് വേട്ടക്കാരുടെ ചിത്രങ്ങളാണ് കൊത്തിവച്ചിരിക്കുന്നത്. അവർ ഉയരം കൂടിയവരും ശക്തരും നഗ്നരും ആണ്. എല്ലാവരെയും ഒരേ രീതിയിലാണ് ചിത്രീകരിച്ചിരിക്കുന്നത്. കൈകൾ അല്പം പിന്നോട്ടാക്കി, കാലുകൾ തെല്ലു വളച്ച് അമ്പു തൊടുത്തുകൊണ്ട് തങ്ങളുടെ ഇരയ്ക്കു പിന്നാലെ ലക്ഷ്യം വയ്ക്കുകയാണ് അവർ. ഓരോരുത്തരും പല വലിപ്പത്തിലുള്ളവർ. ഓരോന്നും കൃത്യവും പൂർണവും സ്മരണകൾ ഉണർത്താൻ കെല്പുള്ളവയുമാണ്. സിന്ധുതീരത്ത് അങ്ങോളമിങ്ങോളം കാണുന്ന വരകൾ ഉപയോഗിച്ചുള്ള ചിത്രരചനാരീതിയല്ല ഇവിടെ കാണുന്നത്. ശിലാലിഖിത വിദഗ്ദ്ധർ 'ചതയ്ക്കൽ' എന്നു വിളിക്കുന്ന സമ്പ്രദായമാണ് ഈ ചിത്രങ്ങളുടെ ശരീരാകൃതിയെ അടയാളപ്പെടുത്തിയിരിക്കുന്നത്. BC ആയിരാമാണ്ടു മുതലുള്ള ശിലാചിത്രങ്ങളിലേതു പോലെ അങ്കിയും തൊപ്പിയും ധരിച്ച യോദ്ധാക്കളുടെ ചിത്രങ്ങൾ പോലെയല്ല ഇത്. ഇവരെല്ലാവരും നഗ്നരാണ്. അവരുടെ കാൽവണ്ണകളും തുടകളും വലിയ ശരീരവും ജാഗരൂകമായ ചെറിയ ശിരസ്സും എല്ലാം കൃത്യമായി മനസ്സിലാക്കാൻ കഴിയുന്നു. അവർ സ്ത്രീകളോ പുരുഷന്മാരോ ആകാം. ആറു രൂപങ്ങളിൽ ഒരാൾക്ക് മാത്രം ലിംഗമുണ്ടെന്നു ചിത്രങ്ങളിൽനിന്നും വ്യക്തമാണ്.

"നോക്കൂ" മൊഹ്സിന്റെ ശബ്ദം. ആ പാറയുടെ മുകളിൽ ഇടത്തെ അറ്റത്ത് ഒരു വെളുത്ത അടയാളം. അവിടെ 'ജലീൽ' എന്ന് ഉർദുവിൽ കൊത്തിവച്ചിരിക്കുന്നു. ശിലാചിത്രങ്ങളുടെ പ്രായം കണക്കാക്കാൻ അതിന്റെ രചനാ സമ്പ്രദായത്തെയാണ് പ്രധാനമായും ആശ്രയിക്കുക. അവയുടെ നിറവും അതിന്റെ കാലഗണനയ്ക്ക് സഹായിക്കുന്ന ഒരു ഘടകമാണ്. "മരുഭൂമിയിലെ വാർണിഷ്" എന്ന് ഭൗമശാസ്ത്രജ്ഞർ വിളിക്കുന്ന ഒരു തരം ക്ലാവാണ് പാറയുടെ ഏറ്റവും മേൽഭാഗത്തെ അടുക്കുകൾ

നിർമ്മിക്കുന്നത്. ആയിരക്കണക്കിന് വർഷങ്ങൾ കൊണ്ടാണ് ഈ അടുക്കുകൾ രൂപപ്പെടുക. ഈ വേട്ടക്കാരുടേതുപോലെ വളരെ പഴയ ശിലാചിത്രങ്ങൾക്ക് അത് രൂപപ്പെടുത്തിയിട്ടുള്ള പാറയുടെ അതേ നിറമായിരിക്കും. തവിട്ടു നിറത്തിൽ ഉള്ള ഒരു തിളക്കം അവയ്ക്കുണ്ടാകും. സൂര്യപ്രകാശം നേരെ പതിക്കുമ്പോൾ മാത്രമേ അത് തെളിഞ്ഞു കാണുകയുള്ളൂ. അതെ സമയം പുതിയവയ്ക്കു 'ജലീൽ' എന്നു കൊത്തിവച്ചതുപോലത്തെ നിറമായിരിക്കും .

അദ്ഭുതത്തോടെ ഞാൻ ആ പാറയുടെ ചുവട്ടിൽ കുത്തിയിരുന്നു. വൃദ്ധനായ ആ ആട്ടിടയൻ പറഞ്ഞത് ഈ ചിത്രം ഒരു യുദ്ധരംഗത്തിന്റേതാണ് എന്നാണ്. നെഞ്ചിൽ ചെമ്പു കൊണ്ടുള്ള അസ്ത്ര മുന തറച്ച നിലയിൽ ദിരിൽ വച്ചു കണ്ട ഒരു അസ്ഥികൂടത്തെക്കുറിച്ച് ഓർത്തപ്പോൾ ആ വൃദ്ധൻ പറഞ്ഞത് ശരി തന്നെയായിരിക്കുമോ എന്ന് തോന്നി. പക്ഷേ ഇവിടെ, ഈ ചിത്രങ്ങളുടെ മുകളിൽ വലതു ഭാഗത്തായി രണ്ടു മൃഗങ്ങളെയും വരച്ചു വച്ചിട്ടുണ്ട്. ചുരുണ്ട വാലുള്ള ഒരു വളർത്തു നായയുടെയും ഒരു കാട്ടാടിന്റെയും ചിത്രം. ഇപ്പോഴും 'കാലി നോട്ടക്കാർ' വേട്ടയാടാറുണ്ട് ഏതാനും ആഴ്ചകൾക്കു മുൻപ് മൊഹ്സിനും സുഹൃത്തുക്കളും പർവ്വതത്തിനു മുകളിൽ തടാകതീരത്തു വേട്ടയ്ക്കു പോയിരുന്നു. ഒരുപക്ഷേ, വടക്കു പടിഞ്ഞാറൻ ചൈനയിൽ കാണുന്നതുപോലെ ഇതൊരു മെസോലിത്തിക് കാലഘട്ടത്തിലെ കലാസൃഷ്ടിയാകാം. അതല്ലെങ്കിൽ പത്തൊൻപതാം നൂറ്റാണ്ടിലും അമ്പും വില്ലും ഉപയോഗിച്ചിരുന്ന ഒരു കലാഷ് മനുഷ്യന്റെ ഭാവനയാകാം. അതോ ആ ചിത്രങ്ങളിലെ മനുഷ്യരുടെ നഗ്നതയും പ്രാകൃത ആയുധങ്ങളും ശിലാചിത്രങ്ങളുടെ നിറവും അവ അതിലുമൊക്കെ പഴയതാണെന്നാണോ സൂചിപ്പിക്കുന്നത്? സംസ്കൃതം സംസാരഭാഷയാക്കിയ, തടാക തീരത്തു വേനൽക്കാലം ചെലവഴിക്കാൻ വന്ന ഏതോ കാലി നോട്ടക്കാരന്റെ കരവിരുതായിരിക്കുമോ ഇത്? ഇരുണ്ട, അപകടകാരിയായ സിന്ധുവിന്റെ അപദാനങ്ങൾ പാടി വന്ന ഒരു ഋഗ്വേദ യോദ്ധാവിന്റെ കലാസൃഷ്ടിയാകാനും ഇടയുണ്ട്. കുതിരപ്പുറത്തേറി വന്ന അക്രമണകാരികളിൽ നിന്നും രക്ഷപ്പെട്ട് പർവതമുകളിൽ അഭയം തേടിയ വേട്ടക്കാരന്റെ ഭാവനയാകാനും സാധ്യതയുണ്ട് .

വടക്കൻ പാകിസ്ഥാനിലെ ശിലാചിത്രങ്ങളിലധികവും സിന്ധു തീരത്തെ ചിലാസിലാണ് കണ്ടെത്തിയിട്ടുള്ളത്. നൂറുകണക്കിന് കിലോമീറ്ററുകൾ സിന്ധു ഒഴുകുന്നത് ആഴത്തിൽ പർവതത്തെ കീറി മുറിച്ചു കൊണ്ടാണ്. ആ പ്രദേശങ്ങൾ മനുഷ്യവാസത്തിന് അനുയോജ്യമല്ലാതിരുന്നതിനാൽ ആളുകൾ താമസിക്കാൻ തെരഞ്ഞെടുക്കുന്നത് നദീതീരത്തെ ഫലഭൂയിഷ്ഠ സമതലങ്ങളായിരുന്നു. താമസിക്കാൻ കൊള്ളാത്ത ഉണങ്ങി വരണ്ട ഈ പാറക്കൂട്ടങ്ങൾ പക്ഷേ നല്ല ഒരു ക്യാൻവാസായിരുന്നു. ശിലായുഗം കാലം മുതൽ ഇസ്ലാമിന്റെ കടന്നുകയറ്റം വരെ

ആളുകൾ നദിയെയും മറ്റു ദേവതകളെയും ആരാധിക്കാനും പൂജിക്കാനുമായി നദീ തീരത്തു വന്നിരുന്നു. അവർ അവരുടെ സംസ്കാരത്തിന്റെയും ആരാധനയുടെയും മായാത്ത അടയാളങ്ങൾ ശേഷിപ്പിക്കാൻ ശ്രദ്ധിച്ചിരുന്നു. കല്ലുകൊണ്ടുള്ള പ്രാക്തന ശൈലിയിൽ കൊത്തി വച്ചിട്ടുള്ള ആയിരക്കണക്കിന് രൂപങ്ങൾ ഞാൻ ഇതിനോടകം കണ്ടുകഴിഞ്ഞു. രാക്ഷസന്മാരുടെയും ദുർദേവതകളുടേയും കൈകാലുകളുടെയും നദീദേവതകളുടെയും നദിയുടെയും എല്ലാം രൂപങ്ങൾ അതിലുൾപ്പെടുന്നു. എന്നാൽ വേട്ടക്കാരുടെ ചിത്രത്തിന്റെ സാങ്കേതിക തികവുമായി താരതമ്യം ചെയ്യാൻ പറ്റുന്ന ഒന്നും അക്കൂട്ടത്തിലെങ്ങും ഉണ്ടായിരുന്നില്ല.

ഒരു ദിവസം രാവിലെ സിന്ധുവിന്റെ തീരത്തെ പാറയുടെ മേൽ കൊത്തി വച്ചിരിക്കുന്ന ആ പുരാതന ചിത്രം എന്നെ ചിന്താഭരിതയാക്കി. മുകളിലേക്കു കുത്തനെ നിൽക്കുന്ന മുടിയും നീണ്ട കൈകളും വിരലുകളുമുള്ള ഒരു പരുക്കൻ മനുഷ്യന്റെ രൂപമാണ് പാറയിൽ ആലേഖനം ചെയ്തിരിക്കുന്നത്. അയാളുടെ കാൽപാദങ്ങൾ തോണിയുടെ ആകൃതിയിൽ ചേർത്തുവച്ചിരിക്കുന്നു. നദീദേവതയാണെന്നു ഒരു പാകിസ്ഥാനി പുരാവസ്തു ഗവേഷകൻ തർക്കിച്ചു. ആ രൂപത്തിന്റെ ഉയർന്നു നിൽക്കുന്ന മുടിയിഴകൾ സൂര്യരശ്മികളെ പോലെയാണ് തോന്നുന്നത്. കാറ്റും മഴയും ഉള്ള ആ അപരാഹ്നത്തിൽ കീഴ്ക്കാംതൂക്കായ ഒരു പാറയുടെ ചുവട്ടിലിരുന്നു ഋഗ്വേദത്തിൽ, 'തലയിൽ നിന്നും തീ നാളങ്ങൾ ഉയരുന്ന' അഗ്നിയെക്കുറിച്ചുള്ള വിവരണം ഞാൻ വായിച്ചു. "ഏഴു ചുവന്ന കുതിരകൾ അങ്ങയുടെ രഥം വലിക്കുന്നു... അഗ്നിനാളങ്ങൾ തലമുടിയായുള്ള, ഓ, സൂര്യ ദേവാ അങ്ങ് ദൂരെ നിന്നു വീക്ഷിക്കുന്നു." വേദ കാല കാലാവസ്ഥ ചംക്രമണത്തിൽ അഗ്നി അവിഭാജ്യ ഘടകമാണ്. "നിറയെ ജലാംശമുള്ള ഓ അഗ്നി" അഗ്നി നദികളിൽ നിന്നും വെള്ളം ആവിയാക്കി മഴയായി താഴേക്കു പെയ്യിക്കുന്നു എന്നാണ് ഇതിനെ വ്യാഖ്യാനിക്കാൻ കഴിയുക.

സങ്കീർണപദാവലികൾ കൊണ്ട് ഒരു മഹാഗ്രന്ഥം രചിച്ച ഋഗ്വേദ ജനത തന്നെ പാറകളിൽ ഈ രൂപങ്ങളും കൊത്തിവച്ചിരിക്കാൻ സാധ്യതയുണ്ട്. ഏറ്റവും മികച്ച സാധ്യത എന്നു പറയുന്നത്, എല്ലാവരും ചരിത്രാതീതകാലത്തെ ശവക്കല്ലറകൾ പണിതവരും കുതിരയെ തിന്നുന്ന കുതിരക്കാരും ശിലാലിഖിതങ്ങൾ വരച്ചവരും കൽവൃത്തങ്ങൾ നിർമ്മിച്ചവരും ഋഗ്വേദ ഗായകരും എല്ലാം വടക്കൻ പാകിസ്ഥാനിലെ ഈ മാസ്മരിക ഭൂപ്രകൃതിയിലൂടെ കടന്നുപോയിട്ടുണ്ട്. ഈ നദിയോടും ഭൂപ്രകൃതിയോടുമുള്ള അവരുടെ അഗാധവും പ്രാചീനവുമായ ബന്ധം ചരിത്രത്തിലെ ഏതോ ഒരു നിമിഷത്തിൽ അവരെയെല്ലാം ഒരുമിച്ചു ചേർത്തു നിർത്തുന്നു.

ചിലാസിൽ നിന്നും ഗിൽജിത്തിലേക്ക് സിന്ധുവിന്റെ തീരത്തു കൂടി സഞ്ചരിക്കുമ്പോൾ കാരക്കോറം ഹൈവേയിൽ എല്ലാ ബസ് ഡ്രൈവർമാരും

വാഹനം നിർത്തുന്ന ഒരു സ്ഥലമുണ്ട്. ഇവിടെ വച്ചാണ്, ആയിരം കിലോ മീറ്റർ പടിഞ്ഞാറോട്ടു ഒഴുകുന്ന നദി; പെട്ടെന്ന് കൂറ്റൻ പർവത നിരകളാൽ ഒഴുക്ക് തടസ്സപ്പെട്ടു തെക്കോട്ടു ദിശ മാറി ഒഴുകുന്നത്. മരങ്ങൾക്കിടയി ലൂടെ താഴെ നദി ഒഴുകുന്നതും മലനിരകൾക്കപ്പുറം 'നങ്ക പർബത്' നഗ്നപർവതം തല ഉയർത്തി നിൽക്കുന്നതും കാണാം. ഋഗ്വേദ ജനത യുടെ പവിത്ര പർവ്വതമായ മേരുവിന്റെ പവിത്ര സ്ഥാനത്തിനുവേണ്ടി രംഗത്തുള്ള മറ്റൊരു പർവത ഭീമനാണ് നങ്ക പർബത്. ഇവിടെ എന്റെ യാത്രയുടെ ഒരു പരിവൃത്തി പൂർത്തിയാകുന്നു. പാകിസ്ഥാന്റെ ചരിത്രാ തീത കല്ലറ സമുച്ചയങ്ങളും കൽവൃത്തങ്ങൾ സ്ഥിതി ചെയ്യുന്ന താഴ്വര കളും നദീതീരത്തെ ശിലാലിഖിതങ്ങളും ഉൾപ്പെടുന്ന പാകിസ്ഥാൻ സാംസ്കാരിക ഭൂമിയുടെ കിഴക്കേ അറ്റമാണിത്.

ഋഗ്വേദം ആദ്യമായി ആലപിക്കപ്പെട്ട് നൂറ്റാണ്ടുകൾ പിന്നിട്ടപ്പോൾ ആ സംസ്കാരം മുഴുവൻ കൂടുതൽ സുഗമജീവിതം സാധ്യമാകുന്ന മൺസൂൺ ലഭിക്കുന്ന ഗംഗാതീരത്തേക്കു നീങ്ങി. നൂറ്റാണ്ടുകൾ പിന്നെയും കടന്നുപോയപ്പോൾ അവർ പിന്നിൽ ഉപേക്ഷിച്ച ഭൂപ്രകൃതിയും നിഗൂഢതാഴ്വരകളും എണ്ണമറ്റ അരുവികളും എല്ലാം കേവലം ഓർമ്മ മാത്രമായി മാറി.

പത്ത്

സൈന്ധവനഗരങ്ങൾ
2600 BCE

> ഞാൻ മോഹൻജോദാരോയിലെ ഒരു മൺകൂനയ്ക്കു മുകളിൽ നിന്നു. എന്റെ ചുറ്റും ഈ പുരാതന നഗരത്തിലെ വീടുകളും തെരുവുകളും ചിതറിക്കിടക്കുന്നു.... ഈ ശക്തിയുടെ രഹസ്യമെന്താണ്? ഇതെവിടെ നിന്നു വരുന്നു?
>
> ജവഹർലാൽ നെഹ്റു 1946

ഉപ്പു മൂടിയ ഏക്കർ കണക്കിന് ഇഷ്ടികകൾ സൂര്യ പ്രകാശം തട്ടി തിളങ്ങി. തെരുവുകൾ വിശാലമാണ്. വീടുകൾ ദൃഢവും കിണറുകൾ ആഴമുള്ളതുമാണ്. പൊതുവായ ചവറ്റു കുട്ടകളും വീടിനകത്തു തന്നെ ശുചി മുറികളും വൃത്തിയായി മൂടിയ അഴുക്കു ചാലുകളും ഉണ്ട്. പടിഞ്ഞാറു വശത്തു ധാന്യപ്പുരകളും തൂണുകൾ അലങ്കരിക്കുന്ന വിശാലമായ സമ്മേളന മുറിയും പൊതു കുളിസ്ഥലവും ഉൾപ്പെടുന്ന വലിയ കോട്ടയാണ്. കിഴക്കു ഭാഗത്തു 75000 ആളുകൾക്ക് താമസിക്കാൻ കഴിയുന്ന പാർപ്പിട മേഖലയാണ്. പാകിസ്ഥാനിലെ ആധുനിക നഗരങ്ങളുമായി താരതമ്യപ്പെടുത്തുമ്പോൾ ഈ നഗരം വൃത്തിയും വെടിപ്പുമുള്ളതാണ്. പക്ഷേ ഇവിടെ ആരും ജീവിക്കുന്നില്ല. കഴിഞ്ഞ നാലായിരം വർഷമായി ഈ തെരുവുകളിൽ കൂടി താമസക്കാർ നടക്കുന്നില്ല. മോഹൻജൊദാരോ (മൗണ്ട് ഓഫ് ദി ഡെഡ്) എന്ന് വിളിക്കപ്പെടുന്ന, വ്യക്തമായി ആസൂത്രണം ചെയ്തു കെട്ടുറപ്പോടെ നിർമ്മിച്ചിരിക്കുന്ന ഈ നഗരം ഇന്ന് ഒരു പൗരാണിക ശേഷിപ്പാണ്.

മണ്ണടുക്കുകൾ വകഞ്ഞു മാറ്റി 1922ൽ സിന്ധു നദീതട സംസ്കാരം വെളിച്ചം കണ്ടപ്പോൾ അത് ഇന്ത്യാ ചരിത്രം തന്നെ മാറ്റിയെഴുതി. കൊളോണിയൽ ചരിത്രകാരന്മാർ സിന്ധു നദീതീര ചരിത്രത്തെ പിന്നാക്കാമെന്നും അജ്ഞാനികളുടേതെന്നും ചിത്രീകരിച്ചിരുന്നു. അലക്സാണ്ടറുടെ വരവാണ് സിന്ധു തീരത്തെ പ്രകാശമാനമാക്കിയത് എന്നാണ് അവർ കരുതിയിരുന്നത്. ഇന്ത്യയിലെ ഏറ്റവും പഴയ നാഗരികത

ആര്യന്മാരുടേതാണെന്നു ചരിത്രകാരന്മാർ വിശ്വസിച്ചിരുന്നു. എന്നാൽ ഋഗ്വേദ രചയിതാക്കൾ സിന്ധുവിന്റെ തീരത്തു വരുന്നതിനും ഏറെ മുൻപ് തന്നെ നദിയിലെ എക്കലിൽ നിന്നും ഒരു മഹാസാമ്രാജ്യം പടുത്തുയർത്തപ്പെട്ടിരുന്നു. സിന്ധുനദീതീരത്തെ ജനത മണ്ണ് കുഴച്ചു അത് ഇഷ്ടികക്കളങ്ങളിൽ ചുട്ടെടുത്താണ് ലോകത്തിലെ ആദ്യ ആസൂത്രിത നഗരങ്ങൾ നിർമ്മിച്ചത്. സിന്ധുവിന്റെ തീരത്തെ നൂറുകണക്കിന് പട്ടണങ്ങളും നഗരങ്ങളും ഒരേ പോലെ ഉള്ളതാണ്. അതായതു സിന്ധു നാഗരികത ഒരേ മാതൃകയിൽ ആസൂത്രണം ചെയ്തു നിർമ്മിച്ചതെന്ന് വേണം കരുതാൻ.

നദിയുടെ സാദ്ധ്യതകൾ പരമാവധി പ്രയോജനപ്പെടുത്തിയ ജനതയായിരുന്നു അവർ. നഗരങ്ങളെ തീറ്റി പോറ്റാനുള്ള ധാന്യം ഉല്പാദിപ്പിക്കാനും നാഗരിക സമൂഹങ്ങളെ സംഘടിപ്പിച്ചു നിർത്താനും വിദേശ രാജ്യങ്ങളുമായി വ്യാപാരം നടത്താനും അവർ നദിയെ ഉപയോഗിച്ചു. പുരാവസ്തു ഗവേഷകർ ആ നാശാവശിഷ്ടങ്ങൾക്കിടയിൽ നിന്നും കപ്പലിന്റെ ചിത്രം ആലേഖനം ചെയ്ത ചെറിയ സീലുകളും ദേവദാരു, വീട്ടി മരങ്ങൾ കൊണ്ട് നിർമ്മിച്ച സുഗന്ധപൂരിതമായ ശവപ്പെട്ടികളും നൃത്തം ചെയ്യുന്ന പെൺകുട്ടിയുടെ പ്രതിമയും കണ്ടെത്തി. സൈന്ധവ നഗരങ്ങൾ ഏറെക്കുറെ വ്യവസായവൽക്കരിക്കപ്പെട്ടവയായിരുന്നു. കളിമൺപാത്രങ്ങളും, കല്ല് കൊണ്ടുള്ള തൂക്കക്കട്ടികളും ചെമ്പു മുത്തുകളും അവർ വ്യാവസായികമായി ഉല്പാദിപ്പിച്ചിരുന്നു. അവർക്കു മെസൊപ്പൊട്ടോമിയയുമായി വ്യാപാരബന്ധമുണ്ടായിരുന്നു. നദിയിൽ നിന്നും ജലസേചന സൗകര്യങ്ങൾ ഉപയോഗപ്പെടുത്തി വൻതോതിൽ പരുത്തി ഉല്പാദിപ്പിച്ചിരുന്നു. അഫ്ഗാനിസ്ഥാനിൽ നിന്നും അവർ കല്ലുകളും അറേബ്യൻ കടലിൽ നിന്നും ശംഖും മഞ്ചാർ തടാകത്തിൽ നിന്നും മീനും ഹിമാലയത്തിൽ നിന്നും ദേവദാരു മരങ്ങളും ഇറക്കുമതി ചെയ്തിരുന്നു.

മെസൊപ്പൊട്ടോമിയയിലെ ക്ഷേത്രങ്ങൾ പോലെയോ ഈജിപ്തിലെ പിരമിഡുകൾ പോലെയോ രാജകീയ പൗരോഹിത്യ അധികാരങ്ങൾ സൂചിപ്പിക്കുന്ന വലിയ നിർമ്മിതികൾ മോഹൻജെദാരോയിൽ ഉണ്ടായിരുന്നില്ല. അവിടെ ഉണ്ടായിരുന്ന നിർമ്മിതികൾ പൊതുസ്നാന കേന്ദ്രവും ധാന്യപ്പുരകളും പോലുള്ള ജനകീയ മന്ദിരങ്ങളായിരുന്നു. ഒന്നാം ലോക മഹായുദ്ധത്തിന്റെ കെടുതികളിൽ യൂറോപ്പ് നട്ടം തിരിഞ്ഞിരുന്ന കാലത്തു കണ്ടെത്തിയ, “ആഭരണ ശേഖരങ്ങളുടെ യാതൊരു സൂചനയും ഇല്ലാതിരുന്ന” ഈ ‘പ്രായോഗിക നഗരം’ ‘ഫാബിയൻ ഉട്ടോപ്യ’ എന്ന് വിശേഷിപ്പിക്കപ്പെട്ടു.

ആര്യൻ കാലഘട്ടത്തിന് മുൻപുള്ള ഒരു സംസ്കാരം കണ്ടെത്തിയതിന്റെ പ്രാധാന്യം, അത് കണ്ടെത്തിയ സംഘത്തെ നയിച്ച മുഖ്യ

പുരാവസ്തു വിദഗ്ധനായ ജോൺ മാർഷലിനു അറിയാമായിരുന്നു. “ആര്യന്മാരെ കുറിച്ച് കേട്ടുകേൾവി പോലും ഉണ്ടാകുന്നതിനു മുൻപ് തന്നെ പഞ്ചാബും സിന്ധും ഏറെ പുരോഗതി പ്രാപിച്ച ഏകരൂപത്തിലുള്ള സ്വന്തം സംസ്കാരം ഉള്ളവരായിരുന്നു” 1931ൽ മാർഷൽ എഴുതി. ഇന്ത്യൻ സ്വാതന്ത്ര്യ സമരനേതാക്കന്മാരും ഈ അവസരം നഷ്ടപ്പെടുത്തിയില്ല. ഈ കണ്ടെത്തൽ ഇന്ത്യൻ ദേശീയ വികാരത്തെ ഉത്തേജിപ്പിക്കാൻ അവർ ഉപയോഗിച്ചു. ഇന്ത്യൻ സംസ്കാരം എവിടെ നിന്നോ വന്ന കുടിയേറ്റക്കാരുടെ സംസ്കാരമല്ല. അത് ഈ മണ്ണിൽ തന്നെ ജനിച്ചതാണ്. തങ്ങളുടെ കൊളോണിയൽ യജമാനന്മാരുടെ പൂർവികർ കല്ല് കൊണ്ടുള്ള ആയുധങ്ങൾ ഉപയോഗിച്ചിരുന്ന കാലത്തു സിന്ധു നാഗരികർ പരിഷ്കൃത സൗകര്യങ്ങൾ അനുഭവിക്കുന്നവരായിരുന്നു. ഇന്ത്യയുടെ ഭാവി പ്രധാനമന്ത്രി ജവഹർലാൽ നെഹ്റു സൈന്ധവ നഗരങ്ങളിലേക്ക് തീർത്ഥാടനം നടത്തി. വർഷങ്ങൾക്കു ശേഷം ബ്രിട്ടീഷ് ജയിലിൽ വച്ചു അദ്ദേഹം ആ ഓർമ്മകൾ കടലാസിലേക്ക് പകർത്തി. ആ കണ്ടുപിടുത്തം തന്നിലുണ്ടാക്കിയ സ്വാധീനത്തെക്കുറിച്ച് അദ്ദേഹം വിവരിക്കുന്നു. “അയ്യായിരം വർഷങ്ങൾക്കു മുൻപുള്ള ആ കാഴ്ച എനിക്കു പുതിയൊരു വീക്ഷണം തന്നു, ഇപ്പോഴത്തെ ഈ ബുദ്ധിമുട്ടുകളെല്ലാം ലഘുവായി അനുഭവപ്പെടുന്നു” (വിഭജനത്തിൽ സിന്ധു താഴ്വരയിലെ നഗരങ്ങൾ പാകിസ്ഥാനിലേക്കു പോയപ്പോൾ അത് ഇന്ത്യക്കാരെ ഏറെ വേദനിപ്പിച്ചു. ഇന്ത്യയിൽ സരസ്വതി തീരത്തു അതുപോലെ തന്നെ പുരാതന നഗരങ്ങൾ കണ്ടെത്താനുള്ള ശ്രമം ഉടനടി ആരംഭിക്കുകയും ചെയ്തു).

പാകിസ്ഥാനും ഇന്ത്യയ്ക്കുമിടയിൽ സൈനിക നിയന്ത്രണത്തിലുള്ള അതിർത്തിയിൽ നിന്നുകൊണ്ട് സമാധാനം കളിയാടിയിരുന്ന ഒരു മഹാസംസ്കാരം നിലനിന്നിരുന്ന സമതലങ്ങളിലേക്ക് ഞാൻ കണ്ണുകൾ പായിച്ചു. ഹിമാലയ പർവതനിരകൾ തുടങ്ങി അഫ്ഗാനിസ്ഥാൻ വരെയും വലതു സിന്ധു തീരം വഴി അങ്ങ് സമുദ്രംവരെയും വ്യാപിച്ചിരുന്ന ഈ ഏക സ്വഭാവസംസ്കാരം അന്നത്തെ ഈജിപ്ഷ്യൻ, മെസൊപ്പൊട്ടോമിയൻ സംസ്കാരങ്ങൾ ഒരുമിച്ചു ചേർന്നുള്ളതിനേക്കാൾ വിസ്തൃതമായിരുന്നു. ആയിരത്തോളം ജനാധിവാസ കേന്ദ്രങ്ങളിൽ കണ്ട ആസൂത്രണ വൈദഗ്ധ്യം, ഒരേ രീതിയിലുള്ള വസ്തുക്കൾ, ലക്ഷക്കണക്കിന് ഇഷ്ടികകളുടെ സമാന ആകൃതി, ഇതെല്ലാം വിരൽ ചൂണ്ടുന്നത്, വിക്ടോറിയൻ ഇംഗ്ലണ്ടിനേക്കാൾ ആസൂത്രിതമായ, അശോകന്റെ അഭിലാഷങ്ങളേക്കാൾ ഉജ്ജ്വലമായ, ആധുനിക മുതലാളിത്ത സമ്പ്രദായങ്ങളേക്കാൾ പ്രബലമായ ഒരു മഹാസാമ്രാജ്യം നദീതീരത്തു ഒരിക്കൽ നിലനിന്നിരുന്നു എന്ന വസ്തുതയിലേക്കാണ്. മറ്റേതൊരു മഹാസാമ്രാജ്യത്തെക്കാളും കൂടുതൽ കാലം നിലനിന്നിരുന്ന ഈ സാമ്രാജ്യത്തെ ആര് നിയന്ത്രിച്ചിരുന്നു എന്നത് ഇപ്പോഴും വ്യക്തമല്ല. ചില ചരിത്രകാരന്മാരുടെ

അഭിപ്രായത്തിൽ സോഷ്യലിസ്റ്റ് രീതിയായിരുന്നു അവിടെ നിലനിന്നിരുന്നത്. ഏതെങ്കിലും രാജവംശമോ, പാകിസ്ഥാനിലെ പോലെ പട്ടാള ഭരണമോ ആയിരുന്നില്ല. മറിച്ച് ജനാധിപത്യമായിരുന്നു നിലനിന്നിരുന്നതെന്നും അഭിപ്രായങ്ങളുണ്ട്.

നേതൃത്വം ആരുടേതായിരുന്നാലും സമതലങ്ങളിലെ പട്ടണങ്ങൾ തമ്മിലുള്ള സാമ്പത്തിക ഇടപാടുകളും പർവത ഗ്രാമങ്ങളുടെ അകമഴിഞ്ഞ പിന്തുണയുമാണ് സൈന്ധവ നഗരങ്ങളിലെ വൻകിടനിർമ്മാണ പ്രവർത്തനങ്ങൾക്കും ബോട്ടു നിർമ്മാണത്തിനും സഹായമായത്. അന്നും ശിലായുഗത്തിൽ ജീവിച്ചിരുന്ന വിദൂര പർവത ഗ്രാമങ്ങളിൽ നിന്നും മരങ്ങൾ നദിയിലൂടെ ഒഴുക്കി കൊണ്ട് വന്നാണ് സമതലങ്ങളിൽ ധാന്യപ്പുരകളും വീടുകളും ബോട്ടുകളും നിർമ്മിച്ചിരുന്നത്. ഹിമാലയത്തിനും താഴെ സമതലങ്ങൾക്കുമിടയിൽ നടന്നിരുന്ന മരക്കടത്തായിരുന്നു ഈ പ്രദേശങ്ങളിലെ ഏറ്റവും പഴയ വ്യാപാരം എന്നാണ് മനസ്സിലാക്കാൻ കഴിയുന്നത്. സോളമന്റെ കപ്പലിനും മുമ്പേയുണ്ടായിരുന്ന പട്ടു പാത (സിൽക്ക് റോഡ്) സിന്ധു താഴ്വരയിലെ കരകൗശല നിർമ്മാണ വ്യവസായത്തിന് സൗകര്യമൊരുക്കിയെന്നാണ് കരുതുന്നത്. ആധുനിക പാകിസ്ഥാനിൽ ഇന്നും അത് നിലനിൽക്കുന്നു.

ഒരിക്കൽ ഈ പാതയിൽകൂടി കാശ്മീരിൽ നിന്നും കറാച്ചി വരെ സഞ്ചരിക്കാൻ കഴിയുമായിരുന്നു. അറുപതുവർഷത്തെ ശത്രുത ആ സൗകര്യം അവസാനിപ്പിച്ചു. സൈന്ധവഗ്രാമങ്ങൾ ഒരു കാലത്തു ദേവദാരു മരങ്ങളും വിലയേറിയ മുത്തുകളും പരുത്തിയും പോലെ അവശ്യവസ്തുക്കൾ പരസ്പരം കൈമാറി സൗഹാർദപൂർവം ജീവിച്ചവരായിരുന്നു. ഇന്ന് പരസ്പരം കൈമാറുന്നത് ഷെല്ലുകൾ മാത്രം.

സിന്ധു താഴ്വരയ്ക്കു കുറുകെ 1949ൽ വരയ്ക്കുകയും പിന്നീട് 1972ൽ പുനർവരയ്ക്കുകയും ചെയ്ത ഒരു താൽക്കാലിക വെടിനിർത്തൽ രേഖയാണ് നിയന്ത്രണ രേഖ. ആ രേഖയിലുടനീളം അങ്ങ് പടിഞ്ഞാറ് തടാകങ്ങളിലും ഹിമപരപ്പുകളിലും വരെ പാകിസ്ഥാൻ സൈനികരെയും ആയുധങ്ങളും എത്തിക്കുന്നു. പാകിസ്ഥാൻ ഇന്ത്യൻ അധിനിവേശ കാശ്മീർ എന്ന് വിളിക്കുന്ന പ്രദേശത്തേക്ക് തീവ്രവാദികളെ കയറ്റി വിട്ട് അവിടെ നാശം വിതയ്ക്കുന്നു. ഇന്ത്യയുടെ മതേതരത്വവും പാകിസ്ഥാന്റെ ഇസ്ലാമും തമ്മിലുള്ള യുദ്ധമായിട്ടാണ് കാശ്മീർ താഴ്വരയിലെ ഏറ്റുമുട്ടലുകൾ കരുതപ്പെടുന്നത്. എന്നാൽ സിന്ധുവിന്റെ ഒരു പ്രധാന പോഷക നദിയായ ഝലം കാശ്മീരിലൂടെയാണ് ഒഴുകുന്നത്. ഒരിക്കലും അവസാനിക്കാത്ത കാശ്മീർ പ്രശ്നത്തിന്റെ യഥാർത്ഥ കാരണം ഒരു പക്ഷേ ഇതുമാകാം.

ആയിരക്കണക്കിന് വർഷങ്ങൾ പഴക്കമുള്ള ഈ പാതയിലൂടെ ഗതാഗതം അവസാനിപ്പിച്ചപ്പോൾ ഇന്ത്യയിലെയും പാകിസ്ഥാനിലെയും

ജനങ്ങൾ ഏറെ ബുദ്ധിമുട്ടിലായി. ഇരുകൂട്ടർക്കും തങ്ങളുടെ കൃഷിയിടങ്ങളിലേക്കുള്ള പ്രവേശനം പോലും അസാധ്യമായി. തങ്ങൾ ഒരുമിച്ചനുഭവിച്ചിരുന്ന സംസ്കാരവും ഭാഷയും പരിചിത മുഖങ്ങളും നഷ്ടപ്പെട്ടു. എന്നാൽ ഏറ്റവും കൂടുതൽ വേദനിക്കേണ്ടി വന്നത്, സിന്ധു, ഇന്ത്യയിൽ നിന്നും ബാൾട്ടിസ്ഥാനിലേക്ക് കടക്കുന്ന ഭാഗത്തെ അതിർത്തിയോട് ചേർന്നു ജീവിക്കുന്ന ഗ്രാമീണർക്കാണ്. നദിയെ രണ്ടായി മുറിക്കുന്നത് അവർക്കു താങ്ങാവുന്നതിലും അപ്പുറമായിരുന്നു. തങ്ങളുടെ കുടുംബ ബന്ധങ്ങളിൽ നിന്നും സംസ്കാരത്തിൽ നിന്നും മുറിച്ചു മാറ്റപ്പെട്ട അവർക്കു ഇന്ത്യൻ ഷെല്ലുകൾ ഭയന്ന് തങ്ങളുടെ കൃഷിയിടങ്ങളിൽ പോകാനോ അവശ്യസാധനങ്ങൾക്കായി തൊട്ടടുത്ത പട്ടണങ്ങളിൽ പോകാനോ പലപ്പോഴും സാധിക്കുന്നില്ല. അഴിമുഖത്തെ ജനങ്ങളെ പോലെ തന്നെ ദുരിത പൂർണമാണ് ഇവരുടെ ജീവിതവും. വടക്കു കിഴക്കൻ പാകിസ്ഥാനിലെ ഗ്രാമീണരുടെ ജീവിതമാണ് സിന്ധു താഴ്വരകളിലെ ജീവിതങ്ങളിൽ ഏറ്റവും ദുഃഖപൂർണം.

ബാൾട്ടിസ്ഥാൻ ഒരിക്കൽ 'ആപ്രികോട്ട് ടിബറ്റ്' അല്ലെങ്കിൽ ചെറിയ ടിബറ്റ് എന്നാണ് അറിയപ്പെട്ടിരുന്നത്. ഇന്ത്യൻ പ്രദേശങ്ങളായ ലഡാക്കിലെയും കാർഗിലിലെയും പോലെ ഇവിടുത്തെ ജനങ്ങൾ ടിബറ്റൻ ഭാഷയുടെ ഒരു വകഭേദമാണ് സംസാരിക്കുന്നത്. അവർ ഷിയാ മുസ്ലീങ്ങൾ ആണെങ്കിലും അവരുടെ സംസ്കാരം, ഭാഷപോലെ തന്നെ കിഴക്കൻ പ്രദേശങ്ങളുമായി ബന്ധപ്പെട്ടു കിടക്കുന്നു. വരണ്ട പ്രദേശമായതിനാൽ വർഷത്തിൽ ഒരു കൃഷിയെ ചെയ്യാൻ സാധിക്കുകയുള്ളു. 1947നു മുൻപ് വരെ കർഷകർ വർഷത്തിലെ മൂന്ന് നാലു മാസങ്ങൾ കച്ചവടവുമായി കിഴക്കു ലഡാക്കിലേക്കും വടക്കു ചൈനയിലെ കാർഷിക ഗ്രാമങ്ങളിലേക്കും ഡയോസെ സമതലം വഴി കാശ്മീർ താഴ്വരയിലേക്കും സഞ്ചരിക്കുമായിരുന്നു. 1947നു ശേഷവും ഗ്രാമീണർക്ക് തങ്ങളുടെ ആട്ടിൻപറ്റങ്ങളുമായി അതിർത്തി കടന്നു സഞ്ചരിക്കാൻ സാധിച്ചിരുന്നു. 1971 ലെ യുദ്ധത്തോടെ ബാൾട്ടിസ്ഥാൻ സൈനിക നിയന്ത്രണത്തിലായി. അതോടെ പൗരാണിക പാത വഴിയുള്ള സഞ്ചാരം തീർത്തും ദുഷ്ക്കരമായി.

നൂറുകണക്കിന് കിലോമീറ്ററുകളും ആയിരക്കണക്കിന് വർഷങ്ങളും ഇന്ത്യനായിരുന്ന നദി പാകിസ്ഥാനിയായി മാറുന്ന സ്ഥലമൊന്നു കാണാൻ ഞാൻ ആഗ്രഹിച്ചിരുന്നു. പക്ഷേ ഇന്ന് ആ പ്രദേശം നാഗരികതകൾ അന്യമായ ഒരു സഞ്ചാരപാത മാത്രമാണ്. ബാൾട്ടിസ്ഥാന്റെ തലസ്ഥാനമാണ് സ്കാർഡു. സിന്ധുവിന്റെ തീരത്തുള്ള ഒരു പട്ടണം. അതിന്റെ മണൽ മൂടിയ കോട്ട ഗാംഭീര്യത്തോടെ സിന്ധുവിലേക്ക് തള്ളിനിൽക്കുന്നു. സ്കാർഡു മുതൽ ഇന്ത്യൻ അതിർത്തി വരെയുള്ള പ്രദേശത്തേക്ക് വിദേശികൾക്കും നാട്ടുകാർക്കും ഒരുപോലെ പ്രവേശനമില്ല. അവിടെ പോകണമെങ്കിൽ സൈന്യത്തിന്റെ അനുവാദം വാങ്ങണം.

സാധാരണ ഗതിയിൽ അത്തരമൊരു ദൗത്യം എന്നിൽ ഒരുപാടു ആശങ്കകൾ നിറയ്ക്കും. എന്നാൽ സ്കാർഡുവിലെത്തിയപ്പോഴേക്കും എനിക്കു സുഖമില്ലാതായി. സ്കാർഡു പട്ടണത്തിലെ പ്രധാന പാതയോരത്തുള്ള ഒരു ടെലിഫോൺ ബൂത്തിൽ നിന്നും ഞാൻ റാവൽപിണ്ടിയിലെ സൈനിക ആസ്ഥാനത്തേക്ക് വിളിച്ചു എന്റെ ആവശ്യം അറിയിച്ചു. ചുരുങ്ങിയ പക്ഷം ഞാൻ ഒരു ചാരനാണെന്ന സംശയം അവർക്കില്ലെന്നു തോന്നുന്നു. പിറ്റേ ദിവസം രാവിലെ ബ്രിഗേഡ് ഓഫീസിൽ റിപ്പോർട്ടു ചെയ്യാനുള്ള നിർദ്ദേശം എനിക്കു കിട്ടി.

ബ്രിഗേഡ് ഓഫീസിലെ മേജർ എന്നെ അടിമുടി ഒന്ന് നോക്കി. നിറയെ പൂക്കളുള്ള ഒരു സൽവാർ കമ്മീസായിരുന്നു എന്റെ വേഷം. ഞാൻ ആകെ അവശയായിരുന്നു. ഉച്ചഭക്ഷണത്തിനു പകരമായി കാന്റീനിൽ നിന്നും വരുത്തിയ മയോണൈസിൽ പൊതിഞ്ഞ എണ്ണയിറ്റുന്ന പലഹാരം എനിക്കു തന്നു. "ഇത് വളരെ അസാധാരണമായിരിക്കുന്നു", അയാൾ പറഞ്ഞു. "ഞങ്ങൾ സാധാരണക്കാരെയോ സ്ത്രീകളെയോ നിയന്ത്രണ രേഖയിലേക്കു കൊണ്ടുപോകാറില്ല." "നിങ്ങൾക്ക് പച്ച നിറത്തിലുള്ള എന്തെങ്കിലും വേഷം ധരിക്കാൻ കഴിയുമോ?" അയാൾ ചോദിച്ചു. അയാൾ പറഞ്ഞു വരുന്നതെന്താണെന്നു മനസ്സിലാക്കാൻ ഞാൻ ഒരു നിമിഷമെടുത്തു. പച്ച നിറത്തിൽ ഉള്ള എന്തെങ്കിലും അപൂർവ പക്ഷിയാണെന്നു കരുതി ഇന്ത്യക്കാർ എന്നെ വെടി വച്ചിടുമോ എന്തോ? "നിങ്ങൾ ശത്രുവിന്റെ നിരീക്ഷണ പരിധിയിലായിരിക്കും" ശാസനസ്വരത്തിൽ അയാൾ പറഞ്ഞു. ഈ പ്രസ്താവന ആഴ്ചകൾക്കുശേഷം വീണ്ടും ഞാൻ ഓർത്തത് ശ്രീനഗറിൽനിന്നും കാർഗിലിലേക്കുള്ള യാത്രയ്ക്കിടെ "നിങ്ങൾ ശത്രുവിന്റെ നിരീക്ഷണത്തിലാണ്" എന്ന ബോർഡ് കണ്ടപ്പോഴാണ്. സിന്ധുവിലെ വെള്ളംപോലെ സൈനിക ഭാഷയും അതിർത്തിക്കിരുവശവും ഒരേപോലെതന്നെ.

മേജർ മിലിറ്ററിയിലെ കുറഞ്ഞ സ്ത്രീ പങ്കാളിത്തത്തെക്കുറിച്ചല്ല സംസാരിച്ചത്, അതിർത്തിയിൽ വച്ച് ഇന്ത്യൻ റോക്കറ്റുകൾ തട്ടാനുള്ള സാധ്യതയെക്കുറിച്ചായിരുന്നു. 2003 നവംബറിൽ വെടിനിർത്തൽ പ്രഖ്യാപിച്ചതിനുശേഷം ഗ്രാമീണർ ഷെല്ലുകൾ നാശം വിതച്ച അവരുടെ ഗ്രാമങ്ങളിലേക്ക് മടങ്ങിയിരുന്നു.

വെള്ളപ്പൊക്കം മൂലം ഞങ്ങളുടെ യാത്ര ആറ് ദിവസത്തോളം വൈകി. സിന്ധുവിലെ വെള്ളപ്പൊക്കം അതിർത്തിയിലെ ഒരു പാലം നശിപ്പിച്ചു. റോഡുകൾ ഉപയോഗശൂന്യമായി. ഏഴാമത്തെ ദിവസം സ്കാർഡുവിൽ നിന്നകലെ വച്ച് ഞങ്ങളുടെ ജീപ്പ് കേടായി. വീണ്ടും യാത്ര താമസിച്ചു. ഞാൻ ചുറ്റുമുള്ള പർവതങ്ങളിലേക്ക് കണ്ണോടിച്ചു കൊണ്ട് സിന്ധുവിന്റെ തീരത്തു നിന്നു. ഇവിടെ നിന്നു അതിർത്തിവരെ വെള്ളം ചളി കലർന്നതാണ്. വെള്ളത്തിന് തവിട്ടു നിറമാണ്. പർവതങ്ങൾ തീരത്തോടു ചേർന്നാണ് നിൽക്കുന്നത്. കീഴ്ക്കാംതൂക്കായ പാറകൾ ചിലയിടത്തു

മൂർച്ച കൂടിയതും ചിലയിടത്തു മിനുസമേറിയതുമാണ്. ഓരോ അരുവിക്കു ചുറ്റും കൊച്ചു കൊച്ചു ഗ്രാമങ്ങൾ. കൃഷിയിടങ്ങൾ വളരെ ബുദ്ധിമുട്ടി തട്ട് തട്ടായി തിരിച്ചിരിക്കുന്നു. നരച്ചു വരണ്ട പാറക്കൂട്ടങ്ങൾക്കും തിളങ്ങി യൊഴുകുന്ന നദിക്കുമിടയിൽ ആ പച്ചപ്പ് ഒരു വര പോലെ കാണപ്പെട്ടു. വീണ്ടും കിഴക്കോട്ടു സഞ്ചരിക്കുമ്പോൾ ആപ്രികോട്ട് മരങ്ങളുടെ ഇരുണ്ട കൂട്ടങ്ങൾ കണ്ടു. ഏറെ ദൂരെയല്ലാതെ ജനവാസമുണ്ടെന്നതിന്റെ സൂചന. ഇത്തരം ചെറിയ ജനവാസ കേന്ദ്രങ്ങൾ ആണ് നരച്ചിരുണ്ട ഈ ഏകാന്ത താഴ്വരകളിൽ ഏക ആശ്വാസം.

ഞാൻ അതിർത്തിയിൽ എത്തിയ ദിവസം, എന്നെ അനുഗമിക്കാൻ നിയോഗിക്കപ്പെട്ട തുടുത്തുതിളങ്ങുന്ന കവിളുകളുള്ള ചെറുപ്പക്കാരനായ ഓഫീസർ എന്നോട് അയാളുടെ ജീവിതത്തെക്കുറിച്ചു സംസാരിച്ചു. വിവാഹം നിശ്ചയിച്ചിരിക്കുന്ന അയാൾ എന്നെ സ്കാർഡുവിലേക്കു തിരി ച്ചയച്ചാൽ ഉടൻ തന്നെ സിയാച്ചിനിലേക്കു പോകും. അയാൾ ആ പേര് ഉച്ചരിക്കുന്നതിൽ നിന്നുതന്നെ ആ സ്ഥലത്തെക്കുറിച്ചുള്ള ഉൽക്കണ്ഠ വ്യക്തമാണ്. ഒരു പുൽക്കൊടി പോലും വളരാത്ത, ഒരു ജീവിക്കും നില നിൽക്കാനാകാത്ത ആ സ്ഥലത്തെ എല്ലാ സൈനികരും വെറുക്കുന്നു. പോകുന്നതിനു മുൻപ് അവർ തല മുണ്ഡനം ചെയ്തു തൊപ്പി ധരിക്കുന്നു. പിന്നെ സ്കാർഡുവിൽ മടങ്ങി വന്നതിനുശേഷമേ തൊപ്പി തലയിൽ നിന്നും മാറ്റൂ. അത്രയ്ക്ക് ഭീകരമാണ് മഞ്ഞിന്റെ ആക്രമണം. ബാൾട്ടി സ്ഥാനിൽ ആളുകൾ തെല്ലൊരു പരിഹാസത്തോടെ സിയാച്ചിനെ "സൈന്യത്തിന്റെ കുവൈറ്റ്" എന്നാണ് വിശേഷിപ്പിക്കുന്നത്. "പട്ടാള ക്കാർക്ക് ഇരട്ടി ശമ്പളം കിട്ടും. അവിടെ പോയി വരുന്നവർ പണക്കാ രാകും" എന്നാണ് സ്കാർഡുവിൽ വച്ച് ഒരാൾ പറഞ്ഞത്. പക്ഷേ ഓഫീ സർ സുഹൃത്ത്, ആ പ്രസ്താവനയിലെ അനീതിക്കെതിരെ ശക്തമായി പ്രതിഷേധിച്ചു. ഞങ്ങൾക്ക് അധികം കിട്ടുന്ന ശമ്പളം മുഴുവൻ അവിടെ ജീവിച്ചു പോകാനാവശ്യമായ സാധനങ്ങൾ വാങ്ങാൻ ചെലവഴിക്കണം", അയാൾ പറഞ്ഞു.

"എന്താണിതിന്റെ അർത്ഥം? എന്തിന് നിങ്ങൾ ഇത് ചെയ്യുന്നു?" എന്റെ ചോദ്യം അയാളെ അകെ ഒന്നുലച്ചു. ഉത്തരം പറയുന്നതിന് മുൻപ് അല്പമൊന്നു ശങ്കിച്ചു. പിന്നെ പറഞ്ഞു, "എന്റെ രാജ്യത്തെ സേവി ക്കാൻ."

ഞങ്ങളുടെ വാഹനം മുന്നോട്ടു നീങ്ങിക്കൊണ്ടിരുന്നു. വഴിയിൽ ഗ്രാമ ങ്ങൾ പ്രത്യക്ഷപ്പെട്ടു തുടങ്ങി. പക്ഷേ ആ ഗ്രാമങ്ങളുടെയൊക്കെ പേരു കൾ എന്റെ കൈയിലുള്ള ഭൂപടത്തിലെ പേരുകളിൽ നിന്നും വ്യത്യസ്ത മാണ് (1945 ലെ ഇന്ത്യൻ സർവ്വേ രേഖകളെ ആധാരമാക്കി 1953 ൽ CIA പുറത്തിറക്കിയ ഭൂപടമാണ് എന്റെ കൈയിലുള്ളത്.) ഇന്ത്യയിൽ സിന്ധു തീരത്തുള്ള ലഡാക്കി ഗ്രാമങ്ങൾ ഇപ്പോഴും അവയുടെ നൂറു വർഷം മുൻപുള്ള പേരുകളിൽ തന്നെയാണ് അറിയപ്പെടുന്നത്. പക്ഷേ ഇപ്പുറം

പാകിസ്ഥാനിൽ ആ പേരുകളെല്ലാം മാറ്റിയിരിക്കുന്നു. "പാർക്കോത്ത" "മെഹ്ദിബാദ്" ആയിരിക്കുന്നു. ഗിഡിയാക്സ്ടോ (Gidiaksdo) ഇപ്പോൾ ഗിഡിയാഖാദ് ആണ്. ബോതിക്കോ, പുൾബ്രോക്ക്, കസ്ബർതാങ് ഒക്കെ എവിടെ? ടിബറ്റൻ സ്ഥലനാമങ്ങളെല്ലാം ഉറുദു പേരുകളായി മാറ്റിയിരിക്കുന്നു. അതിർത്തിയിൽ തന്നെ പേരുകളുടെ കാര്യത്തിൽ നിറയെ ആശയക്കുഴപ്പമാണ്. സൈന്യം തന്നെ മൂന്നു വ്യത്യസ്ത പേരുകളിൽ വിളിക്കുന്ന വചരാ, വദ്ഷാ, വദ്ര എന്റെ ഭൂപടത്തിൽ ചാതതങ് ആണ്. സൈന്യം പറയുന്നത് അതുപേക്ഷിക്കപ്പെട്ട ഗ്രാമമാണ് എന്ന്. എന്നാൽ അയൽഗ്രാമക്കാർ പറയുന്നത് അവിടെ ഇപ്പോഴും മുപ്പതോളം കുടുംബങ്ങൾ താമസിക്കുന്നു എന്ന്. സൈനിക നിയന്ത്രണത്താൽ പുറംലോകവുമായി യാതൊരു ബന്ധവുമില്ലാതെയാണ് അവർ ജീവിക്കുന്നത്. അവിടെവരെയൊന്ന് പോയാലോ എന്ന് ഞാൻ എന്റെ അകമ്പടി സുഹൃത്തിനോട് ചോദിച്ചു. "സാധ്യമല്ല" അയാൾ ഒറ്റവാക്കിൽ ഉത്തരം നൽകി.

അന്ന് രാത്രി ഞങ്ങൾ താമസിക്കേണ്ടത് ഹംസിഗോണിൽ ആണ്, പാകിസ്താനിലെ അവസാനത്തെ മിലിറ്ററി സ്റ്റേഷൻ. ഞങ്ങൾ എത്തുമ്പോൾ ഓഫീസർമാർ അശോകനെക്കുറിച്ചുള്ള ഹിന്ദി സിനിമ കണ്ടുകണ്ടുകൊണ്ടിരിക്കുകയാണ്. ഞങ്ങൾ അവരുടെ സ്വീകരണ മുറിയിൽ ഇരുന്നു. വലിയ ടി വി സ്ക്രീനിൽ ഇന്ത്യൻ താരങ്ങൾ ആടിത്തകർക്കുന്നു. ഇവിടെ സംസാരിക്കാൻ പറ്റുന്ന വിഷയമേതെന്നു ആലോചിച്ചിരിക്കുകയായിരുന്നു ഞാൻ. ഇത്തരം സന്ദർഭങ്ങളിൽ ഞാൻ അലക്സാണ്ടറിനെക്കുറിച്ചാണ് സംസാരിക്കാറ്. അതിർത്തിയോടു അടുത്തായതുകൊണ്ട് വിഷയമൊന്നു മാറ്റാമെന്ന് കരുതി, ഞാൻ ഇന്ത്യയിലാണ് താമസിച്ചിരുന്നതെന്ന് അവരോട് പറഞ്ഞു. "ഞാൻ ഡൽഹിയിൽ ജോലി ചെയ്തിരുന്നു" ഞാൻ പറഞ്ഞു. അപ്പോൾ സ്ക്രീനിൽ മധ്യപ്രദേശിലെ ഒരു വിനോദ സഞ്ചാര കേന്ദ്രത്തിൽ മാർബിൾ പാറകളിൽ നിന്നു കൊണ്ട് കരീന കപൂർ അശോകനോടുള്ള തന്റെ പ്രണയം പാട്ടിലൂടെ അവതരിപ്പിക്കുകയായിരുന്നു. "ഞാൻ അവിടെ പോയിട്ടുണ്ട്," ഗൃഹാതുരതയോടെ ഞാൻ സ്ക്രീനിലെ രംഗത്തിലേക്ക് വിരൽ ചൂണ്ടി. കൊൽക്കത്തയെക്കുറിച്ചും രാജസ്ഥാനെക്കുറിച്ചും കേരളത്തെക്കുറിച്ചും ഞാൻ ആവേശപൂർവം അവരോട് സംസാരിച്ചു. "പക്ഷേ ഞാൻ ഇതുവരെ കാശ്മീരിൽ പോയിട്ടില്ല, അവിടെ തീവ്രവാദ ഭീഷണിയുണ്ട്." ഞാൻ പൊടുന്നനെ രൂപം കൊണ്ട നിശ്ശബ്ദതയിലേക്ക് വാക്കുകൾ എയ്തു. ഇപ്പോൾ മുറിയിൽ ആകെയുള്ള ചലനം സ്ക്രീനിലെ കരീന കപൂറിന്റേത് മാത്രമാണ്. ഒടുവിൽ കാക്കി ധരിച്ചു സോഫയിലിരിക്കുന്ന സൈനികരുടെ ഇടയിൽ നിന്നും രൂക്ഷമായ മിഴികളുള്ള കേണൽ ആദിൽ സംസാരിച്ചു തുടങ്ങി. "തീവ്രവാദം എന്ന് പറയുന്നത് തെറ്റായ പ്രചാരണമാണ്. ഇന്ത്യൻ അധിനിവേശ കാശ്മീരിൽ നടക്കുന്നത് സ്വാതന്ത്ര്യസമരമാണ്," അയാളുടെ ശബ്ദത്തിനു മൂർച്ചയേറി.

കാക്കി വേഷധാരികളെ ഒരുമിച്ചു കണ്ടപ്പോൾ സത്യത്തിൽ എന്റെ നാവിന്റെ നിയന്ത്രണം വിട്ടു പോയി. ആദ്യം പറഞ്ഞതേ അബദ്ധം. പിന്നെയും അബദ്ധം ആവർത്തിച്ചുകൊണ്ടു ഞാൻ കാർഗിൽ വിഷയം എടുത്തിട്ടു. "1999ൽ യുദ്ധസമാന സ്ഥിതിവിശേഷം ഉണ്ടാകാൻ കാരണം പാകിസ്ഥാൻ പ്രകോപനമൊന്നുമില്ലാതെ ഇന്ത്യൻ അതിർത്തിയിലേക്ക് കടന്നു കയറിയതാണ്." എന്നെ അദ്ഭുതപ്പെടുത്തികൊണ്ട് ഓഫീസർ മാർ തുറന്ന മനസ്സോടെയാണ് പ്രതികരിച്ചത്. "അത് തെറ്റായി ആസൂത്രണം ചെയ്തതാണ്, ജനറൽ മുഷറഫിനെ ആരോ തെറ്റിദ്ധരിപ്പിച്ചതിന്റെ ഫലമാണ് കാർഗിൽ യുദ്ധം." അവർ പറഞ്ഞു.

ഈ ആക്രമണത്തിൽ മുഷറഫ് എന്ത് നേട്ടമാണ് പ്രതീക്ഷിച്ചത്? ഇന്ത്യയുടെ വടക്കൻ അതിർത്തിയിലുള്ള ലഡാക്കിലേക്ക് ഇന്ത്യയുടെ പ്രവേശനം തടഞ്ഞു കൊണ്ട് അതിനെ ഒരു വിലപേശൽ ആയുധമാക്കി ഇന്ത്യൻ കാശ്മീരിൽ ആധിപത്യം ഉറപ്പിക്കാനായിരുന്നു മുഷറഫ് ലക്ഷ്യമിട്ടിരുന്നതെന്നു ഇന്ത്യൻ ഓഫീസർമാർ പറയുന്നു. അതോടെ ചെനാബ്, ഝലം നദികളും പാക് അധീനതയിലാകും. "നിങ്ങൾ ഉയർന്ന പ്രതലത്തിലാകുമ്പോൾ, പ്രതിരോധം എളുപ്പമാകും." പിന്നീട് കാർഗിലിൽ വച്ച് കണ്ട ഒരു സിഖ് ആർമി ഓഫീസർ പറഞ്ഞു. "പാകിസ്ഥാൻ അന്ന് ഏതാണ്ട് വിജയത്തോടടുത്തിരുന്നു. ഇവിടുത്തെ മലനിരകൾ വിശ്വസിക്കാൻ കൊള്ളാത്തവയാണ്."

1999 മേയിൽ, പാകിസ്ഥാൻ നിയന്ത്രണരേഖ ലംഘിച്ച് ഉള്ളിലേക്ക് കടന്ന കാര്യം ഇന്ത്യ അല്പം വൈകിയാണ് അറിഞ്ഞത്. ഉടനെതന്നെ നുഴഞ്ഞുകയറ്റക്കാർ പാക്സൈനികരല്ലെന്നു പാകിസ്ഥാൻ പ്രഖ്യാപിച്ചു. (1947ൽ ആദ്യ നുഴഞ്ഞുകയറ്റം നടത്തിയപ്പോൾ മുതൽ പാകിസ്ഥാൻ അതിനെ തീവ്രവാദപ്രവർത്തി എന്നാണ് മുദ്രകുത്തുന്നത്). 1999ൽ പാകിസ്ഥാൻ ആർമി അവരുടെ സൈനികരെ ഒരിക്കൽകൂടി "മുജാഹിദീൻ" എന്നു വിളിച്ചു. യുദ്ധകാലത്ത് അതിർത്തി കടന്ന് പട്ടാളക്കാരുടെ മൃതദേഹങ്ങൾ ശേഖരിച്ചുകൊണ്ടു വരാൻ നിയോഗിക്കപ്പെട്ട ഒരാളെ ഞാൻ സ്കാർഡുവിൽ വച്ച് കണ്ടിരുന്നു. അയാൾ എന്നോട് പറഞ്ഞത് ഇങ്ങനെയാണ് "അപ്പോഴാണ് ഞങ്ങൾ ബാൾട്ടികൾ അങ്ങനെയൊരു യുദ്ധം നടക്കുന്ന കാര്യംതന്നെ അറിഞ്ഞത്."

"മുജാഹിദീൻ" എന്ന് പാകിസ്ഥാൻ വിശേഷിപ്പിക്കുന്ന പാക്പട്ടാളക്കാരെ ഇന്ത്യ തടവുകാരായി പിടിച്ച് അവർ സൈനികർ ആണെന്ന് തെളിയിച്ചിട്ടും പാകിസ്ഥാൻ അവരുടെ നിഷേധനിലപാട് തുടരുകയാണ് ചെയ്തത്. പാകിസ്ഥാന്റെ വാദത്തിൽ കുറച്ചു സത്യമുണ്ട്. കാർഗിലിൽ രക്തസാക്ഷികളാകാൻ അയയ്ക്കപ്പെട്ടവരിൽ ഏറെയും തർക്കപ്രദേശമായ വടക്കൻ മേഖലയിൽ നിന്നുള്ളവരാണ്. അതുകൊണ്ട് അവർ അംഗീകൃത റെജിമെന്റിന്റെ ഭാഗമല്ല. യൂണിഫോം അവർക്കു നിഷിദ്ധമാണ്.

തീവ്രവാദികളെപ്പോലെ ട്രാക്സ്യൂട്ട് ധരിച്ചു യുദ്ധരംഗത്തേക്ക് അയയ്ക്കപ്പെടുന്ന ഇവർക്ക് ആവശ്യത്തിന് ആയുധങ്ങൾപോലും ഉണ്ടാകാറില്ല.

സ്വന്തം മതത്തിൽപെട്ടവരെതന്നെ കൊല്ലുകയെന്ന പരീക്ഷണവും അവർ നേരിടണം.ഇന്ത്യയിലെ കാർഗിൽ പോലെ പാകിസ്ഥാനിലെ വടക്കൻ പ്രദേശങ്ങളും ഷിയാ ഭൂരിപക്ഷമേഖലകളാണ്. "അവരും അവിശ്വാസികളാണ്. അവരെകൊല്ലൂ," എന്ന് ഒരു സുന്നി സൈനിക ഉദ്യോഗസ്ഥൻ മടിച്ചുനിന്ന ഒരു ഷിയാഭടനോട് ആജ്ഞാപിച്ചതിനെക്കുറിച്ച് ഊഹാപോഹങ്ങൾ കേട്ടിരുന്നു.

മുസ്ലീങ്ങളെ കൊല്ലുകയെന്നത് മതാധിഷ്ഠിതമായ ഒരു സൈന്യം നേരിടുന്ന വലിയ പ്രശ്നമാണ്. സിഖുകാരും ഹിന്ദുക്കളുമാണ് സൗകര്യപ്രദമായ ഇരകൾ. ഷിയാക്കളെയും 'കാഫിറുകളായിട്ടാണ്' പഞ്ചാബി സൈനികോദ്യോഗസ്ഥർ കണക്കാക്കുന്നത്. സ്വമതസ്ഥരെ കൊല്ലുന്നതു തെറ്റല്ലെന്ന് യുവ സൈനികരെ അവർ വിശ്വസിപ്പിക്കുന്നു. സ്കാർഡുവിൽ നിന്നും ഹംസിഗോണിക്കുള്ള യാത്രയ്ക്കിടെ എന്റെ ഓഫീസർ സുഹൃത്ത് വസീറിസ്ഥാനിലെ സംഭവങ്ങളെക്കുറിച്ച് ചില വെളിപ്പെടുത്തലുകൾ നടത്തി. "അവിടെ പാകിസ്ഥാൻ സൈന്യത്താൽ കൊല്ലപ്പെടുന്നവരിൽ തൊണ്ണൂറ്റി ഒൻപതു ശതമാനവും അമുസ്ലീങ്ങൾ ആണ്," അയാൾ പറഞ്ഞു. "ഞാൻ അദ്ഭുതത്തോടെ അയാളെ നോക്കി "അവർ റഷ്യക്കാരും സ്പെയിൻകാരും ഇറ്റലിക്കാരുമാണ്," അയാൾ കൂട്ടിച്ചേർത്തു. സൈന്യത്തിന്റെ ആഭ്യന്തര റിപ്പോർട്ടുകൾ അത് ശരിവയ്ക്കുന്നു

"നിയന്ത്രണരേഖയിൽ എത്ര സൈനികരെ നിയോഗിച്ചിട്ടുണ്ട്?" ഞാൻ കേണൽ ആദിലിനോട് ചോദിച്ചു. അയാളുടെ മുഖം ദേഷ്യം കൊണ്ട് ചുവന്നു." എനിക്ക് നിങ്ങളോടത് പറയാൻ കഴിയില്ല." അതിർത്തിയിൽ എത്ര ദൂരം നിങ്ങൾ നിരീക്ഷിക്കുന്നുണ്ട്?" "ഞങ്ങൾ ഇപ്പോഴും ഇന്ത്യയുമായി ശത്രുതയിലാണ്. ഇന്ത്യൻ രഹസ്യാന്വേഷണവിഭാഗത്തിന് എല്ലാം അറിയാമായിരിക്കുമെങ്കിലും, അത്തരം കാര്യങ്ങൾ ചർച്ച ചെയ്യുന്നത് ശരിയല്ല." അയാൾ പറഞ്ഞു.

സത്യത്തിൽ കാർഗിൽ ഇന്ത്യൻ സൈന്യത്തിന് വലിയ ഒരു അമ്പരപ്പായിരുന്നു. പാകിസ്ഥാൻ സൈന്യം നിയന്ത്രണരേഖ കടക്കാൻ ശ്രമിക്കുന്നതായുള്ള സ്വന്തം രഹസ്യാന്വേഷണറിപ്പോർട്ടുകൾ തന്നെ അവർ അവഗണിച്ചു. പാകിസ്ഥാൻ പ്രധാനമന്ത്രിക്കും അതൊരു അമ്പരപ്പായിരുന്നു. ഇത്തരമൊരു സൈനികനീക്കത്തെക്കുറിച്ച് സൈനികമേധാവിയായിരുന്ന പർവേസ് മുഷറഫ് അദ്ദേഹത്തിന് യാതൊരു മുന്നറിയിപ്പും നൽകിയിയിരുന്നില്ല. തുടർന്ന് പ്രധാനമന്ത്രി മുഷറഫിനെ പുറത്താക്കാൻ ശ്രമിച്ചപ്പോൾ അദ്ദേഹം പട്ടാള അട്ടിമറിയിലൂടെ അധികാരം പിടിച്ചെടുത്തു. 1999 ഒക്ടോബർ ആകുമ്പോഴേക്കും പ്രധാനമന്ത്രി ജയിലിൽ അടയ്ക്കപ്പെട്ടു. മുഷറഫ് പ്രസിഡന്റായി സ്വയം അവരോധിതനായി.

കാർഗിൽ യുദ്ധം കഴിഞ്ഞ ഉടനെയാണ് ഞാൻ ഡൽഹിയിലേക്ക് വന്നതെന്ന് മെസ്സിലിരുന്നു സംസാരിക്കവേ കേണൽ ആദിലിനോട് പറഞ്ഞു. അന്ന് ഇന്ത്യയും അവരുടേതായ മൗലികവാദ ഭരണത്തിൻ കീഴിലായിരുന്നു. പാകിസ്ഥാനെക്കുറിച്ചുള്ള എല്ലാ പരാമർശങ്ങളും അനാരോഗ്യകരവും യുദ്ധകലുഷിതവുമായിരുന്നു.

ഇന്ത്യയിലെ ഒരു സന്നദ്ധ സംഘടയുടെ ഓഫീസിലെ എന്റെ ആദ്യ ആഴ്ചയിൽ സഹപ്രവർത്തകർ കാർഗിലിനെക്കുറിച്ചുള്ള ഒരു നാടകം കാണാൻ എന്നെ കൊണ്ടുപോയി. അതിലെ യുദ്ധതത്പരത എന്നെ ഞെട്ടിച്ചതായി ഞാൻ ഓർക്കുന്നു. 1999 ഒക്ടോബറിൽ ഒരു ദിവസം രാവിലെ ഞാൻ ഓഫീസിൽ എത്തിയപ്പോൾ എന്തോ കുഴപ്പം ഉള്ളതു പോലെ തോന്നി. "പാകിസ്ഥാനിൽ ഒരു പുതിയ ഏകാധിപതി അധികാരത്തിൽ വന്നിരിക്കുന്നു." ആ കെട്ടിടത്തിലിരുന്ന് പുറത്തെ മരത്തിൽ പച്ചത്തത്തകൾ പറന്നു കളിക്കുന്നതു നോക്കിയിരിക്കേ, 'ഇന്ത്യൻ മാധ്യമങ്ങളുടെ പാകിസ്ഥാനിൽ' ജീവിച്ചാൽ എങ്ങനെയിരിക്കുമെന്നു വെറുതെ ആലോച്ചു പോയി. മതാധിഷ്ഠിതമായ, അങ്ങേയറ്റം ഹൃദയശൂന്യമായ പാകിസ്ഥാൻ, ബഹുസ്വര ഇന്ത്യ എന്തിനൊക്കെ നില കൊള്ളുന്നുവോ അതിനെല്ലാം എതിരായ ഒരു രാജ്യം."അന്ന് ആർക്കും പാകിസ്ഥാനെ ഇഷ്ടമുണ്ടായിരുന്നില്ല." സോഫയിലിരിക്കുന്ന സൈനികരോട് ഞാൻ പറഞ്ഞു. "ഇവിടെ വരണമെന്ന് ഞാൻ ആഗ്രഹിച്ചതിന്റെ ഒരു കാരണവും അതാണ്."

ആട്ടിറച്ചി കൊണ്ടുള്ള കട്‌ലെറ്റും പുഡിങ്ങും – ബ്രിട്ടീഷ് ഭരണത്തിന്റെ ബാക്കിപത്രം – അടങ്ങിയ അത്താഴത്തിനുശേഷം എനിക്കു കിട്ടിയ മുറിയിലേക്കു ഞാൻ പോയി. മെസ്സിലെ പള്ളിക്കടുത്തുള്ള മുറി കേണൽ ആദിലിന്റേതാണെന്നു ചുമരിലെ ഹുക്കിൽ തൂങ്ങിക്കിടക്കുന്ന ജാക്കറ്റിലെ 'നെയിം പ്ലേറ്റിൽ' നിന്നും മനസ്സിലായി. ബിൽ ക്ലിന്റന്റെ ആത്മകഥയുടെ ഒരു വ്യാജ പതിപ്പ് ബെഡ്ഡിനോട് ചേർന്ന മേശയിൽ ഇരിക്കുന്നു. യുദ്ധങ്ങളെക്കുറിച്ചും യുദ്ധമോ പ്രതിരോധമോ ആയുധക്കൂമ്പാരങ്ങളോ ഇല്ലാതിരുന്ന സൈന്ധവ നഗരങ്ങളെക്കുറിച്ചും ഓർത്തു കൊണ്ട് ഞാൻ ഉറക്കത്തിലേക്കു വീണു. എന്തൊരു സംസ്കാരമായിരുന്നിരിക്കണം അത്!

പിറ്റേ ദിവസം രാവിലെ നിയന്ത്രണരേഖയിൽ നിന്നും ഒരു കിലോമീറ്റർ മാത്രം അകലെയുള്ള മലഞ്ചെരുവിൽനിന്നും കുത്തനെ കിടക്കുന്ന, ഇന്ത്യയിലേക്ക് നീളുന്ന നദീതാഴ്‌വരയിലേക്ക് ഞാൻ കണ്ണോടിച്ചു. സിന്ധുവിന്റെ തീരത്തു നിന്നും സ്വർണം കുഴിച്ചെടുക്കുന്ന ഭീമാകാരന്മാരായ ഉറുമ്പുകളെക്കുറിച്ചു ഹെറോഡോട്സ് ആവർത്തിച്ച ഒരു കെട്ടുകഥയ്ക്ക് 'ഡാൻസാർ' എന്ന് പറയുന്ന ഈ സ്ഥലം പരിഹാരം കണ്ടെത്തിയതായി 1984ൽ ഫ്രഞ്ച് പര്യവേഷകൻ മൈക്കൽ പെയ്സ സെൽ അവകാശപ്പെട്ടിരുന്നു. പെരുച്ചാഴിയുടെ മാളങ്ങളിൽ ആ തീരത്തെ

ഗ്രാമീണരായിരുന്നു സ്വർണം അന്വേഷിച്ചു മണൽ കുഴിച്ചിരുന്നതത്രെ. ഞാൻ നിൽക്കുന്നതിനു താഴെ, മലഞ്ചെരുവിൽ ചന്ദ്രക്കല വരച്ചു വച്ച, കല്ലുകൊണ്ട് വൃത്താകൃതിയിൽ നിർമ്മിച്ച ആയുധപ്പുരകളാണ്. ഭാവിയിലെ ചരിത്രകാരന്മാർ യുദ്ധങ്ങൾ തകർത്ത ഒരു തലമുറയുടെ ഈ കൽവൃത്തങ്ങളെക്കുറിച്ച് എന്ത് കരുതുമെന്നു ഞാൻ അതിശയിച്ചു.

കാർഗിൽ യുദ്ധസമയത്തു യുദ്ധമേഖലയായിരുന്നു മാറോൾ എന്ന ഗ്രാമം. എവിടെയും വെടിയുണ്ടയുടെ അടയാളങ്ങൾ. ഗ്രാമീണർ ഇന്ത്യൻ ഷെല്ലുകളുടെ അടയാളങ്ങൾ കാണിച്ചു തന്നു. അന്ന് ഇന്ത്യൻ ഷെല്ലുകൾ ദുരിതം വിതച്ചപ്പോൾ മാറോൾ, ഗാനോക്സ്, ഡാൻസാർ എന്നീ ഗ്രാമങ്ങളിൽ നിന്നും ജനങ്ങൾ സ്കാർഡുവിലെ ക്യാമ്പുകളിലേക്ക് താമസം മാറ്റി. ഒരു മണിക്കൂർ മാത്രം അകലെ സ്ഥിതി ചെയ്യുന്ന ഇന്ത്യൻ ഗ്രാമങ്ങളായ ഡാർച്ചിക്കും ധായും ലഡാക്കിലെ ഏറ്റവും ചൂടുള്ള പ്രദേശങ്ങളാണ്. വർഷത്തിൽ രണ്ടു വിളയിറക്കുന്ന വയലുകളാൽ ചുറ്റപ്പെട്ട ഈ ഗ്രാമങ്ങൾ വർണ്ണവൈവിധ്യമുള്ള പുഷ്പങ്ങളാൽ സമൃദ്ധമാണ്. എന്നാൽ പാകിസ്ഥാനിലെ അതിർത്തി ഗ്രാമങ്ങൾ എല്ലാ തരത്തിലും ദരിദ്രമാണ്. വെടിയൊച്ചകൾ കാരണം അവർ വേട്ടയാടിയിരുന്ന കാട്ടാടുകൾ ഓടി പൊയ്ക്കളഞ്ഞു. സൈന്യത്തെ ഭയന്നാണ് അവർ ജീവിക്കുന്നത്. അവരുടെ കൃഷി എപ്പോഴും പരാജയമാണ്. വൈദ്യുതി എത്തിയിട്ടില്ല. ദിവസക്കൂലിക്ക് സ്കാർഡുവിൽ ജോലിക്കു പോകാൻ അവർ നിർബന്ധിതരാകുന്നു. പാകിസ്ഥാന്റെ പിന്നാമ്പുറങ്ങളിൽ അവർ എങ്ങനെയോ കഴിഞ്ഞുകൂടുന്നു. ഇന്ത്യയിൽനിന്നും ഒരുകിലോമീറ്റർമാത്രം ദൂരമുള്ള ഈ ഗ്രാമങ്ങൾ സ്കാർഡുവിൽനിന്നും നൂറുകിലോമീറ്റർ അകലെയാണ്. ഇവർക്ക് പാകിസ്ഥാനികൾ എന്ന നിലയ്ക്കുള്ള അവകാശങ്ങൾ ഒന്നുമില്ല.

“ഇവിടെ നിന്നും ലഡാക്കിലേക്ക് എത്ര ദൂരം വരും?” ഞാൻ ഗ്രാമീണരോട് അന്വേഷിച്ചു. ഇന്ത്യയിലേക്ക് ഇവിടെ നിന്നും സഞ്ചരിക്കുക എന്ന ആശയം ഒരേ സമയം സ്വാഭാവികവും ദുരിത പൂർണവുമാണ്. “കുതിരപ്പുറത്തോ നടന്നോ ആണെങ്കിൽ ഒൻപതു ഘട്ടങ്ങളിലൂടെ നാലോ അഞ്ചോ ദിവസമെടുത്തേ എത്താൻ കഴിയൂ.” അവർ പറഞ്ഞു. “ഞങ്ങളുടെ പൂർവികർ പറഞ്ഞു കേട്ടിട്ടുള്ള അറിവാണ്,” അവർ തിടുക്കത്തിൽ കൂട്ടിച്ചേർത്തു. “ഞങ്ങൾ ലഡാക്ക് എന്ന പേര് കേട്ടിട്ടുണ്ട്. പക്ഷേ ഒരിക്കലും കണ്ടിട്ടില്ല.” അവർ പറഞ്ഞു. 1947 വരെ കർഷകർ അവരുടെ പഴങ്ങളും പച്ചക്കറികളും ബോട്ടുകളിലും മൃഗത്തോലുകളിലുമായി നദിയിലൂടെ ഓൽതിങ്താങ്ങിൽ എത്തിച്ചിരുന്നു (സൈന്യം വിളിക്കുന്ന പേര് ഓൽഡിങ് എന്നാണ്). അവിടെ വച്ച് അവർ കാർഗിലിൽ നിന്നും ശ്രീനഗറിൽ നിന്നും ലേയിൽ നിന്നും വരുന്ന സാധനങ്ങൾക്കായി തങ്ങളുടെ ഉത്പന്നങ്ങൾ കൈമാറിയിരുന്നു. ലഡാക്കിനും ബാൾടിസ്ഥാനും ഇടയിൽ കച്ചവട സംഘങ്ങൾ വിശ്രമിക്കാൻ തെരഞ്ഞെടുത്ത

സ്ഥലമായിരുന്നു ഗാനോക്സ്. ഇവിടെയായിരുന്നു നികുതി പിരിച്ചിരുന്നത്. ഇപ്പോൾ ഓൾതിങ്താങ അതിർത്തിയിലായി. പ്രാദേശിക കച്ചവടം അപ്രത്യക്ഷമായി. ഇന്ന് ഇവർക്ക് കച്ചവടം നടത്താൻ സ്കാർഡുവിലേക്കുള്ള നീണ്ട യാത്രകൾ വേണം.

ഗാനോക്സിലെ ഗ്രാമീണർ ഒരിക്കൽ ഇന്ത്യൻ അതിർത്തി ഗ്രാമങ്ങളിലെ ജനങ്ങളുമായി കലാഷ് രീതിയിലുള്ള ഒരു സംസ്കാരം പങ്കുവച്ചിരുന്നവരായിരുന്നു. ഈ 'ആദിമ ആര്യന്മാർ' പർവത ദേവതകളെ ആരാധിച്ചിരുന്നു. പൂക്കൾ കൊണ്ട് നിർമ്മിച്ച ശിരോവസ്ത്രങ്ങൾ ധരിച്ചിരുന്ന ഇവർ ബാൾട്ടികളിൽ നിന്നും ലഡാക്കികളിൽ നിന്നും വ്യത്യസ്തത പുലർത്തി. പതിനേഴാം നൂറ്റാണ്ടിൽ ബാൾടിസ്ഥാൻ ഭരിച്ചിരുന്ന അലിഷേർ ഖാൻ അയാളുടെ പ്രജകളെ, ഗാനോക്സിലെ ഉൾപ്പെടെ ഇസ്ലാമിലേക്ക് മതപരിവർത്തനം നടത്തി. പക്ഷേ സിന്ധുതീരത്തുള്ള അഗാധ ഗർത്തങ്ങൾ താണ്ടാൻ സൈന്യങ്ങൾക്കു കഴിയാതിരുന്നത് കൊണ്ട് ഈ ഗ്രാമങ്ങൾ ആരുടെയും കണ്ണിൽ പെട്ടില്ല. ഈ പ്രദേശങ്ങളിലെ സംസ്കാരങ്ങൾ അതേപോലെ നിലനിർത്തപ്പെട്ടതിനു കാരണവും അതാണ്. 1947 വരെ ഗാനോക്സ് ഗ്രാമക്കാർക്കു ബുദ്ധമതഗ്രാമങ്ങളായ ഡാർഡുമായി വിവാഹ ബന്ധങ്ങൾ ഉണ്ടായിരുന്നു. സ്വാതന്ത്ര്യാനന്തരം ഡാർഡ് ഇന്ത്യയിലായി. കാശ്മീർ തർക്കത്തോടെ മിലിറ്ററി റോഡുകൾ നിലവിൽ വന്നു. അതോടൊപ്പം ഗാനോക്സിലെ ഇസ്ലാമിന്റെയും ഡാർഡിലെ ബുദ്ധിസത്തിന്റെയും ശീലങ്ങളും സ്വഭാവങ്ങളും കുറേക്കൂടി കഠിനമായി. ഇന്ത്യയിലെ ഗ്രാമങ്ങൾ വിനോദ സഞ്ചാരത്തിലൂടെ അഭിവൃദ്ധി നേടിയപ്പോൾ പാകിസ്ഥാനിലെ അതിർത്തി ഗ്രാമങ്ങൾ ഓർമ്മകളിൽ നിന്നും പോലും മാഞ്ഞു പോയി.

കശ്മീരിലെ ഏറ്റുമുട്ടലുകൾ നദീതീരത്തു കൂടിയുള്ള ഗതാഗതം അവസാനിപ്പിച്ചിരിക്കുന്നു. അതുകൊണ്ട് സിന്ധുതീരത്തു കൂടി കാശ്മീരിലേക്ക് സഞ്ചരിക്കുക അസാധ്യം. ഇനി ഇന്ത്യയിലേക്ക് കടക്കാനുള്ള ഒരേയൊരു വഴി പഞ്ചാബിൽ കൂടിയാണ്. തെക്കോട്ടു മൂന്നുദിവസം സഞ്ചരിക്കണം. ഒരുപാട് വളഞ്ഞു ചുറ്റി ലാഹോറിലെത്തി അവിടെനിന്നും ജമ്മുവഴി ശ്രീനഗറിലെത്തണം. പക്ഷേ ഈ വഴിക്കും ചില മെച്ചങ്ങളുണ്ട്. ഈ വഴിപോയാൽ സൈന്ധവ നഗരങ്ങളായ ഹാരപ്പയും മാൻഡയും കാണാം, ഒപ്പം നിയോലിത്തിക് കാശ്മീർ താഴ്വരകളുമായുണ്ടായിരുന്ന അവരുടെ ബന്ധവും ചികഞ്ഞു നോക്കാം. ഈ പുരാതനനഗരങ്ങളെ ഇത്ര മഹത്തരമാക്കിയത് അവർക്ക് വിദൂരദേശങ്ങളുമായി നദിയിലൂടെ ഉണ്ടായിരുന്ന ബന്ധമാണ്. അവർക്കാവശ്യമുള്ള വസ്തുക്കൾ ആവശ്യമുള്ള സ്ഥലത്തെത്തിക്കാൻ നദി എന്ന ശക്തമായ ഗതാഗത സംവിധാനത്തെ അവർ ഫലപ്രദമായി ഉപയോഗിച്ചു.

ലാഹോറിനെ പോലെ തന്നെ, മൃതപ്രായമായ രവി നദിയുടെ തീരത്താണ് ഹാരപ്പയും സ്ഥിതി ചെയ്യുന്നത്. പത്തൊൻപതാം നൂറ്റാണ്ടിന്റെ

ആദ്യ വർഷങ്ങളിലാണ് ചാൾസ് മസോൺ ഇവിടെ വിചിത്രമായ ലിപികളും മൃഗരൂപങ്ങളും ആലേഖനം ചെയ്ത മുദ്രകൾ കണ്ടെത്തിയത്. 1922ൽ മോഹൻജോദാരോയിൽ നിന്നും ഇത്തരത്തിലുള്ള മുദ്രകൾ ലഭിച്ചു. പിന്നീട് ഹാരപ്പയിൽ നടന്ന ഖനനം ഈ രണ്ടു നഗരങ്ങളും പരസ്പരം മാതൃകകളായിരുന്നു എന്ന് വ്യക്തമാക്കി. നിർഭാഗ്യവശാൽ, ഹാരപ്പയിലെ ഇഷ്ടികകളിൽ നല്ലൊരു ശതമാനവും മുൾട്ടാൻ ലാഹോർ റെയിൽ പാതയുടെ ജോലികൾക്കിടെ നീക്കം ചെയ്തു. മൂന്നു നൂറ്റാണ്ടു മുൻപ് ഇതേപോലെ മോസ്ക് നിർമ്മിക്കാനായി മുസ്ലീങ്ങളും കുറെ ഇഷ്ടിക ഉപയോഗിച്ചു. ഒരായിരം വർഷം മുൻപ് ബുദ്ധമതക്കാർ മോഹൻജൊദാരോയിലെ ഇഷ്ടികളിൽ കുറെ സ്തൂപനിർമ്മാണത്തിനുപയോഗിച്ചിരുന്നു. ഈ പുരാതന നഗരങ്ങളിലെ ചരിത്രാവശിഷ്ടങ്ങൾ കുറെയെല്ലാം മറ്റെന്തൊക്കെയോ ആയി രൂപാന്തരം പ്രാപിച്ചുകഴിഞ്ഞിരിക്കുന്നു .

മോഹൻജോദാരോയിലേതു പോലെ തന്നെ വെള്ളത്തിന്റെ ആഡംബരങ്ങളിൽ രമിച്ചിരുന്നവരായിരുന്നു ഹാരപ്പൻ നിവാസികളും. വെള്ളപ്പൊക്ക ബാധിത സമതലങ്ങളിൽ നിന്നും സുരക്ഷിതരായി ജീവിക്കാൻ അവർ കൂറ്റൻ തറകൾ കെട്ടിയിരുന്നു. അതുകാരണം നദിയിൽ നിന്നും സുഗമമായി വെള്ളം തങ്ങളുടെ ആവശ്യങ്ങൾക്ക് എത്തിക്കാൻ ബുദ്ധിമുട്ടായി. ആഴമുള്ള കിണറുകൾ കുഴിച്ച് അവർ അതിന് പരിഹാരം കണ്ടു. നഗരത്തിന്റെ നടുവിലായി ചുവന്ന ഇഷ്ടികകൾ ഉപയോഗിച്ചു നിർമ്മിച്ച ഒരു പടുകൂറ്റൻ സ്നാന കേന്ദ്രം ഉണ്ടായിരുന്നു. എല്ലാ വീടുകൾക്കും ഉള്ളിൽ തന്നെ ശുചിമുറികൾ ഉണ്ടായിരുന്നു. ടെറാക്കോട്ട പൈപ്പുകളോ ചാലുകളോ ഉപയോഗിച്ചു അഴുക്കു വെള്ളം പുറത്തേക്കു കളഞ്ഞിരുന്നു. എല്ലാ തെരുവുകളിലും അഴുക്കു ചാലുകൾ ഉണ്ടായിരുന്നുവെന്ന് മാത്രമല്ല, അവ പതിവായി വൃത്തിയാക്കുകയും ചെയ്തിരുന്നു. (സൈന്ധവ നഗരങ്ങളിലെ ശുചീകരണ തൊഴിലാളികൾ ഏതു ജാതിയിൽ പെട്ടവരായിരുന്നോ എന്തോ? ഇന്നത്തെ ഭാങ്കി തന്നെയായിരുന്നോ അന്നത്തേയും ശുചീകരണക്കാർ അതോ ഇന്നത്തെ സൈദുമാരുടേയും പീർമാരുടെയും മുൻഗാമികളോ?) സൈന്ധവനഗരങ്ങളിലെ ജലസാങ്കേതികവിദ്യയുടെ അടുത്തെങ്ങും എത്താൻ അന്നത്തെ മെസൊപ്പൊട്ടോമിയക്കാർക്കോ ഈജിപ്തുകാർക്കോ കഴിഞ്ഞിരുന്നില്ല. രണ്ടായിരം വർഷങ്ങൾക്കുശേഷം റോമക്കാർ സ്നാന നഗരങ്ങൾ വികസിപ്പിക്കും വരെ ആർക്കും സൈന്ധവ ജല സാങ്കേതിക വിദ്യയ്ക്ക് വെല്ലുവിളി ഉയർത്താൻ കഴിഞ്ഞിട്ടില്ല.

സിന്ധു നദീതട ജനതയുടെ ഉദ്ഭവവും ഭരണ സംവിധാനവുമെല്ലാം അജ്ഞാതമാണെങ്കിലും അവരുടെ കലാവിരുതുകളിൽ നിന്നും അവശേഷിക്കും കല തന്നെയാണെങ്കിൽ, ഏറെ കാര്യങ്ങൾ അവരെക്കുറിച്ച് മനസ്സിലാക്കാൻ കഴിയും കാള, കാട്ടാട്, കാണ്ടാമൃഗം തുടങ്ങിയ മൃഗങ്ങളുടെയും സ്ത്രീപുരുഷന്മാരുടെയും ചെറിയ കളിമൺ പ്രതിമകൾ ഈ പുരാതന നഗരാവശിഷ്ടങ്ങളിൽ നിന്നും ലഭിച്ചിട്ടുണ്ട്. ചിത്രങ്ങൾ

ആലേഖനം ചെയ്തിരിക്കുന്നത് ചതുരാകൃതിയിലോ ദീർഘവൃത്താകൃതിയിലോ ഉള്ള കളിമണ്ണിലോ കൽമുദ്രകളിലോ ആണ്. ശക്തരായ സ്ത്രീകളെ വിലമതിക്കുക മാത്രമല്ല ആരാധിക്കുകയും ചെയ്തിരുന്ന സംസ്കാരമായിരുന്നു അതെന്ന് ഇവിടെനിന്നും ലഭിച്ച സ്ത്രീരൂപങ്ങളിൽ നിന്നും അനുമാനിക്കാം. ഒരു മുദ്രയിലെ ചിത്രം നഗ്നയായ ഒരു സ്ത്രീ രണ്ടു വന്യമൃഗങ്ങളെ നേരിടുന്നതാണ്. മറ്റൊന്നിൽ ചിത്രീകരിച്ചിരിക്കുന്നത്, കൊമ്പുകളും വാലും ധരിച്ച ഒരു പെൺവേട്ടക്കാരി തന്റെ കൈകൾ കൊണ്ട് ഒരു കടുവയെ നേരിടുന്നതാണ്. ഇറക്കം കുറഞ്ഞ പാവാടയും കറുത്ത നിറത്തിൽ പങ്കയുടെ ആകൃതിയിലുള്ള ശിരോലങ്കാരങ്ങളും ധരിച്ച നിറഞ്ഞ മാറുകളുള്ള നിരവധി സ്ത്രീ പ്രതിമകൾ കണ്ടെത്തിയിട്ടുണ്ട്. ഒരുപക്ഷേ അത് മാതൃദേവതയുടെ രൂപങ്ങളാവാം, അല്ലെങ്കിൽ ഒരു കുട്ടിയുടെ കളിപ്പാട്ടങ്ങളാകാം. സ്ത്രീത്വത്തിന്റെ ഏറ്റവും മനോഹര ഭാവങ്ങൾ ചിത്രീകരിച്ചിരിക്കുന്നത് പതിനൊന്നു സെന്റിമീറ്റർ മാത്രം വലിപ്പമുള്ള ഒരു വെങ്കല പ്രതിമയിലാണ്. ഒരു നർത്തകിയുടെ രൂപമാണതിൽ. കഴുത്തിൽ ശംഖ് കൊണ്ടുള്ള ആഭരണവും തോൽവളകളും അണിഞ്ഞിട്ടുള്ള അവൾ നഗ്നയാണ്. അവളുടെ കൈകൾ മടിയിൽ മൃദുവായി വച്ചിരിക്കുന്നു. കാലുകൾ സമയത്തെ തോല്പിക്കാൻ ശ്രമിക്കുന്നതുപോലെ തോന്നുന്നു. അവളുടെ മുഖത്ത് ഗഹനമായ ചിന്താഭാവം.

നർത്തകിയുടെ മുഖഘടനയും മോഹൻജോദാരോയിൽ നിന്നും ലഭിച്ച പുരുഷന്റെ അർദ്ധകായ പ്രതിമയുടെ മുഖാകൃതിയും ഒരുപോലെയാണ്. രണ്ടു രൂപങ്ങൾക്കും തടിച്ച ചുണ്ടുകളും ഉരുണ്ട മൂക്കുമാണുള്ളത്. എൺപതിനായിരം വർഷങ്ങൾക്ക് മുൻപ് ആഫ്രിക്കയിൽ നിന്നും വന്ന കുടിയേറ്റക്കാരുടെ നേർ പിൻഗാമികളായിരുന്നു സൈന്ധവ ജനതയെന്നു ഈ തെളിവുകളുടെ അടിസ്ഥാനത്തിൽ ചിലർ പറയുന്നു. ഒരു പക്ഷേ ചില ചരിത്രകാരന്മാർ ഏറെക്കാലമായി വാദിക്കുന്നതു പോലെ സൈന്ധവ ജനത കുടിയേറ്റക്കാരായ ആര്യന്മാരാൽ തുരത്തപ്പെടുകയും അങ്ങനെ തെക്കേ ഇന്ത്യയിലെ സംസ്കൃത ഭാഷ സംസാരിക്കാനറിയാത്ത ദ്രാവിഡന്മാരായി മാറുകയും ചെയ്തതുമാകാം. മെസോപ്പൊട്ടാമിയക്കാർ സിന്ധു നദീതടജനതയെ വിളിക്കാനുപയോഗിച്ചിരുന്ന 'മെലൂഹ'എന്ന വാക്ക് ഒരു പക്ഷേ 'മ്ലേച്ഛ' എന്ന പദവുമായി ബന്ധപ്പെട്ടതാകാം. സംസ്കൃത ഭാഷ സംസാരിക്കുന്നവർ, ആ ഭാഷ സംസാരിക്കാനറിയാത്ത, തെക്കെ ഇന്ത്യക്കാരെപ്പോലെ ഉള്ളവരെ വിശേഷിപ്പിക്കാൻ ഉപയോഗിച്ചിരുന്ന പദമാണ് 'മ്ലേച്ഛ'. എന്നാൽ സൈന്ധവലിപികൾ വ്യാഖ്യാനിക്കും വരെ, ഈ സിദ്ധാന്തങ്ങൾ എല്ലാം പ്രലോഭിപ്പിച്ചു നിൽക്കും, എന്നാൽ സ്ഥിരീകരിക്കാനാവാതെ അങ്ങനെ തന്നെ നിലനിൽക്കും.

സിന്ധു താഴ്വരകളിൽ നിന്നും ലഭിച്ച മുദ്രകളുടെ അർത്ഥമെന്ത്? എന്നെങ്കിലും മനസ്സിലാക്കാൻ കഴിഞ്ഞിരുന്നെങ്കിൽ ആ നഗരവാസികളെ കുറിച്ച് എന്തെങ്കിലും സൂചനകൾ കിട്ടുമായിരുന്നു. അവിടെ നിന്നും ലഭിച്ച

പ്രലോഭനീയമായ അവശിഷ്ടങ്ങളിൽ ആ ലിപികൾ മാത്രം ഇന്നും നിഗൂഢമായി തുടരുന്നു. ഒരു നൂറ്റാണ്ടിനു ശേഷം ഈ അടുത്ത കാലങ്ങളിൽ ആ നിഗൂഢാക്ഷരങ്ങളെ വ്യാഖ്യാനിക്കാൻ വിശ്വസനീയമല്ലെങ്കിലും സമർത്ഥമായ ചില ശ്രമങ്ങൾ നടന്നിരുന്നു. തെക്കെ ഇന്ത്യയിലെ തമിഴ്നാട്ടിൽ നിന്നുള്ള ഒരു പണ്ഡിതൻ ആ ലിപികൾക്കു തന്റെ മാതൃഭാഷയായ തമിഴുമായി ബന്ധമുണ്ടെന്ന് അവകാശപ്പെട്ടിരുന്നു. വടക്കേ ഇന്ത്യയിലെ ഹിന്ദു ചരിത്രകാരന്മാർ കുതിര സവാരിക്കാരായ ആര്യന്മാരാണ് തനത് ഇന്ത്യക്കാർ എന്ന് കാണിക്കാനായി കാളയുടെ രൂപമുള്ള മുദ്രകളിലെ കാളയെ കുതിരയാക്കി കാണിക്കാൻ ശ്രമിച്ചു. (സിന്ധു നദീതട മനുഷ്യർ കുതിരകളെ വളർത്തിയതിന്റെ ഒരു തെളിവുകളും ലഭിച്ചിട്ടില്ല.) പാകിസ്ഥാനിലെ ഒരു ചരിത്രകാരൻ, ആ നിഗൂഢ ലിപികൾ കൊത്തിവച്ചത് മുസ്ലീം കല്പണിക്കാരാണെന്നു പറഞ്ഞു. ഹൈദരാബാദിൽ വച്ച് ഞാൻ കണ്ട ഒരു ഭാഷാജ്ഞാനി, ആ അക്ഷരങ്ങൾ സിന്ധി ഭാഷയുമായി ബന്ധപ്പെട്ടതാണെന്നു വാദിച്ചു. എന്നെ സന്തോഷിപ്പിക്കാനായി അയാൾ എന്റെ പേര് സിന്ധു നദീതടലിപിയിൽ എഴുതുകയും ചെയ്തു.

വ്യക്തമായ തെളിവുകളുടെ അഭാവത്തിൽ സൈന്ധവ ജനതയെക്കുറിച്ചും അവരുടെ ഉദ്ഭവത്തെക്കുറിച്ചും വിശ്വാസങ്ങളെക്കുറിച്ചും സാമൂഹികവ്യവസ്ഥയെക്കുറിച്ചും ഒക്കെ നിരവധി സിദ്ധാന്തങ്ങൾ ഉയർന്നുവന്നു. സിന്ധുനദീതട നഗരങ്ങൾ ഒരു നഷ്ടസ്വർഗ്ഗമാണെങ്കിൽ, അവിടെ ജോലിക്കാർ പോലും ശുചീകരണ സംവിധാനങ്ങളുള്ള, വൃത്തിയുള്ള വീടുകളിൽ, ശുദ്ധമായ കുടി വെള്ള സ്രോതസ്സുകൾ ഇഷ്ടം പോലെ ആസ്വദിക്കാൻ തക്ക വിധത്തിലായിരുന്നു ജീവിച്ചിരുന്നതെങ്കിൽ ആധുനികത ലജ്ജിച്ചു തലതാഴ്ത്തണം. ഹാരപ്പയ്ക്ക് ചുറ്റുമുള്ള ഗ്രാമങ്ങളിൽ ധനികർ വെളുത്ത ചായം പൂശിയ വലിയ മന്ദിരങ്ങളിൽ ജീവിക്കുമ്പോൾ അവരുടെ പണിക്കാർ വൈക്കോൽ മേഞ്ഞ കുടിലുകളിൽ നിത്യദാരിദ്ര്യത്തിൽ കഴിഞ്ഞുകൂടുന്നു. ജന്മി സ്വന്തമായി ഒരു കിണർ മുഴുവൻ ഉപയോഗിക്കുമ്പോൾ മുന്നൂറോളം വരുന്ന പാവപ്പെട്ട കുടുംബങ്ങൾക്കും ഒരു കിണർ മാത്രം.

ആരായിരിക്കും അയ്യായിരം വർഷങ്ങൾക്ക് മുൻപ് ആ ഇഷ്ടികകളെല്ലാം ചുട്ടെടുത്തത്? ആരായിരിക്കും ഇത്ര ഭംഗിയായി ജലസേചന സംവിധാനങ്ങൾ ഒരുക്കിയത്? സൈന്ധവ ജനത അടിമകളെ നിയോഗിച്ചിരുന്നുവോ? അവരെക്കുറിച്ചുള്ള വസ്തുതകൾ പുരാവസ്തു രേഖകളിൽ നിന്നും നഷ്ടപ്പെട്ടതാണോ? ഹാരപ്പയ്ക്കടുത്തുള്ള ഇഷ്ടികക്കളങ്ങളിൽ തൊഴിലാളികൾ പച്ച കട്ടകൾ കളങ്ങളിൽ ഇറക്കി ചുട്ടെടുത്ത പിങ്ക് നിറമുള്ള കട്ടകൾ അടുക്കി വയ്ക്കുന്നത് ഞാൻ നോക്കി നിന്നു. ഇന്ന്, പാകിസ്ഥാനിലെ ഏറ്റവും വേതനം കുറഞ്ഞ ജോലികളിലൊന്നാണിത്.

കൂലി പണിയിലേക്കുള്ള എളുപ്പമാർഗ്ഗം. അന്ന് ഇതിനെന്തെങ്കിലും വ്യത്യാസമുണ്ടായിട്ടുണ്ടാവുമോ എന്തോ.

ഹാരപ്പയിലെ നാഗരികാവശിഷ്ടങ്ങൾക്കിടയിൽനിന്ന് അല്പദൂരം ചോള വയലുകൾക്കു നടുവിലൂടെ നടന്നാൽ ഹാരപ്പ ബസ്തി ആയി. അവിടെയാണ് ആധുനിക കാലത്തെ മൺപാത്രനിർമ്മാണക്കാർ താമസിക്കുന്നത്.

പൊട്ടിയ മൺപാത്രങ്ങളുടെ വൻ കൂനകളാണിവിടെയെങ്ങും. സിന്ധു താഴ്‌വരകളിലെ വീടുകളുടെ ചുമരുകൾ ഈ കളങ്ങളിൽ നിന്നുള്ള അവശിഷ്ടങ്ങൾ ഉപയോഗിച്ചാണ് മിനുക്കിയിരുന്നത്. നൂറ്റാണ്ടുകൾക്കു ശേഷം ഋഗ്വേദം ഇങ്ങനെ രേഖപ്പെടുത്തി , "ആചാരാനുഷ്ഠാനങ്ങൾക്കായി ചില പ്രദേശങ്ങളിലെ നാശാവശിഷ്ടങ്ങൾക്കിടയിൽ നിന്നു മൺപാത്ര കഷ്ണങ്ങൾ ശേഖരിക്കാം." ഒരുപക്ഷേ ഹാരപ്പൻ നാശാവശിഷ്ടങ്ങളെക്കുറിച്ചായിരിക്കാം വേദകാല പുരോഹിതൻ വിവരിക്കുന്നത്.

ഹാരപ്പ ബസ്തി ഒരു ദരിദ്രഗ്രാമമാണ്. വൈദ്യുതി ഇല്ലാത്തതിനാൽ എല്ലാ ജോലികളും മണ്ണ് കുഴയ്ക്കുന്നതും ചക്രങ്ങൾ കറക്കുന്നതും എല്ലാം കൈ കൊണ്ട് തന്നെ ചെയ്യണം. ലാഹോറിൽ കൊണ്ട് പോയി നിസ്സാര വിലയ്ക്കു വിൽക്കാൻ വേണ്ടി ജാറുകൾ കൂട്ടമായി ഉണ്ടാക്കുന്ന ഒരു തെരുവിൽ വച്ചാണ് ഞാൻ മുഹമ്മദ് നവാസിനെ കണ്ടത്. സിന്ധു നാഗരികാവശിഷ്ടങ്ങളിൽ നിന്നും ലഭിച്ച കലാരൂപങ്ങളുടെ മാതൃകകൾ പുനർനിർമ്മിക്കുകയാണ് അയാൾ. പക്ഷേ നഗ്നമായ മാറിടങ്ങളുമായി നിൽക്കുന്ന സ്ത്രീ പ്രതിമകളുടെ പകർപ്പുകൾ ഇല്ലെന്നു തന്നെ പറയാം. വിസിലടിച്ചാൽ അതിനനുസരിച്ചു നൃത്തം ചെയ്യുന്ന കടുവയുടെയും ആനയുടെയും പക്ഷികളുടെയും രൂപങ്ങൾ അയാളുടെ കൈയിലുണ്ട്. തന്റെ ചൂളയും ചക്രവും ഉപയോഗിച്ചു ഏതു ഹാരപ്പൻ രൂപവും അയാൾ ഉണ്ടാക്കും. അതായതു കഴിഞ്ഞ അയ്യായിരം വർഷമായി ഈ നിർമ്മാണത്തിന്റെ സാങ്കേതിക വിദ്യയ്ക്ക് മാറ്റം സംഭവിച്ചിട്ടില്ല. ഹാരപ്പ ബസ്തിയിൽ നിൽക്കുമ്പോൾ ആർക്കും തോന്നിപ്പോകും ഹാരപ്പയും മോഹൻ ജൊദാരോയും മരിച്ചിട്ടില്ല, മറിച്ച്, പിന്നാലെ വന്ന സംസ്കാരങ്ങളുടെ കുത്തൊഴുക്കിൽ സ്വയം മുങ്ങിപ്പോയതാണെന്ന്.

ദക്ഷിണേഷ്യയിലെ ഏതെങ്കിലും ഭാഷകൾ സൈന്ധവഭാഷയുടെ തുടർച്ചയാണോ എന്ന് പറയുക അസാധ്യമാണെങ്കിലും ഭാഷാപരമല്ലാത്ത സമാനതകൾ ഏറെയുണ്ട്. ഈ നാഗരികതയുടെ പൗരാണികതകൾ പാകിസ്ഥാനി ജീവിതത്തിൽ ഇപ്പോഴും കാണാം. മോഹൻജൊദാരോയിൽ നിന്നും ലഭിച്ച താടി വച്ച പുരുഷ പ്രതിമയിൽ ചുവന്ന ചായക്കൂട്ടിൽ മൂവില ചിത്രങ്ങൾ ആലേഖനം ചെയ്ത ഒരു ഷാൾ ചുറ്റിയിരിക്കുന്നതു കാണാം. ഇതേപോലുള്ള ചുവപ്പും നീലയും കലർന്ന 'അജ്റക് 'പ്രിന്റുള്ള ഷാളുകൾ ഇന്നും സിന്ധി കൃഷിക്കാർ ധരിക്കുന്നു. സുക്കൂറിലെ മോഹന

വിഭാഗക്കാരുടെ തോണിയും പാകിസ്ഥാനി ഗ്രാമീണരുടെ കാളവണ്ടിയും സിന്ധു നാഗരികരുടെ ചില മുദ്രകളിലെ ചിത്രങ്ങളുമായോ അവിടെ നിന്നു ലഭിച്ച കളിമൺരൂപങ്ങളുമായോ സാമ്യമുള്ളതാണ്. സിന്ധികളുടെ "ബോറിണ്ടോ" എന്ന സംഗീതോപകരണത്തിന്റെ ഒരു വകഭേദം എന്ന് പറയാവുന്ന അവിടവിടെ ദ്വാരങ്ങളുള്ള ഉള്ളു പൊള്ളയായ കളിമൺ പന്തുകൾ ഹാരപ്പയിൽനിന്നും ലഭിച്ചിട്ടുണ്ട്. മോഹൻജൊദാരോയുടെ അടുക്കും ചിട്ടയും ആസൂത്രിത നഗരമായ ഇസ്ലാമബാദിൽ പോലും പ്രതിധ്വനിക്കുന്നുണ്ട്.

മോഹൻജൊദാരോയിൽ ഞാൻ ആദ്യം പോയത് പാകിസ്ഥാനെ സംബന്ധിച്ചിടത്തോളം ഈ അനിസ്ലാമിക സംസ്കാരം ഒരു അസ്വാഭാവികതയാണല്ലോ എന്നോർത്തുകൊണ്ടാണ് അവിടെയെത്തിയത്. ഉപ്പു സാന്നിധ്യം കൂടുതലുള്ള മണ്ണ് പൗരാണികതയെ കാർന്നുതിന്നുകൊണ്ടിരിക്കുന്നു. മോഹൻജൊദാരോയിലെ നർത്തകിയുടെ പ്രതിമയുടെ പകർപ്പുകൾ സാധാരണയായി പാകിസ്ഥാനി വീടുകളിൽ കാണില്ല (വളകൾ മാത്രം ധരിച്ച ആ രൂപത്തിന് പർദ്ദയില്ലല്ലോ). ഈ മണ്ണിന്റെ പൗരാണികതയിലുള്ള താത്പര്യക്കുറവ് മണ്ണിന്റെ മണമുള്ള 'ദേശിയായ' എല്ലാറ്റിനോടുമുള്ള അവഗണന ഒരു രോഗലക്ഷണമാണെന്ന് തോന്നുന്നു. അത് പാകിസ്ഥാനിലെങ്ങും വർണ്ണവർഗ്ഗവ്യത്യാസമില്ലാതെ പടർന്നു കഴിഞ്ഞിരിക്കുന്നു എന്നത് വ്യക്തമാണ്.

പക്ഷേ മോഹൻജോദാരോയിൽ എത്തിയപ്പോൾ ഞാൻ എന്റെ ധാരണകൾ തിരുത്തി. അവിടുത്തെ പള്ളിയിൽ ബാങ്ക് വിളിക്കുന്ന ആളായിരുന്നു എന്റെ വഴികാട്ടി. ഖനനത്തിലൂടെ പുറത്തു കൊണ്ട് വന്ന 'നഗരത്തിലൂടെ' നടക്കവേ അയാൾ അഭിമാനപൂർവം ഇരുനിലവീടുകൾ ചൂണ്ടിക്കാണിച്ചു തന്നു. മ്യൂസിയത്തിനു പിന്നിലുള്ള ഒറ്റ നില കുടിലിലാണ് അയാൾ കഴിയുന്നത്. വിശാലമായ തെരുവുകളും വീടുകളും കിണറുകളും പൊതുകുളിസ്ഥലങ്ങളും പിന്നിട്ടു നടക്കവേ, അന്ന് ഇത്ര വലിയൊരു നഗരം മണ്ണിനടിയിൽ നിന്നും ഉയർന്നുവന്നപ്പോൾ ആ പുരാവസ്തു ഗവേഷകർക്കും ഇന്ന് എന്റെ വഴികാട്ടി സുഹൃത്തിനും തോന്നുന്ന അതേ ഭയഭക്തിയും അമ്പരപ്പും എനിക്കും തോന്നി. മുവായിരം BCE യിലെ ആ ഇഷ്ടിക നഗരത്തിനുമേൽ സായാഹ്ന സൂര്യന്റെ രശ്മികൾ പതിക്കാൻ തുടങ്ങിയപ്പോൾ വഴികാട്ടി എന്നെ ആ നഗരത്തിന്റെ കവാടത്തിലേക്ക് നയിച്ചു. അവിടെ ഇഷ്ടികകൊണ്ടുതന്നെ നിർമ്മിച്ച ഒരു ചെറിയ മോസ്കുണ്ടായിരുന്നു. അയാൾ തന്റെ ചെരുപ്പ് അഴിച്ചുമാറ്റി അംഗശുദ്ധി വരുത്തി ബാങ്ക് വിളിക്കാനായി മോസ്കിനകത്തേക്ക് പോയി. ഇരുപതാം നൂറ്റാണ്ടിലെ ലളിതമായ ഒരു മുസ്ലീംപള്ളിയും ഒരിക്കൽ ലോകം മുഴുവൻ പരുത്തിവ്യാപാരം നടത്തിയിരുന്ന ഒരു ആഗോളനഗരത്തിന്റെ അവശിഷ്ടങ്ങളും തമ്മിലുള്ള ആ അടുപ്പം ഏറെ ഹൃദ്യമായി എനിക്കു തോന്നി.

പിന്നീട് വന്ന എല്ലാ നാഗരികതകളും ചെയ്തതുപോലെ, മോഹൻ ജോദാരോയും ഹാരപ്പയും വെള്ളപ്പൊക്കത്തെ നേരിടാനുള്ള സാങ്കേതിക വിദ്യ വികസിപ്പിച്ചെടുത്തതിലൂടെയാണ് സമ്പന്നമായത്. അവരുടെ വെള്ള പ്പൊക്ക പ്രതിരോധം ചുട്ട ഇഷ്ടികകളായിരുന്നു. നദി കൊണ്ട് വരുന്ന എക്കൽ മണ്ണ് കുഴച്ചു അവർ ഇഷ്ടികകൾ ചുട്ടു. 7000 BCEയിൽ സിന്ധു താഴ്‌വരയിലെ ജനങ്ങൾ കൃഷി തൊഴിലാക്കി. മധ്യേഷ്യയിൽ നിന്നും ഗോതമ്പും ബാർളിയും വന്നു. ഒപ്പം അവർ സ്വന്തമായി എള്ളും വഴുത നയും കൃഷി ചെയ്തു. സിന്ധിൽ ഒരു ഐതിഹ്യം പ്രചാരത്തിലുണ്ട്. 711 CE യിൽ സിന്ധിലെത്തിയ മുഹമ്മദ് ബിൻ കാസിമിന്റെ പടയാളി കൾ തുപ്പിക്കളഞ്ഞ ഈന്തപ്പഴക്കുരുവിൽ നിന്നാണത്രെ സിന്ധിൽ ഈന്തപ്പനകൾ എത്തിയതെന്ന്. എന്നാൽ, സത്യത്തിൽ 5000 BCE മുതൽ സിന്ധു താഴ്‌വരകളിൽ കൃഷി ചെയ്യുന്ന ഈന്തപ്പന ഈ പ്രദേ ശത്തെ ഏറ്റവും പഴയ കൃഷിയാണ്. സിന്ധു തടത്തിൽ നിന്നും ലഭിച്ച മുദ്രകളിൽ അക്കേഷ്യ, വേപ്പ്, അരയാൽ എന്നീ മരങ്ങളുടെ ചിത്രങ്ങൾ ആലേഖനം ചെയ്തിട്ടുണ്ട്. ഇതിൽ അരയാൽ ഇന്ന് ഇന്ത്യയിലെ ആരാധ്യവൃക്ഷമാണ്.

പരുത്തികൃഷി ആരംഭിച്ചതോടെയാണ് സിന്ധു ജനത സമ്പന്നരാ യത്. നദിയിലൂടെ അറബിക്കടൽ കടന്ന് സിന്ധുതാഴ്‌വരയിലെ പരുത്തി മെസോപ്പൊട്ടാമിയയിലേക്കും ഈജിപ്തിലേക്കും സഞ്ചരിച്ചു. ഈജി പ്തിലെ ഫറവോ ഇവിടെ നിന്നുള്ള പരുത്തിയായിരുന്നു ഉപയോഗിച്ചി രുന്നതെന്നു സിന്ധികൾ പറയുന്നു. നൂറ്റാണ്ടുകൾക്കുശേഷം വസ്ത്ര ത്തിനുള്ള ബാബിലോണിയൻ വാക്ക് 'സിന്ധു' എന്നായിരുന്നു. ഗ്രീക്കിൽ ഇത് "സിന്തോൻ" എന്നും. ഇന്നും ഈ താഴ്‌വരയിലെ പ്രധാന കയറ്റു മതി പരുത്തി തന്നെയാണ്.

മോഹൻജോദാരോയുടെ അഭിവൃദ്ധിക്ക് സഹായകമായ മറ്റൊരു ഘടകം ബോട്ട് നിർമ്മാണമാണ്. 'ഒരു ഗതാഗത വിപ്ലവത്തിന്റെ' ഫലമാ യിട്ടാണ് മോഹൻജോദാരോ, ഹാരപ്പ നഗരങ്ങൾ നിർമ്മിക്കപ്പെട്ടത്. അധികം വരുന്ന വസ്തുക്കൾ കയറ്റി അയയ്ക്കാൻ നദിയെ ഉപയോഗ പ്പെടുത്താനുള്ള സാങ്കേതിക ജ്ഞാനം ആർജ്ജിച്ചതോടെയാണ് പുരോ ഗതിയിലേക്കുള്ള കുതിപ്പ് തുടങ്ങിയത് മോഹൻജോദാരോയെ ശരിക്കും "മോഹന ദാരോ" "സിറ്റി ഓഫ് ബോട്ട് പീപ്പിൾ' എന്നാണ് വിളിക്കേണ്ട തെന്നു പാകിസ്ഥാനിൽ ചിലർ കരുതുന്നു. സിന്ധു നാഗരികതയുടെ കാലം മുതൽ പത്തൊൻപതാം നൂറ്റാണ്ടിൽ തീവണ്ടികൾ വരുന്നതു വരെ എല്ലാ പ്രാദേശിക വ്യാപാരത്തിന്റെയും നട്ടെല്ല് നദിയായിരുന്നു. നദിയില്ലായിരുന്നെങ്കിൽ ഒരിക്കലും പരസ്പരം കാണാനിടയില്ലാത്ത ആളു കളെയും ഉല്പന്നങ്ങളെയും ഗ്രാമങ്ങളെയും പട്ടണങ്ങളെയും എല്ലാം ബന്ധിപ്പിച്ചു കൊണ്ട്, സംസ്കാരങ്ങളെ നെഞ്ചേറ്റി സിന്ധു ഒഴുകിക്കൊണ്ടി രുന്നു.

സിന്ധു താഴ്‌വരയിലെ പരുത്തി വ്യാപാരത്തിന്റെ അസാധാരണ വ്യാപനം സമകാലീനസംസ്കാരം നിലനിന്നിരുന്ന മെസോപ്പൊട്ടാമിയൻ പ്രദേശങ്ങളിൽ നിന്നും ലഭിച്ച മുദ്രകളിൽ വ്യക്തമാണ്. 'മെലൂഹ' താമസിച്ചിരുന്ന ഗ്രാമങ്ങൾ അക്കാലത്തെ മെസോപ്പൊട്ടാമിയൻ നഗരങ്ങൾക്ക് സമീപത്തായി കണ്ടെത്തിയിട്ടുണ്ട്. പരുത്തിക്കു പകരം അവർ തിരിച്ചു തങ്ങളുടെ നാട്ടിലേക്ക് എന്താണ് കൊണ്ട് വന്നതെന്ന് വ്യക്തമല്ല. പൊതു സ്നാനഗൃഹത്തിനാവശ്യമായ ബിറ്റുമെൻ ആയിരിക്കും, അതല്ലെങ്കിൽ ചെമ്പായിരിക്കാം. അവർ ഗോതമ്പാണ് ഇറക്കുമതി ചെയ്തിരുന്നതെന്ന് ഒരു വാദവും നിലവിലുണ്ട്.

വലിയ നഗരങ്ങളും ധാന്യപ്പുരകളും ഉണ്ടാക്കാൻ സൈന്ധവ ജനതയ്ക്കു നീളം കൂടിയ നല്ല മരങ്ങൾ വേണമായിരുന്നു. അത്തരം മരങ്ങൾ സമതലങ്ങളിൽ വളരില്ല. യൂഫ്രടീസ് തീരത്തെ ഗിൽഗമെഷ് രാജാവിന്റെ നഗരങ്ങളിലേതു പോലെ സിന്ധു താഴ്‌വരയിലെ നഗരങ്ങളുടെ നിർമ്മിതിയിലും മുഖ്യ സ്ഥാനം ദേവദാരു മരങ്ങൾക്കായിരുന്നു. ഏറ്റവും മികച്ച ദേവദാരു മരങ്ങൾ വളർന്നിരുന്നത് അടുത്ത പ്രദേശമായ ഹിമാലയത്തിലായിരുന്നു. സിന്ധുവിന്റെയും പോഷക നദികളുടെയും പ്രാധാന്യവും അത് തന്നെയാണ്. ഈ വ്യാപാരം കൈകാര്യം ചെയ്യാനായി ഹാരപ്പൻ അനുബന്ധ ജനവാസ കേന്ദ്രങ്ങൾ വടക്ക് ചെനാബ് നദിയുടെ തീരത്തു നിർമ്മിച്ചിരുന്നു. വൃക്ഷനിബിഡമായ പർവത മേഖലയിൽ നിന്നും ഉദ്ഭവിച്ചു പഞ്ചാബിലൂടെ ഒഴുകി സിന്ധുവിൽ ചേരുന്ന നദിയാണ് ചെനാബ്. ഇവിടെയാണ് മാണ്ഡ. ഹാരപ്പയ്ക്കും ഇന്ത്യൻ കശ്മീരിലെ ശ്രീനഗറിനും ഇടയിലുള്ള എന്റെ യാത്രയിൽ ഏതാണ്ട് മധ്യത്തിലായിട്ടാണ് മാണ്ഡ വരുന്നത്.

പാകിസ്ഥാൻ അതിർത്തിയിൽ ഏതാനും കിലോമീറ്റർ ഇപ്പുറം ജമ്മുവിന് സമീപത്തെ മലനിരകളിലാണ് മാണ്ഡ സ്ഥിതി ചെയ്യുന്നത്. അതിർത്തിയിലെ തന്ത്രപ്രധാന പ്രദേശമായതുകൊണ്ടാകാം ഇത് ഒരു സൈനിക പട്ടണമാണ്. ഇവിടെ വിനോദ സഞ്ചാരം പ്രോത്സാഹിപ്പിക്കുന്നില്ല. കാട്ടുചെടികൾ വളർന്നു മൂടിയതിനാൽ ആ സ്ഥലം കൃത്യമായി കണ്ടെത്താൻ കഴിയുന്നില്ല. മൂവായിരം BCEയിലെ നഗരത്തിനു മുകളിൽ ഇവിടെ പതിനെട്ടാം നൂറ്റാണ്ടിൽ ഒരു കോട്ട നിർമ്മിക്കപ്പെട്ടിരുന്നു. അന്ന് മുതൽ പൊലീസും സർക്കാരും ഈ പ്രദേശങ്ങൾ കൈയേറി സ്വന്തമാക്കിയിരിക്കുന്നു. കോട്ടയ്ക്കകത്തെ പുരാവസ്തു വകുപ്പിന്റെ ഓഫീസ്, ദുർഗന്ധം വമിക്കുന്ന പഴകി നശിച്ചുകൊണ്ടിരിക്കുന്ന ഫയലുകളുടെ കൂമ്പാരമാണ്.

കോട്ടമതിലിലിന്റെ മുകളിൽ കയറി ഞാൻ താഴെ വേഗത്തിലൊഴുകുന്ന നദിയിലേക്കു നോക്കി. കോട്ടയ്ക്കു താഴെയുള്ള കാളിക്ഷേത്രത്തിലേക്ക് ഭക്തരുമായി ഒരു ബോട്ട് തീരത്തടുക്കുന്നു. തീരത്തോടടുക്കുമ്പോൾ ബോട്ട് ഒഴുക്കിൽപെട്ട് ആടി ഉലയുന്നു. ഹാരപ്പയിലെയും മോഹൻ

ജൊദാരോയിലെയും പോലെ ഇവിടെ നദി അതിന്റെ ഗതി മാറിയിട്ടില്ല. ചെനാബ് ഇപ്പോഴും അതിന്റെ പൗരാണികപാതയിൽ തന്നെ ഒഴുകുന്നു. ആദ്യമായിട്ടാണ് ഞാൻ ഒരു സൈന്ധവനഗരത്തിന്റെ നടുവിൽ നിന്നു കൊണ്ട് നദി ഈ പുരാതനനഗരങ്ങൾക്കായി ഒരുക്കിയിരുന്ന സൗകര്യ ങ്ങൾ നേരിട്ടു കാണുന്നത്.

മാണ്ഡയുടെ കച്ചവട കേന്ദ്രം നൂറു കിലോമീറ്റർ അകലെ കാശ്മീർ താഴ്‌വരയിലെ ബർസാഹോം ആണെന്നാണ് പുരാവസ്തു ഗവേഷകർ വിശ്വസിക്കുന്നത്. ജീപ്പിൽ ജമ്മുവിൽ നിന്നും ശ്രീനഗറിലെത്താൻ പത്തു മണിക്കൂറെടുത്തു. ജീപ്പ് ഒരു താഴ്‌വരയുടെ അറ്റത്തു നിന്നു. അവിടെ തവിട്ടു നിറമുള്ള പാറയിൽ ചിറകുവിരിച്ചു നിൽക്കുന്ന പച്ചയും മഞ്ഞയും നിറമുള്ള പൂമ്പാറ്റയെ പോലെ കാശ്മീർ തെളിഞ്ഞു വന്നു. ഇന്ത്യയുടെ ചരിത്രത്തിലുടനീളം ചക്രവർത്തിമാരിലും കവികളിലും കശ്മീർ ചെലു ത്തിയ സ്വാധീനം മനസ്സിലാക്കാൻ ഈ യാത്രയും ഇതാ മരങ്ങൾ ക്കിടയിലൂടെയുള്ള കാഴ്ചയും മാത്രം മതി. ഇസ്ലാമിക തീവ്രവാദികളുടെ വേട്ടയാടലുകൾക്കും ഇന്ത്യൻ സൈന്യത്തിന്റെ കർശന സുരക്ഷാ നിരീക്ഷണങ്ങൾക്കും ഇടയിൽ ഇപ്പോഴും കശ്മീർ സുന്ദരിയായി തന്നെ നിലനിൽക്കുന്നു. മഞ്ഞ പുതച്ച കടുക് പാടങ്ങളിലും കൃഷിയിട ങ്ങളിലും ഇമ വെട്ടാതെ ഇന്ത്യൻ സൈനികർ കാവൽ നിൽക്കുന്നു. പര സ്പരം ഏറ്റുമുട്ടുന്ന ഇന്ത്യയുടേയും പാകിസ്ഥാന്റെയും സൈനിക ശക്തിക്ക് കശ്മീരിന്റെ മനോഹാരിതയെ ഇതുവരെ നശിപ്പിക്കാൻ കഴി ഞ്ഞിട്ടില്ല.

2600 BCEയിൽ ബർസാഹോമിനും മാണ്ഡയ്ക്കുമിടയിൽ ഒരു സാംസ്കാരിക ശൂന്യത നിലനിന്നിരുന്നു. മാണ്ഡ ആധുനിക സൗകര്യ ങ്ങളുള്ള ഒരു നഗരമായിരുന്നു. അതേസമയം ബർസാഹോം ശിലായുഗ ത്തിലും താഴെ. സമതലങ്ങളിൽ നിന്നും വന്നിരുന്ന വൈഡൂര്യക്കല്ലുകളും കറുത്ത ചായം തേച്ച പാത്രങ്ങളും ചെമ്പുകൊണ്ടുള്ള ആഭരണങ്ങളും മറ്റ് ആഡംബര വസ്തുക്കളും കൊണ്ട് ബർസാഹോം ശിലായുഗത്തിൽ നിന്നും മെല്ലെ ഉയർത്തെഴുന്നേൽക്കുന്നതേ ഉണ്ടായിരുന്നുള്ളൂ. മാണ്ഡയിൽ നിന്നും വ്യാപാരികൾ ബർസാഹോമിലെ മരങ്ങൾ വാങ്ങി കൊണ്ടുപോയി സമതലങ്ങളിൽ വീടുകൾ നിർമ്മിച്ചപ്പോൾ ബർസാഹോം നിവാസികൾ ചതുരാകൃതിയിലോ ദീർഘചതുരാകൃതിയിലോ ദീർഘ വൃത്താകൃതിയിലോ ഉള്ള മൺകുഴികളിലായിരുന്നു താമസിച്ചിരുന്നത്. അവർ കല്ലുകളും എല്ലുകളും കൊണ്ടുള്ള ആയുധങ്ങളായിരുന്നു ഉപ യോഗിച്ചിരുന്നത്. അവർ പാത്രങ്ങൾ ചുട്ടെടുത്തിരുന്നു. മരിച്ചവരുടെ അസ്ഥികൂടങ്ങളിൽ ചെമ്മണ്ണ് പൂശിയിരുന്നു. ചുള്ളിക്കമ്പുകളും ചളിയും കൊണ്ടുണ്ടാക്കിയ അവരുടെ കുടിലുകൾക്കു സമീപമുള്ള സ്ഥലങ്ങളിൽ അവർ അർദ്ധവൃത്താകൃതിയിൽ മെൻഹിറുകൾ (കുത്തനെ നിർത്തിയ കല്ലുകൾ) സ്ഥാപിച്ചു. വടക്കൻ പാകിസ്ഥാൻ മുതൽ ഇംഗ്ലണ്ട് വരെയും

അയർലണ്ട് മുതൽ ടിബറ്റ് വരെയുമുള്ള ചരിത്രാതീത ജനതയുമായി ഇവർ പങ്കുവച്ചിരുന്നു ഒരുൾപ്രേരണയായിരുന്നു അത്. മറ്റു സ്ഥലങ്ങളിലേതു പോലെ തന്നെ ബർസാഹോമിലെ മെൻഹിറുകളും സൂര്യാരാധനയുമായി ബന്ധപ്പെട്ടതായിരിക്കാനാണ് സാധ്യത. (തൊട്ടടുത്ത പട്ടണമായ ശ്രീനഗർ, എന്നതിന്റെ അർത്ഥം സൂര്യന്റെ നഗരം എന്നാണ്)

ഇന്നത്തെ, ഉയരമുള്ള, പിങ്ക് കവിളുകളുള്ള കാശ്മീരികളെ പോലെ തന്നെ ബർസാഹോമിലെ നിയോലിത്തിക് സമൂഹവും അസാധാരണമാം വിധം ആരോഗ്യമുള്ളവരായിരുന്നു . ഇവിടുത്തെ ഗ്രാമീണർ പറയുന്നതുപോലെ ഒൻപതു അടിയൊന്നുമില്ലായിരുന്നെകിലും അവർ ഉയരം കൂടിയവരായിരുന്നുവെന്നു ഭൗതികാവശിഷ്ടങ്ങൾ തെളിയിക്കുന്നു. ഒപ്പം നല്ല ഭക്ഷണം കഴിച്ചു ജീവിച്ചിരുന്നവരായിരുന്നെന്നും. അവർ വേട്ടയിറച്ചിയും ആട്ടിറച്ചിയും ഭക്ഷിച്ചിരുന്നു. പന്നിയിറച്ചിയും അരി ഭക്ഷണവും ചൈനയിൽ നിന്നും 2000 BCE യിൽ ഇവിടെയെത്തിയിരുന്നു. ഗോതമ്പും ബാർളിയും മറ്റ് ശീതകാല വിളകളും ജലസേചനമില്ലാതെ തന്നെ സമൃദ്ധമായി ഇവിടെ വളർന്നിരുന്നു .

ബർസാഹോമിൽ 1000 BCE വരെ ശിലായുഗ ജനത ജീവിച്ചിരുന്നു. അതായത് മോഹൻജൊദാരോയുടെയും ഹാരപ്പയുടെയും തകർച്ചയ്ക്ക് ശേഷം പിന്നെയും ഒരു തൊള്ളായിരം വർഷങ്ങൾ കൂടി ബർസാഹോം നിലനിന്നു. സമതലനഗരങ്ങളെ നശിപ്പിച്ചത് എന്ത് ദുരന്തമായിരുന്നാലും അത് ബർസാഹോമിലെ ശിലായുഗമനുഷ്യരെ ബാധിച്ചതേയില്ല. പർവ്വതങ്ങളാൽ ചുറ്റപ്പെട്ട് തടാകതീരത്ത്, കൂറ്റൻ ദേവദാരുമരങ്ങൾക്കു നടുവിൽ അവർക്കു വേണ്ടതെല്ലാം ഉണ്ടായിരുന്നു. ഈ പ്രദേശം ഒരിക്കലും പൂർണമായി ഉപേക്ഷിക്കപ്പെട്ടിട്ടില്ല. ഇന്നും തൊട്ടുചേർന്ന് ഒരു ഗ്രാമമുണ്ട്. മെൻഹിറുകളോട് ചേർന്ന് ഒരു മുസ്ലീം ശ്മാശാനവും.

എന്നാൽ സമതലങ്ങളിൽ സ്ഥിതി വ്യത്യസ്തമാണ്. അവിടെ ഏതാണ്ട് 2000 BCEയിൽ സൈന്ധവ നഗരങ്ങളെല്ലാം പൊടുന്നനെ ഉപേക്ഷിക്കപ്പെട്ടു. പെട്ടെന്നുണ്ടായ ഈ കൂട്ടപലായനത്തിന്റെ കാരണങ്ങളെക്കുറിച്ചു പുരാവസ്തു ഗവേഷകർ തമ്മിൽ അഭിപ്രായ ഭിന്നതകൾ നില നിൽക്കുന്നു. ഒരുപക്ഷേ പർവ്വതങ്ങളിൽ വിഭവങ്ങൾ തീർന്നുപോയത് കൊണ്ടാവാം. അല്ലെങ്കിൽ വനനശീകരണം സമതലങ്ങളിൽ നാശം വിതച്ചതാകാം. ചിലർ ആര്യന്മാരുടെ അധിനിവേശമാകാം കാരണമെന്നും പറയുന്നുണ്ട്. (കുതിരപട്ടാളവുമായി വന്ന ആര്യന്മാരെ പ്രതിരോധിക്കാൻ പ്രതിരോധ സംവിധാനങ്ങൾ തീർത്തും ദുർബലമായിരുന്ന സൈന്ധവ നഗരങ്ങൾക്ക് കഴിഞ്ഞിട്ടുണ്ടാവില്ല). മറ്റു ചിലരുടെ അഭിപ്രായത്തിൽ എപ്പോഴും വെള്ളപ്പൊക്കമുണ്ടാക്കുകയും ഗതി മാറിയൊഴുകുകയും ചെയ്ത നദിയായിരിക്കാം നാഗരികതകളെ നശിപ്പിച്ചത്.

സൈന്ധവ നഗരങ്ങളുടെ വെള്ളത്തോടുള്ള ആശ്രയത്വമാണ് അവരെ നശിപ്പിച്ചതെങ്കിൽ ഇന്നത്തെ അവസ്ഥ ആ പൗരാണിക കഥയെ കളിയാക്കുന്ന തരത്തിലുള്ളതാണ്. വെള്ളമില്ലായ്മയാണ് ഇന്ന് ഇന്ത്യയും പാകിസ്ഥാനും നേരിടുന്ന പ്രശ്നം. ജലദൗർലഭ്യം ഇരുരാജ്യങ്ങളിലും അതിന്റെ പരമോന്നതിയിൽ എത്തിയിരിക്കുന്നു. സിന്ധു ജലത്തിനായി പാകിസ്ഥാനി പ്രവിശ്യകളായ പഞ്ചാബും സിന്ധും യുദ്ധത്തിന്റെ വക്കിലാണ്. ഇന്ത്യയിലും സ്ഥിതി വ്യത്യസ്തമല്ല. രവി, ബിയാസ് നദികളിലെ വെള്ളം പങ്കിടുന്നത് സംബന്ധിച്ച് പഞ്ചാബും ഹരിയാനയും തമ്മിലുള്ള തർക്കം ഇപ്പോഴും തുടരുന്നു. രണ്ടു രാജ്യങ്ങൾക്കും ചെനാബ്, ഝലം നദികളിലെ വെള്ളം വേണം. വെള്ളത്തിനു വേണ്ടിയാണ് ഇരു രാജ്യങ്ങളും കാശ്മീരിനായി പോരടിക്കുന്നതെന്ന് പലരും അഭിപ്രായപ്പെടുന്നു.

മെൻഹിറുകൾ നിൽക്കുന്ന ബർസാഹോമിൽ നിന്നും നോക്കുമ്പോൾ, ഇന്ത്യക്കാർ കാലങ്ങളായി കണ്ടതുപോലെ, കശ്മീർ ഒരു സ്വർഗ്ഗം തന്നെയാണ്. ഇന്ത്യയും പാകിസ്ഥാനും ചൈനയും അവരുടെ നദികളിൽ അണക്കെട്ടുകൾ നിർമ്മിക്കുമ്പോൾ, താഴെ സമതലങ്ങളിലെ നഗരങ്ങൾ ഒരിക്കൽ കൂടി നശിച്ചാലും ഈ സ്വർഗ്ഗം, ഇത്ര കാലവും നിലനിന്നതുപോലെ ഇങ്ങനെ തന്നെ നിലനിൽക്കുമെന്ന് പ്രതീക്ഷിക്കാനേ കഴിയൂ.

പതിനൊന്ന്

ശിലായുഗത്തിലെ വേട്ടക്കാരി

> ശിലായുഗം എങ്ങനെ ഉണ്ടായി? മനുഷ്യരുടെ ഈ ലോകം? തുടക്കത്തിൽ വെള്ളവും കുറച്ചു മഞ്ഞുപാളികളും മഞ്ഞിൻ മേൽ കുറച്ചു പൊടിപടലങ്ങളും വന്നിരുന്നു പിന്നെ കുറച്ചു പുല്ലുകളും അതിന്മേൽ മുളച്ചു. പിന്നെ മൂന്നു പർവ്വതങ്ങൾ ഉയർന്നുവന്നു.
>
> മിയുൾ ഡാങ്പോ (ഡാർഡ് പാട്ട്)

അർദ്ധവൃത്താകൃതിയിലുള്ള മെൻഹിറുകൾ സ്ഥിതി ചെയ്യുന്ന ബർസാഹോം 1930കൾ മുതൽ പഠനവിധേയമാണ്. 1964ൽ ഇന്ത്യൻ പുരാവസ്തു ഗവേഷകർ അവിടെ ഖനനം നടത്തിയപ്പോൾ അതിന്റെ പഴക്കം വെറും അയ്യായിരം വർഷങ്ങളല്ലെന്നും അതിലും ഏറെ പിന്നോട്ട് പോകണമെന്നും മനസ്സിലാക്കി. BCE മൂവായിരത്തിൽ ഒരു കെട്ടിടത്തിന്റെ പുറംഭിത്തിയായി ഒരു വലിയ മെൻഹിർ ഉപയോഗിച്ചതായി കണ്ടെത്തിയിരുന്നു. മണ്ണിനടിയിൽ പുതഞ്ഞ അതിന്റെ അടിഭാഗത്തെ കൊത്തുപണികൾ ആയിരക്കണക്കിന് വർഷങ്ങൾക്ക് മുമ്പുള്ളതായിരുന്നു.

ഒരു വേട്ടയുടെ രംഗമാണ് ആ മെൻഹിറിന്റെ അടിഭാഗത്തു കൊത്തിവച്ചിരിക്കുന്നത്. ആ ചിത്രത്തിന്റെ നടുക്ക് കാണുന്നത് ഒരു മാനിനെയാണ്. ഇടതുവശത്ത് അമ്പെയ്യാനുള്ള ഉന്നംനോക്കി നിലത്തു കുത്തിയിരിക്കുന്ന ഒരു പുരുഷൻ. ആകാശത്ത് രണ്ടു തളികകൾ. ഒരുപക്ഷേ സൂര്യചന്ദ്രന്മാരാകാം. അവരുടെയടുത്ത് ഒരു നായയും നിൽക്കുന്നു. അമ്പെയ്യാൻ നിൽക്കുന്ന ആളിനും മാനിനും നായയ്ക്കും വ്യക്തമായി കാണാവുന്ന പുരുഷ ലൈംഗികാവയവം വരച്ചുവച്ചിട്ടുണ്ട്. എന്നാൽ അങ്ങനെയൊന്നു കാണാനില്ലാത്ത രണ്ടാമതൊരു മനുഷ്യരൂപംകൂടി ആ ചിത്രത്തിൽ കാണാം. പാവാടധാരിയായ ആ രൂപം അഴകുള്ള ഒരു സ്ത്രീയുടേതാണ്. വലതുവശത്തു നിൽക്കുന്ന അവളുടെ കൈയിലെ നീണ്ട കുന്തം ആ മാനിന്റെ ശരീരം തുളച്ചു കടന്നിരിക്കുന്നു.

ആ ചിത്രം ഒരു മനോഹര കണ്ടെത്തലായിരുന്നു. ഞാനൊരു ഇന്ത്യൻ

സ്ത്രീ സ്വാതന്ത്ര്യവാദിയായിരുന്നെങ്കിൽ, ഈ കല്ല് എന്റെ ആരാധനാ മൂർത്തിയായിരുന്നേനേ.

അതിപുരാതനകാലം മുതലേ, ഇന്ത്യയുടെ വടക്കേ അറ്റത്ത് കാശ്മീർ മുതൽ ലഡാക്ക് വരെ ഉള്ള ഭൂവിഭാഗം സ്ത്രീസ്വാതന്ത്ര്യത്തിന് പേരുകേട്ട തായിരുന്നു. സംസ്കൃത ഭാഷ സംസാരിച്ചിരുന്ന പുരാതന മനുഷ്യർ ഈ പ്രദേശത്തെ 'സ്ത്രീരാജ്യം' എന്നാണ് വിളിച്ചിരുന്നത്. ഇന്ത്യയുടെ സാരാംശമായ ഇതിഹാസം, മഹാഭാരതം ഗൃഹാതുരതയോടെ പൗരാണിക സ്ത്രീകളുടെ സ്വാതന്ത്ര്യത്തെക്കുറിച്ച് പറയുന്നു, "അവർ ഒരിക്കൽ സ്വതന്ത്രരായി, അവരുടെ ഇഷ്ടത്തിന് സഞ്ചരിച്ചിരുന്നു, അതാ യിരുന്നു അന്നത്തെ നിയമം. ഇപ്പോഴും വടക്കൻ കുരുരാജ്യക്കാർ അത് പിന്തുടരുന്നു."

ഉത്തരകുരു രാജ്യം പുരാതന സംസ്കൃത ഗ്രന്ഥങ്ങളിൽ സ്വർഗ്ഗം എന്നാണ് വിശേഷിപ്പിക്കപ്പെടുന്നത്. രാമായണം ഉത്തരകുരുവിനെ വിശേഷിപ്പിക്കുന്നത് 'സ്വതന്ത്രം, സമ്പന്നം, സന്തുഷ്ടം, ജരാനരകൾ ബാധി ക്കാത്തത്' എന്നാണ്. "ആ രാജ്യത്തു ചൂടോ തണുപ്പോ ഇല്ല, വാർദ്ധക്യ മില്ല, രോഗങ്ങളില്ല, ദുഃഖമോ ഭയമോ ഇല്ല, വെയിലോ മഴയോ ഇല്ല." ഉത്തരകുരുവിന്റെ അതിർത്തി ശിലാനദിയാണ്. നദി തന്നെ സ്പർശിക്കുന്ന എന്തിനെയും കല്ലാക്കി മാറ്റും. സ്ത്രീകളായിരുന്നു ആ രാജ്യം ഭരിച്ചിരു ന്നത്. ഒരു പുരുഷനും ആറു മാസത്തിൽ കൂടുതൽ അവിടെ താമസിക്കാൻ അനുവാദമുണ്ടായിരുന്നില്ല.

ഉത്തരകുരുവിലെ ഐതിഹാസിക വനിതകളെക്കുറിച്ച് ഇന്ത്യ സന്ദർശിച്ചിരുന്ന വിദേശസഞ്ചാരികൾ അവർ കേട്ട കഥകൾ ആവർത്തി ച്ചെഴുതിയിരുന്നു. മെഗസ്തനീസിന്റെ 'ഹൈപ്പർബോറിയ' ഉത്തരകുരു തന്നെയാകാനാണ് സാധ്യത. ഇന്ത്യയുടെ വടക്കൻ മേഖലയിൽ സ്ഥിതി ചെയ്തിരുന്ന ഈ ദേശത്തെ ആളുകൾക്ക് ആയിരം വർഷമായിരുന്നു വത്രേ ആയുസ്സ്. CE ഏഴാം നൂറ്റാണ്ടിലെഴുതപ്പെട്ട 'സുയി ഷു' (സുയി വംശത്തിന്റെ ചരിത്രം) വിൽ ലഡാക്കിനെ 'കിഴക്കൻ വനിതകളുടെ സാമ്രാജ്യം' എന്നാണ് വിശേഷിപ്പിക്കുന്നത്. ഇന്ത്യയിലെ ബുദ്ധമത പ്രദേശങ്ങളിലൂടെ സഞ്ചരിച്ച ചൈനീസ് സഞ്ചാരി ഹുയാൻസാങ്ങും അത് തന്നെ ആവർത്തിക്കുന്നു. അദ്ദേഹം ഉത്തരകുരുവിനെ സ്ത്രീകളുടെ സാമ്രാജ്യം എന്നാണ് രേഖപ്പെടുത്തുന്നത്. അവിടെ "കാലങ്ങളോളം സ്ത്രീ തന്നെ ഭരിക്കുന്നു". "രാജ്യകാര്യങ്ങളൊന്നുംതന്നെ രാജ്ഞിയുടെ ഭർത്താവ് അന്വേഷിക്കില്ല. ഇടപെടില്ല. പുരുഷന്മാർ രാജ്യത്തിന്റെ പ്രതിരോധവും കൃഷിയും മാത്രം കൈകാര്യം ചെയ്യുന്നു", ഹുയാൻ സാങ്ങ് എഴുതി.

സ്ത്രീകളും പുരുഷന്മാരും നിയന്ത്രണങ്ങളില്ലാതെ ജീവിച്ചിരുന്ന സ്ഥലമായിട്ടാണ് ഉത്തരകുരുവിനെ സംസ്കൃത ഗ്രന്ഥങ്ങൾ വിവരിക്കു ന്നത്. അതൊരുപക്ഷേ ബഹുഭർതൃത്വത്തെക്കുറിച്ചുള്ള പരാമർശമാകാം.

ഒരു സ്ത്രീ ഒന്നിലധികം പുരുഷന്മാരെ ഭർത്താവായി സ്വീകരിക്കുന്ന സമ്പ്രദായം ലഡാക്കിലും ടിബറ്റിലും മറ്റും ഇന്നും നിലവിലുണ്ട്. പൗരാണിക കാലത്ത് ഈ രീതി ഇന്ത്യ മുഴുവനും ഉണ്ടായിരുന്നിരിക്കാം. മഹാഭാരതത്തിൽ അഞ്ച് സഹോദരന്മാർക്ക് ദ്രൗപദി ഭാര്യയായിരുന്നു. പക്ഷേ മഹാഭാരതത്തിൽത്തന്നെ അതിനെ തീർത്തും അപരിചിതവും അസ്വീകാര്യവുമായ രീതിയായിട്ടാണ് അവതരിപ്പിക്കുന്നത്. ഇതിഹാസം ക്രോഡീകരിക്കപ്പെടുന്ന കാലത്ത് ആ പ്രവൃത്തി വിശദീകരണം ആവശ്യമുള്ള ഒന്നായി മാറി എന്ന് വേണം മനസ്സിലാക്കാൻ. അതുകൊണ്ടുതന്നെ സ്ത്രീകൾ കുടുംബത്തെയും രാജ്യത്തെയും നിയന്ത്രിച്ചിരുന്ന ഒരു കാലഘട്ടത്തിന്റെ അവസാന ഓർമ്മകളാകാം ഇതിഹാസത്തിൽ എഴുതപ്പെട്ടത്. വടക്കു പടിഞ്ഞാറൻ ഇന്ത്യയിലും (ഇന്നത്തെ വടക്കൻ പാകിസ്ഥാൻ) കാശ്മീരിലും അഫ്ഗാനിസ്ഥാനിലും മധ്യേഷ്യയിലും ബഹുഭർതൃത്വം നിലനിന്നിരുന്നു. പതിനൊന്നാംനൂറ്റാണ്ടിലെ മുസ്ലീം സഞ്ചാരിയായിരുന്ന അൽ ബെറൂനി, കിഴക്കൻ അഫ്ഗാനിസ്ഥാൻ മുതൽ കശ്മീർ വരെ ഈ സമ്പ്രദായം നിലനിന്നിരുന്നതായി രേഖപ്പെടുത്തുന്നു. പതിനെട്ടാം നൂറ്റാണ്ടിലെ ഒരു ചൈനീസ് ഗ്രന്ഥം പറയുന്നതനുസരിച്ച് ലഡാക്കിലും ടിബറ്റിലും മാത്രമല്ല, ബാൾട്ടിസ്ഥാനിലും ഹിന്ദുക്കുഷിലും മധ്യേഷ്യയിലും ബഹുഭർതൃത്വം നിലവിൽ ഉണ്ടായിരുന്നു.

ഇന്ത്യൻ ഗ്രന്ഥങ്ങളിലെ ഉട്ടോപ്യയിൽ സ്ത്രീ സ്വാതന്ത്ര്യം അനിവാര്യമായ ഒരു വിഷയമായിരുന്നു. ഇതിഹാസങ്ങളിലെ സംസ്കൃത ഭാഷക്കാരുടെ കാഴ്ചപ്പാടുകളെക്കുറിച്ചു വിവരിക്കുന്നതുപോലെ തന്നെ അവ ഉത്തരകുരുവിനെക്കുറിച്ചും പറയുന്നു. എന്നാൽ ലഡാക്കിലെത്തിയ മറ്റു പുരുഷ സന്ദർശകർക്ക് ബഹുഭർതൃത്വം ആശാസ്യമായി തോന്നിയില്ല. അൽബറൂനി അതിനെ 'പ്രകൃതി വിരുദ്ധമായ വിവാഹം' എന്നാണ് വിശേഷിപ്പിച്ചത്. പതിനെട്ടാം നൂറ്റാണ്ടിൽ ടിബറ്റിൽ ആദ്യമെത്തിയ യൂറോപ്യന്മാരിൽ ഒരാളായ ജെസ്യൂട്ട് പുരോഹിതൻ ദേസിഡറി 'വെറുപ്പുളവാക്കുന്ന സമ്പ്രദായം' എന്നാണ് വിശേഷിപ്പിച്ചത്. ലഡാക്കിലെ സ്ത്രീകൾ ഉയരം കുറഞ്ഞവരാകാൻ കാരണം ബഹുഭർതൃത്വമാണെന്ന് അലക്സാണ്ടർ കണ്ണിങ്ഹാം എഴുതി. റുഡ്യാർഡ് കിപ്ലിംഗ് 1901ൽ പുറത്തിറക്കിയ 'കിം' എന്ന നോവലിൽ കിന്നൗറിൽ (ലഡാക്കിന് തെക്കുള്ള പ്രദേശം) നിന്നുള്ള ബഹുഭർതൃമതിയായ ഒരു ബുദ്ധമതക്കാരിയുടെ കഥ വിവരിക്കുന്നു. ആ കഥയിൽ കിപ്ലിങ്ങിന്റെ സുന്ദരനായ നായകൻ ആ വനിതയെ 'നീലക്കല്ലുകൾ പതിച്ച ശിരോലങ്കാരങ്ങൾ ധരിച്ചവൾ' എന്ന് വിശേഷിപ്പിക്കുന്നതോടൊപ്പം അവളുടെ ഭർത്താക്കന്മാരെ 'കന്നുകാലികൾ' എന്ന് പറഞ്ഞ് പരിഹസിക്കുകയും ചെയ്യുന്നുണ്ട്. കിപ്ലിങ്ങിന്റെ സമകാലീനനായ മൊറാവിയൻ മിഷനറി, A.H. Francke ലഡാക്കിൽ പ്രചാരത്തിലിരുന്ന ബുദ്ധമതത്തിൽ മാതൃ ആരാധന ശക്തമായിരുന്നെന്നും ബ്രിട്ടീഷുകാർ ഒരിക്കൽ ജനസംഖ്യാ കണക്കെടുപ്പ് നടത്തിയപ്പോൾ ടിബറ്റൻ കുടുംബങ്ങളിലെ കുട്ടികൾക്ക് തങ്ങളുടെ പിതാവ് ആരാണെന്നു

പറയാൻ കഴിഞ്ഞില്ലെന്നും രേഖപ്പെടുത്തിയിട്ടുണ്ട്. "ബഹുഭർതൃത്വം ഏറ്റവും മോശമായ സമ്പ്രദായമാണെന്ന്" അദ്ദേഹം എഴുതി.

1950കളിൽ ടിബറ്റിനെക്കുറിച്ചെഴുതിയ ചൈനീസ് പണ്ഡിതരും നൂറ്റാണ്ടുകൾ നീണ്ട സമ്പ്രദായത്തെക്കുറിച്ച് പറയുന്നു. അവർ അതിനെ 'അസ്വാഭാവിക രീതിയിലുള്ള വിവാഹം' എന്നാണ് വിവരിച്ചത്. "പ്രാകൃതവും കാലഹരണപ്പെട്ടതുമായ ഈ വൈവാഹികസമ്പ്രദായത്തിൽ സ്ത്രീകൾ ശാരീരികമായി ഏറെ ക്ലേശമനുഭവിക്കുന്നു" എന്നായിരുന്നു അവരുടെ നിരീക്ഷണം.

ഇതിലേതെങ്കിലും പുരുഷന്മാർ ബഹുഭർത്തൃമതികളായ സ്ത്രീകളോട് ഇതിനെക്കുറിച്ച് അവരുടെ അഭിപ്രായം ആരാഞ്ഞിരുന്നെങ്കിൽ അവരുടെ മറുപടി കേട്ട് അദ്ഭുതപ്പെടുമായിരുന്നു. ഒരു വീട്ടിലെ സഹോദരന്മാർ എല്ലാവരും ഒരു സ്ത്രീയെ വിവാഹം ചെയ്യുന്ന രീതി 1941ൽ ലഡാക്കിൽ കശ്മീർ രാജാവ് നിയമവിരുദ്ധമാക്കി. 1959ൽ ടിബറ്റിൽ ചൈനീസ് ഗവൺമെന്റും അത് നിരോധിച്ചു. ലഡാക്കിൽ, ഇപ്പോഴും ചില കുടുംബങ്ങൾ ബഹുഭർതൃസമ്പ്രദായം പിന്തുടരുന്നു. ടിബറ്റിൽ ഈയടുത്ത കാലത്തായി അത്തരം വിവാഹങ്ങൾ വീണ്ടും കൂടിവരുന്നുണ്ട്. അതിന് ഒരു കാരണം സാംസ്കാരികവും മറ്റൊന്ന് സാമ്പത്തികവുമാണ്. ബഹുഭർതൃത്വം ജനനനിരക്ക് കുറയ്ക്കുന്നു. പിന്തുടർച്ചാവകാശ പ്രശ്നങ്ങൾ ഒഴിവാക്കുന്നു. ഒപ്പം ദുർലഭമായ പ്രകൃതിവിഭവങ്ങളുടെമേൽ ജനസംഖ്യ ചെലുത്തുന്ന സമ്മർദ്ദം കുറയ്ക്കുന്നു. ഇന്ത്യയിലെയും പാകിസ്ഥാനിലെയും ഹിന്ദു, മുസ്ലീം കുടുംബങ്ങളിൽ തലമുറകൾ കഴിയും തോറും മക്കൾക്കിടയിൽ വീതം വച്ച് അവരുടെ സ്വത്തുക്കൾ കുറഞ്ഞു വരുന്നു. അതേസമയം ബഹുഭർതൃത്വം പിന്തുടരുന്ന കുടുംബങ്ങളിൽ, ജനസംഖ്യ കൂടുന്നില്ല. അതുകൊണ്ടുതന്നെ സ്വത്തുക്കൾ മക്കൾക്കിടയിൽ വിഭജിക്കേണ്ടി വരുന്നുമില്ല. കുട്ടികൾ പിതാക്കന്മാരുടെ പൊതുചുമതലയായതിനാൽ അവർക്കും മെച്ചപ്പെട്ട ജീവിതം ലഭിക്കുന്നു. ഒന്നിൽ കൂടുതൽ ഭർത്താക്കന്മാരുടെ സംരക്ഷണം കിട്ടുന്ന സ്ത്രീക്കും അത് പ്രയോജനം ചെയ്യുന്നു. സിന്ധു താഴ്വരയിലെ മറ്റു പ്രദേശങ്ങളിൽനിന്നും വ്യത്യസ്തമായി ലഡാക്കി വനിതകൾ ശക്തരും 'സ്വതന്ത്രരും' ആണ്. അവർക്ക് സമൂഹത്തിൽ ശക്തമായ സ്വാധീനവും സ്ഥാനവുമുണ്ട്.

ബുദ്ധമതത്തിനു മുമ്പ് ലഡാക്കിലെയും ടിബറ്റിലെയും മതം ബോൺ ആയിരുന്നു. പ്രകൃതിശക്തികളോടും ആത്മാക്കളോടും സ്ത്രീദേവതകളോടും യക്ഷ ഗന്ധർവന്മാരോടും ഉള്ള വിശ്വാസങ്ങൾ കൂടിച്ചേർന്നതായിരുന്നു ബോൺ മതത്തിന്റെ അന്തസ്സത്ത. ഡാർഡുകൾ എന്ന് അറിയപ്പെട്ടിരുന്ന ഇവർക്ക് 'ബ്രോക്പ' (പർവതമനുഷ്യർ) എന്നും 'മിനാറോ' എന്നും പേരുകളുണ്ട്. എട്ടാം നൂറ്റാണ്ടിൽ ടിബറ്റൻ സമൂഹം എത്തുന്നതുവരെ ഇവർ ലഡാക്കിലായിരുന്നു ജീവിച്ചിരുന്നത്. ഇന്ന് ടിബറ്റൻകാരാണ് ലഡാക്കിലെ ഭൂരിപക്ഷം. ഇന്നും ഡാർഡുകൾ കല്ലുകളുടെയും കാട്ടാടിന്റ കൊമ്പുകളുടെയും രൂപത്തിൽ സ്ത്രീദേവതകളെ ആരാധിക്കുന്നു. ഇന്ന്

ഡാർഡുകൾ, സിന്ധു നദി ഇന്ത്യയിൽ നിന്നും പാകിസ്ഥാനിലേക്കു കടക്കുന്ന ഭാഗത്തെ സൈനിക നിയന്ത്രിത പ്രദേശത്തു മാത്രമായി ഒതുങ്ങിയിരിക്കുന്നു. ഒരിക്കൽ ലഡാക്കിനെ നിയന്ത്രിച്ചിരുന്നത് ഇവ രായിരുന്നു. ഡാർഡ് പ്രദേശം കിഴക്ക് ലേ തുടങ്ങി പടിഞ്ഞാറ് പാകി സ്ഥാനിലെ ചിത്രാൽ, ഗിൽഗിത് പ്രദേശങ്ങൾവരെ വ്യാപിച്ചിരുന്നു. കലാഷുകളും ഇതേ സാംസ്കാരിക തുടർച്ച തന്നെയാകാനാണ് സാധ്യത.

ബഹുഭർതൃത്വവും ബഹുഭാര്യാത്വവും പോലുള്ള വിവാഹരീതികൾ കലശുക്കളെപ്പോലെത്തന്നെ ഡാർഡുകളും സ്വീകരിച്ചിരുന്നു. ലൈംഗി കതയോടുള്ള ഇരുകൂട്ടരുടെയും സമീപനം ഹിന്ദു/ക്രിസ്ത്യൻ/മുസ്ലീം മതസ്ഥരേക്കാൾ സ്വതന്ത്രവും അയവുള്ളതുമായിരുന്നു.

യക്ഷികളും വെള്ളത്തിന്റെയും നായാട്ടിന്റെയും ദേവതകളും മന്ത്ര വാദിനികളുമൊക്കെയായി അവർ ഇപ്പോഴും ശക്തരായ സ്ത്രീകളെ ആഘോഷിക്കുന്നു. ഒരുപക്ഷേ ഈ ഡാർഡ് സംസ്കാരത്തിൽ നിന്നാകാം ഉത്തരേന്ത്യ അതിന്റെ സ്ത്രീ നിർവചനം രൂപപ്പെടുത്തിയത്.

ഒരു പുരാതന പാരമ്പര്യത്തിന്റെ മുന്നണിയിൽ നിൽക്കുന്നതാണ് ബർസാഹോമിലെ കൽചിത്രങ്ങൾ. പക്ഷേ ഈ സിദ്ധാന്തത്തിന് ഇന്ത്യൻ പുരാവസ്തു ഗവേഷകർ യാതൊരു പ്രാധാന്യവും നൽകിയിട്ടില്ല. പ്രധാന പ്പെട്ട കാരണങ്ങളിലൊന്ന്, ആ കല്ലിനെ പിന്നീട് വന്ന വിദഗ്ധർ തെറ്റായി അവതരിപ്പിച്ചതാണ്. പുരാവസ്തു ഗവേഷണവകുപ്പ് യഥാർത്ഥ കൽചിത്രം മറ്റെവിടേക്കോ മാറ്റി. പൊതുസമൂഹത്തിന്റെ കണ്ണിൽനിന്ന് പൂർണമായി അകറ്റി. പിന്നീട് വന്നവർക്കു പഠിക്കാൻ ലഭിച്ചത് അതിലെ ചിത്രങ്ങൾ മാത്രമാണ്. പലപ്പോഴും ഗുണനിലവാരം കുറഞ്ഞ പകർപ്പു കൾ മാത്രം. കൂടാതെ ഈ കൽചിത്രം എണ്ണായിരം വർഷം യാതൊരു മാറ്റങ്ങളുമില്ലാതെ മണ്ണിൽ പുതഞ്ഞു കിടക്കുകയായിരുന്നു. അവ പുറ ത്തെടുത്തതോടെ ആ അപൂർവ കൊത്തുപണിക്ക് കാലക്രമേണ ലിംഗ മാറ്റവും സംഭവിച്ചു. 1964ൽ എടുത്ത ആദ്യചിത്രങ്ങളിൽ കുന്തമേന്തി നിൽ ക്കുന്ന ഉയർന്ന മാറുകളുള്ള വസ്ത്രധാരിണിയായ സ്ത്രീ (പുരുഷൻ നഗ്നനായിരുന്നു)യുടെ രൂപം വ്യക്തമായിരുന്നു. 1971ൽ ചിത്രങ്ങൾ പരിശോധിച്ച ബി.എം പാണ്ഡെ സ്ത്രീരൂപത്തിന്റെ ലൈംഗികാവയവങ്ങൾ വ്യക്തമല്ല എന്ന് ഉറപ്പിച്ചു. പിന്നീട് ഒരു ദശകത്തിനു ശേഷം അതൊരു പുരുഷ ലൈംഗികാവയവമായി മാറി. യഥാർത്ഥ ചിത്രങ്ങളിൽ മദാലസ യായിരുന്ന സ്ത്രീരൂപത്തിന്റെ മാറിടങ്ങൾ പിന്നീട് പരന്നു തുടങ്ങി. ഒടുവിൽ തീർത്തും അപ്രത്യക്ഷമായി. നിരാശാജനകമെന്നു പറയട്ടെ, എനിക്ക് ആ കൽചിത്രങ്ങളുടെ യഥാർത്ഥ പതിപ്പ് കാണാൻ കഴിഞ്ഞില്ല. കാരണം പുരാവസ്തു വകുപ്പ് അത് പൊതുജനങ്ങളെ കാണിക്കില്ല. സ്ത്രീപുരുഷന്മാർക്കിടയിൽ നിലനിന്നിരുന്ന സഹകരണത്തിന്റെ പുരാ തനമായ ആ ഉദാഹരണം വിപ്ലവത്തിന് വഴിമരുന്നിടുമോ എന്നവർ ഭയ ക്കുന്നുണ്ടോ? അതോ അതെവിടെ വച്ചുവെന്നു അവർ മറന്നുപോയോ?

ബർസാഹോം കൊത്തു പണികളുടെ സംരക്ഷണ ചുമതലയുള്ള പുരാവസ്തു വകുപ്പുദ്യോഗസ്ഥനെ കാണാൻ ഞാൻ ഒരാഴ്ച കാത്തിരുന്നു. ഒടുവിൽ എന്റെ ആവശ്യം അവതരിപ്പിച്ചപ്പോൾ മുപ്പതു സെക്കന്റിനകം അവർ എന്നെ ഓഫീസിനു പുറത്തേക്ക് നയിച്ചു.

ഭൂരിഭാഗം ഗവേഷകരും ആ ചിത്രങ്ങളുടെ കാലഘട്ടത്തെക്കുറിച്ചാണ് ചിന്തിച്ചത്. ആരുംതന്നെ അത് പ്രതിനിധീകരിക്കുന്ന സാമൂഹികക്രമത്തെക്കുറിച്ച് കാര്യമായി ചിന്തിച്ചില്ല. ചിത്രത്തെക്കുറിച്ചുള്ള ഏറ്റവും ഒടുവിലത്തെ ഇന്ത്യൻ വ്യാഖ്യാനം മുംബൈയിൽ നിന്നുള്ള, പുരാവസ്തുക്കളെക്കുറിച്ച് പഠിക്കുന്ന വാനശാസ്ത്രജ്ഞരുടേതാണ്. അവരുടെ അഭിപ്രായത്തിൽ അത് 6000 BCEയിലെ ആകാശത്തിന്റെ ഒരു രേഖാചിത്രമാണ്. ചിത്രത്തിൽ കാണുന്ന രണ്ടു തളികകൾ ഒന്ന് പൂർണചന്ദ്രനും മറ്റൊന്ന് സൂപ്പർനോവയുമാണ് (നക്ഷത്രം മരിക്കുന്ന പ്രതിഭാസം). മാനും നായയും മനുഷ്യരൂപങ്ങളും നക്ഷത്രസമൂഹങ്ങളാണ് (രണ്ടു മനുഷ്യരൂപങ്ങളെയും അവർ പുരുഷന്മാരായിട്ടാണ് കരുതുന്നത്) കാശ്മീരിന് മുകളിലുള്ള ആകാശത്തിലെ നാല് നക്ഷത്രങ്ങളുടെ ചിത്രീകരണമാണ് നാല് പുരുഷ ലൈംഗികാവയവങ്ങൾ. 5700 BCEയിലെ സൂപ്പർനോവ HB 9, എന്ന നക്ഷത്രവിസ്ഫോടനം ബർസാഹോമിലെ ആളുകൾ പാറയിൽ വരച്ചിട്ടതാണെന്നാണ് ഈ വാനനിരീക്ഷകരുടെ നിഗമനം. ഈ അനുമാനങ്ങൾ അവിടെനിന്ന് നേരത്തെ ലഭിച്ചിട്ടുള്ള, കല്ല് കൊണ്ടുള്ള ആയുധങ്ങളുടെയും മറ്റും കാലഗണനയുമായി യോജിക്കുന്നുണ്ട്. അവരുടെ വാദം ശരിയാണെങ്കിൽ ആ ചിത്രങ്ങൾ കാശ്മീരിലെ ആളുകൾ ഹാരപ്പൻ സംസ്കാരത്തിനും മൂവായിരം വർഷങ്ങൾക്ക് മുമ്പ് വരച്ചിട്ടതാണ്.

ബർസാഹോമിലെ മെൻഹിറുകളുടെ അരികെ ഞാൻ നിൽക്കുമ്പോൾ നോട്ടക്കാരൻ അവിടെ അലഞ്ഞു തിരിയുന്നുണ്ടായിരുന്നു. എന്താ അവിടെ ഒരു മ്യൂസിയം ഇല്ലാത്തതെന്ന് ഞാൻ അയാളോട് ചോദിച്ചു. പുരാവസ്തു വകുപ്പിന്റെ ഖനനകാലത്തുള്ള റിപ്പോർട്ടുകൾ അനുസരിച്ച് 1970ൽ അവിടെ ഒരു മ്യൂസിയം വരേണ്ടതായിരുന്നു. ശ്രീനഗറിൽ കനത്ത സുരക്ഷാ വലയത്തിനുള്ളിൽ പ്രവർത്തിക്കുന്ന ഒരു സർക്കാർ മന്ദിരത്തിലെ പുരാവസ്തു വകുപ്പിൽ ഞാൻ പോയിരുന്നു. അവിടെ, ഇരുണ്ട മുറികളിൽ ഒരിക്കലും തുറക്കാത്ത ഫയലുകൾക്കിടയിൽ ജീവനക്കാർ ദിവസം മുഴുവനും ചായ കുടിച്ചുകൊണ്ടിരിക്കുന്നുണ്ടായിരുന്നു. അവിടെയിരുന്നവർ മ്യൂസിയം ഇല്ലാത്തതിന് കാരണമായി പറഞ്ഞത് മ്യൂസിയത്തിനുള്ള പണം വരുന്നില്ലെന്നും താഴ്വരയിലാകെ എന്നും കുഴപ്പങ്ങൾ ആണെന്നുമാണ്. പക്ഷേ എന്നെ സഹായിക്കാൻ ഈ സൂക്ഷിപ്പുകാരൻ തയ്യാറായി. “ഒരാളുണ്ട്, യൂണിവേഴ്സിറ്റിയിൽനിന്നുള്ള ഒരാൾ. അയാൾ ഇവിടെ ജോലി ചെയ്തിരുന്നു. ആത്മാർത്ഥതയുള്ള ഒരു നല്ല മനുഷ്യൻ.”, അയാൾ പറഞ്ഞു.

“ഡോക്ടർ ബണ്ടിയാണോ?” ഞാൻ ചോദിച്ചു. “അതെ, അയാൾ തന്നെ”, സൂക്ഷിപ്പുകാരൻ തലയാട്ടി. അയാൾ എന്നെയുംകൊണ്ട്

ഗ്രാമത്തിലേക്ക് നടന്നു. അവിടെ ഒരു വീടിന്റെ വാതിലിൽ മുട്ടി. ഓട്ടോറിക്ഷ ഡ്രൈവറായ, അയാളുടെ ബന്ധുവിന്റെ വീടായിരുന്നു അത്. "ഇവരെ യൂണിവേഴ്സിറ്റിയിലേക്ക് കൊണ്ടുപോകൂ", അയാൾ പറഞ്ഞു.

യൂണിവേഴ്സിറ്റി സ്ഥിതി ചെയ്യുന്നത് വടക്കൻ ശ്രീനഗറിലാണ്. നഗീൻ തടാകം കഴിഞ്ഞു പോകണം. പ്രവാചകൻ മുഹമ്മദിന്റെ ശിരസ്സിലെ മുടിയിഴ സൂക്ഷിക്കുന്നു എന്ന പേരിൽ പ്രസിദ്ധമായ പള്ളിക്ക് എതിർവശത്താണ് യൂണിവേഴ്സിറ്റി. റിസപ്ഷനിൽ നിന്നും നിർദേശിച്ചതനുസരിച്ച് ഞാൻ, ഇരുവശവും റോസാച്ചെടികൾ വളർന്നു നിൽക്കുന്ന ഒരു നടപ്പാതയിലൂടെ സെൻട്രൽ ഏഷ്യൻ മ്യൂസിയത്തിലെത്തി. സദാ യുദ്ധമേഖലയിൽ ജീവിക്കുന്നതിന്റെ സംഘർഷങ്ങൾക്കിടയിലും ബണ്ടിയും അദ്ദേഹത്തിന്റെ സഹപ്രവർത്തകരും ചേർന്ന് കഴിഞ്ഞ പതിനായിരം വർഷങ്ങളിലെ കശ്മീർ ചരിത്രം പ്രതിപാദിക്കുന്ന വസ്തുക്കളുടെ ഒരു ശേഖരം തന്നെ സംഘടിപ്പിച്ചിരിക്കുന്നു. ബർസാഹോമിലെ ആളുകൾ താമസിച്ചിരുന്ന ഗുഹയുടെ മാതൃക ഉണ്ടാക്കിയത് അദ്ദേഹം എനിക്കു കാണിച്ചുതന്നു. ആ കൽചിത്രത്തിന്റെ ഒരു വലിയ പകർപ്പും അദ്ദേഹം കാണിച്ചു. ബർസാഹോമിലെ നായാട്ടു ചിത്രം വരച്ചുവച്ച ആളുകളെക്കുറിച്ചുള്ള നിരവധി സിദ്ധാന്തങ്ങൾ അദ്ദേഹം വ്യാഖ്യാനിച്ചു വ്യക്തമാക്കി. "നിങ്ങൾ എന്റെ വിദ്യാർത്ഥി മുംതാസ് മാട്ടുവിനെ കാണണം," ഫോൺ കൈയിലെടുത്തുകൊണ്ട് ഡോക്ടർ ബണ്ടി പറഞ്ഞു. "അയാളുടെ നാട്ടിൽ സോപോറിനടുത്തു ബർസാഹോമിലേതിനേക്കാൾ പുരാതനമായ മറ്റൊരു ചിത്രം അയാൾ കണ്ടുപിടിച്ചിട്ടുണ്ട്."

ഒരു ആപ്പിൾ കർഷകന്റെ മകനാണ് മുംതാസ്. ഒരു ആട്ടിടയനെക്കൊണ്ട് നടത്തിയ ചിട്ടയായ അന്വേഷണത്തിനൊടുവിലാണ് ആ ചിത്രം കണ്ടുപിടിച്ചത്. വടക്കൻ കശ്മീരിലെ, കാട് മൂടിയ ഒരു മലഞ്ചെരുവിൽ പാറയിൽ കൊത്തിവെച്ചിരിക്കുന്നതിനാൽ ആർക്കും അത് നീക്കം ചെയ്യാൻ കഴിയില്ല. അയാളുടെ കണ്ടുപിടുത്തത്തിൽ എനിക്കുള്ള താത്പര്യം കണ്ട മുംതാസ് എന്നെ അങ്ങോട്ട് കൊണ്ടുപോകാമെന്നേറ്റു. "നിങ്ങൾക്ക് സോപോറിൽ എന്റെ കുടുംബത്തോടൊപ്പം താമസിക്കാം."
"നമുക്ക് എപ്പോൾ പുറപ്പെടാം?"

ഞങ്ങൾ അടുത്ത ദിവസം രാവിലെ ശ്രീനഗർ വിട്ടു. ഇരുവശത്തും ഭംഗിയായി ഒരുക്കി നിർത്തിയ ആപ്പിൾ മരത്തോട്ടങ്ങൾ അതിരിടുന്ന പാതയിലൂടെ ഞങ്ങൾ വടക്കു സോപോറിലേയ്ക്ക് സഞ്ചരിച്ചു. അവിടെ നിന്ന് മുംതാസിന്റെ ഒരു സുഹൃത്തിനെ കൂടെക്കൂട്ടി ബൊമൊയ് ഗ്രാമത്തിലേക്ക് പോയി. ഗ്രാമത്തിൽ റോഡ് അവസാനിക്കുന്നിടത്ത് ഞങ്ങളെ വിട്ട് അയാൾ തിരിച്ചുപോയി. ഞങ്ങൾ മൺപാതയിലൂടെ കുന്നിൻമുകളിലേക്ക് നടന്നു.

വേനലിൽ കനത്ത മഴ പെയ്തതുകൊണ്ടാവണം വഴിയാകെ ഇരുണ്ടും ചളി കുഴഞ്ഞും കിടക്കുന്നു. സായാഹ്നസൂര്യന്റെ കിരണങ്ങൾ മെലിഞ്ഞു

നീണ്ടുവളരുന്ന കാശ്മീരി വൃക്ഷങ്ങൾക്കിടയിലൂടെ മലഞ്ചെരുവുകളെ പ്രകാശമാനമാക്കുന്നു. അവിടെ സ്ത്രീകൾ എന്തോ പച്ചമരുന്നുകൾ ശേഖരിച്ചു നടക്കുന്നുണ്ട്. അന്തരീക്ഷം കുറേക്കൂടി പ്രസന്നവും പ്രശാന്തവുമാണ്. ജിഹാദികൾ ഇല്ലെന്നു തോന്നുന്നു. പക്ഷേ എന്റെ ധാരണ തെറ്റാണെന്ന് ഗ്രാമീണരിൽനിന്നും ഞാൻ അറിഞ്ഞു. "ഇത് മുജാഹിദീനുകളുടെ പ്രധാന കേന്ദ്രമാണ്." ഗ്രാമീണർ പിന്നീട് പറഞ്ഞു.

ബൊമൊയ് ഗ്രാമത്തിലെ സ്ത്രീകൾ ഞങ്ങളെ കണ്ടതായി ഭാവിച്ചതേയില്ല. അതേസമയം പുരുഷന്മാർ ഏഴു മുതൽ ഇരുപത്തി ഏഴു വയസ്സ് വരെയുള്ളവർ തങ്ങൾ ചെയ്യുന്ന പ്രവൃത്തികൾ നിർത്തി, ഞങ്ങളുടെ പിന്നാലെ ആ പാറയുടെ സമീപത്തേക്കു വന്നു. ഞങ്ങൾ ആ പാറയുടെ അടുത്തെത്തുമ്പോഴേക്കും അമ്പതുപേരോളം വരുന്ന ഒരു ആൾക്കൂട്ടം ഞങ്ങളുടെ ഒപ്പം അവിടെയെത്തിയിരുന്നു. നീണ്ട കമ്പിളിക്കുപ്പായമായ കാശ്മീരി ഫെറെൻ ധരിച്ചവരാണ് എല്ലാവരും. കൂട്ടത്തിലുള്ള ആൺകുട്ടികൾ അല്പമൊക്കെ ഇംഗ്ലീഷ് സംസാരിക്കുന്നവരാണ്. ക്രിക്കറ്റ് സീസണായതുകൊണ്ട് സംസാരത്തിൽ അധികവും ക്രിക്കറ്റ് സംബന്ധമായ പദങ്ങളാണ് കടന്നു വരുന്നത്. "അടുത്ത തവണ നമുക്ക് ക്രിക്കറ്റ് കളിയുടെ സമയത്തു വരാം, അപ്പോൾ ആരും നമ്മെ ശ്രദ്ധിക്കില്ല," മുംതാസ് പറഞ്ഞു.

വിളറിയ തവിട്ടുനിറമുള്ള ആ പാറ ഞങ്ങളുടെ ശിരസ്സിനു മുകളിൽ ഭീമാകാരമായി ഉയർന്നു നിന്നു. പായലും പൂപ്പലും പിടിച്ച ആ പാറ അടുത്തുള്ള മറ്റു പാറകളിൽനിന്നും കാഴ്ചയിൽത്തന്നെ വ്യത്യസ്തമായിരുന്നു. ആ ചിത്രവും ആഴത്തിൽ വരച്ചിട്ടിരുന്നു. എന്നാൽ പഴക്കംകൊണ്ട് അത് മങ്ങിപ്പോയിരിക്കുന്നു. അതിന്റെ ഏറ്റവും വ്യക്തമായ ദൃശ്യം താഴെ മരങ്ങൾക്കിടയിൽനിന്നാണ് കിട്ടുന്നത്. അത് ഒരു പുരോഹിതന്റെയോ പുരോഹിതയുടെയോ ഇരിപ്പിടമാകാമെന്ന് മുംതാസ് അനുമാനിക്കുന്നു. വടക്കൻ പാകിസ്ഥാനിലോ സിന്ധു തീരങ്ങളിൽ എവിടെയെങ്കിലുമോ ഞാൻ ഇത്തരമൊരു ചിത്രം കണ്ടിരുന്നില്ല. സ്വപ്നതുല്യമായ ഒരു നിശ്ചലദൃശ്യം. തിരക്കിട്ടു വരച്ച ഒരു മായക്കാഴ്ചപോലെ തോന്നി ആ ചിത്രം. പടച്ചട്ടയോ, മുഖാവരണമോ അണിഞ്ഞ മനുഷ്യരൂപങ്ങൾ മുന്നോട്ടും പിന്നോട്ടും ഓടുന്നു. നടുവിലായി മൃഗങ്ങളുടെയോ മൃഗത്തോലിന്റെയോ ചിത്രം കാണാം. ഇടതും താഴെയും വശങ്ങളിലുമായി പല വലിപ്പത്തിലുള്ള വൃത്തങ്ങൾ കാണണുന്നുണ്ട് ഇതിനെയെല്ലാം ബന്ധിപ്പിച്ചുകൊണ്ട് നീളമുള്ള ഒരു വരയും കാണാം.

പാലിയോലിത്തിക് മനുഷ്യരുടെ ജീവിതം എങ്ങനെയായിരുന്നുവെന്നതിനെക്കുറിച്ച് കാര്യമായ അറിവുകൾ ആർക്കുമില്ല. അത്രപോലും അറിയില്ല അവരുടെ കലാരൂപങ്ങളെക്കുറിച്ചും. സ്പെയിനിലും ഫ്രാൻസിലും മറ്റും കണ്ടെത്തിയ ഗുഹാചിത്രങ്ങളെക്കുറിച്ച് പുരാവസ്തു ഗവേഷകരും കലാചരിത്രകാരന്മാരും തമ്മിൽ തർക്കങ്ങൾ നിലവിലുണ്ട്. 15000 മുതൽ

32000 വർഷം പഴക്കം കണക്കാക്കിയിട്ടുള്ള മാനിന്റെയും കാട്ടുപോത്തിന്റെയും ചിത്രങ്ങൾ പിക്കാസോയെപോലുള്ള ചിത്രകാരന്മാരെ സ്വാധീനിച്ചിട്ടുണ്ട്.

മുഖംമൂടിയണിഞ്ഞ മനുഷ്യരൂപങ്ങൾ മന്ത്രവാദികളാണെന്നാണ് വ്യാഖ്യാനിക്കുന്നത്. ലോകത്തിന്റെ വിദൂരകോണുകളിലുള്ള ഗോത്രവർഗ്ഗക്കാരുടെ വേട്ടയാടൽ ആചാരങ്ങളുമായി ഇതിനു ബന്ധമുണ്ടെന്നുള്ള വാദങ്ങളും നിലവിലുണ്ട്. അത്തരം ആചാരപരമായ വേട്ടയാടലുകളിൽ അവർ കൊന്ന മൃഗം പുനർജനിക്കുമെന്ന വിശ്വാസത്തിൽ അതിന്റെ തോലും എല്ലുകളും നിലത്തുവിരിച്ച് അതിനെ പ്രതീകാത്മകമായി പുനരുജ്ജീവിപ്പിക്കുന്ന പതിവുണ്ട്. ഈ രണ്ടു ഘടകങ്ങളും മുഖംമൂടിയണിഞ്ഞ വേട്ടക്കാരും മൃഗത്തോലും ബൊമൊയ് ചിത്രത്തിൽ വ്യക്തമായി കാണാം. മന്ത്രവാദാധിഷ്ഠിതമായ വേട്ടയാടൽ രീതികളാണ് അന്നത്തെ മനുഷ്യസമൂഹത്തെ നിയന്ത്രിച്ചിരുന്നതെന്നു വിശ്വസിക്കുന്ന പാലിയോലിത്തിക് ചരിത്രത്തിന്റെ വക്താക്കൾ നിശ്ചയമായും ഈ ചിത്രത്തെ മന്ത്രവാദത്തിന്റെ ചിത്രീകരണമായി മാത്രമേ കാണൂ. എന്നാൽ മുംതാസിനും ഇവിടുത്തെ ഗ്രാമീണർക്കും എനിക്കും മറ്റു പല സിദ്ധാന്തങ്ങളും അതിനെക്കുറിച്ചുണ്ട്.

പ്രകാശം ചിതറുന്ന തളികകളും വേട്ടയാടൽ രംഗത്തിന്റെ ചിത്രീകരണവും ഉള്ള ബൊമൊയ് ചിത്രം ബർസാഹൊമുമായി ബന്ധപ്പെട്ടതാണെന്ന കാര്യം വ്യക്തമാണ്. ഏതാണ്ട് ഇരുപതിനായിരം വർഷത്തിന്റെ സാംസ്കാരിക തുടർച്ചയാണിത് കാണിക്കുന്നത്. ആ ചിത്രങ്ങളെ സസൂക്ഷ്മം നിരീക്ഷിച്ചുകൊണ്ട് മരത്തണലിൽ നിൽക്കവേ, പാലിയോലിത്തിക് മനുഷ്യരും ഡാർഡുകളും തമ്മിൽ എന്തെങ്കിലും ബന്ധമുണ്ടായിരിക്കുമോ എന്ന് ഞാൻ ആലോചിച്ചു. ഡാർഡുകൾ ഇപ്പോഴും കാട്ടാടിനെ വേട്ടയാടുന്ന, സിന്ധു താഴ്‌വരയിലെ ഏറ്റവും പഴയ അന്തേവാസികളാണ്. പാലിയോലിത്തിക് മനുഷ്യരുടെ പിൻഗാമികളാണ് ആധുനിക മനുഷ്യർ എന്ന് പറയുന്നത് മണ്ടത്തരമല്ലേ എന്നും ഞാൻ ചിന്തിച്ചു. ഒരേ ജനിതക ഘടനകൾ ഉള്ളതുകൊണ്ടോ ഒരേ പ്രദേശത്തു താമസിച്ചതുകൊണ്ടോ സംസ്കാരങ്ങൾ ഒന്നാകണമെന്നില്ല. ഈ സംശയങ്ങൾക്ക് എന്തെങ്കിലും ഉത്തരമുണ്ടെങ്കിൽ അത് ലഡാക്കിലാണ് ഉണ്ടാവുക. സോപോറിനു വടക്കു കിഴക്കൻ ഗംഗാനദീ തീരത്തു ഡാർഡ് സമൂഹങ്ങൾ ഇപ്പോഴുമുണ്ട്. ഏറ്റവും സവിശേഷമായ ഡാർഡ് ഗ്രാമങ്ങൾ ഉള്ളത് സിന്ധുവിന് സമീപത്ത് ലഡാക്ക് ബാൾടിസ്ഥാൻ അതിർത്തിയിലും സിന്ധുവിന്റെ മറ്റൊരു പോഷകനദിയായ സൻസ്കറിന്റെ താഴ്‌വരകളിലുമാണ്.

മുംതാസിനോടൊപ്പം ഞാൻ ആ ചിത്രങ്ങൾ നിരീക്ഷിച്ചുകൊണ്ട് നിൽക്കെ കുട്ടികൾ ഞങ്ങൾക്കൊപ്പം കൂടി. ഏതോ ഒരു പാറ കാണാൻ വേണ്ടി വിദൂരമായ അവരുടെ ഗ്രാമത്തിൽ വന്ന അപരിചിതയായ സ്ത്രീയെ കണ്ട് അവർക്ക് അദ്ഭുതം അടക്കാനാവുന്നില്ല. ചുറ്റും കൂടിയതിൽ ഒരു കുട്ടി ഇംഗ്ലീഷിൽ പറഞ്ഞു, "വലിയ, കനത്ത പാറയാണ്."

“വളരെ പ്രധാനപ്പെട്ടതുമാണ്”, മുംതാസ് കൂട്ടിച്ചേർത്തു. “ഈ ചിത്രങ്ങൾ എന്താണ് ഉദ്ദേശിക്കുന്നതെന്നു പറയാമോ?” മുംതാസ് കാശ്മീരി ഭാഷയിൽ കുട്ടികളോട് ചോദിച്ചു. അവർ അല്പസമയം കൂടിയാലോചിച്ചു, “അവർ പറയുന്നത്”, മുംതാസ് പരിഭാഷപ്പെടുത്താൻ തുടങ്ങി, “നൂറു വർഷം മുമ്പ് ഒരു ഇംഗ്ലീഷുകാരനാണ് അത് വരച്ചുവച്ചതെന്നാണ്.” ഏറ്റവും മുകളിലുള്ള വൃത്തത്തെ ചൂണ്ടി മുംതാസ് പറഞ്ഞു “അത് സൂര്യൻ”, “അടുത്തത് ചന്ദ്രൻ” കാലുകൾപോലെ വരകളുള്ള ഒരു വൃത്തത്തെ ചൂണ്ടി മുംതാസ് പറഞ്ഞു “അത് സമോവർ, ചായപ്പാത്രം.”

ഞാൻ ചിരിച്ചു. വെള്ളവുമായി ബന്ധപ്പെട്ട എന്തിനോട് എനിക്കല്പം താത്പര്യം കൂടുതലുള്ളതുകൊണ്ട് ഞാൻ അങ്ങനെ ഒരു സിദ്ധാന്തം വികസിപ്പിച്ചെടുത്തു. വൃക്ഷങ്ങൾക്കിടയിലൂടെ നോക്കുമ്പോൾ താഴെ ഭൂപ്രകൃതി വെള്ളത്താൽ തിളങ്ങുന്നു. ആ താഴ്‌വരയുടെ സമൃദ്ധി പല വർണങ്ങളിൽ വെള്ളത്തിൽ പ്രതിഫലിക്കുന്നു. “ആ കാണുന്ന തടാകം ഏതാണ്?” ഞാൻ മുംതാസിനോട് ചോദിച്ചു. “Wular തടാകം” മുംതാസ് പറഞ്ഞു. “ഈ ഏക കേന്ദ്ര വൃത്തങ്ങളെല്ലാം തിരയിളകുന്ന വെള്ളത്തെ സൂചിപ്പിക്കുന്നു” ഞാൻ പാറയിലെ ചിത്രത്തിൽ കാണുന്ന വൃത്തങ്ങളെ ചൂണ്ടി പറഞ്ഞു. ആ രശ്മികൾ പോലെ കാണുന്നതെല്ലാം അതിൽനിന്നും പുറപ്പെടുന്ന ജലത്തിന്റെ കൈവഴികളാണ്. “ആ കാണുന്ന മൂന്നു വലിയ വൃത്തങ്ങൾ സൂചിപ്പിക്കുന്നത് തടാകങ്ങളെയാണ്. മുകളിൽ കാണുന്നത് wular.”, മധ്യത്തിൽ കാണുന്ന വൃത്തത്തെ ചൂണ്ടി ഞാൻ പറഞ്ഞു, “അത് ഡാൽ തടാകം”. “അത് മാനസ്ബാൽ തടാകം ആയിരിക്കും” മുംതാസ് തിരുത്തി. “താഴെ കാണുന്നത് ഡാൽ ആയിരിക്കും”, മുംതാസ് കൂട്ടിച്ചേർത്തു. ആ ചിത്രത്തിലൂടെ വളഞ്ഞു പുളഞ്ഞു പോകുന്ന വരയിലൂടെ വിരൽ പായിച്ചുകൊണ്ട് ഞാൻ പറഞ്ഞു “ഇത് ഝലം നദിയാണ്. “അപാരം തന്നെ”, മുംതാസ് പറഞ്ഞു. “പക്ഷേ ഈ മൂന്നു വൃത്തങ്ങൾ ഉദയസൂര്യനാണെന്നാണ് എനിക്കു തോന്നുന്നത്.”

മാസങ്ങൾക്കുശേഷം ഞാൻ ഇംഗ്ലണ്ടിലെത്തിയപ്പോൾ എനിക്കു മുംതാസിന്റെ കത്ത് കിട്ടി. അതിൽ ഞാൻ അവിടെനിന്നും തിരികെ പോന്ന ഉടൻതന്നെ മുംബൈയിൽനിന്നുള്ള പുരാവസ്തു വാനനിരീക്ഷണവിദഗ്ദ്ധർ മുംതാസിനെയുംകൊണ്ട് ആ ചിത്രം കാണാൻ പോകുകയും കുറേക്കൂടി മോഹിപ്പിക്കുന്ന സിദ്ധാന്തങ്ങൾ അവതരിപ്പിക്കുകയും ചെയ്ത കാര്യം എഴുതിയിട്ടുണ്ട്. ആ വൃത്തങ്ങൾ ആകാശത്തുകൂടി സഞ്ചരിക്കുന്ന വാൽനക്ഷത്രത്തെയാണ് സൂചിപ്പിക്കുന്നതെന്നും ആ വാൽനക്ഷത്രങ്ങൾ ഭൂമിയിൽ പതിച്ചാണ് തടാകങ്ങൾ ഉണ്ടായതെന്നും അവർ പറഞ്ഞതായി മുംതാസ് എഴുതിയിരിക്കുന്നു. ഗവേഷണങ്ങൾ പ്രാരംഭഘട്ടത്തിലാണെന്നും ഉൽക്കപതനത്തിന്റെ ഫലമായിട്ടാണോ wular, ഡാൽ, മാനസ്ബാൽ തടാകങ്ങൾ രൂപപ്പെട്ടതെന്നും അവർ പഠിച്ചുവരികയാണെന്നും മുംതാസിന്റെ കത്തിലുണ്ട്. അതിനുവേണ്ടി അവർ പാലിയോലിത്തിക് കാലഘട്ടത്തിലെ ഉൽക്കപതനത്തിന്റെ രേഖകൾ പരിശോധിച്ച്

വരികയാണ്. ഒരു കാര്യം അവർക്ക് ഉറപ്പാണ്, ആ ചിത്രങ്ങൾവരച്ചത് പരിസരത്ത് മലഞ്ചെരിവുകളിൽ ജീവിച്ചിരുന്ന മനുഷ്യർ തന്നെയാണെന്ന കാര്യം.

ആ ചിത്രങ്ങളുള്ള പാറയുടെ മറുഭാഗത്ത് ഒരു ഗുഹയുണ്ട്. അതിലായിരിക്കും ആ പ്രാചീന മനുഷ്യർ താമസിച്ചത്. അവിടെനിന്ന് ഞാനും മുംതാസും അയാളുടെ മൂന്നു സുഹൃത്തുക്കളുംകൂടി കുന്നിറങ്ങി. കുട്ടികളാണ് ഇപ്പോൾ ഞങ്ങളെ പിന്തുടരുന്നത്. ഞങ്ങൾ ഒരു അരുവി ചാടിക്കടന്ന് നിയോലിത്തിക് കാലഘട്ടത്തിലെ ഒരു ശ്മശാനഭൂമിയിലേക്ക് നടന്നു. അവിടെ ഗ്രാമീണർ കല്ലുകൊണ്ടുള്ള ഗദാഭാഗങ്ങളും മഴുവും തൂക്കുകട്ടികളും മറ്റും കണ്ടെടുത്തിരുന്നു. കുന്നിൻചെരിവിൽനിന്ന് ഞാൻ തിരിഞ്ഞു നോക്കിയപ്പോൾ അതുവരെ ഞങ്ങളെ പിന്തുടർന്നിരുന്ന കുട്ടികൾ ഞങ്ങൾ ഇപ്പോൾ ചാടിക്കടന്ന് അരുവിയുടെ കരയിൽ നിൽക്കുന്നു. അവരെന്താണ് നിന്ന് കളഞ്ഞത്?" ഞാൻ മുംതാസിനോട് ചോദിച്ചു. "ഗ്രാമാതിർത്തിക്കപ്പുറം അവർ കടക്കില്ല." മുംതാസ് പറഞ്ഞു.

വൈകുന്നേരമായപ്പോൾ ഞങ്ങൾ തൊട്ടടുത്ത ഗ്രാമത്തിലെത്തി. കാശ്മീർ ഭൂകമ്പത്തിൽ പൊളിഞ്ഞുപോയ ഗ്രാമീണഭവനങ്ങൾ പുനർനിർമ്മിച്ചിരിക്കുന്നു, കോൺക്രീറ്റിന് പകരം മരമാണ് ഉപയോഗിച്ചിരിക്കുന്നത്. ഭൂകമ്പസാധ്യത കൂടുതലുള്ള ഈ മേഖലയിൽ ആധുനിക നിർമ്മാണ രീതികൾ അപ്രായോഗികമാണെന്നും ഭൂകമ്പം തെളിയിച്ചു. വെള്ളം നിറഞ്ഞ വയൽക്കരയിലൂടെ ഞങ്ങൾ നടന്നുനീങ്ങവേ ഗ്രാമീണർ കാശ്മീരിനെക്കുറിച്ച് സംസാരിച്ചു. പാകിസ്ഥാൻ മുജാഹിദീനുകളെക്കുറിച്ച് അവർ രൂക്ഷമായ ഭാഷയിലാണ് സംസാരിച്ചത്. "അവരുടെ സ്വാതന്ത്ര്യ വാഗ്ദാനത്തിൽ ഇപ്പോൾ ഞങ്ങൾ വിശ്വസിക്കാറില്ല." "ഇന്ത്യയും ഞങ്ങൾക്ക് ഏറെ പ്രതീക്ഷ തരുന്നില്ല. ഇന്ത്യയിലാരും ഒരു കാശ്മീരി മുസ്ലീമിന് ജോലി നൽകാൻ തയ്യാറല്ല. ഇന്ത്യക്കാർക്ക് ഇവിടെ ഭൂമി വാങ്ങാൻ അനുവാദമില്ല എന്നതാണ് ഏക ആശ്വാസം. അതുകൊണ്ട് എത്ര പാവപ്പെട്ടവർക്കും വീടും അവരുടെ കൃഷിയിടവും ഇപ്പോഴും സ്വന്തമാണ്."

ഗ്രാമത്തിൽ താമസിക്കാൻ അവർ ഞങ്ങളെ നിർബന്ധിച്ചു. എന്നാൽ മുംതാസ് നിരസിച്ചു. സോപോറിൽ അയാളുടെ അമ്മ അത്താഴമൊരുക്കി ഞങ്ങളെ കാത്തിരിക്കുന്നു.

അന്ന് രാത്രി എന്റെ യാത്രാപരിപാടികളെക്കുറിച്ച് ഞാൻ മുംതാസുമായി ചർച്ചചെയ്തു. ഇവിടെ നിന്നും കിഴക്കോട്ട് പാലിയോലിത്തിക് കാലഘട്ടത്തിന്റെ ശേഷിപ്പുകൾ തേടി തണുത്ത മരുഭൂമിയായ ലഡാക്കിലേക്ക് പോകുന്നു. കശ്മീരിന്റെ ചരിത്രത്തെക്കുറിച്ച് ആഴത്തിൽ പഠിച്ചിട്ടുള്ള മുംതാസ് പക്ഷേ ഒരിക്കലും ലഡാക്കിൽ പോയിട്ടില്ല. ഇന്ത്യ പാകിസ്ഥാൻ പ്രശ്നം ഇന്ത്യയ്ക്കകത്തുണ്ടാക്കുന്ന ചില പ്രതിധ്വനികളുടെ ഭാഗമാണ്. ബുദ്ധമതക്കാരായ ലഡാക്കികൾ അവരുടെ മുസ്ലീം അയൽക്കാരെ വിശ്വസിക്കുന്നില്ല. പിറ്റേദിവസം രാവിലെ ഞാൻ മുംതാസിനോട് യാത്ര

പറഞ്ഞു. അയാളുടെ തോട്ടത്തിൽനിന്നും പറിച്ച ആപ്പിൾ പഴങ്ങൾ ഞാൻ കീശയിൽ കുത്തിനിറച്ചു. ലഡാക്കിലേക്ക് ഒറ്റയ്ക്ക് യാത്ര തിരിച്ചു.

വർഷത്തിൽ ആറ് മുതൽ എട്ടു മാസം വരെ ഇന്ത്യയിൽനിന്നും ഒറ്റപ്പെട്ട അവസ്ഥയിലുള്ള ലഡാക്ക് 1962ലാണ് സൈന്യത്തിന് തുറന്നു കിട്ടിയത്. 1974ൽ വിനോദസഞ്ചാരത്തിനും. ചൈനയുമായി വടക്കും പാകിസ്ഥാനുമായി പടിഞ്ഞാറും ഉള്ള അന്താരാഷ്ട്ര അതിർത്തിത്തർക്കങ്ങളാണ് ഇന്ത്യയെ ലഡാക്കിനെ മുഖ്യധാരയിലേക്കെത്തിക്കാൻ പ്രേരിപ്പിച്ചത്. ഇന്ത്യൻ മുഖ്യധാരയിൽനിന്ന് എത്രമാത്രം വേറിട്ടായിരുന്നു ലഡാക്ക് നിലനിന്നിരുന്നതെന്ന് 1990ൽ ഇന്ത്യൻ ആഭ്യന്തര മന്ത്രിയായിരുന്ന എൽ.കെ.അഡ്വാനി അവിടെ സന്ദർശിച്ചപ്പോൾ വ്യക്തമായി. "ഇവിടുത്തെ നദി ഏതാണ്?", അദ്ദേഹം ഉദ്യോഗസ്ഥരോട് ചോദിച്ചു. "Senge Tsampo" അവർ നദിയുടെ ടിബറ്റൻ പേര് പറഞ്ഞു. "സിന്ധു" ഒപ്പം അതിന്റെ സംസ്കൃത പദവും കൂട്ടിച്ചേർത്തു. അഡ്വാനി ചോദ്യം ആവർത്തിച്ചപ്പോൾ ആരോ 'ഇൻഡസ്' എന്ന് പറഞ്ഞു. ഡൽഹിയിൽ തിരിച്ചെത്തിയ അഡ്വാനി ഭൂമിശാസ്ത്രത്തിലുള്ള തന്റെ ഗ്രാഹ്യക്കുറവിനു പരിഹാരമായി 'സിന്ധു ദർശൻ' എന്ന ഒരു വാർഷിക തീർത്ഥയാത്ര പരിപാടിക്ക് തുടക്കമിട്ടു. ബുദ്ധമതമേഖലയായ ലഡാക്കിലേക്കുള്ള ഈ തീർത്ഥയാത്രയിൽ മുസ്ലീം പാകിസ്ഥാനിലേക്ക് ഒഴുകുംമുമ്പ് ഗംഗയിലെയും ബ്രഹ്മപുത്രയിലെയും ജലംകൊണ്ട് സിന്ധുവിനെ ശുദ്ധീകരിക്കുന്ന ചടങ്ങ് നടത്തുന്നു. ഇന്ത്യയിലെ ഹൈന്ദവ സംഘടനകൾ പടിഞ്ഞാറൻ പാകിസ്ഥാനെ തിരികെ ഇന്ത്യയുടെ ഭാഗമാക്കുക എന്നത് തങ്ങളുടെ ദൗത്യമായി കാണുന്നു. ഇന്ത്യയുടെ ആഭ്യന്തരമന്ത്രിയുടെ മുന്നിൽ, ഇന്ത്യയുടെ മറ്റു ഭാഗങ്ങളിൽ വിസ്മൃതിയിലായിപ്പോയ സിന്ധു ദേശീയതയുടെയും ദേശീയ ഐക്യത്തിന്റെയും പ്രതീകമായി മാറി. കാർഗിൽ യുദ്ധത്തിൽ വീരമൃത്യു വരിച്ച സൈനികരെയും വിഭജനത്തിൽ ഇന്ത്യയ്ക്കു നഷ്ടപ്പെട്ട എണ്ണമറ്റ മനുഷ്യജീവനെയും ഭൂമിയെയും എല്ലാം ഓർമ്മപ്പെടുത്തുന്ന പ്രതീകം.

ലഡാക്കിന്റെ പ്രാചീനചരിത്രം അവഗണിക്കപ്പെട്ട ഒന്നാണ്. ചരിത്രകാരന്മാരോ രാഷ്ട്രീയക്കാരോ അതിനു യാതൊരു പ്രാധാന്യവും കൊടുത്തില്ല. കൽഹനന്റെ കാലം മുതൽ കാശ്മീരിന്റെ ചരിത്രം നിരവധി പണ്ഡിതന്മാർ എഴുതി. എന്നാൽ ലഡാക്കിന്റെ പ്രാചീന ചരിത്രം വളരെക്കുറച്ചു മാത്രമേ പഠനവിഷയമായിട്ടുള്ളൂ. സ്വാതന്ത്ര്യലബ്ധിക്കുശേഷം ഇന്ത്യയുടെ പുരാവസ്തു വകുപ്പും കാര്യമായ ഇടപെടലുകൾ നടത്തിയിട്ടില്ല. ലഡാക്കിലെ പാലിയോലിത്തിക്, നിയോലിത്തിക് കാലഘട്ടത്തെ കുറിച്ച് പരിശീലനം ലഭിച്ച ഗവേഷകരെക്കൊണ്ട് ഒരു സമഗ്രസർവ്വേ ഒരിക്കലും ലഡാക്കിൽ നടത്തിയിട്ടില്ല. നദീതീരത്തങ്ങോളമിങ്ങോളമുള്ള ആയിരക്കണക്കിന് പ്രാചീന ശിലാചിത്രങ്ങൾ പഠനവിധേയമാക്കിയിട്ടുമില്ല. അതുകൊണ്ടുതന്നെ, ലഡാക്കിൽ മനുഷ്യവാസം എന്ന് തുടങ്ങി, അവർ എവിടെ നിന്ന് വന്നു, ഇപ്പോൾ അവിടെ നിലനിൽക്കുന്ന ഡാർഡ്,

ടിബറ്റൻ വംശജരുമായി അവർ എങ്ങനെ ബന്ധപ്പെട്ടിരിക്കുന്നു തുടങ്ങിയ കാര്യങ്ങളിൽ ചരിത്രകാരന്മാർക്കും കാര്യമായ ധാരണകളില്ല.

ഇരുപതു വർഷംമുമ്പ്, ഒരു മാഗസിനിൽ പ്രസിദ്ധീകരിച്ച ലേഖനത്തിൽ കാർഗിലിനടുത്ത്, സിന്ധുവിന്റെ കൈവഴിയായ ഒരു നദിയുടെ തീരത്തെ പാറയിൽ ഒരു കൂറ്റൻ രാക്ഷസന്റെ രൂപം കണ്ടെത്തിയതിനെക്കുറിച്ച് സൂചിപ്പിച്ചിരുന്നു. പടിഞ്ഞാറൻ ലഡാക്കിലെ ആ ജില്ലാ ഷിയാ ഭൂരിപക്ഷ മേഖലയാണ്. ആ ചിത്രത്തിന് പാകിസ്ഥാനിലെ ചിലാസിൽ സിന്ധു തീരത്ത് കണ്ടെത്തിയ ഏതാണ്ട് അൻപതിലധികം വരുന്ന രാക്ഷസരൂപങ്ങളുടെ ചിത്രങ്ങളുമായി സാമ്യമുണ്ടായിരുന്നു. ആ ചിത്രം ആശയക്കുഴപ്പമുണ്ടാക്കുന്ന ഒന്നാണ്. ഒരു കൂറ്റൻ മനുഷ്യരൂപം. നീണ്ട കൈകൾ. നീണ്ട പുരുഷലൈംഗികാവയവം. ഗർഭപാത്രത്തിൽ തല കുത്തനെ കിടക്കുന്ന കുട്ടിയുടെ രൂപവും കാണാം. പർദ്ദ സമ്പ്രദായം പിന്തുടരുന്ന മുസ്ലീം ജനതയോട് ഈ വിഷയത്തെക്കുറിച്ചു സംസാരിക്കാൻ പറ്റില്ല. എന്തായാലും ആ ലേഖനത്തിൽ ചിത്രത്തിന്റെ കൃത്യമായ സ്ഥലം പറഞ്ഞിരുന്നില്ല. ഞാൻ അത് നോട്ട്ബുക്കിൽ വരച്ചുണ്ടാക്കി കാർഗിൽ ലക്ഷ്യമാക്കി യാത്ര തിരിച്ചു.

എനിക്കു സഞ്ചരിക്കേണ്ടത് സോജി ലാ ചുരം വഴിയാണ്. ഇവിടെ ഭൂപ്രകൃതി മാറി. തഴച്ചു വളരുന്ന മരങ്ങളും പച്ച പുതച്ച വയലുകളും ഇപ്പോഴില്ല. പകരം മടക്കുപാറകളുടെ വരണ്ട താഴ്വരകൾ മാത്രം. അവരുടെ സ്ഥലം ഇങ്ങനെ വരണ്ടതായി ലഡാക്കികൾക്കിടയിൽ ഒരു കഥയുണ്ട്. ടിബറ്റൻ ദേവതയായ DU- zhi -Lhamo തന്റെ ഭർത്താവ് തന്നെ കാശ്മീരിൽ ഉപേക്ഷിച്ച് ലഡാക്കിലേക്ക് പോകാൻ ഒരുങ്ങുന്നതായി മനസ്സിലാക്കുന്നു. കോപാകുലയായ ദേവത ലഡാക്കിനെ ശപിക്കുന്നു. അങ്ങനെ ലഡാക്ക് വരണ്ടുപോകുകയും കശ്മീർ സമൃദ്ധമാകുകയും ചെയ്തു. ലഡാക്കികൾ ധൂർത്തരല്ല. എന്നാൽ സ്വയം പര്യാപ്തരാണ് താനും. ഇത്രയും ഉയരത്തിൽ കൃഷിക്കുള്ള സാധ്യത വിരളമായതിനാൽ ലഡാക്കികൾ വേനൽക്കാലങ്ങളിൽ തങ്ങൾക്കാവശ്യമുള്ള ഭക്ഷ്യവസ്തുക്കൾ ഉണക്കി നീണ്ട തണുപ്പ് കാലത്തേക്ക് സൂക്ഷിച്ചു വയ്ക്കുന്നു.

'ലേ'യിലേക്ക് പോകുന്ന വിജനമായ റോഡിൽ എന്നെ ഇറക്കി ബസ്സ് പോയി. ഞാൻ താഴേക്കുള്ള വഴിയിലൂടെ നദീതീരത്തേക്ക് നടന്നു. അവിടെ ഒരു ചെറിയ ഗ്രാമമുണ്ടായിരുന്നു. അവിടുത്തെ ചെറിയ ചായക്കടയിൽ ഇരിക്കുന്ന ആളുകളെ ഞാൻ ആ ചിത്രം കാണിച്ചു. പക്ഷേ അവർ ആരും അങ്ങനെ യാതൊന്നും കണ്ടിട്ടില്ല. "ഞങ്ങൾ ജീവിതം മുഴുവനും ഈ മലഞ്ചെരുവിൽ കഴിച്ചു കൂട്ടുന്നവരാണ്, പക്ഷേ ഇങ്ങനെയൊരു ചിത്രം ഞങ്ങൾ ഒരിക്കലും കണ്ടിട്ടില്ല," അവർ ഉറപ്പിച്ചു പറഞ്ഞു. എങ്കിലും അവർ ചായക്കടക്കാരനെയും ഗ്രാമത്തിലെ മുതിർന്ന ആളുകളെയും വിളിച്ചു കൂട്ടി. അവരും അത് കണ്ടിട്ടില്ല. പരിഹാരമായി ആരോ എന്റെ കൈയിൽ ഒരു ഗ്ലാസ് ചായ വച്ച് തന്നു.

രണ്ടുമണിയായപ്പോൾ സ്കൂൾ വിട്ട് ഹെഡ്മാസ്റ്ററും അവിടുത്തെ അധ്യാപകനും മറ്റൊരു അദ്ധ്യാപിക ഫാത്തിമയുംകൂടി ആ വഴി വന്നു. ഹെഡ്മാസ്റ്റർ ഒരു വിശാലഹൃദയനായിരുന്നു. തന്റെ കുടുംബം ഒരു തല മുറ മുമ്പ് മാത്രം ബുദ്ധമതത്തിൽനിന്നും ഇസ്ലാമിലേക്ക് പരിവർത്തനം ചെയ്തതാണെന്ന് അദ്ദേഹം പറഞ്ഞു. “ഇപ്പോഴും സാംസ്കാരികമായി ഞങ്ങൾ ബുദ്ധമതക്കാർതന്നെ”, അദ്ദേഹം കൂട്ടിച്ചേർത്തു. ആ ചിത്രം കണ്ടിട്ടില്ലെങ്കിലും ഹെഡ്മാസ്റ്ററും അതിൽ തത്പരനായി.

ആ ശിലാചിത്രം ഏതെങ്കിലും നഗ്നതാവിരുദ്ധർ നശിപ്പിച്ചു കളഞ്ഞു കാണുമോ എന്ന എന്റെ ആശങ്ക ഓരോ കപ്പ് ചായയ്ക്കുമൊപ്പം കൂടുതൽ ശക്തമായി. അപ്പോഴാണ് ഒരു കൂലിപ്പണിക്കാരൻ അടുത്ത ഗ്രാമത്തിൽ നിന്നും പണി കഴിഞ്ഞ് ആ വഴി വന്നത്. “അങ്ങനെ എന്തോ ഒന്ന് ആ അരുവിക്കക്കരെ ഉണ്ട്. എനിക്കെന്റെ കുട്ടിക്കാലം മുതലേ അതറിയാം.” അയാൾ പറഞ്ഞു.

ഞാനും അധ്യാപകരും ഹെഡ്മാസ്റ്ററുടെ കാറിൽ കയറി, അടുത്ത ഗ്രാമത്തിലേക്ക് പോയി. ഞങ്ങൾ ആ പാറയുടെ സമീപമെത്തിയ പ്പോഴേക്കും ഒരു കാര്യം മനസ്സിലായി ആർക്കുംതന്നെ ആ ചിത്രത്തെ ക്കുറിച്ച് അറിഞ്ഞുകൂടാ. കാരണം വില്ലോമരങ്ങളുടെ ഒരു നിരതന്നെ കഴിഞ്ഞ പത്തുവർഷത്തിനുള്ളിൽ ആ പാറയെ കാഴ്ചയിൽനിന്നും മറച്ചു കൊണ്ട് വളർന്നിട്ടുണ്ട്. ആ ചിത്രം വരച്ചതു മുതൽ ആയിരക്കണക്കിന് വർഷങ്ങൾകൊണ്ട് ഒരുപാട് മണ്ണ് പാറയുടെ ചുവട്ടിൽനിന്നും മാറി പ്പോയിരിക്കുന്നു. ഇന്നത് കുത്തനെ ഇരുപതടി ഉയരത്തിലാണ് നിൽക്കു ന്നത്. വില്ലോമരങ്ങൾക്കിടയിലൂടെ ആ ചിത്രത്തിന്റെ ഒരു അവ്യക്ത രൂപം മാത്രമേ കാണാൻ കഴിയുന്നുള്ളൂ.

അധ്യാപകർ രണ്ടുപേരും ആ പാറക്കെട്ടിന്റെ ചുവട്ടിൽ നിന്നപ്പോൾ ഞാൻ അതിൽ വലിഞ്ഞു കയറി. താഴെ വീണാൽ എന്റെ രണ്ടു കാലു കളും ഒടിഞ്ഞു നുറുങ്ങും. എനിക്കിപ്പോൾ ആ രാക്ഷസരൂപത്തിന്റെ നീണ്ട കൈകളും അതിലെ നീണ്ട വിരലുകളും കാണാം. ഞാൻ കുറെക്കൂടി അടുത്തേക്കു നീങ്ങിയപ്പോൾ അതിന്റെ പുരുഷലൈംഗി കാവയവും തലകീഴായി ഗർഭപാത്രത്തിൽ കിടക്കുന്ന ശിശുവിന്റെ രൂപവും വ്യക്തമായി കാണാൻ കഴിഞ്ഞു. എന്റെ കാലടികൾ പതിക്കു ന്നിടത്തു കാട്ടാടിന്റെയും വേട്ടക്കാരുടെയും ചിത്രങ്ങളാണെന്ന് എനിക്കു മനസ്സിലായി എന്റെ മധ്യഭാഗം സ്പർശിക്കുന്ന ഭാഗത്തെ പാറയിൽ പക്ഷി കളുടെയും മൃഗങ്ങളുടെയും നിരവധി ശിലാചിത്രങ്ങൾ ഉണ്ട്. അതെല്ലാം ഒരുപക്ഷേ പിന്നീട് വന്ന നൂറ്റാണ്ടുകളിൽ കൂട്ടിച്ചേർത്തതാവാം. പക്ഷേ ഇപ്പോഴും എനിക്ക് ആ രൂപത്തിന്റെ മുഖം കാണാൻ കഴിയുന്നില്ല. അത് വൃക്ഷത്തലപ്പുകൾക്കിടയിൽ മറഞ്ഞിരിക്കുന്നു. എന്റെ കാൽമുട്ടുകൾ ഭയംകൊണ്ട് വിറച്ചുതുടങ്ങി. ആരോ കോണി കൊണ്ടുവന്നിട്ടുണ്ടെന്ന് ഹെഡ്മാസ്റ്റർ വിളിച്ചു പറഞ്ഞു. ഞാൻ മെല്ലെ അതിലൂടെ താഴേക്കിറങ്ങി.

രണ്ടു കോണികൾ കൊണ്ടുവന്നിട്ടുണ്ട്. ഒന്ന് പാറക്കെട്ടിനുമേൽ ചാരി വച്ചു. അത് കൃത്യമായി ആ ചിത്രത്തിന്റെ ചുവട്ടിൽ എത്തുന്നുണ്ട്.

മറ്റൊന്ന് തൊട്ടടുത്ത മരത്തിലും. ഹെഡ്മാസ്റ്റർ അതിൽക്കൂടി മുകളിൽ കയറി ആ രൂപത്തിന്റെ മുഖം മറച്ചിരുന്ന വൃക്ഷത്തലപ്പുകൾ മാറ്റിപ്പിടിച്ചു. ഞാൻ മരത്തിൽ ചാരി വച്ച കോണിയിലൂടെ അതിന്റെ കൊമ്പിൽ പിടിച്ച് ഊഞ്ഞാലാടിക്കൊണ്ട് ആ മുഖത്തിന്റെ ഭാഗങ്ങൾ ഓരോന്നായി മനസ്സിലാക്കാൻ ശ്രമിച്ചു. പാറയുടെ മേൽഭാഗത്തിനു പിങ്ക് നിറമാണ്. ബൊമോയിലെപോലെ പാറയിൽ ആഴത്തിൽ വരച്ചുവച്ച ഭാഗങ്ങൾക്ക് മറ്റു ഭാഗങ്ങളെക്കാൾ നിറം കൂടുതലുണ്ട്. ആ വരകളിൽനിന്നും ഒരു കാര്യം വ്യക്തമായി. ലൈംഗികാവയവും ഗർഭപാത്രവും പിന്നീട് കൂട്ടിച്ചേർത്തതാണ്. ഇരുലിംഗങ്ങളെയും സൂചിപ്പിക്കുന്ന ഒരു ദേവതയെ ചിത്രീകരിക്കാനായിരിക്കും ഇത് വരച്ച ആൾ ഉദ്ദേശിച്ചിട്ടുണ്ടാവുക.

വില്ലോ മരത്തിൽ ഊഞ്ഞാലാടി ഞാൻ ആ 'രാക്ഷസ' ചിത്രത്തിലെ ലിംഗ ഗർഭപാത്ര ചിത്രീകരണങ്ങൾ വ്യക്തമായി കാണാൻ വീണ്ടും ശ്രമിച്ചു. അപ്പോൾ ഞാനോർത്തത് ഇവിടെ നിന്നും ഇരുപതു കിലോമീറ്റർ അകലെ മുൽബേഖിലെ (Mulbekh) അത്ര പഴയതല്ലാത്ത ഒരു ശിലാചിത്രത്തെക്കുറിച്ചാണ്. ഒൻപതു മീറ്റർ നീളമുള്ള മൈത്രേയ ബുദ്ധന്റെ ചിത്രം എട്ടാംനൂറ്റാണ്ടിൽ കൊത്തിവച്ചതാണ്. സ്ത്രീയും പുരുഷനും കൂടിച്ചേർന്ന ഈ രാക്ഷസരൂപമാണോ മുൽബേഖിലെ കല്ലാശാരിമാരെ സ്വാധീനിച്ചത് എന്ന് ഞാൻ സംശയിച്ചു. മുൽബേഖിലെ മൈത്രേയ ബുദ്ധന്റെ നിതംബത്തിന്റെ ആകൃതി അല്പം സ്ത്രൈണമാണെന്നു തോന്നുന്നു. സ്ത്രീപുരുഷ സംഗമം എന്നത് താന്ത്രിക സങ്കല്പമാണ്. ബ്രിട്ടീഷ് പുരാവസ്തുഗവേഷകർ ലഡാക്കിനെക്കുറിച്ച് പഠനം ആരംഭിച്ചകാലത്ത് ചില ബുദ്ധപ്രതിമകൾ സ്ത്രീപ്രതിമകളാണെന്നു തെറ്റിദ്ധരിച്ചത് എന്തുകൊണ്ടാണെന്ന് എനിക്കു മനസ്സിലാക്കാൻ കഴിയുന്നുണ്ട്.

ബുദ്ധമതപ്രചാരകർ ഇവിടെയെത്തിയ CE ഒന്നാംനൂറ്റാണ്ടിൽ അവർ തദ്ദേശീയ ജനതയുടെ ആരാധനാസ്ഥലങ്ങളെയും ദേവതകളെയും തങ്ങളുടെ വിശ്വാസധാരയുമായി ബന്ധിപ്പിച്ചു. മെഗാലിത്തിക് കാലത്തെ കല്ലുകളിലും ശിലാചിത്രങ്ങളിലും അവർ സ്തൂപങ്ങൾ ആലേഖനം ചെയ്തു. അങ്ങനെ അവയെ ബുദ്ധമതവുമായി ബന്ധിപ്പിച്ചു. രാക്ഷസന്മാർ ഈ നാട്ടിലെ വിശ്വാസങ്ങളുടെ ഭാഗമായിരുന്നു. ലോകത്തിന്റെ ഉദ്ഭവത്തെക്കുറിച്ചുള്ള ടിബറ്റൻ സിദ്ധാന്തംതന്നെ രാക്ഷസരുമായി ബന്ധപ്പെട്ടിരിക്കുന്നു. അവരുടെ വിശ്വാസമനുസരിച്ച് ഭൂമിയെ ഒരു രാക്ഷസന്റെ ശരീരത്തിൽനിന്നും മുറിച്ചു മാറ്റിയെടുത്തതാണ്. ബുദ്ധമതത്തിനു മുമ്പുള്ള കഥകളിൽനിന്നും രൂപംകൊടുത്തിട്ടുള്ള ലഡാക്കിലെ ഇതിഹാസത്തിൽ ഒരു രാക്ഷസനെ കൊല്ലുന്ന രംഗം വിവരിക്കുന്നുണ്ട്. ഈ രാക്ഷസരെല്ലാവരും പക്ഷേ പുരുഷന്മാരായിരുന്നില്ല എന്ന് തോന്നുന്നു.

ലഡാക്കിൽ സിന്ധുവിന്റെ തീരപ്രദേശങ്ങളിൽ താമസിക്കുന്ന ഡാർഡുകൾ ഇന്നും സ്ത്രീദേവതകളെ ആരാധിക്കുന്നു. ദേവതകളും മനുഷ്യരും ഐക്യത്തോടെ ഒരുമിച്ചുജീവിച്ചിരുന്ന പ്രാചീന കാലത്തെക്കുറിച്ച്

അവർക്ക് ഏറെ കഥകൾ പറയാനുമുണ്ട്. പുരുഷന്മാർ സ്ത്രീദേവതകളെ ബലാൽക്കാരം ചെയ്യാൻ തുടങ്ങിയതോടെയാണ് അവർ മനുഷ്യരെ പുറത്താക്കിയതെന്നാണ് പ്രാചീനകഥകൾ പറയുന്നത്. ശിലായുഗ വിശ്വാസങ്ങളുടെ തുടർച്ചയെപ്പറ്റി ഗവേഷണം നടത്തിയിരുന്ന മൈക്കിൾ പെയ്സ്സൽ എന്ന ഫ്രഞ്ച് ഗവേഷകൻ, ഡാർഡ് ദേവതകളെ കവച്ചുവച്ചു കൊണ്ട് കാലക്രമത്തിൽ ബാബാലചെൻ (പിതൃദൈവം) എന്ന പുരുഷ ദൈവ സങ്കല്പം കടന്നു വന്നതായി (1984ൽ) രേഖപ്പെടുത്തിയിട്ടുണ്ട്. ബുദ്ധ, ക്രിസ്ത്യൻ, മുസ്ലീം മതപ്രചാരകരുടെ സ്വാധീനമാകാം അതിനു പിന്നിൽ എന്ന് ഊഹിക്കാവുന്നതേയുള്ളൂ.

നിയോലിത്തിക് കാലഘട്ടത്തിലെ സ്ത്രീമേധാവിത്തത്തിനെതിരെ രൂപം കൊണ്ട പുരുഷവിമോചന മുന്നേറ്റങ്ങളാകാം മാതൃസങ്കല്പത്തി ലധിഷ്ഠിതമായിരുന്ന മതങ്ങളെ പുരുഷമേൽക്കോയ്മയ്ക്കു കീഴിലേക്ക് കൊണ്ടുവന്നതെന്നാണ് പെയ്സ്സലിന്റെ സിദ്ധാന്തം. പെയ്സ്സലിന്റെ അഭി പ്രായത്തിൽ കശ്മീരികളും ചൈനീസ് സഞ്ചാരികളും പറഞ്ഞുകേട്ടിട്ടുള്ള സ്ത്രീകളുടെ ഒരു നഷ്ടസ്വർഗ്ഗം മാത്രമായിരുന്നില്ല ഡാർഡ് സംസ്കാരം. മറിച്ച് ചില പുരുഷന്മാർക്ക് അത് നശിച്ച സ്ഥലമായിരുന്നു. ഡാർഡ് സംസ്കാരത്തിൽ സ്ത്രീകൾ സമൂഹത്തിന്റെ സുപ്രധാന ഭാഗമായിരുന്നു. എന്നാൽ പെയ്സ്സലിൽ അവരെ 'കിരാതകളും വഴക്കാളികളും അത്യു ത്സാഹികളും ഭർതൃപീഡകരും ദുർമന്ത്രവാദികളും' ആയിട്ടാണ് ചിത്രീ കരിക്കുന്നത്. ഉത്തരകുരുവിലെ സ്ത്രീ സ്വാതന്ത്ര്യം പുരുഷന്മാരെ അങ്ങേയറ്റം ഞെട്ടിച്ചിട്ടുണ്ട്. പെയ്സ്സലും വ്യത്യസ്തനല്ല.

സിന്ധുവിന്റെ തീരത്തുള്ള ഡാർഡ് ഗ്രാമങ്ങൾ സന്ദർശിക്കാൻ ഇന്ത്യാ ഗവണ്മെന്റ് പെയ്സ്സലിന് അനുവാദം കൊടുത്തില്ല. അക്കാലത്ത് ആ പ്രദേശങ്ങളിലേക്ക് വിദേശികൾക്ക് പ്രവേശനമുണ്ടായിരുന്നില്ല. അതു കൊണ്ട് അദ്ദേഹത്തിന്റെ അതിരുകടന്ന ചില സിദ്ധാന്തങ്ങൾ പരീക്ഷി ക്കാൻ കഴിഞ്ഞില്ല. അദ്ദേഹം ലഡാക്ക് വിട്ടശേഷം 1980കളുടെ അവസാനം രണ്ടു ഗ്രാമങ്ങൾ പുറത്തുള്ളവർക്ക് തുറന്നു കൊടുത്തു. ഞാൻ ലഡാക്കി ലെത്തിയ സമയത്ത് അറുപതുവർഷത്തിനിടെ ആദ്യമായി പാകിസ്ഥാൻ അതിർത്തിയിലുള്ള രണ്ടു ഗ്രാമങ്ങളിലേക്ക് പ്രവേശനം അനുവദിക്കപ്പെട്ടു. കാർഗിലിൽനിന്നും ഒരു റോഡ് സൈന്യവും തുറന്നിട്ടുണ്ട്. ഞാൻ ജീപ്പിൽ അതിർത്തിയിലേക്ക് സഞ്ചരിച്ചു. ജീപ്പ് കുത്തനെ ഒരു വളവു തിരിഞ്ഞ പ്പോൾ അകലെ സിന്ധുതീരത്ത് ഡാർഡ് ഗ്രാമങ്ങൾ കാഴ്ചയിലെത്തി. ഈ ഗ്രാമങ്ങളിലേക്ക് നോക്കി അതിർത്തിക്കപ്പുറത്തു നിന്നത് ഞാൻ ഓർത്തുപോയി.

ലഡാക്കിലെ ഡാർഡ് ഗ്രാമങ്ങൾ പൂച്ചെടികൾ അതിരിടുന്ന സമൃദ്ധ മായ ബാർലി പാടങ്ങൾ നിറഞ്ഞ ഒരു ദൃശ്യവിരുന്നുതന്നെയാണ്. കലാഷ് (Kalash) വിഭാഗക്കാരെപ്പോലെതന്നെ ഡാർഡ് സ്ത്രീകളും നാണയങ്ങളും പൂക്കളും മുത്തുകളുംകൊണ്ട് അലങ്കരിച്ച ശിരോവസ്ത്രം ധരിക്കുന്നു. ഈ രീതിയെ ഫ്രാൻസിക്ക് (Francke) മൂർഖന്റെ പത്തിയോടാണ് ഉപമി ച്ചത്. "ഒരുപക്ഷേ ലഡാക്കി സ്ത്രീകൾ നാഗികളെപ്പോലെ കാണപ്പെടാൻ

ആഗ്രഹിക്കുന്നുണ്ടാവാം", അദ്ദേഹം എഴുതി. പുരാതന ഇന്ത്യയിലെ സ്ത്രീനാഗദേവതകളാണ് നാഗികൾ. നദികളുടെയും തടാകങ്ങളുടെയും കാവൽക്കാരായിട്ടാണ് ബുദ്ധമതം അവരെ കണക്കാക്കുന്നത്. "ഈ ജല ദേവതമാർ അവരുടെ സൗന്ദര്യംകൊണ്ട് പ്രസിദ്ധരാണ്."

അധികാര ശ്രേണികളില്ലാത്തവയാണ് വേട്ടക്കാരായി ജീവിക്കുന്നവരുടെ സമൂഹം. അവിടെ എല്ലാവരും തുല്യരാണ്. ഡാർഡുകൾ ഇന്നും അങ്ങനെ തന്നെയാണ്. അതേസമയം സിന്ധുവിന്റെ തീരത്തുള്ള ബുദ്ധമതഗ്രാമങ്ങളിൽ ഇന്നും ജാതി സമ്പ്രദായം നിലവിലുണ്ട്. കൊല്ലന്മാരെയും പാട്ടുകാരെയും അവർ ഇന്നും പുറംജാതിക്കാരായിട്ടാണ് കാണുന്നത്. അവരെ ഗ്രാമത്തിനു പുറത്താണ് താമസിപ്പിക്കുന്നത്. അതേസമയം മറ്റു ലഡാക്കികൾ അശുദ്ധരായി കാണുന്ന ഡാർഡുകൾ തുല്യരായിട്ടാണ് ജീവിക്കുന്നത്. കലാഷ് ജനത അശുദ്ധരായി കാണുന്ന സ്ത്രീകൾക്കുപോലും ഡാർഡ് സമൂഹത്തിൽ പുരുഷനൊപ്പം അധികാരവും പദവിയുമുണ്ട്.

ബുദ്ധമതക്കാർക്ക് തങ്ങളോടുള്ള അവഗണനമനോഭാവത്തിന് പകരമായി ഡാർഡുകൾ ഗ്രാമത്തിനു പുറത്തുള്ളവരെയാണ് അശുദ്ധരായി കണക്കാക്കുന്നത്. ഈ ഗ്രാമങ്ങൾ പൊതുജനങ്ങൾക്ക് തുറന്നുകൊടുക്കുംമുമ്പ് പുറത്തു ലെയിലോ സ്കാർഡുവിലോ പോയി വരുന്നവരെ ജൂനിപെർ വൃക്ഷത്തിന്റെ ശിഖരങ്ങൾ കത്തിച്ചു ശുദ്ധരാക്കിയ ശേഷമേ ഗ്രാമത്തിൽ പ്രവേശിപ്പിച്ചിരുന്നുള്ളൂ. ഇന്ന് ഡാർഡുകൾക്ക് അത്തരം നിർബന്ധങ്ങളൊന്നുമില്ല. അതുകൊണ്ട് എനിക്ക് കത്തുന്ന ജൂനിപെർ ശിഖരത്തെ നേരിടേണ്ടി വന്നുമില്ല. ഞാൻ ടാർച്ചിക്സ് (Darchiks) എന്ന ഡാർഡ് ഗ്രാമത്തിലെ ബുദ്ധവിഹാരത്തിലേക്കുള്ള ചെങ്കുത്തായ കയറ്റം കയറുകയായിരുന്നു. ഡാർഡ് ഭവനങ്ങൾ വളരെ അടുപ്പിച്ചാണ് നിർമ്മിക്കുന്നത്. വീടുകളുടെ രണ്ടാമത്തെ നിലകൾ പരസ്പരം സ്പർശിച്ചാണ് നിൽക്കുക. ഗ്രാമങ്ങൾ മഞ്ഞുമൂടുന്ന സമയങ്ങളിൽ അയൽവാസികൾ പരസ്പരം സന്ദർശിക്കുന്നത് ഈ മേൽക്കൂരകൾ വഴിയാണ്.

സിന്ധുതീരത്തുകൂടി വീണ്ടും കിഴക്കോട്ട് സഞ്ചരിച്ചു ഞാൻ 'ധാ'യിലെത്തുമ്പോൾ കനത്ത മഴയായിരുന്നു. ഞാൻ 'ബാംഗ്ബാങ്' എന്ന് പേരിട്ടു വിളിച്ച വീടിന്റെ ചോരുന്ന അതിഥിമുറിയിലായിരുന്നു എന്റെ താമസം. ഗ്രാമത്തിന് മധ്യത്തിൽ കുന്നിൻമുകളിലായി താഴെ സിന്ധു നദിയെ വ്യക്തമായി കാണാവുന്ന ഒരിടത്താണ് വീട്. 1980ൽ ഡാർഡ് സംസ്കാരത്തെക്കുറിച്ച് പഠിച്ച രോഹിത്വോറയുടെ അഭിപ്രായത്തിൽ ഏറ്റവും പഴക്കംചെന്ന ബഹുഭർതൃ ബഹുഭാര്യ സമ്പ്രദായം ഈ കുടുംബത്തിന്റേതാണ്. ഡാർഡുകൾ ഇന്നും അവർക്കിടയിൽനിന്നേ വിവാഹം കഴിക്കുകയുള്ളൂ. ബഹുഭർതൃ, ബഹുഭാര്യ വിവാഹസമ്പ്രദായങ്ങൾ എത്രയോ ഫലപ്രദമായി ഓരോരുത്തരുടെയും ജീവശാസ്ത്രപരമായ പിന്തുടർച്ചയെ മറച്ചുകളയുന്നു. ജനിതകപാരമ്പര്യത്തേക്കാൾ അവർ

കുടുംബപ്പേരിന്റെ പിന്തുടർച്ചയ്ക്കാണ് പ്രാധാന്യം നൽകുന്നത്. ലഡാക്കി ലെങ്ങും ഇതേ പ്രാധാന്യമാണ് കുടുംബപ്പേരിന്റെ നിലനില്പിനുള്ളത്.

ഒരു കുടുംബത്തിൽ ആൺമക്കൾ ഇല്ലെങ്കിൽ അവർ മകളുടെ ഭർത്താവിനെ ദത്തെടുക്കുന്നു. അതിലൂടെ കുടുംബത്തിന്റെ പേര് നില നിർത്തുന്നു. നരവംശശാസ്ത്രജ്ഞരും വിനോദസഞ്ചാരികളും ഡാർഡു കളുടെ ഫലസമൃദ്ധിയുടെ നൃത്താഘോഷം കാണാൻ വരുന്നതുവരെ അവർ ലൈംഗികത ആഘോഷിക്കുന്നതിൽ ലജ്ജിച്ചിരുന്നില്ല. അവരുടെ പാട്ടുത്സവങ്ങളിൽ സ്ത്രീകളും പുരുഷന്മാരും ലൈംഗികച്ചുവയുള്ള പരസ്യഅഭിപ്രായപ്രകടനങ്ങൾ നടത്തുന്നതും തെറിപ്പാട്ടുകൾ പാടുന്നതും ലൈംഗികതയുടെ പേരിൽ വിലപേശുന്നതും പതിവായിരുന്നു. എന്നാൽ നൂറു വർഷം മുമ്പ് ഈ പാട്ടുകൾ ഇംഗ്ലീഷിലേക്ക് മൊഴിമാറ്റം ചെയ്ത ഫ്രാങ്കെ (Francke), അതിനായി താൻ മതംമാറ്റി ക്രിസ്ത്യാനി ആക്കിയ ഒരു ഡാർഡ്കാരന്റെ സഹായം തേടി. അവർ ഇരുവരുംചേർന്ന് ആ പാട്ടു കളിലെ ലൈംഗികതയെ മറച്ചു പിടിച്ചുകൊണ്ട് മൊഴിമാറ്റം നടത്തുക യാണ് ചെയ്തത്. അവർ അതിനെ പ്രാർത്ഥനാഗീതം എന്ന് വിളിച്ചു. പാട്ടുകളുടെ യഥാർത്ഥ അർത്ഥം മറച്ചുപിടിച്ചു. അത്തരത്തിൽ ഫ്രാങ്കെ മൊഴിമാറ്റം നടത്തി ക്രിസ്ത്യൻ പേര് നൽകിയ 'പരസ്പരം സ്നേഹി ക്കുക' എന്ന പാട്ടിൽ, യഥാർത്ഥത്തിൽ ലൈംഗികത വളരെ സ്പഷ്ടമാണ്. എന്നാൽ എൺപതു വർഷങ്ങൾക്കുശേഷം, ആ പാട്ടിന്റെ യഥാർത്ഥ അർത്ഥമെന്തെന്ന് രോഹിത്‌വോറയോട് വിശദീകരിക്കാൻ ഡാർഡുകൾ വിസമ്മതിച്ചു.

ഫ്രാൻസികെ തെറ്റിദ്ധരിപ്പിക്കുകയായിരുന്നെങ്കിൽ, വോറ തന്റെ വിശകലനങ്ങളെ വൈജ്ഞാനിക മര്യാദയുടെ അതിർത്തിക്കുള്ളിൽ നിലനിർത്താൻ ശ്രമിച്ചത് ആശയക്കുഴപ്പങ്ങൾ സൃഷ്ടിക്കാനേ ഉപകരി ച്ചുള്ളൂ.

അദ്ദേഹം കാര്യങ്ങൾ സൂചിപ്പിക്കാൻ ശ്രമിച്ചത് ഇപ്രകാരമാണ്. 'അശ്ലീല നൃത്തം' അവസാനിക്കുന്നത് 'അതിൽ പങ്കെടുക്കുന്നവർ പരസ്പരം വെളിപ്പെടുത്തുന്ന' 'അങ്ങേയറ്റം തരംതാഴ്ന്ന രീതിയിലുള്ള' 'ആ കാര്യത്തിലാണ്' അന്ന് മുതൽ വിദേശികളും സ്വദേശികളുമായ സഞ്ചാരികൾ ഇവിടെ വരുന്നത് ഡാർഡുകളുടെ 'അധഃപതിച്ച' പ്രവർത്തി കാണാൻ വേണ്ടിയാണ്. ഇപ്പോൾ ഗ്രാമീണർ മറ്റുള്ളവരുടെ മുന്നിൽ നൃത്തം ചെയ്യാൻ തയ്യാറാകുന്നില്ല.

ലൈംഗികതയെക്കുറിച്ചുള്ള പാട്ടുകൾക്കു പുറമെ പൗരാണിക ഗ്രാമീണതയെക്കുറിച്ചും വേട്ടയെക്കുറിച്ചും ഭാവഗീതങ്ങളും ഡാർഡു കളുടേതായിട്ടുണ്ട്. പടിഞ്ഞാറുനിന്നുള്ള കുടിയേറ്റത്തെക്കുറിച്ചും വെള്ള ത്തിൽനിന്നും ലോകം സൃഷ്ടിക്കപ്പെട്ടതിനെ സംബന്ധിച്ചും ഡാർഡു കൾക്കു പാട്ടുകളുണ്ട്. ഈ പാട്ടുകളെക്കുറിച്ച് ഞാൻ ചോദിച്ചപ്പോൾ ഞാൻ താമസിച്ചിരുന്ന ബാംഗ്ബാങ് വീടിന്റെ ഉടമസ്ഥൻ എന്നെ ഗ്രാമ ത്തിലെ കല്ല് പാകിയ വഴിയിലൂടെ ബുദ്ധവിഹാരത്തിനപ്പുറമുള്ള പുരാതന

കോട്ടയിലേക്ക് കൊണ്ടുപോയി. അവിടെ ആപ്പിൾമരങ്ങൾ വളർന്നു പന്തലിച്ച് ഇരുട്ട് മൂടിയിരിക്കുന്നു. കോട്ടയുടെ ഇടിഞ്ഞു പൊളിഞ്ഞ ചുവരുകൾ കടന്ന് വെള്ളയും പിങ്കും നിറം കലർന്ന ആപ്പിൾപഴങ്ങൾ പറിച്ചു നടക്കവേ പെട്ടെന്ന് ഭൂമി അപ്രത്യക്ഷമായി. ഞാൻ ചെങ്കുത്തായ ആ മലയുടെ മുകളിൽനിന്ന് നോക്കുമ്പോൾ അഗാധമായ മലയിടുക്കുകളിലൂടെ സിന്ധുഒഴുകുന്നു. തൊട്ടടുത്ത് ആപ്പിൾമരത്തിന്റെ ചുവട്ടിൽ വൃദ്ധദമ്പതികൾ ഇരിക്കുന്നു.അയാൾ ആട്ടിൻതോല് കൊണ്ടുണ്ടാക്കിയ നീളമുള്ള ഒരു കോട്ട് ധരിച്ചിരിക്കുന്നു. ആ സ്ത്രീ പുഷ്പാലംകൃതമായ ഒരു ശിരോവസ്ത്രം ധരിച്ചിട്ടുണ്ട്. അവർ സംസാരിക്കുമ്പോൾ അത് മെല്ലെ ഇളകിക്കൊണ്ടിരുന്നു. ഏറെ സന്തോഷിപ്പിച്ചുകൊണ്ട് അവർ എനിക്കുവേണ്ടി പാടാൻ തയ്യാറായി. തൊണ്ണൂറു പിന്നിട്ട അവർ മധുരമായ ശബ്ദത്തിൽ പാടി. “ഇത് ഞങ്ങളുടെ ബ്രോഗ്സ്കാഡ് (Brogskad) ഭാഷയിൽ പൂക്കളെക്കുറിച്ചുള്ള പാട്ടാണ്,” പാടിക്കഴിഞ്ഞപ്പോൾ അവരുടെ ഭർത്താവ് പറഞ്ഞു.

ഗ്രാമത്തിലെ വരണ്ടുണങ്ങിയ കുന്നിൻചെരിവിൽ ഞാൻ കണ്ട വിചിത്രാകൃതിയുള്ള കുത്തനെ നിൽക്കുന്ന കല്ലുകളെക്കുറിച്ച് ഞാൻ മൂവരോടും ചോദിച്ചു. ബാൾട്ടിസ്ഥാനിൽ കണ്ട ചോരമണമുള്ള ബലിപീഠങ്ങൾക്ക് പകരമാണോ അതെന്ന സംശയത്തിലാണ് ഞാൻ ചോദിച്ചത്. പക്ഷേ ആ വൃദ്ധർ അറിയില്ലെന്ന അർത്ഥത്തിൽ ചുമലുകൾ ചലിപ്പിച്ചു. നദീതീരത്ത് കണ്ട, മനുഷ്യരുടെയും കാട്ടാടുകളുടെയും ശിലാചിത്രങ്ങളെക്കുറിച്ചും ഞാൻ അവരോട്. അത് ‘ഇലിപ്രൂ’ (Iliproo) ചെയ്യുന്നതാണെന്നു ബാംഗ്ബാങ് പറഞ്ഞു. ഇലിപ്രൂ എന്നാൽ യക്ഷികൾ. “നിങ്ങൾ അവരെ രാത്രിയിൽ വഴിയിൽ കാണാനിടയായാൽ നിങ്ങളുടെ ഏതാഗ്രഹവും സാധിച്ചുതരും. പണം വേണമെങ്കിൽ പണം അതല്ല, കുട്ടികളെ വേണമെങ്കിൽ അത്”, ഇടം കണ്ണിട്ട് എന്നെ നോക്കിക്കൊണ്ടാണ് അയാൾ അത് പറഞ്ഞത്.

സിന്ധുവിന് പടിഞ്ഞാറ് സ്ഥിതി ചെയ്യുന്ന സൻസ്കർ എന്ന വിദൂര ഗ്രാമം മൈക്കിൾ പെയ്സ്സൽ സന്ദർശിച്ചപ്പോൾ ഗ്രാമീണർ അദ്ദേഹത്തോട് പറഞ്ഞത്, തങ്ങളുടെ പൂർവികർ വേനൽക്കാലങ്ങളിൽ കാട്ടാട് പറ്റങ്ങളെ പിന്തുടർന്ന് പർവതപ്രദേശങ്ങളിലേക്ക് സഞ്ചരിക്കുകയും തണുപ്പ് കാലത്തേക്കാവശ്യമായ ഇറച്ചി വേട്ടയാടി സംഭരിച്ച് തിരിച്ചുവരികയും ചെയ്തിരുന്നു എന്നാണ്. തണുത്തുറഞ്ഞുപോയ നദീതീരങ്ങളിലെ ഗുഹകളിലാണ് അവർ തണുപ്പ് കാലങ്ങൾ കഴിച്ചുകൂട്ടിയിരുന്നത്. മലമുകളിലേക്കോ ചെങ്കുത്തായ പാറക്കെട്ടുകളിലേക്കോ കാട്ടാടുകളെ ഓടിച്ചു കയറ്റിയായിരുന്നു അവർ വേട്ടയാടിയിരുന്നത്. അമ്പും വില്ലും കണ്ടുപിടിക്കുന്നതിനു മുമ്പുള്ള വേട്ടയാടൽ രീതിയായിരുന്നു അത്. അതായിരുന്നു ലോകത്തിലെ ഏറ്റവും പഴയ വേട്ടയാടൽ തന്ത്രവും.

ഇപ്പോഴും ഓരോ വേട്ടയ്ക്കുശേഷവും കാട്ടാടിന്റെ ആന്തരഭാഗങ്ങളും കൊമ്പുകളും അർപ്പിച്ച് അതിന്റെ കാട്ടാടിന്റെ ഉടമസ്ഥയായ ദേവതയെ

സാന്ത്വനിപ്പിക്കണം. അതോടൊപ്പം ഒരു ചിത്രം കല്ലിൽ കൊത്തിവയ്ക്കുകയും ചെയ്യും. അങ്ങനെ വേട്ടയാടപ്പെട്ട ഓരോ മൃഗവും ശിലകളിൽ അനശ്വരമാകും. ഇത്രയേറെ കാട്ടാട് ചിത്രങ്ങൾ ശിലകളിൽ കൊത്തിവയ്ക്കപ്പെട്ടതിന് ഏറ്റവും നല്ല വിശദീകരണമായിരുന്നു അത്.

ലഡാക്കിലെ ഡാർഡുകൾ ഏറെയും ബുദ്ധമതം സ്വീകരിച്ചുവെങ്കിലും കാട്ടാടിനോടും രാക്ഷസരോടുമുള്ള ആരാധന, മറ്റൊരു രൂപത്തിലാണെങ്കിലും അവർ തുടർന്നു. ലഡാക്കിലെ ബുദ്ധമതവിശ്വാസികൾ ബുദ്ധൻ പൂർവജന്മത്തിൽ കാട്ടാട് ആയിരുന്നുവെന്നു വിശ്വസിക്കുന്നു. ടിബറ്റൻ അതിർത്തിക്കടുത്തുള്ള ഒരു ബുദ്ധവിഹാരത്തിൽ കാട്ടാടിന്റെ കൊമ്പ് പാവനമായി പ്രതിഷ്ഠിച്ചിരിക്കുന്നു. അൽഷി (Alchi) നദീതീരത്ത് സ്ഥിതിചെയ്യുന്ന ലഡാക്കിലെ ഏറ്റവും മനോഹരമായ ബുദ്ധവിഹാരത്തിൽ ബുദ്ധമത ചിത്രപ്പണികളാൽ അലംകൃതമായ കാട്ടാട് രൂപങ്ങൾ കാണാം. ഈ സ്ഥലം ഒരു പ്രധാന താമസകേന്ദ്രമായിരുന്നുവെന്നതിന്റെ തെളിവുകളായി പാലിയോലിത്തിക് കാലഘട്ടത്തിലെ കല്ലുകൊണ്ടുള്ള ആയുധങ്ങളും ഇവിടെ കാണാം.

ലഡാക്കിലെ ആയിരക്കണക്കിന് ശിലാചിത്രങ്ങളിൽ വിരലിലെണ്ണാവുന്ന മാത്രമേ പ്രസിദ്ധീകരണങ്ങളിൽ പ്രത്യക്ഷപ്പെട്ടിട്ടുള്ളൂ. ഒരു ലഡാക്കിയുടെ സഹായമില്ലായിരുന്നെങ്കിൽ രാജ്യത്തിന്റെ ചരിത്രാതീത കാലത്തെ ശിലാലിഖിതസമാഹാരങ്ങൾ കാണാൻ എനിക്കു കഴിയുമായിരുന്നില്ല. പുരാവസ്തുവകുപ്പിന്റെ യാതൊരുവിധ സഹായവും താത്പര്യവുമില്ലാതെ സ്വന്തം നിലയിൽ ലഡാക്കിലെ ആയിരക്കണക്കിന് ശിലാലിഖിതങ്ങളെക്കുറിച്ച് കഴിഞ്ഞ പന്ത്രണ്ടു വർഷമായി ഗവേഷണം നടത്തുകയാണ് Tashildawa Tsangspa എന്ന മനുഷ്യൻ. അയാൾക്കൊപ്പം ജമ്മുവിൽനിന്നുള്ള അത്യുത്സാഹിയായ ഒരു പൊലീസുകാരൻ S.D. Jamwalഉം ഉണ്ടായിരുന്നു. പൊലീസുകാരൻ സ്ഥലം മാറിപ്പോയി. അങ്ങനെ താഷി (Tashi) തനിച്ചായി. കാർഗിൽ മുതൽ ലെ വരെയുള്ള സിന്ധുതീരത്തെയും കിഴക്ക് ടിബറ്റ് അതിർത്തിവരെയുമുള്ള ശിലാലിഖിതങ്ങൾ എനിക്കു പരിചയപ്പെടുത്തിയത് ടാഷിയാണ്.

ടാഷിയെ ഞാൻ കാണുന്നത് കാർഗിലിൽ വച്ചാണ്. അവിടെ അയാൾ കോളേജിൽ അധ്യാപകനായി ജോലി ചെയ്യുകയാണ്. ശാന്തമായ ഒരു ഷിയാ ഭൂരിപക്ഷ മേഖലയാണ് കാർഗിൽ. ഈ കൊച്ചുപട്ടണത്തിന്റെ പ്രാന്തപ്രദേശങ്ങളിൽ താൻ ഈയിടെ കണ്ടെത്തിയ ശിലാസർഗ്ഗസൃഷ്ടികൾ കാണാനായി ഒരു ദിവസം ടാഷി എന്നെ കൂട്ടിക്കൊണ്ടുപോയി. തവിട്ടുനിറത്തിൽ മിനുസമാർന്ന ഒരു വലിയ പാറ. അത് നിറയെ കാട്ടാടിന്റെയും വേട്ടക്കാരുടെയും ചിത്രങ്ങൾ. പിന്നെ ഉറുദുവിലുള്ള പുതിയ ചിത്രപ്പണികളും. ടാഷി ആ കൂറ്റൻപാറയുടെ നടുവിലേക്ക് വിരൽചൂണ്ടി. അവിടെ ചുറ്റുവട്ടമുള്ള പാറയുടെ അതേനിറത്തിൽ സൂക്ഷിച്ചുനോക്കിയാൽ കാണാവുന്ന ഒരു കൈയുടെ അടയാളം.

മാസം മുഴുവനും ഞാൻ കൈ അടയാളങ്ങളെക്കുറിച്ച് ആലോചിക്കുകയായിരുന്നു. കാരണം പ്രധാനപ്പെട്ട എല്ലാ ശിലാലിഖിത മേഖലകളിലും

ഈ അടയാളവും കാണാം. സിന്ധുതീരത്തുടനീളമുള്ള ശിലാലിഖിതങ്ങളിൽ ഏറ്റവും വർണാഭമായി ചായംപൂശി കാണാറുള്ളത് കൈ അടയാളങ്ങളാണ്. കൈകളെല്ലാം ഒരേ രീതിയിലാണ് ചിത്രീകരിച്ചിരിക്കുന്നത്. അവ ചെറുതും കൈത്തണ്ടയോട് ചേർന്ന് മെലിഞ്ഞതും വിരലുകൾ അടുപ്പിച്ചു പിടിച്ച നിലയിലുള്ളതുമാണ്. ഫ്രാൻസിലെയും സ്പെയിനിലെയും പാലിയോലിത്തിക് ചിത്രകാരന്മാർ കാവിമണ്ണിന്റെ നിറമുള്ള "തുപ്പൽകൊണ്ട് വരച്ച" കൈഅടയാളങ്ങളുമായി ഇതിനു സാമ്യമുണ്ട്. വിരിച്ചുവെച്ച ഒരു കൈപ്പത്തിയുടെ മുകളിലേക്ക് പെയിന്റ് തുപ്പിക്കൊണ്ട് അതിന്റെ രൂപം വരയ്ക്കുന്നത് ഏറെക്കുറെ എളുപ്പമായിട്ടാണ് എനിക്കു തോന്നുന്നത്. അതേസമയം അതിനെ പാറയിൽകൊത്തിയെടുക്കാൻ ക്ഷമയും കഴിവും ഏറെ വേണം.

കൈകൾക്ക് പുരാതനസംസ്കാരങ്ങളിൽ ഏറെ പ്രാധാന്യമുണ്ട്. ഇസ്ലാമിനു മുമ്പുള്ള അറേബ്യയിൽ അത് അവിശ്വാസികളുടെ അടയാളമായിരുന്നു. അത് പിന്നീട് 'ഫാത്തിമയുടെ കൈ' എന്ന പേരിൽ എല്ലാ ഷിയാ ആരാധനാലയങ്ങളിലും ശവകുടീരങ്ങളിലും സ്ഥാപിക്കപ്പെട്ടു. അരിസ്റ്റോട്ടിൽ 'കൈ'യെ സാർവലൗകിക അവയവം എന്നാണ് വിശേഷിപ്പിച്ചത്. "നമ്മുടെ കൈകളാണ് നമ്മെ മൃഗങ്ങളിൽനിന്നും വ്യത്യസ്തരാക്കുന്നതെന്ന്" അദ്ദേഹം എഴുതി. "എല്ലാ സേവനങ്ങൾക്കും ഉപയോഗിക്കാൻ കഴിയുന്ന, എല്ലാ ഉപകരണങ്ങളുടെയും കൈ പ്രകൃതി മനുഷ്യനു നൽകി." ഒരുപക്ഷേ കൈ അടയാളം സാക്ഷ്യപ്പെടുത്തലിന്റെ പുരാതനരീതിയായിരിക്കാം. എഴുതാൻ പഠിക്കും മുമ്പുള്ള കാലത്ത് തന്റെ സാന്നിധ്യം അടുത്തയാളെ അറിയിക്കാൻ മനുഷ്യൻ ഉപയോഗിച്ചിരുന്ന ചിരപുരാതന വിദ്യയാകാം അത്. കൈകൾക്ക് ലിംഗവ്യത്യാസമില്ല. അത് പുരുഷന്റേതോ സ്ത്രീയുടേതോ ആകാം.

ആധുനിക കാലഘട്ടത്തിലെ ചിത്രങ്ങളും ശില്പങ്ങളും മനുഷ്യന്റെ മുഖത്തിനു പ്രാധാന്യം കൊടുക്കാനാണ് ശ്രമിക്കുന്നത്. എന്നാൽ ലഡാക്കിൽ കാണപ്പെടുന്ന ശിലായുഗത്തിലെ ചിത്രങ്ങളും കൊത്തുപണികളും കണ്ണുകൾക്കോ, മൂക്കിനോ ചുണ്ടുകൾക്കോ യാതൊരു പ്രാധാന്യവും നൽകുന്നില്ല. കാലുകളും അപ്രധാനമാകുന്നു. പകരം മനുഷ്യരുടെ ചെറിയ സൂക്ഷ്മചിത്രങ്ങൾ വരകളാൽ ചിത്രീകരിച്ചിരിക്കുന്നു. പലതും നൃത്തംചെയ്യുന്ന ശരീരഭാഷയിലുള്ളതാണ്. അവയിലെല്ലാം കൈകൾ വലുതും വായുവിൽ ഉയർത്തിപ്പിടിച്ച നിലയിലുമാണ് കാണപ്പെടുന്നത്. ഇണകളുടെ ചിത്രങ്ങൾ എവിടെയും ഇല്ലെന്നുതന്നെ പറയാം. ഒറ്റപ്പെട്ടു കാണുന്ന മനുഷ്യചിത്രങ്ങളെല്ലാം വേട്ടക്കാരുടെയോ രാക്ഷസരുടെയോ ആണ്. അവയിൽ വലിയ വിരലുകൾ വ്യക്തമായി കാണാം

ഒരു ദിവസം ഉച്ചകഴിഞ്ഞ് ഞാനും ടാഷിയുംകൂടി സിന്ധുവിന്റെ തീരത്തെ പാറ നിറഞ്ഞ പ്രദേശത്തെത്തി. അവിടെ നിറയെ ശിലാചിത്രങ്ങളാണ്. അതൊരുപക്ഷേ ഒരു സമ്മേളനസ്ഥലമോ, പുണ്യസ്ഥലമോ

ഉത്സവ വ്യാപാരാവശ്യങ്ങൾക്ക് ഉപയോഗിച്ചിരുന്ന സ്ഥലമോ ആയിരുന്നിരിക്കണം. നദിയോട് ചേർന്നുള്ള ഒരു കൂറ്റൻപാറ നിറയെ കാട്ടാടിന്റെയും മനുഷ്യന്റെയും ചിത്രങ്ങളാണ്. ഞാനതിനു മുന്നിൽ ഇരുന്ന് അവയെ എന്റെ നോട്ട്ബുക്കിലേക്ക് പകർത്തുകയായിരുന്നു. അപ്പോഴാണ് ടാഷി ഉറക്കെ വിളിക്കുന്നത് 'ഇതാ ഒരു രാക്ഷസൻ' പകുതിയോളം മണലിനടിയിലായ തീർത്തും മങ്ങിപ്പോയ ചിത്രം. മുകളിലേക്ക് കുറ്റിപോലെ നിൽക്കുന്ന മുടിയും ഏഴടി നീളമുള്ള കൈകളുമുള്ള രാക്ഷസരൂപത്തിന് പാകിസ്ഥാനിലെ സിന്ധുതീരത്ത് കണ്ട രൂപങ്ങളുമായി നല്ല സാമ്യമുണ്ട്.

തൊട്ടടുത്തുതന്നെ മേശയുടെ ആകൃതിയിൽ കിടക്കുന്ന പാറയുടെ മുകളിൽ മറ്റൊരു മനുഷ്യാകൃതിയും ഞങ്ങൾ കണ്ടു. പക്ഷേ ആ രൂപത്തിന്റെ മുടി കുറ്റിപോലെ മുകളിലേക്ക് ഉയർന്നു നിൽക്കുന്നില്ല. കൈകൾ സാധാരണ വലിപ്പത്തിൽ തന്നെ. കൈകൾ ശരീരത്തോട് ചേർത്തു വച്ചിരിക്കുന്നു. കാലുകളും അടുപ്പിച്ചുവച്ചിരിക്കുന്നു. "ഇതൊരു ശവശരീരമാണ്" ഞാൻ അപ്പോൾതന്നെ ടാഷിയോടെ പറഞ്ഞു. "ഒരു ശവമഞ്ചത്തിന്റെ രൂപരേഖയാണിത്." ആ രൂപത്തിന്റെ തലയുടെ ഭാഗത്ത് അതിൽ നിന്നും മൂന്നടി അകലത്തിൽ നദിയിലേക്ക് ചൂണ്ടിനിൽക്കുന്ന ഒരു കൈ അടയാളവും ഉണ്ട്. "ഇതൊരു ശ്മശാന ഭൂമിയാണോ? അതല്ല, വധശിക്ഷ നടപ്പാക്കിയിരുന്ന സ്ഥലമോ? ഇവിടുത്തെ ബുദ്ധമതക്കാർ ചിലപ്പോഴൊക്കെ മൃതദേഹങ്ങൾ നദിയിലൊഴുക്കിക്കളയാറുണ്ട്. ഒരുപക്ഷേ ആ രീതി വളരെ പഴയതായിരിക്കാം. ഏകാന്തമായ ഈ സ്ഥലത്തിന്റെ നിശ്ശബ്ദതയിൽ പാറയിലെ ആ രൂപം ഭയാനകമായി തോന്നി. അതിലേക്ക് നോക്കിനിൽക്കെ എന്റെ ശരീരത്തിലൂടെ ഒരു വിറയൽ കടന്നുപോയി. ലഡാക്കിൽ പിന്നീട് ഞാൻ ചെലവഴിച്ച രാത്രികളിൽ ആ രൂപത്തെ സ്വപ്നം കണ്ടു. പൗരാണിക വധശിക്ഷ സമ്പ്രദായങ്ങളുടെ കൂട്ടത്തിൽ കുറ്റക്കാരെ കൈകാലുകൾ ബന്ധിച്ച് സിന്ധുവിലേക്ക് ജീവനോടെ വലിച്ചെറിയുന്ന ഒരു രീതിയെക്കുറിച്ച് ഞാൻ ഓർക്കുന്നു. പക്ഷേ അതിനെക്കുറിച്ച് വായിച്ചതാണോ അതല്ല സ്വപ്നം കണ്ടതാണോ എന്ന് എനിക്കിപ്പോഴും ഉറപ്പില്ല.

അല്പംകൂടി കിഴക്കായി ഡോംഖർ എന്ന പ്രദേശത്തും ഇതുപോലെ നിരവധി പുരാതന ചിത്രങ്ങൾ കാണാം. അവിടെയും കുറ്റിത്തലമുടിയുള്ള ചെറിയ രാക്ഷസരൂപം കണ്ടു. പ്രാചീന ലഡാക്കികൾ രാക്ഷസ ആരാധകരായിരുന്നു എന്ന ധാരണ വീണ്ടും വീണ്ടും ഉറപ്പിക്കപ്പെടുന്നു. ടാഷിയും ഞാനും ഗ്രാമമുഖ്യനോടൊപ്പം വറുത്ത ബാർലിപ്പൊടിയും തിന്നുകൊണ്ട് നദീതീരത്തെ ഒരു പാറപ്പുറത്തിരിക്കുകയായിരുന്നു. ലഡാക്കികൾ ngampe എന്നു വിളിക്കുന്ന ഈ ഭക്ഷണം ടിബറ്റിൽ tsampa എന്നറിയപ്പെടുന്നു. ടിബറ്റിലെ പ്രധാന ഭക്ഷണമാണിത്. ആയിരക്കണക്കിന് വർഷങ്ങളായി ഈ പർവതമനുഷ്യരുടെ ഭക്ഷണം ഇതാണ്. കാശ്മീരിലെ ഏറ്റവും പഴയ കൃഷിയായാണ് ബാർലി അറിയപ്പെടുന്നത്. ചൈനയിൽ നിന്നും അരിയെത്തുന്നതിനുമുമ്പ് ബർസാഹോമിലെ ഭക്ഷണവും

ബാർലി ആയിരുന്നു. പാലിയോലിത്തിക് കാലഘട്ടം മുതൽ ഭക്ഷണകാര്യത്തിൽ തുടർച്ചയുണ്ടെന്ന് ടാഷിയും ഗ്രാമമുഖ്യനും സമ്മതിച്ചുവെങ്കിലും ആ പൗരാണികചിത്രങ്ങളുമായി എന്തെങ്കിലും ബന്ധമുണ്ടെന്ന് അവർ കരുതുന്നില്ല. 'യക്ഷി ഗന്ധർവ്വന്മാരാണ് ആ ചിത്രങ്ങളെല്ലാം വരച്ചതെന്നാണ് ഡാർഡുകൾ വിശ്വസിക്കുന്നത്', ടാഷി തല കുലുക്കി. "എന്നെപ്പോലെ ഭൂരിഭാഗം ലഡാക്കികളും നൂറുകണക്കിന് വർഷങ്ങൾക്കുമുമ്പ് ഇവിടം ആക്രമിച്ചു കീഴടക്കിയ ടിബറ്റൻകാരുടെ പിന്മുറക്കാരാണ്. ഈ ചിത്രങ്ങളെല്ലാം വരച്ചത് ഇവിടുത്തെ ആദിമ ജനതയായിരിക്കും", ടാഷി പറഞ്ഞു.

ഞങ്ങൾ ധോംകാർ (Dhomkhar) വിട്ട് khalatseയിലേക്ക് നീങ്ങി. ഇവിടെ സിന്ധു താഴ്വര രൂപം മാറുന്നു. ഇടുങ്ങിയ മലയിടുക്കുകൾ പ്രത്യക്ഷപ്പെടുന്നു. ലഡാക്കിന്റെ വടക്കും തെക്കും അതിരിടുന്ന പർവത നിരകൾ ഇരുവശത്തും താഴ്വരകൾക്ക് കാവൽ നിൽക്കുന്നു. പാറ നിറഞ്ഞ പർവതത്തിനെ ഉരുമ്മി ഒഴുകുന്ന സിന്ധുവിന് ചെങ്കൽപാറയുടെ അതേ നിറം. പർവതമുകളിൽനിന്നും മഞ്ഞുരുകി നദിയിലേക്കു ചേരുന്ന അരുവികളെയാണ് മനുഷ്യരും അവരുടെ കൃഷികളും ആശ്രയിക്കുന്നത്. അതേ സമയം ബുദ്ധവിഹാരങ്ങൾ വേറിട്ട് നിൽക്കുന്നു. കുത്തനെ ഉയർന്നുനിൽക്കുന്ന പാറക്കെട്ടുകൾക്കു മുകളിലും നദിയിലെ പാറ നിറഞ്ഞ ദ്വീപുകളിലും വെള്ളപൂശിയ ബുദ്ധവിഹാരങ്ങൾ ഏകാകികളായി നിലകൊള്ളുന്നു. പരന്ന മേൽക്കൂരകളും കട്ടികൂടിയ തവിട്ടുനിറമുള്ള ജനൽപ്പടികളുമായി ഈ കെട്ടിടങ്ങൾ പാറക്കൂട്ടങ്ങളിൽ സ്വയമേവ വളർന്നുവന്നതുപോലെ പറ്റിച്ചേർന്നു നിൽക്കുന്നു.

ബുദ്ധവിഹാരങ്ങൾ ലഡാക്കിന്റെ ബുദ്ധമത സംസ്കാരം വിളിച്ചോതുന്നവയാണെങ്കിലും ഈ പുണ്യസ്ഥലങ്ങൾക്കുപോലും അവ തട്ടി മാറ്റിയ തനതുസംസ്കാരത്തെ പൂർണമായി ഇല്ലാതാക്കാൻ കഴിഞ്ഞിട്ടില്ല. ലേയ്ക്ക് പടിഞ്ഞാറുള്ള ഒരു ബുദ്ധവിഹാരത്തിൽവച്ച് ടാഷി എന്നെ ഒരു ചുവന്ന ചായം പൂശിയ കെട്ടിടം കാണിച്ചുതന്നു. വെള്ള ചായം പൂശിയ ബുദ്ധവിഹാര സമുച്ചയത്തിന്റെ അറ്റത്തായിരുന്നു അത്. "നിങ്ങൾ അത് കണ്ടോ?" ടാഷി ചോദിച്ചു. "ഞങ്ങളുടെ സംരക്ഷണ ദേവതയായ പാൽഡൺ ലഹമോയുടെ (Paldan Lhamo) ബഹുമാനാർത്ഥം സ്ഥാപിച്ചതാണത്," ടാഷി പറഞ്ഞു. ടിബറ്റിലെയും ലഡാക്കിലെയും തനതു ദേവതകളിൽ ഒരാളാണ് Paldan Lhamo. ബോൺ മതവിശ്വാസവുമായി ബന്ധപ്പെട്ട ഈ പൈശാചിക ദുർദേവതയെ എട്ടാം നൂറ്റാണ്ടിലാണ് ബുദ്ധമതം തങ്ങളുടെ ദേവഗണങ്ങളുടെ കൂട്ടത്തിൽ കൂട്ടിയത്. സ്വന്തം പുത്രന്റെ ചർമ്മമാണ് ദേവത ധരിക്കുന്നത് എന്നാണ് ലഡാക്കിലെ വിശ്വാസം. ഒരു സഞ്ചി നിറയെ മാരകരോഗങ്ങൾ കൊണ്ടുനടക്കുന്ന ദേവത അരയിൽ ആഭരണമായി ധരിച്ചിരിക്കുന്നത് മനുഷ്യ തലയോട്ടികളാണ്. ദേവതയുടെ വാഹനമായ കോവർ കഴുതയുടെ കടിഞ്ഞാൺ വിഷ സർപ്പങ്ങളാണ്. പിന്നീട് ഞങ്ങൾ മാതോ(Matho)യിലേക്ക് പോയി. അവിടെ സ്ത്രീകളും

പുരുഷന്മാരും നാടൻപാട്ടുകൾ പാടി ധാന്യങ്ങൾ കൊയ്യുന്ന വയലുകൾ പിന്നിട്ട് നിയോലിത്തിക് മനുഷ്യൻ താമസിച്ചിരുന്നുവെന്നു കരുതപ്പെടുന്ന ഒരു ഗുഹയിൽ എത്തി. അവിടെ ഗുഹാകവാടത്തിൽ ടാഷി എന്നെ ഒരു അടയാളം കാണിച്ചു തന്നു. "ഇതാണ് പാൽഡൺ ലാമോയുടെ ആകൃതി യെന്നാണ് ഗ്രാമീണർ പറയുന്നത്", അയാൾ പറഞ്ഞു. പ്രകൃതിതന്നെ ദേവതയുടെ ചിത്രം പാറയിൽ വരച്ചതുപോലെയുണ്ട്.

പൗരാണിക മനുഷ്യാധിവാസ കേന്ദ്രങ്ങളുള്ള നദീതീരത്തെല്ലാ യിടത്തും ഇപ്പോഴും ശക്തരായ സ്ത്രീകളെ ബഹുമാനിക്കുന്ന രീതി നില വിലുണ്ട്. ലഡാക്കിൽ നിരവധി ലാമോസ് (Lhamos) മന്ത്രവാദിനികൾ ഉണ്ട്. ലേയ്ക്ക് അടുത്തുള്ള ഗ്രാമത്തിൽ രോഗികളിൽനിന്നും രോഗങ്ങൾ ഊറ്റിയെടുക്കുന്ന ഒരു ലാമോ ഉണ്ട്. എന്നെ അവിടെ കൊണ്ടുപോയ ടാക്സിക്കാരൻ ഈയടുത്തകാലത്ത് ഇസ്ലാംമതം സ്വീകരിച്ച ആളാണ്. അയാളുടെ അഭിപ്രായത്തിൽ ഇതെല്ലം തട്ടിപ്പാണ്. "അവളെന്റെ ബന്ധു വൊക്കെയാണെങ്കിലും ഇവരെല്ലാം വെറും കച്ചവട മനഃസ്ഥിതിക്കാരാണ്," അയാൾ പറഞ്ഞു. "അവൾ മുസ്ലീങ്ങളെ പരിഹസിക്കാറുമുണ്ട്", അയാൾ കൂട്ടിച്ചേർത്തു. ചികിത്സ തേടിയെത്തുന്ന മുസ്ലീം രോഗികൾക്ക്, പ്രതി വിധിയായി സ്ഥലത്തെ മോസ്കിന്റെ മുകളിൽ പ്രാർത്ഥനക്കൊടി നാട്ടുക എന്ന പിന്തിരിപ്പൻ പ്രതിവിധിയാണ് നിർദ്ദേശിക്കുക. "അങ്ങനെ പ്രദേശത്തെ മോസ്കിന്റെ മുകളിലെല്ലാം കൊടി നിറഞ്ഞു", ടാക്സിക്കാരൻ വിശദീ കരിച്ചു. "ഒടുവിൽ വിദ്യാഭ്യാസമുള്ള മുസ്ലീങ്ങൾ, മറ്റുള്ളവരോട് അത് ചെയ്യരുതെന്ന് ഉപദേശിക്കേണ്ടിവന്നു", അയാൾ കൂട്ടിച്ചേർത്തു.

മന്ത്രവാദിനിയുടെ വീട്ടുമുറ്റം രോഗികൾ നിറഞ്ഞ ഒരു ഞായറാഴ്ച രാവിലെ ഞാനും അവിടെയെത്തി. ഫ്ളൂ ബാധിച്ച കുട്ടികൾ, നടുവിന് വേദനയുമായി വന്ന ഒരാൾ, പ്രണയനൈരാശ്യം ബാധിച്ച ഒരു പെൺ കുട്ടി... അങ്ങനെ രോഗികൾ ചികിത്സ തുടങ്ങുന്നത് കാത്തിരിക്കുന്നു. ആവശ്യത്തിന് രോഗികൾ എത്തി എന്ന് കണ്ടതോടെ എല്ലാവരെയും ലാമോയുടെ അടുക്കളയിലേക്ക് നയിച്ചു. ചൈനീസ് സിൽക്കിന്റെ കുപ്പായവും ഗിൽറ്റ് പിടിപ്പിച്ച നീളൻതൊപ്പിയും ധരിച്ച ലാമോ മുറിയിൽ പ്രവേശിച്ചു. അവർ ഒരു ചെറിയ തീക്കുണ്ഡത്തിനു സമീപം മുട്ടുകുത്തി. പിങ്ക്നിറമുള്ള ട്രാക്ക് സ്യൂട്ട് ധരിച്ച അവരുടെ കൊച്ചുമകൾ സഹായി യായി അടുത്തുണ്ട്. പൊടുന്നനെ അവർ ഉറക്കെ കരഞ്ഞു, പിന്നെ എന്തൊക്കെയോ പിറുപിറുത്തു, ഉച്ചത്തിൽ കൂവുന്നതുപോലെ ശബ്ദ മുണ്ടാക്കി. ഇതെല്ലം ഒന്നിന് പിന്നാലെ ഒന്നായി വേഗത്തിലായിരുന്നു സംഭവിച്ചത്. തുടർന്ന് കുപ്പായം പൊക്കിപ്പിടിച്ച് രോഗികൾ ഓരോരുത്ത രായി അവരുടെ മുന്നിലെത്തി. നാക്ക് പുറത്തേക്ക് നീട്ടി ലാമോ അവരുടെ പൊക്കിളിനു സമീപത്തായി ചുണ്ടുകൾ ചേർത്തുവച്ചു. അവർ വലിക്കാൻ തുടങ്ങുന്നു. രോഗികൾ നന്നായി പെരുമാറുന്നവരാണെങ്കിൽ അവർ ഭയം കൊണ്ട് ശരീരം പിന്നിലേക്ക് വളയ്ക്കുന്നു. ലാമോ തല പൊന്തിച്ച് കൊച്ചു മകൾ നീട്ടുന്ന ചാരംനിറഞ്ഞ ഒരു പാത്രത്തിലേക്ക് തുപ്പുന്നു. അതു

കഴിഞ്ഞാൽ കൊച്ചുമകൾ അടുപ്പിനോട് ചാരിയിരുന്ന് മുഷിച്ചിൽ മാറ്റാൻ നഖം കടിച്ചുകൊണ്ടിരിക്കുന്നു.

"എന്തുകൊണ്ടാണ് ഇത്രയധികം മന്ത്രവാദിനികൾ?" എന്റെ ഊഴമായപ്പോൾ ഞാൻ അവരുടെ മുന്നിലിരുന്നുകൊണ്ട് ചോദിച്ചു. സ്ത്രീശക്തിയെക്കുറിച്ച് ഏതെങ്കിലും പുരാതന കഥകൾ പറയുകയോ അല്ലെകിൽ സ്ത്രീരാജ്യത്തെക്കുറിച്ച് എന്തെങ്കിലും പരാമർശം നടത്തുകയോ ചെയ്യും എന്ന് കരുതിയാണ് ഞാൻ ചോദിച്ചത്. അവർ ആ ചോദ്യം ഗൗനിച്ചതായി തോന്നിയില്ല. "ഇതെല്ലം ഓരോ ദൈവനിയോഗമാണ്." അവർ ലാമോ ടിബറ്റൻ ഭാഷയിൽ വിശദീകരിച്ചു. അത് ലഡാക്കിയിലേക്കും ഹിന്ദിയിലേക്കും ഒടുവിൽ ഇംഗ്ലീഷിലേക്കും മൊഴിമാറ്റം ചെയ്യപ്പെട്ട് മുറിയിൽ കറങ്ങി. "ചിലപ്പോൾ പുരുഷന്മാർ മന്ത്രവാദികളാകുന്നു ചിലപ്പോൾ സ്ത്രീകളും. എന്റെ ചൈതന്യം പതിന്നാലാമതു ദലൈലാമ ജനിച്ച ടിബറ്റിലെ അംഡോ(Amdo)യിൽ നിന്നാണ് വരുന്നത്", അവർ പറഞ്ഞു.

ചൈന ടിബറ്റ് ആക്രമിച്ച ശേഷമാണ് ഇത്തരം മന്ത്രവാദികളുടെയും കോമരങ്ങളുടെയും എണ്ണം ലഡാക്കിൽ കൂടിയതെന്ന് ഒരു ബുദ്ധമത വിശ്വാസി എന്നോട് പറഞ്ഞു. കാരണം ടിബറ്റിൽനിന്നും ആത്മാക്കൾ അടിച്ചമർത്തൽ ഭയന്ന് പടിഞ്ഞാറോട്ടു രക്ഷപ്പെടുകയായിരുന്നുവത്രെ. അന്ന് ആ ലാമോയുടെ ബാധ കയറൽ എനിക്കത്ര ബോധ്യമായില്ലെങ്കിലും പിന്നീട് ഞാൻ ചൈനീസ് അധിനിവേശ ടിബറ്റിൽ എത്തിയപ്പോൾ ഞാൻ ലഡാക്കിനെക്കുറിച്ചോർത്തു. അവിടുത്തെ മന്ത്രവാദിനികളും ബുദ്ധഭിക്ഷുക്കളും ബുദ്ധവിഹാരങ്ങളും മോസ്കുകളും രാഷ്ട്രീയക്കാരും ആ സമൂഹങ്ങളും എല്ലാം ഒരിക്കൽക്കൂടി എന്നെ മോഹിപ്പിച്ചു. ശുഭാപ്തി വിശ്വാസം തുളുമ്പുന്ന ആ അവസ്ഥയിൽനിന്ന് നോക്കുമ്പോൾ ലാമോ സ്വാതന്ത്ര്യത്തിന്റെ പ്രതീകമാണെന്ന് എനിക്കു തോന്നി.

ലഡാക്കിന്റെ പ്രശാന്തത ടിബറ്റൻ അതിർത്തിയിലെത്തുമ്പോൾ അപ്രത്യക്ഷമാകുന്നു. ഇവിടെ, നുരയും പതയുമായി സിന്ധു ഒരിക്കൽ കൂടി അഗാധമായി മലയിടുക്കുകളിലേക്ക് കുതിക്കുന്നു. ഭീകരരൂപികളായ ജല പിശാചുക്കളെക്കുറിച്ചുള്ള വിശ്വാസങ്ങൾ എങ്ങനെ രൂപപ്പെട്ടുവെന്ന് ഇവിടെ നിൽക്കുമ്പോൾ സങ്കല്പിക്കാൻ എളുപ്പമാണ്. കൂറ്റൻ പാറക്കെട്ടുകളുടെ മേലെയുള്ള ശിലാചിത്രങ്ങൾ സൈന്യത്തിന്റെ ചായംപൂശലിൽ മറഞ്ഞുപോയിരിക്കുന്നു. "സ്വർഗ്ഗം വാളുകളുടെ നിഴലിലാണ്", സൈന്യത്തിന്റെ ലിഖിതങ്ങൾ വെളുത്ത അക്ഷരങ്ങളിൽ പാറകളിൽ തെളിയുന്നു. "സ്നേഹഭാജനമേ, എനിക്കു നിന്നെ ഇഷ്ടമാണ് പക്ഷേ വേഗം കുറച്ചു മതി." എന്ന് ബോർഡർ റോഡ്സ് അതോറിറ്റിയുടെ മഞ്ഞ അക്ഷരങ്ങളിലുള്ള മുന്നറിയിപ്പും പാറക്കെട്ടുകളിൽ കാണാം. ഈ ചായങ്ങൾ മങ്ങും. അതുപോലെതന്നെ മറവിയിലേക്ക് അതിവേഗം നീങ്ങിക്കൊണ്ടിരിക്കുകയാണ് നൂറുകണക്കിന് ശിലാചിത്രങ്ങൾ. നിർമ്മാണപ്രവർത്തികൾ

വലിയൊരു വ്യവസായമായി മാറിയിരിക്കുന്നു ഇവിടെ. ഗ്രാമീണർ പാറകൾ കേക്ക് പോലെ മുറിച്ചുവിൽക്കുന്നു. ഗൈക്കിനപ്പുറം (Gaik) ഒരു പാലിയോലിത്തിക് പ്രദേശമുണ്ട്. BCE അയ്യായിരം നൂറ്റാണ്ടിൽ അവിടെ ജനവാസമുണ്ടായിരുന്നതായി കാർബൺ പരിശോധനകൾ സ്ഥിരീകരിച്ചിട്ടുണ്ട്. അവിടെ ഒരു പാറയിൽ ജ്യാമിതീയ രീതിയിൽ കൊത്തിവച്ച ഒരു ചിത്രമുണ്ട്. ഒരുപക്ഷേ ഏതെങ്കിലും മന്ത്രവാദിനിയുടെ മുഖാവരണമായിരിക്കാം അത്. തൊട്ടടുത്തുതന്നെ നിരവധി ചെറിയ മുഖാവരണ മാതൃകകൾ പാറയിൽ വരച്ചു വച്ചിരിക്കുന്നത് കാണാം. സൈബീരിയയിൽ ഇതുപോലുള്ള ശിലാചിത്രങ്ങളെ ചുറ്റിപ്പറ്റി ഒരു ചരിത്രശാഖതന്നെ രൂപപ്പെടുത്തിയിട്ടുണ്ട്. ഈ പ്രദേശങ്ങൾ വേണ്ട രീതിയിൽ പഠനവിധേയമാക്കിയാൽ ഭൂതകാലത്തെക്കുറിച്ചുള്ള ചരിത്രകാരന്മാരുടെ ധാരണകൾതന്നെ തിരുത്തിയെഴുതപ്പെടും. പകരം ഇവിടെ ഇപ്പോൾ കേൾക്കുന്നത് പാറകൾ പൊട്ടിക്കുന്ന ശബ്ദം മാത്രമാണ്. അപൂർവ ശിലാലിഖിതങ്ങളെല്ലാം കെട്ടിട നിർമ്മാണക്കാർക്ക് അധികം വൈകാതെ മുറിച്ചു വിൽക്കപ്പെടും. ഞാൻ ആലോചിക്കുന്നത് ഇന്ത്യയുടെ പുരാവസ്തു വകുപ്പ് എവിടെയാണെന്നാണ്?

കിഴക്കൻ സ്ത്രീസാമ്രാജ്യത്തിന്റെ പൗരാണിക തെളിവുകൾ സാവകാശം നശിച്ചുകൊണ്ടിരിക്കുകയാണെങ്കിലും അവയ്ക്കു പകരം പ്രകൃതി ഭൂമിശാസ്ത്രപരമായ ചില ഐതിഹ്യങ്ങൾ ഒരുക്കുന്നു. ഈ ഭാഗത്ത് നദിക്കു മുകളിൽ തൂങ്ങിക്കിടക്കുന്ന കൂറ്റൻപാറകൾ പരസ്പരം ഏറെക്കുറെ സ്പർശിക്കുന്ന അത്ര അകലത്തിലാണ് നിൽക്കുന്നത്. ഓരോ തിരിവിലും ഈ താഴ്വര ഓരോ പുതിയ കാഴ്ചകളൊരുക്കുന്നു. ചിലപ്പോൾ സ്ത്രീയുടെ ആകൃതിയിൽ താഴ്വര കാണപ്പെടുന്നു. മറ്റു ചിലപ്പോൾ കല്ലുകൾ ഏതോ അജ്ഞാത ശക്തിയാൽ എന്നവണ്ണം കൂടിച്ചേർന്ന് ചെരിവുകൾ സൃഷ്ടിക്കുന്നു. പണ്ടെന്നോ നീർച്ചാലുകൾ ഒഴുകിയ പാറയുടെ മുകളിലെ അടയാളങ്ങൾ മനുഷ്യമുഖത്തെ വാർദ്ധക്യത്തിന്റെ ചുളിവുകൾപോലെ തോന്നുന്നു.

മനുഷ്യാധിവാസം ഇവിടെ ക്ഷണികമാണ്, കാരണം ഇത് ഒരു നാടോടി ദേശമാണ്. പിന്നെയും കിഴക്കോട്ടു സഞ്ചരിക്കുമ്പോൾ മാഹീ പാലം എത്തുന്നു. ഇവിടെ നിന്നാണ് ചാങ്താങ് (Changthang) തുടങ്ങുന്നത്. ഇവിടേക്ക് സാധാരണ പൗരന്മാർക്ക് സഞ്ചരിക്കാൻ അനുവാദമുണ്ട്. ചാങ്താങ്, വരണ്ട ടിബറ്റൻ പീഠഭൂമിയാണ്. അത് ലഡാക്ക് മുതൽ ടിബറ്റ്വരെ വ്യാപിച്ചു കിടക്കുന്നു. ചാങ്താങ്ങിൽ ജീവിക്കുന്ന ദേശാടനക്കാരെ ലഡാക്കിൽ വിളിക്കുന്ന പേര് ചാങ്പ എന്നാണ്. ടിബറ്റിൽ അവർ ഡ്രോക്പാ എന്നറിയപ്പെടുന്നു. ചൈന ടിബറ്റ് ആക്രമിച്ചപ്പോൾ സിന്ധു നദി വഴി രക്ഷപ്പെട്ട് ഇവിടെ എത്തിയതാണ് അവർ. പാലിയോലിത്തിക് കാലത്തു ലോകം മുഴുവൻ പിന്തുടർന്ന് വന്നിരുന്ന ഗ്രാമ്യജീവിതം അവർ ഇന്നും പിന്തുടരുന്നു. ഒപ്പം സ്ത്രീരാജ്യത്തിന്റെ ഭാഗമായിരുന്ന ബഹു ഭർതൃ സമ്പ്രദായവും അവർ ഇപ്പോഴും നടപ്പാക്കുന്നു. ഇവ രണ്ടും

ക്രമാനുഗതമായി നശിപ്പിക്കാൻ അധിനിവേശശക്തികൾ ശ്രമിച്ചിരുന്നു. പൗരാണികരീതികൾ സംരക്ഷിക്കാൻ ഇക്കാലത്ത് ബുദ്ധിമുട്ടാണ്. എന്നാൽ തങ്ങളുടെ പഷ്മിന വ്യാപാരംകൊണ്ട് ലഡാക്കിലെ മാന്യന്മാരെ അവർ അസൂയപ്പെടുത്തുന്നു (അവർ ഗ്യാസിൽ ഭക്ഷണം പാകം ചെയ്യുന്നു, ജിപ്സികൾ ഓടിക്കുന്നു. ഇറക്കുമതി ചെയ്ത അരി ഭക്ഷിക്കുന്നു എന്നൊക്കെ ചിലർ എന്നോട് പറഞ്ഞു). പക്ഷേ ടിബറ്റിലെ ഡ്രോക്പകൾ (Drokpa) അത്ര ഭാഗ്യവാന്മാരല്ല എന്ന് പിന്നീട് ഞാൻ മനസ്സിലാക്കി.

പാലത്തിൽ നിന്നുകൊണ്ട് കാറ്റത്ത് പാറിക്കളിക്കുന്ന ബുദ്ധമതപതാകകൾക്കിടയിലൂടെ ഞാൻ സിന്ധുവിനെ നോക്കി. ചെറുപ്പക്കാരനായ ഒരു ഇന്ത്യൻ സൈനികൻ എന്റെ ക്യാമറ കണ്ടപ്പോൾ ജാഗ്രതയോടെ തന്റെ തോക്കുമെടുത്ത് എന്റെ അടുത്തേക്ക് നടന്നുവന്നു. "ചൈനയുമായുള്ള യുദ്ധംവരെ ചാങ്പകൾ ഈ നദിയിലൂടെയാണ് ടിബറ്റിനും ലഡാക്കിനും ഇടയിൽ സഞ്ചരിച്ചിരുന്നത്, ഇപ്പോൾ എല്ലാ മാറിക്കഴിഞ്ഞു" ഞാൻ പറഞ്ഞു. "എല്ലാം മാറിപ്പോയി", അയാൾ സമ്മതിച്ചു. പഴയകാലത്ത്, മുപ്പതു വർഷം മുമ്പ് ഇവിടമെല്ലാം സമതലങ്ങളായിരുന്നു. പർവ്വതങ്ങളുണ്ടായിരുന്നില്ല." അയാൾ പറഞ്ഞു. ഞാൻ അദ്ഭുതത്തിൽ അയാളെ നോക്കി ചിരിച്ചു. അയാൾ കാലം പറഞ്ഞപ്പോൾ 'മില്യൺ' വിട്ടുപോയിരിക്കുന്നു. മുപ്പതു മില്യൺ വർഷങ്ങൾ മുപ്പത് വർഷങ്ങളായി പോയി.

ഈ പ്രദേശം ഒരിക്കൽ പരന്നതായിരുന്നു. ഇന്ത്യൻ പ്ലേറ്റ് ഏഷ്യ വൻകരയുമായി കൂട്ടിയിടിക്കും മുമ്പ് സമുദ്രത്തിന്റെ സ്ഥാനം മാറ്റുന്നതിനും മുമ്പ്, നദിയുടെ ഒഴുക്കിനെ തെക്കോട്ട് ഗതി മാറ്റുന്നതിനും മുമ്പ്, പർവ്വതങ്ങളെ ആകാശത്തേക്ക് ഉയർത്തുന്നതിന് മുമ്പ്, ഏതാണ്ട് അമ്പത് മില്യൺ വർഷങ്ങൾക്കുമുമ്പ് ഇതൊരു വിശാല സമതലമായിരുന്നു. സാൻസ്കാരിൽ നദീതീരത്തെ പാറയിൽ കടൽകക്കയുടെ ഫോസിലുകൾ പറ്റിപ്പിടിച്ചിരിക്കുന്നത് ഞാൻ കണ്ടിരുന്നു. രണ്ടു രാജ്യങ്ങൾക്കുമിടയിലുള്ള ഈ അതിർത്തിയിൽ വച്ച് സിന്ധുവിന്റെ ഭൂമിശാസ്ത്രപരമായ പൗരാണികത നദി സ്ഥിരീകരിക്കാൻ തുടങ്ങുന്നു. പർവ്വതങ്ങളെക്കാളും ഗംഗയെക്കാളും എല്ലാം പുരാതനമായ സിന്ധു പടിഞ്ഞാറൻ ടിബറ്റിൽനിന്നും ലഡാക്കിലൂടെ, വൻകരകളെ യോജിപ്പിക്കുന്ന സംഗമസ്ഥാനത്തുകൂടി ഒഴുകി അകലുന്നു.

ഈ രാജ്യവും നദിയും സൃഷ്ടിക്കപ്പെട്ട ഭൗമികവിപ്ലവങ്ങൾക്ക് മുന്നിൽ, നദീതീരത്തെ പാറകൾക്കുമേൽ മനുഷ്യൻ കോറിവച്ച ഏതാനും ചിത്രങ്ങൾ നഷ്ടപ്പെട്ടുപോകുന്നത് അത്ര വലിയ കാര്യമായി കരുതേണ്ടതില്ലെന്നു തോന്നുന്നു.

പന്ത്രണ്ട്

അപ്രത്യക്ഷമാകുന്ന നദി

അമ്പതു മില്യൺ വർഷങ്ങൾക്കുമുമ്പ് 'പർവത നിരകളാൽ ചുറ്റപ്പെട്ട ഒരു സമതലമുണ്ട് ഏഷ്യയിൽ..... മഹാനായ രാജാവ് പർവ്വതങ്ങൾക്കിടയിലെ വഴികൾ അടച്ച് വെള്ളത്തെ തടഞ്ഞു നിർത്തി.... അന്നുമുതൽ ആ അരുവിയിലെ വെള്ളം ഉപയോഗിച്ചുവന്നിരുന്ന ചുറ്റുമുള്ള അഞ്ച് രാജ്യങ്ങൾ ആകെ ബുദ്ധിമുട്ടിലായി.... ആവശ്യക്കാർ വലിയൊരു തുക നൽകുന്നതുവരെ രാജാവ് അണക്കെട്ടുകൾ തുറക്കാൻ തയ്യാറായില്ല...'

ഹെറോഡോട്ടസ്, ഹിസ്റ്ററീസ്,
BCE അഞ്ചാം നൂറ്റാണ്ട്

നദിയുടെ ഉദ്ഭവ മേഖലയ്ക്കടുത്തുള്ള അലി എന്ന പട്ടണത്തിലെ ഹോട്ടലിൽ ഞാൻ മുറിയെടുത്തു (പടിഞ്ഞാറൻ ടിബറ്റിന്റെ ചൈനീസ് നിർമ്മിത ഭരണസിരാകേന്ദ്രമാണ് ഈ പട്ടണം). നിയമവിരുദ്ധമായി സ്വയംഭരണ മേഖലയിൽ പ്രവേശിച്ചതിനുള്ള നിർബന്ധിത ഫീസ് നൽകി. എന്നിട്ട് ഞാൻ നദീതീരത്തേക്ക് നടന്നു. ചൈനീസ് ഭാഷയിൽ ഷൈഖുൻഹേ (Shiquanhe സിന്ധുവിന്റെ ചൈനീസ് പേര്) എന്നാണ് ഈ പട്ടണം അറിയപ്പെടുന്നത്. ടിബറ്റൻഭാഷയിൽ സെൻജ് ഖബാബ് (Senge khebab നദിയുടെ ഉദ്ഭവസ്ഥാനത്തിന് ടിബറ്റൻ ഭാഷയിലുള്ള പേര്) എന്നും ഈ സ്ഥലം അറിയപ്പെടുന്നു.

ഇന്ത്യയുടെയും ചൈനയുടെയും നിയന്ത്രണത്തിലുള്ള നദീതീരത്തു കൂടി യാത്ര മുന്നോട്ടു കൊണ്ടുപോകാൻ കഴിയുമായിരുന്നില്ല. നദിയുടെ ഉദ്ഭവസ്ഥാനത്തേക്കുള്ള യാത്ര പൂർത്തിയാക്കണമെങ്കിൽ ലഡാക്കിൽ നിന്നും ഞാൻ ഒരു നാലായിരം കിലോമീറ്റർ തിരിച്ചുവന്ന് ഏറ്റവും അടുത്ത നിയമവിധേയമായ അതിർത്തിയിലെത്തി യാത്ര തുടരേണ്ടിയിരുന്നു. അതായത് ഞാൻ വീണ്ടും പഞ്ചാബിലെത്തി പടിഞ്ഞാറ് പാകിസ്ഥാനിലേക്ക് പോകണം. അവിടെ ചൈനയുടെ അതിർത്തി കടന്നു കിഴക്കോട്ട് സഞ്ചരിക്കണം.

ഒരു കിറുക്കൻ ഓടിക്കുന്ന ജീപ്പിൽ പർവത പീഠഭൂമിയായ അക്സായി

ചിൻലൂടെയാണ് സഞ്ചരിച്ചത്. (1960ലെ യുദ്ധത്തിൽ ചൈന ഇന്ത്യയിൽ നിന്ന് പിടിച്ചെടുത്ത പ്രദേശമാണിത്). ഒടുവിൽ ഞാൻ ടിബറ്റിലെത്തി.

നദീതീരത്ത് ആകെ ആശയക്കുഴപ്പത്തിൽ ഞാൻ നിന്നു. എത്തിയ സ്ഥലം തെറ്റിപ്പോയോ എന്ന സംശയം. വെള്ളം ഉണ്ടാകേണ്ട സ്ഥലത്ത് ഒരു നീല ബൂട്ടും സൈക്കിളിന്റെ ടയറും ആണ് കാണുന്നത്. ചുറ്റും ചൈനീസ് നൂഡിൽസിന്റെ പാക്കറ്റുകൾ പൂക്കൾപോലെ ചിതറിക്കിടക്കുന്നുണ്ട്. പക്ഷേ വെള്ളമെവിടെ? എന്റെ കൈയിലുള്ള ഭൂപടത്തിൽ സിന്ധു ഈ പട്ടണത്തിനു നടുവിലൂടെ ഒഴുകുന്നത് കൃത്യമായി കാണിക്കുന്നുണ്ട്.

കാഷ്ഗറിൽ (Kashgar) നിന്ന് 1400 കിലോമീറ്റർ സഞ്ചരിച്ചത് തെറ്റായ ദിശയിലേക്കായിരുന്നോ? ഞാൻ എന്റെ ചൈനീസ് പഠന സഹായി എടുത്ത് അത്യാവശ്യവാക്കുകൾ തിരഞ്ഞു. “ഷൂഈ?” (Shooee) ഞാൻ വഴിയാത്രക്കാരോട് ചോദിച്ചു. “വെള്ളം?” “സാങ്പോ?” (Tsangpo) “നദി? ദാര്യ?”

ഒടുവിൽ അല്പം മുടന്തുള്ള മധ്യവയസ്കനായ ഒരു ചൈനക്കാരൻ എന്നെ ശ്രദ്ധിച്ചു. എന്നെയും നദിയെയും അയാൾ മാറി മാറി നോക്കി. പൂച്ച കുറുകുംപോലെ ഒരു ശബ്ദമുണ്ടാക്കി. അയാൾ കൈകൊണ്ട്, മുറിക്കുന്നതുപോലെ ആംഗ്യം കാണിച്ചു. പിന്നെ അയാൾ എന്റെ ചൈനീസ് പഠനസഹായി മറിച്ചുനോക്കി. എന്നിട്ട് അയാൾ എന്റെ ബാഗിൽ എന്തോ പരിശോധിച്ചു. നദീസംബന്ധമായ ഒന്നും എന്റെ ആ കൈപ്പുസ്തകത്തിൽനിന്നും കിട്ടാത്തത് കൊണ്ടാവണം അയാൾ ബാഗിൽ തിരയുന്നത്. ബാഗിൽനിന്ന് അയാൾക്ക് എന്റെ ലഡാക്കി ടോർച്ചു കിട്ടി. അയാൾ അതെന്റെ നേരെ പിടിച്ചു. അത് കത്തിച്ചും കെടുത്തിയും കാണിച്ചു തന്നു. അയാൾ ചൈനീസ് ഭാഷയിൽ എന്നെ ചീത്ത വിളിക്കുന്നുണ്ടോ എന്നു തോന്നാതിരുന്നില്ല. എന്റെ വിവരക്കേടിന് അയാൾ എന്നെ കൈവയ്ക്കുമോ എന്ന ആശങ്കപ്പെട്ടുനിൽക്കവേ എന്റെ തലച്ചോറിൽ ചോദ്യത്തിനുള്ള ഉത്തരം മിന്നി. വൈദ്യതി. സിന്ധുനദിയെ വൈദ്യുതി ഉല്പാദനത്തിനായി എവിടെയോ തടഞ്ഞിരിക്കുന്നു.

പ്രൗഢമായ പൊലീസ് സ്റ്റേഷനും സല്യൂട്ട് ചെയ്തു നിൽക്കുന്ന പട്ടാളക്കാരും കൂറ്റൻ ഗ്ലാസ് ഗോപുരസമുച്ചയങ്ങളും എല്ലാം ഉണ്ടെങ്കിലും സെൻജ് അലി എന്ന ഈ പട്ടണം കേവലം അഞ്ചു തെരുവുകളിൽ ഒതുങ്ങുന്നു. അവിടെ ടിബറ്റൻ വംശക്കാർ വളരെ കുറച്ചേയുള്ളൂ. ഭൂരിഭാഗവും ഹാൻ ചൈനീസ് വംശജരാണ്. സൂപ്പർമാർക്കറ്റുകളെല്ലാം അവരുടേതാണ്. സർക്കാർ മന്ദിരങ്ങൾക്കു മുന്നിൽ പച്ച യൂണിഫോമണിഞ്ഞു നിൽക്കുന്നതും, നിയോൺ ബൾബ് വെളിച്ചത്തിൽ കുളിച്ചുനിൽക്കുന്ന, സൈനികരുടെ വേശ്യാലയം കൂടിയായി പ്രവർത്തിക്കുന്ന, സലൂണുകളിൽ ലിപ്സ്റ്റിക് തേച്ചിരിക്കുന്നതും എല്ലാം ഹാൻ വംശജരാണ്. ഈ പട്ടണം ബ്രിട്ടീഷ്‌രാജ് കാലത്തെ പട്ടണങ്ങളേക്കാൾ അരോചകമായി എനിക്കു തോന്നി. ആ വൃത്തിക്കും വെടിപ്പിനും ജീവനില്ലാത്ത പോലെ. ആ ഭൂപ്രദേശത്തേക്ക് അതിനു ചേരാത്ത ഒരു വിദേശ സംസ്കാരം ആധിപത്യം

സ്ഥാപിക്കുമ്പോഴുണ്ടാകുന്ന ഒരു തരം അരോചകത്വമാണ് എനിക്കു തോന്നിയത്.

ടാറിട്ട ചന്തമുള്ള റോഡുകളും തെരുവുകളും അവസാനിച്ചു. ഒപ്പം സർക്കാർ മന്ദിരങ്ങളും. ഞങ്ങൾ ഒരു നാട്ടുവഴിയിലേക്ക് പ്രവേശിച്ചു. ചുറ്റും ഇരുണ്ട പർവതങ്ങൾ. ആധുനികത എത്തിനോക്കിയിട്ടു പോലുമില്ലാത്ത പ്രദേശങ്ങൾ. അവയുടെ നിഷേധഭാവം ഏറെ ആശ്വാസകരമായിരുന്നു.

മനുഷ്യന് ഇതുവരെ ഈ പ്രദേശത്തെ മെരുക്കാൻ കഴിഞ്ഞിട്ടില്ലെന്നു തോന്നുന്നു. ഞാൻ ജനലിലൂടെ പുറത്തേക്ക്, നിശ്ചല ശൂന്യതയിലേക്ക് തുറിച്ചു നോക്കിയിരുന്നു. എന്റെ വഴികാട്ടികൂടിയായി മാറിയ ഡ്രൈവർ എന്തൊക്കെയോ സംസാരിക്കുന്നുണ്ടായിരുന്നു. കുറച്ചുദൂരം പിന്നിട്ടപ്പോൾ റോഡിൽ ഒരു വേലി വച്ചിരിക്കുന്നത് ഞാൻ കണ്ടു. അടുത്തുതന്നെ ഒരു സൈനിക ചെക്ക് പോയിന്റും. ഡ്രൈവർ അതിനടുത്തേക്ക് വണ്ടി നിർത്തി ഹോൺ മുഴക്കി.

രാവിലെ ഒൻപതു മണിയായിട്ടേയുള്ളൂ. കാവൽ നിൽക്കുന്ന പട്ടാള ക്കാരൻ ഇപ്പോഴും ഉറക്കത്തിലാണ്. അയാൾ സാവധാനം കണ്ണുംതിരുമ്മി തന്റെ കൂടാരത്തിനു പുറത്തേക്കു വന്നു. ഞാൻ ആ വേലിക്കടിയിലൂടെ നുഴഞ്ഞു കയറണമെന്ന് അയാൾ ആംഗ്യം കാണിച്ചു. കാറ് മുന്നോട്ടു പോകാൻ അനുവദിക്കില്ല. എന്നെ അമ്പരപ്പിച്ചുകൊണ്ട് കാർ പൊടുന്നനെ പിന്നോട്ടെടുത്തു തിരിച്ചു. 'ദയവായി നിൽക്കൂ, നിൽക്കൂ', ഞാൻ വിളിച്ചു കൂവി. ഈ വഴിയേ ഒരുപാട് ദൂരം എനിക്കു തിരിച്ചുനടക്കേണ്ടി വരും. പക്ഷേ ഡ്രൈവർ തല പുറത്തേക്കിട്ട് തനിക്ക് കാത്തുനില്ക്കാൻ കഴി യില്ല എന്ന് വ്യക്തമാക്കി. ഞാൻ അയാളുടെ ടാക്സി കൂലി കൊടുത്തു. പൊടി പടലമുയർത്തിക്കൊണ്ട് കാർ അപ്രത്യക്ഷമായി. ഞാൻ അവിടെ തനിച്ചായി. പൂർണമായും ഒറ്റയ്ക്കെന്ന് പറഞ്ഞു കൂടാ. കോട്ടുവായിട്ടു കൊണ്ട് ആ പട്ടാളക്കാരൻ അപ്പുറത്തുതന്നെ നിൽക്കുന്നുണ്ട്.

എനിക്കിപ്പോഴും ഉറപ്പില്ല ഈ അപരിചിതനും എനിക്കും പരസ്പരം മനസ്സിലായോ എന്ന്. പക്ഷേ എനിക്കിനി മറ്റു മാർഗ്ഗമൊന്നുമില്ല, പൊലീസുകാരനെ അനുസരിക്കുയല്ലാതെ. ഞാൻ താഴേക്ക് നടന്നു. ചെക്ക്പോയിന്റിനപ്പുറം കുറെ കുടിലുകൾ കാണുന്നുണ്ട്. ആ പ്രദേശത്തെ ചുറ്റി വലിയൊരു വേലിയും ഉണ്ട്. എവിടെയോ ഒരു പട്ടി കുരയ്ക്കുന്നതു കേട്ടു. ഞാൻ കുനിഞ്ഞു സ്വയം പ്രതിരോധാർത്ഥം ഒരു കല്ലെടുത്തു കൈയിൽ പിടിച്ചു. അപ്പോഴതാ ആ വളപ്പിന്റെ വലിയ കവാടം തുറന്നു വൃത്തികെട്ട ഒരു ട്രക്ക് പുറത്തേക്കു വരുന്നു. അതിന്റെ പിന്നിൽ ഇരുപ തോളം ചൈനക്കാരായ തൊഴിലാളികൾ ഇരിക്കുന്നു. അത് എന്റെ മുന്നി ലുള്ള റോഡിലെ വളവു തിരിഞ്ഞു അപ്രത്യക്ഷമായി. പത്തു മിനിറ്റു കൊണ്ട് ഞാനും ആ വളവു തിരിഞ്ഞു. അപ്പോഴാണ് ഞാൻ അത് കണ്ടത്.

അണക്കെട്ടു വളരെ വലുതാണ്, പുതിയതാണ്. വലിയ തിരമാലകൾ അന്തരീക്ഷത്തിൽ ഉറച്ചതുപോലെയുള്ള കൂറ്റൻ കോൺക്രീറ്റു തൂണുകൾ

നദിയുടെ അടിത്തട്ടിൽനിന്നും മുകളിൽ ഉയർന്നു നിൽക്കുന്നു. കണ്ണീരടക്കി ഞാൻ അവിശ്വാസത്തിൽ വീണ്ടും വീണ്ടും അവിടേക്ക് നോക്കി. അണക്കെട്ട് പൂർത്തിയായിക്കഴിഞ്ഞു. നദിയുടെ അടിത്തട്ടിൽ വൈദ്യുതോല്പാദന ഉപകരണങ്ങൾ സ്ഥാപിക്കുന്ന പണി നടന്നുകൊണ്ടിരിക്കുന്നു. അണക്കെട്ടിന്റെ ഇപ്പുറത്തെ വശത്തു അവിടവിടെ വെള്ളമുണ്ട്. പക്ഷേ ഒഴുകുന്നില്ല. സിന്ധുവിന്റെ ഒഴുക്ക് തടയപ്പെട്ടിരിക്കുന്നു

ഏതു നിമിഷവും അറസ്റ്റ് ചെയ്യപ്പെട്ടേക്കുമെന്നു പ്രതീക്ഷിച്ചുകൊണ്ട് തന്നെയാണ് ഞാൻ മുന്നോട്ടു നടന്നത്. എന്നാൽ ഞാൻ എവിടെ പോകുന്നുവെന്ന് പോലും ആരും ചോദിച്ചില്ല. റോഡിനരികിലൂടെയുള്ള വേലിയിൽ ബഹുവർണ്ണങ്ങളിലുള്ള കൊടികൾ കുത്തിവച്ചിട്ടുണ്ട്. ചൈനീസിലും ഇംഗ്ലീഷിലും സ്റ്റേറ്റ് ഗ്രിഡ് ഓഫ് ചൈന എന്ന് എഴുതി വച്ചിട്ടുണ്ട്. ഞാൻ ഉണങ്ങിവരണ്ട നദിക്ക് കുറുകെയുള്ള പാലം കടന്നു നദീതീരത്തേക്ക് നടന്നു. അവിടെയാണ് ജോലിക്കാർ വിശ്രമിക്കുന്നത്. തിരികെ ഞാൻ ഡാമിലേക്ക് കയറി. അപ്പോഴും ആരും എന്നെ തടഞ്ഞില്ല. ഞാൻ നടുക്കെത്തിയപ്പോൾ തൊപ്പി ധരിച്ച കുറെ പേർ എനിക്കു നേരെ കൈ വീശി. അവരുടെ ചിത്രമെടുക്കാൻ അവർ ആംഗ്യഭാഷയിൽ കൂടി ആവശ്യപ്പെടുന്നുണ്ടായിരുന്നു. ഒരു മുൻകരുതലെന്ന നിലയ്ക്കും ഇന്ത്യയിലെയും പാകിസ്ഥാനിലെയും അണക്കെട്ടുകളിലും പാലങ്ങളിലും ഫോട്ടോഗ്രാഫി നിരോധിച്ചതായുള്ള അടയാളങ്ങൾ കണ്ടു പരിചയിച്ചതിനാലും ഞാൻ ബാഗിൽനിന്ന് എന്റെ ക്യാമറ അനക്കിയില്ല.

അണക്കെട്ടിന്റെ അപ്പുറത്ത് റോഡ് അപൂർണമായി അവസാനിക്കുന്നു. വെള്ളത്തിൽ മുങ്ങിപ്പോയിരിക്കുകയാണ്. നദി രൂപപ്പെടുത്തിയ തടാകം വളരെ വലുതാണ്. പച്ച നിറം കലർന്ന ഇരുണ്ട ജലാശയം. ആ ദയാശൂന്യത കണ്ട്, ദൂരെയുള്ള ചൈന മറ്റുള്ളവരുടെ ആവശ്യങ്ങൾക്കുമേൽ തങ്ങളുടെ അധികാരം സ്ഥാപിക്കുന്നതോർത്ത് എനിക്കു കരച്ചിൽ വന്നു. ഇത് വൈദ്യുതിക്കു വേണ്ടിയാണോ? അതോ ചൈനക്കാർ ഇതിനെ അവരുടെ ശുഷ്കമായിക്കൊണ്ടിരിക്കുന്ന ഭൂഗർഭജലത്തെ പോഷിപ്പിക്കാനുപയോഗിക്കുമോ? പാകിസ്ഥാനികൾ ചെയ്യുന്നതുപോലെ ഈ വെള്ളം കുടിക്കാനും ജലസേചനത്തിനുമാണോ ഉപയോഗിക്കുക? ഞാൻ ആ തടാകത്തിന്റെ അരികിൽ കാലുകൾ നനയാൻ പാകത്തിൽ വെള്ളത്തിൽ നിന്നു. കുറച്ചു സമയം കഴിഞ്ഞപ്പോൾ പണിക്കാർ എന്നെ വിളിച്ചു. ഞാൻ നിശ്ശബ്ദം തിരിഞ്ഞു നടന്നു.

ഇവിടം മുതൽ സിന്ധുവിന്റെ ഉദ്ഭവസ്ഥാനത്തേക്കുള്ള എന്റെ യാത്രയിലുടനീളം ഞാൻ അതീവദുഖിതയായിരുന്നു. കാരണം ഞാൻ അന്വേഷിച്ചുവന്ന സിന്ധു ഇന്നില്ല. "രണ്ടുമാസംമുമ്പ് അവർ നദിയെ കീറിമുറിച്ചു", ദയാലുവായ ഒരു ടിബറ്റൻ പൊലീസുകാരൻ എന്നോട് വിശദീകരിച്ചു. രണ്ടുമാസംമുമ്പ് എന്ന് പറയുമ്പോൾ ഞാൻ ബെല്ടിസ്ഥാനിലും കാശ്മീരിലും ലഡാക്കിലും സഞ്ചരിച്ച കാലം. അപ്പോൾ ഞാൻ പിന്തുടർന്നത് സിന്ധുവിനെയല്ല, എഴുതിക്കൊണ്ടിരുന്നത് സിന്ധുവിന്റെ

ചരിത്രവുമല്ല, അതിന്റെ പോഷകനദികളായ ഗാർ, സൻസ്കർ, ഷ്യോക്, ഷിഗാർ തുടങ്ങിയ പോഷകനദികളുടെ ഒപ്പമാണ് ഞാൻ സഞ്ചരിച്ചുകൊണ്ടിരുന്നത്. “ഇവിടെ പ്രതിഷേധങ്ങളൊന്നും ഉണ്ടായില്ലേ?” ഞാൻ ആ പൊലീസുകാരനോട് ചോദിച്ചു. അയാൾ ചിരിച്ചു. പാകിസ്ഥാനിലെ ബാഷ അണക്കെട്ടിനെതിരെ ലഡാക്കിൽ നാനൂറോളം ബുദ്ധമതക്കാർ പ്രകടനം നടത്തിയിരുന്നു. അണക്കെട്ടു വന്നാൽ പാകിസ്ഥാനിലെ ചിലാസിലുള്ളചരിത്രാതീത/ബുദ്ധകാല ശിലാചിത്രങ്ങൾ മുങ്ങിപ്പോകുമെന്നായിരുന്നു അവരുടെ ആക്ഷേപം. പാകിസ്ഥാനിലെ പഞ്ചാബിൽ സൈന്യം അണക്കെട്ടുകൾ നിർമ്മിക്കുന്നതിനെതിരെ സിന്ധികൾ ഇടയ്ക്കിടെ പ്രതിഷേധിക്കാറുണ്ട്. ടിബറ്റിലെ ഈ സ്വയംഭരണമേഖലയിൽ അവർക്ക് പ്രതിഷേധിക്കാൻ പൊതുവായ വേദികളില്ല. തങ്ങളുടെ ഭൂമിയും ആചാരങ്ങളും ഭാഷയും സംരക്ഷിക്കാൻ എങ്ങനെ ഇടപെടണമെന്ന് ആലോചിക്കാൻ കൂട്ടായ്മകളുമില്ല. അവരുടെ ഭൂമിയിലോ നദിയിലോ അവർക്കിനി അധികാരങ്ങളോ അവകാശങ്ങളോ ഇല്ല.

എന്റെ യാത്രയുടെ അവസാനപാദത്തിൽ ഒരിക്കൽ അനശ്വരയായിരുന്ന നദിയുടെ ഉദ്ഭവസ്ഥാനത്തേക്ക് പുറപ്പെട്ടതിൽ എനിക്ക് വല്ലാത്ത ആശങ്ക തോന്നി. അതെന്റെ വിഷമം കൂട്ടി. ഒരു കൂട്ടം അണക്കെട്ട് നിർമ്മാണത്തൊഴിലാളികൾക്കൊപ്പം ഞാൻ സെൻജ് അലിയിലേക്ക് തിരിച്ചുവന്നു. എന്നിട്ട് Darchenലേക്ക് പോകാൻ മാർഗ്ഗമന്വേഷിച്ചു. മുന്നൂറു കിലോമീറ്റർ കിഴക്കോട്ടു സഞ്ചരിക്കണം Darchenൽ എത്താൻ കൈലാസ പരിക്രമണത്തിനെത്തുന്നവർ താമസിക്കുന്നതിവിടെയാണ്. അപൂർവ ജല ശേഖരമായ ഈ കൂറ്റൻ പർവതത്തിൽനിന്നും ദക്ഷിണേഷ്യയിലെ നാല് വൻ നദികളാണ് ഉദ്ഭവിക്കുന്നത്. സിന്ധു പടിഞ്ഞാറ് പാകിസ്ഥാനിലേക്ക് ഒഴുകുന്നു. സത്‌ലജ് തെക്കു പടിഞ്ഞാറു ദിശയിൽ കാശ്മീരിലേക്ക് ഒഴുകുന്നു. കർണാലി തെക്കുകിഴക്കൻ ദിശയിൽ ഒഴുകി ഗംഗയിൽ ചേരുന്നു. ബ്രഹ്മപുത്ര കിഴക്ക് ബംഗ്ലാദേശിലേക്കൊഴുകുന്നു.

നാല് നദികളുടെ ഈ ഉദ്ഭവസ്ഥാനത്ത് നാല് വിശ്വാസങ്ങൾ ബോൺ, ബുദ്ധ/ജൈന/ഹിന്ദു വിശ്വാസങ്ങൾ തീർത്ഥാടനത്തിൽ ഒരുമിക്കുന്നു. നദികളെയും പർവ്വതങ്ങളെയും ആരാധിക്കുക എന്നത് ദക്ഷിണേഷ്യൻ സംസ്കാരത്തിൽ സഹജമാണ്. നദികളുടെ ഉദ്ഭവസ്ഥാനമായ പർവതങ്ങൾ ആ തത്ത്വചിന്തകളുടെ സാരാംശമാണ്. ടിബറ്റൻ ബുദ്ധമതക്കാർ കൈലാസത്തെ “കാൺഗ്രി റിംപോച്ചെ” ‘അമൂല്യമായ മഞ്ഞുപർവതം’ എന്നു വിളിക്കുന്നു. ബോൺ ഗ്രന്ഥങ്ങളിൽ അതിന് നിരവധി പേരുകളുണ്ട്. ‘ജലപുഷ്പം’, ‘സമുദ്രജലത്തിന്റെ പർവതം’, ഒൻപത് സ്വസ്തികകൾ കൂട്ടിവെച്ച പർവതം’ ഇതെല്ലം ബോൺഗ്രന്ഥത്തിലെ കൈലാസത്തിനെ വിശേഷിപ്പിക്കുന്ന പേരുകളാണ്. ഹിന്ദുക്കൾക്ക് കൈലാസം ശിവന്റെ വാസസ്ഥാനവും ശിവലിംഗത്തിന്റെ പ്രതീകവുമാണ്. ജൈനമതത്തിന് അവരുടെ ആദ്യഗുരുവിനു ജ്ഞാനോദയം ലഭിച്ച സ്ഥലമാണ് കൈലാസം. ബുദ്ധമതത്തിന് പ്രപഞ്ചത്തിന്റെ കേന്ദ്രമാണ് കൈലാസം. ബോൺ

വിശ്വാസമനുസരിച്ച് ആകാശദേവതയായ Sipaimenന്റെ ആവാസകേന്ദ്ര മാണ് കൈലാസം. കൈലാസത്തിന്റെ പൗരാണികതയുടെ ആഴമറിഞ്ഞ യൂറോപ്യൻ സഞ്ചാരികൾ അതിനെ ഏദൻതോട്ടമെന്നും Ararat പർവ്വത മെന്നും വിളിച്ചു. ആധുനിക ചൈനീസ്/പാശ്ചാത്യ പർവ്വതാരോഹകർക്കു കൈലാസം എത്തിപ്പെടാൻ ബുദ്ധിമുട്ടുള്ള, യാതൊരുവിധ സൗകര്യങ്ങളു മില്ലാത്ത പര്യവേഷണമേഖലയാണ്. ഹിന്ദുക്കൾക്ക് കൈലാസം ഏഴാമത്തെ നരകത്തിൽ ഉറപ്പിക്കപ്പെട്ടതും ഏറ്റവും ഉയരത്തിലുള്ള സ്വർഗ്ഗം ഭേദിക്കുന്നതുമാണെന്ന് എന്റെ കൈയിലുള്ള ലഘുലേഖ പറയുന്നു. എന്തായാലും ചില പർവ്വതാരോഹകർ 'മൃതപ്രദേശമെന്ന്' വിശേഷിപ്പിക്കുന്ന സ്ഥലത്താണ് കൈലാസം സ്ഥിതിചെയ്യുന്നതെന്ന കാര്യം ഉറപ്പാണ്. അത്രയും ഉയരത്തിൽ ഏത് നിമിഷവും നാടകീയ മാറ്റങ്ങൾക്കു വിധേയമാകുന്ന കാലാവസ്ഥയിൽ പർവതത്തെ വലംവച്ചുള്ള മൂന്നു ദിവസത്തെ പരിക്രമണത്തിനിടയിൽ പർവതാരോഹകരും തീർത്ഥാടകരും മരിക്കുന്നതു പതിവാണ്. സിന്ധുവിന്റെ ഉദ്ഭവസ്ഥാനം ഒരുപക്ഷേ കൈലാസത്തിനും അപ്പുറത്തുള്ള ഏതെങ്കിലും പർവതത്തിൽ ആയിരിക്കും. അവിടേക്കെത്താൻ ദിവസങ്ങൾ നടക്കേണ്ടി വരും.

ഇതുവരെയുള്ള എന്റെ ധാരണ, സാധാരണ എല്ലായിടത്തും ചെയ്തതുപോലെ പ്രാദേശിക ജനതയിൽനിന്നും ആവശ്യമുള്ള വിവര ങ്ങൾ ശേഖരിച്ചു സിന്ധുവിന്റെ ഉദ്ഭവസ്ഥാനത്തേക്ക് പോകാമെന്നായി രുന്നു. എനിക്ക് പർവ്വതാരോഹണത്തെക്കുറിച്ചു വലിയ ധാരണയില്ലാതി രുന്നതുകൊണ്ടും ജിജ്ഞാസയും ഉൽക്കണ്ഠയും ഏറെയുള്ളതുകൊണ്ടും ഒരു പർവ്വതാരോഹകയുടെ പരിവേഷമില്ലാതെ ഒരു സാധാരണ ടിബറ്റൻ തീർത്ഥാടകനെപ്പോലെ കൈലാസത്തെ കാണാൻ നേരത്തെ തന്നെ തീരു മാനിച്ചിരുന്നു. കിട്ടിയ യാത്രാസഹായികളെല്ലാം മറിച്ചു നോക്കിയിട്ടും നദിയുടെ ഉദ്ഭവസ്ഥാനത്തേക്കുള്ള യാത്രയ്ക്ക് സഹായകമായ വിവര ങ്ങൾ കിട്ടിയില്ല. ഒടുവിൽ ഞാൻ പടിഞ്ഞാറൻ ടിബറ്റിന്റെ ഭൂപടത്തിലേക്ക് തിരിഞ്ഞു. എനിക്കു വേണ്ടതെല്ലാം പർവത പ്രദേശത്തു താമസിക്കുന്ന വരുടെ കൈയിൽ ഉണ്ടാകുമെന്നു തീർച്ചപ്പെടുത്തി. സെൻജ് അലിയിൽ ഇരുന്ന് ഒരു ടിബറ്റൻ വഴികാട്ടിയെ കണ്ടെത്തുന്നതും ഒരു ടെന്റും സ്റ്റവ്വും വാടകയ്ക്കെടുത്തു കൈലാസത്തിലേക്ക് പോകുന്നതും ഞാൻ സങ്കല്പിച്ചു നോക്കി. അങ്ങനെയാണെങ്കിൽ പ്രാദേശിക ഭാഷയറിയാതെ, കൃത്യമായ ഒരു ഭൂപടം പോലും കൈയിലില്ലാതെ സഞ്ചരിക്കേണ്ടി വരുന്ന തിനെക്കുറിച്ചുള്ള ആശങ്ക ഒഴിവാക്കാമായിരുന്നു.

യഥാർത്ഥത്തിൽ ഈ സങ്കല്പങ്ങൾ ചിരിക്കാൻ വകയുള്ളതാണ്. ടിന്നിലടച്ച കൈതച്ചക്ക കിട്ടുന്ന സൂപ്പർമാർക്കറ്റുകളും തായ്‌ലൻഡിൽ നിന്നും ഇറക്കുമതി ചെയ്ത അടിവസ്ത്രങ്ങൾ വില്പന നടത്തുന്ന ആധുനിക ബോത്തിക്കുകളും എന്തിന്, ഒരു കരോക്കേ ബാർപോലും ഈ പട്ടണത്തിലുണ്ട്. ചൈനീസ് ഭരണകൂടത്തിനും പട്ടാളത്തിനും വ്യാപാരികൾക്കും വേണ്ട കാര്യങ്ങൾ മാത്രം പട്ടണം നിറവേറ്റുമ്പോൾ,

കൈലാസത്തിലേക്ക് വരുന്ന തീർത്ഥാടകരും വിനോദ സഞ്ചാരികളും ലാസയിൽനിന്നും നേപ്പാളിൽനിന്നും അവർക്കാവശ്യമുള്ള സാധനങ്ങളുമായിട്ടാണ് വരുന്നത്. അവർക്കാവശ്യമുള്ള ഉപകരണങ്ങളും ഭക്ഷണവസ്തുക്കളും യാത്രയിൽ സഹായിക്കാൻ വൈദഗ്ധ്യമുള്ള ആളുകളെയും അവർ കൂടെ കൊണ്ടുവരുന്നു.

എന്റെ എല്ലാ കാല്പനിക ആശയങ്ങളും ദുർബലമായ പ്രതീക്ഷകളും Darchenലെ മനുഷ്യരിൽ അർപ്പിച്ചുകൊണ്ട്, അവിടെയാർക്കെങ്കിലും സിന്ധുവിന്റെ ഉദ്ഭവസ്ഥാനത്തേക്കുള്ള വഴി അറിയാൻ കഴിയും എന്ന വിശ്വാസത്തിൽ ഞാൻ ഒരു ജീപ്പിൽ ഇടംപിടിച്ചു. ബാക്കി ഏഴു യാത്രക്കാരും ചൈനീസ് വിനോദ സഞ്ചാരികളാണ്. പരസ്പരം അപരിചിതർ. സാധാരണഗതിയിൽ Darchenലേക്ക് ആറ് മണിക്കൂർ ദൂരമേയുള്ളൂ. പക്ഷേ ഈ വർഷം മഴ രൂക്ഷമായിരുന്നു. അതുകൊണ്ട് അഞ്ചു നദികളിൽ വെള്ളപ്പൊക്കമാണ്. ഞങ്ങൾ രണ്ടു ദിവസവും ഒരു രാത്രിയും കൊണ്ടാണ് Darchenൽ എത്തിയത്. ഇടയ്ക്കിടയ്ക്ക് ജീപ്പ് കേടാകും. അതുകൊണ്ട് പ്രകൃതിയെ മനസ്സിലാക്കാൻ സമയം കിട്ടി.

ഞങ്ങൾ ഏറെ മുകളിലെത്തിയിരിക്കുന്നു. മറ്റു ഭാഗങ്ങളിൽ ഭൂമിയുടെ പുറന്തോടിനുള്ളതിനേക്കാൾ ഇരട്ടി കട്ടിയാണ് ടിബറ്റൻ പീഠഭൂമിയുടെ പുറന്തോടിനുള്ളത്. ആകാശം മുമ്പെന്നത്തേതിനേക്കാളും വലുതായി തോന്നുന്നു. നിറയെ മേഘങ്ങളും വെളിച്ചവും. ആകാശത്തിന്റെ ആറു ഭാഗങ്ങളിൽനിന്നും സൂര്യൻ ഉദിച്ചുയരുന്ന പോലെ തോന്നുന്നു. ഭൂപ്രകൃതിയാകട്ടെ സിന്ധു താഴ്വരയിലെ എല്ലാ സവിശേഷതകളും ഒരുമിച്ചു കാഴ്ച വയ്ക്കുന്നു. കര കവിഞ്ഞൊഴുകുന്ന നദികൾ, സിന്ധിലെ പോലുള്ള മരുഭൂമി, പച്ച പുതച്ച പഞ്ചാബി മലനിരകൾ, മഞ്ഞുറഞ്ഞ പർവത ശിഖരങ്ങൾ... ഒറ്റനോട്ടത്തിൽ ഇതെല്ലം കൺമുന്നിൽ തെളിയുന്നു. സിന്ധു താഴ്വര ഒറ്റയടിക്കു മുന്നിൽ പ്രത്യക്ഷപ്പെട്ടതുപോലെ. ടിബറ്റുകാർ സിന്ധുവിന്റെ ഉറവിടത്തെ 'സെൻജ് ഖേബാബ് സിംഹത്തിന്റെ മുഖം' എന്ന് വിളിക്കുന്നു. ഉദ്ഭവം മുതൽ സമുദ്രത്തിൽ ചേരുന്നത് വരെയുള്ള നദിയുടെ മുഴുവൻ സഞ്ചാരപഥവും ഈ വിഷാദമൂകപ്രദേശത്ത് ഒതുങ്ങിയിരിക്കുന്നു.

ഞങ്ങൾ ഒരു നദിയുടെ കരയിലെത്തി. അവിടെ ഞങ്ങളുടെ ജീപ്പിന്റെ ചക്രങ്ങൾ ചളിയിൽ പുതഞ്ഞുപോയി. മഴ തുടങ്ങിയിരുന്നു. കുറച്ചപ്പുറം നദിയുടെ മധ്യത്തിലായി രണ്ടു ബസ് നിറയെ ടിബറ്റൻ യാത്രികർ കുടുങ്ങിക്കിടക്കുന്നു. ഭയചകിതരായ യാത്രികർ തങ്ങളുടെ മുഖങ്ങൾ ചില്ലുജാലകത്തിലേക്ക് അമർത്തി നിലവിളിക്കുന്നു. ആ കാഴ്ച എന്നെ വല്ലാതെ അലോസരപ്പെടുത്തി. ഒരു ചൈനീസ് ആർമി ബുൾഡോസർ അവരെ രക്ഷിക്കാനായി നദിയുടെ മധ്യത്തിലേക്ക് നീങ്ങി. ഒരു ചൈനീസ് പട്ടാളക്കാരൻ ഡ്രൈവറുടെ കൈയിലേക്ക് കയർ എറിഞ്ഞുകൊടുത്തു. അയാൾ അതിൽ പിടിച്ചു ബസ്സിനു പുറത്തേക്കുവന്നു. കുതിച്ചൊഴുകുന്ന

കറുത്ത വെള്ളത്തിൽ നിന്നുകൊണ്ട് അയാൾ ബസ്സിനെ ബുൾഡോസറുമായി ബന്ധിച്ചു. ബുൾഡോസർ ബസ്സുമായി പിന്നോട്ട് നീങ്ങി.

ബസ് ഒരു വശത്തേക്ക് ചെരിഞ്ഞു. കയർ പൊട്ടി. അമ്പതോളം ടിബറ്റൻ യാത്രികർ ആടിയുലയുന്ന ബസ്സിൽ ഭയന്ന് വിറച്ചിരുന്നു.

രണ്ടാമതൊരു ബുൾഡോസർകൂടി സ്ഥലത്തുണ്ട്. ഒരു ചൈനീസ് പട്ടാള ഉദ്യോഗസ്ഥൻ ആംഗ്യം കാണിച്ചതനുസരിച്ച് രണ്ടു ബസ്സുകളെയും അവഗണിച്ചു കൊണ്ട് ആ ബുൾഡോസർ ഞങ്ങളുടെ ജീപ്പിനടുത്തേക്കു വന്നു. എന്റെ കൂടെയുള്ളവർ ചൈനക്കാരാണ്. ചൈനീസ് സൈന്യം ഞങ്ങളെ രക്ഷിക്കാനെത്തുന്നു. പട്ടാളക്കാരൻ ഞങ്ങളുടെ ജീപ്പിനെ ഇരുമ്പു കയറുകൊണ്ട് ബുൾഡോസറുമായി ബന്ധിപ്പിക്കുന്നു. ഒരു നിമിഷംകൊണ്ട് ഞങ്ങൾ നദി കുറുകെ കടക്കാൻ തുടങ്ങി. രക്ഷാ പ്രവർത്തനം മറ്റൊരു സൈനികൻ ക്യാമറയിൽ പകർത്തുന്നുണ്ടെന്ന് എനിക്കു മനസ്സിലായി. ചൈനക്കാരായ എന്റെ സഹയാത്രികർ ആഹ്ലാദാരവം മുഴക്കി. സൈനികർ തിരികെ അഭിവാദ്യം ചെയ്തു. ഡ്രൈവർ എല്ലാവരുടെയും കൈ പിടിച്ചു കുലുക്കി. ഞങ്ങൾ നദി കടന്നു മുന്നോട്ടു പോകുമ്പോഴും ടിബറ്റൻ യാത്രികരുടെ ബസ്സ് ആ നദീമധ്യത്തിൽ ആടിയുലഞ്ഞുകൊണ്ടിരിക്കുകയായിരുന്നു.

1980ൽ കാൺഗ്രിറിംപോച്ചെ തീർത്ഥാടകർക്കും വിനോദസഞ്ചാരികൾക്കും തുറന്നു കൊടുത്ത ചൈനീസ് ഗവണ്മെന്റ് വിസയുടെ ഫീസിനത്തിലും പിഴയായിട്ടും ഇഷ്ടംപോലെ പണമുണ്ടാക്കുന്നുണ്ട്. പക്ഷേ അതുകൊണ്ട് ടിബറ്റിന് എന്ത് മെച്ചം എന്ന് മനസ്സിലാക്കാൻ ബുദ്ധിമുട്ടാണ്. ഒടുവിൽ ഞങ്ങൾ Darchenൽ എത്തുമ്പോൾ അവിടെ ഒരു അമേരിക്കൻ സുഖവാസകേന്ദ്രത്തിന്റെ എല്ലാ സന്തോഷങ്ങളും ലഭ്യമാണ്. ചൈനീസ് യുവാനും ഡോളറിനുംവേണ്ടി ടിബറ്റിന്റെ സംസ്കാരവും ഭാഷയും പാരമ്പര്യവും എല്ലാം വില്പനയ്ക്ക് വെച്ചിരിക്കുന്നു ഇവിടെ. ചൈനീസ് വ്യാപാരങ്ങളുടെയും ഉത്പന്നങ്ങളുടെയും ആധിപത്യമാണ് എവിടെയും. ഇത്രയും ഉയരത്തിലായിരുന്നെങ്കിൽ, ഇവിടുത്തെ രീതിയനുസരിച്ച് എന്റെ സങ്കടങ്ങളെ ഒരു കുപ്പി ലാസബിയറിൽ മുക്കിക്കളയുമായിരുന്നു.

എന്നെ കടുത്ത വിഷാദത്തിൽനിന്നും രക്ഷിച്ചത് ടെലിഫോൺ ബൂത്ത് നടത്തിയിരുന്ന ഒരു മനുഷ്യനാണ്. അയാളുടെ മറ്റു പതിവുകാരിൽനിന്ന് വ്യത്യസ്തമായി ഫോൺ ഉപയോഗിച്ചപ്പോഴൊക്കെ ഞാൻ കരഞ്ഞുകൊണ്ടിരുന്നു. ഇപ്പോൾ ആലോചിക്കുമ്പോൾ എന്തിനാണ് അന്ന് കരഞ്ഞതെന്ന് എനിക്കുതന്നെ അദ്ഭുതമായി തോന്നുന്നുണ്ടെങ്കിലും ടിബറ്റിലായിരുന്ന എല്ലാ ദിവസവും ഞാൻ കരഞ്ഞുകൊണ്ടിരുന്നു. അത് നദി അപ്രത്യക്ഷമാകുന്നതുപോലെ വളരെ വേഗത്തിൽ മാഞ്ഞുപോകുന്ന ടിബറ്റിന്റെ സംസ്കാരത്തെ ഓർത്തുള്ള സഹതാപം കൊണ്ടായിരുന്നില്ല. ചൈന ടിബറ്റിൽ കാണിക്കുന്ന അധിനിവേശത്തോടുള്ള ദേഷ്യം കൊണ്ടുമായിരുന്നില്ല കണ്ണുനീർ. ഞാൻ എനിക്കുവേണ്ടിയായിരുന്നു

കരഞ്ഞുകൊണ്ടിരുന്നത് എന്നാണ് തോന്നുന്നത്. ഞാൻ സ്വയം അപകടത്തിലായി എന്ന് തോന്നി. ഒരു തരത്തിൽ പറഞ്ഞാൽ ഞാൻ, തോക്കുമായി ചുറ്റുന്ന ഗോത്രവർഗ്ഗക്കാരുടെയും ബലാത്സംഗ വീരന്മാരായ ഭൂപ്രഭുക്കളുടെയും സിന്ധു താഴ്‌വരകളിലെ ഭയാനകമായ കഥകളിൽനിന്നും ഏറെ അകലെയാണ്. എന്നെ കരയിപ്പിക്കുന്നത് ഈ പ്രദേശത്തിന്റെ ശൂന്യതയാണെന്നു തോന്നുന്നു. സെൻജ് അലിയിലും കാഷ്ഗറിലും Darchenലും വച്ച് ഫോണിൽ ഭർത്താവിനോട് സംസാരിച്ചപ്പോഴൊക്കെ വെള്ളപ്പൊക്ക ബാധിതയായ നദിപോലെ ഞാൻ കണ്ണീരൊഴുക്കിക്കൊണ്ടിരുന്നു.

ഞാൻ സെഗാറിന്റെ (Tsegar) കടയിൽ കരഞ്ഞുകൊണ്ട് നിൽക്കുകയായിരുന്നു. അവരവരുടെ ഊഴവും കാത്ത് ഫോൺ ചെയ്യാനായി ടിബറ്റുകാർ എന്റെ ചുറ്റും തിക്കിത്തിരക്കി. മൂന്നുദിവസം സെഗർ എന്നെ നിരീക്ഷിച്ചുകൊണ്ടിരുന്നു. ഒടുവിൽ അയാൾ അടുത്തുതന്നെയുള്ള അയാളുടെ വീട്ടിലേക്ക് എന്നെ കൊണ്ടുപോയി. അവിടെ ഒരു ടെലിഫോണുണ്ട്. എന്റെ ഭർത്താവിന് എപ്പോൾ വേണമെങ്കിലും എന്നെ തിരിച്ചുവിളിക്കാൻ സൗകര്യമുണ്ട്. പിന്നെ അയാളുടെ ഭാര്യാമാതാവും. അവർ ഒന്നും സംസാരിച്ചതേയില്ല. തന്റെ നീണ്ട ടിബറ്റൻവേഷത്തിൽ അവർ അടുക്കളയിലും പരിസരത്തും എന്തൊക്കെയോ ചെയ്തുകൊണ്ട് നടന്നു. ഇടയ്ക്കിടയ്ക്ക് അവരുടെ ആട്ടിൻകുട്ടിയുടെ കാഷ്ഠം കോരിവൃത്തിയാക്കുകയും, എനിക്ക് ഉപ്പുരസമുള്ള കൊഴുത്ത ടിബറ്റൻചായ ഉണ്ടാക്കിത്തരുകയും ചെയ്യുന്നുണ്ടായിരുന്നു. “നിനക്കെന്താണ് പറ്റിയത്?” സ്നേഹത്തോടെയുള്ള ഒരു വാക്ക് പോലും എന്നെ കരയിക്കുന്നു എന്ന് കണ്ട ഭർത്താവ് അമ്പരന്നുകൊണ്ട് ചോദിച്ചു. ഒടുവിൽ ഭൂപ്രകൃതിയിൽ ഉണ്ടാകാവുന്ന മാനസിക ആഘാതമാണെന്ന് നിഗമനത്തിലെത്തി.

Darchenൽ അല്പമെങ്കിലും ഇംഗ്ലീഷ് സംസാരിക്കുന്ന ഒരേയൊരാൾ സെഗാറാണ്. ചൈനീസിൽനിന്നും ടിബറ്റണിൽനിന്നും അയാൾ എനിക്കുവേണ്ടി തർജമ ചെയ്തു. വിനോദസഞ്ചാരികൾക്കും തീർത്ഥാടകർക്കും സഞ്ചരിക്കാനായി യാക്കുകളെ നൽകുന്ന ആളുമായി ഞാൻ കഷ്ടപ്പെട്ട് സംസാരിക്കുന്നതു കണ്ടു സഹായിക്കാൻ എത്തിയത് സെഗറാണ്.

സെപ്റ്റംബർ ആകുമ്പോഴേക്കും Darchenൽ സീസൺ അവസാനിക്കും. യാക്കുകാരൻ ആവശ്യത്തിന് പണം ഉണ്ടാക്കിക്കഴിഞ്ഞു. ഇനി അയാൾക്ക് മദ്യപാനവുമായി സ്വസ്ഥമായി എവിടെയെങ്കിലും കഴിഞ്ഞാൽ മതി. സെഗർ ഏറെ പണിപ്പെട്ടിട്ടാണ് അയാളെ ആലസ്യത്തിൽ നിന്നും ഉണർത്തി അടുത്ത ഗ്രാമത്തിലുള്ള വൃദ്ധനായ കുതിരക്കാരനെ വിളിക്കാൻ തയ്യാറായത്. ചുമ്പയ് എന്ന് പേരുള്ള അയാൾക്ക് സിന്ധുവിന്റെ ഉറവിടത്തിലേക്കുള്ള വഴിയറിയാം. അതിനിടെ ഞാൻ പോളണ്ടിലെ മൗണ്ടെൻ ക്ലൈമ്പിങ് ക്ലബ്ബിലെ എട്ടു പർവതാരോഹകരെ ഒരു നൂഡിൽസ് കടയിൽ വച്ച് പരിചയപ്പെട്ടിരുന്നു. അവരുടെയടുത്ത് അധികമുള്ള ഒരു ടെന്റ് എനിക്കും ചുമ്പയയ്ക്കുമായി തരാമെന്നു അവർ

സമ്മതിച്ചു. ഒരു രസത്തിന് അവരും എന്നോടൊപ്പം നദിയുടെ ഉറവിടത്തിലേക്ക് വരാമെന്നു പറഞ്ഞു. അവർക്ക് തിരികെ പോകാൻ തിരക്കായതിനാൽ ഞങ്ങൾ ഉടൻ തന്നെ പുറപ്പെടാൻ തീരുമാനിച്ചു. പക്ഷേ രണ്ടാം ദിവസം സംഘത്തിലെ ഏറ്റവും പ്രായം കുറഞ്ഞ ആൾ നദിയിൽ വീണു. അവരുടെ സുഹൃത്ത് മഴയിൽ നനഞ്ഞു കുതിർന്നു. അവർ രണ്ടുപേരും തിരികെപ്പോയി. മൂന്നാം ദിവസം വീശിയടിക്കുന്ന ഹിമക്കാറ്റിലൂടെ ഞങ്ങൾ നടന്നു. നാലാം ദിവസം രാവിലെ, സർവ്വസന്നാഹങ്ങളുമായി വന്ന അരോഗദൃഢഗാത്രരായ ആറടി ഉയരക്കാരായ ആറ് പുരുഷന്മാരും പ്രഖ്യാപിച്ചു; മഞ്ഞിൽക്കൂടി ഇനിയും മുന്നോട്ടു പോകുന്നത് ആത്മഹത്യാപരമായിരിക്കുമെന്ന്. ഞങ്ങളും മടങ്ങാൻ നിർബന്ധിതരായി. ഞാൻ കോപം കണ്ട് ജ്വലിക്കുകയായിരുന്നു. എന്റെ കോപച്ചൂട് കനത്ത ഹിമപാതത്തിൽനിന്ന് എന്നെ പൊതിഞ്ഞു രക്ഷിച്ചു. Darchenലേക്കുള്ള മടക്കയാത്രയിൽ ഞാൻ ചുമ്പയയോട് മാത്രമേ സംസാരിച്ചുള്ളൂ.

Darchenൽ തിരിച്ചെത്തിയപ്പോൾ യാക്കുകാരൻ വീണ്ടും എന്റെ കൈയിൽ നിന്നും പണം വാങ്ങി. എന്നിട്ട് സെഗാറിനോട് ചുംബായ്, തിരിച്ച് ഗ്രാമത്തിലേക്ക് പോകുകയാണെന്നും അയാൾക്ക് അന്നൊരു യാക് മാംസ വിതരണ ചടങ്ങിൽ പങ്കെടുക്കാനുണ്ടെന്നും അറിയിച്ചു. ഇനി ഒരു പതിനഞ്ചു ദിവസത്തേക്ക് അയാളെ കിട്ടില്ല. അപ്പോഴേക്കും എന്റെ അനുമതി കാലാവധി അവസാനിക്കുകയും മഞ്ഞുവീഴ്ച ആരംഭിക്കുകയും ചെയ്യും. സെൻജ് ഖേബാബ് എന്ന സിന്ധു മുഖത്തേക്കുള്ള വഴി അറിയുന്ന അയാളുടെ മറ്റൊരു സുഹൃത്ത്, പക്ഷേ ദൂരവും തണുപ്പും മുൻനിർത്തി എന്റെ കൂടെ വരാൻ തയ്യാറായില്ല. “Driraphuk Gompa യിലുള്ള ഒരു ബുദ്ധ സന്ന്യാസിക്ക് അങ്ങോട്ടുള്ള വഴിയറിയാം,” അന്ന് വൈകുന്നേരം സെഗാർ പറഞ്ഞു. “പക്ഷേ അയാൾ ലാസയിൽ പോയിരിക്കുകയാണ്.” അന്ന് വൈകുന്നേരം എന്റെ ഭർത്താവിന്റെ ഫോൺ വന്നപ്പോൾ ഞാൻ വീണ്ടും കരച്ചിലായി.

അടുത്ത ദിവസം രാവിലെ സെഗാറിന് പുതിയൊരാശയം കിട്ടി. പക്ഷേ അതൊരു ദുരന്തത്തിൽ കലാശിക്കുമെന്നോ മറ്റോ ഭയമുള്ളതുപോലെ അയാൾ വളരെ സൂക്ഷിച്ചാണ് സംഗതി കൈകാര്യം ചെയ്തത്. അന്ന് ഫോൺബൂത്തിന്റെ ചുമതല തന്റെ ഭാര്യാമാതാവിനെ ഏല്പിച്ച് എന്നെ Darchenലെ നദീതീരത്തേക്ക് കൊണ്ടുപോയി. അവിടെ വൃത്തികെട്ട തെരുവിന്റെ അറ്റത്ത് ഒരു മാലിന്യക്കൂമ്പാരത്തിന് സമീപത്തുകൂടി ഞങ്ങൾ നടന്നു. ആ മാലിന്യക്കുന്നിനു ചുറ്റും അതിനെ രൂക്ഷഗന്ധം കൊണ്ടാണെന്നു തോന്നുന്നു കൂറ്റൻനായ്ക്കൾ മയങ്ങിക്കിടക്കുന്നു. ഞങ്ങളെ കണ്ടപ്പോൾ എഴുന്നേൽക്കാൻ മിനക്കെടാതെ അവിടെതന്നെ കിടന്നുകൊണ്ട് അവ കുരച്ചു. മാലിന്യക്കുന്നിന് എതിർവശം ഒരു കുടിലിൽ ഞങ്ങൾ കാണാൻ വന്ന ആൾ ഇരിപ്പുണ്ടായിരുന്നു. കർമ്മലാമ എന്ന നേപ്പാളിയാണയാൾ. അയാളുടെ ശരീരത്തിൽനിന്നും പുറപ്പെടുന്ന ദുർഗന്ധവും

മാലിന്യക്കൂമ്പാരത്തിന്റെ ഗന്ധവും ഒന്നുതന്നെ. അയാൾ ആ മുറിയുടെ നടുവിൽ അഞ്ച് വൃത്തികെട്ട പുതപ്പുകൾക്കുള്ളിൽ പൊതിഞ്ഞ് ഇരിക്കുകയായിരുന്നു. പക്ഷേ അയാൾക്ക് അല്പസ്വല്പം ഹിന്ദി അറിയാം. അയാൾ ജനിച്ചത് "വയറ്റിൽ ലാമയുടെ കൈപ്പത്തിയുടെ അടയാളവുമായിട്ടാണത്രെ." അയാൾക്ക് സെൻജ്ഖേബാബിലേക്കുള്ള വഴി അറിയാമെന്നാണ് അയാൾ പറയുന്നത്.

സെഗാർ കാര്യങ്ങൾ സംസാരിച്ചു തീർപ്പാക്കി. അയാളുടെ കൂലിയും നിശ്ചയിച്ചു. പോർട്ടറുടെ ജോലിക്കായി മാർക്കറ്റിൽനിന്നും ഒരു ടിബറ്റുകാരനെ വിളിച്ചു വരുത്തി. കർമ്മ തന്റെ രണ്ട് അയൽവാസികളെയും വിളിച്ചുവരുത്തി. ലാസയിൽനിന്നും വന്ന രണ്ടു തീർത്ഥാടകരാണ്. മെലിഞ്ഞ, ഇരുപതു വയസ്സ് തോന്നിക്കുന്ന പിന്നോട്ട് ചീകിവച്ച മുടിയുള്ള രണ്ടു ചെറുപ്പക്കാർ ഞങ്ങളുടെ അടുത്തേക്കു വന്നു. അവർ അവരുടെ ടെന്റ് എനിക്കു വിൽക്കാൻ തയ്യാറാണ്. ഞങ്ങൾ അത് പുറത്ത് നിലത്തു വിരിച്ചിട്ടു. "ഇത് നനയുമല്ലോ", ഞാൻ പറഞ്ഞു. "പക്ഷേ എല്ലാ ടിബറ്റൻകാരും ഇത്തരം ടെന്റുകളാണ് ഉപയോഗിക്കുന്നത്," പോർട്ടർ പറഞ്ഞു. യുജെയ് എന്നാണ് അയാളുടെ പേര്. സെഗാർ സമ്മതിച്ചു. "ചൈനീസ് കടയിൽനിന്നും കുറച്ചു പ്ലാസ്റ്റിക് ഷീറ്റ് വാങ്ങാം" നദിക്കപ്പുറം ടിബറ്റൻ തീർത്ഥാടകരുടെ ക്യാമ്പുള്ള സ്ഥലത്തേക്ക് വിരൽ ചൂണ്ടി സെഗാർ പറഞ്ഞു.

ഞാൻ കർമ്മയുടെ കൈയിൽ ഷീറ്റു വാങ്ങാൻ പത്ത് യുവാൻ കൊടുത്തു. യുജെയ് എനിക്ക് അയാളുടെ സുഹൃത്തിന്റെ സ്റ്റവ്വ് സൗജന്യമായി തരാമെന്നേറ്റു. പിറ്റേദിവസം സാധനങ്ങൾ സംഭരിക്കാനും പൊതിഞ്ഞെടുക്കാനും മറ്റുമായി ചെലവഴിക്കാൻ ഞങ്ങൾ തീരുമാനിച്ചു. അതിനടുത്ത ദിവസം പുറപ്പെടാനും തീരുമാനമായി. "ഞങ്ങൾ ടിബറ്റുകാർക്ക് ഒരുപാട് സാധനസാമഗ്രികൾ ഉണ്ടാവും," അവിടെ നിന്നിറങ്ങുമ്പോൾ സെഗാർ എന്നോട് പറഞ്ഞു.

അന്ന് വൈകുന്നേരം ഞങ്ങളുടെ യാത്രയുടെ അന്തിമഘട്ട ഒരുക്കങ്ങൾ വിലയിരുത്താനായി മഴയത്ത് ഞാൻ പോർട്ടർ യുജയയുടെ വീട്ടിലേക്കു നടന്നു. ഞാൻ ചെല്ലുമ്പോൾ അയാളുടെ ഭാര്യ അയാളുടെ മുടി നനച്ചു ചീകി വൃത്തിയായി കെട്ടിക്കൊടുക്കുന്നു. പിച്ചവയ്ക്കുന്ന അയാളുടെ കുഞ്ഞുമകൾ വസ്ത്രത്തിനടിയിലൂടെ തറയിൽ മൂത്രമൊഴിച്ചുകൊണ്ട് നിൽക്കുന്നു. (ഒരുപാട് അടുക്കുകളുള്ള വസ്ത്രങ്ങളാണ് ടിബറ്റൻ കുട്ടികളെ ധരിപ്പിക്കുക. തണുപ്പിൽ ഇടയ്ക്കിടയ്ക്ക് വസ്ത്രം മാറുന്ന ബുദ്ധിമുട്ടു ഒഴിവാക്കാൻ ആവശ്യമുള്ള സ്ഥലങ്ങളിൽ വസ്ത്രത്തിന് വിടവുകൾ ഇട്ടിട്ടുണ്ടാവും). യുജയയുടെ വീട് ഒരു ചായക്കട കൂടിയാണ്. ഞാൻ കർമ്മയേയും കാത്തിരിക്കുമ്പോൾ യുജെയ് ഒരു ടിബറ്റൻ വനിതയ്ക്കും ചൈനീസ് പട്ടാളക്കാരനുമൊപ്പം ചീട്ടു കളിയിൽ ഏർപ്പെട്ടു. അയാളും ഭാര്യയും ഇംഗ്ലീഷ് സംസാരിക്കില്ല. എനിക്കാണെങ്കിൽ

ടിബറ്റനും അറിയില്ല. അതുകൊണ്ട് സന്ധ്യ മയങ്ങുംവരെ ഞങ്ങൾ ആംഗ്യ ങ്ങളിലൂടെയും പുഞ്ചിരിയിലൂടെയും ആശയവിനിമയം നടത്തിക്കൊണ്ടിരുന്നു. പക്ഷേ രാത്രിയായിട്ടും കർമ്മയെ കണ്ടില്ല. കർമ്മയെ അന്വേഷിച്ചു ഞാൻ സെഗാറിന്റെ വീട്ടിലേക്കു നടന്നു.

എന്റെ അനാരോഗ്യകരമായ വിഷാദാവസ്ഥയിൽ ഞാൻ കരുതിയത് സെഗാർ വിഭാര്യനായിരിക്കും എന്നാണ്. രണ്ടു കൊച്ചുപെൺകുട്ടികളെ നോക്കാൻ വേണ്ടിയായിരിക്കും ഭാര്യാമാതാവ് അവിടെ താമസിക്കുന്നതെന്നും ഞാൻ ധരിച്ചു. എന്നാൽ അയാളുടെ ഭാര്യ സാധനങ്ങൾ വാങ്ങാൻ ലാസയിൽ പോയതായിരുന്നു. ഞാൻ സെഗാറിന്റെ വീട്ടിലെത്തിയപ്പോൾ അവിടെയതാ അയാളുടെ ഭാര്യ, വീട്ടുകാരിയുടെ ചുമതലയിലേക്ക് തിരികെ പ്രവേശിച്ചിരിക്കുന്നു. ഉയരംകൂടിയ സന്തോഷവതിയായി സ്ത്രീ. അവർക്കൊപ്പം രാജകീയ അകമ്പടിപോലെ അവരുടെ ആറ് സഹോദരിമാരും എത്തിയിട്ടുണ്ട്. സഹോദരിമാർ ഒരു ചൈനീസ് സിനിമ കണ്ടുകൊണ്ടിരിക്കുകയാണ്. അവരുടെ ബ്ലാക്ക് ആൻഡ് വൈറ്റ് ടെലിവിഷൻ പ്രവർത്തിപ്പിക്കാനാവശ്യമായ വൈദ്യുതി പുതുതായി വച്ച സോളാർ പാനലിൽനിന്നും കിട്ടുമെന്ന് സെഗാർ പറഞ്ഞപ്പോൾ എല്ലാവർക്കും സന്തോഷമായി. ഞങ്ങൾ യാക്കിന്റെ ഇറച്ചികൊണ്ട് ഉണ്ടാക്കിയ നൂഡിൽസും കഴിച്ചുകൊണ്ടിരിക്കുമ്പോഴാണ് മഴയിൽ നനഞ്ഞു കുതിർന്ന് വാതിൽ തള്ളിത്തുറന്ന് കർമ്മലാമ അകത്തേക്ക് വരുന്നത്. അയാളുടെ ചുറ്റും മദ്യത്തിന്റെ മണം. ഞാൻ പ്ലാസ്റ്റിക്ഷീറ്റിന് കൊടുത്ത കാശുകൊണ്ട് അയാൾ ചൈനീസ് ബ്രാണ്ടി വാങ്ങി കുടിച്ചിരിക്കുന്നു. ഇപ്പോൾ അയാൾക്ക് സിന്ധുവിന്റെ ഉദ്ഭവത്തിലേക്ക് നടക്കാൻ വയ്യ. കാരണം സാധനസാമഗ്രികൾക്ക് ഭാരംകൂടുതൽ. പോരാത്തതിന് മഴയും.

സെഗാറും കർമ്മയും തമ്മിലുള്ള സംഭാഷണംകേട്ട് ഏഴു സഹോദരിമാരും അന്തം വിട്ടിരിക്കുന്നു. അവയുടെ കണ്ണുകൾ ഒരാളിൽനിന്നും മറ്റേ ആളിലേക്ക് അതിദ്രുതം സഞ്ചരിക്കുന്നു. കർമ്മ എന്റെ സാധനസാമഗ്രികളിലേക്ക് ആംഗ്യം കാണിക്കുന്നു, ആകാശത്തേക്ക് നോക്കുന്നു, പിന്നെ എന്നെയും നോക്കുന്നു സെഗാർ എന്റെ സാധനങ്ങൾ ഓരോന്നായി എടുത്തു നോക്കുന്നു. എന്നിട്ട് ടിബറ്റണിൽ അയാളുടെ തീരുമാനം അറിയിക്കുന്നു. ഒടുവിൽ കർമ്മ ഒരിടത്തിരുന്ന് സെഗാറിന്റെ ഭാര്യ നീട്ടിയ യാക്ക് വെണ്ണയിട്ട ചായ വാങ്ങുന്നത് കണ്ടപ്പോൾ കാര്യങ്ങൾ ഏതാണ്ടൊരു തീരുമാനത്തിലെത്തിയെന്ന് എനിക്കു മനസ്സിലായി. ഒടുവിൽ അയാൾ യാത്ര പറഞ്ഞുപോകുമ്പോൾ വാതിൽ സാവകാശം ചാരാനും മറന്നില്ല. "നിങ്ങൾ എന്താണ് പറഞ്ഞത്?" ഞാൻ സെഗാറിനോട് ചോദിച്ചു. സെഗാർ അടക്കിചിരിച്ചു. "എനിക്കറിയാം അവന്റെ മനസ്സ്. അവന് ഹിന്ദി അറിയുമെന്നുള്ളത് നിങ്ങളെ ഏറെ സന്തോഷിപ്പിച്ചു എന്ന് ഞാൻ അവനോട് പറഞ്ഞു. അതാണ് അവനെ വീഴ്ത്തിയത്. ഇനി അവന് യാതൊരു പ്രശ്നവുമുണ്ടാകില്ല", സെഗാർ പറഞ്ഞു.

അടുത്തദിവസം രാവിലെ കർമ്മ കൃത്യം എട്ടുമണിക്കുതന്നെ ഹാജരായി. നല്ല അച്ചടക്കത്തിലാണ്. പക്ഷേ കാണുമ്പോഴും മണമടിക്കുമ്പോഴും അയാൾ സാധനസാമഗ്രികളെല്ലാം വാരിച്ചുറ്റി Darchen തെരുവുകളിൽക്കൂടി ഉരുണ്ടുവന്നതുപോലെ തോന്നും. അയാളുടെ കൂടെ പോർട്ടർ യുജയയും ഉണ്ട്. തൊപ്പിയും പോളിഷ് ചെയ്ത് തിളങ്ങുന്ന ഷൂവും ധരിച്ചിട്ടുണ്ട്. കിറ്റയിൽനിന്നും വാങ്ങിയ പാന്റും ഡൽഹിയിലെ ഒരു തയ്യൽക്കടയിൽ തയ്ച്ച യാക് രോമം കൊണ്ടുള്ള ജാക്കറ്റും കാഷ്ഗറിൽനിന്നും വാങ്ങിയ തൊപ്പിയുമായിരുന്നു എന്റെ വേഷം. പക്ഷേ എന്തോ ഒന്നിന്റെ കുറവ്. ആ കുറവ് നികത്താൻ സെഗാറിന്റെ ഭാര്യ അലമാരയിൽ പരതി ഡ്രാഗണിന്റെ ചിത്രമുള്ള ഒരു മഫ്ളർ എടുത്തുകൊണ്ടുവന്ന് അതെന്റെ കഴുത്തിൽചുറ്റി പറഞ്ഞു, "ഇപ്പോൾ നിങ്ങളെ കണ്ടാൽ ഒരു ടിബറ്റനെപോലുണ്ട്." ഞങ്ങളെ മൂന്നുപേരെയും മാറിമാറി നോക്കി തൃപ്തിയറിയിച്ചശേഷം സെഗാർ അടുത്തുള്ള ചൈനീസ് കടയിൽനിന്നും മൂന്നു ജോടി കൈയുറകൾ വാങ്ങിക്കൊണ്ടുവന്നു. ഞങ്ങൾ അത് ധരിച്ചു. ഞങ്ങൾ ബാഗുകൾ എടുത്ത് പുറത്തു തൂക്കി. കർമ്മ സ്റ്റവ് എടുത്തു തോളത്തു വച്ചു. ഞാനും യുജയയും ടെന്റുകൾ എടുത്തു. ഏതായാലും ധനികരായ ഇന്ത്യൻ തീർത്ഥാടകരെപോലെ ഞങ്ങൾ സിന്ധുവിന്റെ ഉറവിടത്തിലേക്ക് പോകാൻ ചെറുകുതിരകളെ ആശ്രയിക്കാത്തതിൽ എനിക്കു സന്തോഷം തോന്നി.

Darchen ഇത്ര മഞ്ഞുമൂടി ഞാൻ കണ്ടിട്ടില്ല. ഒരു കണക്കിന് അത് നന്നായി. വൃത്തികെട്ട ചൈനീസ് കെട്ടിടങ്ങൾ കാണാതെ രക്ഷപ്പെട്ടു. ഒപ്പം തെക്കുഭാഗത്തെ മലനിരകളും കാണാനുണ്ടായിരുന്നില്ല. കഷ്ടിച്ച് മുന്നിലുള്ള വഴി മാത്രം കാണാം. വെളുത്ത മേഘങ്ങൾ ഞങ്ങളുടെ തലയ്ക്കു മീതെ ഒഴുകി നടക്കുന്നുണ്ടായിരുന്നു. ഇടയ്ക്കിടയ്ക്ക് മഴത്തുള്ളികൾ ബാഗുകളിൽ വലിയ ശബ്ദത്തോടെ പതിച്ചുകൊണ്ടിരുന്നു. അത് എന്റെയും യുജയയുടെയും വേഗം കൂട്ടി. എന്നാൽ കർമ്മ ഓരോരോ കാര്യങ്ങൾ പറഞ്ഞു നടപ്പ് സാവധാനത്തിലാക്കി. ഇടയ്ക്കിടയ്ക്ക് ബ്രാണ്ടി അകത്താക്കാനുള്ള ഒഴിവു കഴിവുകളാകാം.

കൈലാസ പർവതം, ടിബറ്റ്കാരുടെ കാൺഗ്രി റിംപോച്ചെ ഞങ്ങളുടെ അടുത്തുനിന്നും ഇപ്പോൾ ആയിരം മീറ്റർ മാത്രം അകലെയാണ്. അടുക്കുന്തോറും കൈലാസം മുമ്പത്തേതിലും ചെറുതായി തോന്നുന്നു., പക്ഷേ അതിന്റെ പ്രഭാവം വളരെ വലുതായി വന്നുകൊണ്ടിരുന്നു. അന്ന് ഞങ്ങൾ എവിടെ തിരിഞ്ഞു നോക്കിയാലും ഞങ്ങളുടെ മുന്നിൽ കൈലാസം പ്രത്യക്ഷപ്പെട്ടുകൊണ്ടിരുന്നു. അതിന്റെ കറുപ്പും വെളുപ്പും നിറങ്ങൾ മഞ്ഞിനിടയിൽ കൂടി ഒരു ആഭരണംപോലെ തിളങ്ങിക്കൊണ്ടിരുന്നു. Darchenൽ നിന്നും Driarphuk Gompa ബുദ്ധവിഹാരത്തിലെത്തുമ്പോൾ തീർത്ഥയാത്രയുടെ ആദ്യഘട്ടം പൂർത്തിയാകുന്നു. ചുവന്ന മലനിരകൾ ഇപ്പോൾ നദിയിലേക്ക് വീഴും എന്ന മട്ടിലാണ് നിൽക്കുന്നത്. അന്ന് ഞങ്ങൾ നിരവധി ബോൺ തീർത്ഥാടകരെ കണ്ടു. ബുദ്ധ/ഹിന്ദു

തീർത്ഥാടകരേക്കാൾ മൂന്നിരട്ടി ബോൺ തീർത്ഥാടകർ അന്ന് അതിലെ കടന്നുപോയിരുന്നു. അവിടെ രണ്ടു ചെറിയ ടെന്റ്. കടകളുണ്ട്. രണ്ടാമത്തെ കടയിൽ ഞങ്ങൾ കർമ്മയെ കാത്തിരുന്നു. ദക്ഷിണ കൊറിയൻ തീർത്ഥാടക സംഘവും അവിടെയുണ്ട്. അവർ ഒരു ആർഭാട സംഘമാണെന്ന് കെട്ടും മട്ടും കണ്ടാൽ മനസ്സിലാകും. വിലകൂടിയ ഒതുക്കമുള്ള ടെന്റും ഒരുനിര യാക്കുകളും ഓക്സിജൻ ബാഗുകളും അവരുടെ കൈയിൽ ഉണ്ടായിരുന്നു. ഓക്സിജൻ കണ്ടതോടെ കർമ്മയുടെ കണ്ണുകൾ തിളങ്ങി. അവിടെയെത്തി മിനിറ്റുകൾക്കുള്ളിൽ അയാൾ ഒരു ഓക്സിജൻ ബാഗ് അടിച്ചു മാറ്റി.

ഞങ്ങൾ യാത്ര തുടർന്നു. ബുദ്ധവിഹാരത്തിലെത്തിയതോടെ കർമ്മയുടെ ഭാവം മാറി അവിടെത്തന്നെ അയാളുടെ സുഹൃത്തുക്കൾക്കൊപ്പം താമസിക്കണമെന്ന് നിർബന്ധം പിടിച്ചു. ഒരു മണിക്കൂർ കൂടി നടന്നാൽ നാടോടികൾ വസിക്കുന്ന പ്രദേശത്ത് ഞങ്ങൾക്ക് എത്താം. “ഇനിയും നിങ്ങൾ ഇതുപോലെ പ്രശ്നങ്ങൾ ഉണ്ടാക്കിയാൽ ഞാൻ തിരികെ Darchenലേക്കുതന്നെ പോകും”, കണ്ണീരോടെ ഞാൻ അയാളോട് പറഞ്ഞു. സത്യത്തിൽ എന്നെ തിരികെ പോകാൻ പ്രേരിപ്പിക്കുന്ന ഒന്നും തന്നെ സംഭവിച്ചിട്ടില്ല. കർമ്മയുടെ സ്വഭാവംപോലും എന്നെ മടുപ്പിച്ചിരുന്നില്ല. പക്ഷേ എന്റെ കണ്ണീരുകൊണ്ട് രണ്ടു കാര്യമുണ്ടായി. കർമ്മ നിശ്ശബ്ദനായി. കർമ്മയെപോലെ ഒരു മദ്യപനായ ഭ്രാന്തന്റെ കൂടെ പർവത മുകളിലേക്ക് ഇന്നിനി സഞ്ചരിക്കേണ്ടതില്ല എന്ന് ഞാൻ തീരുമാനിച്ചു. യുജയയുടെ ബുദ്ധിപൂർവമായ നീക്കങ്ങളെ വിശ്വസിക്കുന്നതാണ് നല്ലതെന്ന് എനിക്കു തോന്നി. യുജയ്‌യുമായി എനിക്കു സംസാരിക്കാൻ കഴിയുന്നില്ലെങ്കിലും ഇത്രയും ദിവസത്തെ പരിചയംകൊണ്ട് പരസ്പരം മനസ്സിലാകുന്ന ആംഗ്യഭാഷ ഞങ്ങൾ സ്വായത്തമാക്കിയിരുന്നു. അന്ന് രാത്രി ഞങ്ങൾ ആ ബുദ്ധവിഹാരത്തിൽ താമസിച്ചു.

കടുംചുവപ്പു നിറമുള്ള രോമക്കുപ്പായം ധരിച്ച ആറ് ബുദ്ധസന്ന്യാസിമാരായിരുന്നു അവിടെയുണ്ടായിരുന്നത്. ദലൈലാമയുടെ ചിത്രം പ്രദർശിപ്പിക്കരുതെന്ന കർശനചൈനീസ് നിരോധനത്തിനിടയിലും അവർ സന്തുഷ്ടരാണ്. വിദൂര ടിബറ്റൻ പ്രദേശങ്ങളിൽ മാത്രമേ ഈ നിരോധനം പൂർണമായി നടപ്പാക്കാത്തതായി ഞാൻ കണ്ടിട്ടുള്ളൂ. എല്ലാ ഏഷ്യൻരാജ്യങ്ങളിൽനിന്നും ഈ ബുദ്ധവിഹാരത്തിൽ സന്ദർശകരെത്തുന്നു. അവരുടെ പച്ചക്കറി തോട്ടത്തിൽനിന്നും പറിച്ച പാലക്ക് തിന്നുകൊണ്ട് ഞാൻ വിഹാരത്തിലെ അടുക്കളയിൽ ഇരുന്നു. എല്ലാവരും യാക്കിന്റെ കാലു കൊണ്ടുള്ള സൂപ്പ് കുടിക്കുന്നു. ഞാൻ ധരിച്ചിരുന്ന മോതിരത്തിലെ ടിബറ്റൻ വാക്കുകൾ പരിഭാഷപ്പെടുത്തുകയായിരുന്നു ആ സന്ന്യാസിവര്യന്മാർ. കഴിഞ്ഞ പത്തുവർഷമായി അത് ഞാൻ ധരിക്കുന്നു. ടിബറ്റൻ ഗവൺമെന്റ് 1911നും 1951ലെ ചൈനീസ് അധിനിവേശത്തിനും ഇടയിൽ ഇറക്കിയ നാണയമായിരുന്നു അത്. അതിന്റെ മറുവശത്തു ടിബറ്റൻ ബുദ്ധിസത്തിലെ എട്ടു മംഗളചിഹ്നങ്ങൾ ഉണ്ട്. എല്ലാ

ബുദ്ധസന്ന്യാസിമാർക്കും അത് തിരിച്ചറിയാൻ സാധിക്കും. പക്ഷേ അതിന്റെ എതിർവശത്തായി കാണുന്ന കാര്യങ്ങൾ അത്ര ശുഭകരമല്ല. അതിങ്ങനെ വായിക്കാം 'ഗാണ്ടൻ കൊട്ടാരം, എല്ലാ ദിശകളിലും വിജയി', അത് ടിബറ്റൻ സ്വാതന്ത്ര്യത്തിന്റെ പ്രതീകമാകുന്നു. സന്ന്യാസിമാർ അതിനെ ജിജ്ഞാസയും ഭയവും അഭിമാനവും കൂടിക്കലർന്ന ഒരു ഭാവത്തിലാണ് കണ്ടത്.

പുകപിടിച്ചു കറുത്ത അടുക്കളയിൽ നിന്ന് ഉറങ്ങാനായി ഞാൻ ഡോർമിറ്ററിയിലേക്ക് പോകാൻ എഴുന്നേറ്റപ്പോൾ ഒരു സന്ന്യാസി എന്നോട് പറഞ്ഞു, "ഏതാനും അമേരിക്കക്കാർ സിന്ധുവിന്റെ ഉദ്ഭവ സ്ഥാനത്തേക്ക് പോകാൻ ശ്രമിച്ചു. പക്ഷേ അവർക്ക് തിരിച്ചു പോകേണ്ടി വന്നു. ഭയങ്കര വെള്ളപ്പൊക്കമായിരുന്നു," കർമ്മ അത് എനിക്ക് പരിഭാഷപ്പെടുത്തിതരുമ്പോൾ ആ സന്ന്യാസി എന്റെ പ്രതികരണം കാത്തു എന്നെ നോക്കിനിൽക്കുകയായിരുന്നു. "എന്നായിരുന്നു അത്?" ഞാൻ ചോദിച്ചു. "ഒരാഴ്ച മുൻപ്." സന്ന്യാസി പറഞ്ഞു. അയാളെ അദ്ഭുതപ്പെടുത്തിക്കൊണ്ട് ഞാൻ ചിരിച്ചു. ഞാനും ആ പോളണ്ടുകാരുമായിരുന്നു അത്. ഞങ്ങൾക്കുണ്ടായ ദുരനുഭവം എന്തായാലും കാൺഗ്രി റിംപോച്ചെ ഐതിഹ്യത്തിന്റെ ഭാഗമായി മാറിക്കഴിഞ്ഞിരിക്കുന്നു.

രാവിലെ ഞങ്ങൾ കനത്ത മഞ്ഞിലേക്കാണ് കണ്ണ് തുറന്നത്. കർമ്മ ബുദ്ധവിഹാരത്തിന്റെ പടികൾക്കു താഴെ കിടന്ന ഒരു ത്രിശൂലം എടുത്ത് അതിനെ നടക്കാനുപയോഗിക്കുന്ന വടിപോലെ കുത്തിക്കൊണ്ട് ആ ധവളിമയിലേക്ക് ധൈര്യപൂർവം ഇറങ്ങി. ഞാനും യുജയയും പിന്തുടർന്നു. ഇവിടുന്നങ്ങോട്ടു കൈലാസ തീർത്ഥാടക പാതയിൽനിന്നും മാറി മറ്റൊരു വഴിയേ ആണ് സഞ്ചരിക്കുന്നത്. കഴിഞ്ഞ ആഴ്ച ചുമ്പയയ്യുടെ കൂടെ ഈ താഴ്വരയിലൂടെ വന്നതുകൊണ്ട് എനിക്ക് വഴിയെപ്പറ്റി ഏതാണ്ടൊരു ധാരണ ഉണ്ടായിരുന്നു. എന്നാൽ കർമ്മയുടെ പദ്ധതി മറ്റെന്തോ ആയിരുന്നു.

ഞാൻ ഊഹിച്ചതുപോലെതന്നെ പതിനൊന്നര മണിയായപ്പോഴേക്കും ദൂരെ രണ്ടു ടെന്റുകളിൽനിന്നും പുക ഉയരുന്നത് കണ്ടു. ഡ്രോക്പകളുടെ ടെന്റുകളാണ്. ഈ താഴ്വരയിൽ കാലിമേക്കാനുള്ള അവകാശം അവർക്കാണ്. നാടോടികളുടെ കുടുംബത്തിന് വലിയ രക്ഷകർത്തൃബോധമാണ്. കർമ്മ ആവശ്യമുള്ള കാര്യങ്ങൾ ചായയും തൈരും കഴിക്കുന്നതിനിടെ കർമ്മ പരിഭാഷപ്പെടുത്തിക്കൊടുത്തു. ഞങ്ങൾക്ക് സഞ്ചരിക്കേണ്ട നീണ്ട വഴികളെക്കുറിച്ചും ഞങ്ങളുടെ ബാഗിന്റെ കനത്തെക്കുറിച്ചും എന്റെ ഏകാന്തമായ അവസ്ഥയെക്കുറിച്ചും അവർ വിഷമിച്ചുകൊണ്ടിരുന്നു. സിന്ധുവിന്റെ ഉദ്ഭവത്തിലേക്ക് എത്തിച്ചേരാനുള്ള വഴികളെക്കുറിച്ച് കർമ്മ അവരോട് തിരിച്ചും മറിച്ചും ചോദിച്ചു. അത് അവർക്ക് അറിയില്ല. സാഹചര്യത്തിന്റെ ഗൗരവം ആ കുടുംബത്തെ വല്ലാതെ അലട്ടി. ഉയരംകൂടി മുതുകു വളഞ്ഞ മുത്തശ്ശിയും പിന്നിയിട്ട

നീണ്ട മുടിയുള്ള അവരുടെ മകനും നാണിച്ചു ഞങ്ങളെ നോക്കി നിൽക്കുന്ന അയാളുടെ മകളും എല്ലാം ഞങ്ങളുടെ അവസ്ഥയിൽ വിഷമിച്ചിരിക്കുന്നു. മുത്തശ്ശന് മാത്രം യാതൊരു ഭാവമാറ്റങ്ങളുമില്ല. ടെന്റിലെ തന്റെ കിടക്കയിൽ ചായയും കുടിച്ചുകൊണ്ട് ഇരുന്ന അയാൾ വിഷയം മാറ്റാൻ ശ്രമിക്കുകയായിരുന്നു.

കുതിരയെ യാത്രയ്ക്കായി വിട്ടുതരാമെന്ന് ഡ്രോക്പകൾ പറഞ്ഞെങ്കിലും ഞാൻ നിരസിച്ചു. (ചുമ്പയുടെ കുതിര മഞ്ഞുകട്ടകൾകണ്ട് അറച്ചുനിന്നതുഎനിക്കോർമ്മയുണ്ട്). ഞങ്ങൾ യാത്ര തുടർന്നു. ഏഴുദിവസത്തിനുശേഷം മടക്കയാത്രയിൽ നാടോടികളുടെ കുടിലിൽ എത്തുന്നതുവരെ എനിക്ക് ഈ സ്ഥലം തിരിച്ചറിയാൻ കഴിഞ്ഞില്ല. അപ്പോഴേക്കും മഞ്ഞുരുകി പച്ചപുതച്ച താഴ്‌വാരം പ്രത്യക്ഷപ്പെട്ടിരുന്നു. കൂറ്റൻ പാറക്കെട്ടുകളും താഴ്‌വരകളുമായി ഒരു ഭൗമിക അദ്ഭുതമായിരുന്നു മുന്നിൽ. ഇപ്പോൾ ഈ താഴ്‌വരയിൽ അങ്ങോളമിങ്ങോളം മഞ്ഞിന്റെ ധവളിമ മാത്രം.

ഏതാനും മണിക്കൂറുകൾ കഴിഞ്ഞ് ഞാനും യുജയയും താഴ്‌വരയുടെ അങ്ങേയറ്റത്തെ ഒരു കൊച്ചുകുന്നിന്റെ നെറുകയിൽ ഉച്ചഭക്ഷണത്തിനായി കർമ്മയെ കാത്തിരിക്കുകയായിരുന്നു. ഇവിടെനിന്നുള്ള ഒരേയൊരുവഴി പർവത നെറുകയിലേക്കുള്ളതാണ്. യുജയ് കുറെ മഞ്ഞുകട്ടകളെടുത്ത് കെറ്റിലിൽ അമർത്തിനിറച്ചു. സ്റ്റൗവ് കത്തിക്കാനുള്ള പുറപ്പാടാണ്. അയാളുടെ സുഹൃത്തിന്റെ സ്റ്റൗവ് എങ്ങനെ കത്തിക്കണമെന്ന് അയാൾക്ക് മാത്രമേ അറിയൂ. യുജയ് അഞ്ചുതരം ഭക്ഷണസാധനങ്ങൾ കരുതിയിട്ടുണ്ട്. സാമ്പ (Tsamb വറുത്ത ബാർലിപ്പൊടി) യാക്ക്വെണ്ണ, യാക്കിന്റെ ഉണക്കിയ കാൽ, തേയില, ഉപ്പ് ഇതാണ് യുജയയുടെ ഭക്ഷണസാമഗ്രികൾ. എന്റെ കൈയിൽ ചൈനീസ് ഇൻസ്റ്റന്റ് നൂഡിൽസ് ഉണ്ട്. അതാണെങ്കിൽ ഞാൻ നേരത്തെതന്നെ മടുത്തുകഴിഞ്ഞു.

റാവൽപിണ്ടിയിൽനിന്നും വാങ്ങിയ ബദാംപരിപ്പും കാഷ്ഗറിൽനിന്നും വാങ്ങിയ മധുരമുള്ള സെറീൽസും ഉണ്ട്. അതിൽ കുറച്ച് ഞാൻ സാമ്പ പൊടിക്കു പകരമായി യുജയയ്ക്കു കൊടുത്തു (യുജയ് അത് തന്റെ കുഞ്ഞിനു വേണ്ടി വീട്ടിലേക്കുകൊണ്ടുപോയി). ദിവസത്തിലൊരിക്കലെങ്കിലും ഞാൻ സാമ്പപൊടിയും യാക്ക്വെണ്ണയും കൂട്ടി കഴിക്കുന്നുവെന്ന് യുജയ് ഉറപ്പുവരുത്താറുണ്ട്. അയാൾക്ക് ഒരു ദിവസംപോലും സാമ്പ ഇല്ലാതെ ജീവിക്കാനാവില്ല. ടിബറ്റൻ ആഹാരസമ്പ്രദായത്തിന്റെ എല്ലാമാണ് സാമ്പ. യുജയയ്ക്കു കർമ്മയുടെ ഭക്ഷണരീതി ഇഷ്ടമല്ല. എല്ലാ അരുചികളെയും മുളകുപൊടിയിലും മസാലയിലും ഒളിപ്പിക്കുന്ന ഇന്ത്യൻ രീതിയാണ് കർമ്മയുടേത്. കർമ്മാ തന്റെ സാമ്പപൊടിയെ പഞ്ചസാരയോ, ഓട്സോ, തൈരോ ഒക്കെ ഇട്ട് കൂട്ടിക്കുഴയ്ക്കുമ്പോൾ യുജയ് അനിഷ്ടത്തോടെ മുഖം ചുളിക്കും. പക്ഷേ കർമ്മയുടെ അടുത്ത് ഇഷ്ടംപോലെ ഭക്ഷ്യസാധനകളുണ്ട്. അവയോരോന്നും വെവ്വേറെ പൊതികളാക്കി ഭദ്രമായി സൂക്ഷിച്ചിട്ടുണ്ട്. എല്ലാ വൈകുന്നേരങ്ങളിലും അയാൾ അതെല്ലാം തുറന്നു തന്റെ ചുറ്റുംവയ്ക്കും. കുറച്ചു മസാലകൾ, ഒരു തുണിസഞ്ചി

നിറയെ ധാന്യങ്ങളും ധാന്യപ്പൊടിയും ഏതോ വിനോദസഞ്ചാരിയുടെ അടുത്തുനിന്നും അടിച്ചുമാറ്റിയ ഇൻസ്റ്റന്റ് സൂപ്പിന്റെ പായ്ക്കറ്റുകൾ, അവിടുന്നും ഇവിടുന്നുമെല്ലാമായി സംഘടിപ്പിച്ച ഭക്ഷണപൊതികൾ... എല്ലാം നന്നായി പൊതിഞ്ഞു രഹസ്യമായി സൂക്ഷിച്ചിരിക്കുന്നു.

യുജയയും ഞാനും ആ മഞ്ഞുപാടത്ത് ഇരുന്ന് ഉപ്പുചായ കുടിച്ചുകൊണ്ട് കർമ്മ മെല്ലെ നടന്നുവരുന്നത് നോക്കുകയായിരുന്നു. അയാൾ ഞങ്ങളുടെ അടുത്തെത്തി ഇരിക്കുന്നതിനുപകരം സാധനങ്ങൾ നിലത്തിറക്കിവച്ച് വെട്ടിത്തിരിഞ്ഞു കുന്നിൻമുകളിലേക്കു നീങ്ങി. “നിങ്ങളെങ്ങോട്ടാണ് പോകുന്നത്?” യുജയ ഉച്ചത്തിൽ ചോദിച്ചു. കർമ്മ മുകളിലേക്ക് ആംഗ്യം കാണിച്ചു. അവിടെ ഇപ്പോൾ മൂന്ന് ഡ്രോക്പകൾ കുതിരകളുമായി നിൽക്കുന്നു. മഞ്ഞിന്റെ പശ്ചാത്തലത്തിൽ അവർ കറുത്തിരുണ്ട് കാണപ്പെട്ടു. അവർ കർമ്മ എത്താൻവേണ്ടി കാത്തുനിൽക്കുകയാണ്. കർമ്മ അവരുടെ അടുത്ത് എത്തിയതോടെ അവർ നാലുപേരുംകൂടി ഗഹനമായ എന്തോ ചർച്ചയിലേർപ്പെട്ടു. സംസാരിക്കുന്നതിനിടെ പടിഞ്ഞാറുഭാഗത്തേക്ക് അവർ കൂടെക്കൂടെ ആംഗ്യം കാണിക്കുന്നുണ്ട്. ഒടുവിൽ കർമ്മ ഞങ്ങളുടെ അടുത്തേക്കുതന്നെ വന്നു.

അടുത്ത ഡ്രോക്പാ വാസകേന്ദ്രം മൂന്നുമണിക്കൂർ അകലെയാണ്. ആ കുതിരക്കാർ അവിടെനിന്നും വരുന്നവരാണ്. ഇനി ഞങ്ങൾക്ക് അവരുടെ വഴി പിന്തുടർന്നുപോകാം. രാത്രി അവരുടെ താമസസ്ഥലത്ത് കൂടുകയുമാവാം. ആകെ ഞങ്ങൾ ചെയ്യേണ്ടത് ആ മലകയറുക എന്നതാണ്. കർമ്മ ഭാവവ്യത്യാസമില്ലാതെ അങ്ങ് ദൂരെകാണുന്ന ഇരുണ്ട തവിട്ടുനിറമുള്ള മലനിരകളിലേക്ക് വിരൽ ചൂണ്ടി. “ഇത് ആ വഴിയല്ലേ?” ചുമ്പയയുടെ കൂടെ വന്നവഴി ഓർത്തുകൊണ്ട് ഞാൻ ചോദിച്ചു. “സെൻജ്ഖേബാബിലെക്ക് നിരവധി വഴികളുണ്ട്”, കർമ്മ താത്ത്വികമായി പറഞ്ഞു. “ഇതിനുമുമ്പ് ഞാനോ നിങ്ങളോ അവിടെ പോയിട്ടുണ്ടോ?”

വലിയ പ്രതിബന്ധങ്ങളില്ലാത്ത വഴികളാണ് സാധാരണ പർവ്വതങ്ങളിൽ കാണാറുള്ളത്. കർമ്മയുടെ നിർദ്ദേശമനുസരിച്ച് അന്നുച്ച കഴിഞ്ഞപ്പോഴേക്കും ഞങ്ങൾ നേരെ കുന്നിൻനെറുകയിലേക്ക് കയറി. എന്റെ ശ്വാസകോശം പൊട്ടിപ്പോകുമെന്ന് എനിക്കു തോന്നി. കർമ്മയെ പിന്നെയും പിന്നെയും പുറകിലാക്കി ഞങ്ങൾ കയറിക്കൊണ്ടിരിക്കുമ്പോൾ ഇടിമുഴക്കം അടുത്ത് കേട്ടുതുടങ്ങി. ഞങ്ങൾ മുകളിൽ തടാകത്തിന്റെ സമീപമെത്തിയപ്പോഴേക്കും മഴമേഘങ്ങൾ ഉരുണ്ടുകൂടുന്നുണ്ടായിരുന്നു. ഒരുമണിക്കൂറോളം യുജയയും ഞാനും ആ പർവതത്തിന്റെ മുകളിൽ കൂടി ഡ്രോക്പാ കുതിരക്കാരുടെ കാലടികൾ പിന്തുടർന്ന് നടന്നു. പക്ഷേ അവിടെയെങ്ങും ഡ്രോക്പകളുടെ കുടിലുകൾ കണ്ടില്ല. ഇപ്പോൾ മൂന്ന് മണിക്കൂറായി ഞങ്ങൾ നടക്കാൻ തുടങ്ങിയിട്ട്. ഇരുട്ട് വീണുതുടങ്ങി. ഞങ്ങൾ പ്രാർത്ഥനാസൂചകമായി മലയുടെ ഏറ്റവും ഉയർന്നഭാഗത്ത് സ്ഥാപിക്കുന്ന കൊടിയുടെ ചുവട്ടിലെത്തി. താഴെ താഴ്‌വരയിലേക്ക്

നോക്കി. മഴപെയ്യാൻ തുടങ്ങുന്നു. കനത്ത മഴപെയ്താൽ ഇപ്പോൾ മുന്നിലുള്ള ഒരേയൊരു വഴി അപ്രത്യക്ഷമാകും.

ഞങ്ങളുടെ യാത്രയിലെ ഏറ്റവും മനോഹരമായ ദൃശ്യങ്ങളായിരുന്നു അവിടെ കണ്ടത്. താഴ്‌വര സന്ധ്യപ്രകാശത്തിൽ കുളിച്ചുനിൽക്കുന്നു. അതിന്റെ അതിരുകൾ കറുപ്പും ചാരവും നിറത്തിലുള്ള ശിലാചിത്രങ്ങളെ ഓർമ്മിപ്പിച്ചു. പക്ഷേ ഞാൻ ഇത്രയും ഭയന്നുപോയ മറ്റൊരവസരവും ഉണ്ടായിട്ടില്ല. ചുറ്റും ശൂന്യത മാത്രം. ആലിപ്പഴവർഷവും ഇരുട്ടും തണുപ്പും. പേരറിയാത്ത ഈ ടിബറ്റൻ താഴ്‌വരയിൽ ഇനിയെന്ത് എന്നറിയാതെ ഞങ്ങൾ നിന്നു.

ഞങ്ങൾ നടന്നുകൊണ്ടിരുന്നു. ആലിപ്പഴങ്ങൾ ശക്തിയായി ഞങ്ങളുടെ മേൽ പതിക്കുന്നുണ്ടായിരുന്നു. ഒരു ചതുപ്പിലൂടെയാണ് ഇപ്പോൾ നടക്കുന്നത്. ഞാൻ തിരിഞ്ഞുനോക്കിയപ്പോൾ ദൂരെ ഒരു നീല പൊട്ടുപോലെ കർമ്മയെ കാണാം. ഞങ്ങൾ മഞ്ഞുരുകിയ അത്രയുംവരെയെത്തി. അപ്പോഴേക്കും ഞങ്ങളുടെ വഴി അപ്രത്യക്ഷമായി. ഞാൻ എന്റെ മുഖത്തു നിന്നും മഴവെള്ളം തുടച്ചു കളഞ്ഞു. ഭയപ്പെടാതിരിക്കാൻ ഞാൻ എന്നെ ത്തന്നെ ഉപദേശിച്ചുകൊണ്ടിരുന്നു.

ഇവിടുത്തെ ഭൂപ്രകൃതി പ്രവചനാതീതമാണ്. ഞങ്ങൾ ഒരു താഴ്‌വരയിലേക്കിറങ്ങി എന്നാണ് ഞാൻ കരുതിയത്. പക്ഷേ ഞങ്ങൾ അതിന്റെ അറ്റത്ത് എത്തിയതേയുള്ളൂ. ഞങ്ങൾ ഇപ്പോൾ മറ്റൊരു താഴ്‌വരയുടെ മുകൾഭാഗത്താണ് നിൽക്കുന്നത്. മഞ്ഞിനടിയിലൂടെ പച്ച പുൽമേടുകൾ തല പൊക്കിനിൽക്കുന്നത് കാണാം. ഞാൻ തണുത്തു വിറയ്ക്കുന്നുണ്ടായിരുന്നു. എന്റെ കാലുകൾ നനഞ്ഞിട്ടുണ്ട്. ആലിപ്പഴവർഷം അവസാനിക്കുന്ന യാതൊരു ലക്ഷണവുമില്ല. വേഗം നടക്കാൻ യുജയ് ഉപദേശിച്ചു. “കർമ്മ പുറകെ വരട്ടെ”. പക്ഷേ കർമ്മയെ പുറകിൽ ഉപേക്ഷിക്കാൻ പറ്റില്ല. വേറെ മാർഗമൊന്നുമില്ല. ഞങ്ങൾ കർമ്മയെ കാത്തുനിന്നു. അപ്പോഴേക്കും താഴ്‌വരയിൽ ഇരുട്ട് പടർന്നു.

അടുത്ത അരമണിക്കൂറിനുള്ളിൽ കാര്യങ്ങളെല്ലാം മാറി. മുകളിലുണ്ടായിരുന്ന മേഘങ്ങൾ എവിടേക്കോ മറഞ്ഞു. ആലിപ്പഴവർഷം നിന്നു. സൂര്യൻ അസ്തമിച്ചു എന്നാണ് ഞാൻ കരുതിയത്. എന്നാൽ, താഴ്‌വരയെ സായാഹ്നരശ്മിയിൽ കുളിപ്പിച്ചുകൊണ്ട് സൂര്യൻ ആകാശത്ത് പ്രത്യക്ഷപ്പെട്ടു. ഞങ്ങൾ വീണ്ടും താഴെയിറങ്ങി. ഇപ്പോൾ ഒരു അരുവിയുടെ തീരത്തുകൂടിയാണ് നടക്കുന്നത്. ഞങ്ങൾ മേശയുടെ ആകൃതിയിൽ കിടക്കുന്ന ഒരു ഭൂപ്രദേശത്തേക്കു കയറി. മേഘങ്ങൾ പൂർണമായും അകന്നു. ദൂരെ താഴ്‌വരയിൽ നൂറുകണക്കിന് കറുത്ത പൊട്ടുകൾപോലെ എന്തോ കാണുന്നുണ്ട്. ഒരുപക്ഷേ എന്തെങ്കിലും പ്രത്യേകതരം പാറകളാകാം. പടിഞ്ഞാറൻ ടിബറ്റിന്റെ തലതിരിഞ്ഞ ഭൂമിശാസ്ത്രം. ഞാൻ യുജയയെ വിളിച്ച് കാണിച്ചുകൊടുത്തു. പക്ഷേ അയാൾ പറഞ്ഞ വാക്ക്,

ഇപ്പോഴത്തെ സാഹചര്യത്തിൽ ഞാൻ പ്രതീക്ഷിക്കാൻപോലും ധൈര്യപ്പെടാത്തതാണ്.

"യാക്ക്"

"ഡ്രോക്പാ?" ഞാൻ ചോദിച്ചു.

"ഡ്രോക്പാ."

ഞങ്ങൾ പരസ്പരം ആശ്വാസത്തിൽ പുഞ്ചിരിച്ചു. ഞങ്ങൾ സുരക്ഷിതരാണ്.

സായാഹ്ന സൂര്യകിരണങ്ങളുടെ പ്രകാശത്തിൽ കുളിച്ചുനിൽക്കുന്ന താഴ്വരയ്ക്കപ്പുറം ദൂരെ മലഞ്ചെരിവിൽ വെളുത്ത ചെമ്മരിയാടുകൾ പൊട്ടുകൾപോലെ കാണപ്പെടുന്നുണ്ടായിരുന്നു. പച്ച പുൽത്തകിടിയും യാക് രോമം കൊണ്ടുള്ള കൊച്ചു ടെന്റുകളും കണ്ട ഞങ്ങൾ ആവേശപൂർവം നടന്നു. പർവതത്തിൽനിന്നും ഒഴുകിവരുന്ന ഒരു പുഴ കടന്നു ഞങ്ങളുടെ ഭാരമേറിയ ബാഗുംകൊണ്ട് ഞങ്ങൾ ആ ഡ്രോക്പാടെന്റുകളുടെ നേർക്ക് ഓടി. ഇപ്പോൾ ഞങ്ങൾക്ക് ഡ്രോക്പകളെ കാണാം. അവർ അവരുടെ മൃഗങ്ങളെ തെളിച്ചു കൂട്ടംകൂട്ടുകയാണ്. ഞങ്ങൾ നദിക്കക്കരെനിന്നും ആട്ടിൻപറ്റങ്ങളുമായി വരുന്ന ഡ്രോക്പ ദമ്പതികളെ കാത്ത് ഇക്കരെ ഇരുന്നു. തണുത്തുറഞ്ഞ വെള്ളത്തിലൂടെ അവർ ഇക്കരെ എത്തിയതും ഞങ്ങൾ അടുത്തേക്ക് ഓടിച്ചെന്ന് സഹായം അഭ്യർത്ഥിച്ചു.

അന്ന് വൈകുന്നേരം കർമ്മ എത്തിയപ്പോഴേക്കും ഞങ്ങൾക്ക് ഒരു പുതിയ സുഹൃത്തിനെ കിട്ടിയിരുന്നു. അയാളുടെ പേര് സോനാംറ്ററിങ്. വിശാലമായ ചിരിയും പിന്നിയിട്ട നീണ്ട മുടിയും നെറ്റിയിൽ ഒരു ചെറിയ മുടിച്ചുരുളും ഉണ്ട് സോനാംറ്ററിങ്ങിന്. അയാളുടെ പ്രശാന്തമായ ആധിപത്യം കർമ്മയിൽ വലിയ സ്വാധീനമാണ് ചെലുത്തിയത്. കർമ്മ കുടി പൂർണമായി നിർത്തി (ചിലപ്പോൾ മദ്യം തീർന്നുപോയതുകൊണ്ടായിരിക്കും) ഇടയ്ക്കിടയ്ക്കുള്ള ദേഷ്യ സ്വഭാവവും അപ്രത്യക്ഷമായി. അയാൾ എന്നെ "ആലീസ്" എന്ന് ഒരു താരാട്ടിന്റെ ഈണത്തിലാണ് വിളിക്കുന്നത്. ആ വിളിക്ക് ഒരു സാന്ത്വനസ്വരമുണ്ടായിരുന്നു.

സോനാംറ്ററിങ്ങും അയാളുടെ ജ്യേഷ്ഠനും ഒരു ടെന്റിൽ പൊതുവായ ഒരു ഭാര്യയ്ക്കൊപ്പമാണ് കഴിയുന്നത്. കർമ്മയും അയാളുടെ സഹോദരനുമായി ഒരു ഭാര്യയെ പങ്കുവയ്ക്കുന്നു. (കർമ്മയുടെ ടിബറ്റിലേക്കുള്ള ഈ തീർത്ഥാടനം ദാമ്പത്യപ്രശ്ങ്ങളെ തുടർന്നാണെന്നു തോന്നുന്നു) സാംസ്കാരികവിപ്ലവത്തിന്റെ കാലത്ത് ടിബറ്റൻ സംസ്കാരത്തിന്റെ മേലുള്ള ചൈനീസ് ആക്രമണത്തിന്റെ ഭാഗമായി ടിബറ്റിൽ ബഹുഭർതൃത്വം നിരോധിച്ചിട്ടുണ്ട്. ഒരു സാമ്പത്തിക യൂണിറ്റ് എന്ന നിലയിൽ കുടുംബം എന്ന സ്ഥാപനത്തെ തുടച്ചുനീക്കുകയും പകരം 'കമ്മ്യൂൺ' എന്ന സമ്പ്രദായം ഡ്രോക്പകളുടെ മേൽ അടിച്ചേൽപ്പിക്കുകയും ചെയ്തു, ചൈനീസ് ഭരണകൂടം. അവരുടെ പ്രാചീന ജീവിത മാർഗ്ഗങ്ങളെ

ക്രൂരമായി പുനഃസംഘടിപ്പിച്ചതിലൂടെ അവരെ പട്ടിണിയിലേക്കും മരണത്തിലേക്കും തള്ളിവിട്ടു.

വംശീയഹത്യകൾ അതിജീവിച്ച ഡ്രോക്പകൾക്ക് അന്നത്തെ പരീക്ഷണങ്ങൾ തിരിച്ചടിക്കുന്നത് കാണാനുള്ള അവസരമുണ്ടായി. 1981ൽ ഡ്രോക്പകൾക്ക് അവരുടെ ജീവിതോപാധിയായിരുന്ന മൃഗങ്ങളെ ചൈനീസ് ഭരണകൂടം തിരികെ നൽകി. (ഒൻപത് യാക്കുകൾ, 25 ചെമ്മരിയാടുകൾ, ഏഴ് ആടുകൾ). ജീവിതം ഏറെക്കുറെ സാധാരണ നിലയിലേക്ക് തിരിച്ചെത്തിത്തുടങ്ങി. ചൈനീസ് ഭരണഘടനയനുസരിച്ച് ബഹുഭർതൃത്വം നിയമവിരുദ്ധമാണെങ്കിലും ഇപ്പോൾ ഭരണകൂടം അത്തരം കാര്യങ്ങളോട് അത്രയ്ക്ക് അസഹിഷ്ണുത കാണിക്കാറില്ല. ബഹുഭർതൃസമ്പ്രദായം ഇപ്പോൾ ടിബറ്റിൽ കൂടിവരികയുമാണ്. ഡ്രോക്പകൾക്ക് ഇന്നും നികുതിയില്ല. വലിയ ബുദ്ധിമുട്ടുകൾ വരുമ്പോൾ ഡ്രോക്പകൾ സഹായം അഭ്യർത്ഥിച്ച് പട്ടണത്തിൽ പോകാറുണ്ടെകിലും സൈന്യമോ പൊലീസോ ഒരിക്കലും ഇവിടേക്ക് വരാറില്ലെന്നു സോനാംറ്ററിങ് പറഞ്ഞു. അത്രയും വിദൂരമാണ് ഈ താഴ്വരകൾ.

അടുത്തദിവസം ഞങ്ങളോടൊപ്പം ഞങ്ങൾക്ക് മുമ്പേതന്നെ സോനാംറ്ററിങ് യാത്രയ്ക്കായി തയ്യാറായി. കോട്ടൺ ബേസ്ബോൾ ബൂട്ടും ചെമ്മരിയാടിന്റെ രോമംകൊണ്ടുള്ള ഓവർകോട്ടും അയാൾ ധരിച്ചിട്ടുണ്ട്. മറ്റൊരെണ്ണം അയാൾ അരയിൽ കെട്ടിയിരിക്കുന്നു. അതിനുള്ളിൽ ഒരു കത്തിയും സാമ്പ പൊടിയുടെ സഞ്ചിയും പിന്നെ അയാളുടെ കണ്ണടയും ഭദ്രമായി വച്ചിട്ടുണ്ട്.

ഞങ്ങൾ സോനാംറ്ററിങ്ങിന്റെ ഭാര്യയോടും മക്കളോടും സഹോദരനോടും യാത്രപറഞ്ഞു. അവരുടെ വേനൽക്കാല വാസകേന്ദ്രത്തിന്റെ ശാന്തതയിൽനിന്നും പുറത്തുകടന്ന് സെറ്റിലാ (Tseti-la) പാസ് ലക്ഷ്യമാക്കി നടന്നു. ഇന്നലെ രാത്രി സോനാംറ്ററിങ്ങിന്റെ സഹോദരൻ ഞങ്ങൾ പോകേണ്ട വഴിയുടെ രൂപരേഖ എനിക്കു വരച്ചുതന്നിരുന്നു. ഇപ്പോൾ ഞങ്ങൾ കയറാൻ പോകുന്നത് ഉദ്ഭവസ്ഥാനത്തേക്കുള്ള ഏറ്റവും ഉയരം കൂടിയ വഴിയാണ്.

ഞങ്ങൾ കയറാൻ തുടങ്ങിയപ്പോഴേക്കും മഴയും തുടങ്ങി. ഒപ്പം ആലിപ്പഴ വർഷവും. സോനാംറ്ററിങ് ഒരു പുഞ്ചിരിയോടെ കർമ്മയുടെ കൈയിൽനിന്നും സ്റ്റൗവും എന്റെ കൈയിൽനിന്നും ടെന്റും വാങ്ങി പിടിച്ചുകൊണ്ട് നടന്നു. ഞാൻ യുജയയുടെ പിന്നിലായിട്ടാണ് നടക്കുന്നത്. ആലിപ്പഴങ്ങൾ എന്റെ വസ്ത്രത്തിനടിയിലും കയറിയതോടെ ഞാൻ ആകെ പരവശയായി. പക്ഷേ പെട്ടെന്നുതന്നെ സൂര്യൻ പ്രത്യക്ഷപ്പെട്ടു. വെയിൽ പരന്നു. ഇപ്പോൾ ഞങ്ങൾ ആ പർവതപാതയുടെ മധ്യത്തിലെത്തിയിരിക്കുന്നു. മഞ്ഞ് വീണുകിടക്കുന്ന വിശാലമായ ഒരു പുൽത്തകിടിയും മഞ്ഞുപാളികൾ അതിരിട്ട ഒരു തടാകവും ഇവിടെ കാണുന്നുണ്ട്.

അരുവികളും നദികളും സമതലങ്ങളും കടന്ന് ഞങ്ങൾ സോനാംറ്ററിങ്ങിന്റെ കൂടെ നടന്നു. ഒടുവിൽ മഞ്ഞുമലകൾക്കു കീഴെ കണ്ട ഒരു

പച്ച പുൽമേട്ടിൽ ഞങ്ങൾ വിശ്രമിക്കാനിരുന്നു. സാമ്പ പൊടി കഴിച്ചു. ഞങ്ങളുടെ കോട്ടും ഷൂവും എല്ലാം വെയിലിൽ ഉണങ്ങാനിട്ടു. ആ നിതാന്ത നിശ്ശബ്ദതയിൽ ഞങ്ങൾ ഉറക്കത്തിലേക്ക് വഴുതി വീണു.

"ആ കാട്ടുകുതിരയെ കണ്ടോ", ഞങ്ങളേക്കാൾ എപ്പോഴും ഒരു മണിക്കൂർ പിന്നിൽ നടക്കുന്ന കർമ്മ തടാകത്തിനപ്പുറം നിൽക്കുന്ന മൃഗത്തിനെ ചൂണ്ടി പറഞ്ഞു. "അതിന്റെ കുട്ടിയെ കാണാനില്ലെന്ന് തോന്നുന്നു." അത് അവിടെനിന്ന് ഞങ്ങളെതന്നെ നോക്കുകയാണ്. വലിയ തലയും മെലിഞ്ഞ കാലുകളും ഇളം തവിട്ടുനിറവുമുള്ള ടിബറ്റൻ കാട്ടുകഴുതകളാണ് അവ. സിന്ധുവിലേക്ക് നടക്കുന്നതിനിടെ ഞങ്ങൾ നിരവധി കാട്ടുകഴുതകളെ കണ്ടു. ഞങ്ങളെ കാണുമ്പോൾ ഒന്നുകിൽ അവ ഓടും. അല്ലെങ്കിൽ നിർന്നിമേഷരായി നോക്കിനിൽക്കും.

ലഡാക്ക് ഒരു മരുഭൂമിയാണ്. എന്നാൽ ടിബറ്റിൽ നിറയെ വെള്ളമാണ്. ഞങ്ങളുടെ നടപ്പിനിടെ കൂടുതൽ ഊർജം വിനിയോഗിക്കേണ്ടി വരുന്നത് അരുവികളും പുഴകളും കടക്കാനാണ്. പിന്നെ മഞ്ഞിനേയും മഴയെയും ആലിപ്പഴവർഷത്തെയും നേരിടാനും. സിന്ധുവിലെ വെള്ളത്തിലധികവും വരുന്നത് ടിബറ്റിലെയും ലഡാക്കിലെയും ബാൾട്ടിസ്ഥാനിലെയും പർവതമേഖലകളിൽനിന്നാണ്. ഈ പർവ്വതങ്ങളിൽ നിന്നും നദി ഊറ്റിയെടുക്കുന്ന ജലം മുഴുവനും ഇപ്പോൾ സെൻജ് അലിയിലെ അണക്കെട്ട് തടഞ്ഞുനിർത്തിയിരിക്കുന്നു.

സെറ്റിലാ പിന്നിട്ടശേഷം ഞങ്ങൾക്ക് താഴ്വരയുടെ ഒരു നിരതന്നെ കടക്കേണ്ടി വന്നു. അനുനിമിഷം രൂപഭാവങ്ങൾ മാറുന്ന അദ്ഭുത പ്രകൃതിയായിരുന്നു ഓരോ താഴ്വരയും. കടന്നുപോന്ന ചില കുന്നിൻചെരിവുകളിൽ നിറം മാറുന്ന പാറകൾ കണ്ടു. ചില പാറകൾ പരുക്കനും കീഴ്ക്കാംതൂക്കായതും ആണെങ്കിൽ തൊട്ടടുത്ത നിമിഷം മിനുസമുള്ള ഉരുളൻ കല്ലുകളുടെ കൊച്ചുകുന്നുകൾ തന്നെ കാണാം. അത് കഴിഞ്ഞപ്പോൾ പലവിധ നിറങ്ങളിൽ മലനിരകൾ പ്രത്യക്ഷപ്പെട്ടു. പിന്നെയതാ കാണുന്നു നിറയെ വികൃതമായ പാറകൾ നിറഞ്ഞ ഒരു കുന്ന്. പിന്നെ കല്ലുകൾ നിറഞ്ഞ ഭൂപ്രദേശം. അവിടെ ഓരോ കല്ലിനും ഓരോ നിറം... ഓറഞ്ചും ചുവപ്പും നീലയും തവിട്ടും നിറമുള്ള കല്ലുകൾ, പല ആകൃതിയിലും കനത്തിലുമുള്ളതാണ്. അവ മൃദുവും മിനുസമുള്ളതുമാണ്. ചിലതിൽ നിറയെ പുള്ളിക്കുത്തുകളുണ്ട്. മറ്റു ചിലതിൽ ശനിയുടേതുപോലുള്ള വളയങ്ങൾ കാണുന്നു.

ഇടയ്ക്കിടയ്ക്ക് കല്ലുകൾക്കിടയിൽ മഞ്ഞയും ചുവപ്പും വയലറ്റും നിറങ്ങളിലുള്ള കാട്ടുപൂക്കൾ കാണാം. മനുഷ്യവാസമില്ലാത്ത ശൂന്യമായ നിശ്ശബ്ദതയിൽ നിൽക്കുമ്പോൾ ഈ അപൂർവപ്രകൃതിയെ ഇവിടെ സൃഷ്ടിച്ച ശക്തി ഏതെന്നു സങ്കല്പിക്കുക എളുപ്പമാണ്. ഭൗമപാളികളുടെ കൂറ്റൻ കൂട്ടിയിടിയിൽ ഇന്ത്യ, ടെത്തിസ് സമുദ്രത്തെ പിന്തള്ളി വടക്ക് ഏഷ്യയിലേക്ക് നീങ്ങിയപ്പോൾ, ആ ശക്തിയിൽ സമുദ്രം പർവ്വതമായി മാറി ഈ നദിയെ ഒഴുകാൻവിട്ടു.

ഇന്ത്യൻ/യൂറേഷ്യൻ ഭൗമോപരിതലങ്ങൾ തമ്മിലുണ്ടായ വൻകൂട്ടിയിടിയിൽ അഗ്നിപർവത സ്ഫോടനങ്ങൾ ഉണ്ടായെന്നും അതിന്റെ ഫലമായാണ് കൺഗ്രി റിംപോച്ചെ തന്നെ ഉണ്ടായതെന്നും ഭൗമശാസ്ത്രജ്ഞർ പറയുന്നു. പരമ പവിത്രമായ ഈ പർവതത്തിൽ ഭൗമശാസ്ത്രവും പുരാണങ്ങളും ഒരുമിക്കുന്നു. ഇവിടെനിന്നും ഉദ്ഭവിക്കുന്ന നദിയെപോലെ തന്നെ ഈ പർവ്വതവും ഹിമാലയത്തെക്കാൾ പഴക്കമുള്ളതാണ്.

കൺഗ്രി റിംപോച്ചെയിൽ ജന്മംകൊണ്ട സിന്ധുവിന് ഏതാണ്ട് മുപ്പതു മുതൽ നാല്പത് മില്യൺ വർഷത്തിന്റെ പഴക്കമുണ്ട്. ഈ മേഖലയിലെ ഏറ്റവും പഴക്കമുള്ള നദിയാണ് സിന്ധു. കടലിൽനിന്നും ഉയരുന്ന നീരാവി മേഘങ്ങളെ തടഞ്ഞുനിർത്തി പർവതങ്ങൾ മഴ പെയ്യിക്കുന്നു. ആ മഴത്തുള്ളികളിൽനിന്നും മഞ്ഞുപാളികളുണ്ടാകുന്നു. വേനലിൽ ഈ മഞ്ഞുപാളികൾ ഉരുകി പടിഞ്ഞാറോട്ട് ഒഴുകുന്നു. അങ്ങനെ ടിബറ്റിൽനിന്നും അറബിക്കടൽവരെ നീണ്ടുകിടക്കുന്ന ഒരു നദി രൂപംകൊള്ളുന്നു. വിശാലമായി ഒഴുകുന്നതുകൊണ്ടും ഒഴുകുന്ന പ്രദേശങ്ങളിലെല്ലാം രൂക്ഷമായ മണ്ണൊലിപ്പ് സൃഷ്ടിക്കുന്നതുകൊണ്ടും നദീമുഖത്ത് ലോകത്തിലെ ഏറ്റവും വലിയ അഴിമുഖങ്ങളിലൊന്ന് രൂപപ്പെട്ടിരിക്കുന്നു. കറാച്ചിയിലെ ഈ അഴിമുഖം രൂപപ്പെട്ടിരിക്കുന്നത് ടിബറ്റിൽനിന്നും ലഡാക്കിൽനിന്നും കാരക്കോറം മലനിരകളിൽനിന്നും ഒഴുക്കിക്കൊണ്ടുവന്ന എക്കൽമണ്ണ് കൊണ്ടാണ്.

അതിബൃഹത്തായ ഈ ഭൗമികകാലപരിധി നദിയുമായി ബന്ധപ്പെട്ട മനുഷ്യചരിത്രത്തെ തീർത്തും നിസ്സാരമാക്കുന്നു. ഒരു താരതമ്യത്തിനുപോലും സാധ്യതയില്ല. ഞങ്ങൾ നടക്കവേ മനുഷ്യനു മുമ്പുള്ള നദിയുടെ ജൈവഘടനയെപ്പറ്റി ഞാൻ ആലോചിച്ചു. സിന്ധുവിലെ അന്ധരായ ഡോൾഫിനുകൾ ഈ നദിയിലെ ആദിമ അന്തേവാസികളാണ്. ടെത്തിസ് കടലിന്റെ ശേഷിപ്പാണെന്നു പറയാം അവയെ. എക്കൽ നിറഞ്ഞു കലങ്ങിയ ഇരുണ്ട വെള്ളത്തിൽ കണ്ണുകൾ ആവശ്യമില്ലാത്തതുകൊണ്ടാവാം സിന്ധുവിലെ ഡോൾഫിനുകൾ അന്ധരായി രൂപാന്തരം പ്രാപിച്ചത്. അന്ധരായ ഡോൾഫിനുകൾ ഇര തേടുന്നത് ഇരയുടെ ശബ്ദത്തിന്റെ പ്രതിധ്വനി പിന്തുടർന്നാണ്. പക്ഷികളെപ്പോലെ ഒന്നോ രണ്ടോ സെക്കൻഡുകൾ മാത്രമാണ് ഇവ ഉറങ്ങുക.

പർവതനിരകളിലൂടെ സിന്ധു തെളിച്ചെടുത്ത വഴി പക്ഷികളും പ്രയോജനപ്പെടുത്തുന്നു. എല്ലാ വർഷവും ഒരു മില്ലിയനിലധികം ദേശാടന പക്ഷികൾ കിഴക്കൻ ആഫ്രിക്ക, ഏഷ്യ, യൂറോപ്പ് ഇവിടങ്ങളിൽനിന്നും സിന്ധു ഒഴുകുന്ന ദിശയിലൂടെ പറക്കുന്നു. പക്ഷി നിരീക്ഷകർക്ക് സിന്ധു "ഇന്റർനാഷണൽ ഫ്ളൈവേ No: 4" ആണ്. ചില പക്ഷികൾ സിന്ധു താഴ്വരയിലെത്തുന്നത് ഖൈബർ, കാരക്കോറം സോജക് ചുരങ്ങൾ കടന്നാണ്. (മധ്യകാല മുസ്ലീം പോരാളികളെയും ഇരുപത്തി ഒന്നാം നൂറ്റാണ്ടിലെ കള്ളക്കടത്തുകാരെയുംപോലെ). മറ്റുള്ളവ സിന്ധിലെ ശുദ്ധജല തടാകക്കരകളിൽ, മത്സ്യത്തൊഴിലാളികളെയും നാടോടികളെയും

പോലെ വേനൽക്കാലം ചെലവഴിക്കുന്നു. വേനൽക്കാലത്ത് ഹിമാലയത്തിൽനിന്നും പടിഞ്ഞാറോട്ടു കുടിയേറുന്ന പക്ഷികൾ മഞ്ഞുകാലമാകുമ്പോൾ കിഴക്കോട്ടുതന്നെ തിരിച്ചുപോകുന്നു. കടലിൽനിന്നും നദിയിൽനിന്നും ചതുപ്പിൽനിന്നും കാട്ടിൽനിന്നും പർവതത്തിൽ നിന്നുമെല്ലാമുള്ള പക്ഷികൾ സിന്ധുവിൽ എത്താറുണ്ട്. അന്റാർട്ടിക്കയിൽനിന്നുള്ള കടൽപക്ഷികളെ കറാച്ചിയിൽ കാണാം ജർമനിയിൽനിന്നുള്ള കൊക്കുകൾ സിന്ധിലെ തടാകങ്ങളിൽ വരാറുണ്ട്. ഇന്ത്യൻ പഞ്ചാബിൽ നിന്നുള്ള മണിപ്രാവുകളും കറുത്ത കഴുത്തുള്ള ടിബറ്റൻകൊക്കുകളും സിന്ധിൽ കാണപ്പെടാറുണ്ട്.

വർഷംതോറുമുള്ള ഈ ദേശാടനത്തിന് പക്ഷികൾ തങ്ങളുടെ പൂർവികർ സഞ്ചരിച്ച അതേ പാത തന്നെയാണ് തെരഞ്ഞെടുക്കുന്നത്. പക്ഷികളുടെ യാത്രാപഥംതന്നെയാണ് മനുഷ്യരും പിന്തുടർന്നിരുന്നതെന്നു ആദ്യകാല മനുഷ്യസംസ്കാരം സൂചിപ്പിക്കുന്നു. ഒരു പുരാതന ഹിന്ദു കവിതയിൽ മനുഷ്യാത്മാവിന്റെ ദൈവത്തിങ്കലേക്കുള്ള പ്രയാണത്തെ മാനസസരസ്സിലേക്ക് ദേശാടനം നടത്തുന്ന അരയന്നങ്ങളുടെ യാത്രയോട് താരതമ്യപ്പെടുത്തിയിരിക്കുന്നു. ചിലാസ് മുതൽ അറ്റോക്ക് വരെയുള്ള ഭാഗത്തെ സിന്ധു നദിയിൽ സ്വർണം അരിച്ചെടുക്കുന്ന കെറിഗാർസ് (Kerigars) എന്ന ഗോത്രവർഗ്ഗക്കാരുടെ വിശ്വാസം ദേശാടനം നടത്തുന്ന കൊക്കുകൾ പർവ്വതങ്ങളിൽനിന്നും നഖങ്ങൾക്കിടയിൽ സ്വർണം ശേഖരിച്ചു സിന്ധുവിൽ നിക്ഷേപിക്കുന്നു എന്നാണ്. എന്നാൽ നദിയുടെ വലിപ്പം കുറഞ്ഞതോടെ ദേശാടനത്തിനെത്തുന്ന കൊക്കുകളുടെയും വാത്തകളുടെയും അരയന്നങ്ങളുടെയും എണ്ണവും കുറഞ്ഞു.

സിന്ധുവിന്റെ താഴ്ന്ന പ്രദേശങ്ങളിൽ ആദ്യമായി അധിവസിച്ചത് 80000 വർഷങ്ങൾക്കുമുമ്പ് ആഫ്രിക്കയിൽനിന്നും കുടിയേറിയ ഹോമോ സാപിയൻസ് ആണ്. നാല്പതിനായിരം വർഷങ്ങൾ പിന്നിട്ടപ്പോൾ ഇന്ത്യയിലെത്താൻവേണ്ടി മനുഷ്യൻ മുറിച്ചുകടന്നത് സിന്ധു നദിയായിരുന്നു, പിന്നീട് ടിബറ്റിലേക്കും മധ്യേഷ്യയിലേക്കും സഞ്ചരിക്കാൻ മനുഷ്യൻ സിന്ധുവിനെ പിന്തുടർന്നു. ഹോമോസാപിയൻസ് സിന്ധു തീരങ്ങളെ മാറ്റിമറിച്ചപ്പോൾ ടിബറ്റിൽ തദ്ദേശീയ ജനത നദിയെ യാതൊരുവിധത്തിലും ശല്യപ്പെടുത്തിയില്ല. സോനാംററിങ്ങിനെപ്പോലുള്ള ഡ്രോക്പകൾ അവരുടെ പുൽമേടുകളുടെ ശാന്തതയിലിരുന്ന് ദേശാടനപക്ഷികളെ കണ്ടു സന്തോഷിക്കുകയല്ലാതെ. അവർ ഒരിക്കലും അതിനെ കൊല്ലുകയോ തിന്നുകയോ ചെയ്യാറില്ല. അവർ നദിയിൽനിന്ന് മീൻ പിടിക്കുകയോ തിന്നുകയോ ചെയ്യില്ല. അവർ ഭൂമി വേലി കെട്ടി തിരിക്കുകയോ കീറിമുറിക്കുകയോ വിത്ത് വിതയ്ക്കുകയോ ചെയ്യില്ല. അണക്കെട്ട് നിർമ്മിക്കുന്നവരുമായി ഇവർക്കുള്ള വൈരുധ്യം ചിന്തനീയമാണ്. പ്രകൃതിയെ വരുതിയിലാക്കാനുള്ള മനുഷ്യന്റെ പ്രയത്നത്തിന്റെ ആത്യന്തിക പ്രതീകമാണ് അണക്കെട്ടെങ്കിൽ ടിബറ്റിലെ നാടോടികൾ അപൂർവമായ ഒത്തൊരുമയുടെ ശ്രേഷ്ഠ മാതൃകകളാണ്.

ഇവിടെ, കർമ്മ മാനസസരസ്സിലേക്ക് ദേശാടനം നടത്തുന്ന അരയന്ന ത്തെപ്പോലെ സ്വതന്ത്രനും ഉല്ലാസവാനുമാണ്. എപ്പോഴും ഞങ്ങൾക്ക് വളരെ പിന്നിൽ നടന്ന് ഞങ്ങളുടെ കണ്ണിൽപെടാത്ത വസ്തുക്കൾ ശേഖരിച്ച് വളരെ സാവകാശമാണ് സഞ്ചാരം. സെറ്റിലായിൽനിന്നും ചെമ്മരിയാടിന്റെ രോമങ്ങൾ, നല്ല നിറമുള്ള കല്ലുകൾ, കൂണുകൾ, സിന്ധു തീരത്തുനിന്ന് കുറച്ചു കൊടിത്തൂവയുടെ ഇലകൾ... ഇങ്ങനെ പലവിധ വസ്തുക്കളും സംഭരിച്ചാണ് കർമ്മയുടെ യാത്ര. രാത്രി ഞങ്ങൾ എവിടെ യെങ്കിലും തങ്ങുമ്പോൾ അയാൾ ഈവക സാധനങ്ങളെല്ലാം വിനയ പൂർവം ഞങ്ങളുടെ മുന്നിൽ പ്രദർശിപ്പിക്കും. സെറ്റിലയിൽവച്ച് തലയ്ക്കു മീതെ ത്രിശൂലത്തിൽ ഉറപ്പിച്ച് പതാകപോലെ കൊണ്ടുനടന്നിരുന്ന ഓക്സിജൻ ബാഗ് പറന്നുപോയി. കർമ്മ വിട്ടുകൊടുത്തില്ല. ഏതാനും ദിവസങ്ങൾക്കുള്ളിൽതന്നെ വെളുത്ത ചെമ്മരിയാട്ടിൻ രോമങ്ങളും കറുത്ത യാക്ക് രോമങ്ങളും കൂട്ടിക്കെട്ടി അത് ത്രിശൂലമുനകളിൽ കോർത്ത് വെച്ച് ഓക്സിജൻ ബാഗിന് പകരം തലയ്ക്കു മീതെ പിടിച്ചു.

"സെൻജ്സാംപോ എവിടെ?" ഇടയ്ക്കിടയ്ക്ക് സിന്ധുവിന്റെ ഇമ്പ മുള്ള ടിബറ്റൻ പേര് ഉപയോഗിച്ച് ഞാൻ സോനാംറ്ററിങ്ങിനോട് ചോദിച്ചു കൊണ്ടിരുന്നു. അയാൾ അങ്ങ് വിദൂരതയിൽ കാണുന്ന മലനിരകൾക്കു നേരെ വിരൽ ചൂണ്ടും. സോനാംറ്ററിങ് കൂടെ കൂടിയശേഷം എനിക്ക് ഭയം തോന്നിയതേയില്ല. മുമ്പ്, കർമ്മ ഞങ്ങളെ ഏതെങ്കിലും വഴിയേ കൊണ്ടുപോയി അറിയപ്പെടാത്ത ഏതെങ്കിലും സ്ഥലത്ത് എത്തിച്ചുകള യുമോ എന്നെനിക്ക് ആശങ്കയുണ്ടായിരുന്നു. മനുഷ്യഗന്ധംപോലുമില്ലാത്ത ആ ഏകാന്തഭൂമിയിൽകൂടി നടക്കുമ്പോൾ എനിക്ക് ഭയമില്ല, വിസ്മയ മാണ് തോന്നിയത്.

അന്നു രാത്രി ഞങ്ങൾ താമസിക്കാൻ തെരഞ്ഞെടുത്ത സ്ഥലം കൊച്ചു കൊച്ചു കുന്നുകളും കുന്നിൻചെരിവുകളുമുള്ള ഒരു മനോഹരതാഴ്‌വര യിലായിരുന്നു. സോനാംറ്ററിങ് മലകൾക്കുതാഴെ ഒരു അരുവിയുടെ സമീപ മാണ് ടെന്റ് കെട്ടാൻ സ്ഥലം കണ്ടെത്തിയത്. ടെന്റുകൾ കെട്ടുക അല്പം ബുദ്ധിമുട്ട് പിടിച്ച ജോലിയാണ്. ടെന്റുകൾ തയ്യാറായിക്കഴിഞ്ഞതും മഴ പെയ്തതും ഒന്നിച്ചാണ്. എന്റെ ടെന്റ് യുജയയുടെ ടെന്റിനടുത്തായിരുന്നു. ഓരോ ഇടിക്കൊപ്പവും വരുന്ന മിന്നൽ ടെന്റ് തുളച്ച് അകത്തേക്ക് വരരുതേ എന്നും പർവ്വതങ്ങളിൽനിന്നും ഒഴുകിയെത്തുന്ന അരുവികളൊന്നും കര കവിയരുതേ എന്നും പ്രാർത്ഥിച്ചുകൊണ്ടാണ് ഞാൻ കിടന്നത്.

രാവിലെ ആദ്യം ഉണർന്നത് കർമ്മയാണ്. അയാൾ ബുദ്ധമത പ്രാർ ത്ഥനകൾ ചെല്ലുന്നത് കേൾക്കാം. ലഡാക്കിൽ അഞ്ചുമണിക്ക് എഴുന്നേൽ ക്കുന്ന ശീലംവച്ച് എഴുന്നേറ്റതാണ്. ഇവിടെ ടിബറ്റിൽ പക്ഷേ ഏഴു മണിക്കും വെളിച്ചം വീണിട്ടില്ല. അയ്യായിരം കിലോമീറ്റർ വടക്കുകിഴക്ക് കിടക്കുന്ന ചൈനയുടെ സമയക്രമമാണ് ഇവിടെയും. രാവിലെ കർമ്മ അരുവിയിൽനിന്നും കെറ്റിൽ നിറയെ വെള്ളവുമായി വന്ന് സ്റ്റൗവ്

കത്തിക്കാൻ യുജയയെ വിളിച്ചു. അപ്പോഴാണ് സോനാംറ്ററിങ് ആ പ്രഖ്യാപനം നടത്തിയത്, "ഇന്ന് നമ്മൾ സെൻജ്സാംപോ കാണും."

ഉരുളൻ കല്ലുകൾ നിറഞ്ഞ, സമുദ്രതീരംപോലെ വിശാലവും ശൂന്യവുമായ ഒരു സമതലത്തിലൂടെ ഒരു ദിവസം മുഴുവൻ നടന്ന് ഞങ്ങൾ നദിയുടെ തീരത്തെത്തി. ഉദ്ഭവസ്ഥാനത്തിനടുത്തായിട്ടും നദിക്ക് നല്ല വേഗവും ആഴവുമുണ്ട്. സോനാംറ്ററിങ്, അപ്പുറത്ത് കുറച്ചകലെ അയാളുടെ മഞ്ഞുകാല വാസകേന്ദ്രം ചൂണ്ടിക്കാണിച്ചു തന്നു. ഇപ്പോൾ അവിടേക്കു പോവുക സാധ്യമല്ല. കീഴ്ക്കാംതൂക്കായ മലയിടുക്കുകളും അപകടകാരിയായ മഞ്ഞുപാളികളും ഉണ്ട് അവിടെ. മഞ്ഞുകാലത്ത് അഞ്ചു മാസം അയാൾ ഇവിടെയാണ് താമസിക്കുക. മഞ്ഞുകാലത്ത് സമതലങ്ങളിലേക്കിറങ്ങുന്ന ഹിമാലയൻ കാലി നോട്ടക്കാരെ പോലെയല്ല ഡ്രോക്പകൾ. അവർ മഞ്ഞുകാലമാകുമ്പോൾ പർവ്വതങ്ങളിൽ അവരുടെ യാക്കുകൾക്ക് ഭക്ഷണം കിട്ടുന്ന പ്രദേശങ്ങളിലേക്ക് താമസം മാറ്റുന്നു.

വിശാലമായ ആ ഭൂപ്രദേശം നിശ്ചലമായിരുന്നു. പെട്ടെന്നാണ് ഒരു ചലനം. ഞങ്ങൾ തിരിഞ്ഞുനോക്കിയപ്പോൾ ഒരു കൂട്ടം ടിബറ്റൻ കാട്ടുകഴുതകൾ. യുജയ് ഒച്ചയിട്ടും മറ്റും അവയെ ഓടിച്ചു. എന്നെപ്പോലെ തന്നെ അയാളും പർവതമേഖലകളിൽ ആദ്യമായിട്ടാണ് വരുന്നത്. അയാൾക്ക് അവയെ കണ്ടപ്പോൾ ഭയം തോന്നി.

രണ്ടു മണിക്കൂർകൂടി പിന്നിട്ടപ്പോൾ പെട്ടെന്ന് ഒരു പാലം ഞങ്ങൾക്കു മുന്നിൽ പ്രത്യക്ഷപ്പെട്ടു. "അതെന്താണ്?" ഞാൻ കർമ്മയോടെ ചോദിച്ചു. "പാലം", എന്റെ മണ്ടൻ ചോദ്യം കേട്ട് പരിഹാസത്തോടെ അയാൾ മറുപടി പറഞ്ഞു. ഞങ്ങൾ അതിനോടടുത്തു. പാലം കോൺക്രീറ്റു കൊണ്ടാണ് നിർമ്മിച്ചിരിക്കുന്നത്. ഈ വിദൂരതയിൽ, വാഹനങ്ങളൊന്നും തന്നെ എത്തിപ്പെടാൻ ഇടയില്ലാത്തിടത്ത് പാലത്തിന്റെ ആവശ്യമെന്തെന്ന് ചിന്തിച്ചപ്പോൾ സിന്ധിലെ ജോഹിനടുത്തുള്ള മരുഭൂമിയിൽ വായുവിൽ തങ്ങിനിൽക്കുന്നതുപോലെ കണ്ട ഒരു മേല്പാലത്തെക്കുറിച്ച് ഞാൻ ഓർത്തുപോയി. അതിനിരുവശവും റോഡുകളില്ല. ഒരു അഴിമതിക്കഥയാണ്. ഇത് പക്ഷേ ഉപയോഗത്തിനുള്ളതാണ്. ചൈനീസ് ദീർഘവീക്ഷണത്തിന് ഉദാഹരണം. ഇപ്പോൾ അതിലൂടെ ഒന്നും വരാനില്ലെങ്കിലും ഭാവിയിൽ ഒരിക്കൽ എന്തെങ്കിലും, കലാപം അടിച്ചമർത്താൻ സൈന്യത്തിന് വരണമെങ്കിലോ മറ്റോ ആവശ്യമായി വന്നേക്കും. അല്ലെങ്കിൽ ധാതുക്കൾ തേടി ആർക്കെങ്കിലും വരണമെങ്കിലും അതുപകാരപ്പെടും. ഇരുപതാംനൂറ്റാണ്ടിന്റെ ആദ്യവർഷങ്ങളിൽ സിന്ധുവിന്റെ ഉദ്ഭവപ്രദേശങ്ങളിൽ സ്വർണഖനനം നടത്തിയിട്ടുണ്ട്. സിന്ധുവുമായി ബന്ധപ്പെട്ട മനുഷ്യചരിത്രത്തിലുടനീളം സിന്ധുവിന് സ്വർണവുമായി ബന്ധമുണ്ട്. അതിനെക്കുറിച്ച് ഹെറോഡോട്സ് പരാമർശിച്ചിട്ടുണ്ട്. (അണക്കെട്ടുകളുടെ ആധിക്യംമൂലം ഒഴുക്ക് തടയപ്പെട്ട സിന്ധു ഇന്ന് പഴയതുപോലെ സ്വർണം കൊണ്ടുവരുന്നില്ല. ടാർബേല അണക്കെട്ട്

വന്നതോടെ ദർബാൻഡിലെ കേറിഗാർ ഗോത്രക്കാർ സ്വർണം അരിച്ചെടുക്കുന്നില്ല) ചൈനയിലെ ഭൗമശാസ്ത്രജ്ഞർ ഏതാണ്ട് അറുനൂറു പുതിയ ധാതുലവണപ്രദേശങ്ങൾ ടിബറ്റിൽ കണ്ടെത്തിയിട്ടുണ്ട്. ചൈനയുടെ ധാതുക്ഷാമം പരിഹരിക്കാൻ ഈ കണ്ടുപിടുത്തം സഹായിക്കുമെന്നാണ് ഗവണ്മെന്റ് പറയുന്നത്. അതല്ലെങ്കിൽ ചൈന നിരവധി വിനോദസഞ്ചാരികളെ പ്രതീക്ഷിച്ചായിരിക്കാം പാലം പണിതിട്ടുള്ളത്.

ഞങ്ങൾ പാലം കടന്നു. സിന്ധുവിന്റെ പോഷകനദിയായ ക്ലാചുവിന് കുറുകെയാണ് പാലം. പാലം കടന്നു ഞങ്ങൾ സിന്ധു തീരത്തു കൂടി നടന്നു. വെള്ളിനിറത്തിലുള്ള ജലമൊഴുകുന്ന നിരവധി അരുവികൾ വഴിയിലുടനീളം കാണാം. ഒരു മണിക്കൂർ നടന്നുകഴിഞ്ഞപ്പോൾ ഞങ്ങൾ മറ്റൊരു കാഴ്ച കണ്ടു. കല്ലുകൾകൊണ്ട് നിർമ്മിച്ച കുറെ കുടിലുകൾ. ഡ്രോക്പകളുടെ മഞ്ഞുകാല വസതികൾ. ഞങ്ങൾ അതിന്റെ പരിസരത്തുതന്നെ ടെന്റ് കെട്ടാൻ തീരുമാനിച്ചു. തൊട്ടപ്പുറത്തെ ആട്ടിൻകാട്ടത്തിന്റെ കൂനയ്ക്കടുത്ത് തീ കത്തിക്കാനുള്ള സാമഗ്രികൾ സൂക്ഷിച്ചിട്ടുണ്ട്. മനുഷ്യസംസ്കാരത്തിന്റെ പരിസരങ്ങളിൽ താമസിക്കുമ്പോൾ ഒരുതരം സുരക്ഷിതബോധം അനുഭവപ്പെടുന്നു, അത് തികച്ചും സഹജവാസനയാണ്. പാലവും ഒഴിഞ്ഞ കുടിലുകളും ഒരു വാഹനവും ഒരിക്കലും വരാത്ത റോഡുകളും എല്ലാം മനുഷ്യസാമീപ്യം ഓർമ്മിപ്പിക്കുന്നു. ഇവിടവും ഏകാന്തമാണ്. എന്നോ അസ്തമിച്ച അജ്ഞാത സംസ്കാരത്തിന്റെ വാതിൽക്കൽ നിൽക്കുമ്പോലെയാണ് എനിക്കു തോന്നിയത്.

അന്ന് രാത്രി ഡ്രോക്പാകുടിലിന്റെ സമീപത്തുനിന്ന് കർമ്മയ്ക്ക് ഒരു കെറ്റിൽ കിട്ടി. നദീതീരത്തുനിന്ന് സംഘടിപ്പിച്ച കൊടിത്തൂവയുടെ ഇലകൾ അരിഞ്ഞു കെറ്റിലിട്ടു. പിന്നെ വഴിയിൽനിന്നും കിട്ടിയ കൂണും അതിലിട്ടു. കുറച്ചു യാക് വെണ്ണയും സാമ്പ പൊടിയും ഇട്ട് അത് തിളപ്പിച്ചു. യാക്കിന്റെ ചാണക വരളിയാണ് ഇന്ധനം. അയാൾ ആ തീയുടെ അടുത്ത് കുത്തിയിരുന്നു. കണ്ണിലേക്കു വീണുകിടന്ന മുടിയിഴകൾ വകഞ്ഞു മാറ്റി ഏതോ പ്രാർത്ഥന ഗാനവും പാടിക്കൊണ്ട് ആ കെറ്റിലിലെ കൂട്ട് ഇളക്കിക്കൊണ്ടിരുന്നു. അവർ മൂന്നുപേരും രാത്രി ആ സൂപ്പ് കഴിച്ചു. ഞാൻ അവരെ അങ്കലാപ്പോടെ നോക്കിയിരുന്നു. മജൂൻ കഴിച്ചു കുഴഞ്ഞുപോയ കാര്യം എനിക്ക് ഓർമ്മ വന്നു. കർമ്മയ്ക്ക് അയാൾ കൊണ്ടുവന്ന കൂണിനെപ്പറ്റി നല്ല ധാരണയുണ്ടാകുമെന്നു ഞാൻ വിശ്വസിച്ചു. അല്ലെങ്കിൽ മൂന്നുപേരും രാവിലെ മരിച്ചുകിടക്കുന്നതു കാണേണ്ടിവരും.

പിറ്റേന്ന് രാവിലെ പാട്ടുകേട്ടാണ് ഞാൻ ഉണർന്നത്. കർമ്മ ശരിയാണെന്നു തെളിഞ്ഞിരിക്കുന്നു. ബാക്കിയുണ്ടായിരുന്ന സൂപ്പ് ഞാൻ പ്രഭാതഭക്ഷണമാക്കി. അതിന് നല്ല കൊഴുപ്പും രുചിയും ഉണ്ടായിരുന്നു. നല്ല ജലാംശമുള്ള മൃദുവായ കൂണായിരുന്നു അത്.

സാധാരണ രാവിലെ ഞങ്ങളെ ഉണർത്താറ് കർമ്മയുടെ ബുദ്ധമത പ്രാർത്ഥനാഗീതങ്ങളാണ്. ഇന്ന് യുജയയാണ് പാട്ടുകളുമായി ഞങ്ങളെ

പ്രഭാതത്തിൽ വരവേറ്റത്. Darchenൽ കേൾക്കാറുള്ള പ്രണയഗീതങ്ങളും കൺഗ്രിറിമ്പോച്ചെയോടുള്ള പ്രാർത്ഥനാഗീതങ്ങളുമായിയിരുന്നു യുജയ് ആലപിച്ചുകൊണ്ടിരുന്നത്. സന്തോഷംകൊണ്ടാണ് യുജയ് മതിമറന്നു പാടുന്നത്. കാരണം ഇനി ഒരു മണിക്കൂർകൂടി നടന്നാൽ ഞങ്ങൾ സിന്ധുവിന്റെ ഉദ്ഭവസ്ഥാനത്തെത്തും. പിന്നെ ഞങ്ങൾക്ക് തിരിച്ചുപോകാം. യുജയ് ദിവസങ്ങൾ എണ്ണിക്കൊണ്ടിരിക്കുകയാണ്. സോനാംറ്ററിങ് തന്റെ ആഴമേറിയ ശബ്ദത്തിൽ അല്പം നാണത്തോടെ യുജയയോടൊപ്പം പാട്ടു പാടാൻ കൂടി. അയാൾ പാടുന്നത് കേൾക്കുമ്പോൾ വെള്ളമൊഴുകുന്ന ശബ്ദമാണോർമ്മവരിക. യുജയയുടെ ശബ്ദത്തിൽ നിറയെ സന്തോഷമാണ്.

ഞങ്ങൾക്ക് മൂന്നു നദികൾകൂടി കടന്നുവേണം സെൻജ്ഛേബാബിലെത്താൻ. ഇതുവരെ വീതികൂടിയ അരുവിയോ പുഴയോ കടക്കേണ്ടി വരുമ്പോൾ വീതികുറഞ്ഞ ഭാഗം തേടിനടന്ന് അവിടെനിന്നും കടക്കുകയാണ് ചെയ്തിരുന്നത്. അല്ലെങ്കിൽ കല്ലുകൾ എടുത്തിട്ട് കടക്കാനുള്ള വഴിയുണ്ടാക്കും. ഇവിടെ അങ്ങനെ കടക്കാൻ കഴിയുന്നതിലും വീതി കൂടിയ നദികളാണ്. സോനാംറ്ററിങ്ങും ഞാനും യുജയയും നദിക്കരയിലിരുന്ന് ഞങ്ങളുടെ ഷൂ അഴിച്ചുമാറ്റി. കർമ്മ ബൂട്ടുൾപ്പെടെയാണ് നദി കടക്കുക. വെള്ളത്തിൽ കാലെടുത്തുവച്ചപ്പോൾ തണുപ്പിന്റെ ആധിക്യം കൊണ്ട് എന്റെ കണ്ണിൽ വെള്ളംനിറഞ്ഞു. രണ്ടാമത്തെ നദിക്ക് എന്റെ അരയ്ക്കൊപ്പം ആഴമുണ്ടായിരുന്നു. ഞാൻ താഴെ വെള്ളത്തിലേക്ക് നോക്കിയപ്പോൾ നദിയുടെ അടിത്തട്ടിൽ കാണുന്ന ഉരുളൻകല്ലുകൾക്ക് ഞങ്ങൾ പിന്നിട്ട താഴ്വരയുടെ പലവിധ നിറങ്ങൾ, പിങ്ക്, ആകാശനീല, മഞ്ഞ...

നദി കടന്നശേഷം വെയിലിൽ ഞങ്ങളുടെ കാലുകളും ഷൂവും ഉണക്കിയെടുത്തു. തണുപ്പിനെ അകറ്റാൻ വേഗത്തിൽ നടന്നു. പെട്ടെന്ന് ഞങ്ങൾ നദിയുടെ ഉദ്ഭവത്തിലെത്തി. “അതാ അവിടെ”, ഒരു നിര ടിബറ്റൻ സ്തൂപങ്ങളെ ചൂണ്ടി കർമ്മ പറഞ്ഞു. കാറ്റിൽ പാറിക്കളിക്കുന്ന ധാരാളം പ്രാർത്ഥന കൊടികളും കാണാം. “അതാവാൻ സാധ്യതയില്ല”, കുറേക്കൂടി കുത്തനെയുള്ള കയറ്റം കയറേണ്ടി വരുമെന്ന ധാരണയിലും കർമ്മ ഇതുവരെ ഇവിടെ വന്നിട്ടില്ലല്ലോ എന്ന് ചിന്തിച്ചുകൊണ്ടും ഞാൻ പറഞ്ഞു. ഞങ്ങൾ ആ അരുവിയെ തൊട്ട് അടുത്ത കുന്നിൻമുകളിലേക്ക് പിന്തുടർന്നു അവിടെ അത് അവസാനിച്ചു. ഒരു പാറയുടെ അടിയിലെ മണ്ണിൽനിന്നും ഉറവ കുമിളകൾ സൃഷ്ടിച്ചുകൊണ്ട് പുറത്തേക്കൊഴുകുന്നു.

“ഇതാണ് സിംഹത്തിന്റെ മുഖം”, പാറയുടെ മുൻഭാഗം കാണിച്ചുകൊണ്ട്, സോനാംറ്ററിങ്ങിന്റെ വാക്കുകൾ കർമ്മ ഹിന്ദിയിൽ പരിഭാഷപ്പെടുത്തി. പുറകിലുള്ള കുന്നിലേക്ക് ചൂണ്ടിക്കൊണ്ട് അയാൾ പറഞ്ഞു “അതാണ് സെൻജ് ഉറെ (Senge Ure), സിംഹത്തിന്റെ കഴുത്തിലെ രോമങ്ങൾ. പടിഞ്ഞാറേക്ക് വിരൽ ചൂണ്ടി അയാൾ പറഞ്ഞു, അതാണ്

സെൻജ് നോർബു (Senge Norboo), അതിന്റെ നഖങ്ങൾ. "അത് സെൻജ് നമ", (Senge Nama) സിംഹത്തിന്റെ വാല്.

കർമ്മ ആ ഉറവയുടെ സമീപമിരുന്നു ചാണകവരളികൾ കത്തിച്ചു. ഒരു മണിക്കൂർ നീണ്ട പൂജ ആരംഭിച്ചു. സ്വാത്തിൽനിന്നും വന്ന ഗുരു പദ്മസംഭവ ആണ് ടിബറ്റിൽ ബുദ്ധമതം പ്രചരിപ്പിക്കാനായി അവിടുത്തെ ദുർദേവതകളെ കീഴ്പ്പെടുത്തുകയോ കൊല്ലുകയോ ചെയ്തതെന്ന് കർമ്മ പറഞ്ഞു. കല്ലുകളായി മാറിയ അവരുടെ ആന്തരികാവയവങ്ങളാണത്രെ പർവതങ്ങൾ. സോനാംറ്ററിങ് താത്പര്യത്തോടെ അത് നോക്കിയിരുന്നു. ഞങ്ങൾ ചെയ്തതെല്ലാം അയാൾ ചെയ്തു. എന്നാൽ യുജയ് പരിഹാസ ച്ചിരിയോടെ മാറിയിരുന്നു അയാൾക്ക് കർമ്മയുടെ സ്വയം നിർമ്മിത മന്ത്ര വാദങ്ങളിലും പ്രാർത്ഥനകളിലും താത്പര്യമില്ല.

കർമ്മയുടെ പ്രാർത്ഥനകൾ കഴിഞ്ഞതോടെ ഞങ്ങൾ ആ അരുവി ക്കൊപ്പം കുന്നിറങ്ങി. ആ അരുവിയിൽ ചേരുന്ന നദികൾ അതിന്റെ പത്തിരട്ടി വലുതാണ്. ആ സിംഹരൂപമുള്ള പാറയുടെ മുഖത്തുനിന്നും വരുന്ന അരുവിയാണ് സെൻജ് ഖബാബ്. അപ്പോൾ ശരിക്കും സിന്ധു വിന്റെ ഉദ്ഭവം ഇതു തന്നെയാണോ? ഇതിനേക്കാൾ വലിയ ഒരു പോഷക നദി ഇതിൽ ചേരുന്നുണ്ടാവുമെന്ന് എനിക്കു മനസ്സിലായി. സൻസ്കർ സിന്ധുവിൽ ചേരുന്ന ലഡാക്കിലും ഇത് തന്നെയാണ് സംഭവിക്കുന്നത്. ഒരു നദിയുടെ പോഷക നദികൾ അതിനേക്കാൾ ദൂരെനിന്ന് ഉദ്ഭവിക്കു മെങ്കിൽ ഈ ഉദ്ഭവസ്ഥാനത്തെ യഥാർത്ഥത്തിൽ നദിയുടെ ഉദ്ഭവസ്ഥാന മെന്ന് കരുതാൻ കഴിയുമോ?

രാവിലെ ഞങ്ങൾ കണ്ടതിൽവച്ച് ഏറ്റവും വലിയ പോഷകനദിയേ താണെന്ന് അന്നുരാത്രി ടെന്റിൽ വച്ച് ഞാൻ സോനാംറ്ററിങ്ങിനോട് ചോദിച്ചു. "എല്ലാം ഇവിടെനിന്നും ഒരു ദിവസത്തെ ദൂരത്തിൽ നിന്നാണ് ഉദ്ഭവിക്കുന്നത്," അയാൾ പറഞ്ഞു. ബുഖാർ (Bukhar) നദി യാഗ്രാ ഗ്രാമ ത്തിൽ നിന്നുമാണ് വരുന്നത്. Lamolasay ഒരു ബുദ്ധവിഹാര പരി സരത്തുനിന്നുമാണ് ഉദ്ഭവിക്കുന്നത്. Dorjungla നദി ഇവിടെനിന്നും മൂന്നു ദിവസത്തെ ദൂരമുള്ള വൻപാറകൾ നിറഞ്ഞ സ്ഥലത്തുനിന്നുമാണ് പ്രയാണം തുടങ്ങുന്നത്. അതിലെ വെള്ളം തെളിഞ്ഞതും നീലനിറമുള്ളതു മാണ്. അതുകൊണ്ട് ആ നദിയെ Zom-Chu എന്നും വിളിക്കുന്നു. "നീല ജലം" എന്ന് കർമ്മ പരിഭാഷപ്പെടുത്തി. കറുത്ത സമുദ്രം എന്ന് വിളിക്കുന്ന ഒരു ഇരുണ്ട തടാകത്തിൽനിന്ന് Rakmajang നദി പുറപ്പെടുന്നത്.

സിന്ധുവിന്റെ ഏറ്റവും നീളം കൂടിയ പോഷകനദികളിലൊന്നാണ് ഇന്നലെ ഞങ്ങൾ കടന്ന പാലത്തിനടിയിലൂടെ ഒഴുകുന്ന ക്ലാചു. അതിന് Lungdep-Chu എന്നും പേരുണ്ട്. ഈ നദി തെക്കുകിഴക്കുനിന്നുമാണ് ഒഴുകി സിന്ധുവിൽ ചേരുന്നത്. അതിന്റെ ഉദ്ഭവസ്ഥാനം Darchenൽ നിന്നും ഒരു ദിവസത്തെ കാൽനട ദൂരത്തിലാണ്. സിന്ധുവിൽ ചേരുന്ന ഏറ്റവു നീളം കൂടിയ നദി Dorjungla ആണെന്ന് സോനാംറ്ററിങ് ഉറപ്പിച്ചു പറഞ്ഞു.

എന്തെങ്കിലും നല്ലൊരു കാരണമില്ലാതെ ടിബത്തുകാർ സെൻജ്ഖേബാബിനെ പ്രധാന നദിയായി തെരഞ്ഞെടുക്കില്ല. Changthangന്റെ മുക്കും മൂലയും ഡ്രോക്പകൾക്ക് അറിയാം. അവർക്ക് കാലിമേക്കാനുള്ള അവകാശം ഈ പ്രദേശങ്ങളിലെല്ലാം ഉണ്ട്. ഇരുപതാംനൂറ്റാണ്ടിന്റെ ആദ്യകാലങ്ങളിൽ ഇവിടെ പര്യവേഷണം നടത്തിയിരുന്ന സ്വേൻഹെഡിനോട് (Swen Hedin) അദ്ദേഹത്തിന്റെ ടിബറ്റൻ വഴികാട്ടികൾ പറഞ്ഞത്, സെൻജ്ഖേബാബ് മഞ്ഞുകാലത്തും വേനൽക്കാലത്തും ഒരേ അളവിൽ ജലം വഹിക്കുന്നു എന്നാണ്. മറ്റു പോഷകനദികളെപ്പോലെ ജലത്തിനായി മഞ്ഞുരുകാൻ കാത്തുനിൽക്കേണ്ട ആവശ്യം സെൻജ്ഖെബാബിനില്ല. അത് വളരെ ശരിയാണ്. കാരണം സെൻജ്ഖേബാബ് ഉദ്ഭവിക്കുന്നത് മഞ്ഞുപാളികൾക്കിടയിൽ നിന്നല്ല. അത് ഭൂമിയിൽ, മണ്ണിൽനിന്ന് നേരിട്ടാണ് ഉദ്ഭവിക്കുന്നത്. വർഷം മുഴുവൻ ആശ്രയിക്കാൻ പറ്റും എന്നതിന്റെ അടിസ്ഥാനത്തിലായിരിക്കും ഉദ്ഭവസ്ഥാനത്തെതന്നെ സിന്ധുവിന്റെ പ്രഭവസ്ഥാനമായി കരുതിവരുന്നത്.

ഇവിടെനിന്ന് തിരികെ പോകുന്നതിനു പകരം മുന്നോട്ടുതന്നെ സഞ്ചരിച്ച് ഡോർജുൻഗ്ലയുടെ ഉദ്ഭവസ്ഥാനംകൂടി കാണാമെന്ന് ഞാൻ രാത്രി ടെന്റിൽവച്ച് മൂന്നുപേരോടും പറഞ്ഞു. അവർ പരസ്പരം നോക്കി ചിരിച്ചു. കർമ്മ ഞാൻ ഹിന്ദിയിൽ പറഞ്ഞ കാര്യം ടിബറ്റിനിലേക്ക് പരിഭാഷപ്പെടുത്തി. യുജയ് അവിശ്വാസത്തിൽ തലയാട്ടി. ചിരിക്കുന്നതിനിടയിൽ സോനാംറ്ററിങ് എന്റെ പേരും ഉച്ചരിക്കുന്നത് ഞാൻ കേട്ടു. അന്നു രാത്രി ടെന്റിൽ യുജയയുടെ ഗാനമേള കൊഴുക്കുമ്പോൾ, എന്റെ സുഹൃത്തുക്കൾക്കുവേണ്ടി, ഞങ്ങൾ സിന്ധുവിന്റെ ഉറവിടത്തിൽ എത്തിയിരിക്കുന്നുവെന്ന് അംഗീകരിക്കാൻ ഞാൻ തീരുമാനിച്ചു.

പിറ്റേദിവസം ഞങ്ങൾ തിരികെ യാത്ര ആരംഭിച്ചു. യുജയ് ആകപ്പാടെ ഉത്സാഹത്തിമിർപ്പിലാണ്. സോനാംറ്ററിങ് ഭാര്യയുടെ അടുത്തെത്താനുള്ള ആവേശത്തിലും. "ഇനിയും വൈകിയാൽ അവന്റെ ശ്രീമതി അവനെ വഴക്കു പറയും," കർമ്മ സോനാംറ്ററിങ്ങിനെ കളിയാക്കി. കർമ്മയും ആവേശത്തിലാണ്. സെറ്റിലാ (Tseti-La) വരെ എന്നോട് വിശ്രമമില്ലാതെ സംസാരിക്കുകയിരുന്നു കർമ്മ. പക്ഷേ പർവ്വതങ്ങളിലൂടെ തിരിച്ചുനടക്കുമ്പോൾ എനിക്കു സങ്കടവും നിരാശയും തോന്നി. സെറ്റിലാ വീണ്ടും കയറിയപ്പോൾ, കൺഗ്രി റിംപോച്ചെ കാഴ്ചയിൽവന്നതും യുജയയും സോനാംറ്ററിങ്ങും മുസ്ലീങ്ങൾ നമസ്കരിക്കുന്നതുപോലെ മുട്ടിൽ ഇരുന്ന് സാഷ്ടാംഗം തൊഴുമ്പോഴും കൈലാസ പരിക്രമണം പൂർത്തിയാക്കി പാപങ്ങൾ കഴുകിക്കളഞ്ഞു മടങ്ങുമ്പോഴും മലഞ്ചെരുവിൽനിന്ന് സോനാംറ്ററിങ് നീലനിറമുള്ള കാട്ടുപുഷ്പങ്ങൾ പറിച്ചുതന്നപ്പോഴും Darchenൽ സെഗാറിന്റെ വീട്ടിൽ തിരിച്ചെത്തിയപ്പോഴും അയാളുടെ മുഖത്തെ ആശ്വാസം കണ്ടപ്പോഴും എല്ലാം എന്റെ ഹൃദയം സങ്കടംകൊണ്ട് നിറയുകയായിരുന്നു.

നദിയെ ഓർത്തായിരുന്നു എന്റെ വേദന. വന്യമായ, ഉജ്ജ്വലയായ, ആധുനികതയും പ്രാചീനതയും കൈകോർക്കുന്ന, ചരിത്രത്തിലൂടെ ഒഴുകിക്കൊണ്ടിരിക്കുന്ന നദിയെ ഓർത്തായിരുന്നു എന്റെ ഹൃദയം വിങ്ങിയത്. മനുഷ്യർ അതിനെ കാണുന്നതിന് ആയിരക്കണക്കിന് വർഷങ്ങൾക്കു മുമ്പ് ഒഴുകിത്തുടങ്ങിയ, സമുദ്രത്തിൽനിന്നും ഉയർന്നുവന്ന ഭൂമിക്ക് വേണ്ടതെല്ലാം നൽകി പരിപാലിച്ച നദിയെ ഓർത്തു ഞാൻ വേദനിച്ചുകൊണ്ടേയിരുന്നു.

സൃഷ്ടിയുമായി ബന്ധപ്പെട്ട എല്ലാ കഥകളും വെള്ളത്തിൽനിന്നാണ് തുടങ്ങുന്നത്. ലഡാക്കിലെ ഡാർഡുകളും ചിത്രാലിലെ കലാഷുകളും ഋഗ്വേദത്തിലെ ആര്യന്മാരും ലോകസൃഷ്ടി നടന്നത് വെള്ളത്തിൽനിന്നും ഭൂമി ഉയർന്നുവന്നതിലൂടെയാണെന്നു പറയുന്നു. ഖുർ-ആൻ ഇങ്ങനെ പറയുന്നു,

"മനുഷ്യൻ എന്തിൽ നിന്നും സൃഷ്ടിക്കപ്പെട്ടു എന്നവൻ ചിന്തിക്കണം

കുതിച്ചൊഴുകുന്ന ജലത്തിൽ നിന്നാണ് അവൻ സൃഷ്ടിക്കപ്പെട്ടത്."

പക്ഷേ ഇനിയെത്ര കാലംകൂടി ഈ നദി കുതിച്ചൊഴുകും? നദി നമ്മുടെ വിരലുകൾക്കിടയിലൂടെ വഴുതി മാറിപ്പോകുന്നു. അണക്കെട്ടുകളിൽ അപ്രത്യക്ഷയാകുന്നു. അഥർവ്വ വേദം സിന്ധുവിനെ "saraansh" എന്ന് വിശേഷിപ്പിക്കുന്നു. എക്കാലവും ഒഴുകുന്നത് എന്നാണർത്ഥം.

ഒരിക്കൽ ഈ നദി ഉണങ്ങി വരണ്ടുപോകുമ്പോൾ, അതിന്റെ പൗരാണിക പേര് ഓർമ്മയിൽ നിന്നുപോലും മാഞ്ഞുപോകുമ്പോൾ മനുഷ്യൻ പാടുക ചരമഗീതങ്ങളായിരിക്കും. ഒരിക്കൽ സ്വർഗ്ഗത്തെ ചുറ്റിയൊഴുകിയിരുന്ന സിന്ധു, സംസ്കാരങ്ങൾക്കും ജീവിവർഗ്ഗങ്ങൾക്കും ഭാഷകൾക്കും മതങ്ങൾക്കും ജന്മം കൊടുത്ത് പരിപാലിച്ച മഹാനദി എങ്ങനെ മനുഷ്യന്റെ ചെയ്തികൾമൂലം ഇല്ലാതായി എന്ന് ആ ഗീതങ്ങൾ പറയും. ■

www.ingramcontent.com/pod-product-compliance
Ingram Content Group UK Ltd.
Pitfield, Milton Keynes, MK11 3LW, UK
UKHW042100021026
15589UKWH00001B/92

9 789387 331372